பிரபஞ்சன் கதைகள் தொகுதி - 3
(சிறுகதைகள்)
ஆசிரியர்: பிரபஞ்சன்©

Prapanchan Kathaigal Part - 3
(Short Stories)
Author: Prapanchan©

1st Edition: Apr- 2017
2nd Edition: Feb- 2021

Pages: 584 - ISBN: 978-93-84302-30-6
Cover Design: Trotsky Marudu
Book Design: Discovery Team

Discovery Book Palace (P) Ltd,
6, Mahaveer Complex, Munusamy Salai,
K.K.Nagar West, Chennai-600 078.
Ph: +91 - 44-4855 7525, Mobile: +91 87545 07070

E-mail: **discoverybookpalace@gmail.com**,
Website: **www.discoverybookpalace.com**

Rs. 1800 (மூன்று தொகுதிகளும்)

இந்த நூலில் பிரசுரமாகியுள்ள எந்த ஒரு பகுதியையும் பதிப்பாளரின் எழுத்து பூர்வமான முன்அனுமதி பெறாமல் எடுத்தாள்வதோ, மறுபிரசுரம் செய்வதோ, மொழியாக்கம் செய்வதோ, அச்சு மற்றும் மின்னணு ஊடகங்களில் மறுபதிப்பு செய்வதோ, காப்புரிமைச் சட்டப்படி தடை செய்யப்பட்டுள்ளது. இந்த நூலிலிருந்து குறிப்பிட்ட பகுதிகளை மேற்கோள்காட்டி புத்தக விமர்சனம் செய்ய, ஊடகங்களுக்கு மட்டும் அனுமதி உண்டு.

உங்கள் மொபைல் போனிலிருந்து ஸ்கேன் செய்து டிஸ்கவரி புக் பேலஸின் மொபைல் ஆப்பை டவுன்லோடு செய்து, புத்தகங்களை வாங்குங்கள்.

பிரபஞ்சன் கதைக

தொகுதி - 3

பிரபஞ்சன்

டிஸ்கவரி புக் பேலஸ்
கே.கே.நகர் மேற்கு, சென்னை - 600 078.
(பாண்டிச்சேரி கெஸ்ட் ஹவுஸ் அருகில்)
Ph: 044-4855 7525 Mobile: +91 87545 07070

பொருளடக்கம்

144.	தியாகராஜன்	5
145.	அண்ணாச்சி	13
146.	காலை முதல் மாலைவரை	22
147.	இராமலிங்கசாமி, ஜி. வி. ஐயர் மற்றும் நான்	31
148.	சுகி	39
149.	சிட்சை	49
150.	அந்தக் குரல்	55
151.	ஒரு மதியப் பொழுதில்	62
152.	அமானுடன்...	69
153.	நாவல் பழ இளவரசியின் கதை	81
154.	மருந்து	87
155.	சின்னி	94
156.	ஓடாத பிள்ளையாரும் ஓடிய காவேரியும்	110
157.	அழகுப் பரதேசியின் அந்திப் பொழுதுகள்	120
158.	இருட்டின் வாசல்	127
159.	இன்பக் கேணி	133
160.	மிதக்கும் நிலம்	139
161.	பொன் முடிப்பு	144
162.	தம்புடு	149
163.	கீசக வதம்	155
164.	வாசனை – 3	162
165.	கோடரியும் கொழுந்தும்	184
166.	இப்படியாக ஒரு ஜீவிதம்	191
167.	தர்மம்	199
168.	மகிழம்பூ	203
169.	வனம் போனவன் கதை	211
170.	அணிலாடு முன்றில்	222
171.	மக்களின் கதை அல்லது லாராவின் கதை	235
172.	உஞற்றுபவர்	242
173.	எழுத இருக்கும் கதை	249
174.	ஒரு பறவையுடன் சேர்ந்து பறத்தல் அல்லது ஒரு குருவியும் அதன் பறக்கும் தன்மையும்	256
175.	பித்தி	263
176.	நீயும் நானும் வேறு வேறு	274
177.	புனல் வழிப்படும்	279
178.	ஒரு மனிதனைப் பற்றிய வெள்ளையறிக்கை	289

#		பக்கம்
179.	சுடச்சுட ஒளிரும்	298
180.	ஒரு தெருவும் இரண்டு வீடுகளும்	311
181.	அந்தக் கதவு மூடப்படுவதில்லை	318
182.	எனக்கு ஏன் இல்லை நீளமான முடி?	337
183.	கங்கையிற் புனிதமாய் காவிரி	347
184.	பத்து நிகழ்வுகளில் ஒரு கதை	355
185.	தெரு வெளிச்சமாய் இருந்தது	365
186.	கிம்ஸ்	373
187.	வனமல்லி	380
188.	இரண்டு நண்பர்களின் கதை	388
189.	அமைதி தவழும் நாடு	395
190.	மனிதர்கள்	399
191.	பரமு மாமாவுக்கு	407
192.	நீரதன் புதல்வர்	412
193.	இது ஒரு வித்தியாசமான காதல்	420
194.	பிந்து	424
195.	மிதிப்பாளர்கள்	432
196.	ஈரம்	439
197.	சட்டை	456
198.	மழை	461
199.	நான் நிறைவோடு இருக்கிறேன்	472
200.	நாளைக்கு வரும் கிளிகள்	480
201.	களம்	486
202.	இடம்	493
203.	ஏழாம் நாள் சலவைச் சட்டை	498
204.	தலைக்கு மேலானது	511
205.	நான் எதையும் மறப்பதே இல்லை	517
206.	திண்ணன் மறைந்தான்	522
207.	கணக்கு	530
208.	காரணங்கள் அகாரணங்கள்	535
209.	குயிலம்மை	540
210.	வாழ்தலும் வாழ்தல் நிமித்தமும்	547
210.	ஆகாசப்பூ	559
211.	குழந்தை அழுதுக்கொண்டே இருக்கிறது	568
212.	துணை இல்லாதவர்கள்	577

தியாகராஜன்

ஆகவே, அந்த அதிகாரியைப் பார்த்துவிடுவது என்று புறப்பட்டார், தியாகராஜன். சரியாகப் பத்தே முக்கால் மணிக்குக் கிளம்பினார். நல்ல வெயில், சுட்டுப் பொசுக்கும் வெயிலை, நல்ல வெயில் என்று ஜனங்கள் வழங்குவது, விசித்திரம்தான். நல்லபாம்பு என்பதுபோல இதுவும்.

குடையுடன்தான் புறப்பட்டிருந்தார் தியாகராஜன். கறுந்துணியை மீறிக்கொண்டு உஷ்ணம் இறங்கியது. கைப்பிடியும்கூட லேசாகச் சுட்டது, காபி டம்ளரை வைத்துக்கொண்டிருப்பதுபோல. வீட்டுக்கும், அந்த அதிகாரி இருக்கும் அலுவலகத்துக்கும் ஏறக்குறைய ஒன்றரை மைல் இருக்கக் கூடும். ரிக்ஷாவில் போகலாம். ரிக்ஷாக்காரர், ஏழு ரூபாய் கேட்கக்கூடும். பேரம் பேசினால் ஆறு ரூபாய்க்குப் படியக் கூடும். ஆறு ரூபாய், அப்படியொன்றும் சாதாரண தொகை இல்லை. பாவம், ஊர்மிளாவைத் தொந்தரவுப் படுத்த வேண்டியிருக்கும். குடும்பத் தேரை இழுத்துக்கொண்டு நடப்பவள் ஊர்மிளா. சங்கரன்கொண்டு வந்து தருகிற அல்ப சம்பளத்தில், நாலு பேர் கொண்ட அந்த குடும்பத்துக்குச் சமைத்துப் போஷித்து, மின்சாரக் கட்டணம் கட்டி பால்பாக்கி தந்து, என்ன கஷ்டம்? பிரம்மப் பிரயத்தனம் என்றால், அது இதுதான்.

ஊர்மிளாதான் சொன்னாள்.

"மாமா இப்படி சும்மா உட்கார்ந்துக்கிட்டிருந்தா எப்படி? உங்க பிள்ளைகொண்டு வர்ற ரெண்டாயிரத்து சொச்சத்துல நான் அரிசி, உப்பு, பருப்பு வாங்குவனா, பள்ளிக்கூடத்துக்கு "பீஸ்" கட்டுவனா? கிழிசல் தெரியாமே மாற்றிக் கட்டினாக்கூட டர்டர்னு கிழியுது துணி. பாத்துக் கட்டிக்க ஒரு புடவை எடுத்துக்க யோக்யதை இல்லை இந்த வீட்டுல"

ஊர்மிளா பாவம். பெரிய குடும்பத்துப் பெண். தேடித் தேடி தன் பையன் சங்கரனுக்குப் பெண்டாட்டியாக்கியவர்

அவர்தானே? ஊர்மிளாவின் அப்பாவைச் சிறைச்சாலையில் வைத்துத்தான் 'தியாகராஜன்' சந்தித்தார். ஆகஸ்டுப் போராட்டத்தில், ஒரு "செல்லில்" இருவரும் சந்தித்துக்கொண்டார்கள். பரஸ்பரம் இருவருக்குமிருந்த மரியாதை காரணமாக மிகச் சிக்கனமாகவே கல்யாணம் நடந்து முடிந்தது. சங்கரனுக்காக அல்ல. தியாகராஜனின் தேசப் பற்றுதல் காரணமாகவே, ஊர்மிளாவின் அப்பா தன் பெண்ணை அவனுக்குக் கொடுத்தார் என்பதுதானே உண்மை.

ஊர்மிளா இந்தமுறை சற்று வெளிப்படையாகவே சொன்னாள். "ஒரு தனி மனுஷனுக்கு, காலைப் பலகாரம், மதியச் சாப்பாட்டு, இரவு உணவு வருஷத்துக்கு ரெண்டு வேஷ்டி சட்டை, தலைக்கு எண்ணெய், சோப் என்று கொஞ்சமாகக் கணக்கிட்டால்கூட மாசம் தொள்ளாயிரம் ஆகாதோ சுளையா? அவர் சம்பாத்தியத்தில் உங்களுக்கே தொள்ளாயிரம் செலவானால், குடும்பத்துக்கு என்ன மீதி? ஏதாவது உங்க பங்குக்கு சம்பாதிச்சா குடும்பத்துக்கு உதவியாக இருக்கும்"

வரும் தை மாசத்துக்கு எழுபத்து மூன்றைத் தாண்டும். தியாகராஜன், நான்கு நாள் தாடியைத் தடவிக்கொண்டு சொன்னார்.

"இந்த வயசுலே இனிமே..." என்று தடுமாறினார் அவர்.

"ஏன்? தியாகி பென்ஷன் தராங்களே. அதுக்கு எழுதிப் போடலாமே? பென்ஷன் கேட்கமாட்டேன்னு என்னத்துக்கு வரட்டுப் பிடிவாதம்"

இடிந்து போனார் தியாகராஜன்.

எப்போதுமே தப்பான நேரம் காட்டும் மணிக் கூண்டைக் கடந்தார் தியாகராஜன். வெயில் கொதித்தது. இந்த ஊரில் இப்படி வெயில் அடிப்பதாவது? சாலை ஓரங்களில் எல்லாம் பூவரச மரம் இருந்தது ஒரு காலம். சாலை முழுக்க எப்போதும் நிழலாகவே இருக்கும். தியாகராஜன் அப்போதும் குடை வைத்துக்கொண்டுதான் வெளியே புறப்படுவார். ஆனால், குடையை விரிக்கவே சந்தர்ப்பம் ஏற்படாது. தெரிந்தே அவர், குடையையும் மற்றொரு கை மாதிரி சுமந்துகொண்டிருந்தார். புயல் காரணமாக மரங்கள் வீழ்ந்தன என்கிறார்கள். புயல் அல்ல காரணம். மனிதர்களுக்கு நல்ல விஷயங்கள் மேல் ஏற்பட்டிருக்கும் அசிரத்தையே இதற்குக் காரணம் என்று தியாகராஜன் நினைத்தார்.

மருமகள் ஊர்மிளா, தன்னை சிரத்தை கொள்ளவில்லை என்று சொல்கிறான் ராமு. அவர் தெருவில் குடி இருக்கும் ஒரே ஒரு சினேகிதர். ரிடையர்ட் அக்கௌண்ட் குமாஸ்தா. நிறைய இருமுவார். இடையிடையே அவரிடம் பேசவும் செய்வார்.

"டேய், தியாகராஜா... உன் பெருமையை உன் மருமகளே உணர்ந்துக்கலைடா. இன்னிக்கு சி. எம்.மா இருக்கிறவனே பதவி ஏற்கிறதுக்கு முன்னே, உன் காலிலே விழுந்து கும்பிட்டு துண்டு போர்த்திட்டுப் போறான். பென்ஷன் வாங்கறதுக்கு நான் தியாகம் பண்ணல்லை என்று சொன்னவன். அந்த அஞ்சு ஏக்கர் நிலம் வேணாம்னு தூக்கி எறிஞ்சவன் நீ இருந்த சொத்தை எல்லாம் வித்து ஒரு பையனை படிக்கவச்சே. அவனுக்கு டெபாசிட் கட்டறதுக்கு ஒரு லட்ச ரூபாயை வாரிக் கொடுத்தே. இப்போ உனக்கு காலைக் காபி இல்லைங்கறா, உன் மருமகள்! நீ சுமைன்னு சொல்ற, எதை அசிங்கம்னு

ஒதுக்கினையோ, அந்தப் பென்ஷனுக்கு ஒரு பிச்சைக்காரனாட்டம் போய் ஆபீசர் முன்னாலே நில்லுன்னு சொல்றா" என்றெல்லாம் ராமு கொதித்துப் போய்ச் சொல்வார். என்றாலும் தியாகராஜனுக்கு வேறு வகையான நியாயங்கள் மருமகள் பேச்சில் புலப்படும்.

"வயசாயிடுச்சு. காபி உடம்புக்கு ஒத்துக்குமோ ராமு? ஒத்துக்காது அதனால காபி வேணாம்னு அந்தப் பெண் சொல்லுது. அப்புறம் அந்தப் பென்ஷன் விஷயம். நான் நல்லா யோசனை செஞ்சு பார்த்துட்டேன். அதைப் பிச்சைன்னு என்னத்துக்குச் சொல்லணும். நல்ல காரியம் பண்ணினா, பரிசு கொடுக்கறாங்களே அது மாதிரி, இதையும் பரிசுன்னு எடுத்துக்கலாமே! பரிசு, நல்ல எண்ணத்தோட அடையாளம்தானே? எதுவும் ராமு, நாம் பார்க்கிற மனோபாவத்திலேதான் இருக்கு. நாம எதுக்கு கீழே போகணும்"

தியாகராஜன் ராமுவுக்காக இட்டுக் கட்டவில்லை. உண்மையிலேயே சொன்னார்.

ஒரு வழியாக தலைமைச் செயலகம் வந்து சேர்ந்தார் தியாகராஜன் சம்பந்தப்பட்ட அதிகாரி முன் போய் நின்றார். மேஜைமீது பிளாஸ்டிக் மூடி போட்ட தண்ணீர் டம்ளர் அவர் தாகத்தைத் தூண்டியது. நாகரிகம் கருதி தன்னை அடக்கிக்கொண்டார்.

அதிகாரி மிகவும் இளமையாக இருந்தார். முகம் அந்த வகை அதிகாரிகளுக்கே உரிமை எனும்படியாக இறுகிப் போய் இருந்தது.

"என்ன?" என்றார் அந்த அதிகாரி.

"ஐயா... நான் தியாகி ஐயா. எனக்குப் பென்ஷன் வேணும். அது விஷயமா..."

அதிகாரி முகம் குறும் சிரிப்பால் இளகியது. கேலியாக இருக்குமோ? இருக்காது. பெரிய படிப்பு படித்தவர்கள் அப்படி நினைக்க மாட்டார்கள்.

அழைப்பு மணியை அடித்தார். வந்து நின்ற ஒருத்தியிடம் என்னவோ சொன்னார். ஒரு விண்ணப்ப படிவத்தைக்கொண்டு வந்தார்.

"இதை நிரப்பிக் கொடுங்க"

"சரி ஐயா."

"எந்தச் சிறையில் இருந்தீர்கள்?"

"இந்த ஊரில் இருந்தேன் ஐயா. அப்புறம்... சிறையில் காமராஜ், ம.பொ.சி. ஆகியோர்களுடன் இருந்துள்ளேன் ஐயா. சத்தியமூர்த்தி எல்லாம்கூட அப்போது அங்கே இருந்தார்கள் ஐயா... நாங்கள் ஒரு குடு...

அதிகாரி கடுகடுத்துச் சொன்னார்.

"யாறானும் சாட்சி இருக்குமா?"

"யோசிக்க வேணும் ஐயா..."

"நீங்கள் போகலாம். அந்த விண்ணப்பத்தை நிரப்பிக்கொண்டு வாருங்கள்..."

அந்த விண்ணப்ப பாரத்தை மசாலா தோசைப் பார்சல் மாதிரி சுருட்டிக்கொண்டு வெளியே வந்தார் தியாகராஜன். அவருக்கு வியர்த்து

வழிந்தது. கால்கள் அமரச் சொல்லிக் கெஞ்சின. அறையில் சுமார் இருபது நிமிஷம் அவர் நின்றிருந்திருக்கிறார்.

வாசலில் காவலில் இருந்த போலீஸ்காரருடன் பேசிக்கொண்டு நின்றிருந்த பட்டாபியை அவர் பார்க்க நேர்ந்தது. அடே நம் பட்டாபி.

"பட்டாபி, எங்கே இப்படி? என்ன சௌக்யமா இருக்கீங்களா?" என்றார் தியாகராஜன்.

பட்டாபி இவரைக் கண்டதும் முதலில் திடுக்கிட்டார். அப்புறம் அண்ணாவா... அண்ணா நான் நல்லாத்தான் இருக்கேன் நீங்க எப்படி? எத்தனை வருஷமாச்சு உங்களைப் பார்த்து? வாங்க..."

தியாகராஜன் இடக்கையில் குடை தொங்க, வலக்கையால் தன் பழைய நண்பனை அணைத்துக்கொண்டு தெருவின் எதிர்ப்புறமாக இருந்து விசிறிவாழையின் கீழ் போய் அமர்ந்தார்கள்.

"எங்கே இவ்வளவு தூரம்?" என்று கேட்டார் பட்டாபி.

தியாகராஜனுக்கு கூச்சம் வந்து தலையைக் குனிய வைத்தது என்றாலும் உண்மை பேச வேண்டுமே என்று சொன்னார்.

"பென்ஷனுக்கு விண்ணப்பம் போடலாம்னு வந்தேன்."

"ரொம்ப சரி, நீங்கள்ளாம் எப்பவோ வாங்கி இருக்கணும் அண்ணா. நான்கூடப் போன வாரம்தான் "அப்ளை" பண்ணினேன்.

"ரொம்ப சந்தோஷம்" என்றுகொண்டாடினார் தியாகராஜன்.

"வாழ்க்கை எப்படிப் போகுது?" என்று வினவினார் தியாகராஜன்.

"எனக்கென்ன அண்ணா — பரம சௌக்யம். வியாபாரத்தைப் பிள்ளைகள் பண்றதுக்கு ஒப்புக் கொடுத்துவிட்டு —ஹாயாக இருக்கேன். செங்கல் சூளையைப் பெரியவன் பார்த்துக்கிறான். பஸ் கம்பெனியை சின்னவன் பார்த்துக்கிறான். பிள்ளைகள்தான் சொன்னாங்க. தியாகி அட்டையை வாங்கி வச்சாக்கா, பேரப்பிள்ளைகள் கல்லூரி, டெலிபோன் போன்ற சௌகர்யங்களுக்கு உதவும்னு. அதுக்காகத்தான் அப்ளை பண்ணி இருக்கேன். அது கிடக்கட்டும் அண்ணா, அண்ணி சௌக்யமா?"

"அவங்க காலமாகி எட்டு வருஷமாச்சுதே?"

"அடடா... எப்பேர்ப்பட்ட ஆத்மா, அந்த அம்மா? அந்தக் காலத்துல அண்ணா உங்க வீடு ஜேஜேன்னு கல்யாண வீடு மாதிரி அல்லவா இருக்கும்? தனியா உட்கார்ந்து சாப்பிட்டிருப்பீங்களா நீங்க ஒரு நாளாவது.? கட்சிக்காரப் பையன்களுக்கு உங்க வீடுதானே, மாமனார் வீடு? எத்தனை உபகாரம், எத்தனை தயவு, நீங்க பண்ணியது. எத்தனைக் கூட்டங்களுக்கு பணம் செலவு? சுமார் ஏழு வருஷம் ஜெயில்லே இருந்திருப்பீங்களா அண்ணா?"

"அது கிடக்கட்டும்... அந்தக் காலத்துல, உங்களுக்கு ஆஸ்துமா தொந்தரவு இருந்துச்சே, இப்போவும் இருக்கோ?"

"அண்ணாவுக்கு என்ன ஞாபக சக்தி? இல்லே எந்தப் பிரச்சினையும் இல்லை அண்ணா..."

வீடு திரும்பும்போது தியாகராஜன் மிகுந்த மகிழ்ச்சியிலே இருந்தார். இந்த சந்தோஷத்தை ராமுவுடன் பகிர்ந்து கொள்ள வேண்டும் என்று அவசரமாக ராமு வீட்டுக்கு வந்து சேர்ந்தார். ராமு, அப்போதுதான் சாப்பிட்டு முடிந்து சாவகாசமாக முந்தின நாள் மாலைப் பத்திரிகையைப் படித்துக்கொண்டு அமர்ந்திருந்தார்.

"என்ன தியாகு, போன காரியம் என்னாச்சு?" என்றார் ராமு.

"அது இருக்கட்டும். என்னோட பழைய சிநேகிதன் பட்டாபியைப் பார்த்தேன்..." என்று அந்தச் சந்திப்பை மிகவும் விவரமாகச் சொன்னார் தியாகராஜன். எல்லாவற்றையும் விவரமாகக் கேட்டுக்கொண்டே ராமு கேட்டார்.

"அந்தப் பட்டாபி, போலீசாலே, உங்க கட்சிக்குள்ளாற அனுப்பப்பட்ட கருங்காலியாச்சே தியாகு"

"அதை விடுப்பா. நாங்க மாநிலத்தை விட்டு பிரஷ்டம் பண்ணப்பட்டப்போ எங்களோட வந்தவராச்சே, பட்டாபி. எத்தனை நாள் பட்டினி கிடந்திருக்கார் எங்களோட.?"

"அட அசட்டுப் பிறவியே. உம்ம கிட்ட அச்சடிச்ச நோட்டீஸ் இருந்த விஷயத்தைப் போலீசுக்குச் சொல்லிக் காட்டிக் கொடுத்து 3 வருஷம் உன்னை ஜெயிலுக்கு அனுப்பின பாவியாச்சே அவன்?"

"இது அபவாதம் ராமு. என்னண்டை நோட்டீசு இருந்த விஷயம் நாலு பேருக்குத் தெரியும். அதுல பட்டாபி ஒருத்தர். இவர்தான்னு எப்படிச் சொல்றது.? இங்கிருந்த அச்சகக்காரங்க மாநிலத்துக்குக்கொண்டு போயி அச்சு பண்ணிக்கொண்டாந்தாரு. அதை மறக்கலாமோ ராமு"

"யோவ் தியாகராஜன்... இப்படி புண்ணாக்கு மாதிரி பேசப்படாது. அச்சு பண்ணினவன் பட்டாபி. ஒத்துக்கறேன். ஆனா, அச்சு பண்ணினதும் அதுலே ஒரு பிரதியை சி. ஐ. டிகாரன் கிட்டே கொடுத்தது இந்தப் பேமானிதானே? இது எல்லோருக்கும் தெரிஞ்சதுதானே. அதுக்கெல்லாம் சிகரம் வைச்ச மாதிரி, நம்ம தேசியக் கொடியில் மூனு பொத்தல் விழுந்ததே தியாகராஜன். இதுக்காக அந்தக் காலத்து கவர்னர் வெள்ளைக்காரன் இந்தத் துரோகியைப் பாராட்டினதுகூட மறந்து போச்சா உனக்கு"

"ராமு என்ன காரணத்தாலோ உனக்கு பட்டாபி மேல் வைரம் பாய்ந்துடுச்சு. நம்ம தேசத்தையே காட்டிக் கொடுக்கிறவனும், திருடனும் அதிகார துஷ்பிரயோகம் செய்யறவனும் நிறைய வந்துட்டாங்க இல்லையோ இப்போ... ஏதோ உணர்ச்சி வசப்பட்டு அப்படிப் பண்ணிட்டாரு பட்டாபி. மேலூர்லே வாக்கெடுப்பு நடந்தப்போ நம் பக்கம் நின்று ஓட்டு போடல்லையா அவர். அது முக்கியம் இல்லையோ?"

"உன்னைத் திருத்தவே முடியாது தியாகு" என்று சலித்துக்கொண்டார் ராமு.

பென்ஷன் வாங்கிற முயற்சிக்கு இத்தனை, அலைய நேரிடும் என்று தியாகராஜன் நினைத்துப் பார்க்கவில்லை. ஏகப்பட்ட அத்தாட்சிகள் அவருக்குத் தேவைப்பட்டன. அவர் ஆண்தான் என்றும், அவர் தந்தை இன்னார்தான் என்றும், அவர் தேசத்துக்காக ஏதோ செய்தார் என்றும்

பலவாறான விசித்திரங்களுக்கெல்லாம் அவர் சான்று தேடி அலைந்தார். கர்ணம், மணியம், தாசில்தார், கலெக்டர், தலைவர்கள், எம். எல். ஏ. என்று பலரையும் சென்று சந்தித்தார். அவர் எந்தச் சிறையில் எல்லாம் இருந்தாரோ அங்கெல்லாம் எழுதி ஆதாரம் கேட்டார்.

எழுதிப் போட்டுவிட்டுக் காத்திருந்தார். ஊர்மிளாவுக்கு அடிக்கடி அவர் மேல் ஐயம். சும்மா வீட்டில் இருந்துகொண்டால் ஆதாரங்கள் தேடி வருமா என்று கேட்டாள். அதுவும் நியாயம்தான் என்று அவருக்குத் தோன்றியது.

தலைமைச் செயலகத்தில் நாளடைவில் பரிச்சயமானவராக அவர் மாறிப் போனார். பியூன் பரமசிவம், தியாகராஜனுக்கு மிகவும் பரிச்சயம் ஆகிப் போனார்.

"வாங்க நாய்க்கரே... மணி பதினொன்று ஆச்சே. இன்னும் காணமேன்னு பார்த்தேன். உட்காருங்க" என்றபடி தன் ஸ்டூலில் அவரை அமரவைத்தார் பரமசிவம். காண்டீனுக்கு அழைத்துச் சென்று டீ வாங்கிக் கொடுத்தார்.

"என்னத்துக்கு... வேணாமே..." என்று வெட்கப்பட்டு மறுத்தார் தியாகாரஜன். அவருக்கும் தேநீர் பகையில்லை. அவர் அதை விரும்புகிறவர்தான். ஆனால் தேநீருக்குக் கொடுக்கத் தன்னிடம் காசு இல்லையே என்கிற கூச்சம்தான்.

பரமசிவம் தியாகராஜனிடம் சொன்னார்:

"நாய்க்கரே... இந்த ஆபீசுல எல்லா பேமானிகளும் லஞ்சம் வாங்கிப் பயலுக! ஒரு ஆயிரம் ரூபா தயார் பண்ணீட்டீங்கன்னா, அடுத்த வாரமே உங்க வேலை முடிஞ்சுடும். பாவம் உங்களால முடியாதுங்கறதுதான் தெரியுதே...

ஓர் அதிகாரி அவரைப் பார்த்து நின்றார். புருவம் உயர "யார் நீர்?" என்றார்.

தியாகராஜன் சொன்னார்.

"இந்த ஊருல பத்து பேர்க்கு ஒருத்தர் தியாகின்னு வந்து நிக்கிறாங்க என்ன பண்ண" என்றபடி அவன் நடந்தான். அவன் அகன்ற பிறகு, பரமசிவம் ரகசியமாகச் சொன்னார்.

"இந்த நாய், இன்னிக்கு சம்பளமும் கிம்பளமும் வாங்கிக் கொழிக்கிறதுக்கு உங்களை மாதிரி ஆளுக அன்னைக்கு இரத்தம் சிந்தினதுதான் காரணம். அந்த நன்றியை மறந்துட்டு, தெனாவட்டா பேசிட்டுப் போறதைப் பாத்தீங்களா?"

"பாவம். அவருக்கு அதெல்லாம் தெரிய நியாயம் இல்லை. நான் அதை இவங்களுக்கு சொல்லிக் கொடுத்திருக்கணும்."

"ஆமாம், நாய்க்கரே, இந்த நாட்டுக்காக எதையுமே செய்யாதவனெல்லாம் மந்திரியா வர்றார். உங்களை மாதிரி ஆளுக ஏன் ஒதுங்கிப் போய்ட்டீங்க?" தியாகராஜன் சிரித்தார்.

"ஏன் எங்க தலைவர் நேரு, பட்டேல், பந்த், காமராஜ் நாடார் எல்லாம் ஆண்டிருக்காங்களே. அதை நினைச்சுப்பாருங்க. மந்திரியா ஆகிறதுக்கும் சுதந்திரப் போராட்டத்துக்கும் என்ன சம்பந்தம்? அது வேற இது வேற பரமசிவம்"

பரமசிவம் திருப்தி அடைந்தவராக இல்லை.

பேரன் காந்திக்கு விடுமுறை விட்டானது. தியாகராஜனுக்கு இது ஒரு வகை விடுமுறை. குழந்தையைப் பள்ளியில்கொண்டு விட்டு மாலை அழைத்து வரும் வேலை அவருக்கு இல்லை. நண்பர் ராமுவுடன் நிறைய நேரம் செலவிட முடிந்தது அவரால். உடம்பும், சமீப நாட்களாக ஒத்துழைப்பதாக இல்லை. ராமு சொன்னார்.

"பால், பழம், நல்ல காய்கறி, கீரை, நெய், பருப்புன்னு சாப்பிட்டு ஓய்வில் இருக்கணும். நம்ம தலையெழுத்து சாகிற வரைக்கும் அலையற நாய்ப் பிழைப்பு"

தியாகராஜன் சிரித்தார்.

"நாம் என்ன நவாபுகளா? புறப்படு. தலைமைச் செயலகம் போய் வரலாம்."

"காகிதங்கள் வந்திருக்குமோ?"

அவர்கள் பரமசிவத்தை கண்டார்கள்.

"நாய்க்கரே... எங்கே காணோம். டில்லியிலிருந்து காகிதம் வந்துடுச்சு. ஆனா?"

"என்ன பரமசிவம்"

"உங்க பேரைக் காணமே ஐயா"

பரமசிவம் உள்ளே போய் வந்து அவரை அழைத்துக்கொண்டு அதிகாரி முன் நிறுத்தினார்.

"என்ன பேர்.?"

"தியாகராஜன் ஐயா. நா தியாகராஜன்"

பட்டியலைப் புரட்டினார் அதிகாரி. உதட்டைப் பிதுக்கினார்.

"இல்லை. உங்க பேர் இல்லை. யு ஆர் ரிஜக்டட்"

"ஐயா"

"அனுப்பினது நாலு பேர். அந்தோணிப்பிள்ளை, பட்டாபி முதலியார், இசக்கி முத்து, மூனு பேருக்கும் பென்ஷன் சாங்க்ஷன் ஆகியிருக்கு. உங்க பேர் இல்லை ஸாரி"

"வந்தனம் ஐயா"

தியாகராஜன் அறையை விட்டு வெளியே வந்தார்.

"என்ன ஆச்சு?" என்றார் ராமு

"இல்லை" என்று உதட்டைப் பிதுக்கினார் தியாகு.

"யாருக்குக் கிடைச்சிருக்காம்?"

பரமசிவம் பட்டியலைச் சொன்னார்.

"உம்... அந்த பேமானி...துரோகிக்கு எல்லாம் பென்ஷன்! அசல் தியாகிக்கு இல்லை."

"கிடக்கு விடு... அவங்களுக்குத் தகுதி இல்லைன்னு சொல்லப் படாது. இருக்கு"

அவர்கள் தெருவுக்கு வந்தார்கள். நடந்தார்கள் இருவருக்குமே பேச ஒன்றும் இல்லை.

"ராமு"

"என்ன தியாகு?"

"உன் மருமகள் டி. வி ஷோரூம் வச்சிருக்கார்னு சொன்னே இல்லே?"

"ஆமா, என்ன அதுக்கு?"

"தயவு பண்ணி, எனக்கு ஏதாச்சும் கணக்கு எழுதற வேலையா வாங்கிக் கொடேன். உட்கார்ந்து பண்ணற வேலை செய்யலாம். நிக்க முடியல்லை."

"இந்த வயசுலயா தியாகு?"

தியாகராஜன் பதில் சொல்லாமல் வந்தார். பிறகு பேசினார்.

"என் மருமகளுக்கு நான் என்ன பதில் சொல்லப் போறேன் ராமு" என்றார். உடைந்து போனார்.

துண்டை வாயில் புதைத்துக்கொண்டு கேவிக் கேவி அழுதார்.

எழுபத்து நாலு பிராயத்து முதியவர் அழுவதை திகைப்புடன் பார்த்துக்கொண்டு நின்றார் ராமு.

1995

அண்ணாச்சி

முதலில் புருவம் நெளிந்தது. அப்புறம், வாய் லேசாக அசைந்தது. படுக்கையோடு இணைத்து, 'குளுகோஸ்' ஏற்ற வசதியாக வைக்கப்பட்ட கையில் விரல்கள் அசைந்தன. கால் கட்டை விரல், காற்றில் நெறிந்தது.

அண்ணாச்சிக்கு ஏற்பட்ட அசைவுகளையே மிகக் கவனித்துக்கொண்டிருந்த காளி கத்திக்கொண்டே அறையை விட்டு வெளியே ஓடினான்.

"அண்ணாச்சிக்கு உசிர் வந்தாச்சு. உடம்பை அசைக்கிறாரு..."

செய்தி ஜுரம் வேகத்தில் பரவியது. வராண்டாவில், ஆசுபத்திரி முகப்பில், தெருவில், மர நிழலில், தேநீர்க் கடையில் நின்று கொத்துக் கொத்தாகக் குழுமி இருந்த ஜனக்கூட்டம், அண்ணாச்சி படுத்திருந்த அறைக்குள் பாய்ந்தது.

டூட்டி நர்ஸ், "யாரு நீங்கள்ளாம்... இத்தனை பேர் வரக் கூடாது" என்று சட்டம் பற்றிப் பேச முற்பட்டாள்.

"த... சும்மா இரு நரசம்மா... எங்க அண்ணாச்சி சாரு உசுரு பிழைப்பாரோ, மாட்டாரோன்னு நாங்க வயித்துல நெருப்பைக் கட்டிக்கிட்டு இருந்தோம்... என்னமோ, உன் அண்ணாச்சி சாரு மாதிரி பேசறியே..." என்று சொல்லிக்கொண்டே அஞ்சலை அக்கா அறைக்குள் புகுந்தது.

"ராசா எங்க துரையே, புழைச்சுக்கினியா... எங்கே, போயிடுவியோன்னு நினைச்சுட்டோம். எங்க வயித்துல பாலை வார்த்தியே ராசா..." என்று தன் மார்பிலும் வயிற்றிலும் அடித்துக்கொண்டு அழுதாள், அஞ்சலை அக்கா.

"த... எக்கா... செத்தே சும்மாத்தான் இரேன். அண்ணாச்சி சார் அசந்துடப் போறாரு..." என்று அஞ்சலையை சமாதானப் படுத்தினாள் பூங்காவனம்.

“சாரு அண்ணாச்சி சாரு...” என்று அழைத்தான் சோமு.

மிகவும் சிரமப்பட்டு லேசாகக் கண்ணைத் திறந்தார் அண்ணாச்சி. சாரு என்று அழைக்கப்பட்ட தேவராஜ்யம். தலையைச் சுற்றி பலமாகக் கட்டுப் போட்டிருந்தது. இடது கை தோளுக்குக் கீழே, யானைக்கால் மாதிரி, மாவுக் கட்டுப் போட்டிருந்தார்கள்.

தன்னைச் சுற்றி இருந்த ஜனங்களை அவதானிக்க முயன்றார் தேவராஜ்யம். அஞ்சலை, பூங்காவனம், பெருமாள், பக்கிரி, சோமு, பெரிய சிலுவை என்று எல்லோரையும் அவர் அடையாளம் காண முயன்றார். அவர்களை அவர். தெரிந்துகொண்டமைக்கு அடையாளமாக, லேசாகப் புன்னகைக்கவும் முயன்றார். அவர் உதடுகளை அசைக்கவும் மிகவும் சிரமப்பட்டார்.

“நகருங்க... வழி விடுங்க” என்றபடி, கூட்டத்தைப் பிளந்துகொண்டு உள்ளே வந்தார் டாக்டர்.

டாக்டர் அண்ணாச்சியைப் பரிசோதிப்பதை பக்தி தோன்ற பார்த்துக்கொண்டு நின்றிருந்தது கூட்டம்.

“டாக்டர் சாரு... நல்லா கெவனி அண்ணாச்சியை. அவருதான் எங்க தெய்வம். அவரு இல்லைன்னா நாங்க இல்லே...”

டாக்டர் மேலோட்டமாகக் கூட்டத்தைப் பார்த்தார்.

“எதுக்கு இத்தனைக் கூட்டம் இங்க... காற்றை அடைச்சுக் கிட்டு... இதோ பாருங்க, ரொம்ப சீரியஸ் இன்ஜுரி, இவருக்குச் சொந்தக்காரங்க யார்? மற்றவங்க வெளியே போகலாம்...”

“சார்...” என்றபடி டாக்டர் முன் வந்து நின்றான் சோமு. கூட்டத்துக்குள் பெரிய படிப்பாளி என்று கருதப்பட்டவன் அவன்.

“சார்... நாங்கல்லாம் பக்கத்து குடிசைப் பகுதி சனங்க. அண்ணாச்சிக்குச் சொந்தம்னு யாரும் இல்லை. நாங்கதான் அவருக்கு, அவருக்கும் நாங்கதான். எங்கப் பகுதி சனங்களுக்காக பாடுபடுகிறவர் அண்ணாச்சி. ஹி ஈஸ் எ சோஷியல் ஒர்க்கர்” என்று ஆங்கிலத்தில் பேசியும் தன் இருப்பை ஸ்தாபிதம் செய்தான் சோமு.

“நோயாளி இன்னும் ஆபத்துக் கட்டத்தைத் தாண்டவில்லை. யாரேனும் ஒருத்தர் பக்கத்துல இருந்தாபோதும். இவர் எந்தக்கட்சி?”

“கட்சிக்கார பேமானிகளைபோல சொல்லு சாரு. இவரு ரொம்ப நல்ல மன்சன் சார். கட்சி, கிட்சின்னு தப்பு பண்ணிக்கிற சோதா இல்லே எங்க அண்ணாச்சி” என்றாள் ஒரு பெண். அவள் இடுப்பில் இருந்த குழந்தை திடுமென அழுதது.

“சரி... எல்லாம் வெளியே போங்க...” என்ற டாக்டர், நர்சிடம் குறிப்பைச் சொல்லிவிட்டு, தன் வெள்ளைச் சட்டை அழுக்குப்பட்டு விடக்கூடாதே என்று கூட்ட இடிபாடுகளைக் கடந்து வெளியேறினார்.

“...ம் அப்புறம் ஏன் அம்மா நிக்கறிங்க. டாக்டர் சொன்னாருல்லே?” என்றாள் நர்ஸ். சின்னப் பெண், மஞ்சள் சிட்டு மாதிரியும், வவ்வால் மாதிரி தலை அலங்காரத்துடனும் இருந்தாள். குப்பைத் தொட்டிக்குப் பக்கத்தில் நிற்க நேர்ந்தவள் மாதிரி கைக்குட்டையை மூக்கின் மேல் வைத்துக்கொண்டாள்

“த... நர்சம்மா... அண்ணாச்சி சாரு எங்க அப்பா மாதிரி தாயி. எங்களுக்காவ, போலீசு டேசனுக்குப் போறவர்ம்மா அவரு... ஒரு வவுத்துப் புள்ளைக மாதிரி, இருக்கிறவங்கம்மா நானு... அவரை “போயி, எந்த பயலோ கீச்சுப்பூட்டானே, ஆமாம்... ராசா... யார் உன்னை இந்தக் கெதி பண்ணுனது? பேரைச் சொல்லு... இன்னிக்கு நாளா நாலு அவன் பொணத்தை நாங்க பார்த்துடறோம்.

காளி, அண்ணாச்சியின் முகத்தின் அருகில் குனிந்து, “அண்ணாச்சி... எவன் உன்னை கீசினான்? செயின் ரங்கனா? சாராயம் மனோ வா... ஊம்...:

அண்ணாச்சி மிகவும் சிரமப்பட்டு, கண்ணாலும், தலையாலும் “இல்லை” என்றார்.

“பின்ன வேற யாரு... ஆள் தெரியாத வரைக்கும், அவன் குடலை உருவி மாலையா நான் போட்டுக்கிற வரைக்கும் தட்டுல சோறு போட்டுத் தின்னா நான் ஒருத்தனுக்குப் பொறந்தவன் இல்லை அண்ணாச்சி. சொல்லு... யாரு அவன்...?”

“அவன் அம்மாளை...”

நர்ஸ் காதைப் பொத்திக்கொண்டு விரைந்து நடந்தாள்.

கூட்டம் வெறிக்கொண்டு நின்றது. எல்லார் முகமும் கறுத்து பலகை மாதிரி உறைந்தது. இதழ்க்கடையில் இரண்டு கோரைப் பற்கள் முளைத்தது மாதிரி. தலையில் கொம்பு எழுந்தது மாதிரியும் இருந்தது.

“அண்ணாச்சி அவர்கள் முகத்தை ஒவ்வொருவராகப் பார்த்துக்கொண்டு வந்தார். களைத்துப் போனவராகவும், மனம் வருந்தியவராகவும் கண்ணை மூடிக்கொண்டார்.

அண்ணாச்சி தூங்குதுப்பா. வாங்க... அப்புறம் வரலாம்...” என்றபடி கூட்டத்தில் சிலர் வெளியேறினார்கள்.

பார்வதிதான் அந்த இளைஞனை முதலில் பார்த்தாள். புளிய மரத்தின் அடியில் படுத்துக்கிடந்தான். அவன் சட்டையும் பேண்டும் அணிந்து பெரிய குடும்பத்துப் பையனாய்த் தெரிந்தான். மயக்கமாய் வீழ்ந்து கிடக்கிறானா? போதையா? தண்ணி வண்டியா என்றெல்லாம் யோசனை செய்துகொண்டு நின்றாள். புளிய மரத்தடியில் சிறுநீர் கழிக்க வந்தவள், அசல் ஆம்பிளையைப் பார்த்துத் தயங்கினாள். தூங்குகிறவன்தானே என்று செடி மறைவில் அமர்ந்து எழுந்தாள்.

குடிசைக்குள் நுழைந்தவள், அங்கிருந்தவனிடம் சொன்னாள்:

“எவனோ படுத்துக்குனு இருக்கான்யா. என்னமோ மாதிரி இருக்கு.”

“குடிக்காரக் கம்மனாட்டியா இருப்பான்”

“அவனைப் பார்க்க சொல்ல, அப்படித் தெரியலைய்யா...”

அவன் வெளியே வந்து, அந்த இளைஞனிடம் சென்று குனிந்து பார்த்தான்.

“பார்வதி எதனாச்சும் பிரச்சினையானா என்ன செய்யறது? போலீஸ்காரங்களுக்கு டவுன்ல எங்க திருடு போனாலும் குடிசைக்குத்தான் வருவாங்க.”

“போலீசுக்கு பயந்தா நடக்குமாய்யா... மனுஷன் உசுரு இருக்கா பாரு.”

பார்த்தான்.

“பசியா இருக்கும்மே...”

“பாவம் எந்த புண்ணியவதி பெத்தாளோ, நம்ம குடிசையாண்டை வந்து உய்ந்து கெடக்குது. மூஞ்சியிலே தண்ணி அடிச்சி எழுப்பு...”

“போயி, தண்ணிகொண்டாமே செம்புலே...”

அவள் கொண்டு வந்தாள். அவன் தண்ணீரை அந்த இளைஞன் முகத்தில் அடித்தான். அந்த இளைஞன் ஒருவாறாகக் கண் விழித்தான். பசி காரணமாக இமையைத் திறக்க அவன் சிரமப் பட்டான்.

“பசிம்மே பையனுக்கு...”

அவள் உள்ளே போய், பழைய சோறு ஒரு தட்டில் போட்டுக்கொண்டு வந்தாள்.

“தின்னுமா அந்தப் புள்ளை, நம்ம சோத்தை, ரொம்ப ரீஜண்டா இருக்கிறான்...”

அந்தப் பையன் தின்றான்.

உடம்பு சுகவீனம் காரணமாக அவன் மேலும் சில நாட்கள் அங்கு இருந்தான். அந்தக் குடிசைப் பகுதி மக்களின் அன்பை அவன் கண்டு வியந்தான். அவர்கள் வித்தியாசமாக இருந்தார்கள். ரொம்ப வண்டை வண்டையாகப் பேசினார்கள். மூன்று வயசுக் குழந்தையில் இருந்து கிழவன் வரை, கெட்ட வார்த்தைகளில் உழன்றதை அந்த இளைஞன் ஆச்சர்யத்துடன் அவதானித்தான். அதை விடவும் அந்தச் சொற்களின் விசேஷ அர்த்தங்கள் அற்று, அல்லது அது பற்றிய பிரக்ஞை அற்றும் அவைகளை அவர்கள் புழங்கினார்கள். அவர்களின் நடவடிக்கைகளில் எந்த பிசிரும் ஒட்டி இருக்கவில்லை.

“உன் பேரு இன்னா தம்பி?”

“தேவராஜ்யம்...”

“இங்க எங்கே வந்தே? ஊட்டை வுட்டுக் கோவிச்சிக்குனு வந்தியா?”

அவன் எதுக்கும் பதில் சொல்லவில்லை. அந்தப் பக்கமாக இருந்த மாவு அரைவை மில்லில் சின்னதாக ஒரு வேலை தேடிக்கொண்டான். புளிய மரத்தின் அடியிலேயே தற்காலிகமாக ஒரு குடிசை போட்டுக்கொண்டான். ஆண்கள், ஆசுபத்திரியில் பணியாளர்களாக இருந்தார்கள். பி. டி. சி. யில் கண்டக்டர் வேலை பார்த்தார்கள். கொலுத்து வேலை செய்தார்கள். மூட்டை தூக்கினார்கள். ஊரில் நடக்கிற திருட்டு வழக்குகளில், சம்பந்தம் இல்லாமல் தண்டனை அனுபவித்தார்கள். குடித்தார்கள். தங்களுக்குள் பகைத்து அடித்துக்கொண்டார்கள். குடி தெளிந்ததும் அன்பு மீதூறத் தழுவிக்கொண்டார்கள்.

அவனுக்கு அவர்களைப் பிடித்திருந்தது.

அஞ்சலை அக்கா, அப்போதுதான் வேலை முடித்துத் திரும்பி இருந்தாள். சொர்ணவேலு மேஸ்திரியிடம் அவள் சித்தாளாக இருந்தாள். அஞ்சலை, நல்ல தொழிலாளி என்று பெயர் வாங்கி இருந்தாள். அவள் தம்பி அண்ணாமலையோடு திண்ணையில் பேசிக்கொண்டு அமர்ந்திருந்தார் தேவராஜ்யம்.

பையில் அரிசியும் கழுத்தில் கயிறு கட்டின பாட்டிலில் எண்ணெயும், சமையல் சாமான்களுடன் வந்த அஞ்சலை தேவராஜ்யத்திடம் சொன்னாள்.

“சாரு... மீனு வாங்கியாந்துகிறன். துன்னுட்டுப் போ...”

“சரிக்கா...”

மண்பானையில் இருந்த தண்ணீரை மொண்டு, சுண்ணாம்பு கப்பிய காலையும் கையையும் கழுத்துப் பகுதியையும் முகத்தையும் கழுவிக்கொண்டாள். சற்று நேரம், அமர்ந்து வெற்றிலை புகையிலை போட்டுக்கொண்டாள்.

“என்னக்கா... ரொம்ப களைப்பா” என்றான்.

“என்ன நீகூட என்னை அக்காங்கிற. சாரு... உன் ரீஜண்டு இன்னா, படிப்பு இன்னா... எங்களுக்கெல்லாம் தலைவரா இருந்துகினு...”

“தலையாவது, வாலாவது... பார்வதி அம்மா எனக்கு தாயின்னா... அதும் புள்ளை எனக்கு அக்கா இல்லாக்காட்டி வேற யாரு. பதினைஞ்சு வருஷத்துக்கு முன்னால, உன் அம்மா, அந்த பழைய சோத்தைக் குடுத்து உசுரு குடுக்கலைன்னா என்னைப் புதைச்ச இடம் புல்லு முளைச்சுப் போயிருக்கும்...”

அஞ்சலை சிரித்தாள்.

வாசலில், இரண்டு போலீசுக்காரர்கள் தோன்றினார்கள்.

“இன்னா அஞ்சலை இன்னிக்கு நல்ல அறுவடையாம்மே” என்றான் ஒரு போலீஸ்காரன்.

“ஐய... இன்னா சொல்ற நீ... இப்பத்தான் கொலுத்து வேலை முடிஞ்சு வந்து குந்திக்கினு இருக்கேன்... இனிமேத்தான் ஆக்கணும்... கொள்ளணும்...”

“தே... சூளைமேட்டுலதானே வேலை...?”

“ஆமாம்...”

“சுப்பராய நாய்க்கர் சந்துலதானே...”

“ஆமாம்”

“அங்க, நீ வேலை செய்யற ஊட்டுக்கு பக்கத்துல ஒரு திருட்டு...”

“அதுக்கு திருடினவன் கிட்டே போய்க் கேளு...”

“அஞ்சலை சும்மா ஒத்துக்கோ... ஒரு வாரம் உள்ளே இருந்தாபோதும்...”

“இன்னாடி இது அக்குறும்பா இருக்குதே.” என்றாள் அஞ்சலை அக்கா. அக்குறும்புதான். தேவராஜ்யம் இதுக்காகவே அந்த ஜனங்கள் மத்தியில் இருப்பது என்று முடிவெடுத்தார்.

நள்ளிரவுக்கு மேல்தான், அண்ணாச்சி படுக்க முடிந்தது. பிரச்சினைதான். இரண்டாயிரம் குடிசைகளும், ஆறாயிரத்துக்கும் மேம்பட்ட ஜனங்களும் இருந்த அந்தப் பகுதியை ஒரு சேட் விலைக்கு வாங்கியிருந்தான். அரசு, அவர்களை தாம்பரத்துக்கும் மேற்கே குடி அமர்த்த முனைந்தது. குழந்தைகள் படிப்பு, பெண்களுக்கு பக்கத்து வீடுகளில் இருந்த வேலை வாய்ப்பு அவ்வளவு தூரத்திலிருக்கும் பஸ்சுக்கும் ரயிலுக்கும் செலவு செய்து சிட்டிக்கு வந்து வேலை பார்க்க வேண்டிய சிரமம்... தேவராஜ்யம் அண்ணாச்சி இரவும் பகலுமாக உழைத்துக்கொண்டிருந்தார். இடையில் பாஸ்கரை வேறு அவர் சமாளிக்க வேண்டியிருந்தது. சேட்டு பாஸ்கரை ஏவி விட்டிருப்பதாகச் சொல்லிக்கொண்டிருந்தார்கள். பாஸ்கர், வேலையை எடுத்துக்கொண்டால், இரத்தத்தைப் பார்க்காமல் ஓயமாட்டான் என்று காளி சொன்னான்.

தேவராஜ்யம் சிரித்தார்.

காளியும், சோமுவும், கறுப்பனும் எப்போதும் தேவராஜ்யத்தின் பின்னால் சுற்றினர்.

"வேணாம் காளி... எனக்கு பாடி கார்டெல்லாம் வேணாம். எனக்கு சங்கடமாக இருக்கிறது" என்றார் அவர்.

அண்ணாச்சி உறங்கிக்கொண்டிருந்தார். நேரம் மூன்றை நெருங்கிக் கொண்டிருந்தது. கதவு தட்டப்படும் ஓசை கேட்டது. தூரத்தில் ராமு உறங்கிக்கொண்டிருந்தான். அப்போதுதான் போஸ்டர் ஒட்டி முடித்துத் திரும்பி இருந்தான் அவன். பாவம்.

அண்ணாச்சி எழுந்து, லைட்டைப் போட்டார். ஏனோ, நாய்கள் விட்டு விட்டுக் குலைத்துக்கொண்டிருந்தன.

"யார்?" என்றார் அண்ணாச்சி.

"புளியந்தோப்பு மணி அண்ணாச்சி ஊருல ஒரு தகராறு" என்று ஒரு குரல்.

கதவைத் திறந்தார் அண்ணாச்சி.

"யார்?"

யாரும் இல்லை. ஆச்சர்யமாக இருந்தது. கதவுக்கு வெளியே வந்து சுற்று முற்றும் பார்த்தார் அண்ணாச்சி. யாரும் காணோம் திரும்பினார். ஏதோ அரவம் கேட்டது. அவர் புரிந்துகொண்டு உள்ளே வருவதற்குள் தோளில் கத்தி இறங்கியது. வெளிச்சத்தில் அவன் முகம் தெரிந்தது.

"பாஸ்கர் வேணாம்" என்றார்.

சரமாரியாக வெட்டுகள் வாங்கி, தரையில் சரிந்தார், அண்ணாச்சி.

காவல் துறை அதிகாரிகள் வந்திருந்தார்கள். அண்ணாச்சியின் அருகில் அமர்ந்தார்கள். காளி அவர்கள் பக்கம் வந்து நின்றான்.

"போடா வெளியே" என்று ஒரு அதிகாரி அவனை விரட்டினான். காளி வெளியேறினான். மீண்டும் கதவு ஓரமாகவே நின்றான்.

"மிஸ்டர் தேவராஜ்யம், உங்களைத் தாக்கியது யார்னு தெரியுமா?

அண்ணாச்சி தலை அசைத்தார்.

"தெரியாது"

"உங்களை வெட்டியது பாஸ்கர்தானே...?"

"இல்லை."

"என்னய்யா, தெரிஞ்சதைக்கூட சொல்லமாட்டறே..."

அவர் எரிச்சல் அடைந்து சொன்னார்.

"பாஸ்கர்னு சொல்லு. மற்றதை நாங்க பாத்துக்குறோம்."

"இல்லை."

"பின்னே வேறு யார்?"

"தெரியாது"

"பெரிய காந்தின்னு நினைப்பா உனக்கு?"

"யோவ், அவரு, உயிர் பிழைச்சதே பெரிசு. அவரை எதுக்குத் தொந்தரவு பண்ணறே?" என்றபடி காளி உள்ளே வந்தான். அவனுக்குப் பின்னுள்ள ஜனக்கூட்டத்தை உத்தேசித்து அதிகாரிகள் வெளியேறினார்கள். காளி அவர் பக்கம் வந்து கேட்டான்.

"அண்ணாச்சி... பாஸ்கர்தானே. எங்கிட்டே சும்மானாச்சும் சொல்லு, சாரு..."

"இல்லை..."

"அந்த பேமானியை எதுக்கு சார் காப்பத்தரே... உன்னை வெட்டினவன்..."

அண்ணாச்சி சிரிக்க முயன்றார்.

காளி துண்டை வாயில் புதைத்துக்கொண்டு அழுதான்.

மின்சார ரயிலில் இருந்து இறங்கினார் அண்ணாச்சி.

"அண்ணாச்சி" என்று ஒரு குரல் அழைத்தது. திரும்பினார்.

பீட்டர் நின்றிருந்தான்.

"என்ன பீட்டர்..."

"சாருக்கு என்ன இந்தப் பக்கம்? வாங்க டீ சாப்பிடலாம்."

அண்ணாச்சி ஸ்டேஷனுக்கு வெளியே இருந்த டீ கடையில் பீட்டருடன் தேநீர் அருந்தினார்.

டீ கிளாசைப் பிடித்திருந்த அண்ணாச்சியின் விரலைப் பார்த்துச் சொன்னான் பீட்டர். நடுவிரலும், அதுக்கு அடுத்த விரலும் இல்லாமல் இருந்தது. காதுக்குக் கீழே கத்தி இறங்கின வடு தெரிந்தது.

"அண்ணாச்சி, அந்தப் போராட்டத்தை நீங்க எடுக்கலைன்னா, எங்க வீடுகளையே நாங்க இழந்திருப்போம். உயிரையே கொடுத்து எங்களுக்கு உதவினீங்க. தோழர், ரெண்டு விரலே போச்சு" என்று கரைந்து போய்ச் சொன்னான் பீட்டர்.

அண்ணாச்சி சொன்னார்.

"அதை விடுங்க... மில் கதவடைப்பு என்ன ஆச்சு. என்ன நிலைமை?"
தோழர் விவரித்தார்.

வெயில் உச்சத்துக்கு வந்திருந்தது. செருப்புக்கு மீறி கால் சுட்டது. அண்ணாச்சி தோழரிடம் விடை பெற்றுப் புறப்பட்டார். முட்டு சந்துக்கு வந்து வலப்பக்கம் திரும்பினார். மின்சார ரயிலின் கூக்குரல், கழுதை கத்துவதுபோல் கேட்டது. திரும்பி நாலடி நடந்திருப்பார். அங்கிருந்த பெட்டிக் கடையில், பீடி பற்ற வைத்துக்கொண்டு மூக்கில் புகை வழிய அவரை எதிர்ப்பட்டான் பாஸ்கர்.

பீடி, அவன் வாயிலிருந்து விழுந்தது.

"பாஸ்கர்" என்றார் அண்ணாச்சி.

பாஸ்கர் ஆணி அடித்ததுபோல் நின்றான்.

"பாஸ்கர் சௌக்யமா?"

அவன் அமைதியாக இருந்தான்.

"என்ன இளைச்சுட்டே? உடம்பு கிடம்பு சரியில்லையா?"

அவன் அமைதியாக நின்றான்.

"டீ சாப்பிட்டையா? பலகாரம் சாப்பிடறியா?"

அவன் மண்ணைப் பார்த்துக்கொண்டு நின்றிருந்தான்.

"வா நிழல்லே நிற்போம்"

அவர்கள் சைக்கிள் கடை நிழலில் போய் நின்றார்கள்.

"உன் அம்மா காலமானபோதுகூட நீ ஊருல இல்லையே... நான் வந்திருந்தேன்..."

"ஏன், என்னமோ போலிருக்கே... உடம்பை பார்த்துக்கோ..."

அண்ணாச்சி அவன் சட்டையில் ஊர்ந்த ஒரு பூச்சியைத் தட்டிவிட்டார்.

அவர்கள் சில நிமிஷங்கள், அமைதியாக நின்றுகொண்டு இருந்தார்கள். இடை இடையே, மின்சார ரயிலின் கூக்குரல், வெயில் கவிந்த பகல் பொழுதைக் கிழித்துக்கொண்டிருந்தது.

அண்ணாச்சி, அக்கம் பக்கம் பார்த்து, அவனிடம் கேட்டார்.

"பாஸ்கர், ஏதாவது செலவுக்குப் பணம் வேணுமா என்கிட்டே இருநூறு ரூபாய் இருக்கு"

அவன் அவரை நிமிர்ந்து பார்த்தான்.

"வேணாம்" என்று தோன்ற தலையசைத்தான்.

"சரி நான் வர்றேன். உடம்பை பார்த்துக்கோ..."

அண்ணாச்சி நகர்ந்தார்.

அண்ணாச்சி தன் அறைக்கு வந்து சேர்ந்தபோது மணி இரண்டாகி இருந்தது. மிகுந்த களைப்பாக இருந்தது அவருக்கு. சட்டையைக் கழற்றி ஆணியில் மாட்டி விட்டுப் படுத்தார்.

கதவு தட்டப்பட்டது.

"அண்ணாச்சி..." என்றது ஒரு பதற்றமான குரல்.

அண்ணாச்சி கதவைத் திறந்தார். காளி நின்றிருந்தான்.

"என்ன காளி"

"பாஸ்கர் இல்லே..."

"சொல்லு..."

"மின்சார ரயில்லே விழுந்துட்டான் அண்ணாச்சி... பாடியை போலீஸ் எடுத்துப் போயிருக்கு..."

"எப்போ நடந்துச்சு..."

"இப்போ... ஒரு மணி நேரத்துக்கு முன்னாலே..."

"கடவுளே..."

"அவனுக்குப் போயி பரிதாபம் காட்டறீங்களே..."

அண்ணாச்சி சட்டையை மாட்டிக்கொண்டு புறப்பட்டார்.

1995

காலை முதல் மாலைவரை

அவன் இறந்துகொண்டிருந்தான். அவனது வெள்ளை விழிகள் மட்டும், வெட்டி எறியப்பட்ட நகம் மாதிரித் தனியாக மின்னின. கைகள் இரண்டும், மிகவும் பவ்யமாகக் கட்டிக்கொண்டு படுத்திருந்தான். ஏதோ ஏசு நாதர் சிலுவைக்கு முன் நிற்பவன் மாதிரி.

டாக்டர் அவனைப் பரிசோதனை செய்துவிட்டுத் திரும்பினார். அறைக்கு வெளியே, நைந்து வெளிறிய ஆடைகளோடு அவன் மனைவி டாக்டரை எதிர்ப்பட்டாள்.

டாக்டர், உதட்டைப் பிதுக்கினார்.

"வருந்துகிறேன், தயாராக இருங்கள். ஏற்பாடுகளைச் செய்யத் தொடங்கலாம்" என்று டாக்டர் நகர்ந்தார்.

அந்தப் பெண், அறைக்கு உள்ளே சென்று தன் கணவனைப் பார்த்தாள். அவன் முகம், மிகவும் அமைதிகொண்டு விளங்கியது. ஏதோ ஒரு லட்சம் பிரான்க் லாட்டரிப் பரிசு பெற்றவன்போல். இதென்ன ஆச்சரியம்? எப்போதும் கறுப்பும், வெளுப்புமாக இருக்கிற முகம் அவனுக்கு. எப்போதும் துரத்திக்கொண்டே இருக்கும் பிசாசுகளிடம் இருந்து தப்பித்து வருபவனைப்போல அவன் ஓடிக்கொண்டே இருந்தவன். முகத்தின் தோலே,போல கவலைகளும் அதிருப்தியும், அவன் முகத்தை ஒட்டிக்கொண்டு இருந்தன.

இப்போது அவன் முகம் எல்லையில்லாத அமைதியும், மகிழ்ச்சியும்கொண்டிருந்தது. அவளுக்கு ஆச்சரியமாக இருந்தது.

மனிதர் சாகும்போது, தெய்வக்களை பெற்று விடுவார்களா என்ன?

அவன் தனக்குள் சிரித்துக்கொண்டான். பூமியின் மண்ணின், அழுக்குகளில் இருந்து ஒரு படிமேலே, அந்தரத்தில் நடந்துகொண்டிருந்தான். சாம்பிராணிப் புகை

மாதிரியான பிரதேசத்துக்குள் அவன் பிரவேசித்துக்கொண்டு இருந்தான். இறக்கை முளைத்த சம்மனசுகள் அவனுக்குத் தென்பட்டார்கள். அவர்கள், இவனுக்கு வரவேற்பு சொன்னார்கள்.

“மகிழ்ச்சியாக இருக்கிறீர்களா” என்றாள் ஒரு தேவ மனுஷி.

“ஆகா”

“இங்கே, மகிழ்ச்சியாக அல்லாது வேறு எப்படியும் நீங்கள் இருக்க முடியாது” என்றாள் மற்றொரு தேவ மனுஷி. இங்கே எதிர்காலம் இல்லை. இறந்த காலம் மட்டுமே நிகழ்காலம், அதை மட்டும் அசைபோட்டுக்கொண்டு இங்குக் காலம் தள்ளலாம். இது சொர்க்கவாசல். சற்று நேரத்தில், நீங்கள் சொர்க்கத்தில் பிரவேசம் செய்யலாம். அங்கே நம் தந்தையை நீங்கள் பார்க்கலாம். அவர் கையில் ஒரு பெரிய தராசு இருக்கும். உங்களுடைய நன்மை, தீமைகளை அவர் எடைபோட்டு, உங்கள் சந்தோஷங்களை எடைக்குத் தக்கபடி நீடித்துக் கொடுப்பார்”

அவன் தந்தையை நோக்கி நடக்கத் தொடங்கினான்.

“மாலை தாண்டாது. நீ ஏற்பாடுகளைக் கவனி. பெண்ணே, துக்கத்துக்கு அடையாளமாக, அந்த கறுப்பு அங்கியை எடுத்து, அணியத் தயாராகு. பார்வையாளர்கள் வரத் தொடங்குகிறார்கள். அவர்களுக்காக, அறையை நேர்த்தியாகத் தயார் செய்து வை”

யாரோ, சுவாருக்குக் கட்டளை இட்டுக்கொண்டிருக்கிறார்கள். “சுவாருக்கு” அந்தப் பெயரை, அவன்தான் இட்டான். சுவார் என்றால் மாலை. அவனது, வாழ்க்கையின் மாலைக் காலத்தில் அவள் வந்து சேர்ந்தாள். அதன் குறியீடாக “சுவார்” என்று பெயர் வைத்தான். ஆனால், அவனது வாழ்க்கையை வசந்தமாக்கியவள் இவள் இல்லை. அது மூான். அவளுக்கும், அவன் செல்லமாக ஒரு பெயர் வைத்திருந்தான். அது மூர். அவன் அகராதியில், அதுக்குக் காலை என்று அர்த்தம். அவனது இளமைக் காலம் அது. அந்த பருவத்துக்குப் ஏற்ப, அழகான காலைத் தென்றலாய் நல்ல காபிக்கு இசைந்த காபித் தூள் மாதிரி அவள் வாய்த்தாள்...

“நண்பரே உமக்கு என் மனைவியை நான் அறிமுகம் செய்து வைக்க வேண்டும். அது உமக்கு இன்பம் தரும். கண்ணே மூான் வா. இவர் என் நண்பர்... கேள்விப் பட்டிருப்பாயே... இவர் பெயரை. புகழ் பெற்ற மனிதர். அவள் என் இனிய பாதி. அறிமுகம் கொள்ளுங்கள். எங்கள் வீட்டுக்கு முதல் முறையாக வருகை தந்து இருக்கிறீர்கள். வாருங்கள். இதைக்கொண்டாடுவோம்.”

சிவப்பு ஒயினைக்கொண்டு வந்து, விருந்தாளிக்கு வழங்கினாள் மூான்.

மூான், நீ எங்கிருந்து இறங்கி வந்தாய்!

வானவில்லின் படிக்கட்டுகளில் இருந்தா...

ஈடன் தோட்டத்து, பழ மரங்களில், எந்த மரத்தின் பழம் நீ?

தந்தைக்கு முன் இசைக்கும் சங்கீதத்தின் எந்த ஸ்வரம் நீ?

மூான் சிரித்தாள்.

“முகிலே... சாப்பிடுங்கள். நிறைய குடியுங்கள். கன்றின் தொடை மாமிசம் தயாராகிக்கொண்டிருக்கிறது. விரைவில் வரும். அதற்கு முன் ஒயினை

அருந்துங்கள். ஒயின், என்பது நிலாவுக்கு முன் வருகிற நட்சத்திரம். அருந்துங்கள். எங்கள் நண்பரே!"

அவன் ஒயினையும் குடித்தான். அவளைக் கண்ணால் தொட்டுக்கொண்டே, அவளையும் குடித்தான்.

"யூான்! நண்பர் வேன்சான் இல்லையா?"

"வாருங்கள், உங்கள் நண்பரும், என் கணவரும் ஆன முசியே வேன்சான். கடலில் போயிருக்கிறார்.

"உமக்குத்தான் தெரியுமே, நாங்கள் கடல் வியாபாரிகள் என்று. ஆண்டி பாதி நாட்கள் அவர் கப்பலில் வாழ்கிறார். வசந்த காலங்களில்தான், இந்த வீட்டுப் பலகை போர்த்திய மேல் தளத்தைப் பார்த்துக்கொண்டும், அவர் கடலின் பச்சை நீரையும் பார்த்துக்கொண்டும் வாழ்கிறோம்."

அவன் ஆறுதலாகச் சொன்னான்.

"வாழ்க்கைக்குப் பணமும் வேண்டியிருக்கிறதே"

"யௌவனத்தைச் செலவழித்துப் பணம் சேர்க்கிறோம். பிறகு அப்பணத்தைக்கொண்டு, சந்தோஷங்களை வாங்க முடியுமா, நண்பரே"

"முடியாதுதான். இறந்த காலம் மீள்வதில்லை. நிகழ்காலம் உறைப்பது இல்லை. எதிர்காலம் புரிவது இல்லை."

"நான் நிகழ் காலத்து மனுஷி. என் இரத்தம் இன்றைய சூரியனால் மட்டுமே சூடேறுகிறது. இந்தக் கோப்பை ஒயின் மட்டும் எனக்குப் போதை தருகிறது. நேற்றைய ஒயின், எனக்கு நினைவு மாத்திரமே"

"..."

"சரி வாருங்கள், இந்த நிமிஷத்தை சாஸ்வதமாக்குவோம்"

அலுவலகப் பொறுப்புகள் அவனை அழுத்திக்கொண்டே பூமிக்குள்கொண்டு சென்றன. அவன் புதைந்துகொண்டிருந்தான். மேசை மேல் இருக்கிற புத்தகக் கட்டுகள், ஃபைல்கள் ஆகியவற்றின் மற்றொரு நீட்சியாக அவன் மாறிப் போனான். அவன் நகம்போல, இறகுப் பேனா மாறிப் போயிற்று. அவன் மூச்சில் காகித வாசனை அடித்தது.

"என்னைக் காப்பாற்றுங்களேன்" என்றான் அவன்.

அவனை நோக்கி, வெள்ளை, நிர்வாணக் கரம் ஒன்று நீண்டு வந்தது. அவன் அதைப் பற்றிக்கொண்டு எழுந்து வெளியே வந்தான்.

அங்கு, அந்தக் கையில் மற்றொரு பகுதியாக யூான் நின்றாள்.

"யூான் உனக்கு ஒரு பெயர் சூட்டப் போகிறேன்."

"என்ன?"

"மூர்"

"ஏன்?"

"நீ காலையாக இரு. தென்றல் மட்டும் இருக்கும். மூர்... வெயில் இல்லாத காலை. இரவுக்குப் பிறகு வருகிற காலை. இருளுக்குப் பிறகு வரும் வெளிச்சம்"

“இருட்டுக்கும் காலைக்கும் என்ன வித்தியாசம். அன்பே இருளின் நீட்சிதானே, பகல்! பொய்யின் நீட்சிதானே உண்மை?”

அவர்கள், மூரின் வீட்டுப் படுக்கை அறையில் இருந்தார்கள்.

நீளம் இருபது அடி. அகலம் அறுபது அடி. சுவர், வெளிர் பச்சை, அறைக்குள் இருக்கும் பொருள், ஓர் இரட்டைக் கட்டில், ஓர் அலங்கார மேசை, கண்ணாடியுடன்கூடியது; ஆடை மாற்றும் தடுப்பு. தரையில் பச்சைக் கம்பளம் விரிக்கப்பட்டிருந்தது. சாம்பிராணியும், அகிலும் மணக்கும் அறை. மொத்தம், நாலு ஜன்னல். ஜன்னல் ஒவ்வொன்றுக்கும், சட்டம் ஆறு. மூடு பலகைகள் மொத்தம் இருபத்து நாலு. அந்தச் சட்டங்களின் நிறமும்கூட, வெளிர் பச்சை.

“ஏன் இந்தப் பச்சை, மூர்?”

“இந்தியாவில் இல்லாத நிறம், அன்பே. இந்தியர்கள் சிவப்பு நிறங்களில் வாழும் இனம். எனக்கு பசுமை மட்டுமே பிடிக்கும்”

“சிவப்பு நிறம் என்றால்?”

“ரௌத்ரம், பொறாமை, வெறுப்பு, கோள், வறுமை, அறியாமை இவைகளின் நிறம் சிவப்பு”

அவன் சிரித்தான்.

அவள் சொன்னாள்

“எங்கள் வீட்டுப் படுக்கை அறையைப் பற்றி, என்னைக் காட்டிலும் என் கணவரைக் காட்டிலும் அதிகம் அறிந்தவன் நீதான்”

இது, அவனுக்கு பிடித்து இருந்தது.

அதிர்ஷ்டக்காற்று, அவன் வீட்டுப் புகைப்போக்கியின் வழியாக உள்ளே நுழைகிறது என்று சக உத்தியோகஸ்தர்கள் சொன்னார்கள். இந்து மாக்கடலில் சரக்கை ஏற்றியும் இறக்கியும் பயணம் செய்கிற கப்பல்கள் எல்லாம் அவனுக்கே சொந்தமானவை என்கிற கூச்சல் எழுந்தது.

“மூர்! எனக்கு நாலு இந்தியர்கள் வேலைக்கு வேணும்”

“எதற்கு?”

“எனக்கு வரும் வருமானத்தை எண்ணி மூட்டையில் கட்டுவதற்கு”

“பிரான்ஸ் மன்னரை விடவும் நீ பணக்காரனாகி விடுவாயா?”

“இல்லை, பிரான்ஸ் மன்னரின் பணம், அவர் மூதாதைகளும், மக்களும் தந்தவை. என் செல்வம், என் மூளையும் வியர்வையும் தந்தவை”

அவர்கள் மாளிகையில் நிலா வீசியது. காலையிலும், மதியத்திலும் இரவிலும்.

அவன் வேன்சானிடம் சொன்னான்.

“வேன்சான், என் நண்பனே. இந்தியா, நம் அறுவடை பூமி. அதிர்ஷ்டம் நமக்கு இங்கு ஒரு தங்கச் சுரங்கத்தை உருவாக்கி வைத்திருக்கிறது. நாம் வெட்டி எடுக்க வேண்டும் என்பதே நமக்கு விதிக்கப்பட்டிருக்கும் பணி.

பார்! நர்மதை நதியிலிருந்து குமரி முனை வரைக்கும் என் மூச்சுக் காற்றே, அதிகாரம்! என் கண் அசைப்பே கட்டளை. என் காலுக்குக் கீழே என் சப்பாத்துக்கள், அந்தச் சப்பாத்துக்களுக்கும் கீழே பார். தலைகள் தென்படும். ஆம் இந்தியச் சிறுமன்னர்கள், நவாபுகள், ஜமீன்தார்களின் தலைகள். இந்தியர்கள், துரோகம் செய்வதை கலையாகவே கற்றவர்கள். தந்தை மகனுக்கும், அரசன் குடிமக்களுக்கும், துரோகம் செய்வதை! சூரியன், தன் வீட்டுப் படுக்கை அறைக்குள் உதயமாகி, குளியல் அறைக்குள் அஸ்தமனமாக வேண்டும்! என்று அவர்கள் விரும்புகிறவர்கள். ஜனநாயகம் என்கிற தத்துவம். அவர்களின் காட்டுமிராண்டி மூளைக்குத் தெரிவதில்லை. இந்த மக்கள், நம் வாளுக்குத் தக்க கைப்பிடிகள். இவர்களைப் பயன்படுத்திக் கொள்வோம். நம் மன்னரின் புகழை இங்குப் பரப்புவோம். நம் கஜானாவையும் நாம் நிரப்பிக் கொள்வோம்."

"இருபது கோடி ஜனம்கொண்ட தேசம். நம் இருநூறு சிப்பாய்களைக் கண்டு இப்படி அஞ்சுவது எதனால்?" என்றான் வேன்சான்.

"கூட்டு மனப்பான்மை இல்லை இந்த ஜனங்களிடம். எல்லோரும் தனித்தனி மனிதர்கள். இருபது கோடிக் கைகளும் இணைந்தால், இமயத்தைக் கட்டி இழுக்கலாம் என்ற ஞானம், இவர்கள் அறியாத தத்துவம். மன்னர்களுக்கும் ஜனங்களுக்கும் இடையே இருக்கும் பள்ளம் வெகு ஆழமானது.

இவர்களுக்கு அருமையான பாஷைகள் உண்டு. பாஷையைக்கொண்டு இவர்கள் ஒன்று சேர்வதில்லை. இவர்கள் நாகரிகமான இனம். அந்த நாகரிகம் இவர்கள் இரத்தத்திலோ, மூளையிலோ இல்லை. நாக்கில் மட்டுமே இருக்கிறது. அதோடு இவர்கள் நல்லவர்கள். இவர்கள் உதிரிகள். ஆகவே இவர்களை நாம் வெல்வது மிகவும் சுலபம்"

பூான் என்கிற மூர் இடைமறித்தான்.

"இவர்கள் சூது, கள்ளம் அறியாதவர்கள். சூழ்ச்சியால், இவர்களை நாம் வென்றுவிட முடியும்..."

வேன்சான் சொன்னான்.

"இந்துமாக் கடலின் மார்பை நம் கப்பல்களே, உழ வேண்டும். நண்பனே, அரபிக் கடலும், செங்கடலும், கருங்கடலும், நம் எச்சில்களையே சுவைக்க வேண்டும். இன்னும் நாலு கப்பல்களாவது எனக்கு வேணும்"

"நான் தருகிறேன். நான் பணம் தருகிறேன். இனி நாம் இருவருமே கூட்டாக, வியாபாரம் செய்யலாம்"

பூான் சொன்னாள்.

"இருவர் அல்லர் மூவர் என்னையும் சேர்த்து..."

சொர்க்கத்தின் பாதை கரடு முரடாக இருந்தது. பாதை போட்டு பல்லாயிரம் ஆண்டுகளாகி இருந்தன. செப்பனிட ஆள் இல்லை. கடவுளுக்கு நேரம் இல்லை. தேவ தூதர்கள் பறக்கிறவர்கள். நடக்கிறவர்கள் அல்லர். ஆகவே சொர்க்கத்தின் பாதை மிகவும் மோசமாக இருந்தது.

கடவுளின் தகதகக்கும் ஆசனம் வெகு தூரத்தில் தெரிந்தது. உருக்கிய பசும்பொன் ஆசனம். அவன் கண்கள் கூசின. கடவுள், என்னைப் பார்த்தால்

என்னவென்று அழைப்பார், "மாட்சிமை தங்கிய ஆளுநர் அவர்களே" என்று அழைப்பாரோ, இவன் பெயரைச் சொல்லி அழைப்பாரோ?

"வாடா மகனே" என்பாரோ?

கடவுளை என்னவென்று அழைப்பது!

அப்பா, தாத்தா, மாமா, மகனே, மைத்துனனே... இதில் எது சரி.

"என்ன இது. சிரிக்கிற மாதிரி தெரிகிறதே!" என்கிற குரல் படுத்திருந்த அவனுக்குக் கேட்டது.

"சேச்சே... மனப்பிரமை. சாகப் போகிறவர் சிரிக்கிறதாவது?"

"அதானே பார்த்தேன். எனக்குப் பயமாக இருந்தது"

"உனக்கு உன் மேல் பயம்"

சிரிப்பலை எழுந்தது.

"ழான்! மனிதர்களுக்கு ஒரு விஷயம் புரிவது இல்லை"

"என்ன அது அன்பே!"

"எல்லோருக்கும் ஒரு நாற்காலி இருக்கிறது என்கிற விஷயம். பிறந்த உடனே அது போடப்பட்டு விடுகிறது. மனிதர்க்குத்தான் அதைக் காண கண் இல்லை. எங்கெங்கோ அலைகிறான். பிறன் நாற்காலியில் அமர ஆசைப்படுகிறான். அவன் நாற்காலியை அவன் தேடுவது இல்லை. என்ன அர்த்தம்"

"தாழ்வு மனப்பான்மை"

"ஆமாம். நாற்காலி எப்போது கண்ணுக்குத் தெரியும்?"

"உன் பணியை நீ செய்து விட்ட பிறகு! பல பேர், தொடங்கவே இல்லை. ஆனால் நாற்காலிக்கு மட்டும் ஆசைப்படுகிறார்கள்"

"யாரைச் சொல்கிறாய்?"

"என் நாற்காலியில் அமர்வதற்கு ஆசைப்படுகிற, இங்கே இருக்கிற சில முட்டாள்களை."

"பாவம் அவர்களும் உட்கார வேண்டாமா?"

"அவசியம் உட்கார வேண்டும்தான், என் நாற்காலியில் அல்ல! அவர்களின் நாற்காலிகளில்"

"தூமாஸ் உனக்கு எதிராக இருக்கிறாரா?"

"கும்பினியில் பணி ஆற்றும் நிறைய பேர்"

"பயப்படுகிறாயா?"

"இல்லை, நேர்மையும், ஞானமும் என்னை அசைக்க முடியாது"

"பின்?"

"துரோகமும், பேராசையும் என்னை அசைத்து விடும். எதிரிகள் என்னை வெல்ல முடியாது. நண்பர்களைப்போல இருப்பவர்களே என்னைக் கொல்ல முடியும். காளையைக் கொள்கிற நரி மாதிரி"

"இது என்ன கதை"

"இந்தத் தேசத்துப் பஞ்சதந்திரக் கதை"

"கவலைப்படாதே. நான் இருக்கிறேன்"

மூான், கறுப்பாடை அணிந்து துக்கம் காத்தாள்.

அவன், அவளுக்கு ஆறுதல் சொன்னான்.

"வருந்தாதே, மூான். கப்பல் விபத்தில் வேன்சான் இறந்தது மிகவும் துரதிருஷ்டவசமானது. என்றாலும், அது இறைவன் கிருபை. நடப்பது எல்லாம், அவன் வகுத்தவை. அவன் எழுதிய தீர்ப்பில் ஓர் எழுத்தையும், நாம் மாற்றி எழுத முடியுமா? முடியாதே; கண்ணுக்குத் தெரியா ஒரு சூத்திரக் கயிற்றில் நாம் பிணைக்கப்பட்டுள்ளோம். நாம் இயங்குவது, நாம் இயக்கப்படுவதால் என்பதை நான் அறியும் தருணமே, மரணம்! நான் தின்றேன், நான் குடித்தேன், நான் வென்றேன் என்பதெல்லாம் அபத்தம் அல்லாமல் வேறு என்ன? நான் உண்ண வைக்கப்படுகிறோம். நாம் விளையாட்டு காட்டப் போகிறோம். அப்புறமாக நாம் எடுத்துக்கொள்ளப் படுகிறோம் என்பதுதான். மனிதனின் வாழ்க்கை வரலாறாக இருக்கிறதே. மூான், என் அன்பே, மூர்! நான் இருக்கிறேனே, கவலையை விடு!

அவனைச் சுற்றி ஒரு கூட்டம் நின்றது.

"என்ன?" என்றான் அவன்.

"துரோகம், வஞ்சகம், களவு என்கிற பிசாசுகள், உன் படுக்கை அறைக்குள் ஒளிந்துகொண்டிருக்கின்றன"

"இருக்கட்டும். அதுக்கென்ன இப்போ?"

"நீ குற்றம் செய்தவன் என்று ராஜா நம்புகிறான்."

"என்ன குற்றம்?"

"நீ அதிர்ஷ்டத்தைக் கதவைத் திறந்து வரவேற்று இருக்கிறாய். அழகான காதலி உனக்குக் கிடைத்து இருக்கிறாள். கப்பல்கள் வைத்துக்கொண்டு வியாபாரம் செய்கிறாய். பணம் உன்னிடம் மண்டி இருக்கிறது. நீ சந்தோஷமாக இருக்கிறாய்"

"நான் மனிதன். இப்படித்தானே இருக்க முடியும்"

"ஆனால், அது பிற மனிதர்களுக்குப் பிடிக்கவில்லையே. உன்னைப் பற்றி, ராஜாவிடம் நீ அமானுடன் என்று சொன்னார்களாம். நீ உடனே புறப்படுகிறாய். இரு கைகளையும் அகலமாக — விரிக்காதே. உன் கைகள் கட்டப்படுகின்றன"

"விலங்கா?"

"அப்படியும் அதைச் சொல்லலாம்"

அவன் மரத்தடியில் நின்றான். வயிற்றுக்குள் ஒரு பந்து சுருண்டது. நெருப்பால் ஆன பந்து. அது சின் அடுப்பு. தீயின் நாக்குகள், வயிற்றின் சுவர்களை எரித்துக்கொண்டு இருந்தன. பசி.

தீ எரிகிறது. அவன் தனக்குள் அடக்கம் ஆகிக்கொண்டு இருந்தான். மூர் அடக்கம் ஆனதுபோல. பதின்மூன்று குழந்தைகளைப் பெற்ற அவள் ஜனன வாய் அடைத்துக்கொண்டு விட்டது போலும்.

மரணம் என்பது என்ன?

இல்லாமல் போவது... இயங்காமல் போவது...

ழூர், நீ, எனக்குள் இருக்கிறாய், இயங்குகிறாய்.

நண்பர்கள், அக்காலத்தில் வணங்கியவர்கள், மொய்த்தவர்கள் பாராது, பார்த்தாலும் புன்னகைக்காது விலகிப் போகிறார்கள் மரணம் என்பது இதுதான்.

அவன் ஒரு ரொட்டிக் கடையில் வைத்து, இவளைப் பார்த்தான். இவள், பழுப்பு நிறம். மண்போல இவள், அடக்கமானவள் கிணற்று ஜலம்போல. இவள், அமைதியானவள், காந்தள் மரம்போல. அவள் கைகள் நீட்டியபடியே இருந்தன. பற்றிக்கொள்ள மற்றொரு கையைத் தேடும் கை.

அவன் தன் கைகளை நீட்டினான். அவள் பற்றிக்கொண்டாள்.

ரொட்டிக் கடைக்காரி, பசியை ஆற்றினாள். பிறந்த நாள் பசியை. அவனுக்குப் பசித்தது.

பிச்சை எடுக்க மனம் வரவில்லை.

கேட்காமலேயே கொடுப்பார் யாரும் இருக்கிறார்களா?

இல்லை. யாருக்குமே செவிகள் இல்லை.

மூட்டைகளின் மேல் அவன் அமர்ந்து இருந்தான்.

பண மூட்டை. மூட்டைகளின் வாய், குழந்தைக் காக்கைகளின் வாய்களைப்போல, திறந்து இருந்தன.

அவன் எல்லோர்க்கும் வழங்கிக்கொண்டிருந்தான்.

படையில் வேலை செய்யும் சிப்பாய்களுக்கு, நண்பர்களுக்கு அண்மையில் இறந்து போன ழூானுக்கு, முகம் தெரிந்தவர்க்கு, மற்றும் தெரியாதவர்க்கு.

“சந்தோஷங்களில் உயர்ந்த சந்தோஷம் எது?”

ழூான் ஒருமுறை கேட்டாள்.

“தின்பது இல்லை. குடிப்பது இல்லை. பயணம் பண்ணுவது இல்லை. ஆள்வது இல்லை. அலங்காரம் பண்ணிக் கொள்வது இல்லை. பூண்பது இல்லை.”

“வேறு எது?”

“கொடுப்பதில்தான்.”

அது அவனது வசந்த காலம். மரங்களில் பூக்கள். குழந்தைகளின் கண்களைப்போல.

“நண்பனே, எனக்கு ஒரே ஒரு குறை” அவன் துடித்துப் போனான்.

“உனக்கும் குறையா?”

“ஆம், உனக்கு ஒரு குழந்தை பெற்றுக் கொடுக்க முடியவில்லையே, என்னால்”

அவன் சிரித்தான்.

“இறைவன், நம்மைக் குழந்தைகளாகவே பார்க்கிறான் என்று அர்த்தம். ழான், குழந்தைகளுக்கு எதற்குக் குழந்தை?”

ழான் சிரித்தாள், கண்ணீரோடு.

அடையாளம் தெரிந்தது.

“தெரிந்ததா?”

“ஆம்”

“யார் இவன்?”

“பிரான்சுவா தூய்பிளக்ஸ்”

“மரணம் எப்படிச் சம்பவித்தது!”

“பசி, அதைத் தொடர்ந்து மாரடைப்பு”

“ரொம்ப நல்லது.”

“அவன் படுக்கை அறைச் சுவரில் எதையோ கிறுக்கி இருக்கிறானாமே. என்ன அது!”

“சில பெயர்களை”

“என்ன பெயர்கள்?”

“ழூர் முதல் சுவார்வரை எழுதி இருக்கிறான்”

“காலை முதல் மாலைவரை என்றா?”

“ஆமாம்”

“என்ன அர்த்தம், இதற்கு?”

“ஒரு நாள் முழுக்க அவன் வாழ்ந்தான் என்று எழுதி இருப்பானா?”

“காலை முதல் மாலை வரை, பசித்து அலைந்தேன் என்று எழுதி இருப்பானா?”

“காலைதான் மாலை, இரண்டுமே சந்திதானே? என்ன வேறுபாடு?”

“மனிதர்கள் இருவகை. ஒரு சாரார், காலைகள், மறுசாரார் மாலைகள்”

“இறைவனுக்கு எது உவப்பு?”

“அவன் மனிதனாக இருப்பதில்தான் உவப்பு.”

தந்தை அவனைக் கண்டார்.

“வா”

அவன் அவர் அருகே போய் நின்றான். அவனை அவர் நிறுத்தார்.

இரண்டு தட்டுகள். ஒன்றில் அவன் பாவம். ஒன்றில் புண்ணியம்.

இரண்டும் சரி சமமாக இருந்தன.

“சரி, நீ மனிதன்தானே. இப்படித்தான் இருக்கும்” என்றார் தந்தை.

1997

இராமலிங்கசாமி, ஜி. வி. ஐயர் மற்றும் நான்

அட கடவுளே! என் செருப்பை மட்டும்தான் காணவில்லை. விட்ட இடம் நன்றாக ஞாபகத்தில் இருந்தது. ஆளோடித் திண்ணைத் தூணுக்கு எதிரே, வெள்ளைச் செருப்புக்கு நேர் கீழேதான் விட்டுவிட்டு உள்ளே போனேன். கொஞ்சம் நெருங்கின உறவுக்காரர் வீட்டுக் கல்யாணம். அப்பாவுக்கு உடம்பு முடியவில்லை. ஆகவே என்னிடம் "மொய்"ப் பணத்தைக் கொடுத்து அனுப்பி வைத்தார். தாலி கட்டுதல் முடிந்து மொய் எழுதும் நேரம்வரை நான் மண்டபத்துக்குள் இருக்க வேண்டியது தவிர்க்க முடியாமல் போய் விட்டது. மொய் நடந்தவுடன் உடனே கிளம்ப முடிகிறதா? சரிகை அங்கவஸ்திரம் போட்டுக்கொண்டு பெரிய மனுஷராகக் கல்யாணத்தில் கார்வார் பண்ணிக்கொண்டிருந்த ஒரு நபர் என்னிடம் வந்தார்.

"சீனுவாசன் பையன்தானே நீ?" என்றார்.

"உம்"

"அதான் பார்த்தேன். அதே ஜாடை. அதே மோவாய், தலை வாருகிற மோஸ்தர்கூட அதேதான். எங்கே உன் தோப்பன் வரலையோடா?"

"இல்லை. அப்பாவுக்கு உடம்பு முடியலை"

"முடியாம போறதுக்கு என்ன? வயசு இன்னிக்கானா அறுபதுகூட ஆகலை. அதுக்குள்ளே என்னடா முடியலை?"

"..."

"உனக்கு என்ன வயசு?"

"பதினாறு"

"படிக்கிறியாக்கும்"

"உம்"

"எங்கே வாசலைப் பார்த்துட்டு நிக்கிறாய்? சாப்பிடலையா? மேலே போய் சாப்பிட்டுப் போடா. உன் அப்பனும் நானும் இப்படி இப்படி. சீனு மகன் வந்து, என் பிள்ளை கல்யாணத்துல சாப்பிடாம போயிடறதாவது, உம், மேலே போ..."

சற்றேறக் குறைய ஓர் உத்தரவு மாதிரி. அவர் சொன்னதை என்னால் தட்ட முடியலை. மேலே போய் சாப்பிட்டேன். கீழே வந்து, பாக்குப் பொட்டலத்தை மட்டும் எடுத்துக்கொண்டு வெளியில் வந்தால், எனக்கு இப்படி ஒரு சோதனை.

ஆளோடித் திண்ணைத் தூண் இருந்தது. வெள்ளைச் செருப்பு மெருகு குலையாமல், குழந்தையின் சிரிப்பு மாதிரி. பளீரென்று என்னைப் பார்த்துச் சிரிக்காததுதான் குறை. மற்றபடி, சில பத்து நூறு செருப்புகளாவது, என் முன்னே கிடந்தன. செருப்புகள்தான் எத்தனை வண்ணங்கள், தினுசுகள், மோஸ்தர்கள். கறுப்பு, வெள்ளை, பழுப்பு, சிவப்பு, சரிகை வேலைப்பாடு பண்ணியது என்று.

அந்தக் குவியலுக்குள், எப்படியும் என் செருப்பு கண்டிப்பாக இருக்கும் என்று எனக்கு நானே என் மனசைத் தேற்றிக்கொண்டேன். செருப்பின் உரிமையாளர்களில் சிலர், அவசரத்தில் செருப்புகளைப் புரட்டிப் போட்டு விட்டுச் சென்றிருந்தார்கள். நண்டுகள் குப்புறப் போடப்பட்டனபோல இருந்த அந்தச் செருப்புகளை என் காலால் புரட்டிப் போட்டேன். பின்னால் வந்தவர்கள் முன்னால் வந்தவர்களின் செருப்புகளை, ஏகத்துக்குக் கலைத்திருந்தார்கள். பிறர் பற்றி நமக்கிருக்கும் அலட்சியம், மரியாதை. அநேகமாக, அங்கிருந்த நூற்றுக்கும் மேற்பட்ட ஜோடிகளை, என் கண்களால் மிகவும் ஜாக்கிரதையாகத்தான் துழாவிவிட்டேன். கல்யாண மண்டபத்துக்குள்ளிருந்து வருபவர்கள், சாவகாசமாகத் தங்கள் செருப்புகளை அணிந்துகொண்டு, தாம்பூலம் மணம் கமழத் தெரு இறங்குவதை வேடிக்கை பார்த்துக்கொண்டு நின்றேன். அத்தருணத்தில்தான், பேன்ட் போட்ட நடுவயதுக்காரர், என்னைத் தன் பார்வையால் அளப்பது தெரிந்தது. தம் செருப்புக்குள் காலை நுழைத்துக்கொண்டு அவர் கேட்டார்.

"என்ன பார்க்கிறே?"

"செருப்பைக் காணலை." என்றேன்.

"என்ன... காணலையா?"

அவர் இதழ்க் கடையோரம் இயல்பாகவே சுழிந்தது. ஒரு மாதிரி குறுக்கு வெட்டாக ஓரக்கண்ணால் என்னை அவர் நோக்கினார். அந்தப் பார்வை யோக்யனைப் பார்க்கிற யோக்யமான பார்வையாக எனக்குப் படவில்லை. எனக்குச் சற்று வெட்கமாக இருந்தது. நான் சந்தேகிக்கப்படுகிறேன் என்பதில், இதயத்தின் கீழிருந்து கோபம் ஏற்பட்டது.

"ஆமாம், காணலை. புதுச் செருப்பு" என்று அழுத்தமாகச் சொன்னேன். குரலின் அடர்த்தி, என் மெய்ம்மைத் தன்மையைப் புலப்படுத்தும் என்று நம்பினேன். என் நம்பிக்கை வீண்போகவில்லை.

"பச்... பச் கல்யாண வீட்டிலே செருப்பு திருடறதுக்குன்னே, பேர் வழிகள் வர்றாங்களே... என்ன பண்ண? நாமதான் ஜாக்கிரதையாக இருக்க வேணும்"

இதன் அர்த்தம். அவர் என்னை அஜாக்கிரதையான பேர்வழி என்கிறார். அதோடு இலவசமாக போதனை வேறு செய்கிறார். அவர் செருப்பு திருடு போகவில்லை. அவர் ரொம்ப ஜாக்கிரதையான பேர்வழியாக்கும். அவர் தெரு இறங்கி, நடந்தார். சரியாக மூன்றாவது அடி எடுத்து நடக்கையில், ஒரு கூழாங்கல் வழுக்கி விழத் தெரிந்தார். பக்கத்தில் இருந்த கல்யாண முருங்கையைப் பற்றிக்கொண்டு "பேலன்ஸ்" பண்ணிக்கொண்டு, குப்புற விழுவதிலிருந்து தப்பிவிட்டார். ஆனாலும் மனிதர், அந்த அதிர்ச்சியிலிருந்து சில நிமிஷங்கள் மீளவில்லைதான். எனக்கு சந்தோஷமாக இருந்தது.

வெறும் காலுடன் வீட்டுக்குப் புறப்பட்டேன். வெயில் எனக்காகவே உஷ்ணமாகக் காய்வதுபோலத் தெரிந்தது. வெறும் காலுடன் நடந்து பழக்கம் இல்லாததால், மணலில் நரநரத்த பாதம் கூசியது. சிறு கற்கள். லேசான வலியை ஏற்படுத்தின. புத்தம் புதிய பேன்ட்டும் சட்டையும் அணிந்துகொண்டு, செருப்பு இல்லாமல் நடக்கிற துரதிருஷ்டம் அவமானமாக இருந்தது.

மும்பை மாமா வாங்கித் தந்த 'செட்' அது சர்ட், பேன்ட், மற்றும் செருப்பு. மாமா, கோடை விடுமுறைக்கு மட்டும் எங்கள் ஊருக்கு வருவார். இரண்டு மாதங்கள் இருப்பார். அந்த இரண்டு மாதங்களும் எங்களுக்குத் திருவிழாதான். வரும்போது அப்பாவுக்கு வேஷ்டி, பாப்ளின் சட்டை, அம்மாவுக்கு மும்பை சாரிஸ், எனக்கு உடை அப்புறம் தினம் பீச், சுண்டல், மிளகுவடை, சுக்குக் காபி வாரத்துக்கொரு முறை சினிமா. அப்புறம் பிக்னிக். எல்லாம் மாமாவின் வருகையை முன்னிட்டு, வருஷம் முழுதும் திட்டம் இடப்படும்.

"கன்யாகுமாரிக்குப் போகணும். இந்த வருஷம் தெற்குப் பக்கம்தான் டூர். தம்பி வரட்டும்" என்பாள் அம்மா.

"கண்ணாடி மாற்றணும். போன வருஷமே, திருக்கடையூர் போகணும்னு தோணித்து. முடியலை. பத்து வரட்டும். அம்பாளைத் தரிச்சுடணும்"என்பார் அப்பா.

எனக்குப் பத்து மாமாவின் மேல் பிரேமையே இருந்தது. அவரை யாரும், எந்த வகையிலும் "பீட்" அடித்துவிட முடியாது. அவர் அணிகிற சட்டையும், அதன் மோஸ்தரும், நிறமும் பொதுவாக எங்கள் ஊரில் யாரும் அணிந்து நான் பார்த்ததில்லை. அவர் அணியும் மூக்குக் கண்ணாடி, வெளிநாட்டது என்றும் அதன் விலை ஆயிரம் ரூபாய்க்கும் மேல்(அந்தக் காலத்திலேயே) என்றும் தெரிந்தபோது, நான் அடைந்த ஆச்சர்யத்துக்கு அளவே இல்லை. சட்டையின் இரண்டு பாக்கெட்டும் இரு வேறு நிறத்திலும், உடம்பை "சிலுக்கென்று" பற்றி இருக்கும் பந்தாவும், இந்த ஊர் டைலர்களுக்குக் கனவிலும் தோன்றாதே! அவரிடம் இருந்து "சென்ட்" வாசனை ஐம்பது அடி தூரத்துக்குப் பரிமளிக்கும். "பாப்பையா சென்ட்" என்று மாமா சொன்னார். பிரான்ஸ் தேசத்திலே இருந்து தருவிக்கப்படும் சென்ட்டாம் அது. அவர் பாக்கெட்டில் கையை விட்டால் கத்தையாக மடிப்பு, அழுக்குப் பிசிறு இல்லாத நோட்டுகள் வெளியே வந்தன. சில்லறைகளைத் தம் பாக்கெட்டுக்குள் அவர் போட்டுக் கொள்வதில்லை. அவற்றை எனக்குக் கொடுத்து விடுவார். என், பாக்கெட்— கால் சட்டையின் வலப்பை— பெருத்து, என் உப்பிக்கொண்டு "சலங், சலங்" என்று சப்தம் எழுப்பியபடி இருக்கும். இடப் பக்கத்துப் பையையும், வலப் பக்கத்துப் பையையும் நோக்க, வலக்கால் யானைக்கால் வந்த கால் மாதிரி இருக்கும்.

எல்லாவற்றுக்கும் மேலே, மாமா போடுகிற அட்டகாசமான செருப்புகள், ஆளைத் தூக்கி அடிக்கும். குறைந்தது நாலு ஜதை செருப்பு என்று ரப்பர் செருப்பு, கறுப்பு, பழுப்பு, மற்றும் ஷுக்கள் எல்லாம் புத்தம் புதுசாக மாங்கொழுந்து மாதிரி, மெருகு ஏறி முகம் பார்த்துத் தலைசீவலாம்போல இருக்கும். அவற்றைப் போட்டுக்கொண்டு, அவர் நடக்கும் தினுசே தனி.

செருப்புக்கு உயிர் இருக்கும். அவற்றை ரொம்ப அழுத்திக்கொண்டு நடக்கக்கூடாது என்பது மாதிரியும் குழந்தையைக் குளிப்பாட்டி, துவைத்து இஸ்திரி போட்ட "யூனிபார்ம்" போடுவது மாதிரி, செருப்பையும் பேண வேண்டும் என்பது மாதிரியும் இருக்கும். அவர் செருப்புகளை வீட்டுத் தாழ்வாரத்துக்குள் விடலாம். அது அவருக்குக் கொடுக்கப்பட்ட சலுகை. நாங்கள் தெருத் திண்ணையில்தான்விட வேண்டும். அப்பா, அம்மா மற்றும் நான் அதுவும் ஒரு வகையில் எனக்கு நல்லதாகவே இருந்தது. என் செருப்பை, கிழிந்த, சாயம் போனதை, அந்தப் புத்தம் புதுசுகளின் பக்கத்தில் விடுவது செருப்பு இனத்தையே கேவலப்படுத்துவதாகவே இருக்கும். இதை, நான் அனுபவபூர்வமாக உணர்ந்தேன். மாமா, ரெடிமேட் சட்டை, வாங்கித்தர என்னைக் கடைக்கு அழைத்துச் சென்றிருந்தார். கண்ணாடி முன் நின்று சட்டையைப் போட்டுப் பார்த்துக்கொண்டேன். நன்றாகத்தான் இருந்தது. அது ஆளுயரக் கண்ணாடி. என் சட்டையைவிட என் செருப்பே என் முகத்துக்கு நேராக, வந்து நின்றது. ஓர் அங்குல இடைவெளியில் என் மாமாவின் புத்தம் புதுசான அழகிய காலணியும் வெளுத்த தேய்ந்த சாயம் போன பழைய பாவாடை மாதிரியான என் செருப்பும் பக்கத்தில் பக்கத்தில், கண்ணாடி எனக்கு அழகு காட்டியது. ஒரு துள்ளும் மான் குட்டியும், அதன் பக்கத்தில் மண் தின்று வயிறு ஊதிய எருமைக் கன்றுக்குட்டியும்போல. மாமாவுக்கே இது உறைத்தது போலும்.

"உனக்கு நல்ல செருப்பா மும்பையிலிருந்து வாங்கி அனுப்பறேன்" என்றார். அவருக்கு நல்ல பொருள் என்பதன் கர்ப்பக்கிருகமே மும்பைதான்.

சொன்னபடி அனுப்பவும் செய்தார். அதைத்தான் கல்யாண வீட்டில் தொலைத்துவிட்டு, நடந்து போய்க்கொண்டிருந்தேன், வெறும் காலுடன்.

என் பாதங்களை நானே பார்த்துக்கொண்டேன். சிவந்த மஞ்சளாய், வெள்ளையாகவும் இருந்தது. இப்படி நடக்கையில், என் கால்களே, எனக்கு வியப்பாக இருந்தன. வீட்டுக்கு வெளியே வெறுங்காலுடன் நான் நடந்ததில்லை.

என் கால்களையே பார்த்தபடி நடந்துக்கொண்டிருந்தேன். எல்லாருமே, செருப்பணிந்து இருக்கிறார்கள். வார் அணிந்த இரண்டு பட்டைகளும், மோதிர விரலும்கொண்ட, நிறைய சின்னச் சின்ன வார்கள் இருக்கிற மாதிரியான பலவகைச் செருப்புகள். செருப்புகளில் இத்தனை வகையை நான் இப்போதுதான் பார்க்கிறேன். அவற்றின் பயன்பாட்டில், அவை இருக்கிறபோது குரோம், ரப்பர், டயர் என்று பலவகை அடிப்பாகங்கள்.

திடுமென, அவற்றைப் பார்க்கையில் பாவமாக இருந்தது. என்ன கஷ்ட ஜென்மம். மிதிபட்டு மிதிபட்டே வாழ்வதற்கென்றே ஒரு பிறவியா?

அது என்னமோ, அம்மா வீட்டுக்கு வெளியே, காய்கறிக்காரரிடம் சண்டை போட்டுக்கொண்டு (அம்மா கறிகாய் வாங்குவது சண்டை போடுவதற்குச் சமம். "இந்த அழுகல், நாற்றம் பிடிச்ச கத்தரிக்காய், இத்தனை விலையா?"

அழுகலை உங்களை யார் வாங்கச் சொன்னா?" போன்ற உரையாடல்கள் சகஜம்) நின்றிருந்தவளுக்கு என் பாதம்தான் கண்ணில்பட்டது. விதி என்பது இதுதான் போலும்.

"செருப்பு எங்கேடா?"

"தொலைஞ்சுட்டது"

"என்னது!"

"தொலைஞ்சுட்டது. யாரோ மாத்திப் போட்டுக்கிட்டுப் போயிட்டாங்கபோல"

"அங்கேயே நின்று, மீந்த செருப்பை மாட்டிக்கிட்டு வர்றதுக்கு என்ன…?" என்றவள், "குடுகுடு" என்று உடம்பு முதுகு குலுங்க அப்பாவிடம் ஓடினாள்.

"உங்க பிள்ளை, அசமந்தம், செருப்பைத் தொலைச்சுட்டு வந்து நிக்கறான். என்ன அருமையான செருப்பு. தேடினாலும் கிடைக்காது. என் தம்பி ஆசையா வாங்கிக் கொடுத்தது. இப்படி "ஹிஹி"ன்னு என் மூஞ்சைப் பார்த்துட்டு நில்லு. என்ன திறவுசோ. என்ன படிப்போ? என்ன கர்மமோ… ஒரு காசுக்குப் புண்ணியம் இல்லாத புள்ளையைப் பெத்தேனே…"

"சரி, சரி, விடு. காசு பொறாத விஷயம். இதுக்கு ஊரைக் கூட்டாதே…"

"என் தம்பி நூறு ரூபா போட்டு வாங்கி அனுப்பிச்சது. காசு பொறாத விஷயமாக்கும்? இது எங்கே படிச்சு, உத்யோகம் பார்த்து, அம்மாவுக்குக் கஞ்சி ஊத்துமோ? சர்வேசா… சதா மோட்டு வளையைப் பார்க்கிறது. கிழங்கள் படிக்கிற புஸ்தகங்களைப் படிக்கிறது. தினம் இரண்டு வாட்டி தலையிலே தண்ணி ஊற்றிக் குளிக்கிறது. எனக்குன்னு வாச்சிங்களே, பிள்ளையும், புருஷனும்"

"நீ போடா, சாயங்காலம் காசு தர்றேன். — புதுசா வாங்கிக்கோ… அவன் என்ன பண்ணுவான்? ஊர் திருட்டுப் பசங்கள்கூடாரமா ஆச்சோல்லியோ? சர்வம் களவாணி மயம் ஜகத்…"

கனவுகளில் செருப்பு வரத் தொடங்கியது. என்னை விடவும் பெரிய செருப்புகள். ஆறடி உயரச் செருப்புகள், நான்கடி அகலத்தில் ஒவ்வொரு பட்டையும், ஒரு முழம் அகலம், செருப்புகள், அவற்றின் பாதங்களில் என்னைப் போட்டுக் கொள்கின்றன. குரோம் மாதிரியும் ரப்பம் மாதிரியும், டயர் மாதிரியுமாக நானே மாறிக் கொள்கிறேன். அழுத்தி, அழுத்தி அவை நடக்கின்றன. நான் தேய்கிறேன். ஊத்தப்பம் அளவுக்கும், அப்புறம் அப்பளம் அளவுக்கும் நான் தேய்கிறேன்.

வகுப்பறை.

நீலவெளிச்சம். ஆசிரியர் ஊதாக் கலரில் இருந்தார். நான் அவரிடம் கேட்கிறேன்.

"இராமன் செருப்பை, பரதன் வாங்கிக்கொண்டபின், அவர் காட்டில் செருப்பில்லாமல் நடந்தாரா?"

தமிழ் ஆசிரியர், என் இந்தக் கேள்வியை ரசிக்க முடியாமல், நெளிந்தார். அதுவரை, "இராமர் செருப்பில்லாமலா பதினாறு வருஷங்கள் நடந்தார்" என்பது பற்றி அவர் யோசித்திருக்கவில்லை என்று தெரிந்தது.

இது போன்ற கேள்விகளுக்குப் பாடத் திட்டத்தில் இடம் இல்லை என்கிற காரணமாக இருக்கலாம். பரிட்சையில் இம் மாதிரிக் கேள்விகள் வருவதில்லை. கண்ணப்ப நாயனார், தன் இரண்டாம் கண்ணைத் தோண்டுகையில், அடையாளத்துக்காகத் தன் செருப்புக் காலைத்தானே இறைவன் முகத்தில் வைத்தார்! கண்ணப்ப நாயனார் செருப்பு, எதனால் செய்யப்பட்ட செருப்பாக இருக்கும்...

சாம்பிராணிப் புகை ஊடாக ஒரு செருப்புக் கடை வில்லும் அம்புறாத்தூணியுமாக ஒருத்தர் — பார்த்த மாத்திரத்தில் வேடர் என்று சொல்லத்தக்கவர். அளவு பார்த்துச் செருப்பு வாங்குகிறார்.

கடற்கரை ஓரம்... கிளிஞ்சல்கள் மாதிரிச் செருப்புகள் இறைந்து கிடக்கின்றன... காரைக்கால் அம்மையார், மாம்பழங்களை விற்று பாதுகை வாங்குகிறார். மேலோர்கள் அணிவது பாதுகை. என் போன்றவர்கள் அணிவது செருப்பு.

விடியும் நேரத்தில், நான் என் சரித்திர ஆசிரியரிடம் கேட்ட இரண்டு கேள்விகள்.

1 ஆரப்பா, மொகஞ்சாதாரோவில் செருப்பு கண்டுபிடிக்கப்பட்டதா?

2 சீதை செருப்பணிந்த அழகை விவரி

அப்பாவுக்கு, இரண்டு நாட்களாக, வாய்வுத் தொல்லை. இடுப்பு பிடித்துக்கொண்டது. ரொம்பவும் அவஸ்தைப்பட்டார். ஆகவேதான் செருப்பு வாங்குவது தள்ளிப் போயிற்று. மூன்றாம் நாள் மாலை அப்பா என்னிடம் சொன்னார்.

"பையில காசு எடுத்துக்கோ... பிடிச்ச மாதிரி வாங்கிக்கப்பா... ஒரு காரியம் பண்ணு... நேரா வைத்தியர் கடைக்குப் போ... வைத்தியர் இருப்பாரு... அதாம்பா நம்ம கோழிக்கொண்டை வைத்யர், அவர்கிட்டே, அப்பாவுக்கு வாய்வுத் தொல்லைன்னு சொல்லி, மருந்து வாங்கிக்கோ... நீ சொல்லு கொடுப்பார். பணம் என்னண்டை வாங்கிப்பார்... வழக்கமா கொடுக்கிற மருந்து அப்புறமா, செருப்புக் கடைக்குப் போகலாம்"

"சரிப்பா" என்றுவிட்டு, மகிழ்ச்சியாக நான் கிளம்பினேன்.

வைத்தியர், கடையில் இருந்தார். சௌகர்யத்துக்காகவும் புழுக்கத்துக்காகவும், சட்டையை அவிழ்த்து ஆணியில் தொங்க விட்டிருந்தார். அவர் தலைக்கு மேலே, சட்டை, உடம்பு இல்லாமல் தொள தொளவென்று தொங்கிக்கொண்டிருந்தது. என்னைக் கண்டதும் "வா... வா..." என்றார். எல்லாருக்கும், இல்லாததுதான் முதலில் கண்ணில் படும் போலும்... என் வெறும் பாதம்தான் அவர் கண்ணில் பட்டது.

"எங்கே செருப்பு?"

"தாரவாந்துடுச்சு..."

"எங்கே?"

"கல்யாண வீட்டுல"

"அப்படிப் போடு... உடனே செருப்பைக் காலிலே பொருத்து. உஷ்ணம், கால் வழியா சிரசுக்கு ஏறிடும்."

வைத்தியர் இதைச் சொல்லிவிட்டு, மேலே இரவானத்தைப் பார்த்தார். பிறகு சொன்னார்.

"இராமலிங்க சாமிகூட செருப்பு போடறது இல்லை. அவர் சித்தர். நெருப்புக் குண்டத்துக்குப் பக்கத்துல உட்கார்ந்து, தன்னை உஷ்ணப்படுத்திக்கிட்டவரு... அவருக்குச் செருப்பு தேவையில்லை. நெருப்பு உடம்பு அது. அவர் இரும்பாணியை மிதிச்சாக்க, ஆணி உருகிடும். தெரியுமோ?"

எனக்கு, பிரமிப்பாய் இருந்தது.

வாய்வு மருந்தை வாங்கிக்கொண்டு, செருப்புக் கடைக்குப் போனேன். நிதானமாக எனக்குப் பிடித்த — ரொம்ப நாளாக வாங்க வேண்டும் என்று நான் நினைத்திருந்த —பக்கிள்ஸ் போட்ட செருப்பு வாங்கினேன். கறுப்பு நிறம். பளபளவென்று கன்றுக்குட்டியின் கண்களைப்போல புதுச்செருப்பு போட்டுக்கொண்டு, நடக்கையில், எனக்கே என் தோற்றத்தில் ஒரு பெருமிதமே ஏற்பட்டிருந்தது. நான் நிமிர்ந்து நடந்தேன். என் இரு கால்களிலும், இறக்கை முளைத்தாற்போல எனக்குத் தோன்றியது. பறக்கத் துணை செய்யும் இறக்கை. நான் தரையில் பறந்தேன். என் பாதங்களில் பொருந்தி இருந்த காலணிகள், இரண்டு வவ்வா மீன்களாக மாறின. கட்டையான படர்ந்த வவ்வா மீன்கள். தரையில் நீந்துகிற மீன்கள். தோல் மீன்கள்.

உற்சாகத்தில் மிதந்துகொண்டு போய்க் கொண்டிருந்த என்னை ஓர் அழைப்புக் குரல், தடுத்து நிறுத்தியது. என் பூகோள ஆசிரியர் ரமணி. என் மேல் அன்புகொண்டவர்.

"எங்கேடா?"

"செருப்பு வாங்க சார்"

"அடே நல்லா இருக்கே. என்ன விலை?"

"முப்பது ரூபா சார்"

"முப்ப்பதா? கொஞ்சம் அதிகம்தான். என்ன பண்ண? எருமைச் சாணம்கூட மார்க்கெட்டுக்கு வர்ற காலம். எதுதான் விலை ஏறலை? எங்கே வீட்டுக்கா?"

"ஆமா சார், சார் எங்கே?"

"ஈஸ்வரன் கோயில்லே, இராமலிங்க சாமிக்கு விழா. நானும் பேசறேன். உனக்குத்தான் தமிழ்லே ருசி ஆச்சே. வாயேன். என் பேச்சைக் கேட்க இல்லைடா. வண்டிப் பாளையம் வேலாயுதம் பிள்ளை பேசறார். மகா வித்வான். வா, பொழுதைப் பிரயோஜனமாப் போக்கேன். என்ன, வர்றியா, வா" எனக்கு அவரைத் தட்ட முடியலை. அவருடன் நடந்தேன்.

"ஜி. வி. ஐயர் தெரியுமோ?"

"தெரியாது சார்... யார் அவர்?"

"சினிமா டைரக்டர். நம்மூர் குப்பை மசாலா டைரக்டர் இல்லைடா. ரொம்ப உசத்தியான படம் பண்றவர்"

"ஓ..."

"அவர்கூட செருப்பு போடறது இல்லை"

"ஏன் சார்?"

"இந்த மண், மகான்கள் நடந்த மண். அதைச் செருப்பு போட்டு மிதிக்கக்கூடாதுன்னுதான்."

சார் செருப்பு போட்டிருந்தார். எனக்கு ஆறுதலாக இருந்தது.

"இராமலிங்க சாமிகூட செருப்பு போடறது இல்லையாமே. சார்"

"அடடே, ஆமாம். அவர்கள் மகான்கள்"

கோயில் பிராகாரத்தில் விழா. கூட்டம் கிழடுகள் கும்பலாக இருந்தனர். வாசல் கணபதி மாடத்துக்குக் கீழே, இருட்டு அறை மாதிரி இருந்த, அதிகம் யார் கண்ணிலும் படாத இடத்தில் தன் செருப்பை விட்டார், சார்.

"இங்க விடு... இங்க ஒரு பயலும் வர முடியாது"

நான் என் செருப்புகளை அரைமனத்தோடு விட்டேன். அந்த இடத்துக்கு, திருடன் வரவே முடியாது என்பது உண்மையான விஷயம் என்று எனக்கும் நம்பிக்கை தோன்றியது.

மகாவித்வான் கொஞ்சம் பேசினார். கொஞ்சம் பாடினார். நிறைய இருமினார். தண்ணீர் குடித்தார். சார், இரண்டே இரண்டு வார்த்தைகள் பேசினார். சோடா குடித்தார். நிறைய, வயசான பெண்கள் கூட்டம். பட்டாணிச் சுண்டல் கொடுத்தார்கள். சாப்பிட்டோம்.

"போலாமா?" என்றார் சார்.

இடுப்பில் பெல்ட் மாதிரி கட்டியிருந்த துண்டை எடுத்துத் தோளில் போட்டுக்கொண்டார். கணபதி மாடத்துக்கு வந்தோம். இருட்டில் என் காலைத் துழாவி, செருப்பை எடுத்தேன்.

சார் செருப்புகள் இரண்டும் வந்தன. என்ன தேடியும் என் செருப்பு மாத்திரம் இல்லை.

முன் இரவு. குளிர்ச்சியாக இருந்தது என்றாலும் எனக்கு வியர்த்தது. தெருவின் குளிர்ச்சி, என் பாதங்கள் வழியாக, என் நெஞ்சு வரைக்கும் ஏறிக்கொண்டிருந்தது. இருட்டில், யார் காலையும் அவர்களது காலணிகளையும் நான் பார்க்க முடியவில்லைதான்.

விட்டுப் போனது மாதிரி இருந்தது. வருத்தம் இல்லை. என் காலணிகளை எடுத்துச் சென்றவர் என்ன பண்ணுவார்? போட்டுக் களிப்பாரா? அல்லது விற்றுவிடுவாரா? போடுவார் என்றால், நன்றாக இருக்கும் என்று நினைத்துக்கொண்டேன்.

திடுமென, செருப்பில்லாத என் பாதங்கள், இராமலிங்க சாமி மற்றும் ஜீவி ஐயருடையதாக மாறும் என்று எனக்குத் தோன்றியது. மாறிக்கொண்டே இருப்பதாகவும் எனக்குத் தோன்றியது.

என்னமோ, எனக்குச் சிரிப்பு வந்தது. மனம் லேசாயிற்று.

1997

சுகி

ரங்கு கச்சேரிக்குப் புறப்பட்டுக்கொண்டிருந்தான். அறைக்குள் அவன் பயணத்துக்கான முஸ்தீபில் இருந்ததை அங்கிருந்து வெளிப்பட்ட சத்தம் உணர்த்தியது. சத்தங்கள் மனிதர்களை அறிவிக்கும் மணியோசை. பெட்டிக்குள் கட்டாயம் வேஷ்டி, சட்டைகள் எடுத்து வைத்துக் கொள்கிறானோ இல்லையோ, பெட்டியை அத்தர், புனுகு, ஜவ்வாது, வெளிநாட்டு "ஸ்பிரே" வகைகள் இந்நேரம் அடைத்துக்கொண்டிருக்கும். வாசனை! ரங்குவை வரையச் சொன்னால், ப்ரீதி இப்படித்தான் வரைவாள்.

ஒரு வட்டம், தலை, இருபுறமும் காதுகள். குச்சி குட்டி உடம்பு, பட்டு டாலடிக்கும் ஜிப்பா, பட்டு வேஷ்டி, புடவைக்கு ஈடு கொடுக்கிற ஜாக்கெட் பிட்டுக்கு ப்ரீதி அலைகிற அலைச்சலுக்குக் கொஞ்சமும் குறையாத அலைச்சல், ரங்கு கடை கடையாக ஏறி இறங்கி, சட்டையின் சந்தன நிறத்துக்கு ஏற்ற வேஷ்டியைத் தேர்ந்தெடுக்க அரை நாளைச் செலவழித்ததைக்கூடவே இருந்து பார்த்தவள் ப்ரீதி. ஆகையால் ஒரு நிறத்தில் சட்டை வரைந்து வேஷ்டி வரைந்து அவற்றில் இருந்து ஆவி ரூபமாக "வாசனை" புறப்படுவதாக அவள் படம் வரைவாள்.

தஞ்சாவூருக்குப் போகிறேன் என்று நேற்று ராத்திரி அவன் சொன்னான். அனுமார்கோயில் உற்சவம் என்றான். ஆண்டு தோறும் ரங்கு கச்சேரி இல்லாமல் அனுமார் கோயில் உற்சவம் நடக்காதே ஒரு தகவலாகத்தான் இதைச் சொல்லியிருந்தானே தவிர "வருகிறாயா" என்று கேட்கவில்லைதான். இவளும் நான் வருகிறேன் என்று சொல்லவில்லை. மனம் ஏதோ கல்லாகிக்கொண்டிருக்கும் வஸ்து மாதிரி இருக்கிறது. தனக்கு என்று எண்ணிக்கொண்டாள் ப்ரீதி. இரண்டு வருஷத்துக்கு முன்னால் என்றால் ப்ரீதி வாய்விட்டுக் கேட்டிருப்பாள். அதிகாரத்துடன் இப்படிச் சொல்லியிருப்பாள்.

“சரி, திருச்சி பாஸஞ்சரில் ரெண்டு ஃபர்ஸ்ட் கிளாஸ் எடுத்துடு. என்ன? ஏ. ஸி. வேணாம். உள்ளே நுழைந்ததுமே தொண்டை கட்டிக்கிடறது சாமி.”

அப்போதெல்லாம் ரங்கு சுலபமானவனாக இருந்தான். மேஜை மேல் இருக்கிற பேப்பர் வெயிட் மாதிரி. எப்போதும் எடுத்து உள்ளங்கையில் வைத்துக்கொள்ளலாம். “சில்” உள்ளங்கையில், மயிலிறகு ஐஸ் கட்டியில் தோய்த்து உருகுவதுபோல இருக்கும் பேப்பர் வெயிட். அப்போதெல்லாம் வேறு ஊருக்குக் கச்சேரிக்கு என்று அவன் புறப்படுகிறபோதெல்லாம், முந்தின நாள் இரவு, இருவருமே அமர்ந்து கச்சேரியில் என்ன என்ன பாடுவது என்று தீர்மானம் செய்வார்கள். ரங்கு ஒரு பேப்பரையும் பால் பாயிண்ட் பேனாவையும் எடுத்துக்கொண்டு அமர்வான். வாய் நிறைய வெற்றிலை அடைத்துக்கொண்டிருக்கும்.

“ம்... ஒொல்லு” என்பான் அண்ணாந்துகொண்டு ரங்கு, தலையணையில் முழங்கையை ஊன்றிக்கொண்டு அவள் சொல்வாள்...

“பாம்பணையின் மேல் பள்ளி கொள்ளும் சேலை கட்டிய ரங்கநாதர் நீ...” என்பான் ரங்கு.

“ப்ச்... எழுதுமேன்” என்பாள், அவள் கட்டளை இடும் தோரணையில்.

“ஏதாவது ஒரு வர்ணம்... அது உம்ம சாய்ஸ்... சதஸைக் கவனியும். என்ன பாடினால் நிறக்கும்னு நீரே முடிவெடும். சில கீர்த்தனைகள் அப்புறம்... எந்தோர மகானுபாவுலு கட்டாயம். தஞ்சாவூர் பெரிய ஞானவான்கள் இருக்கிற இடம். இது எடுபடும். அப்புறம் விரிவான ஆலாபனை... என்ன பாடறீர்? போன வருஷம் என்ன பாடினது. காம்போதின்னா. அப்படின்னா இந்த வருஷம் சங்கராபரணம். நிரவல், கல்பனா ஸ்வரம் என்று ஒன்றிரண்டு. கட்டாயம் ராகம் தானம் பல்லவி... இந்த வாட்டி கல்யாணியை எடுத்துக்குங்கோ... லயத்தில் தனி. அப்புறம் இருக்கவே இருக்கு ஜாவளி பதங்கள், க்ஷேத்ரக்ஞரை எடுத்துக்கும். வெற்றிலை போட்டுச் சிவந்த வாய் மாதிரி நிறக்க இருக்கும். தில்லானா. என்ன எடுத்துக்கப் போறீர்? லால்குடிதான் எமன் மாதிரி நிறைய பண்ணி வெச்சிருக்கே அழகழகாக. ஒண்ணை எடுத்துக்கிறது. ராகமாலிகாவில் ராமலிங்கசாமி கட்டாயம் இருக்கோணும். மனசோட ஈரத்தைத் தொடற வார்த்தைகளாச்சுதே ராமலிங்கசாமி. அப்புறம் திருப்புகழ் கச்சேரின்னா இத்தனையும் இருக்கணும். எப்படி இருக்கு ரங்கு?

“கைதட்டல் சத்தம் இப்பவே காதிலே விழறது” என்பான் ரங்கு. அவனுக்கு ப்ரீதி ஒரு பெருமை. அவள் சங்கீத ரசனை ஒரு பெருமை. அவளுடைய லௌகீகம் ஒரு பெருமை. அவளது பிரகாசம் ஒரு பெருமை.

சமையலை முடித்துவிட்டு வெளியே வந்தாள் ப்ரீதி. இரண்டு பெரிய பிரீஃப்கேஸ்கள் ஹாலில் இருந்தன. ரங்கு வெளிப்பட்டான். ஜீன்ஸூம் தொளதொள என்று பனியன் ஷர்ட்டும் அணிந்திருந்தான். இதுவும் ப்ரீதி அவனுக்குக் கற்றுக் கொடுத்ததுதான். கச்சேரி மேடைக்குப் போகும்போது மட்டும் வேஷ்டி, ஜிப்பா அணிந்துகொண்டால்போதுமே. ரங்குவும் அதை ஏற்றுக்கொண்டான்.

சங்கீதத்தில் என்று மட்டுமல்ல... எல்லாவற்றிலும் அவன், அவள் சிஷ்யன். ரங்கு அப்போதெல்லாம் சொல்வான்...

“பரீதி... குருகுலத்திலே இருக்கிற மாதிரி இருக்கேன் தெரியுமோ...”

“நல்லதுதானே... அப்படியே இரு ரங்கு. அது உனக்கு நல்லது. ஆனா நீ ஒரு காரியம் செய்யணுமே...”

“என்ன சொல்லு.”

“குருகுலம்னா சிஷ்யாளெல்லாம் குருவோட வேஷ்டிகளைத் தோய்ச்சுப் போடுவாளாமே. இங்க நான் குருன்னு நீ ஒப்புக்கிட்டேயானா, என் புடவைகளையும் நீ தோய்ச்சுப் போடணுமே?”

“கொடு... இப்பவே தோய்ச்சுடறேனே...” என்றபடி அவன் துரத்த அவள் “ஐயோடியம்மா” என்று ஓட, ஒரே ரகளை.

சிரித்துக்கொண்டாள் ப்ரீதி. “என்ன சிரிப்பு —— நான் புறப்படறேன் ப்ரீதி” என்றான் ரங்கு.

“சுகமா போய்வா... நல்லா பாடி ஜனங்களை ஜெயிச்சுட்டு வா.”

அவன் புறப்பட்டான். சிஷ்யர்கள் வேறு எதற்காக இருக்கிறார்கள். சபேசன் பாய்ந்து பெட்டிகளைத் தூக்கிக்கொண்டு குருவைப் பின் தொடர்ந்தான். வாசல் கதவு வரைக்கும் அவள் வந்து நின்றாள். புதிதாக வாங்கி இருக்கும் கார், “கில்ட்” செயினைப்போல ஆபாசமாகப் பளபளத்துக்கொண்டிருந்தது. டிரைவர் கார் கதவை மிகவும் மென்மையாகச் சாத்துவதிலேயே தன் மரியாதையை வழியவிட்டார். அவன் கையை அசைத்து விடை பெற்றான்.

திரும்பி உள்ளே வந்த ப்ரீதி இரவுக் குளியலை வழக்கம்போல் முடித்துக்கொண்டாள். தலையில் உள்ள ஈரத்தைத் துடைத்து எடுத்தவள், ஜன்னல் வழி வந்த காற்றை, அதன் ஈரத்தை அனுபவித்தாள். அவளுக்குப் பாட்டு கேட்க வேண்டும்போல இருந்தது. வரதுவின் காஸெட்டுதான், அவளுக்கு என்னமோ பாட்டு கேட்க வேணும் என்று தோன்றுகிறபோதெல்லாம் வரது காஸெட்டுதான் அவள் கைக்கு வந்தது. எடுத்துப் போட்டாள்.

மாதுளம் பழத்தைப் பிட்டுக்கொண்டு கசிவதைப்போல ஸ்ருதி இழைந்தது. வரது கூட்டுக்குள்ளிருக்கும் குருவி! தலையை மட்டும் காட்டி வானத்தை அளப்பதுபோல பாடத் தொடங்கி இருந்தான். அவள் வேறெதும் செய்யத் தோன்றாமல் நாற்காலியை இழுத்துப் போட்டுக்கொண்டு அமர்ந்தாள். ரிக்கார்ட் பிளேயரின் சிவப்பு கோடுகள் அதிர அதிர... போவதையும் வருவதையும் பார்த்தவாறு சங்கீதத்தில் தன்னைக் கரைத்துக்கொண்டாள். உருண்டு உருண்டு ஒரு மாம்பழம்போல் வந்துகொண்டிருந்தது வராளி... அதற்கு என்றே அமைந்திருக்கிற ஜோடனைகளோடு. ப்ரீதி தலையை உதறிக்கொண்டாள். இழை இழையான பட்டுத் துணி காற்றில் பறக்கிறது. வைர ஜரிகைகள், வாரிக் கொட்டி வைத்த நட்சத்திரங்கள்போல மின்னிக்கொண்டிருக்கின்றன.

ஓடையில் ஓடும் நீரின் சலசல ஓசை... கூழாங்கற்களைப் புரட்டிக்கொண்டு ஓடிக்கொண்டிருந்தது, வரதுவின் வராளி.

ப்ரீதி திடுமென வீட்டுக்கூடத்தில் சம்மணம் போட்டுக்கொண்டு அமர்ந்திருந்தாள். பக்கத்தில் ஊர்மிளா சக மாணவி. சக மாணவன் வரது. ஒல்லிக் கொத்தவரை. அம்மா அப்படித்தான் சொல்வாள். அம்மாவின்

சிஷ்யன்தான் வரது. சிவப்பு பச்சை என்று கரை போட்ட வேஷ்டியோடு, நெளி நெளியான கிராப்புடன் வருவான் வரது. வெண்ணாற்றங்கரையிலிருந்து ஒரு பழைய டப்பா போன்ற சைக்கிளில் வந்து இறங்குவான். அதன் கேரியரில் சின்ன சோப்பு டப்பா மாதிரியான டிபன் பாக்ஸ் இருக்கும். “இங்கேயே சாப்பிட்டுக்கோயேண்டா வரது. உன் நாலு கவளச் சாதத்துக்கு, நான் ஓஞ்சிபோயிடப்போறேனா பையா” என்பாள் அம்மா.

“இருக்கட்டும் மாமி. நான் ஜீவிக்கிறதே உங்க பிச்சையில்தானே!” என்பான் வரது. வாய் வார்த்தை கல்கண்டு! காலையில் வந்தவன், மாலை இருட்டும் வரைக்கும் வீட்டிலேயே இருப்பான். அம்மா டியூஷனை முடித்துக்கொண்டால் அதற்கப்புறம் அவன் அம்மாவுக்குப் பணியாளன்.

“நாடார் கடைக்குப் போயி நெத்தா ஒரு தேங்கா வாங்கிட்டு வர்றியாடா வரது?” என்பாள் அம்மா. வரது கடைக்குப் போய்க்கொண்டிருப்பான். கடுகு, சீரகம், கறுப்புப் புளி, எது தேவைப்பட்டாலும் அம்மா, வரதுவை ஏவல் கொள்வாள். பெண் குழந்தையை இதற்கெல்லாம் ஏவல் செய்யக்கூடாது என்பாள் அம்மா.

“ஏன், நான் போனால் என்ன?” என்பாள் ப்ரீதி.

“எவனாவது சிறை எடுத்துண்டு போயிட்டா என்ன பண்றதுன்னு மாமி பயப்படறா: என்பான் வரது.

“ஊரே கெட்டுக் கிடக்கிறது” அவனுக்குப் பின் பாட்டுப் பாடுவாள் அம்மா.

“சீ போடா” என்பாள் ப்ரீதி.

சிறை எடுக்கிறது என்றால் என்ன? என்னத்துக்குச் சிறை எடுக்கிறார்கள் என்றெல்லாம் புரியாத வயசுதான்.

அம்மா ஒருமுறை வரதுவும் ப்ரீதியும் இருக்கிறபோது சொன்னாள்...

“அது ஒரு காலம்டி... உன் அப்பா நரசிம்ம அவதாரம்னா, சரி அப்படி ஒரு கோபம். ஞானசூன்யம்னா, அப்படி ஒரு சூன்யம். ஒருநாள் என்னத்தையோ அம்மியிலே போட்டு அரைச்சுக்கிட்டு இருந்தேன். இந்த மனுஷன் எங்கேயோ வெளியே போயிருந்தார். வீட்டில் யாரும் இல்லைங்கற சுவாதீனத்தோடு நான் வாய் திறந்து பாடிக்கிட்டு இருந்தேன். இப்பவும் நல்லா ஞாபகத்துல இருக்கு. தேகே தோடியிலே ஒரு கீர்த்தனை. அன்னிக்கு இருந்த மனோபாவத்துல அது தோணுச்சு. “ரூகலு பதிலவேலுன்ன சோரரு” — நானா மாலை மாலையா அழுதுண்டே பாடிக்கிட்டு இருக்கேன். அய்யாவாளும் அப்படித்தானே பாடியிருப்பார்.

“ஓ, மனசே, பதினாயிரம் ரூபாய் இருந்தாலும் வயிறு நிரம்புவதற்கு ஒரு கைப்பிடி நொய்போதுமே. ஆயிரம் புடவை இருந்தாலும் ஒன்றைத்தானே கட்டிக்கொள்ள முடியும். ஒருத்தன் ஊராள் பவனாகவே இருக்கட்டுமே. படுக்க மூன்று முழ நீள இடம்போதுமே. பலகாரங்கள் நூறு கிடைத்தாலும் வாய் நிறையும் வரையில்தானே சாப்பிட முடியும். ஆறு நிறைந்து, வெள்ளம் கரை புரண்டு ஓடினாலும் பாத்திரம் அளவுதானே நீரை மொள்ள முடியும்...?”

என்ன காரணத்துக்காக நான் அழுதேன்னு எனக்கு இன்னும் தெரியலை. பாட்டு ருசியே தெரியாத ஒருத்தனண்டை மாட்டிக் கிட்டேனே, அதை

நினைச்சு அழுதேனா? ஒரு பூவை ரசிக்கத் தெரியாத மூடன், புல் மெத்தையை மிதிக்கிறமேன்னு மனசு குறுகுறுக்காத ஜடம், இதுங்கிட்டே நாம் வந்து வாழும்படி பண்ணிட்டாளேன்னு அழுதேன்போல. இப்பத் தோண்றது ஏதோ காத்தடிச்சு ஜன்னல் கதவுகள் படார்னு அடித்து நம்மைத் திகைக்க வைக்குமே, அது மாதிரி ஒரு சத்தம். எதிரே இவள் அப்பன் நிக்கறான். கண்ணிலே, ஒவ்வொண்ணிலேயும் ஒரு படி நெருப்பு. அசூயை அந்த நாய் என்னைப் பார்த்துச் சத்தம் போடறது.

“என்னடி பாடினாயா?”

“ஆமாம்”

“இப்போ தனியா பாடுவே. அப்புறம் நாலு பேருக்கு முன்னாலே பாடுவே. அப்புறம் ஆடணும்னு ஆசை வரும். தேவடியாள் மாதிரி ஊருக்கு ஊர் கிளம்பிடுவே. டக்கு முக்கு தாளத்தைத் தூக்கிண்டு, அதுக்குத்தானே ஒத்திகை செஞ்சாறது?”

நான் அரைச்சதை வழிச்சு விட்டுண்டு சொன்னேன்.

“தேவடியாத்தனம் பண்ணனும்னா, பாடியும் ஆடியும் தானா பண்ணனும். — இப்பவே, தெருவில் சித்தே கொஞ்சம் இறக்கி விட்டுண்டு நின்னா வரிசை வரிசையா வரமாட்டானா என்ன? எல்லா ஆம்பிளைகளும் உங்களை மாதிரியா இருப்பா, கையாலே ஆகாம?”

அந்த ஆள் பேய் மாதிரி குதித்தான்... வானத்துக்கும் பூமிக்கும் சாமி வந்தது மாதிரி. அடிக்க வந்தான்.

“தொட்டியானா தெரியும் சங்கதி. பல் இருக்காதுன்னுட்டேன்”

அதோடு ஒழிஞ்சது சனியன். அப்புறம் சங்கீதம்தான் தொழிலாச்சு. ஜட்ஜ் வீட்டுக் குட்டிகள், பெரிய பெரிய வீட்டுப் பெண்கள், பெருமைக்குச் சங்கீதம் சொல்லிக்கிறவர்கள், பிழைப்புக்குச் சொல்லிக்கிறவர்கள்னு ரெண்டு ஜாதிக்கும் நான்தான் குரு. ஏதோ எனக்குத் தெரிஞ்சதைக் கொடுத்து உப்பு, மிளகாய், பருப்பு வாங்கிப் பிழைப்பைத் தள்ளறேன் வரது. எனக்கென்னவோ என் பேரை நீதான் முழக்குவேன்னு தோண்றது. பாப்பம். பகவானை வேண்டிக்கோ...”

அம்மா வரதுவை எதிர்பார்த்தாள். ப்ரீதி வரதுவை நேசித்துக்கொண்டிருந்தாள்.

வராளி ஒரு மைனா குருவியைப்போலத் தத்தித் தத்தி நடந்து பறந்து ஒரு வழியாக முடிந்தது. என்னவோ, ப்ரீதிக்கு பாட வேண்டும்போல இருந்தது. பாடித்தான் எத்தனை நாள் ஆச்சு? கதவு ஜன்னலை எல்லாம் அடைத்தாள். வெளிக்கதவைத் தாழ்ப்பாள் போட்டாள். கூடத்து ஹால் மற்றும் சமையல் உள் விளக்கு அனைத்தையும் அணைத்தாள். படுக்கை அறைக்குள் நுழைந்து விடி விளக்கை மட்டும் போட்டாள். என்னவோ நினைத்துக்கொண்டு அதையும் அணைத்தாள். ஒரு மெழுகை மட்டும் எடுத்து தீ மூட்டினாள். அம்மா வைத்துக் கொள்ளும் குங்குமப் பொட்டைப்போல அது சுடர் விட்டது. தம்புராவை எடுத்துக்கொண்டு அமர்ந்தாள்.

தம்புராவை மீட்டும் வரைக்கும் என்ன பாடுவது என்பது அவள் மனசில் இல்லை. மனசு அழிக்கப்பட்ட சிலேட்டைப்போலச் சுத்தமாக இருந்தது. ஸ்ருதியின் ரீங்காரத்திலேயே தன்னைக் கொஞ்சம் கொஞ்சமாகக்

கரைத்துக்கொண்டிருந்தவளுக்கு சட்டென்று அட்சரம் புலப்பட்டது. வராளியின் சுவடு. குழந்தையின் தலை வெளிவந்தது. இரத்தச்சேறு, நிணநீர், அருவி, சதசதவென்று புதைச்சேறு. ஓர் ஒற்றைச் செடி. ஒரு தட்டு. உச்சியில் ஒரு உயிர் அல்லது கொழுந்து...

"கன கன ருசிரா— கனக வசன நின்னு..."

வழி புலப்பட்டுவிட்டது. வெட்டவெளி. ஆள் அரவம் அற்ற வெளி. அவள் மட்டும் அவளது பாதச் சுவடுகளைப் பார்த்துக்கொண்டு நடக்கிறாள். தொலைதூரம், ஒரு லட்சம், ஒரு கோடி மைல் தூரங்களை அவள் கடக்கிறாள். அவள் ஒரு முகத்தைக் காண விரும்புகிறாள். ஒரே ஒரு முகம். சிவப்பும், பச்சையும் எனக் கரை வேஷ்டி கட்டுகிற அந்த ஒரு மனிதனை நடுவில் வகிடு எடுத்துக்கொண்டு தலை வாருகிற வரதுவை.

ஆச்சரியம். வரது அவள் முன்னால் பிலத்தை உடைத்துக்கொண்டு மண்ணுக்குள்ளே இருந்து தோன்றுகிறான்.

அவன் உடம்பிலே தும்பிக்கை முளைத்திருக்கிறது.

"வரது, எங்கிருந்து வருகிறாய்?"

"எங்குப் போனேனோ, அங்கிருந்துதான் வருகிறேன்"

இருவரும் கைகளைப் பிணைத்துக் கொள்கிறார்கள். கைகள், அப்புறம் உச்சி, நெற்றி, கண் புருவம், கண்மூடி, மூக்குநுனி, இதழ்கள், முகவாய், கழுத்து, மார்பு, வயிறு, தொடைகள், பாதங்கள், எனச் சர்வாங்கமும் இணைகின்றன. பாம்பைப்போல் அவர்கள் முறுக்கிக் கொள்கிறார்கள்.

ப்ரீதி பாடுகிறாள்.

"உன்னைக் காணக் காண, ருசி எனக்குள் அதிகரிக்கிறதடா. தினமும் தினமும் அனுதினமும் உன்னைக் காண வேண்டும் என்கிற தகிப்பு என்னுள் அனல் விட்டு எரிகிறதடா! ஒளியை ஆடையாக அணிந்தவனே! கழுத்தில் அணிவதால் மாலைகளுக்கு மவுசைத் தருகிறவனே, வாசனைகளால் என்னைக் கட்டுகிறாயடா... தினம் தினம் உன்னைக் காண்பதும் எனக்கு ருசியடா..."

வியர்வையால் தெப்பலாக நனைந்து விட்டாள் ப்ரீதி. அவள் பிரமை, அவள் புலன் உச்சியை நோக்கிப் போய்க்கொண்டிருந்தது. அவளுக்கு, எதையும் எல்லாவற்றையும் உடைக்க வேண்டும்போல இருந்தது. குடம் உடைத்துக்கொண்டதுபோல வெறியும் கிளர்ச்சியும் உடம்பு முழுக்கவும் பற்றிப் பரவி எரிந்தது. இரவு ஆடை அந்தத் தீயில் புகையும் என்று அவள் பயந்தாள். அதைக் கழற்றி வீசினாள்.

கொஞ்சம் கொஞ்சமாக அந்தச் சத்தம் அதிகரித்துக்கொண்டே இருந்தது. தட்... தட்... கூடவே அழைப்பு மணி வேறு. கண்ணைச் சிரமப்பட்டுத் திறந்தாள் ப்ரீதி. தான் அறைக்குள் படுத்துக் கிடப்பதை உணர்ந்து கொள்ள அவளுக்கு பல நிமிஷங்கள் பிடித்தன. அப்போதுதான், தான் நிர்வாணத்தில் இருப்பதை அறிந்தாள். இரவு ஆடையை அணிந்துகொண்டாள். அழைப்பு மணி விடாமல் ஒலித்துக்கொண்டே இருந்தது. ஜன்னலைத் திறந்தாள். சூரியன் வெளியே கனன்றுகொண்டு இருந்தது. ஹாலைக் கடந்து வந்து தெருக்கதவைத் திறந்தாள்.

ஆச்சரியம்... சாதாரண வாழ்க்கையில்தான் எத்தனை எத்தனை?

வெளியே வரது நின்றுகொண்டிருந்தான்.

"என்ன ப்ரீது. தூக்கத்தைக் கலைச்சுட்டேனா, மன்னிச்சுடு"

"உள்ளே வா. ஆச்சரியமா இருக்கு வரது. நேற்று ராத்திரிதான் உன் பாட்டைக் கேட்ட படியே தூங்கிட்டேன். விடிஞ்சா நீ வந்து நிக்கறே"

"பரவாயில்லை... தூக்க மாத்திரைக்குப் பதிலா என் பாட்டா?"

அவள் சிரித்தாள். வரது கையில் சின்னப் பெட்டியுடன் வந்திருந்தான். ஹாலில் சோபாவில் அமர்ந்தார்கள்.

"ரங்கு இன்னும் எழுந்திருக்கலையா?"

"அது தஞ்சாவூர் போயிருக்கு. அனுமார்கோயில் உற்சவம்"

"மறந்துட்டேன். ரங்குவுக்கு அங்கே எவ்வளவு ரசிகர் கூட்டம் ப்ரீது. போன வருஷம் நானும் பாடினேன். ரங்கு ஜெயக்கொடி நாட்டினான். அன்னிக்கு என்னமா பாடினான்? அருமையான பாட்டு. ரொம்ப உசத்தி"

இதுதான் வரது என்று எண்ணிக்கொண்டாள் ப்ரீதி.

"என்னமா ஒரு பாட்டுக்காரனா இருந்துண்டு இன்னொருத்தர் பாட்டை உன்னாலே புகழ முடியறது வரது?"

வரது சிரித்தான்.

"பாட்டுங்கறது என் பிதுரார்ஜித சொத்தா ப்ரீது? அது ஒரு மகாசமுத்திரம். அலைகள் மாதிரி காலத்துல ஒருத்தர் வர்றோம். அரியக்குடி, மகாராஜபுரம், சித்தூர், செம்மங்குடி, டி. என். ஆர். முசிறி, ஜி. என். பி, மதுரை மணி, டைகர், மாலின்னு காலத்துக்கு ஒரு அலை. இப்போ நான், ரங்கு சோமுன்னு இருக்கோம். பையன்கள் நிறைய பேர் வந்திருக்கா. இதிலே யார் உசத்தி, யார் மட்டம்? சங்கீத தேவதையோட தராசுல நான் எங்கே? எங்கே வித்வத் இருக்கோ, அதைப் பாராட்ட வேண்டியதுதானே? கலையைப் பாராட்டாமே இருக்கிறது, ஒரு வகையான அயோக்கியத்தனம் இல்லையா"

ப்ரீதி சிரித்துக்கொண்டாள். இந்த ஞானம் ஏன் ரங்குவிடம் இல்லை. வரது என்று சொன்னாலே ரங்குவின் முகம் விழுந்து விடுகிறதே எதனால்? அசூயை, பொறாமை, பொறாமைக்கு ஒரு அழகான வார்த்தை இருக்கே தமிழில், அழுக்காறு. ஆறுன்னா வழி, நடை, இடம். அழுக்கான இடம். அழுக்காறு.

"ரங்குவுக்கோ ஏனோ உன்னைப் புரிஞ்சுக்க முடியலை வரது!"

"இருக்கட்டுமே. எல்லோரும் எல்லாத்தையும் புரிஞ்சுக்கறோமா? புரிஞ்சுக்கணும்னு என்ன அவசியம்? சரி வா... காபி போடலாம். நான் போட்டு உனக்குத் தர்றேன். குளிச்சிட்டு, சமத்தா, நல்லா சமையல் பண்ணலாம். நானே இன்னிக்குச் சாம்பார், கறி, பண்ணறேன். என்ன? வா, வா, என் சமர்த்துக் குட்டியோ இல்லையோ."

கூந்தலைக்கொண்டை போட்டுக்கொண்டு சமையல் உள்ளுக்கு ஓடினாள்.

மணக்கிற, தொண்டைக் குழிக்குள் கசக்கிற, நெஞ்சுக்குள் இறங்குகிறபோது சுகம் தருகிற, குடித்து அரை மணிக்குப் புறமும் மனசுக்குள் சுகவாசம் ஸ்தாபிக்கிற காபி, வரது போடும் காபி.

ஒரு மிடறு சாப்பிட்டு ப்ரீதி சொன்னாள்...

"பிரம்மா உனக்கு ரெண்டு வரம் தந்திருக்கார் வரது. ஒன்று சங்கீதம். ரெண்டு காபி"

அருந்தி முடித்துவிட்டு அவள் கேட்டாள்...

"வரது, ஏன் நீ கல்யாணம் பண்ணிக்கலை?"

"பண்ணிண்டேன்"

"ஐயோ... யாரை?"

"வராளியை"

அவள் குளித்துவிட்டு வந்தாள். வரது சன்னத் தொண்டையில் பாடிக்கொண்டு சமையல் பண்ணிக்கொண்டிருந்தான்.

"என்ன பண்ணலாம் ப்ரீது?"

"உனக்குப் பிடிச்சது"

"வெங்காயம் போட்டுக் காரக்குழம்பு. கத்தரிக்காய் கறி, என்ன?"

"அருமை. ஆமா, என்ன பாடினே?"

"மாஜானகி..."

"கொஞ்சம் வாயைத் திறந்துதான் பாடேன்"

சமையல்கூடத்துக்குள் ஒரு நாற்காலியைப் போட்டுக்கொண்டு அமர்ந்தாள் ப்ரீதி. ஈரத்தலையில் இருந்து நீர் முதுகையும் மார்பையும் நனைத்துக்கொண்டிருந்தது. துவட்டிக்கொண்டே பாட்டைக் கேட்டாள்.

"மா ஜானகி, செட் பட்டக மஹாராஜ வைதிலி...

எங்கள் ஜானகியின் கரம் பற்றியதால்தானே ராமா நீ மாமன்னனாக, மகாராஜனாக விளங்குகிறாய். இராவண ஹதம் எங்ஙனம் சாத்தியப்பட்டது? எங்கள் ஜானகியின் மணாளன் என்பதால் அல்லவா உன் பலம்?..."

சாப்பிட்டார்கள்.

"சந்தோஷமா இருக்கியா ப்ரீது?"

"இருக்க முடியுமா அப்படி?"

அவன் சிரமப்பட்டுப் பேச்சை மாற்றினான்.

"பேசேன். உனக்கேன் சங்கடம்?"

"என்னவோ முடியலை. ஒரு ஆம்பளையையும் ஒரு பொம்பிளையையும் இணைச்சு வைக்கிறது எது? எந்தக் கயிறு? எந்தப் பந்தம்? அது எப்போ, எதனாலே அறுந்து போறது? ஏன் அறுந்து போகணும்? ஒன்றும் தெரியலை. சம்சாரம் பண்றது ஆச்சரியமா இருக்கு. பண்ணாமே உன்னை மாதிரி தனியா, குஷியா இருக்கிறது தேவைனு படறது"

அவன் அவள் கண்களையே பார்த்துக்கொண்டிருந்தான்.

“என்ன திடீர்னு வருகை வரது?”

“இன்னிக்கு பத்மா என்னமோ புதுசா அரங்கேற்றம் பண்றாளாம். அவசியம் வரணும் அண்ணான்னு போன் மேலே போன் பண்ணா. எனக்குத்தான் பத்மா மேலே பிரியம், உனக்குத் தெரியுமே. அதனாலே வந்துட்டேன். உன்னையும் பார்க்கணும்னு தோணிச்சு.”

“என்னையும் பார்க்கணும்னா?”

அவன் பேசாமல் இருந்துவிட்டுச் சொன்னான்.

“நான் தப்பா சொல்லிட்டேன். உன்னைப் பார்க்கணும்னு தோணிச்சு”

“எனக்கும்தான்”

வரது மாடிக்குத் தூங்கப் போனான். கீழே தன் அறைக்குள் வந்து படுத்துக்கொண்டாள் ப்ரீதி.

இந்த வரதுவை ஏன் ரங்கு பகைக்கிறான்? தொடக்கத்தில் அவன்கூட வரதுவைச் சிலாகிக்கிறவனாகத்தானே இருந்தான். திடும் என்று என்ன கோபம்? ஒருநாள் பேச்சுவாக்கில் அவள் சொன்னாள்.

“இந்தத் தலைமுறைப் பாட்டுக்காரர்களிலே வரதுதான் உசத்தி. பரங்கிமலை, விராலிமலை, கல்வராயன் மலைக்கு மத்தியிலே அவன் இமயம். வராளி ஒன்றுபோதும்... அவன் மேதமையைக்காட்ட... இல்லையா ரங்கு?”

“அது எப்படிச் சொல்ல முடியும்? நீ சொல்றது உண்மையானா, அவன் கச்சேரிக்கு சபாவிலே ஏன் சான்ஸ் தர மறுக்கிறா?”

“சபாக்காரன் ஒண்ணும் சங்கப் பலகை இல்லையே. மகாவித்வான்களை எல்லாம் கேவலப்படுத்துக்கிறவன் இல்லையா, சபாக்காரன். ராஜமாணிக்கத்தோட, கோபால கிருஷ்ணனோட வில்லும் மற்றவாளோட வில்லும் ஒண்ணா? அதுகள் சானவில்லாக்கும். இது சர்க்கஸ். திறமைசாலி வேறே... கலைஞன் வேறே ரங்கு, புரிஞ்சுக்கோ...”

“என் பாட்டைப் பற்றி என்ன சொல்றே?”

“உன் பாட்டு ஜூஸ் டப்பாவிலே “எசன்ஸ்” போட்டு வாசனையா தர்றாளே ஜூஸ் அது”

“வரது பாட்டு...?”

“அது கெட்டி மாம்பழம். ரொம்ப இயற்கையாக பழுத்தது. கொம்பிலே கனிஞ்சது. அணில் கடி படாதது. வெளியே இருந்து உள்ளே போகிற பயணம் அது. அவன் பாட்டு, அழுக்கை எல்லாம் அடிச்சுத் துவைக்கிற பாட்டு”

“நான் போலிங்கறே?”

“இல்லை. உன் சங்கீதத்துல சில்லறைச் சத்தம் கேட்குது. வெள்ளிக் காசோட சத்தம். அவன் பாட்டுல அது இல்லை. ஆத்மார்த்தமா இருக்கு. கோயில் நந்தியாவட்டை மாதிரி அவன் மணக்கிறான்.”

“அவன் வாசனைகூட உனக்குத் தெரியறதே?”

விழித்துக்கொண்டாள் ப்ரீதி. இரத்தம். ஊசியால் குத்துகிற வலி. தொடர்ந்து குத்திக்கொண்டே இருந்தான் அவன். இதயத்தின் நடுப்பகுதியில்.

ரயில் அழுக்கைக் கழுவி, சாப்பாட்டு மேஜைக்கு வந்து அமர்ந்தான் ரங்கு.

"கச்சேரி பிரமாதமா வாச்சிடுச்சு. ஒரே அப்ளாஸ். வாரிண்டேன். திருச்சி, மதுரை, ராமநாதபுரம் சபாக்காரன், கல்யாணக் கச்சேரின்னு நிறையப் பேர் அட்வான்ஸ் கொடுக்க வந்துட்டான்."

"அப்படியா?" என்றாள் ப்ரீதி.

"அடையாறுல ஒரு பிளாட் வாங்கலாம்னு இருக்கேன்"

"நமக்குத்தான் இந்த வீடு இருக்கே. அப்புறம் என்னத்துக்கு பிளாட்..?"

"வாடகைக்கு விடுவோம். சொத்தும் சேர்க்கத்தானே வேண்டியிருக்கு."

"வரது வந்திருந்தான்."

"எப்போ?"

"நேத்திக் காலையிலே, ராத்திரிதான் போனான். பத்மா நாட்டியமாம்"

"எப்படி இருக்கான் உருப்படாதவன்?"

"இருக்கான். சந்தோஷமா இருக்கான்"

"நல்லா, ஜாலியா பொழுது போயிருக்குமே?"

"ஆமாம்... ரொம்ப ஜாலியா. வரது என்னைப் பாடச் சொல்லிக் கேட்டான். நானும் ரொம்ப நாளுக்குப் பிறகு பாடினேன். மனம் திறந்து எல்லாத்தையும் கொட்டிட்டேன்."

அவன் எழுந்து கை கழுவிக்கொண்டு மாடிக்குப் போனான்.

அவள் தனிமையில் விடப்பட்டாள். தனிமை பயம் தந்தது. அவளுக்குப் பாட ஆசையாக இருந்தது. வரது இருந்தால் கேட்பான், ரசிப்பான், சுகிப்பான். ஆனால், வரது போய்விட்டானே! சுகிப்பவன் இல்லாமல் என்ன சங்கீதம்? ப்ரீதிக்குக் கோபம் கனன்றது.

1997

சிட்சை

அண்ணா... எனக்கும் கத்துத்தரேளா... எனக்கும் வாத்தியம் வாசிக்கணும்போல இருக்கு" என்று கையைக் கட்டி, வாயைப் பொத்திக்கொண்டு வேஷ்டியைப் பதவிசாகச் சொருகிக்கொண்டும் கேட்டான் தியாகு.

"லே... தோசிப்பயலே... சும்மா தொணதொணக்காதேன்னு சொன்னேன் இல்லையா... மணி என்ன ஆவுது, உன் கண்ணைப் பிடுங்க, போய் காய்கறி வாங்கிட்டு வா... அவ என்ன கேழ்க்கிறாளோ அதை வாங்கிக் கொடு... நீ நாதஸ்வரம் கத்துண்டு வருவியோன்னுதான் சடங்கான பெண்டுகள், கல்யாணத்துக்கு நாள் வெக்காமே காத்துண்டு இருக்கிறதுகள்... போடா... பொசக்கெட்ட பயலே" என்றார் வீரபாகு.

சீவாளிகளை ஒவ்வொன்றாக எடுத்துப் பொருத்துவதும், வாசிக்கிறதும், பிறகு எடுப்பதுமாக இருந்தார் அவர். காலை நேரம், அண்ணாவுக்கு இப்படித்தான் போகும். விரும்பினால், ஏதாவது ராகம் வாசிப்பார். வாசித்தார் என்றால், ராட்சஸ சாதகம்தான். வெயில் வாசலில் இருந்தது. கூடத்துக்கு வரும் வரைக்கும் மழைதான். புயல் மழை. வெட்டி எடுக்கும் மின்னல் இடி. அண்ணி இலையைப் போட்டு, ஒரு குட்டித் தூக்கமும் போட்டு விடுகிறவரைக்கும் சாதகம் நிற்காது. இல்லையென்றால் மக்கர்தான். சீவாளிக் கொஞ்சம் மாத்திரம்தான். நினைத்துக்கொண்டால், மெடல்களைப் "புளி போட்டுக் கழுவுடா" என்பார்.

தியாகு, பையை எடுத்துக்கொண்டு கடைக்குப் புறப்பட்டான்.

"பத்திரம். பணம் பத்து ரூபா. தொலைச்சுட்டு வந்து நிக்காதே. அஜம் என்றாள் அண்ணி. தியாகுவுக்குச் சிரிப்பு சிரிப்பாக வந்தது. "அஜம்" என்கிற வார்த்தையை அப்படி விசேஷமாக உச்சரித்தாள் அவள். அஜ்ஜ்ஜ்ஜம், யாருக்குத்தான் சிரிப்பு வராது. எல்லோருக்கும் ஒரு

வார்த்தை. அண்ணிக்கு அவன் அஜம். அண்ணாவுக்கோ தோசி. சோமு மாமாவுக்குக் கம்மனாட்டி.

கடைக்காரன் இவனைப் பார்த்ததும், கடைப் பையனிடம் சொன்னான்.

"ஒத்து, வந்திருக்கான் பார். வழக்கப்படி சொத்தைக்கத்தரி, காய்ஞ்ச கீரையை எடுத்துப் போடுடா" என்றதைக் கேட்டு தியாகு "போங்க மாமா, வெள்ளாட்டுதான்" என்றான். மாமா தமாஷ்காரர். தொடர்ந்து சொன்னான் கடைக்காரன்.

"என்ன ஓய்... தியாகராஜ பிள்ளைவாள், என்னைக்கு நீரு "மோமோ" வாசிக்கப் போறீரு. நான் கேழ்க்கப் போறேன். வாய்க்குள்ளே இரண்டு பக்கத்திலேயும், ரெண்டு பொரி விளங்காய் உருண்டைகளை வச்சுக்கிட்டு உம்முன்னு காத்தை ஊதிக்கிட்டு ஒத்து ஆளா எத்தனைக் காலம் கழிக்கப் போறீரு"

"அண்ணா சிட்சை பண்றேன்னு சொன்னார்... பண்ணி வைப்பாரே"

"வைப்பார், வீரபாகுதானே... சில்லறைச் சத்தம் கேட்டாதானே, சீவாளியைத் தொடுவார் அவர். உன்னை மாதிரி அநாதைக்கு எவன் காணும் நாதசுரம் கத்துக் கொடுக்கப் போறான்? அசடு மாதிரி பேசறீரே..."

"எங்க அண்ணா ரொம்ப நல்லவர். எனக்குப் பண்ணி வைப்பார். பார்த்துட்டே இருங்கோ மாமா. உம்ம கடை வாசலிலே நின்று வராளி வாசிக்கலைன்னா பாருங்கோ... இல்லேன்னா என் பேர் தியாகு இல்லை, தோசி"

கடைக்காரன் சிரித்துக்கொண்டே இருந்தான். அவனுக்குப் புரை ஏறியது.

அண்ணி பையை வாங்கிக்கொண்டாள். கையில் அவள் சில்லறையைக் கவனமாக எண்ணினாள்.

"அண்ணா எங்கேண்ணி?"

"ஆற்றங்கரைக்குப் போயிருக்கார்"

சுவர்ப்பக்கம் திரும்பி, சில்லறைப் பர்சை மார்புக்குள் சொருகிக்கொண்டாள் அவள்.

"ஐயோ... அங்கே தண்ணி இல்லையே... தென்னந்தோப்பு மோட்டார் இறைக்குதோ இல்லையோ, அங்கேதானே போகணும்"

"அஜம், உனக்கெதுக்கு அந்தக் கவலை?"

அவள் தோட்டத்துப் பக்கம் போனாள். தியாகு, இரும்பு வாளியில் தண்ணீர் இறைத்துக்கொண்டு ஆற்றங்கரைக்குப் புறப்பட்டான். அண்ணா தாழம் புதர் மறைவிலிருந்து வெளியே வருகையில் தியாகுவை அவர் பார்த்தார். நட்டு நடுவெளியில், புதைந்த கல் மாதிரி அவன் நின்றிருந்தான். கையில் வாளி. முட்டிக்கு மேல் ஏறிய ஒற்றை வேட்டி. திறந்த உடம்பு, கழுத்தில் சிவப்புக் கயிறில் கோத்த ருத்ராட்சக் கொட்டை ஒன்று. நெற்றித் திருநீர், வியர்வையில் கசிந்திருந்தது.

"என்னடாது, தோசி?"

“தண்ணி இல்லைண்ணா... ரொம்ப தூரம் மோட்டார் செட்டுக்கில்ல நீங்க போக வேண்டியிருக்கும்”

குளிக்க மட்டும் கோவணம் மாதிரி தண்ணீர் ஓடிக்கொண்டிருந்தது. காவிரிக்கும் கஷ்டகாலம். கலி, இல்லாமல் வேறு என்ன? குளித்துவிட்டுத் திரும்பினார் அண்ணா. அரசமரத்து மேடையில் அமர்ந்து, விபூதியைக் குழைத்து இட்டுக்கொண்டார். “யப்பா... குருநாதா...” என்றபடி சற்று கண்மூடி, நிஷ்டை மாதிரி அமர்ந்திருந்தார். சில நிமிஷங்களுக்குப் பிறகு கண் விழித்தார். எதிரே நாலடி தள்ளி, கையைக் கட்டிக்கொண்டு அண்ணாவின் முகத்தையே பார்த்தபடி நிற்கிற தியாகுவைப் பார்த்தார்.

அரசமரக் காற்று சில்லென்று வீசியது. இரவு, இலையில் தங்கி இருந்த சொட்டுப் பனிநீர், அவர் நெற்றியில் சொட்டியது. துடைத்துக்கொண்டார், காசித் துண்டால்.

“இங்க வாடா... இங்க வந்து உக்காரு...” என்று தன் எதிரே சுட்டினார். அவன் எதிரே சம்மணம் போட்டு அமர்ந்துகொண்டான்.

“சோமு உன்னை என்னத்துக்குடா விரட்டியடிச்சுட்டார்?

பாடத்துல மனசு இல்லாமல் காவாலி மாதிரி கத்திண்டிருந்தியோ, உனக்கு நிஜமாகவே சங்கீதம் கத்துக்கணுமா சொல்லு. இது விளையாட்டில்லை. உயிர். தபஸ் மாதிரி, இது பேய். ஒண்ணு நீ அதை வசப்படுத்தணும். இல்லை, அது உன்னை அடிச்சுடும். சொல்லு...”

அவனுக்கு நிறைய சொல்ல வேண்டியிருந்தது.

“திருச்சேறை பாலுன்னா, தொண்டையிலே தண்ணி இறங்காதேடா, எங்களைப்போலவங்களுக்கு. அப்பேர்க்கொத்த மகா ஞானிக்குப் புள்ளையா பொறந்துட்டு, இப்படி அலையறது... தலையிலே எழுத்து; வேற என்ன?” என்றார் சோகத்துடன் அண்ணா.

“அப்பா என் பேரிலே, கொள்ளை ஆசை வச்சிருந்தாராம்ணா... என்னை பெரிய பாகவதரா ஆக்கணும்னே என் பேர் தியாகராஜன்னு வெச்சாராம். எனக்கு “மொதோ மொதோ சரிகமபதனி, சரளிவரிசை அப்பாதான் சிட்சை பண்ணி வைச்சார். என்ன பண்றது அண்ணா, எனக்கு லபிக்கலை. அப்பா, நான் ஆறு வயசா இருக்கறச்சேயே அற்பாயுசுல போய்விட்டார்” என்று சொல்லிவிட்டுச் சிரித்தான் தியாகு.

“தோசிப் பயலே, சிரிக்கிற விஷயமா அது? ஒண்ணும் பணம் காசு வச்சுட்டுப் போகலையா? ஜெகஜ்ஜோதியா இருந்தாரே... எட்டுக் கண்ணும் விட்டெறியற மாதிரி...”

“இல்லை அண்ணா. பட்டு வேஷ்டியும் பட்டு அங்கவஸ்திரமும்தான் மிச்சம்னு அம்மா அழுதா. அதான் கண்டதுன்னு அம்மா என்னை வெசவா”

“ம்” பெருமூச்சு விட்டார் அண்ணா.

“கலைஞர்கள் பிழைப்பே அவ்வளவு தாண்டா. உச்சத்துல இருக்கறச்சே, அண்ணாம்பான், ஆகாம்பான், சாட்சாத் நாத ப்ரம்மமே நீங்கதாம்பான்... அண்ணா காலடி, எங்க சபாலே படற நாள் எந்த நாளோம்பான்... நம்பர் ஒண்ணும்பான். இதுவும் அந்த வேப்பிலை அடியிலே மயங்கி, ஹி... ஹி...

ங்கும். அத்தரையும் ஜவ்வாதையும் பூசிட்டு மணக்க மணக்க வலம் வரும். ஆத்திலே பெண்டாட்டி சாப்பிட்டாளான்னு தெரியாது. கிழிசல் புடவை கண்ணுக்குத் தெரியாது. அப்புறம் திடீர்னு ஒருநாள் ஓலை வரும். படுத்தும். அப்புறம்தான் தெரியும் சங்கதி. எல்லாம் பெருங்காய டப்பா; ஊதுவத்தி போட்டு வச்ச உருட்டைப் பெட்டி; பச்சைக் கற்பூரம் போட்டு வச்ச ஜாதிக்காப் பெட்டின்னு! பிள்ளைகள் சோத்துக்கு ஆலாப் பறக்கும். என்ன பிழைப்புடா இது? உலகத்துல எத்தனையோ தொழில் இருக்கு. நான் பார்த்துப் பொறந்த குட்டி, ஜெகதாம்பாள், இன்னிக்கு காவிரிக்கரையிலே தூக்கலா நூறு ஏக்கரா, கழுத்தை வளைக்கிற நகை என்ன, நட்டென்ன, பட்டென்ன, பவிசென்ன, எல்லாம் மர்மத்துல மச்சம்டா. வாத்தியத்தைக் கையில் தூக்கிட்டு அலையோன்னு அலையறேன். இன்னும் கால் குழிக்கு வக்கில்லை. வீடு, மழை காலம்னா கூரை அழறது... தலேலே எழுத்து..."

அண்ணா கச்சேரிக்குப் புறப்பட்டுக்கொண்டிருந்தார். இது போன்ற சந்தர்ப்பங்களிலே அவருடைய ஐபர் தஸ்தே அலாதியாக இருக்கும்.

"வந்தானா, காழியூர்க்காரன்?"

"தவில்கார் இன்னுர் வரலை"

"அவனை ஒழிச்சுக் கட்டறேனா இல்லையா, பார். இதான் அவனோட கடைசிக் கச்சேரி. தோசிப் பயல் சொன்னா சொன்ன நேரத்துக்கு வரது இல்லை. பெரிய வலங்கைமான்னு நினைப்பு. லே... தியாகு, அந்தப் பயலை வாசல்லேயே மறிச்சு அனுப்பிடு... சொல்றேன்."

அண்ணா, உடுத்திக்கொள்ளத் தொடங்கினார்.

"இது என்ன லாண்டரி மடியோடி?"

"லாண்டிரி வேறயா. ராத்திரி ஆனா, ஊள மோரும், ஊறுகாயுமா புழைப்பு நடக்குது... இதுல லாண்டரிக்கு எங்கே போறது? எல்லாம் தியாகு சலவைதான்" அளவான கஞ்சியும், மிதமான நீலமும். வேட்டி பலகை மாதிரி நின்றிருந்தது.

"பேஷ்" என்றார் அண்ணா. கச்சேரியும் ரொம்ப நன்றாக அமைந்து விட்டது. பேசினதுக்கு மேலே நூறு ரூபாய் கிடைத்தது. அண்ணா சந்தோஷத்தின் உச்சத்தில் இருந்தார். வெங்கு ஐயர் கடையில் ஒரே களேபரம் நிகழ்ந்தது.

"நெய் விழுது மாதிரி, சொத சொதன்னு மிதக்கிற மாதிரி ஒரு ஊத்தப்பம் போடும். அது மாதிரி ஆறு போடும். இந்தத் தோசிப் பயல்களுக்கு எல்லார்க்கும் கொடுமேன்" என்று கார்வார் பண்ணினார்.

"என்ன சட்னி... காவேரியைக் குண்டானிலே பிடிச்சுட்டு வந்துட்டேளா..."

அண்ணா எல்லோர்க்கும் ஓட்டலில் வைத்தே சன்மானத்தைப் பிரித்துக் கொடுத்தார்.

"அன்னவாசலுக்கு எப்போ ஐயரே பஸ்?"

"கடைசி வண்டி வந்ததுன்னா, பத்து மணிக்குள்ளாற வரும்"

நிறைய நேரம் இருந்தது. வாத்தியத்தைத் தோளில் தொங்க விட்டுக்கொண்டு நின்றான் தியாகு. அண்ணா கடை பெஞ்சில் அமர்ந்துகொண்டார்.

"லே, இப்படி உட்கார்"

தியாகு, வாத்தியத்தை மடியில் வைத்துக்கொண்டு அமர்ந்தான்

"ஏன்டா, லெ... என்னத்துக்குடா, சோமு உன்னை அடிச்சு விரட்டினான்"

தியாகு சொன்னான்.

"தெரியலை அண்ணா. முதல்லே நல்லாத்தான் வச்சிருந்தார். அம்மாவுக்குப் போக்கிடம் இல்லைன்னு அழுதுச்சா... சரி வீட்டோட இரு. இங்கயும் பொம்மனாட்டியும்தான் இல்லை. தொண்டைக்கு சுடுதண்ணி தேவைன்னாகூட இங்க நாதி இல்லை. இருன்னார். நாங்க ஒண்ட ஒரு கூரை கிடைச்சுதுன்னு இருந்தோம். அண்ணா, மாமாவுக்கு வேஷ்டி துவைக்கிறது, கடைகண்ணிக்குப் போறது, கரண்ட் பில் கட்டறது, வீடு ரிப்பேர் பார்க்கிறது எல்லாம் நான்தான். மாமா, சொல்லிக் கொடுங்கோம்பேன், சொல்லிக் கொடுங்கோம்பேன். சும்மா இருடா கம்மனாட்டிம்பார். அம்மாவும் ஒண்ணும் சொல்லிக்கிறது இல்லை. முடியாது இல்லையா அண்ணா. நான் என்ன சம்பளமா கொடுத்துட்டு இருந்தேன். பிச்சை சோறு சாப்பிட்டு இல்லையா இருந்தோம். அம்மாவை மட்டும் மாமா ரொம்பவும் நல்லா கவனிச்சுட்டு இருந்தார்ணா..."

இருட்டு கடுமையா வியாபித்து இருந்தது. பக்கத்தில் இருந்த அரச மரம், பயமுறுத்துகிற சப்தத்தை எழுப்பிக்கொண்டிருந்தது. அண்ணா கல் மாதிரி அமர்ந்திருந்தார்.

"என்னத்துக்கு அப்படிடா?"

"தெரியலைண்ணா, ஒருநாள் நான் பார்க்கக்கூடாததைப் பார்த்துட்டேண்ணா..."

"எதை... எதை..."

"நாகப் பிரதிஷ்டையிலே இரண்டு நாகம், பின்னிப் பிணைஞ்சுட்டு... மூர்க்கமா ஒண்ணு ஒன்னைத் தின்னுவது, ஒண்ணு மற்றதைக் கொல்லற மாதிரி இருக்கு மேண்ணா... அது மாதிரி மாதிரி மாமாவும்..."

"போதும் நிறுத்துடா... அதுக்கு மேல பேசக்கூடாது. அது மாதிரி நினைக்கவும்கூடாது" என்றார் அண்ணா பதற்றத்துடன்.

பிரமை கலையாமல் அமர்ந்திருந்தான் தியாகு.

நாகங்கள், அவனைச் சுற்றி நெளிநெளியாகக் குவிந்தன. ஒன்றன் வாலை ஒன்று கவ்வியபடி... நஞ்சின் நெடிகாற்றை நீலமாக்கின. அவற்றின் கண்களில் அக்னியின் நாக்குகள், தீக்கொப்புளங்கள்...

"மாமா... அப்புறம் அடிக்கடி அறைந்தார்ணா. ரொம்பக் கடுமையா, தாங்க முடியாத அளவுக்கு என்னை அடிச்சுக் கொல்வார். மாடு, கட்டவிழ்த்துட்டு ஓடிப்போச்சுண்ணா, அதுக்கு நான் என்ன பண்ணட்டும்? கண்ணு மண்ணு தெரியாமே என்னை அவர் அடிச்சிப் போட்டார்"

"அம்மா தடுக்கலையா?"

"எப்படிண்ணா முடியும்? அம்மாவை நான் காப்பாத்த முடியுமாண்ணா? எனக்குப் பதினாலு வயசுகூட நிறையலை. அம்மா கோவிச்சிண்டு வந்துட்டா

சாப்பாடு துணிமணிக்கு என்ன பண்ணும்? பாவம், பேசாமே பார்த்துட்டு நிக்கும். மூச்சு விடாது பாவம்"

எங்கோ கோயிலில் இருந்து நாதஸ்வரம் மிதந்து வந்தது.

"என்ன ராகம்டா அது, தியாகு?"

"பிலஹரிண்ணா"

"சபாஷ்"

"நான் மட்டும் ஓடிவந்துட்டேன். அம்மா என்ன பண்ணுதோ பாவம்"

அண்ணா சற்று நேரம் கழித்துச் சொன்னார்.

"தியாகு... நீ பெரிய ஆளா வருவடா... நாளைக்கு சிட்சையை ஆரம்பிக்கிறோம்."

அண்ணா என்ன சொல்கிறார் என்று புரிந்து கொள்ளவே நீண்ட நேரம் பிடித்தது தியாகுவுக்கு.

1997

அந்தக் குரல்

குப்பியைத் திறந்து மாத்திரைகளை மேசை மேல் கொட்டினாளள்பார்வதி. குழல் விளக்கு, மங்கலாக எரிந்துகொண்டிருந்தது. மின்சாரம் பற்றாக் குறையாக இருக்கும். பார்வதி தனக்குள் சிரித்துக்கொண்டாள். என்னத்துக்கு இந்த நேரத்தில் போய் வெளிச்சத்தைப் பற்றிச் சிந்திப்பது என்று நினைத்துக்கொண்டாள்.

கூஜாவில் இருந்து தண்ணீரை டம்ளரில் நிறைத்துக் கொண்டாள். அந்தக் குறைந்த வெளிச்சத்திலும், மாத்திரைகள் மின்னின. மின்னும் பொருள்கள் அவளுக்கு மிகவும் இஷ்டம். ஜாக்கெட்டில், அதன் கைகள், முதுகுப்பக்கம், மின்னும் பொருள் வைத்து தைப்பது அவளுக்கு மிகவும் பிடிக்கும். பார்வதியின் ஒற்றை மூக்குத்தியிலும் கம்மலிலும் வைரம் மின்னிடும். ரோஸ் நிறத்தில் மின்னும் ஜன்னல் திரை, காற்றில் ஆடியது. தன் விரல்களைப் புரட்டிப் பார்த்தாள் அவள். மோதிர விரல்கள் மற்றும் சுண்டு விரல்களில் வைரங்கள் மின்னின. உட்கார்ந்த இடத்திலிருந்தே கண்ணாடி தெரிந்தது. அதில் அவள் தெரிந்தாள். கழுத்து, வைர நெக்லசில் மின்னியது. அவளுக்கு நகைகள் பிடிக்கும். அதே சமயத்தில் பிடிக்காது என்று மற்றவர்களிடம் சொல்லப் பிடிக்கவும் செய்தது.

நினைக்கிறபடியெல்லாம், பேச முடிகிறதா?

அவள் ஒரு மாத்திரையை எடுத்து வாயில் போட்டுக் கொண்டு தண்ணீர் குடித்தாள். அதை படிப்படியாக வளர்த்துக்கொண்டு போக வேண்டும். எதற்கும் அவசரம்கூடாது. அவசரப்பட்டு அவசரப்பட்டு இந்தக் கதிக்கு வந்ததுபோதும். இதுக்கும் அவசரம் ஆகாது. மிக அழகிய ஒன்றை அவள் செய்துகொண்டிருக்கிறாள்.

அவளுக்கு இரண்டு விஷயங்கள் உயிரோடு பிணைந்திருப்பதாக அடிக்கடித் தோன்றும். அதில் இரண்டாவது, அவளே, கட்டிய இந்த வீடு. செங்கல்

செங்கல்லாக அது உயரும்போது அவள் அருகில் நின்று பார்த்துப் பார்த்து கட்டிய வீடு. அவள் அறையை, வழக்கத்துக்கு விரோதமாக முட்டை வடிவில் அமைந்திருந்தாள். சதுரம் சதுரமாக வாழிடத்தை அமைக்க வேணும் என்பது யாரின் விதி?

முட்டை வடிவம்; உலகின் வடிவம்; கர்ப்பப்பையின் வடிவம். நீளத்திலும் அகலத்திலுமாகச் சுற்றிச் சுற்றி அறையை வலம் வந்தாள். அதனிடமிருந்தும் அவள் நன்றி கூறி விடை பெற வேண்டும். எத்தனை வருஷங்கள், அதன் மடியில் அவள் ஒரு குழந்தையாக இருந்துள்ளாள்.

ஒற்றைக் கட்டில், அதன் அருகே ஒரு பூந்தொட்டி, காலுக்கும் கீழே, மெத்தெனப் பரவும், வெளிர் நீல, புசுபுசு கார்பெட், மிகவும் சுத்தமாக, எந்நேரமும் லோஷன் மணக்கும் குளியல் அறை.

நடந்து மீண்டும் வந்து, அடுத்த மாத்திரையை எடுத்துப் போட்டுக்கொண்டு தண்ணீர் குடித்தாள் பார்வதி. கால் பஞ்சுபோல் மெத்தென்று ஆவதுபோல உயரத் தொடங்கி இருந்தாள் அவள். வீடு முழுக்க "ஹா" என்று இரு கைகளையும் விரித்தபடி சோபா, ஜன்னல் விரிப்புகள், கச்சிதமாகச் சுத்தமாக மிளிரும் கிச்சன், என்று வீட்டின் அத்தனை இடங்களையும் நடந்து பார்த்தாள். சங்கவி புழங்கிய இடங்களையும் நடந்து பார்த்தாள். சங்கவி புழங்கிய பகுதிகள் இவை. அவள் வாசனையுடன் கலந்து இருந்தது அந்தப் பகுதி. சங்கவி, சந்தோஷமாகத் திடீரென்று தனக்குக் கிடைத்த விடுமுறையை எதிர்கொண்டாள்.

"என்னம்மா" என்றாள் ஆச்சர்யமுடன்.

"ரொம்ப நாளா, ஊரைப் பார்க்க போகணும்னு சொன்னியே, போய் வாயேன்"

அவள் ஆனந்தத்துடன் தலையை அசைத்துக்கொண்டாள்.

"உங்களுக்குத் துணை இல்லாமே...?"

"துணையோடா வந்தோம். தனியா வந்தோம். தனியாத்தான் போகணும். யாரும் துணைக்கு அங்கெல்லாம் வர முடியாது"

எல்லோருக்கும் விட்டுப் போவது மகிழ்ச்சியான அனுபவமாகவே இருக்கிறது.

பார்வதி மீண்டும் வந்து அமர்ந்தாள். மூன்றாவது மாத்திரையை விழுங்கி வைத்தாள்.

அந்த இன்னொன்று — அந்த தொலைப்பேசிக் குரல். வரும் என்று அவள் எதிர்பார்த்தாள். எப்போதெல்லாம் அவள் விரக்தியின் விளிம்புக்குச் சென்று தனக்குத்தானே இறுகிக்கொண்டும், தன் ரணத்தைத்தானே கீறிக்கொண்டும், வடிகிற இரத்தத்தை சாட்சியாகப் பார்த்துக் கொண்டும் அலமந்து போகும் நிலைமைகளின்போதெல்லாம், எப்படியோ, அவளைப் பக்கத்தில் நின்று பார்ப்பதுபோல, அந்தக் குரல் கூப்பிடும்.

முதன் முதலாக அது என்று அவளை அழைத்தது? கல்யாணம் செய்துகொண்ட ஆரம்ப காலத்தில், அவன் அவள் நெற்றியில் பேப்பர் வெயிட்டைத் தூக்கிப் போட்டு அடித்தபோது. ஏதோ அவசரத்தில்,

கட்டுப்போட்டு இரத்தத்தை நிறுத்தினாள் அவள். அலுப்பில், அவன் உறங்கிப் போயிருந்தான். அவள் உடம்பில் இருந்து இரத்தம் வடியும்போதெல்லாம் அவன் பௌருஷம் கிளர்ந்தெழுகிறது. அலுப்பு தீர அவன் உறங்கிக்கொண்டிருந்தான். வலி, வலி கொல்லும் வலி. அவள் உறங்காமல் விழித்துக்கொண்டிருந்தாள். அந்தச் சமயத்துக்கே உரியபடி நகத்தைக் கடித்துக்கொண்டிருந்தாள். அப்போதுதான் அந்த தொலைபேசி, முதன் முதலாக வந்தது.

"யார்" என்றாள் பார்வதி.

"நான்தான். அது முக்கியம் இல்லை. கல்யாணத்தை அவசரமாக முடிவெடுத்து விட்டாய், பார்வதி."

"பச்"

"இன்னும் நெடுந்தூரம் நடக்க வேண்டியிருக்குமே. இந்த செத்த பன்றியைச் சுமந்துகொண்டா நடக்கப் போகிறாய்?"

அவள் திகைத்துப் போனாள். என்னவோகூடவே பிறந்த நகம்போலவும், தோல்போலவும், அவளை மிகவும் அறிந்தவர்போல அந்தக் குரல் பேசியது. விதிர்விதித்து அவள் தொலைபேசியை ஏந்திக்கொண்டு நிற்கும்போதே அது துண்டிக்கப்பட்டது. ஏதோ உணவுப் பொட்டலத்தைப் போட்டுவிட்டுப் பறந்து போகும் வெள்ளச் சேத காலத்து விமானம்போல இருந்தது.

அதன் பிறகு, அவள் அந்தக்குரலுக்கு ஏங்க ஆரம்பித்தாள். அடிக்கடி அது அவளைத் தொந்தரவு செய்வதும் இல்லை. அடுத்த படியாக, அவள் ஷூட்டிங்குகளைக் கேன்சல் செய்து விட்டு, வீட்டில் இருந்தபோது, ஓர் இரவு இரண்டு மணிக்கு மேல் அது கூப்பிட்டது. அப்போது அவன் வெளியூர் போயிருந்தான். ஒருக்கால் அது அவனாக இருக்குமோ என்று அவள் நினைத்தாள். படுக்கையில் அவள் பக்கத்தில் படுத்திருப்பவன் யார் என்று அறியும் வேஷக் குரலாக இருக்கும் என்று அவள் எதிர்பார்த்தாள். அப்படி யதார்த்தத்தில் இருந்தால், அது பார்வதிக்கும் சந்தோஷமாக இருக்கும். இல்லை என்பதால் சற்று வருத்தமாகக்கூட இருந்தது. இந்த எண்ணத்தில் அவள் தொலைபேசியை எடுத்தாள். ஆனால், அது அவன் குரல் இல்லை.

"யார்" என்றாள் பார்வதி.

"நான்தான்."

"என்ன இந்த நேரத்தில்?" என்ற பார்வதியின் குரலில் எரிச்சல் இல்லை.

"திரும்பவும் அவசரப்படுகிறாய் பார்வதி?"

"எதில்?"

"ஷூட்டிங்கை எல்லாம் கேன்சல் செய்துவிட்டாய். அப்புறம் என்ன செய்வதாய் உத்தேசம்?"

"சந்தோஷமாய் வீட்டில் இருப்பேன்"

"வீட்டில் இருப்பாய். ஆனால் சந்தோஷமாய் இருப்பாயா?"

"ஏன். இருப்பேன்"

"முட்டாள், நடிப்பை உன்னிடம் இருந்து கழித்து விட்டால், அப்புறம் நீ யார்?"

அவன் விருப்பத்தையும், கட்டளையையும், மீறி, பார்வதி அதற்குப் பிறகு நடிக்கப் போனாள்...

பார்வதி தோட்டத்துக்குப் போனாள். கல்கத்தா, பாட்னா, என்று எங்கு போனாலும், வித்தியாசமான பூச்செடிகளைக்கொண்டு வந்து தோட்டத்தில் வைத்துக் கொள்வதில் அவளுக்கு இஷ்டம் இருந்தது. எல்லாமே பூச்செடிகள், வித்தியாசமான வாசனைகள்கொண்டவை. தன்னைச் சுற்றிலும் எப்போதும் மணம் இருந்துகொண்டே இருக்க வேண்டும். வாசனைகளால் அவள் அறியப்பட வேண்டும்.

தோட்டத்தைக் கூரைபோல, இருட்டு கவிந்துகொண்டிருந்தது. பிசைந்து தட்டிய அடைபோல, இருண்டு இடுக்குகள் அற்ற இருட்டு. இருட்டு அவளுக்குப் பிடிக்கத் தொடங்கியது. அவள் கல்யாணத்துக்குப் பிறகுதான், அவன் உறங்கிவிட்ட பிறகு அவள் உயிர்த்து எழுந்தவள்போல உற்சாகம் பெறுவாள். பால்கனியில் இருக்கும் பிரம்பு நாற்காலியில் அமர்ந்துகொண்டு இருட்டைப் பார்த்துக்கொண்டு இருப்பாள். இருட்டும் தானும் ஒன்றாகி விட்டதுபோல உணர்வாள். இருட்டு, ஒரு சுத்தியல்கொண்டு அவளைத் தட்டித் தட்டித் தகரம்போலாக்கி, பருமன் அற்றவளாக்கி, காற்றுபோல அகலம், நீளம் அற்றவள் ஆக்கி, தன்னுடைய நீட்சியாகவே இட்டு அவளை ஆக்கி விட்டது என்று அவளுக்குத் தோன்றும். இருட்டு அவளுக்குத் துணை செய்வதாகவும் இருந்தது. இருட்டு அவளுக்குப் பாதுகாப்பு. தான் இல்லாமலும், அறியப்படாமலும், தன்னையே ஆக்கிக்கொள்ள இருட்டு அவளுக்கு உதவியது. இருட்டுக்குக் கண்கள் உண்டு. அவளுக்குத் தெரியும். நட்சத்திரங்கள் அல்ல, இருட்டின் கண்கள். பகலின் கண்கள் சூரியன் அல்ல என்பதுபோல இதுவும். புகைந்து புகைந்து, செருமிச் செருமி, பம்மிப் பம்மி கனவுக் கயிறொன்று அவர்களைக் கட்டுவதைப் பார்வதி தினம் தினம் உணர்ந்துகொண்டே இருக்கிறாள். அவளையும் இருட்டையும், இருட்டை இரண்டு கண்களாலும் அவள் பார்ப்பதைக் காட்டிலும், நெற்றியில் இருந்து கிளர்ந்தெழும் அந்த மூன்றாம் கண்ணே நிறைய பார்க்கும். இருட்டைச் சரியாகப் பார்க்கத் தெரியாததால்தான் இந்திரனுக்கு அத்தனை கண்கள் தேவைப்பட்டதாய் இருக்கும். தெய்வங்களுக்கு நிறைய கண்கள். இருட்டை அவர்களே அடர்த்தியாகக் காண்கிறார்கள்.

இருட்டுக்கு வாசனை உண்டு. இருட்டு மூச்சு விடும். இருட்டு கண் கலங்கும். பக்கத்தில் வந்து கூப்பிடும். இருட்டு பக்கத்தில் வந்து அமர்ந்து, வேர்க்கடலையைக் கொரிக்கும். தோழமையாய் அவர்கள் தோளில் ஒரு கைவிழும். அது இருட்டின் கரம். மெத்து மெத்தென்ற தாயின், தந்தையின் கரம். தாயை மாத்திரம்தான் பார்வதி அறிவாள். அம்மாவை நினைக்கும்போதெல்லாம், அவள் சூடிய மல்லிகை சரங்களே நினைவுக்கு வந்து அவளைக் கிளர்த்தும். அம்மா ஒருநாள் மாத்திரைகள் நிறைய தின்று இறந்து போனாள். அப்போது பார்வதிக்குப் பதின்மூன்று வயது. அறைக்குள், சேஷண்ணாவும், தியாகராஜனும் பார்வதியும் இருந்த மறுநாள் காலைதான் விடிந்துகொண்டிருந்தது உலகுக்கு. அம்மா கண்ணை மூடி காலைப் பறவைகள் பேச்சுக்களைக் கேட்க முடியாத தூரத்துக்குப் போய் விட்டிருந்தாள்.

அன்று இரவு, அவள் பால்கனியில் அமர்ந்திருந்தாள். அநேகமாக அன்றுதான் இருட்டை முதல் முதலாக அறிந்துகொண்டிருக்க வேண்டும்.

ஊதல் காற்று குளிரெடுக்கவே, அவள் கீழே வந்தாள். மீண்டும் இரண்டு மாத்திரைகளை விழுங்கித் தண்ணீர் குடித்தாள். தட்டாமாலை ஆடுவதுபோல இருந்தது. அவளை யாரோ இரண்டு பேர் மேலேயும் கீழேயும் தூக்கிப் போட்டுப் பிடிப்பதுபோலவும் இருந்தது. கழுத்தை நிமிர்த்த முடியாமல், தலை தொங்கியபடியே அவள் அறையைப் பார்த்தாள். திடுமென விளக்குகள் பிரகாசமாக எரிந்தன. சொர்க்க விளக்குகள் போலும் இவை. அவள் நிச்சயம் சொர்க்கம்தான் போவாள். அவன் வரமுடியாத இடம் அது ஒன்றாகத்தான் இருக்க முடியும்.

தனக்குத்தானே அவள் விடைபெற்றுக்கொண்டாள். இன்னும் இரண்டு மாத்திரைகள்போதும். தேவைக்கும் அதிகம். அவள் ஏறிப் போக வேண்டிய தேர் வந்து சேர்ந்து விடும். அவளே விரும்பினாலும் அவள் பயணத்தைத் தடுத்துவிட முடியாது. தேரில் படிக்கட்டில் ஏற முடியாது என்று அவள் சொல்ல முடியாது.

மாத்திரைகளை அவள் கையில் எடுத்தாள். கடிகாரக் குருவி ஒன்று வெளிப்பட்டுக் கூவி ஓய்ந்தது. காலக் கண்ணிகளைப் பாடுகிறதா அல்லது காலகண்டனைக் கூப்பிடுகிறதா? அவள் கதவைச் சாத்திக்கொண்டே குருவியைப் பார்த்தாள். அது மறைந்து விட்டிருந்தது.

கையில் உள்ள மாத்திரையை வாயின் அருகில்கொண்டு போனாள்.

தொலைபேசி கூப்பிட்டது. அலறிக்கொண்டு கூப்பிட்டது. தள்ளாடியபடி பார்வதி எழுந்து சென்று தொலைபேசியைக் கையில் எடுத்தாள். கடைசி முறையாக, தான் கேட்கிற மனிதக் குரல் அது என்று அவளுக்குத் தோன்றியது.

"யார்?"

"நான்தான்."

"எப்படி... எப்படி... இந்த நேரத்தில்...?"

"நான் உன் பக்கத்தில்தான் இருக்கிறேன். உன்னைப் பார்த்துக்கொண்டுதானே இருக்கிறேன்"

"..."

"என்ன பைத்தியக்காரத்தனமான முடிவு?"

"பத்திரிகைக்காரன் மாதிரி பேசாதே, என்னுடைய மன உளைச்சல் உனக்குத் தெரியாது"

"சரி. எதற்குச் சாகிறாய்?"

"வாழப் பிடிக்கவில்லை"

"ஏன் வாழப் பிடிக்கவில்லை?"

"வாழ்ந்தது போதும்"

"அப்படித் தோன்றுவது இல்லை. மனித குலத்தின் சாபமும் அதுதான்; வரமும் அதுதான். அங்கமெல்லாம் அழுகி வழிகிற நோயாளிக்குக்கூட வாழ்க்கை பிடிக்கிறது"

"எனக்குப் பிடிக்கலையே"

“உனக்காக, நீ பார்க்க வேண்டும் என்று நீ அருமையாக வளர்க்கிற ஸ்வர்ணமாலிகா நாளைக் காலையில் பூக்கும். அதை ஏமாற்றப் போகிறாயா, என்ன?”

“...”

“அப்புறம் நீ நொந்து போய் சாகவில்லை. மாறாக, சில பேரை நோகடிக்கச் சாகப் பிரியப்படுகிறாய். நீ செத்ததனால் யாரெல்லாம் கழிவிரக்கப்படுவார்கள் என்று உனக்குத் தெரியும். அதுதான் உன் நோக்கம்”

“வேறு வகையில் எப்படி நான் பழி வாங்க முடியும்?”

“வாழ்ந்துதான். மனிதர்க்கு முன்னால் வாழறது மூலம்தான் மனிதர்களைப் பழி வாங்க முடியும். நீ செத்தாலும் சூரியன் உதிக்கும். நிலா வரும் என்கிறபோது செத்து எதைப் பெறப் போகிறாய்”

“எல்லோரும் சாகத்தானே வேண்டும், ஒரு நாளைக்கு”

“ஆமாம், அப்படி விதித்து இருக்கையிலே, நீயே வருந்தி எதற்கு ஒரு விதிக் குழப்பத்தை ஏற்படுத்தப் போகிறாய்?”

“இருந்து என்ன சாதிக்கப் போகிறேன்?”

“சாதிக்க முடியாதவர்களே நிறைய பேர் வாழ்கிறார்கள். உலகத்துக்குத் தேவைப்படாதவர்கள் எல்லாம் இறந்து போக வேண்டும் என்றால், ஊருக்கு ஒருத்தர், இரண்டு பேர்தான் வாழ்வதற்கு நியாயம் உள்ளவர்களாக இருக்கிறார்கள்.

“நான் போவதால் யாருக்கும் நஷ்டம் இல்லை”

“அதுதான் உன் கவலை, இல்லையா? இருந்து எத்தனை காரியம் ஆற்றலாம்? நீ இருப்பதை உன் சக மனிதர்க்கு வெளிப்படுத்தலாம். உன் இருப்பு, அவர்களுக்கு ஏதோ ஒரு வகையில் சந்தோஷத்தைத் தரக்கூடும். சஞ் சலத்தையும் தரக் கூடும். இரண்டுமே சத்தானதுதான். உன் பாடி ஸ்பிரேயின் மணம், உன் சகாக்களுக்கும் ஹிதம் தரக்கூடும். உன் பேச்சு, சிலருக்கேனும் சில வேளைகளிலேனும் பரவசம் தரலாம். உன் உடம்பு, சிலருக்கேனும், இன்னும் சுகம் தரலாம். உன் நகத்தின் பூச்சு, இன்னும் உதிராமல் இருக்கிறது. உன் உதட்டுச் சாயம் இன்னும் உலராமல் இருக்கிறது. உன் புத்தக அலமாரியில் இன்னும் பல புத்தகங்கள் படிக்கப்படாமல் இருக்கின்றன. புதுப் புத்தகத்தின் வாசனை அற்புதம். உன் பாவாடையின் ஓரம், இன்னும் அழுக்குப் படாமல் மிகவும் சுத்தமாக இருக்கிறது. உன்னிடம் அழுக்கு இல்லை. ஆகவே நீ இன்னும் வாழத் தகுந்தவளே... பேசாமல், மிச்சம் இருக்கிற மாத்திரைகளை வீசி எறிந்து விட்டுப்படு. ஓய்வு கொள். நீ விழிக்கிறபோது, எங்கிருந்தாவது ஒரு குயில் கத்துவதைக் கேட்பாய். குயிலா கத்துகிறது? நீயே கத்துகிறாய்... நீயே கேட்கிறாய், நீ எரிகிறாய். ஆகவே, நீயே குளிர் காய்கிறாய்?...

தொலைபேசி நழுவி தரையில் சரிந்தாள் பார்வதி.

உணர்வு திரும்பும்போது பார்வதி, கட்டிலில் படுத்திருந்தாள். தலைமாட்டில் வெள்ளை உடையில் ஒரு நர்ஸ். அவளையே பார்த்தபடி சங்கவி நின்றிருந்தாள்.

தலையை சுத்தியல்கொண்டு தாக்குவதுபோல் உணர்ந்தாள் பார்வதி. தெளிவு பெற இரண்டு மணி நேரம் ஆயிற்று அவளுக்கு.

"நீ எப்படி வந்தே?"

அவள் என்னவோ சொன்னாள்.

"இன்னிக்கு என்ன கிழமை?"

"புதன் கிழமைம்மா"

திங்கள் இரவு அவள் மாத்திரைப் பயணத்தைத் தொடங்கி, அரையும் குறையுமாக நிறுத்திக்கொண்டது நினைவுக்கு வந்தது.

மறுநாள் காலை, அவள் எழுந்து அமர்ந்து பழரசம் சாப்பிட்டாள். எங்கோ ஒரு குயில் கூவியது. சங்கவியிடம் கேட்டாள்.

"அந்தக் குயில் எங்கேந்து கூவுது?"

சங்கவி நெற்றியைச் சுருக்கிக்கொண்டு கேட்டாள்.

"எனக்குக் கேட்கலையம்மா"

காலை பத்து மணி இருக்கும். ஈசி சேரில் இருந்து, பேப்பர் வாசித்துக்கொண்டிருந்தாள் பார்வதி.

சங்கவி வந்து சொன்னாள்.

"டெலிபோன்காரங்க ரிப்பேர் பண்ண வந்திருக்காங்கம்மா"

"என்ன ரிப்பேர்?"

"நம்ம டெலிபோன் "டெட்" ஆகி பத்து நாள் ஆச்சேம்மா... நான் போறதுக்கு முன்னமேயே 'டெட்' ஆச்சே, போகும்போது 'கம்பிளைண்ட்' பண்ணினதுக்கு இப்போ வந்திருக்காங்க..."

"டெட்டா? நான் பேசினேனே?"

சங்கவி பார்வதியை ஆச்சரியமாகப் பார்த்தாள்.

"நேத்திக்குக்கூட நம்ம போன் வேலை செய்யலைம்மா. எப்படி நீ பேசி இருக்க முடியும்?"

1999

ஒரு மதியப் பொழுதில்

அப்புறம் சினிமாவுக்குப் போவது என்று முடிவெடுத்தார்கள். வெயில் கடுமையாக இருந்தது. நியாயமாக அது மழைக்காலம். மழை பெய்துகொண்டிருக்க வேண்டும். ஆனால் இல்லை. தியேட்டருக்கு எதிரே இருந்த பெட்டிக்கடை சார்ப்பு நிழலில் அவர்கள் ஒதுங்கி நின்றார்கள். இரண்டு ரூபாய் கொடுத்து இரண்டு பாக்கெட் தண்ணீர் வாங்கி, நாலு பேரும் பங்கிட்டுக் குடித்தார்கள். சபேசன் ஒரு சிகரெட் மட்டும் வாங்கினான். அதை நாலு பேரும், யாருக்கும் மன வருத்தம் தோன்றாதபடி, பங்கிட்டுப் புகைத்தார்கள்

கிச்சான் என்று அழைக்கப்பட்ட கிருஷ்ணமூர்த்தி, பாக்கெட்டில் இருந்த சில்லறைகளைத் துழாவி வெளியே எடுத்தான். சில நோட்டுகள் சில ரூபாய்கள், பாண்டு அவனிடம் இருந்ததைக் கொடுத்தான். ரூபி, தன்னிடம் பணமே இல்லை என்றான். நாலு டிக்கெட்டுக்குப் போதுமான பணம் தேறி விட்டது. கெளண்ட்டர் திறக்க இன்னும் கால் மணி நேரம் இருந்தது.

நகரத்தின் இருதயமான பகுதியில் அந்தத் தியேட்டர் இருந்தது. தியேட்டரே அந்த நகரத்தின் இருதயம் என்று சொன்னாலும் பழுது இல்லை. ஒரு கூரையின் கீழே ஐந்து அரங்குகள் இருந்தன. ஆனந்தம், மகிழ்ச்சி, சந்தோஷம் என்பன பெரியவை. உவகை, களிப்பு என்பவை சின்ன அரங்குகள். எனவே, எப்போதும் அந்தப் பகுதியே ஜனசந்தடி மிகுந்து, சத்தம், கூச்சல், ஆரவாரம் வெளிச்சம் என்று நகரத்தின் ஒரு பகுதி வாழ்க்கையின் குறியீடாக மாறி இருந்தது. கார்கள், ஆட்டோக்கள், பஸ்கள் என்று வாகனங்களின் பேரிரைச்சலில் அரங்குகள் மூழ்கி மிதப்பன போன்று தோற்றம் தரும். பான், பீடா, சூயிங்கம் என்று எதையோ மென்று துப்பிக்கொண்டு திரியும் இளைஞர்களும், இளைஞிகளும் யுகப்பிலத்தின் கதவைத்

திறந்து வெளிப்போந்த புது ஜீவராசிகள் என்ற பிரையை முதியவர்களிடம் ஏற்படுத்துவதைப் புரிந்து கொள்ள முடியும். சிவப்புச் சாயம் பூசிய முடியும், வெண்ணெயும், குங்குமமும் கலந்து பிசைந்து செய்த துல்லியமான சருமமும்கொண்டவர்களாக இருக்கும் அவர்கள், கௌண்ட்டருக்கு முன் போட்டிருக்கும் நிழல் சார்ப்பையும் கடந்து வெயிலில் நின்றிருந்தது, சற்றே முரண்தான். எனினும் என்ன? வெள்ளித் திரையில் அவர்கள் காண அவாவும் பிம்பங்களை, அந்தச் சுட்டெரிக்கும் சூரியனுக்குக் கீழேயும் தங்கள் மனவெளியில் நிரப்பிக்கொண்டு ததும்பியபடி நின்றிருந்தார்கள். சித்தி எதுவானால் என்ன? தவம் உக்ரமாகத்தான் இருக்கும்.

அரங்கத்தின் வாய் பிளந்த வெளியில், மனிதர்கள் பலப்பல வாசனைகளுடன் நின்றிருந்தார்கள். ஜென்மாந்தர வாசனைகள். மேலும், ரோட்டோரத்தில் வேர்க்கடலை வறுபடும் வாசனை. வாணலியில் வேகும் வடை, பஜ்ஜிகளின் வாசனை எனப் பல தினுசுகளின் வாசனைகள். மிகப் பெரிய சுற்றளவுள்ள கருத்த பெண்மணி கூட்டங்களுக்குள் அனாயசமாகப் புகுந்து வெளிவந்துகொண்டிருந்தாள். டிக்கெட்டுக்காக அவளுக்குப் பின்னால் சிலர் அவள் முகம் பார்த்துத் தொடர்ந்துகொண்டிருந்தார்கள். யாரைக் காக்க என்று தெரியாமலேயே, காக்கிச் சட்டையில் சில காவலர்கள் பசித்தவர்களாகக் காம்பவுண்டின் வெளியே நின்றிருந்தார்கள்.

அவர்கள் கவுண்ட்டரின் முன் வந்து நின்றார்கள். ரூபியின் மேல் யாரோ ஒருத்தன் சரிந்தான். ரூபி எரிச்சலுடன் திரும்பி அவனைப் பார்த்து முறைத்தாள்.

“இன்னாப்பா, இன்னா லுக் விட்றே?” என்றான் அவன்.

“மேல உராயாதப்பா” என்றான் ரூபி.

“ஆசையா? வேண்டுதலா? பின்னால இருக்கறவன் என்னைத் தள்ளறான். நான் உன்மேல சரியறேன்... கோவிச்சுக்கிறியே...?”

ரூபியின் முகம் அருவருப்பில் சுருங்குவதைப் பார்த்துச் சிரித்தான் சபேசன். இன்னும் நகரம் ரூபி மேல் படியவில்லை. இன்னும் சின்னமனூர்க்காரனாகவே இருக்கிறான். நகரம் மனிதனைக் காலரைப் பிடித்து இழுக்கும். அவன் அறைக்குள் அத்துமீறிப் பிரவேசிக்கும். அவனுக்காக அதுவே தீர்மானிக்கும். அவனது நுண் உணர்வுகளை அது கட்டை விரல்கொண்டு நசுக்கும். நேற்று மதியம், கிருஷ்ணா கபேயில் ஒரு சண்டை வளர்த்தான் ரூபி. ரூபி சாப்பிட்டுக்கொண்டிருந்தான். கூட்டம் ஜாஸ்திதான். யாரோ ஒருவன் டோக்கன் சீட்டை அவன் இலைக்குப் பக்கத்தில் ஈரத்தில் நனைத்து விட்டு நின்றான். ரூபி, சாம்பாரில் இருந்தான். பொதுவாகவே, அவன் நிதானமாகச் சாப்பிடக்கூடியவன். டோக்கனை வைத்தவன் கால் மாற்றிக் கால் மாற்றி நின்றான். ஏதோ அவசரத்தில் இருப்பவன்போலக் காணப்பட்டான். ரூபியின் இலையையே அவன் பார்த்துக்கொண்டிருந்தான். “இப்போதான் சாம்பாரா. அப்புறம் ரசம், அப்புறம் தயிர், கிண்ணியில் மோர் வாங்கிக் குடிப்பாய்” என்று அவன் பார்வையால் சொல்லிக்கொண்டிருந்தான். கண் வழியாக பேச முடியும். ரூபியால் சாப்பிட முடியவில்லை. பசித்தவனை எதிரில் வைத்துக்கொண்டு சாப்பிட முடியாது.

“கொஞ்சம் அப்படிப் போய் நில்லுங்களேன்” என்றான்.

“என்னத்துக்கு? சாப்பிட்டு எழுந்ததும் நான் உட்காரணும்”

“இலையைப் பார்க்கிறீங்க. நான் எப்படிச் சாப்பிடறது?”

“நான் பாட்டுக்குப் பார்க்கேன். நீங்க பாட்டுக்குச் சாப்பிடுங்க”

ரூபியின் மனசின் ஏதோ ஒரு சாத்தப்பட்ட அறை திறந்துகொண்டது. முரட்டு எருமை ஒன்று வெளியே வந்து, காலால் மண்ணைச் சீய்த்துக்கொண்டு நின்றது.

“மொண்ணை, மொண்ணை. கூர் மழுங்கி மொண்ணை” என்று சொன்ன ரூபியின் முகம், அஷ்டகோணலாகியது. அருவருப்பில் அவன் உடம்பு சிலித்தது. நின்ற நபர், அடிப்பட்டவன்போல் ஆனான். எதற்குத்தான் வசை பேசப்படுகிறோம் என்பதை அவன் அறியாததே, மிகுந்த சோகம். ரூபியைக் கீச்சானும் பாண்டுவும் மிகவும் சிரமப்பட்டு வெளியே அழைத்து வந்தார்கள்.

ரஸம் மங்கிப் போன கண்ணாடியில் முகம் பார்க்கிற வாழ்க்கை இது என்பதை இந்த ரூபி ஏன் புரிந்து கொள்ள மறுக்கிறான் என்பது சபேசனுக்கு மிக்க வருத்தமாக இருந்தது. என்றாலும், அவனுக்கு நம்பிக்கை இருந்தது. நகரம், எந்தக் கொம்பனையும் மண்டியிட வைத்து, வலிந்த பூட்ஸ் கால்களை நக்க வைக்கும் என்பதில் அசைக்க முடியாத நம்பிக்கை இருந்தது சபேசனுக்கு...

சீட்டைப் பெற்று அரங்குக்குள் சென்று அமர்ந்தார்கள் அவர்கள். கூட்டம் அதிகம் என்று சொல்ல முடியாது.

“இது, இந்த டைரக்டருடைய மூணாவது படம். கடைசிப் படமும்கூட”

“எதனால் அப்படி?”

“இந்தப் படத்தை முடிச்சு, ரிலீசுக்கு முன்னாலயே காலமாயிட்டார் அவர்”

இதைச் சொன்னபோது சபேசனுடைய முகம், உண்மையான வருத்தத்தில் இருந்ததைக் கவனித்தான் ரூபி.

இத்தாலியின் கடற்கரைக் கிராமம் அது. நாடு கடத்தப்பட்ட அந்தப் பெரிய கவிஞர் அந்த ஊருக்கு வந்து சேர்கிறார். அந்தக் கிராமத் தபால்காரன் ஓர் இளைஞன். அவன் பெரிதும் மதிக்கும் அந்தக் கவிஞர் பெயருக்குத் தபால்களைப் பார்த்ததும் அவன் திகைப்படைகிறான். அந்தக் கவிஞரின் வீட்டிலேயே தன் நேரத்தை செலவிடுகிறான். அவரும் அவனை நேசிக்கிறார். அந்த இளைஞன், கவிதைகள் எழுதுகிறான். அவனுக்கு ஒரு காதலி. பிராந்திக் கடையில் அவள் வேலை பார்க்கிறாள். அவளை அசத்தும் படியாக அவன் ஒரு கவிதை எழுதி அவளிடம் தர ஆசைப்படுகிறான். அப்படி ஒரு கவிதையை யார் எழுதுவது? அவன், அந்தப் புகழ் பெற்ற கவிஞரிடம் போய்ச் சொல்கிறான். அவர் ஒரு கவிதை எழுதி அவனிடம் தருகிறார். “நிர்வாணமான ஆத்மா...” என்பதாக ஒரு வார்த்தை வருகிறது. அந்தக் கவிதையைத் தன் காதலன் எழுதியதாகக் கருதி, அவள் ரசிக்கிறாள். தன் மேல் சட்டைக்குள் அந்தக் கவிதையை மறைத்து வைத்துக்கொண்டு அடிக்கடி, எடுத்துப் படிக்கிறாள். கண் கொத்திப் பாம்பான, அவள் அத்தை அந்தக் கடிதக் கவிதையைப் பறித்துப் படிக்கிறாள். என்ன ‘அசிங்கமான’ கவிதை என்று அத்தை கொதிக்கிறாள். என்ன துணிச்சல் இருந்தால்

நிர்வாணம் பற்றியெல்லாம் ஒரு போக்கத்த பயல் எழுதுவதாவது? அதுவும் எங்கள் தங்கத்துக்கு?

கவிஞர், தன் கவிதைக்கு அர்த்தம் சொல்ல நேர்கிறது. என்ன துரதிருஷ்டம்? தவறாகப் புரிந்து கொள்ளப்படுதலும், தவறான அர்த்தம் சொல்லி கவியிடமே அர்த்தம் கேட்பதும், ஆசியாவின் பிரச்சினை மட்டும் அல்ல. உலகப் பிரிச்சனை போலும். கவிஞர், "அது அப்படி இல்லை" என்கிறார். நீர் சும்மா இரும். உமக்கு ஒன்றும் தெரியாது. இன்னொருவாட்டி அந்த நாய் என் பெண்ணுக்குக் கடிதம் அல்லது கவிதை எழுதட்டும். வகுந்து போடறேன்" என்றபடி அவள் போய்ச் சேர்கிறாள். மறைவிடத்திலிருந்து காதலன் வெளிப்படுகிறான். ஏதோ ஒரு வழியாகக் காதல் கல்யாணம் திகைகிறது.

சர்ச்சின் பாதிரியிடம், கவிஞர் வருவதாகச் சொல்கிறான் காதலன். பாதிரி நம்ப மறுக்கிறார். "கம்யூனிஸ்டுகள், இங்கெல்லாம் வரமாட்டார்கள். அதுவும் அந்த மாதிரிக் கவிஞர்..." என்கிறார் பாதிரி. பாதிரி இப்படிச் சொல்லிக்கொண்டிருக்கும்போதே, கவிஞர் சர்ச்சுக்குள் நுழைகிறார். அவனுக்காகச் சாட்சிக் கையெழுத்தும் போடுகிறார். விருந்துக்கொண்டாட்டங்களில் கலந்து கொள்கிறார். அப்போது, அவர் நாட்டில் அவர்மீது இருந்த தடை விலக்கப்பட்டு விட்டதாகச் செய்தி வருகிறது. கவிஞர். தம் குடும்பத்துடன் புறப்படுகிறார். தபால்காரக் காதலன், தொடர்ந்து பத்திரிகை செய்தி மூலம் கவிஞரின் பயணம் மற்றும் வாழ்க்கை பற்றி அறிகிறான். கவிஞருக்கு நோபல் பரிசு கிடைத்த செய்தியும் அவனுக்கு வருகிறது.

இடைவேளையில் அவர்கள் வெளியே வந்தார்கள் சட்டென்று உஷ்ணம் காந்தியது. இயல்பான உலகம். ஏ. சி.யைக் காட்டிலும், இந்த உஷ்ணம் பொருந்த இருந்தது. சபேசன், மீண்டும் ஒரு சிகரெட் வாங்கி வந்தான்.

"ஒரு சிகரெட்டுக்கு இருபத்து அஞ்சு பைசா ஏத்திவிக்கிறான், பேமானி"

வெளியில் இருந்து வாங்கிட்டு வர்றான் இல்லையா, அதான்"

"வெளியில இருந்து லாரி வச்சு ஏத்திக்கிட்டு வர்றானா சிகரெட்டை?"

"வாங்காம வந்திருக்கலாமே"

"..."

எஸ்பிரஸ்ஸோ காபியின் மணம் சுகமாகப் பரவியது. லேசாகப் பசிக்கவும் செய்தது.

"கவிஞரா வர்றவர் ரொம்ப இயல்பா இருக்கார். இல்லே?"

"மனுஷன் மாதிரி வர்றார், பேசறார். பேசாம இருக்கார்"

"நம்ம ஆளுக காக்காவலிப்பு வந்தவன் மாதிரி பண்ணுவாங்க, கவிஞன்னாலே"

நாலு அடிக்குள் ஒருத்தி, இரண்டு இளைஞருடன் நின்று குளிர்பானம் அருந்திக்கொண்டிருந்தாள். கரும்பச்சை நிறப் புடவையில் இருந்தாள். காதில்கூட பச்சையாகத் தொங்கின. இரண்டு சின்ன ஊஞ்சல்கள்! உதடுகள் அவள் வண்ணம் பூசி இருந்தாள் என்பது நிச்சயம். ஆனால்,

அது தெரியாத வண்ணம் சாமர்த்தியமாகப் பூசி இருந்ததைச் சிலாகிக்கத் தயாராக இருந்தான் சபேசன். உடனே அவனுக்கு, அவளுக்குக் கடிதம் எழுத வேண்டும் என்பதாய்த் தோன்றியது, அந்தப் படத்தில் வந்த இளைஞன் எழுதியதைப்போல. ஆனால், அவனால் சொந்தமாகவே எழுத முடியும்.

"படுத்துக் கிடந்த பச்சை வயல்..." என்னும் ஓர் அடி தோன்றும் முன்பே, அவனை ரூபி தனியான ஓர் இடத்துக்குத் தள்ளிக்கொண்டு போனான். "நீங்களும் வாங்கடா" என்று மற்ற இருவரையும் அழைத்தான்.

ரூபி, தன் உள்ளங்கையை விரித்தான். அதில் தோல் பர்ஸ் ஒன்று இருந்தது. அவன் அதைத் திறந்தான். சில நூறு நோட்டுகள் ரோஜா வண்ணத்தில் சிவந்த ஐம்பது ரூபாய் நோட்டுகள், தவளை மாதிரி படுத்திருந்தது பர்ஸ்.

"யாருது?"

"தெரியலை, காலில் தட்டுப்பட்டது."

"என்ன பண்ணலாம்?"

"முன்னால இருக்கிறவன் பர்சாக இருக்கும். கேட்டுப் பார்ப்போம்..."

"தியேட்டர் மானேஜர்கிட்டே கொடுக்கலாம் அல்லது நேரா போலீஸ்ல கொடுக்கலாம்."

"போலீஸ்ல கொடுக்கிறதைவிட நாமே வச்சுக்கலாம்."

"அதுவும் சரிதான்."

பெற்ற தனத்தை இழக்கவாவது என்ற எண்ணமே ஓங்கி இருப்பதாக எல்லோருக்கும் தோன்றியது. பேசிக்கொள்ளவில்லை, புரிந்தது கடைசியாக ரூபியே ஒரு தீர்வைச் சொன்னான்.

"யாரும் பர்ஸைத் தேடினானா, கொடுத்திடலாம்"

அவர்கள் இருட்டுக்குள் தங்கள் இடத்தில் அமர்ந்தார்கள்.

சபேசன் மனதில் அடுத்த அடி தோன்றியது.

"பழுத்துத் தொங்கிய உலோகப் பச்சை"

தபால்கார இளைஞன், கவிஞரைப் பற்றிய செய்தி வருகிறபோதெல்லாம், அதைத் தன் மனைவியிடம் சொல்லிப் பெருமை அடித்துக் கொள்கிறான். கவிஞர், தன் நாடு கடத்தல் வாழ்க்கையைப் பத்திரிகைகளில் எழுதுவதை அவன் தொடர்ந்து வாசிக்கிறான். தன் ஊர், தங்கள் கிராமத்தைப் பற்றி அவர் குறிப்பிடவில்லையே என்று மனைவி கேட்கிறாள். அவர் தகுதிக்கு இதைப் பற்றியெல்லாம் அவர் பேசுவார் என்று எதிர்பார்க்கலாமா என்று அவன் கேட்கிறான். ஆனாலும் அவன் வருத்தம் வேறு. கவிஞர் அவன் ஊர் கடற்கரையைப் பற்றிச் சொல்லவில்லை. மற்றும் பறவைகளையும் பற்றி அவன், டேப் ரிக்கார்டருடன் கடற்கரைக்குச் சென்று கடலின் சம்பாஷணையைப் பதிவு செய்கிறான். பறவைகளின் உசாவலையும்கூட. அதைக் கவிஞருக்கு அவன் அனுப்பப் போகிறான்.

தொழிலாளர் பேரணி நடைபெறுகிறது. அதில் இளைஞனும் கலந்து கொள்கிறான். கூட்டத்தில் அவனும் பேசும்படி நேரிடுகிறது. அவன் மேடையில்

கவிஞரின் கவிதைகளை உணர்ச்சியுடன் பேசுகிறான். போலீஸ் துப்பாக்கி சூடு நடத்துகிறான். ஒரு குண்டு அவனைச் சாய்க்கிறது...

சபேசனுக்கு முன்னால் இருந்த நாற்காலி வரிசையில் இருந்த ஒருவன் எழுந்தான். திரையை அவன் மறைப்பது, இவனுக்குச் சங்கடமாக இருந்தது. எழுந்தவன் குனிந்து எதையோ தேடத் தொடங்கினான். தன் பாக்கெட்டுகளைத் தொட்டுக்கொண்டான். பதற்றத்துடன்கூடிய குரலுடன், அவன் இவர்களிடம் கேட்டான்.

"பர்சைக் காணம். யாராவது பாத்தீங்களா?"

அழுகையின் விளிம்பைத் தொட்டுக்கொண்டிருந்தது அந்தத் தீனக்குரல்.

சபேசன் ரூபியை, இருளின் ஊடே பார்த்தான். அவன் தலையசைத்தான். இருவரும் எழுந்தார்கள்.

"வெளியே வாங்க"

மூவரும் வெளியே, சிலரின் காலை மிதித்தபடி வந்தார்கள்.

அந்த இளைஞன் கல்லூரி மாணவன்போலத் தெரிந்தான்.

"இந்தப் பர்சா...!"

ரூபி காட்டினான்.

"உம்..."

"எவ்வளவு இருக்கு?"

அவன் தொகையைச் சொன்னான்.

"கரண்ட் பில்கூட அதுல இருக்கு சார்..."

இருந்தது.

ரூபி, பர்ஸை அவனிடம் கொடுத்தான். கண்கள் பளபளக்க அவன் அதைப் பெற்றுக்கொண்டான்.

அவன் முனைப்பு இவர்களுக்குப் புரிந்தது.

"வாங்க சார்... கூல்டிரிங்க்ஸ் சாப்பிடலாம்"

அவர்கள் மறுத்துவிட்டு, அரங்குள் நுழைந்தார்கள்.

... கவிஞர் ஏதோ பயணத்தின் ஊடாக அந்த ஊருக்கு, அந்த வீட்டுக்கு வருகிறார் தம் மனைவியுடன். வீட்டுக்குள்ளிருந்து ஒரு பந்து வெளியே வந்து விழுகிறது. தொடர்ந்து ஒரு சிறுவன் வெளியே வருகிறான். உள்ளிருந்து பெண் குரல்.

"பேப்லோ, தெருவுக்குப் போகாதே"

கவிஞர் அந்தக் குழந்தையைப் பார்க்கிறார். குழந்தையின் தாயும் வெளிப்படுகிறாள். தபால்கார இளைஞனின் மனைவி.

கவிஞரைப் பார்த்துத் திகைக்கிறாள்.

"எங்கே உன் கணவர்?"

அவன் குண்டடி பட்டுச் செத்ததைச் சொல்கிறாள் அவள். அவன் அவருக்கு அனுப்ப வைத்திருந்த கேசட்டை அவள் கவிஞருக்குத் தருகிறாள்.

கவிஞர், கடற்கரையில் தன்னந்தனியாக உலவிக்கொண்டிருக்கிறார்...

அவர்கள் வெளியே வந்தார்கள். வெயில் குறைந்து இருந்தது. கடற்காற்று வீசத் தொடங்கி இருந்தது. அந்த இளைஞன் இவர்களைத் தேடி வந்து "ரொம்ப நன்றி சார்" என்றான்.

சபேசன் கண்களில் அந்தப் போஸ்டர் பட்டது. பேப்லோ நெரூடா கடற்கரையில் நடந்துகொண்டிருந்தார். காற்றில் கலந்து போன, தபால்கார இளைஞனைத் தேடுகிறார் போலும் என நினைத்துக்கொண்டான்.

தூரத்தில், ஜனக் கூட்டத்தை ஊடறுத்துக்கொண்டு போய்க்கொண்டிருந்தான், பர்ஸை அடைந்த இளைஞன்.

கவிதையின் மூன்றாவது அடியை யோசிக்க ஆரம்பித்தான் சபேசன்.

2001

அமானுடன்...

"**தா**ழி... காலைலேந்து, காலை மரிச்சு மரிச்சுக்கிட்டு வந்து நிக்கிறான். என்னன்னு சொல்லித் தொலைய மாட்டேங்றான். ரொம்ப குசும்பனாயிட்டான் அவன்..." என்று தனக்குள் சொல்லிக்கொண்டார் முத்துப்பாண்டி.

நேர்வகிடு மாதிரி இருந்தது வரப்பு. வரப்பு வழி அவர் களத்து மேட்டில் ஏற, தெற்குப் புளிய மரத்துப் பக்கமாக வந்து நின்றார். மாலைக் கடன் கழிக்க, குளக்கரைக்கு வந்தவர் அவர். அப்படியே குளத்தில் ஒரு முங்கல். துவட்டிக்கொண்டு நீண்டு வளர்ந்திருந்த தலைமுடியை உலர வைத்துக்கொண்டு நின்றவர்க்கு, வயிறு கிள்ளியது. பேச்சி கடைக்குப் போய் ரெண்டு வடைகளைப் பிட்டுப் போட்டுக்கொண்டு, ஒரு டீயைக் குடித்தால் தேவலை என்று இருந்தது. துவைத்த வேஷ்டியை அகல விரித்து முதுகுப் புறமாகப் பிடித்துக்கொண்டு, கோவணத்துடன் நடந்து களத்து மேட்டு வழி தெருவுக்கு வந்தார். பகல் நேரத்திலும்கூட, இரண்டு கிடக்கும் புளியஞ்சாலை, தெற்கு மரத்தண்டை அவர் வந்தபோது, திடுமென உடம்பு மயிர்க்கூச்செறிந்தது. லேசான மயக்கம்கூட வந்து விட்டது. அவருக்கு, கால் பின்னிக்கொண்டு தடுமாறியது. ஆவேசம் வந்து விட்டது என்பது அவருக்குப் புரிந்தது.

"த்தூ... சமயா சமயம் தெரியாமே, இப்படிக் காலைச் சுத்திக்கொண்டு நின்னா, எப்படிடா, பெரிய கருப்பா?" என்று மர உச்சியைப் பார்த்துக்கொண்டு சொன்னார். முத்துப்பாண்டி. அந்த இடத்தில்தான் அவன் குடி இருக்கிறான் என்பதை நிச்சயமாக அறிந்தவர் அவர். அந்த இடத்திலேயே நின்று, அரைஞாண் கயிற்றில் கட்டித் தொங்கிவிட்ட விபூதிப் பையிலிருந்து ஒரு சிட்டிகை திருநீறை எடுத்து நெற்றியில் "சம்போ மகாதேவா" என்றபடி பூசிக்கொண்டார்.

"காத்து மாத்து அண்டாமே, காடன் மாடன் அணுகாமே காத்து ரட்சியும், கருப்பசாமி... காட்டுக் கரம்பு வேல்சாமி..."

என்று முணுமுணுத்துக்கொண்டார். ஆவேசம் நீங்கியது மாதிரி இருந்தது. தன் இடப்பக்கமாக பார்த்தார். அவன் நின்றுகொண்டிருந்தான். ஒரு பனைமரம் உயரத்துக்கு. அப்புறம் குள்ளக் கத்தரிக்காய் உருவம் எடுத்துக்கொண்டான் அவன்.

“தாழி... வரியா... வா... பேச்சிப்பய கடைக்குத்தான் போறேன். வா பேசிட்டே போவோம்... நீயும்தான் என்ன செய்வே...” என்றபடி மறுபடியும் தோளில் போட்ட வேஷ்டியைப் பிரித்துக் காயப் போட்ட படி நடந்தார். அவருடன் அந்த பேரக் குழந்தை, தாத்தாவோடு நடப்பது மாதிரி நடந்து வந்தான்.

மண், குளிர்ந்திருந்தது, இருட்டத் தொடங்கி இருந்தது. தெருவின் இருபுறமும் ஆங்காங்கே தென்னை ஓலை வேய்ந்த ஓடுகள். உரலில் கட்டின ஆடுகள், இவர்களைப் பார்த்ததும், ஆவேசமாகக் கத்தின. கயிறை அறுத்துக்கொண்டு போக முயல்வன மாதிரியாக அலைந்தன.

“பார்த்தியா... ஆட்டுக் கண்களுக்கு உன்னைத் தெரியுதுடா கருப்பா...” என்றார்.

“ம்ங்...” என்று அவர் சொன்னதை ஒப்புக்கொண்டான் கருப்பு, தொடர்ந்து அவனே சொன்னான்.

“பாம்பும், ஆட்டுக் கிடாவும், நாயும் அறியும்; மனுசங்கதான் என்னை அறியமாட்டாங்க...”

“அது சரி! தாழிகளுக்கு ஊனக் கண்ணுதானே...!” என்று அவர் சொன்னதை ஒப்புக்கொண்டான் அவன்.

திடுமென, ஆள் அரவமற்ற அந்த இடத்தில் சுருட்டு வாசம் வீசியது. இடப்பக்கம் பார்த்தார் அவர். ஒரு அடி நீளத்துக்கு ஒரு சுருட்டைப் புகைத்துக்கொண்டு வருவது தெரிந்தது. கருப்பு சுருட்டுப் பிடிப்பான். கூடவே சாராயமும் குடிப்பான். அது அவன் வழக்கம். கொடை நடக்கிறது என்றால் சாராயம், தெருவை நனைக்குமே. தண்ணீர்பட்ட பாடாய் ஓடும். அது ஒரு காலம். தாழிகள் இப்போதெல்லாம் எவன் கொடை கொடுக்கிறான்? பூசை வைக்கிறான்? எல்லாம் கலி காலம். சாமியாவது பூதமாவது என்று பேசத் தொடங்கிவிட்டார்கள். நகரத்துக்குப் போய் படித்து விட்டு வருகிற தாழிகள் ஒருத்தருக்கும் கருப்பு, சின்னக் கருப்பு, மாடன், தலையன், மம்பட்டியான், என்று கொஞ்சமாவது பயம் இருந்தால்தானே? மசுருப் படிப்பு படிக்கிறானுங்க...

“அது சரிதான். எல்லாம் குறைஞ்சு போச்சு” என்றான் கருப்பன். அவர் நினைப்பதைப் புரிந்துகொண்டவனாக.

“அதுல பாரு கருப்பா... ஊர்க்கவுண்டர் வீட்டுல பொண்ணுக்கு கல்யாணம் குதிர்ந்துச்சுதே... அவர் எப்படியாக் கொத்த மனுஷர். அவர் கொடை போடுவார். ஒரு ஆடாவது அடிப்பார்னு இருந்தேன். என் வாயிலே மண்ணைத்தான் போட்டார்...”

“ஆமா... நான்கூட எதிர்பார்த்துக்கிட்டுத்தான் இருந்தேன். ஆசாமி ஏமாத்திபூட்டார்”

“கவுண்டர் நல்ல மாதிரிதான். சாமி, பூதம்னா பயந்துக்குவார். அவன் மகன் இருக்கானே, பிரசெண்டு, அந்தத் தாழிதான் வேண்டாம்னுட்டான்.

சிலை தெய்வம்லாம் வேணாமாம். என் முன்னாலேயே சொன்னான்னா பாரேன். எவ்ளோ கொழுப்பு இருக்குன்னு... தி. தாழி, கொஞ்சமும் உன் "பவரை"க் காட்டினாத்தானே? ராத்திரியில, இந்தப் பக்கமாதானே வீடு திரும்பறான். பயலை, ஒரு அறை அறையேன். வழிக்கு வந்துருவானே... காலம் மாறிப் போச்சு, கருப்பா... உயிரோடதான் இருக்கோம்னு அடிக்கடி தாழிகளுக்கு நிரூபிச்சுக்கிட்டே இருக்கணும். தூங்குறபோதுகூட கால் விரலை ஆட்டிக்கிட்டே இருக்கணும்... இல்லேன்னா செத்துட்டம்னுகொண்டு போயி புதைச்சுப் போடுவாங்கோ... நீ என்னடான்னா... அநியாயத்துக்கு அடங்கிப் போயிட்டியே கருப்பா... கிழவன் கைத்தடி மாதிரி. கொஞ்சம் விருட்டும் முரட்டும் வேணும்ப்பா. நீயே ஒரு காலத்துல எப்படி இருந்தே... இந்த ஏரியாவிலே மனுஷன் நடக்க முடியுமா, நடக்க விட்டியா. உறுமை வேளையிலே நடந்தான்னு புள்ளத்தாச்சியை அறைஞ்சி, தாய் வேறயா, புள்ளை வேறயா ஆக்கினேயே... எத்தனைப் பயல்களை அறைஞ்சி ஒழுங்கு பண்ணி இருக்கே. எனக்கேகூட, எத்தனி பயம் உன் மேலே. என்னயே அலமந்து பண்ணிட்டயே... அப்படியாக்கொண்டே உனக்கு என்ன வந்துச்சு. இப்படி வாலாட்டுற நாய் ஆயிட்டயே. இப்பம், ஒன்னும் ஆயிடலை ரெண்டு வாட்டி, உன் விசுவரூபத்தை எடுத்து நில்லு. நாலு பேரை இரத்தம் கக்கி வையி... கொஞ்சம் பேரை, வயிறு போக வையி... அப்போதான் தாழிங்க மனசுல கொஞ்சமாவது பயம் வைக்கும்ப்பா... இல்லேன்னா சோத்துக்குப் பறக்கிற நாய்கள்கூட, குண்டிக்கு தண்ணிகொண்டு வரச் சொல்லுவாங்க. உன்னியே... என்னமோ..."

மிகக் கவனமாக அவர் சொல்றதைக் கேட்டுக்கொண்டு நடந்து வந்தான் கருப்பன். "ஆமாம்" 'அவன் சொல்வதெல்லாம் உண்மை' என்கிறாற்போல, தலையை அசைத்துக்கொண்டான் அடிக்கடி.

டீக்கடை... பெட்ரோமாக்ஸ் வெளிச்சம் தெரிந்தது.

"நான் டீக்குடிக்கப் போறேன். உனக்கும் ஒரு சிறுட்டையில, வாங்கித் தரவா? கடைக்குப் பின்னாலே வர்றியா?"

"வேணாம்"

முத்துப்பாண்டி யோசித்துக்கொண்டு நின்றார். அப்புறம் சொன்னார்.

"ஒரு கில்லாடித்தனம் பண்ணுவோமா? நீ சரின்னா, நம்ம ரெண்டு பேருக்கும் நல்லது"

"சொல்லுமே"

"டீக்கடைக்காரன் இருக்கானே, அதான் பேச்சிப்பய. கொஞ்சம் சல்லுப்புல்லுன்னு" நாலு காசு பண்ணியிருக்கான். ஆள், நம வளைப்புக்கு வளைவான். அவன் மக ஒருத்தி இருக்கா... விடை குட்டி. நீ அவளை பிடியேன். பள்ளிக்கூடம் விட்டு, இந்த வழியத்தானே வருவா... பக்குன்னு பிடி. சேஷ்டை பண்ணு... ஆள் பேயோட்ட என்கிட்டதானே வரனும்..."

"ஆனா, இங்க நான் பிடிச்சுடுவேன். ஆனா, அந்த இடம் மாடசாமிக்கு அதிகாரம் உள்ள இடம். அங்கனே வந்து, நான் தின்கவோ, குடிக்கவோ முடியாதே..."

"அப்படியும் வேற இருக்கா..."

“ஆமாம், சிவனார் எங்களுக்கு அதிகார எல்லை பிரிச்சுக் கொடுத்திருக்கார்”

“எனக்கு வேண்டியது காசு. உனக்குக் கோழியும் சாராயமும். இப்படிப் பண்ணினா என்ன”

“சொல்லும்”

“பூசை முடிச்சு கோழியையும் சாராயத்தையும் இங்ககொண்டு வந்துடறேன்”

“ரொம்ப சரி...”

“எப்படி நம்ம டுபாக்கூர் வேலை!”

“ஆங்... என்ன வேலை?”

“டுபாக்கூர் வேலை. அப்படின்னா, பேத்து மாத்து வேலை என்ன கருப்பா, தமிழே தெரியலயே உனக்கு? சரி பசிக்குது. நான் கிளம்பறேன். நாளைக்கே பிடிச்சுக்கிடணும், பேச்சி மவளை. சரியா?”

“சரி நான் புறப்படறேன்”

“சரி புறப்படு. எங்கனே இப்போ...”

“மரத்துக்குத்தான்” என்று களைப்புடன் சொன்னான் கருப்பன்.

“சரி நானும் மேலும் நாலு இடத்துல முயற்சி பண்ணறேன். நாலு கொடை, ரெண்டு கடா வெட்டு, ரெண்டு பேய் விரட்டுன்னு நடந்தாதானே. நமக்கும் நல்லது. ஊருக்கும் நல்லது...”

“**டீ**க்கடை கூத்து முடிந்த மைதானம் மாதிரி வெறுமையாகக் கிடந்தது. பேச்சி, தன் மனைவியுடன், சாவகாசமாகப் பேசிக்கொண்டிருந்தான். ஆம்பிளையைக் கண்டதும் பேச்சியின் மனைவி எழுந்து, சாக்குப் படுதாவை விலக்கி, அந்தப் புரத்துக்குப் போனாள். வந்தவர், கோமணத்துடன் வேறு இருந்தாரே?

“வாங்க, மந்திரக்காரரே, குளியல் ஆச்சாக்கும்...”

“ஸ்நானம் ஆச்சி...” என்றார் முத்துப்பாண்டி. அப்படிச் சொல்லவதில் ஒரு மரியாதை. மேலான பண்பு மிளிர்வதை அவர் உணர்ந்து இருந்தார். வேஷ்டியை உதறி இடுப்பில், சுற்றிக்கொண்டார். மூதாட்டிகள் மார்பு மாதிரி நீண்டு தொங்கின விபூதிப்பையிலிருந்து திருநீற்றை எடுத்துப் பூசிக்கொண்டார். அவர் நின்ற இடம் கல்லாவுக்கு எதிரே. அங்குதான் முருகன் தன் மனைவிமார்களுடன் காட்சியளித்துக்கொண்டிருந்தார். கண்ணை மூடிக்கொண்டு சில நிமிஷங்கள், மந்திரம்போலச் சில வார்த்தைகளை முணுமுணுத்தார்.

பேச்சி அவரைப் பார்த்துக்கொண்டிருந்தவன், அவனையும் அறியாமல் எழுந்து நின்றான். இயல்பாகவே தன் கைகளைக் கட்டிக்கொண்டான்.

“மூட்டு வினையெல்லாம் தீர்த்து விடு முருகா...

ஏவல் பில்லி சூனியம் எடுத்து விடு கருப்பா...

கண்ணேறு, கருப்பு, கழித்துவிடு பெரிய கருப்பா...

பெண்ணைவீட்டுப் போயிடுவாய் பிள்ளை மேல் வாராதே.. கண்ணைப்போல பாதுகாரு. பச்சைமரக் கருப்பு தேவா...” என்று சொல்லிக்கொண்டே வந்தவர்,

பல்லை "நறநற"வெனக் கடித்துக்கொண்டு "ம்".. "சே" என்ற ஒலிக் குறிப்புகளை எழுப்பிக்கொண்டு நின்றார். பேச்சிக்குப் பயம் பிடித்துக்கொண்டது.

"மந்திரக்காரரே... மந்திரக்காரரே..." என்றான் இரண்டு முறை பேச்சி.

முத்துப்பாண்டி, கண்விழித்தார். தன் சுற்றுச் சூழலை ஆச்சர்யமுடன் ஏதோ அயல் கிரகத்தில் இருந்து வந்தவர் போன்று ஒருமுறை பார்த்துக்கொண்டார். உடம்பை உதறிக்கொண்டார்.

"ம்? அப்படியா சங்கதி" என்று கூரையைப் பார்த்துச் சொன்னார். விசுப் பலகையில் அமர்ந்தார்.

"என்ன, மந்திரக்காரரே!" என்றான் பேச்சி...

"என்னவோ மாதிரி, உடம்பை முறிச்சுப் போடறாம்பா... அவன்"

"யாரு?"

"வேற யாரு... கருப்பன்தான், பெரியவன்"

"யார் யாரு சொன்னிய?"

"பெரிய கருப்பு... எத்தனைவாட்டி சொல்றது? அவன்தானே என்கிட்டே ஒண்டிக்கிட்டு என் வாக்குல வர்றது! நான் சொல்றது எல்லாம் பலிக்குன்னா, சங்கதி அதுவாம் இல்லை? பய, என் கைப்பிடியில அடக்கம்லா?"

"என்ன சாப்பிடறிய..." என்றபடி ஒரு காய்ந்த வாழை இலைத்துண்டை எடுத்து, அழுக்கு வேஷ்டியில் துடைத்து, அதில் இரண்டு வடையை வைத்து அவர் முன் வைத்தான் பேச்சி.

"எதுக்கு இந்த இழவு!"

"தின்னுங்க..." என்று வேண்டினான் பேச்சி.

வேண்டா வெறுப்பாக வடையைப் பிட்டு வாயில் போட்டுக்கொண்டார் அவர். இஞ்சி தட்டுப்பட வடை நன்றாகவே இருந்தது. பேச்சி, டீ போட்டுக்கொண்டு கேட்டான்.

"கூரையை பார்த்துட்டு என்னமோ சொன்னிய, என்னன்னு விளங்கலையே"

"அவன்தான் என்னமோ சொன்னான்... ஏதோ சொன்னதைச் செய்யாத சொங்கிப்பயன்னு, உன்னைத்தான். என்னமாவது வேண்டுதலைச் செய்துக்கிட்டு, அதை நிறைவேற்றலையோ? வீட்டுல யாருக்காச்சும் சுகவீனமோ, எல்லாம் கருப்பன் வேலை"

டீயை ஆற்றிக்கொண்டு இருந்தவன் கை படக்கென்று நின்றது.

"ஆமாங்க, இந்தப் பொம்பளை உடம்பு சுகவீனமா இருந்தப்போ கோழி பலி போடறேன்னு சொன்னேன். எங்கே பண்றது? சனி, சம்சாரத்தோடு வந்த மாதிரி, வந்து போனா ஒரு வில்லங்கம். என்ன பண்ணச் சொல்றிய... அதை ஞாபகத்துல வச்சுக்கிட்டு கேக்குதாக்கும்?"

"பொல்லாத பயன்னா அவன்? ஒரு வார்த்தையை விட்டுட்டா பிடுச்சுக்குவானே. இங்கனே சுத்திச் சுத்தித் திரிவான். வீட்டுல யாருக்காச்சும் உடம்பு சுகவீனமா இருக்கணுமே"

“சரியாச் சொன்னிய... பொட்டைக் குட்டிக்கு நேத்திலேந்து சாயங்காலம் ஆனா அனல் காயுது, உடம்பு சுடுது! என்னடான்னு பார்த்தேன். இதுதான் சங்கதியா?”

“பின்னே வேற! வர்றச்சே பார்த்தேனே. அந்த தண்ணி அண்டாவுக்குப் பக்கத்துல, குத்திக்கிட்டு இருந்தான்...”

“அதா?”

“ஆமாம், வேற யாரு தாழி அவன்தான்”

பேச்சியின் முகம் வெளிறிப் போயிற்று. பித்தளை அண்டாவையே பார்த்துக்கொண்டு இருந்தான். அண்டாவுக்குப் பக்கத்தில் இடம் இருந்தது.

“மந்திரக்காரரே... பூசை போட்டுடுவோம். என்ன ஆகும்?”

டீயைக் குடித்துக்கொண்டு முத்துப்பாண்டி சொன்னார்.

“பொண்ணு, அந்தி நேரத்துல யாரோ அறுத்துப் போட்ட கோழிக் காலை மிதிச்சு இருக்கா...”

“தாழி மவ செய்தாலும் செய்திருப்பா... என்ன பண்றது மந்திரக்காரரே...”

“பரிகாரம்தான். பயலுக்குப் பூசை போட்டுடுவம். ஒரு இருநூறு ரூபாயாவது வேணும். இப்படியே விட்டா, பொண்ணுக்கு வயிறு வீங்கி வயித்தாலே போயி, அப்புறம்...”

“வேணாம். உங்க வாயாலே அதைச் சொல்ல வேணாம்...”

“பின்னே? தாழி, கோழி கெட்ட கேடு, என்ன விலை விக்குது. யோசிச்சுப் பார்க்கணும், இதையே, ஐம்பது ரூபாயிலும், பண்ணலாம். ஆனா எதுக்குப் பண்ணறோம். கருப்பு சந்தோஷப்பட வேணாமா? ஏதோ பண்ணோம்னு பண்ணா, என்ன பிரயோசனம்? எனக்கென்ன போச்சு, ஒத்தை ரூவா கொடு பண்ணி வைக்கிறேன்.”

“வேணாம், வேணாம் மந்திரக்காரரே, சாமிக்குப் பண்றதுலே குறை வைக்கப்படாது. நூத்து அம்பது கொடுத்துடறேன். நிறைவா பண்ணி வையுங்க. வயசுப் பொண்ணு, சுருண்டு படுத்துக்கிட்டா மனசு கேக்கவா செய்யுது...”

கல்லாவைத் திறந்து பத்து, இருபது, அஞ்சு, இரண்டு அழுக்கு ஒற்றை ரூபாய் நோட்டுகளையெல்லாம் சேர்த்து, ஒரு வழியாக நூற்று ஐம்பதைத் தயார் செய்து, அவரிடம் தந்தான் பேச்சி.

“அப்ப சரி... நாளை வெள்ளி, ராத்திரிக்குப் பூசை வச்சுக்குவோம். வடை, டீக்கு என்ன காசு?”

“சும்மா இருக்கட்டும் போங்க... இதெல்லாம் ஒரு சங்கதியாட்டும்?”

கையில் சில்லறை புழங்கியது. வேலையும் ஒன்று வந்திருக்கிறது. மிகுந்த உற்சாகம்கொண்டவராக ஆனார் முத்துப்பாண்டி. தென்னஞ்சோலை சாராயக் கடைக்குப் போய்க் குடித்தார். சாராயம்கூட இனிப்பாக இருப்பது மாதிரி தென்பட்டது அவருக்கு.

“வியஞ்சனம் என்ன வேணும்யா? ஊறுகாய் தரட்டுமா?” என்றார் கடைக்காரன்.

"தாழி... ஊறுகாயா? என்ன இருக்கு உன் கடையில!"

"கறி இருக்கு. தலைக்கறி, நண்டுப் பொரியல், எறா எல்லாமும்தான் இருக்கு. உனக்கு என்னயா வேணும்..."

"உனக்கு எதுக்கடா இந்தச் சங்கதியெல்லாம்" என்கிற தொனி, அவன் வார்த்தையில் இருக்கிறதை அவர் உணர்ந்தார். சொன்னார்.

"நண்டும், எறாவும்கொண்டா..."

கடைக்காரன் அவரை ஆச்சர்யமுடன் பார்த்துச் சொன்னான்.

"உக்காருங்க அண்ணாச்சி..."

முத்துப்பாண்டி தனக்குள் சொல்லிக்கொண்டார்.

"காசில்லா ஆம்பிளையக் கட்டிவள் வேண்டாள்.
வேசியும் விரும்பாள் உறவுகளும் விலகிடுமே..."

நிறையவே குடிக்க முடிந்தது அவரால். ஆனாலும் நிலை தடுமாறுவது என்பது அவர் அளவில் இல்லை. அவிழ்ந்து தோளில் புரளும் கூந்தலை அள்ளிக்கொண்டையாக முடிந்துகொண்டார். வேஷ்டியை இறுக்கிக் கட்டிக்கொண்டு தோப்புக்கு அந்தப் புறமாக இருந்த வெள்ளச்சி வீட்டுப் பக்கம் நடந்தார். ஒரு கையில் பாட்டிலில், அவரின் பிரியமானவளான வெள்ளச்சி குடிக்க என்று சாராயம் வாங்கி இருந்தார். கடை திருப்பத்தில், வெற்றிலை பாக்குக் கடையில், நல்ல கைச் சுருட்டாக நாலு வாங்கி முடிந்துகொண்டார். வெள்ளச்சிக்குச் சுருட்டு பிடிக்கும். தோப்புக்கு வடக்காக, வடகரை போகிற ரஸ்தாவில் அரை மைல் நடந்தால் வடக்கு வாசல் விழும். அங்குதான், சவுக்குத் தோப்புக்குள் குடிசை போட்டுக் குடி இருந்தாள் வெள்ளச்சி.

வெள்ளச்சியோடு அவருக்கு அண்மைக் காலத்துப் பழக்கம்தான். சுமார் நாலைஞ்சு வருஷத்து உறவு. வெள்ளச்சியின் பட்டியலில் அடிக்கடி சில பேர் ஏறும். சில பெயர்கள் விழும். சமீப காலங்களில், மேலத்தெரு பால்கார பத்மநாபன், அவளைக்கொண்டிருந்தார். என்றாலும் முத்துப்பாண்டியையும் அவள் கைவிட விரும்பவில்லை. "தாய்க்கு நாலு குழந்தைகள் இருந்தால், நாலையுமே அவள் விரும்புவது இல்லையா" என்று கேட்பாள். யாருக்குத்தான் தத்துவம், மெய்ஞானம் லயிக்காது?

தோப்புக்கு வெளியே நின்று ஜாக்கிரதையாக பால்காரன் வில் வண்டி நிற்கிறதா என்று கண்காணித்தார். இல்லை. ஆக அவர் தைரியமாகக் கதவைத் தட்டலாம், தட்டினார்.

"யாரு?" உள்ளிருந்த குரல் கேட்டது.

"நான்தான் முத்துப்பாண்டி."

கொஞ்சம் அமைதி. எண்ணெய் காணாத கதவு, நரநரவென்று சப்தத்துடன் திறந்துகொண்டது.

வெள்ளச்சி, கசங்கிய புடவையுடனும், கலைந்த கூந்தலுடனும் நின்றிருந்தாள்.

"இப்பத்தான் வழி தெரிஞ்சதாக்கும்!" என்றாள் வெள்ளச்சி. கலைந்த கூந்தலை முடிந்துகொண்டாள். "என்ன பண்றது வெள்ளை, தாழி நம்ம பிழைப்பு நாறிப் போச்சே... இந்தா..."

“என்னது!”

“உனக்குப் பிடிச்சதுதான்...”

பாயில் அமர்ந்தார்கள் இருவரும். நகர்ந்து சுவரில் சாய்ந்து அமர்ந்துகொண்டார் அவர். இரண்டு அலுமினிய டம்ளர்களை எடுத்தாள் வெள்ளை.

“எனக்கு வேணாம்...”

“நிறைய போட்டுக்கினியோ! பதார்த்தம் ஒன்னும் வாங்கியாரல்லையா?”

“மறந்துட்டேன்”

அவள் சாராயத்தில் தண்ணீர் கலந்து ஒரே ‘தம்’மில் குடித்தாள்.

“எங்க ஊருலதானே இருக்கீரு?”

“ஊருலதான் எங்க போறது. வேறே? மனுஷங்கள், தாழி தெய்வபயம் அத்துப் போயிட்டாங்க. தாழி ஊருல ஒருத்தனும் விளங்கப் போறது இல்லை...”

அவள் சிரித்தாள்.

“என்ன சிரிப்பு?”

அவள் ஊறுகாய் மட்டை தேடி எடுத்து வந்தாள். உட்கார்ந்து, மீதியையும் குடித்து முடித்தாள். ஊறுகாயை வழித்து நாக்கில் தடவிக்கொண்டாள்.

“வயிற்றாலே விடுற சாபம் எல்லாம் பலிக்குமா?”

“வயிற்றாலேயா?”

“பின்ன என்ன? நீரு கொடை, பலின்னு ஊரை ஏமாத்திக்கிட்டு இருப்பீரு. ஜனங்க, ஏமாந்தா அவங்க நல்லவங்க. ஏமாறலைன்னா, நீரு சாபம் கொடுப்பீரு. என்னையா, நியாயம் பேசறீரு! வயிறு காஞ்சி சாபம் விட்டா அது பலிக்குமா?”

“நான் ஊரை ஏமாத்தறதா சொல்றே, கருப்புகூட பட்டினி கிடக்கிறான். அவனைத் திருப்திப்படுத்தினா, நாலு நல்லது நடக்குமா, நடக்காதா? நீயே சொல்லு”

“யார் பட்டினி கிடக்கிறான்னு சொன்னே?”

“நம்ம பெரிய கருப்புதான்...”

வெற்றிலையைத் துப்பிவிட்டுச் சிரித்தாள் வெள்ளச்சி

“இந்தக் ‘கப்சா’ல்லாம் என்கிட்டே வேணாம். பேய்கிட்டே நீ பேசினியாக்கும்... ஆச்சு, எனக்கும் நாற்த்தி ஏழு. இதுவரைக்கும் ஒரு மூதிகூட என் கண்முன்னாலே வரல்லையே...”

“தூஷணை பேசாதே... வெள்ளை, நேத்திக்குச் சாயங்காலம்கூட, கருப்பு என்கூட நடந்து வந்தான். பாவம், மெலிஞ்சு போய்க் கிடக்கான். சவரட்ண இல்லை. அந்தக் காலத்துல, ஆடு, கோழின்னு நிறைய கிடைச்சுது. இப்ப, தாழி எல்லாப் பயலும் இங்கிலீஷ் படிச்சுட்டு சாமி பூதம் இல்லைங்கறான். அவனுக்காகவே நான் ஒரு ஏற்பாடு பண்ணியிருகேகன்...”

“ஊரை ஏச்சுப் பிழைக்கிற பொழைப்பு எதுக்கு பண்ணீரு? ஒழுங்கா ஏதானும் வேலையைப் பாரும்யா. வேணும்னா சொல்லு, பால்காரர் கிட்ட சொல்லி உனக்கு ஒரு வேலை போட்டுத் தரச் சொல்றேன். என்ன சொல்றீரு?”

“அவன் கிட்டயா?”

“ஏன்?”

அவள் பாயை உதறிப் போட்டு, போர்வையை அதன் மேல் விரித்தாள்.

“இந்தா சுருட்டு?”

வெள்ளச்சி, சுருட்டைப் பற்றவைத்து, புகையை விட்டாள். பெண் சுருட்டு பிடிப்பதை அதன் அழகை ரசித்தார் முத்துப்பாண்டி.

“ஏன் அவர் கிட்டே வேலை பார்க்கக்கூடாது?”

“அவன் பிரியாணிப் பொட்டலம் வாங்கி என்கிட்டயே உனக்குக் கொடுத்து அனுப்புவான். இது நமக்குத் தேவையா? நம்மாலே மாமா வேலை பார்க்க முடியாது. மந்திரவாதியா, மாமாவா? நீயே சொல்லு”

“உன் இஷ்டம்”

அவள் காறி எச்சிலை உமிழ்ந்தாள்.

“பணம் ஏதாச்சும் இருக்கா?”

“பேச்சி, நூறு கொடுத்தான். கொடை போடணும். கோழி வாங்கணும்”

“ஏழு எட்டு ரூபாயை விட்டெறிஞ்சா, கோழி கிடைக்குது. நூறு ரூபாய் என்னத்துக்கு? அம்பது கொடுத்துட்டுப்போம். விடிஞ்சா செலவு இருக்கு”

“அம்பது போதுமா?” என்றபடி அதைக் கொடுத்தார்.

“பாவம் உமக்கும் வேணுமே வச்சிக்கிடும்...”

விநாயகா டாக்கிஸ், விளக்கும், அணைந்து கிடந்தது. மணி இரண்டுக்கும் மேலே என்று புரிந்தது முத்துப்பாண்டிக்கு. ஜனங்கள் ஒருத்தரும் நடைபாதையில் இல்லை. போதை சுத்தமாகப் போய் விட்டிருந்தது அவருக்கு. ‘வெள்ளச்சி வெள்ளச்சிதான்’ என்று தனக்குள் சொல்லிக்கொண்டார். பேரன் பேத்தி எடுத்த இந்த வயசிலும், எப்படி ஒரு குதிரைத் தெம்பு? இதுகள்ளாம் ஒரு வார்ப்பு! இது மாதிரி தொழில் பண்ணி வாழறதுக்கு, அதுக்குத்தக்க உடம்பு வேண்டும்தானே? இல்லையென்றால் பால்காரன் என்னத்துக்கு அவள்மேல், அள்ளிக் கொட்டுகிறான். எல்லாம் சுழிதான். அந்த மா முனிவர் எல்லாம் அடங்கும் இடம் அல்லவா? அடக்க ஸ்தலம் ஜனன வாயில், என்ன முரண்?

ஓடை சலசலத்தது. இறங்கிக் கால் கை முகம் கழுவிக்கொண்டார். முகத்தில் இருந்த வெற்றிலை எச்சிலைத் துடைத்துக் கழுவினார். புளியஞ் சாலையைக் கடந்து தெற்குப் புளிய மரத்தண்டை வந்து சேர்ந்தார்.

உடம்பு நெட்டி முறித்தது. மயிர் குத்திட்டது. உடம்பு ஆவேசம் வந்ததுபோல் ஆயிற்று. சுருட்டு வாசனை கம்மென்று கமழ்ந்தது.

கருப்பு, அவர் எதிரில் நின்றான்.

"வா, கருப்பா, உனக்கு நூறு வயசு. இப்பத்தான் உன்னை நினைச்சேன்"

"நூறா, நான் இந்த இடத்துக்கு வந்து ஐநூறு வருஷமாட்டு" என்றான் கருப்பு.

"ம்... மனுஷனுக்குச் சொல்றதை உனக்குச் சொல்லிட்டேன்" ஒரு விஷயமுமில்லாமல் அவர்கள் களத்து மேட்டுப் பக்கம் நடந்தார்கள்.

"பேச்சிப் பயலை அமுக்கிட்டேன். பய, பணம் கறந்திருக்கான். நாளை ராத்திரி, பலி. ஷோக்கான கோழி. எல்லாம் உனக்காகத்தான் ராசா. பாவம் நீயும்தான் எத்தனை நாள் பசியா கிடப்பே... நீயும் வேலையைக் கச்சிதமாய் பண்ணி இருக்கியே..."

முத்துப்பாண்டி கருப்பன் முகத்தைப் பார்த்தார். அது சந்தோஷத்தில் இருந்ததாக அவருக்குப் பட்டது.

"எங்கேந்து வர்றீரு... கவிச்சை வாசனை வீசுதே"

"சரியான துர்வாசனைக்காரம்பா நீயி. வெள்ளச்சி வீட்டுல இருந்துதான். அதுக்கு உன் மேல நம்பிக்கையே இல்லைப்பா..."

"பயந்துக்கிறவனுக்குத்தான் நாங்க எல்லாம். அப்படித்தான் சிவனார் எங்களுக்கு வரம் கொடுத்திருந்தார். அவளே ஒரு பேய், நான் என்ன பண்ண முடியும். நீரே சொல்லும்"

"அது சரி, நம்பினவருக்குத்தானே நாராயணன். நாளை ராத்திரிக்கு சரியா இரண்டு மூன்று மணிக்குள்ளாற வந்துடறேன். கோழி இரத்தமும், சாராயமும் அவ்ளோதானே?"

"அவ்ளோதான்."

"சுருட்டு"

கருப்பன் திடுமென புகைவிட்டது. எத்தனை பெரிய சுருட்டு!

"இதுமாதிரி எவன் இப்போல்லாம் பண்றான்? எல்லாம் விரல் நீளம்" கருப்பன் சிரித்தார்.

களத்து மேடு வந்தது.

"இதுக்கு மேலே நான் வரமுடியாது. அது மாடசாமி தங்கி இருக்கிற இடம். இப்படியே நின்னுக்கிறேன்."

"நல்லது. நாளைக்கு வர்றேன்"

"சரி, மறக்க மாட்டீரே..."

கொஞ்சம் தூரம் போய், திரும்பிப் பார்த்தார் முத்துப்பாண்டி. தென்னை மரத்துக்கும் மேலே உயரமாக நின்றான் கருப்பன்.

பேச்சியின் மகள் மிரள மிரள விழித்தாள். "ஹி... ஹி..." என்று குதிரை கனைப்பது மாதிரி சிரித்தாள். அப்புறம் "எங்கேடா கோழி?" என்றாள் முத்துப்பாண்டியைப் பார்த்து. "வாடா, என் மவனே, பேமானி" என்றாள் அவள்.

பெற்றோர் மட்டுமல்ல, முத்துப்பாண்டியே கொஞ்சம் அதிரத்தான் செய்தார்.

"தாழி கருப்பன்தான், ரொம்ப "ஸ்டாங்கா" பிடிச்சிருக்கான். தாழி... இன்னிக்கு அவனா, நானான்னு பார்க்கலைன்னா, நான் முத்துசாமி மகன் இல்லேப்பா."

"புடுங்கக்கூட முடியாது"

அம்மாக்காரியும் பேச்சியும் திடுக்கிட்டார்கள்.

"வண்டை வண்டையா பேசுது பாருங்க, இம்மாம் பொண்ணு"

"இவளா பேசறாள்? அந்தத் தாழில்லே பேசறான். இன்னும் அரை "அவர்லே" பாரு..."

முத்துப்பாண்டி கோலமாவு வாங்கி, சக்கரம் வரைந்தார். பதினாறு மூலைகொண்ட சக்கரம். அதன் மேல் மந்திர எழுத்துக்கள் எழுதினார். அதன் மேல் பலகை போட்டு, பெண்ணை அமர வைத்தார்கள். பெண், தலையை விரித்துப் போட்டுக்கொண்டு பயங்கரியாக அமர்ந்திருந்தாள்.

வேப்பிலைக் கொத்தை எடுத்துக்கொண்டு, முத்துப் பாண்டி கேட்டார்.

"கோழி ரெடியா!"

"ரெடி சாமி"

"சாராயம்?"

"ரெடி"

"சுருட்டு?"

"வைக்கப்பட்டிருக்கு"

"என்ன சமையல்?"

"நீங்க சொன்ன மாதிரிதான். கோழிக் குழம்பு, மீன் குழம்பு, கருவாட்டுக் குழம்பு"

"போட்டு பிசந்திட வேண்டாம். தனித்தனியாகவே இருக்கட்டும்." அவருக்குத் தனித்தனியாகச் சாப்பிடத்தான் பிடிக்கும்.

"நான் சொன்ன மாதிரி மண்கலயங்கள் தயாரா?"

"ஆகா"

முத்துப்பாண்டி, வர்ணிக்க ஆரம்பித்தார்.

"வாடா கருப்பா... வானத்தில் வாழ்வோனே...
தேடுவார்க்குத் தெம்பூட்டும் தென்னைமரக் கருப்பா...
கண்ணுக்குத் தெரியாமல் கருவிழியில் வாழ்வோனே...
மனசுக்குத் தெரியாமல் மண் மேல் வாழ்வோனே...
கோழி இரத்தம் குடிச்சுவிட்டுக் குலமகளைக் காத்திடுடா...
சாராயம் குடிச்சுப்போட்டுச் சரவிளக்கைக் காத்திடுடா...
சுருட்டைக் குடிச்சுக்கிட்டு சுந்தரியைக் காத்திடுடா...
இறைச்சிக்கறி தின்னு இளமகளைக் காத்திடுடா...

பூசைகளை ஏற்றுப் புத்திரியைக் காத்திடுடா...
கொடையை ஏற்றிக் கொழுகொம்பைக் காத்திடுடா...

ஒரு வழியாக நள்ளிரவு தாண்டி கருப்பன் போகச் சம்மதித்தான்.

"போறியா?"

"போறேன்"

"எந்த வழியா போறே"

"வந்த வழியா போறேன்"

"திரும்ப வருவியா?"

"திரும்பி வர மாட்டேன்"

"மீண்டும் வருவியா?"

"எல்லைத் தாண்டி வரமாட்டேன்"

"சிவன் மேலே சத்தியமா?"

"சிவனார் மேலே சத்தியமா?"

"சரி போ..."

"போறேன்..."

முத்துப்பாண்டி சொன்னபடியே, கலயங்களில் சோறு, கறி, குழம்பு என்று வைத்துக் கொடுத்ததை எடுத்துக்கொண்டார். பையில் சாராயமும், தோளில் கால் கட்டிய கோழி பாதி உயிரை வைத்துக்கொண்டு "கீகீ" என்று குரல் எழுப்ப, முத்துப்பாண்டி, தட்சணைப் பணம் அம்பது ரூபாயுடன் நடந்தார். மனம், உற்சாகத்தில் குதி போட்டது. கருப்பன் காத்திருப்பான்.

புளியஞ் சாலைப் பக்கமாகத் திரும்ப இருந்தவர், ஒரு கணம் யோசித்தார். சவுக்குத் தோப்பு வழியாகத் திரும்பி நடந்தார். இன்றைக்கும் பால்காரன் வந்திருக்கக்கூடாது என்று கடவுளை வணங்கிக்கொண்டார். அவர் எதிர்பார்த்தபடிதான் நடந்தது. வெள்ளச்சி கதவைத் திறந்தாள்.

முத்துபாண்டிக்கு கருப்பன் நினைவு வரவே இல்லை. விடியும்வரை கருப்பன் மனிதனுக்காகக் காத்திருந்தது.

2001

நாவல் பழ இளவரசியின் கதை

அவர்கள் காட்டுக்குள் பிரவேசித்துப் பல யுகங்கள் ஆனாற்போலப் பெரியவன் உணர்ந்திருக்க வேண்டும். அவர்கள் இரண்டு பேர். ஒருவன், பெரிய ஆகிருதியும், படர்ந்த பாதங்களையும்கொண்டிருந்தான். எதிர்ப்படும் மரங்களைத் தோள்களால் தள்ளி விடக் கூடும் எனும்படி முன்னே நடந்து சென்றான். பெரியவனின் மார்புக்கு மட்டில் வளர்ந்தவனாக சின்னவன் இருந்தான். பெரியவன் இழுத்துச் செல்லும் குதிரை; பின்னால், சக்கரங்களில் உருளும் சிறு தேர்போலச் சின்னவன் இருந்தான்.

சின்னவன், பெரியவனின் முதுகைப் பார்த்தபடி நடந்தான். விசாலமான புல் முளைத்த மைதானம்போல் அது இருக்கவே முன்னால் இருந்ததை அவன் பார்க்கக்கூடாமல், பக்கவாட்டில் மட்டும் பார்த்துக்கொண்டு சென்றான். சூரியன் உச்சிக்கு வந்தபோது அவர்கள் காட்டுக்குள் பிரவேசம் ஆனார்கள். என்றாலும், இருள், பச்சை இருளாய்ப் பக்கவாட்டு மரங்களிலும், கரிய இருளாய் நேராகவும் இருந்தது. விசித்திரமாக, முயல் தலைபோல் இரு கைகளிலும் நீண்டு, முகம்போலக் கீழ் நோக்கிப் படுத்த இலைகளை ஆச்சரியமாகப் பார்த்தபடி நடந்தான் சின்னவன்.

படி வைத்த இருட்டுப் பெட்டிக்குள் இறங்குபவனாய்ப் பெரியவன், ஒவ்வோர் அடியாக எடுத்து வைத்தான்.

"சாயங்காலத்துக்குள்ள ஊரைப் பார்க்கப் போயிடலாமாண்ணே" என்று கேட்ட, சின்னவன் குரலைக் கேட்காதவன்போலப் பெரியவன் சொன்னான்.

"இப்பொழுதே கறுப்பைக் கரைத்துக் கொட்டி மெழுகினாற்போலத் தோன்றும் இந்தக்காடு, நூற்றைம்பது இருநூறு வருஷத்துக்கு முன்னாலே என்னவாக இருக்கும் பார். பேய்கள் புகாத இங்குதான் அந்த மனுஷன் புகுந்தான். விரட்டிக்கொண்டு, காட்டு வாசலுக்கு வந்த நாய்கள்,

சரேலென்று திகைத்து நின்றுவிட்டன என்றால் பார்த்துக் கொள். நாய்கள், துப்பாக்கிகளில் மருந்து கெட்டித்து வச்சு இருந்தன! சுட்டுவிரல் முனையில் அந்த மனுஷனின் உயிர், இரும்புக் கொக்கியில் மாட்டிய உரித்த கோழியெனத் தொங்கியது. இரத்தம் சொட்ட அவன் காட்டின் இருதயத்துக்குள் மிதித்து முன்னேறினான்.

நாய்களில் இரண்டு வகை. ஒன்று, உள்நாட்டு நாய்கள், மற்றொன்று வெளிநாட்டு நாய்கள். காட்டின் வரம்பைக் கிழித்துக்கொண்டு உள்ளே புக வெளி நாய்கள் தயங்கின. ஆனால், உள்நாட்டு நாய்களோ, மிகுந்த மோப்ப சக்தி கூடி, இடங்களைப் பற்றிய சந்தேகங்களை அறிந்து இருந்தன. நிலங்களை முகர்ந்து, அவைகளோடு பேசும் சக்தி உடையவைகளாக இருந்தன. நிலம், ரகசியம் அற்று, காயப்போட்ட, வேஷ்டியாக வெறுமனே, வெள்ளையாக விரிந்து கிடக்கும் இயல்பு உடையதுதானே? நாய்கள், மூக்கைத் தரைமீது வைத்த படி உள்ளே புகுந்தன.

அந்தக் காலத்தில், அந்த காடுகளுக்குள் புலிகள் உயிர் வாழ்ந்து இருந்தன. அவன் மாதிரி மனிதர்களைப் புலிகளுக்குப் பிடித்திருந்தன. ஆகவே, அதுகள், தங்கள் அரசியின் தலைமையின் கீழ் ஒன்று திரண்டு, கூடி வந்து, மனுஷனுடன் ஓர் ஒப்பந்தம் பண்ணிக்கொண்டன. தங்களால் மனுஷனுக்கு எந்த தீமையும் வராது. அவனாலும் தங்களுக்கு ஹதம் வரக்கூடாது என்பது ஒப்பந்தம். நீங்கள் என் எதிரிகள் அல்லர். என் பகை வேறு என்று அவன் சொன்னான். புலிகள் பச்சிலைகள் கொணர்ந்து, அவன் காயங்களை சொஸ்தம் பண்ணின. அவனை மாற்றி மாற்றித் தம் முதுகில் சுமந்துகொண்டு காட்டைச் சுற்றிக் காட்டின. ஆனால், என்ன பண்ண? நாய்களோ அவனை ஒரு நாள் அதிகாலையில் உடைத்து ஊற்றிய முட்டை மாதிரி வெளிச்சம் பரவி வருகையில், சுற்றி வளைத்து, கோரைப் பற்களால் கிழித்துப் போட்டன.

“அடப்பாவமே” என்றான் சின்னவன். “யார் பாவம்” என்று கேட்டான் பெரியவன். நகரம் சாராமல் வாழும் பல பட்சிகளின் குரல்கள் அவர்களுக்குக் கேட்க வாய்ந்தது. இதை ஏதோ சத்தம் என்று எண்ணிவிடக்கூடாது என்றான் பெரியவன். இவை பறவைகள். மற்ற பறவைகளுக்கும், ஏனைய மிருக ராசிகளுக்கும், ஊர்வனவற்றுக்கும் கொடுக்கும் சமிக்ஞைகள் என்று அவன் சொன்னான். புதியவர்களை, அதிலும் குறிப்பாக மனிதர்களைக் கண்டால் அவை பதற்றம் அடைகின்றன என்றான் அவன். அவ நம்பிக்கை. முன்காலத்தில், மனிதர்கள் வாழும் இடத்தன்மை, தாவரம், மிருகம், பட்சிகள் என்று என்னவெல்லாம் உண்டோ அவை எல்லாம் சாதாரணமாக வந்து, பேசி மகிழ்ந்து, நட்பு பாராட்டிவிட்டுப் போயின. அப்படி வந்து போய்க்கொண்டிருந்த பசுக்கள், குதிரைகள், கழுதைகள், குரங்குகள் போன்றவற்றை ஏமாற்றியும் வஞ்சித்தும் தமக்கு ஏவல் பண்ணுமாறு பண்ணி விட்டான் மனிதன். ஆனால், நரிகள், பாம்புகள், சிங்கம், புலிகள் முதலானதுதான், புத்திசாலிகள் மற்றும் தந்திரசாலிகள். ஆகையால், மனிதனை விட்டுத் தப்பித்து ஓடிவிட்டன. எனக்குத் தெரிந்து, நாவல்பழ இளவரசி என்று ஒருத்தி இருந்தாள். பல காலங்களுக்கு முந்தின சமாசாரம்.

அவள், ஆசைப்பட்டுக் கார்க்கோடன் என்ற பாம்பைக் கல்யாணம் பண்ணிக்கொண்டு, ரொம்ப சந்தோஷமாக வாழ்ந்தாள். இரவில் சம்போகமும், பகலில் குடித்தனமுமாக அவர்கள் வாழ்ந்தார்கள். இது பொறுக்காமல்,

மருதன் என்கிற மனுஷன் என்ன பண்ணினான் தெரியுமா? ஒருநாள், நாவல்பழ இளவரசியின் அறைக்குள் மருதன் புகுந்துகொண்டான்.

அது என்ன நாவல்பழ இளவரசி? நாவல் பழத்துக்கும் அவளுக்கும் என்ன உறவு? சின்னவனின் குரல் கேட்டுச் சிரித்தான். ஒரு காலத்தில் இந்தத் தேசம் முழுக்கவும், நாவல் மரமே அதிகமாக இருந்தது. மதுரைக்குத் தெற்காலும், வடமதுரைக்கு வடக்காலும் எங்குப் பார்த்தாலும் நாவல் மரங்கள். அப்போ எல்லாம் மனுஷன், மரத்தில் ஆந்தை, வௌவால், குரங்கு, கரடிகளோடும் வாழ்ந்து இருந்தான். நாவல் பழங்கள் தின்று வாழ்ந்ததால், நாம் நாவற்பழ நிறத்துக்கு ஆகிவிட்டோம். அது வேறு கதை. இளவரசியின் கண்கள் இரண்டிலும், கன்னங்கள் இரண்டிலும், முலைகள் இரண்டிலும், நாவல் பழங்கள் பழுத்து இருந்தன. அதனால் அந்தப் பெயர்.

"சரிதான்"

எங்கே விட்டேன், ஆங்... அந்த மருதன் இளவரசியின் சயன அறைக்குள் புகுந்துகொண்டு, மறைந்து இருந்தான். ராத்திரி போஜனம் முடிந்து, வாசனைப் பாக்கு, கிராம்பு, பத்திரி, ஏலம், கசகசா, கடுக்காய், இத்யாதிகளால் சேர்த்துக் கட்டிய மசாலாக்களால் வெற்றிலைத் தாம்பூலம் போட்டுச் சிவந்து விட்டது என்று உதட்டைப் பார்த்துத் தெரிந்துகொண்டு, இளவரசியும் கார்கோடனும் சயன அறைக்குள் புகுந்து, பரஸ்பரம் லாகிரியோடு எட்டெட்டுக் கரணங்களால் ஆன சையோகபோகங்களில் ரசமித்துக்கொண்டு கிடக்கையில்...

"அஃதென்ன, எட்டெட்டுக் கரணம்" என்று சின்னவன் விளங்காமல் வினவ, சிரித்து, காலக்கிரமத்தில் எல்லாம் புரிய வரும் என்று பெரியவன் தொடர்ந்தான்.

இடிச் சத்தம் கேட்டுக் குகைகளில் புகுந்து ஒளிவது மாதிரி, இருவரும், ஒருவருக்குள் ஒருவர் பிணைந்து இருக்கையில், வாளை உருவிக்கொண்டு மருதன் கார்கோடனை வெட்டினான். கார்கோடன் சாகும் முன்பு, மனிதன் மேல் விஷத்தைப் பாய்ச்சினான். இப்போதும்கூட, நாவல்பழ இளவரசி இந்தப் பக்கங்களில்தான் சுற்றித் திரிகிறாள் என்று பார்த்தவர்கள் சொல்கிறார்கள்.

நான் பார்த்தது இல்லை என்று பதில் சொன்னான் பெரியவன். ஆனால் அவள் குரலைக் கேட்டிருக்கிறேன். மரங்களின் கிளைக்குப் பின்னால், இலைகளுக்குப் பின் பக்கத்தில் அவள் இருந்துகொண்டு சப்த அலைகளை எழுப்பிப் பேசுவாள். வார்த்தைகள் ஒன்றோடு ஒன்று முடிச்சு போட்டுக்கொண்டு, வெயில் ஒளிச் சிதறலில் கொசுக் கூட்டம்போல் பறப்பதை நாம் காண முடியும்...

அவர்கள், திடுமென எதிர்ப்பட்ட திறந்த வெளியைக் கடக்க நேர்ந்தது. காற்றில் நீரின் மணம் கலந்து வந்தது. அழுகிய, சொதசொதத்த, புற்கோரைகள் வீச்சும், காற்றில் கரடு தட்டிய சிரங்காய் வீங்கி இருந்தது.

எப்போது நகரத்துக்கு வந்து திரும்பினாலும், இங்குதான் தங்கி, கொண்டு வந்த புளி, எலுமிச்சைச் சோற்றை நாங்கள் சாப்பிடுவோம் என்று பெரியவன் தன் அனுபவத்தைச் சொன்னான். சுற்றி விளிம்புகளில் இலைச் சருகுகள், கிளைக் குச்சிகள் மிதக்கும் ஏரியில் துண்டை விரித்து மீன் பிடிப்போம். நீரில் போட்ட காக்காய்ப் பொன் தாளில் பட்டுப் பளீரிட்டுப் சிலிர்க்கும். கிழிந்த

காகித மீன்கள் படகின் வயிற்றுக் குழியாய் உருக்கொண்ட துண்டுகள் வந்து விழும். சுள்ளியைக் கொளுத்தி, சின்னச் சின்னப் பொட்டலங்களில்கொண்டு வந்த உப்பு, மிளகாய்த் தூளைத் தூவி, சூடு ஆவி பறக்கத் தின்போம். உதடுகளில் புகையும் ஆவி. மீன்களில் மூச்சுக் காற்று,

"அண்ணே, நூறு முறைக்கு மேலா, இங்க வந்திருப்பீங்க,போல?"

சிரிப்பைப் பதிலாகத் தந்தான் பெரியவன். தலை வரித்துக் கிடந்த பேய் மரத்தின் கீழ்ப்போய் உட்கார்ந்தான். பெரியவன்.

"நீங்க மட்டும் வரலைன்னா, அந்தத் தேவடியாப் பையன் பணம் தந்திருக்க மாட்டான்"

அனிச்சையாக மடியைத் தொட்டுப் பார்த்துக்கொண்டான் சின்னவன். கத்தைப் பணம். தொப்புளுக்கும் கீழே மடிந்து மேடிட்டுக் கிடந்தது.

எத்தனை வாட்டி என்னை இழுத்தடித்தான். பத்திரம் செல்லாது என்றான். அறுவடை முடியட்டும் என்றான். தை பிறக்கட்டும் என்றான். பொண்ணு கல்யாணம் வச்சாச்சு என்றான். கடைசியில் அண்ணன் வந்து கிண்ணென்று நின்றதும்தான் பணம் தலை காட்டியது.

"அண்ணன், வச்ச நிலத்தை மீக்கணும்"

பெரியவன், ஆம் என்பதுபோலத் தலை ஆசைத்தான். அவன் கண்முன் நிகழ்ச்சிகள் விரிந்தன. குடும்பம் தலை நிமிர்கிறது. சின்னவனுக்குக் கல்யாணம் ஆகிறது.

"அத்தை மவ வேற காத்திருக்கா."

சின்னவன் விரலால் தரையில் எதையோ எழுதி அழித்தான். அரைத்த உளுந்து வாசனை வீசும் அவள் மேல் படுத்துக் கிடக்கிறான் சின்னவன். நாவல்பழ இளவரசி மேல் சின்னவன் படுத்துக் கிடந்தான். மூச்சை உள்ளிழுத்துப் பழங்கள் பருத்துப் பெரிசாயின.

அவர்கள் இருட்டும் முன்பு, காட்டைக் கடந்தாக வேண்டும். சதுப்பு நிலம் போன்று தரை கால் உள் வாங்கியது. ஆபத்தான வெளி சருகுகள், குப்பைகள் மூடி, மண்ணில் முகம் மறைந்து கிடந்தது. அங்கிருந்த மரத்தின் பருத்த கிளையை ஒடித்து எடுத்தான் பெரியவன். அந்தக் கொம்பால் தரையை ஊன்றித் தடம் பார்த்து முன்னே நடந்தான். பெரியவன் வைத்த காலடிக்கு மேல் தன் அடியை வைத்து ஜாக்கிரதையாக நடந்து சென்றான் சின்னவன். சுத்தமான முல்லை மணம் அவர்களைச் சுருட்டி மூடியது. பெரியவன், மார்புகொண்ட மட்டும் மூச்சை இழுத்து உள்ளே ஸ்தம்பம் பண்ணியதைச் சின்னவன் பார்த்தான்.

அடுத்த ரெண்டு கல்லும் முல்லைக்காடுதான். கார்கோடன், அதன் சந்ததியர் படுத்துக் கிடக்கும். ஓய்வு எடுத்துக்கொண்டு இருக்குமாய்க் காணும். என்னத்துக்கு ஓய்வு என்றால் சண்டை போட்ட களைப்புத்தான். பல காலங்களுக்கு முன்னால் கிருஷ்ணனும் அர்ஜுனனும் அவர்கள் பந்துமித்திரர்களோடு கார்கோடன் வம்சத்தாரோடு சண்டைக்கு வந்தார்கள். காண்டவ வனம் உள்ளிட்ட பூமியின் பரவலில் சொந்தம்கொண்டாடுவது கிருஷ்ணன், அர்ஜுனனின் நோக்கமாக இருந்தது. கார்கோடன், மலையின்

உச்சியில் ஏறி நின்றுகொண்டு சொன்னான். இந்த மலைபோல் லட்சம் கோடி மலைகள் தேய்ந்து தேய்ந்து மண் ஆன கல்ப கோடி வருஷங்களாக நாங்கள்தான் இங்கே குடி இருக்கிறோம். இது எங்கள் பூமி என்றாலும் யாரும் அவன் பேச்சைப் பொருட்படுத்துவதாக இல்லை. சண்டை பல ஊழிகள் தொடர்ந்தது. இன்னும்தான். சண்டைக்குள்ளாகச் சற்றே ஓய்வு கொள்கிறான் கார்கோடன்.

அவர்கள் முல்லைக் காட்டைக் கடந்துகொண்டிருந்தார்கள். முல்லைச் செடிகள் மரம்போல், அங்காந்து பார்க்க வைத்தன.

“இதேது, ஆச்சரியமாய்த் தோணுதே”

ஆச்சர்யம் ஏதும் இல்லை. யோசிக்கையில் ஆச்சர்யம் என்று ஏதும் இல்லை. அதுவும் உள்ளதுதான். நாம்தான் பார்ப்பது இல்லை. அந்தக் காலத்தில், ஏன், இப்போதும்தான் இந்த இடத்தில் கொள்ளைக்காரர்கள் பதுங்கிக் கிடப்பார்கள். ஆறலைக் கள்வர் என்பது அவர்கள் பெயர். பாலைச்சுரத்து வாழ்பவர்கள். இந்தப் பக்கம் போகும் பயணிகளை மருட்டி இருப்பதைப் பிடுங்குவார்கள். இப்படித்தான், ஒரு சமயம், கல்யாணப் பெண்ணையும் அவள் சொந்த பந்தங்களுடன் இந்த வழியாகக் கூட்டிப் போய்க்கொண்டிருந்தோம்; காவல்காரர்களில் நானும் ஒருவன். அந்தி சாயும்போதுதான் இந்த முல்லைக் காட்டைக் கடந்தோம். இருட்டும், பயமும், சீக்கிரம் ஊருக்குப் போய்விட வேண்டும் என்ற தவிப்பும், எல்லோருடைய பைகளிலும் பெட்டிகளிலும் நிரம்பி வழிந்தன. வழியில், விதவிதமான புதுசான சத்தங்களை நான் கேட்டேன். இவை காட்டின் சத்தம் இல்லை. எனக்குத் தோன்றியது. இது சத்தம் இல்லை. சமிக்ஞை. மரங்களின் உச்சந்தலையைக் கவனித்தேன். உச்சந்தலையில் கட்டின ரிப்பனைப்போல, மனித உடம்புகள் தெரிந்தன. வேல் கம்பியை எறிந்து ஒருத்தனை வீழ்த்தினேன். திபுதிபு என்று திருடர்கள் எங்களைச் சூழ்ந்துகொண்டார்கள். நான் கம்பைச் சுற்றினேன்.

பெரியவன், தன் கையில் இருந்த கம்பைச் சுற்றத் தொடங்கினான். அவன் காவலாளி. கல்யாணப் பெண்ணைக் காப்பாற்றும் கடமைசாலி. அவன் ஏந்திய கம்பு, முனை வளர்ந்து, நீண்டு, நெளிந்தது. பாம்பின் பிளந்த நாக்கு நெளிந்து நெளிந்து, கம்பு கீழிறங்கும்போதெல்லாம், ஒருவன் சுருண்டு வீழ்ந்தான். கார்கோடனின் நாக்கு, விஷம் கொட்டி வைத்த சால். அவன் வைத்த கால் தடங்களில் நெருப்புக் கனல் தெறித்தது. பூமி வாய்பிளந்து புகையை உமிழ்ந்தது. கம்பு, வானத்துக்கும் பூமிக்குமாக எம்பி எம்பித் தாழ்ந்தது. பெரியவன் ஒரு நாழிகை தரையில் கால்பதியாதவனாக அந்தரத்தில் வீடு கட்டிச் சுற்றி வந்தான். அவன் வெற்று உடம்பில் தாரை தாரையாக வியர்வையும் இரத்தமும் வழிந்தது. தரையில் விழும் சொட்டுகளை கார்கோடன் வம்சத்தார் நக்கிக் குடிப்பதை சின்னவன் பார்த்து நடுங்கினான்.

போதும்போதும் என்று கத்த வாய் திறந்தான். பேச்சுக் காற்றாய் வழிந்தது. அவன் கண்களின் கருவிழிகள், மேல் அரைவட்ட விளிம்பில் மறைந்தன.

பெரியவன் ஏந்திய கம்பு, கிளைகளாய்க் கிளைத்தன. மரத்தை ஏந்தியவனாய் அவன் இருந்தான். பலவான். எட்டுத்திக்கிலும் மரம் கீழ்

இறங்கியது. ஒவ்வொரு திசையிலும் அது தரைக்கு வந்தபோது அலறல்கள் கேட்டன. யானைகள் பிளிறின. குதிரைகள் கனைத்து விழுந்தன. வீரர்கள் ஊளையிட்டார்கள். எட்டாம் திசைக்கு மரம் இறங்கியபோது, அது, சின்னவன் தலையில் இறங்கியது.

பெரியவன் ஓய்ந்தான். கம்பைத் தரையில் ஊன்றி நின்றான். நிதானப்பட வெகு நேரம் ஆனது. தரையைப் பார்த்தான். இரத்தக் குழம்பில் சின்னவன் மிதந்தான். பெரியவன், கம்பை எறிந்தான். நிதானமாகச் சின்னவன் பக்கத்தில் குத்துக் காலிட்டு அமர்ந்தான். அவன் இடுப்புப் பக்கத்தில் தடவி, ரூபாய் நோட்டுகளை எடுத்தான். மடியில் சொருகிக்கொண்டான்.

காட்டைக் கடக்கத் தொடங்கினான்.

2001

மருந்து

தெருவில் ரிக்ஷா வந்து நின்றது. வைத்தியரைப் பார்க்க வந்த வியாதியஸ்தர் அல்லது அப்படித் தம்மை நினைத்தவர்கள் சலசலப்புகொண்டார்கள். வைத்தியர் சத்திய நாராயணா, முதலில் இடக்காலைத் தரையில் ஊன்றினார். வெள்ளை வார் போட்ட செருப்பு. பிறகு, தம் மாபெரும் உடம்பைக் கொஞ்சம் கொஞ்சமாக ரிக்ஷாவில் இருந்து வெளிப்படுத்தினார். ரிக்ஷா மிதித்து வந்த கெம்புசாமி; வைத்தியரின் பெரிய தோல் பையை எடுத்துக்கொண்டு வைத்திய சாலையின் வாசலுக்கு வந்தார். நர்சாகவும், மற்றும் வைத்திய சாலையின் பராமரிப்பாளராகவும் இருந்த காஞ்சனம்மா, முன்னால் வந்து பையை, குடிநீர் போத்தலை வாங்கிக்கொண்டு உள்ளே போனாள்.

இரண்டு காலையும் தரையில் ஊன்றி நின்ற சத்திய நாராயணா மெதுவாக நடந்து வாசலை அடைந்தார். பார்வையாளர்கள், வணக்கம் தெரிவித்துக்கொண்டார்கள். நின்று, வைத்தியர் எல்லோருடைய முகத்தையும் நிதானமாக அவதானித்தார். அவருடைய நினைவுச் சுருளில் எல்லோரின் பிரச்சினைகளும் வந்து போய் இருக்க வேண்டும். தலையை அசைத்துக்கொண்டார். கைக்குழந்தையுடன் இருந்த ஓர் இளம் பெண்ணிடம் கேட்டார்.

"வயிறு போதல் நின்னுடுச்சா, அம்மணி"

"நின்னுடுச்சுங்க ஐயா... குழந்தைக்குக் களைப்பு மீஸ்திரமா இருக்கு"

"இருக்கத்தான் இருக்கும். தண்ணியைக் குடிச்ச பிறகால, பாட்டில் காலியாகத்தானே ஆடும். மூணு நாள் போனா, எல்லாம் சரியாயிடும்" சத்தியநாராயணா, தன் அறைக்குள் சென்றார். பார்வையாளர்கள் பெரும்பாலோர், தொடர்ந்து வருபவர் ஆகையால், வைத்தியர் வழக்கம் அறிந்து வைத்திருந்தார்கள். இன்னும் அரை மணியாவது ஆகும், வைத்தியர் பூஜையை முடித்துக்கொண்டு அவர்களை அழைக்க. அவர்கள் ஆசுவாசத்தோடு அமர்ந்தார்கள்.

சத்திய நாராயணா, பையைத் திறந்து, வாழை இலையில் சுற்றப்பட்ட மல்லிகை மாலையை எடுத்தார். கிழக்குப் பார்த்தபடி வைத்திருந்த அகத்தியர் வெண்கலச் சிலைக்கு அம்மாலையைச் சார்த்தினார். கண்ணை மூடித் தியானித்தார்.

"பிரபு... நோயை எனக்கு நாடியில் பேச வை. தெளிவு படுத்து. சரியான மருந்தைத் தெரியச் செய்... நானா வைத்தியன். நீ அல்லவா? நான் வெறும் கருவி..."

சுவரில் அப்பாவின் படம் மாட்டப்பட்டிருந்தது. லேசாகப் பழுப்பேறி, வர்ணம் உதிர்ந்த படம். அவரது தந்தையும் ஆசானும் ஆனவர். நெற்றி, புஜங்கள், முன்கை, மார்பு, வயிறு என்று திருநீர் சாற்றிக்கொண்டு ஆசனத்தில் அமர்ந்திருந்தார் அப்பா, சோனாசல வைத்தியர்.

அப்பாவின் திவஷ நாள் வர இருந்தது. வரும் தையில் பௌர்ணமியை ஒட்டி வரும். அப்பா வீட்டில் இருந்த நாட்களைக் காட்டிலும் அவரைக்காடு மேடு மலைகளில் பார்த்த நாட்களே அதிகம் என்று வைத்தியருக்குத் தோன்றியது. அப்பாவுக்கு கண்களில், மனிதர்களின் விதி தெரிந்தது. தன்னைப் பார்க்க வருகிற நோயாளிகள் எல்லோர் கைகளையும் அவர் பார்ப்பது இல்லை.

"ஏம்ப்பா, அப்படி? சிலரைப் பார்ப்பதும், சிலரை விலக்குவதும் பாவம் அல்லவா? நம் வித்தைக்குத் துரோகம் அல்லவா?"

அப்போது சத்தியாவுக்குப் பன்னிரெண்டு வயது. அப்பா அவன் கண்களைப் பார்த்தார். சிரித்துக்கொண்டு சொன்னார்.

"குழந்தை, எனக்கு மனிதர்களைப் பார்த்ததுமே, அவர்கள் விதி தெரிந்து விடுகிறது. மனிதர்கள் நிறங்களால் வெளிப்படுபவர்கள். கால தூதனின் நிறம் கறுப்பு. கறுப்புக் கிரணங்களுடன் என்னிடம் வருபவர்களுக்கு நான் வைத்தியம் பார்ப்பது இல்லை. அதுகூடாது. அது, விதி நாயகன் தீர்ப்புக்கு எதிரானது"

அப்பாவைப் பார்க்க அப்போது திருவண்ணாமலைக்குக் கலெக்டராக இருந்த வெள்ளைக்கார துரை வந்தது, அவருக்குத் தெரியும். உட்காரச் சொன்னார் அப்பா. அவன் கண்களைப் பார்த்தார். நிதானமாகச் சொன்னார்.

"உம் உடம்பு பாவத்தால் வெந்து, ஆவியாகக் கொஞ்சம் கொஞ்சமாக வெளியேறிக்கொண்டுள்ளது. வரைமுறை அற்ற பலாத்காரத்தால் பற்றின பெண்களுடன், நீர் பண்ணின மைதுனம் காரணமாக, உமக்கு உடம்பு முழுக்க விஷ மேகம் பரவியுள்ளது. உமது கடவுளை நினைத்துக் கொள்ளுங்கள். பெண்டு பிள்ளைகள், உறவு ஜனங்களை அருகில் வைத்துக் கொள்ளுங்கள். நிம்மதியாகப் பயணத்துக்கு மனசைத் தயார் பண்ணி வையுங்கள்"

அதிர்ந்து போனான் துரை.

"நீங்கள் சொன்னது உண்மை. இங்கிலீஷ் வைத்தியம், என் உடம்பைப் புண்ணாக்கி, இரத்தம் எடுத்து, நீர் எடுத்துக் கண்டு பிடித்ததை நீர் எப்படிப் பார்த்த மாத்திரம் கண்டுபிடித்தீர்?"

"வைத்தியனுக்கு அது சாத்தியம். அவன் வைத்தியனாக இருந்தால்..."

துரை கேட்டான்.

“என் இறுதி நாள் எது?”

ஒரு கணம் யோசித்தார். அப்புறம் சொன்னார் அப்பா.

“இன்னும் பதினாறு நாட்கள்”

அப்படித்தான் நேர்ந்தது. தன் இறுதி நாளைக் கேட்டுத் தெரிந்துகொண்ட அந்த வெள்ளைக்காரனை அப்பாவுக்குப் பிடித்திருந்தது.

காஞ்சனம்மா, தன் அதிகாரப் பிராந்தியமான, மருந்து கொடுக்கும் அறையில், மேசைக்குப் பின்னால் அமர்ந்துகொண்டாள். அவளுக்கு இரண்டு வேலைகள். ஒன்று, நோயாளிகள் தரும் கட்டணம் ஒரு ரூபாயை வாங்கிக்கொண்டு, அவர்கள் பெயர், எழுதிய சீட்டு தர வேண்டும். டாக்டர் என்பவர்கள் ஐம்பது ரூபாயும், இருபது ரூபாயும் “பீசாக” வாங்கிக்கொண்டிருக்கும் நாளில், தங்கள் வைத்தியர் மட்டும் ஒரு ரூபாய் கட்டணம் வாங்குவது குறித்து அவளுக்குத் தலை இறக்கம்தான். இதுவாவது பரவாயில்லை. கொஞ்ச காலம் முன்னால் வரை, நாலணா மட்டுமே கட்டணமாக விதித்திருந்தார் வைத்தியர். அதற்கு மேலாக நோயாளிகள் கொடுத்தாலும் வாங்கக்கூடாது. நோயாளிகளைப் பரிசோதித்த பிறகு, வைத்தியம் எழுதித் தம் மாத்திரை, பஸ்பம் முதலானவற்றுக்குத் தனியாகக் கட்டணம். அதுவும் இரண்டு மூன்று ரூபாய்க்கு மேல் போகக்கூடாது. நாலணா வைத்தியர் என்ற பெயரே பிரசித்தம் ஆகிவிட்டதில், லேசான கௌரவக் குறையும் அவளிடம் இருந்தது. கதவுக்கு வெளியில் இருமிக்கொண்டு நின்றாள் ஓர் அம்மாள். “வா” என்றதும் உள்ளே வந்தவளைப் பெஞ்ச்சில் உக்காரச் சொன்னாள் காஞ்சனம்மா. “வைத்தியர் பூஜையில் இருக்கார். முதல்லே அகத்தியர், அப்புறம் அவரோட தகப்பனார்.”

சளி என்றுதான் சொல்ல நினைத்திருப்பாள் அந்த அம்மாள். அதற்கும் இருமினாள். “இன்னும் சளி குறையலையாக்கும், “குத்திருமல் ஆளைக் கொத்தும்பா” டாக்டர் ரொம்ப ராசியானவர். அருமையான மருந்து வச்சிருக்கார். இருமலுக்கு. “சீட்டு போட்டுடலாமா?”

அந்த அம்மாள் ஓர் ஒத்தை ரூபாய் நோட்டை எடுத்து வைத்தாள். “பாரு... என்ன பேரு... லோகாம்பா... பாரு லோகாம்பா... டாக்டர், நாலணாவிலிருந்து ஒரு ரூபாய் பீசுன்னு மாத்திட்டார்... இன்னும் ஜனம், நாலணா வைத்தியர்னே சொல்றாங்க பாரு... நேத்து என் மருமான் ஊர்லேந்து வந்திருக்கான். இன்னும் நாலணா வைத்தியரண்டையிலேதான் இருக்கியோ? சம்பளம், உனக்குக் காலணாவான்னு கேட்கிறான். காலத்துக்கேற்ப மாறிட வேணாமோ ஒரு டாக்டர்?”

டாக்டர் என்பதில் கூடுதல் அழுத்தம் கொடுத்தாள் காஞ்சனம்மா. இந்த வார்த்தையில் கௌரதையும், டாக்டருக்குக் கூடும் மரியாதையின் வெளிச்சக் கீற்று தன் மேலும் படுகிறதாக அவள் நம்பினாள்.

“டாக்டர் தர்மலிங்கம் இருக்காரோல்லியோ? நம்ப டாக்டர் கால்தூசிக்குச் சமானமாட்டான். எட்டுக் கண்ணும் விட்டெறியறது. என் தங்கை, அங்கதான் இருந்தாள், என்னை மாதிரி. நான்தான் அவர்ட்ட சேர்த்து விட்டேன்னு வச்சுக்கோ. இப்ப பார்த்தா, இந்தக் கையில இந்த மட்டும் உருட்டு வளையல், அந்தக் கையில இந்த மட்டுக்கும் நெளிவளையல், என்ன கார்வார், என்ன சலேர்பிலேர்? அம்ம்ம்மா... பாரு... நம்ம டாக்டர், வாய் செத்த பூச்சி...”

பதிலாக அந்த அம்மாள் இருமினாள்.

சட்டையைத் தலைவழியாகக் கழற்றி, கோட் ஸ்டாண்டில் மாட்டினார், சத்தியநாராயணா. பெருத்த சரீரத்தைச் சிரமப்பட்டு நாற்காலியில் பொருத்திக்கொண்டார். வலது கைப்புறம் இருந்த பத்தியை எடுத்து ஒன்றைப் பற்ற வைத்தார். உட்கார்ந்த வாக்கிலேயே, அதை அகத்திய சாமிக்கும் தகப்பனார் சாமிக்கும் காட்டி, ஸ்டாண்டில் பொருத்தினார். மேசை, சுத்தமாக இருக்கிறதா எனப் பரீட்சை செய்துகொண்டார். வைத்தியனிடம் அழுக்கு அண்டலாமோ? துண்டு வெள்ளைச் சீட்டுகளை எடுத்து அடுக்கி வைத்தார். பென்சிலைக் கூர்பார்த்துக்கொண்டார். மருந்துக் குப்பிகள் எல்லாம் அதனதன் இடத்தில் பொருத்தமாக இருந்தன. திருப்தியுடன் மேசை மேல் இருந்த மணியை அடித்தார்.

லோகாம்பா, இருமிக்கொண்டு, அறைக் கதவைத் திறந்துகொண்டு உள்ளே வந்து, வைத்தியர் காட்டிய ஸ்டூலில் அமர்ந்தாள்.

“எப்படி இருக்கு ஜலதோஷம், லோகாம்பா?”

பதிலாக இருமினாள் லோகாம்பா.

புரிந்ததாகத் தலை அசைத்துக்கொண்டார், சத்தியநாராயணா. அவள் முகம், கண்கள் என ஆராய்ந்தார்.

“போன புத வாரம் உங்க வீட்டுப் பக்கமா ரிக்ஷாவில் போயிட்டிருந்தேன். இளம்பிராயமா ஒருத்தி திண்ணையிலே நின்னுட்டு இருந்தாளே, யார் அவ?”

“ஒல்லியா சேப்பா... (இருமல்) விரிச்சி போட்டுண்டு”

“ஆமா...”

“அவதான் என் வீட்டுக்காரரோட (இருமல்) தங்கை. (நீண்ட இருமலோடு) மாசக்கணக்கா, இங்கதான் டேரா... மூணு பிள்ளைகள். அதுகள், ஊருக்குப் புறப்படறச்சே துணிமணிகள் (இருமல்) எடுத்துத் தரணும்...”

வைத்தியர்... விசிறிக்கொண்டார். எதிர்த் திண்ணையில் பவுன் ஆசாரிப் பட்டறையிலிருந்து “டொக் டொக்”கென்று சின்ன சப்தம் வந்துகொண்டிருந்தது.

“வீட்டுல யார் யாரெல்லாம் இருக்கா?”

“நாங்க ரெண்டு பேர், எங்க பிள்ளைகள் ரெண்டு. (இருமல்) அப்புறம், வீட்டோட வந்துட்ட என் தங்கை. அவ பிள்ளை ஒன்னு. அப்புறம், லீவுக்கு வநிருக்கிற என் ஆமதாபாத் பெரிய தங்கை, பிள்ளைகள்.”

“இருக்கட்டும். உறவுன்னா, அப்படித்தான் இருக்கும். கும்பலா பிறந்துட்டம். கும்பலா வாழலேன்னா எப்படி? பிறப்பே, இரண்டு பேர் கும்பல் சேர்க்கையிலே ஏற்படறதுதானே?”

“உள்ளது”

“உன் புருஷன் குடும்பத்தார் உன் வீட்டிலே வந்திருக்கிறது உனக்குக் கஷ்டமா இருக்கோ”

முதலில் அவள் இருமினாள். அப்புறம் “ஆமாம்” என்பதாகத் தலையசைத்தாள்.

இருமல் போகணும்னா, அந்த மனோபாவம் போகணும். அதென்ன, உன் அகத்தில் உன் தங்கைகள் வரலாம். உன் புருஷன் தங்கைகளுக்கு இடம் இல்லையோ...?"

லேசாக வெட்கப்பட்டாள் லோகாம்பாள்.

"வியாதிங்கறது, ஒன்னும் இல்லை. கர்ம பலன் காரணமா சிலது வரும். நமக்குள்ள இருக்கிற வக்ரம் காரணமா, சிலது வரும். உனக்கு வந்தது, ரெண்டாவது, அதுக்கு மருந்தில்லை. மனசைத் துடைத்து வச்சுக்கிட்டு, உன் தங்கை குழந்தைகள், உன் புருஷன் தங்கை குழந்தைகள், உன் குழந்தை எல்லாத்தையும் ஒன்னாகப் பாவிச்சுடு. இருமல் போயிடும். போ... பீஸ் ஒரு ரூபாயைக் கொடுத்தியோ, போறச்சே, காஞ்சனம்மாகிட்டே வாங்கிட்டுப் போயிடு. குஞ்சுப் பிள்ளைக் கடையில் ஒரு ரூபாய்க்குப் பூந்தி வாங்கிண்டு போயி எல்லாக் குழந்தைகளுக்கும் கொடு..."

முகம் இருண்டவளாக, லோகாம்பா, காஞ்சனம்மா முன் வந்து நின்றாள். சீட்டுக்காகக் கை நீட்டினாள் காஞ்சனம்மா.

"கொடுக்கலை"

"ஏனாம்?"

லோகாம்பா எரிச்சலுடன் சொன்னாள், இருமலுடன்தான்.

"கொழந்தைங்களுக்குப் பூந்தி வாங்கிக் கொடுத்தா, இருமல் போயிடுமாம்"

காஞ்சனம்மா, தன் "ரைட்டர்" பேனாவின் முனையைக் கடித்துக்கொண்டு, எங்கோ பராக்கு பார்த்தாள்.

ஆறு பேர்தான், அன்று பார்வையாளர்களாக வந்திருந்தார்கள். காஞ் சனம்மா, உள்ளே வந்து "அவ்ளோதான் ஐயா" என்றாள்.

"சந்தோஷம்" என்றபடி, அலமாரியைத் திறந்து, சிவப்பு காலிகோ அட்டை போட்ட புஸ்தகத்தை எடுத்து வைத்துக்கொண்டு விட்ட இடத்திலிருந்து படிக்கத் தொடங்கினார்.

நகத்தைக் கடித்துக்கொண்டு, தன் இருக்கையில் வந்து அமர்ந்தாள், காஞ்சனம்மா. மெல்ல உள்ளே வந்த ரிக்ஷாக்காரர் கெம்புசாமி, தரையில், சுவரில் முதுகைச் சாய்த்துக்கொண்டு அமர்ந்தார். காகிதத்தில் மடித்த வெற்றிலையைத் துடைத்துப் போடத் தொடங்கினார்.

காஞ்சனம்மா, மணியைப் பார்த்தாள். பதினொன்று இருபது. ஒரு மணியோ, ரெண்டு மணியோ, டாக்டர் இருக்கும் வரைக்கும் அவள் இருந்தாக வேண்டும். அசுவாரஸ்யமாகக் கெம்புசாமியைப் பார்த்தாள் காஞ்சனம்மா.

"இன்னிக்கு ஆறு பேர்தான்"

கெம்புசாமி, வாயோரம் கசியும் வெற்றிலைச் சாரத்தைத் துடைத்தபடிச் சொன்னார்.

"நல்லதுதானே"

"எது நல்லது?"

"நோயாளிகள் குறையறது"

பைத்தியத்தைப் பார்ப்பதுபோலக் கெம்புச்சாமியைப் பார்த்தாள் காஞ் சனம்மா. "மேலத் தெருவில புதுசா ஒரு டாக்டர் வந்திருக்கார். கூட்டம்

அலை மோதறது. நம்ம டாக்டர், மருந்து கொடுக்காமே, சாமியார் மாதிரி பேசறார். கூட்டம் எப்படி வரும்?"

"கூட்டம் வந்தாலும், இல்லைன்னாலும், நமக்குப் படி அளக்கிறதுல கொறை வைக்கிறதில்லையே, எசமான். இல்லையா, நரசம்மா?"

காஞ்சனம்மா, உஷார் அடைந்தாள். ஏதாவது பேசி வைத்து, இவன் அதைப் போய் டாக்டரிடம் போட்டு வைத்தால்?

"அதுக்கில்லை, கெம்பு. டாக்டர், நோயாளிக்கு மருந்து கொடுக்கிறவர் தானே? பாவம், புண்ணியம், விதி இதெல்லாம் என்னத்துக்குப் பேசணும்"

"பீசு வாங்கற, பொழப்பு நடத்தற டாக்டர் அப்படி இருப்பான். நம்ம வைத்தியர் மகான்"

காஞ்சனம்மா தன்னை அடக்கிக்கொண்டாள். கெம்புசாமி தொடர்ந்தான்.

"அவர் பிள்ளைக்கே, அவர் அப்படித்தானே சொன்னார்"

அது ஒரு நடந்த நிகழ்ச்சி. அவன் மகன் — ஒற்றை மகன்— ஒற்றை மகன் முத்தையாவுக்குக் குழந்தை இல்லை. மறுகல்யாணம் பண்ணச் சொன்னாள், அவன் அம்மா.

"தப்பு" என்றார் வைத்தியர்.

"என்ன தப்பு, இதிலே? உலகத்தில் நடக்காததா? நமக்கும் வாரிசு வேணாமோ"

"அதுதான் விதின்னா, அப்படியே நடக்கட்டும்"

"குறை, இவன்ட்ட இல்லையாம். இங்கிலீஷ் டாக்டர்ட்ட பரிட்சை பண்ணிட்டானாம்."

ஓர் இரவு முழுக்க நடந்த விவாதத்தில் வைத்தியர் இப்படிச் சொன்னார். "குறை இவன்ட்ட இருந்தா, அவளுக்கு, உன் மருமகளுக்கு மறு கல்யாணம் பண்ணி வைப்பானோ, இவன்? என்ன பாவம் பண்ணியோ, இது நடந்திருக்கு. ஒரு பொண்ணுக்கு. மேலும் பாவம் பண்ணனுமா, இவன்? அந்தப் பாவத்துக்கு இன்னுமொரு முறை ஜன்மம் எடுக்கணும். இவன், புரிஞ்சுக்கோ"

சாயங்காலம். இன்னும் இருட்டு வந்திருக்கவில்லை. பார்வையாளர்கள் இல்லை. வைத்தியரிடம் கெம்புசாமி ஒரு பத்திரிகையைக்கொண்டு வந்து கொடுத்தான். "ஒரு விளம்பரம் வந்திருக்கு. மேலத் தெரு டாக்டர் கொடுத்திருக்கார். பாருங்கோ" என்றான்.

சத்திய நாராயணா, அதைப் படித்தார்.

"வாலிபத்திலேயே வயசாகிப் போன முன்னாள் வாலிபர்களே" என்று விளித்திருந்தது அந்த விளம்பரம். தொடர்ந்தது.

"நீங்க அறியாப் பருவத்தில் அறிந்தோ அறியாமலோ, தெரிந்தோ, தெரியாமலோ செய்து விட்ட சில அந்தரங்கப் பழக்கம் காரணமாக இப்போது சக்தி இல்லாமல் சிரமப்படுகிறீர்களா? மனைவிக்கு முன்னால அவமானப்படுகிறீர்களா? இரவு ஏன் வருகிறது என்று வருந்துகிறீர்களா? மன சஞ்சலமா? தடுமாற்றமா? தள்ளாட்டமா? செயல்பட முடியாத தலைகுனிவா? வந்துவிட்டது மன்மதக் குளிகை. ஒரு மண்டலம் 48 நாட்கள் உள்ளுக்கு மருந்து.

சிட்டுக் குருவிகள் போலும், குதிரைகள் என்கிற அசுவங்கள்போலவும் புதிய வாழ்க்கையைத் தொடங்குங்கள். முதல் தரம் ரூபாய் இருநூறு. மிக முதல் தரம் ரூபாய் முன்னூறு. பீம விலாஸ் ஸ்பெஷல் முதல் தரம் ரூபாய் ஐநூறு... டாக்டரைச் சந்திக்க வேண்டிய இடம்... காலம்...

பத்திரிகையை மடித்து வைத்து விட்டு, நீண்ட நேரம் உத்தரத்தைப் பார்த்தபடி அமர்ந்திருந்தார், வைத்தியர்.

கெம்புசாமி, காபி எடுத்து வந்து வைத்தார்.

"ஜனங்களுக்கும் வெட்கம் அத்துப் போச்சு. வைத்தியனுக்கும் லஜ்ஜை விட்டுப் போச்சே!"

மேலத் தெரு டாக்டர், கார் வாங்கிட்டாராம். நெறைய பேர் வராங்களாம் போறாங்களாம்."

அவர் தலையசைத்தபடி சொன்னார்.

"வைத்தியன், பெரிசா இருக்கப்படாது, கெம்பு. ஆண்டவன், சோற்றுக்கு வழி பண்ணவன், குண்டி வேஷ்டிக்குக் கொடுப்பவன், அதுக்கு மேலகூடாது. நோய்க் கூலியில் பிழைக்கறது என்ன பொழப்பு. சரியான வாழ்க்கைதான் பொழைப்பு. வைத்தியன் வேலை பரோபகாரம். மருந்து கொடுக்கறதே, கடவுளுக்கு விரோதம்னு நான் நினைக்கிறேன். கர்ம நோய்க்கு நான் என்ன பண்ணட்டும்? காரண நோய்களுக்குக் கொஞ்சம் கொடுக்கலாம். ஆனா, இந்த மாதிரி வேஷ்டி இல்லாமே, அவிழ்த்துப் போட்டுட்டு, விளம்பரம் வருதே. ஜனம், வருதா?"

"மொய்க்கிறது"

"ஜனங்களுக்கெல்லாம், இதுதான் நோயா?"

கெம்புசாமி அவர் காபி அருந்துவதைப் பார்த்தபடி நின்றார்.

"ஒரு சங்கதி?"

"சொல்லு"

இப்பத்தான் ஒருத்தர் வந்து சொல்லிட்டுப் போனார். நம்ம காஞ்சனம்மா மேலத் தெரு டாக்டர்கிட்ட சேர்ந்துட்டாங்களாம்"

"அப்படியா சங்கதி... அடடா... சம்பளம் வாங்காமே போயிட்டாளே. தர்றேன்... நாளைக்குப் பார்த்துக் கொடுத்துடு"

"சரிங்க ஐயா..."

சீக்கிரமே வீட்டுக்குக் கிளம்பினார், சத்திய நாராயணா.

தெருவில் நிறைய பேர்கள். தெரு, ஜனங்களால் நிரம்பியிருந்தது. மனுஷர்களில் பலர் வேஷ்டி இல்லாமல் நடப்பதுபோலத் தெரிந்தது சத்திய நாராயணாவுக்கு.

நிறைய இருட்டியிருந்தது.

2001

சின்னி

சின்னியும் பையன்களின் கூட்டத்தோடு சேர்ந்து ஓடிக்கொண்டிருந்தான். வெள்ளைக் கரும்புக் கட்டுகளை ஏற்றிக்கொண்டு சர்க்கரை ஆலைக்குப் போய்க்கொண்டிருந்த டிராக்டரைத் துரத்திக்கொண்டு அவர்கள் ஓடிக்கொண்டிருந்தார்கள். டிராக்டரை நெருங்கித் தொத்திக்கொண்ட ஒருவன், ஒரு கரும்பை இழுத்தான். இரண்டு மூன்று முயற்சிகளுக்குப் பிறகு, நெகிழ்ச்சியான கரும்பொன்று அவன் கையில் வந்தது. அதையும் மேலும் நான்கைந்து கழிகளையும் எடுத்து எறிந்தான். ஓடி வந்த பையன்கள், விழுந்த கரும்புகளைப் பொறுக்கிக்கொண்டார்கள்.

சின்னி, இன்னொரு பக்கம் தொற்றினான். தங்கள் கூட்டத்தைச் சேராத புதிய பையனை அவர்கள் விசித்திரம்போலப் பார்த்தார்கள். காது ஜவ்வு அறுந்து போகும் படி அவர்கள் கூச்சல் போட்டுக் கத்தியதுதான் தப்பாக இருக்க வேண்டும். டிராக்டர், சட்டென்று பாதை ஓரம் வளைந்து நின்றது. பையன்கள் ஆளுக்கொரு திசையில் மறைந்தார்கள். கையில் கரும்போடு கீழே குதித்தான் சின்னி.

"தாயோழி... வகுந்துடறேன் பாரு..." என்று கத்தியபடி டிராக்டரில் இருந்து கீழே இறங்கினான் ஒருவன். சட்டென்று இடது பக்கமாகத் திரும்பி, புதரும் செடியும் மண்டிய பூமியில் சின்னி ஓடிக்கொண்டிருந்தான். ஓடும்போதே, துரத்துபவனைப் பற்றிச் சிந்தித்தபடி இருந்தான் அவன். கல், அவனுக்கு அருகில் விழுந்தது. கரும்பின் இழப்பு பெரிசல்ல. பையன்கள் போட்ட கூச்சலை, அவன் சவாலாக ஏற்றுக்கொண்டான். அதனால் துரத்துகிறான். சின்னி நின்றான். அவனும் நின்றான். கைக்கடக்கமான கல் ஒன்றை எடுத்து விட்டெறிந்தான். ஓடினான். இனியும் ஆபத்தில்லை என்று தோன்றியதும் நின்றான். அவன் நின்ற இடம் ஓடைக் கரையாக இருந்தது.

வெள்ளை மணலில் அமர்ந்தான். கரும்பைக் கடித்துமென்றான். சப்பென்று இருந்தது. என்ன இருந்தாலும் கருத்த பன்னிக் கரும்புதான் ருசி. தொண்டைவரை இனிக்கும். கரும்பை எறிந்து விட்டு, ஓடைக்குள் இறங்கினான். ஒருவன் கால் கழுவி, மண்தரையில் காலை உதறி ஜட்டி மாட்டிக்கொண்டிருந்ததை சின்னி பார்த்தான். அதே நேரம், அவனும் இவனைப் பார்த்தான். பேன்ட்டை மாட்டிக்கொண்டு, முகத்தில் சந்தேகம் தோன்ற, அவன் தன்னைப் பார்ப்பதை சின்னியும் கவனித்தான். பக்கத்தில் தாழம்புதர் இருக்க வேண்டும். தாழம்பூ வாசனை வந்துகொண்டிருந்தது. தாழம்பூ வாசனை சின்னிக்கு மிகவும் பிடிக்கும்.

அவன் சிகரெட்டைப் பற்ற வைத்தான். குவிந்த கைகுவிப்புக்குள் தீயை நோக்கிக் குனிந்த அந்தக் கணம், அவனின் கூரிய மூக்கையும், அது வழிந்து சமப்பட்டு உதடுகளாய்க் குவிந்ததையும், அவன் புகையை நன்கு இழுத்து வெளியேற்றுவதையும் சின்னி தன்னை மறந்து கவனித்தான். புகை காற்றில் பரவ, அலட்சியமாக மேடேறி, நடந்து மறையும்வரை பார்த்துக்கொண்டே இருந்தான். காற்றில் சிகரெட்டின் மணம், தன்னை வளைத்துக்கொண்டதாக அவன் உணர்ந்தான். புகை, பரந்து அகன்று, ஒரு பாதை மாதிரி அவன் முன் விரிய, அதில் அவன் நடந்தான். முன்னால் சென்றவன் பின்னாலேயே, அவன் நடந்துகொண்டிருந்தான்.

சின்னியின் குடிசையிலிருந்துதான் துரவு ஆரம்பித்தது. குத்துச் செடிகள், ஆளுயர எருக்கஞ் செடிகள் பல்கிப் பெருகி இருந்தன. ஊரின் இயற்கை உபாதை கழிக்கும் இடமாக அந்தப் பகுதி இருந்தது. அதைக் கடந்து சென்றால், அடைஞ்சான் ஓடை, யானையின் கோவணம்போல ஓடிக்கொண்டிருக்கும். அங்கு, தாழம் புதர்கள் அடர்ந்திருந்தன. அங்குப் பாம்புகள், தாழம்பூ வாசனை பிடித்துக்கொண்டிருக்கும் என்பாள் அம்மா. அந்தப் பக்கம் சின்னுவை விளையாடப் போகக்கூடாது என்று அம்மா சொல்வாள். அக்காகூடச் சொல்வாள். பின்னர் ஏகாம்பரத்தோடு அக்கா ஓடிப் போனாள்.

அப்புறமும் அம்மா சொல்லிக்கொண்டிருந்தாள். அக்கா போன பிறகு, அம்மா குடிசையில் தனியாகத்தான் இருந்தாள். வீராசாமி நாயக்கர் நெல்லு மண்டியில மூட்டை தூக்கும் கலிவரதன் வந்து அம்மாவுடன் குடிசையில் படுத்துக்கொண்டான். கணேஷ் டாக்கீஸில் இரண்டாம் ஆட்டம் அலிபாபா பார்த்துவிட்டுத் திரும்பும்போது, கலிவரதன்தான் வந்து கதவைத் திறந்தான்.

“எங்கடா வந்தே, தே... பையா... விடிஞ்சு வந்தா இன்னா?” என்றபடி, வாசற்படியை மறைத்துக்கொண்டு பீடி பற்ற வைத்தான். லாந்தர் வெளிச்சத்தில் அம்மாவின் ஒரு பகுதி தெரிந்தது. வாழ மட்டை மாதிரி வெள்ளைக் கால்களும், வரி விழுந்து, கருத்து வெடித்திருந்த வயிறும். சின்னி ஓட்டமாக ஓடைக் கரைக்கு வந்தான். நிலா, ஜிகினாத்தாள் மாதிரி காய்ந்துகொண்டிருந்தது. காற்றில் மிதந்து வரும் தாழம்பூ வாசனை. இருதயம் முழுக்க இழுத்துக்கொண்டான். ஜாக்கிரதையாக, சுற்றும் முற்றும், காலடியிலும் பார்த்துக்கொண்டான். பாம்புகள் தூங்கும். அல்லது, அம்மா மாதிரி படுத்துக் கிடக்கும்.

குன்னம்மா கடையில் கூட்டம் நெரித்தது. பிரும்மாண்டமான தேகம் அவளுக்கு. அவளுக்கு முன்னால், மிகப் பெரிய இட்லிக் குண்டான்

சின்னதாய்ச் சூம்பிக் கிடந்தது. இயந்திரம்போல, சட்டியிலிருந்து மாவை எடுத்து நிரம்புவதும், வெந்ததை இறக்கி வழித்துத் தட்டில் போடுவதுமாக இருந்தாள் குன்னம்மா. சூரியன், சந்திரசேகர ரெட்டியார் வீட்டுக்குப் பின்னால் மறைந்து நேரம் அதிகமாகி இருந்தது. புளியந்தோப்பு சாராயக்கடை வியாபாரம் மேல் எழும்பும். புளியந்தோப்பில் இருந்து குன்னம்மா கடை இட்லிக்கும், காரச் சட்னிக்கும், வடை கறிக்கும், போதை தெளிவதற்கும் முன்னால் ரசிகர்கள் வந்து அமர்வார்கள். உடனடியாக இலை போட்டு, இட்லிகளை வைக்க வேணும். இல்லையெனில், அம்மா அக்காவைக் கூப்பிட்டு வைப்பார்கள்.

குன்னம்மா, குளித்து வந்தாற் போன்று வியர்வை வழிய புகையினூடாக, பரபர என்று இயங்கிக்கொண்டிருந்தாள். துணி சுத்தமாக விலகி, யானைத் தலை போன்ற அவள் பெரிய மார்பகங்கள், அவளின் ஒவ்வோர் அசைவுக்கும் 'ஆமாம்' போடுவதுபோலக் குலுங்குவதை வேடிக்கைபோலப் பார்த்துக்கொண்டு நின்றான் சின்னி.

"தட்டைப் பிட்டி குட்டி" என்றபடி குன்னம்மா, ஆவி பறக்கும் வெள்ளை வட்ட இட்லிகளைத் தட்டில் போட்டாள். என்னமோ, சின்னி அவளுக்குப் பார்க்கக் குட்டிபோலத் தெரிந்தான். அவனது சிவந்த உதடுகள், நாவற்பழக் கண்கள், நடக்கும்போது, இடுப்பை ஒசித்து ஒசித்து அவன் நடக்கும் முறை, தெப்பலாக உடம்பு வியர்வையில் ஒட்டிக்கொண்டும், சட்டையைப் பிறர் முன் அவிழ்க்காத அவன் போக்கு.

சின்னி தட்டை எடுத்துக்கொண்டு, துணிப் படுதாவை விலக்கிக்கொண்டு வெளிப்பட்டான். அண்ணாமலை, இலை போட்டிருந்தான். வரிசையாக இலைகளில் இட்லிகளைப் போட்டுக்கொண்டு வந்த சின்னி, ஓர் இடம் வந்ததும் சட்டென்று, நின்றான். தாழம்பூ அவன் நாசிக்குள் நுழைந்து அவனை ஸ்தம்பிக்க வைத்தது. சின்னி நிமிர்ந்தான். அவன்தான். கை நடுங்கியது. கால்கள், ஸ்மரணை அற்றுப் போயின. வியர்வை அரும்பியது. ஆறு இட்லிகள் போட்டு விட்டு, சட்னி பக்கெட்டை எடுத்து வந்து விட்டான். அவனுக்குப் பக்கத்தில் இருந்தவன், "இன்னா சின்னிக்குட்டி, பாண்டிக்குத்தான் சட்னி அள்ளி விடுவியா? எங்களுக்கு மட்டும் நெய் கணக்கா விடறே?" என்றான்.

சின்னி அவனைப் பார்த்தான். பூரான் மாதிரி மீசைக்குள் அவன் சிரிப்பது கண்ணில் தெரிந்தது. குதித்துக்கொண்டு உள்ளே ஓடி மறைந்தான் சின்னி. பாண்டி, மொத்தம் பதினாறு இட்லியும், ஒரு சீசா நல்லெண்ணெயும், ஒரு வடைகறியும், சாப்பிட்டிருந்தான். கடை கட்டியான பின், தரையைக் கழுவிவிட்டுக்கொண்டிருக்கும்போதும், சின்னி, பாண்டி உட்கார்ந்த இடத்தில் தாழம்பூ வாசனை வீசுவதை உணர்ந்தான். பெஞ்ச் வழவழப்பைத் தடவிப் பார்த்துக்கொண்டிருந்தான்.

தவலையில் வெந்நீர் கொதித்தது. எடுத்துப் போய், பின் கட்டில், தட்டி மறைப்பில் ஏற்படுத்தியிருந்த குளியல் அறையில், பச்சைத் தண்ணீரைக் கலந்து விளாவினான். குன்னம்மா, மார்புவரை ஏற்றிக் கட்டிய பாவாடையுடன் வந்து மரப்பலகையில் அமர்ந்துகொண்டாள். தண்ணீரைக்கொண்டு அவள் தலையில் ஊற்ற ஊற்ற, ஒரு நாள் அடுப்படி அழுக்கைக் கழுவி விட்டாள் அவள். லைப்பாய் சோப் தேய்த்து முடித்தானதும், மீண்டும் தண்ணீரை

அவள் மேல் ஊற்றினான். பாவாடை கழன்று தரையில் புரண்டது. துண்டைக்கொண்டு முதுகைத் துடைத்து விட்டான். அவள் முன் பக்கம் துடைத்துக்கொண்டாள்.

சின்னியின் மனம் முழுக்கவும் பாண்டியே இருந்தான். பாண்டியைத்தான் அவள் குளிப்பாட்டுகிறான். சோப் தேய்த்து விடுகிறான். சுடச்சுட சோறும், கறிக்குழம்பும் ஆட்டுக்கால் சூப்பும் பண்ணி பாண்டிக்கு அவன் படைக்கிறான்.

"அண்ணாமலை எங்கடி, வந்தானா?"

"வரலைக்கா..."

"சாராயக் கடையில உழுந்து கிடப்பான், பேமானி..."

"வார நேரம்தாங்க்கா!"

"அங்க எவளையாவது நக்கிக்கிட்டுக் கிடப்பான்!"

குன்னம்மா எழுந்து நின்றாள். திட்டுத் திட்டாய்ப் புல் முளைத்த மைதானம்போல நின்றாள் அவள்.

துவைத்து உலர்த்திய புடவையைச் சுற்றி விட்டான் சின்னி. அக்கா, வெயில் காலத்தில் இரவில் ஜாக்கெட் போட்டுக் கொள்வதில்லை. குன்னம்மா போட்டு வைத்த தட்டில், சோறும், ஆட்டுக்கறி துண்டங்களும் நிறையவே கிடந்தன. குன்னம்மா, சோற்றில் வஞ்சம் பண்ணமாட்டாள். சாப்பிட்டு எழுந்து, தட்டைக் கழுவி வைத்துத் திரும்பியவனைப் பார்த்து, "அந்தக் கம்மனாட்டி குடிச்சுட்டு உழுந்து கிடக்கும், பாத்து இட்டாந்துடு" என்றாள் குன்னம்மா.

அண்ணாமலையைத் தேடிச் சாராயக் கடைக்குப் போனான். சாக்னா கடையில், தரையில் சரிந்து படுத்துக் கிடந்தான் அண்ணாமலை. அவனை உலுக்கி, "எந்திரி, அக்கா இட்டாரச் சொல்லிச்சு" என்றான் சின்னி.

"போடா மாமா பையா... எவனாவது பெரிசா வச்சிருப்பான்... அவனை இட்டுக்குனு போ... அக்காளுக்கு ஆம்பிளை தேடி வந்திருக்கான், பொட்டை பேமானி..."

"உஸ்... எந்திரி மாமா... அக்கா காத்துக்கிட்டு இருக்கு..."

ஆண்— பெண், புணர்ச்சி பற்றிய புதுப்புது சொற்றொடர்கள் தாராளமாக வந்தது அண்ணாமலைக்கு.

"த... அண்ணாமலை அண்ணே... அதுதான் கூப்பிடுத... எந்திரிச்சு போ... கடையாண்ட குந்திக்கினு வண்டை வண்டையா பேசிக்கினு இருக்கியே..." என்றார்கொண்டையும், கொண்டையில் பூவும், அரைக்கை பனியனும், அதன் மேல் தாவணி மாதிரி போட்ட சிவப்புக் காசித் துண்டும், நெற்றிப் பொட்டும் சகிதம் வாணலிக்குப் பின்னால் இருந்த ஒருவன் அல்லது ஒருத்தி.

"அடீங்... ஒன்... பொத்திக்கினு பேசாம இரு. நீ இன்னா இதுக்கு சப்போட்டா? என்னத்துக்கு... எனம் கூட்டணி சேர்றீங்களாடி... இல்லாதவளுகளா!"

இரண்டு பேர் வந்து சேர்ந்தார்கள்.

"இன்னா அண்ணாமலை... கடையாண்டை குந்திக்கினு, ரம்பாவுக்குக் கஷ்டம் கொடுக்கிற பாரு... எல்லாம் உன் வீட்டாண்ட வச்சுக்க..."

வாணலிக்குப் பின்னால் இருந்த ரம்பா, முகத்தில் திருப்தி தோன்ற அந்த ஆளைப் பார்த்துத் தலை அசைத்தாள்.

"நீ யார்றா ங்கொ... அந்த ரெண்டுங்கெட்டதை வச்சிக்கினு இருக்கிறவனா...?" என்று தொடர்ந்து, எழுந்து உட்கார்ந்த அண்ணாமலை, "அந்த தே... என் பொண்டாட்டி புள்ளைகளைப் பிரிச்சுட்டா..." என்றபடி தேம்பி அழ ஆரம்பித்தான். மாமா முன் உடனே வந்து நின்றான் சின்னி.

"அழாதீங்க மாமா... எந்திரிங்க..."

அண்ணாமலையின் துண்டை எடுத்து தன் தோளில் போட்டு கைத்தாங்கலாக அழைத்துச் சென்றான் சின்னி.

"சின்னி... நீ ரொம்ப நல்லவண்டா... பாவண்டா நீ..." என்று பிதற்றிக்கொண்டே வந்தான் அண்ணாமலை.

செவ்வாய்ச் சந்தையில் இருந்து தலையில் கூடையுடன் வந்துகொண்டிருந்தான் சின்னி. தக்காளி, வெங்காயம், காய்கள் என்று பலத்தது கூடை. காலைக் கட்டிப் போட்டிருந்த வெள்ளை நாட்டுக் கோழி, அவ்வப்போது, தன்னை நினைத்துக்கொண்டு "க்வாக்" என்றது.

வெயில் மறைந்து, குளிர்ந்து காற்று வீசியது. மண், உள்ளங்காலில் புதைந்து சுகமாக இருந்தது. மணல் ரஸ்தாவின் இருபுறமும், ரேடியோ புனல் பூச்செடிகள் செழித்துக் கிடந்தன. வளைந்து கோணல் தோன்ற நின்றிருந்த பூவரச மரங்களில் மரங்கொத்திக் குருவிகள் மூக்கைத் தீட்டிக்கொண்டிருந்தன. மண்ணைக் காலில் எற்றிவிட்டபடியே சின்னி பாடத் தொடங்கினான்.

> "ஆலங்காட்டு மாமனுக்கு
> அரை இடுக்கில் கொப்பளமாம்
> அரியலூரு அக்காவுக்கு
> அன்னந் தண்ணிகூடலியாம்
> மஞ்சணத்திக் கொல்லையிலே
> மருக்கொழுந்து வாசமென்ன?
> மருக்கொழுந்து வாசத்துக்கு
> வாராரு எம் மாமன்..."

மண் ரஸ்தா திருப்பத்தில் சுமை தாங்கிக் கல்லில் காலைத் தொங்கவிட்டுக்கொண்டு உட்கார்ந்திருந்தான் பாண்டி.

"எலே சின்னி, இங்க வா" என்றான் பாண்டி.

சின்னி, கூடையைச் சுமை தாங்கியில் இறக்கிச் சும்மாட்டுத் துண்டை உதறித் தோளில் போட்டு, அதன் ஒரு பக்கத்தை மாராப்பு மாதிரிபோட்டுக்கொண்டான். கைலியை மடித்துக் கட்டிக்கொண்டு, தொடையும், புடைத்த கெண்டைச் சதையுமாக இருந்தான் பாண்டி. காலில் புசுபுசுவென முளைத்திருந்த சுருள் முடியைப் பார்த்து வெட்கம் கொண்டான் சின்னி.

"அது இன்னா பாட்டு... மருக்கொழுந்து, மல்லிப்பூன்னு சரியாக்கேக்கலை. ஒரு வாட்டி பாடு பாப்போம்..."

முகம் சிவந்து விட்டது சின்னிக்கு.

"போ... தமாஸ் பண்றே..."

"சேச்சே... ஆசைப்பட்டுக் கேக்கறேன். முறுக்கிக்கிறியே..."

"நிசமா?"

"சத்தியமா!"

துண்டின் ஒரு முனையில் நூல்களைப் பிய்த்து எறிந்தான். அதை வாயில் வைத்துக் கடித்தான். பாண்டிக்கு முதுகைக் காட்டிக்கொண்டு நின்றான். தொண்டையைச் செருமிக்கொண்டான்.

"சில்லுன்னு காத்தடிக்கும்
சிட்டு வந்து பொழுதடையும்
தென்னங்கீத்து தடுப்பால
தெக்கு பாத்து குந்த வச்சா
தாய்மாமன் சீர்வருது
தட்டும் மட்டும் தொன்னூறு
மலை மலைபோல,
மருக்கொழுந்து கடல்போல
தட்டான் உருக்கி பண்ண
தலையாணி நூறு மட்டும்.
நெத்திச் சுட்டி ஒட்டியாணம்
நெல்லுக் குவியல்போல
மூக்குத்தி மினுமினுப்பில்
முறைமாவன் வாறாங்க..."

சின்னி முகத்தை இரு கைகளாலும் மூடிக்கொண்டான்.

"ஏய் சின்னி... தென்னங்கீத்துப் பின்னால யாரு உக்காந்தது, நீயா?"

"அய்யே... போ..."

"வயசுக்கு வந்துட்டியா?"

"நடு வூட்டுல உக்கார வச்சு புட்டு சுத்தினாங்களா?"

"அய்யே... ஆம்பிளையைப் பாரு..."

"திரும்பி என் மூஞ்சைப் பாரு... பாத்தா ஒண்ணு சொல்றேன்"

சின்னி, முகத்தைக் கீழ் நோக்கியவாறு கண்ணை மட்டும் உயர்த்தி அவனைப் பார்த்தன்.

"என்னைக் கட்டிக்கிறியா?"

"அய்யோ..."

"சொல்லு... ரைட்டுன்னா, இன்ஜின் தண்ணி ஊத்தற கொட்டாவுக்கு வா..." அந்த இட்லிக் கடை குச்சுக்காரியோடதான் இருக்கப் போறியா?"

"அப்படி சொல்லாதே... எங்க அக்கா பாவம்..."

பிரபஞ்சன் ★ 99

“போடி சர்தான். உங்க அக்காவ எனக்குத் தெரியாதாங்காட்டியும்? தாசில்தார் ஆபீசு மைக்கூடு ஆச்சே அவ. எவன் விட்டு எடுக்கலை அவளை?”

“சீ... போ... எங்க அக்கா பாவம். நாள் பூரா நெருப்பில் வெந்துக்கினு கெடக்குது. எல்லாம் இந்த சாண் வயித்துக்காகதானே? போனாத்தான் இன்ன. நீயா தாலி கெட்டி வச்சிருக்க...?”

“போடி சின்னத் தேவடியா...”

கண்ணை ஒயிலாகச் சுற்றி, கழுத்தை ஒரு பக்கமாகச் சாய்த்துக்கொண்டு, “நான் வரட்டா” என்றான் சின்னி.

“வருவேதானே”

“எதுக்கு வா வாங்கற?”

“தெரியாதாங்காட்டியும்...”

அவன் கூடையைத் தலையில் சுமந்துகொண்டான்.

“குட்டி... ஏமாத்தினே, ரெண்டா கிழிச்சிடுவேன்.”

அவன் சிரித்தபடி நடந்தான். குட்டி என்று அவனைப் பெண்ணாக விளித்தது அவனுக்குப் புளகாங்கிதமாக இருந்தது. அப்படி யாரும் பட்சமாகச் சொன்னது இல்லை. எதற்குக் கூப்பிடுகிறான்? தெரிந்தும் தெரியாமலும் இருந்தது. ஆசையாகவும் இருந்தது. அவன் என்னவெல்லாம் செய்வான் என்பதைக் கொஞ்சம் கொஞ்சமாக நினைத்துப் பார்த்து, பரவசம் அடைந்தான். மயிர்கால்கள் குத்திட்டன. கால்கள் தரையில் பதிந்தாலும், பாவாமலும் இருந்தன. வீடு போய்ச் சேர்ந்ததும், அக்கா கூடையை இறக்கி வைத்தாள். பண்டங்களை எடுத்துத் தரையில் வைத்தாள்.

“எக்கா... நான் சொல்லி இருக்கேனே... என் அக்கா... பெரியப்பா பொண்ணு, இங்க முதலியார் பேட்டையில்தான் இருக்காளாம்... சின்ன மாமியாரு ஊட்ல இருக்கா. சந்தையில என்னைப் புடிச்சிக்கிட்டா. ஊட்டுக்கு வந்துதான் போவணும்னு கையைப் புடிச்சி இழுத்தா... ராவுக்குவான்னா, புள்ளைக்கு மொட்டை போட்டு, இன்னிக்குத் குலதெய்வத்துக்குப் படைக்கிறாங்களாம்... எங்க அக்கா “ரைட்”டுன்னா வர்தா சொன்னேன்... பாவம்கா... இளைச்சுப் போயிருக்கா...”

“போய்த்தான் வாயேன். உனக்குன்னு உறவு அவதானே. என்ன மாதிரி ஒண்டிக் கட்டையா இருந்தென்ன பிரயோசனம்? நாலு நாள் படுத்தா, ஏன்னு கேட்க நாதி இருக்கா... அனாதைப் பொணமாத்தான் நான் போவேன். இந்தக் கம்மனாட்டியை இன்னிக்கும் பூரா காணம். இன்னிக்கு ஒரு நாள்தானே லீவு? இருந்து, எண்ணெய் முழுவி, வாய்க்கு ருசியா தின்னுட்டுப் படுத்தா இன்னா?”

“அப்படி பேசாதே எக்கா. நான் இல்லியா? என்னத்துக்கு அனாதைங்கிறது?”

“நீ மட்டும் சதமா இன்னா?கூடவே பொறந்த உசுரு, பொசுக்குன்னு ஓடிப் போவுது. நீ எவன இழுத்துக்கிட்டு என்னைக்கு ஓடப் போறியோ?”

“போக்கா... நான் எவனோடையும் போவ மாட்டேன்...”

“அதையும்தான் பார்ப்போம். ஆரவல்லி, சூரவல்லி, அலங்கார வல்லின்னு இருந்தவ எல்லாம், அர்ச்சுனனைப் பாக்கற வரைக்கும்தான். உடம்புத் திமிரை வெளியேத்தணுமே... வேற என்ன வழி?”

“நான் மாமா வந்தப்புறம் கிளம்பறேங்க்கா...”

“போ... விடிகாலை திரும்பிடு”

நாடார் கடையில் சந்தன சோப்பு சின்ன சைஸ் வாங்கிக்கொண்டான் சின்னி.

“இன்னா சின்னி மணக்கக் குளிச்சுட்டு மாமாகிட்ட போறியாக்கும்...” என்றார் நாடார்.

“போய்யா சர்தான்?”

கந்தசாமிக் கவுண்டர் பம்ப் கொட்டகைத் தொட்டியில் நீர் நிறைந்திருந்தது. நல்லவேளையாக யாரும் குளித்துக்கொண்டிருக்கவிலை. வேப்பங்குச்சியை உடைத்துப் பல் துலக்கித் துண்டைக் கட்டிக்கொண்டு, கைலி, சட்டையைச் சுருட்டி வைத்துவிட்டுத் தொட்டியில் இறங்கினான். சோப்பு போடும்போது, கணபதி டாக்கீசின் “இன்றோல்” மணி அடித்தது. கசமுசா என்று சத்தம் எழுந்தது. மணி எட்டரை. நேரம் சரியாக இருக்கும்.

“அதாரது குளிக்கிறது?”

திரும்பினான். சங்கரி அக்கா, துணி மூட்டையுடன் நின்றிருந்தாள்.

“நான்தாங்க்கா சின்னி...”

“நல்லவேளை யாரோன்னு நினைச்சேன்...”

அவள் சாவகாசமாகச் சிமென்ட் கட்டையில் உட்கார்ந்தாள்.

“இன்னா, இந்த நேரத்துல சமைஞ்ச பொண்ணு மாதிரி குளிக்கே.?”

“இப்பத்தான் சந்தைக்குப் போயி வந்தேன். உடம்பெல்லாம் கசகசங்குது...”

துணியை முக்கி சோப் போட்டு ஊற வைத்தாள். சுவாதீனமாகப் புடவையை உருவிப் போட்டு, ஜாக்கெட்டை அவிழ்த்துக் கீழே போட்டாள். குதித்துக்கொண்டு திமிறி நின்றன அந்த இளமை பாரங்கள். அந்த இருட்டில், நிலா வெளிச்சத்தில், இடுப்பில் பதிந்த பாவாடைத் தழும்பு வளையம் தெரிந்தது. சட்டென சின்னியின் மனசு சோகத்தில் கவிந்தது. அது மாதிரியான பூரித்த மார்பகங்கள் தனக்கிருந்தால் எவ்வளவு நன்றாக இருக்கும்? எல்லாம் இரண்டும் கெட்டானாக, அது மாதிரியும் இல்லாமல், இது மாதிரியும் இல்லாமல், இது என்ன பிறப்பு? சங்கரி அக்கா, பாவாடையை உயர்த்தி மார்பை மூடிக் கட்டிக்கொண்டாள். தொட்டியில் இறங்கினாள். சின்னி குளித்து முடித்திருந்தான். இடுப்புவரை நீரில் நின்ற சௌகர்யத்தில் துண்டை உருவி, தலையைத் துவட்டினான்...

“இன்னா சின்னி... சந்தனம் மணக்குது. சந்தன சோப்பா?”

“ஆமாங்க... எங்க அக்கா குடுத்துச்சி...”

“இட்லிக்காரி சந்தன சோப்பு வேற குடுக்கிறாளா உனக்கு? கில்லாடி, உன்னையும் ஏதாவது பண்ணச் சொல்றாளா அவ?”

"சீச்சீ... போக்கா... வேணும்னா சோப்பை நீயே வச்சுக்கோயேன்"

"பெரிய மனசுடி உனக்கு!"

ஜனதா வேட்டியைச் சேர்த்துத் தைத்த கைலியைக் கட்டிக்கொண்டு, பளபளத்த, இறுக்கமான கை வைத்த நீலச் சட்டையைப் போட்டுக்கொண்டான். தலையைப் படிய வாரிக்கொண்டான்.

புறப்படும்போது அக்கா ஐம்பது ரூபாய் நோட்டைக் கொடுத்து "குழந்தைக்கு ஏதாச்சும் வாங்கிட்டுப் போ... வெறுங்கையை வீசிக்கிட்டுப் போவாதே!" என்றாள். பணத்தை வாங்கி, உள்ளங்கை அளவிலான சைசில் இருக்கும் மணிபர்சில் வைத்து, அதைப் பனியனுக்குள் செருகிக்கொண்டான் சின்னி. புறப்பட்டான்.

அலரியும் தும்பையுமாகக் கண்ணுக்கு எட்டிய மட்டில் முளைத்திருந்த இன்ஜின் திரும்பும் இடம் போய்ச் சேர்ந்தான்.

கணபதி டாக்கீஸ் படம் முடிந்து போன ஜனக்கூட்டத்தின் பேச்சுக் குரல் அடங்கி இருந்தது. ரயில் இன்ஜின், நாள் ஒன்றுக்கு இரண்டு முறை அங்கு வந்து நிற்கும். இரண்டு ஆட்கள், தண்ட வாளத்தைச் சுற்றுவார்கள். இன்ஜின் திரும்பிக் கொள்ளும். மாலை ஆறு மணிக்கு இன்ஜின் திரும்பிக்கொண்டு போன பிறகு, அந்தப் பகுதியிலேயே ஆள் அரவம் அற்றுப் போகும். இன்ஜின் கொட்டகை என்று ஒரு கல் கட்டடம், எரிந்த கரிக் கற்களாய் தரை நிரம்பி இருக்கும். பல சமயங்களில், சின்னி அங்கு உபாதைக்கு வந்திருக்கிறான். இந்த இருட்டில், பாண்டி என்னதான் அங்கு செய்வான். பாம்பு பிடுங்காமல் இருக்க வேண்டுமே!

மெல்ல சத்தம் இல்லாமல், இன்ஜின் கொட்டகை வாயிலில் வந்து நின்றான் சின்னி.

"ஆரது?"

குரல் வந்த திசையைப் பார்த்து மெல்ல "சின்னி" என்றான் இவன்.

"வா... வா... என்ன இம்மா நேரம்?"

இருட்டில் கண்ணைப் பழக்கிக்கொண்டு உள்ளே போனான். பாண்டி சுவர் ஓரம் அமர்ந்திருந்தான். கடா மார்க் சாராய வாடை. ஓர் அலுமினிய டம்ளரில், பாட்டிலில் இருந்த சாராயத்தை ஊற்றி இருந்தான் போலும். பேப்பரில் விரித்த பொட்டலத்தில் காரக் கடலை இருந்தது.

"சாப்பிடறியா?"

"அய்யோ... வேணாம்..."

"கடலை தின்னு..."

கடலையை எடுத்துக் கொறித்தான்.

எரிந்த கரிக்கற்கள் குத்தின. பாண்டி, காலால், கற்களை ஒதுக்கித் தனக்குப் பக்கத்தில் இடம் தயார் செய்தான்.

"இங்க வந்து குந்து"

சின்னி எழுந்து போய் பாண்டியன் பக்கத்தில் அமர்ந்தான்.

பாண்டி அவன் தோள் மேல் கையைப் போட்டு அணைத்துக்கொண்டான்.

கிழக்கு வெளுக்கத் தொடங்கி இருந்தது. விடிவதற்குள் வீடு போய்ச் சேர வேண்டும் என்ற நினைப்புடன் சடுதியாக நடந்தான் சின்னி. உடம்பு வலித்தது. அதை மீறி மனசு தளும்பியது. "சீ... மோசமான ஆளு" என்று பாராட்டுதலுடன் நினைத்துக்கொண்டான்.

தெரு குளிர்ந்திருந்தது. மண் ரஸ்தா, சில்லென்று உள்ளங்காலில் புதைவது சுகமாக இருந்தது. புல்லுக்கடை வெறிச்சென்றிருந்தது. சாயங்காலம் ஆனால் கூட்டம் நெரியும்.

மற்ற நேரங்களில், வண்டிக்காரர்கள் பெண்டாட்டிகளுடன் சண்டை போட்டுக்கொண்டிருப்பார்கள். வண்டை வண்டையான வார்த்தைகள், காதில் குத்தி உடைந்து வழியும்.

அக்காவிடம் பசு இல்லை என்றாலும் புல்லுக்கடைக்கு வருவதை வழக்கமாகிக்கொண்டிருந்தான். காதை வண்டிக்காரர்களின் பெண்ஜாதிகளுக்குக் கொடுத்து விட்டுப் பராக்கு பார்ப்பவன்போல் நிற்பான். எத்தனை கற்பனை நயம் மிகுந்த வசவுகள்.

கிருஷ்ணக் கோனார் வீட்டு வேலைக்காரியான பொன்னுகூட வருவாள். புல் வாங்கவும், வசவுகளைச் சேகரித்து ஞாபகப் பெட்டிக்குள் போட்டு வைத்துக்கொள்ளவும், சின்னியைப் பார்க்கவும் அங்கு வருவாள். பெரும்பாலும், கோனார் வீட்டில் சமைத்த எதையாவது தின்னக்கொண்டு வருவாள். பால் கொழுக்கட்டை, சீடை, சர்க்கரை அவல் என்று ஏதேனும் பண்டம்.

"பாவம், கஷ்டப்படற உசுரு" என்று நினைத்துக் கொள்வான் சின்னி. முறை மாமனைக் கட்டிக்கொண்டு, அடியும் உதையும் பொறுக்காமல் ஓடிவந்தாள். புருஷன் வந்து அழைத்தும், பஞ்சாயத்து வைத்து, தாலியை அறுத்து எறிந்தாள்.

கோனார் வீட்டில் சமைக்கவும், எடுபிடிக்கும் போனாள். சமையல் நன்றாக இருந்ததாகச் சொன்னாராம் கோனார். அவரை இவள் வைத்துக்கொண்டிருப்பதாக ஊரில் பேச்சு.

அப்படியா என்றால், "ஆமா... இப்ப இன்னா அதுக்கு" என்பாள் சாதாரணமாக சின்னியிடம் மட்டும். "ஆமா... கோனாரு என்னை வச்சிருக்காரு" என்று ஒப்புக்கொண்டாள்.

இருள் பிரியும் முன்பாக வீடு வந்து சேர்ந்தான் சின்னி. கதவைத் திறந்து விட்ட அக்கா, "படையல் நல்லபடியா நடந்துச்சா" என்றதுக்கு, "ரொம்ப பிரமாதமா நடந்துச்சுக்கா... சாப்பாடு தடபுடல்" என்றான்.

"சித்த படுத்து கண் அசர்றேன். ராத்திரி பூரா எலித் தொல்லை தாங்கலைடி. நீ போற ஷோக்குல, சாக்கடையை அடைக்காமே போயிட்டே. எலி காலைப் பிராண்டிடுச்சி. மறக்காம எலிப் பாஷாணம் வாங்கி வை. ராத்திரிக்கே வை. செத்து ஒழியட்டும்..."

சின்னி நடந்துகொண்டே சொன்னான்.

"எலித் தொல்லையா, மாமா தொல்லையா?"

"அடிப் போடி என் சக்களத்தி" என்றபடி சின்னியை அடிக்க வந்தாள் அக்கா.

ஓடினான் சின்னி. பிருஷ்ட பாகம் வலித்தது. ஆனாலும் எல்லாம் சுகமாக முடிந்தது பற்றிப் பரவசமாக இருந்தது அவனுக்கு. தட்டி மறைப்பில், பானையில் தண்ணீர் இருந்தது. காலையில் வரும் தண்ணீரைப் பிடித்து வைத்துக்கொள்ளலாம் என்று நிம்மதியில், சின்னதாகக் காக்கைக் குளியலை நடத்திக்கொண்டான். வரும்போது, அக்கா கொடுத்திருந்த அந்த அம்பது ரூபாயை எடுத்து பாண்டியிடம் கொடுத்தான்.

"எதுக்கு" என்று பாண்டி கேட்டதுக்கு, "வச்சுக்க... வரும்போது ஏதாச்சும் வாங்கியாரணும்னு நினைச்சேன்" என்பதாகப் பதில் சொன்னான் சின்னி.

"நான் தாண்டி உனக்குத் தரணும்"

"ஐயே..." என்று வாயைப் பொத்திக்கொண்டு, "யாரு கொடுத்தா இன்னா?" என்றான் சின்னி சிரித்துக்கொண்டு. சிரிப்பான சிரிப்பு, அப்படிப்பட்ட சிரிப்பு வந்தது அவனுக்கு.

"என்னடி, நீயே சிரிச்சுக்கறே" என்று அக்கா கேட்டுக்கொண்டே, அவன் பக்கத்தில் முதுகைக் காட்டி அமர்ந்துகொண்டு சிறுநீர் கழித்தாள்.

"உடம்பு உனக்கு சூடாயிடுச்சுக்கா... மஞ்சளா போவுது"

"என்னடி பண்றது? பகல் முழுக்க ஒரு சாமம் கணக்கா அடுப்புல வேவறேன். அசந்து படுக்கலாம்னா, இந்த நாயி குடிச்சுட்டு வந்து ராத்திரி பூரா அலம்பல். பத்தாதுன்னு எலி வேற...!"

சின்னி மொண்டு கொடுத்த தண்ணீரைச் "சலக் சலக்" என்று அடித்துச் சுத்தம் செய்து எழுந்தாள் அக்கா. அந்தச் சமயத்தில் சின்னிக்கு அந்த யோசனை தோன்றியது. பிறகு கேட்கலாம் என்று ஒத்திப் போட்டான்.

வானம் மூட்டம் போட்டிருந்த ஒரு மதிய நேரம். புல்லுக்கடை தொடங்க இன்னும் நேரம் இருந்தது. பொன்னு, பூவரச மரத்தில் கீழே உட்கார்ந்திருந்த சின்னியைக் கவனித்து அவன் பக்கம் வந்து அமர்ந்துகொண்டாள்.

"இன்னா... உன்னை ரொம்ப நாளா கண்ணிலயே காணம். எவனோடயாவது ஓடிப் போயிட்டியோன்னு நினைச்சேன்" என்றாள் பொன்னு.

"போ பொன்னு... எவன் இருக்கான் என்ன வச்சி ஆளறதுக்கு?" உதிர்ந்த பூவரசம் பூ ஒன்றை எடுத்து மண்ணை உதறினாள் பொன்னு. பிறகு சாவகாசமாகச் சொன்னாள்.

"இப்பல்லாம் இஞ்சின் கொட்டா பக்கம் சும்மா சும்மா போறியாமே... இன்னா சங்கதி?"

"த... இன்னா சொல்ற நீ? வெளிக்கி இருக்க அங்க போவேன்?"

"அடி என் சக்களத்தி... இஞ்சின் பள்ளத்துல தண்ணிதான் இல்லியே... எங்கடி கழுவறே?"

சிக்கிக்கொண்டதைக் காண்பித்துக்கொள்ளாமல், சமாளித்தான் சின்னி.

"தண்ணி இல்லேன்னு எவ சொன்னது? இருக்கு..."

பொன்னுக்குத் தன்னைப் பற்றிச் சொல்ல நிறைய இருந்தது. விசனம். யார் வாழ்க்கையில் விசனம் இல்லை?

"கெழவன் ரொம்ப சந்தேகப்படறான். சும்மா சும்மா படுத்துக்கிறான். ஒண்ணும் பண்ண தில்லு இல்லை. சும்மாதான். சரி, ஆசைப்படறான்னு சம்மதிச்சா, மடியை உதறச் சொல்றான். அவன் ஆஸ்திபாஸ்தியை நான் திருடறேன்னு நினைக்கிறான்"

பொன்னு முகத்தை மூடிக்கொண்டு அழுதாள்.

"எதுக்கு அங்க வேலை பார்க்கிறே... வந்துடேன்..."

"எவனாவது நல்லவன் கிடைச்சான்னா வந்துடலாம். சோறு போடணும், துணி எடுத்துக் கொடுக்கணும்னுகூட இல்லை. அதை நான் உழைச்சு சம்பாதிச்சுக்குவேன். அடிக்காம, உதைக்காமே வச்சிக்கிற ஆம்பிளை எவன் கிடைக்கான்?"

சின்னி பதில் பேசாமல் இருந்தாள்.

"எல்லாம் என் தலை எழுத்து"

வீடு திரும்பிய பிறகும் பொன்னு சொன்னது பற்றியே யோசித்துக்கொண்டிருந்தாள் சின்னி. இஞ்சின் கொட்டாய்க்கு ஏழெட்டு முறைக்கு மேல் போய் வந்து இருந்தாள் சின்னி. பொன்னுக்கு இதை யார் சொல்லி இருக்கக் கூடும்?

கத்தியைக் கோழியின் கழுத்தில் வைத்ததும், "க்வக்" என்று சத்தத்துடன் உயிரை விட்டது. அது கொதிக்கும் நீரில் அதை முக்கி எடுத்து சின்னியிடம் தூக்கிப் போட்டாள் அக்கா. சின்னி, இறகை உரிக்கத் தொடங்கினாள்.

"எக்கா..."

"இன்னாடி"

"நான் சொன்னேன்ல... எங்க பெரியப்பா பொண்ணு, முதலியார் பேட்டையில இருக்காளே, புள்ளைக்கு மொட்டை போட்டான்னு போயி வந்தேன்ல..."

"ஆமாம் சொல்லு..."

"அந்தக் கொழந்தைக்கு சீர் பண்ணனும்னு சொல்றாங்கக்கா... தாய் வூட்டு சனம் வெறும் கையை வீசிட்டு வந்ததுன்னு அந்த அக்காவை வையறாங்களாம். ஏசறாங்களாம்"

"ஆமாண்டி, மொறைதானே? அக்கா புள்ளைக்குச் சீர் பண்றது வழக்கம்தானே? ஒரு கிராம்ல மோதிரம் பண்ணிப் போடேன்."

"மெல்லிசா இருக்குங்க்கா... போடறதே போடறோம். பேர் சொல்றா மாதிரி, நல்லாவே செய்துடலாங்க்கா..."

அக்கா, சின்னியின் முகத்தைக் கூர்ந்து பார்த்தாள்.

“உன் மனசு அப்பிடிடி... ஊட்டை வுட்டு ஓடிவந்த பொடிசு நீ. செத்தியா இருக்கியான்னு எந்த அக்காவும் தேடலை. மச்சானும் தேடலை. அவங்க கொழந்தைக்கு மொத்தமா நகை அடிச்சுப் போடணும்கிறே... செய்யி... உன் சம்பளப் பணம் இதுக்குத்தான் சேத்து வெச்சிருக்கியாக்கும். தர்றேன். எவ்ளோனாலும் வாங்கிக்கோ...”

“அக்காவையும் குழந்தையையும் கடைக்கு இட்டுக்கிட்டுப் போயி அளவு பார்த்து வாங்கித் தர்றேங்க்கா...”

“செய்யி... மகராஜியா இருப்பே, போ...”

அக்கா கொடுத்த பணத்தில், பாண்டியனின் விரலுக்கு ஏற்ப மோதிரம் வாங்கினான் சின்னி. “பி” என்னும் ஆங்கில எழுத்து போட்டது.

“அட... கரீட்டா இருக்கேடி. என் விரல் அளவு எப்படித் தெரிஞ்சுது உனக்கு?”

ஒரு கண்ணைச் சிமிட்டிச் சிரித்தான் சின்னி. திரும்பி வரும்போது மனம் முழுக்கச் சந்தோஷத்தை நிரப்பிக்கொண்டு திரும்பினான் அவன்.

மழைக்காலம் வந்தது. தொடர்ந்து மழை விட்டு விட்டும் பலத்தும், அவ்வப்போது தூறியபடியும் இருந்தது. தெரு மண் குழைந்து சேறும் சகதியுமாக உழப்பட்ட நிலம்போலக் கண்டது.

கத்திக்கொண்டு திரிந்த காக்கைகள் தட்டுப்படவில்லை. அமாவாசைக்குச் சோறு வைத்துக் கத்திக் கத்திக் கூப்பிட்டாலும் ஏன் என்று கேட்க, ஒரு காக்கையும் வராதது, அக்காவுக்கு மனச் சங்கடம்தான்.

துவைத்துப் போட முடியாமல், அழுக்குத்துணியைக் கட்டிக்கொண்டு திரிவது கஷ்டமாக இருந்தது. விடிந்ததும், இருட்டிக்கொண்டிருந்தது வானம். சாயங்காலங்களில், சீக்கிரமாக இருண்டு இரவு நீண்டு போயிருந்தது.

இட்லிக் கடை வியாபாரம் எப்போதையும்விட அதிகமாகச் சூடு பிடித்தது. காட்டுப்பாக்கத்து வாய்க்காலில், தண்ணீர் சிவந்து வண்டலாக ஓடியது. கெண்டைகள் நிறையக் கிடைத்தன. மதியமும் இரவும், மீனும், கருவாடுமாகப் பொங்கினாள் அக்கா. சின்னி சோர்ந்து போனான்.

பாண்டி, கொஞ்ச காலமாக அவன் கண்களில் தட்டுப்படக் காணோம். அவனுடன் கடைக்கு வருகிற வரது, பாண்டி வேலைத் தேடிப் பம்பாய்க்குப் போனதாகச் சொன்னான். வருமானம் என்றும் சொன்னான். வில்லியனூரில் ஏதோ திருடும்போது பிடிபட்டு உள்ளே போனதாகச் சில பேர் சொன்னார்கள்.

அக்காவோ, “அவனை என்னத்துக்கு விசாரிக்கிறே? அவன் என்னா குடித்தனக்காரனா? பொறம்போக்கு. இங்க இருப்பான், அங்க இருப்பான்” என்றாள்.

மழைவிட்டது. திருடனைப்போலச் சூரியன் தலை காட்டியது. மண் தரையில் புழுக்கள் தோன்றி நெளிந்தன. வீட்டுக்குப் பின்னால் இருந்த குளத்திலிருந்து தண்ணீர் பாம்புகள் வீட்டுக்குள் புகுந்ததைக் கண்டு, சின்னி பிடித்துத் தண்ணீரில் எறிந்தான். இரவு நிலவு வெளிப்பட்டது. மழைக்குப் பிறகு வந்த நிலவு, புது வேஷ்டி கட்டிக்கொண்டு வந்தாற்போலப் பளிச்சிட்டது.

இன்ஜின் கொட்டகையில் படுத்துக் கிடந்தான் சின்னி. மல்லாக்க வானத்தைப் பார்த்துக்கொண்டிருந்தான்.

பொங்கலுக்குப் புதுக் கைலியும், சட்டையும் எடுத்துக் கொடுத்தாள் அக்கா. சின்னப் பூக்களும், அவை மேல் பட்டாம்பூச்சியும் பறக்கும் கலர் சொக்காய். ரோஜாப் பூவாய்ச் சிவக்கும் சொக்காய்.

கண்ணாடி முன் நின்று பார்த்தான். அக்கா பின்னால் இருந்து, "கண்ணு பட்டுடும்போல இருக்குடி... அழ்ழ்கா இருக்கே... ஆனா முன்ன மாதிரி நீ இல்ல, சின்னி. எங்கயோ வெறிக்க வெறிக்க பார்த்துக்கிட்டு, சரியா சாப்பிடாமே, உடம்பு மெலிஞ்சி போச்சு... மனசுக்குள்ள என்னத்தை வச்சிருக்கியோ தெரியல்லை" என்று சொல்லி, அவன் தலையைத் தன் கைகளால் வழித்து, கண்ணேறு கழித்தாள்.

பொங்கல் நன்றாக வந்திருந்தது. நிறைய வெல்லம் போட்டு, நெய் மினுங்க, திராட்சை முந்திரிகளோடு, சின்னிதான் பண்ணியிருந்தான்.

"லட்டு மாதிரி இருக்குடி" என்றாள் அக்கா.

எதிர் வீட்டுக்கும், நெருங்கின சொந்தக்கார வீடுகளுக்கும் பொங்கலும் வடையும் எடுத்துக்கொண்டு போய்க் கொடுக்கும் வேலை இந்த வருஷமும் சின்னிக்குத்தான் வாய்த்தது. இதைச் சந்தோஷமாகவே செய்வான் சின்னி. ஆனால், சந்தோஷம் எல்லாம் போன வருஷம் வரைக்கும்தான்.

இப்போது, மனம் கனத்துக்கொண்டிருந்தது.

புதுச் சொக்காய் போட்டுக்கொண்டு, தலை குளித்த ஈரம் போகாது பறக்கும் தலைமுடியுடன், பலகாரங்களை எடுத்துக்கொண்டு சொந்த பந்த வீடுகளுக்குப் போவதுதான் எத்தனை சந்தோஷம்? தெருவில் பார்ப்பவர்கள் "அட சின்னி சொக்காய் ஷோக்கா இருக்கே" என்று சொல்வதும், "இது எங்க அக்கா, டவுன்ல போயி வாங்கி வந்துச்சி" என்பதும் எத்தனை சுகம்.

மனம் அடைத்துக்கொண்டது. இந்தப் பாவி பாண்டி எங்குத் தொலைந்து போனான்? சின்னி, மோதிரம் போட்ட அந்த நாள் ஞாபகத்தில் இருந்தது. எந்த நாள்தான் ஞாபகத்தில் இல்லை.

மோதிரம் போட்ட விரலைத் திருப்பித் திருப்பிப் பார்த்துக்கொண்டான். சின்னி அந்த மோதிர விரலைத் தன் வாயில் வைத்துக் கடித்தான். "உஸ், விடுடி... வலிக்குது" என்றான் பாண்டி. பொய்யாகத்தான். அவனும், இவனைப் பார்த்துச் சிரித்தான். மீசை, சின்ன தாடி, கண், கண்ணுக்குள் இருக்கும் பாப்பா எல்லாம் சிரித்தன.

பொங்கல் வடைத் தட்டைப் பின்னல் துணியால் மூடி, ஜாக்கிரதையாக நடந்தான் சின்னி. பொன்னுவுக்குத்தானே நேராகப் போய்க் கொடுக்க வேணும் என்கிற ஆசை துடித்தது. அலைந்து திரிந்து, தேர் நிலைக்குத் திரும்புவதுபோல, மீண்டும் கோனார் வீட்டுக்கே திரும்பி இருந்தான். இவனைக் கண்டதும் சந்தோஷத்துடன் வரவேற்றாள். கூடத்தில் பாயை விரித்து உட்கார வைத்தாள்

"கோனாரு இல்லையா?" என்று சந்தேகத்துடன் கேட்டான் சின்னி.

"மவ ஊருக்குப் போயிருக்கு அந்த ஆளு..." என்றாள் பொன்னு.

திடுமென எங்குதான் போயிருந்தாள் பொன்னு. கூனி மேட்டில் ஒரு வீட்டில் வேலைக்குப் போனாளாம் பொன்னு. அந்த வீட்டு ஆள் நல்ல மாதிரிதான் இருந்தான். வெளிநாட்டுக்குப் போய் வந்தவனாம். மஞ்சள், சிவப்பு, நீலம் என்று ஜிகினா டாலடிக்கும் சட்டையெல்லாம் போட்டிருந்தான்.

சாப்பாடு போட்டு மாசம் ஐநூறு ரூபாய் சம்பளம் தருவதாகச் சொன்னான். வருஷத்துக்கு ரெண்டு புடவை, முதல் நாளே வெளிநாட்டுப் புடவை தந்தான்.

பொன்னு புடவையைக்கொண்டு வந்து காட்டினாள். கருநீலப் புடவை, பார்டரில் சரிகை. நன்றாகவே இருந்தது.

அப்புறம், அந்த வீட்டு அம்மா சுத்த மோசம். இவளின் ஒவ்வோர் அசைவையும் வேவு பார்த்தாள். தப்பித் தவறிக்கூட பொன்னு புருஷனிடம் பேசுவதை அவள் கறாராகத் தவிர்த்தாள்.

அசடு மாதிரி — மாதிரி என்ன அசடாகவே ஒரு பையன் அந்த வீட்டில் இருந்தான். அது நல்லதுதான். இல்லாது போனால், அவன் இம்சை செய்யக் கூடும். பிரச்சினை வேறு மாதிரியானது.

அம்மாள் தூங்கத் தொடங்கினால் இடி வந்து வீட்டின் மேல் விழுந்தாலும் விழிக்கமாட்டாள். அது எஜமானுக்குச் சௌகர்யமாக இருந்தது.

ஆம்பிளை ஆசைப்பட்டுக் கூப்பிட்டால் என்ன பண்ண? ஆகவே, சம்மதித்தாளாம்.

அது விஷயம் அல்ல. அவன் விபரீதமான ஆசைகள் கொண்டவனாக இருந்தான். எல்லோர்க்கும் ஒரு வழி என்றால், அவனுக்கு வேறு வழி. வலி முடியாமல் வந்து விட்டாள். கோனார் நல்ல மனுஷர். சேர்த்துக்கொண்டார்.

பொங்கலைச் சாப்பிட்டாள். பிரமாதம் என்றாள். பொன்னுவுக்குச் சின்னியிடம் தன் சுதாரிப்பைச் சொல்லிக்கொள்ள நிறைய விஷயங்கள் இருந்தன. வெள்ளிக் கொலுசு வாங்கி இருந்தாள். அதையும், அவள் சேமிப்புகளை டிரங்க் பெட்டியைக்கொண்டு வந்து அவன் முன் வைத்துக் காண்பித்தாள்.

மூன்று ஷிப்பான் சேலைகள், ஜாக்கெட்டுகள், கச்சிதமான பிரா, மேட்ச்சான காதணிகள், எல்லாம் காட்டினாள். சின்ன வெல்வெட் நகைப் பெட்டியை எடுத்து, ஒரு மோதிரத்தை எடுத்து விரலில் மாட்டிக் காட்டினாள் சின்னியிடம். பெரிய அளவு மோதிரமான அதில் நூல் சுற்றி இருந்தது. "பி" என்று ஆங்கில எழுத்து.

"இது ஏது?"

"நான் வாங்கினேன்" என்றாள் பொன்னு.

சோர்ந்து படுத்திருந்தான் சின்னி. அக்கா, "என்னடி உடம்புக்கு?" என்றாள். "ஜுரம் அடிக்குது" என்றான் சின்னி.

"பொங்கலும் அதுவுமாவா? சரி... தூங்கு... ராத்திரி பூரா வீடு ஒழிச்சு, பெருக்கி, கழுவி, ராத்திரி நேரமும் பார்க்காமே தலை குளிச்சே, சரியா ஈரம் போகத் தொடைச்சி இருக்கமாட்டே. அதான்!"

ஒருக்களித்துப் படுத்திருந்த சின்னி கண்களில் கண்ணீர் வழிந்தது. தலையணையை நனைத்தது. இருட்டும்வரை புரண்டுகொண்டிருந்தான். தலையைக் குடைந்தது. எழுந்து உட்கார்ந்தான்.

"எக்கா..."

அக்கா இல்லை. வெளியே போயிருந்தாள். அப்படியே உட்கார்ந்தான். எழுந்து, அடுப்படிப் பாத்திரத்தைத் திறந்து பார்த்தான். பொங்கல் கொஞ் சம்போல் இருந்தது. எடுத்து போனியில் வைத்தான். கூரை மாடத்தில் எலி பாஷாணம் இருந்தது. எடுத்துக் கொட்டி பிசைந்தான். பாயில் அமர்ந்தான். உருட்டி உருட்டி வாயில் போட்டுக்கொண்டு விழுங்கினான். படுத்துக்கொண்டான்.

ஏதோ பாத்திரம் உருட்டும் சத்தம்.

எலியாக இருக்கும்.

சின்னி சிரித்தான். முடியவில்லை.

2001

ஓடாத பிள்ளையாரும் ஓடிய காவேரியும்

ஆட்டோ செல்வராஜுதான் அப்படி ஒரு அறை இருப்பதை எனக்குச் சொன்னான். பெரிய மொட்டை மாடி. அதில் ஒரு விசாலமான அறை. சமையல் அறை, குளியல் அறை, தண்ணீர் மாடிக்குச் சுலபமாக வரும். தண்ணீர், கங்காப் பிரவாகம். சுவையோ, இளநீர் தோற்றுப் போகும், என்றெல்லாம் தரகன் சொன்னானாம். அவன் சொன்னதில், பத்து சத வசதி இருந்தால்கூடப்போதும் என்று செல்வராஜு சொன்னான்.

மொட்டை மாடி தனிஅறை. தனி வழி என்பதே எனக்குப் போதுமானதாக இருந்தது. தண்ணீர். அந்தப் பட்டணத்தில் தேவைக்குக் கிடைத்தால், அது சாதா வசதி அல்லவே, சொர்க்க வசதிதான். அறை எங்கே என்றதற்கு, ஆபீஸ் அன்னதாதா ரங்கலட்சுமி தெருவில் இருப்பதாகச் சொன்னான். அது என்ன "ஆபீஸ்" என்றதற்கு வெள்ளைக்காரனிடத்தில் முதல் முதலாக ஆபீசில் வேலைக்குப் போன ரங்கலட்சுமியின் பிராபல்யத்துக்காகத் தெருவுக்கு வந்த பெயர் என்றான். அந்தப் பெயர் என்னைக் கிளர்ச்சி செய்தது. முதல் முதலாக ஒரு ஸ்திரீ ஆபீஸ் உத்தியோகத்துக்கு, காலில் செருப்பு போட்டுக்கொண்டு ஜட்கா வண்டியில் ஊரார் வியந்து அல்லது பொறாமையோடு பார்க்கக் கம்பீரமாகப் போவது என் மனசில் தோன்றியது. அது என்ன அன்னதாதா என்றதுக்கு, ரங்கலட்சுமியின் அப்பா, பினாகமுதலி பெரிய வள்ளலாகவும், அடையா நெடுங்கதவும், கொண்ட தன் வீட்டுக்கு வருவோர்க்கெல்லாம் அன்னம் பாவித்ததன் அழியாத நினைவில் அந்தப் பெயராம் என்று செல்வராஜு சொன்னான்.

அறையை உடனே பார்க்க ஆசைப்பட்டேன். அவன் ஆட்டோவிலேயே என்னை அழைத்துக்கொண்டு போனான். ஆட்டோ மட்டுமே போகக்கூடிய சின்னச் சந்துதான். அதுவும் ஊருக்குச் சற்றுத் தள்ளிய அல்லிக்குளம் பகுதியில்.

“ஏரியா ஒரு மாதிரின்னு சொல்வாங்களே, செல்வராஜு அடிதடி, வம்பு, வழக்குன்னு ஆட்கள் திரிவார்களாமே” என்றதற்கு அவன் தத்துவார்த்தமாகப் பதில் சொன்னான்.

“எந்த ஏரியாவில்தான் நூறு சதம் சத்தியவான்களும், யோக்கியர்களும் வாழ்கிறார்களாம்? நமக்குள்ளே மிருகங்கள் இல்லையா? மனிதர்களைக் காட்டிலும் அதி விஷ ஜந்துக்கள் இருக்கிறதா? என்றான்.

வீட்டுக்கார அம்மாள் கதவைத் திறந்தாள். மத்திய வயசு. மசாலா வாசனையுடன் என்னைக் கண்ணால் அளவெடுத்த படி விவரம் கேட்டுக்கொண்டு சாவியைக்கொண்டு வந்து கொடுத்தாள். விசாலமான மாடிதான். நூறு வேட்டிகள் காயப்போடலாம். மத்தியில் இருந்து அறை. நீள வாக்கில், ஜன்னலைத் திறந்ததும் காற்று தலைமுடியைக் கலைத்தது. ஏதோ ஒரு கோயில் கோபுரம் தெரிந்தது.

“சிவன் கோயில்” என்றான். “கூடிய சீக்கிரமே, சீத்தா, நம்ம கோயிலையும் நம்பர் ஒன்னா மாத்திக் காட்டறேன்” என்றான்.

“எப்படி இருக்கார், பிள்ளையார்?”

“அவருக்கு என்ன? வெள்ளிக்கிழமை சுண்டலும், தினம் வாழைப்பழமும் சாப்பிட்டுக்கொண்டு அமர்க்களமாக இருக்கார். இப்ப எல்லாம் கொஞ்சம் காசும் உண்டியல்ல விழும். அவர் தேவைக்கு அவர் சம்பாதிச்சுக்குவார். நமக்குக் கவலை இல்லை.

கட்டைச் சுவரில் சாய்ந்துகொண்டு வேடிக்கை பார்த்தோம். ஒரு ஜோடிக் காக்கைகள் சற்று தூரத்தில் வந்து உட்கார்ந்து எங்களைப் பார்த்துத் தலையை ஒரு பக்கம் சாய்த்து, நிதானித்து பறந்து சென்றன.

“என்ன நினைச்சிருக்கும் அந்தக் காக்காய்கள்?” என்று கேட்ட செல்வராஜுதானே பதிலையும் சொன்னான்.

“இவ்ளோ காலமா, இவன்களோட பழகறோம். இன்னும் இந்தப் பயங்களை நம்ப முடியவில்லையேன்னு நினைச்சுக்குமோ என்னமோ...”

வீட்டுக்கார அம்மாளிடம் சாவியைக் கொடுத்தோம். மீன் வறுபடும் வாசனை வந்தது. குளத்து மீன் வாசனை, குரவையாக இருக்கும்.

நான் வீதிக்கு வந்துவிட்டேன். செல்வராஜு மட்டும் தனியாகப் போய் அந்த அம்மாளிடம் பேசிவிட்டுத் திரும்பினான்...

“என்னவாம்...?”

“வாடகையெல்லாம் ஓ. கே. உன் ஒழுக்கத்துக்கு உத்தரவாதம் கேக்குது அந்த அம்மா.”

“எனக்கு என்னாலயே உத்தரவாதம் கொடுக்க முடியாதே.”

லாட்ஜில் இறங்கிக்கொண்டு, “ரொம்ப நன்றிப்பா... என்னைக் காப்பாத்தினதுக்கு” என்று சொன்னேன்.

“பாம்புகிட்டே இருந்தா?”

“பின்னே...?”

அது ஒரு அனுபவம். என் நண்பரும் ரசிகருமான சாமி என்றழைக்கப்படும் நாராயணசாமி ஒருநாள் என் அறைக்கு வரும்படி ஏற்பட்டது. திகைத்துப் போன அவர், "இது என்ன?" என்றார்.

"என் வீடு, வானத்துப் பறவைகளுக்கு கூடு, மனிதர்களுக்கு வீடு"

"இது வீடும் இல்லை, அறையும் இல்லை, அறை என்றால் ஜன்னல்? வெளிச்சம்?"

அவர் சொன்னது உண்மைதான். என் வாடகைக்குச் சக்திக்கு ஏற்ப அதுதான் பிடித்திருந்தது. ஜன்னல் இல்லை. ஒரு வெண்டிலேட்டர் மாத்திரம் மிகவும் மேலே கூரையை ஒட்டி இருந்தது. அதில் கதவை எத்தனை முறை திறந்து வைத்தாலும், அதுவாகச் சாத்திக் கொள்ளும். அதன் வழிக் காற்று வரச் சாத்தியம் இல்லை. வரும் காற்றும், யாரோ ஒரு கவிஞன் சொன்னதுபோல, தாசி வீட்டுக்கு முதல் முறை போக நேர்ந்த சம்சாரியைப்போலத்தான் தயங்கியபடி வரும். அறைச் சுவரில் வண்ணம் இற்றுச் சுழன்று, ஒடுக்கு விழுந்த அலுமினியப் பாத்திரம்போல இருந்தது. கட்டில் மட்டும் போடுமாறு அறையின் விஸ்தீரணம் அமைந்திருந்தது. ஒரு மேசைக் குட்டி. அதில் அருகில் ஒரு நாற்காலிக் குட்டி...

"இந்த அறையில் எப்படி வாசம் செய்கிறீர்கள்?

"செய்கிறேன். இதுவும் இல்லாமல் பிளாட்பாரத்தில் மக்கள் வாழத்தானே செய்கிறார்கள்."

"உஸ்... உதவாத பேச்சு? இது அறை அல்ல. காய்கள் பழுக்கப் போடும் கிடங்கு. இதில் எப்படிப் படிக்க? எழுத? மேசையிலிருந்து பார்த்தால், ஒரு வேம்பு பூத்துச் சொரிவதைப் பார்க்க வேண்டாமோ? வெளிச்சம், வளர்ப்பு நாய் வீட்டில் நுழைவதுபோல ஓடி வர வேண்டாமோ? உடனே கிளம்புங்கள்!

"எங்கே?"

"என் இருப்பிடத்துக்கு. தெரியுமோ, அது பழங்கால அரண்மனை. இன்றைய ஜமீன்தார், எனக்கு இரண்டு அறைகளை ஒழித்துக் கொடுத்திருக்கிறார். சுற்றி ஒரே காடு மயம்தான். ஆலமரம் என்ன, வேப்பன், நுனா என்ன, மா என்ன? தோப்பு, தோப்புக்குள் வீடு. மா மரங்களில் இருந்து குயில்கள் கூவுவதைச் சற்று யோசித்துப் பாருங்கள்..."

எனக்குக் குயிலோசை, காதில் குத்தல் எடுத்தது. என்ன அழகான சொற்றொடர். தோப்புக்குள் வீடு, சொன்னவர், என் மேல் மிகுந்த அன்புள்ளவர். நான் இப்படிப்பட்ட அறையில் வாழ்வதை உண்மையாகவே விரும்பாதவர். வருத்தப்பட்டு அழைக்கிறார். அடுத்த வாரமே அறையைக் காலி செய்துவிட்டுப் புறப்பட்டேன். என் உடைமைகள் ஆட்டோவுக்குள் அடங்குபவை. அவற்றில் பெரும் பகுதியும் புத்தகங்கள். சாமியும் என்னை அழைத்துக்கொண்டு போக வந்திருந்தார். செல்வராஜு ஆட்டோவை ஓட்டிக்கொண்டு என்னுடன் வந்தான்.

பகுதிக்கு ஜெமீன்தார் காலனி என்று பெயர். ரயில் நிலையத்தை ஒட்டி இருந்தது, எங்கள் மாளிகை. சாயங்கால வெயில் எலுமிச்சை நிறத்தில் இருந்தது. மாளிகையின் வாசலின் படிகள் இடிந்திருந்தன.

“பார்த்து வாங்க” என்றார் சாமி.

சாமி சொன்னது பொய் இல்லை. மரங்கள் தோப்பு மாதிரி அடர்ந்து செழித்திருந்தன. பறவைகளின் மாலை நேர உரையாடலைக் கேட்க முடிந்தது. தீனி வேட்டைக்குச் சென்ற இடத்து அனுபவங்களைப் பரிமாறிக்கொண்டதாக இருக்கலாம். அவரவர்களுக்கு அவரவர் உலகம். அவரவர் கவலைகள், பொக்கையும், போறுமான நீண்ட நடை பாதையைக் கடந்து, பெரிய வரவேற்பு அறையையும் கடந்து ஒரு அறைக்கு வந்து சேர்ந்தோம்.

“இதுதான் உங்கள் அறை”

அறை என்பது உபசார வழக்கு. ஓர் ஒற்றைப் படுக்கை அறை. வீட்டை அதற்குள் வைத்துப் பொட்டலம் கட்டலாம். எண்ணினேன். எட்டு ஆள் உயர ஜன்னங்கள் இருந்தன. வாசல்கதவு ஒரு யானை தாராளமாக புகுந்து வரலாம்படி இருந்தது. நாலு வயிறு உப்பிய மோஸ்தர் மின் விசிறிகள், மிக்க வருத்தமுடன் முனகியபடி தம் கடமையைச் செய்துகொண்டிருந்தன.

“அதை எப்படி?”

“எதேஷ்டம். ஜெமீன்தார் எங்கே இருக்கிறார்?”

“பக்கத்துத் தெருவில். புழங்கும் படியாக அரண்மனையில் இரண்டு அறைகள்தான் இருக்கு. மற்ற பகுதி விரிசல் விட்டு, ரொம்ப மோசமான நிலையில் இருக்கு. இந்த மழைக்காலம் தாங்காது என்கிறார்கள்.

புத்தகக்கட்டுகள், படுக்கை இவைகளை ஒரு மூலையில் வைத்தோம்.

“பக்கத்தில்தான் டீ கடை”

நாங்கள் டீ கடைக்குப் போனோம். வழக்கமான சின்ன டீ கடை. நீளமான இரண்டு பெஞ்ச் இரண்டும் நிரம்பி இருந்தன. ஒரு பெஞ்ச்சில் இருந்து அழுக்கு வேஷ்டி, கை வைத்த பனியன், அதன் மேல் ஒரு சிட்டைத் துண்டு, பரட்டைத் தலை, விபூதி குங்குமத்தோடு தோற்றம்கொண்ட வயதான மனிதர் எங்களை நோக்கி வந்தார். அவர் இடக்கையில் ஒரு டீ கிளாஸ் இருந்தது.

சாமி, அவரை எங்களுக்கு அறிமுகம் செய்து வைத்தார்.

“சார்தான் அரண்மனை ஜெமீன்தார். இவர்தான் நான் சொன்னேனே, என்னோடு தங்கப் போறவர்னு.

“யாரேனும் பேஷா தங்கிக்கலாமே. சும்மா கிடக்கிற இடம், உங்களையும் நான் கேள்விப் பட்டிருக்கிறேன். ரொம்ப சந்தோஷம்”

அவர் வார்த்தைகளின் மிருதும், சொன்ன விதமும் என்னைக் கவர்ந்தது. பெரிய மனிதத் தோரணை மிக இயல்பாக வெளிப்பட்டது.

நான் நன்றி சொல்லிக்கொண்டேன். அவர் புறப்பட்டுப் போன பின், சாமி, “ரொம்ப தங்கமான மனுஷன். வாடகைன்னு நான் கொடுத்தா வாங்கிக்குவார். ஒருநாள்கூட அவர் கேட்டதில்லை. வறுமை பிச்சுத் திங்கறது. பணம் வாங்கறபோது, ரொம்பக் கூசிப் போவார்.

சங்கு சுட்டாலும் வெண்மை தரும். ஜெமீன்தாரிடம் பரம்பரையாக வந்து சேர்ந்த கத்தி ஒன்று இருக்கிறதாம். பெரிய பட்டாக் கத்தி. பல போர்களைக்

கண்ட ஆயுதம். ஆனால் இப்போதைக்கு அதனால் வெங்காயம்கூட நறுக்க முடியாது.

செல்வராஜு விடை பெற்றுப் போனான்.

ஒரு பழைய காலத்து, வேலைப்பாடு மிகுந்த நாற்காலியை ஜன்னல் ஓரம் நகர்த்தி அமர்ந்தேன். ஜன்னல் வழியாக இருளில் எழுதிய ஓவியம்போல மரங்கள் தெரிந்தன. கரகரத்த மன அசைவுகள் அரண்மனையை முதுமைச் சுமையால் அழுந்தி விட்ட பெருமூச்சுபோல் எனக்குத் தோன்றியது. வீடுகள் சிரிக்கும், அழும், கம்மென்று சில வேளை இருக்கும். குளிக்காது. மூன்று நாள் தாடியோடு காணப்படும் வீடுகள் உண்டு. இது படுக்கையில் கடைசி நேரத்தில் கிடக்கும் நோயாளியின் முகம்.

குளிக்க வேண்டும்போல இருந்தது. மாலையும் குளிக்க வேண்டும் எனக்கு. சாமி அறைக்குப் போய், குளியல் அறைக்கு வழி கேட்டேன். நடைபாதையைச் சுற்றி, அதன் மறுபக்கத்தில் சற்று தூரத்தில் இருந்த ஒரு கட்டடத்தைக் காட்டினார்.

நான் துண்டு, சோப்புடன் புறப்பட்டேன்.

"எதுக்கும் கையைத் தட்டிக்கொண்டு, சத்தம் எழுப்பிக்கொண்டு போங்கள்"

"எதுக்குச் சத்தம்?"

"இல்லை. புல், மரங்கள் செடிகளுக்கிடையே குறுக்காகச் சனியன்கள் படுத்துக் கிடக்கும்.

"எது படுத்துக் கிடக்கும்"

"அதான், பாம்புகள். ஆனால் கடிக்கிறதில்லை. ஜமீன்தாரின் தாயாருக்கு அவர் காலத்து ஒரு நாகம், கையில் அடித்துச் சத்தியம் பண்ணிக் கொடுத்ததாம்."

"லைட் இருக்கும் இல்லையா?"

"இல்லை பகலில்தானே குளியல். விளக்கு எதுக்கு? ராத்திரியில் அவரசம்னா, இப்படி, மரத்தடியிலேயே போகலாம். இந்தக் காட்டில் யார் பார்க்கப் போகிறார்கள்?"

புல் தரையை மிதித்து, நடக்கவே பயமாக இருந்தது. மரக்குச்சிகள் எல்லாம் நெளிவதுபோலவே தோன்றியது. எந்தச் சின்னச் சத்தமும் "புஸ்" என்று சீறலாகவே காதில் விழுந்தது.

ஒரு வழியாகக் கதவைத் தொட்டுவிட்டேன். கதவு திறந்துகொண்டது. பூட்டு, தாழ்ப்பாள் எதுவும் இல்லை. கண்ணைக் கூர்மையாகப் பழக்கப்படுத்தி வாளியை அடையாளம் கண்டேன். அவசரம் அவசரமாக, தரையைச் சுவர் ஓரத்தைப் பார்த்தபடியே குளித்தேன். மூடிய கதவு தானாகவே திறந்துகொண்டது. கைலியைக் கட்டிக்கொண்டு ஓடி வந்து அறைக்குள் புகுந்தேன்.

கண்ணாடி முன் நின்று தலைவாருகையில், தப்பு செய்து விட்டோமோ என்று நினைப்பு வந்தது. முதலில் இடத்தைப் பார்த்துவிட்டு முடிவு செய்திருக்க வேண்டும். வார்த்தைகளை மட்டுமே நம்புவது பிசகு என்கிற

அனுபவ ஞானத்தையும் பெற நான் கொடுக்க வேண்டிய விலை பெரிதாக இருக்குமோ?

சாமி இட்லி வாங்கி தந்தார். சாப்பிடும்போது கேட்டேன், அவர் சொன்னார்:

“இந்த தோட்டடத்துக்கே நாகப் பூங்கான்னுதான் பெயராம். மூத்த ஜெமீன்தார்கள் எல்லோர்க்கும் நாகராஜன்னுதான் பேர் இருக்குமாம். பாம்பு அவர்களுக்குக் குல தெய்வம்.”

“ஆனா, இப்படி இருட்டுலயோ, பகல்லையோ மிதிச்சா தெய்வம் கடிக்காமே இருக்குமா?”

“பாம்புக்கு போய்ப் படப்படறீங்களே...”

“பயம் மட்டும் இல்லை. ஒரு வகையான அருவருப்பு”

கதவைச் சாத்திக்கொண்டேன். படிக்கலாம் என்று ஒரு புத்தகம் எடுத்துக்கொண்டு. படுக்கையை விரித்தேன். தலையணையைத் தூக்குகையில் ஒரு முழம் நீளத்தில் ஒன்று நெறிந்து ஓடியது. பார்த்துக்கொண்டிருக்கும்போதே கதவுக்குக் கீழ் இருந்த தண்ணீர் ஓடும் சந்தின் வழி அது மறைந்தது. நான் சாமியின் அறைக்குப் போனேன். எழுந்து லைட்டைப் போட்ட சாமி “என்ன” என்றார். சொன்னேன்.

“குட்டிப் பாம்பா? அப்படீன்னா, அதோட தாய் தந்தை எல்லாம் இங்கதான் இருக்கணும்”

“இல்லை... இரவு தூங்க முடியாமல் போகும் போலிருக்கே.”

“கவலைப்படாதீர்கள். மேலே பாருங்கள். மரப்பலகைச் சட்டம் போட்ட விதானம். அங்கதான் நிறைய இருக்கும்னு ஜெமீன்தார் சொல்லியிருக்கார். ஆனா கடிக்காது. சத்தியம் செய்திருக்கு ஜெமீன்தார் அம்மாவுக்கு”

நான் மீண்டும் அறைக்கு வந்தேன்.

ஜாக்கிரதையாய் படுக்கையை உதறிப் போட்டேன். தாய் தந்தை யாரும் இல்லை. விளக்கை அணைக்காமல் படுத்துக்கொண்டேன். கூரையைப் பார்த்துக்கொண்டிருந்தேன். தூங்கக்கூடாது என்று நினைத்தேன். ஆனால் தூங்கிப் போனேன். பிறகு திடுமென விழித்துக் கொள்வேன். படிக்க விருப்பம். அர்த்தம் மூளையில் ஏறவில்லை. என்னை நான் சபித்துக்கொண்டேன். ஒரு வழியாக விடிந்தது. சட்டையைப் போட்டுக்கொண்டு அரண்மனையை விட்டு வெளியே வந்தேன். நேராக செல்வராஜின் வீட்டை நோக்கி நடந்தேன். ஒரு டீ கடையில் டீ சாப்பிட்டுக்கொண்டே நடந்ததை கேட்டான் செல்வராஜு

“ரைட் இன்னிக்கு ராத்திரி, வேற இடத்துல நீ படுக்கிற”

பிள்ளையார் கோயில் மணி ஒன்றுதான் என்னை நிதம் எழுப்பியது. செல்வராஜுதான் மணியை ஒலிப்பான். நான் மாடியில் வந்து உலகத்தைப் பார்த்தேன். உலகம் உறங்கிக்கொண்டிருந்தது. எதிர் வீட்டில் காவேரி இன்னேரம் எழுந்திருப்பாள். காபி போடும் வேளையிலிருந்து, அவள் நித்தியப் பணி தொடங்கி இருக்கும். என் வீட்டுக்கு நேர் பின்னால் இருந்தது செல்வராஜின் பிள்ளையார் கோயில்.

செல்வராஜு பிள்ளையார் கோயில் உரிமையாளரானது ஒரு தற்செயல். சேட்டு மூலை, மார்வாடிக் கடைகளின் வரிசையால் ஆனது. அதனால் அவப்பெயர் சேட்டு மூலைக்கு. முனையில் ஒரு பெரிய அரசமரம். நிழலில் ஆட்டோக்காரர்கள் ஸ்டாண்டு போட்டிருந்தார்கள். அரசமரத்தடி மேடையில் மரத்தை ஒட்டியபடி ஒரு கல் பிள்ளையார் இருந்ததை செல்வராஜு கண்டிருக்கிறான். ஒரு மண் குதிரை, சில ரிஷி பொம்மைகள் என்று சின்னச் சின்ன பொம்மைகள், பிள்ளையாரை மறைத்திருந்தன. என்னமோ யோசனையுடன் இடத்தைச் சுத்தம் செய்தான். எதிர்வீட்டுச் சேட்டு அம்மாளிடம் குடம் வாங்கி, இடத்தைக் கழுவிவிட்டான். சாயங்காலம் பார்வதியை அழைத்துக்கொண்டு வந்து கோலம் போடச் செய்தான். இரவே, அவன் அறிந்த குருக்கள் ஒருத்தரை பார்த்துச் சில சந்தேகங்களை நிவர்த்தி செய்துகொண்டான்.

அடுத்த கிழமை வெள்ளிக்கிழமையாய் அமைந்தது. குருக்கள் வந்து, சுவாமிஜியை நீராட்டி, புஷ்ப மாலைகள் போட்டு, முறைப்படி விபூதி அணிவித்து, மந்திரம் சொல்லி அர்ச்சனை செய்தார். கேலி பேசிய ஆட்டோ தோழர்கள், பயபக்தியோடு திருநீறு வாங்கி நெற்றியில் இட்டுக்கொண்டார்கள். அன்று சாயங்காலம், மறுநாளை காலையிலிருந்து, செல்வராஜே முதலில் சூடம் கொளுத்தி, ஒழுங்காகப் பூஜை செய்யத் தொடங்கினான். பிள்ளையார் குறித்த அகவல் புத்தகம் வாங்கிப் பாராயணம் செய்துகொண்டான். நாளடைவில், தலை முடியும் தாடியும் வளர்ந்த, சற்றேறக் குறைய ஒரு சாமியாரைப்போலத் தோற்றம் கொடுக்கத் தொடங்கினான் செல்வராஜு.

பிள்ளையாருக்கு ஒரு பெயர் கொடுக்க வேண்டிய ஸ்திதிக்குக் கோயில் வளர்ச்சி அடைந்தது. உண்டியல் வாங்கி, பலமான சங்கிலி போட்டு பிணைத்தான். செல்வராஜுக்கு ஆட்டோ சாமி என்று பெயர் ஏற்பட்டது. ஒருநாள் அவன் ஆட்டோவில் பிராயணம் செய்தபோது, என்னைத் தெரிந்துகொண்டு, பிள்ளையார் விஷயத்தைச் சொல்லி பிள்ளையாருக்கு ஒரு பெயர் வேண்டும் என்றான். பல பேரைச் சொன்னேன். கடைசியில் ஆட்டோ செல்வ சக்தி விநாயகர் என்ற பேரை சந்தோஷத்துடன் ஏற்றுக்கொண்டான். விநாயகருடன் அவன் ஆட்டோ மற்றும் செல்வாரஜ் என்கிற அவன் பெயர் எல்லாம் இணைந்ததில் மிகுந்த சந்தோஷம். நானும் ஒரு நாள் போயிருந்தேன். ஆட்டோ செல்வ சக்தி விநாயகர் ஆலயம், உபயதார் மற்றும் உரிமை: ஆட்டோ செல்வராஜு என்று போர்டு கிளையில் தொங்க, அதன் கீழே பிள்ளையார் மினுமினுப்போடு விளங்கினார். எனக்காகச் சூடம் கொளுத்தி, "வேழ முகத்து விநாயகனைத் தொழ வாழ்வு மிகுந்து வரும். வெற்றி முகத்து விநாயகனைத் தொழப் புத்தி மிகுந்து வரும்..." என்ற பாடலைச் சொல்லி, ஆரத்தித் தட்டை நீட்டி விபூதி கொடுத்தான்.

ஒரு நாள் கேட்டேன்.

"உன் நோக்கம் என்ன? எதுக்கு உனக்குக் கோயில்?"

"தெரியலை சீத்தா, மனசுக்குத் திருப்தியா இருக்கு"

காலை ஐந்தரை தொடங்கி ஏழுவரை கோயில், அப்புறம் ஆட்டோ பிழைப்பு. சாயங்காலம் ஏழு முதல் ஒன்பதுவரை கோயில். அப்புறம்

வீடு என்று வாழ்க்கையை அமைத்துக்கொண்டான். உண்டியலில் காசு சேரவும், அதைப் பாதுகாக்க என்றே சப்பாணியாக இருந்த ஒருத்தனை நியமித்துக்கொண்டான்.

என் புதிய அறைக்குப் பின்னாலேயே இருந்தார் ஆட்டோ விநாயகர். முன்னால் இருந்தாள் காவேரி. கணக்கு சம்பந்தமான அரசு உத்தியோகத்தில் இருப்பதாக செல்வராஜு சொல்லி இருந்தான். ஒரு வயதானவர் அந்த வீட்டில் இருந்தார். காவேரியின் தாத்தா என்றிருந்தேன்.

“இல்லை கணவர்” என்றான் அவன்.

எனக்கே அது உண்மையாக இருக்கும் என்பதை நம்ப விரும்பவில்லை. ரொம்ப வருத்தமாக இருந்தது. ஒரு பெரிய கதை இருக்கிறது காவேரியிடம். எல்லோரிடமும் குறைந்த பட்சம் ஒரு கதை இருக்கிறது.

சரியாக ஏழு நாற்பத்து ஐந்துக்கு அவள் மாடிக்கு வருவாள். வெயிலில் கூந்தலை உலர்த்துவாள். எட்டு ஐந்து வரைக்கும் மாடியில் இருப்பாள். என் மாடியில் நானும், நான் நிற்பது அவளுக்குத் தெரியும். ஒருமுறைகூட அவள் என் பக்கம் திரும்பியது இல்லை. என் ஸ்திதி, என் பார்வை அவளைத் தொந்தரவு செய்ததாகவே இல்லை. ஒரு பேப்பர் வெயிட் மாதிரி, அவள் கட்டி வைத்திருக்கும் கொடிக்கயிறு மாதிரி என்னை அவள் பாவித்தாள். ஆனால், எனக்கும் அது பொருட்டில்லை. நான் பார்ப்பது முக்கியம், பார்க்கப்படுவது அல்ல.

எட்டு நாற்பதுக்கு குடை, கஞ்சி போட்ட காட்டன் புடவையோடு ஆபீஸ் கிளம்புவாள். தாத்தா — தாத்தாதான் — பத்து மணிக்குக் காக்காய்க்குச் சோறு வைப்பார். மாடியில் கைப்பிடிச் சுவரில் காக்கைகள் அவருக்கெனக் காத்திருக்கும்.

வெயிலில் ஊறுகாய்ச் சீசாக்கள், வடகம், பயறு வகைகள் காய்ந்தபடி இருக்கும். எள் காய்ந்தால் எண்ணெய் ஆகும். எலிப் புழுக்கை காய்வது எதற்காக?

சென்ற சில தினங்களுக்கு முன்தான் முதல் நாள் காவேரியை நான் வெயில் காய்ந்த தினுசில் பார்த்தது. காலை வெயிலின் ரேகைகள் பாம்புகளாய் நெளிந்தன. தந்தை, தாய், பிள்ளைப் பாம்புகள் என்று நிறைய பாம்புகள் வானத்திலிருந்து மாடியில் வீழ்ந்து, எல்லாம் காவேரியிடம் போய்ப் பிணைந்துகொண்டன. பிளவுபட்ட நாக்கை உடையதால் பிணாகம்.

கூந்தலில் நீர்ப் பொடிகள் பற்றி எரியும் வைரத் துகள்கள், புகை எழ ஜொலிக்கும் முடித்தீ. எப்போது மாடிக்கு வந்தாலும், பார்வையைக் கனகாம்பரத் தொட்டியில் பதித்தாள் அவள். நாலு தொட்டிகள் இருந்தன. இரண்டில் இளவயலட் நிறப் பூக்கள் பூக்கும் செடிகள் இருந்தன. ஒன்றில் வெள்ளைச் சிதறலுடன்கூடிய பச்சை அகன்ற இலைச் செடி. ஒன்றில் கனகாம்பரம். மஞ்சள் கனகாம்பரம். கனகாம்பரச் செடி அவைகள், அந்த முதல் நாளில் அரச இலைகளாக மாறியது. எனக்குத் திகைப்பூட்டியது. சதா ஆரவாரம் செய்து, கவனம் ஈர்க்கும் அரசிலைகள்.

மாலை ஏழு மணிக்கு செல்வராஜு ஒரு முழு பாட்டிலுடன் என்னைப் பார்க்க வந்திருந்தான். ரொம்ப முக்கியமான விஷயம் என்றால் பாட்டிலுடன்

வருவது அவன் வழக்கமாக இருந்தது. பையில் நிறைய நொறுக்குத் தீனிகள் இருந்தன. பானம், தொண்டையைப் பட்டுத் துணிபோல் படிந்து வருடி இறங்கியது. அவன் சொல்லத் தொடங்கினான்.

போன பௌர்ணமியின்போது, அவன் மாமியார் காலமானாள். கருமாதி முடிந்தது. அந்த அம்மாளுக்கு இரண்டு பெண்கள், மூத்தவள் ஹேமாவதி. ஆறு வயசும், இரண்டு வயசும் ஆன குழந்தைகளை விட்டுச் செத்துப் போனாள். குழந்தைகளின் தந்தை, உடனே மறுகல்யாணம் பண்ணிக்கொண்டான். கிழவி, குழந்தைகளைத் தன் பராமரிப்பில் வைத்துக்கொண்டாள். இரண்டும் வீட்டுக்குப் பக்கத்தில் இருக்கும் பள்ளிகளில் படித்தார்கள். வீட்டைப் பார்த்துக்கொள்ளவும் ஆள் இல்லை. யோசித்தானாம். வேறு வழியில்லை, இருக்கும் வாடகை வீட்டைக் காலி பண்ணிக்கொண்டு மாமியார் வீட்டோடு போய் விடுவது உசிதம், வீடு சொந்த வீடு, இரண்டாவது பெண் பார்வதிக்குத்தான், அதுதான் அவன் மனைவிக்குத்தான் அது சேரும். குழந்தைகளையும் பார்த்துக்கொள்ளலாம். கடவுள் அவனுக்குத்தான் குழந்தைப் பேறை அருளவில்லையே...

"சரி, செய். மாமியார் வீட்டோட போய்விடுவதுதான் நல்லது"

"அதுதான் பிரச்சினை"

ஆட்டோ செல்வ சக்தி விநாயகர் கோயிலுக்கும், மாமியார் வீடு இருக்கும் பவழக்காரன் சாவடிக்கும் இடையே இப்போது இருபத்தேழு கிலோமீட்டர். தினம் கோயில் சம்ஸ்காரங்கள் பண்ண முடியாது. அவ்வளவு தூரத்திலிருந்து வந்து போக முடியுமா?

"என்ன பண்ண யோசித்திருக்கிறே?"

"கோயிலை விற்றுவிடலாம் என்று முடிவு பண்ணி இருக்கேன்"

"கோயிலை விற்றுவிடுவதா?"

"செய்தால் என்ன? பிள்ளையார் கொஞ்சம் கொஞ்சமாக, பிரபலமாகிக் கொண்டிருக்கிறார். போன வாரம் எம். எல். ஏ. காரில் வந்து இறங்கிக் கும்பிட்டுப் போனார். லோக்கல் எஸ். ஐ. பெண்டாட்டி வாடிக்கைக்காரி. உண்டியலிலும், தினம் சுமார் இருபது இருபத்தைந்து விழுது. செவ்வாய், வெள்ளியில் நாற்பது, ஐம்பது தேறும்!

சிங்கார வேலு சக ஆட்டோ டிரைவர் கோயிலை வாங்கிக்கொள்ளத் தயார். செல்வராஜு ஐயாயிரம் கேட்டிருக்கிறான். சிங்காரம் ரெண்டாயிரத்தில் நிற்கிறான்.

"நான் என்ன செய்ய வேணும் செல்வராஜு?"

"சிங்காரத்தை வரச் சொல்றேன். பஞ்சாயத்துப் பண்ணி மூவாயிரமாவது வாங்கிக் கொடுக்கணும்."

மறுநாளே சிங்காரம் வந்தான்.

"நீங்களே சொல்லுங்க சார். மூலைக்கு மூலை பெட்டிக் கடை மாதிரிக் கோயில் வந்துடுச்சு. பிள்ளையார் கோயிலுக்கு பரிட்சை நேரத்தில்தான் சார் மரியாதை. அம்மன் கோயில்னா, பரவாயில்லை.

“பிள்ளையார்ப்பட்டிக் கோயில் எப்படி?” என்றான் செல்வராஜு.

“பிள்ளையார்பட்டியும், ஆட்டோ விநாயகரும் ஒன்னா, சார்?”

செல்வராஜு சப்தம் போட்டுச் சொன்னான்.

“சீத்தாபதி பிள்ளையார் ஊரெல்லாம் பால் குடிச்சுதே, எல்லாப் பிள்ளையாரும் அரை டம்ளர், ஒரு டம்ளர் பால் குடிச்சப்போ, என் பிள்ளையார் ஒன்றரை லிட்டர் பால் குடிச்சாரே, அதை மறக்கலாமா?”

செல்வராஜு கசங்கிய ஒரு தமிழ் மாலைப் பத்திரிகையை எடுத்து வெளியே போட்டான். அதில் ஆட்டோ விநாயகர் படமும், வரிசையில் நிற்கும் பக்தர்களும் “ஒன்றரை லிட்டல் பால் குடிக்கும் சூப்பர் பிள்ளையார்” என்ற தலைப்பும் காணப்பட்டன.

கடைசியில் இரண்டாயிரத்து ஐநூற்றுக்கு விலை படிந்தது.

“நான் பிள்ளையார் பெயரை மாற்றப் போகிறேன்” என்றான். சிங்காரம்.

“பொருள் இனி உன்னோடது, உன்னை நான் கேட்க முடியுமா? ஆனா, பிள்ளையார் மவுசைக் காப்பாத்தனும்.”

அடுத்த வாரமே பணமும், பிள்ளையாரும் கைமாறினார்கள். ஆட்டோ சிங்கார விநாயகர்” என்று ஒரு புதிய போர்டு போட்டான் சிங்காரம். போகும்போது, அந்தத் தகவலைச் சொன்னான் செல்வராஜு.

“காவேரி காதலனுடன் போய்விட்டாளாம். தேடச் சொல்லித் தாத்தா கேட்டுக்கொண்டாராம்.

“எனக்கு இதா வேலை?” என்று கேட்டான் செல்வராஜு என்னிடம். அதோடு “அடிக்கடி பிள்ளையாரைப் போய்ப் பாரு, சீத்தா” என்றும் கேட்டுக்கொண்டான்.

2001

அழகுப் பரதேசியின் அந்திப் பொழுதுகள்

அரைக் கண் மூடி, வலது கை அந்தரத்தில் நின்று, ஆள் காட்டி விரலும், கட்டை விரலும் சேர்ந்த சின் முத்திரை காட்டி, சுகாசனத்தில் அமர்ந்து, அம்மனின் பெருமையை அழகுப் பரதேசி விவரித்துக்கொண்டிருந்தார். எதிரே சப்பாணி, பயமும் பக்தியுமாக அவர் சொன்னதைக் கேட்டுக்கொண்டிருந்தான். கூரை போட்ட மாரி அம்மன் கோயில். சற்றுத் தள்ளி இயற்கையாக எழுந்த புற்று. மஞ் சள் பாவாடை கட்டி, குங்குமத் தட்டு வைக்கப்பட்ட புற்றுக்குப் பக்கத்தில், வயசான வேம்பின் நிழலில் சிவப்புத் துணியின் மேல் அமர்ந்திருந்தார் பரதேசி.

தோளில் புரளும் சடாமுடி, எப்போதும், சிவந்த விழிகளின் மேல், நெற்றியில் திருநீறுபோல் பூசிய குங்குமப் பட்டை, சட்டை இல்லாத மேனி. கருத்து, கட்டுத் தளராத மார்பும், புஜங்களும் பரதேசியின் தோற்றப் பொலிவை அதிகரிக்க, வெள்ளி மோதிரங்கள்போலச் சுருண்ட மார்பு முடியும் வீழும் அருவியென தழைத்து நீண்ட தாடியும் இன்ன நிறம் என்று உறுதி கூற முடியாத தினுசில் விளங்கும் வேஷ்டியுமாகப் பரதேசி தோற்றம் தந்தார்.

சப்பாணி கை கட்டி, வாய் பொத்திப் பரதேசியின் சாட்சா கரத்தில் லயித்தும் அவர் சொல்லிய வார்த்தைகளை வாங்கிக்கொண்டும் இருந்தான்.

"எல்லாம் அந்தப் பேமானிப் பய பண்ண காரியம் தாண்டா சப்பாணி"

"எந்த பேமானிங்க சாமி?"

"மூதி... அவன்தாண்டா பொட்டிமவன் இந்திரன். ஜெமதக்னி ரிஷியைக் கொலை பண்ணிப் போட்டானுங்களா, அவரை மசானத்துக்கு எடுத்துப் போயி எரிக்கிறாங்க. பத்தினி ரேணுகா என்ன பண்ணினா?"

"என்ன பண்ணினா?"

“இரு வர்றேன்.”

மருந்தைச் சருகிலையில் வைத்துச் சுருட்டி ஒழுங்கு பண்ணிக்கொண்ட பரதேசி, எழுந்து போய் அகல் விளக்கில் கொளுத்திக்கொண்டு திரும்பி, எதாஸ்தானத்தில் அமர்ந்துகொண்டார். புகைத்தார். கண்கள் சிவந்து இரத்தம் தளும்பியது.போல் ஆயின.

“எங்க விட்டேன்?”

சப்பாணி விழித்தான்.

“சரியான மம்முட்டிக் காம்புகிட்ட பேச விட்டியே, தாயே... ஆங்... ரேணுகாம்மாவும்— அதாண்டா நம்ம மாரியாயி — புருஷன்கூட தீ இறங்கினா, பாதி உடம்பு வேகறத்துக்குள்ள இந்திரப் பய, வருண பகவானைக் கூப்பிட்டு மழையைப் பெய்யிடா மூதின்னான். அந்தப் பயலும் பெய்ஞ்சான், நெருப்பு அணைஞ்சுட்டு, அம்மா உக்கிரமா எழுந்து நிர்மாணமா நின்னா. மேல எல்லாம் தீப்புண்ணுக் கொப்பளம். வேப்ப மரத்துல இலையைப் பறிச்சி, இடுப்பில சுத்திக்கிட்டா. அம்மாவுக்குப் பசின்னா பசி. அகோரப் பசி. நேரா குடும்பமார் இருக்கிற சேரிக்கு வந்தா... முதல் வீட்டுக் கதவைத தட்டி “ஆயி... பசிக்குது... பிடி சோறு போடு... உன் குடும்பத்துல, குலத்துல முத்து அம்மை வாராமே முன்வந்து காக்கேன். முன்னூறு நாளைக்கும் கர்ப்ப சிசு காப்பேன். சூரியனைக் தொட்டிழுத்து வெப்பம் தணிவிப்பேன். மாதம் மும்மாரி பெஞ்சு மனம் குளிர வப்பேன்னா. யாருடாது கதவைத் தட்டினதுன்னு குடும்பன் வெளியேவந்தான். நிறைமாசமா அவன் பொண்டாட்டியும் வெளியே வந்தா. வந்தது ஆருன்னு குடும்பனுக்குப் புரிஞ்சிட்டு... இரு தாயி வந்துட்டேன்னு திண்ணையில் குந்த வச்சான். பச்சரிசி மாவு, வெல்லம், பானகம், இளநீரு இதுகளைக்கொண்டு வந்து அம்மா காலடியில் வச்சு, துன்னு, தாயின்னா... அம்மாவும் துன்னு பசியாறினா... வயிறு பசி தீர்ந்துச்சு. அம்மா மனசு குளிரக் குடும்பங்கிட்ட சொன்னா... தொம்பக் குடும்பா தொல் குலத்து தலைமவனே... தொண்ணூறு குலமாகி, மூவுலகை ஆண்டிடடா, நானூறு குலமாகி நாட்டை ஆண்டிடடா... வவுத்துப் பசி போக்கி மனம் குளிர வச்சாயே... வம்சமடி வம்சமாக உன் நிழலாய் நானிருப்பேன். பேயும் பிணக்காட்டு பிசாசு அண்டாது — உன்னை — பாம்பாய் இருந்து பட்சம் பண்ணிடுவேன். — நாகமாய் நானிருந்து நான் உன்னைக் காத்திடுவேன்னு சொல்லி அங்கேந்து பொறப்பட்டு வண்ணாஞ்சேரிக்கு வந்து சேர்ந்தா. வண்ணார் குலத் தலைவரும், அவன் மானம் காக்க வெள்ளைச் சீலை கொடுத்தார். அப்போ சிவபெருமான் பார்வதியோடு, வந்து, “தாயே, மாரியம்மா, எனக்கும் பெரியவளே... எமராசன் தாயாரே... சக்தி நீயம்மா... கிராமத்தில நீ இருந்து உன் பிள்ளைகளுக்குக் கீர்த்தி தந்திடம்மா... கோபக் கண்ணாலே அம்மைக் கொப்புளத்தைப் போக்கிடம்மா... வேப்பந்தழையாலே வெந்துயரைப் போக்கிடம்மா... பச்சரிசி மாவும் பனங்கல்கண்டுப் பானகமும், இளநீரும் குடித்துச் சீவித்திருதாயே”ன்னு வரம் கொடுத்துப் போனாரு...

காற்றில் விலகிய வேம்பின் கிளைகள், சப்பாணியின் மேல் வெயிலைக் கசியவிட்டது. அவன் நகர்ந்து உட்கார்ந்தான். சாலையில் இரண்டு பேர் வருவது தெரிந்தது. போதைக் கிறக்கத்தில் இருந்த பரதேசி கேட்டார்.

“வர்றது யார்?”

"முனியனும் அவன் சகலபாடி மொண்டியும் சாமி"

வந்தவர்கள் பரதேசியின் பக்கமாக வந்து பம்மி, மரியாதைக்குரிய தூரத்தில் நின்று, "கும்புடு சாமி" என்றார்கள், ஒரே குரலில்.

"என்னடா?"

"குழந்தை குளுந்து போச்சுங்க சாமி"

"எப்போ?"

"விடிஞ்சு அரை நாழிக்கு"

"எடுத்துடுங்க"

"உத்தரவு சாமி"

அவர்கள் அரையணாக் காசை எடுத்து, பரதேசியின் முன் வைத்தார்கள்.

"உத்தரவு சாமி"

அவர்கள் போன பிறகு சப்பாணி கேட்டான்.

பிணம் விழுந்தா சாமிக்குத் தெரியுங்களா சாமி?"

விகாசமான முகத்தோடு, "ஏன் தெரிந்து கொள்ளக்கூடாது? சருகு இலை விழறதைப் பார்க்க முடிகிறது. ஒற்றை இலைக் கொழுந்தைப் பார்க்க முடிகிறது. எது முடியாது?" என்ற பரதேசியைப் பார்த்துப் பிரமித்துப் போய் இருந்தான் சப்பாணி.

ஏணைப் பாடையைச் சுமந்துகொண்டு சிலர் குளக்கரை மயானம் நோக்கிப் போனார்கள். சேகண்டிச் சத்தம், மர உச்சியில் நாதத்தைப் பூசிச் சென்றது. சங்கின் முழக்கம் எங்கோ மேரு மலையில் இருந்தே வந்ததாகப் பரதேசிக்குத் தோன்றியது.

வேம்பிலிருந்து விழுந்த மஞ்சள் பழத்தை எடுத்துத் தின்றான் சப்பாணி.

ஊர் பெரிய தனக்காரர் தூரத்திலேயே தோளில் கிடந்த துண்டை இடுப்பில் கட்டிக்கொண்டு வந்தார். அண்மைக்கு வந்ததும், "கும்பிடுறேன் சாமி" என்றபடி கைகூப்பியபடி பரதேசியின் பக்க வாட்டில் நின்றார்.

"இப்படி நேருக்கு நேராக வந்து நில்லுமேன்"

"தெரியுமே, உங்க குறளி வித்தையெல்லாம் உம்ம மாதிரி ஞானிகளுக்கு நேரே என்றால் என் சக்தியில் பாதியை எடுத்துக்குவீராமே... வேலாயுத முதலியார் சொன்னாரு. ராமலிங்க சாமிக்கு முன்னாய யாரும் நிக்கமாட்டாங்களாம் சாமி"

பரதேசி அதைத் தன் புன்சிரிப்பினால் ஏற்றார்.

"மெய்தான் கவுண்டரே. ஞானிகளின் தேகம் சில வேளை எஃகு, சில வேளை கண்ணாடி. எடுக்கவும் செய்யும். கொடுக்கவும் செய்யும். அம்மாவைக் கண்டு வாங்களேன்"

"ஆத்தாவை விடவும் நீங்கதானே எங்களுக்குக் கண்கண்ட தெய்வம். காத்து, மழை, வெயிலு, குளிருன்னு இருந்த அம்மனுக்குக் கோவில் அமைச்சு, கூரை போட்டு ஒரு மரியாதை தேடிக் கொடுத்தவரே நீங்கதானே சாமி"

தலைகுனிந்து, அடக்கமுடன் அப்பாராட்டை ஏற்றார் பரதேசி. பதினெட்டுப் பட்டியிலும் உங்களுக்கு இருக்கிற மரியாதை உங்களுக்குத் தெரியாது சாமி. அப்படி ஒரு க்யாதி மவுசு, மரியாதை”

கவுண்டர், பரதேசியின் பாதத்தைப் பணிந்து தட்சணையாக நாலணா வைத்தார்.

“எல்லாம் அவ. அவளுக்குப் பண்ணிக்கிறா... நான் ஆற்று வெள்ளத்தில் அடிச்சுக்கிட்டுப் போற சருகு. சோற்றால் அடிச்ச பிண்டம். ஆசைக் கயிற்றில் ஆடும் பம்பரம்... காலத் தச்சன் வெட்டி வீழ்த்தப் போகிற மாமிசக் கட்டை...”

“ஆகா” என்றபடி அகன்றார் கவுண்டர். பரதேசி நகர்ந்து மரத்தில் சாய்ந்து சரிந்து அமர்ந்தார்.

*

சுத்த லயக்காரன் வாசிக்கும் தவில் நடை மாதிரி தலைக்குள் ஜதிகள் நரம்புகளில் அதிர்ந்தன. பரதேசியின் உடம்பு கிழக்கு — மேற்காக அசைந்தது. ஓர் ஆழாக்கு மாதிரி இருந்த பெட்டியில் இருந்து லேகியத்தைச் சுட்டு விரலில் எடுத்து உள் நாக்கில் தடவிக்கொண்டார். கண்கள் செருக, வாய் சற்றே திறந்து இருக்க, கால்களைப் பிரக்ஞை இன்றி நீட்டினார் பரதேசி. பறந்து மேலோகம் போய்க்கொண்டு இருக்கிறார் என்பதை அறிந்துகொண்ட சப்பாணி, இருக்கும் இடத்திலேயே நீட்டிப் படுத்தான்.

... அழகு ஓடினான். எட்டாம் வாய்பாடும் அறப் பளீசுரக் சதகமும் வரவில்லை என்பதற்காக மரத்தில் கட்டித் தலைகீழாகத் தொங்கவிட்டு அடித்த சோலைமலை வாத்தியார் குடிக்க இருந்த இளநீரை அவன் குடித்து, ஓட்டைக்குள் மூத்திரம் பெய்து வைத்தான். யாழ்ப்பாணம் தேங்காய், பெரிசு, பற்றாமல் போக சிநேகிதன் வடிவேலுவும் முக்கி முக்கி இருந்தான். வாத்தியார் வியப்புடன்தான் குடித்தார். மேலத்தோப்பு மரம்கூட உப்புகரிக்குமா என்கிற ஆச்சரியம். ஒளிந்திருந்து பார்த்த மங்கல லட்சுமி கோள் சொன்னாள். அழகு ஓடினான். சிவன், பெருமாள் கோயில் பட்டைச் சாதம் பிரஸாத விநியோகம் உடம்பில் ஊறியது. செக்காடி எண்ணெய் எடுத்து, எஜமானியம்மாள் வீட்டுக்குக்கொண்டு சேர்த்தான். ஆற்றில் குளிக்கையில் ஊற்றுத் தளும்பலில் உதட்டுக்கு மேல் இருந்த முடியைப் பார்த்தான்.

ஒருநாள் பரியாறி வந்து அவனைச் சர்வாங்க சவரம் செய்து விட்டான். அந்தி நேரம், இருட்டு. அரச மரத்துக்குக் கீழ் அவன் கூச்சத்தால் நெளிய நெளிய சவரம் நடந்தது. பரியாறியின் மகன் பார்த்து, “அதிர்ஷ்டம் பண்ணியது” என்றான். அதன் அர்த்தம், தோட்டத்து வைக்கோற் பந்தலில், அவன் படுத்து உறங்குகையில் பாறாங்கல் மேல் விழுந்தாற்போல, ஒரு பெரிய உடம்பு மேல் விழுந்து அழுத்தும்போது தெரிந்தது. எஜமானியம்மாள் அவனைத் தனக்குள் விழுங்கிக்கொண்டிருந்தாள். கொட்டில் மாடுகள் எதற்கோ கத்தின. எஜமானர், பகலில் வண்டி கட்டிக்கொண்டு நீதிஸ்தலத்துக்கு வியாஜ்ஜியம் பண்ணப் போனார். எஜமானி எண்ணெய் ஸ்நானம் பண்ணக் கூப்பிடுவாள். உச்சி முதல் உள்ளங்கால்வரை எண்ணெய் வழிய அழகு தேய்த்து விடுவான். காமத்தை அவன் விரும்பினான். குற்ற உணர்வு இலாது சுகித்தான். ஒரு விரிசல், அவள் நீட்டுகிறபோது அவன் அவள் கையைப் பற்ற வேண்டும்.

அவன் நீட்டும்போது அவள் தயார் இல்லை. வெகுண்டான். மரியாதை, சுய மரியாதை, உஷ்ணமூட்டப்படாமல், அவன் இரத்தம் கொதித்தது. பரம்பரைக் கோபம். ஓடினான். நாடகக் கம்பெனி அவனைச் சுவீகரித்தது. சிவந்த உதடுகள், ஜீவத் துடிப்புடன் எரியும் கண்கள், பவளக்கொடி, பொன்னுருவி, பாஞ்சாலி என்ற பெண் வேஷங்களில் ஜொலித்தான். களைத்துப் படுத்தால் அர்ஜுனன், கர்ணன் வேஷக்காரர்களின் இம்சை. காசு கொடுத்து வாங்கிய தொப்பிபோல அவனை அணிவது அவனைத் துன்புறுத்தியது. வடநாட்டுப் பக்கம் ஒரு ஊரில் எலிப் பாஷாணம் விற்றான். எலிகளால் ஏற்படும் இழப்பு குறித்துப் பிரசங்கள் பண்ணுகிற ஆற்றல் வந்தது ஆச்சரியம். ஒரு மூங்கில் கம்பில் மாட்டிய வரைபடத்தை மக்களிடம் காட்டினான். எலி — எலிகள் — எலிக் குடும்பம் — வளை — கதிர்கள் அழிவு — காணிக்கு எத்தனைப் படி — பாஷாணத்தின் வீரியம் — செத்துக்கிடக்கும் எலிகள் — சந்தோஷமாக வாழ்ந்தான். விசித்திரம், பாஷாணக்காரன் அதையே தின்று ஒருநாள் செத்தான். அப்பா, சொத்தை விற்று எடுத்துக்கொண்டு பிள்ளையைத் தேடி வடநாடு வந்தார். அங்கு அலிகளுடன் அவர்களைப்போலவே உடுத்திக்கொண்டு, கை தட்டிப் பாடி ஆடுவதை அப்பா பார்த்தார். மயங்கி விழுந்தார். ஊருக்குத் திரும்பிக் கல்யாணம் பண்ணிக்கொண்டான். சிறந்த விவசாயி என்று பெயர் எடுத்தான். சந்தையில் அவன் கத்தரியும், வெண்டைப் பிஞ்சும் மவுசு பெற்றன. பெண்டாட்டி வியர்வையில் பங்கு கொண்டாள். விடன் ஒருத்தன் அவள் கையைப் பிடிக்க, ரௌத்ரம் ஜ்வாலையாய் எரிய, விடன் தலையைச் சீவினான். டாணாக்காரர்களிடம் இருந்து தப்பித்து தலைமறைவாய் திரிந்தான். மனைவி வேறு ஒருத்தனுடன் வாழப் போனாள். மனம் நிம்மதிப்பட்டது. கால் போன போக்கில் நடந்து வந்து நின்றான். அவன் நிழல் நீண்ட, மாரியம்மனின் கலசத்தில் வந்து முடிந்தது. அங்கேயே உட்கார்ந்தான். பெருக்கி மெழுகி, இடத்தைத் தூய்மை செய்தான். ஆவேசம் வந்து குறி சொன்னான். மாரியம்மனின் பீடத்தை ஒட்டிய மைதானத்தில் ஒரு சர்க்கஸ் கம்பெனி வந்து டேரா போட்டது. ஏழாம் நாள் சிங்கத்தின் முதுகின் மேல் ஏறி நிற்கிற வித்தைக்காரி மரித்துப் போனாள். முதலாளியை வரச் சொல்லி, ஆவேசம் வந்து குறி சொன்னான் பரதேசி. மாரி, மழையில் நனைகிறாளடா, கொட்டகையோடு, கோவிலைக் கட்டு ஆத்தா சொல்ல, முதலாளியின் தயவால் கோவில் உருப்பெற்றது. பரதேசிக்கு மருத்துவம் தெரிந்தது. பச்சிலைகள் தெரிந்தது. அழகு, அழகுப் பரதேசி ஆனார்.

சிவந்த பகடை வீட்டிலிருந்து சோறு வந்தது. தனித் தனியாக சோறு, குழம்பு, பொரியல், வறுவல், மோர் என்று, பரதேசி அதைக் கட்டாயமாக்கினார். ஏதோ ஒரு நாள் மொண்டி மனைவி ஒரு சட்டியில் சோறு, குழம்பு, கறி எல்லாம் கலந்து அவன் முன்கொண்டு வந்தாள்.

“இது என்ன?”

“சோறு”

“இப்படியும் உன்னை நான் கேட்டானா?”

சட்டி மரக்கிளையில் மோதி உடைந்தது.

"இருக்கும் இடம் தேடி, என் பசிக்கு, அன்னம் உருக்கமுடன்கொண்டு வந்தால் உண்பேன்" என்று உக்கிரமுடன் அவன் கூவியதைக் கேட்டு ஊர் கிடுகிடுத்தது.

"மரியாதை... என்னைப் பட்டினி போட்டுக் கொல்லுக, ஆனா கௌரவமா கொல்லுக"

அதன் பிறகு ஊர், முறை வைத்துக்கொண்டு அன்னம் பரமாறியது பரதேசிக்கு.

உண்டு முடித்து எழுந்தான். மிச்சத்தைச் சப்பாணி தின்றான்.

"மூதி...போலாமா?"

"எங்கே சாமி?"

"சவமே! வேற எங்கே?"

சப்பாணி, கோணிப் பையை எடுத்துக்கொண்டு விந்தி முன்னால் நடந்தான். பின்னால், இலைப் புகையை ஊதிக்கொண்டு பரதேசி நடந்தார்.

வயல் கடந்து, மாந்தோப்பு கடந்து, தென்னஞ்சோலை கடந்து, குளக்கரைக் குடிசையை அடைந்தார்கள். பரதேசி சப்பாணியின் கைப்பையை வாங்கிக்கொண்டு, "வாசல்லயே கிட, சவமே" என்று வீட்டுக் குடிசைப் படலைத் தள்ளிக்கொண்டு உள்ளே ஓர் எட்டு வைத்தார்.

"எந்த நாய் அது?"

இருட்டில் கண்ணால துழாவி பிச்சியைக் கண்டுபிடித்தார் பரதேசி. கட்டாந்தரையில் புயல் வீழ்த்திய மரம் மாதிரி கைகளையும் கால்களையும் பரப்பிக்கொண்டு கிடந்தாள்.

"நான்தான்... அழகு..."

"பரதேசி நாய்க்கு இங்கென்ன வேலை?"

அவள் காலடியில் பரதேசி உட்கார்ந்தார். பையைத் திறந்து சாராயப் போத்தலையும், வியஞ்சனங்களையும் எடுத்து வெளியே வைத்தார்.

"என்ன இழவுடா இது?"

"உனக்குப் பிடிக்குமேன்னு பட்டைச் சாராயமும் கொஞ்சம் போட்டிக் கறி, தலைக்கறி, பொரிச்ச மீன் வாங்கியாந்திருக்கேன்..."

அவள் எழுந்து உட்கார்ந்தாள். வேக வைத்த மொச்சைப் பயறு வாசனை குப்பென்று வந்தது, அவளிடம் இருந்து. பரதேசி அதை இயன்ற மட்டுக்கும் உட்கொண்டு அனுபவித்தார். பொட்டுத் துணி இல்லாத அந்த உடம்பின் காத்திரம், நரம்புகளின் ஊடே பாய, அவர் கையை நீட்டி அழுத்தினார்.

"சீ! உன் அம்மாட்ட பால் குடிச்சதுதான், தாசி மவனே... என்னத்துக்கு இங்க வந்தே?"

பிச்சி அவர் முகத்தில் பேயறையாக அறைந்தாள். பக்கவாட்டில் சாய்ந்தார் பரதேசி. வழித்தெரியவில்லை. போத்தலை ஜாக்கிரதையாக அவளிடம் தந்து அவளைக் குடிக்கும் படி செய்தார். மடக் மடக்கென்று சப்தம் வரப் பாதிப் போத்தலை காலி செய்தாள் பிச்சி.

மந்தாரை இலைப் பொட்டலங்களை அவிழ்த்து, "இது போட்டிக் கறி" என்று எடுத்து அவள் வாயில் ஊட்டினார். அவள் மென்று விழுங்கினாள். எல்லாவற்றையும் அவர் ஊட்ட, தின்று முடித்தாள் பிச்சி. "தண்ணி" என்றாள். தனியாகக் கறுப்புச் சீசாவில் எடுத்துச் சென்ற தண்ணீரை அவள் பருகக் கொடுத்தார்.

"ஊரானுக்குப் பொறந்த கழிசடையே... சுருட்டு இருக்காடா! இல்லேன்னா ஜோடு பிஞ்சிபோடும்" என்றவளிடம் நீள கைச்சுருட்டை வாயில் சொருகிப் பற்ற வைத்தார். குடிசை புகையில் சூழ்ந்தது. மிச்சமிருந்த சாராயத்தைக் குடித்து, தானும் ஒரு சுருட்டைப் பற்ற வைத்தார் பரதேசி.

சுருட்டு கையில் இருந்து நெகிழ்ந்து விழ, அப்படிசே சரிந்தாள் பிச்சி. அவள் மேல் கவிழ்ந்தார் பரதேசி. யானையின் மத்தகஜத்தில் அணில் ஏறி அமர்ந்தாற்போல.

*

தெருப்படலைத் தள்ளிக்கொண்டு வெளியில் வந்து விழுந்தார் பரதேசி. அலறிக்கொண்டு எழுந்தான் சப்பாணி.

"பிச்சி... துண்டையாவது கொடேன்"

ஒரு துண்டு சுருண்டு வந்து விழுந்தது. எடுத்து இடுப்பில் கட்டிக்கொண்டார் பரதேசி.

இருவரும் நடந்தார்கள்.

"நல்லவேளை, விடியலை இன்னும்?" என்றார் பரதேசி.

பல குழப்பங்களில் இருந்து மீளாமல் சப்பாணி, "சாமியோட மகிமையை அந்தப் பிசாசு அறிஞ்சுக்கலை" என்று மிகுந்த வருத்தத்துடன் சொன்னான்.

"மூதி... மகிமையாவது மயிராவது... அப்பப்போ புரண்டு எழுந்தாத்தான் குப்பை ஒழியுது. என்ன பண்ணித் தொலைய? என்றார் பரதேசி.

அழகுப் பரதேசி ரொம்ப சந்தோஷமாக இருப்பதுபோலப் பட்டது சப்பாணிக்கு.

2001

இருட்டின் வாசல்

இருட்டிக்கொண்டு வந்தது. அவர்கள் வெளிச்சம் இருக்கும்போதே அங்கு வந்து விட்டிருந்தார்கள். மழை இறங்குவது மாதிரி பார்த்துக்கொண்டிருக்கும்போதே இருட்டு, அவர்கள் மேல் வந்து அவர்களை நனைத்தாற்போல அவர்கள் மேலும் அவர்களின் பாதங்களின் கீழேயும் மண்ணை நனைத்தபடியும் சில்லிட்டுக்கொண்டு இருந்தது.

அவர்கள் நடுங்கிக்கொண்டு நின்றார்கள். அசந்தர்ப்பமாக பெரியவளின் மகள் "எம்மா" என்று அவளைக் கூப்பிட்டு எதையோ சொல்ல வந்தாள். பெரியவள் குழந்தையின் வாயை மூடினாள். கண்ணால் மிரட்டிப் பேசாதே என்றாள்.

பெரியவள், அவள் குழந்தை, அவள் அப்பா பழவாமனு மூவரும் படித்துறையில் சம்மணம் போட்டு உட்கார்ந்து, அலை வீசி உடைந்து மீண்டும் அலை திரண்டு படியை மோதி உடையும் குளத்து ஜலத்தையே பார்த்துக்கொண்டிருக்கும் பில்வக்காவைப் பார்த்துக்கொண்டிருந்தனர். சுற்றிப் புரண்ட இருட்டில் பில்வக்காவின் கொள்ளிக் கண்களிலிருந்து புகை வருவதாகக் கற்பிதம் செய்துகொண்டு பழவாமனு நடுங்கினான். இருட்டின் விழுதுகளைத் திரித்து தலையில் ஒட்ட வைத்தாற் போன்று மயிற்க் கற்றைகள் சுருண்டு சடையாகி இருந்தன. இடுப்பில் அழுக்குப் பாவாடை. ஏதோ ஒரு நிறத்தில் பூர்வத்தில் இருந்து கறுத்து அழுக்கே அடையாகிக் கெட்டித்துப் போன பாவாடை. மேலே மூடப்படாத திறந்த முலைகள் தழைந்து வயிற்றின் மேல் படிந்து இரு கைகளின் குட்டிகள்போல அவ்வப்போது அக்கா அசைகிறபோதெல்லாம் அசைந்துகொண்டிருந்தன. பில்வக்காவின் தாடைகள் வெறுமனே மென்றபடி இருந்தன. கண்ணுக்குத் தெரியாத பச்சை இரத்தம் வடியும் மாமிசத்தைத் தின்றுகொண்டிருக்கிறாள் என்று பெரியவள் நினைத்து மயிர்க்கூச்செரிய நின்றாள். வந்தவர்கள் சொன்னதைத் திரும்பச் சொன்னார்கள்.

“எக்கா... இந்தக் கொடுமையை எப்படி நான் வாய்விட்டுச் சொல்வேன்... கன்னிப் பொண்ணு... காத்து அண்டாமே ஆம்பிளை வாசனை அறியாமே வளர்த்து வர்றோம். அது முழுகாமே இருக்குக்கா... முனி சேட்டையா, பச்சை ஒடையாள் கண்ணு பட்டுச்சா... எக்காதான் சொல்லோம்... என் தங்காச்சி சின்னவள்னு நாங்க கூப்பிடற மயிலேறு, அப்படி இப்படிப் போறவ இல்லை. பொட்டிப் பாம்பாட்டம் இருக்கிறவ...”

எக்கா திரும்பிப் பெரியவளைப் பார்த்தாள். கல்லடி பட்டவள்போலப் பேச்சை நிறுத்தினாள் அவள்.

“எக்கா” என்றாள் ஹீனஸ்வரத்தில்.

இருட்டில் கவிழ்ந்த வைக்கோல் போர்போல இருந்த எக்காவின் குடிசையும் அதன் முன் கால் பரப்பி அமர்ந்திருந்த எக்காவும் எவருக்கும் கிலி அடிக்கும்தான். எக்கா திரும்பி பழவாமனுவைப் பார்த்தாள். ஜலத்தைப் பார்த்தாள். எழுந்திருந்த நாலாம் பிறையின் பலகீனமான வெளிச்சத்தில் குளத்தனி அலை மேல் வரி வரியாக கானல் போலும், ஓலைச் சுவடியின் கிறுக்கெழுத்து போலும் தென்பட்ட விகித ஒழுங்கைப் படிப்பவள்போல அவள் படித்தாள். அவளுக்கென்று தனியான ஒரு ராக ஓசையில் அவள் சொல்லியதைத் துண்டில் ஏந்திப் படிப்பவர்கள்போல அவர்கள் பிடித்துக்கொண்டார்கள்.

கள்ள நாயி கறுப்பு நாயி
போட்ட குட்டி ஏழு... அதுல
நாலு குட்டி போச்சு, ஒண்ணை
தாயே தின்னு போச்சு...
மிஞ்சிருக்கும்
ஒண்ணு சூலி... மற்றது
ஓடு காலி...

எக்கா சிரித்தது கேட்டது. மரக்கிளை முறிந்தாற்போல் நரநரத்த முறிந்த ஓசை. இரவு நேர மாட்டுக் கண்களைப்போல எக்காவின் கண்கள் ஜொலித்தன.

அவள் அந்த மூவரையும் பார்த்துப் பொதுவாகச் சொன்னாள்.

“பாவாடைக்காரிக்குப் பூவாடை சாத்து.

பச்சைப் பௌர்ணமியில் சாராயம் ஊத்து...” என்று விட்டுக் கடகடவென்று சிரித்தாள். எழுந்து நின்றாள். சொரேலென்றது பார்த்துக்கொண்டிருந்தவர்களுக்கு. பனைமரம் உச்சிக்கு அவள் நின்றாள். மரம் வேரோடு நடப்பதுபோல, நடந்து குடிசைக்குள் புகுந்தாள்.

“போலாம்” என்று அவசரப்படுத்தினான் பழவாமனு.

“எக்கா உத்தரவு கொடுக்கலையே” என்று பெரியவள் சொன்னதுக்கு. “அதான் குடுத்துடுச்சே, பௌர்ணமிக்கு சாராயம் கறியோடு வந்து பாவாடைக்காரிக்குப் படையல் போடணும்னு சொல்லிச்சே. வா வா.” என்றான். கிளம்பினான். சற்று தூரம் சென்ற பிறகு பெரியவள் திரும்பிப் பார்த்தாள்.

பில்வக்கா, கொள்ளிக் கட்டையை வாயில் வைத்துக்கொண்டு, தென்னை மரத்துக்கும் மேலாக நிற்பதுபோலக் கண்டாள். குழந்தையைத் தூக்கிக்கொண்டு ஓடத் தொடங்கினாள். அவளுக்கு முன்னால் ஓடிக்கொண்டிருந்தான் பழவாமனு.

பில்வக்கா, எந்தத் தேசத்தவள், எங்கிருந்து வந்தாள் என்று யாருக்கும் தெரியாது. உடையார் தோப்பை ஒட்டிய மாட்டுப் பட்டிக்கு மேற்கால இருந்த குளக்கரையில் ஒரு நாள் அவள் தென்பட்டாள். உருண்டையான, பாரியான மாட்டெலும்புகள் வெயிலில் காய்ந்துகொண்டிருந்தன. நீல நிறத்துப் பெரிய ஈக்கள் காற்றில் ஊசலிட்டுக்கொண்டிருந்தன. இளைத்த நாய்கள் நாக்கைத் தொங்க விட்டுக்கொண்டு படுத்துக் கிடந்த நுளை சேற்றில் அவள் கிழக்கைப் பார்த்தபடி அமர்ந்திருந்தாள். பாவாடை மட்டும்.

உடையார் உப்பளத்து மண்டிக்குப் போய்த் திரும்பும் கால் அவளைப் பார்த்தார். நடு வயசா முதியவளா என்று இனம் காண முடியாது விழித்தார். சற்றே சரிந்து தொங்கிய ஸ்தனங்கள் ஆயிரம் பல்லாயிரவர்க்குப் பால் கொடுத்தவை என்று அவருக்குத் தோன்றின.

சுள்ளென்று அனல் வெயில். வியர்வை வழிந்த அவள் மேனியில் மண்ணும் அழுக்கும், சீரிய சாந்தி வெளிப்பட அவர் ஸ்தம்பித்து நின்றார். கழுத்து வியர்வை கோடு கிழித்து அவள் ஸ்தனங்களின் கரிய விழிகள் போலும் விழித்துத் திறந்த கரும் காம்புகளின் முனைகளில் வியர்வைத் துளிகள் பிரகாசித்தன. அவள் முகம் சின்னஞ்சிறுமி போன்று பால் ஒளிர்ந்தது.

“இப்படி வெயிலில் காயறையே அம்மா” என்றார்.

அவள் திரும்பி அவரைப் பார்த்தாள். இவருக்கு கண் கூசியது. கோடி சூரிய நெருப்பு அவள் முகத்தில். ஒரு கண்ணில் சூரியன். ஒரு கண்ணில் நிலவு.

“வெயிலில் காஞ்சி, மழையில் நனையாதே, ஓடு ஓடு. மழை வரப் போவுது கூட்டி வாரு. கொள்ளையில் போவாதே”

ஏதோ பைத்தியம் போலும் தோன்றியது, இல்லை போலும் தோன்றியது. கும்பிடு போட்டுவிட்டு வீடு திரும்பினார். ஏதோ மழை, வாரு என்கிற வார்த்தைகள் அர்த்தம் நிரம்பியதாக அவருக்குத் தோன்றியது. உப்பளத்தில் உப்பு காய்வது திடுமென நினைவில் தோன்றவே, பரக்கப் பரக்க ஓடி குமாஸ்தாவிடம், “உடனே உப்பைக் கூட்டி மூடு” என்றார். “நல்ல சுள்ளென்ற வெயிலில் இது என்ன பைத்தியக்காரத்தனம்” என்பதாகக் குமாஸ்தா நினைத்திருப்பார் போலும். என்றாலும் முதலாளியின் உத்திரவுக்குக் கீழ்ப்படிந்தார். உச்சி வெயில் மண்டையைக் காய வைத்துக்கொண்டிருந்தது. திடுமென வானத்தைக் கருத்த மேகம் மூடியது. புழுதி வானத்தை நோக்கிப் பாய்ந்தது. சற்று நேரத்தில் யாரும் எதிர்பாராமல் இடித்தபடி மழை பிரளயம்போலக் கொட்டியது.

பாவாடைக்காரியே பில்வக்காவாக வந்துவிட்டாள் என்று உடையார் கருதினார். தன் தோப்பில் ஒரு குடிசை போட்டுக் கொடுத்தார். சோறு படைத்தார்.

ஜனங்களுக்கு திகில் தருபவளாய் இருந்தாள் எக்கா. தோப்பே அவள் வந்த பிறகு அமானுஷ்யங்கள் குடியேறிய பிரதேசமாக அவர்களுக்குத் தோன்ற ஆரம்பித்தது. நட்ட நடு நிசியில் அவள் சுத்த அம்மணமாகச் சுடுகாடு நோக்கிப் புறப்படுகிறாள் என்று செய்தி பரவியது. சுடுகாட்டின் எரிந்த தலைச்சன் பிணங்களில் இருந்து அவள் உணவு புசிக்கிறாள். அங்கே பாவாடைக்காரியும் வந்து சேர்ந்து விடுகிறாள். இருவரும் பேசிச் சிரித்தபடி ஊர்க்கதைகள் பேசி இருந்துவிட்டுப் புறப்படுகிறாள். அவள் நடக்கையில் சதங்கைகளின் பாதரசச் சப்தம் எட்டுத் திசைகளிலும் மோதிக் குளத்துத் தண்ணீர்போல வழிந்து தரையை நனைக்கிறது. எந்நேரமும் ஒரு குழந்தையின் அழுகுரல்.

அந்த இருட்டு மூடிய குடிசையின் புறத்தே ஒழுகிக்கொண்டே இருக்கிறதாகக் கேட்டவர்கள் சொன்னார்கள். மூப்பன், ஒருநாள் இரவு தூக்கம் பிடிக்காமல் வயிறு சங்கடப்படுத்த சுருட்டைப் புகைத்துக்கொண்டு வெள்ளவாரி ஓடைக்குப் போனவன், வானத்துக்கும் பூமிக்குமாக பில்வக்காவைப் பார்த்து இருக்கிறான். வாயில் ஒரு குழந்தையை அவள் கவ்விகொண்டிருந்தாள். வாயிலிருந்து வழிந்த இரத்தம் அவள் மணிபோல அசையும் மார்பகங்களை நனைத்தபடி இருந்தது. கண்களில் இரண்டு கொள்ளிகள் புகைவர எரிந்தன. “ஐயோ” என்று அலறியபடி விழுந்தவன் எழ ஆறு மாதம் ஆனது.

பில்வக்கா என்ன பாஷை பேசுகிறாள் என்று எவருக்கும் புரிவது இல்லை. சமயங்களில் தமிழில் எழுதிய செய்திபோலப் பேசினாள். பல சமயங்களில் ங... ங... ங... ங... ங... ஞ... ஞ... ண... ன... என்று முனகிக்கொண்டாள். பாவாடைக்காரி, ஓடைமரிச்சான், புளியமரத்துக்காரி, வெள்ளைப் புடவைக்காரி என்று பல காற்றுக் கருப்புகளோடு அவள் உறவாடுகிறாள் என்று புரிந்துகொண்டார்கள். காற்றில் எந்நேரமும் எரிவாசனை கமழ்ந்ததாக ஊரில் பேசிக்கொண்டார்கள்.

மயிலேறுவை யாரோ புரட்டிப் போட்டாற்போல இருந்தது. மல்லாக்க அவள் படுத்திருந்தாள். உறக்கம் விழிக்காத நிலை எங்கோ ஒரு சுவர்க்கோழி கத்தியது, ராட்சஸத்தனமாய். இரவின் சாமக் கோடங்கி, “சலவ் சலவ்” என்று என்னவோ கத்திக்கொண்டு நடந்து போனான். பயமும் வேட்கையுமாக, நெற்றி உடம்பு என்று எல்லாப் பகுதிகளிலும் வியர்வை தாபமாய் அரும்ப, மேனி புளகமுற அவள் மேல் கவிழ்ந்தது ஓர் அசுர பலம். அவள் செயலற்றுப் போய் நாக்கு உலற, அச்சத்தால் உறைந்தாள். அச்சம் வெகு நேரம் நீடிக்கவில்லை. இருட்டும் அழுத்திய பலமும் கயிறாய் முறுக்கிக்கொண்டு அவளுக்குள் நுழைவதை அவள் உணர்ந்தாள். வாசல் வழியாக அந்தப் பலப்பிசாசு நுழைந்தது. ஒரு பிரவேசம் வெளியிலிருந்து உள்ளே நிகழ்வதுபோலப் பஞ்சும் பாறையும் சேர்ந்த ஒரு பொருள் அவள் உள் இறங்கியது. அவள் கைகளும் கால்களும் அசந்து நான்கு திசைகளையும் தொட்டு மீண்டும் சுருங்கின. அவள் ஒரு வாளித் தண்ணீர் குடித்தாற்போல உணர்ந்தாள்.

பக்கத்து ஊரில் வாழ்க்கைப் பட்டிருந்த பெரியவளிடம் போய்ச் சொன்னாள் மயிலேறு. “ராத்திரி நேரத்தில் எதுவோ என்னை அழுத்துறது. உரலில் இட்டு அரைக்கிறது, பிழிகிறது. அக்கா, என்ன பண்ண ?” என்றதுக்கு, “இன்னிக்கு என்கூட இங்க படு” என்றாள். அன்று ராத்திரி அது வரவில்லை. மூன்று இரவுகள் ஒன்றும் நடக்கவில்லை. திருப்தியுடன் வீடு திரும்பிய அன்று

இரவு, தெருப்படலைச் சாத்திக்கொண்டு படுத்தாள். விழித்துக்கொண்டே இருந்தாள். அப்பன் பழவாமனு ஜன்னல் வெளியே கயிற்றுக் கட்டிலில் படுத்துக் கிடந்தான். இடையில் தண்ணீர் குடித்துவிட்டு வந்து படுத்தான். கண்ணசந்தாள். நல்ல இருட்டு கண்ணை அப்பிக்கொண்டது. அவள் வாய், கண், உடம்பு மேல் அசாதாரணமான பலம் விழுந்தது. கல்லுக்கடியில் அவள் அகப்பட்டுக்கொண்டாள். கத்த வேண்டும் என்று தோன்றியது. வேண்டாம் என்று இருந்தது.

பவுர்ணமி, நிலவு கவிழ்ந்த தொட்டி நீராய் மண்ணில் வழிந்தது. படித்துறையில் மயிலேறு குளத்து நீர் வழிய வழிய உட்கார்ந்து இருந்தாள். வயிறு ஈரத் துணிக்கு மேல் உப்பிக்கொண்டிருந்தது.

சாம்பிராணி மட்டும் இரவின் மூச்சேபோல் புகைந்துகொண்டிருந்தது. அவள் எதிரே பில்வக்கா, வழக்கம்போல குளத்து ஜலத்தைப் பார்த்துக்கொண்டு இருந்தாள். நிலவொளியில் குளம் பொங்கித் ததும்பியது. தண்ணீரைப் பார்ப்பதும், மயிலேறுவைப் பார்ப்பதுவுமாக இருந்தாள் எக்கா. மயிலேறு, பயத்தில் பாதி ஸ்மரணை போனவளாக இருந்தாள். சாராயபுட்டியின் கார்க்கைத் திறந்து மடமடவென்று குடித்தாள் பில்வக்கா. அப்புறம் நீளச் சுருட்டைப் புகைத்துக்கொண்டாள். சடைத் தலையை இப்படியும் அப்படியுமாக அசைத்துக்கொண்டாள். திடுமென மார்பில் படீர் படீர் என்று அறைந்துகொண்டாள். கடகடவெனச் சிரித்தாள். நிலாவை, தென்னை உச்சியைப் பார்த்துக்கொண்டே இருந்தாள்.

“ங… ங… ங… ஞ… ஞ… ஞ… ண… ன…” என்றாள். தள்ளியிருந்த பெரியக்கா, பழவாமனு, மூப்பன் எல்லோரும் அண்ணாந்து பார்த்தார்கள். எதுவும் இல்லை. சவுக்கு மரத்தின் கொண்டையில் நிலவு சிக்கிக் கிடந்தது. மூப்பன், பழவாமனுவிடம் “எக்கா பாவாடைக்காரியும் பேசுது” என்றான்.

“ஊம்” என்று முனகினான் பழவாமனு.

எதிரே கரும்பலகையாய் சதுரத்தில் பரந்திருந்த இருட்டைப் பார்த்து அவள் சொன்னாள்.

> ‘‘குட்டிப் பாம்பை நெட்டைப் பாம்பு விழுங்குது.
> சின்ன மீனைப் பெரிய மீன் தின்னுது.
> புல்லைத் தலையெடுக்க மரம் விடறதா.
> பொணம் மிதக்கிற நாளு வரப் போகுது...’’

“மூணா நாளு... மூணா நாளு...” என்றபடி எழுந்து நின்றவள் கத்திக்கொண்டு டபராவில் இருந்த ஆட்டு இரத்தத்தை எடுத்து நாலா திக்கிலும் வீசினாள். இரத்தத் துளிகள் தங்கள் மேல் பட்டதைத் துடைத்துக்கொண்டார்கள் அவர்கள். திடுமென எக்கா வெறிகொண்டு ஓடத் தொடங்கினாள்.

மயிலேறு படுத்துக் கிடந்தான். உறக்கம் பிடிக்கவில்லை. தெரு, நிசப்தமுற்றுக் கிடந்தது. காற்று, உலைத் துருத்தியிலிருந்து வருகிறாற்போல உஸ் உஸ் என்று கிளர்ந்து எழுந்துகொண்டிருந்தது. ஏதோ நடக்கக்கூடாதது நடந்து விடும்போல அவளுக்குத் தோன்ற, பயத்தில் சிலித்துக்கொண்டாள் மயிலேறு. நேற்று இரவு அவள் நன்றாகத் தூங்கத்தான் செய்தாள். உறக்கத்தின் ஊடேயும் அவள் அதை எதிர்பார்த்தாள். அந்தப் பாறையை... கல்லை, அதன் கீழ்

நசுங்க வேண்டும். மலை உச்சியில் இருந்து அந்த முரட்டாம் பாறை பிண்டு, உருண்டு, கடகடவென ஓடி வந்து அவள் உடல் மேல் விழுந்து, அவளை நசுக்கி, அவளைக் கூழாக்க வேண்டும் என்று அவள் எதிர்பார்த்தாள். புரண்டு படுத்தாள். மல்லாந்து படுத்தாள். புழுக்கம் என்று கூறித் துணியை உதறிவிட்டுப் படுத்தாள். இல்லை. அது வரவே இல்லை. கயிறு போலும் முறுக்கிய இருட்டு.

வா... வா... வந்து என் மேல் படர்... விழு...

என்னை மெல்லு... என்று ஒரு மந்திரம்போலத் தனக்குள் உருவேற்றினாள்.

இல்லை. அது வரவில்லை. இன்று வரும் என்று எதிர்பார்த்தாள். உறக்கத்தை வலிந்து வரவேற்றாள். தூங்குவதாகப் பாசாங்கு பண்ணினாள். இல்லை.

தெருவில் நாயொன்று வேலை மெனக்கெட்டு அலைந்தது. அதன் துருத்திய நாக்கில் நீல ஈக்கள் உட்கார்ந்திருந்தன. எரியும் கண்களால் திக்குகளை நோக்கி அழத் தொடங்கியது. சடசடவென்று ஜன்னல் கதவுகள் சாத்தப்படுவதை ஒலி ரூபமாக உணர்ந்தாள் மயிலேறு.

இருள் மயங்கி லேசாக வெளிச்சம் வந்தபோது, பெரும் இரைச்சல் எழ, வாரிச் சுருட்டிக்கொண்டு எழுந்தாள். தன் நிர்வாணம் தன்னைத் தாக்க, புடவையைச் சுற்றிக்கொண்டாள். படலைத் திறந்துகொண்டு வெளியே வந்தாள்.

மூப்பன் நாய்போல இரைக்க இரைக்க ஓடி வந்தான்.

"குடி கெட்டுச்சு மயிலு... உங்கப்பன் குளத்துல பொணமா மெதக்கிறான்... ஓடியா..."

மயிலேறு, அவன் பின் அலறிக்கொண்டு ஓடினாள்.

கண்விழித்தபடி வானத்தைப் பார்த்துக்கொண்டு பாதி உடம்பு தெரிய, மீதி உடம்பு குளத்தில் இருக்கக் கிடந்தான் பழவமானு. உப்பி ஊதி இருந்தான்.

பில்வக்காவின் பேய்ச்சிரிப்பு காற்றில் கொஞ்சம் கொஞ்சமாகப் பரவிப் புடைத்து, பெருகி அவள் காதுகளை அடைத்தது.

இருட்டு நீங்கி வெளிச்சம் வந்துகொண்டிருந்தது. எங்கிருந்தோ ஓர் ஆந்தை கடைசி முறையாக அலறி ஓய்ந்தது.

2001

இன்பக் கேணி

அரசாப விமோசனப் பெருமாள் விழித்தபோது விடிந்துகொண்டிருந்தது. மேலே ஃபேன் எனப்படும் மின்விசிறி நின்றிருந்தது. தனக்கு விழிப்பு வந்ததுக்கு அதுதான் காரணம் என்று அவனுக்குப் புரிந்தது. மின்சாரம் தடைப்படுவது ரொம்பவும் இயற்கையான விஷயம் என்பதாக அவனுக்குள் பதிந்து போயிருப்பதால், அது பற்றி அலட்டிக்கொள்ள ஏதும் இல்லை. கண்ணைப் பிட்டுக் கொள்ளும்போது அவன் நினைவுக்கு வந்தது. அவன் சட்டைப் பையில் ரூபாய் இருநூற்றுச் சில்லறை இருப்பதேயாகும். மனம் மகிழ்ச்சியில் லேசாக மிதந்தது. ஞாயிற்றுக்கிழமையாக வேறு அன்று இருந்தது. மற்ற நாட்களில் அவனுக்கு வேலை இருந்ததாகவும், இன்று விடுமுறை என்பதால் சந்தோஷம் என்பதாகவும் அவனால் நினைக்க முடியாது. மற்ற நாட்களில் வேலை தேடும் வேலை. இன்று அது இல்லை.

உற்சாகமாக எழுந்து நின்று வழிந்த கைலியை இறுக்கிக் கொண்டான். சட்டையை எடுத்து மாட்டுகையில் பையின் கனத்தால் இடப்பக்கச் சட்டை சரிந்தது. சுகமான கனம். தெருவுக்கு வந்தபோது விடியலின் மண்ரோடு அழகாக, குப்புறப்படுத்த குழந்தையின் முதுகுபோல் இருந்தது. கிஷ்டன் கடையில் ஸ்டிராங்கான காபியின் முதல் பருகல். அதை முடித்து, பெட்டிக்கடையில் கிங்ஸ் சிகரெட் வாங்கிப் பற்ற வைத்தபோது உலகம் இன்பக்கேணி என்று முணுமுணுத்தான். எதிரே பட்டாளத்தார் வீட்டு மாடிவரை வெயில் கவிந்திருந்தது. வெயில் அழகு. கம்பி போட்ட ரேழியைக்கொண்ட பொம்மை வீட்டுத் திண்ணையில் வாழும் இருமல் தாத்தாகூட அழகின் மையமாக அவனுக்குத் தெரிந்தார். முதுமை ஒரு அழகிய பருவம். முதுமையில் பல ஆத்மாக்களின் அழகு கூடுகிறது. எம். எஸ்., காந்தி, தெரேசா...

கண்ணையன் பஞ்சர் ஒட்டிக்கொண்டிருந்தான். அவன் இவனுக்கு நட்புத் தோன்ற புன்னகை செய்து சலாம் வைத்தான்.

பிரபஞ்சன்

“டீ சாப்டியா கண்ணையா” என்று விசாரித்தான் அரசாப விமோசனப் பெருமாள்.

“இனிமேதாண்ணே”

“கிஷ்டா... கண்ணையனுக்கு டீ அனுப்பு.”

தினசரிப் பத்திரிகையை வாங்கிக்கொண்டு அறைக்குத் திரும்பினான். நிறைய படம் போட்ட பத்திரிகை. நீதிமன்ற வாசலில் குற்றவாளி என்று சிறைக்கு அனுப்பப்பட்ட ஒரு தலைவர் கையை உயர்த்தி வெற்றியின் சின்னமாக இரு விரல்களைக் காட்டிச் சிரித்தபடிக் காட்சியளித்தார். யாரைப் பார்த்துச் சிரிக்கிறார்? தெரியவில்லை. அதன் கீழேயே, ஒரு தலைவர் எதிர்காலத்தில் வெற்றிச் சின்னத்தைக் காட்ட இருப்பவர், தர்மம் வென்றது என்றார். படுதமாஷாக இருந்தது. அறை என்பதால் சத்தம் போட்டுச் சிரித்து அந்த நகைச்சுவைச் செய்திகளை அனுபவித்தான் அவன். திடுமென சினிமாக்களில் அவர் பார்க்கும் நகைச்சுவை நடிகர்கள். பத்திரிகை முழுக்கவும் ஆக்கிரமித்த மாதிரி இருந்தது. வாரப் பத்திரிகையின் முதல் பக்கத்திலேயே ஜோதீஸ்வரி சக நடிகனோடு செய்துகொண்ட உறவு, நடக்க இருக்கும் திருமணம் பற்றிய செய்தி. வெளி வந்திருந்தது. நேற்று வேறு ஒரு பத்திரிகையில் இதே செய்தி, இதே முதல் பக்கத்தில் வந்திருந்தது. நேற்று எதனாலோ அவனுக்குக் கோபத்தை உண்டு பண்ணியது அந்தச் செய்தி. கோபத்துக்குக் காரணம் இருந்தது. அண்மைக் காலமாகத் தமிழ்ப் பண்பாட்டுக்குக் குந்தமாக அவன் ஒரு காரியம் செய்துகொண்டிருந்தான். இரவில் தனக்குத் துணையாக ஜோதீஸ்வரியுடன்தான் அவன் துயில்கொண்டான். அதனாலே அந்த சக நடிகன் மேல் அவனுக்குக் கோபம். கோபமா? பொறாமையா? நேற்று பல சமயங்களில் அந்த நினைவு அவனை ஆட்டிப் படைத்தது. இப்போது கோபம் இல்லை. மிகவும் பெரிய மனிதனாக, பெருந்தன்மைகொண்டவனாக அவன் இருந்தான். இருக்கட்டுமே, அதனால் என்ன? அரசாப விமோசனப் பெருமாள் என்கிற, வைஷ்ணவ சிரேஷ்டரான ஆராவமுதுக்குப் பிறந்தவனான சீமந்தனை, கணக்குப் பாடத்தில் மாநிலத்திலேயே முதலாவதாகத் தேறியவனை, எதிர்காலத்தில் மிகப் பெரிய அளவில் பிரகாசிக்கப் போகிற நிறுவன மேலாளனைக் கல்யாணம் செய்து கொள்ளும் அதிர்ஷ்டம் ஜோதீஸ்வரிக்கு இல்லையென்றால், அவன் என்ன பண்ணக்கூடும். விதி. அவள் தலையெழுத்து. அதை அழிக்கும் ரப்பர் இன்னும் கண்டுபிடிக்கப்படவில்லை. அரசாபவிமோசனப் பெருமாள் ஒரு புருஷோத்தமன்.

குளித்து, நீல ஜீன்ஸ், அதற்கு மேட்சாக ஒரு நீல ஜீன்ஸ் சட்டையையும் அணிந்துகொண்டான். சட்டை நாறியது. அதனால் என்ன? இது வறுமைக் கோட்டின் கீழ்க்கோட்டின் தேசிய வாசனை. என்ன காரணத்தினாலோ அவனுக்கு குஷால்தாஸ் கோகுல்தாஸ் கம்பெனியில் ரிசப்ஷினிஸ்டாக இருக்கும் மேனகா தாக்கரின் நினைவு வந்தது. எப்போது அவள் கேபினுக்குள் பிரவேசித்தாலும், அவனைத் தொட்டுச் சீராட்டும் ஒரு வாசனை. அது அவனைக் கிறங்க அடித்தது.

என்ன “ஸ்பிரே” என்று ஒருநாள் அவன் கேட்கப் போகிறான். அந்தச் சாயம் ஊட்டிய சிவந்த உதடு. சாயம் ஊட்டிய கை, கால் நகங்கள், கை நகங்கள் கோவைப் பழ வண்ணம். கால் விரல்களோ, எனாமல் வண்ணம். உடம்பு, கோதுமை மாவில் குங்குமம் பெய்து பிசைந்து தயாரித்த மோகன வண்ணம்.

மேனகாவைப் போய்ப் பார்த்தால் என்ன? குஷால் தாஸில்தான் கேசவன் வேலை பார்த்தான். அவனைப் பார்க்கப் போய் இவள் பரிச்சயமானாள். அந்தக் கம்பெனிப் பணியாளர்கள் யாரைப் பார்க்கப் போனாலும், அவள் மூலம்தான் சந்திக்க முடியும். அவளிடம் பேரைச் சொன்னால், அவள் போனில் கூப்பிட்டு விடுவாள். ரிசப்ஷனில்தான் விருந்தினர் — பார்வையாளர் உட்கார்ந்து உரையாட வேண்டும். கேசவன், காத்திருக்கச் சொல்வான். அடுத்த பத்து நிமிஷத்தில் தோன்றுவான். எதிரே சேட் நடத்தும் டீ ஷாப்புக்கு அழைத்துப் போய் ஏலக்காய் டீயும், சிகரெட்டும் வாங்கித் தருவான். அவ்வப்போது ஐம்பது நூறு என்ற உதவியும் செய்வான். அதற்குப் பிரதியுபகாரமாகப் பெருமாள் சில கவிதை வரிகளை எழுதித் தர வேண்டும். பவுடர், முகம் சிவக்க வைக்கும் களிப்பு, பெண்களின் உள்ளாடைகள், ஆண்கள், பெண்கள் பாதணிகள் மற்றும் ஆணுறைகளுக்குக் கவர்ச்சிகரமான வசனங்களை இவன் எழுதித் தர வேண்டும், கட்டாயம் இல்லை. ஆனாலும் அரசாபவிமோசனப் பெருமாள் தன்னைக் கவிஞனாகப் பல சமயங்களில் பாவித்துக் கொள்வான். அந்த ஈகோவுக்கு அந்தப்பணி, அவனுக்கு உவப்பாகவும் இருந்தது. “காலை முதல் காலை வரை, உங்கள் உடம்புக் கொடியில் மல்லிகை வாசம் கமழ...” என்று பவுடருக்கு இவன் எழுதிக் கொடுத்தான். கேசவனுக்கு ஏக மதிப்பு அவன் கம்பெனியில்.

பிரச்சினை என்னவெனில், கேசவன் லீவில் போயிருந்தது அவனுக்குத் தெரியும். அவன் மனைவிக்கு ராமேசுவரத்தில் பெண் குழந்தை பிறந்திருந்தது. ஆனால் அது தெரியாதது மாதிரி பாவித்துக்கொண்டு மேனகாவிடம் உரையாடல் நிகழ்த்த முடியும்தானே? இவன் மேனகாவின் முன் நின்று, “குட்மார்னிங்” என்றான். அவள் சேலையைச் சரிப்படுத்திக்கொண்டு புருவம் உயர்த்தினாள்.

“ஆச்சரியம்... உங்கள் நண்பர் ஊரில் இல்லை என்ற சங்கதி உங்களுக்குத் தெரியாதா?” என்றாள் ஆங்கிலத்தில்.

இவன் தமிழில் யோசித்து, ஆங்கிலத்தில் மொழியாக்கம் செய்துகொண்டு, சட்டென்று முகத்தில் ஓர் அசட்டுக் களையைப் பரவ விட்டபடி, “ஓ... மறந்தே போய்விட்டேன். அதனால் என்ன? நண்பனைப் பார்க்க வந்த இடத்தில் சிநேகிதியைப் பார்க்கக்கூடாதா?” என்றான். “என்ன தைரியம் உனக்கு” என்று தனக்குள் சொல்லிக்கொண்டான்.

அவள் அவனை உற்றுப் பார்த்தாள்.

“ஷ்யூர்” என்றாள் தொடர்ந்து. “ஒரு உதவி செய்ய முடியுமா? ஆபீஸ் பையன்களில் இரண்டு பேர் லீவு.”

“உத்திரவு போடுங்கள். இந்த அடிமை உங்களுக்காக எதையும் செய்யச் சித்தமாக இருக்கிறான்.”

“இந்த மருந்தை வாங்கி வரணும். அதோடு, மணிக் கூண்டுக்குப் பக்கத்திலிருக்கும் “வெற்றி பாரதம்” கடையில, இந்த அட்ரஸுக்கு டபிள் காட் அனுப்பச் சொல்லியிருந்தேன். அதை மதியம் ஒரு மணிக்கு மேல் அனுப்பச் சொல்லணும். மருந்து அப்பாவுக்கு. என் பிரண்டு வரன்னு சொல்லியிருக்கு... நான் அவரோட கிளம்பியாகணும். அப்புறம் பர்சேசுக்கு நேரம் இருக்காது. உங்களுக்குச் சங்கடம் இல்லைன்னா...?”

“இது என் மகிழ்ச்சி. எப்போதும் நான் உங்கள் பணியில் இருப்பவன்”

மேனகா வண்ணம் பூசிய இதழ்கள் திறந்து சிரித்தாள். அப்பப்பா... என்ன வெண்மை அந்தச் சிரிப்பு. அவன் ரத்த நாளங்களை வெட்டிக்கொண்டு உள்ளே சென்றது. இது அவனுக்காக அவள் கருணை புரியும் சிரிப்பு. வெற்றுச் சிரிப்பல்ல. முகவரியை வாங்கிக்கொண்டான்.

“மணி” என்றபடி பர்ஸைத் திறந்தாள்

“சும்மா இருங்கள். அற்பப் பணத்தைப் பற்றிப் பேசாதீர்கள்”

அவள் அதற்குத் தந்த சிரிப்பு, பல கோடி பெறும்.

அவன் வெளியே வந்து பேன்ட் பாக்கெட்டில் இருந்த சீப்பை எடுத்து, தலை சீவிக்கொண்டான். மருந்துக் கடையைத் தேடி நடந்தான். இடது பக்கம் ஒரு மருந்துக்கடை தென்பட்டது. அவன் மருந்துச் சீட்டை நீட்டினான். அவன் பக்கத்தில் ஒரு பெண் நின்றிருந்தாள். நிறை கர்ப்பிணி. கடைக்காரர் அந்தப் பெண்ணுக்கு மருந்து தேடிக்கொண்டிருந்தார். “உஸ்” என்று உதட்டைக் குவித்து “அமைதி” என்கிற குழந்தையின் அழகைப் பார்த்துக்கொண்டிருந்தான்.

திடுமென்று ஏதோ சத்தம் தெருவில். அவன் திரும்பியபோது திடுதிடுவென்று மக்கள் ஓடிக்கொண்டிருந்தார்கள். போலீஸ்காரர்கள் தடியோடு அவர்களை விரட்டிக்கொண்டும், சிலரை அடித்துக்கொண்டும், இருந்தார்கள். விசில்கள் சப்தம் வெளியை நிறைத்தது. கடைக்காரர் பதற்றமுடன் தெருவைப் பார்த்தார். ஓடிக்கொண்டிருந்த இளைஞர்கள் கல்லெறிந்தார்கள். ஒன்றிரண்டு கடையின் மேல் வந்து விழுந்தன.

பெருமாளுக்கு பயம் கவிந்தது. ஒரு வகையான பயக் கிளர்ச்சியுடன் தெருவைக் கவனித்தான் அவன். கொத்தாகச் சில பையன்கள் மருந்துக் கடைப் பக்கம் ஒதுங்கினார்கள். இங்கிருந்து ஒருவன் கீழே கிடந்த கல்லைப் பொறுக்கி, போலீஸ்காரனைப் பார்த்து அடித்தான். அவன் தன் பெருத்த உடம்போடு இவர்களை நோக்கி ஓடி வந்தான். தடியைச் சுழற்றினான். பையன்கள் இருந்த இடம் காலியானது. போலீஸ்காரனைத் தொடர்ந்து உடன் வந்த இரண்டு பேர் மப்டியில் இருந்த போலீஸ் எனத் தெரிந்தது. அவர்களில் ஒருவன் மருந்து வாங்கிக்கொண்டு தெருவில் இறங்கிய கர்ப்பிணிப் பெண்ணைத் தன் தடியால் இடுப்பில் அடித்தான். “ஐயோ... அம்மா...” என்று அந்தப் பெண் இடுப்பை பிடித்துக்கொண்டு தரையில் அமர்ந்தாள். பார்த்துக்கொண்டிருந்த பெருமாளுக்கு சீற்றம் பொங்கியது.

“ஏ மிருகம்... பொம்பிளைய அடிக்கறயே... அதுவும் இந்த மாதிரி இருக்கும்போது...”

பெண்ணை நெருங்கிய போலீஸ்காரனின் தடி இவனை நோக்கித் தலையில் இறங்கியது. இவன் தலையைச் சாய்க்கவும் தடி தோளில் இறங்கியது. பெருமாள், தோளைப் பிடித்துக்கொண்டு தரையில் சரிந்தான்.

கண்விழித்தபோது, பெருமாள் காதைச் சுற்றிக் கட்டுப் போடப்பட்டிருந்தது. தோள் பக்கம் சட்டை நசநசத்தது. தோள் முழுக்கச் சிவப்பாய் ரத்தக்கறை. சற்று தூரத்தில் இவனைப் போலவே பல பேர். ஒரு டாக்டரும் சில நர்சுகளும் தென்பட்டார்கள்.

ஒரு குட்டி போலீஸ் அதிகாரி போலத் தெரிந்தவன், "யாரடா நீ... என்ன நீ இந்தக் கட்சிக்காரனா?" என்றான்.

"நான் எந்தக் கட்சிக்காரனும் இல்லை" என்றான் பெருமாள்.

"பின்ன எதுக்குத் தலைவருக்கு ஆதரவா தெருவில் நின்னு கோஷம் போட்டே?"

"நான் கோஷம் போடலை. நான் மருந்து வாங்கிட்டு இருந்தேன்."

"என்ன வாங்கினே?" என்ற அந்த ஆள், இவன் அம்மாவைத் தாசி என்ற பொருள்படும் படி திட்டினான்.

"பேர் என்ன?"

இவன் சொன்னான். இந்தப் பெயரே போலீஸ்காரனுக்கு எரிச்சல் தந்தது.

"இன்னா பேர்டா இது தே... மவனே.." என்றான் அவன்.

இவன் சொன்னான். சொல்ல முயன்றான்.

"பிரமனின் தலையைக் கொய்தார் சிவன். அந்தக் கபாலம் அவரை கையிலேயே ஒட்டிக்கொண்டது. அதைப் பெருமாள் ஆகிய விஷ்ணு, சாபம் நீக்கி, கபாலம் மறையும்படிச் செய்தார். அதனால், எங்கள் ஊர்ப் பெருமாளுக்கு அரசாப விமோசனப் பெருமாள்னு பேர். எனக்கு எங்க ஊர் சாமியின் பேர்."

அந்த இளம் அதிகாரி சிரித்தான். அவன் சிரிப்பதைப் பார்த்துக் கீழ்நிலை உத்தியோகஸ்தர்களும் சிரித்தார்கள்.

"எங்க தலைவரை ஜெயிலில் போடாதேன்னு கத்தினியா?"

"இல்லை... எனக்கு அவர் தலைவர் இல்லை."

"அப்போ... உனக்கு த...தான் தலைவரா?"

"அது எப்படி இருக்க முடியும்?"

"தலைவர் இல்லாமல் எப்படி?"

"ஏன் முடியாது? எனக்கு யார் மேலயும் மரியாதை இல்லை."

"நீ என்ன நக்சல்பாரியா?"

"இல்லை."

"பின்னே, நீ யார்? எதுவும் இல்லாமே இருக்கிறவன் நக்சலைட்தான்."

"நான் வேலை தேடுகிற ஆள். வெறும் ஆள்."

"வேலை இல்லாதவன்... மூடிக்கிட்டு வீட்டுல இருக்க வேண்டியதுதானே? என்னத்துக்குத் தெருவில போராட்டம் நடக்கிற இடத்துக்கு வர்றீங்க...?"

அவன் பெயர், முகவரி எல்லாம் எழுதிக்கொண்டு, "போ... கூப்பிடும்போது வரணும். ஏமாத்தணும்னு நினைச்சே... நீ பொலி" என்றான் அவன்.

வெளியே வந்ததும், கையில் வாட்ச் இல்லை என்பது தெரிந்தது. பையைத் தொட்டுப் பார்த்தான். பணம் இல்லை. சில்லறைக் காசு இல்லை. எதிரே வந்தவரிடம் மணி கேட்டான். மணி நாலு, இருபது.

குஜால்தாஸ் கம்பெனிக்கு வந்து சேர்ந்தான் பெருமாள். தலை விண் விண் என்று வலித்தது.

தெரு வாசலில் மேனகா தென்பட்டாள். தலையில் முண்டாசு கட்டின ஒரு சிங் மாதிரி தெரிந்தவன் ஒருவனின் ஸ்கூட்டரின் பின் பக்கம் ஏற இருந்தாள் மேனகா.

“என்ன, என்ன ஆச்சு? தலையில் கட்டு. சட்டையில் ரத்தம்...”

“ஒரு பிரச்சினை...”

“என்ன, சின்னப் பிள்ளை மாதிரி. வம்பு வழக்கிலெல்லாம் என்னத்துக்காக மாட்டறது? எனக்கு நேரம் இல்லை.”

அந்த சிங்கின் ஸ்கூட்டரில் புறப்பட்டுப் போனாள் மேனகா. ரொம்ப நெருக்கமாக அவள் அவனுடன் ஒட்டிக்கொண்டு போவதுபோலத் தெரிந்தது அவனுக்கு.

தெருவுக்கு வந்து சேர்ந்தான். டீ கடைக்குள் நுழைந்தான். கிஷ்டன் பதறிப் போனான்.

“என்ன... என்ன ஆச்சு?”

நாக்கு கசந்ததும், மனம் கசந்தது. கடையில் கூட்டம் இல்லை. அவன் சொல்லி முடித்தான். பஞ்சர் கடைக் கண்ணையன் ஓடி வந்தான்.

“அண்ணே” என்று அழத் தொடங்கினான். பெருமாளுக்கு அழ வேண்டும்போல்தான் இருந்தது. குடித்த டீ குமட்டிக்கொண்டு வந்தது. அவன் எழுந்து போய் வாந்தி எடுத்துவிட்டு வந்து அமர்ந்தான்.

சிறு கூட்டம் கூடி இருந்தது.

கசப்பு. நாக்கு கசந்தது. கோபம் கோபமாக வந்தது. கண்ணையன் சிகரெட் வாங்கி வந்து கொடுத்தான். பற்ற வைத்துக்கொண்டான்.

சிகரெட்டும் கசந்தது.

விடுதியைக் கூட்டும் மனோன்மணி வந்து சேர்ந்தாள்.

“ஐயோ... ஐயா... என்ன இப்படிப் போட்டு அடிச்சிருக்கானே. அந்த நாயி?” என்றாள் அவள். இடுப்பில் குழந்தை ஒன்று. பெண் குழந்தை. கிருஷ்ணன் மாதிரி கொண்டை போட்டிருந்தது. ‘பன்’தின்றுகொண்டிருந்தது. குழந்தை.

பெருமாள் குழந்தையையே பார்த்துக்கொண்டு இருந்தான்.

கடித்துத் தின்றுகொண்டிருந்த குழந்தை, அவனையே பார்த்தபடி இருந்தது.

பன்னில் ஒரு பக்கம் கடித்து, கையில் அதை எடுத்து, அந்தத் துண்டை அவனை நோக்கி நீட்டியது குழந்தை.

மனோன்மணி, “எச்சியைப் போயி குடுக்கிறியே... முண்டம் என்று குழந்தையை வைதாள்.

அரசாபவிமோசனப் பெருமாள் அதை வாங்கி வாயில் போட்டுக்கொண்டான்.

இனித்தது.

2001

மிதக்கும் நிலம்

ரயில் புறப்படும் நேரம், பத்தரைதான். என்றாலும், அவன் பத்து மணிக்கே ரயிலடிக்கு வந்து விட்டிருந்தான். கடைசி நேரத்துல பரபரப்பு, ஓடத் தொடங்கும் வண்டியை ஓடிவந்து பிடித்தல் எல்லாம், அவன் இயல்புக்கு ஒத்து வருவது இல்லை என்பதுதான் விஷயம். ரயில் நின்று கொண்டிருக்க — அவனுக்காகக் காத்துக்கொண்டிருக்க — அதை ரசித்தபடி, “கெத்”தாக நடந்து வந்து, சாவகாசமாக ஒட்டப்பட்ட பட்டியலைப் பார்த்துக்கொண்டு, பெட்டிக்குள் பிரவேசிப்பது, ஒரு வகை கௌரவம் என்பது அவன் எண்ணமாக இருந்தது. வண்டி என்பது வெறும் வாகனம். அவனைச் சுமந்துகொண்டு, அவன் போக வேண்டிய இடம், கொண்டு சேர்ப்பதான கருவி. ஒரு காலத்தில், அது எருமை, கழுதை, மாடு, ஒட்டகம், குதிரை! பிறகு வந்து சேர்ந்த இயந்திரக்கழுதை. அது, மனிதர்க்கு மேம்படுவதாவது? மூச்சிரைக்க, வேர்த்து, விறுவிறுத்து அதைப் பிடிக்க மனிதர் ஓடி வருவதுமத், அவர்களை அது இளக்காரமாகப் பார்ப்பதும் இழுக்கல்லவா?

ரயில் வண்டியின் நடுவாக நின்றுகொண்டு, தன் கனம் இல்லாத பயணப் பையைத் தோளில் தொங்கவிட்டபடி, ஒரு சிகரெட்டைப் பற்ற வைத்துக்கொண்டான் சேகர். ஒரு மாமி, இரு தோளிலும் இரு மாபெரும் பைகள் தொங்க, இரு கையிலும் இரு சுமைகள் தொங்கத் தொங்க, பாரியான தன் உடம்பையும் சுமந்துகொண்டு, கோச்சுகளை நோட்டம் இட்டபடி பதைபதைப்புடன் நடந்து போவதை அவன் கண்டான். அவனுக்குச் சிரிப்பு வந்தது.

சிகரெட்டைக் கடைசிவரை இழுத்து காலில் போட்டு மிதித்து, தன் பெட்டியைப் பார்த்து ஏறினான். கதவைத் திறந்ததும், சில்லென்ற காற்று முகத்தில் இதமாக வருடியது. தன் இருக்கையில் போய் அமர்ந்தான். படுக்கையும் லோயர் பெர்த்தாக இருக்கிறதா என்பதை உறுதி செய்து கொண்டான்.

அவனுக்கு முன்னதாகவே எதிர் இருக்கைப் பயணி வந்திருந்தார். அவர் வந்து சேர்ந்து அரைமணிக்கு மேல் இருக்கும் என்பது போல அவர், அசாதாரணமான சாவகாசத்தில் இருந்தார்.

ஓய்வு பெற்ற அரச அதிகாரயைப்போல இருந்தார். ஓய்வு பெற்று பத்து ஆண்டுகளுக்கும் மேலாகவே இருக்கும் என்று அவர் தோற்றம் சொல்லத் தோன்றியது. அவர் நட்பு தோன்ற அவனைப் பார்த்தார். அவன் குழப்பத்துக்கு உள்ளானான். அவர் நட்பை ஏற்றுக்கொள்வதா வேண்டாமா என்று தயங்கினான். ஏற்றுக்கொண்டு, அவர் பேச்சில் மாட்டிக் கொள்ள வேணுமாய் இருந்தால் என்ன பண்ணுவது என்பது அவன் தயக்கமாக இருந்தது. பொதுவாகக் கிழவர்கள் பேச்சுக் கச்சேரிப் பிரியர்களாக இருக்கிறார்கள். அதோடு, அடுத்த மனிதர் நரகம் என்கிற சித்தாந்தம் வேறு அவனுக்குள் ஊறி இருந்தது. அவன் பார்வையை அவரிடம் இருந்து நகர்த்தி, எதிரே ஓரச் சீட்டில் ஆங்கிலப் பத்திரிகை படிக்கிற இளைஞனிடம் படரவிட்டான். வெள்ளை வெளேரென்ற ஷுக்கள் அணிந்திருந்தான் அவன். தனக்கு மேல் இருந்த படுக்கை காலியாக இருந்தது. நடைபாதையில், அந்த பாரம் சுமக்கும் மாமி அலமந்து போய்க்கொண்டிருந்தது கண்ணாடி வழித் தெரிந்தது.

பெரியவர், தண்ணீர் பாட்டிலை எடுத்து தண்ணீர் குடித்தார். கொஞ் சம்போல தன் மேலும் சிந்திக்கொண்டார் என்று இவன் நினைத்துக் கொண்டான். தன்னைப் பார்த்து சிரித்து, எதிர்வினை கிடைக்காத தோல்வியை மறைக்க, அவர் தண்ணீர் குடிக்கிறதாக இவனுக்குத் தோன்றியது.

வாகனம், நகரத் தொடங்கி இருந்தது. ஒருஎருமைபோல, அது அசைந்து மெதுவாக ஊர்ந்துகொண்டிருந்தது. ரயில்வே சிப்பந்தி, போர்வைகள், விரிப்புகள் எடுத்து வந்து இருவருக்கும் தந்தார். இவன், அனாவசியமாக ஒன்றை விரித்து, மற்றதைக் காலடியில் போட்டுக் கொண்டான். பெரியவர் எழுந்து நின்று, படுக்கை விரிப்பை மிக ஒழுங்காக பரப்பத் தொடங்கி இருந்தார். படுக்கையின் ரெக்சின் வெளியே கொஞ்சமும் தெரியாதபடி, மிக சாமர்த்தியமாக அவர் விரிப்பதில் ஆழ்ந்து இருந்தார்.

இதுபோன்ற பிரகிருதிகளை அவன் அறிவான். ஒழுங்கு பேணுகிற வர்க்கம். மிக ஒழுங்காகப் படித்து, மாநிலத்தில் முதலாவதாகத் தேறி, உத்தியோகம் போகிற மனிதர்கள் இவர்கள். வகிக்கிற பணியை மிகவும் கறாராக, சட்டப் புறம்பு இலலைாதபடிக்குச் செய்பவர்களாக இருப்பார்கள். அதில் பெருமிதம் கொள்பவர்களாகவும் இருப்பார்கள். குலம் கோத்திரம் பார்த்தே கிழம் கல்யாணம் பண்ணிக்கொண்டிருக்கும். ரிடையர்ட் அரசாங்க உத்தியோகஸ்தர் பெண்ணைப் பண்ணிண்டிருப்பார். ஆபீஸ், வீடு, ஹிந்து பேப்பர், டி.வி, சூடான வத்தக்குழம்பு, அப்பளம் , படுக்கை, வளக்கணைத்த குருட்டுக் காமம், உறக்கம் என்று காலம் தவறாத மனிதராக இருப்பார்.

தலையணையைத் தன் பையின் மேல் வைத்தார். தலையணையின்மேல் தன் துண்டைப் போட்டு மெது பண்ணிக்கொண்டார். தலையணையை ஒழுங்கு பண்ணிக்கொண்டு தண்ணீர் குடிக்கும் படிக்கம் உள்ளவர்போலும், மீண்டும் ஒருமுறை அவர் தண்ணீர் குடித்தார். இவனைப் பார்த்து, "வேணுமா?" என்றார்.

“வேணாம், நன்றி” என்றான். தண்ணீர் குடிக்கவே கூடாது என்கிற கங்கல்ப்பம் இல்லை அவனுக்கு. என்றாலும் வேண்டி இருக்கவில்லை.

பெரியவர், தலையை நன்கு கத்தரித்துவிட்டுக் கொண்டிருந்தார். பயண முஸ்தீபில், இது ஒரு பத்ததியாக இருக்கக் கூடும். சட்டையும் வேஷ்டிம் மிகு வேண்மையில் இருந்தன. கையில் விலை உயர்ந்த பட்டை போட்ட வாட்ச் இருந்தது. நவரத்தினக்கல் பதித்த மோதிரம் நன்கு தெரிந்தது. அவர் என்னமோ மேலே பார்த்தபடி அமர்ந்திருந்தார். குளிர் அலையை வேடிக்கை பார்ப்பவராக இருக்கலாம். கண்ணுக்குத் தெரியாத யாருடனோ பேசி, உரையாடுவதுபோல எதையோ அனுமானிக்க முற்பட்டார்.

அவன் தலையணையில் கையை ஊன்றிக் கொண்டிருந்தார்.

அவர், அவனைப் பார்த்து, அந்த வண்டி சென்று சேரும் ஊரின் பெயரைச் சொல்லி, “அங்கு போகிறீர்களா?” என்றார்.

அவன் “ஆம்” என்றான்.

“காலையில் ஆறு மணிக்குப் போய்ச் சேருவானா?”

அவன், சுவாரஸ்யமாக ஏழு மணியும் ஆகக்கூடும் என்றான்.

அவர், அப்படி ஆகக்கூடாது என்பதுபோல தலையை அசைத்துக்கொண்டார்.

அவர், ஊரிலிருக்கும் மகள் வீட்டுக்குப் போவாரா இருக்கும். பிளாட்பாரத்தில் மகளும், மருமகனும், வந்து அவரை அழைத்துச் செல்வார்களாக இருக்கும். பேரன், பேத்திகள் இருக்கும். அவர்கள் கம்ப்யூட்டர் புலமையை இவர் ரசிக்க ஆவல்கொண்டவராக இருக்கக் கூடும். அதுக்காக, தலையை இத்தனைச் சின்னதாக, பயிற்சிப் போலீஸ்காரன் மாதிரி குறுகலாக வெட்டிக்கொண்டு வந்திருக்க வேண்டாம்.

ஆள் அரவம் அற்ற புகை வண்டி நிலையங்களில் வண்டி நின்றது.

அவர் என்ன உத்தியோகம் என்றார்.

பிடுங்கி உத்தியோகம் என்று மனசுக்குள் வார்த்தை வந்தது. ஆனால், அதைச் சொல்ல முடியாது. ஆகவே, தன் வேலையைச் சொன்னான். அவர் தலையை அசைத்துக்கொண்டார். இவன் கேட்கிறான் என்ற நினைப்பில், இவன் துறையைச் சேர்ந்த பெரிய உத்தியோகஸ்தர் பெயரைச் சொல்லி, தெரியுமா என்றார்.

“தெரியும்” என்று இவன் சொல்லிவிட்டு, தடுப்புப் பலகையின் பக்கம் முகம் திருப்பிக்கொண்டான்.

“பழம் சாப்பிடறீங்களா?” என்று அவர் இவனைக் கேட்டார்.

இவன் வேண்டாம் என்றான். சில நிமிஷங்களில் ஆரஞ்சு உரிக்கும் வாசனை இவனுக்கு வந்தது. பூவும், காயும் மணமும் இணைந்தது பழம். அவன் தனக்குள் சுருங்கிப் போனான். அந்தப் பெரியவரைப் பார்த்தான். ஆரஞ்சாகவே அவர் இருந்தார்.

எழுந்து சம்மணம் இட்டு அமர்ந்தான்.

“நீங்க எதுவரைக்கும் சார்?” என்றான். பெரியவர் முகம் பிரகாசம் அடைந்தது.

அவர் சொன்னார்.

ஏழு கடல் தாண்டி, ஏழாவது கடலில் மிதந்துகொண்டே இருக்கும் ஒரு துண்டு நிலம் அவரின் பூர்வீகச் சொத்தாம். தாத்தா, அப்பா என்று தொடர்ந்து அவருக்கு வந்து சேரும் பிதுரார்ஜித சொத்தைத் தேடிக்கொண்டு அவர் போவதாகச் சொன்னார்.

"மிதக்கும் பூமி, தற்சமயம் எங்கே இருக்கிறது என்று உங்களால் கண்டுபிடிக்க முடியுமா" என்றான் அவன்.

"அது எனக்கும் வரும். என்னைச் சேரும். எனக்கு அது கிடைக்கும்" என்றார் அவர். உறுதி தொனிக்கும் குரலில்.

"அங்கே உங்கள் உறவினர்கள் யாரும் இருக்கிறார்களா?"

"இருக்கிறார்கள். இல்லை என்றும் சொல்லலாம்"

"புரியவில்லையே"

அவர் சிரித்தார். கைகளை மார்பின் குறுக்காக வைத்துக்கொண்டு நீட்டிப் படுத்துக்கொண்டார்.

வண்டி எங்கெங்கோ நின்று நின்று போய்க்கொண்டிருந்தது. திடுமென, உறக்கம் கலைந்து பார்க்கையில், ஏதேனும் ஒரு ரயில் நிலையம் வெளிச்சம் கொண்டு நிற்கும். இருளைத் துண்டு பண்ணி வைத்திருக்கும். பிறந்த நாள் கேக்குகள்போல அவைகள் இருந்தன.

அவனுக்குப் புகைக்க வேண்டும்போல இருந்தது. எதேச்சையாக அவன், அவரைக் குறைந்த வெளிச்சத்தில் பார்த்தான். கட்டைபோல அவர் கிடந்தார். அவனுக்குத் திடுமென வியர்த்தது. அவர் மார்பைத் தொட்டு, உறுதிப் படுத்திக்கொள்ள வேண்டும் என்று ஆசைப்பட்டான். ஆங்கிலப் பத்திரிகை படித்த இளைஞன், குப்புறப்படுத்துக் கிடந்தான். அவனை மறைத்து இருந்த படுதாவையும் மீறி, அவனைப் பார்க்க முடிந்தது. தனக்குச் சம்பந்தம் இல்லாத காரியத்தில் எதுக்குப் பிரவேசிக்க வேண்டும் என்று தோன்றவே, அவன் வெளியே சென்று புகைத்துத் திரும்பினான்.

குடிக்கப்படாத தண்ணீர் இன்னும் அவருடைய பாட்டிலில் இருந்தது தெரிந்தது. கீழே, சில ஆரஞ்சுத் துண்டுகள் கிடந்தன. பெரியவர் அசைவற்றுக் கிடந்தார்.

அவன் உறங்கிப் போனான். விழிக்கையில், அவன் சேர வேண்டிய இடம் வந்து இருந்தது. எல்லோரும் இறங்கிப் போயிருந்தது தெரிந்தது. அவன் அவரைப் பார்த்தான். அசைவு இல்லாமல் இருந்தார் அவர்.

அவன் தன் பையுடன் இறங்கி, பிளாட்பாரத்தில் சற்று நேரம் இருந்தான். பாரமாமி இப்போதும் பிளாட்பாரத்தில் அலைந்து கொண்டிருந்தாள். பெரியவரைச் சேர்ந்த யாரேனும் வருவார்களா என்று எதிர்பார்த்துக்கொண்டு நின்றான் இல்லை.

அவன் ஸ்டேஷனை விட்டு வெளியே வந்தான். விடிந்துவிட்டு இருந்தது. சிவப்புச் சட்டை போட்ட போர்ட்டர்கள் அலைந்து கொண்டிருந்தனர்.

பாரமற்ற அவன் பையுடன், ஓர் ஆட்டோவில் ஏறி அமர்ந்தான். அவன் பார்வையில், இன்னுமோர் ஆட்டோவில் பெரியவர் போவது மாதிரி இருந்தது. திகைப்பும் சந்தோஷமும் கொண்டான் அவன். அவர்தானா? அவராக இருந்தால் எத்தனை நன்றாக இருக்கும் என்று நினைத்துக்கொண்டான்.

"எங்க சார் போகணும்?" என்றார் ஆட்டோ டிரைவர்.

"அந்த மிதக்கும் நிலத்துக்கு. கடலுக்கு மத்தியில். எங்கள் பூர்வீக நிலம் அது" என்றான் அவன்.

சட்டென்று ஆட்டோ நின்றது. டிரைவர் திரும்பிப் பார்த்தார்.

2001

பொன் முடிப்பு

தவிப்பின் உச்சத்தில் இருந்தான் மூர்த்தி. அந்தச் சமயத்தில்தான் சேரனூரில் இருந்து அந்தத் தொலைபேசி வந்தது. அந்தப் பகுதியைச் சேர்ந்த வாசகர்கள் ஓர் இலக்கிய அமைப்பு நடத்துகிறார்கள். மூர்த்தியின் இலக்கியச் சேவையைப் பாராட்டு முகமாகவும் அண்மையில் வெளிவந்திருக்கும் அவன் நாவலை சிலாகித்தும் ஒரு விழா நடத்தி பணமுடிப்பு தரப்போவதாகவும் அந்தத் தெலைபேசி அழைப்பு உணர்த்தியது. பணமுடிப்பை அவர்கள் பொன் முடிப்பு என்றார்கள். மிகவும் கவர்ச்சிகரமான அழைப்பு என்பதில் சந்தேகம் இல்லை. அடுத்த பதினைந்து நாளைக்குள் வருகிற ஒரு சனிக்கிழமை அந்தப் பொன்முடிப்பு அளிப்பு விழா என்று அவர்கள் நாள் குறித்திருந்தார்கள். மூர்த்திக்கு ஆட்சேபணை இருக்கிறதா என்று அவனிடம் பேசிய அவ்வமைப்பின் செயலாளர் சேரைச் செங்கதிர் கேட்டார்.

நிச்சயமாக ஆட்சேபணையே இல்லை என்றான் மூர்த்தி. அவர் குறிப்பிட்ட அந்தத் தேதியில் வருவதாக அவன் ஒப்புக் கொண்டான்.

தொலைபேசி வந்த நேரம் மாலைப் பொழுது. அன்று அது அதீத இனிமை கொண்டதாக மாறவிட்டிருந்தது. காற்று மிகவும் ஈரத்தன்மை கொண்டதாகத் தோன்றியது. கோடைக்காலத்தில் இது விசேஷம்தான். வரவர தமிழ்நாட்டு சீதோஷ்ன ஸ்திதி, மழையற்று வறண்டு கொண்டிருந்தது.

பொன்முடிப்பு என்பது மிகவும் அலங்காரத்தன்மை கொண்ட வார்த்தைகள். பழங்காலத்தில் புலவர்க்கும் யாசிப்பவர்க்கும் பொற்காசுகளை ஒரு பையில் போட்டுக் கொடுப்பது மன்னர்களின் அல்லது பிரபுக்களின் வழக்கம். அந்த மரபு தொடர்கிறது. எப்படியும் குறைந்தது ஐயாயிரம் ரூபாயாவது கொடுப்பார்கள். இல்லையென்றால் பொன்முடிப்பு என்று சொல்லமாட்டார்கள்.

சுமதி ஊரில் இல்லை. அம்மா வீடு போயிருந்தாள். கேட்டால் சந்தோஷப்படுவாள். காய்கறிக் கடைக்காரர் ஏதோ அலட்சியமாக சொல்லியிருக்கிறார். பலசரக்குக் கடைக்காரர். இவள் பேசப் பேச இவள் பக்கமே திரும்பவில்லையாம். மனம் புண்பட்டு விட்டது அவளுக்கு. திடீரென்று அம்மாவுக்கு உடம்புக்கு வந்து விட்டது. போய் பார்த்து விட்டு வந்துவிடுகிறேன் என்று புறப்பட்டு போனாள். தப்பித்து ஓடுகிறாள். தப்பில்லை. மூர்த்திக்கு அப்படி ஓட ஓர் இடம் இல்லை.

பண முடிப்பு என்பது ஒரு வகையான பளபளப்பான துணியால் ஆன பையில் போட்டு தரும் பணம். கனமாக இருக்க வேண்டும் என்பதுக்காக சில்லறையும் சேர்த்து தருவார்கள். அப்படியான ஒரு நிகழ்ச்சியை அவன் பார்த்திருக்கிறான். தூக்க முடியாமல், தூக்கிக்கொண்டு அதைப் பெற்ற நபர் செல்வதை அவன் கண்டிருக்கிறான். அப்படியான ஒரு பணமூட்டையைத் தூக்கிக்கொண்டு அவன் வருவதை சுமதி பார்த்து ரசித்து சந்தோஷப்படுவாள். காய்கறிக்காரர், பலசரக்குக் கடைக்காரர், வீட்டு உரிமையாளர்கூட சந்தோஷம் கொள்வார்கள் என்பதில் என்ன ஐயம்?

அந்த இரவில் அவன் எடுக்க வேண்டிய முன் ஜாக்கிரதை நடவடிக்கைகள் பற்றி பட்டியல் போட்டான். பஸ் செலவுக்கு போதுமான பணம் புரட்ட வேண்டும். அன்று மேடையில் அவன் உடுத்த வேண்டிய ஆடைகளைத் தயார் பண்ணிக்கொள்ள வேண்டும். திரும்பி வருவதற்கும் பண முன்னேற்பாடு செய்ய வேண்டும். அந்தப் பணமுடிச்சை — பொன்முடிப்பை — அவிழ்த்து (அறைக்கு வந்துதான்) அதிலிருந்தும் பணம் எடுத்துக்கொள்ளலாம்தான். எதற்கும் தாராளமாக பணம் புரட்ட வேண்டுவதே முறை. இதை அவன் நெருங்கிய நண்பர் ராஜாவிடம் கேட்டுப் பெறலாம். ராஜா ஊருக்கு போகாமல் இருக்க வேண்டும். ஊழ் உருத்து வந்து ஊட்டும் என்பது மிகவும சரியான உண்மை. காலையிலேயே அவரிடம் சொல்லி வைக்க வேண்டும்.

சேரனூரில் நண்பர் பாண்டியன் இருக்கிறார். அவனது முக்கிய நண்பர். அவரிடம் முன் கூட்டி தகவல் தந்து, அறைக்கு வரச் சொல்ல வேண்டும். அனைத்துக்கும் மேலாக, சேரனூரில் சேரன் கோச்செங்கணார் கட்டிய பழைய சிவன் கோயில் இருக்கிறது. உக்கிர சிவன். சிவன் என்பவன் அறிவாளன். சுத்த அறிவன். அவன் உக்கிரமாக இருப்பதில் வியப்பில்லை. சேரனூரின் ஆற்றங்கரை மணல், சர்க்கரைபோல் வெண்மையது. அதனாலேயே அதுக்கு வெண்ணாறு என்று பெயரும் வாய்த்தது.

இலக்கிய அமைப்பாளர்கள் ஏற்பாடு செய்திருந்த அறையில் தங்கிக்கொண்டான். சேரைச் செங்கதிர் அறைக்கு வந்திருந்தார். கூட்ட ஏற்பாடு பிரமாதமாக நடக்கிறதாகச் சொன்னார். மூத்த எழுத்தாளர் தேவநாதன் வந்துவிட்டார். அவர் சோழனூரில் தங்கி இருக்கிறார் என்றும் வேறொரு நிகழ்ச்சியை முடித்துக்கொண்டு மாலைக் கூட்டத்துக்கு வந்துவிடுவார் என்றும் அவர் கூறினார். எது வேண்டுமானாலும் ஓட்டலில் தன் பெயரில் சாப்பிட்டுக்கொள்ளலாம் என்று சொன்னார். ஏற்பாடுகளைக் கவனிக்கதான் புறப்படுவதாகச் சொன்னார். மாலையில் கார் வந்து அவனை அழைத்துக்கொண்டு போகும் என்று விட்டுச் சென்று விட்டார். மூர்த்தியின் நாக்கு நுனிவரை ஒரு கேள்வி வந்து துடித்துக்கொண்டு நின்றது.

“அந்தப் பொன்முடிப்பில் இருப்பது எவ்வளவு ரூபாய்?” மூர்த்தியால் கேட்க முடியவில்லை. கௌரவம் என்று ஒன்று அவனுக்கு இருப்பதாக அடிக்கடி நினைவில் வந்து அவனைத் தொந்தரவு பண்ணிக்கொண்டிருந்தது. அதோடு, அவனை உயர் பீடத்தில் வைத்து அண்ணாந்து பார்த்துக்கொண்டிருந்தார், சேரைச் செங்கதிர். தனக்கு உவக்காத பீடத்தை விட்டுத் தன்னைத் தரையில் இறக்கிவிடச் சொல்லி அவன் செய்த மன்றாட்டை அவர் கேட்பதாக இல்லை.

சேரனூரில் காற்று, மலைச்சாரல் காற்று. ஆகவே ஒரு மலைவாசஸ்தலத்தில் இருப்பதுபோல் அவன் உணர்ந்தான். வெந்நீர் இல்லை. அதனால் என்ன? அனுபவம், புது அனுபவம். புதிய மனிதர்கள், புதிய தெருக்கள், புதிய மரங்கள், புதிய பறவைகள், புதிய காற்று, புதிய உஷ்ணம், எதுதான் மனசுக்குப் புது வரவில்லை? எல்லாம் குருக்கள். எல்லாமும் எதையாவது கற்றுத் தரும் ஆசான்கள்.

குளித்து முடித்துவிட்டு பையனை அழைத்துப் பலகாரம்கொண்டு வரச் சொன்னான். கீழே போனவன் திரும்பி வந்து, டிஃபனுக்குக் காசு கேட்டான். சேரைச் செங்கதிர் கணக்கில் எழுதிக்கொள்ளச் சொன்னதைச் சொன்னான். யார் அந்தச் சேரைச் செங்கதிர் என்று மானேஜர் கேட்டதாகப் பையன் சொன்னான். லாட்ஜில் ரூம் போட்டவர் என்றான். அவர் தன்னிடம் எதுவும் சொல்லவில்லை என்றான் அவன்.

அதனால் என்ன? மூர்த்தி பணம் கொடுத்தான். சாப்பிடும்போது ஏனோ அந்தப் பொன்மூட்டையின் சப்தம் சற்றுக் குறைவாகவே கேட்டது. எப்போதும் எதிர்மறையாகச் சிந்திக்கக் கூடாது என்று மகான் மகேந்திரர் சொன்னதை நினைவுக்குக் கொண்டு வந்தான். எல்லாம் நல்லபடியாகவே நடக்கும் என்று தனக்குத் தானே ஆட்டோ சஜஷன் செய்துகொண்டான் மூர்த்தி. அறைக்குத் திரும்பினான். நண்பர் பாண்டியன் தொலைபேசியில் அழைத்தார். இரவு ஒன்பது மணிக்கு அறைக்கு வருவதாகச் சொன்னார். அவருக்கு எத்தனையோ வேலை. கோயிலுக்குப் புறப்பட்டான். சிவன் கோயில் கோபுரத்தின் மேல் ஆலஞ்செடிகள் வளர்ந்திருந்தன. மரமாகும்போது, கோபுரம் விரிசல் விட்டு, இடிந்து சரியும். சிவன் மூர்க்கமாகத் தெரிந்தார். ஆறு வறண்டு அடி சுட்டது. தண்ணீர் இல்லை. ஈரம் இல்லை. எல்லாம் வறண்டிருந்தது.

மாலை கார் வரவில்லை. ஓர் இளைஞன் வந்தான். தன்னுடன் வரச்சொன்னான். மூர்த்தி புறப்பட்டான். ஒரு பள்ளக்கூடத்தில் நிகடிச்சி நடத்த இடம் கேட்டார்களாம். அவர்கள் மறுத்துவிடவே தெருவோரம் பெஞ்ச், நாற்காலி போட்டு கூட்டம் நடத்தினார்கள். அதிதமாகப் புகழ்ந்தார்கள். பொய், இருதயத்திலிருந்து வராத பொய்கள். எனினும் இதுவும் பொன் மூட்டை, போன்னாடை என்பதுபோல் ஒரு பொய் மரபு. மூர்த்தியின் கவனம் அவர்கள் பேச்சில் இல்லை. அந்த நிகழ்ச்சி நடக்கவிருக்கும் அந்தப் பொன் தருணம் எப்போது வரும் என்று அமர்ந்திருந்தான். அந்தப் பொன் மூட்டை தரும் தருணம்.

தேவநாதன் இளைய தலைமுறையின் சாதனை பற்றி பேசிக் கொண்டிருந்தார். அவர் பேச்சு முடிந்ததும் அந்தப் பொன் மூட்டை தருவார்களாக இருக்கும். அவர் பேசி முடிந்ததும் மூர்த்தி ஏற்புரை நிகழ்த்தினான். அதன்பின் அது

தரப்படும் என்று நினைத்துக்கொண்டான். பேசி முடித்தான். இரண்டு பேர், ஒரு மிகப் பெரிய பாராட்டுப் பத்திரம் ஒன்றைத் தூக்கிக்கொண்டு மேடைக்கு வந்தார்கள். அதில் மூர்த்தியின் மிகப் பெரிய முகம் இருந்தது. அதில் அவனை அவனே வெட்கமுறும்படி பாராட்டி எழுதியிருந்தார்கள். அதைச் சேரைச் செங்கதிர் படித்து, பெரும் கரகோஷத்துடன் அவனிடம் தந்தார். அவனால் அதைத் தூக்க முடியவில்லை. அவன் இடுப்பு உயரத்துக்கு அது இருந்தது. ஏதோ காட்டு மரத்தால், 'பிரேம்' போட்டிருந்தார்கள் போலும். இத்தனை பெரிசாக பாராட்டி இருக்க வேண்டாமோ என்று அவன் நினைத்தான்.

தேவநாதன் அவனைத் தனிப்படவும் பாராட்டிவிட்டு தன் காரில் புறப்பட்டு சென்றார். ரசிகர்களுக்கு அவன் ஆட்டோகிராப் போட்டுக் கொடுத்துக் கொண்டிருந்தான். நிறைய பேர் அண்மையில் வெளிவந்திருந்த அவன் கதைகளைப் பற்றிப் பேசிக் கொண்டிருந்தார்கள். வெல்லக் கட்டியாக நேரம் கழிந்தது.

திடுமென தானும் இடுப்புயர பாராட்டுப் பத்திரமுமாக அவன் நின்றான். சவுண்ட் சர்வீஸ் ஆள்கூட போய்விட்டிருந்தான். நாற்காலிகள் வண்டியில் ஏற்றப்பட்டிருந்தன. வண்டியும் நகர்ந்து போய்விட்டது.

சேரைச் செங்கதிரைக் காணவில்லை. யாருமே இல்லை. மணியைப் பார்த்தான். பத்து இருபது ஆகியிருந்தது. கடைகள் அடைத்திருந்தன. ஏதோ ஓர் அத்துவானக் காட்டில் நிற்பதுபோல அவன் இருந்தான். பொன்மூட்டையின் சப்தம் அறவே அடங்கியிருந்தது.

லாட்ஜில் இருந்து, அவன் ஒரு மணி நேரத்துக்கு மேல் நடந்து வந்திருந்தான். போய்விடலாம்தான். அந்தப் பாராட்டுப் பத்திரத்தைத் தூக்கிக்கொண்டு நடப்பது சாத்தியமே இல்லை.

ஒரு மனிதர், அவன் அருகே வந்து சுருட்டுப் பற்ற வைத்தார். "சரனூர் பஸ் ஸ்டாண்டுக்கு பஸ் வருமா?" என்று அவன் அவரைக் கேட்டான். "மணி என்ன?" என்றார் அவர், சொன்னான். "வந்தால் வரலாம்" என்றார் அவர்.

மனம் வெறுமையானது போல உணர்ந்தான் அவன். ஊழ், எங்கேயோ தள்ளி நின்று முகம் காட்டாமல் சிரிக்கும் சப்தம் கேட்டது. பஸ் வந்தால் ஏறிப்போகலாம். இல்லையெனில் பத்திரத்தை இருட்டில் விசிறி எறிந்து நடந்தே லாட்ஜ் போய்ச் சேர்ந்துவிடலாம் என்று நினைத்துக்கொண்டான்.

நண்பர் அவன் கேட்ட தொகையில் பாதிக்கும் குறைவாகவே கொடுத்திருந்தார். காலை, மதிய உணவு, சிகரெட் என்று செலவாகி, ஊருக்கு டிக்கெட் எடுக்கவும் காணாத பணமே அவனிடம் இருந்தது. சேரைச் செங்கதிர் வீடு அவனுக்குத் தெரியாது. மூர்த்தியின் துணை மாதிரி ஒரு புளிய மரம் நின்றது. புளிய மரம் திடுமெனச் செங்கதிர்போல நின்றது. அவன் மூன்றாம் கண் விரிந்தது. நெருப்பு ஜுவாலை புறப்பட்டுப் போய், அந்த மரத்தை எரித்துப் பஸ்பம் ஆக்கியது.

மூர்த்தி மனம் மகிழ்ந்தான். பிரமைதான். எல்லாம் பிரமைதான். காண்பது பொய், மாயை, இருள்.

தெருவில் வெளிச்சம், பஸ் வரும் சப்தம். அவன் கை காட்டியதும் பஸ் நின்றது. அந்தப் பத்திரத்தைத் தூக்கிக்கொண்டு அவனால் ஏற முடியவில்லை.

கண்டக்டர் கீழே இறங்கி, அதைப் பஸ்ஸுக்குள்கொண்டு வந்து சேர்த்தார். அந்தப் படத்தில் இருந்த அவனையும், உட்கார்ந்திருந்த அவனையும் மாறிப் மாறிப் பார்த்தார்.

டிக்கெட்டைக் கிழித்துக் கொடுத்தார். பஸ்சில் கூட்டம் இல்லை. சுமார் கூட்டம்தான். எல்லோரும் பளபளப்பாக பாராட்டுப் பத்திரத்தை, இடத்தை விட்டு எழுந்து வந்து பார்த்துப் பிறகு அவனையும் பார்த்து விட்டு தன்னிடத்துக்குச் சென்றார்கள். அந்தப் பத்திரத்தில் இருந்த அவன் சிரித்தபடி இருந்தான். யாரோ ஒரு புகைப்படக்காரர் அவனை பலவந்தமாக சிரிக்கப் பண்ணி எடுத்த புகைப்படத்தின் பெரிது படுத்தப்பட்ட நகல் அது. அவன் மிகவும் செயற்கையாக சிரித்துக்கொண்டிருந்தான், அந்தப் படத்தில்.

அவன் இறங்க வேண்டிய இடத்தில் இறங்கினான். கண்டக்டர் மீண்டும் உதவி செய்தார். லாட்ஜுக்கு வந்தான். பாண்டியன் காத்திருந்தார். அவனுக்கு உயிர் திரும்பியதுபோல இருந்தது.

மூக்கால் போதையில் இருந்தான் மூர்த்தி. நடந்ததைக் கேட்டு பாண்டியன் மிகவும் வருத்தத்தில் இருந்தார். திடுமென மூர்த்திக்குச் சிரிப்பு வந்தது. அவன் சிரிக்கத் தொடங்கினான்.

"முட்டை என்பதில் இருந்துதான் மூட்டை என்ற சொல் பிறந்திருக்க வேணும். பொன்முட்டை, பொன்னால் ஆன முட்டைகள் இல்லை. இல்லாதது, இல்லாது போவதில் என்ன வியப்பு?" என்றான் மூர்த்தி.

பாண்டியன் பேசவில்லை.

மூர்த்தி புறப்படும்போது, பாண்டியன் தேவையான பணம் கொடுத்தார். "இந்தப் பத்திரத்தை என்ன செய்யலாம்?" என்று கேட்டான் மூர்த்தி.

"எடுத்துப் போங்களேன். வீட்டில் அழகாக மாட்டி வைக்கலாம்"

"மாட்டி வைக்கலாம். அழகாக இருக்குமா?"

"வேற என்ன செய்யறது?"

"நீங்கள் எடுத்துப் போனால் என்ன?"

"ஆகாங்... வேண்டாம் வேண்டாம்"

அவர் அவ்வளவு ஆக்ரோஷமாக மறுத்ததுதான் என்னவோபோல இருந்தது மூர்த்திக்கு.

2002

தம்புடு

எம். பி சகாதேவன் மூலமாகத்தான் எனக்கு தம்புடு பழக்கமானார். தம்புடு என்பது வித்தியாசமான பெயராக இருக்கிறதே என்று நான் சொன்னேன். தெலுங்குப் படங்களுக்கு வேலை செய்ய, இந்தப் பேர் சௌகர்யமாக இருக்கிறது. அவர்களுக்கும் தனக்கும் ஓர் அன்யோன்யம் ஏற்படுகிறது என்றார். அவரது நிஜப் பெயர் சின்னத்தம்பி. தமிழ் சினிமாவிலும், அவரது பெயர் தம்புடுவாகவே அறியப்படலாயிற்று.

அப்போது, நான் டைரக்டர் கேசவனிடம் வேலை செய்துகொண்டிருந்தேன். துணை இயக்குநர் என்பது என் வேலை. கேசவன் என் பூர்வ ஜென்மத்து நண்பர். அதாவது, அவர் சினிமாவுக்கு வருவதற்கு முன்பிருந்தே நாங்கள் நண்பர்கள். அவர் முதல் படம் சரியாகப் போகவில்லை. சும்மா இருந்தபோது, சுமார் ஏழாயிரம் அடி மட்டுமே எடுக்கப்பட்டு, நின்ற போன படத்தை முடித்து கொடுக்கும் பொறுப்பு கேசவனுக்கு வந்தது... இந்தப் புள்ளியை பிடித்தாவது கரை சேர வேண்டும் என்று அவர், வேலையை எடுத்துக்கொண்டார். நானும் அவருடன் இணைந்துகொண்டேன்.

படத்தில், சுராஜ் ஹீரோவாக நடித்திருந்தார். அவர் பெரிய ஹீரோவாகி, சொந்தமாகப் படம் எடுத்துக்கொண்டிருந்தார். பழைய படத்தில் அதன் பேர் “மாங்கல்ய மகராசி” — நடிக்கும்போது அவர் புதுமுகம். அவர் சம்பந்தப்பட்ட பத்துப் பன்னிரெண்டு சீன்கள். புதுமுக ஹீரோயினுடன் சேர்ந்து பாடிய இரு டூயட் பாட்டுகள், நகைச்சுவைக் காட்சிகள் சில என்று கால்வாசிப் படமே இருந்தது. ஹீரோயின், காதல் கல்யாணம் என்று நடந்து, அமெரிக்காவில் இருந்தாள். நகைச்சுவை நடிகர்களில் ஒருவர் காலமாகி இருந்தார். சுராஜை அணுகிப் படத்தில் தொடர்ந்து நடிக்கச் சொன்னோம். அடித்துத் துரத்தாத முறையில் அவர் மறுத்து

விட்டார். ஆகவே, கதாநாயகனும், நாயகியும், ஒரு விமான விபத்தில் காலமாகி விட்டதாகக் கதையை மாற்றினோம். அவர்களின் மகன், வளர்ந்து வந்து பழிக்குப் பழி வாங்குகிறார். அவன் காதலி, ஒரு நாட்டியக்காரி. நாட்டியம் ஆடியே, காதலன் இலட்சியத்துக்கு உதவி செய்கிறாள் என்று கதை போனது. நாட்டியம் ஆடுவதற்கும், வில்லன்களைக் ஹீரோ பழிவாங்குவதற்கும் என்ன சம்பந்தம் என்று நான் கேட்டதுக்குக் கேசவன், ஒரு புன்னகையுடன் பதில் சொன்னார்.

வில்லன்கள் பொதுவாக நைட்கிளப்களில் கூடுவார்கள். அங்கு கேபரே ஆடுபவளாக ஹீரோயின் வேலைக்குச் சேர்ந்து, வில்லன் கூட்டத்தைக் காதலனுக்கு அடையாளம் காட்டுகிறாள் என்றார். சினிமாவுக்குத் தேவையான பல விஷயங்கள் கதையில் பொருந்தி வருவதாக எல்லோரும் சொன்னார்கள். இசையமைப்பாளர் எம். பி மகாதேவன், புதுசாக நாலு பாட்டுக்கள் போட்டுக் கொடுத்தார். அவர்தான், தம்புடுவை டான்ஸ் டைரக்டராகப் போடுங்கள் என்றார். எங்களை அழைத்துக்கொண்டு, தம்புடுவின் வீட்டுக்குச் சென்றார்.

பொதுவாகச் சினிமாக்காரர்கள் குடி இருக்கத் தயங்கும் பகுதியில் அவர் குடியிருந்தார். சுற்றிலும் ஏராளமான குடிசைகள். நடுவில் ஒரே ஒரு கல்வீடு. அதன் மாடியில் அவர் இருந்தார். வளர்ந்து, கழுத்துவரை புரளும் தலைமுடி, தாடி, அழுக்கு ஜீன்ஸ், மற்றும் பட்டன் போடாத ஜீன்ஸ் சட்டை. கர்ணனின் கவச குண்டலம்போல, அவை அவரின் உடம்பை விட்டு நீங்கிப் பல நாள்கள் ஆகியிருக்கும். இடது கையில் கண்ணாடிக் குவளையோடு வலது கையில் புகையும் சிகரெட்டுடன் காட்சி தந்தார். எம். பி மகாதேவனைப் பார்க்கையில்தான் அவர் முகத்தில் கடுமை சற்று தளர்ந்தது. அழுக்குத் துணி விரித்த ஒற்றைக் கட்டிலில், ஒரு மாதிரி நாங்கள் நான்கு பேரும் அமர்ந்துகொண்டோம். எம். பி. எம் விஷயத்தைச் சொன்னார்.

“என்ன காலையிலேயேவா?” என்றார் எம். பி. எம் கண்ணாடிக் குவளையைப் பார்த்து.

“ஹீம். வேற என்ன பண்ண?” என்றார் தம்புடு.

இந்த வார்த்தைகள், ஒரு கூர்மையான கத்தி மாதிரி என் இருதயத்துக்குள் பாய்ந்தது. எப்போதுமே என்னால் மறக்க முடியாத சொற்களாகி, நினைக்க நினைக்க நிறைய அர்த்தங்கள் தருகிறவையாக மாறிப் போயின. சம்பளம் என்ன என்றார் தம்புடு. கதையைக் கேட்க வேண்டாமா என்றார் எம். பி. எம். வேண்டாம். வித்தியாசமாக இருந்தால் சொல்லுங்கள் என்றார் தம்புடு. சம்பளத்தைச் சொன்னார் எம். பி. எம். இவர்தான் புரடியூசர் என்றும் சேர்த்துச் சொன்னார். பாதிப் பணம் அட்வான்சாகக் கேட்டார் தம்புடு. இன்னும் பேரம் பேசி இருக்கலாம் தம்புடு. இன்னும் கூடுதலாகத் தரத் தயாரிப்பாளர் தயாராகத்தான் இருந்தார்.

“ஹீரோயின் ஆடத் தெரிந்தவரா? யாரைப் போடப் போகிறீர்கள்” என்றார்.

“ஜான்சி ராணியைப் போடலாம், பரவாயில்லையா?”

“நான் டான்ஸ் டைரக்டர் பண்ணப் போவது அவளுக்குத் தெரியுமா?”

பிறகு, ஜான்சியைப் பார்த்தபோது, இதே கேள்வியை அவளும் கேட்டாள். தம்புடு என்று சொன்னோம். நான் நடிக்கப் போவது அவருக்குத் தெரியுமா

என்றாள். தெரியும் என்றோம். அப்படியானால் தனக்கு ஆட்சேபம் இல்லை என்றாள்.

முதல் நாள் ஷுட்டிங்கே, ஜான்சியின் டான்ஸ் காட்சியில்தான் ஆரம்பமாயிற்று. நீள குர்தாவுடன் வந்திருந்தார் தம்புடு. புரடியூசர் அவரை அணுகி, "சீன் கேபரே டான்ஸ் சீன். செக்சியாக மூவ்மென்ட்ஸ் இருந்தால் தப்பில்லை" என்றார். "ஓகே" என்றார் தம்படு. டைரக்டர், புரடியூசர் கருத்தை வழி மொழிவதைத் தவிர வேறு வழி இருக்கவில்லை. அவருக்கு இது கடைசி வண்டி. இதைப் பிடித்து ஊர் போய்ச் சேர வேண்டும் அவர், அன்று ஒரு விசேஷம் நடந்தது. டைரக்டர், அசோசியேட், என்னை உள்ளிட்ட அசிஸ்டென்ட் மற்றும் தயாரிப்பாளர்கள் எல்லோருமே புதிய சட்டையுடன் வந்திருந்தோம். இரண்டு பேர் புதுசாக ஷுக்கள் அணிந்திருந்தோம்.

தயாரிப்பாளர், தம் அனைத்துப் பற்களும் வெளித் தெரிய "சும்மாவா... ஜான்சி சீனாச்சே" என்றார். ஜான்சிக்கு அப்படியான பெயர் இருந்தது. செக்ஸ்பாம், செக்ஸ் குயின், செக்ஸ் ராக்கெட் முதலான காரணப் பெயர்களும், ஜில் ஜில் ஜும்பா, டக்கர் டான்சி (டான்சர் என்பதன் பெண்பால்) முதலான செல்லப் பெயர்களும் இருந்தன. தயாரிப்பாளரின் தமாஷைக் கேட்டு, தம்புடுவோடு சேர்ந்து எல்லோரும் சிரித்தார்கள்.

பாட்டு இப்படித் தொடங்கியது.

"நான் காராம் பசு...
கொம்பிருக்கும் நீளம் பார் - பருத்திக்
கொட்டை போடு, புல்லும் போடு
வேளைக்கு நாலு படி பால் பால்
வீரத்துக்கு சவால், மச்சான் தூள் தூள்..."

எம். பி. எம் போட்ட டியூனை கண் மூடிக்கொண்டு கேட்டார் தம்புடு. பாட்டு முடிந்ததும் நான் சொன்னேன்.

"காம்போஜியில் தொடங்கியிருக்கார்..." வெட்டிக்கொண்டு தம்புடு சொன்னார்.

"சரபோஜியில் முடிச்சிருக்கார்" காலத்தைச் சரியாகப் புரிஞ்சுக்கிட்டவர் எம். பி. எம்"

ஜான்சியை அழைத்து "பிட் பிட்டாக" அசைவுகளைச் சொன்னார் தம்புடு. சென்சாரில் இது தேறும் என்று எனக்குத் தோன்றவில்லை. மைதுனத்தை ஆடையோடு செய்வதுபோல் இருந்தது.

புழுக்கம் தாங்காமல் வெளியே வந்தேன். உள்ளே போவது முடியாததாக இருந்தது. பெரும் வேடிக்கை பார்க்கிற கூட்டம் கூடியிருந்தது. அன்று சாயந்திரத்திற்குள் பாட்டை எடுத்து முடித்திருந்தார் தம்புடு. தயாரிப்பாளர், மூன்று நாள் ஆகும் என்று நினைத்திருந்தார். ஒன்றரைக் கால்ஷீட்டில் பாட்டு முடிந்து போய், சில இட்டும் நிரப்பும் ஷாட்களை எடுத்துக்கொண்டிருந்தார். கேமரா மேன், ஹாய்யாக உட்கார்ந்து புத்தகம் படித்துக்கொண்டிருந்தார். கேமராவுக்கு முன்னால், ஜான்சிராணி, தன் ஸ்தனங்களைக் குலுக்கிக்கொண்டிருந்தாள்.

படம் ஆறு வாரத்துக்கு மேல் ஓடியது. டைரக்டருக்குப் புகழ் கிடைத்து விட்டது. தயாரிப்பாளர்கள் அதிரடியாக, இரண்டு புதுப்படம் அறிவித்துப் பூஜை போட்டார்கள். தம்புடுவுக்கு, நிறைய படங்கள் வந்தன என்று கேள்விப்பட்டேன். எதையும் அவர் ஏற்றுக்கொள்ளவில்லை என்பதுதான் விசித்திரம். நானும் சினிமாவை விட்டுப் பத்திரிகையில் வேலைக்குச் சேர்ந்தேன். எங்கள் பத்திரிகையில் நிறைய சினிமாத் துணுக்குகள், நட்சத்திரங்கள் பற்றிய செய்திகள் நிறைய இடம் பெறும். எதுவும் கிடைக்கவில்லை என்றால், கற்பனையாகக்கூட செய்திகள் எழுதுவார்கள். சினிமா அலை, பத்திரிகையிலும் வீசி, இரண்டுக்கும் வித்தியாசம் இல்லாத உணர்வையே தந்தது. ஜான்சியை, எங்கள் சினிமா நிருபர் நாலு முறை விவாகரத்துக்கும், பதினாலு முறைக்கு மேல் காதல் விவகாரங்களிலும் ஈடுபடுத்தி எழுதினார். நான் ஒரு முறை அவருக்குச் சொன்னேன்.

“இது ரொம்ப அநியாயம்பா... உமக்கே தோணலையா?” என்றதுக்கு, “அவளே நம்மை சட்டை பண்ணுவதில்லை. உமக்கென்ன போச்சு என்பார். ஜான்சி, தெருக்குப்பைக் காகிதத்துக்கு நிகராக எங்கள் பத்திரிகையைக் கருதினாள். நியாயம்தான். தம்புடுவைப் பற்றியும் அவ்வப்போது செய்திகள் மற்ற பத்திரிகைகளில் வரும். அந்தரங்கமான நண்பர்கள் பேசிக் கொள்வார்கள். திடுமென ஒருநாள் கேள்விப்பட்டேன். சினிமாத் தொழிலாளர்களுக்குச் சங்கம் அமைக்கிறாராம் தம்புடு. சங்கீதம், டான்ஸ், குரூப்பினர், துணை நடிகர்கள் போன்றவர்க்குச் சம்பளம் கொடுக்காமல் இனி தயாரிப்பாளர்களால் ஏமாற்ற முடியாத நிலையை உருவாக்கிக்கொண்டிருந்தார். “பெரிய விஷயம் சார்” என்றார்கள் சினிமா துறையினர். எம். பி. எம். மும் தம்புடுவுடன் சேர்ந்து உழைக்கிறார் என்று கேள்விப்பட்டேன். இதன் எதிரொலியாய், எம். பி. எம். முக்குப் பட வாய்ப்புகள் குறைந்தன.

ஒரு மதிய நேரம், தம்புடு என் அலுவலக அறைக்குள் நுழைந்தார். வெயிலை அழைத்து வந்தவர்போலத் தெரிந்தார். கதர் குர்தா, முற்றும் நனைந்திருந்தது. ஜன்னலுக்கு வெளியே மிகக் கடுமையாக வெயில். இருபது வயசுகூடியவர்போல தலை நரைத்து சிதைந்து போயிருந்தார் அவர்.

“பீடி பிடிக்கலாமோ, இங்கே?”

“தாராளமாக”

பிடித்துக்கொண்டு சொன்னார்.

“இங்கே, ஒரு வேலை. நாலாவது தெருவில் சித்தர் ஒருத்தர் இருக்கார், தெரியுமா?”

“இந்த 1980—இலுமா சித்தர்கள்?”

“சித்தர்கள் எல்லாக் காலத்திலும் இருப்பார்கள். நமக்குத்தான் தெரிவதில்லை. இவர் குடும்பஸ்தர் மாதிரி இருப்பார். மகா பெரியவர்” இரண்டாவது பீடியைப் பிடித்துக்கொண்டு சொன்னார்.

“அவரைப் பார்க்க வந்தேன். உம் ஞாபகம் வந்தது. எப்படி பத்திரிகைத் தொழில்”

“ஒரு புடுங்கி உத்தியோகம்”

“சினிமாவை விற்றுப் பிழைக்கிறீர்கள். சினிமாக்காரன் பொழப்பைக் கேலி பேசுகிறீர்கள்.”

“சத்தியம், அதிருக்கட்டும். சினிமாத் தொழிலாளர்களுக்கு சங்கம் அமைத்து முடித்து விட்டீரா?”

“ஆச்சு. அடுத்து பத்து இருபது வருஷத்தில், சங்கம் அசைக்க முடியாத இடத்தில் நிற்கும். சில யூனியன் தொழிலாளர்களுக்கு மிகப் பெரிய சௌகர்யம்” தன் பிழைப்பு பற்றிப் பேசினார். ஒரு நல்ல டான்சை மையமாக வைத்த படத்துக்கு வேலை செய்தாராம். அந்த தயாரிப்பாளர், குரூப் டான்சரை மட்டுமல்லாமல், நடிகையையும் சுரண்டினாராம். பாலியல் சுரண்டல். இவரிடம் வந்து அழுதாளாம் நடிகை. இவர் பேசப் போய், பேச்சு முற்றி, செருப்பைக் கழற்றி அடித்துவிட்டாராம். அப்புறம் எங்கே வாய்ப்பு? பிழைப்பு? சித்தர், தனியாகப் படமே இவர் எடுப்பார் என்றாராம்.

“சித்தர்களின் திரிகால ஞானத்தில் சினிமாவும் அடங்குமா?”

தம்புடு பதில் சொல்லவில்லை.

“ஜனக் ஜனக் பாயல் பாஜே மாதிரி புதுப்படம், எடுக்கப் போகிறேன். கமலா மாதிரி, பத்மினி மாதிரி, பத்மா மாதிரி, ஒரு பெண் வேணும். காவியம் படைப்பேன்” என்றார்.

“இந்த பிடுங்கி உத்தியோகம் எப்போது முடியும்”

“சாயங்காலம் ஆறு மணிக்கு”

“மணி இப்போ மூணு முப்பது. சித்தர் நாலு மணிக்கு எழுந்திருவார். பரவாயில்லை. நான் வர்றேன். “பிரி”யா இருந்தா பீர் சாப்பிடலாம்னு நினைச்சேன். படம் தை மாசம் ஆரம்பிச்சுடுவேன். கட்டாயம், தொடக்க விழாவுக்கு வரணும்”

இதுதான் கடைசியாக அவரை நான் பார்த்தது. இது நடந்து ஒரு வருஷத்துக்குள், அவர் செத்துப் போன தகவல் வந்தது. அப்போது. நான் பத்திரிகை வேலை போய், வேறு வேலைக்கு முயற்சி செய்துகொண்டிருந்தேன். தெருவில், அநாதையாகச் செத்துக் கிடந்தாராம். இரண்டு நாட்களுக்குப் பிறகு, நகரசபைக்காரர்கள் உடம்பை அப்புறப்படுத்தி இருக்கிறார்கள். அப்புறம், செத்தவர் யார் என்று தெரிய வந்திருக்கிறது. எனக்கு உடனே எம். பி. எம். மைப் பார்த்து, இது பற்றிப் பேச வேண்டும் என்று தோன்றியது. எம். பி. எம் மகாபலிபுரம் போகும் வழியில் ஓர் ஆஸ்ரமம் கட்டிக்கொண்டு முக்கால் சாமியாராக இருந்தார். காவி, தாடி, ருத்ராட்ச மாலை.

கிழக்கு நோக்கிச் சம்மணம் இட்டு எதையோ படித்துக்கொண்டிருந்தார்.

“கேள்விப்பட்டேன்... ரொம்ப வருத்தமா இருந்தது” என்றேன்.

“வருத்தப்பட என்ன இருக்கு?” எல்லோரும் போகும் வழிதானே.?

“அநாதையாகச் செத்தாராமே”

“எல்லோரும் தனியாகத்தான் சாக வேண்டியிருக்கிறது.”

“அவர் குடும்பம் என்ன ஆச்சு?”

“இருக்கிறாள். மகள் இருக்கிறாள்.”

"எங்கே?"

"ஜான்சி ராணி. அவர் மகள்தானே?"

எனக்குப் பேசத் தோன்றவில்லை. அந்த நடன அசைவுகள் நினைவுக்கு வந்தன.

"ஜான்சி ராணிக்குத் தெரியுமா?"

"தெரிந்திருக்கும்" அவள், குழந்தையாக இருக்கும்போதே, இவர் குடும்பத்தைத் துறந்து விட்டார்.

புத்தகத்திலிருந்து ஒரு பாட்டைச் சொன்னார்.

"அன்னை எத்தனை எத்தனை அன்னையோ..." என்று போயிற்று அந்தப் பாடல்.

2002

கீசக வதம்

டைரிக்குள் வைத்திருந்த பணத்தைக் காணவில்லை. டைரியைத் தலைகீழாகக் கவிழ்த்தும், பக்கம் பக்கமாகப் புரட்டியும் பார்த்து விட்டேன். இல்லை பணம் இல்லை. பணத்தைத் தவிர, டெலிபோன் பில், கரண்ட் பில், ஒரு கல்யாணப் பத்திரிகை எல்லாம் கீழே விழுந்தன. பணம், நிச்சயமாக இல்லை.

அன்று காலை ஒன்பதரை மணிக்குள் அலுவலகத்துக்கு வந்து விட்டேன். தெருவில் வெயில் உக்ரம் கண்டிருந்தது. என் இருக்கையில் உட்கார்ந்து சிரம பரிகாரம் பண்ணிக்கொண்டேன். சட்டை, உடம்போடு ஒட்டிக்கொண்டது. வியர்வை, சட்டைப் பையில் இருந்த சில்லறைகளின் கனத்தால் ஜேப், தூக்காணம் குருவிக் கூடு மாதிரி தொங்கியது. சில்லறைகளை வழித்து, மேசை டிராயரில் போட்டேன். ரூபாய்களை எடுத்து எண்ணி, டயரிக்குள் வைத்தேன். ஒரு நூறு ரூபாய் நோட்டு, ஓர் ஐம்பது ருபாய், இரண்டு பத்து, இரண்டு ரூபாய், இரண்டு ரூபாய் ஆக மொத்தம், நூற்று எழுபத்து நான்கு ரூபாய், சுளையாய்ப் போய்விட்டது.

என் அலுவலகம் என்பது இரண்டே பேரைக் கொண்டது. இந்திராகாந்தியின் மேல் கோபம்கொண்ட தலைவர்கள், தனிக்கட்சி தொடங்கியிருந்தார்கள். தேர்தல் வர இருந்தது. கட்சிக்காக எங்களூரில் தொடங்கிய ஆபீசுக்கு நான் அலுவலகச் செயலாளர். எனக்குத் துணை செய்ய என்று பஷீர் இருந்தார். வேலை என்பது அனேகமாக ஒன்றும் இல்லை. மாலைகளில் உள்ளூர்த் தலைவர்கள், தலைவிகள் பற்றி, அவர்களின் இன்னொரு பக்கத்து வாழ்க்கை பற்றித் தாங்கள் திரட்டிக்கொண்டு வந்த தகவல்களைப் பிரித்துச் சபையில் உதறுவார்கள். எதிரிகளை இழிவுபடுத்துவது, போதை தரும் நிகழ்வாகிறது. இரவு ஒன்பது, பத்து மணிவரை இந்தப் போதையை அவர்கள் மாந்துவார்கள்.

அப்புறம் குடும்பம், பெண்டாட்டி, பிள்ளைகள் ஞாபகம் வந்து வீட்டுக்குப் புறப்படுவார்கள். முந்தின நாள் எதிர்க்கட்சி இரண்டாம் கட்டத் தலைவர், எங்கள் கட்சித் தலைவருக்கு சுவீஸ் பேங்க்கில் பணம் இருப்பதாக ஒரு மேடையில் பேசி, அதையும் ஒரு பத்திரிகைச் செய்தியாக வெளியிட்டிருந்தது.

நேற்று, எங்கள் அலுவலகத்தில் கூடிய தலைவர் மற்றும் தொண்டர்களின் நாசிகளில் புகை வந்தது. காலைத் தரையில் தேய்த்துக்கொண்டார்கள். அரசியல் ரீதியாக இதை எதிர்க்க வேண்டும். எங்கள் தலைவர், அவர் கண்கள் சிவந்து ஜொலித்தன. என்னை அழைத்து "எழுதுங்க..." என்று விட்டுச் சொல்லத் தொடங்கினார், அறிக்கையை. நான் பேடை எடுத்துக்கொண்டு உட்கார்ந்தேன்.

"டேய்... உன்னை எனக்குத் தெரியாதாடா... நீ சேலத்திலேந்து குண்டி தெரிய கிழிஞ்ச வேஷ்டியோடு, திருட்டு ரயில் ஏறி மெட்ராஸ் வந்தது எனக்குத் தெரியாதா? தலைவர் வர்றதுக்கு முன்னால் மீட்டிங்ல பேச எத்தனை பேரை... னது எனக்குத் தெரியாதா? என்னையே நீ... இருக்கியே! மாநாட்டுல திருட்டு சீட்டு போட்டு வித்தது எனக்குத் தெரியாதா? மோகனா கட்சியை விட்டுப் போனது உன் தொந்தரவு தாங்க முடியாமதானே? உன் பொண்டாட்டிங்க எத்தனை பேர் எனக்குத் தெரியாதா? தொட்டு கைவிட்ட பொம்பளைங்க எத்தனை பேர்? பதவிக்கு வந்த பிறகு அடிச்ச கொள்ளை எனக்குத் தெரியாதா? மெட்ராஸ் தி. நகர்ல பங்களா, போரூர்ல தோப்பு தொரவு, சேலத்துல 13 வீடு, இதெல்லாம் சம்பாதிச்சதுக்குக் கணக்கு இருக்காடா?... நாயே..." இதை அறிக்கையா எழுதிப் பத்திரிகைக்குக் கொடுத்திருப்பா!

இந்த அரசியல் கருத்துகளைக் கோர்ட்டுகளுக்குப் போக முடியாத வார்த்தைகளில் மாற்றி எழுதி, டைப் செய்து பத்திரிகைகளுக்குக் கொடுக்க வேண்டிய வேலை இருந்தது. செய்து முடித்து கவரில் போட்டுப் பெயர் எழுதிப் புறப்பட எத்தனிக்கையில் ஒரு தொண்டர் ஸ்கூட்டரில் வந்து சேர்ந்தார். அவர் துணையுடன் பத்திரிகை அலுவலகங்களுக்குச் சென்று, அறிக்கையைக் கொடுத்து விட்டு மீள்கையில் மணி பன்னிரண்டுக்கு மேல் ஆகியிருந்தது. என் இருக்கையில் அமர்ந்து ஆசுவாசப்படுத்திக்கொண்டேன். மணி குருக்கள் வந்து காத்திருந்தார். வழக்கமாக வருபவர்தான். பொழுது போக்காகப் பேசிக்கொண்டிருக்க வரும் நண்பர். அரசியல் மற்றும் சினிமாச் சமாச்சாரங்கள் பேச வேண்டும் அவருக்கு. அலுவலகத்துக்கு மூன்றாவது வீடு.

"வாருமே... கோக் குடித்துவிட்டு வரலாம்" என்றார் மணி குருக்கள். எனக்கும் சிகரெட் வாங்க வேண்டி இருந்தது. டைரியில் இருக்கும் பணத்தை எடுக்க நினைத்தேன்.

பணம்தான் காணாமல் போயிருந்ததே.

மணி குருக்கள், தாமே விசாரணை அதிகாரியாகத் தம்மை மாற்றிக்கொண்டார். விசாரணையைத் தொடங்கினார். வெளியே கடுமையான வெள்ளை வெயில் காய்ந்துகொண்டிருந்தது. மெயின் ரோட்டில், மிளகாய் அரைபடும் வாசனை வந்துகொண்டிருந்தது.

"பஷீர் மேல் உமக்கு அபிப்பிராயம் எப்படி?"

"நிச்சயம் அவன் இதைச் செய்யமாட்டான்."

பஷீரைக் கூப்பிட்டு விசாரித்ததில் சந்தேகாபாஸ்தமான ஆட்கள் யாரும் வரவில்லை என்றான். டிராயரைப் பூட்டிக்கொண்டு நான் போயிருக்க வேண்டும் என்றான், உண்மைதான். அந்த ஞானத்தை ரூ.174 செலவில் பெறும் நிலையில் நான் இல்லை. மயிலம் முருகன் கோயிலுக்குப் பிரார்த்தனை செய்துகொண்டு, காலடி எடுத்து வந்தவன், மோர் விற்கும் கிழவி, மிட்டாய் விற்கும் படு கிழவன் இவர்கள் மேல் சந்தேகம் கொள்வதற்கில்லை.

"அப்புறம் எந்த நாய் வந்தது?"

பஷீர் இதற்கு நேரான பொருளில் பதில் சொன்னான்.

"நாய்கள் எல்லாம், கட்சி அலுவலகத்துக்கு வருவதில்லை ஐயா"

மணி குருக்கள் ரசித்து சிரித்தார். பஷீர் மிகவும் யோசித்தபடி இருந்தான்.

"நம் தலைவர் வந்தாராம்."

"உங்கள் தலைவர் 174 ரூபாய் திருடுபவரா?"

"அவர் தகுதியைக் குறைத்து மதிப்பிடுகிறாயே... கோடிகளை அல்லவா சுருட்டுபவர் அவர்?

நான் குருக்களை அடக்கினேன். குருக்களுக்குக் கோயில் உண்டு. எனக்கு என்ன உண்டு?

திடுமென, மணியின் முகம் தீவிரமடைந்தது.

"தலைவர் வந்ததாச் சொன்னியே... நீ பார்க்கலையோ?"

"இல்லை, நான் தோட்டத்தில் துணி துவைச்சுக்கிட்டிருந்தேன். வாசலில் கார் நின்றதாம். சார் இருக்காரான்னு கேட்டிருக்கார். இல்லேன்னதும் போயிட்டாராம் தலைவர்."

"தலைவர் யார்ட்ட சாரைப் பத்திக் கேட்டாராம்?"

"பக்கத்து வீட்டு நாதமுனிக்கிட்டே"

"நாதமுனி, இங்க இருந்தப்போ, நீ தோட்டத்தில இருந்தியா?"

"ஆமாம்?"

"நாதமுனி இருந்தா, கூப்பிடேன்"

பஷீர், பக்கத்து வீட்டுக்குப் போனான்.

நாதமுனி, பள்ளிப் படிப்போடு நிறுத்திக்கொண்டு, சாமர்த்தியம் பண்ணிக்கொண்டிருந்தான். ஜோசியம், கைரேகை, நியூமராலஜி எல்லாம் தனக்குத் தெரியும் என்று சொல்லிக்கொண்டிருந்தான். அவனிடமும் கை நீட்டிக்கொண்டு வாடிக்கையாளர்கள் வந்துகொண்டிருந்தார்கள். பிளாட் பிசினஸ் பண்ணுகிறேன்என்று சொல்லிக்கொண்டு திரிந்தான். சில காலம் பணம் பண்ணும் எந்தத் தொழிலையும், தன் இருபத்து நாலு வயசுக்குள் தெரிந்து வைத்திருந்தான். பக்கத்து வீட்டுக்காரன் என்று ஹோதாவில், அடிக்கடி என்னிடம் வந்து பேசிக்கொண்டிருப்பான்.

பஷீருடன் நாதமுனி, சட்டை பட்டன் போட்டபடி வந்தான்.

பிரபஞ்சன்

“உட்கார் நாதமுனி” என்றார் குருக்கள்.

“எதுக்கு?”

“சார் பணம் தொலைஞ்சு போச்சாம். அதைப் பத்தி விசாரிக்கணும்”

“என்னை எதுக்கு கேக்கணும்? காலைலேந்து நான் இங்க வரவே இல்லையே...!”

நாதமுனி இவ்வளவு கோபப்பட்டு நான் பார்த்தது இல்லை. அவன் நெற்றிக் குங்குமமும் விபூதியுமே அவன் கோபத்தில் குலுங்குவது மாதிரி தெரிந்தது.

“நீ எடுத்தேன்னு சொல்லலையே...”

“சொல்லேன், சொல்லிப் பாரேன்”

கோதுமை நிறத்திலானா நாதமுனி, குங்கும நிறுத்தினனாகச் சிவந்தான்.

“தோ பார், நாதமுனி சாருக்கு நூற்று எழுபத்து நாலு ரூபாய் பெரிய தொகை. தொகையை விடு. நம்ம ஆபீசுக்குள்ள திருடு போயிருக்கு. பொதுப்பணம் புழங்கற இடம் இது. திருட்டை, திருடு போற வழியை, திருடனைக் கண்டுபிடிச்சாதானே, எதிர்காலத் திருட்டை தவிர்க்கலாம்”

“நான் இங்கு காலைலேயிருந்து வரவே இல்லை”

“நீயே உன்மேலே சந்தேகத்தை வருவிச்சுக்கிறே”

“புரூஃப் இருக்கா உன்கிட்டே”

“தோ பார். தலைவர் கார்ல வர்றச்சே, சார் இங்க இல்லைன்னு அவருக்குப் பதில் சொன்னது நீ. இல்லையா?”

நாதமுனி, ஒரு கணம் பின்வாங்கியதுபோல் இருந்தான்.

“நான் என் வீட்ல இருந்தேன்... தலைவர் சார் இருக்காரான்னு கேட்டார்”

“என்ன சொன்னே?”

“இல்லேன்னு சொன்னேன்”

“உன் வீட்டுல இருக்கிற உனக்கு, இந்த வீட்டுல இருக்கிற சார் இல்லைன்னு எப்படித் தெரிஞ்சுது?”

நாதமுனி எழுந்து நின்றான். கைப்பட்டியைச் சுருக்கிக்கொண்டு பதில் சொன்னான்.

“இன்னாங்கறே நீ... என்னைத் திருடங்கறியா? திருடங்கறியா?”

மணி குருக்கள், எழுந்து அவன் தோளில் கை வைத்து தனியாக அழைத்துப் போனார். முகத்தில் புன்சிரிப்பும், நட்பும் தோன்ற அவனிடம் என்னமோ சொன்னார். நான் இருந்த இடத்திலிருந்து, அவர் சொன்னது எனக்குக் கேட்கவில்லை. திடுமென உதறிக்கொண்டு நாதமுனி சொன்னான்.

“சாஸ்திரம் படிச்சவன் நான். என் மேல பழி, போட்டிங்கன்னா, அழிஞ்சு போயிடுவீங்க...” என்று சொல்லிக்கொண்டே நின்றவன், மயக்கம் வந்தவனாகச் சரிந்தான். நான் பயந்து போனேன்.

“மணி, பணம் போனா போவுது. ஏதாவது விவகாரமாயிடப் போவுது. விட்டுடுங்க அவனை” என்றேன் கிலியுடன்.

“நடிக்கிறாம்பா, பேமானி”

கூஜாவில் இருந்து தண்ணீர் எடுத்து வந்து அவன் முகத்தில் தெளித்தார் மணி. தூங்கி எழுந்தவன்போல நின்றான் நாதமுனி. ஆகாயத்தைப் பார்த்தான். சோகமான முகத்துடன், அசரீரியிடம் பேசுவதுபோலச் சொன்னான்.

“இனி நான் வாழறதுல அர்த்தமில்லை. தற்கொலைதான் ஒரே வழி. பழிவந்த பின்னால, நான் வாழமாட்டேன். எலி பாஷாணமோ, மூட்டைப் பூச்சி மருந்தோ, ஏதோ ஒன்று” என்றபடி நடந்தான்.

எனக்குச் “சொர சொர” என்று வந்தது. சொன்னதை நிஜமாகவே செய்துவிட்டால். கிறுக்குகாரர்கள், கிறுக்குத் தனமாகத்தானே செயல்படுவார்கள்? ஆனால் மணி, சிரித்தார். “இவன் செத்தால் பூமி பாரம் குறையும். அறைக்குள் தள்ளிக்கொண்டு நாலு சாத்து சாத்தினால், பணத்தைக் கக்கிவிடும் திருட்டு நாய்”

“வேணாம், விட்டுடுவம். பணம் போய்த் தொலையட்டும். ஒருவேளை, அவன் எடுக்கலைன்னு வச்சுக்கோ, ஒரு மனுஷனைத் துன்புறுத்தின பாவம், நமக்கு என்னத்துக்கு?”

வேஷ்டியை வரிந்து கட்டிக்கொண்டு மணி, “நீ வேற, அவன்தான் திருடினவன். பார்ப்போம். இன்னி, சாயங்காலத்துக்குள்ள பணத்தைக் குடுத்திடணும். இல்லேன்னா, ராத்திரிக்கு வர்றேன். அவரை ரெண்டா வகுந்திடறேன். கீசக வதம்தான்.”

மணி, உட்கார்ந்து ஒரு வாய் வெற்றிலை போட்டுக்கொண்டு போய்ச் சேர்ந்தார்.

எனக்கு என்னமோ மனசு சரியில்லை. நாதமுனி, நிரபராதியாக இருந்துவிட்டால் என்ன பண்ணுவது? சாப்பாட்டு வேளை கடந்தும் எனக்குப் பசிக்கவில்லை. இரண்டு மணி கடந்து நாதமுனியின் அம்மா என் அறைக்கு வந்தாள். அவள் நடையில் அவசரம் தென்பட்டது.

“என்ன தம்பி நடந்துச்சு? நீயும் அந்தக் கும்மிடி வச்ச பையனும் நாதமுனிகிட்ட என்னமோ கேட்டீங்களாம். அவன் சோறு வேணாம் தண்ணி வேணாம், சாகப் போறேங்கறான். அப்பா... எனக்குக் கொள்ளி போட பிள்ளை இல்லாம பண்ணிடாதீங்க சாமி” என்று கைகூப்பி என்னைக் கும்பிட்டு அழுதாள்.

நாதமுனி அந்த அம்மாவுக்கு ஏக புத்திரன் என்பது அப்போதுதான் எனக்குத் தெரிந்தது... அந்த அம்மாவுக்கு யார் கொள்ளி போட்டாலும் எரியத்தான் செய்வாள். என்றாலும், கொள்ளி போடும் பிரச்சினையை நான் தீர்மானிக்க முடியாதே!

பக்கத்து வீட்டுக்குப் போய், அவன் அறைக்குள் நுழைந்தேன். நாதமுனி குப்புறப்படுத்துக்கொண்டு கிடந்தான்.

“நாதமுனி எழுந்திருப்பா... வா, என்கூட. உன்கிட்ட கொஞ்சம் பேசணும்” என்றேன்.

“அந்தக் கம்மனாட்டி போயிட்டானா, இருக்கானா?”

“மணி போயிட்டார்”

“எத்தனை வருஷம் நான் ஜெயிலுக்குப் போனாலும் சரி, அவனை நான் கொல்லாமல் விடப் போறதில்லை”

“சரி வா”

அவன், சட்டையும் பேன்ட்டையும் போட்டுக்கொண்டு என்னுடன் வந்து, என் அறைக்குள், என்முன் அமர்ந்துகொண்டான்.

“நாதமுனி, உன்மேல எனக்குச் சந்தேகம் இல்லை. மணி சும்மா விசாரணை பண்ணானே தவிர, உன் மேல சந்தேகம் எல்லாம் இல்லை” என்று வெகுவாக நயந்து அவனைச் சமாதானம் பண்ணத் தொடங்கினேன். எல்லாவற்றையும் கேட்டுக்கொண்டிருந்துவிட்டு “எங்க பரம்பரையே மானத்தை உயிரா நினைக்கிற பரம்பரை” என்றான்.

“தெரியும்” என்றேன்.

“வர்மா மெடிக்கல்சுக்குப் போய் தூக்க மாத்திரை வாங்கப் போறேன்.”

“என்னத்துக்கு?”

“ஒரே மூச்சா போயிடத்தான்”

இவன் போனால் தேவலைதான். மண் மகள் கழி பேருவகை கொள்வாள்தான். ஆனாலும் அதன் முதல் காரணமாக நான் இருக்கக்கூடாது. போலீசுக்கு நான் செலவு பண்ண வேண்டி இருக்கும் என்பதுதான் பிரமாண்ட பிரச்சினை.

“மணி என்ன ஆச்சு?” என்றான் நாதமுனி

“இரண்டே கால்”

“ராஜா தியேட்டர்ல டிக்கெட் கிடைக்குமா, இந்நேரம் சினிமா பார்த்தா மனசு ஆறும்”

“காசு?”

“என்கிட்ட ஒரு பைசா இல்லை” என்றான் அவன்.

தெருமுனை ராமையர் கிளப் ஓனர் ராமுவையர் என் நண்பர். அவரிடம் அவசரம் என்று சொல்லி இருநூறு வாங்கிக்கொண்டு வந்தேன். — அதற்குள் நாதமுனி பவுடர் பூசிக்கொண்டு திரும்பினான். சினிமாவில், கதாநாயகிக்கு டெலிபோன் செய்கிறான் வில்லன். ஹீரோயின் வளர்க்கும் யானை, அந்த டெலிபோனை எடுத்து, ஹுங்காரம் செய்கிறது. வில்லன் டெலிபோன் ரிசீவரை போட்டு விட்டு ஓடுகிறான். நாதமுனி சிரிசிரி என்று சிரித்தான். சிரிப்பது நல்லது. சிரிப்பது தற்கொலை எண்ணங்களைத் தடுக்கும் என்பது எனக்கு ஆறுதலாக இருந்தது.

சினிமாவிட்டு, நடந்தோம். எனக்குத் தலை வலித்தது. நாதமுனி கிருஷ்ணாசில் நுழைந்தான். அது மூன்று நட்சத்திர உணவு விடுதி. நெய் தோசை, ஆமை வடை, ஸ்பெஷல் காபி சாப்பிட்டான். எனக்குச் சாப்பிடத் தோன்றவில்லை. வெளியில் வந்ததும் ஒரு பாக்கெட் கிங்ஸ் சிகரெட் வாங்கிக்கொண்டான் நாதமுனி.

"எனக்கு ஒரு வேலை இருக்கு. நண்பரைப் பார்க்கணும். சில்லறை இருந்தா ஐம்பது கொடுங்க" என்றான் நாதமுனி.

நான் பாக்கெட்டில் இருந்த நோட்டுகளை எடுத்து எண்ணினேன். பதின்மூன்று ரூபாய் நாற்பத்தைந்து காசு இருந்தது.

"போதாது" என்றான் நாதமுனி. அந்தக் காசையும் வாங்கிக்கொண்டான்.

"இங்க யாரையும் எனக்குத் தெரியாதே. யாரிடமும் கடன் வாங்க முடியாது" என்றேன்.

விதியை யாரால் வெல்ல முடியும்?

என் நண்பர் பேராசிரியர் தனபால், ஸ்கூட்டரில் வந்து என் அருகில் நிறுத்தினார்.

"என்ன சில்லறையை எண்ணிக்கிட்டு இருக்கீங்க?"

"சார் எனக்கு ஐம்பது தரணும்னு நினைச்சார். பணம் குறையுது" என்று நாதமுனி அவரிடம் சொன்னான்.

"ஏன், நான் தர்றேனே, இதுவா பிரச்சினை?" என்றபடி, தனபால் ஐம்பது ரூபாயை எடுத்து அவனிடம் தந்தார். என்னால், எதுவும் பேச முடியவில்லை.

"பிசியா இருக்கீங்க! நான் அப்புறமா வந்து பார்க்கிறேன்" என்றபடி நகர்ந்தார் தனபால்.

"அப்போ நானும் புறப்படறேன்" என்றான் நாதமுனி.

நான் சொல்ல வேண்டியதைச் சொன்னேன்.

"நாதமுனி எனக்கு உன் மேல் சந்தேகம் இல்லை. நடந்ததை மறந்துடு தெரியுதா?"

"நான் மானஸ்தன் சார். அந்தக் கும்மிடியை நான் கவனிச்சுக்கிறேன்" என்றபடி நகர்ந்தான் நாதமுனி.

ஜன நடமாட்டம் மிகுந்த சாலையில் நான் தனியாக இருந்தேன். மனம், கணக்குப் போட்டது.

174+200+50+13. 45= ரூ 437. 45

என் சம்பளமே மொத்தம் நானூறுதான்.

2002

பிரபஞ்சன்

வாசனை - 3

ஆராவமுது வாத்தியாரின் பெண் அமிர்த சரஸ்வதி, நேற்று முன் தினம், அதாவது வெள்ளிக்கிழமையிலிருந்து காணாமல் போய் விட்டாள் என்கிற சங்கதியை வேதபுரீஸ்வரனிடம் வந்து மணிகண்டன் சொன்னான். சைக்கிளில் வந்து சொன்னான். சொல்லும்போது அவனுக்கு இரைத்தது. நியாயமாகச் சைக்கிளுக்குத்தான் இரைக்க வேண்டும். அதுதானே தரையில் உருண்டுகொண்டு வந்தது?

மணிகண்டன் இதைச் சொன்னபோது அவன் குரலில் அல்லது மனசில், இனம் விளங்காத சந்தோஷ ரேகை, வேதபுரீஸ்வரனுக்குத் தென்பட்டது. சரஸ் என்கிற அமிர்தசரஸ்வதி காணாமல் போனதற்கு மணிகண்டன் சந்தோஷப்பட முகாந்தரம் இல்லை. முகாந்தரம் இல்லை என்று சொல்லிவிடவும் முடியாது. சரஸ் என்று நாங்கள் எங்களுக்குள் அழைத்துக் கொள்ளும் அமிர்தா, ரொம்பவும் லட்சணமான பெண்ணாகவும், புத்திசாலியாகவும் அறியப் பட்டவள். வேதபுரீஸ்வரனுக்குத் தெரிந்து ஏழெட்டு பேர் அவளை நினைத்து மருகியது, யதார்த்தம்.

"உனக்கு எப்படித் தெரியும். எப்போ தெரியும்" என்று வேதம், மணியைக் கேட்டான்.

"இதையெல்லாம், அச்சுப்போட்டு யாராகிலும் விநியோகிப்பார்களா, என்ன? மனிதர்களே, துண்டறிக்கைகளாக மாறி, ஒருத்தருக்கொருத்தர் விஷயத்தைப் பரப்பிக்கொள்ள மாட்டார்களா? வெளுத்துச் சாயம் போய், நிறம் இழந்து துவள்கிற வாழ்க்கையில் சுவாரஸ்யப் படுத்திக்கொள்ள, வேறு என்னதான் மாற்று இருக்கு?" என்பது மணியின் கருத்தாக இருந்தது.

மணியின் சைக்கிளையே வாங்கிக்கொண்டு, வேதம் வாத்தியார் வீட்டுக்குப் புறப்பட்டான். வாத்தியாரின் ஓடு போட்ட காரை வீடு, கமலியாற்றங்கரையில் கிழக்கு

பார்த்து இருந்தது. போகும்போது, சைக்கிளில் பிரேக் இல்லாதது தெரிந்தது. காய்கறிக் கூடையுடன் வந்த கிழவி, மயிரிழையில் தப்பித்தாள்.

சரஸ்வதி ஏன் வீட்டை விட்டுப் போக வேண்டும்? ஒன்று அவளுக்கு வீட்டை விட்டுப் போக வேண்டும் என்று தோன்றியிருக்கும். போனாள். ஆனால், இது அப்படியொன்றும் இலகுவான, கடைக்குப் போய் வெற்றிலை பாக்கு வாங்கி வருவதுபோலச் சின்ன விஷயம் இல்லை. அவனுக்கு முன்னால், ஒரு பெரிய கேள்வி. அவள் யாருடன் போனாள்? அவ்வாறு ஒருத்தனுடன் அவள் போகிறாள் என்றால், அவன் யார்? அமிர்தாவை அவன் எங்கு சந்தித்தான்.? எப்படி அவர்கள் உறவு வளர்ந்தது? அப்படி அவள், யாரோ ஒருத்தனுடன் ஓடித்தான் போக வேண்டியிருந்தால், அந்த ஒருத்தன் நானாக ஏன் இல்லாமல் போயிற்று?

போகும் வழியில் கிருஷ்ணன் கடையில் இறங்கினான். சைக்கிளைத் தெரு ஓரப் புளியமரத்தில் சாத்திவிட்டு, கிருஷ்ணனிடம் காபிக்குச் சொன்னான். பெஞ்ச்சில் உட்கார்ந்து தெருவைப் பார்த்தான். விடிந்து விட்டிருந்தது. குளித்துத் திரும்பிக்கொண்டிருந்தனர் இரு பெண்கள். ஈரப் புடவை உடம்பில் அழுந்த ரஸ்தா மண் ஒட்டிய வெள்ளைப் பாதங்களிலிருந்து "சபக் சபக்" என்று சப்தம் வர அவர்கள் நடந்து சென்றார்கள்

அமிர்தம்கூடக் கமலியாற்றங்கரையில் குளிப்பாள். பெரும்பாலும் இருள் புலரும் முன்பு, மனித நடமாட்டம் தொடங்கும் முன்பு, ஆறு விழித்து எழும் முன்பு, படித்துறையை ஒட்டிய புதர் மறைவாக, சப்தம் எழுப்பாமல், ஏதோ ரகசியச் சடங்குபோலக் குளியலை அவள் நிகழ்த்துவாள். புதருக்கு அந்தண்டை மறைவிலிருந்து மூச்சு விடும் சப்தமும் குறைந்து, மறைந்துகொண்டு வேதம் பார்த்திருக்கிறான். அந்த இருட்டிலும், ஓர் அங்கு உடம்பும் தெரியாமல் அவள் ஸ்நானத்தை நிறைவேற்றினாள் என்பது விசேஷம். மஞ்சள் ஸ்நானப்பவுடரின் சுகந்த மணம் காற்றில் பரவியதல்லால், வேறு எதுவும் அவன் புலன் அறியவில்லை.

"என்ன வேதம், இத்தனை காலமே, ஆற்றங்கரைப் பக்கம்?" என்றான் வழுக்கைத் தலைக் கிருஷ்ணன்.

"வாத்தியார் வீட்டுக்கு?"

"ஆமா, வாத்தியார் நேத்து ராத்திரி, முந்தாநாள் ராத்திரி, மெயின் ரோட்டுக்கும் ஆற்றங்கரைக்கும் நடந்துக்கிட்டிருந்தாரே, என்ன சங்கதி?"

"தெரியலையே..."

காப்பி, ருசிக்கவில்லை. எழுந்து சைக்கிளிடம் வந்தான். ஒரு நாய்; சாவதானமாகச் சைக்கிளின் மேல் உபாதையைச் சொரிந்து முடித்து, திருப்தியுடன் இவனை நட்பு தோன்றப் பார்த்தது. குனிந்து ஒரு கல்லை எடுத்து, அதைப் பார்த்து அடித்தான். அது, கத்திக்கொண்டு ஒரு காலை நொண்டியபடி ஓடியது. வேதம், மிகவும் திருப்தி அடைந்தான். நொண்டியபடியும், அழுதுகொண்டும் ஓடும் அந்த நாய், அமிர்தத்தை அழைத்துக்கொண்டு ஓடிப் போயிருக்கும். அந்த முகம் தெரியாத அவனாக இவனுக்கும் தோன்றியது.

வாத்தியார், குளித்து, நெற்றி நிறையத் திருநீர் துலங்க, துவைத்த அரைக்கை பனியன் வேஷ்டியுடன் சாய்வு நாற்காலியில் இருந்தபடி படித்துக்கொண்டிருந்தார். கம்பி போட்ட வாசலில் வெளி தெரிந்தது. வானம்; நீல மூட்டைகள்.

"அய்யா" என்று வேதம் அவர் முதுகுக்குப்பின் நின்றுகொண்டு சொன்னான்.

படித்த புத்தகத்தை விரல் வைத்து மூடிய ஆராவமுத வாத்தியார், "முன்னால வாடா, வேதம்" என்றார். வேதம் அவர் முன் வந்து நின்றான்.

"என்ன சங்கதி?"

"ஐயா... நம்ம அமிர்தா..."

"உம்" என்று விட்டு, வாசல் வழி வானத்தைப் பார்த்தார். வானம், சூரிய ரச்மியால் நிறைந்திருந்தது.

"இப்ப வீட்டுல இல்லை. தகவல் தெரியலை"

"போலீஸ்ல சொல்லிட்டீங்களா?"

"என்னத்துக்குச் சொல்லணும்? அவ குழந்தை இல்லை. வயசு இருபத்தாறு ஆவுது, அவளை யாரும் கடத்தலை. எங்கோ போயிருக்கா. வர நினைச்சா வருவாள். நாமே இதைப் பெரிசுப்படுத்த வேணாமே"

அவர் இடப்பக்கச் சுவரில், நடு வீட்டில் மாட்டியிருந்த புகைப் படச் சட்டத்தைப் பார்த்தார். படத்தில், இருபது வயசு அமிர்தாவும், அவள் பட்டாளத்துக் கணவனும் கல்யாணக் கருக்கழியாமல் காட்சியளிக்கிறார்கள். கல்யாணத்துக்கு மறுநாள், மொட்டை மாடியில் வைத்து எடுக்கப்பட்ட படம் அது. கணவன் சிவராமன், கோட் அணிந்து இருந்தான். அமிர்தா, சாதாரணமாக, நகை அணியாமல், காட்டன் சேலையில் இருந்தாள். புகைப்படத்தில் அவள் சிரித்தாளா? அப்படித் தெரியவில்லை. "இலங்கையைத் தாண்டுடா" என்றதும், குச்சியைத் தாண்டும் பழக்கிய குரங்கைப் பார்த்தால், எவருக்கும் வருகிற இளம் சிரிப்பு அவள் முகத்தில், கல்யாணத்தின்போது எடுக்கப்படும் பெண்களின் ஃபோட்டோக்களில், பெரும்பாலும் மிரட்சி தெரிவதாக வாத்தியார் நினைப்பதுண்டு. அமிர்தாவுக்கு மிரட்சி இல்லை.

"காப்பி போட்டுக்கொண்டு வாயேன். எனக்கும் உனக்கும்" என்றார் வாத்தியார்.

அமிர்தா இருக்கும்போது, இந்த வேலைகளை அவள் செய்தாள். சமயங்களில் வாத்தியாரே செய்வார். அவர் ஒரு சிறந்த சமையல் கலைஞர். மாமி, அமிர்தாவுக்குக் கல்யாணம் ஆன கையோடு, சிவலோக பதவி வகிக்கக் கிளம்பிப் போய்விட்டாள். பட்டாளத்துக் கணவன் ஒரு மாதம் வீட்டில் இருந்தான்.

வேதம் இரண்டு தம்ளர்களில் காப்பி போட்டுக்கொண்டு வந்தான். ஒன்றை அவரிடம் கொடுத்து விட்டு, மற்ற தம்ளரை, வாத்தியார் கண் பார்வை படாத இடத்தில் நின்றுகொண்டு சாப்பிட்டான்.

"ஐயா... பட்டாளத்தார்கிட்டேயிருந்து ஏதாவது தகவல்?"

வாத்தியார் தலையசைத்தார். தம்ளரைக் தரையில் வைத்தார்.

“இல்லை ஆறு வருஷமா வராத தகவல், இப்போ மட்டும் என்ன?”

வந்து அழைத்துப் போகிறேன் என்று விட்டுச் சென்றான் சிவராமன். வரவில்லை. பல கடிதங்களை அப்பாவும் பெண்ணும் எழுதினார்கள். பதில் இல்லை. அவன் கொடுத்த முகவரிக்கு வாத்தியாரே போனார். சிவராமன், படையில் இருந்தும், பணியில் இருந்துமே நீக்கப்பட்டதாகத் தெரிந்தது. யாரோ, வடநாட் டுப் பெண்ணுடன் குடும்பம் நடத்திக்கொண்டு, வடக்கே வாழ்வதாகச் சொன்னார்கள். வாத்தியார் வீடு திரும்பும்போது, அமிர்தா, எதையோ தொலைத்துவிட்டுத் தேடிக்கொண்டிருப்பதாகத் தெரிந்தாள். கட்டில், மேசைகளின் கீழே பெருக்கி வாரிக்கொண்டிருந்தாள். சங்கடத்துடன், மாப்பிள்ளையைப் பார்க்க முடியாத விஷயத்தை முடிந்த மட்டும் சொன்னார்.

“இந்தத் திருகாணி பெரிய தொல்லைப்பா. அடிக்கடி கீழே விழுந்து உயிரை வாங்குது” என்றபடி அவள் திருகாணியைத் தேடிக்கொண்டிருந்தாள். அப்புறம் கிடைத்தது. “அப்பாடா” மௌனமாகத் திரும்பினார்.

வாத்தியார் வேதத்திடம், “வேலை இருந்தால் புறப்படேன்” என்று விடை கொடுத்தார்.

“இன்னிக்கு ஞாயிற்றுக் கிழமைதானே. வீட்டுக்குப் போய்க் குளிச்சுட்டு, வரும்போது உங்களுக்குக் காய்கறி வாங்கியாந்துடறேன், மதியம் சமையலுக்கு...”

“கத்திரிப் பிஞ்சும், குண்டு பாவக்காயும் வாங்கிக்கோ... மேசை டிராயரில் சில்லறை எடுத்துக்கோ”

பணத்தை எடுத்துக்கொண்டு கிளம்பினான் வேதம். சக்கரங்கள் சீராக உருண்டுகொண்டிருந்தன. யாராக இருக்கும் அந்த ஆள்! வாத்தியாரைத் தேடி, மணியக்கார மகாலிங்கையர் வருவார். எழுபது வயசு. வேறு கிழங்கள் எப்போவாவது வருவதுண்டு. கிழங்கள் மதுரை வீரக் காரியங்களைச் செய்யாது. அப்படியும் சொல்வதற்கில்லை. கிழங்கள் பொல்லாததுகள். ஆனால், மகாலிங்கையர், பாவம். தான் ஆண் என்பதையே மறந்து போனவர் அவர். அப்புறம வாத்தியாரிடம் படித்த மைக்கேல் அடிக்கடி, பழம், பூ, இனிப்புகளுடன் வருவான். ஏதோ ஒரு பெரிய கம்பெனியில் இருந்தான். ஆவ்... தண்ணீர் இறைக்கும் மிஷின் சம்பந்தமான கம்பெனி. காரில் வருவான். சிவப்பு நிறக்கார்... எப்போதும் “டை” கட்டி வருவான். வேதத்துக்கு என்ன காரணத்தாலோ மிஷின், கார், அதிலும் சிவப்பு நிறம், டை முதலான அணிகலன்கள் யாவற்றின் மேலும் வெறுப்பு அரும்பி இருந்தது. அவனாகவும் இருக்கலாம்? ஏன் இருக்கக்கூடாது? அவ்வப்போது கவிதைகள் எழுதுகிற மணிகண்டன் சொன்னான்.

இலேசாகப் புருவத்தை உயர்த்தியபடி... சாக்ரடீஸ் போன்ற பாவத்துடன் அவன் சொன்னான்.

“பெண்கள், மற்றும் கொடிகள் பக்கத்தில் இருக்கிற பொருள்களைத் தழுவிக் கொள்வார்கள்”

தினம் பேப்பர் போடும் பக்கிரி, பால் ஊற்றும் ஆனந்தக் கோனார், காய்கறிக்கார கோவிந்தசாமி நாயக்கர், வண்டிக்கார வேலு, நிலம் சம்பந்தமாக வருகிற குத்தகை கோபால் நாயுடு, அடிக்கடி “டீச்சர் டீச்சர்” என்றபடி வீட்டுக்கு வருகிற மாணவன் வடிவேலு இவர்களில் யார்? மறந்தாச்சே.

தினம் தபால்கொண்டு வரும் போஸ்ட்மேன் வல்சராஜ், மாட்டுத் தரகர், உர விற்பனை உத்தராபதி, இவர்களில் யார்? யாரை அந்தப் பூங்கொடி தழுவிக்கொண்டாள்?

இன்றைக்குக் காலையில் ஜன்னல் ஓரம் வந்து நின்றபோது, அந்தச் சிட்டுக்களைப் பார்த்தேன். செம்பருத்திச் செடியில் அமர்ந்திருந்த சிட்டு, சின்னஞ்சிறு பிராணி. பார்த்தவுடன் கருணை சுரக்க வைக்கும் கைப்பிடி அளவு உடம்பு. துவரைக் கண்கள், ஒட்டு மாங்காய் மூக்கு, நான் சிட்டாகவே மாறிப் போனேன். சிட்டே! உன் இறக்கைகளை எனக்குத் தருவாயா? எனக்குப் பறக்க வேணும் என்கிற ஆசை. தருவாயா? எனக்கு, அந்தக் கமலியாற்றங்கரையைத் தாண்டி, பனியால் மூடின மலைகளைத் தாண்டிப் பறக்க வேண்டும். அங்கே, வெள்ளியை உருக்கின மாதிரி, ஓர் ஓடை இருக்கிறதாமே, அங்கு சிவப்பும் மஞ்சளுமாய்ப் பூத்துச் சொரியும் மரங்களைக்கொண்ட ஒரு தோப்பே இருக்கிறதாமே? மலை உச்சியில், ஒரு கோயில் இருக்கிறதாமே, இங்கிருந்து எவ்வளவு தூரம் அது? அங்கே ஒரு பெண் சிலை, ஒரு கையைத் தூக்கியபடி, ஏதோ நியாயம் கேட்கும் உருவில் இருக்கிறதாமே, அவளைப் பார்த்து நான் பேச வேண்டும்.

தேவை. உன் சிறகுகள் மாத்திரமே... இந்த அறை எனக்கு அலுத்துப் போய்விட்டது. வரலாற்றுக் காலத்துக்கு முந்தைய, இந்தக் கட்டிலில் எத்தனைக் காலம்தான் படுப்பது? ஒரே சப்தம். கட்டில் கால்கள் பொருத்தப்பட்ட இடத்தில், என்னவோ நெகிழ்ச்சி ஏற்பட்டிருக்கிறது. அதை ஒழுங்கு பண்ண வேண்டும். இந்தக் கட்டில், என் நினைவுகளின் பழைய அடுக்குகளைக் கலைத்துப் போடுகிறது. இதில்தான், நான் கிழிபட்டேன். திரைச் சீலையின் குறுக்காக ஒரு கத்தி, மேல் இருந்து கீழ்வரை கிழித்ததுபோல!

கசந்த நினைவுகளைத் தருகிற இந்தக் கட்டில்களே இல்லாத ஒரு மலை உச்சிக்குக் நான் பறந்து போக வேண்டும். இந்த அறை முயக்க நாற்றத்தால், நாற்றம் கொண்டுள்ளது. தீ நாற்றம் ஆண்டாள் அனுபவித்த அந்தக் கற்பூர நாற்றம் அல்ல, சிட்டே இது காமச்சிதை நெருப்பில் எரியும் உடம்புகளின் நாற்றம். நான்கூட ஆண்டாள் அக்காவைபைபோலவே கனவு கண்டு இருக்கிறேன். பறவையே அந்தக்கூடல் தினம், அந்த ஸ்தான பாக்கியம், அந்த சம்போக உற்சவம் பற்றி நான் கனவு கண்டிருக்கிறேன். என் பூரித்தெழுந்த ஸ்தனங்களை, ஒரு குழந்தை ஸ்பரிசம் பட்சிக்க வேணும். எங்கிருந்தோ, எங்கு என்று தெரியாத இடத்திலிருந்து கிருஷ்ணகானம் தவழ வேண்டும். எங்கள் வீட்டு முற்றத்தில் ஓடுவது கமலியாறா? இல்லை, அது யமுனை. நான் அதில்தான் படிகிறேன். கட்டை விரல் முதலில், அப்புறம் என் பாதங்கள், அப்புறம் முட்டிகள், தொடைகள், இடை வயிறு, மார்பகம், கழுத்து, இதழ்கள், கண்கள், நெற்றி, என் கூந்தல்... ஒவ்வொன்றாக யமுனை நதியில் படிந்து படிந்து நான் நீராட வேணும். ஆனால்... ஆனால்... என் பரிபாலனம் அப்படி இல்லை.

சின்ன வயதில், அப்பாவின் விரலைப் பிடித்துக்கொண்டு கமலியாற்றுக்கு நான் போவதுண்டு.

“அப்பா... ஆத்துக்கு அந்தண்டை என்ன இருக்கு”

“மலை. குதிரை மலை.”

“உலகம் எங்கே முடியறது”

“கடலில்”

“கடலில் ராட்சஸன் இருப்பானாமே.?”

“ஏழு கடல் தாண்டி, ஏழாவது கடலில், ஒரு குகையில், ஒரு ராட்சஸன் இருக்கிறான். அவன் உயிர், ஒரு வண்டில் இருக்கும். அந்த வண்டை ஆயிரம் தலை காகம் காத்துக்கொண்டிருக்கும்.”

என் கனவுகளில் ராட்சஸன் வந்தான். ஓர் இரவு, என்னுடன் என் பக்கத்தில் படுத்துக்கொண்டான். அவன் மேனியில் இருந்து சிதை வாசனை, எரியும் சிதை பொசியும் உடலின் வாசனை. என்னை என் விருப்பத்துக்கு எதிராக அவன் ஆலிங்கனம் செய்தான். என் ஆடைகளை விலக்கினான். என் சதையை, என் எலும்பை அவன் பட்சித்தான். அந்த ராட்சஸன். அநேகமாக மாதம் ரெண்டு மூன்று தடவை வந்தான். என்னை வேண்டாத காகிதம் மாதிரிச் சுக்கல் சுக்கலாகக் கிழிப்பான்.

எனக்குச் சாம்பிராணி பிடிக்கும். எனக்கு, ரோஜா வாசனை வீசும் பத்தி பிடிக்கும், மல்லிகை மருக்கொழுந்தும்கூட. எனக்குச் சந்தனம் பிடிக்கும். எனக்கு ஜவ்வாது பிடிக்கும். விபூதி வாசனை பிடிக்கும். என் புடைவைகளின்

பச்சைக் கற்பூர வாசனை பிடிக்கும். தாம்பூலம் பிடிக்கும். சந்தன சோப்புப் பிடிக்கும். உலகத்தின் எல்லா நல்ல வாசனைகளும் பிடிக்கும்.

என் அறையில் இருந்து இப்போதெல்லாம் தீ நாற்றம். சகிக்க முடியவில்லை. அந்த ராட்சஸனின் வாசனை. கல்யாணத்தன்று சிவராமனுடன் நான் சயனிக்க நேர்ந்தது. அரை விழிப்பில், நான் சிவராமனைப் பார்த்தேன். சிவராமன் அல்லன். ராட்சஸன், அதே சிதை. அதே வாசனை.

நான் பறந்து போக வேண்டும். சிட்டே. எனக்கு உன் சிறகுகளைக் கடனாகத் தருவாயா...?

சிட்டு, என் பேச்சைக் கேட்க நேரம் இல்லாமல் பறந்து போய் விட்டது.

நான், அந்த மலை உச்சிக்கு என்று போகப் போகிறேன்.?

எட்டாம் வகுப்புத் தமிழ் ஐயா சங்கர சாமியை அமிர்தாவுக்கு மிகவும் பிடிக்கும். அவள் கற்பனையை அவர் மிகவும் ரசித்துப் பாராட்டுவார். அவர் “பேஷ்” சொல்வதற்காகவே மிகவும் சிரத்தை எடுத்துக்கொண்டு அமிர்தா கட்டுரை எழுதுவாள். ஒருமுறை “எனக்குப் பிடித்தது” என்று தலைப்பில் அவள் மலை பற்றி எழுதி இருந்தாள்.

“மலை எனக்குப் பிடிக்கும். அது, தரையிலிருந்து திடீரென்று புறப்பட்டு மேல் கிளம்பி நிற்கும். தன் சிறகை அகலமாக விரித்துக்கொண்டு நிற்கிற கருடப்பட்சி மாதிரி இருக்கும் மலை. தூரத்தில் இருந்து பார்க்கும்போது, கறுப்பாக இருட்டைப் பிசைந்து செய்த கல் மரம் மாதிரி தோணும். அதன் மேல், மிதித்து நான் மேல் ஏற வேண்டும். அதன் உச்சிக்குப் போகும் நாள் எப்படி இருக்கும்? எருமை மாட்டில், நிம்மதியாக லட்சுமிப்பாட்டி மாதிரி உட்கார்ந்துகொண்டு பயணம் போகும் மஞ்சள் குருவி மாதிரி நான்

இருப்பேன். எனக்கு ஆறு, கடல் பிடிக்காது. அது படுத்துக் கிடக்கிறது. மலை, எழுந்து எப்போதும் சுறுசுறுப்பாய் நிற்கிறது.

அமிர்தா எழுதியதைச் சங்கரசாமி சார் வகுப்பில் படித்துக் காட்டினார். வகுப்பே இவளைப் பார்த்தது. பெருமையாகவும் இருந்தது. கூச்சமாகவும் இருந்தது. அடுத்த இரண்டாம் நாளே, தமிழ் சார், நீல அட்டை போட்ட டைரி ஒன்றை அவளுக்குப் பரிசாகத் தந்தார்.

"அமிர்த சரஸ்வதி எழுது, இதுல. உனக்கு மனசுல தோணுவதை எல்லாம் எழுது" என்று அவர் சொன்னார்.

அமிர்தா, பத்தாம் வகுப்பு படிக்கும் போதுதான் மலையை நேரில் பார்க்கும் வாய்ப்பு கிடைத்தது. பத்து "ஆ" வகுப்பு மாணவ, மாணவிகள், முப்பது மைல் தூரத்திலிருக்கும் சிம்ம மலைக்கு "எக்ஸ்கர்ஷன்" போனார்கள். அவள் பங்குக்குப் பதினைந்து ரூபாய் கொடுக்கும் படி ஆயிற்று. சந்தோஷமான செலவு. பஸ்ஸில் மலை ஏறும்போது பிரமிப்பாக இருந்தது. "திக் திக்"கென்று அடித்துக்கொண்டது. மூச்சு வேகம் வேகமாக வெளிப்பட்டது. போகும் வழியில், அதுவரை அவள் பார்க்காத பறவைகளையெல்லாம் அவள் பார்க்க நேர்ந்தது. நீலமும் சிவப்பும் கலந்த உடம்புகொண்ட பறவை. ஒன்று புரிந்தது. பறவைகள், சமதளத்தைக் காட்டிலும் மலைப்பாங்கான இடங்களையே விரும்பி வசிக்கத் தேர்ந்தெடுக்கின்றன என்பது. போகும் வழியில், சமண முனிவர்கள் தங்கி வாழ்ந்து படுத்த இடங்களை தமிழ் சார் காட்டினார். பறவைகள் மட்டுமல்ல, முனிவர்களுக்கும் மலைதான் பிடித்த இடம். ஓகோ, அப்புறம், பெரிய பெரிய பெயர் தெரியாத மரங்கள், மேகத்தை ஒட்டடை அடித்து வானத்தைச் சுத்தம் செய்யும் மரங்கள், அவளுக்குத் திடுமென மரங்கள் பிடித்துப் போயின. அவை மேல் நோக்கி, மலையைப்போலவே வளர்கின்றன. தரையை இலக்கு வைத்துப் படரும் கொடிகள் அல்ல அவை. பூசணிக் கொடி அல்ல, பூர்க்கு அல்ல, மரங்கள் அவள் பட்டியல். நீண்டது. பறவை, முனிவர், மரம் மற்றும் அமிர்தா.

கொண்டு வந்ததை எல்லோரும் சாப்பிட்டார்கள். அத்தை, எலுமிச்சை சாதம், உருளை வறுவல், பண்ணிக் கொடுத்தாள். மஞ்சள் சோறும், கரும்பழுப்புப் பருப்பும், சாதத்துக்கே அழகு பண்ணின. என்ன அழகான வண்ணக்கலவை. உணவு, வண்ணமயமாய் இருக்க வேணும். நல்லெண்ணெயில் மினுங்கிய சாதம், ஆயில் பெயிண்டிங். அதற்கு இசைவாக சிவப்பும் கருமையும் கலந்து வறுவல். உண்டு முடிந்து, அருவி நீரைப் குடிப்பது, பரமசுகம். அவள் சற்று தூரம் நடந்து வரக் கிளம்பினாள். கண்ணாடிக் கோமதியும் கலந்துகொண்டாள். அவர்கள் செடி, மரம் பாறைகளைப் பார்த்தபடி நடந்தார்கள். ஓரிடத்தில் பாறையின் சரிவில் மல்லிகை பூத்திருந்தது. மல்லிகையின் வாசனை, காற்றில், சுருள் முடி மாதிரி சுருண்டு சுருண்டு காற்றை நிறைத்துக்கொண்டிருந்தது.

"டீ... மல்லிகைப் பூவுடி" என்று கோமதி எகிறிக் குதித்தாள்.

அமிர்தா கொடியின் அருகில் சென்றாள். பாறையின் இறக்கத்தில் பெரும்பரப்பில் தழைத்திருந்தது கொடி. இறக்கத்தில் இருந்த நுணா மரத்தை ஒரு கையால் பிடித்தபடி எட்டிக் கொடியைப் பிடிக்க முயன்றாள்.

"டீ அமிர்தா... பார்த்து ஜாக்கிரதை" என்று கத்தினாள் கோமதி.

அமிர்தா, கொடியின் ஒரு பகுதியைப் பிடிப்பதில் வெற்றி கண்டாள். ஒரு கையில் கொடியைப் பிடித்து இழுக்கும் அவள் கவனத்தைப் பாறையின் சரிவிறக்கத்தில் நிகழ்ந்த ஒன்று கவர்ந்தது. நிலை குத்தி நின்றாள். ஆணும் பெண்ணும் இருவர். சுற்றுப்புறத்தை அறவே மறந்து இரு உடல்களும் முயக்கத்தில் இருந்தன. கல்லில் பதிந்திருந்த அவள் பாதங்கள் வெலவெலத்துத் தழைத்தன. காற்றில் மிதந்தது அவள் உடல்.

"என்னடி, என்ன ஆச்சு?" என்று கோமதி தவித்தாள்.

கொடியை நழுவவிட்டுத் திரும்பினாள் கோமதி.

"ஏன்டி?" என்று கோமதி கேட்டதற்கு, அவள் பதில் சொல்லவில்லை.

"பெண், காணாமல் போய் மூணு நாளாச்சு. இன்னும் இப்படி சும்மா இருந்தா எப்படி?" என்றார் முன்னாள் எச். எம். கிருஷ்ணபிள்ளை.

"நான் என்ன பண்ணட்டும் எச். எம். சார்? அவள் என்ன குழந்தையா? யாரும் அவளைக் கடத்திவிடவில்லை. அவளாகத்தான் போயிருக்கிறாள். அவளாகப் போனாள். அவளாக வருவாள்" என்றார் ஆராவமுது.

"இப்படிச் சொன்னா எப்படி? இத்தனை வயசு வரைக்கும் தனியாக எங்காச்சும் போயிருக்காளா, குழந்தை...? எந்த பஸ், எந்த திக்கில், போறதுன்னுகூட அவளுக்குத் தெரியாதே! அப்படிப் பொத்திப் பொத்தி அல்லவா வளர்த்திருக்கிறீர்?"

"பச்... ஒத்தைக் குழந்தை, தாயைப் பார்க்காத குழந்தை. அவளும் என்ன, நான் புத்தி சொல்லும்படியா நடந்துக்கிட்டா? இல்லையே. கற்பூரம்னா அவ. அவளை என் அம்மான்னு நினைச்சேன். எச். எம். சார் மகள்னு நினைக்கலையே..."

துண்டை வாயில் பொத்திக்கொண்டு விம்மினார் ஆராவமுது. எச். எம். மின் கண்களும் கலங்கின.

"எங்க போயிருப்பா, ஏதாவது தட்டுப்படறதா?"

"இல்லையே, என் மூளையே மரத்துப் போயிருக்கு."

எச். எம். ஆராவமுதை ஆசுவாசப்படுத்தினார். பொறுமையாகச் சொன்னார்.

"ஏன், ஆராவமுது சார்... குழந்தைக்கு ஏதாச்சும் சகவாசம் ஐமீன், லவ் அஃபேர்... அப்படி இப்படி ஏதாவது?"

கண்கள் நிலை குத்தியபடி எச். எம்.மைப் பார்த்தார் ஆராவமுது.

"அப்படியும் எதுவும் இல்லையே எச். எம். சார். குழந்தைக்கு அதுதான் சந்தோஷம்னா அவங்களைச் சேர்த்து வச்சிருப்பேனே சார். தனக்கான சந்தோஷத்தைக்கூடத் தேடிக்கொள்ளத் தெரியாத குழந்தைன்னா அவ. பெரிசு பெரிசா, நாம் எல்லாம் சிந்திக்க முடியாத பிரதேசத்துல பேசுவாளே தவிர, இது பற்றிச் சிந்திச்சாளான்னு தெரியலை. அந்த ஜன்னலைத் திறக்கவே இல்லை அவ. பாவம், நாலு மணிக்கு எழுந்து வீடு பெருக்கி கோலம் போட்டு, குளிச்சு, பலகாரம் பண்றது. அப்புறம் வாசல்லே காய்கறி வாங்கி மதியம் சமையல், அப்புறம் காஃபி, கோயில், சமையல்னு வாழ்ந்தவள். இதுக்கெல்லாம் அவளுக்கு ஏது நேரம்?"

உலவியபடி எச். எம். சொன்னார்.

“எதுக்கும் போலீஸ்ல புகார் எழுதி வைச்சா என்ன? அவாளும் தேடுவா. நமக்கும் உபகாரமா இருக்குமே... என்ன அபிப்பிராயம்?”

கூடத்தில் மாட்டியிருந்த கல்யாணக் கோலத்து அமிர்தாவைப் பார்த்தார் ஆராவமுது. கண்ணை மூடிக்கொண்டு சிறிது நேரம் அமைதி காத்தார்.

“என்னன்னு புகார் பண்றது? குழந்தை, வழி தவறிப் போய்ட்டான்னா? இல்ல, எங்க குழந்தை ஓடிப் போய்ட்டான்னா? சொன்னா, அவ சரித்திரத்தை அவாள் கேட்பா. எவனோடாவது தொடர்பு உண்டான்னு கேட்பா. சட்டம் கேட்கும். அதுக்குப் பல சந்தேகம் வரும். குடையும். புருஷன் ஏன் வரலைம்பா. புருஷன், இருக்கான்னா, இல்லையாம்பா, பேப்பர்காரா எதையும் விசாரிக்காமே, இளம் பெண் ஓட்டம்னு எழுதுவா. அப்புறம், குழந்தை, எந்த ஊர்லயாவது, ரயில்லயாவது பஸ்ஸிலயாவது தட்டுப்பட்டாள்னா, போலீஸ் அவளை ஸ்டேஷன்லேகொண்டு வச்சு விசாரிப்பா. போலீஸ், யோக்யதை என்னமா இருக்குன்னு படிக்கறோமே. என் குழந்தைக்கு இந்த அவமானத்தை நானே தரணுமா? அது சரியா? குழந்தையோட கௌரவத்தைக் காப்பாத்தறது அல்லவா, தகப்பனார் கடமை? சொல்லுங்கோ...”

எச். எம். வருத்தம் தொனிக்கும் குரலில், “நீ சொல்றது ரொம்ப சரி” என்றார்.

ஒரு மார்கழி மாசத்தின்போது, வேதமும், மணிகண்டனும் வாத்தியாரிடம் படிக்க வந்தார்கள். சிறப்புத் தமிழில், இருவருமே சொல்லி வைத்துக்கொண்டு ஃபெயிலானார்கள்.

“படிக்கலாம், பாடம்தானே? பாஸ் பண்ணுகிற அளவுக்குப் படிக்க ஒரு கிழமைபோதும்பா. தமிழ், பாடப் புத்தகத்துக்கு வெளியே இருக்கு. வெளியே இருந்து உள்ளே வாருங்கள். புகுங்கள். அதுதான் படிப்பு. அதுதான் ஆன்மிகம். முதல்லே, ஆண்டாளை மனசுக்குள்ளே வணங்கிக் கொள்ளுங்கோ. அவளும் நமக்குத் தாய்தான். ஏன்னா, இது அவ மாசம். கிருஷ்ணனுக்கும் இதுதான் மாசம். எங்கே சொல்லுங்கோள்... மார்கழித் திங்கள் மதி நிறைந்த நன்னாளால்...”

வாத்தியார் தொடங்கி விட்டார். அன்றே அப்போதே. நல்ல நாள் பார்க்க வேண்டாமா என்று கேட்டதற்கு, எது நல்ல நாள் இல்லை என்றார் அவர். என்ன சம்பளம் என்றதற்கு, அது பகவான் கொடுக்கிறான். நீங்கள் அதற்கு அதிகாரி அல்ல என்றார். மனிதப் பிழைகள் ஆயிரம். அதுவே முதல் பிழை எதுன்னு பட்டிணத்து அடிகள் சொல்றார். கல்லாப்பிழை... படிக்காதது. சதா படிக்காதது. அன்றாடம், அனவரதமும் படிக்காததுதான் முதல் பிழையாம். நமக்குச் சொல்றார் அவர். படியுங்கோள். குப்பைகளையெல்லாம் வெளியே கொட்டிவிட்டுப் படியுங்கோள் என்றார்.

“இது மார்கழி மாசம்டா. முதல் மாதம். அதோட பௌர்ணமி. சந்திரன் ஜொலிக்கிறது. ஐயோ, அதை வீணாக்கிண்டு, ஜனங்கள் உறங்கிறாங்களே... அல்பம்... எழுந்திரு... நீராடுவோம். கிருஷ்ண அருள் பிரவாகத்துல படிவோம். படிந்து ஸ்நானம் பண்ணுவோம். ஞான ஸ்நானம்டா. ஆயர்பாடிப் பெண்களே, எழுந்திருந்து வாங்கோ... கிருஷ்ண பகவான் யார் தெரியாதா?

நந்த கோபாலன் பையன். எப்படிப்பட்ட நந்தன் அவன்? கூர்மையான வேலைக் கையிலே வைச்சிருக்கான், ஐயோ... புல் தரையைக்கூட மிதிக்கப் பயப்படுகிற பரமசாது. அவனா கொடுந்தொழில் பண்றான்? இல்லை. அசத்தே! குழந்தைக் கண்ணுக்கு ஈ, எறும்பு மொய்க்க விடாதபடிக்கு, வேலைக் கையிலே எடுத்தவன். இது பகவான் சேவை. தப்பில்லை. அப்புறம், அந்தப் பயல் கண்ணனோட அம்மா யார்? கண்ணழகி... என்னத்தினாலே, அவள் கண் அழகாச்சு? அழகையே பெத்து, வளத்துண்டு, எந்த நேரமும் அழகையே பார்த்துண்டு இருந்தா, பார்க்கிற கண்கள் அழகா ஆகுமா, ஆகாதோ, ?"

சலக் சலக் என்ற மெட்டிச் சத்தம் அமைதிக்குச் சுருதி சேர்த்தது. கரிய அடுப்பறையிலிருந்து அமிர்தா ஒரு தட்டில் மூன்று டம்ளர்களில் காஃபிகொண்டு வந்து அவர்கள் முன்னால் வைத்து அகன்றாள். அகல் விளக்குச் சுடர், ஆள் உயரம் வளர்ந்து, நடந்து வந்து மூலத்தில் கரைந்து போனதாக வேதத்துக்குத் தோன்றியது. அந்த நிமிஷம், அவள், அவன் மனத்தில் புகுந்து கதவைத் தாழிட்டுக்கொண்டாள். காலை வேளைகளில், குளித்த கூந்தலை உலர்த்தியபடி முற்றத்தில் நிற்பாள். வீடு முழுக்கக் கற்பூர வாசனை பரவியதாக அவனுக்குத் தோன்றியது.

"உக்காருங்க... அப்பா பூஜை அறையில் இருக்காங்க"

சிரித்த முகம். சிரிக்காமல் அவளால் பேச முடியாது என்பதாக இருக்கும். சொல்வாள், அடுத்தகணம், தனக்குள் புகுந்து கொள்வாள். பார்வையை எங்கோ, அப்பாலுக்கு அப்பால் செலுத்திவிட்டு நிற்பாள். உலகம், ஊர், தெரு வீடு, தெருவில் போகும் கீரைக்காரி, வேலியில் மேயும் மாடு, "கிணிங் கிணிங்" என்று மணி அடித்துக்கொண்டு விரையும் பள்ளிப் பையன்கள் எதுவும் அவள் கவனத்தில் பதியாது ஏன்? வேதம் ஆச்சரியப்படுவான். இவன் பேசினால் உடன் அவள் பேசுவாள். இயல்பாகப் பதில் உரைப்பாள். அவளாக எதுவும் பேசினாளா என்றால் இல்லை.

வேதத்துக்கு உறக்கம் வர மறுத்தது. புத்தகத்துள் வைக்கப்பட்ட மயிலிறகுபோல, அவள் நினைவு அவனுக்குள் பதிந்து போனது. மணிகண்டன், கடிதம் கொடேன் என்றான். பத்து நாள் அவஸ்தைக்குப் பிறகு, "சரி நீயே எழுது" என்றான் வேதம். அவன் எழுதினான்.

"ன் கண்ணின் கருமணிக்குள் சிக்கிக்கொண்ட காரிகையே... என் இதயத்து துடிப்பின் சப்தம் உனக்குக் கேட்குமானால், அது உன் கால் விரலில் இருந்து எழும் மெட்டி நாதமாகவே இருக்கும். நான் ஒரு ரோஜாவாக மாட்டேனா? உன் கூந்தலில் என்னை நீ சூடிக்கொள்ள மாட்டாயா? உன்னிடம் என் மனத்தில் உள்ளதைச் சுத்தமாகத் துடைத்துச் சொல்ல வேண்டும். நாளை, மாலை ஆஞ்சநேயர் கோயிலுக்குச் சரியாக ஆறு மணிக்கு வரவும். உன் நினைவாகவே இருக்கும்..."

ஏதோ யோசித்தான் மணிகண்டன்.

"என்ன?"

"இந்த இடத்தில் ஓர் இருதயம் வரைந்து, அதுக்குள்ளே ஓர் அம்பு நுழையணும். ரெண்டு சிவப்பு இரத்தத் துளி இருந்தா தேவலை. சிவப்பு மை பேனா வேணுமே"

“படம் நல்லா இருக்காது. அது வேணாம்”

“இது மாதிரிப் படம் போட்டுத்தான் லவ் லெட்டர் எழுதிக் கொடுத்தேன். லவ் ஓகே ஆச்சு தெரியுமா? மூர்த்தியை வேணும்னா கேளு.”

வேதம் கடிதத்தைப் பிடுங்கிக்கொண்டான். கையெழுத்துப் போட்டான். ஸ்டைலாக, இங்கிலீஷில் போட்டான். மறுநாள் அமிர்தா குளியல் முடித்து, குடத்தில் தண்ணீர் முகந்து, அரசடிப் பிள்ளையாரை வணங்கி நின்று, நகர்கையில் அவள் முன் போய் நின்றான். கடிதத்தை நீட்டினான்.

“என்ன?” என்றாள் அமிர்தா.

“வீட்டுக்குப் போய்த் தனியாகப் படிச்சுப் பாரு”

“சரி” என்று கடிதத்தை வாங்கிக்கொண்டு நகர்ந்தாள் அமிர்தம், சிரிப்போடு.

அன்று வேதமும், மணிகண்டனும் வகுப்புக்குப் போகவில்லை. கடிதத்தை, அமிர்தா அப்பாவிடம் கொடுக்கமாட்டாள் என்பதுக்கு என்ன உத்தரவாதம்?

“என் வேஷ்டி, சொக்காய் எப்படி?” என்றான் வேதம்.

“பிரமாதம்... சிவாஜி மாதிரி இருக்கே” என்றான் மணிகண்டன்.

வாயில் வேஷ்டியும் கட்டம் போட்ட சட்டையும் உடுத்தியிருந்தான். அமிர்தா, காதலிக்காமல் போக எந்தச் சாத்தியமும் இல்லை. கிராப் வேறு. நெளி நெளியாகப் பம்மி “புஸ்” என்று இருந்தது. இருந்தாலும் மனசு கிடந்து, மழையில் நனையும் பனை மட்டி மாதிரி சத்தமாய் அடித்துக்கொண்டிருந்தது.

திடுமென நினைத்துக்கொண்டு, “அனுமார் கோயில்னு சொல்லி இருக்கப்படாது. காமாட்சி அம்மன் கோயில்னு எழுதி இருக்கலாம்” என்றான் வேதம்.

“ஏன்? அனுமார் வரப்ரசாதி, தெரிஞ்சுக்கோ.”

“இருந்தாலும் பிரம்மச்சாரி. இதெல்லாம் அவருக்குப் பிடிக்குமோ என்னவோ?”

“இல்லை. தூது போன சாமி அவர். மனுஷாள் மனசு அவருக்குத் தெரியும். நம்ம பத்தாம் கிளாஸ் ‘பி’யில் படிச்சாளே அபிராமி, அவ, அனுமாருக்கு வடை மாலை சாத்தி, கல்யாணம் ஆகி, அமெரிக்காவில் செட்டில் ஆயிட்டா. இல்லேன்னா, அந்த அழுக்கு மூட்டைக்கு இந்த ஜென்மத்துல கல்யாணம் நடக்குமா?”

“அதுவும் சரிதான்.”

மறுநாள், வெயில் தாழும் முன்பாகவே வேதமும், மணிகண்டனும் அனுமார் கோயிலுக்குப் போய்விட்டார்கள். மடைப்பள்ளிக்கு, கட்டடம் பழுது பார்க்க மண் கொட்டியிருந்தது. வேதம், மண்ணில் உட்கார்ந்துகொண்டான். சரியாக ஆறு அடிக்க, அஞ்சு நிமிஷம் முன்பு மணி தனியாக ஆழ்வார் மண்டபத்துக்குப் போய்விட வேண்டியது என்பது திட்டம்.

ஆறே முக்காலுக்கு வந்தாள் அமிர்தா.

எப்போதும் அவனுக்குப் பிடித்த நீலத்தாவணியும் மஞ்சள் பாவாடையில் இருந்தாள். அவளைக் கண்டதும் மணிகண்டன் எழ முயன்றான். கோயிலுக்குள்

நுழையும்போதே அவர்கள் இருவரையும் அமிர்தா பார்த்து விட்டிருந்தாள். மணிகண்டனிடம், "நீங்கள் இருங்கள்" என்றாள்.

மண் குவியலின் ஓர் ஓரமாக அவள் அமர்ந்தாள். அங்கிருந்து அனுமார் சந்நிதி தெரிந்தது.

அதைப் பார்த்தபடிச் சொன்னாள் அமிர்தா.

"படிச்சேன். எனக்கு இதுலே விருப்பம் இல்லை. இதுக்கெல்லாம் என்ன அர்த்தம்னு புரியலை. வேணாம்... இதுக்கும், நீங்க படிக்க வர்றதுக்கும் சம்பந்தம் இல்லை. வழக்கம்போல படிக்க வரணும். அப்பாகூட, ஏன் வரலைன்னு கேட்டார். வாங்க...!"

அவள் சென்று, பல நிமிஷங்களுக்குப் பிறகே வேதத்துக்கு உறைத்தது.

அடுத்த நாள் இவர்கள் படிக்கப் போகும்போது வாத்தியார், "எங்கே ரெண்டு நாளாகக் காணலை...?" என்றார்.

"உடம்பு சரியில்லை" என்றான்.

"மருந்து சாப்டியோ? உடம்பைக் கவனிச்சிக்கோ. உடம்பு போனா, உயிர் போகும்பார் திருமூலர்... சரியா?"

"சரிங்க ஐயா" என்றான் வேதம்.

மெட்டிச் சங்கீதம் கேட்டது. மூன்று பேருக்கும் காஃபிகொண்டு வந்து வைத்தாள் அமிர்தம். வேதத்தைப் பார்த்துச் சினேகம் தோன்ற சிரித்தாள்.

மலை என்கிற ஆச்சர்யம், அமிர்த சரஸ்வதியின் மனசில் எப்போது வந்து உட்கார்ந்தது? சில விஷயங்கள் எத்தனை வருஷங்களுக்கு முன்னால் நடந்திருந்தாலும், மறப்பதில்லை. அவற்றில் ஒன்று அவள் முதன் முதலாகத் தாவணி போட்டுக்கொண்டு பள்ளிக்குப் போன நாள். கற்பகவல்லிக்கு இந்தப் பிரச்சினை வேறு மாதிரிச் சரிப்பட்டுப் போயிற்று. கோடை விடுமுறை விட்டுப் புது வகுப்புக்கு அவள் போகும்போது தாவணி போட்டுக்கொண்டு வந்தாள். அதனால், வினோதத்துக்கான புருவம் உயரவில்லை. அமிர்தாவுக்கு அத்தை ரூபத்தில் சிக்கல் வந்தது. ஊரிலிருந்து அத்தை மறக்காமல் பொரி விளங்காய் உருண்டையோடு வந்திருந்தாள். அத்தையின் "ஸ்பெஷல்" அது. எப்போது வந்தாலும் அத்தை அந்த உருண்டையோடுதான் வரும். வேர்க்கடலையும் சீனியும், ஏல வாசனையுடன் தித்தித்துக்கொண்டு நாக்கில் கரையும் சுகம் அலாதி. ஆனால், உடைக்க முடியாது. சுத்தியல் வைத்துத்தான் அந்த மாவுருண்டையை உடைக்க முடியும். அத்தை, அப்பாவிடம் சொல்லியது.

"குழந்தை நாளைலேந்து தாவணி போட்டுக்கொண்டு போகட்டும்"

அப்பா ஆச்சரியமாக அத்தையைப் பார்த்தார்.

"என்னக்கா குழந்தைக்குப் போயி...!"

அன்றைக்குச் சாயங்காலமே அத்தை அப்பாவை அழைத்துச் சென்று தாவணிகள் பாவாடைத் துணிகள் வாங்கி வந்தாள். ஆற்றுக்குப் போகும் வழியில் இருந்த வகாப் டைலரிடம் கொடுத்துத் தாவணிக்கு ஓரம் அடித்து வாங்கியாகி விட்டது.

மறுநாள் காலை, தாவணி போட்டுக்கொண்டு பள்ளிக்கூடம் போனாள் அமிர்ந்தா. ரிடையர்ட் ஆகப் போகிற கணக்கு வாத்தியார் ஜெயப்பிரகாஷ் சார்தான், முகம் முழுக்கக் குறும்பும் விஷமும் பரவி இருக்க "உம்" என்றார். கோபமாக வந்தது. அதுவரைக்கும் பெரிதாகத் தோன்றாத ஒரு சின்ன விஷயம், சாரின் பார்வை காரணமாகவே பெரிதாகி, சாரின் உறுத்தலுமாகியது. கற்பக வல்லியை இழுத்து வைத்துக்கொண்டு பேசிக் கூச்சத்தை கடக்க முயன்றாள் அமிர்தா. அன்று தமிழ் ஐயா, மலையைப் பற்றித்தான் வகுப்பெடுத்தார். பாடம் நடத்துவதற்கு முன், மாணவர்களை வகுப்பெடுத்தார். பாடம் நடத்துவதற்கு முன், மாணவர்களை வகுப்புக்கு வெளியே அழைத்துப் போய் தூரத்தில் இருந்த அந்த நரசிங்க மலையைச் சுட்டிக் காட்டினார் அவர். மலைகளின் அரசியாம் அது.

எது, எவற்றையும் விடப் பெரியதோ, அது அரசன் அல்லது அரசி. நரசிங்க மலைதான் மற்றவற்றை விடப் பெரிதாகப் "பார், என்னுடைய பெருமையை" என்று கர்வித்துத் தலையைச் சிலிர்த்துக்கொண்டு நின்றது. மற்றவை குன்றுகள். அம்மாவின் மடிக் குழந்தைகள் மாதிரி சிங்கத்தின் குட்டிகள் மாதிரி, அதன் தாளில் நின்றிருந்தன மேகம். அதன் தலையில் இளைப்பாறிச் செல்கிறது. வெந்நீரில் குளித்த உடம்பிலிருந்து மிதக்கும் ஆவியைப்போல.

தமிழ் ஐயா சொன்னார்.

"மலையும் ஆசிரியரும் ஒன்றுபோல. மலை அளக்க முடியாதது. அளவெடுத்துக் கால் சட்டை, பாவாடை தைக்க முடியாத வடிவப் பெரிசு மலை. கண்டுபிடிக்கக் சுலபம் அல்லாத பலவகைப் பொருள்களைத் தனக்குள் வைத்திருக்கிறது. பீமன், தாராசிங், கிங்காங், முகமது அலி முதலான எந்தக் சிங்கர்களாலும் அசைக்க முடியாத பலம்கொண்ட கல்யானை. ரொம்பத் தூரத்திலிருந்தும் பார்க்க முடிகிற உயர்வைக்கொண்டது. மழை பெய்யாமல் உலகமே வறட்சி அடைந்த காலத்திலும், தன்னிடத்தில் இருக்கும் சுனை நீரால், தன்னை அண்டியவர்களுக்குத் தாகம் தீர்க்கும் வள்ளல் மனம் உடையது. மலையை வாத்தியார்கள், எழுதுபவர்கள், கவிஞர்கள் முதலானவர்களுக்குப் பொருத்திப் பார்த்துக் கொள்ளுங்கள்."

வாத்தியார், அவர்களை மலையேற்றத்துக்கு அழைத்துச் சென்றார். ஆளுக்கு அஞ்சு ரூபாய்க் கட்டணம். அதில்லிமால், மதியச் சாப்பாடு கையோடு கொண்டு வந்துவிட வேண்டும். அமிர்தா, பூரி கிழங்கு வாங்கிப் பொட்டலம் கட்டிக்கொண்டாள். எஸ். ஆர் பஸ்ஸில் அவர்கள், காலை ஏழு மணிக்குப் புறப்பட்டார்கள். அவர்கள் சேர்ந்த இடம், நரசிங்க மலை அல்ல. வேறு ஒரு சின்ன மலை. அதை மலை என்று சொல்வதே பிசகு. சின்னக் குன்று. இருந்தாலும் என்ன? தழலில் குஞ்சென்றும் மூப்பென்றும் உண்டா? இல்லை. மலைப் பிரதேசம் சந்தோஷம். ஆனால், அதைப் பார்த்துவிட்டு வந்ததும், அதைப் பற்றி இரண்டு பக்கங்களுக்கு வியாசம் எழுதச் சொல்லுவதுதான் கொடுமை. உலகத்தில் மலையே இல்லாமல் போனாலும் நன்றாக இருக்கும்போல. எழுதும்போல் தோன்றும்.

நன்றாக ஞாபகம் இருக்கிறது. அது ஒரு நல்ல கோடைக்காலம். வறுத்தெடுக்கிற வெயில். கசகசவென்று வியர்வை ஊற்றும், இதைப்

போய் "நல்ல" கோடை என்கிறார்களே! அன்று ஒரு மத்தியானம். மதியச் சாப்பாட்டுக் கடை முடிந்து அடுக்களையை ஒழித்துக்கொண்டிருந்தாள் அமிர்தா. அம்மியை அடுத்து, சுவருக்கும் அம்மிக்கும் இடையே விழுந்த இருள் கொத்தில் எதுவோ ஊர்ந்தது. கண்களை கூர்மையாக்கிக்கொண்டு பார்த்தாள். ஒரு குட்டிப் பாம்பு கறுப்பாக, கோடுகளுடன். அவளது அலறலில், அப்பா படுத்துக்கொண்டிருந்தவர் எழுந்து ஓடி வந்து, நிலைமையை அறிந்து பாம்பை அடித்துக் கொன்றார். அது தோட்டத்திலிருந்து வந்திருக்கும். தோட்டத்துக் கதவைச் சாத்தி வைக்க வேண்டும், தண்ணீர் போகும் துளைச் சந்தைத் துணி வைத்து மூட வேண்டும். யோசனைகள் எல்லாம் செய்து முடித்தாள். மனம், திக்திக் என்றது. பயமா? இல்லை. அருவருப்பு. நெளிகிற எல்லாமும் அருவருப்பு. உடம்பில், உரோமங்கள் நெளிவனபோல் தெரிந்தன. உடம்பு மண் வாசனை வந்தது.

"என்ன இப்படி? சாயங்காலம் மாப்பிள்ளை வீட்டுக்காரங்கள வர நேரத்தில்?"

"அது, இதுக்குத் தெரியாதேப்பா"

தமாஷை ஏற்க முடியாத நிலையில் இருந்தார் அப்பா.

"சரி, போகட்டும். வர்றவங்களுக்கு என்ன டிபன் பண்ணலாம்பா?"

"என்னத்துக்குச் சிரமம். பொண்ணா, அழகா டிரஸ் பண்ணிட்டு இரு."

தெருவில் இலேசாக இருட்டு பரவும்போதுதான், மாப்பிள்ளை வீட்டார் வந்தார்கள்.

வாசனைப் பத்தி, மிகவும் ரம்மியமான மணத்தைத் தவழ்த்திக்கொண்டிருந்தது. அமிர்தாவுக்கு அவனிடம் நிறைய சொல்ல வேண்டி இருந்தது. தட்டில், பழங்கள், இனிப்புகள், ஃபிளாஸ்க்கில் பால் எல்லாம் கண்ணுக்கு அழகாக அடுக்கி வைக்கப்பட்டிருந்தன. பட்டுப் புடவையை மாற்றிச் சௌகர்யமான "நைட்டிக்கு" அவள் மாறியிருந்தாள்.

அமிர்தா, முதலில் அவனிடம் சொல்ல வேண்டியவை என்று மனதுக்குள் ஒரு பட்டியலே வைத்திருந்தாள். மிகப் பெரிய பட்டியல் அது. மாதாந்திரப் பல சரக்குப் பட்டியலை விடவும் பெரியது அது. முதலில் எதைச் சொல்வது. தூங்கி எழுந்ததும், "குடுகுடு" என்று தோட்டத்துக்கு ஓடி, செம்பருத்திச் செடியின் கரும்பச்சை இலைகளில் தேங்கி இருக்கும் பனிநீரைப் பார்ப்பதில் அவளுக்கு விருப்பம். கை பட்டதும் இலை, ஒரு சொட்டு வடிக்கும். நுணா மரத்திலிருந்து சிட்டுகள், தங்கள் ஆகிருதிகளுக்குப் பொருந்துகிற குரலெடுத்துக் "கூச்" இடுவதைக் கேட்க வேண்டும். சூரியனிலிருந்து வரும் வாசனை, ஏன் சூரிய வீட்டில் சாம்பிராணி போடக்கூடாது என்று விதியா? எனக்குக் காபி பிடிக்கும். தண்ணீர் கலக்காத, கறந்த பாலைக் கொதிவரப் பண்ணி, இடித்து இறக்கின டிகாக்‌ஷனைச் துக்கினிச் சர்க்கரை (சர்க்கரை சனி இல்லாமலும் கூடும்தான்) போட்டுக்கொண்டு, நுரைக்க, நாக்கு கசக்க விடி காலையில் இறங்கும் காபியைக் காபி எனலாகாது. அது அமுதம். எனக்கு இட்லி பிடிக்கும். தமிழர்களின் தேசிய உணவு. உண்மை என்ன தெரியுமா? விஜயநகரத்து ஆட்சி தமிழ்நாட்டுக்கு வரும்போதுதான் நமக்கு இட்லியும் உடன் வந்துச்சாம். நல்லதுதானே? "பொசபொச" என்று உப்பிக்கொண்டு,

பஞ்சு, பஞ்சாக, விண்டால் கையோடு வருகிற, நெய்யோ, எண்ணெயோ முழுக்காட்டின இட்லியும், அப்போதான் அரைத்த தேங்காய்ச் சட்னி, ரூபாய் நாணயம் அளவுக்கு மிளகாய்ப் பொடியும் சேர்த்துக்கொண்டால், அது அழகான விடியல். எனக்கு இப்படியான காலைப் பலகாரம் பிடிக்கும். அப்புறம், அதோ வெளியே பாருங்கள். எத்தனை எத்தனைப்பட்டாம் பூச்சிகள், என்ன அற்புத வர்ணக் கலப்பு? எந்த ஓவியன் குழைத்துப் பூசிய வண்ணக் கவிதை அது? எனக்குப் பட்டாம்பூச்சியாக ஆசை. ஆனால், நான் பூச்சியாக மாறுவேன் என்றால், இங்கே இருக்கிற தோட்டத்துச் செடிகளில் மொய்ப்பேன் என்றா நினைக்கிறீர்கள்? இல்லை. மாட்டேன். பட்டாம் பூச்சியாவேன் என்றால், மலைப் பட்டாம்பூச்சியாவேன்.

மலை என்று சொன்னேன் அல்லவா? எனக்கு மலை வெறும் கல்மேடு அல்ல. அது எனக்கு க்ஷேத்ரம். நான் போக, பார்க்க, உலவ, வாழ ஆசைப்படும் ஒரே இடம் அதுதான். நாம் இருவருமே, நாளைக் காலையில் மலைக்குப் போவோம். சிங்க மலைக்கு. நம் முதல் பயணம் அதுவாக இருக்கட்டும். எவ்வளவு சந்தோஷமாக இருக்கும் எனக்கு. என்ன சரியா?

அப்புறம, எனக்கு ஒரு, என்ன சொல்ல, கனவு என்று சொல்லலாமா? சொல்லலாம். பசுக்கள், பால் கொடுப்பவை. கொடாதவை, எங்கள் ஊர், பஸ் நிறுத்தங்களில், நிழல் கூரையின் கீழே படுத்திருக்கும். பார்த்திருக்கிறீர்களே? இல்லையா? அட கஷ்டகாலமே. இத்தனை வயசு வரைக்கும் எதைத்தான் நீங்கள் பார்த்தீர்கள்? பார்க்க வேண்டியவற்றைத் தவிர மற்றது எல்லாவற்றையும் நாம் பார்க்கிறோம். போதும். அந்த மாடுகள், அரைக்கண் மூடி, அசல் சாமியார்களைப்போல, ஏதோ உள் பயணம் போகும் யோகிகள் மாதிரி யோசித்துக்கொண்டிருக்குமே. அந்த யோசனைகள் என்னவாக இருக்கும்? உங்களுக்குத் தெரிந்தால் எனக்குச் சொல்லுங்கள். பால் இருக்கும் வரைக் கறந்துக்கொண்டு மடிச் சுரப்பு மறைந்ததும் விரட்டப்பட்ட நன்றி கெட்டத் தனத்தைப் பற்றி அவை யோசிக்குமா? அவற்றின் கனவுகளில் புல் மட்டும் வருமா? சுத்த நீர் வருமா? போஸ்டர்களையும், பிளாஸ்டிக் பைகளையும் தின்னுப் பசியாற வேண்டிய சோகங்களைச் சிந்திக்குமா? வளர்த்த வீட்டின் பாட்டி, தாத்தா, மருமகள், குழந்தைகள் பற்றியெல்லாம் நினைக்குமா? அந்த வீட்டுப் பெரியவர்கள், முதியவர் தம்மைப்போலவே தங்கள் குடும்பத்தாரை நினைத்துக்கொண்டிருப்பார்களா? எதை யோசிக்கும் இந்த மாடுகள். ஒருநாளாவது மாடுகளாக வேண்டும் நான். அதுகளைப் பற்றிப் புரிந்து கொள்ளலாமே! எனக்கொரு சினேகிதன் இருந்தான். ஐயோ இறந்த காலத்திலா சொன்னேன். இல்லை. இருக்கிறான். எங்கோ, குடும்பம், குழந்தை குட்டிகளுடன் இருப்பான். குழந்தை இல்லாவிட்டால்தான் என்ன? தனி மனிதன் குடும்பம் இல்லையா, என்ன? கீழே, இஸ்திரி போட்டுக்கொண்டு ஜீவனம் செய்கிறவன். நம் சட்டை ஜாக்கெட் புடவைக்கு இஸ்திரி போடுகிறவன் நம் குடும்பம் இல்லையா? என்ன? அவன் பேர், ஜீவா, அவன் என் பல கதவுகளைத் திறந்து வைத்தவன், அவன் கண்கள், என் ஸ்திரீ அவயங்களில் படர்ந்து, என்னைப் பெண்ணாக, மனுக் குலத்தின் மற்றும் ஓர் இணைப்புச் சங்கிலியாக உணரச் செய்தது. எங்கள் ஊர்க்கோயில் —

அம்மன் கோயில் — அவள் பேர் அழகிய வடிவுடை அம்மன். என்ன ஈரமான பெயர்களை வைக்கிறார்கள். நம் மூதாதையர்கள், அவள் வீட்டுக்குப் பின்னால், ஒரு மாந்தோப்பு இருக்கிறது. அந்த மாந்தோப்பில் அந்த அம்மா பிறந்தாளாம். அதனால், அவளுக்கு மாம்பழ அம்மன் என்றும் பேராம். அம்மன், பக்தர்களால் புசிக்கத் தக்கவளாகத்தானே இருக்க வேண்டும். அந்த மாமரத் தோப்புக்குள் இருந்துகொண்டு, ஜீவா, என் விரல்களை நோகாமல் பற்றி, வருடிக் கொடுத்துக்கொண்டு, என்னை நேசிக்கிறதாகச் சொன்னான். என்ன ஆச்சரியம். அப்போது, நீல வண்ணத்தில் ஒரு மீன் கொத்தி — அப்படித்தான் ஞாபகம். சிவுக்கென்று என் காதுப்பக்கத்தில் பறந்துகொண்டு போனது. நான் அவனை ஏற்றுக்கொள்ளவில்லை. ஆனால், அவன் அப்படிச் சொன்னது, எனக்குப் பிடித்திருந்தது. காதல் என்பதுதான் என்ன? நாம் நேசிக்கப்படுகிறோம் என்கிற சந்தோஷம்தானே. எனக்குச் சந்தோஷம்!

"வேணாம். இது வேணாம், ஜீவா. எனக்கு அப்படிப் பழகத் தோணலை. எனக்கு அது வேண்டி இருக்கலை?"

அவனுக்கு நிச்சயம் ஏமாற்றமாகத்தான் இருக்கும். வருத்தமாகத்தான் இருக்கும். பத்திரிகையில் இப்போதெல்லாம் வந்துகொண்டிருக்கிறதே, தருமபுரியில் — எனக்கு அது அதர்மபுரி என்றே தோன்றும் — போராளிகளை ஓடவிட்டு முதுகில் சுட்டு வீழ்த்தித் தம்பிரபாவத்தைக் காட்டிக் கொள்கிறாராமே. ஓர் அதிகாரி — அந்த வஞ்சகம்போல ஜீவாவுக்கும் தோன்றி இருக்கும். நான் அந்த ஆள் இல்லை. அவன் கோழை. நான், என் விருப்பத்தை, நேருக்கு நேராகச் சொன்னேன். என் அதிர்ஷ்டம் ஜீவா என்னைச் சரியாகப் புரிந்துகொண்டான். அவன் என்னை உண்மையாகவே நேசிக்கிறான். ஆகவே, அவன் என்னை மன்னித்தான். எங்கள் நட்பைத் தொடர்ந்தான். அந்த ஜீவாவை, உங்களுக்கு நான் அறிமுகப்படுத்திக் கொள்வதை விடவும், மனித வாழ்க்கையில் பெரிய பேறு வேறு என்னவாக இருக்க முடியும்? அதில் சகஹிருதயர்கள் வாழ்வில் எதிர்ப்படும்போது, எவ்வளவு பெரிய வரம் அது? எனக்குச் சுத்தமான நீர், இலேசான ஜில்லுடன் குடிக்கப் பிடிக்கும். எனக்கு, என் அப்பா கொடுத்த பார்க்கர் பேனா பிடிக்கும். என் பாவாடையின் ஓரம் அழுக்குப் படாமல் வைத்துக்கொள்ளப் பிடிக்கும். உள்ளாடைகள் நிறம் மாறாமல், மஞ்சள் கறை படியாமல் பாதுகாக்கப் பிடிக்கும்? பருத்திச் சேலை, பருத்தி சூரிதார், ஜரிகை இல்லாமல் அணியப் பிடிக்கும். ஆகாய வண்ணம் பிடிக்கும். வெங்காயம் கலந்த சாம்பார், பஜ்ஜி பகோடா பிடிக்கும். வத்தல் — அதிலும் சுண்டை வத்தல் குழம்பு பிடிக்கும். மிதி பாகற்காய் பிடிக்கும். இரவு உறங்கப் போகும் முன்பு, பல் துலக்கவும், இளஞ்சூட்டில் குளிக்கவும் பிடிக்கும். என் கூந்தலுக்கு நெடி வராத மண எண்ணெய்ப் பூசப் பிடிக்கும். ஸ்பிரே— கடுமையாக இல்லாமல் — மிகமென்மையான ரகம் பிடிக்கும். என் வாசனை, உங்களை கடிக்கக்கூடாது. தழுவ வேண்டும். உடம்பின் கலப்பு, எனக்குப் பிடிக்கும். அதில் ஒரு விதிர்விதிப்பு இருக்கிறது. குறுகுறுப்பு இருக்கிறது. உடம்பை உடம்பால்தானே வெல்ல முடியும்? வெல்ல வேண்டாம். கடப்போம். கடந்து செல்வோம்...

உறவும் மலை ஏற்றமும் ஒன்றுபோல இருக்கிறது. முதலில் பிரமிப்பு, ஐயம், அச்சம், அடி அடியாக வைத்து உயர்வதில் கிளர்ச்சி, உச்சியில் கால் வைத்து உலகத்தைப் பார்க்கையில் தோன்றும் "ஹோ" என்னும் அகண்டாகாரம்; பிரபஞ்சத்தில் நான் ஓர் அலகு. கடலில் நான் ஒரு கைப்பிடி.

அவன், ஒரு மாதம் மாமனார் வீட்டில் தங்குவதாக இருந்தவன், ஏழாம் நாளில் புறப்பட்டான்.

ஏன்? என்ன? என்று பதறினார் அப்பா.

என்ன நடக்கிறது என்று புரியாமல் விழித்தாள் அமிர்தா.

புறப்படும்போது அவன் சொன்னான்.

"தப்பு நடந்து போச்சு, அமிர்தா. நான் உனக்குத் தகுதியானவன் இல்லை!"

ஏன் என்று அவன் சொல்லவில்லை.

விளாம்பழ ஓடு மாதிரி வெளுத்திருந்தது அந்தக் காலை. இத்தனை வைகறையில், அமிர்தா வருவாள் என்று எதிர்பார்க்கவில்லை ரேணு. தபாலும் போடாமல், தகவலும் கொடுக்காமல், அமிர்தா வந்து கதவைத் தட்டிக்கொண்டு உள்ளே நுழைந்தாள். மலை அடிவாரத்தில், குளிரவே செய்தது. ஸ்டவ்வை ஏற்றிக் காப்பிப் போட்டுக் கொடுத்தாள். "என்ன சங்கதி" என்ற தோழிக்கு அமிர்தா சொன்னாள்.

"ஒரு சங்கதியும் இல்லை. ஒரு காரணமும் இல்லை. காரணம் இல்லாமல், காரியம் இருக்கக்கூடாதா? மனம் உத்தரவிட்டது. வந்தேன். ரொம்ப நாளாக நரசிங்கமலையின் உச்சியைக் காண வேணும் என்கிற ஆசை அரித்துக்கொண்டே இருந்தது."

மலையில் ஒன்றும் இல்லை. மரம், செடி கொடிகள், புழு, பூச்சிகள், பாம்புகள், சமயங்களில் சிறுத்தைகள், கழுதைப் புலிகள்கூட உலாவுவதாகக் கேள்வி என்று பயம் காட்டினாள் ரேணு.

"மலையில் மலை இருக்கு. அதுபோதும்" என்றாள் அமிர்தா. ஊர்வன, பறப்பன, விலங்குகள் எல்லாம் இருக்கத்தான் இருக்கும். உலகம், என்ன மனிதர்க்கு மட்டும் தானா சொந்தம். சொல்லப் போனால், முதல் உயிர் தொடங்கி, மக்கள், நரகர், தேவர் எல்லோர்க்கும் உலகம் சொந்தம்.

உப்புமா என்கிற நூதன பலகாரம் பண்ணினாள் ரேணு. மலை உச்சியில், ரேணு வேலை செய்யும் நிறுவனத்தின் விருந்து மாளிகை இருக்கிறது. அதன் காவலாளிக்குக் கடிதம் கொடுத்தாள். வாங்கிக்கொண்டு புறப்பட்டாள் அமிர்தா. படிகள் இருந்தன. பல இடங்களில் மண்பாதை இருந்தது. திடும் திடும் என்று மலை அருவிகள் பெரும் சத்தத்துடன் வீழ்ந்தன. நீர்வீழ்ச்சி எனலாமா? கூடாது. நீருக்கு ஏது வீழ்ச்சி?

அடி மேல் அடி வைத்து உச்சியை நோக்கி முன் ஏறினாள் அவள். அதிகம் நடமாட்டமற்ற பூமி என்பது, தாவரங்களின் சுயேச்சையான வளர்ச்சியில் தெரிந்தது. மனிதப்புழக்கம்கூடக் கூடத் தாவரங்கள், வியாபகத்தைச் சுருக்கிக் கொள்கின்றன போலும். வித்தியாசமான வாசனைகள், அவள் நாசிக்கு எட்டின. கரும்புகை தொட்டு கடுகு தாளிப்பு வரையான பௌதிக

வாசனைகளை மட்டுமே பழகிய அவளுக்கு இந்த மணம், வித்தியாசமாக இருந்து புத்துணர்ச்சியைத் தந்தது. அறிமுகம் இல்லாத பறவைகள், காற்றோடும், தம்மோடும் ரகசியம் அற்றுப் பேசிக் கொள்வதைக் கேட்டாள். ஏதோ ஒரு சுற்றுப்பாதையில், மேல் ஏறும் ஜீப்பின் உறுமல் சத்தம், காதை அறுத்தது. சில குறிப்பிட்ட வகைச் பூச்செடிகளையே பார்த்துப் பரிச்சயம்கொண்ட அவள் கண்களுக்கு, பாதையின் இருபுறமும் பூத்துச் சொரிந்த பூச்செடிகள் அதிசயம் காட்டின. நின்று நிதானமாக, எல்லாவற்றையும் பார்த்து உள் வாங்கிக்கொண்டே மேல் வந்து சேர்ந்தாள். பக்கவாட்டில், சமதளத்தில் பயிர் செய்திருந்தார்கள். கற்பாறைகளின் ஊடே, வளர்ந்து செழித்த பச்சைப் பயிர்கள், விவசாயியின் வியர்வையின் அளவைச் சொல்வதாக இருந்தது.

திடுமென அவள் முன், ஒரு பெரும் சமவெளி நீண்டது. வானத்துக்கு மிக அருகாக வந்து விட்டாற்போலத் தோன்றியது. ஒரு பாறையின் மேல் ஏறி நின்று, வானத்தைத் தொட்டு விடுகிறாற்போலக் கையை உயர்த்தினாள். தொட்டாள்.

வானம், மனசில் உள்ள மேகத்தால் ஆன தரை. வேறு என்ன? அவள் உடம்பு சிதறியது. பருண்மை, துணுக்குகளாக மாறியது. சிதறியது. அவள் அணுவானாள். காற்றில் பூந்துகள் எனக் கலந்தாள். அவளே ஆகாசமானாள்.

காவலாளி எனத் தென்பட்டவர், முதலில் அவள் பாதத்தைத்தான் பார்த்தார்.

பாதங்கள் இருந்தன. ஆகவே, மோகினிப் பிசாசு இல்லை. கொத்துச் சாவியை எடுத்து, அறைக் கதவைத் திறந்தார். எல்லா ஜன்னல்களும் அடைந்திருந்தன என்றாலும், குளிர் நடுங்கியது. அமிர்தா புடவைத் தலைப்பால் போர்த்திக்கொண்டாள்.

"ஹீட்டர் போட்டுக்குங்கோம்மா. இங்க என்ன இருக்குன்னு, இவ்வளவு தூரம் தனியா வந்தீங்களோ? காபிகொண்டாறேன். மணி, இப்பவே நாலாயிடுச்சு. சீக்கிரம் இருட்டிடும். ஏழு மணிக்கு டிபன்கொண்டாறேன். என்ன டிபன்? பெரிசா ஒன்றுமில்லை. பூரி அல்லது சப்பாத்தி. இட்லி, தோசையும் போடலாம். புளிக்காத மாவுதான். என்ன பண்ண?"

"யார் சமையல் உங்க விட்டுலயா?"

"நான்தாம்மா... நல்லா சமைப்பேன்."

"இட்லியோ, பூரியோ, இருந்தா சரி"

தண்ணீர் பிடித்து வைத்து விட்டு அவர் அகன்றார்.

ஜன்னல் ஓரம் அமர்ந்தாள், அமிர்தா. கண்ணாடிக் கதவைச் சற்றே திறந்தாள். குபுக்கென்று சீறிக்கொண்டு வந்தது குளிர்காற்று. வாடை வடக்கிலிருந்து வந்தால்தானே வாடை? இது எங்கிருந்து வருகிறதோ? பழந்தமிழர்கள், இந்த நிலத்தைக் குறிஞ்சி என்பார்கள். நிலத்துக்குப் பெயர்கூடப் பூக்களின் பெயர்களாக வைத்த தன் மூதாதையர்களை ஒரு கணம் நினைத்துப் பரவசம் அடைந்தாள். குறிஞ்சி நிலம், காதலுக்கான இடம். காதல் கூடும் இடம். மனிதர்கள் தங்களை ஆண் என்றும் பெண் என்றும் அடையாளம் காணும் நிலம்.

காப்பியுடன் வந்தார், காவல்காரர்.

“சீக்கிரம் சாப்பிடுங்கம்மா. ஆறிடும். குளிர் இல்லையா?”

“உக்காருங்களேன்”

அவர் நின்றார். பெயர் தேவராஜ் நாயுடு என்றார், அவள் கேட்டதுக்கு.

“தனியாகவா இருக்கீங்க?”

“ஆமாம்” என்றார். காப்பி, காப்பி மாதிரி இருந்தது. அவள் பையைத் திறந்து, இருபது ரூபாய் நோட்டு ஒன்றை எடுத்துக் கொடுத்தாள். ரொம்பவும் குனிந்து அவர் அதை வாங்கிக்கொண்டார். முகம், நன்றியில் நனைந்திருந்தது. அவள் போன்ற ஓர் இளம் பெண், இந்த அத்துவான வெளிக்கு எதைத் தேடி வந்திருக்க முடியும் என்பது அவர் கேள்வியாக இருந்தது. என்னமோ, எனக்கு இது வேண்டியிருந்தது என்று அவள் பதில் சொன்னாள். எதையானும் பார்க்க, அடைய, தேட, புரிய வேண்டியிருக்கிறது மனுஷர்களுக்கு. இல்லையா? அது உள்ளது என்று அவர் ஒப்புக்கொண்டார். அவர் குடும்பம் பற்றி அவள் கேட்டாள். அவர் தங்கு தடையின்றிச் சொன்னார். உறவுக்காரப் பெண்ணே அவர் மனைவியாக அமைந்தாள். அப்போது அவர், அரசு விடுதி ஒன்றில் வாட்ச்மேன் வேலை பார்த்து வந்தார். ஒரு குழந்தை அவர்களுக்கு. அப்போதெல்லாம் வழக்கில் இருந்த அம்மை நோயில் குழந்தை குளிர்ந்து போய் விட்டது. அப்புறம், அவர் மனைவிக்கு, வேறு ஒருவருடன் சினேகம் ஏற்பட்டு விட்டது. யாரையும் குற்றம் சொல்லத் தயார் இல்லை அவர். மனிதப் பழக்க வழக்கத்தில் எதுவும் தப்பு, பிழை, குற்றம் என்று எதுவும் இல்லை. அதோ, இதெல்லாம் காலம் காலமாக நடக்கிறதுதானே? எதுதான் புதுசு, அம்மா? உலகில் எதுவும் புதுசு இல்லை. சட்டை வேறு. உடம்பு ஒன்றுதான். அவள் சந்தோஷம் அவனிடம்தான் என்றால் யார் என்ன சொல்ல இருக்கிறது? காற்றைக் கட்டிப் போடுகிற கதைதான். அப்புறம் இவர், இங்கு வந்துவிட்டார். ஆச்சு, ஊருக்குப் போகவே இல்லை. எப்படியும் கட்டை மண்ணில் சாயும்போது, அவர் அங்குதான் அடக்கம் ஆவார் என்ன? அப்படியும் அவர்கள் சந்தோஷமாக இருந்தார்களா, என்றால் இல்லை. அந்தப் பாவி, அவளை விட்டு ஓடிப் போனான். இரண்டு குழந்தைகளுடன் கஷ்ட ஜீவனம். மாதா மாதம், சம்பளம் வாங்கிக் கொஞ்சம் அவளுக்கு அனுப்புகிறார் நாயுடு.

“எனக்கும் அவளும், அவளுக்கு நானும்தானேம்மா.?”

வெளியே இருட்டிக்கொண்டு வந்தது. இருட்டு, கதவைத் தட்டுமா? தட்டும்.

நாயுடு சென்றதும், வெந்நீரில் குளித்தாள். நடந்த அலுப்பு தரையில் தண்ணீராய் வழிந்தது. மனசை அடைத்துக்கொண்டிருந்த இருட்டு, பழஞ் சாமான்கள், பழைய கூடைகள், பழைய ஜாதிக்காய்ப் பெட்டிகள், பழைய நடைவண்டி, மரப்பாச்சி, அவன் நினைவு, அவன் போகும்போது, உனக்கு நான் தகுதியானவன் இல்லை என்று சொன்ன சொல், எல்லாம் காலடியில் வழிந்து போவதை அவள் பார்த்தாள். ஆகாய வண்ணத்து நைட்டியை எடுத்து அணிந்துக்கொண்டாள். கதவைத் திறந்துகொண்டு வெளியே வந்தாள். வாசல் விளக்கேற்றி, இருட்டு கனத்து முற்றுகை இடப்பட்டாற்போல அவளைச் சுற்றிக்கொண்டிருந்தது. அருபங்களிலிருந்து வந்தன சப்தங்கள். இருட்டின

வாசனையை அவளால் முகர முடிந்தது. வாசனை இல்லாத வாசனை அது.

உணவுடன் திரும்பினார், நாயுடு.

“என்னம்மா, இந்த குளிரில் வெளியில் நிக்கறீங்க. சளி பிடிச்சுக்கப் போகுது. உள்ளே போங்க. சாப்பிட்டுடுங்க. தூங்குங்க... ஞாபகமா, கதவைப் போட்டுக்குங்க. ஏதேனும் வேணும்னா ஒரு குரல் கொடுங்க.”

பசித்தது. உப்பிய பூரிகளைப் பிட்டு உண்டாள்.

வெளியே வந்தாள்.

வானத்தில் வெளிச்ச வட்டமாக நிலா.

வெறித்தனமாக ஒளியைப் பொழிந்துகொண்டிருந்தது அந்த நிலா.

அவன் இருக்கும்போது ஒருநாள் இப்படித்தான் பைத்தியம் பிடித்தபடி காய்ந்துகொண்டிருந்தது அது. அவர்களுக்குக் கல்யாணம் ஆன சில நாட்களுக்குள் நடந்தது. அப்போது அவர்கள், மொட்டை மாடியில், ஜமக்காளம் விரித்துக் கட்டைச் சுவரில் சாய்ந்துகொண்டு அமர்ந்திருந்தார்கள்.

அவள் பாதி மூடிய விழிகள், கனவில் மிதக்க, “எனக்கு வெளிச்ச விழுதுகளைப் பிடித்துக்கொண்டு மேலே ஏற ஆசை. வானத்துக்கு, உயரத்துக்கு, நிலாவுக்கு. மேலே, மேலே இன்னும் மேலே, எல்லாவற்றக்கும் மேலே” என்றாள்.

வறுத்த வேர்க்கடலையைத் தின்றபடி அவன் சொன்னான். சொல்லும்போது சிரித்தான். சிரிப்பு, சற்று இகழ்ச்சிக் குறிப்பு தோன்ற இருந்தது.

நிலா, ஆலமரமா, விழுது விட? அதைப் பிடிச்சுக்கிட்டு மேல ஏறுவாயா? சே, என்ன சொத்தைக் கடலை. தரித்திரம், இந்தச் சொத்தைக் கடலை, வாயையே கெடுத்துடுச்சு.”

அவன் பேச்சு அமிர்தாவின் காதுகளில் விழவே இல்லை. அவன் கனவின் ரப்பர் பாதையை மிதித்தபடி நடந்துகொண்டிருந்தாள்.

“எனக்கு அந்த நரசிங்க மலைக்குப் போகணும்”

அவன் பேசாமல் இருந்தான்.

“அங்கே போய் இரண்டு இரவுகளாவது தங்கணும்”

“அதைவிட ஊட்டிக்குப் போகலாமே, சாப்பாடு, தங்கும் இடம் சௌகர்யமாக இருக்கும். இப்போதெல்லாம், சிங்கமலை மாதிரி இடங்களில் பெண்கள் போவது பாதுகாப்பானதில்லை”

மனிதர்கள் எப்போதும் மோசமாக இருப்பதில்லை. ஆனால், அவன் தன் கருத்தில் பிடிவாதமாக இருந்தான். இதை அந்தப் பையனிடம் சொல்லியிருக்கலாம். மாஞ்சோலையில் வைத்துத் தன்னை நேசிப்பதாகச் சொன்னவனிடம். ஆனால், அவள் அவனை நிராகரித்து விட்டாள். அவள் படிக்கிற காலத்தில் புட்பால் வனிதாவிடம் சொல்லியிருக்கலாம். பள்ளியிலும், கல்லூரியிலும், புட்பால் சேம்பியன் என்று பெயர் வாங்கின வீராங்கனை அவள். “கட்டாயம் போகலாம்டி” என்று அழைத்து வந்து இருப்பாள். அப்போது தோணாமல் போச்சு. அப்பாவிடம் சொன்னாள் ஒருமுறை.

“சிங்கமலை... அங்க என்ன இருக்கு? சரியான ஹோட்டல் இல்லை. பாதுகாப்பு இல்லை. மிருகம் வந்தா, கேட்பார் இல்லை, அதோடு, அது டூரிஸ்ட் ஸ்பாட்டும்கூட இல்லையேம்மா” என்றார் அப்பா.

மனிதர் ஓரிடம் போக, ஏற்கெனவே மனிதர்கள் அங்கு போயிருக்க வேண்டும். யாரும், புதிய ஒற்றையடித் தடத்தையும் ஏற்படுத்தத் தயாராக இல்லை. எல்லாரும் இட்லி, நாமும் இட்லி, எல்லோரும் டாக்டர், நாமும் டாக்டர். எல்லோரும் அமெரிக்கா, நாமும் அமெரிக்கா, எல்லோரும் சதுரம் சதுரமாக வீடு கட்டுகிறார்கள். நாமும் அப்பாவிடம் வந்து பேசிய ரஷ்ய ஆராய்ச்சி மாணவி கேட்டது, சுவாரஸ்யமாக இருந்தது.

“எல்லோரும் வேறு வேறு தொழில்களை, வேறு வேறு ரசனைகள், வாழ்க்கை முறைகொண்டவர்களாக இருக்கிறார்கள். அவரவர் ரசனைக்கும் தேவைக்கும் ஏற்ப, ஏன் வீடு கட்ட மாட்டேன் என்கிறீர்கள்? சதுரம் சதுரமாக அறை வைத்துக்கொண்டு கட்டிக் கொள்கிறீர்கள். ஏன், உங்கள் வசிப்பிடம், உங்களைப் பிரதிபலிக்கிற வித்தியாசம்கொண்டதாக இல்லை. ஏன் “கார்பன் காப்பியாகவே” வாழ்ந்து சாகிறீர்கள். ஏன், பழகின தடத்தை விட்டு வெளியே வர மறுக்கிறீர்கள்?”

அப்பா சொன்னார்.

“பயம். பழகிய பேய் என்ன செய்யும் என்பது தெரியும். மரபும், பழைமையும் தருகிற பாதுகாப்பு, விட்டு வெளியேற, பறந்து திரிய நெஞ்சுரம் வேணும். வாழ்க்கையைக் கடைசிச் சொட்டுவரை குடிக்க வேண்டும் என்கிற தாகம் இருக்கிறவர்கள் — அந்த மகான்கள்— அவர்களுக்கு அது சரி. நாங்கள் உழவு மாடுகள், எங்கள் கனவு பல்லும், நிழலும், சிறகுகள், மாடுகளுக்கில்லை”

அப்பா சரியாகத்தான் சொன்னார். தேவை சிறகுகள்.

இற்றைத் திங்களிலும் அதே நிலவு. அதே, வெறித்தனமாகக் காய்ந்து கொண்டிருந்தது. ஒளி பொழிதல் என்ற இலக்கு மட்டுமேகொண்ட வாழ்க்கை அதனுடையது. அதில் முழுமை காணும் முயற்சி.

பூர்ணத்துவம் என்பது இதுதான் போலும்.

“வாயேன்!”

தலையை உலுக்கிக்கொண்டாள் அமிர்தா. யார் அழைத்தது. நீயா? ஆம் என்றது மௌனமாக அந்த நிலா. கதவைச் சாத்திக்கொண்டு, அவற்றின் முன் இருந்த வெளியைக் கடந்து, பாறையின் விளிம்புவரை நடந்தாள் அவள். மரங்கள் நரநரத்தன. தலைவிரித்து ஆடியது, ஒரு வளர்ந்த மரம். எருமை படுத்திருப்பது போன்று இருந்த கரிய பாறையின் மேல் ஏறி நின்றாள். கீழே கிடுகிடு என்று கீழ் நோக்கிப் பாயும் பெரும் பள்ளம்.

அவள் கையை உயர்த்தி வானத்தைத் தொட்டாள்.

தொட முடிந்தது. ஈரத்துணியைத் தொட்டாற்போலக் கை சில்லிட்டது. சாம்பிராணிப் புகைபோல, வானம் அவளைச் சூழ்ந்தது.

“வா அமிர்தா” என்று அவள் காதருகில், மனசருகில், ஆத்மாவின் உள்ளிருந்து அழைத்தது அந்தப் பழைய குரல்.

“நீதானா? முதலில் அழைத்தாயே அந்தக் குரல்தானா?”

"ஆமாம்"

"என்னால, முடியுமா? யாராவது உன்னிடம் இதற்கு முந்தி வந்திருக்கிறார்களா?"

"பலரும் முயன்றார்கள். சிலர் வென்றார்கள். வெற்றி, லட்சியப்பூர்த்தி மட்டும் அல்லவே. லட்சியம்தான் ஜெயம். அதை நோக்கி ஒற்றைக் காலடி எடுத்து வைத்தால்கூட, அதுவும் ஜெயம்தான். பற. முதலில் உன் சிறகை விரி"

திடுமென அவளுக்கு அழுகை வந்தது. அழுகை ஓயும் மட்டும் அவள் அழுது முடித்தாள். காற்று, அவள் இரவாடையைப் பேயின் கைகளைப்போலக் கலைத்தது. இரும்பால் ஆனதுபோல இருந்த அந்த உடை கனத்தது. அவள், தன் உடையைக் கழற்றி எறிந்தாள். உடம்பு, உடம்பும் அவளும் மட்டுமே அந்தக் குன்றின் உச்சியில் நின்றார்கள்.

அவள் பறந்தாள். தன் கைகளை விரித்தாள். உயரப் பறப்பதாக அவள் நினைத்தாள்.

அவள் கால்களுக்குக் கீழ் இருந்த இருண்ட பள்ளம் அவளை விழுங்கத் தொடங்கியது.

2002

கோடரியும் கொழுந்தும்

ஆதன் குடிசையை விட்டு வெளியே வந்து, வானத்தைப் பார்த்து நின்றான். வானம், கருத்துப் போய்க் கிடந்தது. தனக்குத்தானே தலையை அசைத்துக்கொண்டான். கொக்குகளின் கூட்டம்போல, வெள்ளை மேகம் ஒன்று கிழக்கிலிருந்து மேற்கு நோக்கி ஊர்ந்துகொண்டிருந்தது.

வானத்தை நோக்கி அவன் சொன்னான்.

"என்ன நீ இப்படி அழிச்சாட்டியம் பண்ணிக் கொண்டிருக்கிறாய். வர்றேன் வர்றேன் என்று சொல்லிக்கொண்டே இருக்கிறாயே தவிர, வர்ற பாடாய் இல்லை. என்னதான் உன் நினைப்பு? இது கொஞ்சம்கூட நன்றாய் இல்லையே. அவரவர், அவரவருடைய யோக்யதைக்கேற்றபடி நடக்கக் கற்றுக்கொள்ள வேண்டாமா?" என்றான்.

அவனுக்கு எதிரே, ஒரு எருக்கஞ்செடி, கப்பும் கிளையுமாய் — பூவும் பிஞ்சுமாய் முளைத்து இருந்தது. அதன் பின்னால், முதலில் ஓர் ஒளி படர்ந்தது. பின்பு, சாம்பிராணிப் புகை போன்று ஆவி கிளர்ந்தது. அதிலிருந்து கடவுள் தோன்றி அவன் முன் நின்றார்.

"என்ன ஆதன்... அழைத்தாயே? விடிந்ததும் விடியாத போதில், எத்தனை அழைப்பு. எத்தனைக் கோரிக்கைகள். எத்தனை வேண்டுதல்கள். யாருக்கென்று நான் போவது சொல். எதுக்காக என்னை அழைத்தாய்?"

"என்ன பண்ண? ஆண்டவரே, மனுகுமாரர்களுக்கு உம்மை விட்டால் வேறு கதி ஏது? பிள்ளைகளின் பாடுகளை, நீர் சுமப்பேன் என்றீரே?"

"அதுக்கென்ன சொல், எதுக்காக என்னை அழைத்தாய்?"

"அட தெரியாதது மாதிரி கேட்கிறீரே. உமக்கு என் தேவை தெரியாதா, ஆண்டவரே?"

“கோடி தேவைகள், கோடி வேண்டுதல்கள், குழப்பமாக இருக்கிறது. உன் தேவை என்னவென்று நீயே சொல்லேன்”

“ஆண்டவரே, மனுஷனாக என்னைப் பிறப்பெடுக்கச் செய்து, என் கையில் விறகு வெட்டும் கோடரியைக் கொடுத்து, இதைக்கொண்டு பிழைத்துக்கொள்ளச் சொன்னீர். அதோ, தெரியும் காடு, சற்றுத் திரும்பிப் பாரும்”

கடவுள் பார்த்தார்.

“என் கோடரியை எடுத்துக்கொண்டு காட்டுக்குள் புகுந்தேன். ஒரு நாளல்ல... பத்து நாட்கள் அல்ல... பல நாட்கள், சாமி! நான் ஒவ்வொரு முறை காட்டை அடையும் நேரங்களிலும் காடு பின்னோக்கி நகர்கிறது. நான் முன்னே போகும்போதெல்லாம், அது பின்னோக்கிப் போகிறது, ஐயனே. நான் கால் கடுக்கும் வரைக்கும், கோடரி ஏந்திய தோள் கடுக்கும் வரையிலும் இனியும் நடக்க முடியாது என்று ஓய்ந்து உட்காரும் வரையும், நடந்தேன். ஆனால், காட்டை என்னால் அடையவே முடியவில்லை. மண்ணுலகத்தின் விளிம்பு வரைக்கும் நான் நடக்கவும் தயார்தான். அந்தக் காடும் பின்னகர்ந்துகொண்டே இருக்கிறதே, நான் என்ன செய்ய? நான் எப்போது ஒரு மரத்தைத் தேர்வது? எப்போது வெட்டி, விறகாக்கி ஊருக்குள்கொண்டு விற்பது? எப்போது என் பசியாறுவது? என் குழந்தைகள், என் மனுஷி எல்லோரும் பசியும் பட்டினியாலும் நொந்து போனார்களே, ஐயோ, விவரித்துச் சொல்ல வார்த்தைகள் இல்லையே. கடவுளே நான் என்ன பண்ணட்டும்.? எனக்கு ஒரு பெரிய மரத்தை, பின் நகராத மரத்தைக் காட்டும். இல்லையாயின், அதோ, குடிசைச் சுவரில் சாய்த்து வைத்திருக்கும் கோடரியால், என்னை நானே வெட்டிக்கொண்டு செத்துப் போவேன்”

கடவுள் சிரித்தார்.

“மனுகுமாரனே, செத்துப் போவது ரொம்ப சுலபம். செத்துப் போகலாம் என்று நினைக்கிறபோதே, அந்த ஆதிச் சர்ப்பம் உன்னண்டையிலே வந்து புகுந்து விடுகிறது. ஜீவிப்பதுதான் சவால்களும் சந்தோஷங்களும் உள்ள காரியம். நீ சாக வேண்டாம், நீ எந்தத் திசையிலுள்ள காட்டுக்குச் சென்றாய்?”

“தேவரீரே, நான் மேற்குப் புறமுள்ள காட்டுக்குச் சென்றேன்.”

“வடக்குப் புறமுள்ள காட்டுக்குப் போவாய். அங்கே, காட்டின் விருட்சங்களுக்கு அரசியாய், நட்சத்திரங்களால் சூழப்பட்ட நிலவு மாதிரி விருட்சங்களால் சூழப்பட்ட ஒரு பெரிய மரம் இருக்கிறதைக் காண்பாய். அது உன்னைப் பார்த்து நகராது. பின்வாங்காது. அதை நீ வெட்டிக்கொள்ளலாம். கோடரியை நன்கு தீட்டிக் கொள்?”

“நல்லது, நான் ஏற்கனவே கோடரியை வெள்ளையாகவும், மின்னைல்ப்போலக் கூர்மையாகவும் தீட்டியிருக்கிறேன்.”

ஆதன், மேற்கைத் தவிர்த்து வடக்குப் புறமுள்ள காட்டுக்கு நடந்தான். அவன்கூடவே மேலே ஒரு பறவை பறந்து வந்தது. அவன் அத்துடன் பேச்சுக் கொடுக்காமல், கோடரியைச் சுமந்துகொண்டு காட்டின் மையப்பகுதியில் உள்ள அந்தப் பெரிய மர அரசியை அணுகினான்.

அப்போ அந்த மர அரசி பாடிக்கொண்டிருந்ததை ஆதன் கேட்டான். சற்று நின்று அந்தப் பாட்டை முழுதும் கேட்டுவிட்டு அதன் அண்டைக்குப் போகலாம் என்று அவன் முடிவு பண்ணினான். தவிரவும், அந்தப் பாட்டு அவனுக்குச் சற்று சங்கடம் கொடுப்பதாகவும் இருந்தது. பாடும்போது எதையும் வெட்டுவது நல்ல விஷயமாக இருக்காது என்று அவனுக்குத் தோன்றியது. கோடரியை ஒரு மரத்தில் சாய்த்து வைத்து, சற்று மறைவாக அமர்ந்துகொண்டு மர அரசி பாடும் பாட்டைக் காது கொடுத்துக் கேட்டான்.

மர அரசி பின்வருமாறு பாடியது.

"என்ன ஆனந்தமே
இப் பூமி மேலே
ஒரு விருட்சமா இருப்பது
என்ன ஆனந்தமே...
என் ஆணி வேர்கள், ஆழச் சென்று
சுத்த ஜலம் பருகிடுதே...
என் தலை வானத்தைச் சுத்தம் செய்து
கடவுள் அமர ஆசனம் இடுகிறதே
என் பறவை, குரங்கு, பாம்புக் காதலர்
என்னுடன் உறைந்து மகிழக்கூடுதே
இங்கும் அங்கும் என் தலை ஜடை ஆடுதே
என் காதணிக் கனிகள் குலுங்கிடுதே
வாருங்கள், வந்து என் மடியில் படுத்து
வாரி உண்ணுங்கள் ஜீவியத்தின் ரசத்தையே
என்ன ஆனந்தமே..."

மர அரசி என்ன ஆனந்தமே என்ற வரியை மூன்று முறை மேல் ஸ்தாயி மற்றும் கீழ் ஸ்தாயியில் பாடி முடித்தது. பறவைகள் மேலே வானத்தில் எழும்பி கைதட்டி, வால் ஆட்டிக் கர, வாய்கோஷம் செய்தன.

ஆதன், தன் தோளில் கோடரியோடு அந்த மர அரசியின் முன் போய் நின்றான்.

"வாரும், வாரும் கோடரிக்காரரே... என்ன விசேஷம்?" என்றது மர அரசி.

"ஒன்றும் இல்லை. உன்னை வெட்டும் படியான வேலையாக வந்தேன்."

சற்று நேரம், இலைகள் அசையவில்லை. பிறகு, மர அரசி சொன்னது.

"என்ன பேதைமை, என்னை எதற்காக வெட்டும் படியாக வந்தீர். என்னை வெட்டினால், நான் இறந்து போய் விடக் கூடும் அல்லவா?"

"இல்லையெனில், நான் இறந்து போய்விடக் கூடுமே!"

"அதுவும் சங்கடம்தான். என்னை வெட்டித்தான் நீர் வாழக்கூடுமா. உமக்கு வேறு ஜீவனோபாயமே கிடைக்கல்லையா?"

"என்ன பண்ண? கடவுள் என்னைச் சிருஷ்டித்து, இந்தக் கோடரியைக் கொடுத்து, மரம் வெட்டி ஜீவனம் பண்ணுவாய் என்று விட்டுவிட்டார். நான் என்ன பண்ணட்டும். நீயே சொல்லு?"

“நீர் கடவுளிடம் வேறு உபாயம் கேட்டுப் பார்க்கிறதுதானே?”

“வாழ்வின் பாதிதூரம் வந்துவிட்டேன். நானும் கோடரியும் உயிர் உடலாகப் பழகிவிட்டோம். எனக்கு வேறு ஒரு தொழிலும் தெரியாது. என் குழந்தைகள், என் மனைவி எல்லோரும் பட்டினியால் வாடுகிறார்கள். உன்னை வெட்டி, விற்றுத்தான், நான் தானியங்கள் வாங்கிக்கொண்டு செல்ல வேண்டும்”

இந்தச் சமயம், ஆதனின்கூடவே பறந்து வந்த பறவையானது, தன் கூட்டத்தாருடன் ஆகாயமெங்கும் பறந்து கிறீச்சிட்டு, அழும் குரலில் அவனிடம் சொல்லியது.

“பாரும்... கோடரியாரே... நாங்கள் லட்சம் பேர். பல கோடி எறும்புகள், மற்றும் குரங்குகள், பாம்புகள் என்று கடவுளால் படைக்கப்பட்ட பல ஜாதி ஜந்துக்கள் இந்த மரத்தையே ஆதாரமாகக்கொண்டு ஜீவிக்கிறோம். நாங்க குஞ்சு குலுவான்களோடு எங்கு போக? எங்கள் லட்சம் கோடிப் பேர் அழிவிலா உமது வாழ்க்கை துளிர்க்கப் போகிறது? இது தர்மத்துக்கு அடுக்காதே!”

மரம் சொல்லியது.

“நான் வித்தாய் இந்த பூமியில் விழும்போது, கண்ணுக்கெட்டிய தூரம், நாங்கள் எங்கள் ஜாதியர்தான் இருந்தோம். என் வயது என்ன தெரியுமா? தொள்ளாயிரத்து முப்பத்து ஒன்று. அதாவது கடவுள் படைத்த முதல் மனுஷனை விடவும் ஒரு வயசு ஜாஸ்தி. அது மட்டுமா? நீரும்கூட எங்கள் வாரிசுதான். தேவன், முதல் புல் பூண்டு விருட்சம் என்று ஒரு நாளில் எங்களைத்தான் படைத்தார். அப்புறம்தான் ஊர்வன, பறப்பன, அப்புறம்தான் வீட்டு மிருகங்களும், காட்டு மிருகங்களும். அப்புறம்தான் உங்கள் ஜாதியின் முதல் மனிதரான ஆதாமும் ஏவாளும். இந்த மண்ணின் முதல் வாரிசாகிய எங்களை, எங்கள் வாரிசான நீங்களே, வெட்டுவது என்று கிளம்பினீர் என்றால், இது தர்மம் தானா? எம் பீஜங்களின் பின்ன பீஜம் அல்லவோ, நீங்கள் எங்கள் அணுவின் பிளவுண்ட அணுவின் சதறிட்ட கோனின், மரபில் வந்தவர்கள் அல்லவா நீங்கள்? பிள்ளைகள் தாயை வெட்டுவது என்ன தர்மத்தில் சேர்த்தி?”

ஆதனுக்கும் கொஞ்சம் தர்மங்கள் தெரிந்து இருந்தது. தர்மம் என்கிற ஊசியின் நூலாக அவன் உள் நுழைந்தான்.

“தவளைக்கும் தர்மம் உண்டு. அதை வாயில் கவ்வும் பாம்புக்கும் தர்மம் உண்டு. புலிகளுக்கும் அவை உண்ணும் மானுக்கும் தர்மம் உண்டுதான். தர்மங்கள், தர்மங்களை உண்டு செரிக்கின்றன, மர அரசியே”

“அன்றைக்கு ஒரு நாள் கடவுள், பிணம் எரிக்கும் வெட்டியானிடம் சொல்லிக்கொண்டிருந்ததை நான் கேட்டேன். உனக்கும் அவனைத் தெரிந்திருக்கும். அரிச்சந்திரன் என்பது அவன் பேர். பசுவுக்கும் புல்லே உணவு என்பதை அறியாத அவன், காலத்துக்கும் சந்தர்ப்பத்துக்கும் ஒவ்வாமல், விளாம்பழங்களை அவற்றுக்கு முன் உருட்டி விட்டான். அவனிடம் கடவுள் என்ன சொன்னார் தெரியுமா? மனுஷர்களையும், மனுஷிகளையும் படைத்த நான், நீங்கள் பல்கிப் பெருகி இந்த பூமியையும், அதன் மேலும் கீழும் உள்ள

அனைத்து புல் பூண்டு விருட்ச, பறவை மற்றும் ஜந்துக்களை ஆளுமை செய்து கொள்ளுங்கள் என்று அறிவித்துக்கொண்டதைச் சொல்லிக்கொண்டிருந்தார்."

"ஆண்டு கொள்ளுங்கள் என்று சொன்னாரே அன்றி, அடியோடு வெட்டி எரியுங்கள் என்றா சொன்னார்? ஆதனே! ஈடன் தோட்டத்து உண்மை அறியும் கனிகளை உன் பாட்டி ஏவாளுக்குக் கொடுத்த விருட்சத்தின் பேத்தியே நான், கடவுள் அங்ஙனம் சொல்லும்போது, அருகில் இருந்த ஒரு சாட்சி, என் பாட்டிதான். அவள் எனக்குச் சொல்லி இருக்கிறாள்"

தர்ம சம்வாதத்தைப் புத்தியும் குயுக்தியும்கொண்டு வழி நடத்துகிறவரே வெற்றி பெறுகிறார். சத்திய உரைக்கல்லைக்கொண்டு உரசிப் பார்ப்பவர் தோல்வியடைகிறார் என்பதை உணர்ந்துகொண்ட ஆதன், கடவுளிடம் சரண்டைந்தான்.

"தர்மத்தைப் பற்றிப் பேசுகிறாய், மரமே, தர்மங்களின் நாயகனாகிய கடவுள்தான், உன்னை வெட்டச் சொல்லி எனக்கு அனுமதியளித்தார்"

"கடவுளா அப்படிச் சொன்னது" என்று கிறீச்சிட்டது மர அரசி. சங்கீதம் பாடிய அதன் இனிய குரல் சுருதி பிசகியது.

"ஆமாம்"

"கடவுளைக் கூப்பிடுவோம். அவரே வந்து சொல்லட்டும்."

கடவுள் வந்து சேர்ந்தார். அலுத்துப் போயும், எரிச்சல் உள்ளவராகவும் அவர் காணப்பட்டார்.

"என்னதான் செய்வது" ஒரு பக்கம் பெரிய குழந்தைப் பிடுங்கள்ல, ஒரு பக்கம் சின்னக் குழந்தை பிக்கல், அதை விட்டால் இவள் வேறு, என் மனைவிதான் "குடும்பத்தைக் கவனிக்கிறதே இல்லை என்று சண்டை புகார்" என்று அலுத்துக்கொண்டார். அவர் உடம்பெல்லாம், வியர்வை வழிந்தது. கைக்குட்டையால், முகத்தைத் துடைத்துக்கொண்டு, உங்களுக்கு என்ன பிரச்சினை? என்றார்.

"சாமி, என்னை வெட்டி மாய்க்கச் சொல்லி, ஆதனுக்கு அனுமதியளித்தது தாங்கள் தானா?" என்று கேட்டது மர அரசி.

கடவுள், வேறு விதமாகப் பதில் கூறத் தொடங்கினார்.

"வெட்டினால், நீ மாய்ந்து விடுவாயா என்ன? மரணம் என்பது, ஆன்மா எடுக்கிற மறு உரு. நீ என்றும் இருப்பாய். ஜனனம் என்று ஒன்று இருந்தால், அதன் மறுபக்கம் இருக்கும்தானே?"

"நான் இருப்பேன். ஆனால் மரமாக இருப்பேனா?"

"மரமாகத்தான் இருக்க வேண்டுமா, என்ன? என்பது லட்சம் கோடி யோனிகளில், ஏதோ ஒன்றில் நீ தோன்றுவாய், ஜீவிப்பாய்"

"கர்த்தரே, இந்த உலகை நான் நேசிக்கிறேன். என் காதலர்களை நான் விரும்புகிறேன். இன்னும் நான் ஆடிக் களிக்காத வெளி நிறைய நிறைய இருக்கிறது. இன்னும் நான் தின்று முடியாத தீனி, இன்னும் நான் குடித்துத் தீராத திரவ பதார்த்தங்கள், இன்னும் நான் போகித்து அறியாத மைதுன பீடங்கள், எல்லாவற்றையும் இழந்து, நான் எப்படி மரணிக்கக் கூடும்?"

மரம் கண்ணீர் வடித்தது. ஆதனுக்கும் மனம் இளகியது.

"நீ நிர்மூலமாய்ப் பேசுகிறதென்ன? மரமோ, புழுவோ, புலியோ, மயிலோ, மனுஷனோ, கோட்டானோ, ஆத்மா ஒன்றுதானே? எறும்போ, யானையோ, நீ எதுவாக இருந்தாலும், ஜீவிப்பாய். சுகப்படுவாய். தின்பதைத் தின்றும், குடிப்பதைக் குடித்தும் நீ இச்சைப்படுவதைப் பூர்த்தி பண்ணிக் கொள்வாய்.!"

"அஃதெப்படி? தேவனே! மரமாக இருந்த நான், மரவட்டையாக மாறினேன் என்று கொள்வோம். அப்போதும் இன்றைய என் ஆசைகள், மோகங்கள் தொடர்வது சாத்தியம் தானா? உடலெடுத்த ஜீவனுக்கேற்ப, என் சிந்தனையும் ஜீவிதமும் மாறும்தானே?"

"ஆம், இடத்துக்கேற்ப மழையின் குணம் மாறுவதுபோல"

"அப்படியென்றால், அதை மழை என்று எப்படிச் சொல்வது? கடல், குளம், ஆறு, குட்டை, சாக்கடை என்றுதானே ஆகும்?"

"எல்லாம் நானே"

"அதுவும் எப்படி? கங்கை நீர் என்றால் அதிகம் மிதக்கும் பிணமும் நீங்களாய் எப்படி இருக்க முடியும்?"

"நான், நீ அவன், அவள், அது என்கிற பிரமை நீங்கிவிட்டால், மாயை அகன்று விட்டால், அப்புறம், தீர்த்தம் ஏது? சாக்கடைதான் ஏது?

"தீர்த்தம் வேறு, சாக்கடை வேறு அல்ல என்கிற அத்வைத நிலை, என் போன்றோர்க்கு எங்ஙனம் சித்திக்கும் சுவாமி?"

"நானே சர்வமும் என்பதை என்று நீ உணர்கிறாயோ, அப்போதே, அந்த இரண்டற்ற ஏகநிலை கூடும்"

"எல்லாம் தாங்களே என்றால், நானும் நீங்களா?"

"ஆம், இதிலென்ன சந்தேகம்?"

ஆதனுக்கும் ஆச்சரியமாக இருந்தது. அவன் கேட்டான்.

"தேவரீர் சொல்வது அதி ஆச்சரியமாக இருக்கிறது. மரம் தாங்கள் என்றால், நான்?"

"நீயும் நானே"

"அப்போது இந்தக் கோடரி?"

"அதுவும் நான்தான்"

"என் குழந்தைகள்?"

"அதுவும் நானே"

"என் மனைவி?"

"நான்தான்"

"எங்கள் வயிறு?"

"அதுவும் நான்தான்"

"எங்கள் பசி?"

"அதுவும் நான்தான்"

"எனக்குப் புரியவில்லை தேவனே! ஒரு பொருளாய் இருக்கும் நீங்கள் மற்றொரு பொருளாகவும் எவ்வாறு இருப்பீர்கள்? நீங்கள் என் கைக் கோடரியாக எப்படி இருப்பீர்கள்?"

"இதோ" என்றபடி கடவுள் மறைந்தார். அவன் கையில் இருந்த கோடரி முதலில் கனத்தது. பிறகு, சமன்பட்டு, முன்புபோல் ஆனது.

"நல்லது கடவுளே, நீங்கள் கோடரியாகவே இருப்பதுதான் எனக்கு நல்லது. கடவுளாகிய உங்களைக்கொண்டு, கடவுளாகிய நான், கடவுளாகிய மரத்தை வெட்டி, கடவுளாகிய என் குடும்பத்தாரின் தேவையைப் பூர்த்தி செய்துக் கொள்கிறேன்."

"ஆதனே, நீ செய்வது சரிபோலத்தான் தெரிகிறது" என்றது மரம். ஆதன், மரத்தை வெட்ட ஆரம்பித்தான். கோடரியால் ஓங்கி மரத்தை ஒவ்வொரு முறையும் வெட்டும்போதும் கோடரியிலிருந்து ஒரு முனகல் சப்தம் கேட்டுக்கொண்டிருந்தது.

இது என்ன சப்தம், என்று அவன் யோசித்தான். கடவுளின் முனகல் ஒலி என்று ஒருவாறு உணர்ந்தான். முனகலும் கடவுள்தான் என்று தொடர்ந்து வெட்டிக்கொண்டிருந்தான்.

சில மணி நேரங்களில், மரம் இருந்த இடம் சூனியமாயிற்று. மரம் இருந்த பூமியின் மேல், சுட்டு விரல் நீளத்தில், ஒரு சின்னஞ் சிறிய செடி துளிர்த்து, காற்றில் அசைந்துகொண்டிருந்தது. அது குழந்தையின் குரலில் பாடியது. ஆதனுக்குக் கேட்டது.

"என்ன ஆனந்தம் இப் பூமி மேலே..."

2002

இப்படியாக ஒரு ஜீவிதம்

பக்கிரியைப் பற்றி உங்களுக்குச் சொல்லவேண்டியிருக்கிறது. எத்தனையோ பேரை பஸ்ஸிலும், ரயிலிலும், தெருவிலும், மதுக்கடைகளிலும் விபசார விடுதிகளிலும் சந்தித்துப் பழக்கப் படுத்திக் கொள்கிறோம். என்ன நஷ்டம் ஏற்பட்டு விட்டது? ஒன்றும் இல்லை. அத்தோடு, பக்கிரியையும் தெரிந்து வைத்துக் கொள்ளுங்களேன். மனித அறிமுகம், சினேகம், உறவு இதுகள்தானே வாழ்க்கை எனப்படுகிறது?

பக்கிரியை நீங்கள் பார்த்திருக்கக் கூடும். பஸ் நிலையத்துக்குப் பக்கத்தில், பிரயாணிகள் மற்றும் கடைக்காரர்கள் இயற்கை உபாதையைக் கழிக்கும் துர்வாச கேந்திரத்துக்கு மேற்குப் பக்கமாக ஆற்றங்கரைப் பிள்ளையார் கோயிலின் வாசலில், தோளில் வெறும் காசித் துண்டும் முட்டிவரை மட்டும் நீளும் அழுக்கு வேட்டியும், பம்மிய தலைமுடியும், தாடியுமாக, வெள்ளை வெளேரென்ற திருநீற்றுப் பட்டையுடன், ஒரு 36 வயது ஆள் — பார்த்திருப்பீர்களே, சுமை தூக்கும் தொழிலாளி என்றோ, வண்டி இழுக்கும் தொழிலாளி மாதிரித் தோற்றம் அளிப்பானே — அவன்தான் சார் பக்கிரி. அவன் பெற்றோர் வைத்த பெயர் பக்கிரி என்றாலும், அவனைப் பக்கிரி என்று யாரும் அழைத்து நான் கேட்டதில்லை. பித்துக்குளி, நொண்டி. போன்ற காரணப் பெயர்களால் அறியப்படுகிறவன். இப்போது அவன் முகம் லேசாகத் தட்டுப்பட்டிருக்குமே!

அன்னபூரணி லாட்ஜ் மானேஜர் சீனுவையரிடம் நாலாவது முறையாகக் கேட்டுக்கொண்டு நின்றான் பக்கிரி.

“மாமா... திருச்சேரை கோஷ்டி வரல்லையா? விடிகாலையே வண்டி வந்திருக்குமே?”

“போடா கம்மனாட்டி...” என்றார் சீனு, அவரை மீறியும் வந்த கோபம். லாட்டரி ரிசல்ட் பார்த்துக்கொண்டிருந்தார். அதிர்ஷ்ட தேவதை கண்ணடிக்கிறாற்போலவும், தூர விலகுவதுமாக இருந்த, சனி நேரம். இந்த நேரத்தில் என்ன

தொந்தரவு? சங்கடம் வேறு விதமாக ஏற்பட்டுவிட்டது. வாய் நிறையக் குதப்பிய தாம்பூலம், குபுக்கென டேபிள் மேலிருந்த பேப்பரில் கொட்டி, எண்களை மறைத்து விட்டது. சீனுவின் கோபம் இதைத் தொட்டுதான்.

"ஏன்டா, கட்டேல போறவனே... அந்தத் திருச்சேரையானுக்குத் தாம்பூலம் கொடுத்தவனுக்கே கவலை இல்லை. ஹாய்யா இருக்கான். உனக்கென்ன பொத்துக்கிட்டு அடிக்குது? எத்தனை முறை பதில் சொல்றது? இன்னொரு வாட்டி உன்னைப் பார்த்தேனோ, கொன்னுடுவேன், பிச்சை நாயே..."

"சரி மாமா..." என்றான் பக்கிரி. பக்கிரி "ஈ" எனச் சிரித்தான்.

பக்கிரியின் பதில், அவரை இறக்கியிருக்க வேண்டும்.

"இஞ்ச வாடா... அது என்ன கண்டவன் காணாதவனை எல்லாம் மாமா மாமாங்கறே? உன் அக்காளை அவாள் கெட்டியிருக்காளா? இல்லை, அவாள் பொண்ணை நீ கெட்டியிருக்கையா?"

"ஹி... ஹி..." எனச் சிரித்தான் பக்கிரி பதிலுக்கு, "போங்க மாமா, திருச்சேரை தவில் மாமா ஏன் இன்னும் வரலை? வண்டி எப்பவோ வந்திருக்குமே..."

"எனக்கென்னடா தெரியும்? வர்ற வழியிலே எவளைப் பார்த்து வண்டியை விட்டு இறங்கினானோ? தவில் கணக்கா, அம்மாம் பெரிசா புனுகு, ஜவ்வாது வாங்கிப் பூசறவன் இல்லையோ அவன். பாகவதர் கெட்டார் போ, சரச சல்லாபி... அழகன். சேப்பு தோலை போட்டுண்டு, நாலு வெத்தலையைப் போட்டு அதக்கிறானா, அந்த வாய்ச் சேப்பைப் பார்த்துட்டு குட்டிகள் மேலன்னா வந்து விழறா? தவில்காரன்னு பேரு. பாடறவாள், ஊதறவாளுக்கு இல்லாத கியாதி அல்லவா இவனுக்கு வாய்ச்சிருக்கு..."

லாட்ஜ் ஏவலாள் மாரி, கையில் பொட்டலத்தோடு வந்து நின்றான்.

"சாமி, கும்மாணம் வெத்தலை, போயிலை, சீவல், கிளிஞ்ச சுண்ணாம்பு எல்லாம் வாங்கியாச்சு..."

"கொண்டு போய், மூணாம் நம்பர் ரூம்ல வையி. ஆடு தழை தின்கிறா மாதிரி மெல்லுவான். வெத்தலை பாக்கை. உன் மாமன்தாண்டா, அவனுக்குத்தான் இந்த சீர்வரிசை எல்லாம்... திருச்சேரைக்காரனுக்கு"

பக்கிரி "ஹி... ஹி..." என்றான்.

"காலேலே எழுந்து வந்துட்டியாக்கும்... பல்லைத் தேய்ச்சியோ?"

"ஹி... ஹி..." என்றான்.

"மாட்டே... குளிச்சியோ... மாட்டே... சூரியன் கண்ணைப் பிட்டுக்கிறதுக்கு முன்னால மாமனை வரவேற்க வந்துட்டே. இந்தத் தவுல்காரனும், எவன் இஞ்ச வந்தாலும் 'பக்கிரி... பக்கிரி'ன்னு உன்னைத் தேடறான். பகவான் எதைக் கொடுத்தாரோ இல்லையோ, லய ஞானத்தை அள்ளிக் கொடுத்துட்டான். நீ பேஷ்னு சொன்னா, தங்க மெடல் வாங்கினாப்போல பெருமைப்படறா எல்லாம். என்னமோ போ... அவன் விளையாட்டை என்ன சொல்றது?"

அவர் சொல்வது என்னவென்றே தெரியாமல் சிரித்தான் பக்கிரி.

கதையின் மையப் பகுதி இதுதான். பக்கிரிக்கு அபரிமிதமான லய ஞானம் இருந்தது. ஊரில் எங்கே கச்சேரி என்றாலும், அங்கே ஆஜராகி

விடுவான் பக்கிரி. தவில்காரர்கள் யார் யார், அவர்களின் குண தோஷம் என்ன என்பதைப் பக்கிரியைக் காட்டிலும் அறிந்தவர்கள் இல்லை. ஆனால், அதை அவனால் சொல்லத் தெரியாது. வார்த்தைகள் பிசிறடிக்கும். ஆ, ஊ என்று சத்தம் வருமே தவிர. கருத்தாகக் கோவையாக பேச வராது. அவன் ஞானத்தை கச்சேரியில் தவிலுக்குப் பக்கத்தில் இருந்து அவன் போடும் தாளம் காட்டிக் கொடுத்துவிடும். திருச்சேரை என்ன? திருமருகல் என்ன? நீடாமங்கலம் என்ன? எந்தப் பெரியலயக்காரர்கள் ஆனாலும், அவன் கைத் தாளத்தை நம்பித் தீர்மானம் போடுவார்கள். அப்படி ஒரு கணக்கு. அப்படி ஒரு தீர்க்கம். அப்படி ஒரு நிகா. எப்படி இது. எப்படிச் சாத்தியம் என்று குழம்பாதவர்கள் இல்லை.

பக்கிரிக்கு, சுத்துப்பட்டு இருபத்தாறு ஊர்களிலும் உள்ள கோயில்களில் உற்சவம் தெரியும். விழா தெரியும். விடையாத்தி தெரியும். அனுமார் கோயிலிருந்து அம்பாள் கோயில்வரை எல்லா கோயில்களுக்கும் என்றைக்குக் கொடியேற்றம் என்றைக்குத் தெப்பம், யார் வீட்டில் நாலு நாள் கல்யாணக் கச்சேரி என்று தெரியும். எல்லாம் வாய்ப்பிரசாரம்தான். கோமளவிலாஸ் குஞ்சுவையர் கூப்பிட்டுச் சொல்வார்.

"அடே பக்கிரி... நாளைக்கு திருநாவலூர்ல விடையாத்தி. உன் மாமன் கலியபெருமாள் வரான் தெரியுமா?"

"ஹி..." என்பான் பக்கிரி. ஏதோ இந்தச் செய்தியை எதிர்பார்த்துக்கொண்டிருந்தவன்போல.

"கோண்டு... பக்கிரிக்கு நாலு இட்லி கெட்டிச் சட்னியோடு போடு, பாவம். சாப்பிட்டுப் போகட்டும். மகா ஞானஸ்தன். என்ன பண்ண, பிச்சாண்டி ஸ்வரூபம்..."

வக்கீல் நாணுவையர், காரில் போய்க்கொண்டிருந்தவர், பிச்சைக்காரர்கள் நடுவே உட்கார்ந்திருக்கும் பக்கிரியை டிரைவரை விட்டுக் கூப்பிட்டுச் செய்தி சொல்வார்.

"பாப்பா நாடு குடும்பத்துக் கல்யாணம்டா பக்கிரி. வார 16ஆம் தேதி. தொடர்ந்து மூணு நாள். பெரிய கை. உன் ஜமாவெல்லாம் உண்டு. ஆனா, பூண்டிக்காரன் என்னவோ நீ முன்னால நின்னு தாளம் போட்டா வாசிக்க மாட்டேன்னு சொன்னானாமே... போறான் பிசாத்து! என்ன விஷயம் தெரியுமோ? அவன் கை, விளக்கெண்ணெய். தாளம் நிக்காது. நழுவிடும். சவுக்கத்துல சறுக்கிட்டு நிப்பன். நீ அட்சர, அணு சுத்தமா தாளம் போட்றியோன்னோ தப்பு தெரிஞ்சுடும்னு கிலி. நீ வந்துடு. அவன் கிடக்கான் படவா ராஸ்கோல். எவனாவது காட்டான் என்னமாவ சொன்னா என்னண்டை சொல்லு. நான்தான் வர்றேனே... பார்த்துக்குவோம்..."

டிரைவரால் இதை ரசிக்க முடியாது. முதலாளி போய் இந்த மாதிரி ஆள்களுடன் பேசுவதாவது?

கட்டிலின் பெரும் பகுதி இடத்தை அடைத்துக்கொண்டு உட்கார்ந்திருந்தார் அழகு. ரயில் அழுக்கும், பயண அலுப்பும் அவர் ஆகிருதியைக் குறைத்துவிட முடியாது. அழகான செதுக்கியது போன்ற தேகம். தொடர்ந்த வாசிப்புப் பயிற்சியே உடல் பயிற்சியாகவும் அமைந்து, மனிதரை ஆரோக்கியமானவராக

மாற்றியிருந்தது. கரளை கரளையாக உடம்பு. தேக்குக் கட்டைக்கு எண்ணெய் பூசிய மினுமினுப்பு!

அவர் காபியைக் கொஞ்சம் கொஞ்சமாகப் பருகி, வெற்றிலைச் செல்லத்தை எடுத்து முன்னால் வைத்தார். மானேஜர் பவ்யமாக, அழகுக்கு முன் நின்றவர், பையனைப் பார்த்துக் கண் ஜாடை செய்தார்.

“வெத்தலை எடுத்து வையேண்டா… ஜடம்! மசமசன்னு பாரு… பிள்ளைவாள் காபியைக் குடிச்சவுடனே வெத்திலை தேடுவார்னு சொன்னேனோ இல்லையோ… காலம்பறையே ஆள் அனுப்பி வாங்கி வச்சுட்டேன்…”

பிள்ளை, தன்பால் எடுத்துக்கொண்ட அக்கறையை அங்கீகரித்தார். சாவகாசமாக வெற்றிலை தரிக்க ஆரம்பித்தார். வதங்கியதை, பழசை, மட்டையை எடுத்துப் பிரம்புக் கூடையில் போட்டார்.

“ம்…” என்றபடி தலை நிமிர்ந்து, மானேஜரைப் பார்த்து, “பக்கிரி வந்தானோ…” என்றார். தொடர்ந்து, “வந்தா அறைக்கு அனுப்புங்கோ…” என்று அனுமதி அளித்தாற்போலச் சொன்னார்.

“வந்தான் பிள்ளைவாள்? நாலுவாட்டி வந்துட்டான். மாமா வந்துட்டாளா, மாமா வந்துட்டாளான்னு என்னைப் பிறாண்டி எடுத்துட்டான். இஞ்சதான் எங்காவது சுத்திண்டிருப்பான். வருவன் பிள்ளைவாள் வாசிப்புன்னா இந்தப் பயலுக்கு உயிர்னா…”

அழகு தலையை அசைத்து அதை அங்கீகரித்தார்.

“உண்மைதான். என் மேல நீடாமங்கலத்தார்போல அவனுக்குப் பிரீதி…”

“உள்ளது காரணம் இருக்கோல்லியோ? பிள்ளைவாள் வாசிக்கிறது, உங்க மாமா நீடாமங்கலத்தார வாசிக்கிறது தவிலு. மற்றவா வாசிக்கிறது…”

அழகு வெட்டிக்கொண்டு சொன்னார்.

“தாவலு”

மானேஜர் விழித்தார்.

“த… வுக்குத் தான்னா, அப்புறம் வல்லினம் மெல்லின மெல்லாம் தொடையினமால்ல மாறிப் போகுது…”

“ஆகா” என்று மானேஜர் ஆமோதித்தார்.

“சரி, நான் ஸ்நானம் பண்ணிட்டு கோயிலுக்கு ஒரு நடை போய்ட்டு வந்துர்றேன்…”

“பலகாரம்?”

“சாமி தரிசனம் ஆனபிறகுதான் மத்தது எல்லாம்…”

குளிக்கப் போகும்போது ஞாபகமாக அழகு சொன்னார்.

“அந்தப் பய பக்கிரி வந்தாக்கா, இருக்கச் சொல்லுங்க. டிபன் பண்ணி வைங்க. எல்லாம் நம்ம கணக்கா இருக்கட்டும்…”

“நன்னா” அழகு, பையன்கள் தொடரக் காவேரியைப் பார்க்கப் போனார்.

காவேரியில் நீர் குறைந்துதான் இருந்தது. போன ஆண்டைக் காட்டிலும் இந்த ஆண்டு குறைவு. இரு கரையும் தொட்டுக்கொண்டு “ஹோ”.. என்று

கூச்சலிட்டபடி, பள்ளிக்கூடம் விட்டுப் போகும் பையன்கள் மாதிரி ஓடும் நதி, சம்சாரி மாதிரி தயங்கித் தயங்கி நகர்ந்துகொண்டிருந்தது.

அழகு, திரும்பாமலேயே பையன்களிடம் சொன்னார்.

"காவேரி ஜலம்கூட குறைய ஆரம்பிச்சுடுத்துடா... என்ன பாவம் பண்ணமோ போ. தஞ்சாவூர்க்காரனுக்குக்கூட சங்கீதத்துல ஆர்வம் குறைஞ்சுக்கிட்டு வரதுன்னா பாரேன். நம்ம சோணாசலத்துக்கிட்ட சினிமா பாட்டு வாசின்னு சீட்டுக் கொடுக்கிறான். திருவீழிமழலைக்காரரு, நாகசுரத்தை வச்சிட்டு திகைச்சுப்போயி நின்னுட்டார். மாயவரத்துல கலிகாலம்..."

வேப்பமரக் கொப்பை வளைத்துக் குச்சு ஒடித்துக்கொண்டு வந்தான் பையன். பல்லைத் துலக்கிக்கொண்டு நின்றார், அழகு.

"அண்ணா..."

"சொல்லுடா..."

"பூண்டியார் ஏதோ மனஸ்தாபப் பட்டாராமே... என்ன சங்கதிங்க அண்ணா?"

"சங்கதிதாண்டா சங்கதி. ஆவுடையார் கோயில் அண்ணாச்சி கேட்டிருக்கேல்லடா...?"

"ஆமாண்ணா..."

"மகா வித்தைக்காரரு... கல்பனை குற்றாலம் அருவி. கொட்டித் தீர்த்துடுவாரு... புதுசு புதுசா புதையல் எடுக்கிறா மாதிரி சங்கதிகளைப் போடுவாரு... எந்தத் திக்கால போவாருன்னு சொல்ல முடியாது. ரொம்ப ஜாக்கிரதையா, ஊசி பின்னால் நூல் போற மாதிரி போகணும். கரணம் தப்பினா மரணந்தான். அவர் ஊதறார், பூண்டியான் வாத்தியம். நம்ம பக்கிரி, முன்னால நின்னுட்டு தாளம் போடறான். ரெண்டு பேருக்குத் தாளம் அத்துபடி. ஒருத்தன் பக்கிரி மத்தது அண்ணாச்சி. தனியில, ஏதோ ஞாபகமோ, பிசகோ, விதியோ, பூண்டியான் கை பிசகிப் போச்சு. பக்கிரி தப்புன்னான். அண்ணாச்சி வெளுத்துக் கட்டிட்டார். நான் சொல்றேன். தப்பு உன்னோடதுதான்னார். பக்கிரி பக்கம்தான் நியாயம் அந்தக் குடைச்சல், வேற என்ன? நம்ம ஆளுவ இருக்கானுங்களே, தோளுக்கு மாலைன்னாகொண்டாகொண்டாம்பான். தப்புப் பண்ணிட்டே, திருத்திக்கோடான்னா, போடா போடாம்பான்..."

அழகு குளித்து, ஈர வேஷ்டியைப் போர்த்திக்கொண்டு, அறை திரும்பும்போது, "மாமா".. என்றபடி அவன் முன் வந்து நின்றான் பக்கிரி. அந்த நிமிஷம் முதல், அழகுவை ஒட்டிக்கொண்டான் அவன். அவரோடு சாப்பிட்டான். அவர் உறங்கும்போது வெளியில் காவல் காத்து நின்றான். உறங்கி எழுந்ததும், சாப்பாடு முடிந்து, அவனும் இருந்ததைச் சாப்பிட்டான். மாலையில் காவேரிக்கு அழகு போய்த் திரும்புகையில், அவனும் குளித்து, நெற்றி நிறைய திருநீறு பூசிக்கொண்டு நின்றான். அவருடன் காபி சாப்பிட்டான். சாமி ஒன்பது மணிபோல் புறப்பட்டால், விடிந்ததும்தான் நிலை திரும்பும். எட்டு மணிக்குச் சாப்பாட்டை முடித்துக்கொண்டார் அழகு. பக்கிரி, கோயில் வாசலில் வந்து சேர்ந்து விடுவதாக ஏற்பாடு.

ராஜப்பா அமுதமாகப் பொழிந்துகொண்டிருந்தான். அழகு, அவருக்கே உரிய சுபாவப்படி, அவனுக்கு அனுசரணையாக வாசித்துக்கொண்டிருந்தார். பாட்டைப் போஷிப்பது, லயத்தை சுநாதமாக வழங்குவது என்பது அழகுவின் பாணி என்பதை ரசிகர்கள் அறிவார்கள். அன்று ராஜப்பாவுக்காகவும், அழகுக்காகவும் என்று திரண்டு வந்திருந்த ரசிகர்கள், இருவருக்கும் ஆதரவளித்துக்கொண்டிருந்தார்கள். ராஜப்பா, அழகுவின் அண்ணன் மகன். அழகுவுக்கு வயசில் சின்னவன்தான். என்றாலும், கச்சேரி பந்தாக்களின் படி அண்ணா என்றுதான் அவனையும் அழைப்பார். கச்சேரி முடிந்ததும், “பேஷ்டா பயலே...” என்று இவர் சொல்வதும், “எல்லாம் உங்க கைங்கர்யம் சித்தப்பா...” என்று குழைவது தனி.

ஆவணி வீதிக்கு வரும்போது மணி இரண்டரையைத் தாண்டி விட்டது. ஆங்காங்கே நின்று நின்று வாசித்துக்கொண்டு வந்துகொண்டிருந்தார்கள். கோஷ்டி மளிகை பரமசிவம் செட்டியார் விசேஷமாக ஏற்பாடு செய்திருந்த பந்தலில் வந்து நின்றார்கள். ராஜப்பா, “நடக்கட்டும்...” என்றான்.

பக்கிரி, இடையில் இறுக்கிக் கட்டின துண்டோடு, லயித்துப் போய் தாளம் போட்டுக்கொண்டிருந்தான். அவரே அடிக்கடி சொல்கிறபடி, இது ஏழு கடல்தாண்டி, எட்டாவது கடலின் மத்தியில் இருக்கும் குகைக்குள் சென்று, ராட்சனால் காப்பாற்றப்படும் பாரிஜாதச் செடியிலிருந்து பூவைப் பறித்துக்கொண்டு மீள்வது, இந்தக் கணக்கு. ஆனால் கடும் சாதகம் செய்தவனுக்கு இது சின்ன வித்தை.

உடம்பெல்லாம் காதாக இருந்து ஓசையைக் கிரகித்து, அதை அளவு பண்ணி, ஒழுங்கு பண்ணுவது, பிரபஞ்சத்தைப் பணித்துளியில் காண்பது. ஓசையாய், ஒளியாய் இருப்பவனைத் தவிலில்கொண்டு வர முயற்சித்துக்கொண்டிருந்தார், அழகு. சொல் ஒவ்வொன்றும் தனித்தனியாக அறுத்து எடுக்கப்பட்ட வைரக் கல்லாக எடுத்து வழங்கலானார். விரலும் தோலும் சேரும்போதெல்லாம் சொல், சுருதி சுத்தமாக வெளிவந்துகொண்டிருந்தது.

பக்கிரிக்கு முன்னால், அழகு கட்டும் வீடு எழும்பிக்கொண்டிருக்கிறது. தனித் தனிச் செங்கல்லாக அவர் எழுப்பும் வீடு, தனித்தனிச் சொல்லாக அவர் எழுப்பும் சப்த மாளிகை, காற்றின் திமிரங்களில், ஆகாசத்தில் கற்பனாஸ்திதியில், அவர் கட்டி எழுப்பிய ஸ்தூபியில் ஏறி உச்சியில் ஏறிக்கொண்டிருந்தார்கள் ரசிகர்கள். சித்தப்பா வாசிக்கும் அருமையை வியந்து ரசித்துத் தாளம் போட்டுக்கொண்டிருந்தான் ராஜப்பா.

ஸ்தூபி உச்சிக்குப் போகப் போகக் கூர்மையாகிக்கொண்டிருந்தது. கூர்மையைச் செதுக்கும்போது, அடியின் கனபரி மாணத்தில், நிலைத்து நிற்கும், மேல் வளர்ச்சியின் கணக்கு சூட்சுமமாகிக்கொண்டிருக்கும் காற்றில் கால் ஊன்றி, அழுந்தி மேலேறி, அண்ட வெளியில் விஸ்வ ரூபம் எடுத்துக்கொண்டிருந்தார் அழகு. மிக இசைவாக, லாகவமாகத் தாளம் போட்டுக்கொண்டிருந்தான் பக்கிரி. முத்தாய்ப்பு ஒவ்வொன்றும் தாளத்துக்குக் கச்சிதமாக உராயாமல் உறைக்குள் புகும் வாள் மாதிரிப் பொருந்திக்கொண்டிருந்தது.

கியாஸ் லைட் வெளிச்சத்தில், இருண்டும் இருளாமலும் இருக்கும், விடிந்துகொண்டிருக்கும் சிற்றஞ்சிறு காலைப் பொழுதில், ஒலியைத் தவிர

வேறு ஓசை எதுவும் அற்ற அந்த ஏகாந்தத்தில் செவியுள்ளோர் எல்லோரும் கேட்டுக்கொண்டிருந்த அந்த நிசப்தத்தைக் கிழித்துக்கொண்டு பக்கிரி கத்தினான்.

“மாமா... தாளம் தப்பிட்டுது...”

இடிந்து போய் நிறுத்தினார் அழகு. ராஜப்பாவும் சித்தப்பாவைப் பார்க்காமல் தலை கவிழ்ந்தான்.

ஒரு நிமிஷம்தான்.

ரசிகர்களின் முகத்தைப் பார்த்தார் அழகு. இடி விழுந்திருந்தது, அவர்கள் முகங்களில். பலமெல்லாம் இழந்து சக்கையாக நிற்பதுபோல் நின்றார் அவர். எறும்பாய், ஒற்றைத் துரும்பாய், நைந்து நூலாய் நின்றார். அந்த ஆஜானுபாகு, சிறுத்துப் போய், கட்டை விரலான அங்குஷ்டிமாய் நின்றார்.

எல்லாம் ஒரு நிமிஷம்தான்.

மீண்டும் தொடக்கத்திலிருந்து ஆரம்பித்தார். அன்று சாமி நிலைக்கு வர பகல் பதினொன்று ஆகியது.

உச்சி நேரம் அழகு அறைக்குத் திரும்பினார்.

பையன்களிடம் பணம் கொடுத்து தஞ்சாவூருக்குப் போய்க் கதம்பமும், ஐயன் கடைத் தெருவில் அரைத்த சந்தனமும் வாங்கி வரச் சொல்லி அனுப்பி வைத்தார். அவர்கள் போனதும், பக்கிரி கதவடியில் வந்து நின்று “மாமா...” என்றான் சிரித்தான்.

“உள்ள வாடா...”

அழகு எழுந்து சென்று கதவைச் சாத்தித் தாழிட்டார். இவன் பக்கம் திரும்பினார்.

“என்னடா சொன்னே... தாளம் தப்பிட்டதா? எனக்காடா?” என்றபடி அசுரத்தனமாக அடிக்கத் தொடங்கினார். கருங்காலியில் செய்ததைப் போல, கையும் உடம்பும் கொண்டவர் அழகு. அடி தாங்காமல் கீழே விழுந்து புரண்டான் பக்கிரி. காலால் உதைத்தார். எழுப்பி நிற்க வைத்தும் மீண்டும் அடித்தார்.

எனக்கு இது ஆச்சர்யமாக இல்லை சார். நண்பர், கலா ரசிகர் விமர்சகர் தேனுகா இதை எனக்குச் சொன்னபோது நானும் ஸ்தம்பித்து விட்டேன். யோசிக்கையில், இதுவும் மனுஷத்தனம் என்று தோன்றியது. மேலும் யோசிக்கையில் இதுதான் மனுஷத்தனம் என்றும் தோன்றியது.

மறுநாள்—

காலை பாசஞ்சரில் புறப்பட்டார் அழகு. வாத்தியம் வண்டியில் ஏறியது. அழகு வண்டியில் ஏறப்போனார்.

“மாமா” என்றபடி வந்து நின்றான் பக்கிரி. வயிற்றைப் புரட்டிக்கொண்டு பச்சாதாபம் எழுந்தது அழகுவுக்கு. அவனைத் தனியாக அழைத்துப் போனார்.

“ரொம்ப நீசத்தனமா நடந்துட்டேன்டா பக்கிரி... மன்னிச்சுடு. நீ ஞானி. நான் வெறும் தவில்காரன்...”

சிரமப்பட்டுத் தன்னை அடக்கிக்கொண்டார் அழகு.

"மாமா..." என்று தேம்பினான் பக்கிரி.

"**ப**க்கிரி இருக்கிறானா?"

"இல்லை, சில வருஷங்களுக்கு முன் போயிட்டான்"

"சாத்தியமில்லை தேனுகா. பக்கிரிகள் சாவதும் இல்லை, அழகுகளும் சாவதும் இல்லை. எப்போதும் நிலை பெறுகிற இரு பெரும் சக்திகள் அவர்கள். நமக்கு ரெண்டு பேரும்தான் வேண்டியிருக்கு..."

"அவன் இருக்கிறவரை, பல வாத்தியக்காரர்கள் இஞ்ச வர்றதுக்கே தயங்குவார்கள்..."

"இப்போ வருவார்களே...?"

"ஆனந்தமாக..."

"இருக்கட்டும். ஒரு நாள் பக்கிரி தாளம் போட எழுந்து வருவான்..."

தேனுகா ஒப்புக்கொண்டார்.

2002

தர்மம்

அவரை நீங்கள் அறிவீர்கள்... அடிக்கடிப் பத்திரிகைகளில் பார்த்திருப்பீர்கள். இலக்கிய, கலாசார நிகழ்ச்சி மேடைகளில் இருப்பார்; குழந்தைகளுக்குச் சிரித்தபடி பரிசுகள் கொடுத்துக்கொண்டிருப்பார்; பேட்டிகளில் நிறைய பேசுவார்.

நான்கு நாட்கள் தொடர்ந்து பட்டினி கிடந்து. ஹாஸ்டலில் படித்து தேர்ச்சி பெற்ற விவரத்தை "டிவி"யில் அவர் சொன்னதைக் கேட்டுப் பலரும் வருந்தினர் என்பதும் யதார்த்தம்.

அவர் எழுதியதை நானும் பல பத்திரிகைகளில் வாசித்த அனுபவம் இருந்தது. பெரிய உத்தியோகம் வகிப்பவர்; என்றாலும், சாமானியர்களிடம் தாமே சென்று சிரித்துப் பேசுகிற எளிய மனிதர். அவரைப் பேட்டி காணச் சொல்லி, ஆசிரியர் சொன்னதும் எனக்கு மகிழ்ச்சியாகவே இருந்தது. உடனடியாக அவரைத் தொடர்புகொண்டேன்.

தொலைபேசியை அவரே எடுத்தார். பேட்டி என்றதும், பிகு பண்ணாமல் உடனே ஒப்புக்கொண்டார். அன்று மாலையே வீட்டுக்கு வரலாம் என்றார். அவர் வீடு நகருக்குச் சற்றுத் தள்ளி இருந்தது.

அவரே, தம் காரை அனுப்பி வைப்பதாகச் சொன்னார். என் சிரமத்தைக் குறைத்து விட்டமைக்காக அவருக்கு நான் நன்றி சொன்னேன்.

வர இருக்கும் பண்டிகைக்காக மலர் தயாரித்துக் கொண்டிருந்தோம். மலரின் விசேஷம்சமாக அவர் பேட்டி இருக்க வேண்டும் என்று கருதினார் ஆசிரியர். "மாலை பேட்டியை முடித்து இரவே எழுதிக் காலைலே கையோடு கொண்டாப்பா" என்றார். "மறக்காமே, போட்டோகிராபரைக் கையோடு கூட்டிண்டு போயிடு" என்றும் சொன்னார்.

எங்களை வாசலில் வைத்து வரவேற்றார் அந்தப் பெரிய அதிகாரி. எளிமை. பளிச்சென்று இருந்தார். வெளியே லேசாக மாலை வெளிச்சம் பரவிக்கொண்டிருந்தது.

கூடத்து சோபாவில் எங்களை அமரச் சொன்னார். எங்களுக்கு எதிரில் அவரும் அமர்ந்துகொண்டார் சிநேகத்துடன்... "முதல்லே என்னவாவது சாப்பிடுங்க" என்றார். நாங்கள் "இருக்கட்டும்" என்றோம். எங்களுக்குப் பசிக்கவே செய்தது.

கொஞ்சம் பாயசம், வடைகள் வந்தன. நாங்கள் உண்டோம். பத்திரிகை ஆசிரியர் பற்றி, எங்கள் பத்திரிகை பற்றித் தம் கருத்துகளைச் சொன்னார். எல்லாம் கவுரவமான புகழ் மொழிகள். தன் பணியை ஆரம்பித்தார் போட்டோகிராபர்.

"உடையை மாற்றிக்கொள்ள வேண்டுமானால் சொல்லுங்கள், செய்யறேன்" என்று போட்டோகிராபரிடம் கூறினார். போட்டோகிராபர், இதை ரசித்திருக்க வேண்டும். பணிக்கு உதவிகரமாக இருப்பவரை எவரும் விரும்புவர்.

அவர் அனுமதி பெற்று நான் என் பணியைத் துவங்கினேன்.

"மழையை நம்பி வாழும், வளர்ச்சியேயுறாத மாவட்டத்தில் பிறந்தேன். எங்கள் பூமியும் வானம் பார்த்த பூமிதான். நான் என் பெற்றோருக்கு ஒரே வாரிசு. அப்பா விவசாயி, அவரிடம் ஒரே ஒரு சட்டை, வேஷ்டி மட்டுமே இருந்தது. கல்யாணம், கருமாதிகளில் அதை உடுத்துவார். மற்ற பொழுதுகளில் துண்டுதான்.

"அம்மா கூலி விவசாயி. அவர்கள் லட்சியம், என்னைப் படிக்க வைத்து கவர்ன்மெண்ட் வேலைக்கு அனுப்புவது. அப்பாவின் கனவில், கவர்ன்மெண்ட் வேலை என்பது, தாசில்தார். அலுவலகக் குமாஸ்தா; அம்மாவுக்கு, ஊருக்கு ஊசி குத்த வருகிறவர், பெரிய அதிகாரி.

"படித்தேன்; தினம் 20 கி. மீ. நடந்து போய் படித்தேன். கல்லூரி; அதன் பின் சர்வீஸ்; அகில இந்தியத் தேர்வு; அப்புறம், எப்படி எப்படியோ, இப்போ நான் உங்கள் முன்!"

திருமண வாழ்க்கை பற்றியும் சொன்னார். தோல்வியில் முடிந்த வாழ்க்கையாம். பரஸ்பரம் மனிதப் புரிதல் இல்லை; மனித ஜீவியாகவே மதிக்கப்படவில்லை அவர். சதா சண்டைச் சச்சரவு. மனிதர்கள், சக மனிதர்களை ஏன் புரிந்து கொள்ள மறுக்கின்றனர்.

மனிதர் நோக மனிதர் பார்க்கும் கொடுமை எங்ஙனம் ஏற்படுகிறது?

அன்பு என்கிற பந்தத்தால் கட்டுவிக்கப்பட வேண்டிய சம்சாரம், ஏன் அதிகாரத்தில் நிலை பெற வேண்டும். மண்ணில் விண்ணைக் காண்போம் என்ற கவி வாக்கு பொய்யா?

வாழ்க்கை அவருக்கு, இது மாதிரி ஆயிரம் கேள்விகள் அளித்திருந்தது. அவர் சொன்ன ஒரு வார்த்தை எனக்கு மிகவும் பிடித்திருந்தது...

"நல்லவர்தான். இப்பவும் என் வாழ்க்கைத் துணையின் மேல் மரியாதை இருக்கிறது. ஏதோ, இனம் புரிந்து கொள்ள முடியாத உணர்வுகளால் உந்தப்பட்டு, மனநிலை தடுமாறிப் போனார். மனிதர்களைச் சந்தர்ப்பங்கள்,

மரபு, சூழ்நிலை, ஆழ்மனத்தில் தங்கிப் போன ஆசைகள் அல்லது குரோதங்கள் இவைதான் ஆட்டுவிக்கின்றன. மற்றபடி அவர் மிகவும் நல்லவர்!"

நான் மிகவும் கொடுமைக்காளானதாகச் சொல்லப்பட்ட நபரைப் பற்றி அவர் சொன்ன விதம், இழிவுபடுத்தாத பெரும் போக்கு என்னை மிகவும் ஈர்த்தது. மிக அதிகமான மன உளைச்சலுக்கு ஆளாகியிருந்தார்.

"இவ்வளவு கடுமையாகப் பாதிக்கப்பட்டிருக்கிறீர்கள். என்ன விதமான எதிர்வினை ஆற்றினீர்கள். எப்படி அந்த விஷச் சூழலில் இருந்து தப்பித்தீர்கள்?"

அவர் சிந்தனையில் ஆழ்ந்தார். பிறகு, தேர்ந்தெடுக்கப்பட்ட சொற்களால் சொல்லத் துவங்கினார்.

கொடுமைக்காரர்களுக்குச் சந்தோஷமே, கொடுமைப் படுத்தப் பட்ட நபர்கள் படும் துன்பத்தைக் காண்பதுதான். ஆனால், எதிராளியின் இன்பத்தைப் புரிந்து கொள்ளவும் தேவைப்படுகிறது.

"அதற்குக்கூடக் குறைந்தபட்சம் புரிதல் அவசியமாகிறது; அதுகூட அவரிடம் இல்லை. அதாவது அவரால் நான் பட்ட அவஸ்தைகளைப் புரிந்து சந்தோஷப்படும் அளவுக்குக்கூட அவருக்கு ஞானம் இல்லை; அதுதான் என் வருத்தம்!"

"சரி; எப்படி வெளி வந்தீர்கள்?"

"எனக்கு அழுத்தமா கடவுள் பக்தி உண்டு. அச்சமயம், நான் போகாத முறையிடாத கோயில் இல்லை; தெய்வம் இல்லை, தேவாரப் பாடல் பெற்ற சிவத்தலங்கள், பிரபந்தம் பெற்ற வைஷ்ணவத் தலங்கள், அதாவது ஆழ்வார்கள் மங்களாசாசனம் செய்த பதிகள் அனைத்துக்கும் போனேன். எனக்கல்ல; என் துணையின் மன அமைதிக்காக.

"அவரது காயம்பட்ட மனப்புண்ணை ஆற்று என்றுதான் வேண்டிக்கொண்டேன். ஒரு கட்டத்தில் இறைவன் எனக்கு எது உகந்தது என்பதைத் தீர்மானித்தார். கடவுளின் தீர்வு — விவாகரத்து. சொர்க்கத்தில் அது தீர்மானிக்கப்பட்டது போலும்!"

கலங்கினார்; கண்ணில் இருந்து வழிந்தன, அவரது துயரங்கள். சட்டெனச் சுதாரித்துக்கொண்டார்.

"பிடித்த கவிஞர்?"

"பாரதி!"

பிடித்த எழுத்தாளர் என்று நான் கேட்டதற்குப் பொதுவாகப் பெரிய பத்திரிகைகளில் அதிகம் எழுதாத, எழுதியே இருக்காத பல பெயர்களைச் சொன்னார். "அன்புதான் உலகை வெல்லும்" என்றார்.

"உலகம் யுத்த களம். மொழிக்கு மொழி, நாட்டுக்கு நாடு இனத்துக்கு இனம் யுத்தம் நடக்கிறது. நன்மை — தீமை, அறம், மதம், ஞானம் — அறியாமைகளுக்குள் சதா யுத்தம் நடக்கிறது. இந்த யுத்தத்தில் வெற்றி பெறப் போவது அறம்; அறம்தான் அன்பு வயப்பட்டது" என்றார்.

அண்மைக் காலமாகத்தான் தூய சைவ உணவுக்கு மாறி விட்டதாகச் சொன்னார்.

பேட்டி, ஒரு வழியாக முடிவை நோக்கி வருவதாகத் தெரிந்தது. ஒரு மனிதனிடம் கேட்கக்கூடியதை அல்லது மற்றவர்களுக்குத் தெரிய வேண்டியதை எல்லாம் நான் கேட்டு முடித்திருந்தேன்.

வெளியே பெரும் பட்டாசுச் சப்தம்; மருட்டும் சத்தம். பட்டாசுகளுக்கு இத்தனைச் சப்தமா? எங்களை அதிரச் செய்தது.

"என் பையன்தான் பட்டாசு வெடிக்கிறான்!"

"என்ன பண்ணுகிறார்?"

"எம். எப். ஏ. பண்றான்!"

நாங்கள் வெளியே வந்தோம். வாசல்வரை அவரும் எங்களுடன் வந்தார்.

அவர் மகன் என்று நினைக்கத் தக்க இளைஞன், ஓர் அம்மாவுடன் பேசிக்கொண்டிருந்தவன் திரும்பி, அவரிடம் சொன்னான்.

"பட்டாசு வெடிக்க வேணாம்ன்னு சொல்லுது இந்தப் பொம்பிளை?"

அவள் பக்கம் திரும்பினார் அவர். அந்த அம்மாள், நடு வயதுக்காரராக, முகம் முழுக்கப் பதைப்புடன் இருந்தார்.

"என்ன?" என்று அந்த அம்மாவிடம் கேட்டார் அவர்.

"மகள் குழந்தை பெத்து வந்திருக்காங்க. குழந்தை பிறந்து நாலு நாள்தான் அச்சு. வெடிச் சப்தம், குழந்தையைத் தூக்கித் தூக்கிப் போடுது; அரண்டு அழுது. தயவு பண்ணி பட்டாசு வெடிக்காம இருந்தா நல்லதுண்ணு தம்பிக்கிட்ட சொல்லிக்கிட்டிருந்தேன். தயவு பண்ணுங்க!"

அந்த அம்மாள் அழுதுவிடுவாள்போல இருந்தது.

"உன் மக குழந்தைக்காக என் பிள்ளை பட்டாசு வெடிக்காமே இருந்துக்க முடியுமா? ஜன்னலை இறுக்கி மூடிக்க போ, போ!"

தளர்ந்து, எதிர்வீட்டுக்குச் சென்றாள் அந்த அம்மாள்.

நான் பேட்டியை எழுதிக் கொடுத்துவிட்டேன். முதலில், பட்டாசு வெடிக்க வேண்டாம் என்று கேட்டுக்கொண்ட அம்மாவிடம் துவங்கி, அவர் சொன்னதை எழுதித் தந்தேன். "அந்த தொடக்க நிகழ்ச்சி தேவைதானா?" என்ற ஆசிரியர் "அதுதான் அவரது சரியான பேட்டி" என்றேன்.

"அந்தப் பகுதியில்லாமல் பேட்டி வருவது பத்திரிகை தர்மம் அல்ல" என்றேன்.

"சரி" என்றார் ஆசிரியர்.

பேட்டி வந்திருந்தது. அவரது அழகிய வண்ணப் படங்களுடன் நான்கு முறை ஆடை மாற்றிப் போட்டோவுக்கு அவர் காட்சி தந்திருந்தார். நான் எழுதியதில் அந்த முதல் பகுதி இல்லாமல் அச்சாகியிருந்தது.

2002

மகிழம்பூ

மனசுக்குள் ஒரு மூலையில், பயம் இருக்கத்தான் செய்தது, உறைந்து கெட்டித்த இரத்தத் துளி மாதிரி. வித்தை, என்னைக் காலை வாரி விட்டுவிடும் என்றெனக்குப் பயம் இல்லை. நாக்கில் சொல், ஸ்ருதி பிசகி நான் அறிந்தது இல்லை. தொண்டைக்குள் மணி அடித்து ஓய்ந்த ரீங்காரம். அது எத்தனைக் கிண்ணிகள், குடங்கள், பசியும் பட்டினியுமாய்க் கிடந்த வேளைகளிலும் நாகநாத சாமிக்குப் பாலாபிஷேகம் செய்திருக்கிறாள் அம்மா. லயம், எனக்குள், இரத்த ஓட்டம் மாதிரி நிரம்பிக் கால், கை விரல்களில் தேங்கி இருக்கிறது. எனவே, தாளம் தவறும் என்று நான் ஒருபோதும் பயந்தது இல்லை.

இந்த ரகசியப் போர், ஆயுதம் இல்லாத குருக்ஷேத்ரம் தேவை தானா? வேண்டாம் என்றுதான் அம்மாவிடம் சொன்னேன். பலமுறை சொல்லிச் சொல்லி அலுத்துப் போனேன். இன்னிக்குக் காலையில்கூடச் சொன்னேன். அம்மா கேட்டால்தானே? இதோ மூடிய படுதாவுக்குப் பின்னால், ஜமக்காளம் விரித்து உட்கார்ந்து விட்டேன். வயலின் சுந்தரேசன், மேலும் கீழும் வில்லை இழுத்து இழைக்கிறான். ஸ்ருதி, அவனுக்குப் பசை. ஒட்டிக் கொள்ளும். இந்தப் பக்கம், மிருதங்கம் ரங்கு, கொம்பு மாத்திரம் இல்லை. நந்திதான். விரல்களால், என்கூடவே பாடிக்கொண்டு வருவானாக்கும். மணிக்கு அடுத்தபடி இந்தச் சின்ன மணி. பின்னால், பானையை வைத்துக்கொண்டு, மண்பானை எப்படி வெங்கலப் பானையாகிறது. ஆச்சர்யம்தான்.

அம்மா, வெளியே பேய்போல அலைந்து கொண்டிருக்கிறாள். திருபுவனைப்பட்டு சுற்றி இருக்கிறாள். நெற்றி வியர்வை, காதோரம், வாய்க்கால் மாதிரி வடிகிறது. இன்னும் சீனு சார் வரவில்லை. அரங்கம் நிரம்பிவிட்டது. எப்படியும் ஆறரைக்குள் வந்து விடுவதாகச் சொன்னார். வார்த்தைகளைக் காப்பாற்றுபவர் என்றுதான் எல்லோருமே

சொன்னார்கள். இலேசில் ஒப்புக்கொள்ள மாட்டார். ஒப்புக்கொண்டால் வராமல் இருக்க மாட்டார். கிழச்சிங்கம். இது மாதிரி நிகழ்ச்சிகளுக்கெல்லாம் வந்து கார்வார் பண்ணி, பத்திரிகைகளுக்கு அவல் கொடுத்து அட்டகாசம் பண்ணாமல், அடங்கி இருப்பது எப்படி? நிரம்பினால் அல்லவா சத்தம் நிற்கும். அன்னைக்குத்தான் அம்மாவோடு போகும்போது பார்த்தேனே?

சூரியன், திண்ணைக்கு மேல் ஏறி இருந்தது. திண்ணையைக் குறுக்கு வெட்டாக வெட்டிக்கொண்டு படுத்துக் கிடந்தது, சூரிய ரச்மி. சீனு சார இல்லாத நேரத்தில் வெயில் திண்ணைக்கு வந்து விடும் போலும் என்று எனக்குத் தோன்றியது.

அம்மா, கதவை முட்டியால், பயத்தோடும், படபடப்போடும் தட்டியது. மனுஷன் என்ன சிங்கமா, புலியா? வித்வத்து என்ன விஷமா, பயம்காட்ட? “யார்” என்று குகையிலிருந்து வருகிறாற்போல ஒரு மிரட்டல் குரல்.

“க்ஷமிக்கணும். நான் ஸ்ரீவத்சபுரம் பார்வதின்னு... மாமாவைப் பார்க்கணும்”

“வரட்டும்”

நாங்கள் உள்ளே நுழைந்தோம்.

ஊஞ்சலில் ஜமக்காளம் விரித்து, தலை அழுந்திய பள்ளம் இன்னும் புடைத்திராத, கண்களில் உறக்கம் பூசிய மாமா.

கட்டை விரலைத் தரையில் ஊன்றி ஊஞ்சலை நிறுத்திய பாவனையில் இருந்தது மாமா. மாமா, அம்மாவுக்கு. எனக்கு சீனு சார்.

மாமாவுக்கு முன் விழுந்து சேவித்தது, அம்மா. என்னையும் பார்த்த பார்வையில் நானும் சேவித்துக்கொண்டேன்

“என்ன வேணும்?”

நான் தனியாக வந்திருந்தால், இந்த மெட்ராசில் பாதி கொடுப்பீரோ என்று கேட்டிருப்பேன். அம்மாவுக்கு அந்த பிரதிக்ஞை இருந்ததே.

“மாமா, பரூர் ரத்தினம் ஐயர் பேசியிருப்பாரே... அந்த பார்வதி நான்தான். இவ என் ஒரே குழந்தை. கலாவல்லின்னு பேர். ஏதோ நல்லா பாடுதுன்னு ரத்தினம் மாமாவே சொல்றார். இங்க, உங்களை மாதிரி பெரியவா இருக்கப்பட்ட ஸ்தலத்துல பாடணும்னு ஆசை. நீங்க தலைமை தாங்கி குழந்தையை ஆசீர்வாதம் பண்ணி வச்சா, அவ பிழைச்சுக்குவா. மாமா, கிருபை பண்ணனும்”

என்ன தாழ்ச்சி, என்ன பணிவு? எல்லாம் அந்த ஆலவாய்க் கடவுளின், பிட்டுக்கு மண் சுமக்க வந்த விளையாட்டுதான்.

“ஹூம்” என்று ஒரு ஹூங்கார சப்தம் வந்து அவரிடம் இருந்தது. பஞ் சமத்துக்கும் தைவதத்துக்கும் இடைப்பட்ட சப்தம்.

“என்ன பாட்டோ, என்ன இழவோ, என்ன சங்கீதமோ, யார் பாடப் போறவள்? இவளா? இருக்கட்டும். ரத்தினம் பேரைச் சொல்லிண்டு வந்துடறேள். எனக்கு ரொம்ப ஆப்தன் அவன். தட்ட முடியாது. பார்வதீம்மா... பொறந்து அரை மூடி போட்டுக்கிற தோல்லியோ, பாட்டு சங்கீதம்னு மேடைக்கு வந்துடறதுகள். அழுத்தமான சாதகம், கேழ்க்கிற ஞானம்,

பாடாந்தரம் எதுவும் லவலேசம் இல்லை. சபாக்காரன், பச்சை நோட்டுக்கு, அலையறான். பத்திரிகையிலே, அவாளையும், இவாளையும் பிடித்து நல்ல வார்த்தையா கறந்துட்டாப் போறும். வித்வான், வித்வாம்சினி ஆயிடலாம். திருவையாறு வந்துடறா, ஆராதனைக்கு. என்ன சங்கீதமோ, என்ன இழவோ...”

எரிச்சல், கோபம் எல்லாம் எனக்கு மண்டிக்கொண்டெழுந்தது. “சரிதான் போய்யா. உன் லட்சணம் எனக்குத் தெரியாதா... சொந்த சிஷ்யை நல்லா பாடறான்னு, எங்கே நம்மையே சாப்பிட்டுடப் போறாள்னு, பாடாதேன்னு சத்தியம் வாங்கின பொறாமைக் குதிர் நீ. உமக்கென்ன சங்கீத அக்கறை?” என்றெல்லாம் நெருப்பைக் கொப்பளித்துத் துப்பலாம் என்று நினைத்துக்கொண்டேன். அடக்கிக்கொண்டேன்.

அம்மா, அழுதுவிடும்போல் இருந்தது. முகம், கிழித்து ஒட்டிய சித்திரம்போல் கோணியது.

“மாமா அப்படிச் சொல்லப்படாது. உங்க கதவு மட்டும்தான் எங்களைப்போல அநாதைகளுக்குத் திறந்த கதவுன்னு தெரிஞ்சு வந்திருக்கோம். எல்லோரும்தான் பாடறா. எல்லோருக்கும்தான் வயசாறது, மரத்துக்கு ஆற மாதிரி. எல்லோரும் உங்களை மாதிரி ஞானவாளா ஆயிடறாளா? எத்தனையோ சாமி இருக்கு மாமா... ஆனா, வித்வத்து வேணும்னா, சரஸ்வதி கடாட்சம் வேணுமோல்லியோ”

சீனு சாரின் மூஞ்சியைப் பார்க்க வேணுமே! இலுப்பைத் தேன் குடிச்ச குரங்கு, சர்க்கரைப் பாகுல விழுந்த மாதிரி “ஈ” என்று இளித்துக்கொண்டு “என்னமோ சொல்றேள் வரேன்” என்றது. அதோடு விட்டதா என்ன? “கும்மிடிப்பூண்டி, கூடுவாஞ்சேரியில் பாடினவள், மெட்ராஸ் சபாவில, சுப்புடு, பப்புடுன்னு ராட்சஸர்கள் வர இடம். கிழிச்சுத் தொங்க விட்டுடுவான்கள். ஜாக்கிரதையா பாடுடி குட்டி”ன்னு அட்வைஸ் வேறு. மெட்ராஸ் என்ன, எல்லோரும் தியாகராஜ சாமிகள், தீட்சிதர்கள், அருணாசலக் கவிராயர்களா என்ன? எல்லா இடத்திலும் காதுள்ளவர்கள் இருக்கிறார்களா? எல்லா இடத்திலும் இரும்புக் காதர்கள் இருக்கத்தான் செய்கிறார்கள்.

ஒருவழியாக அம்மா, சீனுவை ஒப்புக்கொள்ள செய்துவிட்டுத் தெருவுக்குக் வந்தது.

“கடவுள் என் பக்கம்தான் இருக்கிறார்” என்றது.

பத்துப் பன்னிரண்டு வருஷ சபதம் அல்லவா?

அரங்கத்தில் எழுந்த கசமுசாக்கள், சீனு வந்து விட்டதைத் திரைக்குப் பின்னாலிருந்த எனக்கு உணர்த்தியது. திரை உயர்ந்தது. எல்லோரையும், சரஸ்வதியை, குருவை, மனசுக்குள் நமஸ்கரித்துக்கொண்டேன். எதிரே, சீனு நடு நாயகமாய் பட்டு வேஷ்டி, பட்டு ஜிப்பா, பட்டு அங்கவஸ்திரம், குங்குமம், சந்தனப் பூச்சு, வாய் வெற்றிலைச் சிவப்பிலும், சற்றே இகழ்ச்சியிலும், கண்ணில் குரூரம். அதைச் சமன்படுத்த ஒரு பந்தாச் சிரிப்பு. சபா செகரட்ரி என்னவோ உளறியது.

“நம் காலத்துப் பீஷ்மர் சீனு சேதுராமன் சார். “பிதாமகரே தலைமை வகிக்க இப்போது பாடப் போகும் செல்வி கலாவல்லி. சர்வகலா வல்லியாக”

வேணாமே இந்தப் பேத்தல். நான் கண்ணை மூடினேன். முதலில் என் கண் இமைகள் மூடினதும், இருள் கவ்வியது. இருள், கொஞ்சம் கொஞ்சமாக மஞ்சள் நிறமாகி, வெண்மை வியாபித்தது. எனக்குள், எங்கும், என்னைச் சுற்றிலும், ஸ்ருதியே வியாபித்தது. ஸ்ருதி என்ற பேரண்டத்துக்குள் அணுவாக நான் கரைந்து போனேன். என்ன ராகம், என்ன க்ருதி என்ற பிரக்ஞையே இல்லாமல், ஒரு பாடலை நான் பாடிக்கொண்டிருந்தேன். நானா பாடினேன். பாட்டு, இசை நாதம் என்னைப் பாடிக்கொண்டிருந்தது.

என் விழிகளில் வெள்ளைப் பிரகாசத்தின் மத்தியில் இராமன் வில்லேந்தி நிற்கிறான். போர் சந்நதம்கூடிய இராமன், வில்லை நிமிர்த்தி நிறுத்திய இராமன், காம, க்ரோதம் எனும் எதிரிகளை சம்காரம் செய்கிறவன், சீதாதேவியைத் துன்புறுத்திய காகாசுரனைத் தண்டித்தவன், எவர் துன்பத்துக்காளானாலும் காக்க முன் வருபவன்...

என் காதுகளில், கோதண்டத்தின் ரீங்காரமே நிறைகிறது. சுற்றி நிற்க முடியாது போகும் பகைகள், கருணையே வடிவான இராமனா, இந்த யுகத்தை நிகழ்த்துகிறான். போரும், ஸ்திதப் பிரக்ஞைக்காரர்களுக்கு ஒரு தவம்தான். போருக்கு நின்றிடும்போதும் பொங்குதல் இல்லாத மனம்தான் ஞானம்...

இராமன் என் அம்மாவாக மாறுகிறான். என்ன இது? அம்மாவின் கைச் சமையல் பாத்திரம்தான் எப்படி வில்லாக மாறி இருக்கிறது? ஆச்சர்யம்தான். அம்மாவின் கையில் இப்போது வில். ஏற்றிய அம்பு. அம்பின் நுனியும் குறியும், காகாசுரன் மேல். காகாசுரன் இல்லை. சீனு சார்! வேணாம். வேணாம், பார்வதி... என்னை விட்டுவிடு... போதும்... போதும் இனிமே தூஷணை பண்ண மாட்டேன்... யாரையும்... சீனு சார் ஓடுகிறார்.

கைத்தட்டல் அதிர்கிறது. கண்ணைத் திறக்கிறேன். கண் கூசுகிறது. நான் அரங்கத்துக்குள் இருந்தேன். முதலில் யார் முகமும் சரியாகத் தெரியவில்லை. சிரமப்பட்டுப் பார்க்கிறேன். அம்மாவின் முகம் தெரிகிறது. அவள் கண்களில் இருந்து தாரை தாரையாக வழிகிறது. சீனு சேது சார் முகம் தெரிகிறது? வெளிறிப் போய்த் தெரிகிறது அவர் முகம்.

சபா செக்ரடரி மாலை, மற்றும் புதுசாக வந்திருக்கிறதே, எதுக்கும் உதவாத பொன்னாடை என்கிற சொரசொரப்பு தரித்திரம் எல்லாவற்றையும் என் கழுத்தில் போடுகிறார்.

மிருதங்கம் ரங்கு "பிரமாதம் குழந்தை, பிரமாதமா பாடிட்டே" என்றது கேட்டது. யார் யாரோ என்ன என்னமோ பேசுகிறார்கள். கடைசியாகச் சீனு சேது மைக்குக்கு முன் வந்து நிற்கிறது. ஏதேதோ பேசுகிறது.

"என்னத்தைச் சொல்றது? இப்படி ஒரு பாட்டை என் வாழ்நாள்லே கேட்டதில்லைன்னு சொன்னா, அது பொய்யில்லை, நிஜம். என் குரு, அந்த நாளைலே சொல்வார். மகா வைத்தியநாதையர், புஷ்பவனம், நாயனா, பிள்ளைன்னு பல பேர். நான் கேட்டதில்லை. மகா பாட்டுக்காரான்னு சொல்வார். இப்போ, இவ, கொழந்தை கலாவல்லி பாடறச்சே, அந்த மகா ஞானஸ்தர்தான் பாடினதைக் கேட்கிறேன். என்ன சொல்றது? இது படிச்சு, அப்யாசம் பண்ணி, சாதகம் பண்ணி மாத்திரம் வரதில்லை. எனக்குத் தெரியும். குரு முகமா கத்துண்டு, பாடற பாட்டுக்கும் இதுக்கும் வித்தியாசம் தெரியறதே... ம் என்ன சொல்றது? மகா நிபுணிதான் இவ.

இந்தக் கொழந்தை. தொண்டைக்கு என்ன புண்ணியம் பண்ணாளோ பார்வதி. இப்படி ஜலதரங்கம், புல்லாங்குழல், வீணை எல்லாத்தையும் ஒண்ணா வச்சிருக்கு, தொண்டையில்! எனக்கு இது ஆச்சர்யம் இல்ல. வகுளா பரணத்துல தியாகராஜ சுவாமி பாட்டு, ஏ ராமுனின்னு தொடங்கற கீர்த்தனை, வகுளாபரணம் பாடினா, மகிழம்பூ வாசனை வரணும். வந்தாத்தான் அது வகுளாபரணம். இல்லேன்னா, அது வெறும் ஆபரணம். வந்துச்சே, கடவுளே... எப்படி? எனக்கு மகிழம்பூ வாசனை வந்ததுண்ணா சத்தியம்! நான் சொல்றது சத்தியம்... என்ன ஆச்சர்யம்..."

பேச முடியாமல் தழுதழுத்தது.

எல்லோரும் விடை பெற்றுப் போய்விட்டார்கள்.

நாங்கள் மாத்திரமே இருந்தோம். நாங்கள் என்றால், நான், அம்மா, சீனு சேது. கூத்து மைதானம்போல், காலியாகி இருந்தது அரங்கம். வெளியே மஞ்சள் கொன்னை மரத்துக்குக் கீழே நாங்கள் நின்றிருந்தோம். சீனு சார் கேட்டது.

"யார் குழந்தைக்கு சிட்சை?"

"சரளி வரைக்கும் நான்தான் பண்ணி வச்சேன். அப்புறம், பரூர் ரத்தினம் மாமா... அப்புறம், வாலாஜா பாலு அண்ணா, எங்கல்லாம், எனக்குப் பிழைப்பு நடந்துச்சோ, அங்கே இருக்கிற வித்வான்கள், இவளுக்குச் சொல்லி வச்சார்கள். காலிலே கையிலே விழுந்து கேட்டுக்குவேன். மனசு வச்சா சொல்லுவார்கள். இப்படித்தான் சிட்சை ஆச்சு."

"இவ்வளவு சிரமப்பட்டிருக்க வேணாமே... என்னண்டை வந்திருக்கலாமே...?"

"வந்தோமே. மாமாட்டதான் முதன் முதல்ல வந்தோம். நானும் எம்பொண்ணும்"

"வந்தேளா, எப்போ, ?"

"சரியா பன்னிரண்டு வருஷத்துக்கு முன்னால. அப்போ, மாமா, அல்லிக் குளத்தில வாசம்"

"ஆமாம். அங்க, ஒரு ஏழு எட்டு வருஷம் வாசம்."

"ஆலமரத்தண்டைக்குக் கீழ்ப்புறம் இருந்தேள். ஒருநாள் சாயரட்சை, எம்பொண்ணோட வந்தோம். அப்போ மாமா, யாரோடயோ, பேசிக்கிட்டிருந்தாப்பில, பார்த்தா, பெரிய மனுஷாளா தெரிஞ்சது. நான் மாமாவைச் சேவிச்சு, வந்த விஷயத்தை விண்ணப்பிச்சேன். ரொம்ப கருத்துக் குறைவாத்தான். என் பேச்சைக் கேட்க இருந்துச்சு... தப்பான நேரத்துல வந்துட்டேன்னு நினைச்சுக்கிட்டேன். யார், என்னன்னு விசாரிச்சேள். பார்வதின்னு என் பேரைச் சொன்னேன். ஆத்துக்காரர் பேரென்னனனு கேட்டேள். சொன்னேன். என்ன பண்றார்னு கேட்டேள். சமையல்னு சொன்னேன். சமையல்காரன் பொண்ணுக்கு என்னத்துக்குச் சங்கீதம்னு கேள்வி வந்தது. அவ்விடத்திலேந்து. என்ன பண்றது என் தலையெழுத்து, அந்த ஆளை பண்ணிட்டதுன்னு சொன்னேன். வேறு என்ன நான் சொல்றது? எங்க குடும்ப ஐவேஜு அவ்ளோதான். ஜட்ஜ் சம்பந்தமா கிடைக்கும். இந்தக் குழந்தை கிடந்து என்னன்னா, சதா பாடிட்டே இருந்தா, வாய் ஓயாத பாட்டு.

பள்ளிக்கூடத்துல கடவுள் வணக்கம் இவதான் பாடறாள். மொதல் நாள், கோயில்ல யாராச்சும் பாசுரம், தோத்திரம் பாடினா, அச்ச அசலா, அப்படியே பிடிச்சுக்கிறது. குரல்ல, என்ன பிர்க்காங்கறேள்? பிர்க்கான்னே தெரியாமே, அதுவா அசலா வந்து விழறது. தடித்தவோர் மகனைத் தந்தையீண்டடித்தால்னு ஒரு இராமலிங்கசாமி பாட்டு இருக்கோல்லியோ, அதைப் பாடினா, கண்ணில ஜலம் வரும். அப்படி ஓர் உருக்கம். எனக்குப் பாட்டுக் கத்துக்கொடம்மான்னு சதா கேட்டுண்டிருந்தா. எனக்கும் ஆசைதான். எனக்கும் பாட்டு ஆசை இருந்தது, மாமா. அதெல்லாம் நான் திரள்றதுக்கு முந்தி. அப்புறம், சமையல் மாமா ஆத்துக்காரிக்கு என்ன சங்கீதம் வேண்டியிருக்கு? சாம்பார் வாகா வந்துடுச்சுடி இன்னிக்குன்னு பேசற குடும்பம். எனக்குப் பதினாறு முழுசா ஆகலை. இவ என் வயித்துல. எனக்குத்தான் லபிக்கலை. இவளுக்காவது சங்கீதம் பண்ணவைப்போம்னு கடவுள் மேல பாரத்தைப் போட்டு, யாரைப் பார்க்கலாம்னு யோசிச்சேன். எனக்கு உங்க ஞாபகம்தான் வந்தது. உங்க பாட்டுன்னா எனக்கு ரொம்பப் பிடிக்கும். சுரம் போடறது மாமாவோட விசேஷம். கச்சிதமா ராகம் பாடி, வேகம் வேகமா கீர்த்தனையைப் பாடி முடிச்சுட்டு, சுரம் பாடப் போயிடுவேள். ஆனா, வாணவேடிக்கை பார்த்தா மாதிரி, எத்தனை வர்ணம், மாமாவோட சுரத்துல, மணிஐயர் அப்படிப் பண்ணுவார். அப்புறம் மாமாதான். அதோடு, இப்ப சத்தியா இத்தனை க்யாதி உள்ள சங்கீதக்காரா, மாமாதானே. வந்தேன். மாமா, குழந்தையைப் பாடச் சொன்னேள்...” அம்மா முடிச்சதும் சீனு சார் கேட்டார்.

“பாடினாளோ?”

நல்லா பாடினா. தியாகராஜ சாமியோட, ‘சனி தோடி தேவே ஓ மனசா’ பாடினா. வந்தவாளோட பேசிண்டிருந்தீங்க. மாமா. பாட்டைக் கேக்க அவகாசமில்லை. குழந்தை பாடி முடிச்சதும் இது என்ன ஹாரிகாம்போதியா, உங்க ஆத்துக் கறி காம்போதியா, சவமே... என்னத்துக்குத் தியாகராஜ ஸ்வாமியைத் தெனம் தெனம் கொல்றேன்னு ரொம்ப வஞ்சுட்டேள்...”

“அடடா... என்ன பாவம்!”

“கூட இருந்தவர்கூட, தெகைச்சுப் போயிட்டார். என்ன இப்படிச் சொல்லிட்டாங்களே மாமான்னு ஆச்சு. குழந்தைக்கு மனசு ரொம்ப விட்டுப் போச்சு. மாமா, ஒரு வார்த்தை சொன்னேள்”

“என்ன?”

“தகரத்துல ஆணியைக்கொண்டு கிழிக்கிற மாதிரி, இந்தத் தொண்டையை வச்சுண்டு, வத்தல், வடாத்தைத் திருடற வர்ற காக்கை ஓட்ட முடியாது. கல்யாணி பாடப் போறாளா? போ... போ... எவனாவது சின்ன சமையல் பையனைப் பார்த்துக் கட்டிவைன்னு பேசிட்டேள்”

“என்னது... என்னது... அப்படியா பேசினேன்.? சிவ... சிவா...!”

“ஏதோ விஷ வேளை, எம் போறாத வேளை... அந்த நேரம் நான் வந்தது பிசகு. கொழந்தை, வருத்தம் தாங்க முடியாம, அவமானம் தாங்க முடியாமே...”

அம்மா, இதைச் சொல்ல வேண்டாம்போல் தோன்றியது. என்றாலும், வார்த்தை வாயிலிருந்து வெளி வந்து விட்டதே.

“என்ன ஆச்சு?” என்றது சீனு சார்.

“கிணத்துல விழுந்துட்டா. பிழைச்சது மறுபிறவி”

அம்மா சற்று பேச்சை நிறுத்தியது.

“அன்னைக்கு ஒரு சபதம் பண்ணிண்டேன். எனக்குள்ளதான். சாமிக்குத் தெரியும், எனக்குத் தெரியும். இனி என்னோட வாழ்க்கை, இவளுக்காகத்தான். இவளை உலகம் மதிக்கிற பாடகியாக்கறது. அதுக்குத்தான் இந்த உசுருன்னு மனசுக்குள்ள எழுதிக்கிட்டேன். இவ அப்பாவுக்குப் பாட்டுன்னா, பாகற்காய். என்னத்துக்கு இவளுக்குப் பாட்டுன்னு ஒருநாள் பெரும் ரகளை. போய் வர்ற செலவு, வாத்தியாருக்கு அப்பப்போ கொடுக்கிற சம்பளம், இது கண்ணை உறுத்துச்சு. அது இருந்தா இன்னும் பிராந்தி, விஸ்கி சாப்பிடலாமே. குழந்தை சங்கீதத்தை விடறதா? விடப்படாது. நான் புருஷனை விட்டு வந்துட்டேன். எனக்கு என்னை விடவும், எல்லாத்தை விடவும் சங்கீதம்தான் பெரிசுன்னு முடிவு பண்ணிட்டேன். அப்பளம் போடறது, கடை கடையா விக்கறது. சமையல் வீட்டு வேலை, மனுஷ உடம்பாலே என்னென்ன சாத்தியம் உண்டோ அதுகளையெல்லாம் பண்ணினேன். ஒரு காசுகூட நான் வீணாக்கியதில்லை மாமா. ஒரு வாய் வெத்திலைக்கு, நான் காலணா செலவு பண்ணிக்கிட்டது இல்லை. ஏதோ, என் தீவிரம்தான் இவளைப் பாடகியாக்கித்துன்னு நான் சொல்லலை. இவளுக்குள்ள தீ, எரிஞ்சுண்டிருந்தது. அதை நான் தரலை. எந்த மனுஷன் இவளுக்குப் பாட வராதுன்னு சொன்னாரோ, அவரே, இவளை ஒத்துக்கணும்னு நினைச்சேன். அதுக்குத்தான் வாழ்ந்தேன் மாமா... நீங்க பெரியவா. உங்களை நான் ஏமாத்திப்பிட்டேன். மன்னிக்கணும்.”

“என்ன ஏமாத்தல்?”

“இன்னார்ன்னு சொல்லாம, புதுசா உங்களைத் தலைமை தாங்க கூப்பிட்டது தப்புதான். இவளுக்கு இதெல்லாம் பிடிக்கலை. வேண்டாம்னு சொன்னா. எல்லாம் என் பிடிவாதம். மன்னிக்கணும். மனசுக்குள்ள எதையும் வச்சிக்காமே, ஆசீர்வாதம் பண்ணனும்.”

எனக்குச் சீனு மாமாவைப் பார்க்கப் பாவமாக இருந்தது. எனக்குப் பாடப் பிடிக்கிறது. இந்தப் போட்டியெல்லாம் என்னத்துக்குன்னு தோணுது. இப்பவும், இந்த க்ஷணமும் இப்படித்தான். மாமா, சங்கப் பலகையா? சங்கப் பலகை வள்ளுவரையே ஏத்துக்கலையே. ஔவை வந்து சிபாரிசு பண்ணினான்னா, அப்புறம் அது என்ன சங்கப் பலகை. எனக்கு இப்போ கோபம் இல்லை. யார் மேலயும் வருத்தம் இல்லை. அம்மாதான், சதா இந்த நெருப்பை ஊதி ஊதி வளர்த்தது. அவளே எரிஞ்சுடப் போறாளேன்னு எனக்குப் பயம்கூட. நல்லவேளை, அதெல்லாம் நடக்கலை.

மாமா, மரம்போல நின்றுகொண்டிருந்தார்.

“பாவம் பண்ணிட்டேன். பெரிய பாவம். எத்தனை பாவம். நல்ல பாத்திரத்துல பிட்சை போடற பாக்கியம் இழந்த பாவம். ஒரு கொழந்தையோட மனசை நோகப் பண்ணின பாவம். அவளோட தாயைக் கதற அடிச்ச பாவம்... இத்தனை வயசுக்கு மேல, நான் என்ன பிராயச்சித்தம் பண்ணப் போறேன், பார்வதீம்மா!”

“அப்படியெல்லாம் பெரியவா பேசப்படாது. கல்யாணியும், சரஸ்வதியும் பாடின வாய் மாமாவோடது. அந்த தேவதைகள், தங்கி இருக்கிற மனசு

மாமாவோடது. மனசு நிறைய, "நல்லா இருடி குழந்தை... நல்ல சங்கீதக்காரியா இரு"ன்னு ஒரு வார்த்தை சொல்லுங்க. போறும்"

"இவளுக்கு நான் ஆசீர்வாதம் பண்றதா? நன்னா இருக்கு... கொழந்தே... பாடினாயே... காகாசுரனைத் தண்டிச்ச ராமான்னு... நான்தான் அந்த அசுரனா? அட ராமா...! தண்டிச்சுட்டே... நான், இந்தக் குழந்தையை ஆசீர்வாதம் பண்றதாவது.?"

எனக்குக் கஷ்டமாக இருந்தது. என்ன இருந்தாலும், பெரியவர், மகாஞானவான், நான் குனிந்து அவர் காலைத் தொட்டு நமஸ்காரம் பண்ணினேன்.

அந்தப் பெரியவர் என் உச்சியைத் தொட்டு, என்னைத் தூக்கி நிறுத்தினார்.

"வயசுல மட்டும் தாண்டியம்மா, நீ சின்னவ. மத்தபடிக்கு நீ ரொம்ப பெரியவ. இதுதான் மனுஷ சிலாக்கியம். இது நீடிக்கணும். நீடிக்கப் பண்ணிக்கோ... இதுதான் என் ஆசீர்வாதம்"னார்.

எனக்கு மனசு நிறைந்தது. அம்மாவைப் பார்த்தேன். ஜெயித்த சுவடு இல்லை. சாதாரண மனுஷியாக இருந்தாள்.

எனக்கு இது திருப்தியாக இருந்தது.

மாமா, வண்டியில் அமர்ந்து புறப்பட்டது.

"பெரியவர்" என்றது அம்மா.

2002

வனம் போனவன் கதை

சுப்பன் என்ற சுப்ரமணி, வனத்துக்குப் போவது என்று முடிவெடுத்தான். அதற்கு அவனுக்குத் தெரிந்த ஒரு காரணம், அடிக்கடி, ஒரு பறவை, அவனையே, அவன் தலைக்கு மேல் சுற்றிச் சுற்றி வந்து புறப்படு புறப்படு என்று சொல்லியது. இதை அவனுக்கு மிக நெருங்கிய சினேகிதக்காரனாக இருந்த குப்பனிடம் சொன்னான்.

குருவி அடிக்க என்னத்துக்கு வனம் போகணும். குறவர்களிடம் சொல்லி வைத்தால், உல்லான், கொக்கு, கவுதாரி, காடை, கானாங்கோழி, எல்லாம் கிடைச்சுட்டுப் போறது. கறிகளிலேயே உல்லான் கறிதான் ஒஸ்தி என்று அவன் சொன்னதைக் கேட்டு, அவன் மனம் ஒடுங்கிப் போனான். யாருக்கும் அவன் சொல்வதை வாங்கிக் கொள்ளும் பக்குவம் இல்லை.

போகட்டும். இதுக்காகவெல்லாம் அவன் மனம் சுருங்கிவிட முடியாது. இது ஒன்றும் புதிது அல்ல. அவன் குடும்பத்தில் இவன் மாதிரி பித்துள்ளவர்கள் நிறைய பேர் இருந்ததாக அவன் கேள்விப் பட்டிருந்தான். தொண்ணூற்று ஏழு வயதில் காலராவில் செத்த அவன் பாட்டியொருத்தி, கதை கதையாய்ச் சொல்லி இருக்கிறாள். அவள் சின்ன மாமனார், திடுமென வேஷ்டியை அவிழ்த்து எறிந்து, கௌபீண தாரியாக வனம் போனதாக அவள் சொல்லியிருக்கிறாள். இராமலிங்க சாமி பைத்தியம் அவருக்கு. அருமையாக அருட்பா, திருவாசகம், பட்டினத்தார் எல்லாம் பாடுவாராம். கோயிலில், பிராகாரத்துத் தூணில் சாய்ந்துகொண்டு, மேலே பார்த்துக்கொண்டு உட்கார்ந்து இருப்பாராம். கொழுந்தன் இப்படி ரெண்டும் கெட்டானாக இருப்பது கண்டு அவர் அண்ணன் மனைவி, பாட்டியின் ஓரகத்தி, என்னமோ, சொல்லி இருக்கிறாள். மூத்தது மோழை. வியர்வை சிந்தி உழைப்பதை இளையது சமத்து உட்கார்ந்து தின்கிறது என்பதாக ஏதோ பேச்சு. அவ்வளவுபோதும். அந்தப்

பேச்சில், சின்ன மாமனாருக்குக் கண் திறந்தது. அழைப்பு வந்து விட்டது. அந்த க்ஷணமே, எழுந்தார். "விட்டதடி ஆசை விளாம்பழத்து ஓட்டோடே" என்றாராம். புறப்பட்டு விட்டார், கையில் ஓடுகூட இல்லை. அண்ணி காலில் விழுந்து அழுது இருக்கிறாள். "கறந்த பால் முலை புகாது அண்ணி" என்றார். அவ்வளவுதான். ஊர் கூடி, எல்லைவரை பின் தொடர்ந்தது. வனம் புகுந்ததைக் கண்டது, மீண்டும் அவரை யாரும் பார்த்தது இல்லை.

அந்தக் காலத்தில் நிஜ சாமியார்கள் இருந்தார்கள். பாட்டி சொல்வாள், "இப்ப வர்ற சாப்பாட்டுத் தடியன்கள்" இல்லை. உண்மையான சாமிகள். அவள், கழுத்து நிறைய தொங்கத் தொங்கத் தாலி கட்டிக்கொண்டு இந்த வீட்டுக்குப் புகுந்த சமயம் அது. மூன்றாள் நாள். மாங்கல்யத்தில் புது மஞ்சள் கருக்கும் போகாத அந்தச் சமயம், மதிய நேரம். சாப்பிட்டுச் சமையல் அறை வாசலிலேயேப் படுத்திருக்கிறாள் பாட்டி. கண் சொருகி, அரைத் தூக்கம். ஏதோ நிறம் தெரியாத கனவு. பாலகிருஷ்ணன் மாதிரி, நீல வண்ணக் குழந்தை ஒன்று அவள் மேல் ஊர்ந்து வருவது மாதிரி, ஒரு கனவு. "தாயே" என்று ஒரு குரல் வெளியிலிருந்து அழைக்கும் ஒலி. வாரிச் சுருட்டிக்கொண்டு வெளியே வந்து பார்க்கிறாள். ஒரு சாமி குள்ளமாய், தாட்டியாய், ஆறடி உயரக் கோல் ஒன்றைப் பிடித்துக்கொண்டு நின்றதாம்.

"உன் கையால் சோறு போடு" என்று யாசகமாக அல்ல, உத்தரவாகக் கேட்டதாம் அது. வீட்டில் கணவர் இல்லை. என்றாலும் என்ன? விருந்துக்கு மாற்று மருந்தும் இல்லை என்பது சொல்லடை. செம்பு நீர் கொடுத்துக் கை கழுவச் சொல்லி, இலை போட்டுச் சோறு வட்டித்திருக்கிறாள் பாட்டி. சாப்பிட்டு முடித்து, "தாயி... ஊரில் வீடு இல்லாமல் இல்லை. சோறு கிடைக்காமல் இல்லை. நமக்கு மண் எல்லாம் திருநீறு. உனக்கு வாக்கு சொல்லணும்னு எனக்குக் கட்டளை. அதுக்காக இம்மாந் தொலைவு வந்திருக்கேன். வெள்ளி தவறாமே நாகபூஜை பண்ணு. உனக்கு நாகதோஷம் இருக்கு. உனக்கில்லை, உன் புருஷனுக்கு. எல்லாம் சரியாயிடும். வீட்டுல வாழை மரம் எப்பவும் இருக்கட்டும். வாழ வைக்கிற மரம். ஞாபகம் இருக்கட்டும்" பாட்டியின் பிரமை தெளிந்து பார்க்கையில் சாமி காணாமல் போயிருந்தது.

முதல் தலைச்சன் சாமிநாதன் பிறந்த பதினாறாம் நாள் தாத்தா வயலில் இருந்து, அந்தி சாயம் நேரம் திரும்பிக்கொண்டிருந்தார். பெருமூச்சு விடும் சப்தமும், உளுந்து வாசனையும் ஒரு சேர வந்ததாம். காலில் சுரீர் என்று நெருப்பு சுட்டாற் போன்ற வலி. புரிந்து விட்டது தாத்தாவுக்கு. வாழைச்சாறு பிழிந்து கொடுத்துத் தேற்றினார்களாம் தாத்தாவை.

இதற்குப் பிறகு, வீட்டில் சாமியார்களுக்கு மரியாதை கூடிவிட்டது. பாட்டியின் சின்ன மாமனார் என்றில்லை, சுப்புவின் தாய்மாமன் ஒருத்தன், கல்யாணம் ஆன மூணாம் நாள் சம்சாரம் அனாசாரம் என்று முணுமுணுத்தான். மோட்டு வளையைப் பார்த்தபடி. இரவு முழுக்கத் தூங்காமல் விழித்தபடி இருந்தான். வீட்டு வாசலில் வெளிச்சம் விழுந்ததும், எழுந்தான். தலையில் ஊற்றித் தலைமுழுகிறான். முழுகினேன், விழித்தேன், என்றான். வனம் நோக்கிச் செல்லத் தலைப்பட்டான். "பெண்ணுக்கு என்னடா

வழி” என்றார் அப்பா. விதி. இட்டமுடன் அவள் தலையில் இன்னபடி என்று எழுதிய சிவன் செத்துவிட்டானோ என்றபடி வனம் போனவன், பிறகு திரும்பவே இல்லை.

அவர்களுக்கும் ஒரு பறவை, இப்போது சுப்பனைச் சுற்றுவதுபோலச் சுற்றியிருக்கும். இந்தப் பறவை, கரியநிற முடையது. அலகு மாத்திரம், சிவந்தும், கண்களைச் சுற்றிய மஞ்சள் கோடுகளோடும், விரிந்த சிறகில் வெள்ளைப் புள்ளிகளோடும் இருந்தது. அதன் கால்களில், பொன் துகள்கள், எப்போதும் கசிந்து காற்றில் பரவிய படியே இருந்தது. அது பொன்னுலகத்திலிருந்து வருவதால், அதன் கால்களில் பொன்துகள் கட்டிக்கொண்டிருக்க வேண்டும் என்று அவனுக்குத் தோன்றியது.

முதன் முதலில், இது எப்போது அவனுக்குக் காட்சியளித்தது என்பது அவனுக்கு நன்றாக ஞாபகம் இல்லை. முன்பெல்லாம் (இப்போதும்கூட) அவனுக்கு இரவு தோறும் கனவுகள் வந்துகொண்டே இருந்தன. அந்தக் கனவுகள், பருவம் தோறும் மாறிமாறி வந்துகொண்டிருந்தன. கல்யாணத்துக்கு முன், அவனுக்கு வந்த கனவுகளில், நிறைய பெண்கள் வந்தார்கள். பெண்கள் பலர் என்றாலும் அவர்கள் முகம் ஒன்றாகவே இருந்தது. ஒரு முகம் திங்களூரில் அவர்கள் இருந்தபோது, எதிர்வீட்டில் குடியிருந்த புரோகிதர் வீட்டுப் பெண் பத்மாவதி. புரோகிதர் மேல் திருட்டுக் கேஸ் ஒன்று வந்தது. கோயில் நகைகளைக்கொண்டு, முதல் இரு பெண்களின் கல்யாணத்தை முடித்தார் என்பது வழக்கு. வழக்கில் எந்த அளவு உண்மை இருக்கும் என்பது தெரியவில்லை. ஆனால், காலம் நேரம் இல்லாமல், நள்ளிரவு நேரங்களிலும் போலீஸ்காரர்கள் வந்து தெருவை, ஆகாயத்தை நாற அடித்தார்கள். குருக்கள் வீட்டு அம்மாள், தலைவிரி கோலமாக தெருவுக்கு ஓடி வந்து, மண்ணை வாரி வெளியில் தூவி, ஆக்ரோஷமாகக் கத்தினாள்.

“வெளங்குவிங்களாடா நீங்கல்லாம். ஐயோன்னு

போவீங்கடா. உங்க குலம் விளங்காதுடா...

உங்க கர்ப்பத்துல குழந்தை தங்காதுடா” என்று.

சாபம் இட்டுத் தரையில் சரிந்தாள். தரை கிரீச்சிட்டுக் குலுங்கியது. மறுநாள் காலையில் எதிர்வீட்டில் களேபரமாக, என்னவென்று அறிய, சுப்பு மாடியின் மேல் ஏறி நின்று பார்த்தான். குருக்களின் ஐந்து பெண்களும், குருக்கள் மனைவியும், குருக்களும் எதையோ தின்று செத்துப் போனார்களாம். ஏழு பேர். ஒரே சமயத்தில் ஏழு உயிர்கள், கட்டையாக மயானம் நோக்கிப் போவதை சுப்பு மாடியில் நின்று பார்த்துக்கொண்டிருந்தான். ஊஞ்சலில் படுத்துக்கொண்டு உறங்குபவள்போல இருந்தாள் பத்மாவதி. வாடல், வதங்கல் இல்லை. கன்னத்தில் மட்டும் கீறல் இருந்தது. இரத்தம் கட்டிச் சிவந்து இருந்தது. மார்புப் பிரதேசத்திலும் அவர்கள் கடித்ததாகச் சொன்னார்கள். சூரியன், கிழக்கிலிருந்து மேற்கில் சென்று மறையும் வரைக்கும் மாடியிலேயே நின்றுகொண்டிருந்தான் சுப்பு. அவன் அம்மா, வந்து அவனைக் கீழே அழைத்துச் சென்றாள்.

அதன் பிறகு, அந்தப் பறவை அவன் கனவில் வரத் தொடங்கியது. அது வனத்திலிருந்துதான் வந்தது. மேற்கில் இருந்து, வடக்கு நோக்கிப் பறந்து சென்றது. முதலில் அதன் வெண்புள்ளியிட்ட சிறகுகள்தான் அவன்

சொப்பனத்தில் தெரிந்தது. யமதிசை நோக்கி அது பறக்கப் பறக்க, பறவை அவனாக மாறி இருந்தது. அவனே பறந்துகொண்டிருந்தான். அவன் இரு கைகளும் சிறகாக மாறிப் போயிருந்தன. அப்புறம், அவன் பக்கத்தில், பத்மாவதியும் பறந்துகொண்டிருந்தாள். அவளுக்கும் இரண்டு நீல நிறச் சிறகுகள் முளைத்திருந்தன. இரண்டு பேரும் பட்சிகள்போல அவர்கள் பறந்துகொண்டிருந்தார்கள். வானத்தனி விளிம்புகளில் பறந்துகொண்டு, வனத்துக்குள் சென்று மறைந்தார்கள் அவர்கள்.

சுப்புவுக்குக் கல்யாணம் நடந்து முடிந்திருந்தது. நிறைய எண்ணெய் பூசிய, மினுங்கலுடன்கூடிய, படியத் தலைவாரி முடிக்கிற, எப்போதும் புளியங்கொட்டை நிறத்தில் புடவை உடுத்துபவளான செங்கேணி அவன் மனைவியாக வாய்த்தாள். செங்கேணி என்பது, செங்கழுநீர் (மலர்) என்பதன் மரூஉ. மலரை எந்தப் பெயரிலும் வழங்குவார்கள் போலும் மக்கள். சுபாவத்தில், மிகவும் விட்டேத்தியாக இருந்தாள், செங்கேணி. எதிலும் பூரித்துப் பொங்கி வழிதல் இல்லை. அதே சமயம், உம்மணா மூஞ்சியும் இல்லை. கேட்டார்க்குப் பதில் சொல்வாள். காய்கறி வாங்கிப் போட்டால் சமைப்பாள். காபி என்றால் காபி வரும். சும்மா ஒழிந்த வேளைகளில் அடுக்களை வாசல் படியில் தலையசைத்துப் படுத்திருப்பாள். அல்லது நடுவாசல் படிக்கட்டில் அமர்ந்து, ஆகாயத்து மேகங்களின் அசைவுகளைப் பார்த்துக்கொண்டு நேரத்தைக் கழிப்பாள். அண்டை அசல் பெண்களோடு பேசுவது இல்லை. புருஷனுக்கேத்த பேசாப் பெண் என்று அவளைச் சொன்னார்கள். இது. சுப்புவுக்குச் சௌகர்யமாக இருந்தது. அப்புறம் அதனுடன், அல்லது அவள் சுப்புவுடன் பேசுவது என்பது இல்லை. திட்டமிட்டு நடந்தது இல்லை. அவ்வாறு நேர்ந்து விட்டது. மர ஆசாரியிடம் வேலை பார்த்தான் சுப்பு. சுயமாக வேலை கற்றுக்கொண்டு மேசை, நாற்காலி, பீரோ கட்டில் என்று பொருள்களை, ஆர்டரின் பேரில் செய்து தந்தான். இரண்டாவது பெண் பிறந்தது. பத்மா என்று பெயரிட்டான். மூத்தவன் சோதி. பையன், படு சுட்டியாக இருந்தான். வயசுக்கு மீறிய முதிர்ச்சி, பேச்சு, செயல் என்று எதிலும். பையனைப் பள்ளிக்கூடத்தில் போட்டார்கள். அந்த வருஷம், கோடை விடுமுறையுடன், வைசூரியும் ஊரில் கோரத் தாண்டவம் நிகழ்த்தியது. இரண்டு நாள் இடைவெளியில், சோதியும், பத்மாவும் குளிர்ந்து போனார்கள்.

சுப்புவுக்கு வேலை செய்ய முடியாமல் போய்விட்டது. ஒரு கடை வைத்துக்கொண்டு உட்கார்ந்தான். மரச் சாமான்கள் விற்கும் கடை. கடையின் வாசல், வனத்தைப் பார்த்து இருந்தது. அவன் திட்டம் இடவில்லை. அப்படி நேர்ந்துவிட்டது.

வனத்தைப் பார்த்தவர்கள் யாரும் இல்லை. ஆனால் அதைப் பற்றிய கதைதான் நிறைய உலவின. அவை பொய்யில்லை எனும்படி வனத்துக்கு முன்னால், பெரும் நிலப்பரப்பு. நூறு, ஆயிரம், லட்ச ஏக்கர் நிலப்பரப்பில் சமதளமாக இருந்தது. புல்லும், காட்டுச் செடிகளும் அடர்ந்து இருந்தன. விவசாயத்துக்கு உகந்த பூமியாக இருக்கலாம் எனினும் உறுதி செய்ய முடியாது. யாரும், உழும் முயற்சியை மேற்கொள்ளவில்லை. மழையும் கொஞ்சம் கொஞ்சமாக பொய்த்துப் போய்க்கொண்டிருந்தது. ஏரி, குளம்,

வாய்க்கால், எல்லாம் ஒரு காலத்தில் இருந்தன. மழை இன்மையால், அவை காய்ந்து வெடித்துத் தூர்ந்து போய்க் கிடந்தன. புதுசாகப் பதவிக்கு வந்தவர்களில் பலர், அவற்றின் மேல் வீடு கட்டிக்கொள்ள வாய்ப்பாக நிலமாக விற்றார்கள். சின்னச் சின்னதாய் நகர்கள் உருவாயின. நிறைய வண்ணங்களில் கொடிகள் பறக்கத் தொடங்கின. நிலத்தின், வெகு தூரத்துக்கு அப்பால், ஒரு பெரும்பிலம் இருந்தது. பள்ள பூமி. நிறைய குகைகள் போன்ற, இடங்கள் இருந்தன. அந்தப் பிலத்தில்தான் வாலியும், இராவணனும் பல நாட்கள் யுத்தம் புரிந்தார்கள் என்று கோயில் குருக்கள் சொன்னார். யாரும் அதை நம்பத் தயாரில்லை என்பதை உணர்ந்தவர். இப்போதெல்லாம் வாய்க்குள் மந்திரங்களை முணுமுணுக்கிறார். அந்தப் பிலத்தில் ரிஷிகள், தவம் இருந்தார்கள் என்றும் மக்கள் நம்பினார்கள். பிலத்தையொட்டி, ஒரு பெரும் அருவி வீழ்ந்தது. பச்சை பசேலென்ற ஒரு செங்குத்தான பள்ளமும், அதன் முடிவில் ஓர் ஊரும் இருந்தது. ஊரார்கள், பசு மேய்த்து ஜீவனம் செய்தார்கள். சிலர், கள்வர்கள்.

வலப்புறமாக வனம் தொடங்கியது. பல ஆயிரம் கல் சுற்றுத் தொலைவில் வனம் இருந்தது. உள்ளே, ஆயிரம் காலத்து மரங்கள், பட்சிகள், ஒட்டகம், எருமைகளை விழுங்கும் மலைப்பாம்புகள் எல்லாம் சாதாரணமாக அங்கே சஞ்சாரம் செய்கின்றதாய் பேச்சு இருந்தது. அந்த வனத்தின் நெருக்கத்தை உணர்ந்து, பாட்டு கட்டும் ஒரு நாட்டுப் புலவன் “ஈ புகுந்தால் இறகொடியும் இண்டம் இருட்காடு” என்று எழுதினான் என்றும் பாட்டி ஒருமுறை சொல்லி இருக்கிறாள். அந்த வனத்துக்குள்தான் மாரியம்மன்கூட தங்கி வாழ்கிறாள் என்று பாட்டி சர்வ நிச்சயமாகச் சொன்னாள். ஒருமுறை மாரியம்மா வனம் விட்டு வெளிவருவதை ஊரே பார்த்திருக்கிறது. முன்னம், அதுவரை ஊர் கேட்டிராத மாபெரும் பேரோசை எழ, ஜனங்கள் அவரவர்கள் இடம் விட்டு, தெருவில் கூடி நின்று வனத்தின் பக்கம் பார்த்திருக்கிறார்கள். தேஜோமயமாக ஒளிப் பிரகாசம் வனத்தின் மேல் எழுந்து நின்றது. இரண்டு மூன்று பனை மர உயரம்கொண்ட ஒளியாக இருந்தது அது. கண்ணைப் பறிக்கும் வெளிச்சமுடன் ஒரு பெண் மஞ்சள் சேலை உடுத்தியிருந்ததாகப் பாட்டி சொன்னாள். — வனத்திலிருந்து வெளிப்பட்டாள். ஜனங்கள் அவள் கையில் இருந்த சூலாயுதத்தின் வெளிச்சத்தால் கண்கள் குருடாகிவிடும் எனப் பயந்து வீட்டுக்குள் ஒளிந்துகொண்டார்கள். அந்த வருடம்தான், ஊரில் வைசூரி தாண்டவம் ஆடியது. குழந்தை ர, பெரியவர்கள், பெண்கள் ஏகத்துக்கும் குளிர்ந்து போனார்கள். அப்புறம்தான் ஊரார் சேர்ந்து, அம்மனுக்குக் கொடை நேர்ச்சி பண்ணிக்கொண்டார்கள். அதன் மூன்றாம் நாள், பிரளயம் வந்தது.

விடியலில், கிழக்குத் திசையைப் பார்த்தவர்கள் ஆச்சர்யம் கொள்ள நிற்கிறார்கள். மஞ்சள் சுண்ணாம்பு கலந்த ஆலத்தின் வண்ணத்தில் மிளிரும் கிழக்கு வானம் இருண்டு கிடந்தது. மழை வரும் என்று நினைத்துக்கொண்டார்கள். அதற்கான முஸ்தீபுகளில் இறங்கினார்கள். கீழ்த் திசைகளிலிருந்து கருமை கொஞ்சம் கொஞ்சமாக வளர்ந்தும், படர்ந்தும் வானம் எங்கணும் வியாபிக்கத் தொடங்கியிருந்தது. அதோடு, காற்று, கீழ்ச் சட்சமத்தில் தொடங்கியது. லேசாகத் தென்றல் என்று சொல்லத் தக்க

விதத்தில் இருந்தது. பகல் முழுக்கச் சூரியன் காணாமல் போயிருந்தான். இருட்டு, ஊரைக் கவ்விக்கொண்டது. மதிய நேரத்திலேயே, வீட்டுக்குள் காவிளக்கை வைத்துக்கொண்டிருந்தார்கள் ஜனங்கள். மாலை நெருங்க, அதுகாறும் அவர்கள் காணாத பேரிருள் அவர்களை ஆட்கொண்டது. காற்று, பஞ்சம ஸ்ருதியில் நின்று, கொஞ்சம் கொஞ்சமாக மேலேறிக்கொண்டிருந்தது. தென்னை, பனை, அரசு ஆல் போன்ற உயர்ந்த விருட்சங்களின் தலைகள் ஆடத் தொடங்கின். அந்தகாரம் என்று சொல்லத்தக்க ஏதோ ஒன்று ஊரை, வெளியை, எங்கும் போர்த்தியது. ராத்திரிச் சாமம் நெருங்க நெருங்க, ஏதோ ஒரு விபரீதம் நடக்கப் போகிறது என்ற எண்ணம் எல்லோர் மனதிலும் ஏற்படத் தொடங்கியிருந்தது. தொழுவில் கட்டியிருந்த மாடுகள் அலறின. ஆடுகள் சப்தம் எழுப்பாமல் முடங்கின. திடுமென பேய்கள் சேர்ந்து ஊளையிடுவனபோல காற்று சீறிச் சத்தத்துடன் முழங்கியது. ஊரை, ஒரு நெம்புகோல் புரட்டிப் போட்டு விடும்போல, காற்று ஊர் வீடுகளை நெருங்கியது. படபடவெனக் கல்லெறிவதுபோல மழைத்துளிகள் வீடுகளின் மேல் பாய்ந்தன. பின்பு இடித்தன. தொடர்ந்து இடிச் சத்தமும், மின்னலும் கண்களைக் குருடாக்கின. மின்னலில் இருந்து தெறித்து விழும் பொறிகள் ஊரை எரிக்குமோ என்று எண்ணத் தோன்றியது. இரவில் தொடங்கிய மழை, தொடர்ந்து காலையிலும், மதியத்திலும், இரவிலும் தொடர்ந்தது. ஜனங்கள், பீதியும், அச்சமும், பசியும் பூசிய முகத்தோடும், கதவைத் திறந்து வெளியே பார்த்தார்கள். சின்னஞ்சிறிய குடிசைகள், நீரில் மூழ்கி இருந்தன. மெத்தை வீடுகளின் தரைத்தளம் நீரால் சூழப்பட்டிருந்தது. பாயையும், கந்தலையும் சுற்றிக்கொண்டு, ஜனங்கள் அலங்க மலங்க அலைந்தார்கள். அடுப்புகள் எரிய மறுத்தன. நீர் அற்ற சுள்ளிகள் அரிதாகி, கணப்புக்கும் எரிப்புக்கும் பயன்படாது ஒழிந்தன. தரையில் ஜலமும், ஆகாயத்தில் காற்றுமாகி, மனிதர் தாங்க முடியாத ஊதல், சிதறக் காற்று கிளம்பி அலைக்கழித்தது. பாம்புகள், சுவரேறிக் களைத்து மீண்டும், நீருக்குள் விழுந்தன. பல செத்து விழுந்தன.

வயதான, சீக்காளியரான ஜனம் மழையின்போது செத்தார்கள். மார்பில் ஒட்டிக்கொண்டு முதலில் உறக்கத்திலும், பின்னர் மயக்கத்திலும் ஆழ்ந்து குழந்தைகள், சில உயிரை விட்டன. ஜனம், குடி நீருக்கும், கவளச் சோற்றுக்கும் நாயாய் அலைந்தது. ஒரு துண்டு உணவுப் பொருள், பந்த பாசம், அன்பு, மனிதப் பிணைப்பு எல்லாவற்றையும் விடவும் உயர்ந்ததாகத் தோன்றியது. மனிதர்கள், முகம் மாறிப் போய், வேறு யாராகவோ காட்சித் தந்தார்கள். செத்த ஆடுகள், மாடுகள், கன்றுகள் நாற்றம் காற்றில் பரவி, வாயிலெடுக்கச் செய்தது. நிலம் பார்க்கப் போனவர்கள், முட்டி ஜலத்தில் நின்று தமது பூமி, கழனி, நன்செய், புன்செய் எது, எவை எனக் குழம்பி திகைத்து நின்றார்கள், ஒப்பாரிகள், பசியோடும், ஆக்ரோஷத்துடனும் எழுந்து காற்றின், மனசாட்சியைக் குலைத்துத் திருகியது. பறவைகளின் சத்தம் கேட்க முடியவில்லை. தண்ணீரின் ஒரு திசையில், இறக்கை உள்ள பறவைகள் உயிரற்று மிதந்து போயின. சேற்றுக் குரவைகள், விறால்கள், புதியபூமியின், பழைய சேற்றுப் பரிச்சயம் அற்றுக் குழம்பின. வானத்தோடு பேசிக் குலாவி வளர்ந்த சமதளத்து மரங்கள், வேர் தெரிய மல்லாக்கச் சரிந்து கிடந்தன. ஆணி வேர்களின் பசிய மண் வாசனை, காற்றில் மிதந்து கரைத்து, மறந்து போன மண்ணின் வாசனையை ஜனங்களுக்கு நினைவுபடுத்தின.

ஜனங்கள், ஒரு சேர வெளியில் கூடி, மழையும் காற்றும் போகும் திக்கைப் பார்த்தபடி நின்றார்கள். மழை, கறுப்பாக, கருமேகமாக, வானத்துக்குள் ஒரு திட்டாகத் தன்னை மாற்றிக்கொண்டு, வனத்துக்குள் பொய்ப் புகுவதை கண்டார்கள்.

மரப்பொருள்களில் உட்கார்ந்து, சுப்பு, பல குருட்டு யோசனைகளில் ஆழ்ந்திருக்கிறான். யோசனைகளில் குருட்டு யோசனை என்றோ, விழிப்புள்ள யோசனை என்றோ, இரண்டு விதமாக இருக்கிறதா? இல்லை. யோசனைகளே, மனக்கிடங்குக்குள்ளிருந்து வெளிவரும் வெள்ளைக் குதிரைகள். இந்தக் குதிரைகள், சேணம் விரும்பாதவை சேணத்தை வெறுப்பவை. தறிகெட்டு ஓடுபவை. மேலே மின் விசிறி சுழன்றுகொண்டிருந்தது. செங்கேணி, இந்நேரம் என்ன பண்ணிக்கொண்டிருப்பாள்? மதியம் சாப்பாட்டுக்கு ஏற்பாடு செய்துகொண்டிருப்பாள். என்ன பெரிய விருந்து? குழம்பு, ஒரு கூட்டு, அல்லது பொரியல். எப்போதாவது போனால் போகிறது என்று ஒரு ரசம். இதுக்கென்ன பெரிய மெனக்கெடல்? செய்து முடித்து டிபன் பாக்சில் போட்டு வைத்துவிட்டு, சமையல் அறையில் கதவு படியில் தலை வைத்துப் படுத்துவிடுவாள். கூடைப் பையன், போய் நின்று, கதவைத் தட்டினால் டிபன் பாக்சைக் கொடுத்துவிட்டு, மீண்டும் தூக்கம் தொடரும். எப்படி ஒரு மனுஷி தூங்கிக்கொண்டே இருக்க முடியும்? தூக்கமாக இருக்க முடியாது? நினைவுச் சரத்தைக் கண்ணை மூடிக்கொண்டு, மீண்டும் பிரக்ஞை தளத்துக்குக் கொண்டு வந்து மனசுக்குள் நிகழ்ப்படமாக்கும் ஒரு யத்தனம். ஞாபகக்கிணற்றைத் தோண்டும் முயற்சி. கடந்து போன வாழ்க்கையை, மீண்டும் பரிசீலனை செய்தல், இப்படியாக தன் பொழுதைச் செலவிடுவாள் போலும். சுப்புவுக்கு, தான் அவளைப் பற்றி நினைப்பதுபோல், அவள் தன்னைப் பற்றி நினைப்பாளா என்று யோசனை அடிக்கடி வரும். நினைக்கிறாள் என்பதுக்கு எந்தத் தடமும் இல்லை என்பதுபோல நினைக்கவில்லை என்பதுக்கும் எந்தச் சான்றும் இல்லை.

விசித்திரமாகவே இருக்கிறது. செங்கேணி, அவன் வாழ்வுக்குள் வந்த விசித்திரம். அம்மாதான், பிள்ளைக்குக் கல்யாணம் பண்ணி வைக்க ஆசைப்பட்டாள். சுப்புவுக்கு ஆசை இல்லை என்று சொல்ல முடியாது. அடிக்கடி பத்மாவதி நினைவில் வந்தாள். கனவில் தொடர்ந்து வந்துகொண்டுதான் இருந்தாள். அவளுடன், அவன் மனசுக்குள் குடித்தனமே நடத்தினான்.

அம்மாவுடன் அவன் புறப்பட்டான். வெளுத்து வந்த கஞ்சி போட்ட முறுக்கான சட்டையும், வேஷ்டியுமாகத்தான் சுப்பு புறப்பட்டான். சுண்ணாறு தாண்டி, ஆற்றங்கரை வழி நடந்தால், இரண்டு கல் தொலைவில் அல்லிக்குளம் வந்துவிடும். அந்தக் காலத்து விளக்குத் தூண் ஒன்று இப்போதும் இங்கே இருக்கிறது. மின்சாரம் வந்த பிறகும், வராத அந்தக் காலத்தின் மிச்சம்போல அது இருந்தது. அந்த இரும்புத் தூணிடம் சொல்வதற்கு நிறைய கதைகள் இருக்கும் என்று அவனுக்குத் தோன்றியது. தெருத் திரும்பி ஊருக்குப் மேற்கால், மண் ரஸ்தா. மாட்டு வண்டிகளும், ஜனப் பாதங்களும் மிதித்து மிதித்து மண் ரஸ்தா, திருநீறு கொட்டிக் கிடக்கும்போல ஆகியிருந்தது. திருவொற்றியூர் பற்றி பட்டினத்தார் இப்படித்தான் நினைத்தார். அங்கே வாவியெல்லாம்

தீர்த்தம், மணல் எல்லாம் வெண்ணீறு. எங்குதான் வெண்ணீறு இல்லை? எதுதான் வெண்ணீறு இல்லை?

தெருமணல், அதிகம் அழுக்கப்படாமல், சுத்தமாக இருந்தது சுப்புவுக்குப் பிடித்திருந்தது. மணல் ரஸ்தா முடியும் இடத்தில் இடப்புறம் ஒரு தெரு திரும்பியது. தெருமுனைப் பாராக்காரர் மாதிரி, ஓர் ஆலமரம் இருந்தது. அதனை ஒட்டி, கப்பி ரஸ்தாவில் நடந்து போனால், ஓலைக் குடிசைகளும், சுண்ணாம்புக் காரைக்கல் கட்டடங்களும் வரும். அங்கு செங்கேணியின் வீடு இருந்தது.

உறவுக் கூட்டம் தெருவில் பெஞ்ச், மற்றும் பாய் விரித்து அமர்ந்திருந்தது. அவனையே எல்லோரும் பார்த்துக்கொண்டிருந்தது அவனுக்குக் கூச்சமாக இருந்தது. பெண்ணைப் புடவை சுற்றி, படியப் படிய, எண்ணெய் வழியத் தலைவாரி அலங்காரம் செய்திருந்தார்கள். அவள் கண்கள் தரையை நோக்கியே இருந்தன. எப்போதாவது நிமிர்ந்த அவள் விழிகளில் வெளிச்சம் பளீரிட்டுப் பார்த்தது. கீழ் உதடு, சற்று பெரியது. அழகிய மினுக்கும் கறுப்பு நிறத்தில் இருந்தாள். பஞ்சு மிட்டாய்க் கலரில், ஒரு மலிவான பட்டுச் சேலை உடுத்தியிருந்தாள்.

எல்லாமே, அவன் பார்வையில், அவன் காரியம்தான். என்றாலும், அவன் சம்பந்தப்படாமலேயே நடந்து முடிந்தது. திருமண இரவன்று, அவன் அவள் மேல் படர்ந்து தழுவினான். அவள் அவனை அனுமதித்தாள். பொய்க் கூச்சம் இல்லை. உடன்பட்டாள். ஆதரித்தாள் என்பதற்கில்லை. வேம்பும், மஞ்சளும் மணத்தன, உடம்பில். பத்மா, என்ன மணம் தருவாள் என்று நினைத்துக்கொண்டான். மணம்தான் காமம் போலும். அதனால்தான் காம விழைச்சை நுகர்தல் என்றார்களோ என்று நினைத்துக்கொண்டான். வாயில், அப்போதுதான் குடித்த பாலின் வாசனை, மார்பகத்தில், மஞ்சளும், தாளிக்கப்படாத துவரைச் சுண்டல் மணமும், உந்தியில், பச்சைப் பயிறின் வாசமும், கலந்து சுகந்தமாக இருந்தது.

பேச்சு என்பது எதன் காரணத்தாலோ, அவர்களிடம் இல்லாமல் போய்விட்டது. அதன் தொடக்கம் யார் என்பதை அவன் அறியான். காலையில் குளித்துவிட்டுத் தலை துவட்டும்போது, தரையில் பாய் போட்டு, இலையில் இட்லிகளோ, தோசையோ, தயாராக இருந்தன. மதியம் கடையில் சாப்பாடு. விடுமுறைதான் என்றாலும், அவன் சொல்வதற்கு முன்னாலேயே, இலையில் சாதம் நிறையும். இரவும் அவ்வாறே. படுக்கையில், அவன் அவளைத் தொடத்தான் தேவை. சடுதியில் அவள் தன்னைத் தரத் தயார் நிலைக்கு வந்துவிடுவாள். மறுத்தால், வேண்டாம் என்றால், நன்றாக இருக்கும் என்று அவன் நினைப்பதுண்டு. மறுத்தல் என்பது அவள் அறியாததாக இருந்தது. இருந்தாலும், கலவியை அவள் ரசித்தாள் என்று சொல்வதற்கு இல்லை.

காலம் ஓடிவிட்டது. கூடிக் குசுகுசுத்துக் குருட்டறையில் இட்ட கருக்கள், இரு குழந்தைகளாக விளைந்தன. குளிர்ந்தும் போயின.

யோசிக்கும் வேளையில் குருடும், குருடும் குருட்டாட்டமாடி, போட்டு உடைத்த பாண்டம்போல்தான் ஆனது என்று அவனுக்குத் தோன்றியது.

அவன் அமர்ந்திருந்த நாற்காலியின் நேர்ப்புறம்தான் அந்த வனம், வனத்தை அவன் எந்நேரமும் பார்த்தபடிதான் இருந்தான். அதன் நெடிய உச்சி, நெடுமால் குன்றம், திடுமென, புகை கிளம்புவதுபோல, வெள்ளை நாரைகள் அல்லது கொக்குகள் கூட்டமாகக் கிளம்பிப் பறக்கும். ஆகாயம், வெள்ளை மையால் கோடு கிழித்தாற்போல் காணும். பின்னர், கோபுரம் எனக் காணும் பறவைகள், பறவைகளாகக் கண்ணுக்குக் காணும் வரை, அவை பல்விதச் சிற்பங்களைப் போடும். பின்பு, காணாமல் போகும். அநிரந்தரம்.

எல்லாம்தான்.

இரண்டு நாட்கள் வெறுமனே மழை. சற்றுத் தூறல். திடுமென, நினைத்துக்கொண்டு, அம்மா வீட்டுக்குப் போகிறேன் என்றாள் செங்கேணி.

"போய் வாயேன்" என்றான் சுப்பு.

"என்ன திடீர்னு?"

"ஊரில் யாருக்காவது சுகம் இல்லையா?"

"பார்க்கணும்னு தோணுதா?"

எல்லாவற்றுக்கும் தலையசைப்பால் பதில் சொன்னாள் அவள். லேசாகத் தூறிக்கொண்டிருந்த ஒரு மாலை வேளையில் அவள் புறப்பட்டாள்.

"மழை விட்டதும் போயேன்" என்றான் அவன்.

அவள் புறப்பட்டாள். எங்கோ அரிசி வறுபடுகிற வாசனை காற்றில் பரவியது. சற்று தூரப் போய்த் திரும்பிப் பார்த்தாள். பிறகு போய்விட்டாள். கொஞ்சம் கொஞ்சமாகச் சமையல் பண்ணிக் கற்றுக்கொண்டான் சுப்பு. சமையல், மிக இனிமையான, பரிட்சார்த்தங்களுக்கு இடம் கொடுக்கும் வேலை என்பதை அவன் ஆச்சர்யத்துடன் புரிந்துகொண்டான். சாம்பாரைச் சாம்பாராகவும், குழம்பாகவும், இரண்டுக்கும் இடைப்பட்ட ஒரு தனிச் சுவையாகவும் பண்ண அவன் கற்றுக்கொண்டான். பூண்டு, புளி, சீரகம், வெந்தயம், மிளகு, மிளகாய் வற்றல், முதலான தினுசுகள் ஒவ்வொன்றும், தனி மணம், குணம்கொண்டவையாயும், சில சிலவோடு சேரும்போது தனிமணம் தருவதையும் அனுபவத்தில் புரிந்துகொண்டான். திடுமென, செங்கேணியை நினைத்துக்கொண்டான். அவள் போய் வரும் தையோடு ஒன்றரை ஆண்டாகப் போகிறது. தபால் எழுதினான். நேராகப் போனான். ஒருமுறை, கண்ணாற்றங் கரையில் வைத்து அவன் அவளிடம் கேட்டான்.

"என்னோடு வாழ இஷ்டம் இல்லையா?"

அவள் பேசாமல் இருந்தாள். அவனுக்குப் புரிந்தது. யாரும் யாரையும் கட்டாயப் படுத்த முடியாது.

வனத்தைப் பார்த்துக்கொண்டு யோசிக்க முடிகிறது. கஷ்டம்தான். இரண்டு பேர், முன்பின் தெரியாதவர்கள் ஒரு கூரையின் கீழ் பலகாலம், ஒருவரையொருவர் சகித்துக் கொள்வது.

அந்த நாள் முக்கியமானது. அவன் வனம் போன நாளுக்கு முந்திய பகல். வழக்கம்போல சூரியனுக்கு முன்னாலேயே எழுந்துகொண்டான். அறையைத் திறந்துகொண்டு வாசலுக்கு வந்தபோது அந்தப் பறவை, வாசல் தூண் ஓரம் அமர்ந்திருந்தது. வானத்தைப் பார்த்தபடி ஏதோ சொல்லிக்கொண்டிருந்தது

அது. பிறகு இவனைப் பார்த்துச் சொன்னது. அது சொல்லியது இவன் காதுகளில் ஸ்பஷ்டமாக விழத்தான் செய்தது. பிறகு சிவுக்கென்று பறந்து மறைந்து போனது.

தோட்டம் சென்று, கிணற்றிலிருந்து நீரை முகந்து தலையில் விட்டுக்கொண்டான். சுத்தமானாற்போல உணர்ந்தான். இட்லி மாவு இருந்தது. ஓர் ஈடு ஏற்றி இறக்கினான். பொடியும் எண்ணெயும் போட்டுச் சாப்பிட்டான். கடைச் சாவிக் கொத்தை எடுத்துக்கொண்டு, கடைக்குக் கிளம்பினான். கடையைத் திறந்து, வத்தி கொளுத்திச் சுவாமி படங்களுக்கு முன் நின்று பிறகு வத்தியைச் செருகி விட்டு நாற்காலியில் அமர்ந்தான். வனம், புதுசாக இருந்தது. ஏதோ ஊதாக் கலரில், வனம் வித்தியாசமாகக் காட்சியளித்தது. வனம் முடியும், இடத்திலிருந்து, ஒரு புகை, காற்றில்லா இடத்தில் புகையும் சாம்பிராணிப் புகை மாதிரி, நேர்க் கோடாக எழுந்து வானத்தை நோக்கிச் சென்றது. அவன் அதைப் பார்த்துக்கொண்டிருக்கும்போதே, அந்த வெள்ளைக் கோடு, நேராக வளைந்து இவனை நோக்கித் திரும்பியது.

“வா”

என்று ஓர் அழைப்பு. அவன் காதுகளில் கேட்டது. ஆண், பெண், அலி யாரின் குரலும் இல்லை அது. தெளிவான குரல். மிகவும் பரிச்சயமான குரல். மயக்கத்தில் எழும் சின்ன ஒலியினும் சன்னமாய்க் கேட்கிற சப்தம். ஆனால், செவிப்பறை கேட்கிற சப்தம். திரும்பும்போது மணியை உராசி அதன் எதிர்வினையாய்க் கோயில் மணி எழுப்பும் சன்ன நாதம். அவன் உடம்பு சில்லிட்டது. அவன் எத்தனை மணி நேரம் அப்படி இருந்தான் என்று சொல்வதற்கில்லை.

அவன், சுவரைப் பிடித்துக்கொண்டு, எழ முயன்றுகொண்டிருந்தான். சுவரைப் பிடிப்பதும் விழுவதுமாக இருந்தான். அம்மா, “உம், சுவரைப் பிடிச்சுக்கோ... எழுந்து நில்லு... அம்மா கிட்ட வா, கண்ணு” என்றாள். அந்த “வா”போல இருந்தது இந்தச் சப்தம். ஒற்றைச் சப்தம்.

பள்ளிக்கூடத்துக்குப் புறப்பட்டுக்கொண்டிருந்தான் சுப்பு. அப்பா, அவன் புஸ்தகப் பையுடன், தெருவில் காத்துக்கொண்டிருந்தார். அம்மா, அவன் முகத்துக்கு ‘பூதர்’ மாவு பூசிக்கொண்டிருந்தாள். அப்பா, வெளியிலிருந்து “வா கண்ணு” என்று சொல்லிக்கொண்டிருந்தார். அந்த ‘வா’ என்பதுபோல இருந்தது இந்தச் சப்தம்.

குருக்கள் வீட்டு அம்மாள், அம்மாவுடன் பேசிக்கொண்டிருப்பாள். பேசிக்கொண்டிருந்து விட்டு, அரைப்படி அரிசி வாங்கிக்கொண்டு போவாள். சமயங்களில் பத்மாவதி வருவாள். ஒருமுறை அம்மா, “என்னம்மா வேணும்” என்று கேட்டு, எடுத்து வரச் சமையல் அறைக்குச் சென்றாள். தனியாக இருந்தாள். என்னமாவது செய்ய வேண்டும் என்கிற குறுகுறுப்பாக இருந்தது சுப்புவுக்கு. என்ன செய்வது என்றுதான் தெரியவில்லை. அவள் அருகில் போய் கன்னத்தைக் கிள்ளி விட்டு அறைக்குள் புகுந்துகொண்டான் சுப்பு. இது நடந்து, ஏழெட்டு நாட்கள் இருக்கும். மழைக்காலம் என்று நினைவுக்கு வருகிறது. அவன், பத்மாவதி வீட்டுக்குச் செல்கிறான். நெய் உருக்க,

முருங்கை விழுது கொய்துகொண்டு வரச் சொல்லி இருந்தாள் அம்மா. "பத்து, கொழந்தைக்கு முருங்கைக் கொழுந்து கொய்து கொடு" என்கிறாள் அம்மாள். "வா" என்றபடி தோட்டம் அழைத்துப் போகிறாள், பத்து. துளசி மாடம். அதன் மேற்கால் முருங்கை மரம். கிளையை வளைத்து, ஒரு நீளக் கொம்பையே உடைத்துக் கொடுக்கிறாள் பத்து.

"அன்னைக்கு என்ன பண்ணினே, துஷ்டப் பையா" என்றபடி, அவனை இழுத்துக் கன்னத்தில் அழுந்த முத்தம் பதிக்கிறாள் அவள்... "அப்புறமா, வா!" என்கிறாள்.

அந்த 'வா' வா?

கடைப் பையனை அழைத்தான்.

"நான் போகணும். கடையை மூடிக்கோ. நாளைக்கு நீயே கடையைத் திறந்துக்கோ!

பையன் விழித்தான்.

வெயில் தாழ்ந்திருந்தது. எழுந்தான் சுப்பு. வனத்தை நோக்கி நடக்கத் தொடங்கினான். யாரும் சுப்புவைப் பார்க்கவில்லை.

2002

அணிலாடு முன்றில்

அப்போது நான் கே. ஆர். யூனிட்டில் இருந்தேன். அங்கே பணியாற்றிக்கொண்டிருந்தேன் என்பது சற்று கௌரவமான சொல்லாக இருக்கக்கூடும். என்ன பணி என்பதையும் நான் சொல்லியாக வேண்டும். எங்கள் இயக்குநர் சாப்பிடும்போது, நானும் உடன் சேர்ந்து சாப்பிட வேண்டும். அதாவது "கம்பெனி" கொடுக்க வேண்டும். அதேபோல, இரவு மது அருந்தியபடி, இந்த நிழல் உலகத்தில் அவர் பெற்ற தழும்புகளை மனம் கசிந்து சொல்லும்போது, ஆதரவுடனும் ஒரு வகை அனுதாபத்துடனும் கேட்க வேண்டும். சீன் "டிஸ்கஸ்" பண்ணும்போது உடன் இருந்து நிறைய சொந்தக் கற்பனையாகத்தான் இருக்க வேண்டும் என்கிற கட்டாயம் இல்லை. படித்தவை, பார்த்தவற்றையும் சொல்லலாம். மேதைகள் ஒரு மாதிரிதான் சிந்திக்கிறார்கள் என்பது பொய்யா, என்ன?

நாங்கள் அப்போது ஒரு சினிமாவைத் தயாரித்துக் கொண்டிருந்தோம். எங்கள் இயக்குநர், ராம்சங்கர் மிகவும் யதார்த்தமான கலைஞர் என்று பெயர் வாங்கியவர். அதோடு தயாரிப்பாளர்களின் செல்லப்பிள்ளை. அதாவது மிகவும் சிக்கனமாக, போட்ட பட்ஜெட்டுக்குள் சினிமா செய்வதால் அந்தப் பெயர். இளைஞர்களின் நாடித் துடிப்பை பிடித்துப் பார்த்தவர் என்றும் அவருக்குக் கியாதி இருந்தது.

அன்று, வானம் மப்பும் மந்தாரமுமாக இருந்தது. மழை வரும்போல இருந்தது. அவ்வப்போது தூறலும் இருந்தது. காலை முதல்கொண்டு எங்கள் படத்துக்குச் சிறந்த பெயர் சூட்டச் சிந்தனையிலிருந்தோம். காபி குடித்தபடியும், சிகரெட் பிடித்தபடியும், மதியம் பீர் அருந்திய படியும், உண்ட படியும் யோசித்த படியும் இருந்தோம். மாலைக்குள் பெயரைச் சொல்ல வேண்டிய கட்டாயம் இருந்தது. இரவே, விளம்பரம் தயாராக வேண்டும். வெள்ளிக்கிழமை தந்தியில் முழுப்பக்க விளம்பரம் வந்தாக வேண்டும்.

“அது ஒரு மழைக்காலம்” என்றேன் நான்.

ராம்சங்கர் படங்களில் அடிக்கடி மழை வரும். கதாநாயகிகள் மழையில் சிக்கிக் கொள்வார்கள். காதலர்கள் மழையில் நனைந்த படிக் காதலிப்பார்கள். ஹீரோவுக்கும் வில்லனுக்கும் ஆக்ரோஷமான சண்டையும் மழையிலேயே நடக்கும். கிளைமாக்ஸ் கட்டாயமாக மழையில்தான் படமாகும். இந்தப் படத்தில்கூட ஏழு எட்டு இடங்களில் மழை பெய்தபடி இருந்தது. கதாநாயகி, கல்லூரி விட்டுத் திரும்பும்போது எதிர்பாராதபடிக்கு மழை பிடித்துக்கொண்டது. அன்று பார்த்து அவள் குடையும்கொண்டு வரவில்லை. மழை வலுத்ததால், பஸ்ஸூம் வரவில்லை. ஆட்டோவுக்குச் சில்லறையும்கொண்டு வர மறந்துவிட்டாள். எல்லாவற்றுக்கும் மேலே, அன்று பார்த்து மிகமிக மெல்லிய புடவையைக் கட்டிக்கொண்டு வருவாளோ? வந்தாளே! தெப்பமாக நனைந்து போனாள். சில வேளைகளில் கேமராவை நோக்கிக் குதித்தபடி, ததும்பியபடி ஓடி வரவும் செய்தாள். அந்தச் சமயம் பார்த்து பெரிய மீசையும் வழுக்கைத் தலையும் பட்டை பனியனும் நெற்றியில் அறுவாள் தழும்பும்கொண்ட நான்கு பேர், அவளின் கற்பைச் சூறையாட வந்து சேர்ந்தார்கள். ஐயோ, அந்தக் காமாந்தகாரர்கள் அவளின் துணியை உருவுகிறார்கள். அவளது மானத்தைக் காக்கும் கடைசித் துணிஉருவப்படும்போது ஆல விழுதைப் பற்றிக்கொண்டு தாவித் தாவி வந்த ஹீரோ, காமாந்தகனின் முகத்தில் குத்து விட்டு, ஹீரோயினின் மானத்தைக் காப்பாற்றி விடுகிறார்.

ஹீரோயின் வந்தனா!

இதுபோல, அசட்டுத்தனமாக மழையில் நனைவதற்கென்றே, வீட்டை விட்டு வெளியே வரும்போதெல்லாம் ஹீரோ குடை கொடுத்து அவளை ரட்சிக்கிறார். குடை என்பது ஒருவகைக் குறியீடு. வாழ்க்கைச் சங்கடங்கள் என்கிற மழை வரும்போதெல்லாம் குடை கொடுத்து அதாவது ஆதரவு அளித்துக் காப்பவன் ஹீரோ. டைரக்டர் இது போன்ற குறியீடுகளுக்குப் பெயர் போனவர். பெண்கள் “கற்பழிக்கப்படும்”போது பாலும் பூனையும் நிச்சயம். ஆக, நிறைய மழை வருகிற காரணத்தால் “அது ஒரு மழைக்காலம்” என்று பெயரைச் சொன்னேன்.

டைரக்டர் சற்றே சிரித்தார். ஜன்னல் வழி வெளியே மழையைப் பார்த்தார். இப்போது பெய்துகொண்டிருந்தது.

“உங்கள் தலைப்பு அழகாகத்தான் இருக்கிறது. ஆனா, மக்களுக்குப் புரியாது” என்றார் டைரக்டர்.

“கரெக்ட்” என்று ஒப்புக்கொண்டார் தயாரிப்பாளர். “அது— ஒரு— மழைக்காலம்” என்ற தமிழ்ச் சொற்கள் தமிழர்களுக்குப் புரியாது என்று தமிழ்ப்படத் தயாரிப்பாளர் சொல்லும்போது, எங்கள் குழுவைச் சேர்ந்த தமிழர் எவரும் மறுத்துரைக்கவில்லை.

ஜன்னல் வழியாக மழையை வேடிக்கை பார்த்துக்கொண்டு நின்ற டைரக்டருக்கு மழையே, ஒரு தலைப்பைக் கொடுத்திருக்க வேண்டும் என்று நினைக்கிறேன்.

“மழையில் நனையும் மங்கை”

எங்கள் குழுவில் ஆரவாரம் எழுந்தது.

“பிரமாதம்” என்று சொன்ன தயாரிப்பாளர், “கதையையே தலைப்பில் சொல்லிவிட்டீர்களே” என்றார். தொடர்ந்து “மங்கை” என்ற வார்த்தை தமிழர்களுக்குப் புரியுமா என்று கேட்டார். பாறை மாதிரியான கேள்வி அது. ஒதுக்கிவிட முடியாது.

“மாது?”

“இன்னும் புரியாது.”

“இளம் பெண்”

“ஊகும்”

“பருவக் குமரி?”

“ஏ” சர்டிபிகேட் கொடுத்துருவான்யா”

“அழகி?”

“விபசாரத்தில் கைதாகும் பெண்களுக்கு அந்தப் பேர் போய்விட்டது”

மீண்டும் ஜன்னல் ஓரம் போய் நின்றார் இயக்குநர். மழையுடன் அவர் சம்பாஷிக்கிறார் போலும். தயாரிப்பாளர், சிகரெட்டைப் பற்ற வைத்துக்கொண்டார்.

“மழை — ஓ. கே நனையும் — டபுள் ஓ. கே. அதுக்குப் பிறகு, ஒரு வார்த்தை. அதுதான் முக்கியம்” என்று தனக்குத்தானே சொன்னார்.

இணை இயக்குநர் தலையை உயர்த்தினார்.

“சொல்லுயா”

“மழையில் நனையும் சுந்தரி”

“சபாஷ்” என்று தயாரிப்பாளர், தயக்கத்துடன் இயக்குநரைப் பார்த்தார். அது அதிகப்படிப் பரவசம் என்று உடனே அவருக்கு விளங்கிவிட்டது. இயக்குநர் முகம் முதலில் சற்றே இருண்டு, பிறகு இயல்புக்குத் திரும்பி, “பரவாயில்லை... வெறும் சுந்தரின்னு சொல்லாமல், கூட ஒரு வார்த்தை சேர்த்தால், நன்றாக இருக்கும்” என்பது இயக்குநரின் கருத்தாக இருந்தது.

மலையாளம் மற்றும் ஆங்கிலப் படங்களுக்குப் புதிய சுண்டியிழுக்கும் பெயர் வைப்பது அச்சமயம் பிரபலமாகியிருந்தது. ‘மழு’ என்ற நல்ல மலையாளப் படத்துக்குத் தமிழ்ப் போஸ்டர், ‘மாமனாரின் இன்ப வெறி’ என்று மொழியாக்கம் செய்திருந்தது. ஆச்சர்யம் என்னவென்றால், ‘மழு’ சுத்தமான தமிழ்ச் சொல். சிவனுக்கு மழுவேந்தி என்றும் ஒரு பெயர் உண்டு. தமிழர்களுக்கு மழு மறந்து போயிருந்தது. ‘நைட் இன் பாரீஸ்’ என்னும் ஆங்கிலப் படத்துக்குத் தமிழ்ச் சுவரொட்டி ‘சொர்க்கத்தில் சூடான சுந்தரிகள்’ என்று மொழியாக்கம் செய்திருந்தது. இவை எல்லாம் தமிழர்களின் அன்பைப் பெற்றிருந்தன. இணை இயக்குநரின் “சுந்தரிகூட” அங்கிருந்து வந்தவளா இருக்க வேண்டும்.

இயக்குநர், வெளிச்சம் மிகுந்த முகத்துடன் எங்களைப் பார்த்து, “மழையில் நனையும் மத்தாப்பு சுந்தரிகள்” என்றார்

அறையைக் குலுக்கும் படியாகப் பெரும் சப்தம் எழுந்தது. ஆனந்தச் சப்தம்.

“அற்புதம்” என்ற தயாரிப்பாளர், “கவிதை சார், கவிதை” என்று முடித்தார்.

“சூப்பர் டூப்பர் தலைப்பு” என்றார்கள் ஏனையோர்.

எங்கள் படத்துக்கு ஹீரோயின் (ஹீரோயினி) என்பது, படம் தொடங்குவதற்கு முன்பே முடிவான சமாசாரம். கதை எழுதப்படுவதற்கு முன்னரே முடிவான சமாசாரம். உண்மையில் வந்தனா வந்ததால் மழை வந்ததா அல்லது மழை வந்ததால் வந்தனா வர நேர்ந்ததா என்பது ஆராய்ச்சிக்குரிய விஷயம் அல்ல. மாறாக, வந்தனாவும், மழையும் பிரிக்க முடியாதவர்கள். ஆனால் வந்தனா, ரிஷ்ய சிருங்கர் அல்லள், மழையைக்கொண்டு வர வரம் பெற்றவள் அல்லள். கோதாவரிக் கரையில், ஒரு சின்ன கிராமத்தில் பிறந்தவள் அவள். அவள் கிராமத்தை ஒட்டியோடும் கோதாவரிக் கரையில் முதலைகள் வெயிலில் காய்ந்து திரியும், சின்ன வயசில் அவற்றை வேடிக்கை பார்த்துக்கொண்டு நிற்பாள். பாலத்தின் மேலே புதிய புதிய கார்கள் வரும், போகும். அந்தக் கிராமத்திலிருந்துதான் புகழ் பெற்ற சாவித்திரி முதலான நட்சத்திரங்கள் சென்னைப் பட்டணத்துக்குக் குடியேறினார்கள். அந்தக் கார்களின் பின்னாலேயே ஓடி இருக்கிறாள் அவள். ஒருநாள், அவளே அந்தப் பாலத்தின் மேலே காரில் போக வேண்டி வரும் என்று அவள் எதிர்பார்த்து இருக்க மாட்டாள். அம்மா, அவளை அழைத்துக்கொண்டு பட்டணத்துக்குக் குடியேறினாள். முதலில் அவள் ஒரு தெலுங்குப் படத்தில் நடித்தாள். “அவள் நன்றாக வரக்கூடியவள், நன்றாக நடிக்கிறாள்” என்று பத்திரிகைகள் எழுதின. படம் ஓடவில்லை. அடுத்த படத்துக்கு இடைவெளி ஏற்பட்டது. தமிழ்ப் படத்தில் நடிக்கவும் செய்தாள். அவள் திறமை, அவள் ஒரு காட்சியில் வந்தாலும் அதில் வெளிப்பட்டது, என்றாலும் பணம் வர மறுத்தது. அவளைப் பற்றி புகார்கள் நிறைய வந்தன. அனுசரித்துப் போக மறுக்கிறாள் என்பதே அந்தப் புகார். இந்த அனுசரித்துப் போதல் என்கிற சொல் அர்த்தமற்றது அல்ல. அர்த்தம், அதிகம்கொண்டது. ஒன்றும் இல்லாத சூனியம் பற்றித்தான் எத்தனை ஆயிரம் பக்கங்கள். அதுமாதிரித்தான் இதுவும். இதன் நடுவே, ஒரு கேமராமேனைக் கையாலோ அல்லது பாதணியாலோ அடித்து விட்டதாகப் பத்திரிகைகளில் செய்திகள் வந்தன. என்ன காரணம் என்று பத்திரிகைகள் சொல்லவில்லை. அப்புறம் அஞ்ஞாத வாசம். திடுமென மலையாளச் சினிமா போஸ்டர்களில் படுத்தபடி காணப்பட்டாள். அல்லது குளித்தபடி காணப்பட்டாள். தமிழ் நாட்டுக்காரர்கள் வந்தனாவை அழைத்து வந்து தமிழில் குளிக்கப் பண்ணினார்கள். அந்த முதல் டைரக்டர் மழையில் நனைய வைக்க, தொடர்ந்து வந்த டைரக்டர்கள் எல்லோரும் முன்னோர் மரபைப் பொன்னேபோல் மதித்துத் தாமும் குளிக்க வைத்தார்கள். மழையைக் காணாத, வாழ்விழந்த உழவர் பிரச்சினை பற்றிய படத்தில்கூட வந்தனா நிறையக் குளித்தாள். அவளுக்கு மட்டும் தனியாக எங்கிருந்து மழை பெய்கிறது என்று யாரும் கேட்டுவிடக்கூடாது என்பதற்காக, அதைக் கனவு சீனாக மாற்றினார், அந்தப் புத்திசாலி டைரக்டர். அதோடு சினிமாத் தொழிற்சாலையின், “ராசி” என்ற அம்சம் ஓர் உடும்பு. வந்தனா, நனைந்தபடி பாட்டுப்பாடிக்கொண்டு குளித்தால், படம் சூப்பராக ஓடும் என்ற அபிப்ராயம் சினிமா உலகத்தில் பரவியது. வந்தனாவே ஒரு பேட்டியில், “நான் காலையில் வீட்டில் குளிப்பதில்லை” என்று பேட்டி கொடுத்தாள். “ஏன்” என்று நிருபர் கேட்ட கேள்விக்கு, “அதான் ஷூட்டிங்கில் குளிக்கப் போகிறேனே” என்று

பதில் அளித்தாள். டைரக்டர்களுக்கே கதை சொல்லி, அவள் இடத்தைக் குறிப்பிடும் சிரமம் நீங்கியது. “அம்மா, மழை... நீங்கள், சம்பளம்” என்று மூன்று வார்த்தைகளில் புரிய வைக்கும் சுலபம் வந்தது. அவளுக்குக் ‘கனவுக்கன்னி’ என்று பட்டம் கொடுக்கப்பட்டது. பத்திரிகைகளுக்குப் பகுதி நேரத் தொழிலாக நடிகைகளுக்குப் பெயர் சூட்டும் பணி ஏற்பட்டு விட்டது. நடிகர் திலகம், நடிகையர் திலகம், கன்னடத்துப் பைங்கிளி, கைபடாத ரோஜா, கவர்ச்சிப் புயல், என்ற பட்டங்களைத் தயாராக வைத்துக்கொண்டு, எவர் மேலாவது ஒட்டிக்கொண்டிருக்க வேண்டிய கட்டாயம் அவர்களுக்கு ஏனோ ஏற்பட்டு விட்டது. வந்தனாவுக்கும் ‘கனவுக்கன்னி’, ‘மழைமோகினி’, ‘செக்ஸ் க்வீன்’, ‘சொப்பன சுந்தரி’ போன்ற பட்டங்கள் தரப்பட்டன. எந்தப் பட்டமும் இல்லாமல், பெயரை மாத்திரம் சொல்வது அவமரியாதை என்பது போன்ற எண்ணம் எல்லோர்க்குமே இருந்தது. அது சம்பந்தப்பட்டவர்க்குமே இருந்தது.

இப்போதெல்லாம் தமிழ்நாட்டு இளைஞர்களின் கனவுகளில் வந்தனாதான் வந்து போய்க்கொண்டிருப்பதாகச் சொன்னார்கள். அனேகமாக ஒவ்வொரு படத்தில் ஒரு மழைக்காட்சி அல்லது குளியலறை “ஷவர் காட்சி” தவறாமல் இடம் பெற்றது. ஒரு நாளைக்கு மூன்று முறை வந்தனா குளிக்க வேண்டி வந்ததாகச் செய்தி பரவியது. தமிழ், மலையாளம், தெலுங்குப் பத்திரிகைகளின் அட்டைப்படமாக அவளே அலங்கரித்தாள். புரசு கேள்வி பதிலில், சிறந்தது எது... வந்தனாவின் இடையா, அல்லது வீணாவின் இடையா?” என்ற கேள்விக்கு, புரசு படத்துடன் பதில் சொல்லும் கட்டாயம் எழுந்தது. வந்தனாவுடையதே சிறந்தது என்பது புரசுவின் கருத்து.

மேற்படி, வந்தனாவைத் தமிழ் மக்கள் கனவு கண்டாலும், காணாவிட்டாலும், மழையில் நனைந்தாலும், நனையாவிட்டாலும் குளித்தாலும் குளிக்காவிட்டாலும் எனக்கு ஆவது ஒன்றும் இல்லை. அது வந்தனாவின் பிரச்சினை.

எனக்கு வந்த பிரச்சினை வேறு மாதிரியானது. ராமனாது என்று எனக்கு ஒரு நண்பர். கெடாமல், நான் பட்டணம் வந்து சேர்ந்தபோது முதலில் அடைக்கலம் கொடுத்த நண்பர். இலக்கியம், கலை, கதை என்று எதுவும் அவர் அறியார். என் நண்பர்க்கு அவர் நண்பர் என்ற ஒரே காரணத்தால் எனக்கு அறை ஏற்பாடு செய்து, அட்வான்சும் கடனாகத் தந்து, நான் நிலைபெற உதவியவர். பட வேலை இல்லாத காலங்களில், உதவிக்கென்று நான் அவரிடம் போவேன். இல்லை என்று ஒருபோதும் சொல்லாதவர். நகைகளை அடகு வைத்துக்கூட அவர் எனக்கு உதவி இருக்கிறார். அது அவர் மனைவியின் நகைகள். அதனாலேயே, அந்த அம்மாள் என்னிடம் சரிவர முகம் கொடுப்பதில்லை. நியாயம்தான். அவர் காபி கொடு என்று சொன்ன பிறகு காபியா, டீயா வேறுவகை பானமா என்று விளங்கிக்கொள்ள முடியாதபடி ஒன்றை எனக்கு அருள்வார். அதுவும் தப்பில்லை. நான் பெயக்கண்டும் நஞ்சுண்டு அமைவேன். எல்லாம் இயற்கையின் விதிக்குட்பட்டவை. அந்த ராமனாது என்னைத் தேடி வந்தார்.

வேலை முடித்துத் திரும்பி இருந்தேன். குளித்தேன். அடுத்த நாள் படப்பிடிப்புக்காக ஐந்து சீன் எழுத வேண்டியிருந்தது. வந்தனா, ஒரு கோடை மழையில் நனைந்தபடி, பாடி ஆட வேண்டிய சீன். அதற்குள் வசனங்கள் வேறு இடம் பெற வேண்டும். இடி இடிக்க, மின்னல் வெட்ட,

ஆனந்தம் மேலிட அவள் ஆடுகிறாள். மயில் ஆடுகிறது. மயில்— வந்தனா, வந்தனா— மயில் மாறி மாறி ஆட வேண்டும். ஊடே, கதாநாயகியான ஹீரோயின் தோன்றி, "என் காதலனை எனக்கு விட்டுக் கொடு" என்று தன் மாங்கல்யத்தைக் கையில் வைத்துக்கொண்டு மன்றாடுகிற வசனங்களையும் நான் எழுத வேண்டும்.

ஹீரோயின் தன் மாங்கல்யத்தைக் கையில் எடுக்கும்போது, ராமனாது, வந்து சேர்ந்தார். அண்மைக் காலமாகத் தொழில் சீர்ப்பட்டு செளகர்யமாக இருக்கிறார் என்று கேள்விப்பட்டிருந்தது துலாம்பரமாக நேரில் தெரிந்தது. கழுத்தில் விரல் மொத்தத்தில் செயின், மஞ்சள்பாம்பு சுற்றிய பிணாகபாணி. வலது கையில் தங்க செயின், அநேகமாகக் கட்டை விரல் தவிர ஏனைய விரல்களில் மோதிரம் போட்டிருந்தார். மகிழ்ச்சியாக இருந்தது.

"படம் போய்க்கொண்டிருக்கிறதா" என்று கேட்டார். சொன்னேன். மறுநாள், மழை சீன் எடுக்கப்படப் போவதைச் சொன்னேன். வந்தனாவுக்கும் இயக்குநர் 'சா' என்பவருக்கும் ஒரு 'இது' ஏற்பட்டு, அதன் காரணமாகக் கல்யாணம் வரைக்கும் போய்விட்டதாகச் செய்தி வந்திருப்பதன் உண்மை தன்மை பற்றிக் கேட்டார். எனக்கு அது பற்றித் தெரிந்திருக்கவில்லை. எனக்கு, நான் இந்தக் களத்தில் இருக்கிற காரணத்தாலேயே, பல தகவல்கள் வந்து சேரும். அவை பெரும்பாலும் உண்மையாகவும் இருக்கும். ஆனால் பத்திரிகைகளில் வெளிவரும் சங்கதிகள் பெரும்பாலும் யூகங்கள், சொன்னேன். வந்தனா, ராஜமுந்திரியிலேயே தன் 13ஆம் வயதில் கல்யாணம் செய்துகொண்டு கணவனை வேண்டாம் என்று சொல்லிவிட்டுச் சென்னை வந்ததாகவும், ஒரு பத்திரிகையில் இச்செய்தி வந்துள்ளதாகவும் சொன்னார். கேட்டுக்கொண்டேன். தங்கள் செய்தியின் உண்மைத் தன்மையை நிரூபிக்க ரங்கராவோடு மணவறையில் அமர்ந்திருக்கும் வந்தனாவின் படத்தையும் போட்டிருந்ததாகச் சொன்னார். கேட்டுக்கொண்டேன். இப்போது வந்தனாவோடு மானேஜராக இருக்கும் ராஜா, ரங்க ராவ்தான் என்று ஒரு கிசுகிசு படித்ததாகவும் சொன்னார். எனக்கு என்னுடைய கதாநாயகி, இன்னும் மாங்கல்யத்தைச் சரி செய்து பிடித்துக்கொண்டே நின்றாள். வந்தது முதல் ராமனாது வந்தனா பற்றியேப் பேசிக்கொண்டிருப்பதன் மர்மம் என்ன? அவரே சொன்னார்.

"தப்பா நினைக்கலைன்னா, ஒரு உதவி செய்யனும்"

"என்ன?"

எனக்கு ஆச்சர்யம். ராமனாது போன்றவர்க்கு உதவும் நிலையில் நான் இருக்கிறேனா, என்ன? அவர் கேட்டால் என்னால்கூடியதை நான் செய்தே தீர வேண்டும். நன்றி என்ற ஒன்று உலகத்தில் இருக்கிறது, அல்லவா?

பெரிசா ஒன்றும் இல்லை. வந்தனாவை எனக்கு சும்மா அறிமுகப்படுத்தி வைக்க வேணும். அவ்வளவுதான்"

ஒரு குண்டூசியைச் சொருகி எடுத்தது மாதிரி இருந்தது. அறிமுகத்தில் என்ன இருக்கிறது என்றால், இருக்கிறது. நிறைய இருக்கிறது. அந்தப் பெண், இதை எப்படி எடுத்துக் கொள்வாள். அவரைப் பற்றி என்ன நினைப்பாள்? என்னைப் பற்றித்தான் என்ன நினைப்பாள்? அறிமுகப்படுத்தல் எங்கு போகும்...

ஆனால் நான் சொன்னேன்.

“சரி நாளைக் காலையில், கே. ஆர். அவுசுக்கு வந்து விடுங்கள். மாம்பலம் ராமகிருஷ்ணா தெருவில்”

“தெரியும். “பருவ சுகம் இதிலே இதிலே” பட ஷுட்டிங் நடந்த இடம்தானே?

அவருக்கு எல்லாமும் தெரிந்திருந்தது.

வந்தார். பதினொரு மணி இருக்கும், மழை இன்னும் தயாராகி இருக்கவில்லை. நாங்கள் தயாராக இருந்தோம். மாங்கல்யமும் மேக்கப்புடன் கதாநாயகியும் தயாராக இருந்தனர். டைரக்டர் ‘சீனை’ப் படித்து ஒரு திருத்தம் சொன்னார்.

மாங்கல்யம்டி... மாங்கல்யம் (இந்த இரண்டாவது மாங்கல்யம் சற்று அழுத்தமாகப் பேசப்பட வேண்டும்) மாங்கல்யம் அணிகிறவன்தான் மங்கையர்க்கரசி. மற்றவள் எல்லாம்...? எல்லாம் என்ற சொல்லுக்குப் பிறகு, எதுகை நயமான ஒரு வார்த்தை சேர்க்கப்பட வேண்டும். அதை என் பொறுப்பில் விட்டிருந்தார். இயக்குநர். மங்கையர்க்கரசிக்கு எதுகை என்ன? கடவுளே!

சரியாக அந்நேரம் பிரவேசித்தார், ராமனாது. மஞ்சள் வண்ணத்தில் பட்டு, அதே வண்ணத்தில் சரிகை பளபளக்கும் பட்டு வேஷ்டி, கழுத்தில் உருட்டையாக, கனமாக செயின், கட்டை விரல்கள் தவிர, மற்ற விரல்களில் மோதிரம், அழுக்குப்படாத செருப்பு, கண்களில் கறுப்புக் கண்ணாடி. யாரையோ, எதையோ நினைவூட்டிக்கொண்டே இருந்தது அவர் தோற்றம். அரைக்கால் அங்குலம் பவுடரும், திருநீறு குங்குமமும் வேறு.

“யாரது...” என்று காதில் கிசுகிசுத்தார் இயக்குநர்.

“நண்பர். முக்கியமான புள்ளி” என்று சொல்லி வைத்தேன்.

முக்கியமான புள்ளி என்ற சொற்களில் சினிமாவுக்குள் பல அர்த்தங்கள் இருக்கின்றன. ஹீரோ ஹீரோயின், தயாரிப்பாளர், ஃபைனான்சியர் என்ற பல முகங்களில் ஒன்று நெருங்கிய முகமாக அவர் இருந்துவிடக் கூடும். ஆகவே ராமனாதுக்கு இயக்குநர் ஒரு வணக்கம் வைத்தார். இயக்குநரின் முட்டி இடிக்காதபடி அடக்கமான இடத்தில் ராமனாதை அமர வைத்தேன். என் முன்னால், இரண்டு பிரச்சினைகள். ஒன்று, மங்கையர்க்கரசிக்கு எதுகை இரண்டாவது ராமனாதுவை வந்தனாவுக்கு எப்படி அறிமுகப்படுத்துவது என்பது. என்னத்துக்கு இவர் என்னை அறிமுகம் செய்து கொள்ள வேணும் என்று வந்தனா கேட்கலாம். என்ன நோக்கம் என்கலாம். இந்த வேலை அல்லது தொழில் எத்தனை நாளாய் என்கலாம். என்ன செய்யலாம் என்று குழம்பிக்கொண்டிருந்தேன்.

மங்கையர்க்கரசி, கங்கையர்க்கரசி, தங்கையர்க்கு... பங்கயர்க்கு... பங்கயர்க்கு என்று ஒரு சொல் இருக்கிறதா என்ன? இருக்கிறது. பங்கயம் என்றால் தாமரை. பங்கயக் கை நலம் பார்த்தல்லவோ பாரில் அறங்கள் நடக்குதம்மா என்கிறார் தேசிய விநாயகம் பிள்ளை. ஆனால், அது மக்களுக்குப் புரியாது. திடுமென, மங்கையர்க்கரசியை மாற்றி மாதரசி என்று வைத்துக்கொள்ளலாம்தானே? இதை, இயக்குநரிடம் சொல்லி அனுமதி பெற வேண்டும்.

நான் இயக்குநரை நெருங்கி நின்றேன். அவர் முகம், தெளிவாக இருந்தது. வந்தனா, புறப்பட்டு விட்டாளாம். சொன்னார். இன்னொரு ஹீரோயின், — மனைவியாக வந்து மாங்கல்யப் பிச்சை கேட்பவர் — முன்னமேயே வந்து மேக்கப்பை முடித்துக்கொண்டு பிச்சையெடுக்கத் தயாராகி இருந்தார். ஆர்ட் டைரக்டரையும் புரொடக்ஷன் மானேஜரையும் அழைத்து, மழை நிலவரம் பற்றிக் கேட்டார். ஆர்ட் டைரக்டர் ஒரு நியாயமான ஐயம் ஒன்றைக் கேட்டார்.

“அம்மா, மழையில் நனைகிறார் கதைப்படிக்கு. அம்மாவுக்கோ ஜலதோஷம். லேசான வெந்நீர் வேணும். அது ஏற்பாடு பண்ணி விடலாம். ஆனால் சுடு தண்ணீர் என்றால் ஆவி பறக்குமே. மழையில் ஆவி எப்படி வரும் என்று ஜனங்கள் கேட்க மாட்டார்களா” என்பது அவரது கேள்வியாக இருந்தது.

ஜனங்கள் என்கிற வார்த்தை மிகவும் அசாதாரண வலிமை வாய்ந்தது. மிகவும் பொருட்படுத்தப்படும் சொல், சில சமயங்களில் மிகவும் மிகவும் அலட்சியப்படுத்தப்படும் சொல், பல வேளைகளில் எங்கள் இயக்குநர், நாக்கு நுனிகளில் பதில் வைத்திருந்தார்.

“இது கனவு சீன் என்று சொல்லிவிட்டாற் போச்சு. கனவில் புகை வரும். வராது என்கிற பிரச்சினையே எழாதே”

ஆர்ட் டைரக்டர் பரம திருப்தி அடைந்து விட்டார் என்பது அவர் முகத்தில் தெரிந்தது. ஒரு இனிய புரிதல் நிகழ்ந்தது. ரம்யமாக இருந்தது சூழ்நிலை. நான் தலையிட்டேன்.

“சார் மங்கையர்க்கரசிக்குப் பதிலாக மாதரசின்னு மாத்திக்கலாமா?”

டைரக்டர் என் தடத்துக்கு வந்து சேரப் பல கணங்கள் பிடித்தன.

“ஏதோ ஒரு இழவு ஆனா, மாங்கல்ய வசனம், லதா பேசறது ரொம்ப முக்கியம். ஒரு பக்கம்கூட, தாலியோட சிறப்பை அவ பேசலாம். தப்பு இல்லை”

“புரியுது”

“சார், தாலியில், காசுகள், விஷ்ணுபடை இருக்கலாமோ இல்லையோ?” என்றார் கலை இயக்குநர்.

“இருக்கட்டுமே. யதார்த்தமா இருக்கும்”

எல்லாமே இனிமையாக நிகழ்ந்து வரும் வேளை வந்தனா வந்து சேர்ந்தாள். இயக்குநர் உள்ளிட்ட படப்பிடிப்புக் குழுவை வணங்கி மகிழ்ந்தாள். நேராக என்னிடம் வந்தாள். அன்றைய நாளில், கதைச் சூழல், பேச வேண்டிய வசனம், தொடர்ச்சி இருந்தால், முந்தின காட்சியின் புடவை அல்லது ஆடை முதலானவை சொல்ல வேண்டியவன் நான்.

தனியாக இரண்டு நாற்காலிகள் போடப்பட்டன.

“இன்றைய சீன்” நான் பேப்பரைப் புரட்டினேன்.

“நான் மழையில் நனையறேன். மேல சொல்லுங்க...”

“நனைஞ்சுக்கிட்டு இருக்கிறப்போ, லதா வர்றாங்க, என் தாலியைப் பறிக்காதே. என் மாங்கல்யத்தைத் திருப்பிக் கொடுன்னு உங்கக்கிட்ட கெஞ் சணும்”

வந்தனா சிரித்தாள். எனக்கும் சிரிப்பு தொற்றியது.

"ஜனங்க எப்படி சார் சிரிக்காமே இருக்காங்க?"

"தெரியலை, சிரிச்சு இருந்தா. இந்த 'சீன்' இந்தப் படத்துல இருக்காதே"

"ஓ. கே, நனையனும். சரி, கடைசியில என்ன ஆவுது? நான் மாங்கல்யப் பிச்சை கொடுக்கிறேனா..."

"கொடுக்கிறீங்க."

"ஓ... தியாக தீபம்?"

"ஆமா... அதேதான்."

"சிம்பாலிக் ஷாட்டுக்கு மெழுகுவர்த்தி எல்லாம் ரெடியா?"

"ரெடி"

வந்தனா சிரித்தாள். சங்கடமாக இருந்தது. அதைச் சொல்ல வேண்டும்போல இருந்தது. சொன்னேன்.

"தெரியும் சார்... சீக்கிரம் டைரக்டர் ஆவுங்க. எனக்கு நல்ல கேரக்டர் கொடுங்க... ம்... ஒரு சினிமா பார்த்தேன். கல்கத்தாவுக்கு போயிருந்தப்போ... ஒரு பெண், ஆபீசை விட்டு ஆறு ஆறரை மணிக்கு வீடு திரும்ப வேண்டியவள் திரும்பலை. எட்டும் ஆகும். மத்தியதர —கீழ் மத்திய தரக் குடும்பம். — என்ன விதமான அதிர்ச்சிக்கு ஆளாகிறதுன்னு படம்"

"பார்த்திருக்கேன் நல்ல படம்"

"அது படம். எங்க எங்கயோ பயணம் பண்ணற படம். இல்லையா?"

காத்துக்கொண்டிருக்கிற லேசான சுடுநீர் நினைவுக்கு வந்தது. சரியாக இந்த நேரம் என் முன் வந்து நின்றார் ராமனாது. சில கணங்கள் அவரை அவதானிக்க முடியவில்லை. அப்புறம் நினைவு வந்தது.

"இவர் என் நண்பர், எனக்குப் பெரிய உதவி பண்றவர். உங்க ரசிகர். உங்களோடு பேசணும்கிறார். அறிமுகம் பண்ணி வைக்கச் சொன்னார்.

"வணக்கம்" என்று ராமனாதைப் பார்த்துக் கை குவித்தாள் வந்தனா.

அதீதப் புன்னகையுடன் ராமனாது, "வணக்கம், நமஸ்காரம்" என்றார்.

"மேக்கப் போட்டுக்கப் போகணும் சார். சாயங்காலம் வேலை இல்லை. வீட்டுக்கு வாங்களேன். "ஃபிரியா" பேசலாம். வீடு தெரியுமோ, அண்ணாமலைபுரம்..."

"தெரியும்... முன்னாலே, ஜெயஸ்ரீ குடியிருந்த வீடு. அப்புறம் டைரக்டர் சோமையா, வளசரவாக்கத்துல வீடு கட்டிக்கிட்டு போறதுக்கு முன்னால அங்கதான் இருந்தார். இல்லீங்களா?"

"அதேதான்"

வந்தனா முகத்தில் தோன்றிய ஆச்சர்யக் குறிப்பு பற்றிய "பாவத்தை" புறக்கணிக்க முடியவில்லை.

படப்பிடிப்பு ஒத்தி வைக்கப்பட்டது. லதா திடுமென காணாமல் போனதாக ஒருநாள் செய்தி வந்தது. மறுநாள், அவள் காதலனுடன் ஓடிப் போனாள்

என்று லதாவின் அம்மா பத்திரிகைக்குச் செய்தி கொடுத்தாள். மறுநாள் தன் சொத்துக்களைத் தம்பியும் அம்மாவும் மோசம் செய்தார்கள் என்று லதாவின் பேட்டி வெளியாகியிருந்தது. காதலன் மேல், லதாவின் அம்மா கடத்தல் பிராது சொன்னாள். நான் குழந்தை இல்லை, என்றும் தனக்கு இருபதுக்கு மேல் வயசாச்சு என்றும், நான் கடத்தப்படவில்லை என்றும், தான் திருமணம் செய்துகொண்ட திருமதி என்றும் பேட்டியால் அம்மாவை அடித்தாள். அப்புறம் சிம்லாவுக்குத் தேனிலவுக்குப் போயிருப்பதாகச் செய்திகள் வந்தன. நன்றாக இருக்கட்டும் சந்தோஷமாக இருக்கட்டும் லதா. படப்பிடிப்பு ஒரு மாதம் தள்ளிப் போயிற்று.

ஒருநாள், வேறு படத்தின் படப்பிடிப்பு முடிந்து வீடு திரும்பி அழுக்கைக் கழுவி, படுக்கையில் சாய்ந்தபடி படித்துக்கொண்டிருந்தேன். கதவோரம் அரவம் பார்த்தால் ராமனாது. சுருக்கென்றது. என்னாச்சு, ராமனாது, வந்தனாவைச் சந்தித்தாரா? என்ன நடந்தது? படப்பிடிப்பு ஒத்தி வைக்கப்பட்டு, வந்தனாவைச் சந்திக்க முடியாதிருந்த இடைக்காலத்தில் என்ன நடந்தது. மனசுக்குள் நத்தையாகச் சுருண்டு கிடந்தது நகர்ந்தது. அசைந்தது, மறக்க வேண்டும் என்று ஏற்பட்டிருந்த அச்சம், சங்கடம், உடைந்துகொண்டு மேலே எழுந்தது.

"வந்தனாவைப் பார்த்தீங்களா?"

"ஆகா என்றார். கண்ணை மூடியபடி. அந்த நிலையிலேயே சில கணங்கள் இருந்தார். வழக்கம்போலவா அல்லது விபரீதமா என்பதில் மனம் குழம்பியது. "அசாதாரணமான பெண்மணி அவர்" என்றார், நினைவுகளில் வந்தனாவைப் படரவிட்டபடி கண்களில், விடைத்த மூக்கின் நுனியில் வந்தனா தெரிந்தாள்.

"புரியும்படிச் சொல்லுங்கள். போனீர்கள். என்ன பேசினீர்கள்? அந்த அம்மாள் என்ன பேசினாள்" என்பது கோரிக்கையாக இருந்தது.

"ம்... ம்... பார்த்தேன். சாயங்காலம் இருட்டின பிறகு. நேரம் என்ன இருக்கும், ஆறு ஆறரை இருக்குமா? இருக்கும். இப்போதெல்லாம் சீக்கிரம் இருட்டிவிடுகிறதே. போனேன். வாசலில் சின்னதாய், சின்னதாய் அகல் விளக்கு. கார்த்திகை மாதம்கூட இல்லையே. ஆனா, திரி போட்டு அகல் விளக்குகள். வாசலில் கூர்க்கா இல்லை. மணி அடித்தவுடன், ஓர் இளம்பெண் வந்து யார் என்றாள். பணியாளராக இருப்பாள் போலும். போய் உடனே திரும்பி வந்தாள்.

"மேலே போங்கள். அம்மா வரச் சொன்னாங்க." படியேறி, இடப்பக்கம் திரும்பினால், "மொட்டை மாடியில் அம்மா இருக்காங்க" என்றாள். போனேன் படியேறும்போது, மனம் முழுக்கப் பரபரத்தது. எதனால், தெரியவில்லை. படியேறி மாடியில் இடப்பக்கம் திரும்பும்போது, எதேச்சையாக ஒரு பாவை விளக்கு தகதக என்று பித்தளை, பளபள என்று தேய்த்து மினுக்கியது. இடுப்புயரப் பாவை விளக்கு. ஒற்றைச் சடை, பிருஷ்டத்தைத் தாண்டி நீண்டு சவுக்கென தொங்குகிறது. அவள் கையிலிருந்த விளக்கு நின்று நிதானமாக எரிந்துகொண்டிருந்தது. இடப்பக்கம் திரும்பினேன். என் காலடியிலிருந்து நீண்டு விரிந்து ஓடியது. மொட்டை மாடிக் கைப்பிடிச் சுவரின் ஓரங்களில் நான்கு புறமும் செடிகள். தெளிவாகப் பார்க்க முடியவில்லை என்ன செடிகள் என்று. என் பார்வையில் இருட்டில் அமர்ந்திருந்தாள் வந்தனா. மேகத்தால்,

மேகத்திலேயே வரைந்ததுபோலத் தெளிவற்ற தோற்றம் கண்ணைச் சுருக்கி அவளைப் பார்க்க நேர்ந்தது.

“வாங்க, ராமனாது சார்” என்று அவள் அழைத்துத் தனக்கு முன் உள்ள நாற்காலியைக் காட்டினாள். சௌகர்யமான பிரம்பு நாற்காலி. லேசாகக் குளிர் வியாபித்திருந்தது.

“நீங்க வைத்தி சார் சினேகிதரா?”

“ஆமாங்க. அவர் இந்த ஊருக்கு வந்ததிலேந்து சினேகம்”

“எனக்கு அவர் மேல மரியாதை இருக்கு... ம்”

அவள் சாய்ந்து உட்கார்ந்து வானத்தைப் பார்த்தாள். நிலவு இல்லை. நட்சத்திரங்கள் நிறைய பரவிக் கிடந்தன. கணங்கள், ரோடு ரோலர் மாதிரி கனமாக நகர்ந்தது.

திடுமென என்னைப் பார்த்து, “எதுக்காக என்னைப் பார்க்கணும்னு நினைச்சீங்க, சார்... ம்...?” என்றாள். வைத்தி சார் சொல்றதுக்கு என்ன? நான் வெலவெத்துப் போயிட்டேன். பேசத் தோணலை என்ன பேசறது? என்னன்னு பேசறது? நான் வரிசையை விட்டு விலகிக் காற்றில் பறக்கும் அவள் கூந்தலைப் பார்த்துக்கொண்டிருந்தேன்.

“பார்க்கிறதுக்கு என்ன இருக்கு. இன்னும் என்கிட்ட, ராமனாது சார், எல்லாத்தையும் மழையில கரைச்சுக்கிட்டு இருக்கேனே. அப்புறமும் என்ன?

ம்... ஆனா உலகத்துக்குத் தெரியாதது இன்னும் இருக்கு. தெரியுமா? மூணு வயசுல நான் பாட ஆரம்பிச்சேன்னு அம்மா சொல்வாங்க. அம்மா, அருமையான பாடகி. ஞானஸ்தி, புருஷன் அபசுரம். அந்த மனுஷியோட வித்தை உக்ரம் தாங்க முடியாம, ஓடிட்டான். சபாவுக்கு வேற மாதிரிப் பெண்கள் தேவைப்பட்டது. அம்மா மாதிரி ஸ்திரிகளுக்கு... போகட்டும். தேங்கா மூடிக் கச்சேரிதான். அம்மா காலைலே சாமி படத்துக்கு முன்னால தம்பூரை வச்சுக்கிட்டுப் பாடும், கேட்கணும், நான் கேட்டேன். ஊற்று மாதிரிக் கேட்போரைக் கிளர்த்துகிற பாட்டு. கேட்டுக் கேட்டே நான் பாடினேன். அந்த மூணு வயசுல, அம்மா பாடத் தொடங்கினதும் கீர்த்தனம் முதல் அடியைச் சொல்லுவேன். ராகம் சொல்லுவேன். நானும் பாடினேன். சரோஜா தேவி, சாவித்திரி, பத்மினி, அஞ்சலி தேவி, ஜமுனா மாதிரி ஆடுவேன். எனக்கு நாட்டியமும் சொல்லி வச்சாங்க. அம்மா கிருஷ்ண சாஸ்திரிதான் என்குரு. கேள்விப் பட்டிருப்பீங்களே, நாளைக்கு எட்டு மணி நேரம் ஆடணும். அசுர சாதகம் எனக்கு வேண்டி இருந்துச்சு. அப்பா, அந்த மிருதங்கக்காரன் எல்லோரையும் நினைச்சு ஆடினேன். ஆடலைன்னா, நான் செத்துப் போயிருப்பேன். எல்லாரும் கிளம்பி வண்டியேறி மதராசுக்குப் போங்கன்னாங்க ஒரு ரெட்டிக்காருதான் பணம் கொடுத்தார். சும்மா தரலை. அப்போ எனக்குப் பதிமூணு வயசு. மதராசுக்கு வந்தோம். மரூதி தெருவில குடியேறினோம். நிறைய ஆட்கள் வருவார்கள். ம்... சான்ஸ் வரலை. ஒரு தெலுங்கு. சில மலையாளப்படம். அப்புறம் தமிழ்... அப்புறம் மழை... குளியல்... உலகத்துக்குத் தெரியுமே.”

அவள் நிறுத்தினாள். அந்தப் பெண் தேநீர்கொண்டு வந்தாள். சுக்கு போட்ட பானம், நன்றாக இருந்தது.

“வேற ஏதாவது கொறிக்க, சாப்பிட வேணுமா? நான் மத்தியான சாப்பாட்டுக்கும் ராத்திரி இட்லிக்கும் இடையே எதுவும் சாப்பிடறது இல்லை. நீங்க சாப்பிடலாம் என்ன வேணும்?”

“டீ போதும்”

“டீ கொடுக்கறதுக்கு முன்னமே ஏதாவது கொடுத்திருக்கணும். மறந்துட்டேன் சாரி...”

“பரவாயில்லீங்க.”

உதிர்க் காற்று. அவள் கூந்தலைச் சரி செய்துகொண்டாள். மீண்டும், புறப்பட்டுத் தோன்றும் பாதி நிலவைப் பார்த்தாள்.

“எங்க வீட்டுக்கு முன்னால, என் சின்னவயசுல, முயல்கள் மேயறதைப் பார்த்திருக்கேன். அல்லம ராஜபுரம்தான் எங்க கிராமம். கோதாவரி ஆற்றுக்குப் பக்கம் சமயங்கள்ள மழைக் காலங்கள்ள நதி சப்தம் போடும். எங்க வீட்டுக்கு முன்னால நுணா மரம் ஒண்ணு இருந்தது. அணில்கள்... அப்பப்பா... நூறுக்கு மேல இருக்கும். அணில் கத்தறதைக் கேட்டிருக்கீங்களா, ராமனாது சார்... இந்தச் சின்ன உடம்பிலேந்தா இத்தனைச் சத்தம் வரும்னு தோணும். அத்தனைச் சத்தப் பேச்சு. அம்மா வீட்டுக்குள்ள பாடுவாங்க. இல்லேன்னா, சம்பாதிக்க வெளியே போயிருப்பாங்க. பள்ளிக்கூடம்னா எனக்குத் தெரியாது. பிரப்பம்பழம், களக்காய், பூவரசம் இலை ஊதல், பச்சைக்கிளி, பிடிச்சு வளர்க்கிறது. ஓடையில குளியல்... ம்... எனக்கொரு சினேகிதி வனஜா. இங்கிருக்கிற நடிகைகள் அவ கால் ஓரம்கூட வரமுடியாது. நான் உள்ளிட்டு. பதினைந்து வயசுல கல்யாணம். ரெண்டு குழந்தை பெத்தா. படித்துறைப் புளிய மரத்துல தூக்குப் போட்டுச் செத்தா... ம்... அப்புறம் ராஜு வந்தான். அழகாச் சிரிச்சான். வாளி வாளியா மொண்டுக்குனு போய்ச் சேர்ந்தான். நாய். நன்றியில்லாத நாய். சீ... நாய்ங்க என்ன பாவம் பண்ணிச்சு... பாவம் அதை எதுக்குச் சொல்லனும். மனுசனைவிட மோசமான ஐந்து உலகத்துல இருக்கா ராமனாது? துரோகம் செய்யறது இல்லை. நாயும் பூனையும், நரின்னா, ஏமாத்தறதுதானா? பாவம். அது பிழைப்புக்கு அது போராடுது. மனுசனைவிடவா? திட்டம் போடுமா, சதி பண்ணுமா, காட்டிக் கொடுக்குமா? காரியம் ஆகறதுக்கு என்னை காசுள்ளவனுக்குக் கூட்டிக் கொடுத்தானே, ஒரு பாவி, அதெல்லாம் அதுங்க பண்ணுமா?

என் வீடு உங்களுக்குத் தெரியுமான்னு கேட்டப்போ, வரலாறே சொன்னீங்களே! எப்படி சார்? தேவடியா வீடுங்கறதாலதானே? தெரியும் சார். மாடியில இருந்து வேடிக்கை பார்க்கறப்போ, கவனிச்சு இருக்கேன். நாக்குத் தண்ணி விட்டுட்டு, வீட்டையே வேடிக்கை பார்த்துக்கிட்டே போவானுங்க...

இருந்தாற்போல திடுமென அவள் குனிந்துகொண்டு... அழுகிறாளா... ஆமாம் அழுதாள் சார்.

“வேணாம் எதுக்கு அழணும்... ப்ளீஸ்” என்று சொல்லத்தான் நினைச்சேன். வார்த்தை தொண்டையை விட்டு வெளியே வரவில்லை. தப்பான கதவைத் தட்டிட்டோமோன்னு ரொம்பத் தவிச்சுட்டேன்.

வந்தனா, சேலையின் முந்தானையில் முகத்தை அழுத்தமாகத் துடைத்துக்கொண்டாள். "சாரி" என்றாள். எழுந்தாள். வடக்குப் பக்கத்துக் கைப்பிடிச்சுவர் வரைக்கு மெல்ல நடந்தாள். ஏதோ வெகு தூரம் நடப்பவள்போலவும், மிதப்பவள்போலவும் அவள் காணப்பட்டாள். கைப்பிடிச் சுவரில் கைகளை ஊன்றிக்கொண்டு தெருவை வேடிக்கை பார்த்தாள். கணங்கள் செங்கற்களாக மாறி என்மேல் வந்து விழுந்தன. போய்விடலாம் என்று முடிவெடுத்தேன். இருக்கும் இடத்திலிருந்து இரைந்து பேச ஏனோ அச்சமாக இருந்தது. முழுக்க அவமானமான உணர்ச்சி நெஞ்சில் நிறைந்தது.

மிக நெடு நேரம் அவள் நின்றது நின்றபடி இருந்தாள். தன்னையும் என்னையும் மறந்து விட்டாள், என்றே நினைக்கத் தோன்றியது. ஒவ்வொரு கணமும் இரும்புச் சங்கிலிபோல என்மேல் விழுந்து சப்தித்தன. நான் அவளையே பார்த்துக்கொண்டிருந்தேன். கல்போல, ஒரு சிலைபோல எனக்கு முதுகைக் காட்டியபடி அவள் நின்றாள்.

குளிர்க்காற்றில் நான் கொஞ்சம் கொஞ்சமாக சுருங்கி, உறைந்து பின் கரைந்துகொண்டிருந்தேன். திரும்பியவள், நிதானமாக என் முன் வந்து அமர்ந்தாள். புதிதாக அப்போதுதான் என்னைப் பார்ப்பவள்போலப் பார்த்து 'என்ன' என்பதுபோல விழி பாவத்தால் கேட்டாள். எனக்குத் தொண்டை வறண்டிருந்தது. என்ன பேச என்றும் ஸ்திரப்படமால் நினைவு நரம்புகள் அறுந்து போனவனாக நிசப்தக்குறிக்குள் நழுவிக்கொண்டிருந்தேன்.

"ம்... என்ன வேணும் இதானே வேணும்..." என்று சொல்லியபடி — அந்தச் சொற்கள் கனவில் இருப்பவர் முணுமுணுப்பதுபோல இருந்தன. — தன் மேல் ஜாக்கெட்டைக் கழற்றினாள். பின் உள்ளாடை என எழுந்து நின்று ஒவ்வொன்றாய் உதிர்த்தாள். நான் கூசிப் போனேன்.

'வேணாம்... வேணாம் ப்ளீஸ்...' என்று கதறுவதுபோல நான் மன்றாடினேன்.

ராமனாது அப்படியே ஜீவனற்றவர்போல இருந்தார். வியர்த்து வடிந்தது அவருக்கு. அவர் தன்னிலை அடைய நேரம் பிடித்தது. பிறகு அவர் சொன்னார்.

"நான் ஓடி வந்துவிட்டேன்."

— நிகழ்ச்சிகள், சுமார் இருபத்து மூன்று ஆண்டுகள் சென்ற பிறகு, என் நினைவுகளில் இருந்து மீண்டும் பெயர்த்தெடுக்கப்பட்டு, எழுதப்படுபவை. இந்த வார்த்தைகளில்தான் ராமனாது சொன்னாரா என்றால், இதைவிடக் கூடுதலான உக்ரத்தோடுதான் சொன்னார். ஒன்று உறுதி. அதன் பிறகு அவர் சினிமா நடிக, நடிகையர் பற்றி என்னிடம் பேசவில்லை. நானும் சினிமாவில் எந்த மட்டத்திலும் இல்லை. வந்தனாவும் இல்லை. சொந்த ஊர்ப்பகுதியில் கரைந்து போனதாகச் சொன்னார்கள். தொடர்ந்து அவள் கச்சேரி செய்துகொண்டும் பாடிக்கொண்டும் இருந்ததாகக் கேள்விப்பட்டேன்.

2003

மக்களின் கதை அல்லது லாராவின் கதை

சிறைச்சாலையின் உள்ளே வைத்துதான் விசாரணை நடைபெற்றது. மிக உயர்ந்ததும் பலமானதுமான அந்தச் சிறைச்சாலை வரலாற்றுப் புகழ் பெற்றது. இப்போதிருக்கிற ஆட்சியாளன் மூன்றாம் இனியனின் முன்னோர்களில் ஒருவன்தான், அந்தப் புகழ் பெற்ற சிறைச்சாலையைக் கட்டினான். அந்தச் சிறைச்சாலைக்குள் வைத்துத்தான் லாராவுக்கு மரண தண்டனை என்று தீர்ப்பு சொல்லப்பட்டது. லாரா, மரணம் எய்தும்வரை அவளைக் கல்லால் அடித்துச் சாகடிக்க வேண்டும் என்பது தீர்ப்பின் சாரம்.

உலகப் பண்பாட்டு நாகரிகம் பற்றி ஆராய்கிற அறிஞர்கள் எல்லாம், அந்தச் சிறையின் அமைப்பைப் புகழ்ந்து எழுதியிருக்கிறார்கள். புகைப்படக் கலை, சினிமாக்கலை எல்லாம் தழைத்து வளர்ந்தபின், அந்தச் சிறை பற்றிய மகிமை, உலக மக்களுக்குத் தெரிய வந்தது. ஐரோப்பியர்கள், கையில் சுத்திகரிக்கப்பட்ட தண்ணீர் பாட்டிலுடனும், கேமரா, பைனாகுலர், சகிதம், கண்டுபிடிக்கப்பட்ட அந்த பண்பாட்டுச் சின்னத்தைப் பார்க்க வந்தார்கள். வந்தவர்கள் அவர்கள் பத்திரிகைகளிடமும், தொலைக்காட்சிகளிலும், இனியன் 1 கட்டிய சிறைச்சாலை பற்றிச் சொன்ன பிறகு உள்ளூர்க்காரர்கள் அதன் பெருமைப் பற்றி அறியலானார்கள். தங்கள் தாய்களைப் பற்றியேகூட வெளிநாட்டுப் பத்திரிகைகள் மூலமே இவர்கள் அறிந்துக் கொள்ளுவார்கள்.

சரித்திரப் பிரசித்தி பெற்ற இந்தச் சிறைச்சாலையில், லாராவின் வழக்கு நடைபெற்ற காரணத்தால் லாராவும், அவள் தொடர்பான வழக்கும் உண்மையில் பெருமை பெற்று விட்டதாகப் பத்திரிகைகளும், தொலைக்காட்சிகளும் திரும்பத் திரும்பச் சொல்லின.

வழக்கு நடந்த அன்று, இனியன் III, தாமே சிறைச்சாலைக்குள் தம் இடதும் வலதுமான அதிகாரிகளுடன்

வந்தது. நாட்டு மக்களைத் திகைக்க வைத்தது. என்ன நடக்கப் போகிறது என்று அறிகிற ஆர்வம், அவர்களைப் பிடித்து ஆட்டியது. இனியன் III அமர என்று, வட்ட மேசை போடப்பட்டு, அதன் மேல் வண்ணமயமும் ஜரிகையும் (ஜரிகை அசல் பொன்னால் ஆனது) இயைந்த மேசை விரிப்பு போடப்பட்டது. இடதும் வலதும் சாதாரணமான நாற்காலிகள் போடப்பட்டு நடுவில் ஒரு விசேஷமான நாற்காலிப் போடப்பட்டிருந்தது. தந்தக் கைப்பிடியும், பொற்றகடும் போர்த்தப்பட்ட கைகளும், முதுகுப் பக்கம் அன்னப்பறவைகளின் தூவிகளால் ஆன "குஷனும்"கொண்ட கன காம்பீரியமான நாற்காலி அது. இனியன் பரம்பரையினரே உட்காரத் தக்க நாற்காலி என்று எவரும் பார்த்த மாத்திரத்தில் சொல்லத் தக்க நாற்காலியாக அது இருந்தது.

இனியன் III வரப்போகிற விசேஷத்தைக் கொண்டாட சிறைச் சாலைக்குப் புதிதாகச் சுண்ணாம்பு அடிக்கப்பட்டது. சிறைச்சாலை அதிகாரி, சிறையில் மதில், அறை, கம்பிகள், பாதுகாப்பு குறித்து அக்கறையுடன் பரிசீலனை செய்து திருப்திப்பட்டுக்கொண்டார். நான்கு அடி அகலமும், நாற்பத்து ஐந்து அடி உயரமும்கொண்டதாக இருந்தது. அந்தச் சிறையின் மதில் சுவர். சிறையைச் சுற்றி வர ஒன்றரை மைல் சுற்றளவு காணும்படியாக இருந்தது. சிறை அறைக்குள் வெளிச் சூரிய ஒளி புகாதபடி, அந்த மதில் சுவர்கள் தடுத்துக்கொண்டிருந்தன. சிறை அறைகள் எப்போதும் இருள் சூழ்ந்தும், எப்பொழுதும் கண்ணுக்குத் தெரியாதபடி இருட்டுமாக இருக்குமாறு பார்த்துக்கொள்ளப்பட்டன. சிறைக்குள் எந்தவிதமான பூச்செடிகளோ, தாவர வர்க்கமோ இருக்காத படிக் கண்காணிக்கப்பட்டது. எவரும் விதை தூவாது தானாகவே முளைக்கின்ற புற்கள் ஒரு சமயம் மண்டி வளர்ந்தன. அவை, ஏதோ சில எண்ணங்களை, கனவுகளைக் கைதிகளுக்குத் தந்து விடுகின்றன என்பதைச் சில இயற்கை விஞ்ஞானிகள் கண்டுபிடித்துச் சொன்னதன் பேரில், புற்கள் சிறைக்குள் தடை செய்யப்பட்டன. ஆழ்ந்த பரிசீலனைக்குப் பிறகு, சில புனித நூல்களைச் சிறைக்கைதிகள் வாசிப்புக்குத் தரலாம் என்று முடிவெடுக்கப்பட்டது. அதிலும் சில ஆட்சேபகரமான வரிகள் இருப்பது காலப்போக்கில் கண்டுபிடிக்கப்பட்டது. எனவே, "தேவனுக்குரியது. தேவனுக்கும் ராயனுக்குரியது. ராயனுக்கு" "தனக்குத்தானே விரோதமாய்ப் பிரிந்திருக்கிற எந்த ராஜ்யமும், பாழாய்ப்போம்; தனக்குத்தானே விரோதமாய் பிரிந்திருக்கிற எந்தப் பட்டணமும் எந்த வீடும் நிலை நிற்க மாட்டாது. என் பரமபிதா நடாத நாற்றெல்லாம் வேரோடு பிடுங்கப்படும்" போன்ற வரிகள், மைப்பூசி அழிக்கப்பட்டுக் கைதிகள் வாசிப்புக்குத் தரப்பட்டன.

வானம் நீலமாகவும் இருந்த ஒரு காலை நேரத்தில் இனியன் தன் படைவர்க்கத்துடன் சிறைக்குள் புகுந்தான். காற்றின் நிறம் நீலமாகவும், ஒளியின் கீற்று சிவப்பாக்கவும், மாறி இருப்பதை மக்கள் கண்டார்கள். இனியன் தன் ஆசனத்தில் அமர்ந்ததும், அவனின் இருபக்கமும், இரு அதிகாரிகள் அமர்ந்தார்கள். முட்டை வடிவமான, மிக நேர்த்தியாகச் செய்யப்பட்ட மேடைக்கு முன், லாராகொண்டு வரப்பட்டு நிறுத்தப்பட்டாள். அவள் ஆடைகள் கிழிந்து தொங்கின. குறிப்பாக அவள் ஸ்தனங்களை மூடிய துணி இருந்த பகுதியும், கீழாடையின் பெரும் பாகமும் கிழிக்கப்பட்டிருந்தன. ஏறக்குறைய அவள் நிர்வாணமாக இருந்தாள். கைது செய்யப்பட்டபோது லாரா, இப்படியாக இல்லை. அவள் உடை அவளை முழுமையாக மூடும்

வகையில்தான் இருந்தது. அவள் முகம், வெளுத்தும், சோபை குன்றியும், இருந்தது. எங்கோ வெகு தூரத்தில் அவள் பார்வை சூனியத்தில் நிலைகுத்தி இருந்தது. அனைத்தையும் கடந்தவள்போல அவள் இருந்தாள்.

இனியன் III அவளை கூர்ந்து பார்த்தான். அவன் முகம், கோபத்தாலும், வெறுப்பாலும் சிவந்து கடுத்தது. அவன் வலப்பக்கத்து அதிகாரி, கையில் பத்திரத்துடன், நாற்காலியின் விளிம்பில் இருந்தான். இனியன், அவனைத் திரும்பிப் பார்த்ததும், அவன் குற்றப் பத்திரிகையை வாசித்தான்.

தர்மாபுரிப் பட்டணத்தின், வேதவதி ஆற்றின் அக்கரையில், ஆடு மேய்க்கும் காலஞ்சென்ற குமரன் என்பவனின் மகள் லாரா. வயது 29. இவள் திருமணம் ஆகாமலே கர்ப்பம் தரித்தாள் என்பதைக் காவல்துறை அறிய வந்தது. உளவுத்துறை, மற்றும் சட்டம் ஒழுங்குத்துறை, இரண்டும் மருத்துவப் பரிசோதனை செய்து, மேற்படி லாரா கர்ப்பமாகத்தான் இருக்கிறாள் என்பதை உறுதிப்படுத்தியது. கர்ப்பத்துக்குக் காரணம் எவன் என்பதை அவள் தெளிவாகச் சொல்ல மறுக்கிறாள். அவள் பலருடன் தொடர்புகொண்டு இருந்துள்ளாள். தேசத்தின் சட்டத்திட்டபடி சட்டபூர்வமான உறவு அல்லாத விபசாரம் காரணமாகக் கருத்தரிக்கும் பெண்ணுக்கு மரண தண்டனை வழங்கப்பட வேண்டும் என்பது நம் தேச விதியாக இருக்கிறது. எனவே மேன்மை தங்கிய மன்னர் பெருமான், அறம் தாங்கி, மனம் வைத்து என்ன தண்டனை விதிக்கிறார்களோ, அதை நிறைவேற்ற அறங்கூர் அவயம் காத்திருக்கிறது.

இனியன், விரல் நகத்தைக் கடித்தபடி அவளை நோக்கியபடி இருந்தான். இடது பக்கத்து அதிகாரி, அவளைப் பார்த்து, பெண்ணே மன்னர் காலில் விழுந்து, அவர் பாதங்களை உன் கூந்தலால் துடைத்துவிட்டு மன்னிப்புக் கேள். மன்னர் தண்டனையைக் குறைப்பது பற்றி யோசிப்பார் என்றான்.

எதுவுமே காதில் விழாதவளாகவும், காதற்றவளாகவும், அவள் நின்றாள்.

வாய் திறந்து பேசு. நீ குற்றத்தை ஒப்புக் கொள்கிறாயா? என்றான் இனியன் III.

லாராவுக்கு நிறைய சொல்ல வேண்டி இருந்தது. சொல்வதற்கும் நிறைய இருந்தது. முதலில் அந்தப் போர்களைப் பற்றிச் சொல்ல வேண்டும். தர்மாபுரிப் பட்டணத்துக்கும், அடுத்துள்ள கருணாபுரிப் பட்டணத்துக்கும் சதா ஏற்படும் சண்டைகள். சின்ன வரப்பு தகராறு தொடங்கி, பெரும் சண்டையாக இரு நாட்டுக்கும் மூண்டு விடுவதைப் பற்றிச் சொல்ல வேண்டும். இனியன், கருணாபுரிப் பட்டணத்து அரசனின் மகளின் மேல் ஆசைப்பட்டுக் கல்யாணம் பேசப் போனதையும் அந்தப் பெண் இவனை ஏற்கவில்லை என்பதுக்காக நடந்த சண்டையில், லாராவின் அப்பா கொலை செய்யப்பட்டதையும், அவள் அம்மா, எதிரி நாட்டு வீரர்களாலும், சொந்த நாட்டு வீரர்களாலும் பெண்டாளப்பட்டதையும் சொல்ல வேண்டும். ஆறு ஏழு வயது சிறுமியாகத்தான் அப்போது இருந்ததையும் தன் கண் முன்னால், அம்மாவின் நிர்வாண உடம்பை, மனிதர்கள் தின்று தீர்த்ததையும் கண்டு அந்த அதிர்ச்சியில் பேசும் சக்தியை பல ஆண்டுகள் இழந்து போயிருந்ததையும் சொல்ல வேண்டும். அவள் வீடு எரியும்போது, வெகு தூரத்திலிருந்து, ஒரு பூவரசு மரத்தின் நிழலில் நின்றதையும், அந்த மரத்தின்

பூக்கள் மிக அழகானவை என்பதையும் சேர்த்து சொல்ல வேண்டும். இழந்தும், எரிந்தும் சிதிலமான ஊரையே சுற்றிக்கொண்டு திரிந்ததையும், எல்லோருமே ஒரு துண்டு ரொட்டிக்கு அலைந்ததை குழந்தைகளின் பசி முகம் பார்த்துப் பெரியவர்கள் அழுததை மாடுகள், குதிரைகள், செத்து நாறியதை, உழைத்துக் கௌரவமாக வாழ்ந்தவர்கள் முகத்தை மூடிக்கொண்டு பிச்சை எடுத்ததை, தின்ன எதுவும் கிடைக்காமல் உணவு தேடித்தேடி ஊர் ஊராக அலைந்ததைச் சொல்ல வேண்டும். பசி பசி. தின்பதற்கு உணவு தேடி மனிதர்கள் நடந்து நடந்து பல ஊர்களுக்கும் புதிய பாதை உருவானதை, தெருவில் கள்ளனைப்போலவே சிறுவர்கள், சிறுமிகள் அலைந்து திரிந்ததை, இரவில் பனியில் அவர்களில் பலர் விறைத்துச் செத்ததை, சில தோழிகள் திருடி மாட்டிக்கொண்டு இளங்குற்றவாளிகள் சிறைக்கு சென்றதை தானும் திருடியும் கடவுள் புண்ணியத்தால் தப்பித்ததைச் சொல்ல வேண்டும். செத்துப் போனவர்கள் சட்டை கால் சாட்டைகளை எடுத்துப் போட்டுக்கொண்டதை, அடிக்கடி யாராவது சாகமாட்டார்களா என்று நினைத்ததை, கடைசியாக அன்பு புரிக்கு வந்துச் சேர்ந்ததைச் சொல்லவேண்டும். அங்கு பொறுக்கியும் பிச்சை யெடுத்தும், அடிக்கப்பட்டும், துரத்தப்பட்டும் அலைந்ததை, மர இடுக்குகளில், பாழ் மண்டபங்களில் படுத்துத் தூங்கியதை, அவ்வப்போது அம்மாவின் ஞாபகம் வந்து, அப்பாவின் நினைவுகள் கவிந்து அழுததை, வாய்விட்டுக் கதறியதை, பள்ளிக்கூடம் போகும் குழந்தைகளைப் பார்த்து ஏங்கியதை, ஒழுங்கான சுத்தமான ஆடைகளைத் தரித்த தன் போன்ற குழந்தைகளைப் பார்த்துப் பொருமியதை, சாந்தும் பூச்சும் போட்டு மனிதர்கள் ஆரோக்கியமாகக் குளிப்பதைக் கண்டுச் சிறுமைப் பட்டதை, அந்தச் சமயத்தில் ஊர்த்தலைவரின் குதிரை லாயத்தில் வேலை பார்க்கும், நீலகண்டன் என்ற அறுபது வயதுப் பெரியவன் தன்னை அழைத்துப் போய்ப் போஷித்ததை அவசியம் சொல்லியாக வேண்டும். மாலை நேரத்தில் நிறைய தின்பண்டங்கள் வாங்கி வந்து தின்னத் தந்து, குளிக்கச் செய்து, நல்ல ஆடைகள் கொடுத்து உடுக்கச் செய்துத் தன் வனப்பை மீட்டுருவாக்கம் செய்ததையும், இரவு சுடச்சுடச் சோறு தந்து உண்ணச் சொன்னதை, இரவு அவன் தன்னோடு படுக்கையில் படுக்க வைத்துக்கொண்டதை, நினைக்கக் கூச்சமாகவும், வெட்கமாயும், நாளாக நாளாக அவமானமாயும், ஒரு கட்டத்தில் வலிதருவதாயும், நீலகண்டன் ஏற்படுத்தின புண்ணின் ரணத்தைச் சொல்ல வேண்டும். சூடான சோற்றுக்கும், சுத்தமான துணிக்கும் பொறுத்துப் போகவும், சகித்துக்கொள்ளவும் சொன்ன தன் மனசை, தானே கடிந்துகொண்டதைப் பட்ட அவஸ்தையைச் சொல்ல வேண்டும். அவஸ்தையின் தொனி அதிகமாக, அதிகமாக ஒருநாள் நீலகண்டனை விட்டு ஓடியதையும், அவன் ஊர்ச் சிப்பாய்களின் மூலம் தன்னைப் பிடிக்க வைத்ததையும், சிப்பாய்களில் ஆறு பேர் தானிய மூட்டைகள் போட்டு வைக்கும் கிடங்குகளில் தன்னை அடைத்து வைத்துப் பல நாட்கள் வன்புணர்ச்சியில் ஈடுபட்டதை, சிறுநீர் கழிக்க முடியாத அளவுக்கு, தான் வலியால் துடித்ததை, எப்போதும் இரத்தப் போக்காகவே தன் யோனி கிழிந்து தொங்கிப் போனதையும், பின்னர் தன்னைத் திருடி என்று சொல்லிப் பெண்கள் பலர் தன்னை பலாத்காரப் படுத்தித் தன்னோடு சேர்ந்ததையும், விடுதலையான பின்னர், ஒரு வீட்டில் வீட்டு வேலை, குழந்தைகளைப் பார்த்துக் கொள்ளுதல் போன்ற

வேலைகள் செய்ததையும், எங்கேயும் ஆண்களுக்கு ஸ்தனங்களும் யோனியும் மட்டுமேகொண்ட பிண்டமாய், தான் காணப்பட்டதையும் நினைத்துப் பார்த்தால் ஐந்தரை அடி நீள, ஒன்றரை அடி அகல யோனியாகவே, தான் ஆகிவிட்டதாகவே தொடர்ந்து இரவுகளில் கனவு கண்டதையும், சொல்ல வேண்டும்.

இந்தச் சூழ்நிலையில் ஒருமுறை, தான் தாகத்தால் தவித்து சொட்டுத் துளியாகிலும் தேடி அலைந்துபோது, தான் அவனைச் சந்தித்தையும், வெடித்துப் பிளவுண்ட பாலை பூக்கும் வன்னிலத்தில், ஒரு துளி நீர் தனக்கு அருந்த இருந்தால்தான், தான் பிழைக்க முடியும் என்பதை, தான் சொல்லாமலே அவன் புரிந்துகொண்டதையும், அவன் தன் வில் அம்பினால் பூமியின் இருதயத்துக்குள் இருக்கும் ரசத்தைக் கொணர்ந்து தனக்கு அருந்தத் தந்ததையும், மறக்காமல் சொல்ல வேண்டும். மிகப் பல காலத்துக்குப் பிறகு, தான் சிரித்ததையும், சந்தோஷமும் மன ஊட்டமும் சிரிப்பு என்கிற ரச வின்னியாசத்தை மனிதர்க்குள் பொதிந்து வைத்துள்ளன என்கிற ரகசியத்தையும் சொல்ல வேண்டும் என்பதையும், அப்போதுதான் தான் நீண்ட நாட்களுக்குப் பிறகு, நினைவு தெரிந்த நாளாய், ஆகாயத்தைப் பார்த்ததையும், நிறைய நட்சத்திரங்கள் சின்னரொட்டித் துண்டுகளைப்போல சிதறிக் கிடந்தது என்கிற ஆச்சர்யத்தையும், உண்மையாகவே அந்த நட்சத்திரங்கள் ரொட்டித் துண்டுகளாகவே மாறி ரொட்டி மழையாகப் பொழிந்தால் எல்லோரும் பசியில்லாமல் புசித்து, அவரவர் சந்தோஷங்களைக் கொண்டாடிக் காற்றுபோலவும் புல்லாங்குழல் ஒலிபோலவும், காலையிலும், மாலையிலும், இரவுகளிலும், நீடிக்கும் இளம் வெதுவெதுப்பான சீவிய நுங்கு போன்ற குளிர்ச்சியை அடைகாத்துக்கொண்டு மரக் குடைகளின் கீழே ஜீவிக்கலாமே என்றெல்லாம் தானும் அவனும் பேசியதைச் சொல்ல வேண்டும்.

நாங்கள் இருந்த ஊருக்கு வெளியேயான சேரியின் மேல் எந்த வெறுப்பும் கோபமும் இல்லாமல் ஓடிய சிற்றாறும், அதன் பெயர் கங்கைகொண்டான் ஆறு என்றும், ராஜராஜ சோழனின் மகன் ராஜேந்திர சோழன் வெட்டிய ஆறு என்றும் அவன் தனக்குச் சொன்னதையும், "என்னத்துக்கு வேலை வெட்டி இல்லாமல், ஒரு மனுஷன் ஊர் ஜனங்களுக்கு அவர்களின் கைகளில் இருந்த கலப்பையைப் பிடுங்கிக் கத்தியும் வேலும் கொடுத்து வன்முறையாளராக்கி இன்னொரு ராஜ்ஜியத்தின் மேல் படையெடுக்க வேண்டும்" என்று கேட்டதற்கு, நம் ராஜாக்கள் மன நோயாளிகள் என்று அவன் சொன்னதைக் கேட்டுத் தனக்குச் சிரிப்பு சிரிப்பாய் வந்ததைச் சொல்ல வேண்டும். அந்த அழகிய சிற்றாறின் கரைகளில் பலவிதமான மலர்ச் செடிகள் இயற்கையாகவே பூத்துக் கிடந்ததையும் அவைகள் மிக்க நறுமணம் கமழ்வது எனகிற சூட்சுமங்களையும் அவனே எனக்குக் கற்பித்தான். வாசனையை முகர்வது என்கிற அழகிய அனுசரிப்பை முதன் முதலாக, தான் அவனிடமிருந்தே கற்றுக்கொண்டதை அவள் சொல்லியாக வேண்டும். இயற்கையாக வண்டுகள் ஓட்டை போட்டே மூங்கில்களின் வழி இனிய ஓசை பிறக்கிற, அதை மேலும் வளர்க்கக்கூடும் என்கிற வித்தையை நான் அவனுக்குச் சொன்னேன்.

தான் வளர்ந்து ஆளாகிய இத்தனை வருஷங்களுக்குப் பிறகுதான், அன்றுதான், தன் உடம்பின் மகத்துவத்தை, இனிமையை, உடம்புக்குள் இத்தனை தந்திகள் இருக்கும் சமாசாரத்தை அவன் தனக்கு உயிர்ப்பித்துக் காட்டினான் என்பதையும், தன் மேல் அந்த க்ஷணம் தனக்கே மரியாதை ஏற்பட்டதையும், தான் கண்ணியப்பட்டதை, இதுகாறும் அனுபவித்தறியாத மேன்மையை, தான் அன்று அனுபவம் கொண்டதாகக் கட்டாயம் சொல்லியாக வேண்டும். நேசிப்பதும் நேசிக்கப்படுவதும் அல்லாமல், இந்த உலகில் பிரிது ரசம் வேறு இல்லை என்பதையும் சொல்ல வேண்டும். என்றுதான் லாரா நினைத்தாள்.

அன்று சூரிய உஷ்ணம் மிகக் கடுமையாக இருந்தது. வானம் பற்றி எரிவது போன்றும், அதன் ஜுவாலை மண்ணின்மேல் வீசுவதும்போலவும் காற்று அனலைக்கசக்கிய படி இருந்தது. கடந்த இரண்டாயிரம் ஆண்டு காலத்தில் இத்தகு வெப்பம் காணுமாறு இல்லை என்று மக்கள் பேசிக் கொண்டார்கள். எல்லோரும் புத்தாடை பூண்டு, வெற்றிலை பாக்கு கள கஸ்தூரிப் பரிமளத் தாம்பூலம் அணிந்து பணிகை நாளைக்கொண்டாடுவது போன்ற ஆனந்தத்துடன் காணப்பட்டார்கள். பெண்களும் குழந்தைகளும் திரண்டு வந்து குழுமி இருந்தார்கள். சதுக்கத்தைச் சுற்றிலும் கூரிய கற்கள் வசதியாகக் கொட்டி வைக்கப்பட்டிருந்தன. கொலைத் தண்டனைக்குள்ளானவர் கொண்டு வந்து நிறுத்தப்பட்டதும், ஜனங்கள் இக்கற்களைக்கொண்டு மகிழ்ச்சியுடன் கொலை புரியலாம் என்ற ஏற்பாடு. சமயங்களில் அரசாங்கம் இப்படி சிறப்பாக செயல்பட்டு விடுவதாக மக்கள் பேசிக்கொண்டார்கள். பெண்கள் தங்கள் தலைகளிலும், தோள்களிலும் நாகம் குடிபுகாத தாழம் பூக்களை அணிந்திருந்தார்கள்.

சரியாக உச்சி வெயில் நேரத்தில், காவலர் மற்றும் ஏவலர் புடைசூழ லாரா, கை மற்றும் கால் விலங்குகளுடன் சதுக்கத்துக்குக்கொண்டு வரப்பட்டாள். வெயில் கிரணம் காரணமாகக் கண்களைச் சுருக்கிக்கொண்டு, சுற்றி நிற்கும் மக்களைப் பார்த்தாள். அவர்களின் கைகளில் உள்ள கற்களையும் அவள் கவனித்தாள். அவள் கண்கள் சுற்றும் முற்றும் அவனைத் தேடின. அவன் அங்கு வந்திருப்பான் என்று அவள் நினைத்தாள். வர வேண்டும் என்று அவள் விரும்பினாள்.

சற்று நேரத்தில், இனியன் III. தன் பாதுகாப்பு படைவீரர்களுடன் சதுக்கத்துக்கு வந்து சேர்ந்தார். தன் பிரஜை, தன் குடிமகள் கல்லடிப்பட்டுச் சாவதைக் காண்பதில் தனி ரகமான மகிழ்ச்சி இருப்பதை மன்னன் என்ற முறையில் அவன் அறிவான். அவன், அவன் மனைவிகள், மற்றும் சில வைப்பாட்டிகள் என்று மன்னன் சுற்றம் வந்து, அவர்களுக்கென்று அமைக்கப்பட்ட நிழல்கூடாரத்தில் அமர்ந்தார்கள். இசைக் கலைஞர்கள், தம் திறமை வெளித்தோன்ற தங்கள் கருவிகளை இசைக்கலானார்கள்.

தம் சுற்றம் வந்து விட்டதை உணர்ந்து, இனியன், தன் படைத்தலைவனிடம் “ஆகட்டும்” என்றான்.

படைத்தலைவன் முன் வந்து மக்களைப் பார்த்து, “நம் மன்னர் பெருமானாய் நேசிக்கப்படும் நம் ஊழ் அமைந்த மக்களே! இதோ, இந்த அறம் பிசகிய, விபசாரம் புரிந்த குற்றவாளியான லாராவின் மேல் கல்லெரிந்து, அவள்

சாகு மட்டும் அவளைக் கொன்று நீதியைப் பிழைக்க வைப்பீர்களாக, இது மன்னர் III இன் உத்தரவு" என்றான்.

மக்கள் ஆக்ரோஷத்துடன், கல்லெறியத் தொடங்கினார்கள். முதல் கல்லும், அடுத்தடுத்த கற்களும் சரியாக குறி பிசகாமல் மன்னன் இனியன் III—இன் தலையைப் பொடியாக்கின. நெற்றி உடைந்து, தலை சிதறி அவன் கீழே மண்ணில் சரிந்தான். அடுத்தடுத்து அவன் மனைவிகள், வைப்பாட்டிகள், காவலர், ஏவலர் அனைவரும் இரத்தக் குழம்பானார்கள்.

சூரியனின் உஷ்ணம் கொஞ்சமும் குறையாமல், அப்படியே இருந்தது.

2003

உளுற்றுபவர்

மரி சவரி சேவியர் நேற்று இரவு நள்ளிரவில் மாரடைப்பால் காலமானார். அரசு மருத்துவர், துல்லியமாக அவர் இறந்த நேரம் 11. 54 என்று சொன்னார். மாரடைப்பு என்பது முன்னர் அவருக்கு வந்ததில்லை என்று இறந்து போனவரின் மனைவி சொன்னாள். ஆக, முதல் தாக்குதலிலேயே சேவியர் இறந்து போயிருக்கிறார். மிகுந்த பூஞ்சையான உடம்பு. ஆகவே, தாக்குதலைத் தாங்க முடியவில்லை என்று செய்தி கேட்டுக் கூடிய அலுவலர்கள் பேசிக்கொண்டார்கள். சேவியர், தாக்குதலுக்கு உள்ளாகும்போது அவர் அறையில் மேசையில் அமர்ந்து, கோப்பு பார்த்துக்கொண்டிருந்தார். அதில் குறிப்புகளும் எழுதி இருக்கக் கூடும். ஒரு பெரிய அறை மட்டும் உள்ள அரசு தரும் வீடு அது. ஒரு பக்கம், கட்டிலில் அவர் மனைவியும் மகளும் உறங்கிக்கொண்டிருந்தார்கள். அந்தக் கட்டிலுக்கு நாலடி தூரத்தில்தான் அவர் அமர்ந்து வேலை பார்த்துக்கொண்டிருந்தார். எந்தச் சத்தமும் அவர் எழுப்பி மனைவி, மகளின் உறக்கத்தைக் கெடுக்கவில்லை. இந்தச் சமாசாரம் இறுதி ஊர்வலத்தில் சக அலுவலர்களால் பேசப்பட்டது. ஏதோ ஒரு சமயம் தனி புஷ்பம் புரண்டு படுக்கையில், மேசை விளக்கு எரிந்துகொண்டிருப்பதைப் பார்த்திருக்கிறாள். மேசை மேலேயே கவிழ்ந்து தலை வைத்துப் படுத்திருக்கும் சேவியரையும் பார்த்திருக்கிறாள்.

"விளக்கை அணையுங்களேன்" என்று சொல்லிவிட்டு உறங்கிப் போயிருக்கிறாள் தனிபுஷ்பம். அடுத்தபடியாக அவள் கண் விழித்தது, விடியல் சப்தம் கேட்டுத்தான். தெருவில் மனிதர் மற்றும் உணவு விடுதிக்குக் கறக்கப் போகும் மாடுகளின் குளம்போசை கேட்டு எழுந்து கொள்வது, அவள் நித்தியப் பழக்கமாக இருந்தது. அதன்படி எழுந்தவள், மெர்சிலின் விலகிய துணியைச் சரி செய்து, அப்போதும் எரிந்துகொண்டிருந்த விளக்கை அணைத்தாள். இன்னும் மேசை மேல் கவிழ்ந்த படியே கிடக்கும் சேவியரின் நிலைமை ஏதோ விசேஷமாக இருப்பதாக அவளுக்குத் தோன்ற, சேவியரை எழுப்பி இருக்கிறாள்.

“எழுந்து பாயில் படுங்களேன்” என்று சொன்னபடி, அவரை அசைத்திருக்கிறாள். அவர் சரிந்திருக்கிறார். பேனாவில் மூடி திறந்தே இருக்கிறது. கோப்பின் மேலேயே அவர் கவிழ்ந்து இரவு முழுக்கத் தலை வைத்து இருந்தாலும், கோப்பு அழுக்காகவிடவில்லை, என்பது முக்கிய விஷயம் என்று சக ஊர்வலத்தில் ஓர் அதிகாரி சொன்னார். நடந்துக்கொண்டே.

இறந்து போன சேவியரின் பணிக்காலம் அவ்வளவு சந்தோஷம் பொருந்தியதாக இல்லை, என்று அதிகாரி இரங்கல் கூட்டத்தில் சொன்னார். யாருக்குச் சந்தோஷமானதாக இல்லை என்பதையும் அவர் விளக்கினார். அமரர் சேவியர், விதிகளின் படி, இம்மி பிசகாமல் ஒழுகினார். ஒரு கட்டத்தில் விதியைக் காட்டிலும் பெரிதானது உலகின் இல்லை என்பதாக நடந்துகொண்டார். அதாவது விதிகளைத் தம் தலைக்கு மேல் சுற்றும் சக்கரமாக அவர் பாவித்தார். விதிகள் முக்காலத்துக்குமாகத்தான் போடப்படுவன என்றாலும், சிலவகை நீக்குப்போக்குகள் இருக்கத்தான் செய்கின்றன. அதை உணராத மனுஷராகச் சேவியர் இருந்து விட்டார் என்று அதிகாரி சொன்னார். ஊழியர்கள், சற்று மேலான அதனினும் மேலான அலுவலர்கள் உறைந்து போன மாதிரி அதிகாரியின் முகத்தையே பார்த்துக்கொண்டிருந்தார்கள். அதில் இரண்டு மூன்று பேர் அவசரமாக எழுந்து கழிப்பறைக்குச் சென்றார்கள். கடைசியாக அதிகாரி மொத்தத்தில் எத்தனை குறைபாடுகள் இருந்தாலும் சேவியர் அருமையான மனுஷர் என்று முடித்தார்.

*

அரசு தனக்கு அளித்திருந்த ஒற்றைப் படுக்கை அறை வீட்டில் ஜன்னல் ஓரமாக மேசை போட்டு அமர்ந்து, சேவியர் தன் அலுவல்களைக் கவனிப்பார். இந்த வகையில் தனிபுஷ்பத்துக்கு மனக்குறை. வீட்டை அலுவலகமாக மாற்றிக்கொண்டிருக்கிறார், சேவியர் என்பது அவள் குறை.

அது போன்ற சமயங்களில், சேவியர் அவளுக்கு விளக்க முயல்வார். அரசு, பல்வேறு பொருளாதாரக் காரணங்களை முன்னிட்டு, புது அலுவலர் நியமனத்தை நிறுத்தியது பற்றியும், ஓய்வு பெற்றுப்போகும் அலுவலர்களின் பணிகளையும் இருப்பவர்களே செய்ய வேண்டியிருப்பதையும் அவர் அவளுக்குச் சொல்வார். தனிபுஷ்பத்துக்கும் தர்க்கபூர்வமாகச் சில நியாயங்கள் இருந்தன. அதே குடியிருப்பில் இருக்கும் பாலம்மாள், புருஷனும் அவர்போல அலுவலர்தானே. அவர் ஒருபோதும் வீட்டில் வேலை செய்ததில்லையே. ஏன் என்று அவள் கேட்பாள். இந்தக் கேள்விக்குச் சேவியரிடம் பதில் இல்லை.

சேவியருக்குச் சேர்ந்தாற்போல், வேலை இல்லாமல் வீட்டில் இருக்கும் நிலைமை ஒன்று வாய்த்தது. ஒரு கோப்பு அதற்குக் காரணமாயிற்று. அதிகாரி அவரைக் கூப்பிட்டு அவன் முன் உட்கார அனுமதித்து பிறகு ஒரு கோப்பைக் கொடுத்து, அதன் முதல் பக்கத்தைத் திருப்பி, அதன் கீழ்க் கையெழுத்து இடுமாறு சொன்னார். மிக முக்கியமான கோப்பு என்றும், மிக மேலே இருக்கும் இடத்திலிருந்து தனி அக்கறை மற்றும் கவனத்தோடு அனுப்பப்பட்ட கோப்பு என்றும் உடனடியாக அது மேலே அனுப்பப்பட

வேண்டும் என்றும் அவர் சொன்னார். சேவியர், மேலெழுந்த வாரியாக அதைப் படித்ததில் அது பெருந்தொகை சம்பந்தமானது எனவும் எங்கேயோ ஒரு சிடுக்கு இருக்கிறதெனவும் விளங்கிக்கொண்டார். கொண்டதோடு, அதைத் தன் இருப்பிடத்துக்கு எடுத்துச் சென்று, ஆழமாகப் பரிசீலித்து, தன் குறிப்பை எழுதுவதாகச் சொன்னார். அதிகாரி, விரல்களை மேசை மேல் வைத்து நெட்டி முறித்தார். ஒரு சிகரெட்டையும் பற்ற வைத்துக்கொண்டார். உடனடியாக அப்போதே மேலே திருப்பி அனுப்பப்பட வேண்டும் என்றார். ஆனாலும் அவருடைய இடத்துக்குச் சென்று அதைப் பரிசீலனை செய்ய அவர் அனுமதித்தார். சேவியர் தன் இடத்தில் வந்து அமர்ந்து அதை நிதானமாக வாசித்து முடித்தார். அதற்குள்ளாக, அதிகாரி, அவர் இடத்துக்கு வந்து "ஆச்சா" என்றார். தான் அதைப் பார்த்துவிட்டதாகவம், சரியானது என்று தனக்குத் தோன்றுவதாகவும் அதிகாரி சொன்னார். சேவியரோ, தனக்கு அவ்வாறு படவில்லை என்றும் உள்ளூரில் உபரியாக இருக்கும் ஒன்றை, வெளிநாட்டிலிருந்து தருவிக்கச் சட்டத்துக்கும் சம்மதம் இல்லை. ஆகவே தனக்கும் இல்லை என்றும் சேவியர் சொல்லியது மட்டுமின்றி, அவ்வாறே குறிப்பும் எழுதி அதிகாரியிடம் மிகப் பணிவுடன் நீட்டினார்.

சேவியர் அந்த இரண்டும் கெட்ட நகரத்தில் தன் வாழ்க்கையைக் கழித்து விடத்தான் விரும்பினார். நகரத்தில் மாடுகளுக்கு ஊசி போட்டுப் பால் கறப்பதை ஒரு ஹோட்டல் வாசலில் அவர் பார்த்த நாள்கொண்டு அவர் முடிவுக்கு வந்திருந்தார். அதை அவர் மீறும் நிலைமை ஏற்பட்டது. அடிக்கடி அவரைத் தலைநகருக்கு அழைத்து அலைக்கழித்தார்கள். ஒரு இரவு முழுக்க ரயில் பயணத்தை மேற்கொண்டு அவர் தலைநகரம் வந்ததும், அன்று உச்ச அதிகாரிக்கு மிக முக்கியப் பணி வந்து, அவர் இவரைச் சந்திக்க முடியாத துர்பாக்கியம் நிகழும். வேலை இல்லாமல் வீட்டில் இருப்பது முதலில் சங்கடமாக இருந்தது. மனசை புத்தகத்தில் ஆழ்த்திப் பார்த்தார். புத்தக அச்சு வரிகளில் ஊடாக, தனிபுஷ்பம் வந்து போனாள். கல்லூரியில் படிக்கும் "செல்போனை" சற்றேறக் குறைய தோடு மாதிரிக் காதைவிட்டுக் கழற்றாமல் திரியும் மகள் ஊர்ந்து போனாள். சொந்த ஊருக்குப் புறப்பட்டுச் சென்று, பிரார்ஜித சொத்துக்களை விற்க முனைந்தார். இவருடைய அவசரம் புரிந்து கொள்ளப்பட்டு, நிலத்தின் மதிப்பு மிகவும் கீழிறக்கப்பட்டும், நிலத்தை விற்க வேண்டியது தவிர்க்க முடியாததாயிற்று. அலுவலகத்தில் இருந்தபோது வீட்டில் அதிகம் இருப்பதை விரும்புபவர் சேவியர். வேலை இல்லை என்று ஆனபிறகு வீட்டில் இருப்பது இயலாததாயிற்று. பூங்காவின் மேற்கு மூலையில் உள்ள சிமெண்ட் பெஞ்சில் அவர் மிகுந்த நேரத்தைச் செலவிட்டார். பவழமல்லி மரத்திலிருந்து உதிரும் பூக்களை எண்ணுவதற்கான நேரம் அதிகம் கிடைத்தது. அவரது நெருங்கிய நண்பர்களுக்கும் வீடு, வீடு தொடர்பான பல பிரச்சினைகள் இருந்தன. அவர்களையும் சந்திக்கச் சேவியருக்கு நேரம் இல்லை. ஒருமுறை அந்தி மயங்கும் நேரத்தில் அவர் வீட்டில் இருந்தார். செவ்வானத்திலிருந்து எதிரொலிக்கும் விநோத வெளிச்சத்தில், தனிபுஷ்பம் ஸ்நானம் செய்து, கூந்தலை ஈரம் போகத் தட்டிக்கொண்டிருந்தாள். பூத்துவாலையால், கூந்தலில் இருந்து தெறித்து, பன்னீர் தெளிப்புபோல அவர் மேல் படிந்த

நீர்த்திவலைகளால் அவர் கிளர்ந்தார். எழுந்து தனிபுஷ்பத்தின் கையைப் பற்றி உள்ளே அழைத்துப் போகலாமா என்று ஒரு கணம் யோசித்தார். திடுமென்று, மதியம் நிகழ்ந்த நிகழ்ச்சி அவர் நினைவில் நிழலாடியது. பூங்காவிலிருந்து மதியம் சாப்பாட்டுக்குத் திரும்பினார். தனிபுஷ்பம் ஒரு தினுசாக இருக்கக் கண்டார். மேலே, எதையோ பார்க்காமல் பார்த்தபடி இருந்தாள். அவள் விழிகள், வாசலுக்கு எதிரே இருந்த தூங்கு மூஞ்சி மரத்தில் நிலைத்திருந்தன. அந்த மரம் பல காலமாக அந்த இடத்தில்தான் இருந்துகொண்டிருந்தது. அவர்கள் அங்குக் குடிவருவதற்கு முன்னால் இருந்தே மரம் முழுக்கப் பூத்துப் பூக்கள் தரையில் வீழ்ந்து சிதறிக்கிடக்கும். அவற்றை மிதித்துக்கொண்டு நடப்பது எவருக்கும் சிரமமாகத்தான் இருக்கும். தனிபுஷ்பம், அவ்வாறு மரத்தை வெறித்துக்கொண்டு நிற்பது இதற்கு முன்னரும் பல காலம் நடந்துதான் இருந்தது. அண்மைக் காலமாக இப்படிப் பார்வையிடுவது அதிகமாயிருந்தது. அந்த வெளியைக் கடந்து வெளியைப் பார்க்கும் அந்தப் பார்வை இப்போது அசந்தர்ப்பமாக நினைவுக்கு வந்து, அவரைக் கீழே எறிந்தது. அவர் அணைந்து போனார்.

இறுதி ஊர்வலத்தில் கலந்துகொண்டு, சேவியரின் நெருங்கிய நண்பர் என்று கருதப்பட்ட குமாரசாமி, தன் பக்கத்தில் நடந்து வந்த ஒருவரிடம், அண்மைக் காலமாகவே சேவியரின் முகத்தில் முற்றாகச் சிரிப்பு மங்கி, ஒரு விதமான மௌனம் சுண்ணாம்புப் பூச்சைப்போலத் தேய்க்கப்பட்டிருந்தது என்றார். ஆனால், குமாரசாமி என்கிற நபர், எந்த முன்விசாரிப்பும் இன்றி, வேலை நீக்கம் செய்யப்பட்டபோது, அலுவலக வாசல் கூட்டத்தில் மட்டும் இன்றி, அதிகாரியிடமும், அவர் கறாராகப் பேசினார். அதிகாரியின் மனசை ஆழமாக ஊடுருவ அவர் முயன்றார் என்று உடன் இருந்தவர்கள் சொன்னார்கள். அதே நிலைமை பின்னால், சேவியருக்கும் ஏற்பட்டது. திடுமென ஒருநாள் அவர் அலுவலில் இருந்து விலக்கப்பட்டார்.

வேலை நீக்கம் செய்யப்பட்ட பிறகு பல ஆச்சரியங்கள் அவருக்குக் காத்திருந்தன. ஞாயிற்றுக்கிழமை ஆனால், எதிர் மற்றும் பக்கத்து வீடுகளில் இருந்து வரும் கோழிக் குழம்பு மசாலா வாசனை அந்த ஆச்சரியங்களில் ஒன்று. ஞாயிற்றுக் கிழமை என்பதே கோழிக் குழம்புக்காக விடிகிறதோ எனத் தோன்றியது. ஞாயிற்றுக்கிழமை, வியாபிக்கிற நேரச் சாவதானம் அதற்குக் காரணமாக இருக்கலாம். இப்போதெல்லாம் அந்த இடத்தை ஆட்டுக்கறி எடுத்துக்கொண்டிருக்கிறது. அப்புறம் பதினொரு மணிக்கு வருகிற பலூன்காரன். குழந்தைகள், பள்ளிக்கூடங்களில் அடைப்பட்டுப் போன அந்த நேரத்தில் அவர்களின் சந்தோஷத்தைக் காற்றாக நிரப்பிக்கொண்டு தெருவில் வருவது சில சமயங்களில் புரிபடாத விஷயமாக இருந்தது. வகுப்புக்குள் இருக்கும் குழந்தைகள் மனத்தில் பலூன்கள் ஆடும். நிச்சயம் பாடம் விஷயமாக இருக்க முடியாது.

வேலை நீக்கம் செய்யப்பட்ட இரவுக்கு மறுநாள் இரவு சேவியருக்குத் தீவிரமான முயக்கத் தினவு ஏற்பட்டது. அது அவ்வப்போது நேர்வதுதான். இது அவ்வாறானது அல்ல. வேறு ரகம். வேறு தளம். தனிபுஷ்பம் எப்போதும் அவரைப் புறக்கணித்தது இல்லை. இப்போதும் அவரை அவள் வரவேற்று ஏற்றாள். பெண், படுக்கையில் ஆழ்ந்த உறக்கத்தில் இருந்தாள். சத்தம்

இல்லாமல் எழுந்து, அறைக்கு வெளியே, வந்து வெளிப்பக்கமாகக் கதவைத் தாளிட்டுக்கொண்டார். சமையலறையை ஒட்டி இருந்த கப்போர்டில் புதிய பெட்ஷிட்டுகள் இருந்தன. தனிபுஷ்பம் ஒன்றை எடுத்துப் பிரித்தாள். அவர்கள் தங்களுக்குள் சீராட்டிக் கொள்ளும் முறைமைப்படி அவளை அவரும், அவரை அவளும் நிர்வாணப் படுத்திக்கொண்டார்கள். அவர்களின் அந்த விளையாட்டில் இந்தப் பகுதி அவர்களுக்கு இன்றியமையாத செயல்முறை. சட்டை கழன்று, சதையும் உடம்புமாக, உடம்பில் காற்றும் ஒளியும் ஸ்பரிசமும் வாசனையையும் படரவிடுவது இணைவின் மூலாதாரம் (சட்டை என்றதும் சட்டை முனி ஞாபகம் வரும்) தனிபுஷ்பம், அவரது மனநிலையை உணர்ந்து, முன்கை எடுத்தாள். அவரும் அதை எதிர்பார்த்தார். மூர்க்கமாக அவரை ஆரத் தழுவி, விரல்களும் முலைகளும் அவர் தேகம் முழுக்க விதந்து விதந்து தேய்த்துக் கசக்கினாள். அவர்கள் பெட்ஷிட் மேல் படுத்துப் புரண்டார்கள்.

சாட்டையின் நுனி தாக்கப்பட்டதுபோல் சேவியர் எழுந்து உட்கார்ந்தார். இதற்கு முன் எப்போதும் இப்படி நேர்ந்தது இல்லை. அவரால் முடியவில்லை. "என்ன" என்றாள் தனிபுஷ்பம். அவளும் அவருக்கு உதவினாள். அவருக்கு முடியாமல் போயிற்று.

*

குமாரசாமி, ஊருக்கு வெளியே புதிதாக உருவாகிக்கொண்டிருக்கும் புது நகரில் மனை வாங்கிப் புது வீடு கட்டிக்கொண்டிருந்தார். அலுவலகம் வந்து, ஒரு மணி நேரம் இருந்துவிட்டு, பக்கத்தில் இருக்கும் ஒருவரிடம் வேலையை ஒப்படைத்து விட்டு வீடு கட்டுமிடத்துக்குப் போய்விடுவார். சேவியர் அலுவலில் இருந்தபோது, குமாரசாமியின், பணியையும் சேர்த்து இவர் செய்துவிடுவார். ஒருநாள், பூங்காவில் இருந்து பஸ் பிடித்துப் பெரும்பாக்கத்துக்கே போனார் சேவியர். குமாரசாமி மேஸ்திரியோடு மேஸ்திரிபோலத் தானும் நின்று வேலை பார்த்துக்கொண்டிருந்தார். தளம் ஒட்டப்படாமல் வளர்ந்து நின்றது வீடு. இவரை அழைத்துப் போய் வீட்டைச் சுற்றிக் காட்டினார், குமாரசாமி.

கார் நிறுத்தும் இடம், மேலே நிழல் மறைப்பு, படியேறினால் ஓர் அகன்ற தாழ்வாரம். சுமாரானவர்களை அங்கே உட்கார வைத்து அப்படியே அனுப்பிவிடக் சௌகர்யம். உள்ளே பெரிய ஹால், ஒரு சின்னக் கல்யாணம் நடத்தலாம். கூடிய சீக்கிரமே இரண்டாம் பெண் புஷ்பவதியாக இருக்கிறாள். இங்கேயே மஞ்சள் நீர்ச்சடங்கைச் செய்து விடலாம். அது பெரியவன் படிப்பறை. அப்புறம், அவனுக்குக் கல்யாணமானால், அவனுக்கும் அவன் பெண்டாட்டிக்கும் ஆன அறை. அடுத்து உணவறை. அதை ஒட்டிச் சமையல் அறை. தட்டுமுட்டுச் சாமான்கள் போடும் அறை. வலப்பக்கம் குமாரசாமியின் படுக்கை அறை. கட்டாயம் டைல்ஸ் உண்டு. அட்டாச்டு டாய்லட். பெரிய அறை. ஜன்னலைத் திறந்தால் தோட்டம் தெரிய வேண்டும் அப்புறம் இருப்பது விருந்தினர் அறை. எழவெடுத்த ஊர் ஜனக்கூட்டம் அடிக்கடி டேரா போட்டுத் தாலியை அறுக்கும் அவர்களுக்கு இந்தியன் டைப் கழிப்பறை. குமாரசாமி அறைக்குள் இருக்கும் டாய்லட், வெஸ்டர்ன்டைப், வயசாகிறதோ இல்லையோ? உட்கார இது சௌகர்யம். தோட்டத்தின்

மேற்கு மூலையில் ஒரு குளியல் அறையும் கழிப்பறையும் அங்கு இந்தியன் டைப்தான். ஒரு முருங்கை, நாலு தென்னை, ஒரு வேம்பு, கறிவேப்பிலை, பாவைக்கொடி, மிக முக்கியம். நாலு வாழை போட்டால் இலைக்கு இலை குலை தள்ளினால் தண்டுக்குத் தண்டு. அண்மைக்காலமாக வருகிறாற்போல இருக்கும் சர்க்கரை மற்றும் மூல நோய்களுக்கு முன் ஜாக்கிரதையாக இருக்க வேண்டாமா? மேலே, கீழே இருப்பதுபோலவே கட்டுமானம் இருக்கும். அதற்கு மேலே மொட்டை மாடி. அதில் ஓர் அறை குமாரசாமியின் "பெர்சனல்" அறை. அங்கு நிச்சயம் வெஸ்டர்ன் டைப்தான். ஒன்றுக்கு நாலாக இருப்பது நல்லதுதானே? மனுசனுக்கு எங்கு எப்போது வரும் என்று யாருக்குத் தெரியும்? என்ன சொல்றீர். என்று கேட்டார் குமாரசாமி. என்ன பதில் சொல்வது என்று யோசித்தார் சேவியர்.

நூதன கிருஹப் பிரவேசம் நடந்தபோது போகலாமா, கூடாதா என்று சேவியர் யோசித்தார். இது போன்ற நிகழ்ச்சிகளுக்கு வெறும் கையை வீசிக்கொண்டா போவது? தனிபுஷ்பம் உதவத் தோட்டை அடகு வைத்து, ஒரு வழியாகச் சமாளித்தார், சேவியர். பிரும்மாண்டமான கூட்டம். இலை ஒன்றுக்கு எண்பது ரூபாய் என்று குமாரசாமி சொன்னார். அதைவிட ஆச்சர்யம், பெரிய தலைவர்கள், அமைச்சர் ஒருவர் என்று பிரமுகர்கள் எழுந்தருளியதுதான். குமாரசாமி முக்கியமான புள்ளி என்பது, முக்கியப் புள்ளிகளின் மூலம் முக்கியப்படுத்தப்பட்டது, முக்கியமான விஷயம் ஆயிற்று.

*

ஒருநாள், அழுக்கான சாணித்தாள் உறைக் கடிதம் சேவியர் பெயருக்கு வந்தது. அது மாதிரிக் கடிதம் அரசாங்கத்தினுடையது, பிரித்துப் படித்தார். உடனடியாக வேலையில் சேரச் சொன்னது அக்கடிதம். தனிபுஷ்பத்தின் முகத்தில் நீண்ட நாட்களுக்குப் பிறகு புன்னகை அரும்பியது. அவளுக்குப் பல் வரிசை இத்தனை அழகானது என்பதுகூடவா மறந்து போயிருக்கும். துணிகள் துவைத்து, கஞ்சி போட்டு, இஸ்திரி வைத்துத் தயாராயின. அன்று ஒன்பதரைக்கு அலுவலகம் சென்றார் சேவியர். அலுவலர்கள் கை குலுக்கினார்கள். ஒருவர் தேநீர் வாங்கித் தந்தார். சரியாகப் பத்து மணிக்கு ஓர் அலுவலர் அவரை அழைத்து, வேலை ஆணையைத் தந்தார். சேவியர் அதைப் படித்து முடிக்கும் முன்பு வேறோர் ஆணையை நீட்டினார், அது அன்று தொடங்கி அவர் வேலை நீக்கம் செய்யப்பட்டிருக்கிறார் என்கிற ஆணை.

அன்று பூங்காவில் இருக்கும் எல்லாச் செடிகளையும் எண்ணிக் கொண்டிருந்தார் சேவியர். பட்டு ரோஜாக்கள்தான் அதிகம். பெயர் தெரியாத பல செடிகள். அது துரதிருஷ்டம்தான் — நம்மோடு வாழும் செடிகள், மரங்கள், பறவைகள் பெயர் தெரியாமல் வாழ்வது. மிக தாமதமாகத்தான், வீட்டுக்குத் திரும்பினார் சேவியர். மனைவி, மகள் படுத்துவிட்டிருந்தார்கள். முதல் நாள் வேலை கூடுதலாகத்தான் இருக்கும் என்று சிரிப்போடு சொன்னாள் தனிபுஷ்பம். அவள் தூங்கப் போன பின்பும் அவருக்கு உறக்கம் வரவில்லை.

இது நடந்த மூன்றாம் நாள், அனுமார் கோயிலுக்கும் புல்லுக் கட்டுச் சந்துக்கும் இடையே ஒரு விளக்குத் தூணில் இடித்துக்கொண்டார்

அவர். மூக்கு மேல் பகுதி உடைந்து இரத்தம் கொட்டியது. பிளாஸ்திரி போட்டுவிட்டார். ஒரு டாக்டர் நண்பர், ஐம்பது ரூபாய் பீஸ் வாங்குபவர் இவருக்காக இருபது வாங்கினார். அன்று ராத்திரிதான் சேவியர் தானாக ஒரு கோப்பு, தனியாகத் தயாரித்து அதில் என்ன என்னவோ எழுதி, எழுதி, அதற்குக் குறிப்பும் எழுதிக்கொண்டிருந்தார். எழுதியபடியே இருக்க அவர் உயிர் பிரிந்தது.

*

பல நாட்களுக்குப் பிறகு தனிபுஷ்பம் அந்தக் கோப்பைப் படித்தாள். பல செடிகள், அவற்றின் இயல்புகள், பல பறவைகள், அவற்றின் இயல்புகள் எழுதப்பட்டிருந்தன.

ஊழையும் உப்பக்கம் காண்பர் உலைவின்றித்
தாழாது உஞற்று பவர் (குறள் 620)

2004

எழுத இருக்கும் கதை

எப்படி எங்கிருந்து அந்த எண்ணம் வந்தது என்று சேதுவால் புரிந்து கொள்ள முடியவில்லை. ஆனால் வந்து விட்டது. யாரோ ஒருத்தர், ஜிகினாத்தாள் சுற்றியப் பொட்டலம் ஒன்றை அவனிடம்கொண்டு வந்து தருகிறார். அதாவது அவன் அறைக் கதவைத் தட்டி, அவன் திறந்து பார்த்தபோது, அவன் கையில் பொட்டலத்தைத் திணித்து விட்டு மறைந்து போகிறார். அவன், அந்தப் பொட்டலத்தைப் பிரித்துப் பார்க்கிறான். அதில் புத்தம் புதிய, அழுக்குப்படாத நோட்டுக்கட்டுகள் இருக்கின்றன. ஆச்சரியத்தில மூச்சடைக்க, அவன் அந்த நோட்டுக் கட்டுக்களை எண்ணிப் பார்க்கிறான். பத்து லட்ச ரூபாய். சந்தேகத்துடன் சோதித்துப் பார்த்தான். நிச்சயமாக அவை அரசாங்க நோட்டுக்கள்தான்.

என்ன ஆனந்தமான எண்ணம்!

எப்போது, எந்தக் கணத்தில் அந்தச் சிந்தனை தோன்றியது என்று யோசிக்கத் தொடங்கினான். சேது, ஒரு காலை நேரத்தில் உறங்கிவிழித்து, ஆறடிக்கு நாலடியேயான பொந்து என்றும் வளை என்றும் சொல்லத்தக்க அந்த வாடகை அறையைப் பூட்டிக்கொண்டு, காபி சாப்பிட இறங்கினான். ரத்னா கபேயின் காபி சுமார் ரகம். மோசமாக இராது. காலையில் மட்டும் நன்றாக இருக்கும். வைகறையில், கடற்கரையில் நடந்துவிட்டுக் காபி சாப்பிட வருகிற, நனைந்த பனியன், முக்கால் கால் சட்டை, வெள்ளைச் சப்பாத்துகள் (ஷுக்கள்) அணிந்த சற்று மேடிட்ட வயிறுகளையும்கொண்ட ஒரு கூட்டம் காபி சாப்பிட்டுக்கொண்டிருந்தது.

தனக்குக் கடும் காபி வாங்கிக்கொண்டான். மதுரமான மணத்துடன் தொண்டைக்குள் இறங்கி, நாக்கில் கசந்து, ஆத்மாவுக்குள் இனிக்கிற காபி. மதுவையும் காபியையும் கண்டுபிடித்தவர்கள் ஆன்ம ஞானிகளாகத்தான் இருப்பார்கள். காபியைக் குடித்து “கபே”யின் வெளியே இருக்கும் பெட்டிக் கடையில் ஒரு “கிங்ஸ்” சிகரெட் வாங்கிப்

புகைக்கத் தொடங்கினான். கடல் காற்று, காலைகளைக் குளிர்மை செய்து, உலகத்தை வாழுமிடமாகச் செய்திருந்த பனிக்காலம் அது. கடலுக்கு நேராக இருக்கும் அந்தக் குறுக்குச் சந்தின் வழி, காற்று தள்ளாடியபடி வந்து, இரு கைகளையும் அகல விரித்து அவனைத் தழுவியது. அப்போதுதான், அந்தப் பத்து லட்ச ரூபாய்க் கனவு அவனுக்குள் விதையாய் விழுந்தது.

சேது, தலையை உலுக்கிக்கொண்டான். அதை, அந்தப் பத்து லட்ச ரூபாய் விவகாரத்தை வெறும் பிரமை என்று ஒதுக்கித் தள்ள, அவன் பகுத்தறிவு மூளை விரும்பியது. எதற்கு ஒதுக்க வேடும் என்று மனம் ஓலமிட்டது. இந்த மாதிரி எண்ணங்கள், யதார்த்தமாகி விடது என்று யார் சொல்ல முடியும்? கனவுகள்தான் நிஜமாகின்றன என்று பெரியவர்கள் சொல்வது பொய்யா? சின்ன வயதில் நான் கண்ட கனவு இப்போது நிஜமாயிற்று என்று சொல்லாத, பேட்டி கொடுக்காத சாதனையாளர் எவர்? செத்துப் போன தலைவர்கள் எல்லோருமே கனவு கண்டவர்களாகவும், அவர்களின் கனவை நினைவாக்கவே தாங்கள் வந்திருப்பதாகவும் சூளுரைக்காத இளம் தலைவர்கள் யார்? ஆக சேது, தான் கண்ட கனவு பலிக்கும் என்று நம்பத் தொடங்கினான். தவிரவும், அது கற்பனாலோகக் கனவும் இல்லையே!

அவன் கண்ட கனவு, நடப்புலகம் சார்ந்ததாகவும் இருக்கத்தானே செய்கிறது? ஐநூறு ரூபாய் என்கிற வஸ்து இருக்கத்தானே செய்கிறது! பத்து லட்சம் என்கிற இலக்கம், அதைச் சுற்றி கட்டிய ஜிகினாத் தாள், அதைக்கொண்டு வந்து தருகிற அந்த ஒருத்தன் எல்லாம் இயலாத பொருள்களா? இவை, உண்மையாக இருக்கும்போது, அந்தப் பணம் அவன் கையில் வந்து சேர்வது மட்டும் எப்படிப் பொய்யாக, பிரமையாக மாற முடியும்? உலகத்தில், அனுதினமும் எத்தனை ஆச்சரியங்கள், வித்தைகள், அற்புதங்கள் நடந்தேறுகின்றன. நேற்றுக்கூடப் பத்திரிகையில் அவன் படித்தான், ஒரு சாமியார், மூக்கு வழியாக நவரத்னக் கற்களை வரவழைக்கிறார். மூக்கு வழியாக மாணிக்கம் வரும் என்றால், ஆள்வழியாகப் பத்து லட்சம் வரக்கூடாதா என்ன?

அறை வந்து சேர்வதற்குள், அந்த எண்ணத்தை அவன் நம்பத் தொடங்கியிருந்தான். அறையைத் திறந்துகொண்டு உள்ளே நுழைந்து படுக்கையில் உட்கார்ந்தான். காற்றும் வெளிச்சமும் தப்பித் தவறியும் வந்து விடக்கூடாது என்ற நோக்கத்தில் கட்டப்பட்ட அறை. ஓர் ஒற்றைக் கட்டிலைப் போட்டு, அதைச் சுற்றிச் செங்கல் வைத்து எழுப்பி, கி. மு.வில் வெள்ளைச் சுண்ணாம்பு பூசப்பட்ட அறை. வாழைக்காய், மாங்காய்களை ஓர் இரவு போட்டு வைத்தால், மறுநாள் பழமாக ரசாயனம் பண்ணக்கூடிய அறை. இனி சற்று ஆரோக்கியமான அறைக்கு மாற வேண்டும். பத்து லட்சம் வரப் போகிறது. திருவான்மியூரில் கடற்கரைக்கு அருகிலேயே அறை பார்க்கலாமே! உடனடியாக அவனுக்குத் தோன்றிய எண்ணம் பத்து லட்சம் போன்ற பெரும் பணத்தைப் பாதுகாப்பாக வைக்க, அந்த அறையில், ஒரு பெட்டி, ஓர் அலமாரி, ஒரு மறைவிடம் இல்லை என்பதே, அது அவனுக்குக் கவலை தந்தது. என்ன “மேன்ஷன்” கட்டுகிறான்கள். இந்த மூடன்கள், பணத்தைப் பாதுகாப்பாக வைக்க, ஒரு நிலவறை கட்ட வேண்டாமா, ஒவ்வோர் அறையிலும் தெரு தோறும் அரசுடைமை ஆக்கப்பட்ட வங்கிகள் இருக்கத்தான் செய்கின்றன. பத்து லட்சத்தைக்கொண்டு போய்ப் போட்டால், “இம்மாம் பெரிய தொகை உனக்கு எங்கிருந்து கிடைத்தது” என்று கேட்பார்கள். “கடவுள் கொடுத்தார்”

என்றுதான் சொல்ல வேண்டியிருக்கும். "பணம் வந்த வழி சந்தேகத்துக்கு உரியதாக இருக்கிறதே" என்பார்கள். கடவுள் சாட்சி சொல்ல வருவாரா என்றால், அதுவும் சந்தேகமான விஷயமாக இருக்கும். என்ன பேங்கு? என்ன சட்ட திட்டங்கள்?

மணி, ஏழே முக்கால் ஆகி இருந்தது. பணம், எந்த நேரத்திலும் கதவைத் தட்டும். ஆச்சரியங்கள், எத்தனை பேர் கதவைத் தட்டி, பொன் தட்டில் வைத்து அதிர்ஷ்டத்தை நீட்டி இருக்கிறது?

ஊரில், ஐராவத நாயக்கர் என்கிற ஒருவர் இருந்தார், கஷ்ட ஜீவி. விவசாயக் கூலி, அடகு வைக்க முடியாத ஒரு குடிசை. இரண்டு மூன்று கோவணங்கள், ஒரு மனைவி இவைகளோடு வாழ்ந்தார். கடன் வாங்கி, கேணி வெட்டினார். அலவாங்கில் ஒரு இடத்தில் 'ணங்' என்கிற சப்தம் கேட்டது. தோண்டிப் பார்த்ததில், ஒரு பெரிய குடம் நிறையக் காசுகள். பத்தரை மாற்று, ஆற்காட்டு நட்சத்திர வராகன்கள். மனுஷர் இன்றைக்குப் பெரிய மிராசுதார், மாளிகை மனைகள், மாடுகள், வண்டிகள், எடுபிடிகள் மற்றும் மனைவிமார்கள் என்று "சளேர் பிளேர்" என்று ஜொலிக்கிறார். ஏன்? அங்குசாமி விஷயத்தை எடுத்துக்கொள்ளலாமே! ஊரே அவனை அசட்டு அங்குசாமி என்ற பட்டத்தோடு சொல்லும் அப்படிச் சொல்வதில் நியாயத் தவறும் இல்லை. அவனுக்குத் தரவேண்டும் என்ற லட்சுமி (திருமகள் என்றும் இவளைச் சொல்வார்கள்) முடிவு செய்துகொண்டாள். ஒருநாள், இரண்டாவது ஆட்டம்,"அலிபாபாவும் நாற்பது திருடர்களும் பார்த்துவிட்டுத் திரும்பி இருக்கிறான். இடையில், காட்டைக் கடக்கும்போது, கொஞ்சம் மனசுக்குள் பயம். மணியோ இரவு இரண்டு, பேய்கள் பேசி, உறவாடும் நேரம். அருகேதான் சுடுகாடு தன்னைத் தேற்றிக் கொள்வான் வேண்டி, "குல்லா போட்ட நவாபு — செல்லாது உங்கள் ஜவாபு" என்று உரக்கப் பாடியபடி பேய்களும் பயப்படும் படி வந்துகொண்டிருந்தான். இயற்கையின் அழைப்பை ஏற்று, ஒரு மரத்தை அண்டி இருக்கிறான். பாரிய மரத்துக்குப் பின்னால், இரண்டு பேர் ரகசியக் குரலில் பேசிக்கொண்டிருந்தது தெரிந்தது. அவர்களுக்கு முன், துணி விரிப்பில் நகைகள், குறைந்த நட்சத்திர, பாதி நிலவு வெளிச்சத்திலும் தெரிந்தது. அதிர்ஷ்டம் இல்லாமல் வேறு என்ன? மைத்துனன் குழந்தைக்காக வாங்கி வைத்திருந்த விளையாட்டு ஊதல் பையில் இருந்தது. அசடுவின் மூளை (லட்சுமியின் அருள்!) பளீரென்று வேலை செய்து, உரக்க "411, திருடங்க இங்கதான் இருக்காங்க. சுத்தி வளைங்க. ஓடறவனைச் சுட்டுடுங்க" என்று ஊதியபடியே கத்தவே, திருடர்கள் ஒரு திக்காக ஓடிப் போனார்கள். இப்போது அசடு அங்குசாமி, பஞ்சாயத்து போர்டு தலைவன். பெரிய மனுஷன். ராஜகுமாரிபோல மனைவி. பணம் உள்ளவனுக்கே ராஜகுமாரிகள் கிடைக்கிறார்கள். மணக்கோல ஊர்வலத்தில் அந்தப் பெண்ணின் அழகில் மயங்கி, சேது இரண்டு மூன்று இரவுகள் உறங்கவில்லை.

அங்குசாமிக்கு அடித்த அதிர்ஷ்டம், அவனுக்கும் அடிக்கக்கூடாதா என்ன? அங்குசாமி, கைநாட்டு. சேதுவோ, பட்டதாரி. என்ன, துணை இயக்குநராக இந்த மாநகரத்தில் அல்லாடிக்கொண்டிருக்கிறான். திருமகள் லட்சுமிக்குத் துணை இயக்குநர் மேல் என்ன கோபம் இருக்க முடியும்? இருக்க வாய்ப்பில்லை.

சேது, தாடையைத் தடவிக்கொண்டான். நாலு நாள் தாடி உரசியது. வேலை இருந்தால் சவரம் செய்து கொள்வான். டிஸ்கஷனுக்கு வரச் சொன்னார் இயக்குநர். இயக்குநர்க்கு முன், கௌரவமாகத் தோன்ற வேண்டும். காசு இல்லாததால், ஒரு சோம்பல். ஆனால் இப்போது சவரம் செய்து கொள்ள வேண்டும்போல் இருந்தது. பணம், வருகிறபோது பளபள முகத்தோடு இருந்தால்தானே பணத்துக்கும் மரியாதை. அழுது வடிந்துகொண்டிருந்தால், அதிர்ஷ்டம், பக்கத்து அறைக் கதவைத் தட்டிவிட்டால் என்ன ஆவது? எப்போதோ காலாவதியான பிளேடு, கன்னத்தைத் தின்றது. ஒருவழியாகக் குளித்து முடித்தான். ஆனந்தமான குளியல், தண்ணீர் அருவிபோலக் குழாயில் கொட்டியது. இந்தப் பகுதியில் குழாயில் நல்ல தண்ணீர் வருகிறது என்றால், நல்ல சகுனம்தான். வரப்போகிற அதிர்ஷ்டத்துக்கு இது கட்டியம் இருப்பதில், சுத்தமான துணியை உடுத்திக்கொண்டான்.

திருமகள் வரும்போது, தரித்திரத்தோடயா இருப்பது? பசித்தது. 'மெஸ்'சில் சாப்பிட்டு விட்டு வந்து விடலாம். அந்த இடைவெளியில் 'அவள்' வந்து போய்விட்டால்? மணி அப்போது ஒன்பது தாண்டி இருந்தது. வர இருக்கும் தெய்வத்துக்குத் தெரியாதா? சேது சாப்பிடப் போயிருப்பான் என்பது தெரியும். அவன் அறையைப் பூட்டிக்கொண்டு புறப்பட்டான். இயன்ற சீக்கிரத்தில் திரும்ப வேண்டும். "மெஸ்"சில் கூட்டம் இருந்தது. ரங்கராஜன் சாப்பிட்டுக்கொண்டிருந்தான். "என்ன, வேலை இருக்கா, இன்னைக்கு" என்றான். அவனும் துணை இயக்குநர். தனியாகப் படம் பண்ணப் பாண்டியனிடம் பேசிக்கொண்டிருந்தான். பாண்டியன், கதை கேட்டு முடிவு சொல்லவே, இரண்டு ஆண்டுகள் எடுத்துக் கொள்வார். காத்திருக்கத்தான் வேண்டும். சேதுவும் அவரிடம் கதை சொல்லி இருந்தான். அப்போது, பாண்டியனின் படம் ஒன்று பெரும் வெற்றி பெற்றிருந்தது. காதலர்கள், ஒருவரை ஒருவர் பார்க்காமலேயே காதல்கொண்டு, கடைசியில் அவர்கள் இணைகிறார்கள். அதேபோல காதலர்கள், ஒருவரை ஒருவர் கேள்விப் படாமலேயே காதலிப்பதாகக் கதை பண்ணச் சொல்லி இவனை அனுப்பியிருந்தார். சேது அப்படி ஒரு கதையை யோசனை பண்ணிக்கொண்டிருந்தான். கேள்விப்படாமலே, பார்க்காமல் எப்படிக் காதலிப்பது? அட, கடவுளே! ரங்கராஜனுக்கு, இன்னிக்கு வேலை இல்லை என்று பதில் சொன்னான், சேது.

"பிரமாதமா உடுத்தி இருந்தியேன்னு கேட்டேன்" அவள் வருகையை அவனிடம் சொல்லலாமா என்று ஒரு கணம் நினைத்தான் சேது. வேண்டாம் அந்தரங்கம் புனிதமானது. விருந்தினர் ஒருவர் வருகை புரிவதாகச் சொன்னான். இவன், சாப்பிட்டு விட்டு அவசரமாகத் திரும்ப நினைத்தான் சேது. "மெஸ்" உரிமையாளன் கேசவன், அவனை மடக்கினார். பாக்கி கூடிக்கொண்டே போகிறதே என்பது அவர் கவலை. பெரிய அளவில் பணம் வருகிறது. வந்துகொண்டே இருக்கிறது என்றான் இவன். எங்கிருந்து என்று கேட்டார் அவர். வருகிறது என்று மட்டும் சொல்லி மீண்டான் அவன்.

அறைக்குத் திரும்பியதும், சோப்புப் பெட்டி அளவிலான டிரான்சிஸ்டரை இயக்கினான். நேயர்கள் தங்களுக்குப் பிடித்த பாடல்களைக் கேட்டுக்கொண்டிருந்தார்கள். இவன் இயக்கிய நேரம் ஒரு நேயர், கேட்ட பாடலை நிலையத்தார் போட்டார்கள். "திருமகள் வந்தாள், பொருள் கோடி

தந்தாள்" என்று டி. எம். எஸ் பாடலைப் பாடத் தொடங்கியது, சேதுவுக்கு மயிர்க்கூச்செறிவு ஏற்படுத்துவதாக இருந்தது. கடவுள் இப்படித்தான் பேசுவார். அவர் நேரில் வந்து பேசுவது குறைவு. ஆகாயத்தில் இருந்து பேசுவார். அதைத்தான் அசரீரி என்பார்கள். வானொலி அசரீரி அல்லாமல் வேறென்ன? சரீரம் இல்லாமல், குரல் மட்டும் வருவது. அசரீரி என்றால், வானொலியும் அசரீரிதான். அந்த ரசிகர் அந்தப் பாட்டை ஏன் கேட்க வேண்டும். அதுவும் சரியாக இவன் டிரான்சிஸ்டரை இயக்கும் நேரத்தில்? எல்லாம் பொருந்தி வருகிறது. சந்தேகமே இல்லை. திருமகள் அவன் அறைக் கதவை தட்டப் போவது உறுதி. விடுதியில் தெரு எண் 127— "சி" என்பது ஆங்கில எழுத்து. திருமகளுக்கு ஆங்கிலம் தெரியுமா? கடவுளுக்கு ஆங்கிலம் தெரியாமல் இருக்குமா? தமிழர்கள், தமிழை விடவும் ஆங்கிலம் அதிகம் படிக்கத்தானே சூழல் உருவாகியிருக்கிறது? மொழிகளுக்கு எல்லாம் அந்த அம்மாள்தான் அரசியாமே? எனவே, அவரோ, அவர் அனுப்பும் வேறு நபரோ, கதவு மாறிப் போக வாய்ப்பில்லை என்கிற எண்ணம் நிம்மதியாக இருந்தது.

திருமகள் வருகிறபோது, என்ன உடுத்திக்கொள்ளலாம் என்ற சிந்தனை ஓடியது. அழுக்கேறியும் நைந்தும் போன இந்தக் கைலியையா உடுத்திக்கொண்டிருப்பது? கைலியை அவிழ்த்து எறிந்து விட்டு, மீண்டும் மெஸ்சுக்கு உடுத்திக்கொண்டு போன உடையையே அணிந்துகொண்டான்.

அதீத பரபரப்பும், படபடப்புமாக இருந்தவனுக்குக் களைப்பும், உறக்கம் வருவதுபோலவும் இருந்தது. திடுமென விழித்துக்கொண்டான். மணி பனிரெண்டாகி இருந்தது. வெளியே, யாரோ என்னவோ பேசுவதுபோலத் தெரிந்தது. சடக்கென்று எழுந்து கதவைத் திறந்துக்கொண்டு வெளியே பாய்ந்தான். காக்கி உடை அணிந்த தபால்காரர், பக்கத்து அறை வெங்கடேசனுக்குப் பணப் பட்டுவாடா பண்ணிக்கொண்டிருந்தார். கல்லூரி மாணவன் வீட்டுப் பணம் வருகிறது.

"இன்னிக்கு ஷூட்டிங் இல்லையா சார்"

"இல்லை. நாளைக்குப் போகணும்" என்றான் இவன்.

வெங்கடேசனுக்கு இவன் மேல் மரியாதை. அவனுக்கு நடிக்க ஆசை. வாய்ப்பிருந்தால் சொல்லச் சொல்லி இருந்தான். இவன் அறையின் உள்ளே நுழைந்தான். பசி இல்லை. இருந்தாலும் மெஸ்சுக்குப் போக விருப்பம் இல்லை. படுத்துக்கொண்டான். எதிர்பார்த்துக்கொண்டிருப்பதுபோல, மனதை நசுக்கும் அனுபவம் வேறெதும் இருக்க முடியாது. அவன் களைத்துப் போனான். லேசான பசி, அவனை அவனுக்கு நினைவுப்படுத்தியது.

கண் விழித்தபோது, ஜன்னல் வழியாக மஞ்சள் வெளிச்சம் கமழ்ந்தது. மணி மாலை ஆறை நெருங்கி இருந்தது. காபி சாப்பிட்டு முடித்திருக்க வேண்டும். அவன் எழுந்து சட்டையை மாட்டிக்கொண்டு தெருவுக்கு வந்தான். ஜனங்கள், தெருவின் மேல், கசங்கிய காகிதப் பொட்டலம்போலத் திரிந்தார்கள். எல்லோர்க்கும் ஏதோ ஒரு எதிர்பார்ப்பு இருக்கும். குடுகுடுப்பைக்காரர்கள் தவறாமல், "தபால் வருது, ஐயாவுக்கு ஒரு தபால் வருது" என்று சொல்லிக்கொண்டே இருக்கிறார்கள். அவனுக்குக்கூடச் சொல்லியிருந்தான் ஒருத்தன். "ஐயா வீட்டுக் கதவை அஷ்டலட்சுமி தட்டப் போகிறது"

எண்ணெய் குளியல் போகாத சூடான வடையும், அதன் மேல் காபியையும் ஊற்றி அடைத்தால், பசி தெரிவதில்லை. அனுபவம் மூலம் வந்த பழக்கத்தை இப்போதும் செயலாற்றினான். தெரு, விளக்கு வெளிச்சத்தில் ஒளிர்ந்துகொண்டிருந்தது. இருட்டு, சுத்தமாக அகன்றிருந்தது. மனம் லேசானதுபோல இருந்தது. சிகரெட் நன்றாக இருந்தது. அவன் புகையுடன் மிதந்தான். புகை மேல் எழுவதுபோல, லேசாக மேல் மிதந்தான். மரக்கிளைகள், கட்டடங்களின் சுவர்கள், ஊடாகத் துளைத்துக்கொண்டு மிதந்தான். மின் கம்பிகள், வயலில் தந்திகளாக, அவன் அதை மீட்டினான். காக்கை ஒன்று, அவனுடன் போட்டி போட்டுக்கொண்டு பறந்தது. காக்கைகூடவா போட்டி போடுவது என்று நினைத்து பின் வாங்கினான்.

அறைக்குத் திரும்பிக் குளித்து, உடுத்திக்கொண்டு, நடந்தான். சண்முகம் அறைக்குத் திரும்பி இருந்தால், இன்றைக்கு நடந்த "சங்கதிகளைக் கேட்டுத் தெரிந்து கொள்ளலாம். ஜனங்களால் கனத்தடர்ந்த பகுதி அவனுடையது. கொஞ்சம் அஜாக்கிரதையாக நடந்தால், மனிதர்களின் காலை மிதிக்க வேண்டி இருக்கும். வண்டிகளின் மேல் இடித்துக்கொள்ள வேண்டி இருக்கும். ஜாக்கிரதையாகவே நடந்தாலுமேகூட, மனிதர்களும் வண்டிகளும் தாமாகவே வந்து இடித்துக் கொள்வார்கள். இடிபடாமல், சண்முகம் தங்கியிருந்த மேன்சனை அடைந்தான். சண்முகம் படுக்கையில் படுத்துக்கொண்டு" விவித்பாரதி கேட்டுக்கொண்டிருந்தான். சேது அன்றைக்கு வேலைக்கு வராமைக்கான காரணத்தைச் சண்முகம் கேட்டான். ஒரு விருந்தினர், ஊரிலிருந்து வருவதாகச் சொல்லியிருந்தான்; ஆனால் வரவில்லை என்று இவன் சொன்னான். அதற்கான காரணமாக விருந்தினர்கள் வந்தால், அவர்கள் மனம் மகிழும்படிச் செலவு செய்ய வேண்டியுள்ளது. நாம் வசதியாக இருப்பதுபோலக் காட்டிக்கொள்ள வேண்டியிருக்கிறது. அல்லாமல் யதார்த்தப் பிடுங்கலை வெளிப்படுத்தினால் ஊரில் போய்ப் பிறரிடம் நம் கஷ்டத்தைச் சொல்லி, நம் உறவினர்களுக்குச் சந்தோஷத்தைத் தந்துவிடக்கூடாது என்று சண்முகம், மிகுந்த யோசனையுடன் சொன்னான். மனிதசுபாவம் அப்படித்தான் இருக்கிறது என்று இவனும் ஒப்புக்கொண்டான்.

சேது வராமையைப் பற்றி இயக்குநர் கேட்டார், என்பதைச் சண்முகம் சொன்னான். பிறகு வழக்கம்போல, 'டிஸ்கஷன்' நடந்தது. படத்தில் நடிக்கும் நடிகர்களோடு மிருகங்களையும் நடிக்க வைப்பது படத்துக்குச் சுவாரஸ்யம் சேர்க்கும். மட்டும் அல்லாது படம் ஓடுவதற்கான உத்தரவாதத்தையும் நிரூபிக்கும். சமகாலத்துப் படம் ஒன்று, மிருகங்களின் துணைகொண்டு வெற்றிகரமாக ஓடிக்கொண்டிருந்தது. ஒரு படத்தில் ஒரு காட்சியில் தொலைபேசி மணி ஒலிக்கவும், அதை எடுத்துப் பேச ஆள் இல்லாமையைக் கண்டு, தலையை அசைத்து யோசித்தபடி யானை ஒன்று, படியேறிச் சென்று, தொலைபேசியை எடுக்கிறது. யானை "ஹலோ" சொல்வதற்கு முன்னால், கதாநாயகி வந்துவிடுகிறாள். இக்காட்சியைப் பத்திரிகைகள் மிகவும் பாராட்டி இருந்தன. இதுபோலக் காட்சி ஒன்று நம் படத்தில் இடம் பெற வேண்டியிருந்ததன் அவசியத்தை டைரக்டர் அழுத்தமாகப் பேசினார் என்று சண்முகம் சொன்னான்.

பிறகு இருவரும் சாப்பிடப் போனார்கள். நாயர் மெஸ்சில் சாப்பிடலாம் என்று சொல்லிச் செலவை ஏற்றுக்கொண்டான் சண்முகம். சாப்பிட்டு,

ஒரு பெட்டிக் கடையில் நின்று சிகரெட் புகைத்தார்கள். சண்முகம், தான் எழுதிக்கொண்டிருக்கும் திரைக் கதை வசனத்தைப் பற்றிச் சொன்னான். நல்ல தயாரிப்பாளர் கிடைத்தால், அவன் அதை நல்ல சினிமாவாக மாற்றக்கூடும். கதாநாயகி, கதாநாயகனின் பதிலுக்கு எதிர்பார்த்துக்கொண்டே இருக்கிறாள். எதிர்பார்ப்புதான் அவள் வாழ்க்கையாக, அவளை முன்னோக்கி நடத்திச் செல்லும் கிரியா சக்தியாக இருக்கிறது. சேது, தான் பார்த்த ஒரு படத்தின் கதையைச் சொன்னான். கதாநாயகன், அவனை எதிர்பார்த்துக்கொண்டு இருக்கிறான். காத்திருத்தலின் ஒவ்வொரு கணத்தின் அவஸ்தையையும் சிறப்பாகப் பதிவு செய்திருப்பதைச் சொன்னான் சேது. எல்லோருக்குமே வாழ்க்கை, எதையோ ஒன்றை எதிர்பார்க்கச் செய்கிறது; தவிப்பில் ஓர் ஊசலாட்டத்தில் வைக்கிறது. மனிதர்களை இது மிகவும் உள்ளார்த்த விதத்தில் பாதிக்கிறது, அவர்களின் மனதளவில், இது பெரும் ரசாயன மாற்றத்தை விதைக்கிறது. ஊரில், இரவு நேரத்தில் வரும் குடுகுடுப்பைக்காரர்கள் “இந்த வீட்டுக்காரருக்கு நல்ல சேதி வருது... நல்ல சேதி வருது” என்றுதான் தன் குறி சொல்லலைத் தொடங்குகிறார்கள்.

சேதுவின் கதையைப் பாண்டியன் கேட்பதாக இருந்தது. என்னவாயிற்று என்று சண்முகம் கேட்டான். பாண்டியன், முதலில் மானேஜரிடம் கதையைச் சொல்லச் சொல்வார்; மானேஜர் அக்கதையில் சாரம் இருப்பதாக நம்பினால், திருமதி பாண்டியனிடம் அவனை அறிமுகப்படுத்துவார். திருமதி பாண்டியன், தனக்குச் சௌகரியப்படுகிற ஒரு பொழுதை அவன் அறியச் சொல்வார். திருமதிக்கும் கதை பிடித்துப் போனால், அப்புறம் ஒருநாள் பாண்டியன் கதையைக் கேட்கக் கூடும்... எப்படியோ பாண்டியன்வரை போயாயிற்று. அவர் சொன்ன ஒரு திருத்தத்தை அவன் செய்தாக வேண்டும். அது யதார்த்தம், நியதி உண்மைக்கு மாறாக இருக்கிறது. பூமியின் மேல், எந்த வகையிலும் பரிச்சயப்படாத, பார்க்காத கேட்காத ஓர் ஆணும் பெண்ணும் காதலிக்க முடியுமா என்பதே அவன் முன் உள்ள பிரச்சினை. சண்முகத்திடமும் இதற்கான பதில் இல்லை. அவன், இரவு வானத்தின் மேல், தன் சிகரெட் புகையை மெழுகினான்.

“ஏதாவது சினிமாவுக்குப் போகலாமா” என்று சண்முகம் கேட்டான். சேதுவுக்கு வேறு மாதிரியான பிரச்சினை. “ஏதாவது பணம் இருக்குமா” என்று கேட்டான். சண்முகன் உடனடியாக “இருக்கிறது... எவ்வளவு வேணும்” என்றான். கூடவே “இன்று எல்லோருக்கும் சம்பளம் கொடுத்தார்கள். நீ வந்திருந்தால் பணம் கிடைச்சிருக்கும். பரவாயில்லை. நாளைக்கு வாங்கிக்கலாம். அவசியம் நாளைக்கு வந்துடு...” என்று சொல்லி இரண்டு நூறு ரூபாய்களைக் கொடுத்து “போதுமா” என்றான். “தாராளம்” என்று திருப்தியாகச் சொன்னான் சேது.

சிகரெட் வாங்கியது போக, மீதிச் சில்லறையை மேசை மேல் வைத்து, நோட்டு பறக்காதபடி பூட்டை வைத்தான். ஏதோ படிக்க முயற்சித்தான். ஒப்புக் கொள்ளும்படியாக அல்ல, நல்ல கதை யொன்றை எழுத வேண்டும்; பாண்டியன் போனால் என்ன? ஒரு சோழன் இல்லாமலா போவான்; மறுநாள் வரப்போகும் சம்பளம் தந்த நிறைவோடு, உறங்கிப் போனான் சேது.

2004

ஒரு பறவையுடன் சேர்ந்து பறத்தல் அல்லது ஒரு குருவியும் அதன் பறக்கும் தன்மையும்

சுமதி கடைத்தெருவிலிருந்து திரும்பும்போது ஒரு குருவி பொம்மை வாங்கி வந்திருந்தாள். பொம்மை வாங்கி வருவது அவள் நோக்கம் இல்லை. உள்ளாடைகள் வெளிறி நைந்து போயின. புதுசாகச் சில பிராக்களும் பேன்டீசுகளும் வாங்கி வரலாம் என்றுதான், வழக்கமாக அவற்றை வாங்கும் கடைக்குப் போனாள். குறித்த அந்தக் கடையில் அவள் நுழைந்தபோது மிக இனிமையான இசை, கடை முழுதும் வியாபித்திருப்பதாக அவளுக்குத் தோன்றியது. தொடர்ந்த வருகையால் பரிச்சயம் கொண்டிருந்த கடைப்பெண்களின் அதிகாரி. மிஸ். ரீட்டா புன்னகையுடன் அவளை நோக்கி வந்தாள். "அது யாருடைய இசை?" என்று சுமதி கேட்டதற்கு, பாகிஸ்தானிலிருந்து வந்திருப்பதாக அவள் சொன்னாள். பாடியவரின் பெயரைக் குறித்துக் கொடுக்கச் சொல்லிக் கேட்டுக்கொண்டாள். வழக்கமாக முன்பக்கம் பொருத்திக் கொள்கிற கறுப்பு, நீலம் மற்றும் வெள்ளை ஆகிய வண்ணங்களில் பிராக்களும் அதே வண்ணங்களில் பேண்டீசுகளும் வாங்கிக்கொண்டு, பர்சைத் திறக்கும்போதுதான், கடையின் ஒரு மூலையில் பொம்மைகளைப் பார்த்தாள். அவள் பார்வையைப் புரிந்துகொண்ட மிஸ். ரீட்டா, "புதுசாகப் பொம்மையும் விற்கத் தொடங்கி இருக்கிறோம். பெரும்பாலும் சிறுவிளையாட்டுப் பொம்மைகள். வந்து பாருங்களேன்" என்றபடி அவளைப் பொம்மைகளின் பக்கம் அழைத்துச் சென்றாள். சுமதியைக் குழந்தைப் பருவத்துக்குக்கொண்டு செல்லும் பொம்மைகள் அங்கே இருந்தன. வயதை மறக்கடித்தன அவை. அவள் நீண்ட காலம் வைத்திருந்த வெள்ளை முடிகொண்டு பிராக் போட்ட வெள்ளைக்கார பொம்மை, பனிப்பிரதேசத்துக் கரடிகள், பல அளவுகளில் பலப்பல முகங்களைக் காட்டும் குரங்குகள், நாய்கள்,

பூனைகள் மேல் அடுக்கில் அடுக்கி வைக்கப்பட்டிருந்தன. பல வண்ணங்களில் குருவிகள். பறவைகள் எப்போதும் அவள் பைத்தியத்தில் முதல் வரியில் உள்ளன. பறவைகள் சில குறிப்பிட்ட காலங்களில் வந்து தங்கிப் போகும் இடங்களில் அவள் அடிக்கடிப் பயணம் மேற்கொள்பவளாக இருந்தாள். மிருகக்காட்சிச் சாலைகளில் கம்பிக்குள் வைக்கப்பட்ட பறவைகளை அவள் பார்க்கப் போவதில்லை. ஒரு வகை வன்முறையாக அவளுக்குத் தோன்றும். உலகத்தில் மிக அழகான வண்ணங்களால் அந்தப் பறவைகள் செய்யப்பட்டிருந்தன. அதில் ஒரு குருவி 'என்னை எடுத்துக்கொள்' என்று அவளிடம் சொன்னது. மஞ்சள் உடம்பும், நீலச் சிறகும், கரிய கழுத்தும், ஆங்காங்கே தூவிய சிவப்புமாக இருந்தது அந்தப் பறவை. குழந்தையின் உடம்புபோல மெத்தென்றது.

"இதில் ஒரு விசேஷம் உண்டு மேடம். இது சுற்றுப்புறச் சூழல் குருவி. காதுகளுக்கு இசைவாகாத சப்தம் வந்தால் அதை எதிர்த்து இது கூவும் பாருங்கள்!" என்றபடி மிஸ் ரீட்டா அந்தப் பறவையைக் கண்ணாடிக்குள்ளிருந்து எடுத்து மேலே வைத்துக் கைதட்டிச் சத்தம் எழுப்பினாள். குருவி, ஒரு சிட்டும் குயிலும் இணைந்த குரல் எழுப்பிச் சத்தத்துக்கு எதிர்ப்புத் தெரிவித்தது. இதை ரசித்த இன்னொரு கடைப்பெண் ஓடி வந்து கைத்தட்டிக் கடும் சத்தம் ஏற்படுத்தினாள். குருவி மீண்டும் தன் எதிர்ப்பைத் தெரிவித்தது. குருவியைத் தொந்தரவு செய்கிறோமோ என்று பட்டது சுமதிக்கு. "போதும், இதை எடுத்துக் கொள்கிறேன். 'பேக்' செய்யுங்கள்" என்றாள். அழகான அட்டைப் பெட்டியில் குருவி அடங்கியது.

"சத்தம் குறைந்தால் பேட்டரியை மாற்றிவிடுங்கள் மேடம்" என்றாள் மிஸ். ரீட்டா.

வீட்டின் அழகான இடத்தில் குருவியை வைக்க வேண்டும். எங்கு வைப்பது என்று யோசித்தாள். வரவேற்பறைதான் முதலில் நினைவுக்கு வந்தது. இரண்டு சோபாக்களுக்கு மத்தியில் ஒரு முக்காலியில் அல்லது நாற்காலியில் குருவியை வைக்கலாம். வீட்டிற்கு வருபவர்கள், விருந்தினர்கள் பார்த்து மகிழ்ச்சி அடைவார்கள். சில பேர் பாராட்டவும் செய்யலாம். 'அவர்கள் பாராட்டவா குருவி? வரவேற்பறை என்பதை உனக்கான பாராட்டு ஸ்தலமாகவா வைத்திருக்கிறாய்' என்று தன்னைக் கேட்டுக்கொண்டாள். குருவி, தன் அந்தரங்கமான உறவு என்பது மாதிரி அவளுக்குத் தோன்ற ஆரம்பித்திருந்தது. அந்தரங்கத்தைப் பொதுவில் வைப்பதா? அவளது வீடு என்பது ஒற்றைப் படுக்கை அறை. இரட்டைச் சமுக்காளம் விரிந்த அளவுக்கு ஒரு ஹால், சின்னத் தீப்பெட்டி மாதிரி குளியல் அறை. அதே போன்ற சமையல் அறை. அத்துடன் வீடு முடிந்தது. எதிரே அடுத்த பிளாட்டின் சன்ஷேடில் வந்து அமரும் (மத்தியான வேளைகளில் மட்டும்) இரண்டு புறாக்கள் வீட்டில் சேர்த்திதான். வேணும் என்றால், அவ்வப்போது ஜன்னல் கட்டையில் வந்து கீச்சிடும் அணில்கள், மற்றும் சில காக்கைகள். சமையல் அறைக்கு முன் இருக்கும் புழங்கும் அறையுள் குருவியை அமர வைக்கலாமா என்று யோசித்தாள். சின்னதும், படுக்கை அறைக்கு அடுத்ததாக அந்தரங்கமானதுமான புழங்கும் அறை, வரவேற்பறையைத் தாண்டி விதிவிலக்காகச் சிலரைத் தவிர, அவள் யாரையும் அனுமதிப்பதில்லை. அங்கிருந்து தெருவைப் பார்த்த தோட்டத்தை ஒட்டிய கதவுக்குப்

பக்கத்தில்தான் வெளிச்சம் காற்றுடன் அவள் படிப்பதுண்டு. அங்குள்ள புத்தகங்களின் அடுக்கின் மேல் குருவியை வைப்பது பொருத்தமாக இருக்கும் என்று கடைசியாக முடிவுக்கு வந்து சேர்ந்தாள். அலமாரியில் இருந்த வெள்ளைத் துணியை 'பூப்போட்டது' எடுத்துப் புத்தக ஷெல்ப்பின் மேல் விரித்து அதன் நடுவில் குருவியை வைத்தாள். சற்றுத் தூரத்தில் வந்து நின்று குருவி அமர்ந்திருக்கும் அழகை ரசித்தாள். வெறும் குருவியைச் செய்த அந்தக் கலைஞன், அதை ஒரு மரத்தோடும் சேர்த்துச் செய்திருக்கலாமோ என்று நினைத்தாள். மறுகணமே அச்சிந்தனையை அவளே அழித்தாள். மரம், குருவி இருக்கும் இடம். ஆனால் குருவியின் பயணம் ஆகாயம் அல்லவோ, வானத்தை எப்படிச் செய்து உருக்கொடுக்க முடியும்? வெளியை, அறைக்குள் இருந்து காண்பதுதானே ரகசியம் என்கிறார்கள்.

"அக்கா" என்றபடி உள்ளே நுழைந்தாள் பக்கத்து வீட்டுக் குழந்தை.

"வாடி பப்லு. பொம்மையைப் பாரு" என்று குழந்தையிடம் சொன்னாள் சுமதி. "அய்... குருவி" என்று சுமதியைத் திருத்தியது குழந்தை. கையிலிருந்த பட்டாணி, பொட்டுக்கடலைக் கிண்ணத்தை மேசைமேல் வைத்துவிட்டுப் பொம்மையைப் பல திக்குகளிலும் கண்டு மகிழ்ந்தாள். சுமதியின் அனுமதி பெற்று, குருவியைக் கையில் எடுத்து வைத்துக்கொண்டாள். மெதுவாக அதைத் தடவி கொடுத்தாள்.

"என்ன பேர்க்கா குருவிக்கு?"

தான் குருவிக்கு இன்னும் பெயர் வைக்காதது அப்போதுதான் அவளுக்கு உறைத்தது.

"நீதான் ஒரு பேரைச் சொல்லேன்."

பப்லு, கூரையைப் பார்த்தபடி யோசித்தாள். வலதுகை விரல்களைத் தன் முகவாயில் வைத்துக்கொண்டாள். யோசிக்கிறபோது அப்படியெல்லாம் செய்ய வேண்டும் போலும். கன்னத்தை வேறு சொறிந்துகொண்டாள். அண்மையில் அவளுக்குத் தங்கைப் பாப்பா பிறந்திருந்தாள். அக்குழந்தைக்கு நிலா என்று பெயர் வைத்திருந்தார்கள். அதன் எதிரொலியாக இருக்கலாம். மேகம் என்று வைக்கலாம் என்றாள். 'மேகா' என்று ஒரு முறை சொல்லிக்கொண்டாள் சுமதி.

குருவிக்கு 'மேகா' என்று பெயர் வைக்கப்பட்டது.

திறந்து வைக்கப்பட்டிருந்த கதவு காற்றால் உந்தப்பட்டு பெரும் சப்தத்துடன் மூடிக்கொண்டது. மேகா அதைக் கண்டிப்பது மாதிரி கூவியது. சுமதி ஓடிச் சென்று கதவைச் சாத்தித் தாழிட்டாள். சத்தம் மேகாவுக்குச் சத்ரு. எனவே, இனிமேல் கதவை விழிப்போடு சாத்தியே வைக்க வேண்டும். திறந்து வைத்தால், கதவை நிறுத்தி வைக்கும் கருவியைப் பொருத்தி வைக்க வேண்டும். குளியல் கதவைச் சாத்தும்போதும் தாழ்ப்பாள் சப்தம் வந்தாலும் மேகாவுக்குப் பிடிப்பதில்லை. பண்டப் பாத்திரங்களைக் கை தவறிக் கீழே போட்டாலும் சகிக்க முடியாத மேகா, எதிர்வினை ஆற்றியது. ரேடியோவை, மிக மிதமாக வைத்துக் கேட்பது அவள் வழக்கம். மூர்த்தி வந்தால் அதை உச்ச ஸ்தாயியில் ஒலிக்க விடுவான். "சப்தம் காதுக்கும், காதுகள் வழி மனசுக்கும் இசைவாக ஆக்கப்படும்போது இசை, இல்லையென்றால் சத்தம் அபஸ்வரம். ஒலிப்பயணம்

அதற்கென இருக்கும் வரிசைத் தளத்தில் பயணம் பண்ணும்போது அது ஸ்வரம். தப்பும்போது அபஸ்வரம். அது பாட்டில் மட்டும் இல்லை மூர்த்தி. தம் உடையில், பேச்சில், பாவனையில் உடல் மொழியில், நடைமுறையில் எல்லாவற்றிலும் அபஸ்வரமும் இருக்கிறது மூர்த்தி. இருப்பது நாம் இரண்டு பேர், வீடும் மிகச் சிறியது. எதற்கு இத்தனை சத்தம்?" என்று எரிச்சலுடன் கேட்டாள் சுமதி. அன்று மூர்த்தி மிகச் சீக்கிரமாகக் கிளம்பி விட்டான்.

சுமதியின் பொறிகள் மிகவும் கூர்மையடைந்து விட்டதாக அவள் உணரத் தலைப்பட்டாள். காப்பிக் குவளையில் கரண்டியைச் சத்தம் வர இட்டுக் கலக்கினால்கூட மேகாவுக்கு ஒத்துக்கொள்ளவில்லை என்பதை அவள் அறிய நேர்ந்தது. ஒருநாள் குளித்துவிட்டு, அலமாரியில் இருந்து பாவாடையை எடுக்கையில் அதில் எறும்பொன்று மேய்வதைக் கண்டு உதறினாள். அச்சப்தம் சகிக்காமல் கூவித் தன் எதிர்ப்பைத் தெரிவித்துக்கொண்டது குருவி. இனி தன் உள்ளாடைகளில் எறும்புகள், ஈக்கள், கொசுக்கள், கரப்பான்கள், பல்லிகள், பாச்சைகள், புழுக்கள், தேள்கள் போன்ற ஜீவராசிகள் ஊராமல் பார்த்துக்கொள்ள வேண்டும் என முடிவெடுத்தாள் சுமதி. சாவிகளைப் பொத்தென்று மேசைமேல் போடுவது, புத்தகங்களைக் கனம் தாங்க முடியாமல் எதன் மேலாவது போடுவது, செருப்பைத் தூசு தட்டுவது என்ற பெயரில் படார் எனத் தரையில் அறைவது, துணிகளை அடித்துத் துவைப்பது என்பது போன்ற இசையற்ற சப்தங்களை உருவாக்கிச் சங்கடம் தரக்கூடாது என எண்ணிக்கொண்டாள்.

அலுவல் விட்டு வந்த ஒரு மாலை நேரம், பிடித்த சி. டி ஒன்றை இயக்கி இசை கேட்டுக்கொண்டிருந்தாள் அவள். திடுமென வெளியே ஏதோ வெடித்தது போன்ற சப்தம் கேட்டது. எட்டிப் பார்த்தாள்.

எதிர் வீட்டுப்பையன் பட்டாசு கொளுத்திக்கொண்டிருந்தான். அவன் வெடித்தது யானை வெடியாக இருக்கக் கூடும். குருவி இடையறாது சப்தம் எழுப்பிக்கொண்டே இருந்தது. தீபாவளி ஆரம்பித்தது என்பதன் அடையாளம் பட்டாசுச் சப்தம். இன்னும் ஒரு வாரம், பத்து நாட்களுக்கு இச்சத்தம் ஓயாது. வேறு வழியில்லை. குருவியின் இயங்கும் சக்தியான பாட்டரியை எடுத்து அலமாரிக்குள் வைத்துச் சப்தம் எழாமல் மூடினாள். குருவி தொடர்ந்த வெடிச் சப்தங்களில் இருந்து தப்பித்தது என்று நினைத்துக்கொண்டாள். ஒளியுடைப் பிரதேசமான வெளியில் சஞ்சரிக்கும் பறத்தலே வாழ்க்கையான ஒரு பறவை, அலமாரியில் இருண்ட சதுரத்தில் எங்ஙனம் திருப்தியுறும் என்ற அச்சம் அவளுக்கு இருந்தாலும் ஒளியை பட்சித்தது. இருளையும் கொஞ்ச காலம் தின்னட்டும். தின்னும் என்று அவள் நம்பினாள். தீபத்தை ஏற்றித் தீர்த்தங்கரரை நினைத்துக் கொள்ளும் தீபாவளிப் பண்டிகை முடிந்த பிறகு, மெல்ல மேகாவை எடுத்து, முன்னர் இருந்த இடத்திலேயே வைத்தாள்.

சுமதியின் கனவுகளில், இப்போது அடிக்கடி காடு வந்தது. விடுமுறைக் காலங்களில் குன்றத்தில் இருந்த அவளுடைய தாத்தா வீட்டுக்குப் போவது அவள் வழக்கமாக இருந்தது. வீட்டின் பின் பக்கம், ஒரு பெரிய தோட்டம், கிணற்றங்கரையின் அருகில் இருந்த பெரிய இலந்தைப் பழ மரம் நினைவில் இருந்தது. கல்யாண முருங்கை, மா என்று அடர்ந்திருந்தது அந்தப் பகுதி. காலை கண்ணைப்பிட்டுக்கொண்டதும் அந்தத் தோட்டத்தில்தான் இருப்பாள்.

மாதுளை மரத்தில் எண்ணற்ற சிட்டுகள் கிறீச்சிடும். பேசிக்கொண்டே இருக்கும் சிட்டுகள் ஒரு கிளையிலிருந்து மறு கிளைக்குத் தாவி, மனிதர்களைக் கண்டு கொஞ்சமும் பயந்துவிடாமல் மிகச் சுபாவமாக இருந்தன அக்குருவிகள். சிட்டுகளின் ஜீவம் துடி துடிப்பில் தன்னை மறந்திருக்கிறாள். மாலை மயங்கும் நேரங்களில் துவைகல்லின் மேல் அமர்ந்து கவனம் குவிகையில், ஏராளமான விதவிதமான பறவைகள் படபடத்தலின் ஒலிச் சிதறல்கள் அவளை வசம் இழக்க வைக்கும். அவளது மோனத்தை வீட்டுக்குள்ளிருந்து வரும் ஆயாவின் குரல் கிழித்துப் போடும். அந்த நேரத்தில் பேய், பிசாசு, முனீஸ்வரர்கள் மரங்களில் அடையும் நேரம் என்று ஆயா நம்புகிறது. அடங்கும் பேய்கள், தன் பேத்தியைப் பிடித்துக்கொள்ளக் கூடுமே! அடையவரும் அவற்றை ஒரு நாளாவது பார்த்துவிட வேண்டும் என்று அவள் பல நாட்கள் காத்திருக்கின்றாள். காக்கைகள்தான் வந்தன. அந்த மேட்டுத் தெருவின் முனையில் தொடங்கி விரிந்தது. ஓர் ஏரி, ஏரிக்கரை மேடிட்டு, இரு பக்கச் சரிவுகளில் வளர்ந்திருந்த வனத்தின் ஊடாக நடப்பது அவள் விரும்பியவைகளில் ஒன்று.

குருவி வந்தபிறகு, அவள் கனவுகளில் அடிக்கடி வனம் வந்துகொண்டிருந்தது. வனத்தில் மேகா அங்கும் இங்கும் பறந்தபடி இருக்கிறது. நிறைய பறவைகள் அதனுடன் இணைந்து சேர்ந்து வாழ்ந்தன. அவை தனக்குள் பகிர்ந்துகொள்ள ஏராளமான விஷயங்கள் இருக்கவே செய்யும். மூர்த்தி அவளுடனும், அவள் அவனுடனும் பகிர்ந்துகொள்ள இருப்பவைபோல. ஒரு நாள் மூர்த்தி சுமதியிடம் கேட்டான்.

“காதல் என்றால் என்ன?” இது அவன் கேட்டது. அந்தக் குரலில் இருந்த ஏளனம், திமிர், அகம்பாவம் சுமதியைச் சுட்டது.

“புண்ணாக்கு. எள்ளுப் புண்ணாக்கு, வேப்பம் புண்ணாக்கு, முத்துக் கொட்டைப் புண்ணாக்கு, தூய தமிழில் பிண்ணாக்கு, எள் முதலியவற்றின் அரைப்பு. கதிரைவேற்பிள்ளையின் அகராதி, பிண்ணாக்கு மடையன் என்ற ஒருவனை அறிமுகப்படுத்துகிறது. அப்படி என்றால் மதிகேடனாம்”

அவன் முகத்தில் சுளித்த அவமானத்தைக் கண்ட அவள், மேலும் தொடர்ந்தாள். பல மாதங்கள் பழகி எல்லா உரிமைகளையும் எடுத்துக்கொண்டவன்.

“பிரச்சனையே படுக்கையில் இடம் கொடுத்தல்தான். பாவப்பட்டு இடம் கொடுத்தால்கூட, உடம்பின் சூடு குறையும் முன்பாகவே, சேர்க்கைச் சுரப்பு ஈரம், காயும் முன்பாகவே சிநேகிதியை மனசின் தெருவோரம், குப்பையில் தூக்கிப் போடுவீர்கள். சில மாதங்களின் பின் மது வீச்சமடிக்கும் விடுதியறையொன்றில் தோழியை வேசியாக்கி நண்பர்களின் குவளைகளை நிரப்புகிறீர்கள்”

அவன் அன்று போனவன் திரும்பி வரவில்லை. தான் மேகாவைப்போல் ஆகிவிட்டமைக்காக அவள் மகிழ்ந்தாள். அவள் நாராச் சத்தங்களுக்கு வெறுப்பை மற்றும் புறக்கணிப்பை வெளிப்படுத்தும் குருவி. அவன், வெளி என்ற அகண்டத்தில் வெடித்துச் சிதறித் துகள்களாகக் காற்றில் புகைக்கப்படும்போது வெளிப்படும் தூசுகளைப்போல, அந்தரத்தில் துவண்டான். சிதறிய தன்னைச் சிரமப்பட்டு அவன் ஒன்று சேர்க்க முயல்வதை அவளால் காண முடிந்தது.

உள்ளிழுத்து வெளிப்படுத்திய புகைபோல, அவன் காற்றில் திணறியபடி கரைந்ததை அவள் பார்த்துக்கொண்டிருந்தாள்.

சுமதிக்கு விழிப்பு வந்தது. அவளுக்கு விழிப்பு வந்த நேரம் இரவு ஏறக்குறைய மூன்று மணியாக இருந்தது. இடுப்புக்குக் கீழே நசநசத்தது. சிறுநீர் கழிக்கும்போது தெரிந்தது. காலை தொடங்கி உடம்பு சொல்லிக்கொண்டிருந்தது. மிகுந்த நிம்மதி அடைந்தாள். மகிழ்ச்சிகூட ஏற்பட்டது. பயந்துகொண்டிருந்தாள். அன்று போனவனின் மிச்சமாக ஏதாவது இருந்து தொலைந்தால் கலைப்பு, டாக்டர், நேரம், பயணம், செலவு என்று அலைய வேண்டி இருந்திருக்கும். கவலை விட்டது. அறை குளிர்ச்சி நிரம்பி வழிந்தது. ஏசியை அணைத்து விட்டுப் படுத்தாள். போர்த்திக்கொண்டு விளக்கை அணைத்தாள். கண் மூடினாள். விழிப்பு முழுசாக நீங்காத ஸ்திதியில், கனவுக் கோலங்கள், ஒன்றையொன்று பின்னிப் பிணைந்து கொண்டு அவளை எங்கோ தொலை தூரத்தில் ஆழ்த்திக்கொண்டிருந்தது. வெளியில் சின்னஞ்சிறு ஓசை கேட்டு அவள் கதவுக்கு வெளியே பார்த்தாள். குருவி உயிர் பெற்று அந்தச் சிறிய புழங்கு அறையில் சுற்றிச் சுற்றிப் பறந்துகொண்டிருந்தது. அறையிலிருந்து வெளிப்பட்ட நீல விடிவிளக்கின் வெளிச்சத்தில் வெள்ளையாகவும் மாறிமாறி ஒளிர்ந்தன. குருவி பறந்துகொண்டிருந்தது. திடுமென அவளது உள்ளாடைகள் கருப்பாகவும், நீலமாகவும் வெள்ளையாகவும் இருந்தவையாகவும் பறந்தன. சுற்றிச் சுற்றிப்பறந்தன. மேலே இருந்த மின்விசிறியில் அவை இடித்துக் கொள்ளுமோ என்று முதலில் அவள் அஞ்சினாள். எதன் மேலும் இடித்துக்கொள்ளாமல் அவை மாறி மாறி பறந்தது. ஒரு குருவி பறந்தது. குருவி கூட்டமாகவும் பறந்தது. ஒரு குருவி பல்கிப் பெருகி, குருவிகளால் அந்தப் புழங்கு அறை நிறைந்து போயிற்று. மேசை, நாற்காலி, புத்தக ஷெல்ஃப், தொலைக்காட்சிப் பெட்டி, கேசட் மற்றும் சி. டி. பிளேயர், வெறும் தரை, சுவர் என்று எங்கனும் குருவிகளால் நிரம்பின. அவை தமக்குள் பேசிக்கொண்டன. அவற்றின் பாஷைகள் மனிதர்களுக்குத் தெரியாது என்று தெளிந்த சுவாதீனத்தோடு அவை உரையாடிக்கொண்டிருந்தன. கறுப்பு, நீலம் மற்றும் வெள்ளை நிறம்கொண்ட குருவிகள். திடுமென எல்லாக் குருவிகளும் எழுந்து வானத்தில் பறந்தன. மேகா, விளையாடித் தீர்ந்த களைப்புடன் அதன் எதாஸ்தானத்தில் வந்து அமர்ந்துகொண்டது.

சுமதி மிகத் தாமதமாகவே விழித்தெழுந்தாள். விடிந்து, வெயில் ஏறி இருந்தது. தோட்டத்துக் கதவைத் திறந்துகொண்டு தென்னை மரத்தின் கீழே வந்து நின்றாள். மாதுளை மரக் கிளையில் இரு குருவிகள் அமர்ந்திருந்தன. அச்சு அசல் மேகா மாதிரி. மேகாதான் பறந்து வந்து கிளையில் அமர்ந்து விட்டதா? அவசரமாக, புழங்கும் அறைக்குள் எட்டிப் பார்த்தாள். மேகா இருந்த இடத்திலேயே இருந்தது. மீண்டும் மாதுளை மரக்கிளையைப் பார்த்தாள். மேகா உயிர் பெற்ற மாதிரி, அந்த நிமிஷம் அவளுக்கு அந்த ஆவேசம் உடம்புக்குள் புகுந்தது. அவள் இரு ஸ்தனங்களின் இரு புறங்களிலும் இரு சிறகுகள் கிளர்ந்து நீண்டன. எண்ணற்ற அடுக்குகள் கொண்ட வலிய சிறகுகள்.

தாமதமாகவே அலுவலகம் வந்திருந்தாள். ஒரு பிடுங்கி உத்தியோகம் பார்த்தறியாத அந்தப் பெரும் பண முதலையை, பணத் திமிங்கிலமாக்க

அவள் உழைத்துக்கொண்டிருந்தாள். அவளுடைய குழுவின் தலைவர் அவளை அழைத்தார். எதிரே அமர வைத்துக்கொண்டு அடுத்த சில வாரங்களுக்கான பணி விவகாரங்களை விவரிக்கத் தொடங்கினார். அவருக்குப் பின்னால் மூடியிருந்த ஜன்னல் கண்ணாடி வழி நகரத்தின் பெரிய காட்சி தெரிந்தது. குளிர் வெளியே கசியக்கூடாது என்பதற்காக மூடப்பட்ட அந்தக் கண்ணாடி ஜன்னல் அவளுக்கு எரிச்சல் தந்தது. தன் இருபுறமும் சிறகுகள் நீள்வதை, விரிவதை அவள் உணர்ந்தாள். ஜன்னல் கண்ணாடி சிதற அதை உடைத்துக்கொண்டு அவள் விண்ணில் பறக்கத் தொடங்கினாள்.

நகரத்தின் மிக உயர்ந்த, கட்டடங்கள் எல்லாம் அவள் சிறகுக்குக் கீழே இருந்தன. பூமியில் மேல் இருந்த எல்லாம் சின்னஞ்சிறியதாகி விட்டன.

அவள் பறந்துகொண்டே இருந்தாள். பக்கத்தில் தனக்கிணையாக யாரோ வருவது தெரிந்தது. பார்த்தாள், மேகாதான். சுமதி மேகாவாகவும் மேகா சுமதியாகவும் மாறி மாறிப் பறந்தார்கள். வானம் எல்லைகளை நீத்துக் கிடந்தது.

2005

பித்தி

தகனீஸ்வரர் கோயில் ஆலய வெளிப்புறப் பூந்தோட்டத்தில் அமர்ந்து காத்திருந்தவனாகிய சுந்தரன், பித்தியைக் கண்டதும், "என்ன இவ்வளவு தாமதம் செய்கிறாய். காலை சந்தி முடித்து அபிஷேக ஆராதிகள் எல்லாம் முடிந்து, சூரிய நிழல் இந்த ஆல அரசு மரங்களின் தலையில் விழும் நேரம் தொட்டு உனக்காகக் காத்திருக்கிறேன்" என்றான் சலித்த குரலில்.

ஏழு கல் தொலைவு நடந்து வந்திருந்தாள் பித்தி. அவளின் நடை மிக அவசரமானது என்று காண்பவர்கள் சொன்னார்கள். முன்னடி பெயர்ந்து அடுத்த எட்டுக்குப் போவதற்குள், அடுத்த அடி முன்னதை இடிக்கும் விதமாக அவள் நடக்கிறாள் என்றார்கள். உண்மை. நின்று நிதானிக்க என்ன இருக்கிறது, எதை நிதானிக்க வேண்டியிருக்கிறது? அதுவும்தான் ஏன் என்று ஒரு முறை சுந்தரனிடம் அவள் கேட்டாள். நடந்து வந்த மூச்சிரைப்போடு அவள் சொல்லத் தொடங்கினாள்.

"கேளும் சுந்தரன். நால்வர் மாளிகை வெளிப்புறத்தில்தான் நேற்று இரா நான் தாமசம் செய்தேன். செய்தேனா, விடிந்து அங்கேயே குளத்தில் ஸ்நானம் செய்து புறப்பட்டேன். நேற்றிரவில் பெய்த மழை காரணமாக, பாதை செம்மண் காந்தாகிக் கொழ கொழத்துக்கொண்டிருந்தது. காலை சாக்கிரதையோடு ஊன்ற வேண்டி இருந்தது. சாக்கிரதை, பிரக்ஞையின் முதல் அம்சம் என்றல்லவோ எல்லாரும் சொல்கிறீர்கள். வழுக்கு நிலத்திற்கேற்ப ஊன்றுகோல் என்னிடம் ஏது? நானே எனக்கு ஊன்றுகோல். மெதுவாகவே, நிதானமாகவே வர நேர்ந்தது. இடையில் வண்ணார் துறை ஏரி உடைப்பெடுத்து முட்டி அளவு தண்ணீர் சாலை ஓர மரங்களின் நிழல், வெள்ளத்தில் படிந்த அழகை என்ன சொல்வேன். எத்தனை இடையூறுகள். ஒரு சமயம் மாடு, ஒரு சமயம் மனிதர்கள், இப்போது தண்ணீர். ஒரு வழியாக இப்போதுதான் வர முடிந்தது."

தகனீஸ்வரருக்கும் தணிந்த அம்மைக்கும் காலை படைத்த சர்க்கரைப் பொங்கலையும், பருப்பு உருண்டைகளையும், மந்தாரை இலையில் வைத்து எடுத்து வந்ததைப் பித்தியிடம் தந்தான் சுந்தரன். இருகை நீட்டி உணவை வாங்கிக்கொண்டு, புன்னை மரத்தில் சாய்ந்து அமர்ந்தாள் பித்தி. நிதானமாக மேலே வெள்ளைச் சீலைத் துண்டு மாதிரியும், சாம்பிராணிப் புகை மாதிரியும் பறந்து சென்ற கொக்குக் கூட்டத்தைப் பார்த்தபடி இருந்தாள்.

“என்ன பராக்கு, பசி இல்லையா?” என்றான் சுந்தரன்.

“பசி இப்போதெல்லாம் மந்தித்து விடுகிறது.”

கழுத்திலிருந்தே பசித்த காலம் ஒன்றிருந்தது. அவள் பட்டாம் பூச்சியாக இருந்தபோது வண்ணார் குளம் தொடங்கி ஏழுகிணறுவரை இரு சாரியிலும் வனாந்தரங்கள், சற்று பலமாகக் கட்டை விரலை ஊன்றினால் கூட ஊற்றுகள் பூமியின் குரல் வளையிலிருந்து புறப்பட்ட நீர்நிலைகள், பகலிலும்கூட முள்பன்றிகளும், கரடிகளும் மலிந்து அச்சமின்றித் திரிந்த, கனவுக் காலத்தில் கள்வர்களும், காவலர்களும் பயந்த கொள்ளையர்களும், ஒளிந்து கொள்ளும் இடமாக இருந்தது, அந்தக் கானகம். இறங்கி வந்த இருட்டு மீண்டும் வானம் போகாமல் தங்கிவிட்டதாகச் சொன்னார்கள். சாமிகூடச் சொல்லும். அந்தக் கோட்டத்திலிருந்து கபாலீஸ்வரர் கோயிலுக்குப் போகும் வழி, ஆறலைக் கள்வர் பிரதேசமாகவல்லவோ இருக்கிறது என்று. மூன்றாவது தெரு ராவுத்தர் அவள் சினேகிதி பர்வீனின் அப்பா. அவர் குதிரையுடன், அவளும் இரைக்க இரைக்க, முகம் நீண்டு, வால் தொங்கிப் புரள, பட்டை போர்ந்த ஒற்றைப் பார்வையோடு வெற்றி வெள்ளைச் சுட்டியோடு ஓடுவாள். கோணிச் சாக்கில் தலையை நுழைத்துக்கொண்டு கொள்ளும் துவரையும் தின்றாள். கல் தொட்டியில் தண்ணீர் குடித்தாள். “ஐயோ, குதிரைக்கு வேர்ப்பதுபோல உனக்கும் வேர்க்கிறதடி” என்பாள் பர்வீன். மார்புப் பகுதியில் வழியும் வியர்வையைத் தொட்டு முகர்வாள் அவள். பசும்புல் வாசனை கிறக்கும்.

ஏழு கூடைகளைக் கவிழ்த்து வைத்தாற்போல, அடுத்தடுத்து இருந்தன ஏழு கிணறுகள். பாதுகாப்பு கருதிக் கட்டி வைக்கப்பட்ட சுற்றுச் சுவருடன் தினமும் இரண்டு தடவைகளாவது அக்கிணறுகளை அவள் எட்டிப் பார்ப்பாள். குபீரென்று ஒரு பந்து அவள் உந்திச் சுழியிலிருந்து எழும்பி கழுத்துக்குக் கீழே நின்று சுழலும். பயம் அரை மயக்க லாகிரியில் யாரேனும் பின்னால் இருந்து தள்ளிவிட மாட்டார்களா என்று நினைக்கத் தோன்றும். கிணற்றுக்குள்ளிருக்கும் இருட்டுப் பூதம், தன் கல்லுக்குழவி போன்ற தோள்களைத் தட்டி வா, என்னிடம் வா என்றழைக்கும். அந்தத் தசைத் திரட்சி அவளை லாகிரியில் ஆழ்த்திக் குப்புறத் தள்ளப் போகும் நேரம், ‘ஏ, யாரது? எட்டிப் போ’ என்று கம்பெனி காவலாளி சத்தம் போடத் தொடங்குவார். கோட்டையில் இருக்கும் கவர்னரின் குடிதண்ணீர் ஆயிற்றே.

மற்றொரு சமயம், கிணற்று இருட்டு, ஒரு குளியல் தொட்டிபோல் மாறும். ஒரு யுவன், வெள்ளை ஆடையுடன், உடம்புடன் ஒட்டிய ஈரத்துணி நீர்சொட்ட, அத்தொட்டியில் இருந்து எழுந்து நின்று இவளைப் பார்த்துக் கையை நீட்டுவான். இவள் குனிந்து ஆகமட்டும் கையை நீட்டுவாள்.

இருட்டு அழகானது மட்டுமல்ல. மிகுந்த கவர்ச்சியானது என்று அவளுக்கு எப்போதும் தோன்றும். ரொம்ப ரொம்ப ஆழமாகப் பள்ளம் தோண்டி அதில் மூட்டை மூட்டையாக எள்ளை அவிழ்த்துக் கொட்டியதுபோல அல்லவா இருக்கிறது, இந்த இருட்டு, அருகேதான் இருந்தது. தீத்தாங் கொட்டை மரங்கள் இருந்த திடல். குளம், குட்டை, ஏரிகளின் ஓரம் அவ்வகை மரங்கள் நடுவார்கள். ஏனென்று, வைத்தியமும் படித்த மாமா சொல்லியது ஒருநாள். அம்மரங்களின் வேர்களில் நீரைச் சுத்தப்படுத்தும் சக்தி இருந்தது. திடலில் வைத்துத்தான் கிட்டிப்புல் விளையாட்டு. பர்வீன், லட்சுமி, கோபாலு, சாம்பு எல்லாரும் அம்மாக்கள் மதிய உணவுக் கடை முடித்துச் சற்றுக் கண்ணயரும் நேரம். கோபாலுவின் புல்லை அடிக்கும் தீரம் வியக்க வைப்பது. ஒருநாள் திடலுக்கு அவள் போய்க்கொண்டிருந்தாள். அம்மாவுக்குத் தெரியாமல்தான் விளையாடும். அதுவும் வெளியே போய், அதுவும் ஆம்பிளைப் பிள்ளைகளோடு விளையாடும் வயது கடந்து விட்டாளாம் அவள். ஆம்பிளை ஆம்பிளை என்கிறாளே, அப்படி ஆம்பிளை என்றால் என்ன? என்னதான் ஆபூர்வம் இருக்கிறதோ அவர்களிடம். பர்வீன் முன்கூட்டியே போய்விட்டிருந்தாள். களத்துக்குப் புறப்படும் நேரத்தில் அம்மாவின் அருமைத் தம்பி வந்துவிட்டார். அந்த மாமாதான் அவளைக் கல்யாணம் பண்ணிக்கொள்ளப் போகிறாராம். கல்யாணம் பண்ணிக்கொண்டு என்னதான் செய்வார்களாம். பர்வீனிடம் களத்து மேட்டு வைக்கோற் போரில் படுத்துக்கொண்டு கதை பேசுகையில் இது பற்றிக் கேட்டால் பர்வீன் மிக எச்சரிக்கையோடு சுற்றும் முற்றும் பார்த்து விட்டுச் சொன்னாள்.

"கல்யாணம் ஆனால், அவன் வீட்டுக்குத்தான் பெண் போக வேண்டி இருக்கும். அங்கே சில நாட்களுக்குப் பிறகு காது வழியாகப் பிள்ளை வரும்." "எது வழியாக?" என்றாள் இவள். "காது வழியாக" "ம்... இந்தக் காது வழியாகவா?"

"இந்தக் காதிலிருந்தா? இந்த காதிலிருந்தா?" என்று இரண்டு காதுகளையும் காட்டிக் கேட்டாள் இவள்.

"ஒரு பிள்ளை இதிலும், ஒரு பிள்ளை அதிலும்" இவள், தன் சுண்டு விரலைத் தன் காதில் விட்டுப் பார்த்தாள். இதிலே எப்படி அவ்வளவு பெரிய குழந்தைகள். ஆனால், பர்வீன் சத்தியம் சொன்னாள். அதிலிருந்த அம்மாவைப் பார்க்கக் குழந்தைகளுடன் வரும் பெண்களின் காதுகளையே பார்த்தபடி இருந்தாள் இவள்.

மாமா புறப்பட்டுப் போன பிறகுதான் இவள் வெளியே வர முடிந்தது. ஓட்டமும் நடையுமாக இரைக்க இரைக்கத் திடலுக்கு வந்து சேர்ந்தாள். ஆட்டமும் தொடங்கி விட்டிருந்தது. பர்வீன் குழியில் புல்லை வைத்துத் தள்ளியதைத் தடுக்க முயன்ற கோபால் தோற்று, அவனுக்குப் பின் சென்று விழுந்ததை எடுத்து எறிந்தாள். பர்வீனுக்கு எங்கிருந்துதான் இந்தப் பலம் வருகிறதோ? எறியப்பட்ட புல்லைக் குறிதவறாமல் அடித்தாள். புல் எல்லாரின் தலைக்கு மேலேயும் பறந்து வெகுதூரம் போய் விழுந்தது. விளையாட்டைப் பலம் தீர்மானிப்பதில்லை. அதன் சூட்சுமம் தீர்மானிக்கிறது. சூட்சுமம் என்பது விசையையும் தன் இருப்பையும் நேர்கோட்டில் நிறுத்துவது. அதாவது எறியப்பட்ட புல்லின் வருகைதரும் நிலையை அவதானித்து, புல்லுக்கு எதிராகத் தன் கை கிட்டியை நிறுத்துவது. விசையை விசையால்

எதிர்கொள்வது. விளையாட்டின் வினைபயன் வெற்றியன்று. விளையாட்டின் அழகிய தர்க்கத்தை விளங்கிச் செயல்படுவது. அதை எதிர்கொள்வது. இப்போது இவளும் ஆட்டத்தில் தன்னை இணைத்துக்கொண்டாள். கிட்டிக்கு எதிரில் நின்றாள். வரும் புல்லைப் பிடித்தோ தடுத்தோ அதன் விஸ்தீரணத்தைக் குறைக்க வேண்டும். கோபாலின் விசையில் வந்த புல்லை, மிகச் சாதுரியமாகப் பிடித்து அவனை ஆட்டத்திலிருந்து வெளியேற்றினாள். அவனுக்குப் பின் சாம்பு முறை. சாம்பு மூளையைக் காட்டிலும், தன் முரட்டுத்தனத்தை அதிகம் நம்பினான். ஆட்டத்தில் தன்னை ஈடுபடுத்திக் கொண்டாலும், யாரும் பார்த்துப் போய் அம்மாவிடம் சொல்லிவிடுவார்களோ என்ற பயம் மனசில் இருந்துகொண்டுதான் கிடந்தது. நல்லவேளையாக தீத்தா மரங்களும், புளியும், வேம்பும் பாதையில் இருந்து அவர்களை மறைத்தது. மரங்களில் அண்டி இருந்த பறவைகள் குரல் எழுப்பியபடியே இருந்தன. தன்னந்தனியாக மேய்ந்துக்கொண்டிருந்த ஆடு, ஒலி செய்தது. மூன்றாம் முறை சாம்பு புல்லை எதிர்கொண்ட விதம் கடுமையாக இருந்தது. அவன் கிட்டியை வீசிய விதத்தில், புல் சரியாக அவள் தொப்பூழ்க் குமிழுக்கு ஒரு சாண் கீழே பாய்ந்தது. கத்தவும் தோன்றாமல் அடிவயிறைப் பிடித்தபடி கீழே அமர்ந்தாள் அவள். ஏதோ ஒரு பறவை, ஒரு மரத்திலிருந்து மற்றொரு மரத்துக்குக் கீறிச்சிட்டபடி வந்து அமர்ந்தது.

"சுவாமி, தனக்குப் பசிப்பதே இல்லை என்று என்னிடம் ஒரு முறை சொன்னார்" என்றாள் பித்தி. மிகுந்த யோசனையுடன் "அவர் ஞானி. அசல் அவர். அவர்களைப் போன்றவர்களுக்குத் தேகம் சிறை அல்ல, சிறகு. பாம்பு உரித்துப் போடும் பழைய சட்டை. முற்றி விழுந்த தேங்காய். ஓட்டோடு ஒட்டாமல் உறவாடும் புளி."

பித்தி, ஓர் அருகம்புல்லைப் பிடுங்கி இரண்டாக நான்காகக் கிள்ளிக் கொண்டு சொன்னாள்.

"அது சாத்தியம்தானா, சுந்தரா? இல்லை தேகம், மானம், அறிவு ஆத்மா என்று எதை எதையோ பேசுகிறோம். கண் பார்க்கிறது. மூளை அறிகிறது. ஒவ்வொரு உறுப்பும், ஒவ்வொன்றுக்கும் பொறுப்பு. தேகத்தின் விசையை மனம் தடுத்து ஆவதென்ன. தடுக்கத்தான் முடியுமா? தடுக்கும் முயற்சியில் மனம் தேகத்தையல்லவா சுமந்து திரியும்? அர்ச்சுனன் அதிகம் ஸ்மரித்தது கர்ணனைத்தானே... ஆக்க வழியிலோ அன்றி எதிர் வழியிலோ மனதின் வெளியில் விதைக்கப்படும் காமவித்து, எண்ணத்தின் ஈரக்காற்றாலும் மண்ணின் கதகதப்புச் சூலிலும் முளைத்து விடாது என உறுதி சொல்ல முடியுமா?"

காற்றில், கடலின் மொழி கலந்து வந்துகொண்டிருந்தது. கடற்கரையோரத் தென்னைகளும், சவுக்கும் தலைவிரித்து ஆடின. கடற்கரை ஓரம் அவர்கள் அமர்ந்தார்கள். அலையை எதிர்த்து மேலேறி வரும் சின்னஞ்சிறு நண்டுகளைப் பார்த்துக்கொண்டிருந்தாள் பித்தி. சுந்தரன் கேட்டான்.

அந்த இரவுக்குப் பிறகு, அவர் உன்னை எதிர்கொள்ளவே இல்லையா?

பித்திக்கு அந்த இரவு மீண்டும் நினைவோடியது. ஒற்றைச் சடைபோல விதானத்திலிருந்து தொங்கிய சரவிளக்கெரிய, பூ மணமும் பத்தி வாசமும் கமழ, வாழையும் மாவும் கனிய, கட்டிலில் அவன் அமர்ந்திருக்கிறான். உச்சி

வில்லை, ஒட்டியாணம் கலையப்படாத, அப்போதுதான் கட்டிக்கொண்டு வந்த மாயூரச் சுங்கடி கலையாத, குறுகுறுப்பும் பயமும், எதிர்பார்ப்பும்போல அவள் கட்டிலின் ஓரம் அமர்ந்திருந்தாள். இரவு பிறந்த கன்றுக் குட்டியைப்போலத் தட்டுத் தடுமாறியபடி நடந்துகொண்டிருந்தது. பட்டு வேண்டாம் சாதா ஆலைத் துணிபோதும் என்று சொல்ல, மாமனார் உவந்தளித்த லாங் கிளாத் வேட்டியுடனும் மார்பைப் போர்த்திய மேல் வேட்டியுடனும் விளக்கொளியில் எதையோ படித்துக்கொண்டிருந்தான். தெய்வப் போற்றிப் பனுவலாக இருந்திருக்கும். உள்ளம் உருகும் பாடல்களாக இருக்கும். காதலாகிக் கசிந்து கண்ணீர் மல்கிக்கொண்டிருந்தான் அவன். சூரியனின் முதல் ரேகை வெளிப்பட்டதுமே, கதவைத் திறந்துகொண்டு வெளியேறினான்.

இந்நிகழ்ச்சியைச் சுந்தரன் அறிவான். அவளே அவனிடம் சொல்லியிருக்கிறாள். அதை நினைவுகொண்டே இப்போது கேட்கிறான். விரும்பும் முடிவுக்கு ஏற்ப நிகழ்ச்சிகளின் உருவுக்கு வண்ணம் ஏத்துகிறான் போலும் சுந்தரன். பித்தி, சிரித்துக்கொண்டாள். எல்லா தர்க்கங்களும் வெற்றியையே அபேட்சிக்கின்றன. உண்மையை அல்ல.

"அவர் கல்லாகவே இருக்கட்டும் சுந்தரா, எனக்கு ஆட்சேபம் இல்லை. அது மனித சுபாவம்தானா என்பதே என் விசாரணை!" தொடர்ந்து பித்தியே சொன்னாள்.

"இல்லை, அந்த நிகழ்ச்சிக்குப் பிறகு அவர் யாரையும் நோக்கவில்லை. அவர் கருவிழிகள் நிலைகுத்தி ஐயனார் கண்களைப்போல விழித்தவை விழித்தபடி இருந்தன. அகவிழியின் வழிகாட்டுதலில் அவர் இயங்கினார் போலும். அம்மா, அக்கா, அண்ணி, தங்கை, ஆடு, ஆவாரம்பூ, அம்மிக்குழவி, அனைத்துக்கும் ஒரே பார்வை. என் வாசனையை நுகரும்படியாகவும் அவர் இல்லை. உப்பு, உறைப்பு, இனிப்பு, கசப்பு, துவர்ப்பு என்று எதுவும் அவரிடம் இல்லை. உடுத்துகிறதே சுமை என்றாற்போல அவர் இருந்தார்."

சுந்தரன் மனதில் ஓடும் எண்ணங்களை அவள் அறிந்தாள். "சுவை அற்றுப் போன, ஜடம் எனும் நிலையை எய்தவரா, என்று நீ நினைப்பது சரியாகவே இருக்கலாம். சாமான்ய இயல்புகளை, இயற்கை இச்சையை ஏற்றுத் தடுமாறும் மனதை நான் பள்ளத்தை நோக்கி ஓடும் தன்மையது என்றே குற்றம் சுமத்தாமல், உண்மை என்றே ஏற்றுக் கொள்கிறேன். ஞானிகள் இதை இகழலாம், நான் ஞானி அல்ல. மனுஷி. ஆனால் சுந்தரா..."

"என்ன சொல்?"

தோல்வி ஒரு பயங்கரம். நாம் நம்மிடம் என்றாலும், பிறரிடம் என்றாலும், அது மிகவும் குரூரம்!

வீதியில் விளக்கெடுத்தார்கள். வாயிலின் காதுகள் போலும் இரு பக்கங்களிலும் இருந்த விளக்கு மாடங்களில் அகல் விளக்குகள் எரிந்தன. சில வீடுகளில் பித்தளைக் காமாட்சியம்மன் விளக்கு தாமரை இலையில் வைத்த அல்லி மொட்டு மாதிரி நின்று எரிந்ததைக் கண்களில் ஆர்வம் மின்ன பார்த்தபடி நடந்தாள் பித்தி. கோயிலில் சற்று நேரத்தில் அந்திக் கால பூஜைகள் தொடங்கிவிடும். முதல் தீபாராதனையில் கட்டாயம் சாமி பாடும். கர்ப்பக் கிருகத்துக்குப் பின்னால் அடர்ந்து செழித்த மாந்தோப்புக்குள்,

பாடல் செவியில் நன்கு விழும் தூரத்தில் நின்றபடி பருக வேண்டும். அதற்காகவே, ஏழு கிணற்றுப் பகுதியிலிருந்து, ஓடி வந்துக்கொண்டிருந்தாள். தாமதம் செய்கிறவளா அவள்? இடையில் யானை கவுனியில் தன்னை மறந்து வேடிக்கை பார்த்தபடி நின்றுவிட்டாள். என்னமோ அன்றைக்குத்தான் சுந்தரன் ஏதோ ஒரு சந்தர்ப்பத்தில் "யானைகள் தாமசமே உருவானவை" என்றது நினைவுக்கு வந்தது. அப்படியே நின்றுவிட்டாள். கவுனியில் இரண்டு யானைகள் கால் விலங்கிட்டு இருந்தன. மதக் காலமாக இருக்கும் போலும். அடிக்கடி அவை பிளிறிக்கொண்டிருந்தது. அவளுக்கும் வருத்தம் தந்தது. செல்வந்தர்களுக்கும், வெள்ளைக்காரர்களுக்கும் பணி செய்யவா இந்தப் பெரும் ஜீவன்கள் பிறந்திருக்கின்றன. எல்லார் மேலும் எரிச்சல் மூண்டது அவளுக்கு. தாமசமோ, ரஜஸ்சோ, சத்துவமோ, அவரவர் அப்படியே இருப்பதுதானே அழகு. இயல்பு. என்ன கெட்டுப் போகும். எதுவும் கெடாது. தீனி மேய என உலவ விடப்பட்ட யானைகள், காலாற நின்று சாவதானமாக உண்டுகொண்டிருந்தன. அவற்றின் கால்களின் ஊடே முட்டி மோதி விளையாடிக்கொண்டிருந்தன யானைக் கன்றுகள். மிருகக் குழந்தைகள் குழந்தைகளாகவே தம்மை வெளிப்படுத்திக்கொண்டிருந்தன. 'குறுகுறு நடந்து' என்று படித்த ஞாபகம் வந்தது. அவற்றையே பார்த்துக்கொண்டு மெய் மறந்து நின்றாள் அவள். காட்டில் இருக்கவே உருவான ஜீவன்களை ஊரில்கொண்டு வந்து தமக்கும் பணி செய்யும் ஏவலர்களாக மாற்றும் ஈனத்தனம் எரிச்சல் ஊட்டவே விலகி நடந்தாள்.

தாமசமோ மற்றவையோ, இயல்புகள்தானே. ஒன்று தாழ்ச்சி, ஒன்று உயர்வு எனல் அநீதி அல்லாமல் வேறு என்ன? புலிகளின் தோல் வரியைக் கரடிகளில் தேடுவது, என்ன அறிவீனம்? தனக்குத்தானே சிரித்துக்கொண்டாள். போகும் வழியில் அன்னபூரணி அம்மாள் குளக்கரைக் கல் மேடையில் அமர்ந்திருந்த சுந்தரனைக் கண்டாள் அவள். ஏது இங்கே என்று அவள் கேட்கவில்லை. அவன் அவளுக்காகத்தான் காத்திருக்கிறான். அந்த மாலை மயங்கும் நேரத்தில் அவர்கள் சந்திக்க ஏதுவாக அமைதி சார்ந்த இடமாக அன்னபூரணி அம்மாள் குளக்கரை வாகாக இருந்தது. பெரும் செல்வந்தளும், தரும சிந்தனைகொண்டவளுமான அவள் நிறைய சத்திரம் சாவடி கட்டி வழிப்போக்கர்களுக்கும் வறியவர்களுக்கும் பெரும் தொண்டு செய்தாள். குளக்கரையே, அன்னச்சத்திரத்தின் முகப்பாக இருந்தது. யாருடைய படைவீரர்களோ சத்திரத்தை இடித்துப் போட்டார்கள். போர்கள், எப்போதும் ஜன விரோதங்கள்.

இன்னும் அவள் திரிந்து சடையாகிப் போன கூந்தலில் இருந்து நீர் சொட்டிக்கொண்டிருந்தது.

"உன் கூந்தல் வாரி விடப்பட்டு எத்தனை நாட்களாயின?" என்று கேட்டான் சுந்தரன்.

"ஆண்டுகள் பலவாயின. அதனால் என்ன?" என்ற அவள், தன் கூந்தலைத் தடவி விட்டுக்கொண்டாள். தொடர்ந்து, "ஒழுங்கு தவறும்போது திரியத்தானே வேண்டும்" என்றாள். குளத்து மீன் ஒன்று எகிறி வளைந்து நீரிலேயே விழுந்தது.

கிழக்கிலிருந்து மணிச் சத்தத்தோடு மாட்டு வண்டி ஒன்று செம்மண் பாதையை அறைந்தபடி சென்றுகொண்டிருந்தது. வண்டியைப் பின்தொடர்ந்து, ஆண்களும் பெண்களும் நடந்துகொண்டிருந்தார்கள். அவர்கள் சந்திப்பின் தொடக்க நாட்களில் சுந்தரன் ஒருமுறை அவளிடம் கேட்டான்.

"நம்மை பார்க்கும் ஜனங்கள் என்னவாறு நினைப்பார்கள்?"

"எப்படியும் நினைக்கட்டுமே, அதனால் நமக்கு ஆவதென்ன? அவர்கள் என்னவாறு நினைப்பதை நீ விரும்புகிறாய்? சுந்தரன் ஒரு பெண்ணோடு என்று அவர்கள் நினைக்கக்கூடும். அது உன் ஆண்மை வெற்றியாக உணர்வாயோ? அவன் அப்போது தடுமாறிப் போனான். அவன் தடுமாற்றம் தொடர்ந்துகொண்டே இருந்தது. சாமியைப் பார்க்கும்போதெல்லாம், அவன் அவர் முகத்தை எதிர்கொள்வதைத் தவிர்த்தான். அவர் கண்களை அவனால் நிச்சயம் காண முடியாது. கண்கள் மனத்தின் வாசல், கண்கள் பேசும். சப்தம் இல்லாமல் பேசும். உரத்துப் பேசும். காதுகளை, ஆத்மாவைக் குத்திக் கிழிக்கும் சப்தம். அவனால் அவருடன் உரையாட முடியாது. ஒருமுறை அவனை அவர் வரச்சொல்லி இருந்தார். சற்றே வெதுவெதுப்பான மனநிலையில்தான் அவன் அவர் முன் போய் நின்றான்.

"நலம்தானா சுந்தரா?"

"அவ்விடத்து ஆசி."

"கோயில் காரியங்கள் செவ்வையாக நடக்கின்றனவா?"

"அதுவும் ஐயா ஆசிப்படி, கிரமமாக நடக்கிறது."

சுவாமி, பேரேட்டைப் புரட்டிப் பார்த்தபடி, விரலால் எண்ணிக் கணக்குப் போடுவதைப் பார்த்துக்கொண்டு நின்றிருந்தான் சுந்தரன். சுவாமி அவனைப் பார்த்துச் சொன்னார்.

"தென்கொண்டார் நெல் அனுப்பி இருந்தார். இந்த வருஷம் மகசூல் நிறைஞ்சதாம், கூடுதலாகவே அனுப்பி இருந்தார். அத்தனை குவியல் எனக்கெதுக்கு? நம் அமைப்புகளுக்குப் போக, அன்னதானங்களுக்குப் போக நெல் கண்டிருக்கிறது. கோயிலுக்கு முக்கால் பகுதியும், உன் குடும்பத்துக்கு கால் பகுதியும் நெல் எடுத்துக்கொண்டு போயேன். மூட்டைகளை கணக்குப் பிள்ளையிடம் இருந்து, நான் சொன்னதாகச் சொல்லிப் பெற்றுக்கொள்." எல்லை இல்லாத பேரமைதி ஒன்று, மனதில் நிறைவதை உணர்ந்தான் அவன். பெரியவர்களின் பண்புக்குப் பெயர்தான் பெருமை என்பதை அந்தக் கணத்தில் அவன் உணர்ந்தான்.

"தாங்கள் அருளியது பெருங்கொடை. நான் அவ்வளவுக்கும் பாத்திரம்தானா, சுவாமி?"

அவர் சிரித்தார். அந்த லாங்கிளாத் துணி போன்ற வெளுத்த சிரிப்பு. "நானா கொடுக்கிறேன். பிரபு கொடுத்ததை மடை மாற்றம் செய்கிறேன். எனக்கு ஏலாத பொருளை, நான் வைத்து என்னத்துக்கு ஆள்வது?" அவன் தலைகுனிந்து அவர் முன் நின்றான். "கருமத்தைச் சுமந்து ஆவெதன்ன, நீதான் சுமக்கத் தயாராகி விட்டாயே! தாக்கப்பட்டவன்போல உடம்பும் உயிரும் நொந்து, அந்த இரவு பித்தியிடம் இதை அவன் சொன்னான். கேட்டுச்

சற்று நேரம் அமைதியுடன் இருந்தாள் பித்தி. விசனமாகச் சொன்னாள். "இரண்டு பேரும் என்னைப் பந்தாடுகிறீர்கள். நான் மனுஷியப்பா"

குளத்தில் இறங்கி, கால் கை, முகம் சுத்தி செய்துகொண்டாள் பித்தி. "சந்தி பூஜைக்குத் தயாராகிறதா?" "ஆம் சுந்தரா" தாமதம் ஆகிக்கொண்டிருக்கிறது. பித்தி, கோயிலை நோக்கி நடந்தாள். கோபுரம் தெரிந்தது. நெருங்க நெருங்க, அவளுக்குள் ஒரு படபடப்பு நிலவியது. சுவாமி இன்னும் வந்திருக்கக்கூடாது என்றது மனம். யாரும் குரல் கேட்கவில்லை. ஆகவே, சுவாமி இன்னும் வரவில்லை என்று தெளிந்தாள். குரல்தான் அவர். குரலைக் கேட்பதில்லை பித்தி. அண்மைக் காலமாகக் குரலில்தான் அவள் அவரைக் காண்கிறாள். அவரல்ல! அவர் குரலின் உருக்கம், பாடல் சொல்லும் சேதி, உலகத்துத் துன்பங்களை எல்லாம் தன் துன்பமாக ஏற்றுப் பதைபதைக்கும் அவரது மெய் அச்சம், பொய்மைகளை, தடுமாற்றங்களை, குறைகளை எல்லாம் தமதாகப் பாவித்து அஞ்சும் அவரது நெறி, அச்சம் எல்லாம் இணைந்தது அவர் இசைக்கும் பாடல்கள். ஒன்றைத் தொடர்ந்து ஒன்று என்று பதிகமாகப் பாடி நிறுத்துவது சுவாமியின் பாங்கு. சுவாமியைக் கேட்பதற்கென்றே அவரது மாணவர்கள், பக்தர்கள், நிலச்சுவான்தாரர்களாகிய பிரபுக்கள் எல்லாரும் கூடுவார்கள். சுவாமியின் கண்கள் எவரையும் நோக்குவதில்லை. ஏக தர்சனக்கிரகி. அவர் வழிகள் கர்ப்பக்கிருகத்து மேனிகளையே நோக்கி நிற்கும். வைத்த கண் வாங்காமல் அவற்றையே உற்று நோக்குவார்.

இரண்டு மூன்று நாட்களுக்கு முன்னர்தான் அந்தப் பதிகத்தை அவள் கேட்டாள். மாந்தோப்பின் இருளில், மரத்தோடு மரமாக நின்று, உயிர் உருக உள்ளீரல் பற்றி எரியும்படித்தான் அவள் கேட்டாள். தேடித் தேடி அலைவோரைப் பற்றி, திக்குகள் தோறும் சென்று நீராடி, தோத்திரம் செய்து திரிவோரைப் பற்றி, நாடுவோரைப் பற்றி, எதை நாட வேண்டும் என்று அறியாதவர் பற்றி ஆற்றில் போட்டுக் கிணற்றில் தேடுவார் பற்றி, பாடுவார் பற்றி, பதச் சேர்க்கையில் மயங்கித் தம் புலமையை வியத்து நினைப்பவர் பற்றி, லட்சியம் தெரியாமலேயே ஓடுவார் பற்றி, ஓடி ஓடி உருக்குலைந்தார் பற்றி. ஒன்றை அடுத்து ஒன்று பின்தொடரும் மழைத்துளி மாதிரி வார்த்தைகளை கரை புரண்டன. இறுதியில் நான் எனக்குள்ளேயே இருக்கும் அந்தப் பொருளைச் சிக்கெனப் பிடித்தேன் என்று முடித்தபோது, தானும் அதைக் கண்டடைந்தது போல உயிர் உறைந்து நிற்கத்தான் அவளால் முடிந்தது.

பித்தி வந்து சேர்ந்து வெகு நாழிகையான பிறகும், சுவாமி வந்து சேரவில்லை. ஒரு மின்னல் வெட்டுவதுபோல, மேடையில் அவர் எந்தக் கணமும் வந்து சேர்வார் என்று எதிர்பார்த்துக்கொண்டு நின்றாள். கால்களில் கரையான் புற்றெடுக்கும் அவகாசம், காய் கனியாகும் பொழுது அவள் காத்திருந்து பார்த்தாள். அர்ச்சகர்கள், ஆலயங்களைப் பூட்டி வெளியேறும்வரை அவள் நின்றிருந்தாள். "ஒன்று ஊரில் இருந்திருக்க மாட்டார். அல்லது ஏதேனும் தடை அவரைத் தடுக்கும் சக்தி எது உடம்பு நோய்க்கு இடம் கொடுத்து விட்டதா?"

பலமாக மறுத்தான் சுந்தரன். "அவரே ஒரு மருத்துவர். பொன்னைப் புடம் போடுவதுபோல, இலை, தழைகளால் உடலோம்புகிறவர் அவர்.

அவருக்கு நோய் வருமா என்ன?" என்பது சுந்தரனின் வாதமாக இருந்தது. "அதுவும் சரிதான்..." எனத் தெளிந்தாள் பித்தி.

"அருவி ஆடப் போகலாம் வருகிறாயா?" என்றழைத்தான் சுந்தரன். கூடவே அருவியை வருணிக்கவும் செய்தான். பிரமபுரிக்கு இரண்டு கல் தொலைவில் இருக்கிறது அது. காட்டுக்குள் நடக்க வேண்டும். ஜனம் அதிகம் பரிச்சயம் கொள்ளாத பூமி.

அவர்கள் ஒரு வைகறையில் பயணம் செய்தார்கள். வெகு தூரத்திலேயே அருவியின் ஓசை கேட்டு நடந்தார்கள். காட்டுக்கான வாசனை கடந்ததும், திடுமென அவர்கள் அருவியின் முன் வந்து நின்றார்கள். உயிர் சுருண்டது, பித்திக்கு. வானத்திலிருந்து கண்ணாடியை நசுக்கிக் குழைத்து வழியவிட்டதுபோல இருந்தது அருவி. அதன் அகங்காரம் அவளை அச்சப்பட வைத்தது. இயற்கையை என்னவோ நம் வீட்டுப்பசு என்றல்லவா நினைத்திருக்கிறோம். அதன் சொரூபம், எப்போதாவதுதான் வெளிப்படுகிறது. பாதுகாப்பான இடத்தில் அவர்கள் குளித்தார்கள்.

"மாற்றுத்துணி எடுத்து வர மறந்து விட்டேன். உன் ஆடை சுத்தமாக நனைந்து விட்டதே" என்றான் சுந்தரன். நிச்சலனமாகத் துணியைச் சுத்தமாக நீக்கி, அவற்றைப் பிழிந்து உதறினாள் பித்தி. திகைத்து நின்றான் சுந்தரன்.

"அதனால் என்ன, சற்று நேரத்தில் காய்ந்து விடும்." என்று சாதாரணமாகச் சொன்னாள் அவள். தொடர்ந்து "என்ன இவ்வளவு அதிர்ச்சியடைகிறாய். பெண் உடம்பு இது. இது இப்படித்தான் இருக்கும். உனக்கென்ன, ஏன் பயம்?" இப்போது உயிர்ச்சுருள் சுந்தரன் பக்கம் வந்து உருண்டது. மனிதப் பாதம் படாத அடர்ந்த கானகம் இது. பேய்போல கத்திக் கதறி விழும் அருவி. இயற்கையின் இன்னொரு பாகம். அவன் புலன்கள் உறைந்து போயின. பித்தி, தன் உடம்பை முழுமையாகக் குனிந்து, கூர்மையாக அவதானித்தாள். சுந்தரன் கண்களையும் நோக்கினாள். "நீ வாயடைத்துப் போகிறாய், இதை வேண்டாம் என்றார் அவர்" மலைகள், குன்றுகள், பள்ளத்தாக்குகள்போல காயும் மதிய வெயில்போல் பித்தியின் உடம்பில் சூரியன் படர்ந்தான். சிரித்தாள் பித்தி. சீலை காய்ந்ததன் பின் அதை எடுத்துச் சுற்றிக்கொண்டாள். "சரி, புறப்படுவோம்" வெள்ளரிக்காய்களைப் பிய்த்துச் சாப்பிட்டார்கள். காட்டுக்குள் பழுத்த கொய்யாக்களைச் கொய்து உண்டு பசியாறினார்கள்.

தெருவில் நிறைய வண்டிகள் மற்றும் ஜனங்கள் போக்கு இருந்தது. "என்ன விசேஷம் இந்தப் பக்கம்?" "யாரோ மிராசுதாரர் இல்ல சுபகாரியம். நிறைய கச்சேரிகள், சதிர் எல்லாம் உண்டாம்."

"பார்ப்போமே, சுந்தரா?" அவர்கள், ஊரை அணுகி, மிகப் பெரிய தப்பட்டைப் பந்தலின் ஒரு பக்கம் அமர்ந்தார்கள். கூட்டம் நெருங்கிப் புழுங்கியது. யாரோ ஒரு பெண் வந்து ஆடினாள். "இவள் ஒற்றியூர் தாசி மிகுந்த புகழ்பெற்ற ஆட்டக்காரி"

அவள் 'பாவம்' அதை நிரூபணம் செய்தது. வாத்தியக்காரர் சுருதியை சரி செய்துகொண்டார். திடுமென முன்வரிசையில் இருந்து வெள்ளையாடை அணிந்தவர் எழுந்தார். பாடத் தொடங்கினார். மத்தளமும், குழலும், வீணையும் அதனதன் வழி நின்றன. பரபரப்புக்குள்ளானாள் பித்தி. அவர் பாடினார். ஒற்றியூர் நடனப் பெண் அரங்கத்தில் வந்து ஆடத் தொடங்கினாள்.

மாட்டுக்காரன் மேல்கொண்ட மையல் மாயமாச்சுதடி தோழி
வீட்டுக்காரன்போல் நடித்தான்
வேண்டிய மட்டும் என்னைக் கொடுக்க வைத்தான்
இப்போ காட்டி விட்டான் அவன் கை வேளை
கண்ணில் தட்டுப்படாமலே ஓடிப் போனான் இந்த வேளை (மாட்டுக்கு)
காட்டுப்புறம்
முல்லைக்கொடி ஓரம் என
கையைப் பிடித்தான் - என்னைக்
கனிச் சாறாய் பிழிந்தான்
தென்னங்குலை இது என்றான்
என்ன காரணம் இரண்டே என்றான்
உன் வாய்க்குள்ளே மிக்க மதுரம்
என்றான் - இனி
வாய்க்காது இந்தச் சந்தர்ப்பம் என்றான்
எந்தன்
சின்ன இடையை வைதான்
மெய்தான் - என்
கன்னிக் கதவைத் தட்டித் திறந்தான்
காற்றும் படாது காத்த உடம்பைக்
காயம் படாமல் கைது செய்தான் - அவன்
கட்டளைக் கெல்லாம் பணியச்
செய்தான்.
சட்டம் இல்லாமலே அதிகாரம்
பண்ணினான்
உண்டான்- உண்ட மயக்கம்
மேவுதடி- தேகம்
சாயுதடி- உன்
கொங்கைப் பஞ்சணை வெகு இதம்
என்று
சங்கை இல்லாமலே சதுரன்
பேசினான்
சிரம பரிகாரம் பண்ணினான்
கிரமமாய் எல்லாம் முடித்தான்
என் களம் வழித்து
மங்களம் பாடினான்
காரியக்காரன்- துஷ்ட
காமாந்தகன்- இஷ்ட
சாமான்யன் அல்லடி - கெட்டி
சமர்த்துக்காரன்- சல்லாப வல்லரசன்
மெல்லப் பனிபொழியும் கைலாசன்
- நந்தி

மாட்டுக்காரன் மேல்
கொண்ட மையல்
மாயமாச்சுதடி தோழி

அரங்கை விட்டு வெளியேறி நடந்தார்கள். தூரத்தில் மேக இருட்டினில் மறைந்து, வெகு லேசாகத் தெரிந்தது தகனீஸ்வரர் கோபுரம். விளக்கில்லை, கோபுரம் இருண்டிருந்தது. சுந்தரன் தரையைப் பார்த்தபடி நடந்தான். மழை பெய்து உலராத நிலம். எல்லா இடத்திலும் சேறும் சகதியும். வழுக்கி விடாமல் காலை ஊன்றி சாக்கிரதையுடன் நடந்து வந்தான். "தகனீஸ்வரர் என்று சிவனுக்குப் பெயர்" என்றாள் பித்தி.

"ஆமாம், மன்மத தகனத்தை நினைவு கூரும் சொல். ஆசாபாசங்களைச் சுட்டுப் பொசுக்கும், தகனம் செய்யும் இறைவன். யாரோ ஒரு சோழ மன்னனின் பிணி தீர்த்தாராம், இறைவன். அதை முன்னிட்டு இந்த ஆலயம் கட்டினான் என்பது புராண வழக்கு." சித்தி விநாயகம் கோயில் வாசலில் அமர்ந்தாள் பித்தி. சுந்தரன் அவள் பக்கத்தில் அமர்ந்து அவள் முகத்தையே பார்த்தபடி இருந்தான். பித்தி, சரிந்து, தரையில் படுத்து, முகத்தை மூடியபடி அழத் தொடங்கினாள். நீண்ட நேரத்துக்குப் பிறகு அவளே ஓய்ந்தாள். எழுந்து முகம் துடைத்து அமைதி ஆனாள். "ஏன், என்ன காரணம்?" என்றான் சுந்தரன். ஆழ்ந்த பெருமூச்சுடன் சொன்னாள்.

"தோற்றுப் போதல், யாருக்காயினும் துன்பம்தான். பெரும் துன்பம்தான். நண்பர்க்காயினும் எதிரிக்காயினும்."

"தோற்றவர் என்று யாரைச் சொல்கிறாய்?"

"நாங்கள் இரண்டு பேருமே"

கர்ப்பக் கிருகத்தில் தீப நாக்கு நடுங்கியது. ஒடுங்கியபடி எரிந்தது.

2005

நீயும் நானும் வேறு வேறு

இன்றைக்கு என்ன இந்தக் கடல் இப்படிக் கொந்தளித்துக் கூச்சல் போடுகிறது. கண்ணாடிச் சீசாவில் அடைத்த தவளைபோலத் தவ்வித் தவ்வித் தத்தளிப்பதைப் பாரேன். தேங்காய் திணித்த மூட்டை மாதிரி முண்டும் முடிச்சுமாய் இருட்டு. சாலை முழுக்கச் சிந்திக் கிடக்கிறதைப் பார். பாதை இருட்டு, காலை இடறிவிடும்போலத் தோன்றுகிறதே. சவத்தைச் சுற்றிய கறுப்புப் போர்வை மாதிரி இருட்டு சுரண்டும் நீண்டும், கிடப்பதைப் பார். ஏதோ என் ஜாக்கெட் புடவைக்குள்ளும் உன் சட்டை பேன்ட் டைக்குள்ளும் எறும்புகள் மாதிரி இருட்டு ஊர்ந்து செல்வது உனக்கு உறைக்கலையா? என்ன சிரிப்பு. உன் காதுகளின் வழியாகக்கூட இருட்டு வழிகிறது உனக்குத் தெரியவில்லையா? நம் பேச்சில் அந்த சப்த தாதுக்களின் பின்னங்களில், சொற்களில், எழுத்துக்களில், எழுத்துக்களின் மூலாதாரமான உந்திச் சுழியிலிருந்து எழும் அணுத் திரள்களிலும் பல் இடுக்கின் வழி கசியும் இரத்தம் மாதிரி இருள் வழிவதைக் கண்டதில்லையா நீ?

போன வாரம், நாலைந்து நாட்களுக்கு முன் ஒரு சாயங்காலம் ஜன்னல் கட்டையில் ஓர் அணில் சாவதானமாக உட்கார்ந்து ஊன்றுகோலின் வளைவைப்போல் வாலைச் சுழித்து எதையோ கொறித்துக்கொண்டு ஓடிப் போனதற்குப் பிறகால் ஐந்து நிமிடம் கழித்த ஒரு கணத்தில், நான் ஏதோ பேசினதுக்கு, சும்மா இரேன் ஓயாமல் என்னைத் தொந்தரவு படுத்தாதே என்றாய். உத்தரத்தின் கல் ஒவ்வொன்றாய்ப் பெயர்த்து என்னை மூடியது மூர்த்தி. என்மேல் ஒரு கூடை கவிழ்ந்தது. கூடைக்குள் நான் கோழிக்குஞ்சு. அந்த இருட்டு வட்டத்துக்குள் நான் அஞ்சி அஞ்சி சுற்றிச் சுற்றி வந்தேன். சின்ன வயதில் நான் ஏதேனும் சண்டித்தனம் செய்தால், அப்பா என்னை இருட்டு அறைக்குள் போட்டுப் பூட்டி விடுவார். நான் பயந்து அலறுவேன். இருட்டு என்றால் பேய்கள், பிசாசுகள், அந்த அறையில்தான் வேப்பம் பேய்

குடித்தனம் நடத்துவதாக நான் நம்பினேன். அங்கிருந்த வேப்பங் கொட்டைகள் பேய்கள் தின்று போட்டவை. பேய்களுக்குக் காய்க் கசப்பு மிகவும் பிடிக்கும். வேப்பம் பழங்கள் அவைகளுக்குப் பிடிக்காது. உன் வார்த்தைகள் என்னைச் சுற்றிச் சுவர் அமைத்து அந்த இருட்டுக்குள் அடைத்துப் போட்டது.

வார்த்தைகள் ஒரு காலத்தில் மணத்தன. வார்த்தைகள் நாறவும் செய்யும். அப்படித்தான் தோன்றுகிறது. வார்த்தைகள் குழந்தையைக் கடந்து, வாலிபம் ஆகிப் பின் கிழண்டு விடுமா? வார்த்தைகள் நரைத்து நடுங்குமா? ஆமாம் நடுங்கும். நடுங்கின. ஒரு நிமிஷம், யாரோ என் செல்லுக்கு வருகிறார்கள். வணக்கம் சுமதி, ஆங், அப்படியா? ம்., ம்... கவலை வேண்டாம். நாளை காலை பதினோரு மணிக்கு எங்கள் டெக்னீஷியன் உங்கள் வீட்டுக் கதவைத் தட்டுவார். உறுதி. சரிதானே? என்னை அழைத்தமைக்கு நன்றி. வணக்கம். மூர்த்தி என்ன சாப்பிடறே? காபி போதுமா? நான் தோசை சாப்பிட்டுக்கிறேன். எனக்குப் பசி, மதியம்கூடச் சாப்பிடலை. நேரமே ஒழியலை.

அப்புறம் மூர்த்தி, வார்த்தைகளைப் பற்றிச் சொல்லிக்கொண்டிருந்தேனே. வார்த்தைகளுக்கு வர்ணம் உண்டு தெரியுமா? எனக்கு அப்படித்தான் தோணுது. அப்போதெல்லாம் என்னிடமும் உன்னிடமும் நிறைய வார்த்தைகள் இருந்தன. கடல் ஓரம் பொறுக்கிய கிளிஞ்சல்கள் மாதிரி சிவப்பு, மஞ்சள், நீலம், பச்சை, மாதிரி அடர்ந்ததாய் நிறங்கள். உன்னிடமும்கூட அவற்றைப் பொறுக்கிச் சேகரித்து, ஒருவர் மேல் ஒருவர் வீசி விளையாடுவோம். என்ன சுவாரஸ்யமான விளையாட்டு. சின்னச் சின்னக் கூழாங்கற்கள் போன்றவை சொற்கள். கூழாங்கல் அந்த மழமழப்பைப் பெற எத்தனை ஆண்டுகள் உருண்டு புரண்டிருக்கும். வார்த்தைகளும் அப்படித்தான். சொற்கள் மாதிரி அர்த்தம் கொண்டவையும் அர்த்தம் இல்லாதவையும் வேறு இல்லை.

அப்போதெல்லாம் இந்தக் கடற்கரை உணவு விடுதிக்கு நாள்தோறும் வருவோம். உணவுக்காக இல்லை. உணவால் மட்டும்தானா வாழ்க்கை? இந்தக் கடலுக்கும், மணலுக்கும், காற்றுக்கும் இந்தச் சூழலுக்கும் சுற்றுச் சுவர் மேல் வந்து உட்காரும் காக்கைகளுக்காகவும்தான். பகலும் இரவும் சந்திக்கும் அந்த மயக்க மாலைக் குளியலுக்கும்தான். அப்போதெல்லாம் நீ குறிஞ்சி நிலத்தில் இருந்தாய். மலைப் பூக்களில் குறிஞ்சியும் தேனும், தினையும், சாமையும், வரகும், எனக்கென எடுத்துக்கொண்டு எனக்கெனத் தழையாடையும் பூக்களால் தொடுத்த மாலையும் கொண்டு வருவாய். நாயும் பேயும், புலியும், பாம்பும் இயல்பாகச் சஞ்சரிக்கும் இரவு வேளைகளில் என்னை மட்டுமே சுமந்து, நானே பொருட்டாக ஆபத்துக்களை உதறி வருவாய். அப்போது நான் நெய்தல் மலர்கள் அதிகம் மலரும் சுடவிடத்தே வாழ்ந்தேன். அப்போதுதான் திரண்ட இலவம் காய்களைப்போல என் ஸ்தனங்கள் துருத்தியிருந்தன. என் சிலம்புகள், சிறகில்லாத கிளிகள்போல என் பாதங்களைச் சுற்றிக்கொண்டு, நான் பேசியதையும் பேசாததையும் எதிர் ஒலித்துக்கொண்டிருந்தன. உன் தழையாடை என் முழு மேனியையும் மறைத்தும் மறைக்காமலும் நீயே என்னைச் சுற்றியது மாதிரி என்மேல் படிந்திருக்கும். மீன் மணமும் கருவாட்டு வாசனையோடும் கூடிய என் சொற்கள் உனக்குச் சுகந்தம் தருவதாய் நீ சொன்னாய்.

உனக்கு நினைவிருக்கிறதா? மறந்து போயிருக்கலாம். நாம் முல்லைக் காடுகளில் முல்லைத் தேனைச் சேகரித்துக்கொண்டு அலைந்தபோது

அரசின் ஆணைவழி நீ வெட்சிப் போருக்குப் போகும் கட்டாயம் வந்தது. நம் முதல் பிரிவு அதுதான் என நினைக்கிறேன். போர் ஊழியத்தில் சிறிது காலத்துக்குப் பிறகு உனக்குச் சலிப்பு ஏற்பட்டு விட்டது. முகம் தெரியாத மனிதர்களோடு என்ன யுத்தம்? காரணமற்ற போரில் நீ சலிப்படைந்தாய். போர்க்களத்தை விட்டு நீ தங்கிவிட்டாய். அதன் பிறகு உன்னை நம்மூர் பரத்தையர் சேரியில் பார்த்ததாக என் தோழர்கள் சொன்னார்கள். உன் போர் ஆவேசம் அங்கு கரைந்தது போலும். அல்லது உன் பிராயச்சித்தம் அங்கு நடந்திருக்கும் போலும். ஒரு யுத்தப் பிரவேசத்துக்குப் பின், உன் தொடர் நடவடிக்கை எனக்கு ஆச்சர்யம் தரவில்லை. இயற்கையாகவே நீ நடந்துகொண்டாய். அவ்வை ஒரு நாள் அதியனோடு இந்தப் பக்கம் வந்தாள். அப்போது நான் முல்லை மொட்டுகளைச் சேகரித்துக்கொண்டிருந்தேன். உன் கூழாங்கற்களை நீ நிறைய செலவழிக்கிறாய் என்று சொல்லிவிட்டுப் போனாள் அவள்.

உன் அலுவலகத்தில் யாரோ களவு செய்யப் பழி உன்மேல் வந்து சேர்ந்தது. உன்னைக் கள்வன் என்றது அரசு. உன் பழியைத் துடைத்தெறிய நான்தான் போராட வேண்டி வந்தது. என் போரில் நான் வென்றேன். அப்போதுதான் அறவண அடிகளைச் சந்திக்கும் வாய்ப்பு கிடைக்கப் பெற்றேன். நான் பைத்தியமானது அப்போதுதான். கொஞ்ச காலம் துறவிகளுடன் சுற்றினேன். எனக்குத் துறவில் அலுப்பேற்பட்டது. எல்லாவற்றையும் எல்லாரையும் நேசிக்கக் கற்றுத் தரவில்லை சமயத்துறவு. என்னைத் துறக்காமல் யாரை, எதை நான் பெற முடியும்? வெகு சீக்கிரம், என்னை நான் மீட்டுக்கொண்டேன். உன்னை எதிர்பார்த்துக்கொண்டு இல்லத்தில் இருந்தேன். காத்திருத்தலில் நான் களைத்துப் போனேன். யாருக்காகவும் எதற்காகவும் காத்திருப்பது என்னைத் தாழ்த்தியது. முட்டையை உடைத்துக்கொண்டு வெளியே வந்தேன்.

நான் மிகவும் களைத்துப் போய்விட்டேன் மூர்த்தி. நீங்கள் எல்லாம் பள்ளிக்கூடம் போனீர்கள். கல்லூரிக்குச் சென்றீர்கள். நான் வெகு காலம் காத்திருக்க வேண்டி இருந்தது. முதன் முதலாகக் கல்லூரிக்குச் சென்றபோது என் தெருப் பெண்கள், பதின்மூன்று பதினான்கு வயதில் இடுப்பில் குழந்தையுடன் நிற்பார்கள். "போகிறாள் பார். தடிக்கழுதை வயசில் படிக்கப் போறாளாம். யாரை மயக்கப் போகிறாளோ?" என்று என்னைப் பார்த்து நேரிடையாகச் சொல்வார்கள். பெண்ணைக் கல்லூரியில் சேர்த்துக்கொள்ளலாமா, கூடாதா? என்று விவாதமே அந்தக் காலத்தில் நடந்தது என்றால் பார்த்துக் கொள்ளுங்களேன். படித்தும் ஒரு வேலைக்குப் போக எத்தனை பாடு.

போகட்டும் மூர்த்தி, என் களைப்பை நீ புரிந்து கொள்வாய் இல்லையா? நாம் ஒரு கூரையின் கீழ் சேர்ந்து வாழ்வது என்று முடிவெடுத்தபோது, மகிழ்ச்சியுடன் அவ்வாறே செய்தோம். அப்போது நம் கூரை சிமெண்ட் தளத்தால் ஆனது. அந்தக் கூரை அது அப்போது மிகவும் உயரமாகவே இருந்தது. அங்கிருந்த ஒரு நீண்ட கம்பியின் உதவியால் மின்விசிறி கீழ் இணைக்கப்பட்டுச் சுற்றியது. நீ பணியில் இரண்டு முன்னேற்றங்களை அடைந்தாய். நானும்தான். தீபாவளி அல்லது பொங்கலின்போதும் நம் பிறந்த நாட்களின்போதும் நாம் புது உடைகளை, ஒருவருக்கொருவர் அன்பளிப்பாகத் தந்துகொண்டோம். நாம் புதிதாக ஓர் அலமாரி வாங்கினோம். அதில் நம்

ஆடைகளை ஒழுங்காக அடுக்கி வைத்தோம். ஆடைகள் நிறையவே சேர்ந்தன. நம்மிடம் பழைய ஆடைகளை இன்னும் புதுமை மெருகு குலையாத ஆடைகளையும் அவை தேவைப்பட்டோர்க்கு மகிழ்ச்சியுடன் கொடுத்து இன்பம் எய்தினோம். நிறைய பயணங்களை மேற்கொண்டோம். புதிய புதிய மரங்களை, வெளிகளை, ஆறுகளைப் பார்த்து மகிழ்ந்தோம். சோழர் காலத்திலிருந்து வற்றாத காவிரியில் குத்துச் செடிகள் முளைத்து, படர்ந்து கட்டாந்தரை நீர் ஓடும் பாதையில் நிமிர்ந்து கிடப்பதைப் பார்த்து நாம் விசனம் எய்தியது எல்லாம் நாம் வாழ்ந்ததுக்கு அடையாளம் அல்லவா?

இயற்கையை நம் வீட்டுக்குள் அழைக்கும் முகமாக, இரண்டு செடிகளை நாம் வளர்த்தோம். என்ன செய்வது? நமக்கு மண் இல்லை. மண் நம்மிடம் இல்லை. ஆகவே தோட்டம் போட முடியவில்லை. மரம் வளர்க்க இயலவில்லை. இரண்டு செடிகளையும் நீரூற்றிச் சேர்ந்தே வளர்த்தோம். அவை நம் செடிகள் அல்லவா? உன் செடியை, ராஜா என்றும் என் செடியை ராணி என்றும் பெயர் வைத்து அழைத்தோம். பெயர்தான் வேறு வேறே தவிர, செடிகள் நம்முடையவை. ஒரு மண்ணிலிருந்து வளர்பவை அல்லவா? ஆனால், நாளாக நாளாக ராஜா மட்டும் செழித்து, உயரத்திலும் அடர்த்தியிலும் விகசித்து வளரவும், ராணி மட்டும் சோர்ந்து, தயங்கி, ஸ்தம்பித்து நின்று, ராஜாவின் பாதியளவுகூட வளராமல் போனமைக்குக் காரணம் என்ன?

நம் அறை நமக்குப் பிடித்த, மிகவும் பிடித்த இடமாக இருந்தது. அங்குதான் நாம் வார்த்தைகளாலும், உடம்பாலும் பிரியத்தாலும் நம்மை நாம் பகிர்ந்துகொண்டோம். அப்போதெல்லாம், நம்மை நாம் அறிவதும் மேலும் அறிவதும், புரிந்து கொள்வதும் ஆக இரவுகளையும், பகல்களையும் பயன்கொண்டோம். நித்தமும் நாம் மற்றவர்க்குப் புதுசாக இருந்தோம், உனக்கு நானும் எனக்கு நீயும் புதுசாக. உன்னிடம் நிறையக் கூழாங்கற்களும், சிப்பிகளும், கிளிஞ்சல்களும் இருந்தன. என்னிடமும் நிறைய அவற்றைச் செலவிட்டோம். நாம் நிறையப் பேசினோம். பேசாமல் இருந்தபோதும் பேசிக்கொண்டிருந்தோம். எதைக் குறித்தும் பேசினோம். வானத்தில் கீழ் உள்ள எதைக் குறித்தும், சுவரில் நாம் விரும்பிப் பூசிய பச்சை வண்ணம் பேசியது. பேசினோம். சுவர் அலமாரிப் புத்தகங்கள் ரேடியோ, எல்லாமும், எல்லாரிடமும் பேசினோம். சாயங்கால நேரத்தில் வந்து போகும் அணில், காலைகளில் நம்மைப் பார்க்க வரும் காகங்கள், எதிர்வீட்டு ஜன்னல் மறைப்பில் மதியம் இரண்டு மணி முதல் நான்கு மணிவரை வந்து தங்கும் அந்த இரட்டைப் புறாவுடன் பேசினோம். நம் கூழாங்கற்கள் தீர்ந்து குறையக் குறையப் பேசினோம். இந்தச் சமயத்தில்தான் நம் கூரை, அதன் உயரத்திலிருந்து கொஞ்சம் கொஞ்சமாகக் கீழ் இறங்கியதை நாம் கவனிக்கத் தவறினோம். ஒருவேளை, அதுவே நம் விருப்பமாக இருக்கக்கூடும். உயரப் பார்க்கும் விதத்தில் இருந்து அது, நம் தலைக்கும் நாலடிக்கும் மேலே, இரண்டடிக்கு மேலே இறங்கி வரும்போதுதான் நமக்கு உறைத்தது. நம் கூரை நம் தலையை நெருங்குவதாகத் தோன்றத் தொடங்கியது.

ஆம், அந்த இரவுதான், எனக்கு அது புரிந்தது. நாள், தேதி எதுவும் நினைவில்லை. அன்று பவுர்ணமி என்பது மாத்திரம் தெரிகிறது. இருவரும் அருகருகே படுத்துக்கொண்டிருந்தோம். நீ கண்களை மட்டும் மூடி இருந்தாய். நான் உத்தரத்தையே பார்த்துக்கொண்டிருந்தேன். நாம் இரண்டு

பிரபஞ்சன்

பேராய் இருந்தோம். நான் மற்றும் நீ, சுமதியும் மூர்த்தியும், சுமதியாகிய நானும் மூர்த்தியாகிய நீயும், சுமதி என்கிற கீழ் மத்தியதரக் குடும்பத்தில், இரு வாரத்துக்கு ஒரு முறை மட்டன் அல்லது சிக்கன் எடுப்பதை ஒரு திருவிழாவாகக் கொண்டாடும் குடும்பத்தில் பிறந்து படித்து இன்று இப்படி ஆகி இருக்கிறேன். வேரும் எங்கோ எப்படியோ உன் குடும்பமும் என் குடும்பமும் உறவன்று, உன் பெற்றோர்கள் என் பெற்றோர்களை அறிந்திலர். நானும் நீயும் முன்னர் அறிந்திருக்கவும் இல்லை. ஆனாலும் ஒரு சமயத்தில் இணைந்தோம். சேர்ந்து வாழ்ந்தோம். இதை நீடித்துக்கொள்ள வேண்டாமா? என்ன நிர்ப்பந்தம்? படுத்துக்கொண்டிருந்த நான் உன்னைத் திரும்பிப் பார்த்தேன். அந்தக் கணம் நீதான் பார்த்தே இராதே சந்தித்தே இராத, பரிச்சயமே இராத ஒரு அன்னியன்போலக் காணப்பட்டாய். திடுக்கிட்டு, எழுந்து அமர்ந்தேன். ஓர் ஆணும், பெண்ணும் என்றுமே இணைந்து சேர்ந்து வாழ்தல் சாத்தியமா? இணைந்து இருப்பது இயற்கையாக எனக்குத் தோன்றவில்லை. தனித்து இருப்பதுதான் இயற்கையாக எனக்குத் தோன்றியது. மழையும் செம்மண்ணும் கலந்தால் இரண்டுமே மாற வேண்டி இருக்கிறது. இரண்டுமே தன் சுயத்தை இழக்க வேண்டி இருக்கிறது. ஏன் இழக்க வேண்டும்.? தனித்தனியாக இருந்துவிட்டுப் போகட்டுமே? என்ன நஷ்டம்? யாருக்குத்தான் என்ன நஷ்டம்?

அறையை ஒட்டிய பால்கனியில் வந்து நின்றேன். என் முன் உலகம் விரிந்து கிடந்தது. அதன் அகண்டாகாரத்துக்கு முன் நம் அறை சிறுத்துப் போய்க் கிடந்தது. எனக்கு முன் விரிந்து படர்ந்து கிடக்கும் வானத்தைப் பார்த்தபோதுதான், முதன் முறையாக அதன் சொரூபம் எனக்கு விளங்கியபோதுதான், எனக்கு இறக்கைகள் இருப்பதையே நான் உணர்ந்தேன். எனக்கு என்னை ஞாபகத்துக்கு வந்துவிட்டது. உனக்கும் நீ மறந்து போனது நினைவுக்கு வரவேண்டும் என்று ஆசைப்படுகிறேன்.

ஆகவே நாம் பிரிந்துவிடலாம்தானே? அதுதானே நமக்கு நல்லது. சரி, மூர்த்தி நாம் தனித்தனியாக வாழப்போகும் வாழ்க்கையைப் பற்றி பேசுவோமா?

கடல் கொந்தளித்துக்கொண்டேதான் இருந்தது.

2006

புனல் வழிப்படும்

உறக்கம் கலையும்போதே, தான் மிகவும் உற்சாகமாக இருப்பதாக உணர்ந்தான் மூர்த்தி. ஜன்னலுக்கு வெளியே மாதுளைச் செடிக் கிளைச் சிட்டுக் குருவிகள் கீச்சிட்டுக்கொண்டிருந்தன. இந்த நகரத்தில் சிட்டுக் குருவிகள், ஜன்னல் திரையை விலக்கிச் சிட்டுகளைப் பார்த்தான். இவனைக் கண்டுகொள்ளாமல், அவை தம்பாட்டுக்கு தத்தியும், ஒன்றுடன் ஒன்று மூக்கு உரசியும் காலையை ரம்மியப்படுத்திக்கொண்டிருந்தன. வெயிலுக்கு முந்தைய சீதளக் காலையைப் பார்த்ததும், இனியும் உறங்குவது நியாயமற்றது என்று நினைத்தவன் சட்டையைப் போட்டுக்கொண்டு அறையைப் பூட்டினான்.

பூட்டு சற்று பெரியதுதான். மிகவும் கனமானது. உலகத்திலேயே மிகவும் வலிமை பொருந்திய பூட்டு அதுதான் என்றும், இங்கிருந்துதான் உலக நாடுகளுக்கு அவை ஏற்றுமதி ஆகின்றன என்றும் ஒரு திருட்டு மன்னனும் அதை ஒன்றும் அசைக்கக்கூட முடியாது என்றும் கடைக்கார பாய் சொன்னார். சென்ற வாரம்வரை பூட்டு பற்றியெல்லாம் அவன் கவலைப்பட்டதில்லை. கவலைப்பட அந்த நிகழ்ச்சி சென்றவாரம் நிகழ்ந்து போனது. ஒரு மாலை அலுவலகம் விட்டு வந்தவன், சாவியை எடுத்துப் பூட்டைத் திறக்கும்போது, பூட்டு திறக்க மறுத்து விட்டது. அதற்கு முன்னர், அது அப்படியெல்லாம் தகராறு பண்ணும் சுபாவம் கொண்டதில்லை. எதிர் வீட்டுக்காரர் உதவியுடன் பூட்டை உடைத்துத் திறக்க வேண்டியதாயிற்று. மறுநாள் இரவு, ஊருக்குப் போக வேண்டிய அவசியம் வந்தபோது தற்காலிகமாக ஒரு பூட்டைப் போட்டுக்கொண்டு புறப்பட்டிருந்தான். ஊரிலிருக்கும்போது தொலைபேசியின் மூலம் தகவல் வந்தது. இரவு, அவன் அறைப்பூட்டு உடைக்கப்பட்டு, கதவுகள் திறந்து கிடப்பதாகவும், பொருள்கள் இறைந்து கிடப்பதாகவும், எதிர்வீட்டுக்காரர் பதற்றத்துடன் பேசினார். உடனே புறப்பட்டுத் திரும்பிய

மூர்த்திக்கு ஆச்சர்யமே மிஞ்சியது. அவனைத் தவிர திருடுவதற்கு வேறு ஒன்றும் இல்லாத அந்த அறையில், பெரும் பகுதியும் புத்தகங்கள் கால்பகுதி இசைக் கேசட்டுகளும், தொலைக்காட்சிப் பெட்டியும், அதன் வயிற்றுக்குள் இருந்த கங்காருக் குட்டியைப் போன்ற வி. சி. டியும் மொத்தம் 48 உலகத்துச் சிறந்த சினிமாக்களின் குறுந்தகடுகளும் மட்டும் இருந்தன. திருடர்களை உற்சாகப் படுத்துகிற எதுவும் இல்லை. வந்த திருடன் எதை எடுத்துக்கொண்டு போயிருக்கக் கூடும் என்று ஆச்சர்யத்துடன்தான் திருட்டுப் போன அறைக்குள் நுழைந்தான். புத்தக வரிசை குலைக்கப் பட்டிருக்கவில்லை. குட்டை அலமாரி பூட்டப்படாது இருந்ததால், திருடன் அதற்குள் இருந்த சட்டை, பேன்ட் மற்றும் உள்ளாடைகளை எடுத்து வெளியே போட்டிருந்தான். பணம் தேடி இருக்கிறான் என்பது புரிந்தது அவனுக்கு. இந்த ஊருக்கு வந்த பன்னிரண்டு ஆண்டுகளில் அதைத்தான் அவனும் தேடிக்கொண்டிருந்தான். அவனுக்குக் கிடைக்காதது திருடனுக்கு மட்டும் எப்படிக் கிடைத்திருக்கக் கூடும். இப்படி என்று தெரிந்திருந்தால் ஒரு நூறு ரூபாயைத் திருடன் கண்ணில் படும்படியாக வைத்து விட்டுப் போயிருக்கலாம். அலமாரியில் கண் உள்ளவர் எவரும் பார்க்கத் தக்க விதமாக, ஓர் அன்பானவளுக்குக் கொடுக்க என்று வைத்திருந்த தங்கப்பூச்சுகொண்ட வாட்ச் இருந்தது. திருடன் அதைத் தொட்டுக்கூடப் பார்க்கவில்லை. அறையிலிருந்த வி. சி. டி. யை மட்டும் ஒரு சூட்கேசில் போட்டு எடுத்துப் போயிருந்தான். அதன் உள்ளே, மூன்றாம் தடவையாகப் பார்த்துக்கொண்டிருந்த, மீண்டும் பார்க்க வேண்டும் என அவன் நினைத்துக்கொண்டிருந்த ஓவியர் பிரைதா பற்றிய தகடும், அந்தக் கருவிக்குள்ளேயே இருந்தது. அந்த நபர் அதைப் பார்த்திருக்கக் கூடுமா? கூடுமாயிருந்தால் எடுத்துப் போனதை அவன் திரும்பவும் என்னிடம் கொண்டு வந்து ஒப்படைப்பான். திருடனை வலைவீசித் தேடுவதாகச் சொன்னார்கள்.

அந்தச் சந்தர்ப்பத்தில் ஒரு நண்பர் அவனை அழைத்துச் சென்று இந்தப் பூட்டை வாங்கித் தந்தார். ஸ்ரீரங்கப்பட்டணத்துக் கோட்டைக்குத் திப்பு சுல்தான் போட்டப் பூட்டு. மிகச் சுலபமாகக் கதவுகளைப் பெயர்த்து எடுக்கலாம். பூட்டை ஒன்றும் செய்ய முடியாது என்று அந்த நண்பர் சொன்னார்.

மூர்த்தி, சாவியைப் பையில் போட்டுக்கொண்டான். திரும்பிக் கதவைப் பார்த்தான். ஏறக்குறைய ஒரு மண்டை ஓட்டின் முகம்போல இருந்தது பூட்டு.

காப்பி அன்று நன்றாக வாய்த்திருந்தது. கிருஷ்ணா விலாஸ் காப்பி. நன்றாக அமைவதும், அமையாததும் அதிர்ஷ்டம் சார்ந்தது. அன்று அவனுக்கு அதிர்ஷ்ட நாள். காப்பி போட்ட மாஸ்டரைப் பாராட்டிவிட்டு வெளியே வந்தான். பெட்டிக் கடைக்காரர் சிகரெட்டையும் தீப்பெட்டியையும் தயார் நிலையில் வைத்துக்கொண்டிருந்து அவனிடம் நீட்டினார்.

உலகம் மிக இனிமையாக இருந்தது. அந்தக் கணத்தில் தெருவின் உள்வாங்கித் தனியாகப் பிரிந்து செல்லும் சந்தின் முகப்பில் அரச மரத்துக் கீழ் இருந்த பிள்ளையாருக்குப் பக்கத்தில் இருந்து புகை எழத் தொடங்கி இருந்தது. நதியா கடையைத் தொடங்கியிருந்தாள். காலைகளில் இட்லி, ஆப்பம், மசால்வடை.

குடியிருந்த அறை அப்படியொன்றும் வசதிகள் கூடியதல்லதான். காற்று, திருடனைப்போலத் தயங்கித் தயங்கியேதான் வரும். குழாய்த்தண்ணீரின் உப்பு மிகை என்றாலும் அந்த அறையை விட்டு வெளியேற அவன் நினைத்ததில்லை. அறை பழகிவிட்டிருந்தது. அறைக்கும் அவனுக்கும் சிநேகம் ஏற்பட்டு விட்டது. கருத்து வேறுபாடுகள் ஏற்பட்டாலும் விட்டு நீங்க முடியாத நட்பு. அறைச் சுவருக்குள் அவன் பிம்பம் பதிந்து போயிருப்பதை அவனால் உணர முடிந்தது. அவன் ஆண்டுக் கணக்கில் புழங்கிய மூச்சுக்காற்று அந்த அறைக்குள் அடர்ந்து கிடந்தது. மேல் உத்தரத்திலிருந்து சுவர்களில் இருந்தும் நீண்டு வெளிப்படும் கண்ணுக்குத் தெரியாத இரு கைகள் அவனைத் தழுவிக் கொள்கின்றன. அந்தக் கைகளுக்குக்குள் அவன் தன்னை ஒப்புக் கொடுத்துவிட்டு, பயத்தை மறந்து போகிறான்.

நதியா அவனைப் பார்த்து "பையன் வரக் காணும். நானே பலகாரத்தை எடுத்து வர்றேன்" என்றாள். "வியாபார நேரத்துல கடையை விட்டுட்டு வர வேணாம். நான் வந்து வாங்கிக்கிறேன்."

நதியா, சிரித்துக்கொண்டு அடுப்பைக் கவனிக்கத் தொடங்கினாள். லேசான காலை வெளிச்சத்தில் இட்லிப்பானை பளிச்சென்றிருந்தது. வாடிக்கையாளர்கள்கூடத் தொடங்கி இருந்தனர். இட்லி, அதன் ஊடாக ஆப்பம், அப்புறம் வடை என்று இடையறா வேலை. நதியாவின் கைகளில் ஒரு மந்திரக் கோல் இருந்தது. நிமிஷத்தில் அது உணவுப் பண்டங்களைச் செய்து குவித்தது. அவள் கடை இட்லியும் ஆப்பமும் வடையும் மாலைகளில் செய்யும் சுண்டலும்கூட, வேறு எங்கும் கிடைக்காது. அமுதம். மிக உயர்ந்ததை அமுதம் என்றால் நதியா, சமையல் அமுதம்தான். கடந்த பத்துப் பனிரெண்டு ஆண்டுகளில் நகரின் பல இடங்களிலும் உண்டு சலித்திருந்த அவனுக்கு நதியாவின் கைப்பாகம் உடன் கவர்ந்துவிட்டது. தெருவோரக் கடை நிரந்தரமாகவே பல கலைஞர்களை உருவாக்கிக்கொண்டது.

கேசவன் என்கிற பையனை உதவிக்கு வைத்திருந்தாள் நதியா. நல்ல பையன்தான். அவனுக்குப் பிடித்த நடிகர், நடிகை படம் ரிலீசானால் அன்று மட்டும் உலகமே பெறினும் வேலைக்கு வர மாட்டான். கூட்டத்தை ஒழுங்குபடுத்துதல், சுவரொட்டி, கட்அவுட், கொடி கட்டுதல் முதலான ஊழியம் செய்ய வேண்டும் அவனுக்கு. இதுபோன்ற ஒரு ரிலீஸ் நாளில்தான் திடுமென அறைக் கதவைத் தட்டிக்கொண்டு நின்றாள் நதியா. கையில் இட்லி வடை தட்டு.

"பையன் வரலை சார்"

"வியாபாரத்தை விட்டுட்டு நீங்க எதுக்கு வந்தீங்க. நான் டிபன் வாங்கிட்டு வந்திருப்பேனே"

"உங்களுக்கு எதுக்கு சிரமம். பையனை எதிர்பார்த்திட்டு வரலைன்னு புறப்பட்டுப் போயிட்டா? பசியா இருப்பீங்களே"

இப்படித்தான் தொடங்கியது. கொஞ்சம் கொஞ்சமாக நதியா தன்னைப் பற்றிச் சொல்ல, அவன் தெரிந்துகொண்டான். ஆறு ஏழு வகுப்புவரைக்கும் அவள் சுப்ரமணியனாக இருந்தாள். அதன் பிறகு, தான் வேறு என்று தெரிந்துகொண்டாள். வீடு கொந்தளிக்கப் புறப்பட்டு விட்டாள். வடநாடுவரை சென்று திரும்பி இங்கே வந்து சேர்ந்தாள். வீட்டு வேலைகள் என்று

இருந்து, இட்லிக் கடை தொடங்கி இருக்கிறாள். பேட்டை ரௌடிகள் மற்றும் காவல் துறை நண்பர்களின் தொந்தரவுகளை எல்லாம் சமாளித்து, வாழ்கிறாளாம். "பிழைச்சுக் கிடக்கிறேன்" என்றாள் நதியா விரக்தியோடு. "பிழையான வாழ்க்கை முறைக்குத்தான் பிழைப்பு என்று பேர். நீங்கள் உழைத்து வாழ்கிறீர்கள்" என்றான் அவன். அதன் பிறகு, பல சமயங்களில் பையன் இருந்தாலும் அவளே அவன் அறைக்குப் பலகாரத்தோடும், பலகாரம் இல்லாமலும் வந்து போனாள்.

நதியாவின் கடையைக் கடக்கையில், தங்கமுலாம் பூசிய அந்த வாட்ச் நினைவுக்கு வந்தது. அது நதியாவுக்காக அவன் வாங்கியது. வி. சி. டியை தூக்கிச் சென்ற அந்தத் தோழன் அதன் பக்கத்திலேயே இருந்த பளபளத்துக் கண்ணைப் பறிக்கிற வாட்சை விட்டுப் போனதன் விசித்திரம் அவனைக் குடைந்துகொண்டிருந்தது. நிகழ்வுகளின் ஒத்திசைவில் தர்க்கத்துக்கு உட்படாது சில நல்லவைகளும் தீங்குகளும் நடந்து விடவே செய்கின்றன. நமக்கு நல்லதாய் இருந்தால் நல்ல நிகழ்ச்சிகள். அல்லாதவை, அல்லாதவை. நிகழ்வுகளுக்கு ஏது நிறம்.

அவன் குளித்து ஆடை மாற்றும்போது பலகாரத் தட்டோடு நதியா வந்து சேர்ந்தாள்.

"இருங்க, நான் பட்டனைப் போடறேன்" என்றபடி சட்டைப் பொத்தான்களைப் போட்டாள் நதியா. அவசரமாக அவள் போன பிறகு, வாட்சைக் கொடுக்காதது நினைவுக்கு வந்து, நாளைக்கு அவசியம் தரவேண்டும் என்று நினைத்துக்கொண்டான்.

அலமாரியிலிருந்து, ஸ்பிரேயை எடுக்கும்போது மடித்து வைக்கப்பட்டிருந்த பேன்ட், சட்டைத் துணி கண்ணில் பட்டது. வெளிநாட்டிலிருந்து வந்த நண்பன் கொடுத்த துணிகள் அவை. தைக்கக் கொடுக்க வேண்டும் என்று நினைத்து நினைத்து மறந்து போய்க்கொண்டிருந்தான். வரவர ஞாபக மறதி அதிகமாகிக்கொண்டிருக்கிறது. அல்லது நினைவு சில தளங்களில் மட்டும் கூர்மையாகிக் கொண்டிருக்கிறபடியால் இருக்கலாம். இன்றே அவற்றைத் தைக்கக் கொடுத்துவிட வேண்டும். அந்த இரண்டையும் எடுத்துப் பைக்குள் வைத்துக் கொண்டான்.

கதவை அந்தப் பெரிய பூட்டைக்கொண்டு பூட்டும்போது அந்தத் திருடன் ஞாபகத்துக்கு வந்தான். காவல் துறை நண்பர்கள் தேடிக்கொண்டிருப்பதாகச் சொன்னார்கள். எங்கு போய்த் தேடுவார்கள். கண்டுபிடித்தால் என்ன ஆகும்? பாவம் திருடனை அடித்துக் கொல்வார்கள். சிறைக்குள் தள்ளிப் பூட்டுவார்கள். அவன் வெளியே வரும்போது, பெரிய பணக்கார வீடுகளைச் குறி வைக்கும் திருடனாக வருவானாக இருக்கும். திருடர்கள், திருட வேண்டும் என்று முடிவெடுத்த அக்கணமே பையை மாட்டிக்கொண்டு திருடப் போய்விட முடியுமா? முடியாது. மனசை முதலில் திருடப் பழக்க வேண்டும். திருடன் என்று பிறர் சுட்டிக்காட்டும் பொழுதில் மிக எளிதாக அதை ஏற்றுக் கொள்ளும் மன நிலையைப் பெற வேண்டும். திருடப் போகும் ஒரு பொருளோ, ஒரு வீடோ அதை இரண்டு மூன்று நாட்கள் நோட்டம் விட்டு, அதன் பூகோளக் கட்டுமானத்தை மற்றும் அதன் இருப்பை மனசுக்குள் வரிக்க வேண்டும். சுற்றுப்புறச் சூழலை, ஓர்

இயற்கை விஞ்ஞானியின் நுட்பத்தோடு கவனித்து மனசில் இருந்த வேண்டும். வாயில்கள், பாதுகாப்பு ஏற்பாடுகள், பூட்டுகளின் வலிமை, தெரு நாய்களின் உலாவல் முதலானவைகள் சாதகமாக வேண்டும். எல்லாவற்றுக்கும் மேலே, திருடனாகவே இருந்துகொண்டு திருடுவது, ஆபத்தைக் கைதட்டி அழைப்பதாக இருக்கும். வேறு துறை சார்ந்து நிபுணராக, அறிஞராக, தலைவராக, பிரமுகராக இருந்துகொண்டு மேற்படித் தொழிலைச் செய்வது மிகவும் பாதுகாப்பான விஷயமாக இருக்கும். அதோடு திருடன் என்ற அபகீர்த்தியைத் தவிர்க்கவும் கூடும்.

“யோவ், பொணமே, எத்தனைமுறை ஹார்ன் அடிக்கிறது சாகிறதுன்னா, தண்டவாளத்துல போயி தலையை வை. என் வண்டியில் எதுக்கு விழுந்து, என் தாலியை அறுக்கிறே” என்ற குரல் கேட்டுத் திடுக்கிட்டு ஒதுங்கி, ஆட்டோ ஓட்டுனரிடம் மன்னிப்பு கேட்டான் அவன். அவன் மன்னிப்பைக் கேட்கும் மனநிலையில் ஓட்டுநர் இல்லை.

நல்லவேளையாக பாய், கடையில்தான் இருந்தார். இவனைப் பார்த்து சலாம் சொல்லிக்கொண்டார் காதர்.

ரொம்ப நாளா கண்ணுலயே காணமே என்று ஆதங்கப்பட்டுக்கொண்டார் காதர். வெளிநாட்டு நண்பன் அன்பளிப்பு செய்த துணியை அவரிடம் தந்து அதன் வரலாற்றைச் சொன்னான் அவன். துணியின் தரம் மற்றும் உயர்வு பற்றிச் சிலாகித்த காதர், அதற்கு நிகராகவும் அதைவிடச் சிறப்பாகவும் நம் தேசத்திலேயே துணிகள் தயாரிக்கப்படுவதைச் சொன்னார். அவன் இளைத்து விட்டதாக, அளவு எடுக்கும்போது சொன்னார். “தோள் அகலம், மார்புச் சுற்றளவு குறைந்து விட்டது” என்றார், அவர். உண்மையாக இருக்கலாம். “மேலே ஒரு பாக்கெட்டும், சட்டைக்குள் உள் பாக்கெட்டும் வைக்கிறேன்” என்ற காதர், “பஸ்ஸில் ஜேப்படி அதிகம்” என்றார். “உள் பாக்கெட்டில் பெறுமானமுள்ள பொருள்களைப் பதுக்கி வைத்தால், ஜேப்படிக்கு என்று கிளம்பியவர்கள் எப்படிப் பிழைப்பது?” என்று தன் சந்தேகத்தை அவன் சொல்லி முடிக்கையில், காதர் பெரிசாகச் சிரித்தார். “மற்றவர்களுக்குத் தொந்தரவு தராத வேலையை அவர்கள் தேர்ந்து கொள்வார்கள்” என்றார். அளவு எடுத்துக்கொண்டும், நோட்டில் அதை எழுதிக்கொண்டும் இருக்கும் பாயைப் பார்த்து ஞாபகம் வந்தவனாக, “எங்க சலீம்?” என்று கேட்டான். அந்தச் சிறுவன்தான், காதர் அளவெடுத்துச் சொல்லச் சொல்ல அதை எழுதுபவனாக இருந்தான்.

காதர் முகம் ஒளிர்ந்தது.

“படிக்கிறான். இன்ஜினீயருக்குப் படிக்கிறான்... எங்க குடும்பத்துல முதல் பட்டதாரி என் மகன்தான்.”

காதர் முகம் சட்டென மலர்ந்ததாகத் தோன்றியது. அவனுக்கு கண் இமைக்குள் நிறையக் கனவுகளைப் பொத்தி வைத்திருந்தார். அந்தக் கனவுகள் மேசை மேல் உதிர்ந்தன. அவன், அவருக்கு மகிழ்ச்சி தெரிவித்தான்.

அளவெடுத்து முடித்தபின், “எப்போ தரவேணும்?” என்றார். அவன் நண்பனின் திருமண வரவேற்பு வரும் ஞாயிறு இருப்பது நினைவுக்கு வரவே, “சனிக்கிழமை” என்றான். அவர், நாட்காட்டிக் கட்டங்களைப் பார்த்துக்கொண்டிருந்தார். “சரி, சனிக்கிழமை சாயங்காலமா வாங்க” என்றார்.

"உட்காருங்கள்" என்றபடி, துணிப்படுதாவைத் தள்ளிக்கொண்டு பின் அறைக்குள் போனார் காதர். இது வழக்கம்தான். பின் அறைக்குள் ஸ்டவ் வைத்து, மிகவும் வேண்டியவர்களுக்குத் தேநீர் போட்டுக் கொடுத்து அனுப்புவார். கண்ணாடி மேசைக்குள் வைக்கப்பட்டிருந்த சட்டை பேன்ட்டுகளைப் பார்த்தான் அவன். எத்தனை வண்ணங்கள், எத்தனை மோஸ்தர்கள். நிர்வாணத்தை மறைக்கும் உந்துதல்தானா ஆடைகள்? எனில், இத்தனை வண்ணங்கள் ஆடைகளின் மேல் எதற்கு? வண்ணங்களின் குழைவு சேர்க்கை, கோடுகள், கட்டங்கள் எதற்கு? இல்லை, வேறுவேறு விஷயங்களுக்கான இசைவுகள். புல்லை, தழையை, இலையைப் பிரதியெடுக்கும் இசைவாக இருக்கும் பச்சை வர்ணத் துணிகள், மாலை வானமும் பூவும் கனத்தெறியும் கனலின் நினைவுகளைச் சிவப்பா? மஞ்சள், ஊதா, நீலம் என்று புறத்தை அகத்துக்கு ஆக்கும் பிரதி எடுப்பார்.

காதர் தேநீருடன் வந்தார். சுக்கும் பொதினாப் பொடியும் இணைந்த அருமையான தேநீர்.

சட்டை மற்றும் பேன்ட் பற்றி தனிப்பட்ட கருத்துக்கள் இருந்தன அவனுக்கு. இரு தோள்களின் மேல், கை சரியும் இடத்தில் சட்டையின் தையல் இருக்க வேண்டும். கை வழியாமல், தொங்காமல் தோளிலிருந்து மெல்ல இறங்க வேண்டும். வயிற்றுப் பகுதி சற்றே உள்வாங்கி, அதற்குக் கீழே அகன்றிருக்க வேண்டும். முன் பக்கத்தையும் பின் பக்கத்தையும் மூடும் அளவில் இருக்க வேண்டும் சட்டை. நீளமாகவும் குட்டையாகவும் இருக்கலாகாது. பை இரண்டோ, மூன்றோ இருக்கலாம். பிரஞ்ச் புஷ் ஷர்ட்டில் நாலு பைகள் இருக்கும். பைகள் பெருகப் பெருக வசதிதானே. சிகரெட், தீப்பெட்டி, செல்போன், ரூபாய் நோட்டுகள் மற்றும் சில்லறைகள் எல்லாவற்றுக்கும் வசதி. பைகள், சட்டையின் மேற்பரப்புக்கு அழகு சேர்ப்பவை. பேன்டும் வடிவோடு அமைய வேண்டும். கால் பகுதியில் அதிகம் துவண்டு, தரையைப் பெருக்கும் அளவுக்கு நீளமும் ஆகாது. பேன்ட் அதன் கிரிசோடு நிற்க வேண்டும். தொடையை இறுக்கிப் பிடிக்கவும் தொளதொளத்தும் இருத்தல் ஆகாது.

எல்லாவற்றையும் கவனமாகக் கேட்டுக்கொண்டார் காதர்.

"அப்படித்தானே இருக்க வேண்டும். பண்ணிடலாம். உங்க டேஸ்ட் எனக்குத் தெரியுமே" என்றார் அவர்.

தன்னிடம் நிறைய ஆடைகள் இருப்பதாக அவன் நினைத்தான். ஏதோ ஒரு பசியில் இருப்பவன், கண்டதைத் தின்பது மாதிரி நினைக்கும்போதெல்லாம் அவன் சட்டைகள் பேன்டுகளை வாங்கினான். விசேஷமான ஆடைகள் அணிந்து பிறர் கவனத்தை ஈர்ப்பதை அவன் விரும்பியவனில்லை என்றபோதும் நிறையத் துணிகளை அவன் சேர்ந்தான். அவன் அலமாரியைப் பார்க்க நேர்ந்த நதியா, "எதுக்கு இத்தனை சட்டை. கடை திறக்கப் போறீங்களா?" என்று கேட்டாள். ஊரிலிருந்து வந்த அம்மா, "ஏன் காசைக் கரியாக்குறே?" என்றாள். அட்டைப் பெட்டிக்குள் அழகான வண்ணமாகத் தோன்றுவது, அணிந்த பிறகு பிடிக்காமல் போய்விடும். ஒன்றிரண்டு, போட்டபின் மீண்டும் அணியத் தோன்றாது. சட்டையும் புத்தகங்களும் மட்டும் சேர்ந்துகொண்டே

இருந்தன. அடுத்து ஐந்தாண்டுகளுக்குப் புதிய துணிகளே எடுக்க வேண்டிய அவசியமில்லாத அளவில் அவன் சேர்ந்து வைத்திருந்தான்.

அது கோடைகாலம் அல்ல. எனினும், வெயில் அதிகமாக இருந்தது. தையல் கடையை விட்டு வெளியே வந்து தெருவோரத் தூங்குமூஞ்சி மர நிழலில் அவன் நின்று சிகரெட்டைப் பற்றவைத்துக் கொண்டான். துளசிராமைப் பார்க்கலாம் என்று தோன்றியது. அலுவல், சிக்கலாகிக்கொண்டிருந்தது அவனுக்கு. அது இப்போதுதான் என்று சொல்வதற்கில்லை. தொடர்ந்து இப்படி நான்கு மாதத்துக்கு முன்னர்தான் ஏலக் கம்பெனியில் சேர்ந்திருந்தான். பழங்காலப் பொருள்கள், ஏலத்துக்கு வரும் முன்னர், அவை எந்தக் காலத்தை நூற்றாண்டைச் சேர்ந்தது என்பதை அவன் தீர்மானித்து எழுத வேண்டும். தமிழ்க் கலாசாரத்தில், அந்தக் கலைப் பொருள்கள் வசித்த இடம், பெற்றிருந்த மரியாதை முதலானவற்றை அவன் எழுதித் தரவேண்டும். கலைப் பொருள்கள் மேல் பேரன்புகொண்டு வரும் ஐரோப்பியர்களை ஏமாற்றுவது எவ்வளவு பெரிய அயோக்கியத்தனம். அயோக்கியத்தனத்துக்குத் துணை போவது மாபெரும் அயோக்கியத்தனம். ‘கஷ்டம்தான்’ என்று ஒப்புக்கொண்டான் துளசிராம்.

“அந்தத் தட்டும், பாக்கு வெட்டியும் நிச்சயம் 1920—1900 மேலே போகாது. நமக்குத் தெரியாதா. அதை நாயக்கர் காலத்துக்குக் கொண்டுபோகச் சொல்கிறான், எப்படி?”

துளசிராம் அறை மிகவும் அழகு. அறையை அடைத்துக்கொண்டிருக்கும் தட்டுமுட்டுச் சாமான்கள் எதுவும் இல்லை. அதுவே, அழகு வர்ணம்கொண்ட கோரைப்பாய். திண்டு நிறைய சங்கீத கேசட்டுகள், சி. டி. க்கள் மிக நவீன இசைச் சாதனம், தொங்கும் சட்டைகள், சுருண்டு கிடக்கும் கைலிகள் இல்லை. மூலையில் இருப்பது தெரியாமல் இருந்த ஃபிரிஜ்ஜில் இருந்து பீர் பாட்டிலையும் கிளாஸ்களையும் எடுத்து வந்தான் துளசி. காயும் வெயிலுக்கு மிகவும் இதமாக இருந்தது பானம்.

வேலை என்கிற பேயை வசக்கித்தான் வாழ வேண்டி இருக்கிறது. ஏனெனில் வாழ்வதற்குப் பணம் என்ற பூதம் தேவைப்படுகிறது. உணவு, உறையுள், நாளாந்திரச் செலவுகளுக்குப் பணம் தேவை. அந்தப் பணம் அயோக்கியர்களிடம் சிக்கிக்கொண்டு தவிக்கிறது. அயோக்கியர்களிடம் அவர்களின் ஊழியர்கள் எனக் கையை ஏந்த வேண்டி இருக்கிறது. அவர்களைப் பிரபுக்களாக்கி நம்மை நாம் பிச்சைக்காரர்களாக்கிக்கொள்ள வேண்டி இருக்கிறது. எந்த அறமும் இல்லாத வீங்கிப் பொத்து சீழ்வடியும் பணக் கைகளில் இருந்து வழியும் பணத்தைச் சம்பளம் என்று பெறுகையில் உயிர் பதறுகிறது. வேலை என்பதுதான் என்ன? அழகிய காலையை இழப்பது, வைகறைக் குளிரைத் துறப்பது, குளிப்பது எனும் அழகிய அனுபவம் மறந்து அவசரத்தைப் பூசிக் கழுவுவது, படித்தே தீர வேண்டிய உலக உன்னதங்களைத் தள்ளிப் போடுவது, காலை நேரத்து உலகை, பத்து மணி உலகை, மதிய நேரத்துத் தெருவை வெயில் வற்றி மாலை முளைக்கையைக் கண்கொண்டு பார்க்க இயலா மூடமை, இரவு எனும் விருந்தைப் புத்துணர்ச்சியோடு எதிர்கொள்ளாத மந்த புத்தியினராதல், விஸ்வத்தின் பேரண்டத்தில்

நாமே அச்சு என்கிற பேதம் உணரா பேதமை, மௌடீகத்தின் மொத்தத் திருவுருவாக உன்னை நீ விற்றுக் கொள். முப்பது நாள்கள் முடியும்போது அதன் பலனை நீ பெறுவாய்.

“சோகம்தான்” என்றான் துளசி.

ஆபாசமான ஒரு மேசை மேல், மிகவும் ஆபாசமாக விரிந்திருக்கும் ஏதோ ஒரு கோப்பில் படு ஆபாசமாக எதையோ எழுதுவதும், அல்லது எழுதி இருப்பதைப் பார்ப்பதுமான, படிப்பதுமான பிழைப்பு என்ன பிழைப்பு?

“பிழையான வாழ்க்கை முறைக்குத்தான் பிழைப்புன்னு பேர்” என்று சொன்னான் மூர்த்தி. வழக்கமாகச் சாப்பிடும் விடுதிக்கு அவனை அழைத்துச் சென்றான் துளசி. இருவரும் உணவை முடித்துக்கொண்டார்கள். துளசியின் அறைக்கே சென்று, சற்று ஓய்வெடுத்துக்கொண்டான். விழித்து முகம் கழுவி, தூங்கும் துளசியைத் தொந்தரவு செய்யாமல் புறப்பட்டான்.

தெருவை இருள் கவிந்துகொண்டிருந்தது.

பிசிறின்றி முட்டை வடிவில் வார்க்கப்பட்ட வழவழச் சோப்புப் பெட்டி என்று பாலுசாமியை அறிந்தவர்கள் சொல்லுவார்கள். அவன் தாத்தா ஆபீஸ் அருணாசலம், பிரிட்டிஷ்காரனிடம் ஊழியம் புரிந்த முதல் தலைமுறை அலுவலர். அவர் பெயரில் அவர் வாழ்ந்த தெருவுக்கே அப்பெயர் ஏற்பட்டது வியப்பல்ல. அவர் மகன் ராமசாமி, தந்தையின் கனவை நிறைவேற்ற என்றே உதித்தவர். ஒழுங்காகப் படித்து ஒழுங்காக வேலைக்குப் போய், ஒழுங்காகப் பிழைத்து, ஒழுங்காக மேல் அதிகாரிகளை விசுவாசித்து, ஒழுங்காகக் கல்யாணம் செய்துக்கொண்டு, ஒழுங்காக சம்சாரம் செய்து, பிள்ளைகள் ஈன்று, அப்பா கட்டிய வீட்டை இடித்து மேல் மாடியோடு கூடிய வீடு கட்டி அருணாசலத்தின் மகன் என்ற பெயரைப் பிரக்யாதி பெறச் செய்தவர். ராமசாமியின் மகன் பாலுச்சாமி. தாத்தா, தந்தை வழியைப் பின்பற்றியவன். மேலதிகாரிகளாக வருகிறவர்களில், சிலர் அவன் மீசையைப் பார்ப்பதில் சில அர்த்தங்களைத் தன் சூட்சும புத்தியால் விளங்கிக்கொண்டு மழித்துக்கொண்டான். வார்த்தையாடுவதில் காயைச் சுத்தமாகப் பிரித்துக் கனியை மட்டும் பிரயோகிக்கும் வாசுவத்தில் உள் லௌகீகச் சௌகர்யங்களைச் சின்ன வயசில புரிந்துகொண்டும், நிமிர்ந்து நிற்றல் ஒருவகை அராஜகம் என்று மேலோர்கள் நினைப்பதை ஒட்டி, தன் அவயங்கள் அனைத்திலும் பணிவை நுரைக்க நுரைக்கப் பூசிக்கொண்டான். அதிகாரிகள் எனப்பட்ட பதர்களுக்குப் பல நுண்மைகள் இல்லை என்றாலும், மனக்கிணற்றின் அடி ஆழத்தில் ததும்பி வழியும் ஆசைகளைத் தன் நுண்மாண் நுழைபுலத்தால் புரிந்துகொண்டு அவற்றை நிறைவேற்றி வைத்ததன் மூலம், இகபர சௌகர்யங்களை மின்னல் என அடைந்தான். உயர்ந்தோர்கள் அடர்ந்து வாழும் பகுதியில், இத்தனை சீக்கிரம் வீடு கட்டிக் குடி போனதைச் சுற்றத்தாரால் அவ்வளவு சுலபமாகச் சகித்துக்கொள்ள முடியவில்லைதான் என்றாலும் அது உண்மை. வெற்றி பெற்றவர்களைத் தொழும் உலகத்தில் அவன் வெற்றியாளனாக ஆனான். அவன், பல படிகள், பல நிறுவனங்களை மிதித்துக் கடந்து வந்ததில், கலைப் பொ.ருள்களை ஏலம் விட்டும் ஏற்றுமதி செய்த வகையில், மிகுந்த மதிப்பார்த்த நடராசன் சிலை கடத்தலிலும் அவனுக்குப் பங்கு இருந்தது என்று பலரும் சந்தேகித்த நிலையில்,

சான்று இல்லாத உண்மைகள் எவ்வாறு உண்மையாகும்? மூர்த்திக்கும் அது உண்மைதான் என்று தெரிந்திருந்தது. தெரிதல், புரிதல், உணர்தல் என்கிற சொற்களை எல்லாம் நீதியை அமல்படுத்தும் நிறுவனங்கள் ஏற்பதில்லை. அவைகளுக்குக் காட்டல் வேண்டும். சான்று காட்டல். இந்த உண்மை என்கிற அசமந்தத்துக்கும் நீதி என்கிற உடைக்க முடியாத பாறைக்குமான போரில், மூர்த்தி போன்றவர் மாட்டி விக்கித்து நின்றது மூர்த்திக்கும், மற்றும் கடவுளுக்கும் தெரியும். கடவுள் கோர்ட்டுக்கு வருகை தந்து நீதி உரைப்பது மரபில்லை. மூர்த்திக்கு இதனால் உத்தியோக கதியில் பெரும் சரிவு ஏற்பட்டதுதான் என்றும், அது அவனுக்கு ஒழுங்கு மீறலின் விளைவு என்றுதான் விவரம் அறிந்தவர்கள் சொல்வர். தான் உண்டு, தன் வேலை உண்டு என்று இருப்பதுதானே முன்னேற விரும்புகிறவர்கள் கடைப்பிடிக்க வேண்டிய சூத்திரம். தர்மாவேசம், அறச்சீற்றம், புண்ணாக்கு, தெருப்புழுதி எல்லாம் என்னத்துக்கு ஆகும். மேலும் “அறத்தைக் காக்க நீ யாரடா லவடிக்கப்பால்?” என்று சதாசிவம் கேட்டானே. அது சாரம் அற்ற பேச்சு எனத்தகுமா?

புதிய வீட்டுக்கு வெளியே, வெறும் கைலியுடன் நின்றிருந்தான் பாலுச்சாமி. அவனுக்குப் பின்னால், அந்தப் புதிய வீடு இருண்டு கிடந்தது. மனைவி, புதிதாகப் பிறந்த குழந்தை மின்சாரம் இல்லாமல் ஏ. சி வேலை செய்யாத புழுக்கத்தில் கிடந்து தவிப்பது அவனுக்குப் பெரும் பதற்றத்தை ஏற்படுத்தி இருந்தது. சைக்கிளில் வருகிறவர், மின்சாரத் துறையாளர் என்று எண்ணி ஏமாந்து, நாழியாக ஆகத் தவித்துக்கொண்டிருந்தான் அவன்.

கடற்கரையில் இருந்த மூர்த்திக்குப் பசித்தது. கடலை விட்டுப் பிரிய மனம் வரவில்லைதான். கடல் அவனிடம் நிறைய பேசியது. வழக்கம்போல நிறையக் கேட்டுக்கொண்டான். கடலை மட்டும் அல்ல, யாரையும் விட்டுப் பிரிய மனம் வரவில்லைதான். பழகிய பின், நேசம் வைத்துவிட்ட பின், நேசிக்கப்பட்டவர்கள் அதற்கான பாத்திரர்கள் அல்ல எனினும், பிரிய மனம் சோர்ந்து போகிறதுதான். சினேகம்கூட, பரஸ்பரம் ஏதேனும் ஒன்றை நிரப்பிக் கொள்ளும் பண்டமாற்று ஏற்பாடாகி விட்டது.

பேருந்து நிறுத்தத்துக்கு எதிரே இருக்கும் உணவுக் கடையில் இரண்டு இட்லிகளோடு உணவை முடித்துக்கொண்டான். புறப்பட இருந்த பேருந்து ஆள் இன்றி இருந்ததில் ஏறி, ஜன்னல் ஓரம் அமர்ந்துகொண்டான். தெரு பெரும்பான்மையும் இருண்டுதான் இருந்தது. ஆங்காங்கே மின் விளக்குகளின் வெளிச்சம் இருந்தாலும், இருட்டே தெருவை ஆக்கிரமித்திருந்ததாக அவன் கண்டான். இருட்டுதான் அசல் நிறம் போலும். வ்ண்டி புறப்பட்டது. சீட்டைப் பெற்றுக்கொண்டு தெருவை வெறித்தான். காலையில் நதியாவிடம் அந்த அன்பளிப்பைக் கொடுத்து விட வேண்டும். திருடனின் பார்வையில் பட்டும், தொலையாத அந்தக் காலம் காட்டும் பொறியை, விசித்திரம்தான் இது. விசித்திரங்களால் ஆனதுதான் உலகம் போலும். நாளையில் இருந்தே வேறு வேலையைத் தேட வேண்டும். பொய்க்கும், மோசடிக்கும், ஊழலுக்கும் துணைபோகாத ஒரு வேலை. பட்டுக்கொள்ளாமல் கொடுத்த வேலையைச் செய்து முடிப்பது. நூலகத்தில் புத்தகம் அடுக்கும் வேலை, நல்ல பதிப்பகத்தில் புத்தகம் தயாரிக்கும் வேலை. நல்ல குறும்படத் தயாரிப்பில் சேர்ந்து உழைக்கும்

வேலை கிடைக்கும். கோடிக்கணக்கான மனிதர்கள், கோடிக்கணக்கான வேலைகள்.

திடுமென வண்டி நின்றது. அது நிறுத்தம் இல்லை. நடத்துநர் சீட்டின் பின்னால் கையெழுத்து போட்டுக் கொடுத்துக்கொண்டிருந்தார். வண்டி பழுதாம். பாதி வழி வந்தாகி விட்டது. மீதி வழியை நடந்தே போய்விடலாம் என்று நினைத்தான். கண்ணுக்குத் தெரிந்த தெருவில் திரும்பினான். அகன்ற தெருவும், செழுமையைக் காட்டும் வீடுகளுமாய் இருந்தது. தெருக்களின் விளிம்பிலும், வீட்டு நடைப் பகுதியிலும் செடிகள் மண்டி இருந்தன. இயற்கையோடு இணையும் யுக்தி போலும். திடுமென பாலுச்சாமியைப் பார்த்தான் மூர்த்தி. கைலியோடு, தெருவோரம் நின்றிருந்தான் பாலுச்சாமி. அவன் பின்னால் வீடு இருண்டிருந்தது.

“நலம்தானா?” என்று கேட்டான் மூர்த்தி. ஒன்றிரண்டு மாதங்கள் உடன் பணி செய்தவனாயிற்றே. “ஆம்” என்று பாலுச்சாமி, இவனைப் பற்றியும் இவன் பணியாற்றும் நிறுவன நிலைமைப் பற்றியும் கேட்டறிந்தான்.

வீட்டில் மின்சாரம் இல்லாததையும், மின் இலாகாவிலிருந்து ஆள்வரத் தாமதம் ஆவது பற்றியும், குழந்தை காற்று இல்லாமல் அழுவது பற்றியும் சொன்னான் பாலுச்சாமி. குழந்தை அழும் விஷயம் மூர்த்தியைச் சங்கடத்துக்குள்ளாக்கியது. ஃபியூஸ் போதல் முதலான சாமான்ய விஷயமாக இருந்தால், நாமே பழுது பார்த்து விடலாமே என்றான் மூர்த்தி. தனக்கு அதுவும் தெரியாது என்றான் பாலுச்சாமி. மூர்த்தி கேட்டுக்கொண்டதன் பேரில், வீட்டுக்குள் அழைத்துப் போனான் பாலுச்சாமி. இருட்டு முழு ஆளுமையுடன் பரவி இருந்தது. எந்த அறையிலிருந்தோ குழந்தை அழும் குரல் கேட்டுக்கொண்டே இருந்தது. மெழுகுவர்த்தி எரியும் அறையிலிருந்துதான் அந்த அழுகைச் சத்தம் வருவதாய் இருக்கும்.

புதிய மெழுகுவர்த்தியுடன் வந்தான் பாலுச்சாமி. ஏராளமான மின்சார இணைப்புகள் உள்ள பலகையின் முன் மூர்த்தியைக்கொண்டு போய் நிறுத்தினான் அவன். அடுத்த இரண்டு மணி நேரத்துக்குப் பிறகு, அரசு மருத்துவனை மருத்துவர், பாலுச்சாமியிடம் “மின்சாரம் தாக்கி மரணம் நிகழ்ந்திருக்கிறது” என்ற விஷயத்தைச் சொன்னார்.

இருள் பிரியாத பொழுதாய் இருந்தது அது.

2006

ஒரு மனிதனைப் பற்றிய வெள்ளையறிக்கை

வெள்ளை அறிக்கை வெளியிடுங்கள் என்று ஒரு கட்சியின் அரசியல் தலைவர், ஆளும் கட்சியை நோக்கி, காட்டமாகப் பேசுவதைப் பத்திரிகைகளில்தான் பார்த்திருக்கிறேனே தவிர, அப்படியான அறிக்கைகள் வெளியிடப்பட்டனவா என்பது எனக்குத் தெரியாது. வெள்ளை அறிக்கை என்கிற சொல் எப்போதும் என்னைக் கிளர்ச்சியூட்டுவதாகவே இருக்கிறது. வெள்ளை அறிக்கை என்பது வெள்ளையாக இருக்கும் வஸ்துவா; வெள்ளை மையால் வெள்ளைக் காகிதத்தில் எழுதப்படும் அறிக்கையா; வெள்ளை மையால், புகழ்பெற்ற அரசு பழுப்பு நிறச் சாணித் தாள்களில் எழுதப்படும் அறிக்கையா; ஒன்றும் எழுதப்படாமல் வெள்ளைக் காகிதத்தையே மடித்துத் தருகிற பொருளா என்பது போன்ற குழப்பங்கள் எனக்கு ஏற்படுவதுண்டு. இரண்டாயிரம் தொடங்கி ஒரு லட்சம் கோடிவரைக்கும் ஊழல் செய்ததாகச் சொல்லப்படும் அமைச்சரை நோக்கிக்கூட இம்மாதிரி ஒரு பேச்சு எழுவதைப் பத்திரிகைகளில்தான் பார்த்தேன். அமைச்சர் வெள்ளையாக எதையும் அளித்தாரா என்பது எனக்குத் தெரியாது. ஆனாலும் அப்படி ஒன்றைப் பார்க்க எனக்கு எப்போதுமே ஆவல் எழுந்தபடியாக இருக்கிறது.

காலமும் வெளியுமே சகல கிரியைகளுக்கும் ஆதாரம் என்கிறது அறிவியல். நாம் அறிவியல் வழி நின்றே சில விஷயங்களைப் புரிந்துகொள்ள முயல்வோம். அறிவியல் குடுவைக்குள் அடங்காத அனுபவங்கள் உலகில் நிகழுகின்றன என்பதால்தான் அறிவியல் வரம்பை நாம் மீறலாம். எல்லாம் புனைவுதானே?

கடந்த நாலைந்து நாட்களாக என் வீட்டுக்குள் ஒரு எலி புகுந்திருப்பதை நான் அனுமானித்தேன். சில பழைய புத்தகங்களின் மேல் பகுதி ஓரங்கள் கடிக்கப்பட்டுக் காகிதச் சிதறல்கள் தரையில் கிடந்தன. கதவைத் திறந்துகொண்டு நான் வீட்டுக்குள் நுழையும்போது, அது ஓடும் அரவம் எனக்குக் கேட்டது.

இரவு உறங்கப் போகும் முன் தின்பதற்கு என வாங்கி வைத்திருந்த வாழைப்பழங்கள் ஒன்றிரண்டு கடிக்கப்பட்டிருந்தன. மேசை விரிப்பு ஓரம் கடிக்கப்பட்டு, நூல் உதிரிகள் தரையில் கிடந்தன. எல்லாவற்றுக்கும் மேலே ஒரு துர்வாசனை என் அறைக்குள் பரவி இருந்தது. பொதுவாக இரவு பன்னிரண்டு மணிக்கு மேல் அறைக்குள் துர்வாசனை பரவியது என்றால், 'அங்கு பேயோ, பிசாசோ நுழைந்திருக்கிறது' என்று அர்த்தம், என்று என் பாட்டி சொல்லும். எலிகள் வருகைதான் பேயின் வருகையாகக் கருதப்பட்டிருக்க வேண்டும்.

எலி அல்லது எலிகளுக்கு என் வீடு மிகவும் பிடிக்கும். மூன்றாம் தளத்தில் இருந்தது அது. அதற்கும் மேலே மொட்டை மாடி மேல்தளம். கீறல் விட்டு, காரை பெயர்ந்து, மொட்டை மாடியில் பெய்யும் மழை அப்படியே வீட்டுக்குள் சுரந்து ஒழுகும். பெரும்பாலான மழை காலங்களிலும், மழை விட்ட அடுத்த மூன்று மாதங்களிலும் இந்த நீர்ச் சொட்டு இருந்துகொண்டே இருக்கும். மட்டுமல்லாமல், தண்ணீர்க் குழாய்களின் கசிவால், சுவர் எப்போதும் நனைந்து, ஒண்டிக் குடித்தன கிணற்றடி மாதிரி ஈரம் இருந்துகொண்டே இருக்கும். தபால் தலை ஒட்ட, நான் நாக்கைத் தடவ வேண்டிய அவசியம் இருந்ததே இல்லை. சுவரைத் தடவித் தபால் தலையை ஒட்டிக்கொள்ளலாம். சுவர் ஈரம், வீட்டுக்குள் ஒரு குளிர்ச்சியைத் தக்கவைத்துக்கொண்டே இருக்கும். மொட்டை மாடியின் தண்ணீர் டேங்குகள் நிரம்பி வழியும்போதெல்லாம் அனேகமாக தினம்தோறும் தண்ணீர் ஜன்னல் வழி வந்து தரையை எப்போதும் கழுவி விட்டது போன்ற தோற்றத்தை ஏற்படுத்திக்கொண்டே இருக்கும்.

இந்தச் சூழல், எலிகளுக்கு மிகவும் பிடிக்கும். சின்னஞ்சிறிய எலிகளின் கைகள் பிறாண்டினாலேயே சுவர் மண் சரிந்து குழிகளை, பொந்துகளை உருவாக்கி விடும். நிச்சயம் எலிகள் என் வீட்டில் மகிழ்ச்சியடைந்திருக்கும் என்பதில் எனக்கு எந்த ஐயமும் இல்லை. மண்ணைத் தோண்டிப் பொந்தின் உள்ளே அவை அனுபவிக்கும் அந்தக் குளிர்ச்சியை என் வீட்டுத் தரையே அவைகளுக்குத் தருமே! மேலும், சாதாரணமாகச் செடி கொடிகள், சாக்கடைகள் போன்றவற்றின் பாதுகாப்பில் மறைந்தே வாழும் அவை. ஷெல்பிலும் தரையிலும் குவிந்து கிடக்கும் புத்தகங்களின் பாதுகாப்பில் மகிழ்ச்சியுடன் வாழலாம். புத்தகங்களும் சாமான்யமானவை இல்லை. பிளேட்டோ முதல் நீட்சேவரை, மார்க்ஸ் முதல் ராமானுஜம்வரை, புதுமைப்பித்தன் முதல் கே.ஆர் மீராவரை, சங்கப் புலவர்கள் முதல் ழாக் பிரேவர்வரை விதவிதமான கலைகளுடன்கூடிய நந்தவனங்கள் அவை. அதனால், எலிகள் மிக ஆனந்தமாக என் வீட்டுக்குள் சம்சாரம் நடத்தி, இகபர சந்தோஷங்கள் அனைத்தையும் அடையலாம். காகிதங்களால் ஆன தோசையைப்போல இருக்கும் புத்தகப் பக்கங்களைச் சாவதானமாகவும், சௌஜன்யமாகவும் அவை பட்சிக்கலாம். என் குழந்தைகளின் உணவைக் களவாடியும், பட்டினி கிடந்தும் என் சௌகரியங்களைக் குறைத்துக்கொண்டும் வாங்கிய புத்தகங்கள் அவை. அதனால் என்ன? பாரபட்சமற்று சகலத்தையும் கண்டதையும் படித்து பண்டிதனாகும் எலிகளின் பெரு விருப்பைத் தடை செய்யும் எண்ணம் இது. எலிகளின் ஆக்ரமிப்புக் காலமாதலால் எனக்கில்லை ஆக்ரமிப்பு என்றதும் எனக்கு ஆங்கிலேயர்கள் மற்றும் பிரஞ்சியர்கள் நினைவுக்கு வருகிறார்கள். அவர்களுக்கு நிகராக, எலிகளை வைக்க

முடியுமா என்றால் முடியாததுதான் காரணம். மண்ணின் மீதான முதல் உரிமையாளர்கள் மனிதரை தவிர்த்த மற்றவைகள் என்பதால், ஆக்ரமிப்பு எனும் குற்றச்சாட்டுக்கு நான் ஆளாக வேண்டுமே அல்லாமல், எலிகள் குற்றவாளிகளாக முடியாது.

இயற்கையில் அல்லது கடவுளின் அல்லது சாத்தானின் படைப்புகளில் ஒன்றான ஒரு ஜீவராசியின் மேல், வரம்பு மீறிய விரோதத்தை நான் கொண்டிருப்பதாக என் மேல் வீண்பழி சுமத்தப்பட்டிருப்பதை நான் அறிய நேர்ந்தது. நிறையப் பத்திரிகைகளில் என் மேல் கண்டனங்கள் வெளிவந்தன. அங்ஙனம் என் மேல் கண்டனம் தெரிவிப்பவர்கள், மரியாதைக்குரியவர் அல்லாதவர் என்றும் பொருட்படுத்தத்தக்கவர் அல்லர் என்றும் வெவ்வேறு சந்தர்ப்பங்களில் நான் புறக்கணித்தவர்கள். இதுதான் நல்ல சந்தர்ப்பம் என்று அவர்கள் கூட்டணி சேர்ந்தார்கள். என்னைப் பற்றிய தவறான பிம்பத்தை (அப்படி ஒன்று இருக்கிறதா என்று என் சந்தேகமே என்றாலும்) வெகுமக்கள் என்பவர்கள் கடலை கொறித்துக்கொண்டே என்னையும் தின்றுகொண்டிருக்கிறார்கள் என்பதாலும் வதந்திகளை, அவை யாரைப் பற்றியதாக இருந்தாலும் மிகச் சுலபமாக நம்பத் தயாராகிவிடுகிறார்கள் என்பதாலும், என்னைப் பற்றி தவறானத் தகவல்கள் வெளிவருவதை என் உண்மையான நண்பர்கள் (அப்படியாக நான் நம்புகிறேன்) வருத்தமுடன் சுட்டிக் காட்டுகிறார்கள் என்பதாலும் பதில் சொல்ல வேண்டியது என் கடமை என்பதாலும், தத்துவார்த்தம் சார்ந்தும், சுற்றுச்சூழல் குறித்தும் அந்தக் கண்டனங்கள் அமைந்து இருப்பதாலும், நான் பதில் என்பதுக்கும் மேலாக ஒன்றைத் தரவேண்டும் என்று ஆசைப்படுகிறேன். ஆகவே நானும் ஒரு வெள்ளை அறிக்கையைத் தர முடிவு செய்தேன். என் வெள்ளை அறிக்கை, வெள்ளைத்தாளில் கறுப்பு மைகொண்டு எழுதப்பட்டது. ஆகையால் நான் வெள்ளை அறிக்கை என்பதைக் கறுப்பு அறிக்கை என்றோ, கறுப்பு வெள்ளை அறிக்கை என்றோ வாசகர்கள் அழைத்துக்கொள்ளலாம். அவர்களுக்குள்ள சிந்தனைச் சுதந்திரத்தை இந்தியாவில் அப்படியொன்று இல்லை என்றாலும் நான் மதிக்கிறேன் என்பதையும் சுட்டிக்காட்ட விழைகிறேன். வாக்கிய அமைப்பில் இடம்பெறும் சமகால அரசியல் மொழியை வாசகர்கள் கூர்ந்து கவனிப்பார்களாகுக!

இந்த வெள்ளை அறிக்கையின் தொடக்கத்திலேயே எலிகள் என்றால் என்ன என்பதைத் தெளிவுபடுத்திவிடுகிறேன். மரங்கள், செடி, கொடிகள் என்று சொல்லப்படும் இனத்தில் அடங்காதது எதுவோ, பறப்பன எனப்படும் பறவைகளாக இனம் காணப்படுபவற்றில் இடம் பெறாதது எதுவோ, சிங்கம், புலி, கரடி, செந்நாய் என்று சொல்லப்படும் மிருக சாதியில் அடக்க முடியாதது எதுவோ, நீர்நிலைகளில் வாழும் மீன், நண்டுகள், இறால், போன்றவைகளோடு சேர்க்க முடியாதது எதுவோ, அந்த இனத்தை எலி என்று அழைக்கலாம் என்கிறது நிர்ணய சாஸ்திரம். தமிழில் ‘எலி’ என்றும் சமஸ்கிருதத்தில் ‘மூஷிகம்’ என்றும் ஆங்கிலத்தில் ‘ரேட்’ என்றும் அந்த ஜந்து அழைக்கப்படுகிறது. கொல்லத்துக்கும் குமரிக்கும் இடைப்பட்ட நாட்டுக்கு எலி நாடு என்று பெயர் இருந்ததாக அறிஞர்கள் சொல்கிறார்கள். ஆக, எலிகள் வந்தேறிகள் அல்ல. இந்த மண்ணின் சொந்தக்காரர்கள். இந்த இடத்தில் இன்னொரு பொருத்தப்பாட்டையும் நான் சொல்ல ஆசைப்படுகிறேன்.

எலி என்று சொல்லுக்குக் கள் என்ற பொருளும் உண்டு. கல் தோன்றி மண் தோன்றா காலத்தே முன் தோன்றிய மூத்த குடி நாங்கள். அதாவது கள் என்கிற அமுதத்தை தென்னைகளிலிருந்து இறக்கிக் குடிக்கத் தந்த குடிகள் நாங்கள். 'அட... என்ன ஆதாரம்' என்று நீங்கள் வியக்கலாம். எலி, எலி விற்ற குடும்பத்து வழித்தோன்றலிடம் வந்து சேர்ந்தது வியப்பில்லை இயற்கைதானே?

பூச நட்சத்திரத்துக்குக்கூட எலி என்று பெயராம். எலிகள் பிறந்த அல்ல ஜன்மம் எடுத்த திசை வடமேற்குத் திசை என்று உறுதிப்படுத்தப்பட்டிருக்கிறது. அதாவது அத்திசைக்கு எலி திசை என்று பெயர். சிறு மனிதர்களை எலிப்பயல் என்பது உலக வழக்கு. இந்து புராண தெய்வங்களில் விநாயகர், எலியைத்தான் தன் வாகனமாகக் கொண்டிருக்கிறார். ஆக, ஏதோ ஒரு வகையில் எலி, ஒரு தெய்வத் தொடர்புகொண்டிருக்கிறது என்பது தெளிவு. கைபர் கணவாய் வழியில் நிறைய எலிகள் காணப்படுவதாக வரலாற்றறிஞர்கள் நிறுவி இருக்கிறார்கள். மனிதர்கள் தங்கள் வாழிடங்களைக் குடிசை, குச்சு வீடு, மாளிகை, அரண்மனை என்று அழைத்துக் கொள்வதுபோல, எலிகள் தங்கள் வாழிடங்களை வளை என்றும் பொந்து என்றும் அழைத்துக் கொள்கின்றன.

அந்த இனத்தைச் சேர்ந்த ஒன்றுதான் என் வீட்டுக்குள் குடி புகுந்திருக்கிறது.

அறிக்கையில் (வெள்ளையாக இருந்து கறுப்பாக மாறிக்கொண்டிருப்பது) இரண்டாவது பகுதிக்கு வருகிறேன். எலி என்கிற அந்த ஜந்து, என் வீட்டுக்குள் (அரசு வீட்டை, என் வீடு என்று சொல்வது உபசார வழக்கு.) புகுந்த நாளைத் துல்லியமாக நான் சொல்லியாக வேண்டும். கடந்த பொங்கல் அல்லது தமிழ்ப் புத்தாண்டு நாளில் அது புகுந்திருக்க வேண்டும். அந்தத் தேதியில் இருந்துதான் அதன் இருப்பை நான் உணரத் தலைப்பட்டிருந்தேன். இரவு நேர வேட்டி மட்டும் சட்டையின் சில பகுதிகளை அது சுவைத்திருந்தது. தமிழ்ப் புத்தாண்டுக்கு நான்காம் நாள், அதை நான் பார்த்தேன். வால் முளைத்த ஒரு கறுப்புத் தேனீர்க் குவளை ஓடியதுபோல இருந்தது. அழகிய வால். மிகச் சுவாதீனமாக அது புழங்கியது. அதன் நினைவில், நெல் வயல்களை அடுத்த பொந்தை விட்டு வெளியேறுகிறாற்போல அது நினைத்து இருக்கலாம். அந்த இரவே நானும் அதுவும் சேர்ந்து உறங்கிய முதல் இரவாகும். படுக்கையில் படுத்த எனக்கு, இரண்டு கண்கள் என்னைப் பார்த்துக்கொண்டிருப்பது போன்ற பதற்றம் ஏற்பட்டது. என் அந்தரங்கத்துக்குள் அனுமதி இன்றி அது பிரவேசித்ததுபோல நான் அதை வெறுத்தேன். எங்கிருந்து அது என்னைக் கண்காணிக்கும்? பரணில் போட்டு வைத்திருந்த டி. வி அட்டைப் பெட்டியில் இருந்து? சமையல் பாத்திரங்களின் மறைவில் இருந்து? எல். சி. டி பிளேயரில் பின்னால் இருந்து? கம்ப ராமாயணம் புத்தகங்களின் பின்னால் இருந்து? அலமாரியின் அடியில் இருந்து? எங்கோ ஓர் இடத்திலிருந்து. எனக்கு உறக்கம் வரவில்லை. எப்போதும் படுத்தவுடன் உறங்கிப் போகிறவன் நான். என் அல்லது அரசு வீட்டில் இப்போது இரண்டு பேர்கள் இருக்கிறோம். அரசாங்கப் பழுப்பு நிறத் தாள்களின் கனத்த கோப்பில் குடி இருப்பவர் என்ற அச்சிட்ட எழுத்துக்கு நேராக என் பெயர்தான் இருக்கும். நிச்சயமாக எலியின் பெயர் இருக்க வாய்ப்பில்லை. ஏனெனில் எலிகள் பெயர் வைத்துக் கொள்வதில்லை. அப்படியும் உறுதியாகச் சொல்வதற்கில்லை. எலிகளின்

சமுதாயத்தில் பெயர்கள் இருக்கக்கூடும். பாண்டியன் நெடுஞ்செழியன், சேரன், செங்குட்டுவன், சோழன், குளமுற்றத்துத்து துஞ்சிய கிள்ளிவளவன் என்பது போன்ற பெயர்களாகவும் அவை இருக்கக்கூடும். அவற்றின் வரலாற்றில் மாவீரர் தோன்றக்கூடாது என்று எவர் சொல்லக்கூடும்? வேண்டுமென்றால் பூனைகொண்டான், மூடிகம் வென்றான் (மூஷிகம் என்பதன் தமிழ் உரு) என்பதாகவும் இருக்கக்கூடும். அவர் அவர்களுக்கு அவரவர் நியாயம்.

அறிக்கையின் மூன்றாம் பகுதிக்கு வருகிறேன். இது கொஞ்சம் குரூரமான பகுதியாக மென்மையான இதயம் கொண்டவர்களுக்குத் தோன்றலாம். உண்மை எப்போதுமே கடுமையாகவும் வெம்மையாகவும்தானே இருக்கிறது. மயிலிறகு மாதிரியாகவா இருக்கிறது வாழ்க்கை? பொங்கலுக்கு ஆறாம் நாள் நீண்ட விடுப்பில் சென்றிருந்த என் உறவுக்கார அம்மாளும், என் (அ) அரசு வீட்டைக் கவனித்துக் கொள்பவருமான கார்த்தியாயினி அம்மாள் வந்து சேர்ந்தார். என் துணிகளை வெளுப்பது, உணவு சமைப்பது, பெருக்குவது, கூட்டுவது போன்ற உதவிகளை எனக்காகச் செய்துகொண்டிருந்தார் அவர்.

வீட்டுக்குள் நுழைந்ததுமே "ஏதோ வித்தியாசம் தெரிகிறதே இந்த வீட்டில்" என்றார். அவர் மூளையில் வீடு இருந்தது. நான் மறைக்க ஒன்றும் இல்லை. விஷயத்தைச் சொன்னேன்.

"அப்படியா சங்கதி. அந்தப் பிசாசை ஒழித்துவிட்டுத்தான் மறு ஜோலி எனக்கு" என்றார்.

"பாவம், ஒரு எலிக்கு எதிராக ஏன் இத்தனை வஞ்சினம்?"

"என்ன, பாவமா, எலியா? என் கண்காணிப்பில் இருக்கும் ஒரு இடத்தில் எலி எப்படிப் புகலாம், இது அத்துமீறல் இல்லையா? வேண்டுமானால் அடுத்த வீட்டு அடுக்களைக்குள் நீங்கள் புகுந்து விட்டு வாருங்களேன், பார்ப்போம்"

"மனிதர் சங்கதியும் எலிகளின் சங்கதியும் ஒன்றா, என்ன?"

"அதுவும்தான் எங்கே போகும். பாவம்"

"என்னிடம் உள்ள நாலு புடவைகளை அது கடித்துக் குதறும். உணவுப் பொருள்களில் வாயை வைக்கும். ஒருவேளை கடித்து கிடித்து வைத்தால் என்ன ஆகும், இந்த வயதில்?"

இது சரியான கவலையாக எனக்குப் பட்டது.

"நீங்கள் சும்மா இருங்கள். இது என் பிரச்சனை. நானாச்சு, அதுவாச்சு."

அதற்குமேல் நான் பேசமுடியவில்லை. எனக்கும் அவருக்கும் காப்பி போட்டுக்கொண்டு வந்தார். காப்பி சாப்பிட்டுக்கொண்டே எலியை எப்படிக் கொல்வது என்பது பற்றி நாங்கள் உரையாடத் தொடங்கினோம்.

1) எலிப் பொறியில் மசால் வடை வைக்கலாம். வடை வாசனைக்கு வந்து மாட்டிக் கொள்ளும்.

2) கைப்பிடி அளவு சோற்றில் எலிப் பாஷாணம் வைத்துச் சாகடிக்கலாம். உணவைத் தின்ன மாப்பிள்ளை மாதிரி வருவார். வாயை வைப்பார். அத்தோடு "மர்கயா!"

அம்மாள் சிரிக்கத் தொடங்கினாள். சிரித்துக்கொண்டே இருந்தார், தொண்டை புரையேறும்வரை. கண்ணில் நீர் திரளும்வரை, சிரித்தார். நான் அவரையே பார்த்துக்கொண்டே இருந்தேன்.

"என் புருஷன், உலகத்திலேயே பெரிய அயோக்கியன். இறைவன் படைப்பில் நிகர் சொல்ல முடியாத கொடுமைக்காரன். அவன் ஒரு அடிதடியில் செத்துக் கிடத்தப்பட்டு இருந்தபோது ஊருக்கு முன் அழுது, அறைக்குள் சென்று கதவைச் சாத்திக்கொண்டு சிரித்தேன். சிரித்துக்கொண்டே இருந்தேன். அதுக்குப் பிறகு இப்போதுதான் சிரிக்கும் படியான வாய்ப்பு ஏற்பட்டது.

"கொடும் மனிதர்களும் எலிகளும் சமமானவர்கள் ஆவார்களா" என்று நான் கேட்டேன்.

"இருவருக்குமே ஆகாயம் தெரியாது. இருவருமே மண்ணையே பார்த்து, பொந்து, இண்டு இடுக்குகளில் வாழ்பவர்கள். இருவருக்குமே சிறகுகள் இல்லை. இருக்கிறது. பறக்கத் தெரியாதவர்கள். கொடும் மனிதர்கள் இனிய இசையை ஒலிபரப்பும் கருவியை நிறுத்துபவர்கள். எலிகளோ, மின்சார ஒயர்களைக் கடிப்பவை. எல்லாமே சமமாகத்தான் இருக்கிறது."

அம்மாள் சொல்படி, நான் மசால்வடை தேடி அலைந்தேன். காலைக் காப்பிக்குப் போகும்போதும் நடக்கப் போகும்போதும் நாயர் டீ கடைகளில் மசால்வடை போட்டிருக்கிறார்களா என்று பார்த்தேன். "காலை எட்டு மணிக்குக் கிடைக்கும்" என்றார்கள். அதற்கென்றே ஒரு நடை புறப்பட்டு வந்து மசால் வடை இரண்டு வாங்கிக்கொண்டு போய் அம்மாளிடம் தந்தேன். இரண்டு எதுக்கு, "ஒன்றை நீங்கள் தின்னுங்கள்" என்றார் அவர். எலிக்கு ஒன்று, எனக்கு ஒன்றா? என்ன கணக்கு இது. அல்லது என்ன ஒப்புமை இது? என்னால் தின்ன முடியவில்லை. அகங்கார மாயை இது. என்னைப் போய் எலியுடன் நிகர் பண்ணுவதாவது?

சாமர்த்தியமும், அதை உண்டாக்கித் தருகிற அறிவும், அனுபவமும் கூடுவதால், விளையும் ஞானமும் மனித குலத்தின் தனிச் சொத்தல்ல. எலிகளுக்கும் அது சாத்தியம். அம்மாள் வைத்த வடையைச் சிந்தாமல் சிதறாமல் எலி தின்று, ஓய்வெடுக்கச் சென்று விட்டது. "இந்தக் காலத்து எலிகள் மகா சூட்சுமக்காரர்கள்" என்றார் அம்மாள். எல்லாக் காலத்திலும்தான். ஒரு காலத்தில் குரங்கும் எலியும் சினேகமாக இருந்தார்கள். மழைக்காலம் வந்தது. குரங்கு உணவில்லாமல் சோர்ந்து போயிருந்தது. எலி மகிழ்ச்சியாக மழையின் தாமரை இலையைக் குடையாகப் பிடித்துக்கொண்டு திரிந்தது. பெண் எலிச் சினேகிதிகளோடு சுற்றியது. "மழைக் காலத்தில் உனக்கு உணவு ஏது?" என்றது குரங்கு. எலி, குரங்கை அழைத்துப் போய் தன் வளையைக் காட்டியது. வளை நிறைய நெல் மணிகள். "மழைக் காலத்துக்காக வெயில் காலத்தில் உழைக்கிறேன்" என்றது எலி. "ஆனால், அது உழைத்துச் சம்பாதித்ததா?" என்றது குரங்கு. "எனக்காக மக்கள் உழைக்கிறார்கள்..." என்று சிரித்துக்கொண்டே சொன்னது எலி. "உழைத்தால் முன்னேறலாம் என்பது எவ்வளவு பெரிய பொய். நாம் உழைத்தால் யார் முன்னேறுவார்கள் என்று யாரும் சொல்வது இல்லை" என்றது குரங்கு. (அடடா! என்ன ஓர் ஆதாரம்)

வடையை எலி சேதாரம் செய்கூலி இல்லாமல் சாப்பிட்டது கண்டு, இதை மனித குலத்துக்கே இடப்பட்ட சவாலாக எடுத்துக்கொண்டார் அம்மாள்.

எலிக்கு விஷம் வைத்துக் கொல்வது என்று முடிவு செய்தார். நாங்கள் காப்பி சாப்பிட்டபடி எலியைக் கொல்வது பற்றி உரையாடிக்கொண்டிருந்தோம். எனக்குத் திடுமென ஒரு சந்தேகம். "நாம் பேசுவதை எலி ஒட்டுக் கேட்டுக்கொண்டிருக்காது என்பதுக்கு என்ன ஆதாரம்" என்று நான் கேட்டேன். "கேட்கும்தான். எலிச் செவி என்று கேள்விப்பட்டது இல்லையா... மிகக் கூர்மையான காதுள்ளவர்களுக்கு எலிச் செவியர் என்று தமிழ் வழக்கு." என்றார் அம்மாள்.

"தற்காப்பு முயற்சிகளை அதுவும் மேற்கொள்ளும்தானே"

"எலிகளுக்கு ஞாபக 'செல்கள்' அவற்றின் மூளைகளில் இல்லை. அது நமக்கு சாதகம்."

இப்போதெல்லாம் எலிப்பாஷாணம் விற்றுக்கொண்டு யாரும் தெருவில் வருவது கிடையாது. ஒரு பெரிய வார்னிஷ் அடித்த துணியில் ஆறு படங்கள் போட்ட விளம்பரத்தைத் தொங்கவிட்டுக்கொண்டு எலிப்பாஷாணம் விற்கிறவர்கள் வருவார்கள். நான் பார்த்த ஒரு வியாபாரி. தலையில் தலைப்பாகைக் கட்டி இருப்பார். அழுக்கு வெள்ளை ஜிப்பா, வேட்டியில் இருப்பார். கரகரத்த வினோதக் குரல் அவருக்கு. எலித் தொல்லையா, எதை வைத்தாலும் தின்று போகிறதா, சாமான்களை உருட்டுகிறதா, வீட்டுக்குள் வளை தோன்றுகிறதா, ஒரு பிடிச்சோற்றில் ஒழிந்தது தொல்லை என்றபடி பேசிக்கொண்டே நடப்பார். நாங்கள் சிறுவர்கள், அவருடனே நடப்போம். முதல் படத்தில் ஒரு பெருச்சாளி உலகத்தைத் துச்சமாகப் பார்த்தபடி இருக்கும். இரண்டாம் படம், பானைக்குள் தலையை விட்டு எதையோ தின்னும். மூன்றாம் படத்தில் ஒரு நடுவயது அம்மாள் கோபத்தோடு எலியைப் பார்ப்பார். நாலாம் படத்தில் சோற்றோடு மஞ்சள் நிற எலிப் பாஷாணத்தைக் கலப்பார். ஐந்தாம் படத்தில் எலி மகிழ்ச்சியோடு வாலை 'ஷீ' மாதிரிச் சுழித்துக்கொண்டு பாஷாணம் கலந்த உணவைச் சாப்பிட்டுக்கொண்டிருந்தது. தட்டில் வைக்கப்பட்ட சோற்றின் மேல் 'பாஷாணம்' என்று எழுதப்பட்டிருந்தது. ஆனாலும், எலிக்கு தமிழ் தெரியாதோ என்னமோ, அதைப் பற்றிக் கவலையே படாமல் சாப்பிட்டுக்கொண்டிருக்கிறது. ஆறாம் படத்தில், கால்களும் கைகளும் வானத்தைப் பார்க்கும்படி எலி செத்துக் கிடக்கிறது.

கடையில் விற்கிற பாஷாணப் பாக்கெட்டை வாங்கி வந்து சோற்றில் கலக்கத் தொடங்கினார் அம்மாள். வெறும் சோற்றில்தான் கலப்பதா என்றேன். "பின் என்ன, குழம்பு, ரசம், கூட்டுக் கறி போட்டுப் பிசையணுமா?" என்றார் அம்மாள்.

இரவு எனக்குத் தூக்கம் பிடிக்கவில்லை. சில சமயங்களில் உறக்கம் வரும்போது எலிக் கனவுகள் வந்தன. ஒரு லட்சம் தவறு... இப்போதெல்லாம் கோடிதான் சரி. ஒரு கோடி எலிகள் கையில் ஆயுதத்துடன் திரண்டு நிற்கின்றன. உற்றுப் பார்த்தால் அவற்றின் கைகளில் ஈட்டிகள்போல காட்சியளிக்கும் மீன் முட்கள் தெரிந்தன. மனித குலத்துக்கு எதிராக அவை யுத்தம் தொடுக்கின்றன. மனிதர்கள் சாய்க்கப்படுகிறார்கள். பெரிய பெரிய கோட்டைகள், கோபுரங்கள், மாளிகைகளில் இருந்தெல்லாம் எலிகள் சாரிசாரியாக வருகின்றன. அவைகளுக்கும் சொந்தமாகக் கோட்டைகள், கொத்தளங்கள், கொடிகள் எல்லாம் இருந்தன. எல்லாரும் தம் வாயில் ஒரு

பிரபஞ்சன் ★

'மைக்கை' கவ்விக் கொண்டு பேசியபடியே இருந்தன. கூர்ந்து கவனித்தால் மட்டுமே தெரியும்படி, அவற்றின் வாயே 'மைக்காக' ஒலிபெருக்கியாக இருந்ததைக் காணமுடிந்தது.

"எதன் மீது யாரை எதிர்த்து உங்கள் யுத்த சன்னம்?" என்று கேட்டேன்.

"உங்களையும், உங்கள் அறங்கள், சட்டங்கள், நீதிகள், விழுமியங்கள் அனைத்தையும் எதிர்த்து"

"நீங்கள் மட்டுமா, நாங்களும் கூடத்தான்" என்றேன் நான்.

விடிந்தது. தெருவில், மனிதர்களுடன் வெளிச்சமும் நடந்தது. இரவு, கனவுகள் உச்சம் பெறுகிறது. விடிந்ததும், உக்கிரம் சாந்தமடைகின்றது.

வெள்ளை அறிக்கையின் இறுதிப் பகுதியை நாம் நெருங்குகிறோம்.

எலி, மரண தண்டனையிலிருந்து தப்பித்துக்கொண்டது. எலிகளின் மேல் கொலைவெறி கொண்டிருந்த அம்மாள், அதற்குச் சற்றுக் குறைவான கோபம்கொண்டிருந்த நானும், எலி என்கிற ஜீவன் எங்களோடுதான் வாழ்கிறது என்ற உண்மையை ஒப்புக்கொண்டோம். அல்லது எலிகளோடுதான் வாழ்கிறோம் என்ற யதார்த்ததை நாங்களும் ஏற்றுக்கொண்டோம். எலி ஒரு வீட்டுப் பொருள் ஆயிற்று. எலி, பகலில் எங்களோடு அதன் போக்கில் வாழ்ந்தது. என் எழுது மேசையில் உட்கார்ந்து ஜன்னல் வழியாக வானத்தைப் பார்த்துக்கொண்டு காலம் கழித்தது. எங்கள் முன்னாலேயே, வனத்தில் உலவுவதுபோல உலவிக்கொண்டு திரிந்தது. அம்மாள் அதற்கென்று உணவுத் தட்டும், ஒரு பழைய கிண்ணத்தைத் தண்ணீர்க்காகவும் ஏற்பாடு செய்தார். உணவுப் பொருள் பங்கீட்டு அதிகாரியின் அலுவலகத்திலிருந்த ஓர் அலுவலர் கணக்கெடுப்புக்கு அன்று வந்திருந்தார். அவரிடம் அம்மாள், என் பெயர் மற்றும் வயது பற்றிச் சொல்லிக்கொண்டிருந்தது அறையில் இருக்கும் எனக்கும் கேட்டது.

"கிருஷ்ணமூர்த்தி, வயது 64"

"உத்தியோகம்?"

"எழுத்தாளர்"

"சரி, தொழில்?"

"அதுதான்"

"சாப்பிட, ஜீவிக்க என்ன தொழில் செய்கிறார்? அதைச் சொல்லுங்கள்!" நான் வெளியே வந்து பிரச்சனையை ஒழுங்கு செய்தேன். என் மனைவி, குழந்தைகள், தன்னைப் பற்றி எல்லாம் சொல்லிய அம்மாள், கடைசியாக "மூஷிகன்" என்றார்.

"வயசு?"

"தெரியாது"

அதிகாரி என்னைப் பார்த்தார்.

"ஒன்று, ஒன்றரை என்று எழுதிக் கொள்ளுங்கள்"

"ஓ... குழந்தையா. பெயர் புதுசாக இருக்கிறதே?" என்றார் அந்த அலுவலர். அரசு ஊழியர்கள் அத்தனை பேருமே, எப்படி இப்படி இருக்கிறார்கள்?

ஆக, இந்த விதமாக, எலி என்பது எங்களோடு, எங்கள் உணர்விலும் இயல்பிலும் வாழ்க்கையோடும் இசைந்து போயிற்று. நாளாக ஆக, நாங்கள் வேறு என்கிற பேதத்தை ஒழித்து, அபேதவாதிகளாகிப் போனோம்.

ஒருநாள் மதியம், பத்திரிகை அலுவலகத்திலிருந்து சூரியக் கடுமையோடு திரும்பி வந்தேன். பயன்தராத அலைச்சல். கதவைத் திறந்துகொண்டு உள்ளே நுழைந்து, சோபாவில் அமர்ந்தேன். என் எழுது மேசையின் பின் உள்ள நாற்காலியில் ஒரு மனிதன்போல, மனித அளவிலும் உருவிலும் ஓர் எலி அமர்ந்துகொண்டு குனிந்து, மிகத் தீவிரமாக ஏதோ எழுதிக்கொண்டிருப்பதைக் கண்டேன். என்னவாக இருக்கும் என்று அருகில் போய்ப் பார்த்தேன்.

அது, "ஒரு மனிதனைப் பற்றிய வெள்ளை அறிக்கை" என்ற தலைப்பில் என்னென்னவோ எழுதிக்கொண்டிருந்தது.

2007

சுடச்சுட ஒளிரும்

தர்மாவேசம் என்ற சொல்லை, நேற்று இரவு பத்தரை மணிவரை முத்துவீரன் கேள்விப்பட்டது இல்லை. தர்மாவேசம் மட்டும் அல்ல, நீதியின் பக்கம் நிற்றல், உன் பார்வைக்குட்பட்ட இடத்தில் ஏதேனும் அநீதி நடந்தால், அதை எதிர்த்து இயங்குதல், எப்போதும் எல்லா இடத்திலும் நீதிமானாகத் தன்னை நிலை நிறுத்துதல் போன்ற சொற்களையெல்லாம் நேற்று இரவு அண்ணா திடலில் நடைபெற்ற ஒரு மாபெரும் பொது கூட்டத்தில் ஒரு பிரமுகர் பேசக் கேட்டதுதான். இது மாதிரியான தர்மாவேசப் பொதுக்கூட்டங்களுக்கெல்லாம் செல்கிற பேர்வழி அல்லன் முத்துவீரன். தன் சகா ஒருத்தனைப் பார்க்க வேண்டிய அவசியம் கருதி அந்தப் பகுதிக்கு வந்திருந்தான் அவன். அந்தச் சகா, திடுமென வந்த உறவினர் ஒருவருடன் சினிமாவுக்குப் போயிருப்பதாகவும் வந்து சேரப் பத்து பத்தரை ஆகும் என்றும், சகாவின் மனைவி சொன்னாள். சமையல் காரியமாக இருந்தாள் போலும். கையில் கரண்டியுடன் வந்து, பிறகு அதை மறைத்துக்கொண்டு பேசினாள்.

அப்போது மணி எட்டரை ஆகி இருந்தது. கை நிறைய நேரம் இருந்தது அவனுக்கு. அப்படியே சுற்றிவிட்டு வந்து, பத்தரைக்கு மேல் சகாவைப் பார்த்துவிட்டுச் செல்லலாம் என்று அவன் நினைத்ததுதான் வினையின் தோற்றமாகிப் போனது. இளங்கோ அடிகளின் பாஷையில் சொன்னால் 'ஊழி உறுத்து வந்து ஊட்டும்.' சைக்கிளை உருட்டிக்கொண்டு வந்தவனின் கவனத்தை அண்ணா திடல் கூட்டம் கவர்ந்து கண்சிமிட்டிக் கூப்பிட்ட அழைப்பை ஏற்றுக்கொண்டான். சைக்கிளை மரத்தின் மறைவில் நிறுத்தி பலமான பூட்டைப் பூட்டிச் சாவியைப் பாக்கெட்டில் போட்டுக்கொண்டு மண்ணைக் கூட்டி அமர்ந்தான். மேடை தெளிவாகத் தெரிந்தது. மேடையில் பெரும்பாலும்

பளீரென்ற வெள்ளையிலும், வண்ணத்துண்டு போட்டுக்கொண்டும், மத்திய வயதினர் நாற்காலியில் அமர்ந்திருந்தார்கள். ஒருவர் பேசிக்கொண்டிருந்தார். வித்தியாசமான மொழியில் அவர் பேசியது மிகவும் வேடிக்கையாக இருந்தது. அவர் மட்டும் வண்ணச் சட்டை போட்டுக்கொண்டு தாடி வைத்து இருந்தார். முகத்தில் வந்து விழும் தலை முடியை, ஒரு சிலுப்புச் சிலுப்பி மேலேற்றிக்கொண்டு அவர் பேசினார். அப்படித் தலையை உலுப்பிக் கொள்வது சிறந்த நடிப்பாக இருந்தது என்று நினைத்தபடி அதை ரசித்துக்கொண்டு அமர்ந்திருந்தான்.

அது என்ன அரசியல், அல்லது அரசியல் அற்றது என்று சொல்லிக் கொள்வதன் பேர். அரசியல் கூட்டம் என்பது அவனுக்குத் தெரியாது. அவன் மிக நல்ல பிள்ளையாக வளர்க்கப்பட்டவனாக்கும். அவன் பள்ளிக்கூடம் போகும்போது அவன் அப்பா சொல்வார். "படிப்பு, பள்ளிக்கூடம், இதைத் தவிர உன் கவனத்தில் எதுவும் பதியக்கூடாது. நீ உண்டு, உன் படிப்பு உண்டுன்னு இருக்கணும். அதான் நல்லபிள்ளைக்கழகு" முத்துவீரன் அப்பாவின் தூக்கத்தைக் கெடுத்தவன் இல்லை. படிப்பை முடித்த பிறகும், வேலைவாய்ப்புக்கு அலையவோ, நேர்காணல் என்கிற வயதான அதிகாரிகளின் விளையாட்டுகளில் கலந்துகொண்டு மனம் நோகவுமான அனுபவம் அவனுக்கு நேரவில்லை. அவன் அப்பா பார்க்க வேண்டியவர்களை முறைப்படி பார்த்து முறைப்படி செயலாற்றி, வேலையும் வாங்கிக் கொடுத்தார். சொந்த ஜாதியில் பெண் பார்த்துக் கல்யாணமும் செய்து வைத்தார். ஆக, வாழ்க்கைப் பாதையில், அவனுக்கென்று ஏற்பட்டிருந்த ராஜபாட்டையில் மாமனார் வாங்கித் தந்த ஸ்கூட்டரில் ஆனந்தமாகப் பயணித்துக்கொண்டிருந்தான். ஆபீசைத் தவிர வேறு இடங்களுக்கும் போக வேண்டும் என்றால் சைக்கிள் எடுத்துக்கொண்டு போகணும் என்கிற அளவுக்குச் சிக்கனம் அறிந்தவனாகவும் அவன் இருந்தான். சத்தம் போட்டு யாரும் பேசினார்களானால் அவனுக்குள் அச்சம் மூளும், கலவரம் சூழும் என்பது போன்று நொந்து போகிறவனாக அவன் இருந்தான். உண்மையாக இந்த மாதிரிக் கூட்டத்தில் மிகவும் தள்ளி, ஆபத்து நெருங்காத தூரத்தில் அவன் இருந்தான் என்றாலும் அவன் கலந்துகொண்டான் என்று தெரிந்தால் அவன் அப்பா வைவார். "அடி செருப்பாலே, காலிப் பசங்கள் கூடுகிற இடத்தில் உனக்கென்னடா வேலை. ஆபீஸ் விட்டா வீடு, பெண்டாட்டி, குடும்பம் என்று இருக்க வேண்டாமா?" என்று அவர் நிச்சயம் கேட்பார். அதற்கு அவன், "இல்லையப்பா, நண்பன் ஒருத்தன், புதிதாக வெளிநாட்டு செல்போன் விலைக்கு வந்திருக்கிறதாகச் சொன்னான். பார்க்கத்தான் போனேன். அந்தப் பய எங்கோ சினிமாவுக்குப் போய்த் தொலைந்தான். வந்ததே வந்தோம், இருந்து பார்த்துவிட்டுப் போயிடலாமென்று மைதானத்துக்குப் பக்கமா ஏதோ கூட்டம் நடந்துச்சுன்னு போய் உட்கார்ந்தேன். பேச்சுக் கொட்டகை, மரம் மற்றும் மதில்கள் எல்லாவற்றிலும் அழகழகான சீரியல் லைட்டுகள் எரிந்துகொண்டிருந்தன. அதைத் தொட்டு அங்கே போய் உட்கார்ந்தேன். பேச்சையாவது நான் கேட்பதாவது, கூட்டமாவது ஒன்றாவது என்று பதில் சொல்லி இருப்பான்.

ஆனால், இப்போது அவன் கூட்டத்தில் உட்கார்ந்திருக்கிறான். அவனுக்குச் சந்தோஷமாகக்கூட இருந்தது. அப்பாவுக்குப் பிடிக்காத காரியத்தைத்

தைரியமாகச் செய்துகொண்டிருக்கிறான். திடுமென சற்றுத் தூரத்தில் வேட்டியும் வெள்ளைச் சட்டையும் சற்றுக் கூன் வளைந்தும் போகிறவர் அவன் அப்பா மாதிரித் தோன்ற பயந்து பம்மி, அவர் இல்லை என்று தெளிஞ்சு அச்சம் நீங்கினான். வண்டியில் வறுகடலை விற்றுக்கொண்டிருந்தவரிடம் சென்று ஐம்பது பைசாவுக்குக் கடலை வாங்கிக்கொண்டு திரும்பி, சைக்கிள் கண் பார்வையில் இருக்கும்படியாக உட்கார்ந்தான். திருடர்கள் வெற்றி பெறுவது நம்முடைய அலட்சிய புத்தியால்தான் அல்லது அஜாக்கிரதையால்தான் என்று அப்பா சொல்வார். நாலுக்கு இரண்டு சொத்தைக் கடலை தூ... தூ என்று துப்பிக்கொண்டிருந்தான். பக்கத்தில் இருந்து சத்தம் எழுந்தது. நாலைந்து பேர்கள் கையை நீட்டி குற்றம் சாட்டுபவர்கள்போலப் பேசினார்கள். சமாதானம் செய்பவர் போலும் அல்லது சண்டையை விசிறி விடுபவர் போலும். மற்ற இரண்டு பேரும் கோரசாகப் பேசியபடி இருந்தனர். கூட்டத்தில் சிலர் இவர்களைத் திரும்பிப் பார்த்தார்கள். இவன் எழுந்தான். சைக்கிளுக்குப் பக்கத்தில் வந்து நின்றான். பூட்டைத் திறந்துகொண்டு நின்றான். பதற்றம் கூடினால் எந்த வழியாகப் புகுந்து ஓடுவது என்று பார்த்து வைத்துக்கொண்டான். போக முடியவில்லை. சண்டையின் தொனியும், அதில் பயன்படுத்தும் வார்த்தைகளும் முன்னர் அவன் கேட்காததாகவும், மிகுந்த சுவையாகவும் இருந்தது. ஊடாக, மிக வெள்ளைச் சட்டை அணிந்திருந்த பிரமுகர் என்று கருதத்தக்க நபர் அங்கே பிரவேசித்தார்.

"இங்க சவுண்டு உட்றவன் எவன்டா? கூட்டம் நடக்கிறது தெரியலை. இன்னும் ஒரு நிமிஷம் எவனாவது இங்க நின்னீங்களா வகுந்திருவேன் ஒங்கம்மாளை"

அடுத்த கணம் தகராறு செய்தவர்கள் அத்தனைப் பேரும் காணாமல் போயிருந்தார்கள். எதற்கும் இருக்கட்டும் என்று சைக்கிளைத் தன் முன்னால் பாதுகாப்பாக நிறுத்திக்கொண்டு மேடையைச் சைக்கிளின் குறுக்கு வழியாகப் பார்க்கத் தொடங்கினான். மிச்சம் இருந்த கடலைகளைக் கொறித்துக்கொண்டு, நாலா பக்கமும் கலவரம் ஏதும் ஏற்படுகிறதா என்பதைக் கண்காணித்துக்கொண்டு இருந்தான்.

அப்போது இளைஞர் ஒருவர் மேடையில் தோன்றி ஒலி பெருக்கியின் முன் வந்து நின்றார். அவன் கவனம் அவரிடம் கூடியது. இளைஞர் அவனைப்போல இருந்தார். அவனைப்போல உடுத்தியிருந்தார். மிக இயல்பாக நண்பர்களுடன் உரையாடுவதுபோல, பேசத் தொடங்கினார். அவன் அவர் பேசுவதை உன்னிப்பாகக் கவனித்தான்.

"அந்தத் தெருவின் முனையில்தான் அவர் கடை போட்டிருந்தார். செருப்பு தைக்கும் தொழில். கிழிந்ததையும் தைப்பார். புதிதாகக் கோருபவர்களுக்கும் தைத்துக் கொடுப்பார். ஒரு மதியம் யாரோ ஒரு இளைஞன் தன் ஸ்கூட்டியில் அந்தப் பக்கம் வந்திருக்கிறான். ஏதோ கவனப்பிசகாக எதிரில் வந்த ஆட்டோவுடன் மோதி வண்டியோடு கவிழ்ந்திருக்கிறான். உடனே கூட்டம் கூடி விட்டது. லேசான மோதல்தான். லேசான சிராய்ப்புதான் அவனுக்கு. ஆட்டோக்காரரும் ஏதும் தகராறு செய்யவில்லை. அவரும் நகர்ந்தார். விழுந்த இளைஞன் எழுந்து நின்று தன்னை ஆசுவாசப் படுத்திக்கொண்டான். கூட்டம் சேர்ந்ததும் நம் செருப்பு தைக்கும் தோழரும் அங்கு வந்து எட்டிப்பார்த்திருக்கிறார். விழுந்த பையன்

மேல் எழுந்த இரக்கம் காரணமாக, அவன் மேல் போட்டிருந்த சேற்றை, தூசியை, புழுதியைத் தட்டித் துடைத்திருக்கிறார். அவர் ஏன் இதைச் செய்ய வேண்டும்? ஏன்? அவர் மனிதராக இருந்தார் என்பதால்தான். கூட்டத்தைக் கலைக்க போலீஸ் வந்தது. நமது ‘உங்கள் நண்பர்கள்தான். நமது காவல்துறை நண்பர்கள்’ கூட்டத்தைக் கலைத்தது. அப்போது அந்த இளைஞன், “ஐயோ, என் மணிபர்சைக் காணோம்” என்று சொல்லி இருக்கிறான். “பணம் எவ்வளவு” என்றார்கள் நண்பர்கள். “சுமார் நானூறு ரூபாய்” என்றான் இளைஞன். நண்பர்கள் சுற்றிலும் பார்த்திருக்கிறார்கள். கிழிந்த அழுக்குச் சட்டையும், வேட்டியும் கட்டிக்கொண்டு நின்ற செருப்புத் தொழிலாளியின் மேல் அவர்கள் கவனம் சென்றுள்ளது. அவர்தான் திருடர் என்று முடிவு கட்டிவிட்டார்கள். ஏழைகள் மேல் எதுவும் சொல்லலாம்தானே. அங்கேயே அவரை, அடித்து உதைத்தார்கள். காவல் நிலையத்துக்குள் இழுத்துச் சென்று மேலும் அடித்து உதைத்துக் காவலில் வைத்தார்கள். புருஷனைக் காவலில் வைத்துள்ள சேதி அறிந்து, அவர் மனைவி இருட்டும் நேரத்துக்கு உணவை எடுத்துக்கொண்டு வந்திருக்கிறார். அந்தக் காவல் நிலைய அதிகாரி, அந்தப் பெண்ணைத் தன் வண்டியின் பின்னால் வைத்துக்கொண்டு, ஊரே பார்க்க ஊருக்கு வெளியே இருக்கும் தோப்புக்குப் போய் சேர்ந்திருக்கிறான். அங்கு அந்தப் பெண்ணைப் பாலியல் வன்முறைக்கு ஆளாக்கி இருக்கிறான். செய்தி அறிந்து அந்தப் பெண்மணியின் உடன் வாழும் மக்கள், நீதி கேட்டுக் காவல் நிலையத்தை முற்றுகை இட்டிருக்கிறார்கள். அதற்கு அந்த அதிகாரி ‘நண்பன்’ மக்களைச் சுட உத்தரவு இட்டிருக்கிறான். பாலியல் கொடுமைக்கு ஆளான அந்தப் பெண்மணி நினைவு இழந்து பொது மருத்துவமனையில் சேர்க்கப்பட்டிருக்கிறார். காவல்துறை மேல் அதிகாரி நண்பர்கள் வழக்கைத் திசை திருப்ப முயல்கிறார்களாம். இனி நீதிக்குக் குரல் கொடுக்கும் பொறுப்பு யாரிடம் இருக்கிறது? உங்களிடம். என்னிடம். நாம் என்ன செய்யப் போகிறோம்? யாருக்கோ என்று இருப்பீர்கள் என்றால், கொடுமையின் கரங்கள், உங்கள் வீட்டுக் கதவைத் தட்டி, உங்கள் வீட்டுப் பெண்கள் மேல் படராது என்பது என்ன நிச்சயம்? உங்கள் சகோதரி, உங்கள் மனைவி மேல் காமக் கொடூரத்தின் நிழல் படரும்வரை நீங்கள் காத்திருக்கப் போகிறீர்களா, என்ன...? நாம் மனிதர்கள்தாம் என்பதை எப்போது எப்படி நிரூபிக்கப் போகிறோம்?”

முத்துவீரன் சைக்கிளைத் தள்ளிக்கொண்டு நடந்தான். ஏறி உட்கார்ந்து மிதித்துக்கொண்டு போகும் மன நிலையில் இல்லை. அந்தப் பேச்சாளர் பேச்சு அவனை வெகுவாகப் பாதித்திருந்தது. இதுபோன்ற கூட்டங்களுக்கு அவன் வந்தது இல்லை. நடிகர்கள் கலந்துக்கொள்ளும் கூட்டங்கள் ஒன்றிரண்டுக்கு அவன் போய், பார்த்து விட்டு வந்திருக்கிறான். நாம் உண்டு நம் வேலை உண்டு. அங்கும் இங்கும் நடப்பதில் நமக்கென்ன அக்கறை என்று இருந்தவன், பொருள்காட்சி அரங்குகளில் நடக்கும் ரெக்கார்ட் டான்சுகளுக்கு பயந்து பயந்து போனதுண்டு. அது வேறு. மார்க்கம் வீராம்பட்டிணத் திருவிழாக் கூட்டம் பார்க்கப் போனதுண்டு. இது போன்ற மனசுக்குள் பாரமேற்றும் கூட்டப் பேச்சை அன்றுதான் முதல் முதலாகக் கேட்டிருக்கிறான். பாவம் அந்தப் பெண் அதிகார ‘நண்பரால்’ குதறப்படும்போது என்னவெல்லாம் நினைத்தாளோ, எப்படியெல்லாம் கதறினாளோ? அந்தச் செருப்பு தைக்கும்

மனிதர் செருப்பு தைக்கும் தொழில் செய்கிறார் என்பதனாலேயே, அவர் நடைபாதைக் கடை ஏழை என்பதனாலேயே, தாழ்த்தப்பட்ட சாதிக்காரர் என்பதனாலேயே திருடர் ஆகி விடுவாரா? குற்றம் செய்தவர் தண்டிக்கப்படுவாரா? குற்றம் செய்தவர்கள் எல்லாம் தண்டிக்கப்படுகிற நீதிமுறைதான் இந்த நாட்டில் நிலவுகிறதா? குற்றம் செய்கிற சூழலே இல்லாமல் ஆக்கும் சமூகம் பற்றி ஆட்சியாளர்கள் எப்போதேனும் சிந்தித்து இருக்கிறார்களா? அந்தப் பேச்சாளர் எழுப்பிய எண்ணற்ற கேள்விகள் எல்லாம் அவனைக் குடைந்துகொண்டிருந்தன. தெரு நீண்டு நீண்டு போய்க்கொண்டே இருந்தது. விளக்குக் கம்பங்கள் இருந்தன. வெளிச்சம் இல்லை. வீடுகளில் இருந்து வெளிவந்து வீதியில் விழுந்த வெளிச்சத்தின் துணையில் அவன் நடந்தான். அந்த ஊரில் நாய்கள் நிறைய இருந்ததை அவன் மீண்டும் உணர்ந்தான். நிறைய நாய்கள் தெருவில் படுத்துக் கிடந்தன. தரையில் தலைவைத்துப் படுத்திருந்த அவை நிமிர்ந்து அவனைப் பார்த்து, எந்த எதிர்வினையும் புரியாமல் மீண்டும் படுத்துக்கொண்டன. நாய்கள், மனிதர்கள் பற்றி என்ன நினைக்கும்?

அலுவலகம் போகும் வழியில் அஜந்தா திரைப்பட அரங்கின் அருகில் சைக்கிளை நிறுத்தி, சுற்றுமுற்றும் மிக விழிப்புடன் கண்காணித்து வில்ஸ் சிகரெட் ஒன்றை வாங்கிப் புகைத்துவிட்டு, வாசனை தெரியாமல் இருக்க மின்ட் மிட்டாயை வாயில் போட்டுக்கொண்டு செல்வது வழக்கம். எதிரில் ஒரு காவல் நிலையம். வாசலில் இரண்டு காவலர்கள் நின்று பேசிக்கொண்டிருந்தார்கள். காவல் நிலையச் சுவரில் வரிசையாகக் காக்கைகள் அமர்ந்து ஓய்வுகொண்டிருந்தன. அல்லது யோசித்துக்கொண்டிருந்தன. நடந்தும் வாகனங்களிலும் மக்கள் கடந்துகொண்டிருந்தார்கள். அவனைப்போலவே சோற்றுக்கு உழைக்கப் போகிறவர்கள். காவல் நிலைய வாசலில் ஒரு பெண் தூக்குப் பாத்திரம் ஒன்றை வைத்துக்கொண்டு நின்றிருந்தாள். அவனுடைய கணவன், நிலையத்துக்குள் இருப்பானாக இருக்கும். ஏழைகளைக் கசக்கி நீதிச் சாறு பிழிந்துகொண்டிருப்பார்களாக இருக்கும். சீருடை அணிந்த மாணவர்கள், பெரும் சுமையோடு தளர்வாக நடந்துகொண்டிருந்தார்கள். சிகரட் சுகமாக இருந்தது. இதைக் கூடாது என்கிறார், அந்த அதிகாரத்தில் இருப்பவர். எல்லாவகையிலும் எல்லாவற்றையும் அவசரம் அவசரமாக நிரப்பிக்கொண்டே நிரம்பியவர்கள் உபதேசம் பண்ணக் கிளம்பி விடுகிறார்கள். காலை இட்லிகள் (இரண்டாயிர வருஷ வடிவம் மாறாத உணவு) அப்பா சொல்படி பஞ்சாகவும் மல்லிகையாகவும் வாய்த்திருந்தது. வாகாகச் சட்னியும் அதன் பிறகு அசலான காப்பி உள்நாக்கில் கசக்கும் சுடும் பில்டர் காப்பி. அப்புறம் சிகரட். அவன் பார்த்துக்கொண்டிருந்தபோது அவனை விடவும் ஓரிரண்டு வயது குறைவாகக் காட்சியளித்த இளைஞன் ஒருவன், தன் ஸ்கூட்டரில் காவல் நிலையத்தைக் கடந்து சில அடிகள் சென்று நிறுத்தி, வண்டியை நிறுத்த இடம் பார்த்தான். அதே நேரம் நிலையத்துக்குள்ளிருந்து வெளியே வந்த மக்களின் நண்பன் இளைஞனை அழைத்தான். இளைஞன் வண்டியைப் பூட்டிக்கொண்டு அழைத்தவன் அருகில் வந்து நின்றான்.

அழைத்தவன் “இது ஒன்வே தெரியுமா?” என்றான். இளைஞன், “தெரியும் சார். அதனாலேதான் வண்டியை ஓரமா நிறுத்தினேன்” என்றான்.

“இல்லை. இந்தத் தெரு தோ... அந்தத் திருப்பத்தில் ஆரம்பிக்குது. அதிலிருந்தே நீ ஒன்வேயில் வந்திருக்கே. என்னைப் பார்த்ததும், நைசா நிறுத்திப் பூட்டிவிட்டு வர்ற மாதிரி பாவலா காட்டறே...”

“இல்லை சார். எனக்கு இந்தப் பக்கம் வேலை இல்லை. எதிர்ப்பக்கம்தான் பஜாருக்கு போகணும். அங்க வண்டியை நிறுத்த முடியாது. அதனால இந்தப் பக்கம் நிறுத்தலாம்னு வந்தேன்.”

“அப்படீன்னா அந்த முனையிலேயே வண்டியை நிறுத்தித் தள்ளிக்கிட்டு வந்திருக்கணும். சும்மா டபாய்க்காதே”

“இல்ல சார். சத்தியமா அப்படி இல்லை.”

“லைசன்ஸ் இருக்கா? எடு”

அந்த இளைஞன் வண்டியின் அருகில் சென்று சில தாள்கள் நோட்புக்குகளோடு திரும்பினான். அதிகார நண்பர் அனைத்தையும் வாங்கிப் பார்த்தார். துரதிருஷ்டமாக எல்லாம் சரியாக இருந்தன. என்ன சங்கடம்!

“தேவையான தாள்கள் எல்லாம் இருப்பதனாலேயே நீ யோக்யன் ஆயிட முடியாது. ஒன்வேயில் வரக்கூடாதுங்கறது சட்டம். அந்தச் சட்டத்தையே நீ மீறி இருக்கே. சட்டத்தை மீறுவது எவ்வளவு பெரிய தப்பு தெரியுமா? அரசாங்கச் சட்டத்தை மீறுவது என்கிறது அரசை மீறுகிற மனோபாவம். திட முடிவு. அரசை எதிர்ப்பது என்பது காவல் மற்றும் நீதிதுறை ஆகியவைகளை எதிர்ப்பது. நீ செய்தது சாதாரணக் குற்றம் இல்லை”

அந்த இளைஞன் பதைபதைப்புடன் சொன்னான். “சார் நான் அந்த மாதிரியெல்லாம் நினைக்கிறவன் இல்லை. சும்மா பஜாருக்கு”

“பஜாருக்கு என்ன வெண்டைக்காய் விவகாரத்துக்காக வந்தாய்?”

“ஜட்டி வாங்க வந்தேன்”

“என்னது?”

“போட்டிருக்கிற ஜட்டி கிழிஞ்சு போச்சு சார். புதுசா வாங்கலாம்னு பஜாருக்கு வந்தேன்.”

அதிகார நண்பர்க்கு முகம் சுருங்கிப் போயிற்று. சுதாரித்துக்கொண்டு தொடர்ந்தார். “என்னை நீ இழிவு பண்ணுகிறாய். அதைச் சொல்வதன் மூலம் வேறுவேறு சமாசாரங்களை நினைவுபடுத்தி பிரச்சனையின் கடுமையை மட்டுப்படுத்தலாம் என்பது உன் தப்புக்கணக்கு. மேற்படி பொருளை வாங்கத்தான் நீ வந்தாய் என்பதை ஒரு விவாதத்துக்காக நான் ஏற்றுக்கொண்டாலும் நாகரிகச் சமுதாயத்தில் வாழ்கிற நீ, நாகரிகமாகப் பேன்ட்டும் நானூறு ரூபாய் பெறுமானமுள்ள டீ சர்ட்டும் அணிந்துள்ள நீ, அதுக்குச் சற்றும் ஒவ்வாதபடி அசிங்கமான பொருளை, ஒரு சமூக ஊழியனான எனக்கு எவ்வாறு ஞாபகப்படுத்தலாம். ஜட்டி என்பதுக்குப் பதிலாக பனியன் என்ற வார்த்தையை நீ ஏன் பயன்படுத்தி இருக்கக்கூடாது. அது மேலான வார்த்தை அல்லவா?”

“மேல் கீழ் என்பதெல்லாம் நம் மனத்தில்தான் இருக்கிறது. உடம்பில் மேலாக உள்ளதும் கீழாக உள்ளதும் சரிசமமான பங்கைத்தானே உடலியக்கத்தின்போது வகிக்கிறது. காதில் வலி வந்தாலும் காலில் வலி வந்தாலும், அல்லது

எந்த உறுப்பில் வலி வந்தாலும் வலி, வலியாகத்தானே இருக்கும். இதிலே மேலாவது கீழாவது? மேல், கீழாவதும் கீழ் மேலாவதும் உலக நடைமுறையில் இருக்கின்ற சங்கதிகள்தானே? தவிரவும் பனியன் மற்றும் ஜட்டி முதலான உள்ளாடைகள் ஒரே வகை துணியால் ஆகின்றவைதானே?"

அதிகார நண்பன் தன் கைக்குட்டையை எடுத்து முகத்தைத் துடைத்துக் கொண்டான்.

"உலகத்திலேயே உன்னைப்போல ஒருத்தனை நான் கண்டதே இல்லை. கடவுளே என்ன நெஞ்சழுத்தம் இருந்தால், ஒரு சட்டம் ஒழுங்கு காக்கிற நீதிமானிடம் ஆபாசமாகப் பேசத்துணிகிறாய்?"

"ஆபாசமா, நான் அப்படி ஒன்றும் பேசவில்லையே"

"உடலியக்கம் கீழே, ஜட்டி கீழே மேலாகிறது. மேல் கீழ் ஆகிறது என்கிற வார்த்தை எல்லாம் ஆபாசம் அன்றி வேறென்ன? உன்னை என்ன செய்தால் தகும்? ஒரு மரியாதைக்குரிய அதிகாரியிடம், ஆபாசமாகப் பேசினதுக்கு என்ன தண்டனை தெரியுமா? மு. மு. சட்ட விதிகளின் படி மூன்று ஆண்டுகள் கடும் சிறை, மற்றும் ஐம்பதினாயிரம் ரூபாய் அபராதம். மற்றும் ஒருவழிப் பாதையில் வந்தமைக்காக ஆயிரம் ரூபாய் அபராதம் தெரியுமா? எங்கே சாவியைக் கொடு"

இளைஞன் சாவியைக் கொடுத்தான். அவன் பயந்து போயிருந்தான். "என்ன காவல் நிலையத்துக்குள் வருகிறாயா, முதல் தகவல் அறிக்கை பதிவு செய்யப் போகிறேன். மூன்று ஆண்டுகள், ஐம்பதினாயிரம் ரூபாய்."

"சார்... சார், தப்பு பண்ணிட்டேன். ஒருவழிப் பாதையில் வந்தது தப்புதான்" என்றான் இளைஞன்.

காவல் நிலையத்துக்குள் புகுவதுபோல இரண்டடி எடுத்து வைத்தான். ஆனாலும் உள்ளே போகவில்லை அதிகாரி. மாறாகத் திரும்பி, "ஒரு வழி மீறலை மன்னிக்கலாம். ஆனால்... அந்த ஆபாசப் பேச்சு" என்றான்.

"சத்தியமா நான் அப்படியெல்லாம் நினைச்சுப் பேசலை சார்." அதிகாரி, வானத்தைப் பார்த்தான். முகத்தில் அருள் வந்து உட்கார்ந்தது. அருள் என்பது அன்பின் குழவி.

"பார்த்தா நல்ல பையன் மாதிரி இருக்கே. வாய்தான் ஜாஸ்தி. யார் வீட்டுப் பையன் நீ?"

"மணிக்கூண்டுக்குப் பக்கத்தில் மரச்சாமான் கடை வைத்திருக்கிறார் அப்பா. கலைமகள் மரப்பொருள் அங்காடி."

"ஓ... அதுவா. எனக்குத் தெரியுமே. பிள்ளை மேசை நாற்காலி வேணும்னு கேட்டான். செட் என்ன விலையாகும்."

"அது அளவைப் பொறுத்தது சார்."

"சாதாரண சைஸ்."

"நாலாயிரத்திலிருந்து பத்து பதினைந்துவரை போகும்."

"நாளைக்கு எத்தனை மணிக்குக் கடையில இருப்பே.?"

"நான்தான் கடையைப் பார்த்துக்கிறேன்."

“நல்லதாப் போச்சு... சரி பணம் எவ்வளவு இருக்கு பையில?”

“ஜட்டி வாங்கணும்னு இருநூறு ரூபாய் மட்டும் எடுத்து வந்தேன்.”

“நல்ல ஜட்டி, அம்பது ரூபாய்க்குக் கிடைக்குமே. ரெண்டு போதாது? அப்பப்போ பஜார்க்கு வந்து ஒன்னொண்ணு வாங்கிட்டுப்போலாமே? எனக்கு நூறு ரூபாய் கொடுத்துடு”

இளைஞன் இப்போது தயங்கவில்லை. உடனடியாக ரூபாய் கொடுத்து சனியனிடம் இருந்து விடுதலை பெற்று விடலாம் என்று நினைத்துக்கொண்டு நூறு ரூபாயை ‘நண்பனி’டம் தந்து விட்டுச் சாவியைப் பெற்றுக்கொண்டு தன் வண்டியை நோக்கிச் சென்றான்.

“மிஸ்டர் நில்லுப்பா” என்றது ஒரு குரல். இளைஞன் திரும்பினான். நம் முத்துவீரன் வெற்றிகரமாக அரங்கில் பிரவேசித்தான்.

இளைஞன் விழித்தபடி இவன் பக்கம் வந்தான். அதிகாரி நண்பன் என்ன நடக்கிறது என்று நினைத்தபடி இருவரையும் பார்த்துக்கொண்டு நின்றான். முத்துவீரன், நண்பனைப் பார்த்து “இவர்கிட்ட வாங்கிய பணத்தைத் திருப்பிக் கொடுங்க” என்றான். இது மாதிரி ஒரு பேச்சை இப்படியான கறார்த் தொனியில் கேட்டுப் பழக்கம் இல்லாத நண்பன், திகைத்தும் பயந்தும் போனான். வெளிக்காட்டிக் கொள்ளாமல் “நீ யார்?” என்றான்.

முத்துவீரன் “நான் குடிமகன். சட்டம், நீதி, நியாயம், மனிதத்தனம் ஆகியவற்றை மதிப்பவன். முதல்ல பணத்தை அவன்கிட்ட கொடு” என்றான்.

திகைப்பிலிருந்து மீளாத நண்பன், பணத்தை இளைஞனிடம் தந்தான். வண்டியைப் பிடுங்கி, ஓரமாக நிறுத்திப் பூட்டினான். இளைஞனைப் பார்த்து, “நீ உள்ளே வா” என்று அவனைத் தள்ளிக்கொண்டு காவல் நிலையத்துக்குள் சென்றான். அங்கு இவனைப்போல இரண்டு மூன்று பேர் மேசைக்கு முன் உட்கார்ந்திருந்தார்கள். நண்பன் ஒரு மேசையில் அமர்ந்து கிறுகிறு என்று எழுதினான். “உன் முகவரி என்ன?” என்றான். பிறகு ஒரு சீட்டைக் கிழித்து அவனிடம் தந்தான். பிறகு “நீ போகலாம்” என்றான். இளைஞன், முத்துவீரனைக் கோபம் வெடிக்கப் பார்த்தான். அவனருகில் வந்து “உன் வீட்டு எழவா இது? பிரச்சனையைப் பெரிசாக்கிட்டியே. உன் வேலையைப் பார்த்துவிட்டுப் போனா என்ன?” என்று சொல்லிவிட்டுப் போனான்.

முத்துவீரனைக் கவனித்த நண்பன், “என்ன எதுக்கு ஸ்டேஷன் உள்ள வர்றீங்க?” என்றான். தன் சகாவைப் பார்த்த எல்லாவற்றுக்கும் பயந்து பயந்தே வாழ நிர்ப்பந்திக்கப்பட்ட அவர்கள், இவனைக் கண்டும் பயந்தார்கள். புலனாய்வுப் பத்திரிகையாளனாகவோ, அரசியல் செல்வாக்குள்ளவனாகவோ இருக்கக் கூடும் என்பது அவர்களது அனுமானம்.

“நீங்க நடந்துகிட்டது சரி இல்லை. அவர் ஒன்றும் தப்புப் பண்ணலை. ஒருவழிப்பாதை தொடங்கிற இடத்திலேயே அவர் நின்று வண்டியைத் தள்ளிக்கொண்டுதான் வந்திருக்கிறார்.”

“நீங்க பார்த்தீங்களா?”

“பார்த்ததால்தான் சொல்றேன். அவனை மிரட்டிப் பணம் வசூலிக்க இருந்தீங்க. நான் தலையிட்டதால இதைக் கேசா ஆக்கிட்டீங்க. உங்களைத் தட்டிக் கேட்க ஆள் இல்லைன்னு நினைக்கிறீங்களா?”

நண்பனும் அவன் சகாக்களும் பதற்றத்துக்கு உள்ளானார்கள். பெரிய அதிகாரி வரும் நேரம். நண்பனின் சகா எழுந்து முத்துவீரன் பக்கமாக வந்து நின்றான்.

"உன் பேர் என்ன?"

"முத்துவீரன்"

"எங்க வேலை பார்க்கிறே?"

"கூட்டுறவுத் துறையில"

"என்னவா இருக்க?"

"கிளார்க்காக"

"இங்க தகராறு பண்ண வந்திருக்கியா?"

"இல்லை. லஞ்சம் வாங்குவது, மாமூல் கேட்கிறது, ஏழை பாழைகளை மிரட்டிப் பிடுங்கறது இதெல்லாம் மனிதத் தனம் இல்லைன்னு சொல்லிட்டுப் போக வந்தேன்."

"நீ இன்னா பெரிய பிஸ்தாவாடா?" என்றபடி வலது கையை ஓங்கினார். விழுந்த அறையில் சில கணங்கள் கண்கள் இருட்டைப் பார்த்தன. இருட்டில் யாரோ கொத்துப் பொரிகடலையைத் தூவியதுபோல இருந்தது. நாற்காலியில் விளிம்பைப் பிடித்துக்கொண்டு தட்டுத் தடுமாறி நின்றான். நண்பனின் இன்னொரு சகா, தன் பங்குக்கு ஏதேனும் செய்ய வேண்டும் என்று நினைத்து, தன் பலத்தை முத்துவீரன் மேல் பிரயோகம் செய்தான். சட்டைக் கிழிந்து அவன் தரையில் இருந்து எழுந்து நிற்கையில், மீண்டும் ஒரு சகா, அவனைப் பின்பக்கம் இருந்து தாக்கினான்.

அவன் கீழே விழுந்தபோது வேறு ஒன்றும் சரிந்து விழுந்தது. அரசு அலுவலக ஊழியன், வசதியான வீட்டுப் பிள்ளை ஆங்கிலம் தெரிந்தவன், கௌரவமான தோற்றம் கொண்டவனாகிய தன்னை, நண்பர்கள் அடிக்கமாட்டார்கள் என்று கருதி இருந்த அவனது கற்பனை ஒரு பந்துபோலத் தரையில் விழுந்து உருண்டு ஓடியது. அவனே தரையில் ஓடிக்கொண்டிருந்தான். அடுத்த சில நிமிடங்களில் அவன் ஜட்டியோடு கம்பிக்குள் அமர வைக்கப்பட்டான். சற்றேறக்குறைய உணர்வு அற்ற நிலைக்கும் சென்றுவிட்டான். சற்று நேரத்துக்குப் பிறகு அவனை வெளியே அழைத்து வந்து, அதிகாரி முன் நிற்க வைத்தார்கள். மத்திய வயது உடையவராக இருந்தார். அவர் அவன் பெயர், உத்தியோகம், அப்பா பெயர், முகவரி அனைத்தையும் விசாரித்தார்.

"எந்த அரசியல் கட்சியில் இருக்கிறாய்?"

"எனக்கு எந்த அரசியல் சார்பும் கிடையாது."

பின் இருந்து ஒரு நண்பர் அவன் கழுத்தில் அறைந்து "ஐயான்னு சொல்லுடா" என்றார்.

தீவிரவாதியா, நக்சலைட்டா என்பதுபோலப் பல விசாரணைகள் அவனிடம் நடத்தப்பட்டன. அவன் பணி செய்யும் அலுவலக அதிகாரியுடன் இந்த அதிகாரி பேசினார். பிறகு "உட்கார்" என்றார். அவன் தந்தையின் பெயரைச் சொல்லி, "அவர் மகனா நீ" என்று கேட்டார்.

“ரொம்ப அடக்கமானவன் என்று உன் உயர் அதிகாரி சொல்றார். எதற்கு இந்த அடாவடித்தனம்.”

முத்துவீரனுக்கு இவரிடம் பேசலாம் என்று தோன்றியது.

“என் கண்முன்னால் அக்ரமம் நடக்கிறது. நான் எப்படிச் சும்மா இருப்பது?”

“என்ன அக்ரமம்?”

“சும்மா போற ஒரு இளைஞனைக் கூப்பிட்டு அவனை மிரட்டுவது. அவன் குற்றம் செய்தவனாக நம்பவைத்து அவனது மனநிலையைச் சிதைக்கிறது. பணம் கேட்டுப் பிடுங்குவது...”

“அரசு அதிகாரிகளின் அலுவல்களில் நீ குறுக்கிட்டு அவர்களைப் பணி செய்ய விடாமல் தடுப்பதாக உன் மேல் குற்றச்சாட்டுப் பதிவாகிடும் தெரியுமா? உனக்கெதுக்கு இந்த வீண் வேலை. உன்னிடம் யாராவது பணம் கேட்டுத் தொந்தரவு செய்தார்களா? உன் வேலையைப் பார்த்துக்கொண்டு போக வேண்டியதுதானே?” என்று மிகத் தன்மையாகப் பேசினார் அந்தப் பெரிய அதிகாரி.

அப்பாவும் இப்படித்தான் பேசுவார். “நீ உண்டு உன் வேலை உண்டு. நாம் பிழைக்க என்ன வழி.”

அவன் நிறைய பேச வேண்டும் என்று விரும்பினான். கோவையாக வார்த்தைகள் உருவாகவில்லை. வார்த்தைகள் புறப்பட்ட இடத்திலேயே கலைந்து விடுகின்றன. பெரிய அதிகாரியின் செல்பேசி அவரை அழைத்தது. “இதோ புறப்பட்டு வர்றேன் சார்” என்றபடி புறப்பட்டார். நண்பர்களுக்கு சில யோசனைகள் சொல்லிவிட்டுப் புறப்பட்டார். அவன் மீண்டும் ஜட்டியோடு கம்பிக்குப் பின்னால் உட்கார வைக்கப்பட்டான்.

சுவர் பிசுபிசுத்தது. அழுக்காகப் பல விவரிக்க முடியாத கறைகளோடு இருந்தது. கோடுகோடாக எப்படியோ ஏற்றப்பட்ட கறைகள். இரத்தம் மாதிரியும் தோற்றம் தரும் கறைகள். சுவரில் ஒரு பல்லி கீச்சிட்டது. ஒற்றைப் பல்லி. அந்தப் பல்லி எத்தனை குற்றவாளிகளைப் பார்த்திருக்கும். குற்றம் செய்யாதவர்கள் குற்றவாளிகளாக ஆக்கப்பட்டவர்கள். குற்றம் இழைக்கத் தூண்டப்பட்டவர்கள் என்று எத்தனை பேர். அவர்கள் அழுத கண்ணீரை அது பார்த்திருக்கும்.

முத்துவீரனை முதலில் சந்தித்த நண்பன் கம்பிக்கு வெளியே நின்று அழைத்தான்.

“டீ சாப்பிடறியா முத்துவீரன்?”

இவன் ஆச்சரியத்துடன் “சரி” என்றான்.

“பேன்ட்டில் பர்ஸ் இருக்கில்லியா. பணம் எடுத்துக் கொடுத்தனுப்பறேன்.” பர்சில் பணம் இருந்தது. மிகவும் குறைவாகத்தான். ஐம்பதுக்குள்தான் இருக்கும். தேவைக்கும் மேலாகப் பணம் வைத்துக்கொள்ளக்கூடாது என்று அப்பா சொல்வார். டீ எடுத்து வந்த பையனுக்கு முன் வெறும் ஜட்டியோடு நிற்பது அவனுக்கு அவமானமாக இருந்தது. ஆனால், பையனுக்கு எந்த விகற்பமும் அவன் முகத்திலிருந்து தோன்றவில்லை. இதுபோன்ற நிலையில் பலரை அவன் பார்த்திருக்க வேண்டும். வெளிச்சத்தைக் கொண்டு மதியமாக

இருக்கும் என்று தீர்மானித்தான். வெளியே பேச்சுக் குரல் கேட்டது. அதிகாரியுடன் மற்றும் இரண்டு மூன்று குரல்கள் கேட்டன. அதில் ஒன்று மிகவும் பரிச்சயப்பட்ட குரலாக இருந்தது.

நண்பன், அவன் ஆடைகளை எடுத்துத் தந்து உடுத்திக்கொண்டு வரச் சொன்னான். அதிகாரியின் அறையில் அப்பாவும் அவன் மேல் அதிகாரி சிவாவும் இருந்தார்கள்.

“உட்கார்” என்றார் அதிகாரி.

அவன் உட்கார்ந்தான்.

“தம்பிக்கு ரொம்ப நல்ல மனசு” மிக இனிமையாக அதிகாரி பேசத் தொடங்கினார்.

“இளகின மனசு. எல்லார்க்கும் உதவணும்கிற நல்ல மனசு. எவனுக்கும் இப்பல்லாம் இருக்குங்கிறீங்க. ஒரு நாய்க்கும் இல்லை சார், இதோ ஆபீசரே தம்பியைப் பத்தி நல்ல அபிப்பிராயம் சொல்லிட்டார். ஆனாலும், நம்ம ஆளுங்க எவன்கிட்டயோ என்னவோ பேசிக்கிட்டு இருந்தா தம்பிக்கு என்ன வந்தது. கண்டும் காணாமே போக வேண்டியதுதானே. என்னதான் இருந்தாலும் இவன்களும் அரசாங்கத்துல இருக்கிறவன்க இல்லையா? அதுவும் காவல்துறை, மிரட்டி நாலு தட்டுத் தட்டித்தான் வேலை பார்க்க வேண்டி இருக்கு. அதுல நல்லவங்க யாரு, அயோக்கியனுங்க யாருன்னும் நாம் பிரிக்க முடியறதில்லீங்க விளங்கிச்சா?

அப்பாவையும், அதிகாரியையும் பார்த்து, “காப்பி வாங்கியாரச் சொல்லட்டுங்களா” என்று கேட்டார். அரசாங்கத் துறைக் கலாசாரத்தை அப்பா, எப்படி அறிந்தார் என்று முத்துவீரனுக்கு ஆச்சரியமாக இருந்தது. அப்பா நூறு ரூபாய் நோட்டை எடுத்துத் தந்தார். ஒரு நண்பர் அதை வாங்கிக்கொண்டார். அப்படியே ஃபில்டர் வில்ஸ் ஒரு பாக்கெட்... என்று அதிகாரி, நண்பனிடம் சொன்னார். முத்துவீரன், காவல் நிலையத்தை வேடிக்கை பார்க்கத் தொடங்கினான். நிலையத்துக்குள் பச்சையாக ஒரு புல்லின் தலையும் காண்பதரிதாக இருந்தது. ஒரு செடி, ஒரு மரம், மட்டும் இன்றி ஒற்றைக் காகம்கூட மதில்மேல் இருந்து கரையக் காணோம். காக்கைகள் இல்லா இடத்தில் சிட்டுக் குருவிகள் எவ்வாறு வாசம் புரியும்? ஓய்ந்த யுத்தகளத்தில் குறைந்தபட்சம் கழுகுகளாவது இருக்கும். பாலியல் வன்முறைக்கு ஆளாக்கப்பட்ட பெண்களின் அவலக் குரல்கள் சுவரில் உறைஞ்சு போயிருப்பதுபோல் அவனுக்குத் தோன்றியது. குற்றவாளிகள் என்று சொல்லப்பட்ட நிரபராதிகளின் தீனக்குரல்கள் ஈரம் மொய்த்த அழுக்குத் தரையில் தேய்த்து கிடப்பதாகவும் அவனுக்குட்பட்டது.

“சிறுபையன் தெரியாமல் தப்புப் பண்ணிட்டான். அவனைப் பெரிய மனசு பண்ணி, நீங்கதான் மன்னிக்கணும்” என்று அப்பா மிகவும் பணிவுடன் அதிகாரியிடம் கூறினார்.

“ஆமாம் சார். எதிர்காலத்தில் நல்ல பதவிக்கெல்லாம் புரமோஷன்ல வரப்போகிறவர். அதனால இந்த முறை அவரை எக்ஸ்கியூஸ் பண்ணுங்க” என்று வேண்டிக்கொண்டார், அவன் அலுவலக அதிகாரி.

காப்பி சாப்பிட்டு ஒரு சிகரெட்டையும் பிடித்துக்கொண்டார் அதிகாரி. "நீங்கெல்லாம் ஊர்ல பெரிய மனிதர்கள். நீங்க சொல்லித் தட்டக்கூடாது. நாங்கெல்லாம் உங்களை நம்பி வாழ்கிறவர்கள். தம்பி செய்திருக்கிற காரியத்துக்கு நாங்க கேஸ் எழுதினோம்னா, முதல்ல, அரசாங்க ஊழியரை அவர் கடமையைச் செய்யவிடாமே தடுத்தது, ஒரு கௌரவமான அரசு ஊழியர்கிட்டே அநாகரிகமா நடந்துக்கிட்டது, ஆபாசமாகப் பேசினது, காவல் நிலையத்துக்குள் புகுந்து கலாட்டா பண்ணியது, கையை ஓங்கியது அப்படி இப்படின்னு ஏகப்பட்ட செக்ஷன்ல வழக்குப் போட வேண்டி இருக்கும். என்னோட மேல் அதிகாரியிட்ட இதைப் பற்றி அறிக்கை கொடுத்தப்போ அவர் கேட்டார். அண்மையில் பாலத்துல வெடிகுண்டு வைச்சது இந்தப் பயலா இருக்குமோன்னு. ஏன்னா, அந்த ஆள்கூட நீதி வேணும்னுதான் நோட்டீஸ் போட்டிருந்தானுக" இன்னொரு சிகரெட்டை பற்ற வைத்துக்கொண்டு அதிகாரி தொடர்ந்தார்.

"சரி, முதல் முறை தம்பி தப்புப் பண்ணிட்டார். அதை மன்னிச்சி விட்டுவிடுவதுதானே மனுஷத்தனம். நாங்களும் மனிதர்கள்தானே சார். தம்பி போயிட்டு வா. இனி இந்த மாதிரி தப்பெல்லாம் பண்ணாதே, நல்ல பிள்ளையா லட்சணமாக நடந்துக்க. விளங்கிடுச்சோ."

அப்பா எழுந்து கைகூப்பி வணங்கினார். அலுவலக அதிகாரி கைகுலுக்கினார். மூவரும் எழுந்து வெளியே வந்தார்கள். முத்துவீரன் முதலில் சந்தித்த நண்பன், "பிரதர் மனசுல வைச்சுக்காதீங்க எதையும்" என்று இவனிடம் சொல்லிவிட்டு அப்பாவைத் தனியாக அழைத்துச் சென்று என்னவோ சொன்னான்.

மாலை வந்திருந்தது. தெரு விளக்குகள் எரியத் தொடங்கி இருந்தன. சாலையில் போக்குவரத்து அதிகப்பட்டிருந்தது.

குளித்தான். சாப்பாடு செல்லவில்லை. அப்பா அவனிடம் எதுவும் பேசவில்லை. அப்பா பேசவில்லை என்றால், ஒன்று கோபமாக அல்லது வருத்தமாக இருக்கிறார் என்று அர்த்தம். அவன் படுக்கைக்கு வந்து படுத்தான். அவன் மனைவி அவன் அருகில் வந்து அவன் நெற்றியை தொட்டு "உடம்பு சரியா இல்லையா" என்றாள். "உடம்புக் கொன்னுமில்லை" என்றான். "என்ன நடந்தது?" என்று கேட்டாள்.

அந்தக் குரல் அவனைத் தொட்டது. நடந்தது அனைத்தையும் முழுமையாகச் சொல்லி முடித்து, "நான் செய்தது தப்பா?" என்றான்.

அவள் அவனை ஆச்சரியத்துடன் பார்த்தாள். அவள் முகம் மகிழ்ச்சியில் விரிந்தது. அவள் அவன் கண்களைத் தீர்க்கமாகப் பார்த்தபடி சொன்னாள். "இல்லை, தப்பே இல்லை. நீங்க செய்தது ரொம்ப சரி. அநியாயத்தைக் கண்ட இடத்திலே எதிர்க்கிறதுதான் சரி. ஊருல ஆயிரம் ஜனம் இருக்கு. பத்து நாய்கள் இருக்கு. இந்தப் பத்துக்காகத் தொள்ளாயிரத்துத் தொண்ணூறு பேர் பயந்து பயந்து ஒதுங்கிப் போனா எப்படி? தொள்ளாயிரத்துத் தொண்ணூறு தோற்று போயிடாதா? யார் வீட்டுக்கோ வந்த இழவுன்னு ஒவ்வொருத்தனும் போறதாலேதான் அநியாயம் அதிகமாயிட்டிருக்கு ஊருல..."

"அப்பா ரொம்ப கோபமா இருக்கார்மா"

“இருக்கட்டும். அவர் அப்படித்தான் இருப்பார். லஞ்சம் கொடுத்தாவது பிரச்சனையிலிருந்து நகர்த்துக்கணும்னு அந்த ஒன்வே இளைஞன். அவனும் அப்படித்தான் இருப்பான். நாமாவது குறைந்தபட்சம் சூடு சொரணையோடு இருப்பமே.”

அவள் வார்த்தைகள் அவன் சோர்வை முற்றிலுமாகப் போக்கி விட்டன. அவன் எழுந்து அமர்ந்தான்.

“நான் உன்னைப் பத்தியும் கவலைப்பட்டேன்.”

“எதுக்கு என்னைப் பற்றின கவலை”

“நீ என்னைத் தப்பா நினைச்சிக்கிடுவேன்னு”

“உங்களை எதுக்குத் தப்பா நினைக்கணும். அந்த இடத்துல நான் இருந்தா, நானும் அப்படித்தான் நடந்துக்குவேன். எனக்குச் சந்தர்ப்பம் கிடைக்கலை. வாய்ப்புக் கொடுக்க மாட்றீங்களே... இப்போ மாறி இருக்கீங்க. நான் வேலைக்குப் போறேனே! கல்யாணம் ஆனா வேலையை விடணுமா? இன்னும் என் இடம் ஆபீஸ்ல காலியாகத்தான் இருக்கு. எனக்கு வீட்டுக்குள்ளே முடங்கிக் கிடக்கப் பிடிக்கலை”

“நாளைக்கு ஆபீஸ்க்குப் போ... அப்பாவை நான் சமாளிச்சுக்கிறேன்.”

“அப்பா... நிம்மதியா இருக்கு. இப்பத்தான் மனுஷனாயிருக்கீங்க.”

“இதுக்கு முன்னாலே...”

“வெறும் புருஷனா இருந்தீங்க”

அவள் சிரித்தாள். இவ்வளவு உரக்கச் சிரித்து அவன் இதுவரை கேட்டதில்லை.

2007

ஒரு தெருவும் இரண்டு வீடுகளும்

சகாயபுரத்தின் முக்கிய நில அடையாளமான மணிக் கூண்டின் முன், இருபத்தெட்டு வயதானவனும், அதே ஊரைச் சேர்ந்தவனுமான கிருஷ்ணமூர்த்தி, மதிய நேரம் சுமார் ஒன்று இருபது மணியளவில் நிர்வாணமாக நின்றான். சட்டை, பேன்ட் மற்றும் உள்ளாடைகள் ஒவ்வொன்றாக அவிழ்த்தெறிந்து குதூகலமாக நின்று தன் மெய்யை வானுக்கும் பூமிக்கும் ஒப்படைத்துச் சிரித்தபடி இருந்தான். பார்த்தவர்கள் அதிர்ச்சியடைந்திருக்கலாம். இருசக்கர வாகனங்களில் சென்ற ஒருவர் ஆட்டோவில் மோதிப் படுகாயம் அடைந்தார். வெகு அருகில்தான் அவன் மனைவியாகக் கொஞ்சகாலம் வாழ்ந்த சுமதி வசித்ததாகச் சொல்லிக்கொண்டார்கள் மக்கள். சுமதி தன் வாழ்க்கையைத் தன் மகிழ்ச்சிக்கும் ரசனைக்கும் ஏற்ப அமைத்துக்கொண்டிருந்தாள். அவள், கிருஷ்ண மூர்த்தியின் நின்ற கோலம் பற்றிக் கேள்விப்பட்டிருக்கலாம். ஆனாலும் வரவில்லையாம்.

கிருஷ்ணமூர்த்தி அங்கனம் தன்னை உரித்துக் கொண்டமைக்குக் காரணம், மற்றும் சுமதி பற்றிய விவரணம் முதலிய வஸ்துகளை அடுக்கி இந்தக் கதையை நகர்த்திவிடலாம்தான். ஒரு கதைக்கு இந்தக் கச்சாப் பொருள்போதும். ஆனால், நான் அதைச் செய்வதாக இல்லை. ஏனெனில், எனக்கு கிருஷ்ணமூர்த்தி மற்றும் சுமதி பற்றி மேலதிகம் எதுவும் தெரியாது. தெரியாத விஷயம் பற்றி எழுதுவது பாவம். எனக்கு அவர்கள் பற்றித் தெரிந்த ஒரு தெருவைப் பற்றி மட்டும் சொல்லப் போகிறேன். சரஸ்வதி 'கபே'யில் அந்த நாளின் முதல் காலைக் காப்பியைக் குடித்து ஒரு 'கிங்ஸ்' சிகரட்டைப் பிடிக்கத் தொடங்கும்போது, என் காலடியில் அந்த முதலியார் தெரு ஆரம்பித்து விடும். அந்தக் காலத்தில் ஐரோப்பியர் ஆட்சியில் பிராமணர்களும் முதலியார்களும் பிள்ளைமார்களுமே செல்வாக்கு செலுத்தியவர்கள். ஆகையால், அந்தத் தெருவுக்கு, ஒரு

முதலியார் பெயரே ஏற்பட்டிருந்தது. தெரு, ஓதியஞ்சாலையில் இருந்து தொடங்குகிறது. ஓதியமரங்கள் அடர்ந்த தோப்பும், துரவும் இருந்த காலத்தில் அந்தப் பகுதியை ஓதியந்தோப்பு என்று அழைத்தார்கள். அதைக் குறுக்கிட்டு நடந்த மக்களால், சாலை வந்து ஒற்றையடிப் பாதையாக உருவாகி, பின்னர் அது சாலையாகப் பெயர் இட்டுக்கொண்டதாக இருக்கும். இப்போது, நான் வாழும், காலத்தில் ஓதியந்தோப்பும், இல்லை சாலையும் தார் ரோடாகி முதலியார் தெரு எனவும் பெயர் பெற்றுவிட்டது.

ஐரோப்பியர் ஆட்சி இருந்த காலத்தில் அதாவது அவர்கள் வியாபாரம் படுசூடாக நடந்த காலத்தில் அந்த ஆட்சியின் அல்லது வியாபாரத்தில் தரகர்களாகவும் பங்குதாரர்களாகவும், அதிகாரக்காரர்களாகவும் திரண்ட பிரமுகர்கள் பலர், வீடு கட்டிக்கொண்டு வாழ்ந்த தெருக்களில் முதலியார் தெருவின் இருபக்கத்திலும் இன்றும் காணக்கிடைக்கும், அந்தப் பழைய மோஸ்தர் வீடுகள் விடும் மூச்சுகளில் இருந்து எழும் புராதனத்தின் புளித்த வாசனை தெருவெங்கும் அலைந்துகொண்டே இருப்பதை ஊரைப் பார்க்க வரும் மகிழுலாப் பயணிகள் உணர்ந்திருப்பார்களா என்கிற தகவல் இல்லை. பழைய ரோமானிய பெர்ஷிய மற்றும் சுதேசிப்பாணியின் கலவையில் எழுந்த வீடுகள் அவை. இத்தாலியிலும் பாரிசிலும் இந்த ரக வீடுகள் இருப்பதாக ஆய்வாளர்கள் சொல்கிறார்கள். வீடுகள் எல்லாமும் தெருவில் இருந்து சற்றுத் தள்ளி தெருவுக்கும் வீட்டுக்கும் இடையேயான தடுப்புச்சுவருடன் பெரிய சுவர்கள் இவை காணப்பட்டன. சில வீடுகளைத் தெருவிலே நடப்பவர்கள் பார்க்கக்கூடாதபடி சுவர்கள் மறைத்துக்கொண்டிருக்கும். தமிழர் வீடுகள், மறைப்புச் சுவர்களோ, சுற்றுச் சுவர்களோ, கொண்டவை அல்ல என்பதால், சுவர்களுடன்கூடிய வீடுகளைக் கட்டிக்கொண்டவர்கள். முதலில் ஐரோப்பியர்கள் என்பதும், அதன் பாதிப்பினால், தமிழ் பிரமுகர்களும் அவ்வண்ணமான வீடுகளைக் கட்டிக்கொண்டார்கள் என்பதும் புரிபடுகிறது. நமது ஆட்சிக்குட்பட்ட சுதேசிகளிடம் இருந்து விலகி இருத்தல், பாதுகாப்புடன் நம்மை வைத்துக் கொள்ளுதல் போன்ற அச்ச உணர்வே அந்தப் பரதேசிகளுக்கு அத்தகைய சுவர்களை எழுப்பக் காரணங்களாக அமைந்தன. வெளிப்புறச் சுவருக்கும் இடைப்பட்ட பிரதேசத்தில் மரங்கள் செடிகள், புல் படுக்கைகள் வளர்ப்பார்கள். அழகிய தோட்டம் அமைக்கத் தெரிந்த தமிழர்கள், ஐரோப்பியர்களிடம் தோட்டக்காரர்களாகவும் மற்றும் பலர் ருசினிக்காரர்களாகவும் குதிரை மற்றும் யானை, நாய் மேய்ப்பவர்களாகவும் இருந்தார்கள். ஐரோப்பியர்கள் மேலும், அவர்கள் போலவே நம்மை வைத்துக்கொள்ள முயன்ற அவர்களின் நிழல்களை மிகுந்த பைத்தியக்காரத்தனமானதும், முட்டாள்தனமானதுமான விசுவாசத்தோடு எளிய மனிதர்கள் சார்ந்து வாழ்ந்துகொண்டிருந்தார்கள். அந்தத் தெருவின் வீடுகளின் ஜன்னல்கள் இந்தக் காலத்து வாசல் கதவுகள்போல் பெரியதானவை. மிகவும் வித்தியாசமான இரும்புத் தடுப்புகளால் பாதுகாக்கப்பட்டவை. காவலாளிகள், மற்றும் நாய்கள் மற்றும் ராணுவக்காரர்களால் வீடுகள் பாதுகாக்கப்பட்டிருந்தன.

தெருவைப் பற்றிச் சொல்லாமல் தீராது. ஆறு கிடந்தன்ன அகல நெடுத்தெரு என்று சொல்லலாம். ஒரே சமயத்தில் ஒரு திருமண ஊர்வலமும் ஒரு சாவு ஊர்வலமும் எதிர்எதிராக இடித்துக்கொள்ளாமல் செல்லத்தக்க தெரு. அதன்

ஓர் எல்லையைத் தொட்டதும் முதலில் தோன்றுவது ஒரு பாழடைந்த மாளிகை. நிச்சயமாக ஒரு பெருவணிகரோ, பெரிய அதிகாரியோதான் அதைக் கட்டுவித்து வாழ்ந்திருக்க வேண்டும். ஒன்று அவர் பரம்பரைப் பணக்காரராக இருக்க வேண்டும். அல்லது செய்யும் தொழிலில் திட்டமிட்டுக் களவாணித்தனம் செய்து பொருளீட்டி இருக்க வேண்டும். சுதந்திரவான்களில் சிலரையாவது ஆட்சியாளரிடம் காட்டிக் கொடுத்து அதன் பயனாக வந்த அதிர்ஷ்டத்தில் இந்தப் பாரிய வாழ்க்கையை அடைந்திருக்க வேண்டும். அவருக்குச் சர்க்கரைநோய், இரத்த அழுத்தம், பால்வினை நோய்கள் இருந்திருக்கலாம். பின்னாட்களில் அவர் வாழ்க்கை சரிந்திருக்கலாம்.

அந்த பாழடைந்த வீடு, தெருவின் முதலில் இருந்ததும் அந்த வீட்டிலிருந்தே தெரு தொடங்குவதாக இருப்பதும் என்னை நிறைய கிளரச் செய்திருக்கின்றன. பாழிலிருந்துதான் எல்லாம் தொடங்கும் போலும் என்று எண்ணிக் கொள்வேன். ஒன்றுமே இல்லாததிலிருந்து எல்லாம் இருப்பதான இடம் நோக்கி நடந்தது. தெரு வீட்டின் பாழ்மையை மறைத்துக்கொண்டு சில அரச மரங்கள் வளர்ந்து, சுற்றுச் சுவரைப் பெயர்த்து விழும்படிச் செய்திருந்தன. வீட்டுக்குள் மனிதர்களின் பராமரிப்பில் வளரும் மரங்கள், மிகுந்த சாதுவானவை. மனிதர்களோடு சேர்ந்து வாழ்ந்து மனிதர்களின் சில குணாதிசயங்களை ஏற்றுக் கொள்பவை. இயற்கையாக வளரும் மரங்கள் சுதந்திரமாகக் கைகால்களை அகல விரித்துக்கொண்டு எல்லாரையும் பார்த்துச் சிலசமயம் நகைத்துக்கொண்டும், சிலசமயம் சீற்றத்தை உமிழ்ந்துக்கொண்டும், நின்ற இடத்திலேயே ஆடியும் அசைந்துகொண்டும் விளங்கும் மரங்களை அண்டி அவற்றைச் சுற்றிக்கொண்டு அவற்றின் சத்தையும் சாரத்தையும் உறிஞ்சி வளரும் கொடிகள், தரையிலும், படர்ந்து தரையின் ஓரங்குலப் பகுதியையும் விட்டு வைக்காமல் நின்று வைத்தன. காக்கை இட்ட எச்சத்தால் ஆலும் அரசும் வளர்ந்து வீடு என்கிற வாழிடத்தை ஏறக்குறைய மறைத்தே வைத்தன.

நான் விசாரித்த அளவில் ஏதோ வழக்கு வியாஜ்யம் காரணமாக வீடு அப்படியானது என்றார்கள். அங்கு குடியிருந்த ஒரு தலைமுறையினர் தற்கொலை செய்துகொண்டு அங்கேயே ஆவியாகச் சுற்றுகிறார்கள் என்றார்கள். அவர்களைச் சந்திக்கும் வாய்ப்பு இன்னும் வாய்க்கவில்லை. அந்த மாளிகையின் குட்டிச் சுவர்களிலும், மரக்கிளைகளிலும் ஏராளமான ரகசியங்களும் புதிர்களும் அமர்ந்திருக்கும் எனும்போல் எனக்குத் தோன்றும்.

முதலியார் தெருவின் பல பழைய வீடுகள், தங்கள் முகங்களை நவீனமாக மாற்றிக்கொண்டிருக்கின்றன. பழைய வீடுகள் மாற்றியமைக்கப்படக்கூடாது இடிக்கப்படக்கூடாது என்ற சட்டம் எல்லாம் வருவதற்கு முன்பும் வந்த பிறகும் நிகழ்ந்தவை அவை. காலை வேளைகளில் சில வீட்டுக்கு முன்னர் அவ்வீட்டுப் பெண்கள் கோலம் இட்டுக்கொண்டிருந்தார்கள். தீபாவளி, பொங்கல், புத்தாண்டு மற்றும் கிறிஸ்துமஸ் காலங்களில் அவர்கள் வண்ணங்களைக் கொண்டு கோலம் இடுவார்கள். தெருவிலிருந்து அவர்களுக்குத் தம் வீடு தொடங்குகிறது.

வீடுகள், மனிதர்களுக்குச் சம்பாதித்துக் கொடுக்கவும் செய்கின்றன. தேவைக்கெனச் சிலரும் ஆசைக்கென்று சிலரும் வீட்டின் முன்புறம்

அனாவசியமாக முளைத்து நின்ற மரம், செடி, கொடிகளை மற்றும் அவற்றைச் சார்ந்து வாழ்ந்த கோடி உயிர்களைக் கொன்று கடைகள் கட்டினார்கள். பெட்டிக் கடைகள், வீடியோ கடைகள், பிரௌசிங் சென்டர்கள் எல்லாம் தேவையாகத்தான் இருக்கிறது.

தெருக்களுக்கு என்று ஒரு முகம் இருக்கிறது. எனக்கு இது துல்லியமாகவே தெரியும். காலை நேரத்திலும் மனித அரவம் அடங்கிய இரவுகளில் தெரு மிகவும் சோபை கொள்ளும். உங்களுடன் சிரித்து உரையாடும் வெயிலை நம்மைப்போல் தெருக்கள் வெறுப்பதில்லை. அப்போதெல்லாம் காக்கைகளோடு மைனாக்கள், சிட்டுக்கள், மரங்கொத்திகள், காடைகள், கௌதாரிகள் முதலான பல பறவைகள், தெருவையும் தெரு மரங்களையும் அண்டி வாழ்ந்தவையாக இருக்கும். அவைகளோடு தெரு பேசுவதாய் இருக்கும்.

தெருவில் எனக்கு மிகவும் பிடித்த ஒன்று இருந்தது. உண்மையில் இந்த வீடுதான் என்னை அந்தத் தெருவைக் காலை உலாவலுக்குத் தேர்ந்தெடுக்க வைத்தது. அது இப்போது ஒரு பள்ளிக்கூடமாக அரசு அதை நடத்திக்கொண்டிருந்தது. கல்வி மரங்களோடுதான் தொடங்கப்பட்டிருக்க வேண்டும். அதிகார மூடர்களால் மரங்கள் வெட்டப்பட்டு அந்த இடத்தில் வகுப்பறைகள் கட்டப்பட்டன. மரங்களும் ஏனைய உயிர்களும் இல்லாததால் கனவுகள் அந்தப் பள்ளியின் பக்கமே வராமல் போயின. ஐரோப்பியர்கள் அப்பள்ளியிலிருந்து முழுமையான குமாஸ்தாக்களைப் பெறுபவர்களாயினர். ஆனால் அவர்களிடம் சிக்க மறுத்தவன் அங்குதான் வாழ்ந்திருந்தான். அவன் கைகளிலும் கண்களிலும் நிறைய கனவுகள் இருந்தன. அவன் ஒரு நாள் கோட், பேன்ட், ஷுக்கள் சகிதம், வழக்கறிஞர்களுக்குரிய புறத்தோற்றத்துடன் நீதிமன்றம் சென்றான். நிறைய புறாக்கள் அவனுக்கு முன்னால் பறந்து போயினவாம். வானத்திலிருந்து லேசான மழைத்துளிகள் கல்யாண வீட்டுப் பன்னீர் தெளிப்பதுபோல் சொரிந்துகொண்டிருந்தனவாம். கூடவே ஊதா நிறமான வெயிலும், காய்ந்ததுவாம். நீதிமன்றத்திலிருந்த ஐரோப்பிய நீதிபதி, அந்த உள்ளூர்க்கார வழக்கறிஞனாகிய பொன்னுத்தம்பியைப் பார்த்து “முசியே, நீர் இந்திய வக்கீல். அதாவது எங்களுக்கு அடிமைப்பட்ட பிரதேசத்தைச் சேர்ந்த அடிமை. அடிமையாகிய நீர் எம்முன்னே எங்ஙனம் ஷுக்கள் அணிந்து வரலாம்” என்று கேட்டிருக்கிறாராம். அதாவது எல்லா இந்திய அடிமைச்சாதி வக்கீல்களைப்போல வெறும் காலுடன் வாரும் என்றிருக்கிறாராம். அவமானப்பட்டுப் போன பொன்னுத்தம்பி, “நான் அடிமையா அல்லது சுதந்திரவானா என்பதை பிறகு தீர்மானிப்போம். இது வழக்குமன்றம். நான் வழக்கறிஞன். அதற்குரிய மோஸ்தரோடு வந்திருக்கிறேன். இதில் நீர் பேசுவது சரியில்லை” என்று பேசியிருக்கிறான். சரித்திரம் நிமிர்ந்து நேராகப் படுத்தது.

வெள்ளை நீதிபதி, நம்மவனைத் தண்டித்தான். விஷயம் ஆட்சியரின் தலைமைக் கோட்டைக்கே சென்றது. அங்கே போய் நீதி கேட்டார். பெற்றார். பொன்னுத்தம்பி மீண்டும் இரண்டு மூன்று ஆண்டுகளுக்குப் பிறகு அதே நீதிமன்றத்துக்குள் உரிய உடைகளோடு, ஷுக்களுடன் பிரவேசம் செய்தார். நீதிபதி மன்னிப்பு கேட்டுக்கொண்டு அவரை வரவேற்றார். அந்த நாளே

சகாயபுரத்துச் சுதந்திரப் போராட்டம் தொடங்கிய நாள் என்று வரலாறு சொல்கிறது. அந்தப் பொன்னுத்தம்பி வாழ்ந்த வீடு இன்று இதோ என் முன்னே பள்ளிக்கூடமாக நிற்கிறது.

தெருக்களுக்கும் வீடுகளுக்குமான உறவுகள் எத்தன்மையானவை என்பதை யோசிக்கலாம். தெருக்கள் வீடுகளை ஓர் ஒழுங்குக்குள் நிறுத்துகிற நிறுவனமாக இருக்கின்றன. ஏதோ ஒரு வளாகக் கட்டுப்பாட்டை வீடுகள் மேல் செலுத்துகின்றன. அதனாலேயே வீடுகளின் எதிரியாகவே தெருக்கள் நினைக்கப்பட்டால், அது நன்றாக இருக்க முடியாது. எல்லா விதிகளும் மீறப்பட வேண்டும். எல்லா நிறுவனங்களும் சிதற வேண்டும் என்பதே நியதியாக இருக்கையில், எது குறித்தும் நாம் வருந்துவானேன்? வீடுகள் என்பன பெருவெளியைத் தடுத்து, சிறுவெளியை வாழ்பவர்களுக்குத் தருகின்றன. நமக்குக் கிடைத்த சிறுவெளியில் மனிதர்கள் மனிதர்களிடமிருந்து மறைத்துக்கொண்டு வாழ்கிறார்கள். பூசவிடுகிறார்கள். காதலிக்கிறார்கள். பெண்கள், அரவாணிகள், ஆண்கள் என்கிற முப்பாலுக்கு இடம் கொடுக்கும் வீடு. காதல், துரோகம், பகை என எல்லா மனித உணர்ச்சிகளுக்கும் இடம் கொடுத்தும் போஷிக்கும் தன்மை உள்ளவை வீடுகள். ஓரினச் சேர்க்கையாளர் இருபால் புணர்ச்சியாளர் என்றெல்லாம் நிலவும் தனிமனித அந்தரங்க வெளிகளில் அரசு போய் தலையிடாத அறவுணர்வுகொண்டவை. நான்கு சுவர்களால் அடைக்கப்பட்ட பாதுகாப்பான வீடுகள்.

முதலியார் தெருவின் முதல்வீடாக இருக்கும் அந்தப் பாழ்வீடு, எனக்குள் ஏற்பட்ட ஆர்வம் காரணமாக அதுபற்றிப் பலரையும் விசாரித்தும் எழுதப்பட்ட ஆவணங்கள் கிடைக்குமா என்றும் நான் ஒரு தேடுதலைத் தொடங்கி இருந்தேன். அண்மைக் காலமாகத்தான் கப்பல் வர்த்தகர் ஒருத்தர் அந்த வீட்டைக் கட்டி இருக்கிறார். பத்தொன்பதாவது நூற்றாண்டின் தொடக்கத்தில் சரியாகச் சொன்னால் 1807 ஆம் ஆண்டு அந்த வீட்டை ஒதியஞ்சாலையில் வெற்று நிலப்பரப்பில், அந்த மாளிகையை எழுப்பி இருக்கிறார். ஐரோப்பிய ஆட்சியாளர்களுக்கு ஆதரவாகச் செயல்பட்டு பணம், பிரபலம், செல்வாக்கு முதலானவற்றைப் பெற்று வாழ்ந்தார். நிறையப் பெண்கள் தொடர்பு அவர்களுக்கு இருந்ததாகவும் அவர்கள் மூலம் நிறையப் பிள்ளைகள் அவருக்கு இருந்ததாகவும் தெரிகிறது. பெண்கள், ஆண்கள் என்று அவருக்கு பதினெட்டு வாரிசுகள். சொத்தில் அவர்களுக்குரியதைப் பிரித்துக் கொடுக்க நினைத்திருக்கக்கூடும். திடுமென 46 வயதில் மாரடைப்பால் அவர் சிவலோகப் பிராப்தி அடைந்தார். அவர் மூத்தமகனாக வந்தவர். தந்தையின் ஜவுளி மற்றும் மசாலாப் பொருள்களை ஏற்றுமதி செய்யும் வியாபாரத்தைத் தொடர்ந்தார். கோவில்கட்டிக் குடமுழுக்குச் செய்த பக்தராக, மகதத்தை உஜ்ஜீவனம் செய்ய வந்த உத்தமர் என்று புலவர்களால் புகழப் பெற்றவர், ஆழ ஊன்றிய கிறித்துவத்துக்கு எதிராகச் சமர் செய்த மகாவீரராக அவர் அறியப்பட்டார்.

சகதலத்தில், சிலுவையே பிரதானமாய் கிறித்துவம் வெகுகீர்த்தியை அடைந்த காலை, சீகாழிப் பதிவுதித்த திருஞான சம்மந்தன் சகாயபுரம் வந்தாற்போல் வந்து தோன்றிச் செங்கதிர் நடுவானம் வந்தாற் போலும் உக்கிரமாய்ச் சைவப் பெருஞ்சோதி விளங்கிச் சங்கரனார் பெருமதம் தழைத்தோங்கி

உலகு தழைக்க வந்த திருச்சைவக் கொழுந்தே, என்பதுபோல் யாரோ ஒரு சில்லுண்டிப் புலவன் அவர் பற்றி ஒரு காவியம் இயற்றி அரங்கேற்றிப் பத்து ஐம்பது ஏக்கர் நிலம், இனாம் பெற்றது பற்றிய ஆவணம் கிடைத்தது.

புலவன் சொல்லாத சேதி ஒன்றும் தெரிந்தது. மேற்படி சைவச் சிங்கத்தின் மரணம், பெண் சீக்கால் நேர்ந்தது. இவ்வகை நோயால் செத்தவனுக்குக் கைலாயத்தில் இடம் கிடைத்திருக்குமா என்று தெரியவில்லை. அப்பனுக்கு அழகிய விடை சொல்வதுபோல அவர் பிள்ளை, கிறித்துவத்தைத் தழுவிக்கொண்டு, ஒரு கிறித்துவப் பெண்ணையே திருமணம் செய்துகொண்டார். அவரும் கர்த்தரில் சமாதானம் அடைந்தார். கப்பல் வர்த்தகரின் 18 வாரிசுகளில் மிஞ்சிய வெகுசிலர், சொத்து விவகாரத்தில் நீதிமன்ற வளாகத்தில் மரநிழல்களில் ஜீவியம் செய்துகொண்டிருந்தார்கள். பெண்டாட்டி என்பதற்கும் வைப்பாட்டி என்பதுக்கும் உள்ள வேறுபாடு என்ன என்பது, சட்டபூர்வமான மனைவிகள், அசட்டபூர்வ மனைவிகள் என்பது முதலான பல விஷயங்கள் நீதிமன்றங்களில் ஆண்டு பலவாகப் பேசப்பட்டுக்கொண்டே இருந்தன. 'நியாயமான' வாரிசுகள் யார் என்பதைத் தீர்மானிக்கும் வரைக்கும் மாளிகை நீதிமன்றம் வசம் சார்ந்து, சீல் வைக்கப்பட்டது. அதன் பிறகே மரங்கள் அசுரத்தன்மை அல்லது சுதந்திரம் பெற்றன. ராட்சக் கொடிகள், அரசுகள், ஆல்கள் என்று பிற ஜீவராசிகள் மாளிகையைத் தம்வசம்கொண்டு வந்தன. பாம்புகள் முதலான மனிதர்க்கு முந்தைய மண்வாசிகள் தங்கள் இருப்பிடத்தை விட்டுக்கொண்டன. அவைகளுக்கு முன்னால், அதாவது அவற்றின் வெற்றிக்கு முன் நிகழ்ந்த ஒரு தலைமுறைக் கதை முக்கியமானது.

மாளிகையின் பின்பக்கம் பணியாளர் குடியிருப்பில் இடிந்து விழாத சுமாரான தோற்றத்துடன் இருக்கும் ஒரு வீட்டில் கப்பல் வர்த்தகரின் இன்றைய தலைமுறையினர் குடியிருந்து கொள்ள கருணையின் அடிப்படையில் நீதிமன்றம் அனுமதி அளித்தது. எப்போதும் காக்கிச் சட்டையும் காக்கிப் பேன்ட்டும் அணிந்த கார்த்திகேயனுக்கு அந்த இன்னும் விழாத வீட்டுப்பகுதி வழங்கப்பட்டிருந்தது. கப்பல் வர்த்தகரின் 18 வாரிசுகளில் ஒரு கிளை அவர். புதிய வீடுகளுக்கும் கட்டடங்களுக்கும் மின்சாரம் 'கான்டிராக்ட்' எடுத்து எளிய ஜீவனம் செய்துகொண்டிருந்தார். 'நமக்கு எழுதியது இதுதான்' என்று நெற்றியைத் தடவிக்கொண்டு மனதைத் தேற்றிக்கொண்டார் அவர் என்றாலும் தன் வாரிசு ஒன்று தறிகெட்டு அலைவதை அவன் தலையெழுத்து என்று ஏற்றுக்கொள்ள முடியவில்லை. எட்டாம் வகுப்புக்கு மேல் படிப்பு தன்னிடம் வரவில்லை என்பது உலகுக்கு அறிவித்துப் பள்ளியைப் புறக்கணித்தவன் அவன். எப்போதும் நாலைந்து பேர்களின் குழுத்தலைவனாக விளங்கினான். சின்னச் சின்னக் குற்றங்களில் ருசிகண்டு, பிறகு பெரிய குற்ற நடவடிக்கைகளில் ஈடுபடலானான். கார்த்திகேயன், திருத்தணிக்கு வேண்டிக்கொண்டு, மொட்டை போட்டுக்கொண்டார். மயிர் போனதுதான் மிச்சம். பையன் ஏதோ ஒரு பெண்ணிடம் மையல் கொண்டிருக்கிறான் என்ற தகவல் அவருக்கு வந்தது. கார்த்திகேயன் வேறு மாதிரி யோசித்தார். அந்தக் காதலோ அந்தப் பெண்ணோ, பையனைப் பொறுப்புள்ளவனாக்காதா என்பது அவர் யோசனை. கல்யாணம் என்ற கட்டம் வந்தால் அவர் தயார் என்று சொல்லவும் தன்னை நிலைநிறுத்திக்கொண்டார். திருமணம் வேறு மாதிரி நடந்தது.

ஒருநாள், இடிந்து விழாத அந்த மனைக்கு அவன் காதலியை வரச் சொல்லி இருக்கிறான். அவளும் வந்திருக்கிறாள். வந்தபிறகுதான் அவள் அறிய நேர்ந்தது. பையன், தன் குழுவினருடன் அவளுக்காகக் காத்திருக்கிறான் என்கிற சங்கதி. தப்பிக்க முயற்சி செய்திருக்கிறாள், முடியாமல் மாட்டிக்கொண்டிருக்கிறாள். நாலு பையன்கள், அவளை வன்புணர்ச்சி செய்து இருக்கிறார்கள். அத்தோடு அந்த கார்த்திகேயனின் மகனும் நண்பர்கள் அனைவரையும் விடை கொடுத்து அனுப்பிவிட்டு அந்தப் பெண்ணைச் சமாதானம் செய்திருக்கிறான் அவன். செய்தி எப்படிக் கசிந்ததோ, ஒரு கூட்டம் ஆயுதங்களுடன் அந்த வீட்டைச் சுற்றிக்கொண்டது. ஜனசமூகத்தின் தார்மீகக் கோபம் வறண்டு விட்டதாக யாரும் நினைத்து விட வேண்டாம் என்று சொல்வதுபோல அந்த மனிதர்கள் அங்கே வந்து சேர்ந்திருக்கிறார்கள். அந்த இரவு முழுவதும் அவர்களே அங்கு காவல் இருந்துள்ளார்கள். மறுநாள் ஊர் முக்கியஸ்தர்கள், காவல் துறையைச் சேர்ந்தவர்கள் முன்னிலையில் கிருஷ்ணமூர்த்திக்கும் சுமதிக்கும் திருமணம் செய்து வைத்திருக்கிறார்கள்.

இவ்வளவு மட்டும்தான் எனக்குத் தெரியும். கிருஷ்ணமூர்த்தி சகாயபுரத்தின் முக்கிய நில அடையாளமான சின்ன மணிக் கூண்டின் முன் தன்னை உரித்துக்கொண்டு அங்ஙனம் நின்றதுக்கு எது காரணம் என்று எனக்குத் தெரியாது. எல்லாவற்றிலிருந்தும் விட்டு நீங்கித் தன்னை ஸ்திரப்படுத்திக்கொண்ட சுமதிக்கு அவளை முன் நகர்த்திய துடிப்பு எது என்றும் எனக்குத் தெரியாது. ஒன்று மாத்திரம் தெரியும். அதன் பிறகுதான் கப்பல் வர்த்தகர் கட்டிய மாளிகை முற்றும் பாழ்பட்டது என்பதுதான்.

தெரு எதைப் பற்றியும் அலட்டிக்கொள்ளாமல் ஒதியஞ் சாலையில் தொடங்கிக் கடற்கரையில் முடிந்தது.

2008

அந்தக் கதவு மூடப்படுவதில்லை

தொடர்ந்து ஒலித்துக்கொண்டிருந்த அழைப்பு மணியின் ஓசை கேட்டு அவன் எழுந்து வந்து கதவைத் திறந்தான். வெளியில் மெர்சிலின் நின்றிருந்தாள். ஒரு பெரிய பையைத் தரையில் வைத்திருந்தாள். அவளுக்குப் பின்னால் விடிந்துகொண்டிருக்கும் ஒரு குழந்தை வைகறையும் அழைத்து வந்திருந்தாள். வாசலை ஒட்டிய வேப்ப மரத்தின் மேல் விடியல் படர்ந்திருந்தது. வா. வா என்று அவளை வரவேற்று அவள் பையை அவன் எடுத்துக்கொண்டு உள்ளே சென்றான்.

அவள் ஒரு நாற்காலியில் சாய்ந்து அமர்ந்தாள். கலைந்த தலை உறங்காத கண்கள். அசிரத்தையான ஆடை.

அவள் வீட்டு ஓனரோடு பிரச்சனை முற்றிவிட்டதாக்கும் என்று அவன் கேட்டதற்கு 'எஸ்' என்றாள். தான் உறங்க வேண்டும் என்றும் பாயை விரிக்க முடியுமா என்று அவள் கேட்டுக்கொண்டாள். தன் கட்டிலில் அவள் படுத்துக்கொள்ளலாம் என்றும், அவள் விரும்பினால் தன்னோடு காலை உலாவலுக்கும் அவள் வரலாம் என்றும் அவன் சொன்னதற்குத் தன் தோள் மேல் களைப்பு, ஒரு கரடிக்குட்டியைப்போல் அழுத்திக்கொண்டிருக்கிறது என்றும், அவன் போகலாம் என்றும் அவள் சொல்லி முடிப்பதற்குள் படுக்கையில் தன்னைக் கிடத்திக்கொண்டிருந்தாள். உன் உடம்பின் சூடு படுக்கையில் படுத்துக் கிடக்கிறது என்றாள். அவன் தெருக் கதவைப் பூட்டிக்கொண்டு புறப்பட்டான்.

தெருவில் காக்கைகள் அடர்ந்திருந்தன. நாயர், முந்தின நாள் மீந்த உணவுப் பண்டங்களைப் போட்டுக் கொண்டிருந்தார். மங்கிக்கொண்டிருக்கும் இருட்டின் பிட்டுக்கொண்ட துண்டங்கள்போலக் காக்கைகள் இப்போதெல்லாம் கடைகளில் வியாபாரத் தளங்களில் நேப்பாளிப் பையன்களையும் பெண்களையும் பார்க்க

முடிந்தது. சங்கரா பவனில் காப்பியை ஒரு நேப்பாளிப் பையன்தான்கொண்டு வந்து கொடுத்தான். அவன் அந்தப் பையனின் முகத்தைப் பார்த்து நன்றி சொன்னான். பையனின் முகத்தில் புன்னகையோ மலர்ச்சியோ இல்லை. இருக்க முடியாதுதான். அந்த நாளின் முதல் சிகரெட்டைப் பற்றவைக்கையில் அந்தப் பையனின் முகமே நினைவுக்கு வந்தது. அல்லிக்குளம்வரைக்கும் நடந்து சென்று திரும்புவது என்பது அவன் வழக்கம். நடந்தான். அல்லிக்குளம் என்பது மக்களின் நினைவில் உள்ள பெயர். அதைத் தூர்க்க வைத்து அதைப் பிளாட் போட்டு விற்றவர்கள் ஓர் ஒழுங்கற்ற நகரை உருவாக்கி இருந்தார்கள். அதற்கு ஒரு தலைவரின் பெயரைச் சூட்டி இருந்தார்கள். மக்கள் விடாப்பிடியாக அல்லிக்குளம் என்றே வழங்கிக்கொண்டிருந்தார்கள். அல்லிக்குளத்தில் கரையில் இடிந்து தூர்ந்துகொண்டிருந்தது ஒரு கோயில். அது விஜயாலய சோழன் கட்டியது என்று வரலாற்றாசிரியர் கண்டுபிடித்திருந்தார். கோயில் குளத்தைத் தூர்த்து அரசே தாலுகா அலுவலகம் கட்டியது.

திரும்பி வரும்போது கப்பில் பார்சல் காப்பியை வாங்கிக்கொண்டு வந்திருந்தான். மெர்சி உறங்கிக்கொண்டிருந்தாள். உறக்கத்தில் அவள் முகம் வித்தியாசமாக இருந்தது. அவள் தாயின் கர்ப்பத்தில் இருந்தபோது இருந்த முகம் இதுவாக இருக்க வேண்டும். யாரோ தன்னைப் பார்ப்பதை அவள் உணர்ந்திருக்க வேண்டும். முதலில் புருவம் சுருங்கியது. பிறகு கண் திறந்து பார்த்தாள். அனிச்சையாகப் பார்வையை மேலேற்றிக்கொண்டு என்ன என்றாள். காப்பி ஆறும் முன்பு குடி என்றான் அவன். அவள் படுக்கையில் எழுந்து சாய்ந்து கொண்டு காப்பியை வாங்கிக்கொண்டு நீட்டிய கால்களை நகர்த்திக்கொண்டு “உட்கார்” என்றாள். அவன் கட்டில் ஓரம் அமர்ந்து, “ஏதாவது பிரச்சனையா” என்று அவன் கேட்டதுக்கு அவள் சொன்னாள், முந்தின நாள் இரவு ஏதோ ஒரு சினிமா பார்த்துவிட்டு, சாப்பிட்டுவிட்டு தன் நண்பனுடன் சோர்வுடன் வீடு திரும்பியிருக்கிறாள். வாசலில் வீட்டுக்கார அம்மாள், தன் கணவரும் சுயமாக வாழ்நாளில் பேசியிராதவரும் ஆன தன் கணவருடன் அமர்ந்து கதைத்துக்கொண்டிருந்தாள். ஸ்கூட்டியை விட்டு வந்தவளிடம் “யார் இவர்?” என்று கேட்டிருக்கிறாள். என் காதலர்களில் ஒருவன் என்று அவள் எரிச்சலோடு பதில் சொல்லியவுடன் இது அது மாதிரியான வீடோ, குடும்பமோ இல்லையாக்கும், என்று அம்மாள் சொல்ல நான் ஒரு மாதிரிதான் என்று இவள் கூற, பேச்சு தடித்து உடனே அறையைக் காலி செய் என்று அவள் கத்த, ஒரு கோடி கொடுத்தாலும் விடிந்த பிறகு எந்த நாய் இங்கு தங்கும்” என்று இவள் சவால் விட விடிந்ததும் விடியாததுமாக இவள் புறப்பட்டு வந்திருக்கிறாள். தோள் பையில் அதிகம் அடைத்த கோபத்துடன்.

பிரச்சனை இல்லையே, நாகரிகம் தெரியாமல் திடுதிப்பு என்று வந்து முன்னாலே நிக்கறேன்.

“என்னையிலிருந்து நாகரிகத் திலகமானே மெர்சி?”

கண்களில் ஆழம். ஆழத்திலிருந்து அவள் சிரித்தாள். அவன் கையை எடுத்து நெஞ்சின் மேல் வைத்துக்கொண்டாள். “இந்தச் சுவாதீனத்திலிருந்துதான் நான் அந்தச் சுதந்திரத்தை எடுத்துக்கொண்டேன்” என்றாள். “ஜுன் 15

நினைவுக்கு வருது. அன்றுதான் உன்னை நான் சந்தித்தது" என்று மெர்சியிடம் அவன் சொன்னான்.

திருநகர் ஓட்டலில், அவன் மதிய உணவு சாப்பிட்டுக்கொண்டிருந்தான். காலியாக இருந்த முன் இருக்கைகளில் இருவர் வந்து அமர்ந்தனர். பெண்ணும் ஆணுமாக இரு இளைஞர்கள். ஒரு கட்டத்தில் இவனைப் பார்த்து, "நீங்கள் அவர்தானே" என்றாள். ஆமாம் என்றான் அவன். அவனை அவள் அறிவாள். அவனைப்போலவே மேலும் இருவரைச் சொல்லி அவர்களையும் அவள் நேரில் அறிவாள் என்றும் சொன்னாள். பல்கலைக்கழகத்தில் பயில்கிறாள். அவனது செல்பேசியைக் கேட்டுக் குறித்துக்கொண்டாள். தொலைபேசியில் பேசலாமா என்றாள். பேசலாம் என்றான் அவன். அதற்குப்பின் இருவாரங்களுக்குப் பிறகு, அவன் அவனது சொந்த ஊரில் நண்பர்களுடன் அமர்ந்து மது அருந்திக்கொண்டிருந்த ஒரு மாலை வேளையில், அவள் அவனை அழைத்தாள். அவன் ஊருக்கு வந்த பிறகு அவளைச் சந்திப்பதாகச் சொல்லி முடித்துக்கொண்டான். அதன்பின் அவர்கள் ஒரு மாலையில் கடற்கரைக்குச் சென்றிருந்தார்கள். நிறையப் பேசினார்கள். மறுநாள், முந்தைய மாலை அனுபவத்தைக் கவிதை மாதிரி எழுதி அவனிடம் காட்டினாள். அவனுடன் இருந்த அந்தச் சில மணி நேரங்கள் அவள் பாதுகாப்பாக உணர்ந்ததாகவும் கவலைகள், துன்பங்கள், துன்பங்களை வருவிக்கும் ஆசைகள், எதுவுமற்று இருந்ததாகவும் மனம் மேகமாகி மிதந்ததாகவும் அதில் அவள் எழுதியிருந்தாள். நான் அவ்வளவு யோக்கியன் இல்லை என்றான் அவன். "உன்னால் என்னை மட்டுமல்ல, எந்தப் பெண்ணையும் வன்முறைக்குள்ளாக்க முடியாது" என்று அவள் பதில் அளித்தாள். அவள் குளித்துவிட்டு வந்தாள்.

புதுத் தலையணைகள், புதுப் பாய், புதுப் போர்வைகள் அவளுக்குத் தேவைப்படலாம் என்று எண்ணி ஊதா நிறத்தில் பூப்போட்ட நைட்டி ஒன்றும் வாங்கி வந்தான். மாலை இருட்டும் முன்பாகவே பல்கலையிலிருந்து திரும்பினாள் மெர்சி. அவன் வாங்கி வந்தவைபற்றி அவள் மகிழ்ந்தாள். ஆச்சரியமும் அடைந்தாள். ஆனால் "இதெல்லாம் வீண் செலவு" என்று சொன்னாள். "இதெல்லாம் தேவைதானே?" என்றான் அவன்.

"இன்றிரவு படுக்கப் பாயில்லாதபோதுதான் பாய் வாங்கணும், நைட்டி எல்லாம் கிழிந்து பிறகுதான் அதில் காசு போடணும்."

"மெர்சி சிக்கனக்காரி. ஆனால் கருமியில்லையாக்கும்" என்று அவளே சொல்லிக்கொண்டாள்.

அன்று இரவு படுக்கை போடும்போது அவன் மிகுந்த யோசனைக்கு உள்ளானான். வரவேற்பறை என்று சொல்லிக்கொள்ளத் தக்க பகுதியை மேசையும் புத்தகங்களும் அடைத்துக்கொண்டன. பாத்ரூம் போகும் பகுதி படுக்க லாயக்கற்றது. ஒரு படுக்கை அறை என்ற பெயரில் இருந்தது. பால்கனியில் அமர்ந்து பேசிக்கொண்டிருந்தார்கள். அவள் முகம் உறக்கத்தை ஏற்பதை அவன் அறிந்து, எழுந்து மேசையை நகர்த்த ஆரம்பித்தான். அதை எதற்கு நகர்த்திக்கொண்டு... படுக்கை அறையிலேயே பாயை விரி என்று அவள் சொன்னாள். அவன் இரண்டு பாய்களையும் விரித்து, மேலே

பெட் ஷீட்டையும் விரித்துப் போர்வைகளைக் கால் பக்கம் போட்டுத் தலையணைகளையும் வைத்து முடித்தான்.

மெர்சி கேட்டாள்.

"அது என்ன ஒரு பாய்க்கும் மறு பாய்க்கும் இடையே இவ்வளவு பெரிய இடைவெளி. ஒரு கூவத்துக்கும் மற்றொரு கூவத்துக்கும் உள்ள இடைவெளி" என்றாள்.

அவன் இரண்டு பாய்களையும் ஒன்று சேர்த்தான். அவர்கள் படுத்துக்கொண்டார்கள். "வேணு கடைசியாகப் படித்த, எழுதிய கதை ஏதாவது சொல்" என்றாள். இரவு விளக்கு பச்சையாய் எரிந்தது, ஒரு மாங்காய்க்கு வெளிச்சம் பூசியது மாதிரி. அவன் ஒரு கதையை ஆரம்பித்தான். "அண்மையில் மீண்டும் படித்த கதை. இரண்டாவது வரியில், "நாய்க்காரச் சீமாட்டிகள். எனக்கும் அது ரொம்ப பிடிக்கும்பா" என்றாள் ஒரு கட்டத்தில் மெர்சி. அவன் ஒரு கையில் தன் கையைப் பிணைத்துக்கொண்டு தன் நெஞ்சின் மேல் வைத்துக்கொண்டாள். விரைவில் அவர்கள் உறக்கத்தில் ஆழ்ந்தார்கள்.

ஒரு குட்டி நாய்க்குட்டியைப்போல் விடிந்த மறுநாள் காலையில் அவர்கள் காப்பி சாப்பிடப் போனார்கள். எல்லா ஓட்டல்களிலும் காலை— அதிகாலைக் காப்பி நன்றாக அமைந்து விடுகிறது. அவன் ஒரு சிகரெட்டைப் பற்ற வைத்துக்கொண்டான். "அப்படியே கொஞ்சம் நடக்கலாமா, என்றாள் அவள். அவர்கள் நடந்தார்கள். ஓர் அரண்மனை இருந்த தெரு அது. அரண்மனைகூட இப்போது உணவு விடுதியாக இருந்தது.

அவள் அவனிடம் கேட்டாள்.

"நேற்று தூக்கினாயா?"

"தூங்கினேன்" என்றான் அவன். "படுத்தவுடன் நாம் பேசி முடித்தபிறகு. அதாவது சலனம் அற்றுத் தூங்கினாயா" என்று கேட்கிறேன்.

முதலில் அவன் தயங்கினான். "உண்மையைச் சொல்ல, உன்னிடம் பேச எனக்கு தயக்கம். முதலில் கொஞ்சம் சங்கடமாக இருந்தது. என் கையை உன் நெஞ்சில் வைத்துக்கொண்டபோது காமம் வடிந்துவிட்டது. வற்றி விட்டது. நேர் நிலைக்குத் திரும்ப வேண்டுமே. திரும்பியது உடம்பு. அசட்டுத்தனமாக நடந்து கொள்கிறது மெர்சி. விவரம் தெரியாமல்..."

"உடம்பு அசடல்ல. அது அறிவார்த்தம் அல்ல. அது அதன் சுபாவப்படிதான் நடந்துக் கொள்ளும். எனக்கும்கூட சலனம் ஏற்பட்டது. ஓர் ஆள் பக்கத்தில் இருந்து, யாரும் பார்க்கவில்லை என்றால் சூழ்நிலை வாய்ப்பாகவும் கிடைத்து, அந்த ஆள் ஆண் நண்பனாகவும் இருந்து விட்டால், அவனோடு உறவுகொள்ள வேண்டுமா என்ன? இது எனக்கு நான் செய்து கொள்ளும் கேவலம் என்று தோன்றியது. உன் கை எனக்கு சினேகத்தின் பாதுகாப்பைத் தந்தது. என் அப்பா தொடுவதுபோல இருந்தது.

காலை அழகாக இருந்தது. "பல்கலைக்குப் போகிறவள், முதலில் நீ குளித்துவிட்டுக் கிளம்பு" என்று அவன் சொன்னான். அவள் குளித்துவிட்டு வெளியே வந்தாள். அறைக்குள் சென்று ஆடை புனைந்தாள். அவன் மேசைக்கு முன் அமர்ந்து காலைப் பத்திரிகையைப் பார்த்துக்கொண்டிருந்தான்.

எட்டிப் பார்த்தவள், "என்ன குளிக்கப் போகலையா?" என்றாள். "துண்டு கொடியில் கிடக்கிறது" என்றான் அவன். "வந்து எடுத்துக்கோ" என்றாள் அவள். அறைக்குள் நுழைந்து துண்டை எடுத்துக்கொண்டான். அறை வாசனையாய் நிரம்பிக் கிடந்தது. முகத்துக்கு ஏதோ ஒரு களிம்பைப் பூசிக்கொண்டு வந்தாள். நெற்றி, கன்னம், முகவாயில் பொட்டுப் பொட்டாய் வைத்து அதை அழுந்தத் தடவினாள்.

"என்ன போகலையா?"

"மேக்கப்பைப் பார்த்துவிட்டுப் போகிறேனே"

"எனக்கு ஆட்சேபணை இல்லை"

அவன் தொலைக்காட்சிப் பெட்டிக்கு எதிரில் இருந்த நாற்காலியில் அமர்ந்துகொண்டான். அவன் எதிரில் மிகவும் சுவாதீனமாக, பதற்றம் இல்லாமல் மேக்கப் போடும் பெண்களை அவன் பார்த்துப் பல நாட்கள் ஆகி இருந்தன. அலமாரிக்குள் பதிந்த கண்ணாடியைப் பார்த்தபடி, அவனுக்கு முதுகைக் காட்டிக்கொண்டு நின்றாள். அவனுக்கு முதுகு நேரிலும், முன்புறம் கண்ணாடியில் பிம்பமாகவும் தெரிந்தது. அதன்பிறகு பவுடர் பூசிக்கொண்டாள். அவள் பயன்படுத்தும் மணப் பொருள்களின் பிராண்ட் பெயர்களை மனசுக்குள் பதித்துக்கொண்டான். தோளில் போட்டிருந்த ஈரத்துண்டை எடுத்துக் கொடியில் போட்டாள். தோள்களுக்குக் கீழேயும் கழுத்துக்குக் கீழேயும் ஸ்பிரேயைத் தெளித்துக்கொண்டாள். வழக்கம் இல்லாத ஆங்கில நறுமணம் அறையில் பரவியது.

"வாசனை எப்படி?"

"அற்புதம்!"

"என் மதுரை சிநேகிதன் அன்பளிப்பு. அவன், வெளிநாட்டுப் பொருள்களை வாங்கி விற்கிறவன். உனக்கும் ஒன்று வாங்கித் தருகிறேன்."

பையைத் திறந்து துணிகளை எடுத்து வெளியே போட்டாள். சட்டைகள், புடவைகள், சுடிதார்கள், உள்ளாடைகள் வெளியே வந்து விழுந்தன. ஆகாய நீலத்துச் சேலை ஒன்றை எடுத்தாள். "இன்னைக்குப் பேச்சுப் போட்டி நாள். எங்கள் கிளாசுக்குள். இன்னைக்குக் கட்டாயம் புடவைன்னு சார் சொல்லிட்டார். சரி, இன்னிக்கு ஒருநாள் கலாசாரத்தைக் காப்பாத்தலாமே என்ன சொல்றே?"

"தாராளமாக..." என்றான் வேணு.

ஒரு மதியப் பொழுதில் அவன் தனியாக அறையில் இருந்தான். உறங்க முயன்றான். வெளியில் தரித்த கடும் கோடையும் அதுகொண்டிருந்த வெப்பமும் அவனை உறங்க விடாமல் அடித்தது. மாலை வர இன்னும் மூன்று மணி நேரங்கள் இருந்தன. மாலைதான் மெர்சி பல்கலை முடிந்து வருவாள். மேலே சுற்றிய ஃபேனிலிருந்து வெந்நீர்க் காற்று வந்துகொண்டிருந்தது. அவன் பனியனைக் கழற்றிக் கொடியில் போட்டு விட்டு காற்றாடத் தெருவுக்கு வரலாம் என்றெண்ணி, அறைக்குள்ளிருந்து வெளிப்பட்டு, டிராயிங் அறையைக் கடக்கும்போதுதான் தரையும் சுவரும் சேரும் இடத்தில் ஓர்

அசைவைக் கவனித்தான். ஜன்னல் வழியாக வந்து விழுந்திருந்த வெளிச்சத்தில் அது ஒரு பாம்பென்று தெரிந்தது. பதற்றமுடன் அவன் தெருக்கதவைத் திறந்து வெளி வந்தான். என்ன செய்வதென்று புரியாமல் அவன் அதைப் பார்த்தான். அதுவும் எங்கு போவது என்று தெரியாமல் தவிப்பதுபோலத் தெரிந்தது. அவன் உள் நுழைந்து, மேசைக்கு இடப்புறத்தில் பாதுகாப்பாக நின்றுகொண்டு கையில் கிடைத்த ஏதோ ஒரு புத்தகத்தை எடுத்துச் சுவரில் எறிந்தான். அவன் நோக்கம் சப்தம் எழுப்புவதாக இருந்தது. அச்சப்தம் அதை வழியனுப்பும் என்று எதிர்பார்த்தான். அது முன்னேறாமல் நின்ற இடத்தில் ஸ்தம்பித்து நிலைத்தது. பின் நிதானமாகச் சற்றே திரும்பித் தெருக்கதவை நோக்கி ஊர்ந்து வெளியேறியது. பாம்புக்குச் சுவடு இல்லை போலும்.

அவனுக்கு வியர்த்திருந்தது. சற்று நேரம், எதுவும் செய்யத் தோன்றாமல் அப்படியே அமர்ந்திருந்தான். அது வந்த வழி எதுவாக இருக்கும் என்று அவன் ஆராயத் தொடங்கினான். தெருவைப் பார்த்த இரண்டு கதவுகளும் இணையும் இடத்தில் தண்ணீர் போக என்று வட்டமான ஒரு சந்து செய்திருந்தது தெரிந்தது. அறைக்குள் சென்று ஏதேனும் ஒரு பழம் துணி கிடைக்குமா என்று தேடினான். நைந்து கிடந்த அவனது பழைய ஜட்டி கண்ணில் பட்டது. அதை எடுத்து வந்து சந்தை இடைவெளி இல்லாமல் ஜட்டியால் அடைத்தான். காற்றுகூட, உள்ளே நுழையாது என்று தெளிந்தான். ஆசுவாசமாக இருந்தது.

மெர்சிக்குள்ளே ஒரு குடும்பத்தலைவி ஒளிந்துகொண்டிருந்து அடிக்கடி வந்து வந்து போவதை வேணு உணர்ந்தான். அந்தத் தலைவி ஒரு நாள் சொன்னாள்.

"காலை நேரத்தில் நான் பிரேக் பாஸ்ட் சாப்பிடுவதில்லை. பசித்தால் கேன்டீனில் ரொம்ப மலிவாகச் சாப்பிடுகிறேன். சங்கராபவனில் அறுபது ரூபாய்க்கு முறையான டிபன் கிடைக்கிறது. ஒரு நாளைக்கு அறுபது என்றால் மாசம் ஆயிரத்து எண்ணூறு ரூபாய். என்ன அநியாயம். காப்பி மெஷின் விற்கிறது. பாலும் காப்பி பவுடரும் பதினைந்து ரூபாய்க்கு வாங்கினால் ஒரு நாளைக்கெல்லாம் சாப்பிடலாம். மத்தியானம் நீங்களே சமைக்கலாம். குக்கரில் அரிசி, ஒரு சாம்பார், இப்போதான் குழம்பு மிக்ஸ், புளியோதரை மிக்ஸ், என்று எத்தனை மிக்ஸ்கள்! வாரம் ஒரு நாளைக்கு "நான்வெஜ்" சண்டே நான் சமைப்பேன். ராத்திரியில் சப்பாத்தி நான் பண்ணுவேன்"

மாலை இருவரும் சென்று பண்டம் பாத்திரங்கள் எல்லாம் வாங்கி வந்தார்கள். ஒரு காலி பெருங்காய டப்பியைக் கண்டுபிடித்து அதில் ஆளுக்கு இருநூற்று ஐம்பது ரூபாய் ஐநூறு ரூபாய் நோட்டு. இது அன்றாட சமையல் செலவுக்கு என்று ஏற்பாடு செய்துகொண்டார்கள்.

வெளிச் சுற்றுச் சுவரை ஒட்டியிருந்த மாமரத்தினின்று பழங்கள் வாசம் வரத் தொடங்கி இருந்தது. தை மாசத்துக்குள்ளாகவே மா பூத்ததை விசேஷமாகச் சொன்னாள் மெர்சிலின். அவள் வீட்டில்கூட ஒரு மாமரம் இருக்கிறது என்றாள். ரொம்ப வயசான மரம் என்றும் சொன்னாள். தரையில் கொட்டிக் கிடக்கும் மாம்பிஞ்சுகளை மிதித்து நடக்கக் கூச்சமாக இருந்தது வேணுவுக்கு. இளம் மஞ்சள் நிறத்துக் குன்றி மணிகள் பூக்கள்.

அவர்கள் ஒருநாள் துணிக்கடைக்குச் சென்றிருந்தார்கள். வேணுவுக்குச் சட்டைகளும் பேன்ட்டும் வாங்க வேண்டி இருந்தது. மிக நளினமான சட்டைகளை மெர்சி தேர்ந்தெடுத்தாள். விலையும் அதிகமாக இருக்கக்கூடாது. அதே சமயம் துணி தரமானதாகவும் நவீனமானதாகவும் இருக்க வேண்டும். இரண்டு மூன்று கடைகள் ஏறி இறங்கி அவள் அவனுக்கான ஆடைகளைத் தெரிவு செய்தாள். லைட் கலரில் சட்டைகள், என்றால் கறுப்பு பேன்ட் போட வேண்டும் என்கிற 'ஐம்பதுக்கள் காலத்தை' அவன் கடந்து வந்தவனில்லை. ரசனைகள், மோஸ்தர்கள் மாறி விட்டதை அவள் அவனுக்கு உணர்த்தினாள். நல்ல பெல்ட் மற்றும் ஒரு மணிபர்சும் அவள் அவனுக்கு வாங்கித் தந்தாள். அவளுக்கு ஒரு புடவையோ ஒரு நைட்டியோ வாங்கிக்கொள்ளச் சொன்னதுக்கு அவள் மறுத்தாள். தன்னிடம் பணம் நிறையவே இருப்பதாக அவள் சொன்னாள். "அன்புக்கும் உண்டோ அடைக்கும்தாழ்" என்றான் அவன். "அன்புக்கு இல்லாமல் இருக்கலாம். பணத்துக்கு இருக்கிறது. பணம் இல்லாது போனால், நட்பும் கசந்து போகும்" என்றாள் அவள். பணம் சேர சேரத்தான் மனிதர்களுக்கு மனநிறைவு ஏற்படுகிறது.

"நான் இதைப்பற்றியெல்லாம் நினைத்துப் பார்த்ததே இல்லை."

"நூறு வருஷமாகச் செய்யும் தவறுகள் சரியென்றாகாது"

அவன் அமைதியாக இருந்தான்.

"உங்களைச் சுற்றி இருப்பவர்கள் எல்லாம் ஒன்று அரசு உத்தியோகஸ்தர்கள், இல்லையென்றால் கொழுத்த வியாபாரிகள். இலக்கியம், தத்துவம், மனித நேயம், சினேகம், மயிர் மட்டை எல்லாவற்றையும் வித்துக் காசாக்கிக்கொண்டு இருப்பவர்கள். உன்னை அவர்கள் உபயோகித்துக்கொண்டிருக்கிறார்கள். ஏழையாக இருப்பது தப்பில்லை. இளிச்சவாயனாக இருக்கிறாய். அதுதான் உன் பிரச்சனை."

அவளுக்கு உள்ளாடைகள் வாங்க வேண்டி இருந்தது. பெண்களின் உள்ளாடை விற்கும் பகுதியில் பெண்களே இருந்தார்கள். அவன் மட்டும் தனித்து தெரிந்தான். "முன்பக்கம் பட்டன் வைத்த பிரா சௌகர்யமாக இருக்காதா. எதற்கு கைகளை வளைத்துப் பின்பக்கமாக ஊக்கு போடும் சிரத்தை மேற்கொள்கிறீர்கள் ?" என்றான் அவன். விற்பனைப் பிரிவில் இருந்த பெண்மணி சிரித்தபடி மெர்சியைப் பார்த்தாள். மெர்சியும் சிரித்துக்கொண்டு சொன்னாள். "முன் பட்டன் சௌகரியம்தான். ஆனால், பின்பக்கம் இருப்பதுதான் 'ஷேப்' தருகிறது. கையைப் பின்கொண்டு செல்வதில் பிரச்சனை எதுவும் இல்லை. வயசானவர்களுக்குக் கஷ்டம், எனக்கில்லை."

அதற்கு மேலும் அவன் பேச ஒன்றுமில்லை. பில்லை அவள் கொடுத்தாள். வேணு கொடுக்க ஆசைப்பட்டான். அவள் கறாராக மறுத்தாள்.

"என் பிறந்தாளுக்கு நல்ல புடவையாக வாங்கிக் கொடு"

"சரி", என்று அவன் ஒப்புக்கொண்டான்.

வெளியே ஒரு சந்தடி மிகுந்த உலகம், மிகுந்த இரைச்சல் இட்டுக்கொண்டிருந்தது. கூட்டம் கூட்டமாகக் கூட்டத்தில் தம்மைத் தொலைத்துக்கொண்டிருக்கிறார்கள் ஜனங்கள். ஜவுளிக் கடைகளாகவும், பாத்திரக் கடைகளாகவும் நகைக் கடைகளாகவும் நடைபாதைக்

கடைகளாகவும் நிரப்பப்பட்டுத் நெரிந்துகொண்டிருந்தது தெரு. இந்த இடித்துக்கொண்டு செல்லும் நெரிசலிலும் முகத்தில் புன்னகை வழிய அன்புகளைப் பரிமாறிக்கொண்டிருந்தார்கள் பெண்களும், ஆண்களும்.

"இரவுச் சாப்பாட்டை இங்கேயே முடித்துக்கொள்ளலாமா?" என்று அவன் கேட்டான்.

அவள் புருவம் மேல் ஏறியது. யோசிக்கிறாள் என்று அர்த்தம்.

"வேணாம், மத்தியானக் குழம்பும் கறியும் மீந்து இருக்கு. கொஞ்சம் ரைஸ் வாங்கிக்கலாம். ஓட்டலில் நம் இரண்டு பேருக்கும் எப்படியும் ஐநூறு ரூபாய்க்கு மேல் ஆகும். வரும் ஞாயிற்றுக் கிழமை சிக்கன் வாங்கிக்கலாம். நீ ஒரு பாட்டில் வாங்கிக்கோ."

"நீயும் குடிக்கணும்"

"நான் குடிக்கவே மாட்டேன்னு சபதம் பண்ணலையே. புத்தியை மயக்க வைக்கிறது எனக்குப் பிடிக்கலை. உனக்காக ஒரு சமயம் குடிக்கலாம். தொடர்ந்து தொந்தரவு பண்ணக்கூடாது"

"சரி"

அவர்கள் பேருந்தில் திரும்பிக்கொண்டிருந்தார்கள். இருக்கைக்கு வெளியே இருபுறமும் அப்பிக்கொண்டிருந்த இருட்டு அவனுக்குள் வாழ்வழி புகுந்ததுபோல் அவன் பக்கத்திலிருக்கும் அவளுக்கு மட்டும் கேட்கும் விதம் பேசினான்.

"எலிகள். பெரிய எலிகள், சின்ன எலிகள் பெருத்துவிட்டது மொர்சி, எல்லா இடத்திலும். தெருவில், அலுவலகத்தில், சினிமா தியேட்டரில், பதிப்பகங்களில் பத்திரிகை ஆபீசில், சினேகத்தில், வீட்டுத் வெளித் திண்ணையில் எல்லா இடத்திலும் எலிகள். எல்லா எலிகளுக்கும் பதுங்கு குழிகள் இருக்கின்றன. வியர்வையை இவை களவாடிக்கொண்டு போகின்றன. நாக்கையும் சொற்களையும் வழிப்பறி செய்கின்றன. நம் செல்வத்தைத் திருட்டில் பறிகொடுத்துவிட்டு நிற்கிறோம்."

அவன் காதருகில் குனிந்து அவள் சொன்னாள்.

"உனக்கு முன்னால் இருந்தே லட்சம் வருஷமாக எலிகள் இருக்கத்தானே செய்கின்றன. முதல் கதிர் மண்ணில் தோன்றியபோது எலிகளும் கூடவே வந்துவிட்டனதானே? எலியைத் தொடர்ந்து அதை விழுங்கப் பாம்புகளும் வந்து விட்டனதானே. பாம்பைக் குறி வைத்து வானத்தில் கருடன்கள் சுற்றுகின்றனதானே? எல்லாம் இருக்கவே செய்யும். இதற்குள்தான் நாம், மற்றவர் களவாடிக்கொண்டு போகும் விதமாக, நீ ஏன் உன்னைக் களவு கொடுக்கிறாய்?"

"நண்பர்கள் எதிரிகளாக மாறினால் என்ன செய்வது? நண்பர்கள்போலத்தானே எதிரிகளும் இருக்கிறார்கள்..."

"நண்பர்களை, எதிர்கால எதிரிகள் என்ற புரிதலோடு பழக்கம் வைத்துக்கொண்டால் என்ன?"

"அதுதான் வரமாட்டேங்குது"

"பட்டுப் பட்டுத்தான் திருந்த வேண்டும் என்பது நம் தலைவிதி."

வீடு திரும்பியதும், "இரு வந்துடறேன்" என்றபடி அறைக்குள் சென்றாள் மெர்சிலின். சற்று நேரம் கழித்து "வேணு உள்ளே வா" என்றாள். "இந்தப் பின்னைப் போடு" என்றாள். அவன் பின்னை முதல் இணைப்பில் பொருத்தினான். "ரொம்ப டைட்பா" என்றாள். "சந்தேகப்பட்டேன். இனி அடுத்த நம்பருக்குத்தான் போகணும்" என்றாள். "சரியாகத்தானே இருக்கிறது" என்றான் அவன். "எனக்குத்தானே தெரியும். சரியா, ரைட்டா, லூசான்னு..." என்றபடி சுவரைப் பார்த்துக்கொண்டு பிராவைக் கழற்றிப் பத்திரமாக வாங்கிய அட்டைப் பெட்டியில் அடைத்தாள். நைட்டிக்கு மாறினாள்.

"என்ன பார்க்கிறே".

"உன் முகத்தில் தெரிகிற குழந்தைத்தனத்துக்கு இது கொஞ்சம் அதிகப்படி..."

"தவம் இருந்தா வாங்கினேன். எங்க பரம்பரைன்னு பாட்டி சொல்லும். அம்மா பாட்டிக்கும், அம்மாவுக்கும் எல்லார்க்கும் இப்படித்தான். முதல்ல, பாத்ரூம் கண்ணாடியில் பார்க்கிறபோது பெருமையாத்தான் இருந்துச்சி. வயசுக்கு ஏத்த வளர்ச்சின்னு இருந்தேன். பார்க்கிறவன்லாம் மூஞ்சியை எங்கே பார்க்கிறான். கழுத்துக்குக் கீழ்தான் ஆணி அடிச்சி என்னை மாட்டறான்."

அவன் அவற்றையே பார்த்துக்கொண்டிருந்தான். இதை விடவும் மேலானதை, அற்புதத்தை, அதிசயத்தை இயற்கை சிருஷ்டித்து விடவில்லை என்று அவனுக்குத் தோன்றியது. பறிக்கப்படாத ரோஜா இதழ்களைப்போல இருந்தன முலைக் கண்கள். இவை அல்லவோ மூன்றாம் கண்கள்.

அதுகாறும் மூளையில் ஏற்றியவை, அறிவில் அடைந்தவை, ஆத்மாவில் பதுக்கியவை, மனதில் பொதிந்தவை அனைத்தும் கரைந்து, அவன் மட்டும் அங்கு நின்றான். அவன் மட்டும் அவனுடன் ஸ்தம்பித்து நின்றான்.

"தேரை நிலைக்குத் திருப்பேன்".

"திரும்பி விட்டது."

அவர்கள் சமையல் அறைக்குள் நுழைந்து இரவு உணவுக்குத் தயார் ஆனார்கள். கொஞ்சம் சோறு பொங்கிக்கொண்டு குழம்பைச் சூடு பண்ணினாள். டப்பாவிலிருந்து கொஞ்சம் கொத்தவரை, சுண்டை வத்தலை எடுத்துக் கொடுத்தான். அவள் எண்ணெயைச் சட்டியில் இட்டு வறுத்தாள். கொஞ்சம் துவையல் பண்ணலாமா? என்று அவன் கேட்டதுக்கு, "நாக்கை மிகவும் தீட்டி வைத்திருக்கிறாய்" என்று சொன்னாள் அவள். ஆனால் துவையல் தயாரானது.

அவன் தட்டைக் கழுவி வந்து மேசை மேல் வைத்தான். அவள் பரிமாறினாள். அவர்கள் உண்ணத் தொடங்கினார்கள்.

"உனக்கு என் நண்பனை அறிமுகப்படுத்த வேண்டும்" என்றாள் அவள், தட்டைப் பார்த்துக்கொண்டு.

"என்ன செய்கிறார்?"

"படித்து முடித்து அரசுப் பணியில் சேர்ந்திருக்கிறான், நல்ல பையன்."

மேற்கொண்டு அவரைப் பற்றிக் கேட்பது நாகரிகக் குறைவாக இருக்குமோ என்று வேணுவுக்குத் தோன்ற அவன் அமைதியடைந்தான். சே, நாகரிகம் என்ற பெயரில் எத்தனை அவஸ்தை.

"என்ன பெயர்?"

"காளீஸ்வரன். இந்த வாரம் ஒரு மாலை வெளியே போகலாம். அவனையும் வரச் சொல்கிறேன்."

தட்டில் விரல்களால் சோற்றைச் சுற்றிக்கொண்டிருந்தாள். சாப்பிடுவதை விடவும் சோற்றை அளைவது அதிகமாக இருந்தது.

"என்ன யோசிக்கிறே?"

"அவனைப் பற்றிதான். அவனைச் சந்தித்து சினேகம் கொண்டு இரண்டு வருஷம் ஆகப் போகுது. இப்போ, அவனைப் பற்றி யோசிக்கிற கட்டம் வந்திருக்கு."

அவள் தட்டுகளை எடுத்துச் சென்று போட்டுக் கை கழுவிக்கொண்டு வந்தாள். வேணு ஒரு சிகரெட்டைப் பற்ற வைத்துக்கொண்டான். பால்கனியில் இரண்டு நாற்காலிகளை எடுத்துப் போட்டான். எதிரே முக்கால் நிலா. சீக்கிரம் பௌர்ணமி வர இருந்தது.

"ஏதாவது பிரச்சனையா?"

"சினேகமே ஒரு பிரச்சனைதானேப்பா. சந்திக்கிறோம். நம் தாத்தா பாட்டிகளுக்கு இல்லாத வாய்ப்பு நமக்குக் கிடைச்சிருக்கு. சுதந்திரம் அப்படின்னு நினைக்கிறோம். பழகறோம். கடைசியா ஆண், ஆணாகவும் பெண் பெண்ணாகவுமே இருக்கிறோம். அதுக்குத்தான் அல்லது அதை நோக்கித்தான் செங்கல் செங்கல்லாக வைத்துக் கட்டடம் எழுப்புகிறோமோ என்று தோன்றுகிறது."

"அந்தப் பூனைக்குட்டியை வளர்த்தது யார்?"

"ரெண்டு பேரும்தான்."

"அப்புறம் என்ன பதற்றம்?"

"ரொம்பப் பழசானாலும் நீ சொன்னியே, அந்தப் பாம்பு புகுவது."

"நம் வீட்டிலா பாம்பு புகுகிறது. பாம்புகளும் வாழும் பெரிய புற்றில்தான் நாம் வீட்டைக் கட்டி இருக்கிறோம். நம்முடையது, அகலமானது. நல்லது கெட்டது பாம்புக்கு ஏது? பாம்பு பாம்பாகவே எப்பவும் இருக்கிறது. நாம்தானே பாம்பாகவும் இருக்கிறோம். அப்பப்போ சௌகர்யம்போல மனிதராகவும் மாறிப் போகிறோம்."

"நீ பாம்பா? மனுசனா?"

அடக்கமாக இருந்தது அந்த உணவு விடுதி. அதிகக் கூட்டம் இல்லாதது. மிதமான குளிர்ச்சியுடன் மூச்சு விட்டுக்கொண்டிருந்தது. வேணுவுக்குக் காளியைப் பிடித்தது. சில சமயங்களில் முதல் பார்வையிலே வாழ்நாள் சினேகம் அமைந்து போகிறது.

வெயிட்டர் தந்த அட்டையைப் பார்த்துத் தனக்கு அந்த வகை பிராந்தி என்று சொன்ன காளி, எல்லார்க்கும் விரும்புவதைக் கொடு என்றது, சௌகர்யமாக இருந்தது. வேணு, "எனக்கு விஸ்கி" என்றான். அதைக் காதில் வாங்கிக்கொள்ளாமல் "நீ பிராந்தி எடேன்" என்றான் ஆங்கிலத்தில் மெர்சியைப் பார்த்து. அவன் கவனம் அவள் மேல் மட்டும் இருந்தது.

மெர்சி, அதை அழுத்தமாக மறுத்தாள்.

"நோப்பா, எனக்கு ஜின் வித் லைம்" என்றாள்.

வெயிட்டர் நகர்ந்ததும் உணவுக்குக் காளியே ஆர்டர் செய்தான். சக மனிதர்களுடன் பழகுங்கள் என்பது பற்றி ஒரு பாடத் திட்டத்தை எட்டு ஒன்பதில் விரும்பிச் சேர்க்க வேண்டும் என்று அவன் நினைத்தான். ஒரு பெரிய மனிதத் தோரணையுடன் கைகுலுக்கி, "ஆல் தி பெஸ்ட்" என்று விட்டு வாகனத்தை மிகப் பேரோசையுடன் கிளப்பிக்கொண்டு அவன் மறைந்தான். கௌரவமான மனிதராகவே தெரிந்தது.

அவன் சென்றபிறகு, "அவனைப் பற்றி என்ன நினைக்கிறாய்" என்றாள் மெர்சி. தர்மசங்கடம் என்பது இதுதான். உண்மைகள் எல்லார்க்கும் எல்லாச் சமயங்களிலும் உவப்பானதாக இருப்பதில்லை. "உம்... ஓகே. எனக்கும் பிடித்திருக்கிறது"

"இதன் அர்த்தம், அவனை உனக்குப் பிடிக்கவில்லை. சரிதானே?"

"வன்முறையை ஆரம்பிக்கிறாய். வார்த்தைகளைக்கொண்டு காயப்படுத்தும் விளையாட்டு நமக்குள் வேண்டாமே."

"பொறாமை உனக்கு".

"இருக்கலாம். நான் மகாத்மா இல்லை. அற்ப மனிதன்."

"எனக்கு அவரைப் பிடிச்சிருக்கு"

வேணு சிரித்துக்கொண்டு சொன்னான்.

"இதிலெல்லாம் காயம் பட மாட்டேன் மெர்சி. சாரி."

மழைக்காலம் ஆரம்பித்திருந்தது. வானம் எப்போதும் மப்பும் மந்தாரமுமாய், இருண்டு சீதனமாய்க் காற்றை வீசிக் கொண்டு வாழ்க்கையை ரசிக்கும்படி பண்ணிக்கொண்டிருந்தது. அந்த நாட்களில் ஒரு நாள் மாலை இருட்டு நேரம் வந்ததும் மெர்சி திரும்பவில்லை. வேணு, பத்து மணிக்கு மேல் ஆயிற்று என்ற பிறகு கவலைப்படத் தொடங்கினான். கவலை, தவிப்பாயிற்று. ஏதாவது சிக்கலில் அகப்பட்டுக்கொண்டுவிட்டாளோ என்கிற பயமும் வந்தது. யாருக்கும் போன் செய்யவும் தோன்றவில்லை. மெர்சி, அவள் 'செல்லை' ஆஃப் செய்திருந்தாள். காளிக்குச் செய்யலாம். அது சரியில்லை எனப்பட்டது. அவனுக்கும் தெரியாது எனும்பட்சம், காட்டிக் கொடுத்தது போலாகிவிடும். தனக்கோ காளிக்கோ மற்றவர்க்கோ தெரியக்கூடாது என்று அவள் நினைக்கும் ஒரு விஷயத்தைக் கிண்டிக் கிளறுவது நாகரிகம் இல்லை. மறுநாளும் அவள் வரவில்லை. அதற்கு மறுநாள் இரவு வந்தாள். 'களைப்பாக இருக்கு' எனச் சொல்லிப் படுத்து உறங்கிவிட்டாள். மறுநாள் வைகறையில் மெர்சி அவனை உறக்கம் கலைத்தாள்.

அவனும் அவளும் காப்பி சாப்பிட்டு விட்டு உலவத் தொடங்கினார்கள். எக்காரணம் கொண்டும் அவள் எங்கு போனாள் என்பதைக் கேட்கக்கூடாது என்று அவன் முடிவு செய்திருந்தான். இப்படியெல்லாம் கொள்கை வகுப்பது நட்புக்கு அரணா என்றும் ஒரு குறுகுறுப்பு அவனுக்குள் தோன்றவே செய்தது. நட்பின் லட்சிய அழகு காயங்கள் ஏற்படுத்தாமல் இருப்பது என்று

அவன் தனக்குள் உறுதி செய்துகொண்டான். திடுமென மெர்சி அவனிடம் கேட்டான்.

"நான் எங்கு போனேன்னு ஏன் கேட்க மாட்டேன் என்கிறாய்?"

தெருவில் கிடந்த ஒரு கூழாங்கல்லை உதைத்தபடி அவன் சொன்னான்.

"சொல்லக் கூடுமானால் சொல்ல விரும்பியிருந்தால், போகும்போது சொல்லியிருப்பாய். வந்ததும்கூட நீதான் ஆரம்பிச்சிருக்கணும். நான் கேட்பது நாகரிகம் இல்லையே."

"இந்த நாகரிகம் நம்மைப் பிரிக்கிறதா, இணைக்கிறதா?"

"கண்ணுக்குத் தெரியாத பதில் அது. ஆனால், அது மனித உணர்வுகளுக்குள் இருக்கத்தான் வேணும். அப்படித்தான் நினைக்கிறேன்."

"ஆனால், அது உன்னையும் என்னையும் தனித் தனியாள்களாக மட்டுமே வைத்திருக்கும்".

"எக்சாட்லி. அதுதானே உண்மை. நாம் எல்லாருமே தனித்தனி மனிதர்கள்தானே. தனி உடம்பு, தனி மூளை, தனி மனம், தனி வாழ்க்கைமுறை, தனி வார்ப்பு, மழைக்கு ஒரு கூரைக்குக் கீழ் ஒதுங்கியிருக்கிறோம். மழை விட்டதும் அவரவர் வழியில் நடக்கப் போகிறோம். ஹலோ, நல்லா இருக்கீங்களா, சந்திப்போம், வாங்க இதுக்கு மேல நமக்கு வார்த்தைகள் தேவைப்படுவதில்லையே"

கூழாங்கல் ஓடி நிற்கும் இடங்களில் அவனும் நடந்து, அதை உதைத்துக் கொண்டிருந்தான்.

வீடு சேர்ந்ததும் மழை தொடங்கியது.

"எனக்கு ரொம்பக் களைப்பா இருக்கு. இன்னிக்கு லீவ். தூங்கப் போகிறேன்."

"பிரேக் பாஸ்ட் என்ன வாங்கி வரணும்?"

"பூரி சாம்பார்."

"சரி, சாப்பாடும் மத்தியானம் வாங்கிவர்றேன். வெஜ்ஜா நான் வெஜ்ஜா?"

"எனக்கு பிரைடு ரைஸ் மட்டும்"

"என்ன ரைஸ். சிக்கன் அல்லது..."

"பிரான் பிரைட்."

அவன் குளித்து அன்றைய காலைப் பத்திரிகைகளை அவள் தலைமாட்டில் வைத்துவிட்டுப் புறப்பட்டான். பனிரெண்டே முக்காலுக்கு, ஓட்டல் மவுண்ட்டில் பிரான் ரைசுக்கு ஆர்டர் கொடுத்து விட்டு, பரோட்டா குருமாவில் மதிய உணவை முடித்துக்கொண்டான். "எங்க சார், மேடம் வரலையா?" என்ற வெயிட்டரிடம், ஊரில் இல்லை என்றபடி பில்லைக் கொடுத்துவிட்டு வெளியே வந்து சிகரெட்டைப் பற்ற வைத்துக்கொண்டு நடந்தான்.

"ஞாயிற்றுக் கிழமை ரொம்ப சோம்பேறித்தனமான நாள்பா" என்றபடி பதினொரு மணிக்கு எழுந்தாள் மெர்சி. பல்லைத் தேய்த்து வந்து

பிரபஞ்சன் ★ 329

"சாப்பிட்டியா?" என்றாள். "ஆச்சு, உனக்கும் எதற்கும் இருக்கட்டும் என்று பொங்கல் வாங்கியாந்தேன்" என்றான்.

"இருக்கட்டும் வா. சிக்கன் வாங்கி வரலாம். பிரியாணி பண்ணலாம்"

காப்பி போட்டு இருவரும் குடித்துக் கிளம்பினார்கள். அரைக் கிலோ கோழி இறைச்சியும் ஆட்டு ஈரலும் வாங்கிக்கொண்டார்கள். பலசரக்குக் கடையில் சில சமையல் பொருள்கள் மற்றும் பாசுமதி அரிசியும் வாங்கிக்கொண்டு வந்தார்கள். வானம் மூடிக்கொண்டிருந்தது. "மழை வந்தால் நன்றாக இருக்கும் இல்லையா" என்றாள் மெர்சி. "மழையே வரம்தானே" என்றான் அவன். "வரமாக இருக்க முடியாதப்பா. கூரை இல்லாதவர்களுக்கு, ஒழுகும் வீட்டில் இருப்பவர்களுக்கு மழை நரகம்தான்." என்றாள் அவள்.

அவன் வீட்டுக் கதவைத் திறக்கும் நேரத்தில் அவளுக்குப் போன் வந்தது. பேசினாள். பேசிக்கொண்டிருந்தாள். பேசிக்கொண்டே இருந்தாள்.

"யார் தெரிகிறதா? கவி நண்பன். அண்மைக் காலத்துக் கவிதைகளை வாசித்துக் காட்டினான்!"

"கவிதை எப்படி? நல்ல கவிஞன் அவன். நல்ல கவிதைகளை அடிக்கடி எழுத முடிகிறது அவனால்" என்றான் வேணு.

"கரெக்ட்" என்றாள் அவள்.

இறைச்சியைச் சிறு துண்டுகளாக நறுக்கித் தந்தான் வேணு. சற்று நேரத்தில் பிரியாணி மணத்தது. ஈரலை வறுத்துக்கொண்டிருந்தாள் அவள்.

"நீ வேணா விஸ்கி போட்டுக்கொண்டு வாயேன். ஈரலுக்கு நல்ல துணையாக இருக்குமே"

"வேணாம். இரவு சாப்பிடலாம். உனக்கு ஜின் வாங்கியாறேன்."

மாலை, கடல் இவர்களைப் பார்த்துக்கொண்டிருந்தது. கூட்டத்தை விட்டுத் தள்ளி மணலில் அமர்ந்திருந்தார்கள் அவர்கள். அவன் கையை எடுத்துத் தன் கைக்குள் வைத்திருந்தாள் மெர்சி. கூட்டம் கரைந்துகொண்டிருந்தது. கடற்கரையில் சில விடர்கள் அவர்களைச் சுற்றி வந்து வேடிக்கை பார்க்கவே, அவர்கள் புறப்பட்டார்கள். கடற்கரைச் சாலையில் கொடி போட்ட அமைச்சர்களின் கார்கள் கடந்தன. காவல்துறையினர் அந்தச் சுறுசுறுப்புடன் பொது மக்களை அதட்டி மிரட்டி நிற்க வைத்து, அப்புறம் தெருவைக் கடக்க அனுமதித்தார்கள்.

"மக்கள் ஒதுங்கும் பேருந்து நிழற்குடையில் படுத்துக் கிடக்கின்றன திருவல்லிக்கேணி மாடுகள். எதையோ அசை போட்டபடி..." என்றான் வேணு.

"யார் எழுதியது?"

"நான்தான்."

"எதை அசை போட்டிருக்கும்?"

"காளையாக இருந்தால் பசுவை. பசுவாக இருந்தால் மேயும் இடத்தில் கண்ட காளையை. அப்புறம், புல்வெளி மறைந்த கட்டாந்தரையை"

"இப்படிச் சொல்லு. கட்டாந்தரையான புல்வெளியை"

“குட்”

“உலகத்தில் இருந்து மறைந்தே போக வேண்டியவை என்று அவைகளிடம் ஒரு பட்டியல் உண்டு. ஒன்று சாட்டை என்கிற எதிர்பாராத நேரத்தில் முதுகில் கவியும் வன்முறை, அழுத்திக் கொல்லும் நுகத்தடி, இளமையில் உடன் வந்த மேய்ச்சல் தோழமைகள், ஆட்களைத் திணித்த சுமை வண்டி, ஊர் தாண்டி விற்று வர வேண்டிய உப்பும் புளியும்... அப்புறம் மனிதர்கள்.”

“மாடுகள் யோசிக்குமா?”

“கவிகள் யோசிக்கிறார்கள்”

“அதனால் இருவரும் ஒன்றா?”

“பல வகைகளில் நாம் எல்லாம் சுமை ஏந்திகள் தாம்.”

இருவரும் தம் கோப்பைகளை இணைத்து எடுத்துக்கொண்டு யாருக்கு வாழ்த்துரைக்கலாம் என்று யோசித்தார்கள்.

“நம் சினேகத்துக்கு” என்றாள் மெர்சி.

அவர்கள் நட்பை வாழ்த்திக் குடித்தார்கள். சதைப்பகுதியைத் தேர்ந்து வேணுவுக்குக் கொடுத்துக்கொண்டிருந்தாள் அவள். இரண்டாவது ‘பெக்கில்’ இருந்தார்கள் அவர்கள்.

“அப்பா நாலைஞ்சு முறை போன் செய்துட்டார். நாளைக்குப் போகணும்” என்றாள் மெர்சி.

“போய் வாயேன்”

அப்பா மேல் அவளுக்கு மிகுந்த அன்பும் மதிப்பும் இருந்தது. அம்மாவை வியந்தாள். தங்கைகள் நினைவு கூர்ந்து மகிழ்ந்தாள். நண்பர்கள் அவளுடைய அதிர்ஷ்டம் என்றாள். எல்லாரும் அன்பைப் பொழிகிறார்கள். அதில் பாதிப்பேர் காதலிக்கிறார்கள். டெக்னிக்கல் துறையில் அவள் மேல் காதலாகித் தரும் சங்கடங்கள் அளவில்லாதவை. மாவட்டத்துத் தலைநகரின் சிறிய இடத்தில் கடை வைத்திருக்கும் அவள் சினேகிதன், வெளிநாட்டில் இருக்கும் அவள் ரசிகன் என்று அவளுடைய உலகளாவிய காதலை விவரித்துக்கொண்டிருந்தாள். புதிதாகக் கட்டியவீடு எப்படி அவளுக்கு வசதியாக இருக்கிறது. நிலா, ஜன்னலுக்கு வெளியில் இருந்து வெள்ளையாக ஒளிர்ந்துகொண்டிருந்தது. எனக்கு லதாதான் பிடிக்கிறது என்றாள். தப்பில்லை. இப்பவே பெண் கேட்டு நிறையப் பேர் வருகிறார்களாம். அம்மா சொன்னார். இன்னும் மூன்று வருஷத்துக்கு அந்தப் பேச்சு வேணாம் என்று சொல்லிவிட்டேன். யாரையும் காதலிக்கிறாயா என்றுகூட அம்மா கேட்டுவிட்டார்.

“என்ன சொன்னே?”

“இன்னும் முடிவு பண்ணலைன்னு சொன்னேன்.”

“காதல் கல்யாணம்னா அல்லது ஏற்பாட்டுக் கல்யாணம்னா?”

“இல்லை. நண்பர்களில் எவனைத் தேர்ந்தெடுக்கிறதுன்னு”

வேணுவைப் பார்த்து, அவள் சொன்னாள்.

“அதிகமாகப் போறாய். இது நாலாவது”

"நீ அருகில் இருக்கும்போது அளவு தெரியலை"

"நான் இருக்கும்போதுதான் அளவு தெரியணும்."

கோப்பையின் கடைசித் துளிகளை விழுங்கிவிட்டு அவள் அருகில் வந்து குனிந்து அவள் உதடுகளில் முத்தமிட்டான் அவன். அதை அசையாமல் ஏற்ற மெர்சி, அவன் அணைப்பு நெருக்குகையில், "வேணாம், ப்ளீஸ்" என்று ஈரச் சுவடற்ற காய்ந்த குரலில் சொன்னாள். அவன் பதறியபடி விலகினான்.

"சாரி"

"நாட் அட் ஆல். நான் அதை ரசித்தேன். விரும்பினேன். எனக்கு சந்தோஷம்தான். ஐ ஆம் ஹானர்ட்" என்று அவனை அணைத்தபடி சொன்னாள். அவன் பதற்றம் தணிந்தது.

பொட்டலத்தைப் பிரித்து அவன் சாப்பிடத் தொடங்கினான். மெர்சி, ஜின் பெட்டியைத் திறந்து குப்பியில் வார்த்தாள். லைமைக் கலந்தாள்.

"ஏய், இது அதிகம்பா"

அவள் சிரித்தாள். "சிரிக்கும்போது எல்லாரும் அழகாகவே இருக்கிறார்கள்" என்று சொன்னான்.

"என் மேல் உனக்கு இருக்கும் அக்கறை, ஏன் உன் மேல் உனக்கு இல்லை?"

இரண்டு மிடறில் கோப்பையை முடித்தாள்.

"என் பொட்டலத்தை எடு"

அவன் பிரித்து அவள் முன் வைத்தான். பாதி சாப்பிட்டு எழுந்து கையைக் கழுவிக்கொண்டு வந்தாள்.

"நிலாவுக்குப் பைத்தியம் பிடித்து விட்டது. வாயேன். மொட்டை மாடிக்குப் போகலாம். சிகரட்டை எடுத்துக் கொள்."

கட்டைச் சுவரில் சாய்ந்து அவர்கள் அமர்ந்தார்கள். எதிரே நிலா. மழை ஓய்ந்து, லேசாகத் தூறிக்கொண்டிருந்தது.

"மழை இன்னும் விடவில்லை" என்றான் வேணு.

"மழை, பெய்யட்டுமே" என்றபடி ஒரு சிகரெட்டை எடுத்துப் பற்ற வைத்துக்கொண்டாள். முதலில் இருமினாள். பிறகு சுகமாகப் புகைத்தாள். அவன் கையைப் பற்றியபடி நிதானமாகப் பேசினாள்.

"சாரி வேணு. நீ காயம் பட்டிருப்பாய். நீ செய்தது தப்பே இல்லை. உன் அன்பை இதைவிடவும் அழகாக நீ எப்படி வெளிப்படுத்த முடியும்? ஆனால், அதை வாங்கிக் கொள்ளும் இடத்தில் நான் இல்லை."

நிலா நகர்ந்துகொண்டிருந்தது.

"நான் இன்னும் கன்னிதான். உடலுறவு கொள்ளலை. இன்னும் உனக்கு ஆச்சரியமாக இருக்கும். ஆனால், அது உண்மை. என்ன காரணம்னு எனக்குத் தெரியலை. அது, வேறு ஒரு சூழ்நிலையில், வேறு மாதிரியாக, நான் கதவைத் திறக்கும்போது, நான் தயாராகும்போது அது நடக்கணும். இடமும் சூழலும் ஒத்துழைக்கும் நேரம்தான் இது. நீயும் மிகவும் சரியான நபர்தான். உன்னிடம் முதல் உறவு என்பது எனக்குப் பரிசுதான். சந்தேகம் இல்லை. ஆனால்,

அதுக்கு நான் மனதளவில் தயாராகவில்லை. என் உடம்பு அனுமதிக்கத்தான் சொல்லுது. இப்பக்கூட உன்னோடு உடலுறவுகொள்ளணும்னுதான் ஆசையா இருக்கு. நமக்குள்ள எதுக்கு வெட்கம்? ஆனா, ஏனோ மனசு ஒத்துழைக்க மறுக்குது. வேணாம்னு ஏதோ ஒரு குரல் எனக்குக் காதில் கேட்குது. எனக்குக் கொஞ்சம் அவகாசம் கொடு. என் வாழ்நாள் முழுக்கவும் நான் குற்ற உணர்வே இல்லாமே, சந்தோஷமா இந்த அனுபவத்தை நினைவு கூரணும். இல்லையா, உனக்குப் புரியும். என் மேல உனக்கு இருக்கும் மரியாதை எனக்குத் தெரியும். இல்லை, எனக்குப் பயமா இருக்கு. உன்னை எந்தக் காரணத்தை முன்னிட்டும், நான் இழக்க மாட்டேன். எந்த விலை கொடுத்தும் உன்னை நான் வாங்கியாக வேண்டிய பொருள் நீ. எனக்கு பயமா இருக்கு. இதைக் காரணமா வச்சு என்னை நீ வெறுக்கக்கூடாது. வேணு நீ வருத்தம் கொள்ளக்கூடாது. நீ முடிவு பண்ணி இருந்தா, என்னை நீ பயன்படுத்திக்கொள்ளலாம்."

அவள், அவன் கையை எடுத்து அவள் மார்பகத்தில் வைத்தாள். அவன் பதறிக்கொண்டு எடுத்துக்கொண்டான்.

நிலா மெதுவாக நகர்ந்துகொண்டிருந்தது. அவன், சிகரட்டைப் பற்ற வைத்து அவள் உதட்டில் பொருத்தினான். கண்களில் பேரன்பு வழிய அவள் அவனைப் பார்த்தாள்.

அவள் கோப்பையில் வார்த்து, ஒரு வாய் குடித்தாள்.

"மிக்ஸ் பண்ணலையேப்பா, கசக்குமே" என்றான் வேணு.

"கசக்காதுடா, உன்னை மிக்ஸ் பண்ணிக்கிட்டேன்." என்று அவனுக்குக் கொடுத்தாள். அவனும் அவளும் மாறி மாறி அருந்தத் தொடங்கினார்கள்.

"வாழ்க்கையைக் குடிக்கும் விதம் இதுதான் வேணு."

ரயில் நிலையம் சென்று மெர்சியை வழி அனுப்பி வைத்தான். அவள் அமைதி இழந்திருந்தாள். கண்ணீர் சுரந்து கண்களுக்குள்ளாகவே நின்றது. ரயில் புறப்படும்வரை அவள் அருகில் அவன் அமர்ந்திருந்தான். பழமும் தண்ணீரும் வாங்கி வந்து தந்தான்.

"மீண்டும் நாம் சந்திக்கப் போகிறோமா" என்றாள் மெர்சி.

"உலகம் ரொம்பச் சின்னது. நாம் ஒருவருக்கொருவர் தட்டுப்படுவோம்" என்று வேணு சொன்னான். மெர்சி கண் மறைந்ததும் வீடு திரும்பினான். வீட்டைத் திறந்ததும் மெர்சியின் வாசனையை அவன் உணர்ந்தான். வீட்டை அந்த மணமே நிறைத்திருந்தது. கொடியில் அவள் ஆடைகள் எதுவும் காணப்படவில்லை. அவளுடைய பெரிய பையில் இருக்கும் போலும்... வெள்ளைச் சுவரில் இரண்டு பொட்டுகள் இருந்தன. பையின் கீழே, மற்றும் கண்ணாடியின் கீழே தரையில் பவுடர் சிந்தி இருந்தது. முந்தின நாள் பயன்படுத்திய நைட்டியைச் சுருட்டி வைக்க மறந்துவிட்டாள் போலும். அது மட்டும், பையின் கீழே மடித்திருந்தது. கையெட்டும் தூரத்தில் அவள் நின்றிருந்தாள் எனும்படி தோன்றியது. படுக்கை அவனை மிஞ்சி ஒரு கடல் போல, வெட்டவெளிபோலப் பரந்து நிரப்பப்படாமல் இருப்பதாகப்பட்டது. தலையணையில் அவள் தலை பதிந்த குழிவு அப்படியே இருந்தது. உற்றுப் பார்க்கையில் தலையணையிலிருந்து மெத்தைவரை

வழிந்து படுத்துக்கொண்டிருந்தது மெர்சியின் தலைமுடி. கழுத்திலிருந்து சுமார் ஒன்றரை அடி நீளமட்டும் நீளும் கரும் பழுப்பு நிற முடி. வெயிலில் பார்க்கையில் பொன் அருவி வழியும்.

மறுநாள் அதிகாலையில் அவனை அவள் செல்பேசியில் அழைத்தாள். அவன் தாமதமாக எழுந்ததில், அவள் எஸ். எம். எஸ். அனுப்பினாள். வந்து சேர்ந்தது என் உடம்பு.

அந்தப் பொன்வண்டை தீப்பெட்டியில் அடைத்து என் ஜோபியில் வைத்திருக்கிறேன் என்று அவன் குறுஞ்செய்தி அனுப்பினான். தினம் ஆறில் இருந்து எட்டு முறையாவது மெர்சி பேசிக்கொண்டிருந்தாள். சாப்பிடறீயாப்பா, குளிச்சியா, என்ன டிபன், அதிகமாகக் குடிக்காதே, கிடைச்சிருக்கிற வேலையை இந்த வேலையையும் கெட்டுப் போக்கிக்கொள்ளாதே. தமிழர்கள் இமயத்தில் புலிக் கொடி பொறித்தது அந்தக் காலம். தில்லியில் வரலாற்றுச் சிறப்பு மிக்க ஊழல் புரிவது இந்தக் காலம். அசின், திரிஷா இவர்களில் அதிக அழகு யார், உடனே பதில் சொல், சுந்தரம்பாளின் வேலைப் பிடித்தது— என்ற பாடலில் மொத்தம் எத்தனை என்ன, சரியான விடை சொல்லவில்லையானால், உன் தலை சுக்கு நூறாகி விடும் முதலான பல செய்திகள். அழிக்க மனம் வராமல், அத்தனைச் செய்திகளையும் சேமித்து சேமித்து அவன் செல் கிடங்கு நிரம்பி வழிந்தது.

இரண்டாம் வாரம் முதல் காலையும் மாலையும் இரண்டு முறை பேசத் தொடங்கினார்கள். அவன் தவித்துப் போனான். அந்த வாரங்களில் அவன் நிறையக் கனவுகள் கண்டான். தாடி விழுதுகள் விட்ட ஆயிரம் ஆண்டுகள் பழைய ஆலமரத்தின் பெருஞ்சந்து வழியாக, அவன் பாதாள லோகம் செல்கிறான். அங்கு கரடிகள் கூட்டம் கூட்டமாக வாழ்ந்துக்கொண்டிருக்கின்றன. கரடிகள் முத்து மாலைகள் அணிந்து இருந்தன. குட்டிக் கரடிகள் தங்கள் வாலில் வளையல் போட்டிருந்தன.

கீதா தத்தோடு இரவு முழுக்க பாட்டுப் பாடிக்கொண்டிருந்தான். வயலின்களும் ஷெனாய்களும் சாரங்கிகளும் சேர்ந்து அழுத ஒரு கல்யாணக்கொண்டாட்டத்தில் அவனும் சேர்ந்து அழுதான். சவக் கட்டிலில் அவன் படுத்திருந்தான். அவனே அவனுக்கு முன் ஆடிக்கொண்டு போனான்.

மூன்றாம் வாரம் வழமைபோல நிறையப் பேசினாள். ஒரு நாள் அப்பா அவளுக்கும் ஓர் உறவுக்காரப் பெண்ணுக்கும் சேர்த்து வீடு பார்ப்பதாகச் சொன்னாள். அப்பாவின் அக்கறையைக் குறைத்து மதிப்பிட முடியாது என்று வேணு சொன்னான். நானும் வீடு தேடுவதாகவும் சொன்னான். இரண்டு நாள் சென்று, வீடு கிடைத்து விட்டது. அடையாறில் ஒரு மாடி போர்ஷன். வைதிகமான மாமாவும் மாமியும் கீழ் போர்ஷனில் இருக்கிறார்கள். அதுதான் பிரச்சனை என்று சொல்லிக்கொண்டிருந்தாள். கல்லூரி திறந்த அன்று நேராக அப்பாவுடன் புது வீட்டுக்கே போவோம் என்றாள். பத்து நாட்களுக்குப் பிறகு என் பையை எடுத்துப் போக மாலை வருவேன் என்றாள். வந்தாள்.

கொஞ்சம் பூசி இருந்தாள். கருத்தும் இருந்தாள்.

“எப்படி இருக்கே மெர்சி”

“நல்லா இருக்கேன். பாடம் தொடங்கியாச்சி, நேரமே இல்லை”

"படிப்பு முக்கியம்தானே. அதுக்குத்தானே பட்டணம் வந்தே"

அவள் பையை எடுத்துக்கொண்டு வந்து, துணிகளை எடுத்து வெளியில் வைத்து, மீண்டும் அவற்றை அடுக்கி உள்ளே வைத்தாள். "நைட்டியை துவைச்சியா என்ன" என்றாள். "ஆமாம்" என்றான்.

"உனக்கு ஏன் அந்த வேலை?"

"என் துணிகளைத் துவைத்தேன். அதோடு அதையும் எடுத்துப் போட்டேன்."

அவள் ஜன்னல் வழியாக வெளியே வானத்தைப் பார்த்தாள்.

"ரொம்பக் கடுமையான வெயில் இன்னைக்கு."

அவன் அமைதியாக இருந்தான்.

"சாப்பிட என்ன வைத்திருக்கிறாய்?"

"விஸ்கியும் மிக்சரும் தவிர வேறு எதுவும் இல்லை. நீ போன பிறகு சமையலை நிறுத்திக்கொண்டேன்"

"உன்னோடு நிறையப் பேசணும். உன்னோட பகிர்ந்துகொள்ள நிறைய இருக்கு. நாளை மாலை ஃப்ரீயா?"

"இல்லையே. ஒரு மீட்டிங் இருக்கு"

"அடுத்த வாரத்தில் ஒரு மாலை"

"அடுத்த வாரம் நான் ஊரிலேயே இல்லை"

விளக்கேற்றப்படாத அறை இருண்டு கிடந்தது. இரண்டடி தூரத்தில் இருந்த மெர்சி வெகுதூரத்தில் இருந்தாள். தகர்க்க முடியாத சுவர் ஒன்று அவர்களுக்கு மத்தியில் எழுந்து நின்றது.

"காப்பி சாப்பிடறியா?" என்றதும் மெர்சி எழுந்தாள். வீட்டைப் பூட்டிக்கொண்டு அவள் பையை அவன் எடுத்துக்கொண்டான். பக்கத்தில் உள்ள ஓட்டலுக்கு வந்து அமர்ந்தார்கள்.

"காப்பி மட்டும்போதும்" என்றாள் மெர்சி.

"என் உறவுப் பெண் என்னுடன் இருக்கிறாள். அவளும் படிக்கிறாள். அப்பாவும் அடிக்கடி வருவதாகச் சொல்லி இருக்கிறார். இந்த வருஷம் நிறைய உழைக்க வேண்டி இருக்கும்"

"படி. அது முக்கியம்."

"அப்பா மாதிரியே பேசறே"

அவன் சிரித்தான்.

"நம் சினேகத்தை நான்தான் சிக்கலாக்கிட்டேன்னு நினைக்கிறேன்"

"சிக்கல்னு சொல்ல முடியாது. அப்படிப் பார்த்தா எனக்கும் அதில் பங்கு உண்டு. அது, அதன் போக்கில் போறதுக்கு நாம் விட்டோம். அது, நமக்கு சந்தோஷம் தந்தது. இப்ப நாம் விரும்பினாலும் பழைய நாள்களுக்குள்ளே போக முடியாது."

பிறகு அவளே சொன்னாள்.

"எது பதற்றம் தருதோ அந்த அம்சத்தை நீக்கிவிட்டு, சினேகத்தைக் காப்பாத்திக்கலாமே, வேணு"

"எனக்கும் அதுதான் சரின்னு படுது. சினேகம் எல்லாத்தையும் விடவும் முக்கியம். எல்லாத்தை விடவும் மெர்சி. நீ எனக்கு முக்கியம்."

அவள் மேசை மேல் இருந்த வேணுவின் கையின் மேல் தன் கையை வைத்துக்கொண்டாள். "எனக்கும்தான்" என்றாள்.

"நாளைக்கு வரவா? பேசணும் உன்னோடு"

"கட்டாயம் வா"

"ஏதோ வேலை இருக்குன்னு சொன்னியே"

இருவரும் சிரித்தார்கள்.

பில் காகிதம் பறக்காமல் இருக்க, மரத்தால் செய்யப்பட்ட பேப்பர் வெயிட்டை மேசை மேல் வைத்திருந்தார்கள். ரொம்பவும் சுலபமானது அது. தனக்கும் அதுக்கும், அதுக்கும் மெர்சிக்கும் எந்த வித்தியாசமும் இல்லை என்று நினைத்துக்கொண்டான் வேணு.

ஆட்டோவில் ஏறி அமர்ந்தாள் மெர்சி. அவர்கள் கைகுலுக்கி விடைபெற்றார்கள்.

2008

எனக்கு ஏன் இல்லை நீளமான முடி?

1

காயாபுரிப்பட்டணத்தின் புதிதான விரிவான மூவேந்தர் நகரின் முதல் தெருவில், ஒரு சித்திரை மாத மதியப் பொழுதில், சுமார் எழுபது அல்லது எண்பது வயது மதிக்கத்தக்க மனிதர் ஒருவர் பாதை ஓரம் மயங்கிச் சரிந்து விழுந்தார். விழுந்தவர் அப்படியே இறந்து போனார்.

உயர் வருவாய்ப் பிரிவினர்க்கான நகராக வளர்ந்திருந்தது மூவேந்தர் நகர். காலை நேரத்தில் அந்நகர் ஆண்களும் பெண்களும் உலவுதலை அல்லது நடைப்பயிற்சியை மேற்கொண்டிருப்பதைக் காணலாம். சில வேளைகளில் மாலை நேரத்திலும் நடப்பதைக் காணலாம். ஆண்களும் பெண்களும் கட்டாயம் அதற்கென்று இருக்கிற ஆடைகளோடும் பாதுகைகளோடும் நடப்பார்கள். மற்ற நேரங்களில் கார்கள் போவதும் வருவதுமாக இருக்கும். பலூன் விற்பவர்கள், பிச்சை எடுக்கும் யானைகள், பழைய துணி மற்றும் பாத்திரங்களுக்குப் பேரீச்சம்பழம் பண்டமாற்று செய்பவர்கள், அந்திப் பொழுதில் உப்புமா விற்று வருபவர்கள், கைலிகள் மற்றும் புடவைகள் சைக்கிளில் வைத்து விற்பவர்கள் முதலான எவரும் அந்நகர்த் தெருக்களில் தென்படுவதில்லை. அனேகமாக எல்லா வீடுகளுமே தெருவில் இருந்து காம்பவுண்டுச் சுவர்களால் தம்மைத் துண்டித்துக்கொண்டிருப்பதை ஆச்சரியம் இல்லாமல் யாரும் காணும்படியாக இருக்கும். காம்பவுண்டு அல்லது சுற்றுச் சுவருக்குள், கட்டாயமாக மரங்களும் செடிகளும் இருப்பதைக் காணமுடியும். சுத்தமான காற்று பற்றிய புரிதல் காரணமாக இருக்கலாம். மனிதப் பருவம் வந்து சேர்ந்த காலத்து காட்டின் நினைவுகள் ஆழ்மனதில் குடிகொண்டிருப்பதன் வெளிப்பாடாக அவை இருக்கலாம். ஆனால், மரங்கள் வீட்டுச் சுவரையோ, கட்டடத்தையோ பெயர்க்காதவையாக இருக்க வேண்டும்

என்கிற கவலை அவற்றை வளர்ப்பவர்களுக்கு இருக்கும் என நம்பலாம். எல்லா வீடுகளிலும் ஜன்னல்கள் இருந்தன. பெரும்பாலும் திறக்கப்படாதவை. ஒன்றும் பாதகமில்லை. குளிர் இயந்திரங்கள் இருக்கவே இருந்தன. வெளிகளில் பரவி நிற்கும் அசுத்தக் காற்றுகள் உள்ளே நுழைந்து விடக்கூடாது என்கிற ஜாக்கிரதை உணர்வும் காரணமாக இருக்கலாம்.

எப்போதாவது வீட்டு வேலைக்காரிகள், காரர்கள் வீட்டுக் கதவையும் தெரு கேட்டையும் திறந்துகொண்டு தெருவுக்கு வருவதைக் காணலாம். தெருவோரத்து தூங்குமூஞ்சி மர நிழலில் நாலைந்து ஆட்டோ ஓட்டுநர்கள் பயன்பாட்டுக்கு என ஆட்டோக்களுடன் காத்திருப்பார்கள். மனிதத் தொந்தரவுக்கு அப்பால் மூன்று நாய்கள் வாழ்ந்துகொண்டும் அவ்வப்போது தோன்றினால் குரைத்துக்கொண்டும் இருந்தன. வேறு உயிர்கள், தெருவில் இருப்பதாகத் தெரியவில்லை.

இங்குதான், அந்த மனிதர் மயங்கிச் சரிந்து செத்தார். மறுநாள் பத்திரிகையில் வந்த செய்தியின்படி, மணி இந்திய நேரம் பனிரெண்டு நாற்பது. அந்த நேரத்தில் மரணம் அடைய வேண்டும் என்கிற சித்தம் எல்லாம் அந்த மனிதருக்கு இருந்திருக்க முடியாது. அவர் செத்தபோது அந்த நேரம் அப்படியாகி இருந்தது.

அவர், தெருவில் பாதியும் ஒரு வீட்டு முன்றலில் பாதியுமாகக் கிடந்தார். அவர் இறந்ததை யாரும் பார்க்கவில்லை. அல்லது சொல்லவில்லை. ஆட்டோக்கள், பயனாளிகள் பணியில் இருந்தன. மனிதர் தரையில் விழுந்தால் சத்தம் வரும். அந்தச் சத்தத்தை நாய்கள் கேட்டன. வெள்ளையாக ஒரு நாயும் செம்பழுப்பு நாயுமாக இரண்டு நாய்கள். ஆனால், இது போன்ற விஷயத்தில் மனிதர் செய்ய எதுவும் இல்லை. நாய்கள் சோடா வாங்கி வந்து பீச்சி முகத்தில் அடிக்க முடியாது. ஏனெனில் அவற்றிடம் காசு இருப்பதில்லை. அவை சத்தத்தைக் கேட்டன. பிறகு, தம் உலகத்துக்குள் சஞ்சரிக்கத் தொடங்கின. நாய்கள் சிந்திக்க நிறைய இருக்கலாம். வீடுகளில் சுற்றுச் சுவருக்குள் இருந்த மரங்களில் வேம்புகள் சில இருந்தன. வேம்புகளில் வாழும் முனீஸ்வரர்கள், முனீஸ்வரிகள், பேய்கள், பிசாசுகள் அந்த மனிதரின் மரணத்தைக் கண்டிருக்கலாம். அவற்றால் எதுவும் செய்ய முடியாது. காக்கைகள் முதலான சில பறவைகள் இருந்தன. அவற்றால் பாட்டி வடைகளைத் திருடியே மாளவில்லை.

அந்த மனிதர் மரணமுற்றுத் தெருவில் கிடந்தபோது, சில சிறிய மற்றும் பெரிய கார்கள் தெருவைக் கடந்து போயின. அவற்றில் சில, நின்று மனிதரை அவதானித்துப் பின் நமக்கெதுக்கு வம்பு என்று வேகமெடுத்துச் சென்றன. வம்புதான், பார்த்தவர்கள் உதவி செய்யவோ, காவல் துறைக்குச் சொல்லவோ முனைவது, பிரச்சனைகளைக் கைதட்டிக் கூப்பிடுவதுதான், இந்த நேரத்தில்.

எசகுபிசகாக மோர் விற்கும் கிழவி ஒருத்தி அந்தத் தெருவுக்குள் பிரவேசித்தாள். இந்தத் தெரு மற்றும் நகர் மக்கள், கிராமத்து அதிலும் பானையில் வைத்து விற்கப்படும் மோரை வாங்கிக் குடியார் என்பதை அவள் அறிந்திருக்கவில்லை. “மோரோ மோரு” என்று கூவி வந்தவள், தெருவில் ஆள் அரவமும் புழக்கமும் இல்லாத நிலைமையை உணர்ந்து கூவுதலை நிறுத்திக்கொண்டாள். அவள் கவனத்தில் விழுந்து கிடந்த மனிதர்

பட்டிருந்தார். அவள் அவர் அருகில் வந்து பானையை இறக்கி வைத்து விட்டு, மனிதரை அவதானித்தாள். "ஆள் போயிடுச்சி" என்று தனக்குள் சொல்லிக்கொண்டாள். அக்கம் பக்கத்தை நோக்கினாள். பிறகு மனிதர் விழுந்து கிடந்த வீட்டு கேட்டின் தாழ்ப்பாளைத் தட்டிச் சத்தம் எழுப்பினாள். "யாருங்க வீட்டுல" என்று பலமுறை கத்திய பிறகு, கதவு லேசாகத் திறந்தது. திறந்த கதவின் வழி, "எனக்கு ஏன் இல்லை நீளமான முடி" என்று சிறுமி ஒருத்தி கேட்கும் வருத்தக் குரல் வெளிப்பட்டு வீதியில் வந்து விழுந்தது. தொலைக்காட்சியில் இருந்து வந்ததாக அது இருக்கக் கூடும். ஓர் அம்மாள் திறந்த கதவின் சந்து வழியாக அரை முகத்தைக் காட்டி, என்ன என்று புருவத்தால் கேட்டாள்.

"ஒரு ஆளு செத்துக் கிடக்கும்மா, உன் வீட்டு வாசல்ல" என்று பதற்றத்துடன் சொன்னாள் கிழவி. வீட்டுக்கார அம்மாள் கதவைச் சாத்திக்கொண்டாள். தார் ரோட்டுச் சூடு பொறுக்க முடியாத கிழவி, பானையைத் தூக்கிக்கொண்டு மர நிழலில் நாய்களுக்குப் பக்கத்தில் வந்து நின்றுகொண்டாள்.

எங்கிருந்தோ பறந்து வந்த கிளையில் அமர்ந்த ஒரு காக்கை ஏற்கனவே அங்கிருந்த காக்கையிடம் என்ன விவகாரம் என்றது. "யாரோ ஒரு மனுஷர் செத்துக் கிடக்கார். நின்னு கவனிக்க ஆள் இல்லை" என்றது. காக்கை பதில் சொன்ன சற்று நேரத்தில் ஒரு ஜீப்பில் 'உங்கள் நண்பர்கள்' சிலர் காக்கிச் சீருடையில் வந்து சேர்ந்தார்கள். செத்துப் போனவர் அருகில் வந்து நின்ற அவர்கள், "யாரோ அனாதைக் கிழம்" என்று தமக்குள் அசுவாரஸ்யமாகப் பேசிக்கொண்டார்கள். செத்துப் போனவர் விடாமல் கையில் ஒரு மஞ்சள் துணிப்பையைப் பிடித்துக்கொண்டிருந்தார். நண்பரில் ஒருவர் அதைப் பிடுங்கி எடுத்துத் திறந்து பார்த்தார். சாவிகள் சில அதில் இருந்தன. வெறும் சாவிகள், வேறு ஒன்றும் அப்பையில் இல்லை.

2

காயாபுரிப்பட்டணம், மூவேந்தர் நகர் முதல் தெருவில், கடந்த தேதி மாதம் ஆண்டு மதிய வேளையில் அடையாளம் காணப்படாத சுமார் எழுபது முதல் எண்பது வயது மதிக்கத்தக்க (படத்திலிருப்பவர்) மனிதர் செத்துக் கிடந்தார். உறவினரோ அறிந்தவரோ இசட் ஒன்று அன்பு நிலையத்தை அணுகச் சொல்லி வந்தது ஒரு விளம்பரம். மறக்காமல், சாவிக் கொத்துகளுடன்கூடிய ஒரு மஞ்சள் பையை அவர் வைத்திருந்ததையும் விளம்பரம் சொல்லியது.

மோர்க்காரக் கிழவி விசாரிக்கப்பட்டதில், அவள் பேறு பெற்றாள் கிராமத்தைச் சேர்ந்தவள் என்றும் தன்னுடைய வயது தெரியாது என்று அந்த அம்மாள் சொன்னதன் பேரில் எப்படியும் அவளுக்கு எழுபதுக்குக் குறையாது என்று 'நண்பர்கள்' பதிவு செய்துகொண்டார்கள். விவகாரத்தை எப்படி வளர்த்து எப்படி முடிப்பது என்பதில் சற்றே குழப்பம் இருக்கவே செய்தது. கிழவியிடம் மொத்தம் இருந்ததே ஒன்பது ரூபாயும் நாற்பது நயா பைசாக்களும். நாலு நண்பர்கள் அந்தக் காசில் தேநீர் அருந்த முடியும். கள்ளக் காதல் காரணமாக வீட்டை விட்டு ஓடி வந்தவர்கள் அவர்கள் என்று ஒரு கதையைப் புனையத்தான் 'நண்பர்களின்' விருப்பம். என்றாலும், அது

பிரபஞ்சன் ★ 339

சாத்தியம் இல்லை. செத்துப் போன கிழவனுக்கும் மோர்க்கார கிழவிக்கும் இருந்த வயது இடித்தது. நல்ல காதல் பருவத்தில் வருவதென்றும், கள்ளக்காதல் எந்த வயசிலும் வரக்கூடியதுதான் என்றும் ஓர் இலக்கணம் வகுக்கலாமே என்று நண்பர் ஒருவர் சொன்னது, அவ்வளவு சரியாகப் படவில்லை. அதிகார எமன்கள் அக்கதையை நிராகரிக்கலாம். இன்னொரு நண்பர் தேநீர் அருந்தியபடி, "கிழவர்கள் மற்றும் கிழவிகள் பிறக்கும்போது அப்படி இருந்தார்களா என்ன? குமரர்கள், குமரிகளாக இருந்து அப்புறம்தானே முதுமை அடைகிறார்கள். இந்தக் கிழவி சின்ன வயசில் செத்துப் போன கிழவனைக் காதலித்து, காதல் கைகூடாமல், முறைப் பையனைக் கல்யாணம் பண்ணிக்கொண்டு வாழ்ந்து, புருஷன் செத்துப் போன பின்னால் கள்ளப் புருஷனாகிய கிழவனுடன் வந்து சேர்ந்தது என்று வைத்துக்கொண்டால்?" பார்த்தார். சுவர் மூலையில் சாய்ந்து உட்கார்ந்துகொண்டு சுற்றித் தன்னைப் பற்றி நடக்கிற எதுபற்றியும் எந்தப் பிரக்ஞையும் இல்லாமல் வெற்றிலை போட்டுக்கொண்டிருந்தது கிழவி.

"சரி, மரணம் நிகழ்ந்த விதம்?"

"புருஷன் சாகும்போது, கிழவிக்குக் கொஞ்சம் சொத்து வைத்து விட்டுப் போயிருக்கிறான் என்று வை. அந்தச் சொத்தைக் கேட்டுக் கள்ளப்புருஷன் தொந்தரவு செய்தான். கோபம் தாங்காமல், கிழவி கள்ளப்புருஷனை அடித்துக் கொன்று தெருவில் போட்டு விட்டாள். சரியா?"

இப்போது மூவரும் கிழவியைக் கவனித்தார்கள். சுவரில் சாய்ந்தபடி காலை நீட்டிப் போட்டுக்கொண்டு கிழவி உறங்கிக்கொண்டிருந்தது. குவிக்கப்பட்ட அரைத்த கரும்புச் சக்கை மாதிரி உறங்கும் இந்தக் கிழவி மேல் கள்ளக்காதல் மற்றும் கொலைவழக்கு கேசு போட முடியாது என்று நண்பர்களுக்குத் தோன்றியது. வசதி வாய்ப்பு இருந்தாலாவது, அப்படியான ஒரு கேசைப் போட்டு மிரட்டலாம். எந்த வகையிலும் இது சுவராஸ்யமற்ற, பசையற்ற கேசாக இருக்கிறதே என்று 'நண்பர்' வருத்தப்பட்டார். முதுமை, பசி, களைப்பு, சூரியக்கதிர்த் தாக்குதல் காரணமாக அந்த முதியவர் மரணமடைந்தார் என்று மருத்துவ அறிக்கை தெளிவாகச் சொல்லியது வேறு நிலைமையை மோசமாக்கியது. மின்னல் மாதிரி அவருக்குப் புதுயோசனை தோன்றியது. பேசாமல், கஞ்சா கேஸ் போட்டு விடலாம். எல்லாம் சுலபமாகி விடும். செத்துப் போனவன் மேல் கேஸ் போட முடியாது. கிழவி மேல் போடலாம். மோர்ப் பானைக்குள் கஞ்சா கடத்தினாள் என்றால் எடுபடும். "மோர் பானையில் கஞ்சா" என்று பத்திரிகைகளில் தலைப்பு போடுவார்கள். கையும் களவுமாகப் பிடித்த துறை அதிகாரி என்று அவர் படம், பத்திரிகையில் வர வாய்ப்பு உண்டு. ஆனால், கஞ்சாவும் கிழவியின் உருவமும் பொருந்தும்படி இல்லை. சற்று மோட்டாவாக நாற்பது வயதளவில் இருந்தால் நீதிமன்றத்தில் எடுபடும். சே, மனிதர்களுக்கு என்ன என்ன பிரச்சனைகள் வந்துவிடுகின்றன?

3

மாணவர்கள் பள்ளிக்கூடம் விட்டு வீடு திரும்பும் ஒரு மதிய நேரத்தில், அன்பு நிலையத்துக்குள் ஒரு பெரியவர் நுழைந்தார். கசக்கி எறியப்பட்ட சுண்டல் காகிதம்போல இருந்தார். கேவலம் நூறு ரூபாய்கூடப்

பெறுமானமில்லாத மனிதர் அவர் என்பதை நண்பர் முதல் பார்வையிலேயே கண்டுகொண்டார். "என்ன?" என்றார் அசுவாரஸ்யமாக. வந்தவர் தன் கையில் சுருட்டிப் பிடித்திருந்த காலை இதழொன்றை விரித்து அதில் வந்திருந்த காவல் துறை கொடுத்திருந்த விளம்பரத்தைக் காட்டினார். செத்துப் போனவரின் புகைப்படம் அது.

"இவரை எனக்குத் தெரியும்"

"உன் பேரு என்னய்யா?" எங்கே இருந்து வர்றே?" வந்த பெரியவர், தனக்கு அந்தன்பட்டி சொந்த ஊர் என்றும் செத்துப் போனவரின் சொந்த ஊரும் அதுதான் என்றும் தானும் அவரும் மிக இளமைக் காலம் தொட்டே சினேகிதர்கள் என்றும் அவர் சொன்னார். அவர் சொல்லச் சொல்ல 'நண்பர்' எழுதினார்.

"செத்துப் போனவரின் பெயர் ரத்னம் என்கிற ரத்ன சபாபதி. நானும் அவனும் பக்கத்துப் பக்கத்து வீட்டுக்காரர்கள். ரத்னத்தின் அப்பாவும் அம்மாவும் கொலுத்து வேலை செய்பவர்கள். அப்பன் கொடுமை தாங்க மாட்டாமல், அம்மா, ஓடிப்போனாள். தனியாகவா அல்லது துணையோடா என்பது நமக்குச் சம்பந்தம் இல்லாத விஷயம். அப்பன் இன்னொருத்தியோடு சேர்ந்து வாழ, இவன் புறக்கணிக்கப்பட்டான். புறக்கணிப்பு வலி தருவது என்றாலும், வலியை உணராத, சித்தம் போக்கு சிவன் போக்காகச் சுற்றித் திரிவதில் ஈடுபாடுகொண்டவனாக இருந்தான் ரத்னம். ஊரில் சக்திவாய்ந்த அம்மன் கோயில் இருந்தது. சதா மக்கள் வருவதும் போவதுமாக இருப்பார்கள். வரும் கோஷ்டிக்கு அவர்கள் மாட்டுக்குத் தீனி போடுவது, தண்ணீர்க் காட்டுவது, படையல் மற்றும் சாமான்கள் வாங்கித் தருவதில் உதவுவது போன்ற சில்லறை வேலைகளில் உணவும் கிடைத்தது. செலவுக்குத் துட்டும் கிடைத்தது. முதல் முதலாகத் தொப்பி, சிகரெட் வாங்கி நெல்லித்தோப்பில் வைத்துப் புகைத்து, இருமியதை வந்த, மனிதர் முகத்தில் சிரிப்பு தோன்ற வர்ணித்தார்.

ஊருக்குத் தெற்கே நாரை வாய்க்கால் என்ற பெயரில் காவிரியில் கிளை நதிகளில் இருந்து பிரிந்த பல சிற்றோடைகளில் ஒன்று ஓடியது. எப்போதும் நாரைக் கூட்டங்கள் அங்கு இருக்கும். நாரைகளை யாரும் பிடிக்கவோ, சுடவோ, கூடாது என்று ஊர்ச்சட்டம் இருந்தது. வாய்க்கால் ரத்னத்துக்குப் பெரும் மகிழ்ச்சி தந்த பிரதேசம். மருத மரங்களில் அடர் நிழலில் அவன் தன்னை நிலைகொண்டிருந்தான். பட்டணத்திலிருந்து படையல் போட வந்த ஊர்க்காரர் ஒருவர், ரத்னத்தைப் பார்த்து இரக்கப்பட்டு பட்டணத்துக்கு அவனை அழைத்துச் சென்று விட்டார்.

அது முதலாக, வந்தவருக்கு ரத்னத்தின் உறவு விடுபட்டுப் போயிற்று. ஆனாலும் நாலைந்து ஆண்டுகளுக்கு ஒரு முறையாவது எப்படியாவது ரத்னத்தை அவர் சந்தித்து விடுகிறார். ரத்னத்தின் கல்யாணத்தின் போதும் பிள்ளை, பெண் கல்யாணத்தின்போதும் கட்டாய அழைப்பின் பேரில் அவர் பட்டணம் வந்து ரத்னத்தின் விருந்தோம்பலை ருசித்து இருக்கிறார். கடைசிக்காலத்தில், பிள்ளைகள் மட்டும் உறவுகளால் புறக்கணிக்கப்பட்டிருந்தார் என்பதை அவர் அறிவார். ரத்னம், எனக்குத் தெரிந்து பத்து வீட்டுக்குச் சொந்தக்காரன்,

ஆனால், அனாதையாக நடுத்தெருவில் விழுந்து செத்தது விதிதான். வேறு என்ன ?"

நண்பருக்கு மகிழ்ச்சிக் கொந்தளிப்பு ஏற்பட்டது. அனாதைக் கிழம் என்று நினைத்த ஒருவர், பத்து வீட்டுக்குச் சொந்தக்காரர் என்பதும் பிள்ளைக்குட்டி உள்ளவர் என்பதும் மிகுந்த பரபரப்பு தரும் சமாசாரமாக இருந்தன.

4

ரத்னத்தின் மகன் சந்திரசேகரன் பெரிய மண்டி வியாபாரியாக இருந்தான். சௌகர்யமாக வாழ்பவனாகத்தான் தோற்றம் அளித்தான். ரத்னத்தின் வாழ்க்கையின் சில அம்சங்களை அவன் சொன்னான். அவனைப் பட்டணத்துக்கு அழைத்து வந்தவர், அரசுக் கட்டட ஒபந்தக்காரர். தன் வேலையில் அவனைப் பழக்கினார். ரத்னத்தின் கண் பார்த்தால் கை வேலை செய்தது. மிகுந்த சூட்டிகை உள்ளவனாக இருந்தான். கொஞ்சம் கொஞ்சமாக வேலையில் தேர்ச்சிகண்டான். அவனைத் தனியாகவே ஒப்பந்தக்காரனாக ஆக்கினார் அவர். அரசு மட்டத்தில் பொறியாளர்கள் சிலர், கையில் காசு பார்க்காமல் வேலை செய்யவே அனுமதிக்காத கொள்கை கோட்பாடு உடையவர்களாக இருந்தார்கள். அன்பளிப்புகள் வழங்க மறுத்தார் ரத்னம். தன் வேலையைச் சுத்தமாகச் செய்தார் என்றாலும் அவர் மேல் குற்றம் காண்பவர்களாக இருந்தார்கள், அந்தச் சில பொறியாளர்கள். அரசு வேலையே வேண்டாம் என்று தனி நபர்களுக்கு வீடு கட்டிக் கொடுக்கும் தொழிலை மேற்கொண்டார். மிதமான லாபம், நாணயம், நவீன வீடு கட்டும் உத்திகள் என்று தன் பெயரை நிலைநிறுத்தினார். நிறைய வீடுகள் கட்டித் தந்தார். நாளிதழில் விளம்பரம் தந்து திருமணம் செய்துகொண்டார்.

"எனக்குப் படிப்பு வரவில்லை சார். ஆனால், வியாபாரம் அத்துப்படி ஆயிற்று. எதை எப்படி விற்பது எதிலெல்லாம் லாபம் பார்ப்பது என்பதெல்லாம் எனக்குக் கைவந்தது. நான் வியாபாரம் பண்றேன் என்று அப்பாவிடம் சொன்னேன். சரி என்றார். அதைச் சொல்ல வேணும். நாங்கள் எதைச் சொன்னாலும் கேட்கக்கூடியவர் அவர். செய்யக்கூடியவர் அவர். சரி என்பதைத் தவிர, வேறு எதையும் அறியாதவராக இருந்தார். எனக்குக் கல்யாண ஆசை. அதை ஒட்டி என் அம்மா காலமானது. அப்புறம் அதன் பிரச்சனையே ஆரம்பமானது. பிரபல ஜவுளி வியாபாரி கோவிந்தராஜுவை உங்களுக்குத் தெரிந்திருக்குமே. அவராகவே வந்து எனக்குப் பெண் கொடுப்பதாகச் சொன்னார். அப்பா, என் சம்மதம் கேட்டார். நான் சரி என்றேன். அப்பாவும் சரியென்றார். கல்யாணத்தில் பிரச்சனை இல்லை. மாமனார் மிகப் பெரிய நபர் என்று சொன்னேன் அல்லவா? தமிழ்நாட்டின் தலைநகரத்தில் மட்டுமில்லை. இந்தியத் தலைநகரம், அமெரிக்காவின் சில மாநிலங்களில் அவருக்குக் கிளைகள் உண்டு. அப்பேர்ப்பட்ட ஆள் கல்யாண சமயத்தில் மாப்பிள்ளைக்கு என்ன சீர் எதிர்பார்க்கிறீர்கள் என்று கேட்டார். ஒன்றும் இல்லை என்று என் அப்பா என்கிற முட்டாள் சொன்னார் சார். ஒரு செப்பால் அடித்த காசையும் நான் எதிர்பார்க்கவில்லை. மாப்பிள்ளைக்குப் பெண் கொடுக்கிறீர்கள். என்னத்துக்குப் பணம்? நான் சேர்த்தது கொஞ்சம் இருக்கிறது. அவன் சம்பாதிக்கிறதும் சம்பாதிக்கப் போறதும் இருக்கவே

இருக்கிறது. அப்புறம் பணம் பேச்சு என்னத்துக்கு. பணத்தைப் பற்றி பேச்சை எடுத்தால், நம் உறவு கெட்டுப் போயிடும் என்கிறார். காசு கொடுத்துச் சூனியம் வைத்துக் கொள்கிறது என்பார்களே, அதுதானே இது. என் ஆசையில் மண்ணைப் போட்டான் பைத்தியக்காரன். கல்யாணம் நடந்தது. மிகச் சுருக்கமாக இந்த ஆளே நடத்தினார். மாமனார் கல்யாணச் செலவுக்கு என்று ஒரு சூட்கேசைக் கொண்டு வந்தபோது, முகத்தில் அடித்து அவரைத் திருப்பி அனுப்பினார் இந்த உதவாக்கரை. சரி, போகட்டும் கல்யாணத்துக்குப் பிறகு எப்படியும் நமக்கான பங்கு நமக்குக் கிடைக்காமலா போகும் என்று இருந்தேன். கல்யாணத்துக்கு மறுவருஷமே என் மாமனார் சின்ன வயசுதான். மாரடைப்பில் போய்ச் சேர்ந்தார். என் மனைவிக்கு நாலு சகோதரர்கள். என் மனைவி மூலம் எனக்கானதைக் கொடுங்கள் என்று கேட்டேன். மிகத் தெளிவாக ஒரு ஒற்றை மயிர்கூடத் தரமாட்டேன் என்கிறான் மூத்தவன். பெண்ணுக்கான பாகம் இருக்குமே, அதையாவது கொடுங்கள் என்றேன். கல்யாணச் சமயத்தில் போட்ட நகைகள்தான் பங்கு, அதோடு அமைதி அடைந்து கொள் என்று விட்டார்கள். அப்பனையும் அண்ணன்களையும் பற்றி நான் பேசியதில் கோபித்துக்கொண்டு அம்மா வீட்டுக்குப் போய்விட்டாள் என் மனைவி.

என் அப்பனுக்கு வருத்தமோ, கோபமோ என் வீட்டை விட்டு வெளியேறி அவருக்குத்தான் இருக்கிறதே பலவீடு. அதில் ஒன்றில் போய் இருந்துக்கொண்டார். சொந்தச் சமையல். அந்த ஆளுக்கு நான்தான் வேண்டாதவன். மருமகள் தங்கம், அவளை அடிக்கடி சென்று பார்த்துப் பேசி வருவார். என் மனைவிக்கும் அவள் அண்ணிமார்களுக்கும் பிரச்சனை வந்ததும் இந்த ஆள், தன் வீடுகளில் ஒன்றை என் மனைவிக்கே கொடுத்துவிட்டார். அந்த வீட்டுக்கு மின்வரி, தண்ணீர்வரி, எல்லாம் இவரைச் சார்ந்தது."

"உங்கள் மனைவி எங்கே இருக்கிறார்"? என்றார் நண்பர். முகவரி சொன்னான். அதோடு கிழவன் அனாதையாகச் செத்திருக்கிறான். அவன் விதி என்று சொன்னான்.

5

'உங்கள் நண்பர்' துறையைச் சேர்ந்த கேசவனுக்கு வழக்கில் சுவாரஸ்யம் ஏற்பட்டுவிட்டது. ஓர் அனாதைக் கிழம், பசியால் முதுமையில் செத்தது என்று எழுதி முடிக்க முடியாத வழக்கென்று அதைக் கண்டுகொண்டார். வழக்கில் நீள் சங்கிலி அவரை இழுத்துச் சென்றது. திருப்தியுடன் மேய்ந்து மாலை கொட்டிலுக்குத் திரும்பும் பசுவைப்போல் சம்பந்தப்பட்ட மனிதர்களைத் தொடர்புகொண்டு செல்லலானார். கேசவன் அடுத்து பார்க்க வேண்டிய நபர் சந்தியா. செத்துப் போனவரின் மருமகள். அவருடைய மண்டி வியாபாரி மகனின் பிரிந்து சென்ற மனைவி.

ரத்னம் கொடுத்த வீடு இரண்டு மாடிக் கட்டடம். அகலத்திலும் உயரத்திலும் பெரிதாக வசதியான வீடாகவே இருந்தது. உள்ளே நுழைந்ததும் கேசவன் கண்ணில் முதலில் பட்டது அதற்கென்று உருவாக்கப்பட்ட சின்னக் கட்டிலின் மேல், வைக்கப்பட்டிருந்த தம்புரா. போர்த்திப் படுத்திருந்த ஒரு மூன்றாம் வகுப்புக் குழந்தைபோல இருந்தது தம்புரா.

"அடடே... நீங்கள் வீணைகூட வாசிப்பீர்களா?" என்றார் நண்பர். சந்தியாவின் சுமார் முப்பது வயது முகத்தில் லேசான நகை அரும்பியது. மூடமையைக் கண்டு ஏற்படுவது நகை. அது வீணை இல்லை என்றும் தம்புரா என்றும் விளக்கினாள் சந்தியா. சுவரில் மாட்டி இருந்த புகைப்படங்களில் பெரும் பிரமுகர்கள், தலைவர்களுடன் நிற்கிற பாராட்டப்படுகிற சால்வை போர்த்தப்படுகிற சந்தியாவைக் கண்டதும் நண்பர் கேசவனுக்கு சில்லிட்டுவிட்டது உடம்பு. நிலையத்துக்கு அழைத்துச் சென்று அவமானப் படுத்தப்படும் நிலைமைக்கு அப்பாற்பட்டவராக அவள் இருக்கிறாள் என்பதில் தன் அதிகார பன்னிரு கைகளையும் சுருக்கிக்கொண்டார் அவர்.

நான் இன்று பெரிய வித்துவான்கள் மதிக்கத்தகுந்த பாடகியாக இருக்கிறேன் என்றால் அது என் மாமனார் எனக்களித்த கொடை. கல்யாணத்துக்கு முன், நான் முறைப்படி சங்கீதம் கற்றுக்கொண்டேன். நான் எனக்குள், எங்கள் அறையில் பாடுவதைக்கூட என் கணவர் விரும்பவில்லை. குடும்பத்துக்கு அது சரிப்படாது என்றார் அவர். பெண்ணின் பிரதேசம் குடும்பமோ, வீடோ அல்ல என்பது என் மாமனார் கட்சி. நான் பாடுகிறேன் என்றால் பாட்டுதான் நான். அதுக்கு இசைவாகவே கணவன் குடும்பம் இருக்க வேண்டும் என்றார் மாமா. இதுதான் எங்களுடைய முதல் விரிசல். மாமாதான் என்னை மேற்கல்விக்கும் மேல் சங்கீத ஆராய்ச்சிக்கும் ஜெயராமனிடம் கொண்டு போய்ச் சேர்த்தார். கொஞ்சம் கொஞ்சமாக சங்கீதம் என்னை உள்வாங்கிக்கொண்டிருந்தது. உலகத்து ஒலி, ஓசைகளை ஒழுங்குப்படுத்தி, மனசுக்குள்கொண்டுபோய், உள் உலகத்து அதிர்வுகளோடு இணைந்து ரம்யப்படுத்தி ரசமேற்றி வெளியிடும் நாதங்களால் ஆன உலகம் அது. என் கட்டைவிரல் மட்டுமே அந்தப் பிரதேசத்தில் நனைந்திருந்தது. நான் அந்த ஒலிச் சிதறல்களையும் ஒலி அடங்கிய — ஒலி ஒழித்த ஓசைகளையும் பற்றிக்கொண்டு பயணித்துக்கொண்டிருந்தேன். ஒரு பக்கம் என்வீடு, என் அறை, என் பாத்திரம் எல்லாம் எனக்கு மறந்து போயிற்று. மறந்து மட்டும் அல்ல, மறைந்தே போய் விட்டது. எங்கள் அறைக்கு என் கணவரே உரிமையாளராக, தலைவராக இருந்தது உள்ளிட்டு.

இதற்கிடையில் என் அப்பா, எனக்கென்று கொடுத்த சொத்துப் பங்கை என் மாமா மறுத்துவிட்டது என் கணவருக்குக் கசப்பைத் தந்துவிட்டது. தன் அப்பாமேல் சொல்லமுடியாத என் கணவரின் கோபம், என்மேல் இயல்பாகத் திரும்பியது. கோபம் என்பதே, பலவீனப்பட்டு விட்டோம் அல்லது பலவீனப்படுத்தப் பட்டோம் என்று அறிவதில் உருவாவதுதானே? என்னைச் சிறுமைப் படுத்தத் தொடங்கினார் அவர். சகல அவமானத்துக்கும் ஆட்பட்டேன். அப்பா காலமானதும், என் பங்குக்கு வழக்கு போடச் சொன்னார். ஆனால் அது எனக்கு கௌரவம் இல்லையே. நான் மறுத்துவிட்டேன். அண்ணனாக இருந்தால் என்ன, அப்பனாக இருந்தால் என்ன, நான் சம்பாதிக்காத பணத்தைப் போய் கேட்டுக்கொண்டு நிற்பது என்னுடைய சீலத்துக்கு அழகு ஆகாதே... அபஸ்வரம் எனக்கு ஆகாத ஒன்று. சகிக்க முடியாத ஒரு கட்டத்தில் மாமாவின் வழிகாட்டுதலில் நான் இந்த வீட்டுக்கு வந்துவிட்டேன்.

திடுமென ஏதோ ஒரு கட்டத்தில் மாமா, அடிக்கடி சொல்லிக்கொள்ளாமல் போய்விடுவது என்று தொடங்கினார். நிறைய யாத்திரைகளை மேற்கொண்டார்.

கோயில்களுக்கான யாத்திரையாகவும் அது இல்லை. யாத்திரைக்காகவே யாத்திரை. திரும்பி வீட்டில் இருந்தாலும், தனியாகவே, பேச்சு கொடுத்தால் மட்டுமே பேசுபவராக மாறிப் போனார். துக்கப்பட்டவராகவோ சந்தோஷப்பட்டவராகவோ இல்லை. ஆனால், அமைதியாக உள்பூரிப்புடன் இருந்தார். ஏதோ ஓர் அமுத தாரை அவருக்குள் உடைத்துக்கொண்டது என்பதை மட்டும் என்னால் புரிந்துகொள்ள முடிந்தது. இதில் எல்லாம் மனிதர் மனிதர்க்குச் செய்ய ஏதும் இல்லையே."

கேசவன் குறுக்கிட்டார்.

"பத்து வீட்டுக்குச் சொந்தக்காரர் என்று சொல்கிறாரே, அது உண்மைதானா?"

"ஒன்பது வீடுதான். பத்து என்று ஜனங்கள் சொல்வது ஒரு பிரச்சாரத்துக்காகத்தான்."

"சரி, ஒன்பது வீடுகள்தான் என்னவாயிற்று"

"எனக்கு அவர் கொடுத்த இந்த வீடு ஒன்று, அவர் மகனுக்குக் கொடுத்தது ஒன்று, அதை அவர் சொல்லுவதே இல்லை. ஒன்று மகள் காவேரிக்குக் கொடுத்தது.

"காவேரி எங்கு இருக்கிறார்?"

"இப்போது இல்லை. தூக்குப் போட்டுத் தற்கொலை செய்துகொண்டாள். ஓர் அயோக்கியனைக் காதலித்து விட்டாள். என்னிடம்தான் முதலில் சொன்னாள். காதல் சமாசாரத்தை நான்தான் மாமாவிடம் சொன்னேன். அவர் 'யோசிப்போம்' என்றார். நடுவே, அந்த ஆள் சரியில்லை என்பதாக அவருக்குத் தகவல் கிடைத்திருக்கிறது. மகளிடம் 'நல்லா யோசிச்சியாமா?' என்று மட்டும் கேட்டார். அதை அவள் அவருடைய மறுப்பாகப் புரிந்துகொண்டாள். ஒருநாள் வெளியூர் கச்சேரிக்குப் போயிருந்த வேளையில் வீட்டை விட்டு துணி, நகைகளை எடுத்துக்கொண்டு போய் விட்டாள். அவளுக்கு இரண்டு வீடுகள் எழுதி வைத்தார் மாமா. வந்து பத்திரத்தை வாங்கிக்கொண்டு போனாள். ஒரு கட்டத்தில் அந்த வீடுகளை விற்றுக் கணவரிடம் கொடுத்தாள். பணத்தை எடுத்துக்கொண்டதோடு ஒரு கயவனுக்கு அவளை விற்றுவிட்டு அவன் மறைந்தே போனான். அவமானம்தானே மரணத்தைக்கொண்டு வருகிறது சீக்கிரமாக."

"மற்ற வீடுகள்?"

"இளமைக் கால நண்பர்களுக்குத் தந்தார்."

"அந்தப்பட்டிக்காரர் ஒருத்தர். நண்பர் என்று சொல்லிக்கொண்டு நிலையம் வந்து அடையாளம் சொன்னாரே. அவருக்கும் வீடு கிடைத்ததா?"

"இந்த வீட்டில் வைத்துத்தான் கையெழுத்துப் போட்டுத் தந்தார்."

"அந்த ஆள் இந்தத் தகவலைச் சொல்லவில்லையே"

"கொடுத்தவர்கள் பெருந்தன்மை காரணமாகச் சொல்ல மாட்டார்கள். வாங்கியவர் தங்கள் சிறுமை காரணமாகச் சொல்லமாட்டார்கள்."

6

கேசவன், தன் அறிக்கையின் இறுதிப் பகுதிக்கு வந்து சேர்ந்திருந்தார்.

"கடைசியாக, ரத்ன சபாபதியின் உடம்பை அவர் மருமகள் கேட்டார். மகன் தரக்கூடாது என்று விண்ணப்பம் தந்தார். அவரையே ஏற்றுக் கொள்ளும்படி நாங்கள் வற்புறுத்திக் கேட்டுக்கொண்டதன் பேரில், அதை மருத்துவக் கல்லூரிக்குத் தந்து விட்டார். இறந்து போன பெரியவர் தம் கையில் வைத்திருந்த பைக்குள் இருந்த சாவிக் கொத்துகளுக்கு அர்த்தம் என்ன? என்று கேட்கத் தகுந்தவர் என்று மருமகளும் பிரபல பாடகியுமான சந்தியா அம்மையாரிடம் கேட்டோம். அவர் மிகவும் கலங்கியபடி யோசித்து விட்டுச் சொன்னார்.

"அவர் போக விரும்பிய பத்தாவது வீட்டுச் சாவியோ என்னவோ."

2009

கங்கையிற் புனிதமாய் காவிரி

கங்கை நதிக்கரை நகரத்துக்கு ஒரு பகலும் இரு இரவுகளும் ரயிலில் பயணம் செய்து வந்து சேர்ந்தான் மூர்த்தி. மிகவும் களைப்படைந்து வந்து சேர்ந்தான் என்று சொல்ல முடியாது. அவன் மனத்தில் மகிழ்ச்சியின் ததும்பலும் பெருமிதத்தின் அலைகள் புரளவும், அந்தப் பயணத்தை அவன் அனுபவிதித்திருந்தான். வடக்கே நகர நகர நீர் வெள்ளம் பாயும் பல நதிகளைப் பார்த்தபடி அவன் வந்தான். அவன் நாட்டுப் பழம்பெருமை நதி, நீர் இன்றிக் காய்ந்து, சாக்கடையாகச் சுருங்கி, சுதந்திரத்துக்குப் பிந்தைய ஆட்சியாளர்கள் விவசாயிகளுக்கு அருளி இருந்த கோவணம்போல ஓடிக்கொண்டிருக்கும் காட்சியைப் பெருந்துயரத்தோடு பார்த்துக்கொண்டு, நீர் விட மறுக்கும் கர்நாடக அரசின் மனித குல விரோதப் போக்கையும் நிர்ப்பந்திக்க விரும்பாத மத்திய அரசின் தமிழர் விரோதப் போக்கையும் நினைத்து வருந்தியும்தான் அவன் பயணம் இருந்தது.

ரயில் நிலையத்தின் வாசலில், "பண்பாட்டு இயக்கம் தங்களை வரவேற்கிறது" என்று எழுதிய தட்டியைக் கண்டு அவர்களை நோக்கி அவன் நகர்ந்தான். அவனை நோக்கி இருவர் வந்தனர். ஒருவர், மத்திய வயது என்றோ இளைஞர் என்றோ சொல்ல முடியாத ஒரு நபர். வந்து, "மிஸ்டர் மூர்த்தியா?" என்று விசாரித்து அவன் கையை சினேகத்துடன் பற்றினார். தன் பெயர் வினோதன் என்று அறிமுகப்படுத்திக்கொண்டார். உடன் வந்தவரை என் சகா தேவதாஸ் என்று கூறினார். தேவதாஸ் இரு கை கூப்பி அவனை வணங்கினார். அவன் பையை வினோதன் வாங்கிக்கொண்டார். "ஒரு பை மட்டும்தானா?" என்று கேட்டார்.

"நான் அதிகம் சுமப்பதில்லை" என்ற மூர்த்தி, "நன்றாக தமிழ் பேசுகிறீர்களே" என்றான் வியப்புடன். நான்

பிரசிடென்சி மாணவன் என்றும், அதன் பின் மூன்று ஆண்டுகள் தமிழகத்தில் பணியாற்றினேன், அப்போது தமிழை அறிந்துகொண்டேன் என்றும் அவர் சொன்னார். அவன் பையை அவர் சுமந்தார். அது மூர்த்திக்குச் சங்கடமாக இருந்தது. "நான் எடுத்து வருகிறேன்" என்றான்.

"இல்லை, தாங்கள் எங்கள் பெருமைக்குரிய அதிதி. மன்னியுங்கள்!"

காத்திருந்த காரில் அவர்கள் புறப்பட்டார்கள்.

மூர்த்தி தெருவை, ஓரத்து வீடுகளை, கடைகளை வேடிக்கை பார்த்தபடி இருந்தான். அந்தப் பகுதியின் உடைகள், பாரம்பரிய முகம்கொண்ட வீடுகள், என்று மக்கள் நெருக்கம் மிகுந்த வீதிகள் வழியே சென்ற மூர்த்திக்கு, கடைத்தெருவின் கடை விளம்பரப் பலகைகள் கண்ணில் பட்டு ஆச்சர்யம் தந்தன. பெரும்பாலான பலகைகளில் அந்த மாநிலத்து மொழி மட்டுமே இடம் பெற்றிருந்தது. வெகு குறைவாகவே ஆங்கிலம் தட்டுப்பட்டது. தங்கும் விடுதிக்கு முன் கார் நின்றது. பெரிய விடுதி. அவன் அறை வசதியாய் இருந்தது. ஆனால், ஆடம்பரம் இல்லை. ஜன்னல் திரைச்சீலை, படுக்கை விரிப்பு அனைத்தும் நேசிக்கும் தரத்திலான வெண்மையில் இருந்தன. முக்கியமாக எழுதும் மேசை இருந்தது. அவனுக்குத் திருப்திகரமாக இருந்தது. விடுதி அறை என்பது படுக்கை அறை மட்டுமே என்றுதான் விடுதி வியாபாரிகளின் கருத்தாக இருந்தது.

"வரும்போதே காப்பிக்குச் சொல்லி இருக்கிறேன். வந்ததும் நான் விடைபெறுகிறேன், தாங்கள் ஓய்வெடுத்து குளித்துத் தயாராகியதும் இந்த எண்ணைத் தொடர்புகொள்ளுங்கள். அடுத்த ஐந்தாவது நிமிஷத்தில் நான் உங்கள் முன் நிற்பேன். உங்கள் உபயோகத்துக்கு என்றே 2222 எண் கறுப்பு நிற பொலோ கார், கீழே காத்திருக்கிறது."

காப்பியைக் கொணர்ந்தார் ரூம் மேன். மூவருக்கும் காப்பியைப் பகிர்ந்தார்.

"எனக்கு சர்க்கரை இல்லாத காப்பி. ஆனால், போடப்பட்டிருந்ததால் பரவாயில்லை."

ரூம் மேன், சட்டென்று நடந்து, இன்னொரு பிளாஸ்கில் இருந்து காப்பி ஊற்றிக்கொண்டு வந்தார்.

"ஒருகால், நீங்கள் சர்க்கரை இல்லாத காப்பி குடிப்பவராக இருந்தால் என்று நினைத்து, அப்படியும் ஒரு காப்பிகொண்டு வரச் சொல்லி இருந்தேன்" என்றார் வினோதன்.

"தாங்கள் காண ஆசைப்படும் இடங்கள் எவை என்று குறிப்பிட்டால், அவற்றைக் காண நாம் புறப்படலாம். அப்படிப்பட்ட இடங்களை நானே தீர்மானித்து அழைத்துப் போகும் உரிமையை, எனக்கு நீங்கள் வழங்குவீர் என்றால், மகிழ்ச்சியோடு அதைச் செய்யவும் தயாராக இருக்கிறோம்" என்றார் வினோதன்.

பார்க்கத்தக்க இடங்களைத் தேடும் உரிமையை வினோதனுக்கே தந்தான் மூர்த்தி. "கங்கைக் கரைக்குப் போகலாம்"

காப்பியைக் குடித்து முடித்து, சிகரெட்டை எடுத்துப் பற்ற வைத்துக்கொண்டு வினோதனிடம் பாக்கெட்டை நீட்டினான் மூர்த்தி.

"மன்னிக்க வேண்டும். நான் புகைப்பதை நிறுத்திக்கொண்டேன்."

தேவதாஸ், ஒன்றை எடுத்துக்கொண்டார். வினோதன் அறையைத் திறந்து ஒருவரை அழைத்து வந்தார்.

"உணவு முதலான தேவைகள், 3 எண்ணைக் கூப்பிட்டுத் தாங்கள் நிறைவேற்றிக்கொள்ளலாம். வெளியே இருந்து நாங்கள் எதையேனும் தருவிக்க நினைத்தால் இவர் பெயர் சந்திரன். இவர் அறைக்கு வெளியிலேயே அமர்ந்திருப்பார். இவரை நீங்கள் பயன்படுத்திக்கொள்ளலாம். நன்றி. நாங்கள் புறப்படுகிறோம். தங்கள் அழைப்பை எதிர்பார்த்துக்கொண்டு இருப்பேன்." என்ற வினோதனுடன் எல்லாரும் அறையை விட்டுப் புறப்பட்டார்கள்.

மூர்த்திக்கு எல்லாமே ஆச்சர்யமாக இருந்தது. வினோதன் முகத்தை அவன் ஆராய்ந்தான். அதில் பொய்யான புன்முறுவல் இல்லை. பேச்சில் மரியாதை இருந்தது. பாவனை இல்லை. வினோதனின் உடல்மொழி இயல்பாகவும், பண்பாடு கூடியதாகவும் இருந்தது. மரியாதைக்குரிய விருந்தினர் ஒருவருக்கு அளிக்கப்பட வேண்டியவை என்கிற பட்டியலை வைத்துக்கொண்டு வழங்குவதாகவும் இல்லாது, அக்கறையும் அனுசரணையும் கூடியதாகவும் இருந்தது வினோதனின் வரவேற்பு முதலானவை.

சென்ற மாதம் அம்மாநிலக் கலாசாரத் துறையிலிருந்து வந்த கடிதம் ஒன்று இந்த திருவிழாவைத் தொடங்கி வைத்திருந்தது. மூர்த்தியின் கதைத் தொகுதி தமிழில் குறிப்பிட்ட ஆண்டுகளில் வெளிவந்திருந்த படைப்புகளில் சிறந்ததாகத் தேர்ந்தெடுக்கப்பட்டுள்ளதாகவும், அதற்கான விருது மற்றும் சன்மானத்தையும் அளிக்க அம்மாநிலக் கலாசாரத்துறை தீர்மானித்துள்ளதாகவும், அவன் நேரில் வந்து அவற்றைப் பெற்றுக்கொண்டு கலாசாரத் துறையைக் கௌரவிக்குமாறும் கடிதம் கோரி இருந்தது. அவன் ஒப்புதலை எதிர்பார்த்துக்கொண்டிருப்பதாகவும் கடிதம், கல்யாண வீட்டில் திடுமெனத் தெளிக்கப்படும் பன்னீர் போன்ற சொற்களால் ஆகி இருந்தது. ரசனையை முன்வைத்து, படைப்பு ஆழம் சார்ந்து அன்புடன் நீளும் நட்பின் கையைப் புறக்கணிக்க அவன் விரும்பவில்லை. உடனே ஒப்புதல் தெரிவித்துக் கடிதம் எழுதினான்.

மூன்றாம் நாளே அவன் ஒப்புதலுக்காக நன்றி தெரிவித்துக் கடிதம் வந்தது. விழா நாள் மற்றும் நிகழ்ச்சி பற்றிய முன் தகவல் தொடர்ந்து வந்தது. அதைத் தொடர்ந்து அவன் பயணத் திட்டம் பற்றிய தகவலைக் கேட்டுக் கடிதம் வந்தது. அதைத் தொடர்ந்து அவன் புறப்பாட்டுக்கு இரண்டு நாள் முன்னர், நிகழ்ச்சியை நினைவுபடுத்தியும், அவன் பயணப்படும் ரயிலின் நேரம் குறிப்பிட்டும், அவன் தங்க இருக்கும் விடுதியின் பெயரைக் குறிப்பிட்டும், பயணம் மகிழ்வுடன் அமைய வாழ்த்து தெரிவித்தும் ஒரு கடிதம் வந்தது. அம்மாநிலக் கலாசாரத் துறையின் சீரிய திட்டமிடுதலை மட்டும் அக்கடிதங்கள் உணர்த்தவில்லை. அந்த விழாவுக்கு அவன் எவ்வளவு முக்கியமானவன் என்பதை அவர்கள் உணர்ந்திருப்பதையும் அவனுக்கு உணர்த்தியது.

சினேகபாவம் தோன்றிய அந்தப் படுக்கையில் அவன் படுத்தான்.

அவனது தாய்நாட்டில் இது போன்ற, அரசுப் பரிசளிப்பு விழாவில் அவன் கலந்துகொண்டது நினைவுக்கு வந்தது. அவன் தாய் நாட்டில் தலைவர்கள், அறிஞர்கள், பேரறிஞர்கள், பேராசிரியர்கள் முதலாக, டவுன்

பஞ்சாயத்துத் தலைவர்கள்வரை, எல்லாருமே தங்கள் தாய்மொழியை உலகிலேயே மூத்த, பழைய மொழி என்றும், அந்த மொழியின் பிள்ளைகளே, பெண்களே, குழந்தைகளே மற்ற உலக மொழிகள் என்றும் கருதும் மனோபாவம் உடையவர்கள். அவரவரும் அவரவர் மொழியை உயர்த்திக் கூறுவதும் கருதுவதும் தவறு என்று சொல்வதில்லைதான். ஆனால், தங்கள் புலவர்கள்போல உலகில் எவனும் இலக்கியம் படைக்கவில்லை என்று (எந்த மொழி இலக்கியமும் பரிச்சயம் இல்லாமலே) கூறிக் கொள்கிறவர்கள், அந்த இலக்கியப் பாரம்பரியத்தை வளர்த்தெடுக்கவே ஆண்டுதோறும் மொழியின் சகல துறைப் படைப்பாளிகளின் படைப்புகளில் ஒன்றைத் தேர்ந்தெடுத்துப் பரிசும் அளிக்கும் வழக்கத்தை அந்த நாட்டு அரசுகொண்டு வந்திருக்கிறது. மொழி, அவர்களின் உயிர். ஆனால், ஆங்கிலம் பேருயிர்.

மூர்த்தியின் சிறுகதைத் தொகுதி அந்த ஆண்டின் சிறந்த நூல் என்று தேர்ந்தெடுக்கப்பட்டிருக்கிறது என்றும் விழா... நாளில் நடைபெறும் என்றும் அந்த விழாவில் அவன் பரிசளிக்கப்படுவான் என்றும் அறிவிக்கும் கால கடுதாசி, ஓர் அழுக்கு நிறப் பழுப்புக் கவரில் போட்டு வந்திருந்தது. கடிதத்தின் தொனி, தாங்கள் முதலமைச்சருக்கு அளித்திருந்த மனு, தொடர்புடைய அமைச்சர் அலுவலகத்துக்கு அனுப்பப்பட்டிருக்கிறது என்பதுபோல இருந்தது. கடித எழுத்துக்கள் பல விடுபட்டும், அச்சாகாமலும், பூதக்கண்ணாடி வைத்துப் பார்க்கும் அளவிலேயே இருந்தது. கடிதத் தாளை இதை விடவும் மோசமான தரத்தில் உலகத்திலேயே பார்க்க முடியாது எனும்படியாக இருந்தது. இவ்வாறாக, மொழியை உயிர் என்பவர்களின் அரசு, அந்த மொழியின் சிறந்த படைப்பாளி என்று தேர்ந்தெடுக்கப்பட்டவனுக்கு அனுப்பிய கடிதம் இருந்ததை, சகித்துக்கொள்ள முடியாதவனாக இருந்தான் மூர்த்தி என்றாலும், அவன் விழாவுக்குச் சென்றிருந்தான்.

விழா அரங்கின் வாசலில், "அழைப்பு வச்சிருக்கியாய்யா" என்று ஒரு இன்ஸ்பெக்டரும் இரண்டு போலீஸ்காரர்களும் அவனைச் சுற்றிக்கொண்டு விசாரித்தனர். அவன், பரிசளிப்பு விழாக் கடிதத்தை எடுத்துக் காட்டினான். "சரி போ" என்றார், 'உங்கள் நண்பன்' போலீஸ்காரர். உள்ளே அரங்குக்குள் அவன் நுழையுமுன் நான்கு இடத்தில் அவனை போலீஸ்காரர்கள் பரிசோதனை செய்தார்கள். அரங்கத்தில் அவன் நுழையும் முன்பு, ஒருவர் அவனிடம் வந்து, அவன் பையைச் சோதித்தார். பிறகு அவனுக்கு வந்த அழைப்பை, தன்னிடம் இருந்த ஃபைலோடு வைத்து ஒப்பு நோக்கினார். பின்னர், மேடைக்கு வெகு தூரம் தள்ளி, பரிசு பெறுகிறவர்களோடு அவனை அமரச் செய்தார். முன் இருக்கைகளில் அமைச்சர்கள், அரசியல்வாதிகள், தொழில் பிரமுகர்கள், சினிமா கலைஞர்கள், அரசியல்கட்சி சார்ந்த பேராசிரியர்கள் தினப் பத்திரிகைகளில் படம் வரும் தகுதிகொண்ட பிரமுகர்கள் என்று பலரும் அமர்ந்திருந்தார்கள். அவர்களின் முதுகைப் பார்த்தபடி எழுத்தாளர்கள்.

மூர்த்தி அமர்ந்திருந்த இடத்துக்கு முன், மிக உயரமான மனிதர் ஒருவர் அமர்ந்திருந்தார். அவர் தலை மேடையின் முக்கால் பாகத்தை மறைத்தது. அடர்ந்த முடி உள்ள நடுத்தர வயதுகொண்டவர், அதிலும் பாகவதர் கிராப்பு வைத்துள்ளவர். அவருடைய இரண்டு காதுகளின் பக்கவாட்டு வழியாகவும்கூட மேடை தட்டுப்படவில்லை. அவனைப்போல பரிசு வாங்க

வந்திருந்த சக எழுத்தாளருடன் தம் பாராட்டைப் பகிர்ந்துகொண்டான் அவன். கூட்டத்தில் பதற்றம் நிலவியது. முதல்வர் வருகையின்போது கூட்டமே எழுந்து நின்று கையொலி எழுப்பியது. முதலில், வந்திருந்த மக்களை வரவேற்க வந்த அரசுச் செயலாளர், சங்கப்புலவர் முதல் பாரதியார்வரை ஒரு பெரும் பட்டியலைச் சொல்லி இரண்டு வரிகளில் மக்களை வரவேற்று விட்டுச் சென்று அமர்ந்தார். மனப்பாடம் செய்யும் தகுதி இல்லாதவர்கள் ஐ. ஏ. எஸ் ஆக முடியாது என்பதற்கு, அவர் நல்ல உதாரணமாகத் திகழ்ந்தார். இடையிடையே முதல்வர் மகத்தான எழுத்தாளர் என்றும் மாபெரும் கவிஞர் என்றும் மறக்காமல் சொல்லி, தம் பதவியைத் தக்கவைத்துக்கொண்டார்.

கல்வி கலாசாரப் பண்பாட்டுத் துறை அமைச்சர், பல்வேறு பழைய இலக்கியங்களில் இருந்தெல்லாம் பல நயமான பாடல்களை எடுத்துச் சொல்லி, வடவர் தலைமீது தமிழ் மன்னன் கல் ஏற்றிக்கொண்டு வந்து கண்ணகிக்குச் சிலை அமைத்த வீர வரலாற்றைச் சொல்லி, தமிழ்நாட்டில் இன்றும் வீரர்கள் இருக்கிறார்கள் என்றும், வடநாட்டு இமயத்தில் இன்னும் கல் இருக்கின்றது என்பதையும் சுட்டிக்காட்டி எச்சரித்து விட்டு அமர்ந்தார். அப்புறம் பரிசளிப்பு நிகழ்ச்சி நடந்தது.

முதலில் வயது சென்ற, அகவை முதிர்ந்த தமிழ் அறிஞர்கள் பரிசில் பெற மேடைக்கு அழைக்கப்பட்டார்கள். வரிசையாக இருபது முப்பது பேர்கள் படிக்கப்பட்டன. தரைக்கும் மேடைக்கும் இடையே இருந்த எட்டுப்படிகளிலும் எட்டு இரண்டு பதினாறு பேர் நிற்க வைக்கப்பட்டார்கள். முதியவர்கள் நிற்கவும், படிகளில் நிற்பவர்கள் பற்றி நிற்கப் பிடிமானம் இல்லாமல், ஒருவர் தோள் மேல், ஒருவர் சாய்ந்து நிற்க அரும்பாடு பட்டுக்கொண்டிருந்தார்கள். மேடை மேலே இருந்த அலுவலர்கள் ஒவ்வொருவர் பெயரையும் கேட்டு ஒப்பு நோக்கி, முதலமைச்சரிடம் கொண்டு சேர்த்தார்கள். நிற்க முடியாத இரண்டு முதியவர்கள் தரையில் அமர்ந்துவிட்டார்கள். ஓர் அதிகாரி வந்து அவர்களைச் சத்தம் போட்டதும் அவர்கள் எழுந்து நிற்க முடியாமல் நின்றார்கள். தமிழறிஞர்கள் பட்டியல் வாசித்து முடித்ததும் ‘சிறுகதை’ ஆரம்பித்தது. மூர்த்தி பெயர் வாசிக்கப்பட்டது. அவன் கடைசியாக நின்ற தமிழறிஞர் பின்னால் போய் நின்றான். ஒரு போலீஸ்காரர் நண்பர் கையைக் குறுக்காக நீட்டி, “அவர்களோடு சேரக்கூடாது, தனியாக நில்லுங்கள்” என்றார். “நான் எதற்கு அவர்களோடு சேரணும், என் பெயர் வாசிக்கப்பட்டதால் வந்து நின்றேன்” என்றான். போலீஸ் நண்பர் அவனைக் கடுமையாகப் பார்த்தார். அவர் துரதிருஷ்டம், அவன் பரிசு பெறும் நிலையில் இருந்தான். இல்லையென்றால், குறைந்த பட்சம் ‘சந்தேகப்படும்படி கடைத்தெருவில் திரிந்ததாக’ கேஸ் போட்டிருப்பார் எனும்படி இருந்தது அவர் பார்வை.

தமிழறிஞர் வரிசையைச் சீக்கிரம் மேடைக்கு அனுப்பும்படி, ஏதோ ஓர் அதிகாரக் குரல் உத்தரவு இட்டது போலும். மேடை மேலே இருந்த அலுவலர், முதலில் நின்ற அகவை மிக முதிர்ந்த தமிழறிஞரை மேடையில் முதல்வர் இருந்த பக்கமாகத் தள்ளினார். அவர் காற்றில் மிதந்தபடி முதல்வர் அருகில் போய் நின்றார். படியின் முதலில் நின்ற அறிஞர், சரிந்து பின்னால் நின்றவர் மேல் சாய்ந்தார். கனம் தாங்காது அடுத்தடுத்து நின்றவர்கள் ஒருவர் மேல் ஒருவர் சீட்டுக்கட்டுபோலச் சாய்ந்தார்கள்.

மூர்த்திக்கு முன் போலீஸ்காரரின் கை நீண்டது. நீண்டபடியே இருந்தது. மூர்த்தி, குடுகுடுவென்று ஓடிப்போய், தாண்டிக் குதித்து முதல்வர் முன் நிற்கப் போவது இல்லை. அப்புறம் என்ன இந்தக் குறுக்குச் சுவர், "உங்களுக்குக் கை வலிக்கப் போகிறது" என்றான் மூர்த்தி.

காக்கி, தன் கையை இறுக்கிக்கொண்டு, அவனைக் கடுமையாகப் பார்த்தார். போலீஸ் வகுப்பறையில் 'அ' வுக்கு அடி என்றும், 'ஆ' வுக்கு ஆரானாலும் அவமரியாதை செய் என்றும் 'இ' க்கு இகழ்ச்சி செய் என்றுமா கத்துக்கொடுக்கிறார்கள்?

"மூர்த்தி யாருய்யா?" என்ற குரல் அவனை உலுக்கித் தரையில் தள்ளியது.

"நான்தான்" என்றான். மேடையில் நின்ற சபாரி அணிந்த, வாழ்நாளில் சிரித்தே இராதவர் போன்ற முகத்தோற்றம்கொண்ட அதிகாரியிடம் மூர்த்தி, "உங்கள் பேர் அழைக்கப்பட்டதே. ஏன் அங்கேயே நிக்கறீங்க?" என்றார் பதற்றமுடன். அவனுக்கு முன் இன்னும் இரண்டு முந்தைய தமிழறிஞர்கள் நின்றிருந்தார்கள்.

"அவர்கள் சென்ற பிறகுதானே நான் மேடைக்கு வர வேண்டும். ஏன் அவசரப்படுத்துகிறீர்கள்?"

அந்த மனிதன் ஒரு குட்டி அதிகாரியாக, சுமார் இருபது பேரை மேய்ப்பவராக இருக்க வேண்டும். அவர் முகம் மேலும் இருண்டது. மூர்த்தியின் மேல் கஞ்சா கேஸ் போட முடியாத தன் துரதிருஷ்டத்தை எண்ணி அவர் கவலைப்பட்டிருக்க வேண்டும்.

மூர்த்தி, முதல்வரிடம் இருந்து பாராட்டுப் பத்திரத்தையும் அதிமுக்கியமாக அவன் வருவதற்குக் காரணமான செக்கையும்" வாங்கிக்கொண்டு தன் இருப்பிடத்தை நோக்கி நடந்தான். அந்த வதைக்கூடத்தில் மீண்டும் அமர வேண்டுமா என்று அவன் யோசித்தான். வாயிலை நோக்கிச் சென்றான். வெளியே வந்ததும் வீசிய இதமான மாலைக்காற்றை நிம்மதியுடன் சுவாசித்தான். ஒரு டீ கடை ஓரம் நின்று டீ அருந்தி சிகரெட்டைப் பற்றவைத்துக்கொண்ட பின் அவனுக்கு ஆசுவாசப்பட்டது.

குளித்து முடித்து காலை உணவுகொண்டபின், வினோதனுக்குப் பேசினான். "தாங்கள் லாபிக்கு வந்து அமரலாம், ஐந்து நிமிஷங்களில் நான் வந்து விடுவேன்" என்றார். அவன் வந்து அமர்ந்த சில நிமிஷங்களுக்குள் அவர் வந்து சேர்ந்தார். மாநில மொழிப் பத்திரிகை மற்றும் ஆங்கில இதழ்களில் நிகழ்ச்சி குறித்த செய்திகள் வந்திருப்பதை வினோதன் சுட்டிக் காட்டினார். அவர்கள் காரில் ஊரைச் சுற்றிப் பார்க்கப் புறப்பட்டார்கள். பாதையின் இருபுறமும் ஓடும் தெளிந்த, நாற்றம் இல்லாத வாய்க்கால்களையும் அவ்வப்போது, குறுக்கிட்ட கிளை ஆறுகளையும் பார்த்துக்கொண்டு போனான் மூர்த்தி.

கங்கைக் கரையில், சிமென்ட் பெஞ்சில் அமர்ந்துகொண்டு கங்கைப் பிரவாகத்தை நோக்கியபடி இருந்தான். ஆறு என்பதே ஜீவசக்திதான் என்று அந்தக் கணம் அவனுக்குத் தோன்றியது. மானுடப் பிரவாகம் என்று அதைச் சொல்லலாம். வாழ்தல் எனும் பேரியக்கம், ஆறுகளிலிருந்துதான் கரை மனிதர்களுக்குச் சேர்கிறதோ? யோகம் வேறு வாழ்க்கை வேறல்ல. தெய்வம் வேறு, வாழ்க்கை வேறல்ல. எல்லாரும் உண்டு உடுத்து, எல்லாரும்

ஒழுகாத கூரையடியில் வாழ்ந்து, எல்லோரும் காதல் செய்து இன்புற்று, மண்ணில் இருப்பும், வானத்தில் சஞ்சரிப்புமாக வாழும் காலம் என்று ஒன்று சிந்தித்தால், மண்ணிலே சொர்க்கம் ஸ்தாபிதமாகிவிடாதா? போரும் பசியும், புறக்கணிப்பும், இழிவும் என்பன முதலான அத்தனை அழுக்குகளையும் ஆறுகள்தான் காலம் காலமாகக் கழுவிக்கொண்டிருக்கின்றன. போலும்...

வினோதன், தேவதாஸோடு வந்துகொண்டிருந்தார். தேவதாஸ். கையில் பிளாஸ்க் இருந்தது. கங்கைக் கரையில் காப்பியே ஆன காப்பி அருந்துகிற அனுபவம் மூர்த்திக்கும் பரவசம் தந்தது. தூரத்தில் பரமஹம்சரின் ஆலயத்திலிருந்து மணியொலி கங்கைக் காற்றோடு அவனைத் தழுவிகொண்டிருந்தது. வண்ணம் மிகுந்த ஒரு கிழக்குப் பறவை தன் சின்னஞ் சிறிய சிறகசைப்பிலிருந்து எழுந்த பேரோசையை அவன் நினைவுகளின் மேல்கொண்டு சேர்ந்தது. காலில் மணி கட்டிய பூனைக்குட்டி நடப்பதுபோல, காலம் ஏழிசைத் துள்ளலுடன் அவனைக் கடந்தது, வீணையில் ‘தாளம்’போல.

ஆறு மணியளவில் பரிசளிப்பு விழா அரங்குக்கு மூர்த்தியை அழைத்து வந்து சேர்ந்தார்கள். இரண்டு மேடைகள் தென்பட்டன. ஒரு மேடையில் இரண்டே நாற்காலிகள் இருந்தன. ஒன்றில் மூர்த்தி அமர வைக்கப்பட்டான். அவனை அடுத்து, அம்மாநில மொழியின் பெரும் படைப்பாளியான விபின் சந்திரா இருந்தார். “திராவிட மொழியின் முக்கியப் படைப்பாளி ஒருவருடன் அமருவது எனக்கு மகிழ்ச்சியளிக்கிறது” என்றார் அந்த அறிஞர். “மன்னியுங்கள், எனக்கும், என் சகாக்களுக்கும்தான் இந்த கௌரவம்” என்றான் மூர்த்தி. குறித்த, சரியாக ஆறு ஐந்து மணிக்கே விழா தொடங்கியது. மூர்த்திக்கு அடுத்து மேடையில் விழா அமைப்பாளர்கள் நால்வர் இருந்தனர். அனைவரும், அம்மாநில மொழியின், முக்கிய ஆளுமைகள் என்று விபின் சந்திரா அவனிடம் சொன்னார்.

அரசியல்வாதிகளோ அமைச்சர்களோ யாரும் இரண்டு மேடைகளிலும் இல்லாமல் இருந்ததை ஆசுவாசத்துடன் மூர்த்தி உணர்ந்தான். பரிசளிப்பு அமைப்பின் தலைவர், அந்த அமைப்பின் தோற்றம் மற்றும் காரணம் பற்றிப் பேசினார். மொழிகள் மாறுபட்டாலும், இலக்கியம் தன் இலட்சியமாகக் கொள்வது ஒன்றுதான் என்றும், இன்னொரு மொழியின் சாரத்தைத் தன்னுடன் இணைத்துக்கொள்ளாத மொழி தேங்குமே தவிர, வளராது என்றும் சுருக்கமாகக் குறிப்பிட்டு அமர்ந்தார். சரியாக ஐந்து நிமிஷங்கள் மட்டுமே அவர் பேசினார். அடுத்து, தேர்வுக் கமிட்டித் தலைவர், கதைகள் வாழ்க்கையை நோக்கும் விதம், கதைகளின் கட்டமைப்பின் மூலம் வெளிப்படும் தத்துவம், அத்தத்துவம் கலாபூர்வமாக வெளிப்படுத்தப்பட்ட பாங்கு, எழுத்தாளர்களின் மனோபாவம், தங்கள் மொழிப் பரப்புக்குப் பரிசு பெறும் கதைத் தொகுப்புகொண்டு வந்து சேர்க்கும் திண்மை ஆகியவற்றைக் கருத்தில்கொண்டு, மூர்த்தி தேர்ந்தெடுக்கப்பட்டதாகச் சொன்னார். தேர்வுக் கமிட்டியில் இடம் பெற்றோர் பெயரையும், அவர்கள் அவர் தொகுப்புக்குத் தந்திருந்த அபிப்பிராயக் குறிப்புகளையும் சொல்லி முடித்தார். அப்பேச்சு சரியாகப் பதினைந்து நிமிடத்தில் முடிந்ததை மூர்த்தி கவனித்தான்.

அடுத்து, அம்மாநில மகாகவியின் பாடல் ஒன்றை இசை மாணவிகள் பாடினார்கள். அடுத்து, கதை ஒன்றின் பாத்திரங்கள் உரையாடலை அவர்கள்

மொழியில் ஆக்கம் செய்து, ஒரு நாடகம்போல நிகழ்த்தினார்கள். மூர்த்தி, தன் கதையில் உரையாடலின் மொழிபெயர்ப்பாக இல்லாமல், அக்கதையின் உணர்வுகளைப் பாத்திரமாக அவர்கள் மாற்றியமைத்த நுட்பத்தை ரசித்தான். அதன்பின், அவன் இருந்த மேடையின் வெளிச்சம் குறைந்து, வெளிச்சம் அவன்மீது மட்டும் பாய்ந்தது.

ஒரு பெண்ணும் ஆணும் ஒரு பெரிய தட்டில் பரிசுப் பொருள்களை எடுத்துக்கொண்டு அடுத்த மேடையில் இருந்து அவன் மேடையை நோக்கி நடந்து வந்தார்கள். இசை ஒலித்தது. பார்வையாளர்கள் கையொலி எழுப்பியபடி எழுந்து நின்றார்கள். விபின் சந்திரா தன் கையில் உள்ள மைக்கின் மூலம் சுருக்கமாக மூர்த்தியைப் பாராட்டி, சிறு உரையாற்றினார். அவரே, தட்டில் உள்ள சால்வையை அவனுக்குச் சார்த்தினார். பின், மல்லிகை மாலை அணிவித்தார். பிறகு அழகிய சரஸ்வதி சிலை ஒன்றைத் தந்தார், அப்பெண். அதை வாங்கிப் பார்வையாளர்களுக்காக மேசை மேல் வைத்தார். அதன்பின் பரிசுப் பொருளாக 'செக்' ஒன்றையும் அவனிடம் தந்தார், அப்பெண். அச்செக்கை வாங்கி, கண்ணாடி உரையிலிட்டு அவனிடம் திருப்பித் தந்தாள். அவனைப் பேசக் கேட்டுக்கொண்டார்கள்.

"வேறு வேறு மொழி பேசி, கோடி கோடி மனிதர்களாகப் பிரிந்து வாழ்ந்தாலும், நமது சுகதுக்கங்கள் வேறு வேறு ஆனாலும் வேறு வேறு படித்தரங்களில் நாம் ஜீவித்திருந்தாலும் நாம் எல்லாரும் சகோதர சகோதரிகள் என்பதையே இந்த நிகழ்ச்சி எனக்கு உணர்த்துகிறது. இந்தச் சகோதரத்துவம்தான் மானுடம் என்று எங்கள் மொழி சொல்கிறது. உங்கள் உள்ளங்களில் எப்போதும் கங்கை பிரவாகம் எடுக்கட்டும். எப்போதும் நாம் ஈர மனிதர்களாக இருப்போம். உங்களுக்கு என் வாழ்த்துக்கள்" என்று பேசி முடித்தான் மூர்த்தி. நிகழ்ச்சி ஒரு மணி நேரத்தில் முடிந்தது.

ரயில் நிலையத்தில் மூர்த்தியை வழியனுப்ப வந்திருந்தார் வினோதன்.

"ரொம்ப நன்றி வினோதன், தேவதாஸ். என்னை மிக அன்போடும், சிறப்போடும் உபசரித்தீர்கள். நான் மகிழ்ச்சியாக இருக்கிறேன்"

"அது எங்கள் கடமை அல்லவா? தாங்கள் எங்கள் மாநிலத்துக்கு வருகை தந்து, எங்கள் பரிசை ஏற்றுக்கொண்டது, எங்களுக்கு நீங்கள் செய்த கௌரவமாக நினைக்கிறோம்."

"நீங்கள் என்ன செய்கிறீர்கள் வினோதன்?"

"உங்கள் தலைநகரில் படித்தேன். அங்கேயே சில ஆண்டுகள் பணி. அப்புறம் என் தாய் மாநிலத்துக்கு வந்தேன். இப்போது கலாச்சார அமைச்சராக இருக்கிறேன்."

"அமைச்சராகவா?"

"ஆமாம், இன்றைக்கு இப்படி, நாளை எப்படியோ. ஓடும் நதி நீர்போலத்தானே வாழ்க்கை!"

2009

பத்து நிகழ்வுகளில் ஒரு கதை

நிகழ் 1

நகரின் பிரதான இடத்தில் இருந்தது எங்கள் குடியிருப்பு. மொத்தம் 387 வீடுகள். நிறைய அணில்கள் இருந்தன. ஜன்னல் கதவுகளை மிகவும் ஜாக்கிரதையாகத் திறக்க வேண்டியிருக்கிறது. ஜன்னல் விளிம்புச் சுவரில் அணில்கள் இருக்கக் கூடும். கண் செல்லும் இடங்களில் எல்லாம், தரையில், மாடிச் சுவர் விளிம்பில் மற்றும் ஒரு வீட்டுக்கும் மறுவீட்டுக்கும் இடையிலான கேபிள் ஒயரில் எங்கு நோக்கினும் அணில்கள். மாடிப்படியின் குழியில் அடிக்கடி குட்டிப் போடும் பூனைகள், மிகுந்த கவலைகளைத் தேக்கியவை போன்று தெரு நாய்கள். இன்னும் வெட்டப்படாத அரசாங்கம் வைத்த தூங்குமூஞ்சி மரங்கள், அவற்றில் பதியும் ஆயிரம் காக்கைகள், காக்கைகளுக்குள் பைத்தியம் பிடித்த காக்கைகள் இருக்கக் கூடும் என்று அண்மையில் எனக்குத் தோன்றியது. சாதாரணமாக, காலை காப்பி குடிக்கச் சென்ற என் தலையின் பின்புறத்தில் காக்கை ஒன்று சீறும் சப்தத்துடன் விசிறிய சிறகுகளோடு மிதந்து வந்து கொத்திச் சென்றமைக்குப் பைத்தியம் அன்றி, வேறு உந்துதல் எதுவாக இருக்கும்? மற்றபடி 387 வீடுகளில் மனிதர்கள் அவரவர் சக துக்கங்களுடன்...

நிகழ் 2

வெயில் தணிந்திருந்தது. வெளியே எனக்கு மூன்று வேலைகள் இருந்தன. வெகு அருகில் இருக்கும் தியேட்டரில் நாளை மாலைக் காட்சிக்கு டிக்கெட் வாங்க வேண்டும். எங்கள் கும்பெனி, அதன் பணியாளர்களுக்காக ஓர் உள்சுற்றுப் பத்திரிகை நடத்தியது. அதில் சினிமா விமர்சனம் என் பொறுப்பில் இருந்தது. சென்ற வாரம் வெளி வந்து சூடாக ஓடிக்கொண்டிருக்கும் அந்தப் படத்தில் புகழ் பெற்ற

பிரபஞ்சன் ✶ 355

நடிகர் ராமசாமி, எல்லாப் பாத்திரத்திலும் தாம் ஒருவரே நடித்திருந்தாராம். ஹீரோ, ஹீரோயின், வில்லன், வில்லி, அப்பா, அம்மா, தாத்தா, பாட்டி, பேப்பர் பையன், பால் பாக்கெட் ஆயா, ஸ்கூல் டீச்சர், போலீஸ் கமிஷனர், கத்திக்குத்து கபாலி, தந்திச் சேவகர், நண்பர்கள், ஃபிடல் காஸ்ட்ரோ விசுவாசம் மிக்க வீட்டு நாய் என்று பல பாத்திரத்தையும் அமெரிக்க மேக்கப் நிபுணரின் உதவியால் நடித்திருந்தார். டிக்கெட் கிடைத்தது. தியேட்டர் மிக பிரமாண்டமாக வளர்ந்திருந்தது. இரண்டு பட அரங்குகளோடு தொடங்கபட்ட அது, ஒரு கூரையின் கீழ் எட்டு அரங்குகளாக வளர்ந்து ஒளிர்வது, பிரதமர்களுக்கு மகிழ்ச்சியளிக்கும்.

பட அரங்குக்கு எதிராகவே இருந்தது கூரியர் கம்பெனி. தெருவைக் கடக்க வேண்டும். அலுலவலகங்கள் முடிந்து, குமாஸ்தாக்கள் வண்டி வாகனங்களில் விரைந்துகொண்டிருந்தார்கள். இடைவெளி இல்லாமல் வந்துகொண்டிருந்தது வாகனங்கள். அச்சம் ஊட்டின. பார்த்துக்கொண்டேதான் இருக்க முடிந்தது. திடுமென வாகனங்களை வாகனங்களே ஓட்டிச் செல்வது போன்ற பிரமை ஏற்பட்டது. மனிதர்களின் சதை உலோகமாக மாறி உலோக ஆடையோடு உலோகங்களை ஓட்டிக்கொண்டிருந்தார்கள். மரங்களே இல்லாத தெருவாக இருந்தது. அது நடக்கும் மனிதர்களுக்கான நடைபாதை இல்லாத நகரமாகவும் மாறிக்கொண்டிருந்தது வாழ்விடம்.

பத்துப் பன்னிரண்டு நிமிஷங்கள் நின்ற பிறகே, தெருவை என்னால் கடக்க முடிந்தது. பாக்கெட்டில் இருந்த கடிதத்தை எடுத்துச் சேர்த்திட முகவரியைச் சரிபார்த்தேன். கூரியர் அலுவலகம் சற்று உள் ஒடுங்கி, பல அலுவலகங்கள் நிறைந்த பகுதியில் தனியாக இருந்தது. நடக்க இடம் இன்றி, வண்டிகள், இரு சக்கர வாகனங்கள் குறுக்கும் மறுக்குமாக பின்னால் வருபவர் பற்றிய அக்கறையே இல்லாமல் நிறுத்தி வைக்கப்பட்டிருந்தன. இரண்டு வண்டிகளில் முட்டி இடித்துக்கொண்டு, தடவிக் கொடுத்துக்கொண்டு வாசலை நெருங்குகிறேன். திண்டுக்கல்லில் இருந்து நண்பர் என்னை செல்லில் அழைத்தார். நான் பேச விரும்பும் நண்பர். ஜாக்கிரதையான ஓர் இடத்தில் நின்று அவரிடம் பேசினேன். கூலியைக் குறைத்துக் கொடுத்த அதிகாரிகளை எதிர்த்து, பாதிக்கப்பட்டவர்கள் சாலை மறியல் செய்திருக்கிறார்கள். காவல்துறை பேச்சு வார்த்தையிலேயே ஈடுபடாமல், எடுத்தவுடனேயே தடியடி நடத்தியிருக்கிறார்கள். பெண்கள், குழந்தைகளும்கூட கடுமையாகத் தாக்கப்பட்டார்களாம். கண் முன்னால் நடந்த அநீதியைக் கண்டு குமுறுகிறார் அவர். சமாதானம் சொல்ல வார்த்தைகள் கற்றுக்கொண்டிருந்தேன். காவல் துறையில் மனிதர்களை எப்போது சேர்க்கப் போகிறார்கள் என்று அவர் கேட்டார். கைப்பிடிச் சுவரிலிருந்து அணில் ஒன்று ஓடிவந்து என்னைப் பார்த்து சப்தம் இட்டு மறைந்தது. நண்பர் ஒருவழியாகச் சமாதானம் அடைந்து விடை பெற்றார். குறுகிய படியில் ஏறி நான் கூரியர் அலுவலகத்தை நெருங்கினேன்.

நிகழ்3

மாலை வெளிச்சம் குன்றி, இரவு தலைகாட்டிக்கொண்டிருந்தது. மழை வரக்கூடும் என்பதற்கான முன்னறிவிப்பாகக் காற்று நீர் ஏறி இருந்தது.

அதிகமான படிகள் இல்லை. சுமார் ஏழு எட்டுப் படிகள்தான். ஒருவர் மட்டுமே தாராளமாக ஏறும் வகையில் மிகக் குறுகலாக இருந்தது. சிமென்ட் படித்தளம். மண்ணும் குப்பைகள் செறிந்தும் இருந்தது. சுமார் ஆறாம் படியில், தரைத் தளத்தின் விளிம்பில் நான் இருந்தேன். கூரியர் அலுவலகத்திலிருந்து சரேலென்று மிக வேகமாக வெளிப்பட்ட மிகத் தாட்டியமான ஒருத்தர் என் மேல் மோதியதை நான் உணர்ந்தேன். நான், உதவிக்காக பக்க இரும்புக் கைப்பிடியைப் பிடித்தது தெரிந்தது. நான் தரையில் சரிந்தேன். படியின் விளிம்பில் என் நெற்றி மோதியது. யாரோ என்னைப் பற்றித் தூக்கியது தெரிந்தது. கண்ணைத் திறக்க முடியவில்லை. நெற்றிக் காயத்திலிருந்து வழிந்த ரத்தம், கண்ணை மறைத்தது. என்னை மோதி வீழ்த்தியவர்தான் என்னைத் தூக்கி நிறுத்தியிருந்தார். முகம் என் நினைவில் பதியவில்லை. முகம் மற்றும் சட்டையின் முன்பகுதி ரத்தத்தால் நனைந்துவிட்டது. ரத்தப்பெருக்கு என் மேல் மோதியவரைப் பயப்படுத்தியிருக்க வேண்டும். அவர் ஓடுவது தெரிந்தது. அவர் முதுகை மட்டுமே நான் பார்த்தேன். பின் கழுத்தில் விழுந்திருந்த அடர்ந்த தலைமுடி தெரிந்தது. படர்ந்த முதுகு. அதற்குள் கூரியர் நிர்வாகி கனிபாய் அங்கே தோன்றினார். விடாமல் வந்துகொண்டிருந்த ரத்தப் பெருக்கை கண்டு அவர் வெடவெடத்துப் போனார். என் நெற்றியில் கையை வைத்து அமுத்தியபடி, என்னை அலுவலகத்துக்குள் அழைத்துப் போனார். அவர் உடம்பின் பதற்றத்தை என்னால் உணர முடிந்தது. அங்கிருந்த ஸ்டூலில் என்னை உட்கார வைத்து முதலுதவிப் பெட்டியைத் தருவித்தார். அலுவலகம் பரபரப்புக்குள்ளாகியது. தண்ணீர் வந்தது. குடித்தேன். ஈரத் துணியை வைத்து அழுத்தியப் பிறகும் ரத்தம் வடிந்துக்கொண்டே இருந்தது. ஏதோ ஒரு களிம்பு, பஞ்சு என்றெல்லாம் பொதிந்த பிறகே ரத்தம் வடிவது நின்றது. இந்தக் களேபரத்திலும் எனக்கு நினைவு தடுமாறவில்லை என்பதும், கையில் உள்ள கவர் தொலைந்து போகவில்லை என்பதும் மிகுந்த ஆறுதலான விஷயம். காயம் மிக ஆழமாக இருக்கிறது என்றும், நான் அவசியம் ஒரு டாக்டரிடம் போக வேண்டும் என்றும் கனிபாய் சொன்னார். கடிதத்தையும் அதற்கான பணத்தையும் கொடுத்துவிட்டு வெளியே வந்தேன்.

இருட்டி விட்டிருந்தது. ஒரு கிராமத்துக்கே போதுமான மின்சாரத்தைத் திரையரங்கு ஆரவாரமாக வீணாக்கிக்கொண்டிருந்தது. கடமை தவறாத காவல்துறை நண்பர்கள், தியேட்டர் முதலாளிக்கு விசுவாசமாகப் பணியாற்றிக்கொண்டிருந்தார்கள்.

நிகழ் 4

எனக்கே தெரிந்தது. அவசியம் டாக்டரிடம் நான் போக வேண்டும். பையில் இருக்கும் பண இருப்பு கவலை தந்தது. நட்ட நாள் தொடங்கி என்றுமே வேலை செய்யாத சிக்னல் மரத்தின் ஓரம் நின்று, பையில் உள்ள பணத்தை எடுத்து எண்ணிப் பார்த்தேன். பதினேழு ரூபாய்களும் நாற்பதைந்து பைசாக்களும் இருந்தன. நல்ல வேளையாக செல் விபத்தில் பழுதுபடவில்லை. நண்பர் நாலைந்து பேர் நினைவுக்கு வந்தார்கள். ஒருவரின் எண் பிசியாகவே இருந்தது. ஒருவர் தன் செல்லை நிறுத்தி வைத்திருந்தார். கடைசியில் புவனாதான் கிடைத்தாள். அவளிடம் விஷயத்தைச் சொன்னதும், “எங்கே இருக்கிறாய்?” என்றாள். “தியேட்டர்

அருகில்” என்றேன். அடுத்த சில நிமிடங்களில் வந்து சேர்ந்தாள். எங்கள் பேட்டையிலேயே நிறைய மருத்துவமனைகள் தோன்றியிருந்தன. அவற்றில் ஒன்றில் போய் நின்றோம். பத்து நிமிஷம் காத்திருக்க வேண்டியிருந்தது. டாக்டர் காயத்தைப் பரிசோதித்தார். “காயம் ஆழம்தான்” என்றார். “மயக்கம் இருக்கிறதா” என்றார் அவர். சொன்னதும்தான் மயக்கம் வருவதுபோல இருந்தது. படுக்க வைத்து தையல்கள் போட்டார். சற்று நேரம் படுத்து ஓய்வு எடுக்கச் சொன்னார். ஊசி போடப்பட்டது. ஒரு படுக்கையில் நான் படுக்க வைக்கப்பட்டேன். புவனா, அருகில் உள்ள நாற்காலியில் அமர்ந்து என்னையே பார்த்துக்கொண்டிருந்தாள். டாக்டர் மீண்டும் வந்து “தலை வலித்தாலோ, வாந்தி வந்தாலோ, உடனே சொல்ல வேண்டும்” என்று சொல்லிவிட்டுச் சென்றார்.

சின்னக் காயம்தானே, ஆபத்தில்லை என்பது எனக்குப் புரிந்தது. கடைசி வரைக்கும் எனக்கு நினைவு தடுமாறவில்லை என்பது எனக்கு நிம்மதி தந்தது. உடம்பு மிகவும் களைத்துப் போயிருப்பது படுத்த பிறகுதான் தெரிந்தது. உறக்கத்துக்குள் நான் ஆழ்ந்துகொண்டிருந்த அந்தக் கணத்தில், நினைவு இழை அறும் முன்பாக, என் மனதில் நின்ற முகம் புவனாவுடையதாக இருந்தது.

புவனாவிடம் சொல்ல வேண்டும். அவள் கண்கள் என் அம்மாவின் கண்களைப்போல இருக்கிறதென்பதைச் சொல்ல வேண்டும். அம்மாவின் கண்கள், அன்று எப்படி இருந்தது என்பதை! என்றைக்கு! நான் அம்மை வார்த்து வேப்பிலைப் படுக்கை மேல் படுத்துக் கிடந்தபோது. என் தங்கையும் தம்பியும் தாத்தா வீட்டுக்குப் பாதுகாப்பாக அனுப்பப்பட்ட பிறகு, எனக்கு அம்மை முற்றி, நான் பிழைக்க மாட்டேன் என்று கருதப்பட்ட அன்றிரவு. எனக்கு விழிப்பு வந்து பார்த்தபோது அம்மா கண்ணீர் வடிய என்னையே பார்த்தபடி அமர்ந்திருந்த அந்தக் கணத்து அம்மாவின் கண்கள்... இவ்வளவு சுறுசுறுப்பாக ஒரு கணம் ஓய்ந்து அமராத இப்படி அலட்டிக்கொள்கிற வாழ்க்கையா அணில்களுக்கு வாய்த்தது என்று அணில்களிடம் கேட்க வேண்டும். குழந்தைகளை முதுகிலும் முட்டிக்குக் கீழும் அடித்து விரட்டுகின்றன. ஊரில் இருக்கும் பேய்களும் பிசாசுகளும்... எதிர்வீட்டு மழை மறைப்புச் சுவர்க்கட்டையில் உட்கார்ந்து யோசிக்கும் புறா, அப்படி எதைத்தான் சிந்தித்துக்கொண்டிருக்கும்... திருவல்லிக்கேணி மாடுகளுக்குச் சித்தர் முகம் வந்தது எப்படி? பாலம் கட்டி வண்டிகளை ஓடவிடும் அரசாங்கம், நடந்து போகிறவர்களுக்கு நடைபாதை கட்ட நினைக்காதது ஏன்? சம்பளம் கூட்டித் தரச் சொல்லி இருக்கிறேன். அடுத்த மாசம் தருவதாகச் சொல்லி இருக்கிறார் ஐயங்கார் என்ற பாரதியிடம், ம்க்கும்... கிழிச்சே என்கிறாள் செல்லம்மாள்... சக மனிதனைத் தள்ளிவிட்டு ரத்தக் காயமாக்கி விட்டு ஒரு மனிதனால் எப்படி ஓட முடிகிறது...?

நான் கண் விழித்தபோது, என்னையே பார்த்தபடி இருந்தாள் புவனா.

“ரொம்ப நாழி தூங்கி விட்டேனா?”

“இல்லே... முக்கால் மணி!”

“போயிருக்கலாமே... உன் டைமை வேஸ்ட் பண்றே?”

புவனா சில நோட்டுகளை என் பையில் செருகினாள்.

“டாக்டர் பில்லைக் கொடுத்திட்டேன்... இது உன் செலவுக்கு... உன்னை வீட்டுல சேர்த்துவிட்டு நான் போகணும். புறப்படு. நாலு நாள் கழிச்சு வந்தாபோதும்னு சொல்றார் டாக்டர்.”

என்னை வீட்டில் சேர்த்துவிட்டு அவள் புறப்படும்போது, “உன் கண்கள் என் அம்மாவுடையதுபோல” என்றேன்.

“ஆட்டுக்குட்டியுடையதுபோல இல்லையா?” என்று சொல்லிவிட்டு ஓடினாள்.

நிகழ்5

கேசவன் ஒரு பெட்டிக்கடை முன் வண்டியை நிறுத்திவிட்டு ஒரு சிகரெட்டை வாங்கிப் புகைத்துக்கொண்டான். உடம்பின் பதற்றம் தணிவதாகத் தோன்றியது. இருட்டத் தொடங்கியிருந்தது. தெருவை ஒரு மாயப் போர்வைச் சுருட்டிக்கொண்டிருந்தது. நேர் எதிரே பட்டணத்தின் பழைய உள்ளடங்கிய வீட்டின் முன்பு குழந்தைகள் விளையாடிக்கொண்டிருந்தது தெரிந்தது. விளையாட்டின் போக்கு கண்ணாமூச்சி எனத் தெரிந்தது. ஒரு சிறுவன், தூணில் முகம் புதைத்துக்கொண்டு வரட்டா... வரட்டா என்று கேட்டுக்கொண்டிருந்தான். நாலைந்து சிறுவர்கள், வெவ்வேறு இடங்கள் சென்று ஒளிந்து கொள்கிறார்கள். வரலாம் என்கிறது ஒளிந்து கொள்ளும் ஒரு குரல் பையன். அங்கும் இங்கும் அலைகிறான். பாவனைதான். ஒளியும் இடங்கள் பையனுக்குத் தெரியும். இவனுக்குத் தெரியும் என்பது ஒளிந்தவர்களுக்கும் தெரியும். விளையாட்டுக்குள் யார் அகப்பட்டு, முகம் மூடப் போகிறார்கள் என்பதே விளையாட்டின் மறைபொருள். யார் கண்ணும் மறையாத கண்ணாமூச்சி. குழந்தைகள் விளையாட்டில் லயித்துப் போயிருந்தார்கள். லயித்துப் போதல்... எதிலும் தன்னை இழத்தல். பணியோ, தொழிலோ, தொண்டோ, வேலையோ, அலுவலோ எதிலும் லயித்துப் போதல். சமர்ப்பணம் செய்தல், சாத்தியமானால் நல்லதுதான், முடிகிறதா என்ன? அவன் வாகனத்தைச் சரிசெய்துகொண்டு புறப்பட்டான். ஏன் முடியாமல் போகிறது. விபத்து எங்கே நிகழ்கிறது? இருவரில் ஒருவரின் அஜாக்கிரதையால் அல்லது அயோக்கியத்தனத்தால்.

அவனுக்குப் பின்னால் வந்து தொழிலில் ஈடுபட்டவர்கள் கொடியேற்றிக்கொண்டாடி விட்டார்கள். அவன் மட்டும் சில நூறு அடிகளில் நின்றான். என்ன காரணம்? சிரிக்க முடியவில்லை. பொய்யாகப் புகழ முடியவில்லை. அற்பர்களுக்கு முன்னால் வேலைக்கான ஆர்டர் கொடுப்பதற்கே சில புள்ளி சதவிகித லஞ்சம். வேலை ஆரம்பிக்க லஞ்சம். எஸ்டிமேட் ரிப்போர்ட் எழுத வைக்க லஞ்சம். வேலை நடக்கும் இடத்துக்கு வந்து நிற்கும் மேஸ்திரி ஜே., இ., சிசி., என். சி, என்று எவன் எவனுக்கெல்லாம் லஞ்சம். அகரம் முதல் னகரம்வரை லஞ்சம்.

கேசவனோடு விநாயகமும் தொழிலைத் தொடங்கினார். விநாயகத்துக்கு ரப்பரால் ஆன உடம்பு வாய்த்திருந்தது. அதிகாரிகளின் முன்னால் அவரால் எந்த ரூபத்திலும், பரிமாணத்திலும் வளைய முடியும். அதிகாரிகளின் தரத்திற்கேற்றாற்போல் கச்சிதமான சட்டமிடப்பட்ட சிரிப்பை அவரால் நல்க முடியும். தீபாவளி மற்றும் பொங்கலுக்கு அதிகாரிகளின் மனைவிமார்களுக்குக்

காஞ்சிபுரம் பட்டுப் புடவைகள் பரிசளிக்க முடியும். எல்லாவற்றுக்கும் மேலே அதிகாரிகள் எனப்பட்ட விசேஷ உயிரிகளின் விசித்திர மனோபாவங்களை அறுதியிட முடியும். ஒரு சந்தர்ப்பத்தில் காப்பி சாப்பிடப் போன இடத்தில் ஓர் அதிகாரி, அவர் துறையில் வேலையைத் தீர்மானித்துப் பணம் ஒதுக்கும் பீடத்தில் இருக்கும் அதிகாரி, தன் குடும்பத்தாருடன் (மொத்தம் 23 பேர்) விருந்தாடிக்கொண்டிருந்தார். விநாயகம்தான் அவரை முதலில் பார்த்தார். பல்லியைச் சாப்பாட்டில் பார்த்த மாதிரி திகைத்து, காப்பியை மறந்து விட்டு வெளியேற முடிவு செய்யும் அந்த விஷ கணத்தில் அதிகாரியின் பார்வையில் அவர் விழுந்தார். அதிகாரி மிகவும் மகிழ்ச்சியாக அவரை அழைத்துக் குடும்பத்தார்க்கு அறிமுகம் செய்து வைத்தார். மகன் திருமண நிச்சயதார்த்தம் நிறைவாக முடிவடைந்ததன் பொருட்டு அந்த விருந்தோம்பல். விநாயகத்தைத் தனியாக அழைத்து வந்து "கஷ்டமான காலத்தில்... கையில் காசில்லாத காலத்தில் இந்த விருந்து ஏற்பட்டது" என்று வருந்தினார். அவர் மேற்பார்வையில் விநாயகம் ஒன்றரைக் கோடி ரூபாய் கட்டுமான வேலையில் இருந்தார். ஆகவே உடனடியாக ஒரு வள்ளலாக உருவெடுத்தார். "சார்லஸ்... எனக்கு ஒரு தயவு பண்ணணும்" என்றார்.

"என்ன?"

"இந்த விருந்துக்கு ஆகும் செலவு என்னுடையதாக இருக்க வேணும். உங்க குடும்பம் வேற. என் குடும்பம் வேறயா..."

விநாயகத்தின் கண்களில் திரண்ட நீரை அதிகாரி பார்த்தார். வாழ்க்கையில் எத்தனை நூறு முடிச்சு அவிழ்க்கிகள், பிளேடுகள், பிராடுகள், தோல் இருக்கச் சுளை முழுங்கிகள் பார்த்திருக்கிறார் அவர். அத்தனை பேரையும் தோற்கடித்த விநாயகத்தின் செயல்திறத்தைக் கண்டு விக்கித்துப் போனார்.

"சரி, செய்யுங்கள். வேணாம்னா வருத்தம் வரும் உங்களுக்கு" என்றார் அதிகாரி. காரியம் பழமான அந்த நிமிஷமே அச்சாரம் போட்டு வைத்தார் விநாயகம். விதை நெல் வீணாகக்கூடாது.

"சார்... ஆஸ்பிட்டல் பில்டிங் பில் 48 லட்சம், பெண்டிங்கா இருக்கு."

"க்ளியர் பண்ணிடலாமே"

பாக்கெட்டில் இருந்த 'செல்' வடிவ கருவியை எடுத்துப் பார்த்துவிட்டுச் சொன்னார் அதிகாரி.

"இன்னும் அஞ்சு பெர்சன்ட் பாக்கி இருக்கே... பரவாயில்லை... தாயா பிள்ளையா பழகிட்டோம். 'பில்' வாங்கினதும் தரலாம் அவசரம் இல்லை."

"ரொம்ப தாங்க்ஸ் சார்... அப்புறம் இன்னுமொரு பிரச்சனை. ஒர்க் ஸ்பாட்ல ஜெ. இ, பிரபாகர் தொந்தரவு பண்றார். அதாவது ஸ்டிரிக்டா இருக்கார்"

"இளரத்தம்... அப்படித்தான் இருக்கும். நான் அவனை வேற துறைக்கு 'டிரான்ஸ்ஃபர்' பண்ணிடறேன். சண்முகத்தைப் போடறேன். அவன் நெளிவு சுளிவு தெரிஞ்சவன்."

விநாயகம் போன்றவர்கள் 'வெற்றி' பெறும் வெளியாக உலகம் மாறிக்கொண்டிருந்தது. கேசவன் கடற்கரை பக்கம் வந்துகொண்டிருந்தார்.

சற்று நேரம் அமர்ந்து போகலாம் என்று வண்டியை நிறுத்தி, சிமெண்ட் பெஞ்சில் அமர்ந்தார். அவருக்கே கசப்பான அனுபவம் ஒன்று அண்மையில் ஏற்பட்டிருந்தது.

நிகழ் 6

பெரிய மணிக்கூண்டுப் பக்கம் ராமவிலாஸில் காப்பி குடித்து இரும்புப் பொருட்கள் விற்கும் பழைய நண்பன் பாஸ்கரையும் பார்க்கப் போவது என்பதை வழக்கமாகக் கொண்டிருந்தார் கேசவன். லேசான தூறலுடன் அழகாக இறங்கியது மாலை. பசியும் கால்வாசி தோன்ற ஆரம்பித்தது. இனிய பத்தி வாசனையுடன்கூடிய ஹோட்டலில் கசந்ததும் வாசனை கூடியதுமான காப்பியைக் குடித்த திருப்தியில் சிகரெட் பற்ற வைத்துக்கொண்டு நண்பனின் கடைக்குள் நுழைந்தார். தொழில் விஷயமாகச் சில தகவல்களையும் கேட்க வேண்டி இருந்தது. புதிய மோஸ்தரில் கதவுக் கைப்பிடிகள் வந்திருப்பதாகச் சொல்லி இருந்தான் பாஸ்கர். மேசை மேல் பரப்பப்பட்டிருந்த பல்வேறு அளவு கைப்பிடியைப் பார்த்தபடி அவர்கள் பேசிக்கொண்டிருந்தார்கள்.

"என்ன பாஸ்கர் சௌக்கியமா?" என்ற குரல் கேட்டு இருவரும் திரும்பினார்கள். மேலும் இல்லாமல் கீழும் இல்லாமல் பதவி வகித்த ஒரு மத்தியதர அதிகாரி உள் வந்துகொண்டிருந்தார். கேசவனுடைய அதிகாரியாகவும் இருந்தார். அவரிடம்தான் இரண்டு வேலைகள் செய்துகொண்டிருந்தார் கேசவன். அதிகாரிக்கு, பாஸ்கர் தெரிந்தவர்.

"அட கேசவனா, என்ன சார் எப்படி இருக்கீங்க?" என்றார். தன் ஆரோக்கியத்தைச் சொல்லிக்கொண்டார் கேசவன். பேச்சு, விரைவில் தொழில் பக்கம் திரும்பியது. விஷயம் என்னவெனில், கடை வாசலில் பத்திரமாக இருப்பதன் பொருட்டு நிறுத்திவிட்டு ஷாப்பிங் போகிறார். அதைச் சொல்லவே அவர் நுழைந்திருக்கிறார் கடைக்குள், அதிகாரி புறப்பட்டார்.

"பாஸ்கர்... ஆணி இருக்கா... அரை இஞ்சில். அரைக் கிலோவும் ஒரு இஞ் சில் அரைக்கிலோவும் கட்டிக் கொடுங்க."

கடைப்பையன் கட்டிக் கொடுத்தான்.

வாங்கிக்கொண்டு புறப்பட்டார். புறப்படும்போது "எவ்வளவு பாஸ்கர், கேசவன் கொடுத்திருவார். வர்றேன். வர்றேன் கேசவன், ரொம்ப தேங்க்ஸ்" என்றபடி சொன்னார்.

"கிருஷ்ணா ஸ்வீட்ஸ்ல என்னைப் பார்த்திருந்தா, மைசூர்பாகு வாங்கி இருப்பான்... பொன்னுசாமியில பார்த்திருந்தா பிரியாணி கட்டிக்கிட்டு போயிருப்பான்..."

எழுந்து புறப்படும்போது, "நல்லவேளை... நகைக்கடையில என்னைப் பார்க்கலை, அந்த பேமானி" என்றார் கேசவன்.

நிகழ் 7

கடல் இரைந்துகொண்டிருந்தது. பௌர்ணமி நெருங்கிக்கொண்டிருந்தது. அப்பா சொன்னது நினைவுக்கு வருகிறது. உலகத்தில் சகலவிதமான

அயோக்கியத்தனங்கள் செய்பவர்கள்தான் பிழைக்கவும் முடியும், முன்னேறவும் முடியும் என்றால், தர்மம், நியாயம், நீதி இவற்றுக்கெல்லாம் என்ன அர்த்தம் இருக்க முடியும் என்று அவன் கசந்துகொண்டபோது அப்பா சொன்னார்.

"அயோக்கியத்தனத்துக்கு மாற்று, அயோக்கியத்தனம் இல்லப்பா... யோக்கியந்தான். இப்ப என்ன கெட்டுப் போச்சு? அவன் பென்ஸ் கார் வாங்கட்டுமே, உனக்குன்னு ஒரு வாகனம் இருக்கில்லையா? நமக்குப் பசி இல்லை. ஒரு நல்ல வீடு இருக்கு. மாசாமாசம் நல்ல சம்பளம் கிடைக்குது. நீ உன் அதிகாரிகளை மட்டும் வைத்துப் பேசாதே. அது ஒரு ஈ இல்லை, கொசு. யோக்யனா பேரு வாங்கி இருக்கே. பேரு வாங்க யோக்யனா இல்லை. நல்லவனா, யோக்யனா வாழுறது ஒரு வாழ்க்கை முறை."

கேசவன் மணியைப் பார்த்தார். எழுந்து மணலைத் தட்டிவிட்டு வண்டியை நோக்கி நடந்தார்.

விடுமுறைக்குத் தாத்தா வீட்டுக்குப் போயிருக்கும் லதாவுக்கு கல்லூரி விண்ணப்பம் அனுப்பி வைக்க வேண்டி இருக்கிறது. கூரியர் அலுவலகத்துக்குச் சென்று அதைச் சேர்க்க வேண்டும். அதன்பிறகு அப்பாவையும் போய்ப் பார்க்க வேண்டும். அப்பா, மகள் வீட்டுக்குப் போயிருந்தார். மாசத்துக்கு ஏழெட்டு நாட்கள் மகள் வீட்டுக்குப் போய்த் தங்கிப் பேரன் பேத்திகளைப் பார்த்து விட்டு விளையாடிவிட்டு வரவேண்டும். போகும் இடத்திலும் அப்பாவால் சும்மா இருக்க முடியாது. மின்சார பில், தொலைபேசிக் கட்டணம் என்றெல்லாம் ரசீதுகளை எடுத்துக்கொண்டு அலைவார். குழந்தைகளுக்குத் தேவாரம் கற்றுக் கொடுக்கிறது என்ற அக்கறையில் குழந்தைகளை இம்சை செய்ய வேண்டும். ஜன்னல் திரை விரிப்புகள் எடுத்துத் துவைத்து அடுக்கி வைக்க வேண்டும். மாலையானால் மூன்று கிலோ மீட்டர் நடக்க வேண்டும்.

கூரியரில் தபாலைச் சேர்த்தார். ஊழியர் தபாலைப் பதியும்போது செல் அழைத்தது. தங்கை பேசினாள். "அப்பாவுக்குத் திடீரென்று உடம்பு சுகக்கேடு. பயமாக இருக்கிறது. உடனே வா அண்ணா" என்றாள். அவசரமாக வெளியேறினான். எதிரே படியேறி வந்தவரை வீழ்த்தினான். அவர் நெற்றியில் அடிபட்டு ரத்தம் பீறிட்டு ஒழுகத் தொடங்கியது கண்டு பயந்து ஓடத் தொடங்கினான். வண்டியை எடுத்துப் பைத்தியம் பிடித்ததுபோல ஓட்டிக்கொண்டு சென்றான்.

நிகழ் 8

புவனா ஃபிளாஸ்க்கில் காப்பியும் காலை உணவும் வாங்கி வந்திருந்தாள்.

"நல்லா தூங்கினியா?"

"ரொம்ப நேரம் வலி இருந்தது. அப்புறம் தூங்கிட்டேன். இப்போ வலி இல்லை."

ஹீட்டரைப் போட்டு வெந்நீர் பிடித்து வைத்தாள்.

"தலையில் தண்ணீர் படாம குளி."

ஒன்பதரை மணிவரை இருந்து விட்டு புவனா புறப்பட்டாள்.

முதல் நாள் மாலை அவளுக்கிருந்த பல வேலைகள் என்னால் கெட்டுப் போயிருந்தன. டியூஷன் டீச்சர் வரச்சொல்லி இருக்கிறாள். அவள் கணவனின் தங்கைக்குக் கல்யாணத்துக்கு நாள் குறித்தார்கள்.

"என்னால் எப்போதும் நண்பர்களுக்குப் பிரச்சனைதான்."

எனக்கு வருத்தமாகத்தான் இருந்தது. பூமி அதிராமல் நடந்து அடுத்தவர் கசந்துகொள்ளாமல் வாழ்ந்து, பூ உதிர்வதுபோல சத்தம் இல்லாமல் செத்து போவதுதான் எனக்கு ஆசை. ஆனால், முடியவில்லை. இதைச் சொன்னேன்.

அவள் என்னையே பார்த்துக்கொண்டு இருந்தாள். என் காலை உணவில் கொஞ்சம்போல் எடுத்துச் சாப்பிட்டுவிட்டுக் கிளம்பினாள்.

"தூங்கு. படிக்க வேணாம். மத்தியானம் சாப்பாடுகொண்டு வருவேன்."

புவனா போனபிறகும் பல மணி நேரம் அங்கேயே இருந்தாள்.

நிகழ் 9

கேசவன் சாப்பிட்டுக்கொண்டிருந்தான். தங்கை கேட்டாள்.

"ஏன், என்னவோ மாதிரி இருக்கே. "அப்பாவுக்குப் பயப்பட ஒண்ணுமில்லை"தான்னு டாக்டர் சொல்லிட்டாரே"

அவர் சோற்றைப் பிசைந்துக்கொண்டே இருந்தார்.

"அதில்லை, சாயங்காலம் ஒரு தப்பு பண்ணிட்டேன்.

"அவசரத்துல ஒருத்தர் மேலே மோதிட்டேன். அவர் விழுந்திட்டாரு. தலையில அடி. ரத்தத்தைப் பார்த்து ஓடி வந்துட்டேன்."

வீடு திரும்பும் வழியில் அவரை அறியாமல் — அறிந்துதான்— தியேட்டர் பக்கமாக வந்து கூரியர் கட்டட வாசலில் வண்டியை நிறுத்தினார். தெரு, வெறிச்சிட்டுக் கிடந்தது. தியேட்டரில் இருந்து சத்தம் வந்துகொண்டிருந்தது. தெருவில் இருந்து பார்க்கும்போது அந்தக் குறுகிய படிகள் தெரிந்தன. கட்டடங்களின் வாட்ச்மேன் அவரிடம் கேட்டார்.

"என்ன சார், யாரைப் பார்க்கறீங்க சார்...?"

"கூரியர்"

"காலைல எட்டு மணிக்குத் திறப்பாங்க சார்."

அவர் வண்டியை இயக்கப் புறப்பட்டார்.

நிகழ் 10

பெட்டிக் கடைகளில் கூட்டம் வழிந்தது. நான் காத்திருந்தேன். கூட்டம் போனதும் என்னைப் பார்த்த கடைக்காரர் "என்ன சார். நெத்தியில?" என்றார். சொன்னேன்.

"இன்னைக்குச் சாயங்காலம் ஷோவுக்கு பத்து முகம் டிக்கெட் வாங்கிட்டேன் போக முடியாது."

"டிக்கெட்டை கொடுங்க சார்... தியேட்டர்ல டிக்கெட் இல்லேன்னா என்னிட்டதான் வருவாங்க. நான் வித்துத் தர்றேன். மணி ஆறு அம்பது. வர்ற நேரம்தான்."

நான் சிகரெட் ஒன்றை வாங்கிப் பற்ற வைத்துக்கொண்டு ஓரமாக நின்றேன். தாட்டியாக ஒருத்தர் வந்தார். சிகரெட் வாங்கினார். கடைக்காரரிடம் பேசினார். பணம் கொடுத்து டிக்கெட்டைப் பெற்றுக்கொண்டு நடந்தார்.

முதுகுப்பக்கம் பார்த்ததில் அது எங்கோ பார்த்த மாதிரி தெரிந்தது. அது அவராக இருக்குமோ என்று தோன்றியது. இருக்கட்டுமே. அதனால் என்ன என்றும் தோன்றியது.

2010

தெரு வெளிச்சமாய் இருந்தது

இதமான குளிரூட்டப்பட்ட அரங்கில் இருள் சூழ்ந்து வெள்ளைத் திரையில் படம் பிரதமைகளாகப் படியத் தொடங்குவது, சினிமா என்கிற அபூர்வக் கலையின் அழகிய தொடக்கம் என்கிற எண்ணம் தமிழ்மணிக்கு மீண்டும் ஏற்பட்டது. சினிமாவை அவனுக்குத் தொடக்கம் முதலே பார்க்க வேண்டும். விளக்கு வெளிச்சம் இருக்கும்போது இருக்கைக்கு யார் காலையும் மிதிக்காமல், உரசாமல் வந்து அமர்ந்து விட வேண்டும். அப்புறம், சோளப் பொரி, காப்பி இத்யாதி உணவுப் பொருள்களோடு இருக்கைகளைத் தேடும் சக பயணிகளைக் கண்படுத்த வேண்டும். அப்புறம் சினிமாவில் தொடக்கமாக விளக்குகள் ஒளி குறைய, கலை தொடங்க வேண்டும். ஒளி குறைந்து இருள் கவிவது என்பது, பார்வையாளனைக் குறைந்த ஒளியில் அவனை/அவளைத் தீட்சண்யப்படுத்த.

தமிழ்மணி சௌகர்யமாகச் சாய்ந்து அமர்ந்துகொண்டான். அவனுக்கு இடப்புறம் காமேஸ்வரன். வலது பக்கம் ஒரு மூத்த எழுத்தாளர். ஒரு காலத்தில் சிங்கம் என்று இவரைச் சொல்வார்கள். இப்போது எல்லாம் அவர் வாய் திறந்தால் 'மியாவ்' என்று சத்தம் கேட்கிறது. சின்னஞ் சிறிய அந்த அரங்கில் நடிகர்கள், நடிகையர்கள், தொழில் நுணுக்கர்கள், பத்திரிகையாளர்கள் என்று சினிமாவுக்கு மிகவும் நெருக்கமானவர்களே இருந்தார்கள்.

பெயர்ப்பட்டியல் ஓடிக்கொண்டிருந்தது. பின்னணி இசை கேட்கும்படியாகத்தான் இருந்தது. அரிகாம்போதியுடன் மேலை இசை முயங்கியது. அழகாகவும் இசைவாகவும் இருந்தது. கடைசியில் நண்பன் பெயரைப் பார்க்கத் துடித்த தமிழ்மணிக்கு அந்த ஆசையும் நிறைவேறியது. "டைட்டிலில் கடைசியாக இசை முத்தாய்ப்போடு, என் பேரைப் பார்த்தாதான் என் மனசு வேகும் தமிழ், என்று நண்பன் சொல்லிய அந்தத் தருணமும் வந்தது. கதை திரைக்கதை வசனம் இயக்கம் என்ற எழுத்துக்கள் தோன்றித் தோன்றி

மின்னி, கடைசியில் நிலைத்தன. ஒரு கேமராவின் கண்வழியாக ஃப்ரேம் பார்க்கும் நண்பன் ஸ்டில் ஒன்று திரையில் படிந்து நிலைத்தது. கடைசியில் “பாற்கடல்” என்ற நண்பன் பெயர் மஞ்சளும் சிவப்புமான வர்ணத்தில் பிரகாசித்தது. வயலின்கள் உச்சத்தில் சென்று அந்தரத்தில் நிற்க “பாற்கடல்” என்ற பெயர் தோன்றி மறைந்தது. தமிழ்மணி உற்சாகத்தில் கைதட்டினான். மூத்த எழுத்தாளர், சற்று அசௌகர்யமாக அவனைப் பார்த்தார். பக்கத்தில் இருந்த நண்பன் காமேசுவரன் முகத்தில் மகிழ்ச்சி பூசி இருந்ததை, தமிழ்மணி அந்தக் குறைவான வெளிச்சத்திலும் காண முடிந்தது.

படம், நகர ஆரம்பித்தது.

ஒரு பேருந்து நிலையம். பேருந்து ஒன்று புறப்படத் தயாராகிக்கொண்டிருந்தது. ஓட்டுநர் வண்டியை இயக்குகிறார். ஆனால், நகர்த்தவில்லை. வண்டியில் கூட்டம் அடைந்துகொண்டிருந்தது. அடுத்த பேருந்தில் ஓட்டுநர், இவரை “வண்டியை எடுப்பா” என்று அவசரப்படுத்துகிறார். இவரோ “இதோ” என்கிறார். ஆனால், நகர மறுக்கிறார். டைம் கீப்பர் எங்கிருந்தோ வந்து சேர்கிறார். அவர் இருக்கும் தைரியத்தில் அடுத்த பேருந்தின் ஓட்டுநர் இவரிடம் சண்டைக்கு வருகிறார். அப்படி இப்படி என்று அரை மணி தாமதத்துக்குப் பிறகு வண்டி புறப்படுகிறது.

தமிழ்மணி இருக்கையில் நிமிர்ந்து அமர்கிறான். அவன் கதை ஒன்றும் இப்படித்தான் ஆரம்பிக்கிறது. அந்தக் கதை பிரசுரமும் ஆகிய பலரின் பாராட்டுதல்களையும் பெற்றிருந்தது. அதையே தன் முதல் படமாகப் பண்ண வேண்டும் என்று நினைத்தும் இருந்தான். திரும்பி காமேசுவரனைப் பார்த்தான். அவனும் இவனையே பார்த்துக்கொண்டிருந்தான். தலையை அசைத்து “பொறு, மிச்சத்தையும் பார்ப்போம்” என்று முணுமுணுத்தான்.

தாமதமாகப் புறப்பட்ட பேருந்து அந்த நேரத்தையும் ஈடுகட்ட பயங்கர வேகத்தில் ஓடுகிறது. முன்சென்ற பேருந்துகள் முதலான அனைத்து வண்டிகளும் இந்தப் பேருந்துக்கு வழிவிடுகிறார்கள். மக்கள், அஞ்சி விலகி ஓடுகிறார்கள். வண்டிக்குள் கூட்டமோ, கட்டைவிரல் ஊன்ற இடமின்றி அடைத்துக்கொண்டிருந்தது. பாதையில் இருந்த வேகத்தடையைக் கடக்கும்போதெல்லாம் வண்டி ஓரடி உயரச் சென்று கீழே விழுகிறது. மக்கள் அலறுகிறார்கள். பேருந்தின் கடைசி இருக்கையில் இருப்பவர்கள், அது தூக்கிப் போட்ட அதிர்ச்சியில் பேருந்தின் கூரைக்குப் போய் முட்டிக்கொண்டு கீழே இருக்கைக்குத் திரும்புகிறார்கள்.

தமிழ்மணியின் இதயம் வேகமாக அடித்துக்கொள்ளத் தொடங்கியது. ஓட்டுநருக்கு, அவர் சென்று சேரும் ஊரில் ஒரு தகவல் காத்துக்கொண்டிருக்கிறது. சென்ற வாரம் போய்ப் பார்த்த பெண் வீட்டிலிருந்து தகவல் வர இருக்கிறது. தகவலைச் சுமந்துகொண்டு ஓட்டுநரின் தாய்மாமன் நிலையத்தில் நின்றுகொண்டிருக்கிறார். ஒரு ரூபாய்க்கு அவர் வேர்க்கடலை வாங்கிக் கொறிக்கிறார். கடலையில் பெரும்பாலும் சொத்தையாக இருக்கிறது. தெரு விளக்குகள் எரியத் தொடங்குகின்றன. சாதாரணமாக நாற்பத்தைந்து நிமிடங்களில் கடக்க வேண்டிய தூரத்தை இருபத்தைந்து நிமிடங்களில் கடந்து வெற்றிகரமாகப் பேருந்து நிலையம் வந்து சேர்கிறார். ஓட்டுநரின் பெயர் துரைசாமி. பெண் வீட்டார் பச்சைக் கொடி காட்டியதை அவர் மலர்ந்த முகம் பார்வையாளர்களுக்கு உணர்த்துகிறது. சொத்தை வேர்க்கடலை

விற்ற ‘பேமானியைத்’ தேடிப் போகிறார், தாய்மாமன். தமிழ்மணியின் ஐயம் சுத்தமாக நீங்கிப் போயிற்று. இது அவனுடைய கதை மட்டுமல்லமால், திரைக்கதையும் வசனமும்கூட. அவனுடையதுதான். இதை நாற்பதாயிரம் கோயிலில் சத்தியம் செய்ய அவன் தயாராகத்தான் இருக்கிறான். அந்த இருட்டில் நண்பன் பாற்கடலைக் கண்களால் துழாவினான். அவன் உள்ளேயும் வெளியேயும் போகவர இருந்தான். அவன் தலை, திரையில் கறுப்பாகத் தோன்றி மறைந்தது. படத்தில் அவனும் நடித்திருக்கிறான். காக்கிச் சட்டையும் தோளில் தொங்கும் பையும், மூவாயிரம் ரூபாய் ஷூவும் ஆக நடத்துனராக அவன் தோன்றி, சில வசனங்கள் வேறு பேசுகிறான். வலது கையை ஆட்டி ஆட்டிப் பேசுகிறான். மோதிர விரலில் இருந்த பெரிய மோதிரம் டால் அடிக்கிறது.

இடைவேளையில் அவர்கள் வெளியே வந்தார்கள். தமிழ்மணியின் முகம் சிவந்தும், இறுகியும் இருப்பதைப் பார்த்தான் காமேசுவரன்.

“சந்தேகமே இல்லை. அப்பட்டமான திருட்டு” என்றான் காமு.

“ப்ச்” என்றான் தமிழ். வார்த்தைகள் அவனுக்குத் தோன்றவில்லை.

“காப்பி வாங்கி வர்றேன்”

“எனக்கு வேணாம்”

காப்பி வழங்கும் இடத்துக்குச் சென்று காப்பி அருந்திக்கொண்டு நின்றான் காமு. சிப்ஸ் பொட்டலத்தைப் பிரித்துக் கொறித்தான். தமிழுக்கும் காப்பி தேவைப்பட்டதுதான். ஆனால், பாற்கடல் தரும் காப்பியாக அல்லவா இருக்கிறது”.

“போகலாமா?” என்றான் தமிழ். அவனுக்குத் தலை வலித்தது.

“முழுசா பார்க்கணும்பா. நாளைக்கு விவகாரம் வந்தா, முழுசா படம் பார்க்காமல் என்ன பேசறது?”

பாற்கடல், தயாரிப்பாளரிடம் முகம் விகசிக்க, தன் உயரத்தைக் குறைத்துக்கொண்டு பாதியாக நின்றான். பிரமுகர்களிடம் சென்று பேசினான்.

ஹீரோவுக்கு அவனே காப்பிகொண்டு போய்க் கொடுத்தான். அவன் அதை மறுத்து விட்டு, டிரைவர் கொணர்ந்து கொடுத்த ஃப்ளாஸ்க் பானத்தை அருந்தினார். மீண்டும் விளக்கு அணையவும், தமிழும் காமுவும் திரும்பித் தம் இடம் சேர்ந்தனர். திரையில் பிம்பங்கள் படிந்து இயங்கின...

கோபால்சாமி என்கிற கோபுவுக்குக் கீழ்நிலை குமாஸ்தா வேலை கிடைத்தது. கவர்னர் வேலை கிடைத்ததுபோல்தான். குலமரபில் முதல் அரசு உத்தியோகஸ்தன். இட ஒதுக்கீட்டின் உச்சபட்ச பலன்... கோப்புகளை எடுத்துக் கொண்டு அடுத்த கட்டடத்துக்குக்கொண்டு போய், குறிப்பிட்ட குமாஸ்தாவிடம் சேர்த்து அதற்கான சான்றுகளைப் பெறுவது அவன் அன்றாடப் பணி. எதிர்முனையில் ஒரு யுவதி, அவன் தரும் கோப்புகளைப் பெறுவாள். அவள் எப்போதும் பால்பாய்ன்ட் பேனாவை தன் உதடுக்குக்கிடையில் வைத்துக்கொண்டு எங்கோ அப்பாலுக்கு அப்பால் பார்த்துக்கொண்டு, அமர்ந்திருப்பாள். காதோரம், மந்தையை விட்டு விலகிய ஆடு மாதிரி, ஒரு கற்றை முடி கன்னத்தைப் படிந்து கழுத்தை நோக்கி

விழுது விட்டது. முதலில் சில நாட்கள் அது வெறும் முடியாகத்தான் இருந்தது. பிறகு அவன் கனவுகளில் அந்தக் கற்றைமுடி, ஒரு நூலேணியாக நீண்டது. அவன், அதைப் பிடித்துக்கொண்டு மேலே ஏறுகிறான். கடைசியில் சொர்க்க வாசலில் போய் நின்றது. கோபால்சாமி எட்டிப் பார்த்தான். சொர்க்கத்தில் (வாயில் பால்பாயின்ட் பேனா இல்லாமல்) அவள் நடனம் ஆடிக்கொண்டிருந்தாள். கோபால்சாமி இந்திரனாக அமர்ந்திருந்தான்.

ஒருமாலை, அவன் பொருட்காட்சிக்குச் சென்றான். ராட்சஸச் சக்கரங்களை வேடிக்கை பார்த்தபடி நின்றான். கூட்டம் பார்க்கக் கூட்டம். “ஸார்” என்று ஒரு குரல். திரும்புகிறான். அவள்தான். வாயில் பேனா இல்லை.

“எங்க சார் இப்டி?”

“ஹி... ஹி...”

“எனக்கு வீடு இங்கதான். அகத்தியர் தெரு. 10ஆம் எண் வீடு. நாளைக்கு விடுமுறைதானே. மதியம் சாப்பாட்டுக்கு வாங்களேன். உங்களிடம் பேச வேண்டும்”

இரு கைகளும் சிறகாயின. அவன் வானத்தை அளந்தான். சும்மாவாகவா தின்னப் போவது? ஓர் அன்பளிப்புடன் போனால் அழகு. என்ன வாங்கலாம்? அழகிய பால்பாய்ன்ட் பேனா. சாயங்காலம் புறப்பட்டான். டவுனில் பெரிய கடைக்குத்தான் போக வேண்டும். பேருந்தில் கூட்டம் அதிகம். கடைசி இருக்கையே கிடைக்கிறது. பயங்கர வேகத்தில் அவன் முதுகுத் தண்டில் விரிசல். பேருந்து விட்டு இறங்கும்போது அவனுக்கு மயக்கம் வந்தது. பல மாதங்கள் அவன் படுக்கையில் இருக்க நேர்ந்தது. படத்தின் தலைப்பாக துரைசாமிக்கும் கோபால்சாமிக்கும் சம்பந்தம் இல்லை என்று வைத்திருந்தான்.

தமிழ்மணியும் காமுவும் பார்த்த படம். அச்சு அசல் அதே கதைதான்.

கனவில்தான் தோன்றியது அந்தக் கதை. அவனுக்குக் கனவு வெளிர் நீலத்தில் தொடங்கி, பின் கருநீலமாகி, உதிரி உதிரியாகக் காட்சிகள் தோன்றும். ஒரு கனவில் சம்பளப் பணத்தைப் பேருந்தில் பறிகொடுத்து, கடற்கரையில் கடலை வெறிக்கப் பார்த்துக்கொண்டு அமர்ந்திருந்தார்கள். ஒரு கனவில் இரவு முழுக்க ஒரு புத்தகத்தைத் தேடிக்கொண்டிருந்தான். ஒரு கனவில் அவன் சுமதியை, மண மேடையிலிருந்து எழுப்பி, முதலில் ஜீப்பில், அப்புறம் ஒட்டகத்தில் இழுத்துக்கொண்டு ஓடினான். வாகனத்திலும், மிருகத்தின் மேலும் பயணிப்பது எங்ஙனம் ஓடுவதாகும். என்றால், அது அப்படித்தான். மாப்பிள்ளையும் நூறு போலீஸ்காரரும் அவர்களைத் துரத்திக்கொண்டு ஓடி வந்தார்கள்.

தமிழ்மணி நேற்று கண்ட கனவு அப்படியானதல்ல. துண்டு துண்டாக வந்து சலனப்படம்போல அசைந்து நகர்ந்து, படச்சுருள் அறுத்துக்கொண்டாற்போல மறைந்து மாயமாகி, பிறகு வேறொரு காட்சி தோன்றிச் சிதறியது. அவனுக்கு விழிப்பு ஏற்பட்டது. ஒரு சிகரெட்டைப் பற்ற வைத்துக்கொண்டு கழிப்பறைக்குச் சென்று திரும்பினான். விடியும் நேரமாகி இருந்தது. இன்னும் உறங்க முடியும் எனத் தோன்றவில்லை. காப்பியைக் குடித்துவிட்டுக் காலை நடையைத் தொடங்கலாம் என்றபடி கதவைச் சாத்திக்கொண்டு புறப்பட்டான். காப்பிக் கடையை விட்டு வெளியே வரும்போது இருள் விலகிக்கொண்டிருந்தது தெரிந்தது. எழுதி அழித்த சிலேட்டு மாதிரி இருந்தது வானம். கனவின்

சிதறல்கள் நினைவில் வந்து வந்து போயின; கனவு எதையோ சொல்வதுபோலத் தோன்றியது. அறுந்து சிந்திய மணிகள் மாதிரி இங்கொன்றும் அங்கொன்றுமாக அக்கனவு இருந்தாலும் கோர்த்து முழுமையாக்கிவிட முடியும்போலத்தான் தோன்றியது. நேர்படப் பேசுவது கனவுக்கு இல்லை போலும். தெருவில் ஆள் ஆரவம் தோன்றிவிடவில்லை. தெரு, வெறுமையின் அடர்த்தியில், மௌனத்தின் கூச்சலோடு இயங்கியது. இப்படித்தான் அக்கனவும் இருந்தது. மனிதர்களால் நிறைக்கப் படாத, குறைந்த வெளிச்சமுமாய், ஊதா நிறத்தில், சோப்பு நுரைபோல் மணல் வெளிகள் முதல் காட்சி. மரங்கள், மரங்களில் பிணைந்த இரும்புச் சங்கிலிகளில் மான்களும், கரடிக் குட்டிகளும்... அடுத்த காட்சி, தெருவின் பேரோசையாக ஒரு இரு சக்கர வாகனத்தில் இரண்டு பேர் நீரைக் கிழிக்கும் கப்பல் அடித்தளம்போல. வெளியைக் கீறியபடி பயணிக்கிறார்கள். பின்னால் அமர்ந்திருப்பவனின் முதுகு, வெள்ளைச் சட்டை அணிந்த முதுகு மட்டும் தெரிகிறது. அடுத்தக் காட்சியில் ஓர் ஆணும் பெண்ணும் வீதியின் இருபுறமும் தழைத்து இருந்த மரங்களின் நிழலில் மெல்ல, குட்டை நீர் ததும்புவது மாதிரி நடக்கிறார்கள். பின்னால் சிலர் அந்த மரங்களை வெட்டிக்கொண்டு வருகிறார்கள். வெட்டப்பட்ட மரங்கள், விடுதியில் மேசை நாற்காலிகளாகின்றன. வட்டிக்கடைச் சின்ன மேசைகளாகவும் ஆகிக் தோன்றுகின்றன. இரண்டு சக்கரங்கள்கொண்ட வண்டிக்கும் ஒரு பேருந்துக்கும் பந்தயம் நடக்கிறது. வெள்ளைச் சட்டை போட்டுக்கொண்டு ஒருவன் படுத்துக் கிடக்கின்றான். வர்ணம் ஆரஞ்சாக மாறுகிறது.

படம் முடியும் முன்பே, தமிழ்மணி அரங்கத்தை விட்டு வெளியே வந்தான். காமு அவனைப் பின் தொடர்ந்தான். காமு சொன்னான். "படம் முடிஞ்சு பாற்கடலைப் பார்த்து நாலு கேள்வி நறுக்கா கேட்டிருக்கணும். நாக்கைப் பிடுங்கிட்டுச் சாகிற மாதிரி. மானம் கெட்ட நாய்கள். இதைவிட வேற தொழில் செஞ்சுப் பிழைக்கலாமே!"

தமிழ்மணி வேறு மாதிரி இருந்தான்.

"வெட்கமா இருக்கு காமு. அயோக்கியர்களை, துரோகிகளைப் பார்க்கவே அருவருப்பா இருக்கு. அவன்களைச் சுற்றி ஒரே நாற்றமா இருக்கு. அவன்க முகத்தைப் பார்க்கவே பயமா இருக்கு."

கோடம்பாக்கத்தில் நடைபாலத்தில் அவர்கள் வந்துகொண்டிருந்தார்கள். இயந்திர வாகனங்கள் அவர்களைக் கடந்து சென்றன. நூற்றுக்கணக்கில், ஆயிரக்கணக்கில், அவை எழுப்பிய சப்தங்களால் செவிமடல்கள் கிழிந்து தொங்கின. மரங்கள் இல்லாத நகரத் தெருக்கள், வற்றிப் போன ஆறுகளால் சூழப்பட்ட நாடு, மழை மரணித்துப் போன பிரதேசம், அலுவலகங்கள்போலத் தோன்றிய சில கட்டடங்களின் உள்ளே, மிஞ்சி இருந்த மரங்களின் மேல் ஈயம் பூசி இருந்தது. பித்தளைகளாக நீண்டன தென்னை ஓலைகள். பார்த்தாலே பைத்தியம் என்று அறியத்தக்க ஒருவன் இவர்களைக் கடந்து சென்றான். பிச்சைக்காரர்கள், பைத்தியங்கள் நிறைந்த ஊர்.

தமிழ்மணி ஒரு சிகரெட்டைப் பற்ற வைத்துக்கொண்டான்.

"கவனமா பிடி. போலீஸ் பார்க்கப் போறான்?"

“ப்ச், இந்த நிமிஷத்துல சரியான மருத்துவம் கிடைக்காமே செத்துப் போறவங்க, நம்ம நாட்டுல நூறு பேராவது இருப்பாங்க. அதைப் பற்றி யாரும் சிந்திக்கலை. கேவலம் சிகரெட்தான் பெரிய குற்றம்.”

காமுவிடம் நாற்பது ரூபாய் இருந்தது. தமிழ்மணியிடம் கொஞ்சம் இருந்தது. ஏ. டி. எம். மில் மிஞ்சி இருந்த நூறு ரூபாயையும் எடுத்தான் தமிழ். அரை பாட்டிலும் துணைப் பதார்த்தங்களும் வாங்கிக்கொண்டு அறைக்குத் திரும்பினார்கள்.

மறுநாள் காலையிலேயே ஒரு பத்திரிகையாளர் அவனைப் பார்க்க வந்து சேர்ந்தார். “உண்மைகளின் பக்கம் நின்று அநீதிகளை எதிர்ப்பதற்காகவே அண்மையில் ‘அவர்கள்’ இரண்டும் பேரும் ரகசியமாகத் திருப்பதியில் செய்துகொண்ட திருமணத்தை மக்களுக்குக் கண்டுபிடித்து வழங்கிய பத்திரிகை அது என்றும் சொன்னார். ‘சம்பந்தம்’ படம் விஷயமாக என்ன பிரச்சனை?” என்றார். அவனுக்கு ஆச்சர்யம். “எப்படித் தெரிந்தது?” என்றான் தமிழ். “எங்கள் துப்பறியும் இலாகா, அமெரிக்காவில் தயார் ஆனது” என்றார் அவர். தமிழ் சொன்னான்.

“அது என் கதை. ஒரு கனவு, அதை எனக்குக்கொண்டு வந்து சேர்த்தது. மூன்று மாதங்கள் இந்த அறையில்தான், அதுக்கு வடிவம் கொடுத்தேன். எதிரே உள்ள நாயர் கடையில் தேநீர் அருந்திய கணக்கும், பக்கத்துப் பெட்டிக் கடையில் சிகரெட் வாங்கிய கணக்கும்கூட தீர்க்கப்படாமல் அப்படியே கிடக்கிறது. அந்தக் கதையை ‘தீர்ந்த ஆறு’ பத்திரிகை வெளியிட்டிருக்கிறது. என் நண்பன் காமுவுக்கும், என்னோடு பத்து வருஷம் பழகிய பாற்கடலுக்கும் நான் படித்துக் காட்டி விவாதித்து இருக்கிறேன். என் முதல் படமாக இதுதான் இருக்க வேண்டும் என்று ஆசைப்பட்டேன். கே. வி. எம். மில் கதையைச் சொன்னேன். ‘அப்ரூவ்’ பண்ணி இருக்கிறார்கள். தை மாதம் தொடங்கலாம் என்று சொல்லி இருக்கிறார்கள். உண்மையா என்பதை சரவணனிடம் கேட்டுப் பாருங்கள். பிரகாஷ் ராஜ்கூட கதையைக் கேட்டார். மிக நல்ல சினிமாவாக இது வரும் என்றார். என் கதையைத் திருடி, ரகசியமாக வெளி ஊர்களில் ஷூட் செய்திருக்கிறார் பாற்கடல். அதற்கு முன்பு அடிக்கடிச் சந்திப்போம். பாற்கடல் புதிதாக ஒரு முயற்சியில் இருக்கிறார் என்றதும், சரி தொந்தரவு செய்ய வேண்டாம் என்று நான் ஒதுங்கி இருந்து விட்டேன். என் கதையைத்தான் எந்தக் குற்ற மனப்பான்மையும் இன்றி அவர் எடுத்துக்கொண்டிருக்கிறார் என்பது தெரியாமல் போயிற்று. எல்லாவற்றையும் விட அந்த என் கதை, படத்தைப் பார்க்க என்னையே பாற்கடல் அழைத்ததைத்தான் என்னால் தாங்க முடியவில்லை!”

பத்திரிகையில் அவன் பேச்சு மிகச் சிறப்பாக வெளி வந்திருந்தது. பேட்டியின் கடைசியில் பேட்டியாளர் தன் கருத்தாகச் சில வரிகளைச் சேர்த்திருந்தார். அவை இவை. “வெற்றி பெற்றவர்களின் கதையைத் தன்னுடையது என்று சொல்லிக்கொள்ள ஊருக்கு நூறு பேர் கிளம்பி இருக்கிறார்கள். அவர்களில் தமிழ்மணியும் ஒருவர் போலும்”

அவமானத்தில் குன்றிப் போனான் தமிழ்மணி. இனி இதைப் பற்றி எதுவும் பேசுவதில்லை என்று தனக்குள் தாழிட்டுக்கொண்டான். ஆனால், நிலைமை வேறு மாதிரி உருவெடுத்தது. அடுத்த இதழில் பாற்கடல் எதுவுமே

பேசவில்லை. அவன் சார்பாக, மூத்த எழுத்தாளர் பேட்டியும், காமுவின் பேட்டியும் வெளிவந்திருந்தன. மூத்த எழுத்தாளர் தன் பேட்டியில், “துரைசாமிக்கும் கோபால்சாமிக்கும் சம்பந்தம் இல்லை” கதையைப் பாற்கடலின் அம்மா சின்னப் பொண்ணு சொன்னதாகச் சொன்னார். கூடத்துச் சமையல் அடுப்பில் வடை சுட்டுக்கொண்டே அம்மா அந்தக் கதையைச் சொன்னதாகவும், அந்த நேரம் அவரோடு ஒரு காக்கையும் சுவர் மேல் அமர்ந்து கதையைக் கேட்டதாகவும் சொன்னார். தாயின் கதை மகனுக்காகத்தானே என்று ஒரு நியாயத்தையும் சொல்லி இருந்தார் அவர். காமுவும் ஒரு பேட்டி கொடுத்திருந்தான். கன்னத்தில் பேனாவை வைத்தபடி யோசிக்கிற மாதிரி காமுவின் போட்டோவும் பத்திரிகையில் வந்திருந்தது. அதில் அவன் சொல்லி இருந்தான். அந்தக் கதையைப் பாற்கடல், அவன் மற்றும் தமிழ்மணி மூன்று பேரும் சேர்ந்து தயாரித்ததாகவும், பாற்கடலின் பங்களிப்பே அதில் அதிகம் என்றும் சொல்லி இருந்தான்.

இதை ஒட்டித் தமிழ்மணிக்கு உடல்நிலை சரியில்லாமல் போயிற்று. வாந்தியும் காய்ச்சலும் வந்து எய்தின. எதைத் தின்றாலும் வாந்தி வந்துகொண்டே இருந்தது. அப்பா வந்து அவனை ஊருக்கு அழைத்துக்கொண்டு போனார்.

வானம் தெளிந்திருந்தது. நீலம் மெழுகிய வெளியில், திட்டு திட்டாக நரைத்த மேகம். இங்கெல்லாம் நிறையப் பறவைகளைப் பார்க்க முடிகிறது. பார்த்துக்கொண்டிருக்கும்போது நிறைய நாரைகள் கூட்டாகப் பறந்து போயின. ஏதோ ஓர் ஒழுங்கில் சிட்டுக் குருவிகளைக்கூட ஊரில் பார்க்க முடிந்தது. ஆற்றங்கரை மணலில் படுத்திருந்தான் தமிழ்மணி. காற்று பழுத்த பழம்போல் வீசிக்கொண்டிருந்தது. மேலே விழுந்து விடுமோ என்று அஞ்சத்தக்க வானம், நிச்சலனமும், நிசப்தமுமாக இருந்தது அவனது உலகம். தூரத்தில் ஆடு ஒன்று என்னவோ சொன்னது. அதற்குப் பதில் கூறுவதுபோல மாமரத்துக் குயில் என்னவோ மிழற்றியது. உலகம் இயங்கிக்கொண்டுதான் இருக்கிறது. அப்பா, சாய்வு நாற்காலியில் அதிக நேரம் படுத்துக் கிடக்கிறார். மேகம் மோதும் காற்றுக்கு ஏற்ப கலைந்தும் கூடியும் எண்ணற்றச் சித்திரங்களை எழுதிக்கொண்டிருந்தது. எழுதிச் செல்லும் விதியின் கை, எழுதி எழுதி மேற்செல்லும்... வீதிகள் இப்போதெல்லாம் சிறுத்துக்கொண்டே, வருகின்றன. வீடுகள், குள்ளமாகி, நசிந்து, காரை பெயர்ந்து குட்டிச் சுவர்களாகிக்கொண்டு வந்தன. ஊருக்கு வந்து புதிதாகச் சில சட்டைகள் வாங்கிக்கொண்டான் தமிழ்மணி. வேஷ்டிகளும்கூட. பழைய சட்டைகள் சின்னதாகி, வெளுத்து சுருங்கி பயனற்றுப் போயின. அம்மா, அவற்றை அடுப்புக்கரித் துணியாகப் பயன்படுத்துகிறார். தங்கை வேலைக்குப் போய் வருகிறாள். தமிழ்மணி, இங்கு வந்து நிறையக் கதைகள் எழுதிக்கொண்டிருக்கிறான். பழைய நண்பர்கள் அடிக்கடி நினைவுக்கு வருவார்கள். பத்திரிகைகளில் நிறையச் செய்திகள் வந்தபடி இருந்தன. உண்மைகளைத் தோண்டிக்கொண்டு வரும் பத்திரிகைகள் தங்கள் தொண்டைச் செய்தபடியே இருந்தன. பாற்கடல், தன் படத்தில் நடித்த பெண்ணையே மனைவி மாதிரிகொண்டிருப்பதாகச் ‘சத்தியம்’ பத்திரிகை கவலைப்பட்டிருந்தது. டைரக்டர் ஆகிறார் காமேசுவரன் என்று ஒரு பத்திரிகை தகவல் வெளியிட்டிருந்தது. புகழ்பெற்ற சினிமா கம்பெனி தொடங்கி இருக்கும் பத்திரிகைக்கு ஆசிரியர் ஆகி இருந்தார் மூத்த எழுத்தாளர். நடந்துகொண்டிருக்கும் பேராறு, நகர்த்தும் கரை ஓர மக்கள் வாழ்க்கையை. அசந்தர்ப்பமாகச் சிலபோதுகள் கூவினாலும், சேவல்கள் காலைகளை

அறிவிக்கத் தவறுவதில்லை. அல்லிக்குளம் அழகான ஊர் என்றுதான் தமிழ்மணிக்கு இப்போதும் தோன்றிக்கொண்டிருந்தது. ஊருக்கு அழகு ஆறு. ஆறில்லா ஊருக்கு அழகு பாழ். அல்லிக்குளத்துத் தொண்டைமான் ஆற்றிலும் நீர் இல்லை. விவசாயிகளின் கோவணம் மாதிரிச் சிறுத்துப் போய், சாக்கடை மாதிரி வடிந்துகொண்டிருக்கிறது ஆறு. அதனால் என்ன? ஆறு ஓடிக்கொண்டுதான் இருக்கிறது 'மனசில்' காடுள்ள மிருகம் மாதிரி"

ஒருநாள் மதியம் தமிழ்மணிக்கு ஒரு கடிதம் வந்திருந்தது. ஒரு பெண்ணின் கையெழுத்தாக இருந்தது.

அன்புள்ள அண்ணா,

நான் வைதேகி, எழுத்தாளர் கோவிந்தராசனின் மகள். அப்பா சொல்லித்தான் இதை எழுதுகிறேன். அப்பாவுக்கு முதுகுத் தண்டில் புற்று நோய். படுத்த படுக்கையாக இருக்கிறார். உயிர் பிரிவதற்குள் தங்களைச் சந்திக்க வேண்டும் என்கிறார். தயவு செய்து அப்பாவை வந்து பாருங்கள்...

கடித சாராம்சம் இதுதான். அப்பாவிடம் கடிதத்தைக் காட்டினான் தமிழ். "உடனே புறப்படு. நாளைக்கே போ. மனசுக்குள் எந்த வருத்தமும் கோபமும் இருக்கக்கூடாது. அது வேற... இது வேற..." என்றார் அப்பா.

கோவிந்தராசன் படுக்கையில் படுத்திருந்தார். அந்த அறை மிகவும் இருட்டாக இருந்தது. அதைவிடவும் அவர் முகம். மனித முகம் இப்படிக் கறுத்து அவன் பார்த்ததில்லை. அவர் அவன் கையைப் பிடித்துக்கொண்டு "உங்களுக்கு நான் துரோகம் பண்ணிட்டேன். தெரிஞ்சு பண்ண துரோகம்... மன்னிச்சுடுங்க" என்றார். "அதையெல்லாம் நான் எப்பவோ மறந்துட்டேன் ஸார்..." என்று சொன்னான் தமிழ்மணி. வைதேகி கொடுத்த காப்பியைக் குடித்துவிட்டுப் புறப்பட்டான். திரும்பவும் அவர் அவனை அழைத்தார். மெதுவாகப் பேசினார்.

"பாற்கடல்... ரொம்பவும் வீணாய்ப் போயிட்டான். கெட்ட பேரைச் சம்பாதிச்சுட்டான். இப்பத்தான் கே. வி. எம் கம்பெனிக்குக் கதை சொல்லி இருக்கான். உங்க கதைதான். உங்ககிட்ட ஒப்புதலுக்கு வருவான். சம்மதம் கொடுக்கணும். முடிஞ்சா சரவணன் கிட்ட பேசுங்க... நாமெல்லாம் ஒண்ணு. தண்ணி அடிச்சா தண்ணி விலகும்?"

விலகாது... கூடாது... பாவம் பாற்கடல். மதுரைப் பக்கத்திலிருந்து ஓர் அதிகாலையில் இவன் அறைக்குத்தான் முதலில் வந்தான். தமிழ்மணியுடன் தங்கினான். இருவருமே கம்பெனிகளில் ஏறி இறங்கினார்கள். டைரக்டர்களைப் பார்த்தார்கள். ஒரு தோசை வாங்கி இருவரும் பங்கிட்டுக்கொண்டார்கள். "எது நம்மை இணைத்தது. இடையில் வந்த அற்பத்தை மறப்போமே..."

தமிழ்மணி மகிழ்ச்சியாக உணர்ந்தான். சரவணனை நேராகப் பார்த்து, தன் கதையைப் பாற்கடல்தான் இயக்க வேண்டும் என்று கேட்டுக்கொள்ள வேண்டும்.

சரவணன் அலுவலகம் நோக்கி நடக்கத் தொடங்கினான். தெருவோரத்தில் இங்கு நிறைய நிழல் மரங்கள் இருந்தன. தெரு மிகுந்த வெளிச்சமாக இருந்தது.

2010

கிம்ஸ்

சேத்துப்பட்டுக்கு நான் குடிவந்ததுக்குக் காரணமாக இருந்தவர் ஒரு நண்பர். நகரின் முக்கியமான தங்க நகை நிறுவன மான என்.கே.எஸ். நகைக்கடை உரிமையாளர். அப்போது நான் வாழ்ந்தது முட்டுச் சந்துகளுக்குப் புகழ்பெற்ற சதுக்கப் பகுதியில். மெயின் ரோட்டிலேயே காரை நிறுத்திவிட்டு நடந்து என் அறைக்கு வந்தார். அந்தச் சமயத்தில் எனக்கு ஏதோ விருது கிடைத்திருந்தது. அதன் பொருட்டு என்னைப் பாராட்டவே அந்த விஜயம். பாராட்டினார்.

என் பக்கத்தில் ஒற்றைக் கட்டிலில் அவர் அமர்ந்திருந்தார். கைக்குட்டையால், "உஸ் உஸ்" என்று விசிறிக்கொண்டார். மேலே மின்விசிறி அசுர வேகத்தில் சுற்றுவதாகச் சத்தம் வந்தது. சத்தம் மட்டும்.

"வெளிக்காற்றே உள்ளே வராதோ?" என்றார் நண்பர்.

அதுக்கு என் மேல் என்ன பகை? வழி இருந்தால் அல்லவா காற்று வருவதற்கு?

என் அறைக்கு ஜன்னல் இல்லை. கதவு வழியாகக் காற்று வர வேண்டும். எதிரே, வரிசையாக என் போன்றதான அறை. ஆகவே, வெளிச்சமும் வர வாய்ப்பில்லை. நான் விட்ட மூச்சையே நான் மீண்டும் சுவாசித்துக்கொண்டிருந்தேன்.

"இது ஆரோக்கியமற்ற அறை" என்றார்.

ஆய்வே தேவையில்லாத கருத்து இது. என் மனசுக்குள் நான் கற்பித்து வைத்திருந்த அறை பற்றிச் சொன்னேன்.

பெரிய மொட்டை மாடி. அதில் ஒரே ஒரு அறை. அதற் குள்ளே குளியல் அறை. வெளியே வெயிலுக்கு ஒரு தட்டைப் பந்தல். எழுதும் நாற்காலியைப் போட்டுக்கொண்டு படிக்கவும் எழுதவும் தோதான ஒரு அறை. வானத்துக்கும் எனக்கும் எந்தத் தடுப்பும் அற்ற ஒரு வாழ்விடம்.

“சேத்துப்பட்டில், இப்படியான ஒரு அறை என் வசம் இருக்கு. விருந்தினருக்காக வைத்திருந்தேன். வந்து பாருங்கள். பிடிச்சிருந்தால், இன்ஷா அல்லாஹ், நாளையே அங்கு வந்திடலாம்.”

என் கனவு செங்கல் சிமெண்ட்டால் கட்டி எழுப்பப்பட்டதேபோல அந்த அறை இருந்தது. மறுநாளே சேத்துப்பட்டுக்கு வந்து விட்டேன்.

“சேத்துப்பட்டில், சேறும் இல்லை. பற்றும் இல்லை. இந்த ஊரின் அசல் பெயர் சேற்றுப்பற்றாக இருக்க வேண்டும். பற்று என்றால் வயல் நிலம். சேறு என்பது நீர் வளம். சேற்றுப் பற்றை ஒழித்து ஊர் உருவாக்கிக்கொண்டார்கள். தலைவகிடு எடுத்தாற்போலத் தெருக்கள். இருபுறமும் வீடுகள். வீடுகள் வருமானம் தரவில்லை போலும். வீடுகளின் முன்பக்கம் கடைகள் ஆயின. ஜனங்கள் — கீழ் மத்திய தரம் — அவருக்குத்தக்க உணவுக் கடைகள், தேநீர்க் கடைகள், பலசரக்குக் கடைகள் மற்றும் பிராந்திக் கடை கள். நான் இருந்தது ஒரு குறுக்குத் தெரு.

முதல் கட்டிடம் எங்களுடையது. இரண்டு மாடிகள். முதல் மாடி முழுதும் வாடகை அறைகள். ஒரு கட்டில், இரு கட்டில்கள்கொண்ட அறைகள். முதல் மாடியின் முதல் அறை, லாட்ஜ் மேனேஜருடையது. தெருவைப் பார்த்த அறை. தெருவில் இருந்து தொடங்கும் படிகள், செங்குத்தாக மேலே போகும். மேலே போகும்போதும் கீழே வரும்போதும் மேனேஜர், என் பார்வையில் தட்டுப்படுவார். “வணக்கம் சார்” என்பார். இரவு தாமதமாக நான் அறை திரும்புகையில், பால்கனியில் அமர்ந்து மது அருந்தியபடி இருப்பார்.

“சார், ஒரு பெக். ஒன்னே ஒன்று”

வேணாம், தாங்க்ஸ்” என்பேன்.

“என்ன சார். உங்களோட சாப்ட்டு, பிரண்ட் ஷிப்பை ‘டைட்’ பண்ணிக்கலாம்னு பார்த்தா, வரமாட்டேங்கிறீங்க.”

“இருக்கட்டும். இல்லேன்னா, சினேகம் கிடையாதா...”

மேனேஜர் எப்படி இருக்கிறாரோ, அப்படி இருப்பதில் நமக்கு ஆட்சேபணை இல்லை.

நான் இரண்டாம் மாடியில் இருந்த ஒற்றை அறையில் இருந்தேன். தனிமை. எனக்கு இது பிடித்திருந்தது.

அறைக்கு முகம் இருக்கிறது. களையான முகம்; நட்போடு துலங்கும் முகம்; அழுது வடியும் முகம்; சாவு ரேகை பதிந்த முகம். என் அறை சினேகம் துலங்கும் முகம். நான் அதை மிகவும் விரும்பி னேன்.

என் உறக்கத்தைக் கீழிருந்து வரும் “விநாயகனே வினை தீர்ப்பவனே” பாட்டே கலைக்கும். கடிகாரத்தைப் பார்க்காமல், மணி காலை 5:55 என்று சொல்லிவிடலாம். முகம் கழுவி, சட்டையை அணிந்துகொண்டு காப்பிக்கு இறங்கிவருவேன். தெரு முழுக்கக் காலைக் கருக்கலில், இருள் சுற்றியபடி இருக்கும். எங்கள் விடுதிக்குக் கீழே இருக்கும் பிராந்திக் கடை மட்டுமே, வெளுத்த வெள்ளை வேஷ்டி மாதிரி பளீரென்று வெளிச்சத்தைத் தெருவில் பாய்ச்சியபடி இருக்கும். அந்த விடியல் ஆறு மணிக்கும் இரண்டு மூன்று வாடிக்கையாளர் பிராந்திக் கடைக்கு வந்திருப்பார்கள். ஒரு கையில்

பிராந்தியோ, விஸ்கியோ, ரம்மோ இருக்கும் கிளாசை ஏந்திக்கொண்டும், மறு கையில் தண்ணீர் பாக்கெட்டைப் பல்லால் கடித்து கிளாசில் கலக்கிக்கொண்டுமிருக்கும் காட்சியே, அனேகமாக நான் காணும் முதல் காலைக் காட்சியாக இருக்கும். இத்தனை அதிகாலையில் மனிதர்கள் எப்படிக் குடிக்கிறார்கள் என்று ஆச்சரியமாக இருக்கும். சீர்காழி, அடுத்த பாட்டுக்கும் போயிருப்பார். கடையிலிருந்து அருமையான பத்தி வாசனை தெருவில் கமழும். கம்பி பின்னால், பிராந்திக் கடைக்காரர் வெள்ளைக் கதர்ச் சட்டையுடனும், வெண்மை துலங்கும் திருநீற்றுப் பொலிவுடனும் காட்சி தருவார்.

சற்று தூரம் நடந்து, காப்பியை முடித்துக்கொண்டு, சிகரெட் பற்ற வைத்துக்கொண்டு, காலைச் செய்திப் பத்திரிகைகள், வாராந் திரிகளுடன் திரும்புவேன். இப்போது பிராந்திக் கடையில், ஏழெட்டு வாடிக்கையாளர்கள் சேர்ந்திருப்பார்கள். நாகூர் அனிபா, "இறை வனிடம் கையேந்த" சொல்லிக்கொண்டிருப்பார். அல்லது ஒரு பெண் குரல் "எல்லாமும் ஏசுதான்" என்று சொல்லிக்கொண்டிருக்கும். காப்பி மாதிரி, காலை உணவு மாதிரி, சில பேருக்குச் சாராயம்.

அன்றைய பொழுது அழகாக இருந்தது. காலையில் இருந்தே வானம் மப்பும் மந்தாரமுமாக இருந்தது. குளத்தின் அடி ஆழத்துத் தண்ணீர் மாதிரி காற்று சில்லிட்டிருந்தது. வெயிலைக் கழித்து விட்டால் இந்த மாநிலம் வாழத்தக்கதுதான். காலையில் எழுதி னேன். எழுத்து என்னை அழைத்துக்கொண்டு என் முன்னால் ஓடியது. ரொம்ப அபூர்வமான ஸ்திதி இது. எழுத்து பல சமயங்களில், சண்டி மாடு. வராது. கட்டி இழுக்க வேண்டி இருக்கும். மனம் நிறைவாக இருந்தது. மதிய உறக்கத்துக்குப் பிறகு படித்தேன்.

சற்றே இருட்டத் தொடங்கியதும், மழை வரும்போல வானம் குமுறி இறுகியது. காற்று பலத்தது. லேசான தூறல் புத்தகத்தில் வட்டவட்டமாக விழுந்து நனைத்தது. அறைக்குள் சென்றேன். எனக்கு நனைவதில் சுகம். புத்தகத்துக்கு ஆகாது. மழை வலுப்ப தற்கு முன், என் இரவு ஆயத்தங்களை முடித்துக்கொள்ள வேண்டும்.

குளித்து விட்டு, கீழ் இறங்கி வந்து காப்பி சாப்பிட வேண்டும். இரவுக்குத் தேவையான தளவாடங்களான சிகரெட், இரவு உணவு, (பெரிதாக ஒன்றும் இல்லை, நாலு இட்டலிகள்) நடு ராத்திரியில் வரும் பசியைச் சமாளிக்க, நல்லதாகக் கிடைத்தால் இரண்டு வாழைப்பழம் மற்றும் சாயங்காலங்களில், ராவ்ஜி கடையில் சுடச் சுடப் போடும் காரபூந்தி இவைகளைத் தயாரித்துக்கொண்டு அறைக்குத் திரும்பினால், மறுநாள் விடிந்து காலை காப்பிக்கு நான் கீழே வந்தால்போதும்.

காப்பிகூட அன்று மாலை, காப்பி மாதிரியே இருந்தது. அதன் அசலான வாசனையுடனும் கசப்புடனும். மனிதர்கள் ஸ்திதியில் ஒரு வேகம் சேர்ந்திருந்தது. மழைக்கு முந்தி வீட்டுக்குள் அடைய வேணும். பலகாரக் கடையில் கூட்டம் அதிகம். ராவ்ஜி எனக்குக் கண்ணால் சமிக்ஞை கொடுத்து, வாணலியில் இருந்து எடுத்த காரபூந்தியைப் பொட்டலமாகக் கட்டிக் கொடுத்தார். சில்ல றையைக் கொடுத்துவிட்டுத் தெரு திரும்பினேன்.

பிராந்திக் கடையில் கூட்டம் நெரிந்தது. தெருவில் பாதியை அடைத்துக்கொண்டு நின்றார்கள் வாடிக்கையாளர்கள். குடித்த பிறகு, பலரது பேச்சில் வித்தியாசமான லயமும் தொனியும் ஏறி விடும். வார்த்தைகள் விசித்திர நீட்சியும் அலங்காரமும் கொள்ளும். பாசமும் பரவசமும் நிறைந்து வழியும். அன்பு உடைந்து பெருகு வதுபோல, அடைந்து கிடக்கும் ஆத்திரங்களும் மேலெழும். சில பேருக்கு முகம் கனிந்து வயசான காந்தியினதுபோல அழகு மிளி ரும். சிலரது முகம் இறுகி, கறுத்து, துரு ஏறிய இரும்புபோலாகும்.

ஒரு சைக்கிள்காரனுக்கு வழிவிட்டதில், எதிரில் உள்ளவர் மேல் இடித்துக்கொள்ள இருந்தேன். தடுமாறி அவர் முகத்தை அவர் கண்களை ஒரு கணம், ஒரு விநாடி பார்த்தேன். நான் செய்த தவறு அது மட்டும்தான். அவர் அனேகமாக குடித்து முடித்து அதன் லாகிரியை அனுபவித்துக்கொண்டிருக்கும் ததும்பலில் இருந்தார். கால் மாற்றிக் கால் வைத்தார்.

“என்ன, என்ன பார்க்கிறே?” என்றார்.

“இல்லை. ஒண்ணும் இல்லை” என்றபடி நான் நகரப் பார்த்தேன்.

ஒண்ணும் இல்லன்னா? பார்த்தியே. ஏன் பார்த்தே? அத்தைச் சொல்லு.”

“சும்மாதான். எதிர்ல வந்தீங்க. வேற ஒண்ணும் இல்லை.”

ஒரு அவசரம் என்னைத் தொற்றிக்கொண்டது. இது மாதிரியான ஆட்களிடம் பேச்சைக் கொடுத்து மீள முடியாது.

“எதிர்ல வந்தேன்னா? அதுக்காக அடிச்சுடுவியா நீயி?” என் றார் அந்தக் களியர். (கள் போதையரைக் களியர் என்பது தமிழ் வழக்கு)

“இல்லையே.”

நான் அந்த இடத்திலிருந்தே காணாமல் போகவேண்டும்.

“இரு. முறைச்சுப் பார்த்துட்டுப் போனியானா, நான் இன்னா கையாலாகாதவனா? சோமாறியா? இன்னாங்கற நீயி? கேட்டா, அடிப்பேங்கறே.”

அவர் என்னை நெருங்கி, உடம்போடு உடம்பை உரசிக்கொண்டு நின்றார். அப்போதுதான் அவரை நேருக்கு நேராகப் பார்த்தேன். கசங்கிய, பல நாளான வெள்ளைச் சட்டையும் வேஷ்டி யும் பழுப்பு நிறமாகி இருந்தன. பம்மிய தலை, ஆக்ரோஷமான சவால் விடும் மீசை. கண்கள் ரத்தம் துளிர்க்கும் சிவந்த நிலை.

“நான் ஒன்றும் சொல்லலையே” என்றேன். என் குரல் எனக்கே பலகீனமாக இருந்தது.

“சொல்லலையா? இன்னாபா. முறைச்சுப் பார்த்தே. கேட்டா தெனாவட்டா பேசறே? “ராங்” பண்றே. இன்னா, பெரிய பிஸ்தாவா ஏரியாவில? சேத்பட்டு சுசீலாவைக் கேட்டுப்பாரு. நான் யாருன்னு தெரிஞ்சுக்குவே. தோ பாரு. அண்ணாமலை. இந்தாளு நம்மளை அடிப்பாராம்பா...”

அண்ணாமலை என்றழைக்கப்பட்டவர், காலி அரை பாட்டில் ஒரு கையிலும், திரவத்தோடு கூடிய கிளாஸ் ஒரு கையிலுமாக,

கோணலாக என்னைப் பார்த்தார்.

இதழ் வலிப்பில், ஒரு மனிதனைக் கேவலப்படுத்த முடியும் என்பது அப்போதுதான் எனக்குப் புரிந்தது. எனக்கும் பேச வேண்டும்போல இருந்தது.

"தோ பார். சும்மா வெறுமனே பார்த்தனே தவிர வேற நோக் கம் இல்லை. அதுவும் என் எதிர்ல வந்தியே அதனாலதான். வம்பு பண்ணாதே."

"அட. இவர் எதிர்ல வரக்கூடாதாம்பா. இவரு பெரிய கவர்னரு. இன்ஸ்பெக்டரு. வந்தா இன்னா பண்ணுவ. வெறும்னயா. இன்னா நான் வெறியனா? ங்கொம்மாளே. கீசிடுவன். வகுந்திடுவன். நான் யார் தெரியுமா? கிம்ஸ் தோட்டம் கிருஷ்டன். கேட்டுப்பாரு. வம்பு பண்றனா. நானா? வம்பு தும்பு கண்ணாயிரம் தோட்டத்துக் கம்பு. பேமானி. த்தா..."

அவர் என் சட்டையைப் பிடித்தார்.

"டேய் கிஷ்டா. என்னா அங்க ரவுசு."

நாங்கள் மேலே பார்த்தோம். பால்கனியில் மேனேஜர் நின்றி ருந்தார். இடுப்பில் இரு கைகளையும் வைத்துக்கொண்டு, கம்பீரமாக இருந்தார்.

"நீயே கேளு. ஷாப்ட்டு நின்னுகிட்டு இருந்தேன்னா, இந்த லோலாயி என்ன அடிக்க வர்றான். நான் மப்ள இருக்கேன் ஒத்துக் கறேன். அதுக்காவ."

"சும்மா மூடிக்க, கிஷ்டா. சார் யார் தெரியுமா?"

"எந்த மசுரா இருந்தா எனக்கின்னா போச்சு? அடிக்காமே போனா, நான் ஒருத்தனுக்குப் பொறந்தவன் இல்லை."

அவர் வேஷ்டியை மடித்துக் கட்டினார். அபாயகரமாக வேஷ்டி மேலே ஏறி இருந்தது.

"அடி. நான் வேணாம்னு சொல்லலை. ரெண்டாம் மாடியில, தனி ரூம்லதான் இருக்கார். இப்பயும் அடி. ராத்திரி வேணாலும் வந்து அடி. தனியாத்தான் இருப்பாரு. ஆனா, நாளைக் காலையில நடக்கிறதே வேற.

இந்தச் சந்தர்ப்பத்தைப் பயன்படுத்திக்கொண்டு நான் படியேறி முதல் மாடிக்கு வந்தேன். மேனேஜர் என்னைக் காட்டியபடி சொன் னார்.

"ஏய் கேட்டுக்க. சாரும், சி.எம்.மும் இப்படி இப்படி, அவ்ளோ நெருக்கம். நாளைக் காலைலே நீ அம்பேல், போலீஸ்ல நீ குத்துயிர், கொலையுயிர். ராத்திரி அடிச்சுடலாம். சார் தனியாத்தான் இருப் பாரு. ஆட்களை இட்டாந்து அடி. நாளைக்கு நடக்கிறதே வேற.

"உஸ்" என்று மேனேஜரை நான் அடக்கினேன். என் சகல பலகீனங்களையும் பட்டியல் போடுவது மாதிரி இருந்தது. பயம் எனக்குள் வந்து உறைந்தது.

அந்த வாரம்தான், நானும் முதலமைச்சரும் கலந்துகொண்ட ஒரு நிகழ்ச்சியின் படம் பத்திரிகைகளில் வெளிவந்திருந்தது. நானும் முதல்வரும் ஓடிப்பிடித்து விளையாடிக்கொண்டிருந்தவர்கள்போலச் சொன்னார் மேனேஜர்.

"நீங்க சும்மா இருங்க சார். உங்க மதிப்பு இந்தக் குடிகார நாய்க்கு எங்க தெரியப் போவுது. சொன்னாதானே தெரியும். கிஷ்டா, இன்னா செய்யப்போற. அடிப்பியா? அடிக்கிறதா இருந்தா இப்ப வேணாலும் வா.

பன்னண்டு மணிக்கு வா. நாலு மணிக்கு வா. கதவு திறந்துதான் இருக்கும், அடி. விடிஞ்சா, நீ பொலி. தீர்ந்தே."

நான் அறைக்குத் திரும்பினேன். என் ஆர்வம், சந்தோஷம், அன்றைய பொழுதின் அழகு எல்லாம் வடிந்துவிட்டது. பயம் பந்தாகச் சுருண்டு என் வயிற்றில் அடைத்துக்கொண்டது.

வாங்கிக்கொண்டு வந்த இட்டலிகள், காரபூந்தி எல்லாம் பிரிக்கப்படாமல் இருந்தன. பழம் காய்ந்து கிடந்தது. மணி 11.20. கதவுக்கு உள்ளே தூக்கம் இல்லாமல் சும்மா படுத்துக்கிடந்தேன். மனம் வித்தியாசமான கற்பனைகளைச் செய்தது.

ஆக்ரோஷமாகக் கிம்ஸ் தோட்டத்துக் கிஷ்டன், ஆட்களைத் திரட்டுகிறார். கழிகள், தடிகள், அண்மையில் கண்டுபிடிக்கப்பட்ட நவீன ஆயுதமான சைக்கிள் செயின், புராதன ஆயுதமான வேல் கம்புகள், கூரிய பல அளவுகளில் ஆன கத்திகள் இத்யாதிகளுடன் இரண்டு ஆட்டோக்களில் கிஷ்டன் என் அறையை நோக்கிப் படையெடுக்கிறார்.

நான் தொடர்ந்து புகைபிடித்துக்கொண்டிருக்கிறேன். என் செவிகள் அதீதமான கூர்மைகொள்கின்றன. தெருவில் ஆட்டோ சப்தம் கேட்கும்போதெல்லாம், உடம்பு சில்லிட்டது. மரணம் நிர்ணயிக்கப்பட்டதுதான் எனினும், முகம் தெரியாத, சம்பந்தமே இல்லாத கிம்ஸ் தோட்டத்து ஆளால் அது ஏன் நிகழ வேண்டும். என் கோபம் மேனேஜர் மேல் திரண்டது. கொலைகாரனுக்கு இவ்வளவு தெளிவான முகவரியை அவன் ஏன் தரவேண்டும். விதி என்பது இதுதானா? பத்திரிகைகளில் என் சிதைந்து போன உடம்போடு படமும் செய்தியும் வெளியாகின்றன. எனக்கு உதவி செய்த, அந்தத் தங்க மாளிகை நண்பர், எவ்வளவு வருத்தப்படுவார்? கீழே நான் சிகரெட் வாங்கும் பெட்டிக்கடைக்காரர் வருந்துவார்.

என் மனைவி, குழந்தைகள் முகங்கள் மனதில் வந்து போயின. என் பதிப்பாளர், மிகவும் நல்லவர். நாணயஸ்தர். நிச்சயம் என் குடும்பத்துக்கு உதவி செய்வார்.

சிகரெட் தீர்ந்துபோய்விட்டது. உறக்கம் வரவில்லை. நான் கதவைத் திறந்துகொண்டு வெளியே வந்தேன். கூர்க்கா, விசில் ஊதுகிறார். ஆட்டோ சப்தம் கேட்டபாடில்லை. தெருவைப் பார்க்கிறேன். ஒரு எலி எதிர்ச்சாரியை நோக்கி ஓடிக்கொண்டிருந்தது. ஒரு கிழவர் இருமிக்கொண்டு நடந்து போனார். கிழவர்கள் கொலை செய்ய மாட்டார்கள்.

கதவைப் பலமாகத் தட்டும் சப்தம். நான் திடுக்கிட்டு கிலி யடித்துக் கதவைத் திறந்தேன். விடிந்திருந்தது. எதிரே, கிஷ்டன் நின்றிருந்தார். தனியாக.

"என்ன?" அவர் தயக்கத்துடன் சொன்னார்.

"மன்னிச்சிடுங்க சார். ராத்திரி ஏதோ மப்பில பேசிட்டேன்." அவர் முகத்தில் வெட்கம் தெரிந்தது.

"பரவாயில்லை."

"நான் எப்பவும் ஓவரா போவ மாட்டேன். நேத்து ஏதோ..."

“அதை விடுங்க கிஷ்டன்.”

காப்பி சாப்பிட வேண்டும்போல் இருந்தது.

நான் அவருடன் படி இறங்கினேன். மேனேஜர் அறை சாத்தி இருந்தது. பிராந்திக் கடையில் ஏழெட்டுப் பேர் இருந்தார்கள். ஆமா. கிம்ஸ் கார்டன்னு சொல்றீங்களே. கிம்ஸ் யார்?

“சொல்றாங்க. யார்னு தெரியலை.”

கிம்ஸ் யார் என்பதைக் கண்டுபிடிக்க வேண்டும் என்று நினைத்துக் கொண்டேன்.

2010

வனமல்லி

அரை மூட்டை அரிசியைத் தூக்கி, அனாயாசமாக இடுப்பில் வைத்தாள் வனமல்லி. கடைக்கார நாடார் ஆச்சரியப்பட்டார். இந்தக் காலத்துப் பெண்களுக்கு இடுப்பும் இருந்து, அதிலே அரை மூட்டை அரிசியை வைக்கிற பெலமும் இருக்கிறதே, என்னடா கூத்து இது!

"அம்மா, என்னத்துக்கு உனக்குச் சிரமம்? கடைப் பையன் வந்துடுவான். வந்ததும், அவனண்டை கொடுத்து அனுப்பிடறேனே. போலீஸ்காரு கோப்பையன் சம்சாரம்தானே, தாயி, நீ கையை வீசிட்டுப் போவியா? இதென்னத்துக்கு சுகக்கேடு?" என்றார் நாடார். அவர் நல்ல எண்ணத்துடன்தான் சொன்னார். மேலும், போலீஸ்காரன் தயவும் சுமுகமும் தேவையாகத்தானே இருக்கிறது, சமயா சந்தர்ப்பங்களில்? வனமல்லி, நாடாரைத் திரும்பிப் பார்த்தாள்.

"இதெல்லாம் ஒரு சுமையா? இதுக்கோசரம் ஒரு பையன் வரணுமா? ஒரு முழு மூட்டையை, வண்டிப் பாளையத்திலேந்து, புதுச்சேரி வரைக்கும் ஒண்டியா சுமந்தவளாக்கும் வனமல்லி." என்றபடி, காலை விசிறிக்கொண்டு நடக்கத் தொடங்கினாள் அவள். மண்ணில் ஊன்றி, அழுந்தி, நடக்கும் அந்த அகன்ற பாதங்களும், முறம் போல் முதுகும், இடுப்புக்கு மேல் அவசரமாக இறங்கி விழுந்த சரிவும், அந்தப் பொம்பிளையின் பெலத்தைச் சொல்லின.

வனமல்லி பாதுகாப்பான தூரத்துக்குப் போனதும், நாடார், சரக்கு வாங்க வந்தவளிடம் சொன்னார்,

"கோப்பையன், பிடிச்சாலும் பிடிச்சான், புளியங்கொம்பாக அல்லவோ பிடிச்சிருக்கான். கூட்டிக்கிட்டு வந்து ஒரு வாரம் இருக்கு மாய்யா? அதுக்குள்ளே கடைத்தெரு என்ன, சரக்கு வாங்கினது என்ன, தூக்கி இடுப்பிலே வச்சுக்கிட்டு நடக்கிறது என்ன. ஊம். சரியான பட்டி சிறுக்கி." என்று கடைசிப் பகுதியை மட்டும் முழங்கியபடி சொன்னார்.

"யாரு, பிசாசு கோப்பையன் பெண்ஜாதியா?"

"ஆமாம். பாரேன், அந்தப் படுவானுக்கு இப்படி ஒரு பெண் டாட்டி. கடவுள்கூட, வரவர நியாயம் தப்பி நடக்கிறாரப்பா. ஊர்த் தாலி ஒண்ணு இல்லாம அறுக்கிற கடன்கார நாயி, காக்கிச் சட்டையைக் காட்டியே பணம் பிடுங்கிய ராஸ்கோல். அவனுக்குப் போயி, இப்படி அறுத்து வச்ச மைனூர்ப்பாகு மாதிரி குறைசல் வழிசல் இல்லாத பொம்மனாட்டி..." என்று மிகுந்த குறையோடு சொன்னார் நாடார். கொஞ்சம் போனால் அழுதுவிடுவார் என்று தோன்றியது. மனிதர்களுக்குத்தான் எத்தனை ஆதங்கங்கள்?

வனமல்லி அரைப் பர்லாங் போயிருக்க மாட்டாள். ஒரு குதிரை வண்டிக்காரன் அவளை வழிமறித்தான். வரிசையாக குதிரை வண்டிகள் அணிவகுத்து நின்றன. அந்த வண்டி மேட்டில், ஏதோ போர்க்களத்தில் நிற்பது மாதிரி ஒரு ஒழுங்கில், அவை நின்றன. குப்பென்று முகத்தில் வந்து அழுந்திய புல்லின் மணம், அந்தச் சூழ்நிலையில் விசேஷத்தை உணர்த்தியது.

"ஏறுங்கம்மா, வண்டியிலே. நீங்கள்ளாம் நடக்கலாமா? அதுவும் இத்தனை சுமையைத் தூக்கிக்கிட்டு. ஏறுங்க."

"பரவாயில்லை, இதோ நாலு எட்டுல, வீடு வந்துடும். இதுக்குப் போயி வண்டி எதுக்கு?"

"ஐயையோ. நீங்க ஏறித்தான் ஆகணும். நாளைக்குப் போலீஸ் காரருக்கு யார் பதில் சொல்றது? என் பொண்டாட்டி சுமந்து போறதைப் பார்த்துக்கிட்டு நின்னுயாடான்னு கேட்டா, நான் என்ன பதில் சொல்றது சொல்லுங்க? ஏறுங்கம்மா."

இன்னும் தாமதித்தால், வண்டிக்காரன் கையைப் பிடித்து இழுத்துவிடுவான் போல் இருந்தது வனமல்லிக்கு. மூட்டையை வண்டிக்குள் போட்டுவிட்டு அமர்ந்தாள். குதிரை நடக்க, வண்டி யின் கூட்டுக்குள் தலை இடித்தது. காய்ந்த புல்லின் வாசமும், குதிரையின் வாசமும், எல்லாவற்றையும்விடவும் தம் புருஷனின் பெருமையும், அதன் காரணமாகத் தனக்குக் கிடைக்கும் வரவேற்பும், அவளைக் கிறங்க அடித்தன. போலீஸ்காரனுக்கு வீடு தேடி வந்து அவளைப் பெண் கேட்டபோதே, எல்லோரும் சொல்லவே செய்தார்கள்.

"வனமல்லி, அதிர்ஷ்டக்காரிதான். பாருமே. போலீஸ்கார னுக்குப் பொண்டாட்டி ஆகப்போறா. அதுவும் வெள்ளைக்கார துரையண்டையிலே மாப்பிள்ளைக்குச் சேவகமாம். அதிர்ஷ்டத்தை சொல்லு" என்றார்கள் அக்கம் பக்கத்துப் பெண்கள். அவள் காது கேட்கவே பேசிக்கொண்டார்கள். அந்தக் குரலில் கொஞ்சம் பொறாமையும் இருந்ததாக அவளுக்குத் தோன்றியது. அது அவளுக்கு சந்தோஷமாக இருந்தது.

கோப்பையனைக் கட்டிக்கொண்டு வந்து மாசம் இன்னும் ஒன்றுகூட ஆகிவிடவில்லை. பெரிய மீசை அவனுக்கு பயங்கரமாக இருந்தது. ஆனால், உத்தியோக லட்சணம் அது என்று அவளுக்குத் தோன்றியது. கொஞ்சம் கடுமையாக நடந்துகொண்டான். வேலைக் காரியைவிடவும் மோசமாக ஏவினான். எல்லாம் "ஆம்பிளை லட் சணம்" என்று நினைத்து மனம் பூரித்தாள் அவள். சும்மாவா பின்னே? குளம் வெட்டிக் கூலி வாங்குகிறவன்கூட, பெண்டாட் டியை ஏவுகிறான். வெள்ளைக்கார துரையண்டையிலே சேவகம் செய்கிறவர், வேறு எப்படி இருப்பாராம்? சரக்குக்குத் தகுந்த முறுக்கு.

கடமை முடித்துத் திரும்பும்போது, கோப்பையன் மிக உற்சாகத்துடன்தான் திரும்புவது வழக்கம். அப்படித்தானே இருக்க முடியும். திருமணம் ஆகி, ஒரு மாதம்கூட நிறையாத மணமக்கள். மூலைக் கடை ராவுஜி ஓட்டல் அல்வாவும் முந்திரிப் பகோடாவும், ரெட்டை மல்லிப் பூவுமாக வருவான். இந்த ரெட்டை மல்லிக் குத்தான் என்ன வெறித்தனமான வாசனை? நரம்பைச் சுண்டும் வாசனை. மணக்க மணக்கக் குழம்பு வைத்திருப்பாள் வனமல்லி. கைராசி அபாரம் அவளுக்கு. மாமி, நாத்தி, குஞ்சு குளுவான்கள் இல்லாத வீடு. அவர்கள் இரண்டு பேர் மட்டும்தான். சாப்பிட்டு வந்தால் கோப்பையன் கேட்பான்.

"இந்த ரெண்டு மல்லியிலே, எந்த மல்லிக்குக் கூடுதல் வாசனை?" என்பான்.

"ரெண்டா? ஏது?"

"இந்த மல்லியும், அந்த மல்லியும்" என்பான். "அவளுக்குச் சிரிப்பு சிரிப்பாய் வரும். உரக்கவே சிரிப்பாள். யாரும் இல்லாத வீடு. சுயேச்சைக்குக் கேட்பானேன்?"

இப்போதெல்லாம் அந்த உற்சாகத்தைக் காணோம். பொது வாக, ரெண்டு மூன்று வார்த்தைகள் மட்டுமே பேசுவான் அவன். அந்த ரெண்டு மூன்றும்கூட இப்போது குறைந்துபோய் விட்டது. கோப்பையன் அன்று மிகவும் சோர்வாக வந்திருந்தான்.

நள்ளிரவைத் தாண்டியிருந்தது நேரம். இரண்டு தினங்களுக்கு முன் போனவன், அப்போதுதான் திரும்பியிருந்தான்.

தட்டை எடுத்து வைத்தாள் வனமல்லி. அவன் குனிந்தபடி சாப்பிடத் தொடங்கியதும் அவள் கேட்டாள்.

"என்ன சமாச்சாரம்? சொல்லலாம்னா, சொல்லுங்க."

அவன் மெதுவாக விவரித்தான்.

"ரொம்பக் கேவலம் நடந்துடுச்சு. ராத்திரி பதினோருமணி இருக்கும். ஒரு சாவு ஊர்வலம். சங்கு முழக்கிட்டு வந்துச்சு. என்னடா, அர்த்தராத்திரியிலே ஊர்வலமான்ட்டு நாங்க 'டேசனை' விட்டு வெளியே வந்தோம். ஏட்டு மட்டும்தான் உள்ளே இருந்தார். அவரும் வேடிக்கை பார்க்க வெளியே வந்துட்டாரு.

யாருய்யா அது காலம் பண்ணிப் போனவருன்னு" கேட்டேன். பாடையைச் சுமந்துட்டு வந்தவன், "இருநூறு வருஷம் இந்த நாட்டையே கட்டி ஆண்டவர், திடீர்னு செத்துப் போய்ட்டாரையான்"னு சொன் னான். எனக்குப் புரியலை. ஏட்டையா, "ஏலே மூதி. ஐயா கேக்க றாரு இல்லே. வெவரமா சொல்லேண்டா"ன்னு சப்தம் போட்டாரு. "அதாண்டா நம்ம பிரிட்டிஷ் ராஜா. அவர்தாண்டா செத்துப் பூட்டாருடா..."ன்னான். நாங்க புரிஞ்சுக்கிறதுக்குள்ள, பாடையைச் சுமந்து வந்தவங்க, "டேசன்லே" புகுந்து, துப்பாக்கியைத் தூக்கிக் கிட்டானுக. துப்பாக்கியைக் காட்டியே எங்களை அடைச்சு வைச் சுட்டானுங்க. சூப்பிரண்டு வந்து, எங்களை விடுதலை பண்ணாரு. சே. படுகேவலமாப் போச்சு."

வாழ்வில் முதல்முறையாக அதிர்ச்சியை அனுபவித்தாள் வனமல்லி. ஒரு போலீஸ்காரருக்கும்கூட இப்படி ஒரு அவமானம், சங்கடம் வருமா

என்ன? அவள் கணவன், சாமான்ய ஜனங்களின் கையெட்டும் தூரத்திலா இருக்கிறான்? அவளுக்குக் கோபம் மட்டின்றி எழுந்தது.

"அந்த நாய்களைச் சுட்டுப் பொசுக்காமல் ஏன் வந்தீங்க? என்ன தைரியம் இருந்தா தெருவில போகிறவனும் வருகிறவனும் டேசனுக்குள்ளே புகுவாங்க?"

அவன் கையைக் கழுவிக்கொண்டு சொன்னான்.

"தப்பு. நீ நினைக்கிற மாதிரி, அவங்க தெருவில போகிறவங்க இல்லை வனமல்லி. பெரிய குடும்பத்துப் பிள்ளைக. அவங்க காங் கிரசுக்காரங்க. கோசல்ராம், அண்ணாமலை, எஸ். ராமனாதன், டாக்டர் அருணாசலம், பி.ஆர். ராமசாமி இவங்கல்லாம் தலை வருங்க. முன்னே எல்லாம், இவங்க ரொம்ப அகிம்சையா இருப்பானுங்க. இப்போ, காந்தியே அகிம்சையிலே நம்பிக்கை இல்லாமே பேசறதா சொல்றாங்க. என்ன இழவோ. ஜனங்க இந்தக்கும்பலைத்தான் ஆதரிக்கிறாங்க. அரசாங்கம்னாலே, எல்லாப் பயலும் பயம் போயி, வழிச்சுக்கிட்டு சிரிக்கானுங்க."

வனமல்லிக்குப் புரியாத விஷயம் ஒன்று இருந்தது. காலிகள், தெருப் பொறுக்கிகள், சோத்துக்குச் செத்ததுகள் இதுகள் எல்லாம் போராடினா சரி. பெரிய மனுஷாள், இது மாதிரியான கண்ணியம் அற்ற வேலைகளில் என்னத்துக்கு ஈடுபடுகிறார்கள்? புருஷனைக் கேட்டாள்.

வெற்றிலை போட்டுக்கொண்டே கோப்பையன் சொன்னான். "அவங்க, வெள்ளைக்கார துரைகளை அனுப்பிச்சுட்டு, இவங்களே ஊரை ஆளப்போறாங்களாம். சொதந்திரம் கேக்கிறாங்க, சொதந்திரம்."

வனமல்லிக்கு சிரிப்பாணி பொத்துக்கொண்டது. "இவங்க ஆளப் போறாகளாமா? இவங்க?"

அரசாங்க நாற்காலியில் தம் மனுஷாளைப் பொருத்திப் பார்க்கவே முடியவில்லை அவளுக்கு.

மறுநாளே, மூன்றாவது வீட்டு ராமக்காளிடம் போனாள் வனமல்லி.

"கேட்டியாக்கா சேதி. வெள்ளைக்கார துரைகளை அனுப் பிச்சுட்டு, நம்ம சனங்க ஆளப்போறோம்னு சண்டைபிடிக்குதாமே. என்ன வெட்கக்கேடு?"

ராமக்கா, தினம் சுதேசமித்திரன் படிக்கிறவள். அவள் கணவர் சோமையா, காந்தியை சபர்மதி ஆஸ்ரமத்திலேயே போய்ப் பார்த்த வர். அவள் சொன்னாள்,

"என்ன வெக்கக்கேடு வனமல்லி? நம்ம ராஜாக்கள்தானே ஆண்டாங்க? நம்ம மனுஷாளுங்கதானே நேத்துவரைக்கும் ஆண்ட வங்க? இன்னிக்கு, சோப்பு சீப்பு விக்க வந்தவன் ஆளும்போது, நமக்கு என்ன குறை, நம்ம தேசத்தை நாம் ஆளாமே, பரங்கியனுக்கு விட்டுக்கொடுக்கிறது அவமானம் இல்லையா? உன் வீட்டுக்குள்ளே பக்கத்து வீட்டுக்காரி வந்து 'தர்பார்' பண்ணினா, நீ என்ன பண் ணுவே?"

"பழ முறத்தை எடுத்து நாலு சாத்துச் சாத்துவேன்."

"அதைத்தான், காந்தி பண்ணிக்கிட்டு இருக்காரு."

ராமக்காள் பேசுவதை வனமல்லியால் ரசிக்க முடியவில்லை. வெள்ளைக்கார எசமான்களை அனுப்பிவிட்டு, இந்த வேஷ்டியைத்

தாறுமாறாகக் கட்டுகிற சனங்கள் ஆள்வதை, ஆளக் கனவு காண் பதைப் புரிந்துகொள்ள முடியவில்லை அவளால்.

"காந்தி செயிப்பாரா, அக்கா?"

"தேசமே அவர் பின்னாலே நிக்கறச்சே, வெள்ளைக்காரன் என்ன பண்ண முடியும்? கோடாலிக்கு முன்னாலே கீரைத் தண்டா?"

மண் வெடித்துத் திடுமென்று ஒரு ஜனக்கூட்டம் தோன்றுவதுபோல, ஒரு பெரும் திரள். சில நிமிஷங்களில், அந்தத் தெருவில் சேர்ந்துவிட்டது. இசைவாக, டேப் தங்கவேலு அங்கு பிரசன்னம் ஆகிப் பாடத் தொடங்கினார்.

"1942 ஆகஸ்டு மாதம் எட்டாம் தேதி பாம்பே காங்கிரசு மகாசபை கூடி வெடி அறிக்கை கொடுத்த சேதி — மகாத்மா வெச்சாராம் வெள்ளையர்க்குக் கெடு தேதி.

கடலைப் பாருடா வெள்ளைக்காரா — அதுல கப்பலைப் பாருடா வெள்ளைக்காரா மூட்டையைக் கட்டிட்டு நாட்டையும் விட்டுட்டு நடையைக் கட்டுடா கொள்ளைக்காரா." தொண்டர்கள் உற்சாகத்தில் "மகாத்மா காந்திக்கு ஜே" என்றார்கள். கொஞ்சம் கொஞ்சமாக கூட்டம் ஆயிரம் பேரைத் தொட்டது. ஊர்வலமாகக் கொடியைப் பிடித்துக்கொண்டு நடந்த தொண்டர்கள், காவல் நிலையத்தைக் கடக்க வேண்டி இருந்தது. எந்த நோக்கமும் இல்லாமல், உற்சாகம் காரணமாகச் சேர்ந்த கூட்டத்தைப் போலீஸ்காரர்களைத் தாக்க வருகிறார்கள் என்று நினைத்துச் சுட்டார்கள். தொண்டர்கள், காவல் நிலையத்தைக்கைப்பற்றி, பதினாறு துப்பாக்கிகளைக்கைப்பற்றினார்கள். இந்த வெற்றி தொண்டர்களுக்குப் பாதி இந்தியாவை ஜெயித்ததுபோலாகவே, ஊர்வலம் மேலும் தொடர்ந்தது. முசாபரி பங்களாவின் எதிரே லோன் துரை, இரவு முழுக்கக் குடித்துச் சிவந்த கண்களுடன், கையில் துப்பாக்கியுடன் வழிமறித்துக்கொண்டு நின்றார். கூட்டத் தைக் கண்டதும், அவர் வெறி மிகுந்தார்.

"இந்திய அடிமைத்... மகன்களா. உங்களுக்கு என்னடா அத்தனை திமிர்." என்று ஆபாசமாகப் பேசத் தொடங்கியவர், சரமாரியாக வைதுவிட்டு, துப்பாக்கியைக் கூட்டத்தை நோக்கிக் குறிவைத்தார்.

வனமல்லி, ராமக்கா வீட்டுக்குப் போகும்போது, அங்கு ராமக்காள், பொம்மி, லட்சுமி எல்லோரும் இருந்தார்கள். மத்தியான வெயில் மாறி மேகம் கவிந்து மழைக்காற்று வீசிக்கொண்டிருந்தது, சீவிய இளநீர்க் காய்க் குளிர்ச்சி. பெண்கள் இவளைச் சரியாக வரவேற்காதது மாதிரித் தெரிந்தது வனமல்லிக்கு. இவளைப் பார்த்ததும் பாராதது மாதிரியுமாக, லட்சுமி சொல்லிக்கொண்டிருந்தாள்.

"ஆனாலும் இது ரொம்ப அக்குறும்புக்கா. விரல் நகத்துல ஊசி ஏத்தறதும், பொம்பளைகளை நிர்வாணமாக்கி, சொல்லவே அசிங்கமா இருக்கு. அந்தக் காரியங்கள்ளாம் பண்றாங்க போலீஸ் காரங்க."

"நம்மகூடப் பொறந்த பொறப்புகளை, வெள்ளைக்கார துரை பேச்சைக் கேட்டு, அட்டூழியம் பண்றாங்களே. இந்தப் படுவான் போலீசுக்காரனுக..." என்றாள் பொம்மி. தொடர்ந்து, "அவன்க கையைப் பாம்பு பிடுங்க" என்றாள்.

தூணில் சாய்ந்திருந்த வனமல்லிக்குச் சுரீர் என்றது. அவள் புருஷன் கையைப் பாம்பு ஒன்று பிடுங்கியதுபோல நினைத்து நடுங்கிப் போனாள்.

"என்ன பொம்மிக்கா. இப்படிச் சொல்றீக. வெள்ளைக்கார துரையைக் கொன்னுட்டா, சும்மா இருக்குமா, போலீசு? அவங்க கையை முறிச்சா என்ன, கட்டையிலே வச்சா என்ன?" என்றாள் வனமல்லி.

"லோன் துரை துப்பாக்கியைத் தூக்கிக்கிட்டு, ஒரு காரியமும் இல்லாமே சுட வந்தா, ஜனங்க கை பூப்பறிக்குமோடி? அதுக்காக, கைது பண்ணி, ஒருத்தன் மூத்திரத்தை ஒருத்தன குடிக்கச் சொல்றதும், வீடு பூந்து பொண்டுகளை நாசம் பண்றதும், அசிங்கம் பண்றதும் என்னடியம்மா நியாயம்? தூ... இது ஒரு பொழப்பாக்கும். இதைவிட நாண்டுகிட்டுச் சாகலாம்."

ஆக்ரோஷம் வந்துவிட்டது வனமல்லிக்கு.

"எம்புருசன், அந்த ஈனவேலை பண்ண மாட்டாருக்கா. யாரோ சில பேர்."

"சும்மா இருடி மூதி. கோர்ட்டு வாசல்லே வச்சு சனம் உதைச் சதே உம்புருஷனை. சும்மாவா? அத்தனை அக்குறும்பும் உன் ஆள்தான் செய்யறானாம். பாவம் அருணாசலம். பால்வடியற முகம், அந்தப் பையனுக்கு. பொம்பிளைகளை அடிச்சுத் துவைச்சு, அருணாசலம் தலையில சாணிக் கரைசலை ஊத்தச் சொன்னவன் உன் புருசன்தானாம். நீ ஒரு விவரம் கெட்டவ. ஊர் நடப்பு தெரியாதவ. பத்திரிகை படிக்கவும் தெரியாது. என்ன எழவோ, போ." என்றாள் ராமக்கா.

வீடு திரும்புகையில் கண் இருட்டிக்கொண்டு வந்தது வன மல்லிக்கு. கிருஷ்ணனையும் சுட்டுப் போட்டார்களாமே. கோர்ட்டு வாசலில் சுட்டு விழுந்து கிடந்த ஒருத்தன்; தாகம் தாகம் என்கிறபோது, தண்ணீர் எடுத்துக்கொண்டு போனான் கிருஷ்ணன்.

"போகாதே, சுட்டுடுவோம்" என்றார்களாம் போலீசார்கள். "சுடுடா..." என்று சட்டையை அவிழ்த்துக் காட்டினானாம் கிருஷ்ணன். தேசாபிமானமோ, மனிதாபிமானமோ கொஞ்சமும் இல்லாத இந்திய, தமிழ்ப் போலீசுக்காரர்கள் கிருஷ்ணனைச் சுட்டார்களாம்.

கிருஷ்ணன், வனமல்லியின் கல்யாணத்தில்கூட ஓடி ஓடி வேலை பார்த்தானே. அக்கா. அக்கா என்று இழைந்துகொண்டு நின்றானே. அவனையா சுட்டார்கள்.?

அன்று ராத்திரி, கோப்பையனைக் கேட்டாள் வனமல்லி.

"நிசம்தான். இந்தக் கோட்டிக்காரப் பயலுக்கு அங்கே என்ன வேலை? எவனோ தாகத்துல தவிச்சானாம். இவன் தண்ணீர் எடுத்துட்டுப் போகணுமா? அதுதான் சுட்டோம்."

நெருப்பைக் கொட்டியது மாதிரி இருந்தது வனமல்லிக்கு. "தவிச்சது மனுசங்க. தண்ணீ கொடுத்தது ஒரு பாவமா?"

"அதுக்குத்தான், ஜெயில்லே இருக்கிற பயல்களுக்குச் சிறுநீர் கொடுத்தேனே, இன்னிக்கு."

கோப்பையன் சிரித்தான். அருவருப்பில் உடம்பு சிலிர்த்தது வனமல்லிக்கு.

காலை அழகாகவே விடிந்தது. வழக்கம்போல வீட்டு வாசலில் வைத்த பவழமல்லி மேல் ஓட்டிக்கொண்டிருந்த பனிநீர், முத்துபோலத் திரண்டு இலை காதாகவும் முத்து கம்மலாகவும் காட்சி அளித்தது வனமல்லிக்கு. மனம் சந்தோஷமாக இருந்தது. குழி ஆப்பம் பண்ணி காலைப் பலகாரம் தந்து கோப்பையனை அனுப்பி வைத்தாள். தலைக்கு முட்டை எண்ணெய் வைத்துக்கொண்டு, கம்மல், மூக்குத்திகளைக் கழற்றிவைத்துவிட்டுக் குளித்தாள். கொடியில் காய்ந்த சேலையை உடுத்திக்கொண்டாள். வாசலில் வீழ்ந்த வெயிலில் நின்றுகொண்டு கூந்தலை உலர்த்திக்கொண் டிருந்தாள்.

லட்சுமி உள்ளே ஓடி வந்தாள்.

"ஐயோ. கொடுமையை எப்படிச் சொல்றதுடி."

"என்னக்கா, என்ன" பதறிப்போனாள் வனமல்லி.

"நம்ம ராமக்காவை போலீசு இழுத்துக்கிட்டுப் போயிடுச்சாண்டி."

"அக்காவை எதுக்கு?"

"மாமாவைப் பார்க்க காங்கிரசு ஆபீசுக்குப் போயிருக்கு அக்கா. அப்போ, மாமாவைக்கைது பண்ண போலீசு வந்திருக்கு. அங்க இருக்கவும், ஒரு போலீசுக்காரன் அக்காகிட்டே ஏதோ தப்பா நடந்திருக்கான். அக்கா அங்கிருந்த ஒரு செருப்பை எடுத்து அவனை அடிச்சிருக்கு. அக்காவைக்கையையும் காலையும் கட்டிப் போட்டு, துணி இல்லாமே அடிக்கிறாங்களாம் டேசன்லே."

உடம்பே பற்றிக்கொண்டு எரிவது மாதிரி இருந்தது வன மல்லிக்கு. தலையை முடிந்துகொண்டு, வீட்டையும் சாத்தித் தாழ் போடாமல், தெருவில் இறங்கி ஓடினாள். டேசன் வந்துதான் அவளுக்குத் தெளிவு வந்தது. காவல் இருந்த போலீசுக்காரன், "யாரும்மா நீ" என்றான். உள்ளிருந்து அலறல் சப்தம் கேட்டுக்கொண்டே இருந்தது.

"கோப்பையன் சம்சாரம்."

"உள்ளே போ. ஆனா, நிலைமை சரி இல்லையே."

அவன் சொல்லிக்கொண்டிருக்கும்போதே, உள்ளே நுழைந்தாள். தோட்டத்துப் பக்கம் இருந்து சப்தம் வந்துகொண்டிருந்தது. அங்கு ஓடினாள். சுற்றி போலீஸ்காரர்கள், தடிகளுடன் ஒரு யுத்தமே நடத்திக்கொண்டிருந்தார்கள். நாலு ஆண்கள், அதில் மாமா இருந்தார். மூன்று பெண்கள் பிறந்த மேனியுடன் கைகள் கால்கள் கட்டப்பட்டு தரையில் கிடந்தார்கள். ஆண்களும் அவ்விதமே இருந்தார்கள். கண்ணைப் பிடுங்கிக்கொள்ளலாம்போலக் கூசிப் போனாள் வனமல்லி.

கும்பலாக, "செல்லத்துரை எங்கடி? எங்க ஒளிச்சு வச்சிருக்கீங்க அவனை? ஜெயிலை உடைச்சியா அண்ணாமலையை விடுதலை பண்றிங்க" என்று ஆள் ஆளுக்குக் கேட்டபடி, ஆண்களையும் பெண்களையும் அடித்துத் துவம்சம் செய்துகொண்டிருந்தார்கள், காவலர்கள்.

அக்கா முகமெல்லாம் ரத்தக் குழம்பாக, இவளைப் பார்த்து விட்டாள்.

"வனமல்லி" என்று அலறினாள். "ஐயோ அக்கா" என்று மார்பில் அடித்துக்கொண்டு அழுதாள் வனமல்லி. அவள் அருகில் விழித்துக்கொண்டு நின்ற கோப்பையனைக் கண்டாள் வனமல்லி.

"இது என்ன அநியாயம். இதுதான் நீங்க செய்யற தொழிலா? இந்தச் சம்பளத்தை வாங்கியா நாம் சாப்பிடறோம்" என்று தலை யில் "மடேர் மடேர்" என்று அடித்துக்கொண்டாள் அவள்.

சூழலே வனமல்லியைப் பார்த்துக்கொண்டு நின்றது. திடுமென ஏற்பட்ட அதிர்ச்சியில் உறைந்தது.

"உஸ். இதெல்லாம் அதிகாரி பண்ணச் சொல்றது. நான் என்ன பண்ணட்டும் வனமல்லி" என்றான் குற்ற உணர்வோடு கோப்பையன்.

"நீங்க ஒரு நாணயமான மனுஷனா இருந்தா, இப்பவே இந்தக் காக்கிச் சட்டையைக் கழற்றிப் போடுங்க. தூக்கி எறிங்க அந்தத் தடியை. நாலு வீட்டுல பத்துப் பாத்திரம் தேய்ச்சு உங்களை நான் காப்பாத்தறேன்."

"நீ வீட்டுக்குப் போ. இங்க எதுக்கு வந்தே?"

அவன் சட்டென்று தன்னைச் சுதாரித்துக்கொண்டு நின்றான். கோபம் அடைந்தான்.

"வனமல்லீ" என்ற, அக்காவின் குரல் கேட்டு, தன் நிலைக்கு வந்தாள்.

"அக்கா" என்றபடி தன் புடைவையை உருவி அக்காவையும் இதர பெண்களையும் போர்த்தினாள். தன் கணவனைப் பார்த்துச் சொன்னாள்,

"அவங்க கட்டுகளை அவிழ்த்து விடுய்யா. முதல்ல, அவங்க புடைவையைக் கொடு. தாயைப் பெண்டாளறிங்களாடா, பாவி

களா..." என்றாள். அனிச்சையாக, தன் கைகளைக் குறுக்காக

வைத்துக்கொண்டு.

வெள்ளைக்காரனான அதிகாரி ஒருவன், "கிக் அர் அவுட்" என்று கத்தினான்.

கோப்பையன், கொத்தாக அவள் கூந்தலைப் பற்றி நெட்டி, வாசல் பக்கமாகத் தள்ளினான்.

"என் மானத்தை வாங்கறியே. என் பொண்டாட்டியா, நீ நாயே..."

"இல்லை. நான் உன் பெண்டாட்டி இல்லை. எனக்கு ஆம் படையானா இருக்க, உனக்கு என்ன யோக்யதை இருக்கு? பொம் பிளை மானத்தை வாங்கறியே. உனக்கு நான் உலைவைப்பனா? ஆக்குவேனா? முந்தானை விரிப்பனா, நீயும் ஒரு பொம்பிளை கிட்டே பிறந்தவள்தானேடா, ஐயோ. இப்ப சொல்றேன், கேளு. இந்த வேலையை விட்டுட்டு மனுசனா வந்தியானா நான் உனக்குப் பொண்டாட்டி, இல்லைன்னா என் ஜென்மம் தீர்ற மட்டும் உன்னை நான் தீண்ட மாட்டேன். இது சத்தியம். இது சத்தியம்."

மயக்கமுற்று தரையில் சரிந்தாள் வனமல்லி.

2011

இரண்டு நண்பர்களின் கதை

ஒருவன் பெயர் செல்வம். (பின்னாட்களில் தமிழ்ச் செல்வன் என்று பெயர் மாற்றிக்கொண்டான்.) ஒருவன் பெயர் மாடன். இருவரும் பூம்பொழில் நாட்டில், சுந்தர சோழன் தெருவில் பக்கத்துப் பக்கத்து வீட்டில் பிறந்தவர்கள். ஒன்றாகவே பள்ளிக்கூடம் சென்றார்கள். போகும் வழியில் மாந்தோப்பு இருந்தது. காவலும் இருந்தது. தோட்டக்காரர் இல்லாத பொழுதுகள் எது என்பதை செல்வம் அறிவான். பத்துக் காய்களாவது பழங்களாவது அடிக்காமல் அவன் பள்ளிக்கு வருவது இல்லை.

மாடன், இதுபோன்ற காரியங்களில் இறங்கும் வீரனும் இல்லை; நியாயவாதியும் இல்லை. தோட்டக்காரர் மாணவன் ஒருவனைக் கட்டிவைத்து அடித்ததைக் கதிகலங்கப் பார்த்தவன் அவன். பிறரின் தூக்குப் பாத்திரத்தைத் திறந்து, மதியச் சாப்பாட்டை உண்பதில் செல்வத்துக்கு அதீத ஆசை இருந்தது. பையன்கள் சிலர் தகராறு செய்தார்கள். அதில் ஒருவன் பள்ளியைவிட்டுத் திரும்பும்போது அவன் மீது கல் எறிந்தான் செல்வம். எறிந்தவன் யார் என்பதை அந்தப் பையனால் கடைசி வரைக்கும் கண்டுபிடிக்கவே முடியவில்லை. ஒருமுறை மாடனின் உணவை உண்டான். மாடனாலும் அதிகம் எதிர்க்குரல் எழுப்ப முடியவில்லை. சாலை போட நிறைய கற்களைக் கொட்டி வைத்திருந்தது நகரசபை.

ஒரு மதியப் பொழுதில் எரிந்துகொண்டிருந்த சூரியனுக்குக் கீழே புளியந்தோப்பில் இருந்து, செல்வம் ஓர் அறைகூவலை விடுத்தான். “இனிமேல் நான் பள்ளிக்கூடம் வருவதாக இல்லை. என்னடா படிப்பு, பெரிய படிப்பு. அவனவன் நம்மளக் கேள்வி கேட்கிறான். தெரியலைன்னா, பெஞ்சு மேல ஏறி நிக்கச் சொல்றான். குட்டிங்க சிரிக்கிறாளுக. எந்த நாய் எந்த தேசத்தை ஜெயிச்சா என்ன, தோத்தா என்ன. நான் ஜெயிக்கிறேன்டா. படிச்சவன்தான் கிழிக்க முடியுமா? நான் கிழிக்கிறேன்டா.” என்றான்.

பையன்கள் விதிர்விதிர்த்துப் போனார்கள். செல்வம் சொன்னவை எதிலும், அவர்களுக்குக் கருத்து வேறுபாடு இல்லை. அவர்களுக்கும் அதே அபிப்ராயம்தான். ஆனால், அப்பாக்கள், உதைகள், தெரு, ஊர் என்று பல பயமுறுத்தல்கள். என்ன படிக் கிறோம், எதுக்காகப் படிக்கிறோம் என்று தெரியாமலேயே பத்து வருஷத்தை வீணாக்குகிறவர்கள் மத்தியில் செல்வம் விஸ்வரூபம் எடுத்து நின்றான். மாடன் பிரமித்து நின்றிருந்தான்.

இரவு நேரத்தில், காடாவிளக்கு வெளிச்சத்தில் துப்பட்டி, வேட்டி, துண்டு, சேலைகள்கொண்ட ஏல வியாபாரம் செய்துகொண்டிருந்தார் செல்வத்தின் அப்பா. எடுபிடி வேலைக்குத் தனி யாக ஓர் ஆளை வைத்தால் சம்பளம் தர வேண்டும்; ஆனால், மகனுக்குத் தரவேண்டியதில்லை என்பதற்காக, அப்பா மகிழ்ச்சி யுடன் அவனைச் சேர்த்துக்கொண்டார். அந்த வார இறுதியில், சனிக்கிழமை அன்று செல்வம் தன் தந்தையிடம் சொன்னான்,

“ஒரு வாரம் வேலை பார்த்திருக்கேன். மற்றவனுக்கு என்ன கூலி கொடுப்பியோ, அதை எனக்குக் கொடு.”

“நான்தானே உனக்குச் சோறு போடறேன்” என்றார் செல்வத் தின் தந்தை.

“அது பெத்த கடன். சோறு போட்டுத்தான் தீரணும். நான் ஏழு இரவுகள் உழைச்சிருக்கேன். அதுக்குக் கூலியை எடுத்து வை”

என்றான் செல்வம்.

அடுத்த சில ஆண்டுகள், செல்வத்தின் கண்டுபிடிப்புகளாக மாறின. முதல் கண்டுபிடிப்பு, உலகம் நிலமாக, சம பூமியாக, வயல் காடாக யாரையோ எதிர்பார்த்தபடி படுத்துக்கிடப்பதை அவன் உணரத் தொடங்கினான். இந்த நிலம் இயற்கை கொடுத்த தனம். இது நிலத்தின் மேல் வாழ்கிற அனைவருக்கும் சொந்தம். இதைச் சில பேர், தேவைக்கு அதிகமாகத் தன்னிடம் வைத்துக்கொண்டு ஆதிக்கம் செலுத்துவது அதர்மம். மண் வளத்தைத் தன் வளமாக மாற்றுவது குறித்துத் தீவிரமாகச் சிந்திக்கத் தொடங்கினான்.

இதனிடையே அரும்பிக்கொண்டிருந்த ஓர் இயக்கத்துடன் தன்னை இணைத்துக்கொண்டான். அந்த இயக்கம் நாக்குகளை மட்டுமே நம்பிய இயக்கம். தொடக்கத்தில் அவனுக்குத் தடுமாற்ற மாக இருந்தாலும், போகப் போக வாய்வீச்சுகளோடு பேசத் தொடங்கினான். இயக்கம் மேற்கொண்ட சில போராட்டங்களில் பங்குகொண்டு, சிறைக்குச் சென்று (மொத்தமே மூன்று நாட்கள்) தியாகி ஆனான். அவனுடைய மாவட்டத்துக்கு அவனே அதிகாரி ஆனான். தமிழ்நாட்டின் “போகூழ்” என்று சான்றோர் சொன்னபடி, அவன் இருந்த இயக்கம் வேழ நாட்டின் ஆட்சியையும் பிடித்தது.

செல்வம் உலகை வெல்லப் புறப்பட்டான். முதலில் புறம் போக்கு நிலங்கள், ஏழைகள், பேச்சற்றவர்கள், விதவைகள் போன்றோரின் நிலம், வீடுகளைத் தன்வயப்படுத்தினான். எதிர்த்தவர்களை, தன் இயக்கச் சகோதரர்களைக்கொண்டு அடக்கினான். காவல் துறை மற்றும் அதிகாரிகளை வசப்படுத்தினான். நீரோடிய ஆறுகளில் மணல் ஓடுவது, அவனுக்குத் திருப்தியைத் தந்தது. நகரங்களுக்கு வீடு கட்ட மண் வேண்டாமா என்ன?

செல்வத்தை, மேலே மேலே என்று அண்ணாந்து பார்த்துக் கழுத்து

சுளுக்கிக்கொண்டது மாடனுக்கு. செல்வத்தின் பார்வையை விட்டு அகலாமல், தன்னை நிறுத்திக்கொள்ளும் லௌகீகம் மாடனுக்கு இல்லாமல் இல்லை. அரசு நிறுவனம் ஒன்றில் ஊழியனாகத் தன்னைப் பொருத்திக்கொண்ட மாடன், மாலை வேளை களில் செல்வத்தோடும் தன்னை இணைத்துக்கொண்டான். அதிகாரப்பூர்வமற்ற, அதே சமயம் அதிகாரப்பூர்வமான பி.ஏ.வாகத் தன்னை நிலைநிறுத்திக்கொண்டான் மாடன்.

மாடனின் பணிகள் பெருகத் தொடங்கின. செல்வத்தின் மூன்று மாளிகைகளும், அவனுடைய நிர்வாகத்தின் கீழ் வந்தன. ஒரு மாளிகையில் வரலட்சுமி இருந்தாள். இன்னொரு மாளிகையில் ஷீலா இருந்தாள். மூன்றாவது மாளிகை, அரசியல் ஆராய்ச்சி களுக்கு என்று இருந்தது. வரலட்சுமி நிறைய தெய்வ நம்பிக்கைகொண்டவள். வாரத்தில் நான்கு நாட்கள் விரதம் இருப்பாள். "கணவனின் புகழ், செல்வாக்கு, வருவாய் பெருகி, அவன் 100 ஆண்டுகளுக்கும் மேலாக வாழ வேண்டும்" என்று கோயில் கோயிலாகச் சென்று அர்ச்சனை செய்வாள். கோயில் தொடர்பான அனைத்துப் பிரயாண ஏற்பாடுகளையும், கோயில்களின் வரலாற்றுப் புராணம் பெருமைகளையும் மாடன் மகிழ்ச்சியுடனும் கடமை உணர்வுடனும் கற்றுக்கொண்டான்.

செல்வம், "கடவுள்" என்ற சொல்லுக்குப் பதிலாக "இயற்கை" என்ற சொல்லையே பயன்படுத்தினான். ஒரு கட்டத்தில், ஆற்றங்கரை ஓரம் புது மாளிகை ஒன்றை அவன் வாங்கி இருந்தான். தொழிலாளர் வர்க்கத்துக்கு முக்கியத்துவம் கொடுக்கும் முகமாக, அந்த மாளிகையை அவன் அவனுடைய தோட்டக்காரர் பெயரில் வாங்கினான். "மாதம் 2,000 சம்பளம் பெறும் தோட்டக்காரர், மூன்று கோடிக்கு எவ்வாறு ஒரு பேரில்லம் வாங்க முடியும்? என்று ஓர் இயக்கம் கேள்வி கேட்டது. "ஓய்வு நேரத்தில் அவர் பேருந்து நிலையத்தில் வேர்க்கடலை விற்றுச் சம்பாதித்த பணம்" என்றும், "தன் தோட்ட வேலையை ராஜினாமா செய்ததன் மூலம் பெற்ற பணமும் சேர்ந்தே அந்த மாளிகை" என்று மாடன் சொன்னான். எதிர்ப்பாளர்கள் "ஆம். ஆம்" என்றார்கள்.

மாடன் முக்கியத்துவம் பெற்ற நிகழ்ச்சி, வரலாற்றுச் சிறப்பு மிக்கது. ஒருநாள் இயக்கத்தின் முக்கியப் புள்ளியாகிய கோப்பி, அவனைப் பார்க்க வந்தான். "என்னண்ணே விசேஷம்.? இந்த ஏழையைப் பார்க்க வந்திருக்கீங்க..." என்று வரவேற்றான் மாடன்.

"இதென்ன டி.வி. இவ்வளவு பெரிசாக்கூட வருதா?"

"ரொம்ப நாளாச்சே, தலைவர் அன்பளிப்பு!" செல்வத்தைச் "செல்வம்" என்று சொல்லக்கூடாது என்று, ரொம்ப காலத்துக்கு முன்னாலேயே அவன் எச்சரிக்கை செய்யப்பட்டுவிட்டான்.

"என்ன விசேஷம் கோப்பி. இன்னைக்கு சிறப்புக் குழு கூடுதே. நாம புறப்பட வேணாமா?"

"இன்னைய சிறப்புக் குழுவில் முக்கியமான ஒரு பிரச்சனையை எழுப்பப்போறேன் தம்பி."

"என்ன பிரச்சனை?"

“தலைவர், ஒரு கூட்டத்தில் வெச்சு லட்சுமியைப் பார்த்திருக் கார். “வாம்மா உன்னோடு பேசணும்“னு காரில் ஏற்றி அவர் தங்கும் விடுதிக்கே அழைச்சுக்கிட்டுப் போயிருக்கார். இன்னும் வாடகை வீட்லயா குடி இருக்கே? சொந்த வீடே வாங்கித் தர்றேன்னு சொல்லி இருக்கார். அப்புறம் தப்பா நடந்திருக்கார். லட்சுமி அவரைத் தள்ளிட்டு ஓடிவந்திருக்கு.”

தலைவரைப் பற்றிய இந்தத் தகவல் மாடனுக்கு ஆச்சரியம் தருவதாக இல்லை. அவனுக்குப் பதற்றமாக இருந்தது. அண்மைக் காலமாகவே பெண்கள், இயக்கத்துக்கு வருவது குறைந்துபோயிருந்தது. கோப்பி — லட்சுமி திருமணத்துக்கு மாடனும் போயிருந்தான்.

“என்ன பண்ணலாம்?” என்றார் கோப்பி.

இயக்கத்துக்காகச் சிறைக்குச் சென்றவர் கோப்பி. அவர் முகத் தில் கோபத்தைக் காட்டிலும் அருவருப்பே மேலோங்கி இருந்தது.

“அண்ணே, நீங்க சீனியர். கட்சிக்காக உழைத்தவர். உங்க நிலைமை எனக்குப் புரியுது. நீங்க எது செஞ்சாலும் அது சரியாத் தானே இருக்கும்.”

அன்றைய சிறப்புக் குழு தொடங்கும்போது, கோப்பி எழுந்து நின்றார். தலைவர் “என்ன?” என்றார். உடனே எப்போதும் தலைவரைச் சுற்றி இருக்கும் பத்துப் பேர் எழுந்து “என்னடா?” எனறார்கள்

“கணக்கு...” என்றார் கோப்பி.

“என்ன கணக்கு?”

“மாநாட்டுக் கணக்கை ஏன் தரலை?”

“அது அடுத்த மாநாட்டில் பொதுக் குழுவில் வைக்கப்படும்” என்றார் தலைவர்.

இதற்கிடையில் கோப்பி அவரை அறியாமலேயே கூட்ட அரங்க வாயிலை நோக்கி நகர்த்தப்பட்டார். அவர் கால்கள் செயல் படாததுபோல இருந்தன. சற்று நேரம் கழித்து அவர் பிரக்ஞை மீண்டது. அவர் சட்டை பல இடங்களில் கிழிந்து தொங்கியது. உடம்பு முழுக்க வலித்தது. வாசலில் நின்ற போலீஸ்காரர் ஒருவர் கோப்பியைப் பார்த்து, “கலாட்டாவா பண்றே. ஒழுங்கா வீடு போய்ச் சேர்” என்றார்.

அடுத்த நாள், கோப்பி என்று அழைக்கப்படும் கோப்பிநாதன், இயக்கக் கட்டுப்பாட்டுக்கு விரோதமாகவும் பண்பாடு இன்றியும் செயல்பட்ட காரணத்தால், அவரை இயக்கத்தை விட்டு நீக்கி யிருப்பதாகப் பெட்டிச் செய்தி வந்தது.

தலைவர் அப்படிச் செய்திருக்கக்கூடாது என்று நினைத்தான் மாடன். கோப்பியின் மனைவியிடம் தலைவர் நடந்துகொண்ட விதம் அவன் மனதை நெருடியது. மனிதன் செய்யக்கூடாதது. அதிலும் தலைவனாகத் தன்னைத் தகவமைத்துக்கொண்டவன், கண்டிப்பாகச் செய்யக்கூடாதது. இத்தனைக்கும் மாடனுக்கும் சங்கரிக்கும் தலைவர்தான் திருமணம் செய்துவைத்தார். செம்மண் நிலத்தில் பெய்த மழை பற்றி அன்று பேசினார் தலைவர். கையில் சிலம்பை ஏந்தி, பாண்டியனிடம் வழக்குரைத்த கதையைப் பேசினார். தனிமையில்

வைத்து மணமக்கள் இருவர் கைகளிலும் இரண்டு கவர்களை வைத்து அழுத்தினார். ஒவ்வொரு கட்டும் 10,000 என்று பிறகு தெரிந்தது. மாடன் வீடு பார்த்துக் குடியேறினான். அதற்கான தேவைகளுக்கு உதவினான் செல்வம். வால் இல்லாத நாய்க்குட்டியாகத் தன்னை பாவித்துக்கொண்டான் மாடன்.

சங்கரி கிராமத்துப் பெண்; ஒரு வகையில் மாடனுக்குத் தூரத்து உறவு. பெரியோர் பார்த்து நடத்திய திருமணம். ஆனால், தலைவர் தலைமையில்தான் திருமணம் செய்துகொள்ள வேண்டும் என்று பிடிவாதமாகக் கருத்து தெரிவித்துச் சாதித்தான் மாடன்.

மாடனின் இல்லறம் மகிழ்ச்சியாக இருந்தது. வீட்டுக்கு இயக்கப் பத்திரிகை ஒன்று வந்துகொண்டிருந்தது. சங்கரி ஓய்வு நேரத்தில் முழுமையாகப் பத்திரிகை பார்த்தாள். அடிக்கடி அது பற்றி மாடனிடம் விவாதிக்கவும் செய்தாள். ஓர் இரவில் அவள் மாடனிடம் கேட்டாள்,

"நம்ம இயக்கத்துக்கு பெண்கள் ஏன் மாமா ரொம்பக் குறைவா வர்றாங்க. அன்னைக்கு அந்தக் கட்சி நடத்தின விவசாயப் பேரணிக்கு நிறைய சனம் வந்துச்சே!"

"என்னமோ அப்படித்தான் இருக்கு" என்றான் மாடன்.

"சின்னச் சின்ன ஊர்ல எல்லாம் பெண்கள் அமைப்பை ஏற்படுத்தணும் மாமா. பெண்களுக்குப் பெரிய பொறுப்புகள் தரணும். பெண்களுக்குன்னு மாநாடு ஒண்ணு நடத்தணும்" என்றாள் சங்கரி.

மறுநாள் இதை அப்படியே தலைவரிடம் சொன்னான் மாடன்.

"பெரிய தலைவி மாதிரி என்னென்னமோ பேசுது தலைவரே, சங்கரி."

தலைவர் முகத்தில் ஆச்சரியம் துலாம்பரமாகத் தெரிந்தது.

"சங்கரி அறிவாளின்னு எனக்குத் தெரியும். உனக்குத்தான் சங்கரியைப் புரிஞ்சுக்க முடியலை. பெண்கள் அமைப்புக்கு சங்கரி யையே தலைவியா போட்டுடலாம். அமைப்பு பற்றி சங்கரிகிட்ட பேசணுமே!"

"அழைச்சுட்டு வர்றேன் தலைவரே."

"இங்க வேணாம். நானே உன் வீட்டுக்கு வர்றேன். தொந்தரவு இல்லாமப் பேசலாம்."

"இது தலைவர் எனக்குச் செய்யற பெரிய கௌரவம் தலைவரே."

நாலு முழம் வேட்டியைத் துண்டாக அணிந்த தலைவர் சொன்னார்.

"தோழமையில் பெரியவர் சிறியவர் ஏது மாடா?"

அடுத்த நாளைத் தேர்ந்தெடுத்தார் தலைவர். உறங்கி எழுந்த சங்கரி சமையல் அறையிலேயே இருந்தாள். இறைச்சியில் அனைத்து விதமானதும் இருக்கும்படியாக சமைத்தாள். தலைவருக்கு மீன் அதிகம் பிடிக்குமென்பதால், மீன் குழம்பு, மீன் வறுவல், மீன் புட்டு மற்றும் ஆடும் கோழியும் தயாராயின.

தலைவர் வாசனையோடு வந்தார். "பெண்கள் இல்லாத இயக்கம் வளராது" என்று தெள்ளத்தெளிவாகச் சொன்னார். சுதந்திரப் போராட்டக் காலத்தில்

சுப்ரமணிய பாரதியாரிடம் சகோதரி நிவேதிதா, "உங்கள் மனைவி எங்கே? ஏன் அவரை மாநாட்டுக்கு அழைத்து வரவில்லை? என்றார்.

"நாங்கள் பெண்களை இந்த மாதிரி இடங்களுக்கு அழைத்து வருவதில்லை" என்றாராம். "அதனால்தான் இந்தியா இன்னும் அடிமைப்பட்டுக்கிடக்கிறது என்றாராம் நிவேதிதா.

கண்கள் விரியக் கேட்டுக்கொண்டிருந்தாள் சங்கரி. மாடன், தெரிந்துகொள் எங்கள் தலைவரை" என்று கண்களால் சொல்லிக்கொண்டிருந்தான். உருவாக இருக்கும் இயக்கத்தில் பெண்கள் அமைப்புக்குத் தவிர்க்க முடியாமல் தலைவர் கௌரவத் தலைவராக இருப்பது, சங்கரி தலைவியாக இருப்பது என்று தன் முடிவைச் சொன்னார் தலைவர்.

"ஐயையோ, நான் அற்பம் ஐயா" என்றாள் சங்கரி. உண்மையிலேயே அவள் பயந்துதான் போனாள்.

"இல்லை சங்கரி. நீ அற்பம் அல்ல, சிற்பம்" என்றார் தலைவர்.

மாடன் விழுந்து புரளாத குறையாகச் சிரித்து, தலைவர் சொன்னதை ரசித்தான்.

"நான் பாமரம்."

"இல்லை நீ பாமயம்."

"நான் படிக்காதவள்."

"ஆமாம். படிக்கக்கூடாததைப் படிக்காதவள்."

விருந்து நடந்தது. மிகவும் ரசித்துச் சாப்பிட்டார் தலைவர்.

"என் வாழ்வில் இத்தனை சுவையான உணவைச் சாப்பிட்டதே இல்லை" என்றார் தலைவர். இது பொய்யாகத்தான் இருக்கும் என்று சங்கரி நினைத்தாள். ஆனால், அந்தப் பொய் அவளுக்குப் பிடித்திருந்தது. உண்டு முடித்த அவர் கைகளுக்கு நீர் வார்த்தாள் சங்கரி.

"தலைவரே. அறையில் வந்து படுத்து ஓய்வு எடுங்களேன்" என்றான் மாடன் கட்டிலைக் காட்டி. தலையசைத்தார் தலைவர்.

"வெற்றிலை இருக்குமா. தாம்பூலம் போடவேண்டும்போல இருக்கு."

"ஐயையோ. உங்களுக்கு வெற்றிலைப் பழக்கம் இல்லைன்னு வெற்றிலை வாங்கிவைக்கவில்லை. இதோ, ஒரு நிமிஷம் தெரு முனைக் கடையில் வாங்கிட்டு ஓடிவர்றேன்" என்றபடி ஓடினான் மாடன். தெருவில் கூட்டம் கூடி இருந்தது. பெருமை, வியர்வைபோல வழிந்தது அவனுக்கு.

தலைவர் கட்டிலில் சாய்ந்துகொண்டார்.

"சங்கரி" என்றார். சங்கரி அவர் அருகில் போய் நின்றாள். தலைவர் அவள் கையைப் பிடித்தார். சங்கரி விழித்துக்கொண்டாள்.

"என்ன?" என்றாள். "இந்த மடையனோடவா நீ வாழ்றது. உன்னை ராணி மாதிரி வாழவைக்கிறேன். அரண்மனை மாதிரி வீடு, நகை, சொத்து, சுகம்!"

"எட்றா கையை." என்றாள் சங்கரி.

பிரபஞ்சன் ★ 393

தலைவர் திடுக்கிட்டு எழுந்து உட்கார்ந்தார். "இதிலென்ன தப்பு சங்கரி, விருந்தில் இதுவும் சேர்த்திதானே?"

"உன் வீட்டுக்கு வர்ற விருந்தாளிக்கு உன் பொண்டாட்டியைக் கொடு, என்கிட்ட இந்த வேலை எல்லாம் வேணாம். செருப்புப் பிஞ்சிடும். வெளியே போடா நாயே!"

தலைவர் பாக்கெட்டில் இருக்கும் சீப்பை எடுத்து தலை முடியை சீவிக்கொண்டு வெளியே போனார். மக்கள் அவரை வாழ்த்திக் கோஷம் போட்டார்கள்.

எதிரில் வெற்றிலையோடு வந்தான் மாடன்.

"என்ன தலைவரே. வெற்றிலை போடாமக் கிளம் பிட்டீங்க.?"

ஒன்றும் பேசாமல் காரில் ஏறிக்கொண்டு புறப்பட்டார் தலைவர்.

உள்ளே வந்த மாடன், சங்கரியிடம் "என்ன நடந்தது?" என்று கேட்டான். நடந்ததைச் சொன்னாள் சங்கரி.

"செருப்பால அடிக்கிறதுதானே அந்த நாயை." என்றான் மாடன்.

ஓசூர் மாநாட்டில் இதைப் பேசிவிடலாம் என்று இருந்தான் மாடன். மாநாட்டில் அவன் எழுந்து நின்றான்.

"என்ன?" என்றார் தலைவர்.

"போன கிருஷ்ணகிரி மாநாட்டுக் கணக்கை ஏன் தரலை?" என்றான் மாடன்.

அடுத்த 15 நிமிடங்களில் மாடன் தெருவோரம் கிடந்தான். சாக்கடையில் அவன் விழுந்து கிடந்தான் என்பதை அவன் புரிந்துகொள்ள நீண்ட நேரம் பிடித்தது. புதர் ஓரம் சிறுநீர் கழித்துக்கொண்டிருந்த சட்டம் ஒழுங்கு வீரர், அவனிடம் சொன்னார்.

"கூட்டத்துல போயி கலாட்டா பண்ணலாமாடா நாயே..." என்றார்.

சொறிநாய் ஒன்று மாடனை விசித்திரமாகப் பார்த்தது!

2011

அமைதி தவழும் நாடு

கோட் ஸ்டாண்டில் மாட்டப்பட்ட சட்டை மாதிரி உறைந்து போய் இருந்தது காலம். மாலை மூன்றுக்கும் மூன்றரைக்கும் இடையே முப்பது நிமிடங்கள்தான் என்று கடிகாரம், பௌதிகம் எல்லாம் சொல்கின்றன. என்றாலும் என் அறைக்குள் நுழைந்த காலம், குளிரில் விறைத்த பிச்சைக்காரன் மாதிரி நகராமல், அசை யாமல் இருந்தது. காற்று சுமுகமாக நுழைந்துவிடக்கூடாது என்கிற எண்ணத்தில், மனித ஜீவன்கள் வாழப்போகின்றன என்கிற எண்ணமே இல்லாமல் கட்டப்பட்ட அந்த அறையில், காற்று எப்போதும், கள்ளக் காதலி வீட்டில் நுழைகிற சோர புத்திரன்போலவே நுழைந்தது. எனினும், வெயிலின் உக்கிரம் போதையில் இருக்கும் போலீஸ்காரன் மாதிரி, அனுமதி இன்றிக் கடுமையாகப் பிரவேசித்தது.

என்னை ஒரு நாளைக்கு ஒரு மணி நேரமாவது நடக்க வேண்டும் என்று டாக்டர் சொல்லி இருந்தார். டாக்டர் நல்ல டாக்டர் என்றே என் நண்பர் சொன்னார். என் உடம்பு குறித்த அக்கறை எனக்கு அன்றைக்கு எழுந்தது. அன்றைக்குப் போய் அது அப்படி நடக்கும் என்று என்னால் கற்பனை பண்ண முடிந்தது இல்லை. எல்லாமே, ஒரு நேர்கோட்டில் ஒழுங்காகச் சொல்லி வைத்தாற்போலவே நடக்கிறது ஆச்சரியம்தான்.

நான் சட்டையை மாட்டிக்கொண்டு, சப்பாத்துகளை அணிந்துகொண்டு புறப்பட்டேன். நடப்பது மட்டும்தான் என் நோக்கம். எனக்குத் திடுமென ஜே. கிருஷ்ணமூர்த்தி ஞாபகம் வந்தது. எதையும் பிரக்ஞையோடு செய் என்று சொன்னது அது. நடப்பதை பிரக்ஞையோடு செய்யவேண்டும். நடப்போம். பிரக்ஞையோடு நடக்கமாட்டோம் என்பதை அவர் அறிந்து வைத்திருந்தார்.

நான் பிரக்ஞையோடு நடந்தேன். அல்லது அப்படி முயன்றேன். கட்டடங்களின் நிழல், தெருவின் ஒரு பக்கம்

வீழ்ந்து கிடந்தது. வெயிலில் அல்லாமல் நிழலில் நடப்பது மிகவும் சுகமாக இருந்தது. ஒரு பெட்டிக் கடையில் “கிங்ஸ்” சிகரெட் வாங்கிப் பற்ற வைத்துக்கொண்டேன்.

உலகம் மிகவும் இனிமைமிக்கதாய் விளங்கியது. ஏனெனில், நான் “கிங்ஸ்” பிடித்துக்கொண்டு நிழலில் நடக்கிறேன். தெரு ஒரு பக்கம் கட்டட நிழலும், மறுபக்கம் மாலை வெயிலுமாக, ஒரு பக்கம் விலகிய சேலைத் தலைப்பை நினைவுறுத்தியது.

தெருக்களில் மாடுகள் நிறைய வாழ்ந்தன. மனிதர்களும்கூட வாழ்ந்தார்கள். அதிகாலையிலும், மதியம் இரண்டு மணி வெயில் நேரத்திலும், இந்த மாடுகள் ஓட்டல்களுக்குப் பால் சப்ளை செய்தன. மடி சுரக்காததினாலோ மனம் இல்லாமையினாலோ, இப்போதெல்லாம் மாடுகள், ஊசி போட்டால்தான் பால் சுரக்கத் தயாராகின்றன. கோனார்கள், டாக்டர்கள் மாதிரி, இந்த நேரங்களில் கையில் சிவப்பு மருந்துகொண்ட ஊசியோடு அலை கிறார்கள். ஊசி போட்டால் பால் சுரக்கும் மாடுகள்.

மாடுகள் வாழ்கின்றதன் அடையாளமாக, தெருக்களில் சாணம் வழியும். ஞாபகப் பிசகாக, அல்லது எதையோ தீவிரமாக யோசித் துக்கொண்டு நடப்பவர்களின் காலை வாரிவிடும், அந்த வழுக்கு சாணம். தெருக்கள் முழுக்க சாணத்தின் முத்திரை காணக்கிடக்கும். சில காய்ந்தவை. சில பசுமை நிறம் மாறாதவை. சாணத்தின் துளி, எதிர்ச்சாரிகளில் இருக்கும் பெட்டிக் கடைகளில் பட்டுச் சிதறி, அங்கு விற்கப்படும் பத்திரிகைகளின் உருவத்திலும் உள்ளடக்கத் திலும் படர்ந்து விளங்கும். சாணங்களின் சூழ்நிலையில் பல காலம் வாழ நேர்ந்ததால், மனிதர்களுக்கு, அது அந்நிய வஸ்து என்றே பேதம் இல்லை.

சர்வம் சாண மயம் !

சாணம், என் சப்பாத்துகளைக் கறைப்படுத்திவிடக்கூடாது என்பதில் நான் விழிப்புடன் இருந்தேன். இருந்தும், அது என் காலணியின் கீழும் ஓட்டவே செய்தது. அடிக்கடி, தெருவின் முகத் தில், என் காலணிகளைத் தேய்த்துச் சுத்தம் செய்துவிட்டே நான் நடந்தேன். திருவல்லிக்கேணி பெரிய தெருவைக் கடக்கையில், அங்கு, எஸ்.எம். மேன்சனில் என் சிநேகிதன் பாலன் இருப்பது ஞாபகத்துக்கு வந்தது. தன் அறைக்கு வருகைதரும்படி ரொம்ப நாளாக அவன் அழைத்துக்கொண்டு இருந்தான். அவனைப் பார்க்கலாம் என்று தோன்றியது. நான் அந்த மேன்சனை நோக்கி நடந் தேன். பாலன் உறங்கி எழுந்த முகத்தோடு இருந்தான். சிகரெட் புகைத்துக்கொண்டு கைலியில் இருந்தான். என்னைப் பார்த்ததும், “வா” என்று வரவேற்றான். கொடியில் இருந்த, துண்டை எடுத்துத் தன் தோள்மேல் போட்டுக்கொண்டான். நான், அவன் கட்டிலில் அமர்ந்தேன். என் சப்பாத்துகளைக் கழற்றிவிட்டு, சுலபம் பண்ணிக்கொண்டேன்.

“மக்கள் கொதித்துப்போயிருக்கிறார்கள்” என்றான்.

“மக்கள் அல்ல. சில தொண்டர்கள். அந்தப் பெயரில் உலவுகிற ரௌடிகள்.”

“அப்படியும் சொல்லலாம்.”

டீப் பையன் வந்து இரண்டு தேநீர் கிளாஸ்களை எங்கள் கையில் திணித்துவிட்டுச் சென்றான். கழுவப்படாத அலட்சியம் மிகுந்த கிளாஸ்கள்.

அவன் எழுதிய ஆய்வுக் கட்டுரை, ஆங்கில ஏட்டில் வந்திருப் பதைச் சொன்னான். அவன் குழந்தை பேசத் தொடங்கி இருப்பதை, இந்த முறை ஊருக்குப் போயிருக்கும்போது "பா" என்று அவனை அழைத்ததைச் சொன்னான். தன் இனப்புணர்ச்சியில் இருக்கிற நியாயங்களை, பெண்ணியலாளர்கள் பார்வையில் சொன்னான். ஒரு கொள்ளைக்கூட்டம் நடத்திய நிகழ்ச்சிக்கு, காவல் துறைத் தலைவர், கொள்ளையர்க்குக் காவலாக நடந்து வந்ததைச் சொன் னான். மனித வாழ்க்கை, நாளுக்கு நாள் கடுமையாகிக்கொண்டிருப்பதைச் சொன்னான். மனித மரியாதை மட்டும், படுபாதாளத் துக்கு வீழ்ச்சியடைந்ததைச் சொன்னான். சுதந்திரம் வாங்கித்தந்த கட்சியின் ஆத்மா காந்தியிடமிருந்து கோடம்பாக்கத்துக்கு நகர்ந்ததைச் சொன்னான்.

வானத்துக்குக் கீழே இருக்கும் அனைத்தையும் பற்றி நாங்கள் பேசி முடித்துவிட்டோம் என்று எனக்குத் தோன்றியது. நான் காலைப் பத்திரிகையை எடுத்துப் புரட்டினேன். செத்துப்போன எழுத்தால் ஆன, பிணம் போன்ற செய்திகள். சவக்கிடங்கு வாசனை தரும் அந்தப் பேப்பரை வீசி எறிந்தேன்.

"சரி. வெளியே நடக்கலாம்" என்றேன்.

அவன் பேண்ட்டும் சட்டையும் அணிந்துகொண்டு புறப்பட்டான்.

நாங்கள் தெருவுக்கு வந்தோம். தெருத் திருப்பம் நோக்கி நடக்கத் தொடங்கினோம். எங்களுக்கு எதிராக, சில பேர் ஓடி வந்துகொண்டிருந்தார்கள்.

"ஏன் இவர்கள் ஓடுகிறார்கள்?" என்று நான் பாலனிடம் கேட்டேன்.

"ஏதாவது கலவரமாக இருக்கும்" என்றான் அவன்.

திடுமென, தெருவின் இரு பக்கத்துக் கடைகளின் "ஷட்டர்கள் பெரும் சத்தத்துடன் கடைக்காரர்களால் சாத்தப்பட்டன. மரத் தடுப்புக் கதவுகள் இருக்கிற கடைகள், வேகம் வேகமாகப் பொருத்தப்பட்டன. நாங்கள் தயங்கியபடியே முன்னோக்கி நடந்துகொண்டிருந்தோம். திருப்பம் வருமுன்னால், ஒரு கும்பல், கையில் தடி, செயின், இரும்புக் கட்டை முதலான ஆயுதங்களுடன் எங்கள் முன் தோன்றியது. ஒரு பெரிய சத்தம், குழப்பமாக எழுந்தது. "ஓடு ஓடு" என்று கட்டளை இட்டாற்போல, யாருடைய குரல்போல இருந்தது. அந்தக்கும்பலில் இருந்து புகை எழுந்தது. டின் டின் னாகப் பெட்ரோல் போலும் பொருள்களை அவர்கள் வைத்துக்கொண்டிருப்பது தெரிந்தது.

நான் பாலனைத் திரும்பிப் பார்த்தேன். சற்று தூரத்தில் அவன் ஓடிக்கொண்டிருந்தான்.

கும்பலில் இருந்து குபுக்கெனக் கரும்புகை எழுந்தது. சுருண்டு சுருண்டு தொழிற்சாலைப் புகைபோக்கியிலிருந்து வெளியேறுவது மாதிரி, பெரிய அடர்த்தியில் வெளிப்பட்டது. கும்பல் சிதறி ஓடியது. ஒரு மனிதன், எரிந்துகொண்டே, அந்தப் புகை நடுவில் இருந்து வெளிப்பட்டான். ஆறடித்

திரி ஒன்று எரிவது மாதிரி, கைகளைச் சிலுவைபோல விரித்துக்கொண்டு என் பக்கம் பார்த்து ஓடிவந்தான். மனிதன் ஒருவன், நடுத்தெருவில் எரிந்துகொண்டிருந்த காட்சி என்னை விதிர்விதிர்க்கச் செய்தது.

நான் ஓடத் தொடங்கினேன். இலட்சியம் இல்லாமல் ஓடி னேன். எனக்கு முன் தெரு நீண்டுகொண்டே ஓடியது. என் பக்க வாட்டிலும், எனக்கு முன்னாலும் பலர் ஓடிக்கொண்டிருந்தார்கள். நான் பாலனை அவதானித்தேன். அவன் காணப்படவில்லை. வீடுகள், கடைகள், கட்டிடங்கள் என்று பலதையும், சந்தையும், என் முன் இருந்த அனைத்தையும் கடந்து நான் ஓடிக்கொண்டிருந்தேன். என் உடல், அதன் பலம், சக்தி, இயல் அளவு என்று அனைத்தையும் கடந்து நான் ஓடிக்கொண்டிருந்தேன். ஓடா விட்டால் நான் செத்துப்போய்விடுவேன் என்று உணர்ந்தவன்போல ஓடினேன்.

சட்டென்று நின்றேன். என்னைச் சுற்றி சகஜ வாழ்க்கை நிலவிக் கொண்டிருந்தது. வெற்றிலை பாக்குக் கடையில் ஒரு பெரியவர் சாவதானமாக வெற்றிலை போட்டுக்கொண்டிருந்தார். நடைபாதையில் ஒரு கிழவி பூ விற்றுக்கொண்டிருந்தாள். ஒரு பல சரக்குக் கடையில் பெண்கள் அரிசி பருப்பு வாங்கிக்கொண்டிருந்தார்கள். ஒரு டீக்கடைக்கு முன் சிலர், டீ குடித்துக்கொண்டிருந்தார்கள். மக்கள் எந்த பயமும் அற்று, போகவும் வரவுமாக நடை போட்டார்கள்.

நான், திரும்பி மெல்ல நடக்க ஆரம்பித்தேன். எனக்கு மூச்சு இரைத்தது. நெஞ்சு படபடவென்று துடித்தது. எல்லோரும் என்னை ஆச்சரியத்துடன் பார்த்தார்கள். கிழவி, தன் பக்கத்தில் இருந்த ஒருத்தியிடம் என்னைக் காட்டி, "இந்த ஆள்தான் ஓடிக் கிட்டு இருந்தான்" என்று என் காதுபடவே சொன்னாள். குடித்துக்கொண்டிருந்த டீக் கிண்ணம் அந்தரத்தில் இருக்க, என்னை வியப் புடன் நோக்கினான் ஒருவன்.

நான் அவர்கள் பார்வையினின்றும் விலக ஒரு சந்துக்குள் நுழைந்துகொண்டேன். பையன்கள் நடுத்தெருவில் "ஷட்டில் காக்" விளையாடிக்கொண்டிருந்தார்கள். "சோற்றில் வந்த கல்" என்று என்னைப் பார்த்தார்கள், அந்தப் பையன்கள். நான் நடந்தேன். பெண்கள் என்னைக் கண்டதும் தங்கள் தலைப்பைத் தலையைச் சுற்றிப் போர்த்துக்கொண்டு, விட்ட இடத்தில் தங்கள் சம்பாஷ ணையைத் தொடர்ந்தார்கள்.

என் அறைக்கு நான் திரும்பினேன். மிகுந்த களைப்பாக இருந் தது. பசி மரத்துப் போயிருந்தது. உடையைக் களையாமலே படுத் தேன். எரிந்துகொண்டு என்னை நோக்கி ஓடிவந்த அந்த மனிதன் ஞாபகம் தொடர்ந்து வந்துகொண்டே இருந்தது.

2011

மனிதர்கள்

ஓலைக் குடையைப் பிடித்துக்கொண்டு ஒரு உயரமான மனிதர் நிற்பது மாதிரி, பச்சைப் பசிய தலைகளைச் சிலிர்த்துக்கொண்டு நின்றிருந்தன தென்னை மரங்கள். வகுப்புக் கரும்பல கையைத் துடைக்கும் குட்டித் தலையணைகளைப்போல சிட்டு களும் கௌதாரிகளும் கிளைகளில் உட்கார்ந்து, பிறந்திருக்கும் பிள்ளைக் காலையை வார்த்தை சொல்லி வரவேற்றுக்கொண்டிருந்தன.

இளநீரைப்போலக் காற்று. கீழ்த் திசையில் தென்னைகளுக்குப் பின்னால் தங்கக் கொலுசு மாதிரி சூரியன். அப்பா உடம்பைச் சுற்றிப் போர்த்தியிருந்த போர்வையை ஊடுருவும் காற்றை அனுப வித்தவாறு தோப்பை ஒட்டிய மண் ரஸ்தாவுக்கு வந்து சேர்ந்தார். தோப்பில் நிறைந்திருந்த தென்னை ஒவ்வொன்றின், ஜனனமும் அவருக்குத் தெரியும். கன்றாக இருந்தவைகளைப் பசுவாக இருந்து வளர்த்துப் போஷித்தவர் அவர். அவற்றின் ஒவ்வொரு அங்குல வளர்ச்சியையும், கண்டு பூரித்தவர் அவர். தென்னைகளை அவர் என் பிள்ளைகள் என்பார். அவை அவரோடும் பேசும். அப்பா வெளியூர்களுக்குக்கூட அதிகம் போவதில்லை. போக நேர்ந்தாலும் ஒன்றிரண்டு நாட்களில் திரும்பி வந்து விடுவார். காரணம் பிள்ளை களைப் பார்க்காமல் நாற்பத்தியெட்டு மணிநேரத்துக்கு மேலும் அவரால் இருக்க முடியாது. உப்பு மண்டி அய்யாவுத்தேவர், அப்பாவை எதிர்ப்பட்டார்.

"நமஸ்காரம் ஐயா. காலை உலாவல்போல." என்றார் தேவர், அப்பாவைப் பார்த்து.

"ஆமாம்" அப்பா தலையசைத்தார். "தென்னந்தோப்பு வழக்கு இன்னிக்கு வர்றாப்பல தானே?"

"ஆமா"

"ஆனாலும் ரொம்ப அநியாயம் ஐயா. இடத்தைக் குடுத்தா மடத்தைப் பிடுங்கற கதையால்ல இருக்கு."

"போகட்டும் விடுங்க."

"என்ன அப்படி சாதாரணமா சொல்றாப்பல? ஊரிலே உத்த மர்னு பேர்வாங்கிட்டு, எவனும் எதிரிலே கால் மேல் கால் போட்டு உட்கார முடியாதபடிக்கு கௌரவமாக வாழ்ந்துகிட்டு இருக்கீங்க. உங்களைப் போயி கோர்ட்டுக்கு இழுத்துட்டானே அந்த நன்றி கெட்ட பயல்."

"நாம்ப எதுக்கு அதைப் பேசணும், கிடக்கு விடுங்க. ஒரு விஷயத்தை நாலு பேர் நாலு விதமா பாக்கத்தான் செய்வாங்க! கவலைப்பட்டுக் கட்டு படியாகுமோ?"

அப்பா, தேவரிடம் இருந்து நகர்ந்து நடக்கத் தொடங்கினார். பாதை முழுக்க வைக்கோல் உதிரிகளைப் பரப்பியது மாதிரி காலைப் பொழுது மஞ்சள் வெயிலைப் பரப்பி இருந்தது. லேசாக வியர்க்கவும் தொடங்கியிருந்தது. தண்ணீர்த் தொட்டித் திருப்பத்தில் வீரமுத்து எதிர்ப்பட்டார். வண்டியின் நுகத்தடி புல்தரையைத் தொட்டுக்கொண்டிருந்தது. அருகில் இருந்த கம்பத்தில் கட்டப் பட்டிருந்த குதிரை, முகத்தைப் பையில் புதைத்தபடி கொள்ளை மென்றுகொண்டிருந்தது.

"கும்புடறேன் எசமான்."

அப்பா, குதிரையின் முதுகைத் தட்டிக்கொடுத்தபடி அதன் அருகே நின்றார். அது கொள்ளைச் சாப்பிடுகிற அழகைப் பார்த்து ரசித்துக்கொண்டிருந்தார்.

"இன்னிக்கு, அய்யா கோர்ட்டுக்குப் போவணுமுங்களா? பத்து மணி மாதிரி வீட்டாண்டை வந்துருட்டுங்களா?"

"வந்துடு" என்றவர் இடுப்பைத் தடவி முறுக்கிச் செருகியிருந்த மடிப்பை அவிழ்த்து ஒரு இரண்டு ரூபாய்த் தாளை எடுத்து அவனுக் குக் கொடுத்தார். இரு கைகளையும் நீட்டி அதை வாங்கிக்கொண்டார் அவர்.

"உழைக்கறதுக்கு முன்னாலேயே கூலியைக் குடுக்கற மகராசர் நீங்க, உங்களைப் போய்க் கோர்ட்டுக்கு இழுத்துட்டானே அந்தப் பேமானி."

"சே! சே! அப்படியெல்லாம் மத்தவங்களைப் பத்தி பேசக்கூடாது."

அப்பா வீட்டுக்கு வந்து சேரும்போது குழந்தைகள், பள்ளிக்கூடத்துக்குப் புறப்படும் நேரமாகிவிட்டது. கூடத்தில் உட்கார்ந்து பேப்பர் படித்துக்கொண்டிருந்த கிருஷ்ணமூர்த்தி வீட்டுக்குள்ளே பார்வையைச் செலுத்தினான்.

"அம்மா! அப்பா வந்துட்டாங்க" என்றபடி செய்தித்தாளைக் கீழே போட்டுவிட்டு வாசலுக்கு விரைந்தான் அவன். வாசலுக்கு அருகே இருந்த சிமெண்டுத் தொட்டியில் தண்ணீர் மொண்டு, அப்பாவுக்குக் கால் கழுவக் கொடுத்தான். அப்பா காலைத் தேய்த்துக் கழுவிவிட்டு நிமிர்ந்தார்.

"அப்பா! வெந்நீர் தயாரா இருக்கு. விளாவலாமா?"

"செய்."

அப்பா தோட்டத்தை நோக்கிப் போனார். பின்னால் இருந்த படி அப்பாவையே பார்த்துக்கொண்டு நின்றான் கிருஷ்ணமூர்த்தி. அப்பா என்னவோ திடீரென்று மிகவும் தளர்ந்துபோய்விட்டதாகப் பட்டது அவனுக்கு.

முதுகுகூட சற்றே கூன் போட்டு அரிவாள் மாதிரி வளைந்திருப்பதுபோலத் தோன்றியது. முகத்தில்கூட நரை கூடிவிட்டது. அப்பாவை நினைக்கையில் வருத்தமாக இருந்தது கிருஷ்ணமூர்த்திக்கு.

வானத்தைக்கை நீட்டித் தொட்டுவிடுவதுபோல உயர்ந்து வளர்ந்திருக்கும் இந்தத் தென்னை மரங்கள் எல்லாம் பிள்ளைகளாக இருந்த காலம் அது. ஒன்பதாம் வகுப்பு படித்துக்கொண்டிருந்த கிருஷ்ணமூர்த்தி, அப்பாவின் விரலைப் பிடித்துக்கொண்டு தினமும் காலையில் உலாவப் போவது வழக்கம். ஒருநாள் காலை அப்படி உலாவப் போனபோதுதான் அது நடந்தது.

கிராமத்து விவசாயியைப்போலக் காட்சி தந்த ஒருவரும், அவர் மனைவி எனத் தோன்றிய இளம்பெண்ணும் ஒரு ஏழெட்டு வயதுப் பெண் குழந்தையும் திடுமென அப்பாவின் முன் தோன்றி அவர் காலில் விழுந்தார்கள். அப்பா பதறிப்போனார். மனிதர் காலில் மனிதர் விழுவதாவது?

"அடடா! என்னப்பா இது? என்ன பண்றீங்க இரண்டு பேரும். எழுந்திருங்க, எழுந்திருங்க."

"நாங்க எல்லாம் ஐயாவோட மச்சினர் ஊர்க்காரங்க. ஐயாவுக் குத்தான் தெரியுமே. வானம் காஞ்சா காஞ்சி கெடுக்கும். பேஞ்சா, பேஞ்சி கெடுக்கும். வெள்ளாமையும் இல்லை. வேலை வெட்டியும் இல்லை. பஞ்சம் பொழைக்கறதுக்காக ஐயா ஊருக்கு வந்தோம், சாமி. எங்க மூஞ்சைப் பார்க்கலேன்னாலும் இந்தப் புள்ள முகம் பார்த்து ரெண்டு வேளைக் கஞ்சிக்கும், மொடங்கிக்க ஒரு குடிசைக்கும் வழி பண்ணீங்கன்னா நாங்க பொழச்சிப் போயிடுவோம் ஐயா."

அப்பா யோசிக்க நேரம் எடுத்துக்கொள்ளவில்லை. மறு நிமிஷமே சொன்னார்.

"நம்ப தோப்புக்குள்ளேயே ஒரு குடிசை போட்டுத் தரச் சொல் றேன். தோப்புக்குக் காவலா இருந்து, பார்த்துக்கங்க. ஏதாவது சம்பளம் போட்டுத் தரேன்."

மீண்டும் அவர்கள் அப்பாவின் காலில் விழ யத்தனிப்பதற்கு முன்பே அவர் உறுதியான குரலில் "இனி என் காலில் விழாதீர்கள். என் காலில் மட்டுமல்ல, யார் காலிலும்."

கிருஷ்ணமூர்த்தி, கந்தலும் அழுக்குமாய்த் தன் பெற்றோர்களின் செய்கையை விளங்காது வேடிக்கை பார்த்துக்கொண்டிருக்கும் பெண் குழந்தையையே பார்த்துக்கொண்டிருந்தான்.

வீரமுத்து ஒன்பதரைக்கெல்லாம் ஜட்கா வண்டியைக்கொண்டு வந்து வாசலில் நிறுத்திவிட்டிருந்தார். குதிரை காசைத் தொலைத்து விட்ட குழந்தை மாதிரி குனிவதும் பிறகு நிமிர்வதுமாக இருந்தது. கடிகாரப் பெண்டுலம் மாதிரி தலையை அப்பக்கமும் இப்பக்கமுமாக அசைத்துக்கொண்டிருந்தது. அப்பா குளிக்கமட்டும் ஒரு மணி நேரம் எடுத்துக்கொள்வார். அழுக்கு அவருக்கு எதிரி. பிறகு, துடைத்துக்கொள்ள கால்மணி. அப்புறம், சாமி அறை. அப்பா, காலம் முழுதும் ஒரே ஒரு பாடலைத்தான் திரும்பத் திரும்பப் பாடிக்கொண்டிருந்தார்.

"ஏறு மயிலேறி விளையாடு முகம் ஒன்று
ஈசனுடன் ஞான மொழி பேசும் முகம் ஒன்று
கூறு மடியார்கள் வினை தீர்த்த முகம் ஒன்று
குன்றுருவ வேல் வாங்கி நின்ற முகம் ஒன்று."

அரைமணி நேரம் தன்னையும் உலகத்தையும் மறந்து அவர்,தான் பூஜிக்கும் கடவுளுடன் ஒன்றிவிடுவார். பிறகு, கருத்துத் தெரிந்த நாளாய் அவர் உடுத்தும் கதர்ச் சட்டையும், வேட்டியும் அணிவார். பளிச்சென்று திருநீறு துலங்க சாப்பாட்டு மேசையின் முன் அமர்வார். காலை நேரங்களில் இரண்டு இட்லிகளுக்கு மேல் அவர் உண்டதில்லை. அப்பாவுக்குக் கடுங்காப்பி மிகவும் பிடிக்கும். சர்க்கரை போடாத, நாவிலும் தொண்டையிலும் கசந்துகொண்டே உள் இறங்கும் காப்பி. சாப்பிட்டுவிட்டு வெளியே கிளம்புவார்.

கிளம்பினார். அப்பா ஜட்கா வண்டியில் ஏறி உள்ளே அமர்ந்த பிறகு, தானும் அமர்ந்துகொண்டான் கிருஷ்ணமூர்த்தி.

வண்டி புறப்பட்டது. அப்பா, தெருவைப் பார்த்துக்கொண்டு வருபவர்போல இருந்தார். ஆனால், அவர் தெருவைப் பார்க்க வில்லை. தீவிரமான சிந்தனையில் ஆழ்ந்திருந்தார். அப்பா சமீப காலமாகத்தான் கோர்ட்டு ஏறும் நிர்ப்பந்தத்துக்கு ஆளாகியிருந்தார். கோர்ட்டில், தரையை உற்றுப் பார்த்துக்கொண்டு அவர் உட் கார்ந்திருப்பதைப் பார்த்தால் மனசுக்குள் ரத்தம் வடியும்.

மனிதர்கள் சலவைச் சட்டை அணிந்துகொண்டு சம்பாதிக்கச் சென்றுகொண்டிருந்தார்கள். அப்படிச் சென்றால்தான் மீண்டும் சலவைச் சட்டை போட முடியும், சாப்பிட முடியும். அவரவர் கவலை அவரவர்க்கு.

குதிரை மந்தகதியில் போய்க்கொண்டிருந்தது. சூரிய ஒளி பட்டு குதிரையின் மேனி குளியலுக்கு முன்னால் எண்ணெய் தேய்த்துக்கொண்டு நிற்கிற மனிதரின் உடம்பு மாதிரி மினுமினுத் தது. அப்பாவின் நிலைகுத்திய பார்வை கோர்ட் கட்டடம் வரும் வரை மாறவேயில்லை.

கோர்ட்டுக் கட்டடம் என்றாலே வாதாம் மரங்கள் சூழ்ந்தி ருக்கும் போலும். உயர உயரமான, அகல அகலமான இலைகளைக்கொண்ட மரங்கள். பச்சையும் பழுப்பும் மஞ்சளும் ஆக மண்ணிலேயே வானவில்லின் வர்ண ஜாலங்களைக் காட்டும் மரங்கள். மரங்களின் சூழலில் மனிதர்களின் சோர்ந்த முகங்கள். பிரச்சனைகளைப் பேசித் தீர்த்துக்கொள்ளத் தெரியாது கறுப்புக் கோட்டு போட்ட மூன்றாம் மனிதர்களை நம்பி, சீரழிந்து நிற்கிற முகங்கள்.

அப்பா அந்த முகங்களில் ஒன்றாய் கோர்ட் கட்டடத்துக்குள் நுழைந்தார். நேராக வக்கீல் அறையில் இருந்த ஒரு பழைய நாற்காலி யில் போய் அமர்ந்துகொண்டார். எல்லா கோர்ட் வளாகங்களிலும் வாதாம் மரங்கள் இருப்பது மாதிரி எல்லா வக்கீல் அறைகளிலும் பெரும்பாலும் காலொடிந்த கட்டுப்போட்ட அகல அகலமான நாற்காலிகள். கிருஷ்ணமூர்த்தி, அப்பாவின் பின்னால் ஓரமாக அமர்ந்திருந்தான். ஒரு வயதான வக்கீல் அவரைவிட வயதான கனத்த சட்டப் புத்தகத்தைப் புரட்டிக்கொண்டிருந்தார். அப்படியே ஆணியடித்தாற்போல சுமார் இரண்டு மணி நேரம் அப்பா அங்கு

அமர்ந்திருந்தார். அப்பாவுக்கு ஏன் இந்த சோதனை? பணக் கஷ்டம் என்று தோப்பை விற்க முடிவு செய்தார். ஒரு பார்ட்டிக்கு விற்கவும் செய்தார். வாங்கினவன் தோப்பைக் கிரயம் செய்துகொள்ளுவதற்குத் தடையாய் இருந்தது முனியாண்டியின் குடிசை. அதைக் காலி செய்யச் சொன்னபோது தனக்கு வேறு இடத்தில் மனை வாங்கிக் கொடுத்துக்கையில் இருபத்தையாயிரமும் கொடுத்தால்தான் ஆயிற்று என்று தகராறு செய்ய, கடைசியில் கோர்ட்டுக்கு வரவேண்டியதாயிற்று. பன்னிரண்டு மணி நெருங்கியபோது அப்பா அழைக்கப்பட்டார். கிருஷ்ணமூர்த்தி பார்வையாளர் பகுதியில் இருந்த மூட்டைப் பூச்சிகள் நிறைந்த பிரிட்டிஷ் காலத்தைச் சேர்ந்த மர பெஞ்சில் அமர்ந்துகொண்டான்.

அப்பா கூண்டில் நின்றார். ஒரு பெரிய பட்சியை ஒரு சின்னக் கூண்டில் வைத்து அடைத்தது மாதிரி இருந்தது.

உயரமான ஆசனத்தில் உட்கார்ந்திருந்த ரோஜாப்பூ தேகங்கொண்ட மனிதர், கறுப்புச் சட்டை போட்ட ஒருவரைப் பார்த்து "ஆரம்பிக்கலாமே" என்றார்.

திரிசூரணம் அணிந்த ஆஜானுபாகுவான ஒருவர் அப்பாவின் முன்னால் வந்து நின்று பெயர், குலம், கோத்திரம் எல்லாவற்றையும் விசாரித்தார். அப்பா, நிதானமாக பதிலிறுத்தார்.

"உமக்கும் தோப்புக் காவல்கார முனியாண்டிக்கும் என்ன உறவு?"

"உறவு என்று சொல்ல முடியாது. என்னுடைய மைத்துனரின் ஊரைச் சேர்ந்தவர் அவர். மைத்துனர் பேரைச் சொல்லிக்கொண்டு வந்தார். பிழைப்புக்கு வழி கேட்டார். ஏதோ என்னால் ஆனதைச் செய்துகொடுத்தேன்."

"காவல்காரனுக்கு மாதம் ஐம்பது ரூபாய் கூலியும் கொடுத்து, தானாய்க் கீழே விழும் தென்னை மட்டைகளை விற்கவோ, தட்டி முடையவோ அனுமதியும் கொடுத்திருக்கிறீர்கள். நாட்டு வழக்கத்துக்கு இது கூடுதல் அல்லவா?"

"இருக்கலாம். ஆனாலும் மூணு பேர்கொண்ட அந்தக் குடும்பம் பிழைப்பதற்கு அது தேவைதான் என்று நான் நினைத்தேன்." "இரக்கம் காரணமாக அதைச் செய்தேன் என்கிறீர்களா?"

"இரக்கம் என்று சொல்ல முடியாது. மனிதருக்கு மனிதர் உதவிக்கொள்வதுதானே அழகு?"

"முனியாண்டிக்கு நீங்கள் உதவியதாகச் சொல்வது மனிதாபிமானக் காரணத்தால் மட்டும்தானா அல்லது வேறு ஏதாவது மறைவான காரணத்தினாலா?"

"மறைவான காரணமா?" அப்பா முகம் சுளித்துக் கேட்டார்.

"ஆமாம். மறைவான காரணம்தான்."

திருநூரணம் அணிந்த அந்த மனிதர் கொஞ்சம் தயங்கினார். அடைக்காத தொண்டையைச் செருமிக்கொண்டார்.

"உமக்கும் முனியாண்டியின் மனைவிக்கும் கள்ளத் தொடர்பு இருந்ததாகவும் அதன் காரணமாகத்தான் அவ்வளவு உதவிகளை நீங்கள் அந்தக் குடும்பத்துக்குச்

செய்து வந்ததாகவும், அந்தத் தென்னந்தோப்பின் விளைச்சலைக்கூட அவர்கள் சுதந்திரமாக அனுபவிக்க உரிமை தந்ததாகவும் எங்கள் கட்சிக்கார முனியாண்டி கூறுகிறார். அதற்கு நீங்கள் என்ன சொல்லுகிறீர்கள்?"

கிருஷ்ணமூர்த்திக்கு வெறுங்காலால் சிகரெட் நெருப்பை மிதித்ததுபோல இருந்தது. அப்பாவை நோக்கினான். அப்பா சந்தன நிறமானவர். இப்போது குங்கும வண்ணமாகி விட்டிருந்தார். முகத்தில் வியர்வை முத்துகளாய் அரும்பி, உடைந்து வழிந்தது. வார்த்தைகளை முனை முறியாமல் முழுசு முழுசாகப் பேசுபவர் அப்பா. இப்போது அவர் நாக்கு தடுமாறியது.

"இல்ல. இல்ல. அப்படி எதுவும் இல்லை."

கூண்டின் மரச்சட்டத்தைப் பிடித்துக்கொண்டிருந்த அப்பாவின் கைகளில் நடுக்கம் பரவியது. அதை மறைத்துக்கொள்ள முயல்பவர்போல அவர் நரம்புகள் புடைக்க, அந்த மரச் சட்டத்தை மேலும் இறுகப் பற்றிக்கொண்டார். தோளில் கிடந்த துண்டை எடுத்து, நெற்றியையும் முகத்தையும் துடைத்துக்கொள்கிற பாவனையாய், கூடியிருந்த கூட்டத்தின் பார்வையில் இருந்து தன் முகத்தை மறைத்துக்கொள்பவர்போல முகம் முழுவதையும் மறைத்துக்கொண்டார்.

அவர்கள் வீடு திரும்பிக்கொண்டிருந்தார்கள். வழியெங்கும் அப்பா பேசவேயில்லை. அவர் அருகில் அமர்ந்துகொண்டு வந்த கிருஷ்ணமூர்த்திக்கு அப்பாவின் முகம் பார்க்க முடியவில்லை. அவர் கழுத்தைக் கட்டிக்கொண்டு அழவேண்டும் போலிருந்தது. ஆனால், வண்டி ஓட்டிக்கொண்டு வந்த வீரமுத்துவால் அமைதி யாக இருக்க முடியவில்லை.

"என்ன அநியாயங்கய்யா இது? அடுத்த வேளைச் சாப் பாட்டுக்கு வழியில்லாமல் பஞ்சம் பொளைக்க வந்தவனுக்கு வாழ்வு கொடுத்த உங்க மேலேயே நாக்குல நரம்பில்லாம பொய்யாய்ப் பழி போடறானே? இவன் விளங்குவானா? இவன் பொண்டாட்டி புள்ள உருப்படுமா? இவன் பொண்ணு கழுத்தில் தாலி ஏறுமா? ஏறினாலும் தங்குமா?"

அப்பா திடுக்கிட்டுப் போனார்.

"ஏய்! என்னப்பா சொல்றே? குழந்தை குட்டிகளை எல்லாம் எதுக்கு இழுக்கறே? ஏதோ எனக்கும் முனியாண்டிக்கும் தகராறுன் னாக்கா, அதுக்கு அந்தக் கொழந்தை என்ன பண்ணும்? வாழப்போற பொண்ணைப்பத்தி இப்படியெல்லாம் நீ பேசவேகூடாது."

"நீங்க எப்பவும் இப்படித்தாய்யா. பாம்புக்குப் பால் வார்க்கற மாதிரி, களைக்கு உரம்போட்ட மாதிரி அயோக்கியர்களையே தேர்ந்தெடுத்து அவங்களுக்கு ஆறு வேளை சோறு கொடுத்து ஆதரிப் பீங்க. அந்தத் தெய்வத்துக்கும் கண் அவிஞ்சு போயிடிச்சு பாருங்க!"

"விடப்பா அதை" என்றார் அப்பா கண்டிப்புடன்.

முத்தம்மாவுக்கு ஆடி வந்தால் வயது பதினெட்டு நிறைகிறது. பருவம் மரங்களையே பூக்கச் செய்யும்போது மனிதர்களையா விட்டு வைக்கும். "நாகப்பழத்திலேயும் நல்ல கறுப்பழகி, ஈச்சம் பழத்திலேயும் இனிய கறுப்பழகி" என்று சொல்லத்தக்க விதத்தில் இருப்பவள். அவளை சேந்தமங்கலத்துப்

பையன் சண்முகத்துக்கு நிச்சயிக்கப்பட்டிருந்தது. மாப்பிள்ளை வீட்டார் பெண்ணுக்கு நிச்சயதார்த்த சேலையும், நகையும்கூட பெண்ணுக்கு சீர் செய்தி ருந்தார்கள்.

ஒரு நாள் மாலை சண்முகம், தோப்பு வீட்டுக்கு வந்தான். வெளியே வாசலைப் பெருக்கிக்கொண்டிருந்த முத்தம்மா அவனைக் கண்டதும் வெட்கத்தால் கூச்சப்பட்டவளாய்க்கையில் இருந்த துடைப்பத்தை அப்படியே போட்டுவிட்டு ஒரு மானைப்போல குடிசைக்குள் ஓடி மறைந்தாள். மகளின் ஓட்டத்துக்கான காரணத் தைத் தெரிந்து கொள்பவன்போல தலையை வெளியே நீட்டின முனியாண்டி, சண்முகத்தைப் பார்த்ததும் வாயெல்லாம் பல்லாய்க் குழைந்தபடி வெளியே வந்தான்.

“வாங்க மாப்பிள்ளை. வாங்க...” என்றபடி தோளில் போட்டிருந்த துண்டை எடுத்து திண்ணையைத் தூசி தட்டி சண்முகம் உட்காருவதற்கான முஸ்தீபுகளில் ஈடுபாட்டான். சலனமில்லாமல் நின்றிருந்த சண்முகத்தை ஏறிட்டுப் பார்த்தான். சண்முகத்தின் முகத்தில் இருந்த கடுமையில் தன் சொந்த உற்சாகமே குன்றிப் போனவனாய், தாழ்ந்த ஸ்ருதியில் “என்ன மாப்பிள்ளை...” என்று தயங்கித் தயங்கி ஆரம்பித்தான்.

“நிறுத்துங்க அதை. என்னை மாப்பிள்ளை, மாப்பிள்ளைன்னு கூப்பிடாதீங்க. நான் இப்பவரைக்கும் உங்க மாப்பிள்ளையாகலை. இனிமேலும் ஆக மாட்டேன். அதைச் சொல்லிட்டுப் போகத்தான் வந்தேன்.”

“என்ன. என்ன சொல்றீங்க மாப்பிள்ளை. கல்யாணப் பத்தி ரிகை எல்லாம் அச்சுக்குக் கொடுத்தாச்சு. இப்ப வந்து, என் தலை யிலே இடியைப் போடறீங்களே.”

“ஹும்... உங்க தலையிலே நான் ஏன் இடியைப் போடப் போறேன். தெய்வம்னு ஒண்ணு இருந்தா அது போடும். மிதிச்சா புல்லு சாவாதுங்கற மாதிரி தர்மாத்மா அந்தப் பெரியவரு. அவர் மேலே எப்பேர்ப்பட்ட அபாண்டத்தை சுமத்தினே? அவர் சாபம் தர மாட்டாரு. ஆனா, ஊர் கூடிப் போடற சாபம் பலிக்காமயா போயிடும்? அதெல்லாம் எனக்கு எதுக்கு வீண் பேச்சு?”

விடுவிடுவென்று வெளியேறினான் சண்முகம். அவன் போவ தையே பார்த்துக்கொண்டு உயிரற்று நின்றாள் முத்தம்மா. அவனு டனே அவள் கண்ட அத்தனை கோடிக் கனவுகளும், அவளுடைய எதிர்காலமும், நல்வாழ்வும் விடைபெற்றுப் போவதுபோலப் பட்டது அவளுக்கு. “எனக்கு மட்டும் எங்கப்பா செஞ்சது பிடிச்சா இருக்கு. எந்த நேரம் இந்த நரகத்துல இருந்து வெளியேறலாமுன்னு இருந்தேனே. என் நெனைப்பெல்லாம் மண்ணாயிடுச்சே. ஒருமுறை கல்யாணம் வரை போய் முறிஞ்சு போச்சுன்னு கேள்விப்பட்டா என்னை வேறு யாரும் வந்து கட்டிக்க மாட்டாங்களே. காலத் துக்கும் இங்க இருந்து இவங்க உப்பைத் தின்னுக்கிட்டு இருக்கறதைவிட செத்துத் தொலையறதே மேல்.”

ஆற்றுத் திருவிழாவின்போது இந்தச் செய்தி அப்பாவுக்கு எட்டியது. கட்டுச் சாதம் கட்டிக்கொண்டு ஆற்றங்கரை மணலில் அப்பாவும் அம்மாவும் கிருஷ்ணமூர்த்தியும் சிற்றன்னம் உணவு அருந்திக்கொண்டிருந்தார்கள்.

செய்தியைக் கேட்டதும், சாப்பிடு வதைச் சட்டென்று நிறுத்திவிட்டார் அப்பா.

"என்ன பாவம்ப்பா இது? அய்யய்யோ. கல்யாணம் ஒரு தடவை நிச்சயமாகி நின்னு போனா அந்தப் பொண்ணை யாரும் கட்ட மாட்டாங்களே. அய்யோபாவம்" அப்பா மிகவும் விசனப்பட்டார்.

அம்மாவுக்கு வந்ததே எரிச்சல்.

"கொஞ்சம் யோசனையோடதான் பேசுங்களேன். அந்தப் பாவி உங்களுக்குச் செஞ்ச தீம்பைக் கொஞ்சம் நெனச்சுப் பாருங்க. எப்பேர்ப்பட்ட அபாண்டத்தை உங்க மேலே சுமத்தினான். அதுக்கு கடவுள் கொடுத்த தண்டனை இது."

"அப்படிச் சொல்லாதம்மா. நாம்ப அப்படிச் சொல்லக்கூடாது. முனியாண்டி அப்படி என்ன பெரிய தப்பை எனக்குப் பண்ணிட்டான். பத்து வருஷம் நமக்காக உழைச்சவன்தானே அவன். ஏதோ பணத் தேவை, நெருக்கடியிலே அவன் புத்தி அப்படிப் போயிடுச்சி. இதுக்குப் போய் கடவுள் அது இதுன்னு சொல்லாதே. கடவுள் ஒரு நாளும் மனுஷர்களை அழப்பண்ண மாட்டார். அவருக்கு அதுவா வேலை? எனக்கென்னவோ மனசு குறுகுறுங்குது. இப்படியெல்லாம் ஆகறதுல என்னோட பங்கும் இருக்குதோன்னு தோணுது" அப்பா அழுதுவிடுவார்போல இருந்தது.

கிருஷ்ணமூர்த்தி சாப்பிடுவதை நிறுத்திவிட்டுச் சொன்னான்: "அப்பா நீங்க கவலைப்படாதீங்க. அந்தப் பொண்ணை நான் ஏத்துக்கறேனே! எனக்கும் நீங்க எத்தனியோ எடங்களிலே பொண்ணு பாத்துக்கிட்டுதானே இருக்கறிங்க. உங்களுக்கு ஆட்சே பணை இல்லைன்னா நானே அந்தப் பொண்ணைக் கட்டிக்கறேன்."

நீண்ட நாட்களுக்குப் பின்னர் அப்பாவின் முகத்தில் ஆனந்தம் தாண்டவமாடியது. அது புதையல் எடுத்தவன் முகத்தில் தோன்றும் ஆனந்தம்.

2012

பரமு மாமாவுக்கு

அன்பார்ந்த பரமு மாமாவுக்கு,

சுபா எழுதுவது. வணக்கம்.

நலமாக ஊர் போய்ச் சேர்ந்திருப்பீர்கள் என்று நம்புகிறேன். புறப்படும் அவசரத்தில், உங்கள் தோள் துண்டை அறையிலேயே போட்டுவிட்டுப் போய்விட்டீர்கள். அதனால் என்ன? அது இங்கேயே இருக்கட்டும். துண்டு, தொள்ளாயிரம் ரூபாய்ச் சமாச்சாரம் இல்லைதான். வழியில் தவறிப்போய்விட்டதோ என்று நீங்கள் நினைக்கக்கூடாதே என்பதற்காகத்தான் அதைக் குறிப்பிட்டேன்.

மாமா, கிராமத்தில் இருந்து பட்டணத்துக்கு வந்து பத்து நாட்கள் தங்கி இருந்துவிட்டுப் போயிருக்கிறீர்கள். எங்கள் வீட்டில், எங்களுடன் தாங்கள் இருந்த அந்தப் பத்து நாட்களும், அப்பா, அம்மா, நான் எல்லோரும் ரொம்பவும் சந்தோஷமாக இருந்தோம் என்பது சத்தியம். வெறும் உபசாரம் இல்லை. பட்டணத்துக்கு நீங்கள் வந்து சேர்ந்த அந்த முதல்நாள் காலை, உங்களுக்கு ஏற்பட்ட அந்தச் சின்னத் தொந்தரவு, உங்களை அதிகம் பாதித்திருக்காது என்றே நம்புகிறேன். உங்கள் வழக்கப்படி அதிகாலை நாலு மணிக்கு விழிப்பு வந்துவிட்டது உங்களுக்கு. தெரு முனையில் இருக்கிற டீக்கடையில் டீ குடித்துவிட்டு, உங்கள் வழக்கப்படி காலாற நடந்து, ஊருக்கு வெளியே அடர்ந்து செழித்த எருக்கஞ் செடிகளுக்கு ஊடே, புதிதாக எழும்பிக்கொண்டிருக்கும் ஒரு வீட்டின் முன் உள்ள மணல் குவியலில் அமர்ந்திருக்கிறீர்கள். சற்று நேரத்துக் கெல்லாம் இரண்டு போலீஸ்காரர்கள், உங்களைக் காவல் நிலையத் துக்கு அழைத்துச் சென்றிருக்கிறார்கள். நீங்கள் எவ்வளவு சொல்லியும் உங்களை நம்ப அவர்கள் தயாராக இல்லை. அப்பா சேதியைக் கேள்விப்பட்டு, ஸ்டேஷனுக்கு வந்து நூறு ரூபாய் அழுது உங்களை மீட்டுக்கொண்டு வந்தார். வருகிறபோது, "இது என்ன மாமா, ஊர் இப்படிக் கெட்டுப்

போச்சே?" என்றீர்களாம். உண்மைதான். பட்ட ணம் கெட்டுப்போச்சுதான். ஆனால், கிராமங்களில் என்ன வாழ்கிறது? இதே கதைதானே?

இந்த முதல்நாள் அனுபவம், உங்களை மிகவும் பாதித்து விட் து. அது முதல் எல்லாவற்றையும் எல்லாரையும் அந்த மன நிலையோடயே பார்க்கத் தொடங்கிவிட்டீர்கள். என்னையும் சேர்த்து...

கல்லூரிக்குப் புறப்பட்டேன். சொல்லிக்கொண்டு போக உங்கள் அறைக்கு வந்தேன். என் சல்வார் கமீஸ், உங்களுக்குப் பிடிக்கவில்லை என்பதை உங்கள் முகத்தைப் பார்த்ததுமே விளங் கிக்கொண்டேன். நான் போன பிறகு, அம்மாவிடம் சாப்பிடும்போது சொன்னீர்களாம்.

"இது என்ன கூத்துக்கு வேஷம் கட்டிக்கிட்ட மாதிரி.?" என்றீர்களாம். மாமா, இதுதான் இப்போது என்னைப்போலக் கல்லூரிக்குப் போகும் பெண்கள் பலரும் உடுத்திக்கொள்கிற உடை. இதில் ரொம்ப சௌகரியம் இருக்கிறது. நாங்கள் பெரும்பாலும் பஸ்ஸில் போகிறோம். மேலே கம்பியைப் பிடித்துக்கொண்டு நிற் கிறோம். அதுபோன்ற நேரத்துக்கு, இது ரொம்ப சௌகரியம். உங்களுக்குத் தெரியுமா, உடம்பு கொஞ்சமும் வெளியே தெரியாத உடை இதுதான். ஆனால், மாமா, அப்படியே தெரிந்தால்தான் என்ன? என்ன பெரிசா குடி முழுகிவிடும்? அதோடு, ஆம்பிளையாக இருப்பவர்கள் எல்லோருமே, இப்படிக் கண்ணால் மேய் கிறவர்கள் என்று ஓட்டுமொத்தமாகச் சொல்ல முடியுமா? சொன் னால், அது நியாயமாக இருக்குமா? கிராமத்தில் எத்தனை பேர், ரவிக்கை இல்லாமல், இருந்தாலும் சரியாகப் போர்த்திக் கொள்ளாமல் இருக்கிறார்கள்? அந்தப் பெண்கள் எல்லாம், திறந்து காட்டு கிறார்கள் என்று சொல்ல முடியுமா? பெண்களை, இப்படி உடம் பையும் உடையையும் வைத்து மதிப்பிட முடியுமா?

ஒருநாள், சதீஷ் என்னைத் தேடி வீட்டுக்கே வந்தான். சதீஷ் என்னுடன் கல்லூரியில் படிக்கிறவன். அவனை அழைத்துக்கொண்டு உங்கள் அறைக்கே வந்து உங்களை அவனுக்கு அறிமுகம் செய்து வைத்தேன். நினைவு இருக்கிறது அல்லவா? பிறகு, உங்களைப் பேசிக்கொண்டிருங்கள் என்று சொல்லிவிட்டு, காப்பிகொண்டுவர உள்ளே போனேன். மாமா, சதீஷ் உங்களிடம் பொது வாகப் பேசியிருக்கிறான். அவனுடன் நீங்கள் பேசவே இல்லை யாமே ! ஏன்? உங்களுக்கு அவனுடைய ஜீன்ஸ் பேண்ட்டும் சட்டை யும் சுபாவமும், ஒருவிதமான தாழ்வு மனப்பான்மையை ஏற்படுத்தி இருக்கும் என்று நினைக்கிறேன். ஆனால், அப்படி ஏற்பட எந்த விதமான முகாந்திரமும் இல்லையே மாமா, தமிழ்நாட்டுப் பொது ஆடை வேட்டியும் சட்டையும்தானே? உண்மையில் வேட்டிக்கு அன்னியமாக பேண்ட் போடுகிறவன்தானே தாழ்வு மனப் பான்மையை அடைய வேண்டும்?

காப்பி சாப்பிட்டோம். அதன்பிறகு, அவனுடன் வெளியே கிளம்பினேன்.

"எங்கே?" என்று கேட்டீர்கள். "சும்மா வாக்கிங். நீங்களும் வரலாமே" என்றேன்.

ஆனால், நீங்கள் வரவில்லை. நாங்கள் மட்டும் புறப்பட்டோம். கான்டீனில் அமர்ந்தோம். அவனுக்குச் சொந்தப் பிரச்சனை ஒன்று இருந்தது. உண்மையில்

மாமா, அவனுக்கும், எங்களுடன் பயிலும் ஒருத்திக்கும் காதல் இருக்கிறது. அந்தப் பெண்ணின் வீட்டில் அவனை அவமானப்படுத்தத் திட்டம் போடுகிறார்களாம். என்ன செய்வது என்று கேட்கத்தான் என்னிடம் வந்தான். மாமா, இதன் பேர்தான் சினேகம் அல்லவா? "காதலித்தவளை எப்படியும் மனைவியாக்கிக் கொள். எத்தனை துன்பம் வந்தாலும் அவளை இழக்காமல் இருப்பதுதான் உன் காதலுக்கு அர்த்தம்" என்று சொல்லிவிட்டு வீட்டுக்குத் திரும்பினேன். நீங்கள் சினிமாவுக்குப் போயிருந்தீர்கள்.

"யார் இந்தப் பையன்?" என்று சதீஷ் பற்றி அம்மாவிடம் துருவித் துருவிக் கேட்டீர்களாம். மாமா, அவன் என் சினேகிதன் மட்டும். ஆணும் ஆணும் சினேகித்தால், அது இயல்பாக இருக் கிறது. பெண்ணும் பெண்ணும் என்றாலும் அதுவும் இயல்பாக இருக்கிறது. ஆனால், ஆணும் பெண்ணும் சினேகித்தால் மட்டும் ஏன் பிரச்சனையாக இருக்கிறது? ஆணும் பெண்ணும் சினேகித் தால், "அது" நடந்துவிடும் என்று நினைக்கிறீர்களா மாமா? அப்படி யெல்லாம் இல்லை.

ஆணும் பெண்ணும் படிக்கும் இந்தக் கல்லூரிக்கு வருவதற்கு முன்பு, எனக்குள் ஆண்களைப் பற்றி இருந்த கற்பனைகள் எல்லாம் எவ்வளவு பொய் என்பதைப் பின்னால்தான் மாமா புரிந்துகொண் டேன். ஆணையும் பெண்ணையும் பிரித்து வைத்தே பழக்குவதால், பரஸ்பரம் ஒருவருக்கு ஒருவர் கவர்ச்சியும் ஈடுபாடும் ஏற்படுகிறது என்பதுதானே உண்மை. சேர்ந்து பழக ஆரம்பிக்கும்போது, அந்தத் திரை எல்லாம் அகன்று, எவ்வளவு இயல்பாகிவிடுகிறது தெரியுமா? இப்படிப் பழகிய காரணத்தால், ஆண் என்றதும், பெண்களுக்கு ஏற்படும் பரபரப்பு எனக்கு இல்லை. எந்த ஆணிடமும், அவன் கண்களைப் பார்த்துப் பேச முடியும் என்னால், மாமா, ஒரு உண் மையைச் சொல்கிறேன். ஆண்களுடன் பழக நிறைய வாய்ப்பும் வசதியும் அதிகம் இருக்கிற பெண்கள், பெரும்பாலும் தவறிப் போய் விடுவதில்லை.

இதுவரை அம்மாவிடமும் சொல்லாத ஒரு உண்மையை உங்களிடம் சொல்கிறேன். போன ஆண்டு என் கல்லூரி சினேகிதன் பாபு என்பது அவன் பெயர் — எனக்கு மிகவும் பிடித்த சினேகிதன் அவன். அவனுடன் ஒருநாள் கடற்கரைக்குச் சென்றிருந்தேன். விஷயம் செயற்கைக்கோள், கிளின்டன் எல்லாம் தொடங்கி, கடைசி யாக இயற்கையான ஒரு பிரச்சனையில் முடிந்தது. அதாவது, அவன் என்னைக் காதலிப்பதாகச் சொன்னான். நான் அதிரவில்லை. சத்தம் போடவில்லை. காமுகா, சண்டாளா, அயோக்கியா என்று சத்தம் போட்டு ஊரைக் கூட்டி, என்னையும் அவனையும் அசிங்கப்படுத்திக் கொள்ளவில்லை.

அவன் கண்களைப் பார்த்துச் சொன்னேன்.

"நீ என்னைக் காதலிப்பது பற்றிச் சொன்னதுக்கு நன்றி. ஆனால், அந்த உணர்வோடு நான் உன்னிடம் பழகவில்லை. எனக்கு உன்மேல் காதல் இல்லை. ஆகவே இனியும் அந்தவகைச் சிந்தனையை வளர்த்துக்கொள்ளாதே என்று சொன்னேன். அவன் நேர்கோட்டுக்குத் திரும்பினான்.

ஆகவே மாமா, நான் மனிதர்களைப் புரிந்துகொண்டிருக் கிறேன்.

நீங்கள், இங்கிருந்த ஐந்தாம் நாள், இரவு மிகவும் தாமதமாக வீடு திரும்பினேன். சினிமாவுக்குப் போயிருந்தேன். இந்தக் கடற் கரை நிகழ்ச்சிக்குப்

பிறகு பாபு சரியாகிவிட்டான் என்று சொன்னேன் அல்லவா? அன்று, என்னைத் தன் தங்கையோடு வந்து பார்த்தான். எனக்கும் சேர்த்து சினிமாவுக்கு டிக்கெட் வாங்கி யிருந்தான். மறுத்தால், நேற்று நான் அவன் காதலைப் பற்றிப் பேசினதுக்கு எதிராக, வர மறுக்கிறேன் என்று நினைத்துக் கொள்ளக்கூடும் அல்லவா? ஆகவே நானும் சினிமாவுக்குப் போனேன். அவன் தங்கை இல்லையென்றாலும் போயிருப்பேன். எனக்கு நான்தான் பாதுகாப்பே தவிர மற்றவர் யாரும் இல்லை.

இரவு ஒரு மணிக்கு நான் வீடு சேர்ந்தது, உங்களை மிகவும் பாதித்திருக்கும் என்பது, அம்மாவிடம் நீங்கள் பேசியதுகொண்டு உணர்ந்துகொள்ள முடிந்தது.

"இதுதான், நீங்கள் பெண்ணை வளர்க்கிற லட்சணமா?" என்று கேட்டீர்களாம். வேறு எப்படி வளர்ப்பது என்று நீங்கள் சொல்ல முடியுமா? இரவில் ஒரு ஆணுடன் சுற்றித்தான் நான் கெட்டுப் போக வேண்டுமா? அதைக் கல்லூரிக்குப் போகும் வழியில் நான் நிறைவேற்றிக்கொள்ள முடியாதா? தயவு செய்து யோசியுங்கள்!

மாமா! தங்களுடன் சில மாலை வேளைகளில் நான் பேசினேன். பெண் சம்பாதிக்க வெளியே போவது உங்களுக்குப் பிடிப்பதில்லை என்று சொன்னீர்கள். சம்பாதிப்பது என்பது உப்பு, புளி, மிளகாய், மிக்ஸி, டி.வி.க்காக மட்டும் இல்லையே! சமூகத்தில் நான் ஒரு அங்கம் என்ற முறையில், என் பங்களிப்பில் ஏதாவது இருக்க வேண்டும் என்கிற காரணத்தால்தான், நான் வேலைக்குப் போக வேண்டும் என்கிறேன். எனக்கு முதலில் வேலையும், நிலைத்த வருமானமும், அப்புறம்தான் குடும்ப வாழ்க்கையும் என்று கருதுகிறேன். கிராமத்துப் பெண்கள் வேலைக்குச் செல்வது தவறு இல்லை என்றால், நகரத்துப் பெண்களுக்கும் அது பொருந்தும்தானே?

மாமா, கிராமத்து வாழ்க்கைமுறையும், பட்டணத்து வாழ்க்கை முறையும் வேறு வேறாக இருக்கிறது. ஒவ்வொன்றுக்கும் அது அதற்கே உரிய பலம், பலவீனம் உண்டு. இங்கு பெண்கள் பதுமை களாக, நகை ஸ்டாண்டுகளாக, வீட்டை விட்டு வெளியே போகாத வளாக இருக்க முடியாது. பெண்கள் எங்கேயும் இப்படி இருக்கவும்கூடாது. அதுதான் பெண்களுக்கு இழிவு. சமைத்துப் போடவும் பிள்ளை பெறவும் மட்டுமே இந்த ஜென்மம் இருக்க முடியாது. உண்மையில் பெண்களுக்கு இதுதான் இழிவு. உலக வாழ்க்கை என்பது, ஆணுக்கும் பெண்ணுக்கும் பொது.

ஆகவே, நாகரிகம் இழிவு இல்லை. வேலைக்குப் போவது, ஆண் நண்பர்களை வைத்துக்கொள்வது, படிப்பது எதுவுமே இழிவு இல்லை. இந்த வாழ்க்கையில் இருக்கிற பெண்கள் எல்லோரும் கெட்டவர்கள் என்று நினைப்பதே தவறும் இழிவும் ஆகும்.

மாமா, சின்னஞ்சிறு வயதில், காவிரிக்கரை ஓரம் பூவரசு இலை பறித்து ஊதல் செய்து கொடுத்த அந்த மாமா, எனக்காகக் காடு மேடெல்லாம் சுற்றி, சப்பாத்திப் பூக்களையும், தாழம்பூவையும் சேகரித்துத் தந்த அன்புள்ளம்கொண்ட மாமா வேண்டும். என்னை சினேகிக்கிற, என்னை

ஒருபோதும் சந்தேகிக்காத, என்னை முழுமை யாகப் புரிந்துகொள்கிற மாமாவே எனக்கு வேண்டும்.

உங்கள் துண்டைத் துவைத்து, இஸ்திரி போட்டு என் பெட்டிக் குள் வைத்துக்கொண்டிருக்கிறேன்.

அப்புறம், உங்கள் முடிவு.

மிகவும் அன்புடனும் நேசத்துடனும்.

சுபா

2012

நீரதன் புதல்வர்

அலுவலகத்தை விட்டு வெளி வந்தான் மூர்த்தி. வாசலில் நின்றிருந்த போலீஸ்காரன் அடித்த வணக்கத்தை அசிரத்தையாக எதிர்கொண்டான். தெருவில் இருட்டு இல்லை. அந்த நாட்டு முதல் அரசர் பணி செய்யும் பகுதி என்பதால், தெரு இருளாமல் பார்த்துக் கொள்வார்கள். ஆனால், தெருவில் நாய்கள் அதிகமாகி இருக்கின்றன. மனிதகுலத்துடன் பல்லாயிரம் ஆண்டுகளாக வாழ்ந்துகொண்டு இருக்கும் அவைதான் எங்கு போகும்.?

அவனுடைய நண்பன் செல்லில் வந்தான். வந்துகொண்டு இருப்பதாகவும் அலுவலகத்தில் இன்று வேலை அதிகம் என்றும் சொன்னான். ஆறு மணிக்கு வெளிப்பட்டிருந்தால், அலுவலக காரில் சென்று சோழ பஜாரில் இறங்கியிருப்பான். ஆட்டோ பேசி ஏறி அமர்ந்தான். "ஆச்சரியமா இருக்கு சார். நீங்கள்லாம் ஆட்டோவில் போறது... முதல் அரசருடன் நீங்கள் இருக்கிற நிறைய போட்டோவைப் பத்திரிகையில் பார்த்திருக்கிறேன்" என்றார் ஆட்டோ டிரைவர்.

"ஆட்டோ இல்லை தம்பி, பஸ்ஸில் போறதுதான் என் தகுதி. நண்பர் காத்திருக்கிறார். அதுக்காகத்தான்"

சோழ பஜாரில் அந்தப் பழங்காலக் கட்டடத்தின் மேல் தளத்தில் நான்கு புத்தக விற்பனைக் கடைகள் இருந்தன. அதில் ஒன்று மூர்த்தியின் நண்பருடையது. மூர்த்தி உள்ளே போய் அமர்ந்ததும் சட்டென்று வெக்கை தாக்கியது. மேலே மொட்டை மாடி. வெயில் காலத்தில் வெக்கை. கோழி இறகுபோல் இறங்கும். கடந்த ஏழெட்டு ஆண்டுகளாகவே அடுத்த கோடைக்குள். ஏ. சி. போட்டுடுவேன் என்று சொல்லி வருகிறான், பரிமேலழகன். கைக்கெட்டும் தூரத்தில் இருந்த ஆ. கேவின் புத்தகத்தை எடுத்துப் புரட்டினான். "அருமையான புத்தகம்" என்றான். அழகான தயாரிப்பு. ஆனால் ரேக்கில் இருந்த நான்கு புத்தகங்களும் அப்படியே இருந்தன.

கடையைச் சாத்திப் பூட்டிவிட்டுப் புறப்பட்டான் பரிமேலழகன். இரண்டு பேரும் சோழ பஜாரின் லேண்ட்மார்க்காக இருக்கும் அந்த ஹோட்டல் பாருக்குச் சென்றார்கள். கோடைக் காலத்தில் பார்கள் நிறைந்து வழிவதற்கு என்ன காரணம் என்று யோசிக்க வேண்டும் என்று நினைத்துக்கொண்டான் மூர்த்தி. முடித்து எழுந்த இருவரின் இடத்தில் அவர்கள் அமர்ந்தார்கள்.

“என்ன சார் லேட்? வழக்கம்போலத்தானா?” என்று விசாரித்தான் பாலு. அவர்கள் தலையசைத்தார்கள். பார் மிகவும் இரைச்சலாக இருந்தது.

“சாராயக் கடையில் இந்தச் சத்தம் இல்லை” என்றான் மூர்த்தி.

“ஆனால் இங்கே வருகிறவர்கள் சற்று மேம்பட்டவர்கள் என்பது ஐதீகம்.”

“சாராயக் கடையில் பார்த்திருக்கிறேன். ஆயிரம் யோசனைகளுடன் வருவார்கள். சரக்கையும் பாக்கெட் வாட்டரையும் வாங்கிக்கொண்டு அப்படி ஒதுங்குவார்கள். என்ன காரணத்தாலோ குடித்து முடிப்பதில் அவசரம் காண்பிப்பார்கள். முன்னால் இருக்கும் சாராயக் குவளையை உற்றுப் பார்த்துக்கொண்டு நிற்பார்கள். உலகத்தில் ஒட்டு மொத்தக் கசப்பும் அந்தக் குவளையில் மிதப்பதை அவர் மட்டுமே அறிவார். குடிக்கிறது எதையும் மறக்கிறது இல்லை பரி. எல்லாத்தையும் நினைச்சுக்கிறதுக்கு”

அவர்களுக்கு உரியது, அவர்களுக்கு முன் வைக்கப்பட்டது. மற்றும் சுண்டல் முறுக்குகள். மூர்த்தி சிக்கனும் பரி மீனும் வாங்கிக்கொண்டார்கள். கூட்டம் குறைந்துகொண்டு இருந்தது. மேசைகளின் மேல் கவிழ்ந்து இருக்கும் பல்புகளைச் சுற்றும் புகையையே பார்த்துக்கொண்டு இருந்தான் மூர்த்தி. ஒளியூட்டப்பட்ட சிலந்தி வலையைப்போல இருந்த புகையின் சாம்பல் கோடுகள் மேலேயும் பக்கவாட்டிலும் கிளைத்து இருட்டில் கரைந்தது.

“ரொம்பக் களைப்பா இருக்குது. இன்னிக்கு வேலை அதிகம், ஆபீஸுக்குள் நுழைஞ்சவுடன் முன்னூறு பக்கப் புத்தகத்தைக் கொடுத்துட்டார் செகரெட்டரி. இன்னிக்குள்ள படிச்சு குறிப்புகளை எடுத்துக் கொடு. அரசர் டேபிளுக்கு ஏழு மணிக்குப் போகணும்னு சொல்லிட்டார்.”

“கிழக்கு ஆசியப் பிரச்சனைகள், வென்டல்டாம் எழுதியது. நாளைக்கு தெற்கு ஆசிய நாட்டுப் பிரதிநிதிகள் கோஷ்டி ஒண்ணு வருது. அவர்களைச் சந்திக்கணுமே அரசர்.”

அவர்கள் ரிபீட் பண்ணினார்கள்.

“இன்னிக்கு அ — நாட்டுத் தூதர் வந்திருந்தார். முதல் அவரோட நட்புமுறையான சந்திப்பு...” என்றபடி சிரிக்கத் தொடங்கினான் மூர்த்தி.

“எதாச்சும் தமாஷ் நடந்ததா?”

“சாதாரண தமாஷ் இல்லப்பா. சூப்பர் டூப்பர் தமாஷ்”

தூதர் ஸ்டீபன் வறுமைக் கோட்டுக்குக் கீழ் இருக்கும் நாடுகளின் தூதுவர். நாம் மேலே இருக்கிறோமோ, நம்மை ஆள்பவர்கள் மட்டும்தான் மேலே இருக்கிறார்கள். அவர் இரவு நேரங்களில் நம் ஊரின் வெளிச்சத்தை வாரி அடிக்கும் கூட்டங்கள். கல்யாணம், ஊர்வலம், வயசுக்கு வந்த பெண்ணைக் காரில் ஏற்றி நடத்தும் பவனிகள் எல்லாவற்றையும் பார்த்திருக்கிறார்.

மின்சாரம் குறைந்து இருட்டில் வாழும் அவர் நாட்டுக்கு மின்சாரம் பற்றிய புரிதல் தேவைப்படுகிறது. பேச்சு அதில் இருந்து தொடங்கியது.

"சார் உங்களுக்கு இந்த 'பவர்' எங்கிருந்து வருகிறது. பவருக்கு எந்த முறையைக் கடைப்பிடித்துச் சேமிக்கிறீர்கள்?"

"பவர் என்று அந்தத் தூதுவர் சொன்னது... மின்சாரம் பற்றிதானே? மேலே சொல்"

"நம் அரசர் என்ன சொன்னார் தெரியுமோ?"

"என் பவர் இந்திரா காந்தியிடம் இருந்து மூப்பனார், மூப்பனாரில் இருந்து எனக்கு. இந்த நாட்டில் நான்தான் உச்ச பவர் உள்ளவன்" என்றார். நான் சிரித்துவிட்டேன். அரசர் என்னைக் குழப்பத்தோடு பார்த்தார். அதைவிடப் பெரும் குழப்பத்தோடு அந்தத் தூதுவர் இருந்தார். பவர் என்கிற ஆங்கிலப் பதத்துக்கு என்னென்ன வேறு அர்த்தங்கள் இருக்குமோ என்கிற குழப்பத்தில் ஆழ்ந்து போனார். சற்றும் அக்குழப்பத்துக்கும் குறையாத மனோபாவத்தோடு இருந்தார்கள், அவரோடு வந்தவர்கள்.

தூதர் சிரித்துக்கொண்டார். கடினமான கேள்விகள், சூழல்கள் அவர் மேல் திணிக்கப்பட்டாலோ, அவருக்குத் தெரியாததைக் கேட்டாலோ, அவர் பதிலாகச் சிரிக்க வேண்டும் என்றே அவருக்குக் கற்றுக் கொடுக்கப்பட்டு இருக்கிறது.

தூதர் மேலும் சிரித்துக்கொண்டார். வேறு விஷயத்துக்குத் தன்னை மாற்றிக்கொண்டார்.

"மதர் இறைவனடி சேர்ந்தது பற்றி செய்திகளைப் பார்த்தோம். என்னுடையதும் எங்க நாட்டுடையதுமான வருத்தங்களைப் பகிர்ந்து கொள்கிறோம் சார்."

அரவிந்தர் ஆஸ்ரமத்து அன்னை சென்ற வாரம்தான் காலமாகி இருந்தார். ஆனால் நம் அரசரின் அம்மாவும், போன வாரம்தான் காலமாகி இருந்தார். உனக்குத் தெரியும்தானே பரி? தன் அம்மாவைப் பற்றித்தான் தூதர் வருத்தம் தெரிவிக்கிறார் என்று நினைத்துக்கொண்டு நம் அரசர் பொங்கி விட்டார். கேவிக் கேவி அழத் தொடங்கி விட்டார்.

"பரதேவதை... போய்ச் சேர்ந்துட்டா. மூணு வருஷத்துக்கு முன்னால் செத்துப் போன என் அப்பாவோடதான் என் அம்மா இருப்பா. பதினாறு குழந்தைங்க சார். நான் ஆறாவது, அப்பா கட்டட மேஸ்திரி. கொறைச்ச சம்பளம். எங்களை எல்லாம் ஆளாக்க எவ்வளவு கஷ்டப்பட்டு இருப்பானு யோசியுங்க. வெச்சு ஆதரிச்சு, மூணு வேளை கஞ்சி ஊத்த எனக்குக் கொடுத்து வைக்கலை."

பக்கத்து மேசைக்காரர்களைத் திரும்பிப் பார்க்க வைத்தது அவர்கள் சிரிப்பு.

மூர்த்தி தொடர்ந்தான். "ஆனாலும், பாரு, பல விஷயங்கள் எங்களுக்குள்ள நடந்திருக்கு. அதை நானும் மறக்கலை. முதல் அரசரும் மறக்கலை. உயிருக்கு உயிரா அவர் நேசிச்ச சொர்ணா வரச் சொன்னாள்னு, இவர் அவள் வீட்டுக்குப் போனப்ப, திடும்னு சொர்ணாவோட அப்பா வந்து

ஏகப்பட்ட களேபரம். விஷயம் வெளியே கசிஞ்சு அவர் அரசியல் வாழ்க்கை வீணாகிடக்கூடாதுன்னு அதுக்கு மறுநாளே ரிஜிஸ்டர் ஆபீஸ்ல வெச்சு என் செயின், வாட்ச், மோதிரம் எல்லாத்தையும் வித்து அவர் கல்யாணத்தை நான் நடத்தி வெச்சதை அவர் மறக்கலை. அதனாலதான் பதவிக்கு வந்ததும் என்னைக் கூப்பிட்டு நல்ல சம்பளம் கொடுத்து வெச்சுக்கிட்டார். அதேபோல கட்சிப் போராட்டத்துல கலந்துக்கிட்டு நான் ஜெயிலுக்குப் போனப்ப, அது எனக்குக் கல்யாணம் ஆயிருந்த நேரம், ஆறு மாசம் என் குடும்பத்துக்கு அவர்தானே சோறு போட்டார். நாங்க ரெண்டு பேருமே எங்களை மறக்கலை!”

பாரை விட்டு வெளியே வந்தார்கள். பரிக்கு விடை கொடுத்து அனுப்பினான்.

வீடு தூரத்தில் இல்லை. நடக்கலாம் என்றது இரவுத் தெருவும் குளிர்ச்சியான காற்றும். மழை வரலாம்போலத் தோன்றும் சூழலும், இரவுகளில் மட்டும் வேறு முகம் காட்டும் வீடுகளிடம் அதுகுறித்துக் கேட்க வேண்டும். நிறைய நாய்கள் தெருவில் தென்பட்டன. சில தூக்கத்தில் இருந்தன. சில இவனை நண்பனைப்போலப் பார்த்தன. சில நாய்களின் பார்வையில் நெருப்பு கனன்றது. சில, இவனை அலட்சியப்படுத்தின. பூமியின் மேல் மூர்த்தி என்கிற மனிதன் பிறக்கவே இல்லை. அவன் நம் முன் நடக்கவே இல்லை என்பதுபோல அவனைப் பார்த்துக்கொண்டே அவனைப் புறக்கணித்தன.

குழந்தைகளின் விடுமுறைகளைக் கொண்டாட அம்மா வீட்டுக்குப் போயிருக்கும் மகாலட்சுமியை நினைத்துக்கொண்டான். வாசனைப் புல் போன்றது அவள் கூந்தல். முட்டை ஓடு போன்றவை நகங்கள். குழந்தைகள் அமைதியாக உறங்கிக்கொண்டு இருப்பார்கள். மகிழ்ச்சியாக நாளைய காலையை எதிர்கொள்வார்கள். விடுமுறைக் காலங்களில் மட்டும் குழந்தைகள் ஆரோக்கியமாக வளர்கிறார்கள். ஆபீஸ் சகா ரத்னாவுக்கு நாளை காலை புரோக்கரைப் பார்த்து வீடு ஏற்பாடு செய்து தர வேண்டும். லேடீஸ் ஹாஸ்டல் வாழ்க்கை. ஷூக்களில் குடும்பம் நடத்துவது மாதிரி இருக்கிறது என்றாள். அற்பக் கணவன்... செயலகத்தில் பணிபுரியும் தற்காலிக ஊழியர்களை, பத்து ஆண்டுகளுக்கும் மேலாகவா தற்காலிகமாக வைத்திருப்பது என்று அரசரிடம் சொல்லி, நிரந்தரப்படுத்த ஆவன செய்ய வேண்டும். நான் இப்போது அரசருக்கு நெருக்கம் என்றே உலகம் நினைக்கிறது. அரசர் அடித்துச் சேர்த்த கஜானாவில் பாதி எனக்கானது என்று நினைக்கின்றன, நட்பும் சுற்றமும், அலுவலக மேஜையைத் திறந்தால் தவளைகள் குதித்து வெளியேறுகின்றன. ஜன்னல் வழியாகப் பாம்புகள் நுழைந்து, அலுவலக அறைக்குள்ளேயே புற்று கட்டுகின்றன.

மூர்த்தி வீடு வந்து சேர்ந்தான். பாக்கெட்டைத் துழாவி சாவியை எடுத்து, சிரமப்பட்டுக் கதவைத் திறந்தான். வீட்டு வாசலில் ஒரு பல்பைப் பொருத்த வேண்டும் என்று நினைத்துக்கொண்டான். உள்ளே நுழைந்து கதவைத் தாழிட்டு, உள் விளக்குகளை எரியவிட்டான். தண்ணீர் குடித்தான். கைலிக்கு மாறினான். படுக்கையில் தலையணைகளை மேடாக அடுக்கிச் சாய்த்துக்கொண்டு படித்துக் குப்புறக் கவிழ்த்துவைத்து இருந்த “காந்திக்குப்

பிறகான இந்தியா" என்ற புத்தகத்தை எடுத்து, விட்ட இடத்தில் இருந்து படிக்கத் தொடங்கினான்.

இரவு, ஒரு மரவட்டையைப்போல மெள்ள மெள்ள ஊர்ந்துகொண்டு இருந்தது. திடுமென நாய் ஒன்று குரைத்து அடங்கியது.

அவசர நிலையின்போது ஆபத்துக்கு உள்ளானவற்றில் பத்திரிகைச் சுதந்திரமும் ஒன்று. முதல் வாரத்திலேயே அரசு, பத்திரிகைகளுக்கு முன் தணிக்கையை அறிமுகம் செய்தது. செய்திகள் எவையென்று அரசாங்கமே வகுப்பெடுத்தது. தணிக்கைக் குழுவில் இருந்த அறிவாளிகள், தக்காளி விலை ஏற்றம் பற்றிய செய்தியைக்கூட அபாயகரமான செய்தி என்றார்கள். சோ ராமசாமி அரசியல் சட்டத் திருத்தங்கள் பற்றிய, ஒரு தேசிய விவாதம் பற்றிய கேலிச் சித்திரத்தைத் தணிக்கைக் குழுவுக்கு அனுப்பி வைத்தார். தேசிய விவாதத்தில் இரண்டு பேர், ஒருவர் இந்திராகாந்தி மற்றவர் சஞ்சய் காந்தி மட்டுமே விவாதத்தில் கலந்துகொண்டவர்களாகக் காணப்படுகிறார்கள். பெயர் அற்ற ஒரு ஜனநாயகவாதி, "டைம்ஸ் ஆஃப் இந்தியாவில்", மரண அறிவித்தல் விளம்பரம் ஒன்றை வெளியிட்டார். "D. E. M. O" கிரேசி மரணம் வருத்தத்துடன் அஞ்சலி செய்வோர், அவர் மனைவி டி. ருத் (Truth) மகன் எல். ஐ. பெர்ட்டி (Liberty) மகள்கள் ஃபெய்த் (Faith) ஹோப் மற்றும் ஜஸ்டிஸ்.

படித்துக்கொண்டு இருந்தவன், புத்தகத்தின் முக்கியமான பகுதியில் கோடிடுவதற்காக எழுந்து மேசை மேல் இருந்த பென்சிலை எடுத்தான். வெளியே நாய்கள் மிகப் பலமாகக் குரைத்தன. கூடவே கதவு தட்டப்படும் ஓசை கேட்டது. மூர்த்தி மணியைப் பார்த்தான். நள்ளிரவைத் தாண்டிக்கொண்டு இருந்தது, காலம். சட்டையைப் போட்டுக் கொண்டு வந்து கதவைத் திறந்தான். மங்கிய வெளிச்சத்தில் ஒரு போலீஸ் உருவம் தென்பட்டது. அவனது தோளின் வழியாக, வாசலில் காவல் துறை வாகனங்கள் இரண்டும் போலீஸ்காரர்களும் நிற்பது தெரிந்தது.

"யார்?" என்றான் மூர்த்தி.

"அண்ணே, நான் நாராயணசாமி"

நினைவு வந்தது. அண்மையில் ஒரு கிரிமினல் வழக்கில் சிக்கி மூர்த்தியின் காலைக் கட்டிக்கொண்டு அழுத கண்ணீரால் இரங்கி காப்பாற்றப்பட்ட துறையின் ஒரு திருகாணி அவன்.

"என்னப்பா, இந்த நேரத்துல... அரசர் கூப்பிட்டிருக்காரா?"

"இல்லண்ணே, உள்ள வாங்க சொல்றேன்..."

மூர்த்தி அமர்ந்தான். நாராயணசாமி நின்றபடி சொன்னான்.

"மேலிடத்து உத்தரவு அண்ணே... உங்களை அரெஸ்ட் பண்ண வந்திருக்கேன்."

"மேலிடம்னா? அரசரா உத்தரவு போட்டார்?"

"அரசர் பக்கத்துல இருப்பவர் நீங்க. அவர் சொல்லாமே இது நடக்குமாண்ணே?"

தொடர்ந்து அவனே சொன்னான்.

"எனக்கு எஸ். பி. உத்தரவு அண்ணே…"

"எதுக்குன்னு சொன்னாங்களா?"

"கஞ்சா கேஸ்தாண்ணே!"

"அது தெரிஞ்ச விஷயம்தானேப்பா… நாம், நமக்குப் பிடிக்காதவங்க மேல அந்த கேஸ்தானே போடுவோம். அதல்ல நான் கேக்கறது, என்ன காரணத்துல அரசருக்கு என் மேல கோபமாம்.?"

"சரியாத் தெரியலைண்ணே. அரசரைக் கேலி பண்ற மாதிரி அவர் முகத்துக்கு முன்னால, அதுவும் யாரோ வி. ஐ. பி. முன்னால…"

மூர்த்திக்கு நினைவு வந்தது.

அந்த பவர் டில்லியில் இருந்து முயல் குட்டி மாதிரி வருவது. அம்மாவுக்கு அதாவது மதருக்குக் கஞ்சி ஊத்தாத விவகாரம் நினைவுக்கு வந்தது.

"இப்படித்தான் அவர் முன்னால் சிரிச்சீங்களா?"

"ஆமா?"

"என்னண்ணே…?"

நாராயணசாமி இடது பாக்கெட்டில் இருந்து சில பொட்டலங்களை எடுத்து வைத்தான்.

"கஞ்சாவை இப்படித்தான் பாக்கெட் பண்ணுவாங்களா?"

"ஆமாண்ணே"

"நான் எத்தனை பொட்டலம் வெச்சிருந்தேனாம்?"

"நம்ம சண்முகம் நாலைஞ்சு பேரைக் கூட்டிக்கிட்டுக் கிளம்பி இருக்காண்ணே. கிடைக்கிறதைப் பொறுத்து…"

"சரி… அஞ்சு நிமிஷம் வெயிட் பண்ணு. முகம் கழுவிக்கிட்டு வந்துடறேன்."

"பொறுமையா வாங்கண்ணே."

திரும்பி வந்த மூர்த்தி, ஜோல்னா பையில் சில புத்தகங்களை எடுத்து வைத்துக்கொண்டான். "காந்திக்குப் பிறகான இந்தியா" புத்தகத்தையும் சேர்த்து வைத்துக்கொண்டான்.

"வாப்பா போகலாம்."

அரசரின் மாளிகை ஓர் ஆற்றங்கரையில் இருந்தது. வெளிப்புறச் சுற்றுச் சுவர் தாண்டி காக்கைகள் பறக்கத் தயங்கின. சுவரில் முட்டிக்கொண்டு மூக்குடைந்த பறவைகள் அதிகம் இருந்தன. இரு புறமும் திறக்கத்தக்கதான இரு பெரும் கதவுகள், வாயிலை அடைத்தே இருக்கும். வாயிலுக்கு எதிரில் காவலர் துப்பாக்கியுடன் நிற்பார்கள். காலை ஒன்பதரை மணிக்கு இரண்டு பெரும் கதவுகளும் பெரும் சத்தத்துடன் திறக்கும். உள்ளிருந்து வரிசையாகப் புறப்பட்டு வரும் கார்கள், யுத்த களத்துக்குப் போவது மாதிரி உறுமிக்கொண்டு சீறிப் பாயும். அவற்றுக்கு முன் தெருவில் நாய், பூனை, ஈ, எறும்பு மற்றும் மனிதர்கள் யாரும் காணாதபடி காவலர்கள் பார்த்துக் கொள்வார்கள். அரை மணி முன்பாகவே தெருவின் இருபுறமும் கடக்கும்

வாகனங்கள் நிறுத்தப்பட்டுவிடும். கல் பாவிய தெருவில் கானங்கள் மட்டும் மிதந்தபடி இருக்கும்.

வாயிலையும் தெருவையும் இணைக்கிற சிமென்ட் பால வளைவில் மக்கள் வேடிக்கை பார்க்கவும் வாழ்த்து கோஷம் போடவும் அனுமதிக்கப்பட்டனர். அவர்கள் மத்தியில் கடந்த சில நாட்களாகக் கைக்குழந்தையுடன் மகாலட்சுமி காணப்பட்டாள். காலை எட்டு மணிக்கே அவள் அங்கு வந்துவிடுவாள். கடும் வெயில் காரணமாகச் சமயங்களில் குழந்தை புழுங்கி அழும். சமயங்களில் அயர்ந்து உறங்கும். வெயிலில் இருந்து குழந்தையின் தலையைக் காக்க தன் மேலையே போர்த்தியிருந்தாள்.

சில நாட்களில் ஒரு போலீஸ்காரன், தன் கைத்தடியாக மக்களை நெட்டித் தள்ளி, சத்தம் போட்டு இல்லாத ஒழுங்கை உருவாக்கிவிட்டுப் போவான். மக்கள் அசைந்து அசைந்து மீண்டும் ஒரு புதுக் கும்பலை உருவாக்கி விடுவார்கள். அரசர் கார் வளைந்து கடக்கும்போது, மகாலட்சுமி உடைந்து அழுவாள். அவள் அழுகையை அரசர் காண நேரும் என்று அவள் நம்பினாள். ஒரு நாள் ஒழுங்கை நிலைநாட்டும் அந்தக் காவலர் மகாலட்சுமியிடம் “யாரும்மா நீ, என்ன வேணும்?” என்றார்.

தன் கணவன் அரசரிடம் வேலை பார்த்ததையும் கஞ்சா வழக்கில் சிறையில் இருப்பதையும் அரசரிடம் மன்றாடித் தன் கணவரின் விடுதலை கோரவே, தான் அங்கு வருவதாகச் சொன்னாள். இதைச் சொல்லும்போது அவள் கண்களில் நீர் வழிந்தது.

“மூர்த்தி சார் மனைவியா, நீங்க...?”

“உம்...”

“அடக் கடவுளே!”

சிமென்ட் பாலத்தின் தொடக்க முனையில், மரத்தடியில் தனியாக, அரசரின் கார் வெளிவரும்போது அவர் பார்வைபடும் விதமாக மகாலட்சுமி நிற்க ஏற்பாடு செய்து தந்தார் காவலர். தொடர்ந்து முப்பத்தேழு நாட்கள், கோடை வானத்தின் கீழ் நின்று தினம்தோறும், அரசரின் காரைப் பார்த்ததும் அழுதாள் மகாலட்சுமி.

மூந்தைய தினம் நள்ளிரவுக்கு மேல்தான் விடுதலை ஆனான் மூர்த்தி. ஜீப்பில் அவனைக்கொண்டு இறக்கிவிட்டுப் போனார்கள். களைப்பில் உறங்கிப் போனவன் காலை எட்டு மணிக்கு மேல் கண் விழித்தான்.

“நல்ல காப்பி சாப்பிட்டு ரொம்ப நாள் ஆச்சி” என்றான் மகாலட்சுமியிடம்.

அவள் முகம் வாடியது. காப்பித்தூள் இல்லை. பால் இல்லை. காசும் இல்லை என்பதைப் புலப்படுத்தினாள் மகாலட்சுமி.

பத்து மணிக்கு மேல் பரிமேலழகனுக்குத் தொலைபேசினான் மூர்த்தி.

“பரி, விடுதலை ஆகி வீட்டில் இருக்கிறேன். வரியா சாயங்காலம் பேசுவோம். வீட்டுல பைசா இல்லை. இருக்கிறதை யாரிடமாவது கொடுத்து அனுப்பு. அவசரம்”

அடுத்த அரை மணிக்குள் பரி, ஆட்டோவில் வந்து சேர்ந்தான். "இதுல ரெண்டாயிரம் இருக்கு. இப்போதைக்குச் செலவுக்கு வெச்சுக்கோ."

இருவரும் வெளியே கிளம்பிப் போய் காப்பி சாப்பிட்டுவிட்டு, காப்பியும் பலகாரமும் பார்சல் வாங்கிக்கொண்டு திரும்பினார்கள்.

குளித்து, ஒரு நூறு ரூபாயை மகாலட்சுமியிடம் வாங்கிக்கொண்டு பஸ் பிடித்து அலுவலகம் போனான் மூர்த்தி. அவன் மேஜை சுத்தமாக இருந்தது. மேஜையில ஏதோ ஓர் அறிக்கை இருந்தது. அதை மொழிபெயர்க்கச் சொன்னார் செயலர், தொலைபேசி வாயிலாக. அவன் குனிந்து வாசிக்கத் தொடங்கினான்.

சலசலப்பு கேட்டுத் தலை நிமிர்ந்தான் அவன். அரசர் வந்துகொண்டு இருந்தார். இவன் அருகில் வந்து நின்று, "என்ன மூர்த்தி, நல்லா இருக்கியா…" என்றார் அவன் தோளில் கை வைத்து.

"இருக்கண்ணே!"

"சரி, வேலையைப் பார்!" என்றபடி நகர்ந்தார் அரசர்.

திடுமென அவன் அறையைச் சுற்றிலும் வெறுமை கவிழ்ந்தாற்போல இருந்தது.

அறிக்கையை ஆழ்ந்து வாசிக்கத் தொடங்கினான்!

2012

இது ஒரு வித்தியாசமான காதல்

குச்சி நிறைந்த தீப்பெட்டிகளை அடுக்கி வைத்தது மாதிரி, காலனியின் வீடுகள் அமைந்திருந்ததை, அந்த நள்ளிரவு நேரத்தில் உணர்ந்தான் சிபி. நடைபாதையில் வளர்ந்திருந்த மரங்களின் கரிய கிளைகளின் கசிவேபோல, பனி பெய்துகொண்டிருந்தது. அவன் சிகரெட் புகையை இழுத்துவிட்டான். பனிமூட்டத்தில், பெருமூச்சேபோல, பம்மிக்கொண்டு எழுந்தது புகை. அந்தப் புகையை ரசித்துக்கொண்டு நின்றிருந்தாள் திரு. இது திருமதி என்பதன் சுருக்கம். இப்போது செல்வி திருமதி என்று தன் பெயரை எழுதிக்கொண்டிருந்தாள், அவள். திருமணத்துக்குப் பிறகு எவ்வாறு எழுதுவாளாம். திருமதி திருமதி என்றா? என்ன பெயர் வைத்தார் உன் அப்பா என்று சிபி, திருமதியைக் கேலி செய்வதுண்டு. திரு சிரித்துக்கொள்வாள்.

அச்சடித்த சீட்டுக் கட்டுகளைப்போல, அழகாக அளவெடுத்து சிரிப்புகளை அவள் பூட்டி வைத்துக் கொண்டிருந்தாள். அனேகமாக நூறு கோடிச் சிரிப்புகள். இவன் பேசும்போதெல்லாம், ஒவ்வொன் றாக அவள் செலவழித்துக்கொண்டிருந்தாள்.

“தீர்ந்து போய்விடப் போகிறது” என்று அவன் அவளிடம் சொல்வதுண்டு. அவள் தன் மார்பில் கையை வைத்து, “இங்கே அச்சகம் வைத்திருக்கிறேன். தேவைப்படும்போது அச்சடித்துக் கொள்வேன்” என்று அவள் சொல்வாள். மேலும் ஒரு சிரிப்பைச் செலவழித்துக்கொண்டு.

பனி பெய்துகொண்டிருந்தது. தெருவில் ஜன நடமாட்டம் அறவே அற்றுப்போயிருந்தது. அவன் மீண்டும் ஒரு சிகரெட்டை எடுத்துப் பற்றவைத்துக்கொண்டான். அவன் பார்வை விளக் கணைந்த வீடுகளின் பக்கமாகச் சென்றது.

“ஜனங்கள், செத்துப்போய்விட்டார்கள். உலகத்தில் நீயும் நானும்தான் ஜீவித்துக்கொண்டிருக்கிறோம் என்று சொன்னான் சிபி. தன் இடக்கையால் திருவைத் தன் பக்கம்

சேர்த்து அணைத்துக்கொண்டான். அவள், அவனிடம் ஒட்டிக்கொண்டாள். பனி காரணம் அல்ல, அவள் ஒட்டிக்கொண்டதற்கு. அவன் அணைப்புக்குள் அவள் முதுகு, கூச்செரிந்து, கால்மாற்றி வைக்கும் யானைபோல அசைவது தெரிந்தது. அவள் அவன் சிகரெட்டைப் பிடுங்கி, இரண்டு இழுப்பு இழுத்துப் புகையை வெளியே விட்டாள்.

"சொல். என்ன சொல்ல விரும்புகிறாய் சிபி. சொல். நான் கேட்கத் தயாரான மூடில் இருக்கிறேன்" என்றாள்.

அவன் சிகரெட் அவள் விரல்களை விட்டு நழுவிவிட்டது.

அவன் குனிந்து அதை எடுத்து, பில்டர் பக்கமாகத் துடைத்துக்கொண்டான்.

"எனக்கு ஒரு யோசனை, ரெண்டு நாளாய்" என்றான்.

"தெரியும். ரெண்டு நாளாய் நீ சுயத்தில் இல்லை."

"உனக்கு எப்படி...?"

"தட்டில் நிறைய ரசம் ஊற்றிக்கொண்டாய், கான்டீனில். நீ அப்படிச் செய்கிறவன் இல்லை. சிகரெட்டைத் தலைகீழாகப் பற்ற வைத்துத் துப்பினாய். உன் அணைப்புக்குள் திடீரென்று ஏதோ தயக்கம் தெரிகிறது. அந்த நேரத்தில் நீ என்னை மட்டுமே யோசிப் பவன். வேறு என்னத்தையோ யோசிக்கிறாய், சொல். வெளியே வந்துவிடு. சாத்திய ஜன்னலுக்குள்ளே எதற்கு இருக்கிறாய்?"

திரு, அவன் தோளில் தன் இரு கைகளையும் வைத்துத் தன் பக்கம் சேர்த்துக்கொண்டாள். இந்தியன் திரைப்படம் பார்த்து முடித்த ஜனங்கள், தெருவில் சத்தம் எழுப்பிக்கொண்டு சென்றார் கள். அவர்கள் மேலும் இருட்டுப் பிராந்தியத்துக்கு நகர்ந்தார்கள்.

"நீ எப்போதும் என்னுடன் இருக்க வேண்டும் என்று நினைக் கிறேன். காலையில் நீ என் அருகில்தான் இருக்கிறாய் என்கிற உணர்வோடு, நான் உறங்க வேண்டும். நாம் நமக்கான உணவைச் சேர்ந்து சமைப்போம். டாய்லட் கண்ணாடிகள், சுடுநீர் ஆவிபட்டு, வியர்த்து மங்குகின்றன. நான் உனக்காக அவற்றைத் துடைத்து வைப்பேன். உனக்கு அவை எல்லாம் வெகு சுத்தமாக இருக்க வேண்டும் என்பதைத்தான் நான் அறிவேனே. வரவேற்பறையில் இருந்துகொண்டு, வீட்டின் இதர பிரதேசங்களில் இருந்து எழும் உன் நடைச் சப்தங்களை நான் ரசிக்க ஆசைப்படுகிறேன். உனக் கென்று தனியாகக் கடிகாரம், பாடும் கடிகாரம் வாங்கித் தருகிறேன். அதற்குச் சாவி கொடுத்து நீ பராமரிக்கலாம். கொடியில் என் ஆடைகளோடு, உன் லேஸ் வைத்த நைட்டி சேர்ந்து உலரவேண்டும் என்று ஆசைப்படுகிறேன்."

பனியோடு சேர்த்து, புகையோடு கலந்து, அவன் வார்த்தை களை அவள் கேட்டாள். அவன் கண்கள், திராட்சை ரசமாக மின்னுவதைத் திரு கண்டாள். அவன் அழகன் என்று அவள் நினைத்திருந்தாள். இப்போது அவன் பேரழகாக அவளுக்குத் தோன்றினான்.

இப்போதும் சிபி, அவள் பிடிக்குள் இருந்தான். சாவி வளையம்போல திருவின் கைகள் அவனை வளைத்து இருந்தன.

திரு, சிபியிடம் சொன்னாள்.

"நான் யோசிக்க வேண்டி இருக்கிறது. எனக்காகவும் உனக் காகவும்."

“ரொம்ப சரி. நீ செய்வது எப்போதும் சரியாகவே இருக்கும். அன்பே.”

தன் பிளாட்டுக்குள் நுழைந்த சிபி, வெளிக்கதவைச் சாத்தி னான். கேசட் இசைப்பானில், கையில் கிடைத்த கேசட்டைப் பொருத்தினான்.

அறையை அவன் நோட்டமிட்டான். துவைக்கப்படாத ஜட்டி கள் கொடியில் தொங்கின. பனியன்கள், சட்டைகள், பேண்ட் டுகள், சுருண்ட அழுக்குப் பந்தாக டவல்கள், அங்கங்கே சிகரெட் துண்டுகள், கவிழ்ந்து முதுகைக் காட்டிக்கொண்டு கிடக்கும் புத்த கங்கள், வேர்க்கடலைத் தோல் குப்பை, சிகரெட் சாம்பல் புள்ளி கள், காசு கொடுத்து வாங்கிய தண்ணீர் பாட்டில்கள், நேற்று குடித்து மிச்சம் வைத்த பீர் பாட்டில்கள், காசுகள் போல் அவை களின் கார்க்குகள், ஒரு பால்பாயிண்ட் பேனா மூடி மட்டும். ஆம்பிளை அறை என்பாள் திரு. அவள் வரும்போதெல்லாம் அவள் பார்வையில் இவை. இந்த அலங்கோலம் பட நேர்கையில், அவன் அவமானம் அடைவான்.

“சாரி” என்பான்.

“என்னத்துக்கு? உன் இயல்பில் நீ இரு. எனக்காக, நீ ஜிகினா கற்றுக்கொள்ள வேண்டாமே...” என்றபடி அறையை ஒழுங்கு பண்ணித் தருவாள்.

“நானும் என் அறையும் நாய் வால்.”

அவள் ஒரு சிரிப்பைச் செலவழிப்பாள்.

“சுய பச்சாதாபம் வேணாம், என் ஆம்பிளையே. என்பாள்.

சிபி அமர்ந்திருந்த கட்டில் சுருங்குவதாக அவனுக்குத் தோன்றி யது. அவனுக்கு மட்டுமேபோதுமான கட்டில் அது. திடுமென, திருவிடம் அப்படிச் சொல்லியிருக்க, அப்படியெல்லாம் பேசியிருக்க வேண்டாமோ என்று தோன்றிற்று. அவன் ஒரு அசடனாக மாறியிருந்தானோ? முட்டாளாகப் பேத்தியிருந்தானோ?

அவன் அவளைச் சந்தித்த தொடக்கத்திலேயே அவள் சிறகு வளர்ந்திருந்தது. அது, நாளுக்கு நாள் வளர்ந்து பெரிதாகிக்கொண்டு வருவதை அவனே கண்டுகளித்துக்கொண்டுதான் இருந்தான். தூக்கணாங்குருவிக் கூட்டில், மயிலைக்கொண்டுவந்து குடியேற்றப் போகிறானா இவன்? மேலே பறக்கும் பட்டத்தைக் கோட் ஸ்டாண் டில் மாட்டப் போகிறாயே சிபி.

சிபி! திருவை ஃபிரிஜ்ஜில்கொண்டு வந்து வைத்துக்கொண்டு, தேவைப்படும்போதெல்லாம் கொஞ்சம் கொஞ்சமாக எடுத்து வைத்துத் தின்ன ஆசைப்படுகிறாயா?

தப்பாகக் கேட்டுவிட்டோம் என்று நினைத்தான் சிபி. தன்னை மட்டும் முன்நிறுத்திப் பேசிவிட்டேன் என்று உணர்ந்தான். திரு என்ன பதில் சொல்லப் போகிறாள்?

அவர்களைச் சுற்றிக் கன்னங்கரிய இருட்டு, அரச மரத்தின் கீழே நின்றிருந்தார்கள். திரு, சிபியைக்கை வளைவுக்குள் கொண்டுவந்து சொன்னாள்.

“நான் யோசித்துப் பார்த்தேன் சிபி. நீ மிகவும் அருமை யானவன். வாழ்க்கையின் விளிம்பு வரையிலும் உன் உடன் போகலாமே. எனக்குச்

சம்மதம்தான். நீ மிகவும் நம்பகமானவன் சிபி. உன்னை நம்பி, நான் என்னையும் விற்றுக்கொள்வேன் சிபி. உன்னைப் பரிபூர்ணமாக நம்புகிறேன். அதனால்தான், சொல்லலாம் என்று முடிவுக்கு வந்தேன் சிபி. பூக்கள் எத்தனை அருமையானவை. நீ ஒருபோதும், எந்தப் பூவையும் பறித்து எனக்குச் சூட்டிய தில்லையே சிபி. ஏன்? பூக்கள் செடியிலேயே இருக்கட்டும். அது அதன் இடத்தில்தான் இருக்க வேண்டும் என்று சொன்னாய். அப்போதுதான் நான் உன்னை நேசிக்கத் தொடங்கினேன், என்றைக்கேனும் நீ பட்டாம்பூச்சியைப் பிடித்திருக்கிறாயா? ஏன்! உன்னால் முடியாது. தும்பிகள், எரியும் டியூப்லைட்டை மோதிக்கொண்டு இருப்பதைக் கண்டு, அந்தத் தும்பிகளுக்கு ஏதேனும் விபரீதம் நேருமோ என்று எண்ணி, படிக்கும் புத்தகத்தை மூடி வைத்தாய். விளக்கை அணைத்தாய். தும்பியின் மோதும் சப்தம் ஓய்ந்த பிறகே, மீண்டும் விளக்கை ஏற்றிப் படிக்கத் தொடங்குகிறவன் நீ. மேலும் விழித்துக்கொண்டு இருந்தால்தானே, உறக்கத்தில் சுவாரஸ்யம் வரும்? எதுக்கும் ஒரு இடைவெளி வேண்டித்தானே இருக்கிறது?"

அவள் சில நிமிடங்கள் அமைதி பூத்தாள். அந்தப் பெயர் தெரியாத பறவை மாத்திரம் இடைவெளியே இன்றி, பேசிக்கொண்டே இருந்தது. பனி இப்போதும் கூடுதலாகப் பெய்துகொண்டேதான் இருந்தது.

"என்ன சொன்னேன். இடைவெளி. அதுதான் விஷயம். சிபி யைப் பார்க்க வேண்டும் என்று நான் புறப்பட்டு வருவது ஒரு சந்தோஷம். அந்தத் தேடுதல் இன்பத்தை நான் அனுபவிக்க வேண்டும். என் சிறகுகளால் நான் பயன் காண வேண்டாமா?

திரு சொல்லச் சொல்ல, சிபி தனக்குள் பரவசம் அடைந்தான். "ஆகவே."

"ஆகவே....."

"நான் உன்னுடனோ, நீ என்னுடனோ இருக்க வேண்டாம். நாம் நாமாக இருந்துகொள்வோம். எப்போதும்போலச் சினேகமாக, அன்பாக..."

"ரொம்ப சரி."

சிபி திருப்தி அடைந்தான். திருவும்.

2012

பிந்து

1

பிந்து மரத்தடியில் போட்டிருந்த கள்ளிப்பெட்டியின் மேல் அமர்ந்து படித்துக்கொண்டிருந்தாள்.

அப்பா காய்கறிகளைத் தண்ணீரில் கழுவிக் களைந்து, தட்டு களில் போட்டுக்கொண்டிருந்தார். அருகே அம்மா. கீரைகளைக் கட்டுக் கட்டாகக் கட்டிக்கொண்டிருந்தாள். அம்மா கேட்டாள்.

"சுந்தரி, வெறும் சொத்தையா இருக்கே. எறிஞ்சுடலாமா?"

"மூடிக்கிட்டு இரு. உன் அப்பன் கொடுத்த சீதனம் இல்லை" என்றார் அப்பா.

பிந்துவுக்கு எரிச்சலாக இருந்தது. இந்த அப்பா எப்பவுமே இப்படித்தான். அப்பா சிரித்தே அவள் பார்த்ததில்லையே.

அம்மா வேலையை முடித்துக் கிளம்பினாள். "வரியாடி?"

"நீ போ. படிக்கிறவளை என்னத்துக்கு எழுப்பறே?"

வியாபாரம் தொடங்கிற்று. எடை போடுவதும், பேரம் பேசு வதுமாக இருந்தார் அப்பா. "நல்ல கத்தரிக்காயா?" என்றாள் ஆடிட்டர் சம்ஸாரம். ஏமாறு வதற்கு என்றே ஜனித்த பிறப்பு, அந்த அம்மாள். ஸ்பஷ்டமாக முகத்தில் எழுதி இருந்தது, களை. "பிஞ்சு. காம்பிலே நீர் கசியுது பாருங்க மாமி. எவ்வளவு போடட்டும்?" அப்பா, மாமியைப் பேசவிடாமல், காயைத் தொடவிடாமலும், அரைக் கிலோவைப் போட்டார்.

அந்த மாமி போய்ச் சேர்ந்தாள். போகும் வரைக்கும் அவளையே பார்த்துக்கொண்டிருந்தாள் பிந்து. மனம் பாடத்தில் லயிக்கவில்லை. பாவை, வெண்டை, அவரை என்று எத்தனை இருக்கிறது. இந்த ஜனங்கள் ஏன் இப்படி ஏமாறுகிறது?

தூரத்தில் தமிழ் மிஸ் வந்துகொண்டிருந்தாள். பிந்து எழுந்து நின்றுகொண்டாள். மிஸ் இவளைப் பார்த்து, "படிக்கிறியாடி, படி, படி" என்றாள். "சரி மிஸ்" என்றாள் பிந்து.

தமிழ் மிஸ், தன் கண்ணாடியின் வழியாகக் காய்கறிகளை வலம் வந்தாள். அட கஷ்ட காலமே!

"கால் கத்தரி, கால் புடலை, தக்காளி, பச்சை மிளகாய். போடுங்க."

" மிஸ்... பாவைக்காய் நல்லா இருக்குங்களே."

"படிக்கிறவளுக்கு இங்கே என்னடி கண்ணு? செருப்பாலே அடிப்பேன்."

"விடுங்க கடைக்காரரே. நீங்க போடுங்க."

அழுகல் கத்தரிக்காயை வாங்கிப் போகும், தமிழ் மிஸ்ஸையே பார்த்துக்கொண்டு நின்றாள் பிந்து. அப்பா மேல் எரிச்சல் எரிச்ச லாக இருந்தது.

விளையாட்டு பீரியட் மணி அடித்தது. பிந்து, ஆசிரியர்கள் அறைப் பக்கம் போய் எட்டிப் பார்த்தாள். தமிழ் மிஸ் நோட் திருத்திக்கொண்டிருந்தாள். நிழல் தெரிய, திரும்பிப் பார்த்தாள்.

"என்னடி பிந்து?"

"ஒன்றுமில்லை மிஸ்."

தமிழ் மிஸ் கண்ணாடியை எடுத்துவிட்டு வெறும் கண்களால்

இவளைப் பார்த்தாள்.

"சொல்லு."

பிந்து அழத் தொடங்கினாள். தேம்பித் தேம்பி அழுதாள். பதறிப் போய்க் கேட்டாள் மிஸ்.

"சொல்லுடி."

"அப்பா உங்களுக்குப் போயி அழுகல் கத்தரிக்காயைக் கொடுத்துட்டாங்களே."

மிஸ், பிந்துவை அணைத்துக்கொண்டாள். சற்று நேரம் பொறுத்துச் சொன்னாள்.

"வீட்டுக்குப் போனதும்தான் தெரிஞ்சது. நீ பாவைக்காய்னு சொன்னதும் புரிஞ்சுது. பரவாயில்லை. இதுக்காக அழலாமோ? நீ சொத்தையாகாமே இருக்கியே அதுபோதும். இப்படியே இரு."

பிந்துவுக்கு நிம்மதியாக இருந்தது.

2

அப்பா சொன்னது மிகவும் கவர்ச்சிகரமான அன்பளிப்புதான். எனினும், பிந்துவுக்கு அது வேண்டி இருக்கவில்லை. இந்த வருடம், வகுப்பிலேயே முதல் மதிப்பெண் வாங்கினால், அவளுக்கு சைக்கிள் — சின்னக் கன்றுக்குட்டி மாதிரியான சைக்கிள் — பரிசு என்றார் அப்பா.

சைக்கிள் என்று சொன்னதும் துள்ளிக் குதிக்க வேண்டிய பிந்து, சும்மா நிற்பது, மோட்டுவளையைப் பார்த்துக்கொண்டு நிற்பது, அப்பாவுக்கும், ஏன், அம்மாவுக்கும்கூட ஆச்சரியம்.

"என்னடி பெரிய யோசனை?" என்று கேட்டாள் அம்மா சிரித்தபடி.

"எனக்கு சைக்கிள் வேணாம்" தலையை இப்படியும் அப்படி யும் அசைத்தாள், எழுதிய வரியை ரப்பரைக்கொண்டு மேலும் கீழும் அழிப்பதுபோல. அப்பாவுக்குச் சிரிப்பு.

"வேற என்னடி வேணும்?"

"குதிரை. எனக்கு ஒரு குதிரை வேணும்."

அப்பாவும் அம்மாவும் இப்போது நிறைய சிரித்தார்கள். "குதிரையா?"

"ஆமாம். நிஜமான குதிரை. நாலு கால்லே ஓடற குதிரை. புல் தின்கிற குதிரை."

"அடே. குதிரையை வச்சிட்டு என்ன பண்ணுவே?"

"பீச்சுக்கு அழைச்சுட்டுப் போயி, குழந்தைகளை ஏத்திக்கிட்டு, சுத்தி வரப் பண்ணுவேன்."

அப்பா விழுந்து புரளாத குறையாகச் சிரித்தார்.

பிந்து பள்ளிக்கூடம் போகும் வழியில்தான், ஜானி வீடு இருந்தது. அந்த இடத்துக்குப் போனாலே, பச்சைப் புல் வாசனை வரும். வீட்டு வாசலில் குதிரை கட்டியிருக்கும். அது பெரிய கூந்தல் மாதிரி வாலைத் தொங்கவிட்டுக்கொண்டு புல் தின்னும். சமயங்களில் "ஹி. ஹி" என்று சிரிக்கும். எத்தனை அவசரமாக இருந்தாலும் பிந்து, அந்த இடத்தில் இரண்டு நிமிஷமாவது நிற்பாள். நின்று, குதிரையை விழுங்க வேண்டும் அவளுக்கு. சிவந்த, கொள்ளு நிறம் அதுக்கு. கொள்ளைத் தின்று பெற்ற நிறமா? குதிரை ஒரு ஆச்சரியம் என்றால், அதன் அருகில் நின்றுகொண்டு தடவிக் கொடுத்தபடி, வெகு அலட்சியமாக இவளைப் பார்க்கிற அந்தப் பையன், இன்னொரு ஆச்சரியம். ஹுூம். குதிரை இல்லாத வீட்டில் பிறந்தோமே என்கிற வருத்தம் அவளுக்கு ஏற்பட்டது, சட்டென்று.

அன்று கணக்கு வகுப்பில் அந்த விந்தை நிகழ்ந்தது. கரும் பலகையில் இருந்த கணக்குக்கு, அவர்கள் விடை கண்டுபிடிக்கப் போராடிக்கொண்டிருந்தார்கள். அப்போது ஜானி வகுப்பில் நுழைந்தான். ஐயோ. அதே குதிரைக்காரப் பையன்தான். குதிரை யின் பக்கத்தில் தைரியமாக நிற்கிறவன். கடற்கரையில் மாலை வேளைகளில், குழந்தைகளை ஏற்றிக்கொண்டு திரிகிறவன். அவன் அவள் படிக்கிற பள்ளிக்கூடத்தில், அவள் படிக்கிற அதே வகுப்பில் சேர்கிறதாவது?

அதிர்ஷ்டம்தான். கணக்கு வாத்தியார், ஜானியுடன் வந்த பெரியவரிடம் இருந்த சீட்டை வாங்கிப் பார்த்தார்.

"பாய்... நல்ல காரியம் பண்ணினிங்க. படிக்கிற பையனைக் குதிரை மேய்க்க விட்டீங்களேன்னு, எனக்கு ரொம்ப வருத்தம். இப்பவாவது வந்து சேர்ந்தீங்களே."

கணக்கு சார் அந்தப் பையனை, பிந்துவுக்கு நேர் அடுத்த பெஞ்சில் வலப்புறமாக அமரவைத்தார்.

“போர்டுல இருக்கிற கணக்கை எழுதிக்கடா ஜானி” என்றார் சார்.

ஓரக் கண்ணால் பிந்து, அவனைப் பார்த்துக்கொண்டிருந்தாள். அவன் மஞ்சள் பையிலிருந்து ஒரு நோட்டை எடுத்து, பிறகு பென்சிலை எடுத்தான். அது சீவாத புத்தம் புதுப் பென்சில்.

அவள் தன் பென்சிலை எடுத்து, அவன் பக்கம் நீட்டினாள். ஜானி திரும்பிப் பார்த்தான். பென்சிலை வாங்கிக்கொண்டான். லேசாகச் சிரிப்பதுபோல இருந்தது. பிந்து பெருமையுடன், மல்லிகா வின் பக்கம் பார்த்தாள். மல்லிகா ரொம்பவும் ராங்கிக்காரி. அதோடு ஹெட் வெயிட். புத்தம் புதுச் சுடிதார், பாவாடை, தினம் ஒரு கார். எல்லா சாரிடமும் டியூஷன். அதனால், அவளது கர்வம் நிரம்பி வழிந்தது. தானும் ஜானியும் சினேகமாகிவிட்டது மல்லிகா வுக்குப் பொறாமையை ஏற்படுத்தும் என்பதை நினைக்கும்போதே பிந்துவுக்கு சந்தோஷம். மல்லிகா இவள் பார்ப்பதைக் கண்டு, இரட்டைச் சடையில், இடச் சடையை வலப்பக்கம் போட்டுக்கொண்டு, வேண்டுமென்றே எங்கோ பார்த்தாள். மல்லிகா, கில்லிகா, சில்லிகா.

பள்ளிக்கூடம் விட்டு ஜானியுடன் திரும்பினாள் பிந்து. வீடு வந்தவுடன், குதிரையைத் தடவிப் பார்க்க வேண்டும் என்று ஆசைப் பட்டாள். அதை அவனிடம் சொன்னாள். வீடு நெருங்கியதும் ஜானி, பிந்துவை, குதிரையின் அருகில் நிறுத்தினான். புல் வாசனை, குதிரையின் வாசனை இரண்டுமே அவளுக்குப் பிடித்தது.

பிந்து மேசையைத் திறந்து, தீப்பெட்டியை எடுத்தாள். பெரிய சைஸ் தீப்பெட்டி. அதில் பொன்வண்டு. வர்ணம் பூசிக்கொண்ட வண்டு. “என்னம்மா சாப்டியா?” என்று அதனிடம் கேட்டாள். அது பதில் சொல்லியிருக்க வேண்டும். பிந்துவுக்கு அதன் பாஷை தெரியும். அவள் போட்ட சோற்றுப் பருக்கை பாதியாக இருந்தது. அப்பா குதிரை வாங்கிக்கொடுத்த பிறகு, பொன்வண்டுக்கு விடுதலை கொடுத்துவிடுவது என்று இருந்தாள் அவள். அம்மா காப்பிகொண்டு வந்து மேசை மேல் வைத்தாள். “இந்த வண்டைக் கட்டிக்கிட்டு, என்னத்துக்கடி அந்தப் பாவம். விட்டுடுன்னு சொன்னா கேட்க மாட்டேங்கறே.”

“அப்போ குதிரை வாங்கிக்கொடு. இதை ஜானிகிட்டே கொடுத்துடறேன்.”

“வாங்கித் தர்றேன். குதிரை மேய்க்கிறது ஒன்றுதான் குறை. அசடு.”

இருட்டிக்கொண்டு வந்தது.

“டீ... பிந்து, நாடார் கடைக்குப் போயி, நாலு முட்டை வாங்கிட்டு வாயேன்.”

பையை எடுத்துக்கொண்டு கிளம்பினாள் பிந்து. ஜானி வீட்டைக் கடந்துதான் நாடார் கடை. தூரத்தில் அவன் வீட்டில் ஒரு கார் நிற்பது தெரிந்தது. அருகில் போகும்போதுதான், குதிரைக்குப் பக்கத்தில் மல்லிகா, நிற்பது தெரிந்தது. ஜானியும் நின்றான். குதிரையின் மேல் கையைப் போட்டுக்கொண்டு பேசிக்கொண்டிருந்தாள் மல்லிகா.

"அம்மா முட்டை வாங்கிட்டு வரச் சொன்னாங்க" என்று தானாக ஜானியிடம் சொன்னாள் பிந்து.

ஏதோ, தெருவில் போகிறவர்கள் பேசுகிற பேச்சைப்போல, ஜானி அவளை அலட்சியப்படுத்திவிட்டு, மல்லிகாவிடம் ஏதோ தமாஷாகப் பேசிக்கொண்டிருந்தான். மல்லிகா இவளை இகழ்ச்சி யாகப் பார்ப்பதுபோல இருந்தது. அவள் ஓடத் தொடங்கினாள். மனசுக்குள் ஜானி, கீனி, கூனி என்று வைதுகொண்டாள்.

அன்று மாமாவும் மாமியும் வந்திருந்தார்கள். அம்மா, மாமாவிடம் சொன்னாள்.

"அண்ணா, கேட்டியா. பிந்து குதிரை வளர்க்கப் போறாளாம், குதிரை."

"பேஷ்" என்றார் மாமா.

"ஏன் குதிரை? கழுதை வளர்க்கலாமே! வித்தியாசமா இருக்கும்."

சிரிப்பு.

பிந்து முகம் சிவக்கச் சொன்னாள்.

"இல்லை மாமா. எனக்குக் குதிரையும் வேணாம். கழுதையும் வேணாம்."

"என்னதாண்டி வேணும்?"

அவள் பதில் சொல்லாமல் மாடிக்கு ஓடி, மேசையைத் திறந்தாள். பொன்வண்டை எடுத்து மார்போடு அணைத்துக்கொண்டாள்.

3

பிந்துவும், அவளைப் பெண் பார்க்க வந்த சிபியும், சுமார் நாற்பத்தாறு நிமிஷங்கள் பேசினார்கள். அவர்கள் பேச்சின் சாராம்சம், புதுமையானது என்றாலும் வழமையானது என்றாலும் ஒன்றுதான்.

அது ஒரு வெள்ளிக்கிழமை மாலை. பறவைகள், மிருகங்கள் மற்றும் மனிதர்கள் தங்கள் கூடடையும் நேரமாக அது இருந்தது. ஒரு நீண்ட கோடை வெயிலுக்குப் பிறகு, அந்த மாலை சற்று மப்பும் மந்தாரமுமாக இருந்தது. காற்று, குளிர்ச்சியாக இனிமையாக இருந்தது.

இதுபோன்ற விசேஷங்களுக்கென்றே, இந்தியர்கள் உருவாக் கிக்கொண்ட கி.மு. பலகாரங்கள் பரிமாறப்பட்டன. பரிமாறும் சாக்கில் பிந்துவை, சிபி மற்றும் அவன் கூட்டத்தார்க்கு முன் விட்டனர். உண்டு முடித்தபின் சிபி, பெண்ணோடு தனிமையாகச் சில வார்த்தைகள் பேச வேண்டும் என்றான். மரபு வழியில் ஊறி உப்பிக்கிடந்த, அந்த ஆசாரமான குடும்பத்தில், அஸ்திவாரத் திலேயே வேட்டு வைக்கப்பட்டதுபோல வீடு கலகலத்தது. திடு மென, நவீன வாழ்க்கை முறை என்கிற சட்டையை அணிந்துகொண்டு, ஒரு வகையான தாசிச் சிரிப்பை உதிர்த்தபடி பிந்துவின் அப்பா சொன்னார்.

"பேஷா. அதுக்கென்ன? இப்போல்லாம் அப்படி பிள்ளைகள் கேள்க்கிறது சகஜம்தானே? நாங்கள் பஞ்சாங்கம் இல்லை... சார் வாள் பொண்ணோடு பேசலாம்."

எங்கு மாப்பிள்ளைப் பையனையும் பெண்ணையும் உட் கார்த்தி வைப்பது? உக்கிராண உள், நிமிஷத்தில் ஒழிக்கப்பட்டது. எலிப் புழுக்கை, அறுந்து போன பிரா, கிழிந்த பாவாடை, விட்டெறிந்த கொண்டை உருண்டை, சுவர் முழுக்க ஸ்டிக்கர் பொட்டு கள் இத்தியாதி சம்பிரங்களுடன் இருந்த உள் ஒதுக்கித் தரப்பட்டது. எதிர் எதிராக இரு நாற்காலிகள்.

வானம் மப்பும் மந்தாரமுமாக இருந்தது. பிந்து, அம்மாவின் பட்டுப் புடைவையை (ஆகி வந்த பட்டாக்கும்!) உடுத்தி இருந்தாள். அவன் பேண்ட்டும் சிலாக்கும் அணிந்து, கால் மேல் கால் போட்டுக்கொண்டு அமர்ந்திருந்தான். நிமிஷத்துக்கொருமுறை, முகத்தைக்கைக்குட்டையில் துடைத்துக்கொண்டான்.

“மழை வரும் போல் இல்லை” என்றான் சிபி.

“உம்” என்றாள் பிந்து.

“ஆனாலும் மெட்ராஸ், ரொம்பவும் அழுக்கா மாறிடுச்சு. சகிக்கலை.”

“மழை வந்தா சரியாயிடும்.”

“எப்படி? மழை வந்தாவா?” “மெட்ராஸ் கழுவப்பட்டிடுமே.”

“ஹி. ஹி...” என்று அவன் சிரித்தான்.

“உனக்கு என்ன “பேசிக்” பே?” என்றான் அவன் திடுமென்று. சுவாதீனமாக ஒருமையில் அவன் பேசியது அவளுக்குச் சுருக்கென்றது.

“உனக்கு... சாரி... உங்களுக்கு என்ன பே.?” என்றாள் பிந்து.

மேல் போட்டிருந்த காலைச் சரிப்படுத்திக்கொண்டு அவன் நிமிர்ந்து உட்கார்ந்துகொண்டான்.

“என்ன கேட்டீங்க? என் “பேர் தானே? எல்லாம் சேர்த்து ஆறாயிரம் வரும்.”

“எனக்கு மொத்தமாகக்கூட ஐநூறு வரும்.” அவன் அமைதியாக இருந்தான். மேலே பார்த்தான். தாடை யைத் தேய்த்துக்கொண்டான். “கடைசியா என்ன சினிமா பார்த்தீங்க?”

“எனக்கு நேரம் கிடைக்கிறதில்லை.”

“நான்... ரசிகன். அவர் படம்னா முதல் நாள் முதல் ஷோவில் பார்த்திடுவேன். ஆமாம். பெண்களுக்கு... மேலே “கிக்”குன்னு சொல்றாங்களே. உங்களுக்கு அவர் பிடிக்காதா?”

“எனக்கு யாரும் “கிக் இல்லை. எனக்கு இப்போ நடிக்கிற பல பேரோட பெயர்கூடத் தெரியாது.”

“ஏன்? சினிமா பார்க்கக்கூடாதுன்னு சபதமா? ஞாயிற்றுக் கிழமையில போகலாமே?”

“எனக்கு செய்ய நிறைய வேலை இருக்கு. உருப்படியான வேலை.”

“அப்படின்னா, சினிமா உருப்படியான வேலை இல்லையா?”

“நான் எனக்குச் சொல்லிக்கிட்டேன்.”

அவன் அமைதியாக இருந்தான். வெளியே, வாசலில் காக்கை ஒன்று வந்து அமர்ந்துகொண்டு கர் கர் என்றது. அதை ஏனோ, சிபி ரசிக்க முடியவில்லை. முகம் தெரியாத அந்தக் காக்கையின் மேல் அவனுக்கு மிகவும் கோபம் வந்தது. அவன் சொன்னான்—

“ஒரு முக்கியமான விஷயம். அதைச் சொல்லத்தான் உன்னை. உங்களைத் தனியாக அழைச்சேன். எனக்குக் கடலூரில் வேலை. மாற்றல் கிடைக்காது. நீங்கள் சென்னையில் உத்தியோகம் பார்க் கிறீர்கள்.”

“சொல்லுங்கள்.”

“திருமணம் ஆன பிறகும் நாம் பிரிந்திருக்க வேணுமா? என்ன பண்ணலாம்?”

“நீங்கள் கடலூரில் இருங்கள். நான் சென்னையில் இருக்கேன். என்ன, நாலு மணி நேரப் பயணம். வாரக் கடைசியில் நாம் சந்திக்கலாமே. நீங்கள் இங்கே வரலாம். நான் கடலூர் வருவேன்.” “அதன் பேர் கல்யாணமா?”

பிந்து யோசனையில் இருந்தாள். அவன் சொன்னான்,

“வேலைக்குப் போவது பணத்துக்காகத்தானே? என் சம்பாத் தியமும் சொத்தும் நாம் சௌகரியமாக வாழப்போதும்.”

அவள் சொல்ல வேண்டி இருந்தது.

“வேலை, பணத்துக்காக மட்டும் இல்லை. சுயகௌரவத் துக்காக.”

“அப்படின்னா? கணவன் அல்லது மனைவி இரண்டு பேரில் ஒருத்தர் சம்பாதித்தால் போதாதா — உங்கள் கருத்துப்படி — அதாவது நவீனப் பெண்கள் இப்போல்லாம் பேசறாங்களே.

அதன்படி பிந்து சிரித்தாள். அமைதியாகச் சொன்னாள். “நான் பெண் மட்டும்தான். நவீனம், பழசு எல்லாம் இல்லை. ரெண்டு பேரில் ஒருத்தர், யாரானும் இருக்கலாம் என்றுதான் அப்படிச் சொல்கிறார்கள். வாய்ப்பு இருந்தால் ரெண்டு பேரும் உழைக்கலாம். அதுதான் சரி. குடும்பத்துக்கு என் பங்கும் இருக்க வேண்டும். அதுக்குத்தான் வேலை.”

அவன் புன்சிரிப்போடுதான் சொன்னான். “எனக்கும் பலரைத் தெரியும். வேலைக்குப் போகிற பெண்கள், குடும்பத்துக்குத் தங்களை முழுசாகத் தருவதில்லை. அதனால் பிரச்சனைகள் வருது.”

“எதுக்குத் தரணும். மனுஷ வாழ்க்கை, நிறைய தேவைகளை அடக்கி இருக்கு. எனக்குத் தெரிஞ்ச ஒரு டான்சர் கல்யாணம் பண்ணிக்கலை. ஒரு பேராசிரியை குடும்பம் தனக்குப் பொருந் தலைன்னு விவாகரத்து வாங்கிட்டாங்க. குடும்பம் தவிர்க்க முடி யாத ஒரு அமைப்பா இருக்கு. முடிஞ்சவர்கள் தவிர்த்துக்கிறாங்க. இதெல்லாம், மனம் சார்ந்த விஷயம் இல்லீங்களா? பலாத்காரம் பண்ணி குடும்பத்துக்குள்ளே ஆணையோ பெண்ணையோ தள்ள முடியுங்களா?”

காக்கை, இப்போது பறந்துவிட்டிருந்தது போலும். அதன் சப்தம் இல்லை என்றாலும், ஏதோ ஒன்று, அங்கே அவர்களுக்கு மத்தியில் அமர்ந்துகொண்டு கத்துவதாக அவன் உணர்ந்தான்.

“பிந்து. நான் சின்ன வயசில் இருந்தே ஹாஸ்டல்லே படிச்சு வளர்ந்தவன். படிச்சு, வேலை கிடைச்ச பிறகும், தனியாத்தான் இருக்கேன். கல்யாணத்துக்குப்

பிறகும், நான் தனிமையில் இருக்கணு மான்னு யோசிக்கிறேன். அதோடு, ஹோட்டல் சாப்பாடு என் வயித்துக்கு ஒத்துக்கலை."

பிந்துவுக்கு இப்போதும் சிரிப்பு வந்தது.

"உங்க தனிமையைப் புரிஞ்சுக்க முடியுது. ஆனாலும், என் வேலை, மாற்றலுக்கு உட்பட்டது இல்லை, நான் விரும்பினாலும். உங்க தனிமையை மனைவி மூலம்தான் போக்கிக்க முடியும்னு நினைக்கிறது சரியா? அதோடு, எதுவரைக்கும், எந்த தூரம் மட்டும், ஒருத்தருக்கு ஒருத்தர் துணையாக வர முடியும்? நாம் தனிதானே? தனியாத்தானே வந்தோம்? ஹோட்டல் விஷயம் — நீங்களே சமைக்கக் கத்துக்கிட்டு இருக்கலாம். அல்லது, உதவிக்கு யாரை யாவது வச்சுக்கிட்டிருக்கலாம்."

அவன் தன் விரல் நகங்களைப் பார்த்துக்கொண்டிருந்தான். பத்து விரல்கள். ஆகவே பத்து நகங்கள். அவன் கெஞ்சுவதுபோலச் சொன்னான்.

"இதுக்கு என்ன வழி? கல்யாணத்துக்குப் பிறகும், நாம் பிரிஞ் சிருக்கிறது சரின்னு எனக்குப் படலை."

"நீங்களே அதுக்கு வழி சொல்லுங்களேன்."

"நீங்க ஏன் உங்க வேலையை ராஜினாமா செய்யக்கூடாது?"

பிந்து சிரித்தாள்.

"அது முடியாது."

"ஏன்?"

"அந்த வேலை எனக்குப் பிடிச்சிருக்கு. அதுல, நிறைய சவால் இருக்கு. என் திறமையை வெளிப்படுத்தற வாய்ப்பு நிறைய இருக்கு. எனக்கு இந்த ஊரும் பிடிச்சிருக்கு. என் நண்பர்கள் ரொம்ப அருமையானவர்கள்."

"கணவனைவிடவும் ஒரு பெண்ணுக்கு பெரிசு இருக்கா என்ன?"

ஒரு சத்தம் எழுந்ததை, பிந்து கேட்டாள். தேரின் சத்தம். சங்க காலத் தலைவன், வீடு திரும்பும் தேரின் மணி அசையும் சப்தம்.

பிந்து சொன்னாள்.

"ஒரு பெண்ணுக்குக் கணவன் பெரிசுதான். குடும்பம் பெரிசுதான். எல்லாத்தையும்விட, அவள்தான் அவளுக்கே பெரிசு. தன்னை அழிச்சுக்கிட்டு, அவள் பெறுவதற்கு வேறு எதுவும் இல்லை."

சிபி சொன்னான்.

"இப்படியே பேசிக்கிட்டு இருங்க. அடுத்த நூற்றாண்டுல பெண்கள், தடி தடியா தனியாத்தான் இருப்பீங்க."

சிபிக்குத் தாடி நீண்டது. இடக்கையில் கிண்ணியும், வலக்கையைத் தூக்கிச் சாபம் கொடுக்கிற விசுவாமித்திரன் மாதிரியும் அவன் தெரிந்தான்.

பிந்து சிரிக்க வேண்டி இருந்தது.

2013

மிதிப்பாளர்கள்

இன்றுதான் என் மனம் மிகவும் மகிழ்ச்சியாக இருக்கிறது. பெரிய கவலையாக இருந்த ஒரு விஷயம் சட்டென்று சுலபமாகி, அது கவலையே இல்லை ஒரு சுபமான திருப்பமே என்றானால், எப்படி இருக்கும்? அப்படி இருக்கிறது எனக்கு.

செல்விக்குக் கல்யாணத்தை முடித்துவிட வேண்டும் என்று லட்சுமி பேச ஆரம்பித்து நாலைந்து வருஷம் இருக்குமா? இருக்கும். பெண்ணுக்கு வயசு பதினெட்டைக் கடந்தால், தாய்மார்களுக்குக் கவலை வந்துவிடுகிறது. இருபதைக் கடந்துவிட்டாலோ மனசுக்குள் பயம், பீதி, சீக்கிரம் நல்ல மாப்பிள்ளையாக அமையவேண்டுமே என்கிற மன நமைச்சல். சதா சர்வநேரமும் அதே நினைவு. வீட்டுக்கு வருகிற கல்யாணப் பத்திரிகையைப் பார்த்தால், சொல்ல முடியாத ஏக்கம். தம் பெண்ணுக்கு, ஒரு நல்ல வரன் திகையவில்லையே என்கிற ஆற்றாமை.

லட்சுமியின் கவலையும் அர்த்தமற்றது என்று இன்று தீர்மான மாகிவிட்டது. ஏன், என் கவலையும்தான். செல்விக்கு நல்ல மாப்பிள்ளை கிடைத்து இருக்கிறான். திடீரென்று வெளியில் இருந்தல்ல. அவன் என் பக்கத்திலேயே நாலைந்து வருஷமாகவே இருக்கிறான். நேற்றுவரை என் கம்பெனியின் நிர்வாகியாக இருந்தான். அப்படித்தான் அவனைப் பார்த்தேன். இன்றுதான் அவனை என் குடும்பத்தில் ஒருவனாகப் பார்த்தேன். செல்விக்கு அவன்தான் என்று அந்தக் கணத்தில் தோன்றியது. என் மனம் அமைதியில் ஆழ்ந்தது. நிம்மதி என்பது ஒரு பரவசம். அனேகமாக அதனையும்விட ஆத்மார்த்தமாக வேறு எது இருக்க முடியும்?

பிரச்சனை என்னவென்றால், செல்வி ஒரு புத்திசாலிப் பெண். புத்தி இருப்பதே, ஒரு பிரச்சனைதான். குறிப்பாக, இந்த தேசத்தில் செல்வி, கார்ப்பரேஷன் பள்ளியில்தான் படித்தாள். அந்தக் காலத்தில் என் வாழ்க்கை வசதி அந்த அளவுக்குத்தான் இடம் கொடுத் தது. யோசிக்கும் திறனும்,

எதையும் கூர்ந்து நோக்கி அதன் மறு பக்கத்தையும் விளங்கிக்கொள்ளும் ஆற்றலும்கொண்ட பெண்கள் அல்லது ஆண்கள் எந்தப் பள்ளியில் படித்தால்தான் என்ன? பள்ளி இறுதி வகுப்பில், மாநிலத்தில் முதல் பத்துப் பேரில் ஒருத்தியாக வந்தாள். அவள் கல்லூரியிலும் அப்படித்தான் மிளிர்ந்தாள். அவள் அறிவு வளர்ந்தது ஒரு பிரச்சனை இல்லை.கூடவே, அவளுக்கு என்று சில குணங்களும் போக்குகளும் வளர்ந்ததுதான் பிரச்சனை. எல்லாரும் எம்.பி.ஏ. படிப்பதுதான் இன்றைய மோஸ்தர் என்று சொன்னாலும், நான் தத்துவம்தான் படிப்பேன் என்று முடி வெடுத்துச் சொன்னாள் அவள்.

"தத்துவம் எல்லாம் ஒரு படிப்பா, அம்மா?" என்றேன் நான். அவள் அதற்கு, "எனக்குப் பிடித்ததைத்தானே அப்பா நான் படிக்க முடியும்? உங்களுக்கோ, மற்றவர்களுக்கோ பிடித்ததை நான் படிக்க முடியுமா?" என்று கறாராகச் சொன்னாள். அதற்குமேல் நான் என்ன பேச முடியும்?

ஒற்றைக்கு ஒரு பெண். நானும் லட்சுமியும் கண்ணுக்குள் வைத்து அவளைப் பாதுகாத்து வருகிறோம். பரந்து விரிந்த சொத்து. பெரிய புத்தகப் பதிப்பாளன் என்கிற மரியாதை. சுமார் ஆயிரம் புத்தகங்களுக்கும் மேலாகப் போட்டாயிற்று. இத்தனை சொத்துகளையும் கட்டி ஆளவேண்டிய பெண்.

இதுதான் என்னுடைய கவலை.

பார்க்கலாம்.

24.12.1993

என் கவலை தீர்ந்துவிடும்போல் இருக்கிறதே...

பழமொழி சொல்வார்களே. வெண்ணெய்யைக்கையில் வைத்துக்கொண்டு நெய்க்கு அலைவதாக, அப்படித்தான் இருந்தது என் போக்கு. சுதாகர் என்கிற இளைஞன் என்னிடம் வேலைக்கு, அதுவும் என் அடுத்த ஸ்தானத்தில் இருக்கிறான் என்பதையே மறந்து இருந்துவிட்டேன் பாருங்கள். அதுதான் வேடிக்கையாக இருக்கிறது எனக்கு. கல்லூரியை முடித்த கையோடு என்னிடம் வந்தவன். ஐந்து வருடங்கள் இருக்குமா? இருக்கும். அதற்குள், என்ன சுறுசுறுப்பாய் வேலையைக் கற்றுக்கொண்டான். நான் நினைப்பதை அவன் சொன்னான். நான் செய்ய விரும்புவதை அவன் செய்து முடித்தான். மலையைக் கரைப்பது என்பார்களே, அதுமாதிரி, மிக முக்கியமான எழுத்தாளர்களையெல்லாம், என் பதிப்பகத்தின் பக்கம் இழுத்து வந்தவன் அவன்தானே? என்ன குறளிவித்தை பண்ணுவானோ, என்ன மாயமந்திரம் பண்ணு வானோ பெரிய பெரிய எழுத்தாளர்களையெல்லாம், அதாவது விற்பனை அதிகம் ஆகிற எழுத்தாளர்களையெல்லாம் என் பக்கம் இழுத்து வந்தவன், அவன்தானே! சுந்தரம் முப்பது வருடமாக எழுதுகிற பேர் வழி. அவருக்காகவே ஒருத்தன் பதிப்பகம் நடத்துகிறான். சுந்தரம் புத்தகத்தை மட்டுமே போட்டுக்கொண்டிருந்தான் அவன். அந்த என் எதிரியிடமிருந்து, சுந்தரத்தைப் பிரித்துக்கொண்டு வந்துவிட்டானே!

ஒருநாள் பார்க்கிறேன்; சுந்தரம் என் முன்னால் அமர்ந்துகொண்டு, "சார். என் புத்தகங்களை இனி நீங்கள்தான் போடுகிறீர்கள். "ராயல்டி" என்ன என்பதை நீங்களே முடிவு பண்ணுங்கள்! என்றான். மறுவார்த்தை பேசவில்லை. நான் செக் புத்தகத்தை எடுத்து பத்தாயிரம் ரூபாய்க்கு ஒன்றை வெட்டி

அவரிடம் கொடுத் தேன். அவர் பிறந்தநாளைத் தெரிந்துகொண்டு, அந்த நாளில், ஒரு "பிளாங்க்" செக் கொடுத்தேன். விடிந்தால் புதுவருடம் என்றால், முந்தின நாள் இரவு 12.01 மணிக்கு, கதவைத் தட்டி பணம் கொடுத்தேன். மனிதனைக் கட்டிப்போடவில்லை. அவருக்கும் வால் இல்லை. மனிதர், விசுவாசத்தின் மறுபிறவியாக அல்லவா மாறி விட்டார்!

பையன் சாமர்த்தியக்காரன்தான். அது மட்டும் அல்ல; நான் அவனைத் தேர்ந்தெடுத்ததற்கு. ஒருநாள் மதியம், என் அலுவலகத் துக்கு செல்வியும் அவனும் காரில் வந்து இறங்கியதைக் கண்டேன். செல்வியும் அவனும் வாசலிலேயே நீண்ட நேரம் பேசிக்கொண்டிருப்பதைக் கண்டேன். செல்வி சிரித்தபடி அவனுடன் பேசிக்கொண் டிருப்பதையும் கண்டேன். அந்த நிமிஷத்தில் என் மனசுக்குள் அந்த வித்து விழுந்தது.

திறமையான பையன். இந்த ஸ்தாபனத்தைப் புகழின் உச்சிக்குக்கொண்டு செல்லக்கூடியவன். இதுபோன்ற பையன்கள், அடிக்கடி ஸ்தாபனங்களை மாற்றிக்கொள்ளக் கூடியவர்களாக இருப்பார்கள். நிறைய பணம் பண்ண வேண்டும் என்ற எண்ணத்தில் இருப்பவர்களாகவும் இருப்பார்கள். அவர்களைக் கட்டிப் போடுதல் என்பது நடவாது. என்ன, எதற்கும் கட்டுப்படாமல் ஒரு மனிதன் இருக்க முடியுமா? மண், பெண், பொன் என்பது மட்டும்தானா ஆசா பாசம்? எதற்கும் ஆசாபாசம்? எதற்கும் கட்டுப்படமாட்டேன் என்கிற நினைவும்கூட ஆசாபாசம்தான். இந்தப் பெண்ணைக்கொண்டு அவனைக் கட்டிப்போட்டால் என்ன?

அறிவான பெண், பணத்தோடு, உத்தியோகத்தோடு, சகல சௌகரியங்களோடும் வந்தால் யார்தான் வேண்டாம் என்று மறுப்பார்கள்?

சுதாகரைப் பற்றி விசாரணை செய்ய ஏற்பாடு செய்திருக் கிறேன். பொறுத்திருந்து பார்ப்போம்.

1.1.1994

சுதாகரைப் பற்றிய தகவல் இன்று வந்து சேர்ந்தது.

கிராமத்துப் பையன். கல்லூரிப் படிப்பில், சுமாராகத் தேறிய வன். அப்பாவும் அம்மாவும் சின்னத் தங்கையும் கிராமத்து வீட்டில் வாசம். பையன் ஒழுங்காகப் பணம் அனுப்பிக்கொண்டிருக் கிறானாம் வீட்டுக்கு. பொறுப்பை உணர்ந்த பையன் என்பதால், இது அவன் விசேஷம்.

குடிப்பழக்கம் இல்லையாமாம். ரொம்ப நல்லது. எப்போ தாவது சிகரெட் பிடிப்பானாம். அதுவும் நல்லது. சிகரெட் (எப்போ தாவது) பிடிப்பது நாகரிகத்தின் அடையாளம்தான். சிறு பையன். ஆகவே, பொம்பளை சேஷ்டைகள் ஏதேனும் இருக்குமா என்றால், அந்த வகையில் அப்பாவி என்கிறார்கள். ரொம்ப சந்தோஷம். இந்தப் பையனையே முடித்துவிடுவதுதான் சரி என்று இன்று முடிவெடுத்தேன். லட்சுமிக்கும் பூரண சம்மதம்தான்.

செல்வியிடம் இதை எப்படிச் சொல்வது. சரியான நேரம் பார்த்துச் சொல்ல வேண்டும்.

5.1. 1994

அப்பா இன்று என்னிடம் பேச ஆரம்பித்தார். சீரியசாக எதையோ சொல்லப் போகிறார் என்று நான் அனுமானித்து விட் டேன். அப்பா முக்கியமாக எதையாவது பேசுகிறார் என்றால், அந்த “மூடை”க் காலையில் இருந்தே உருவாக்கிக்கொண்டிருப்பார்.

“இன்னிக்குச் சாயங்காலம் ஏதாவது புரோகிராம் இருக்காம்மா” என்பார்.

“ஏம்பா?”

“நாலு மணியில் இருந்து ஏழுவரைக்கும் ஃபிரீ பண்ணிக்கோ.”

“சரிப்பா”

இன்றும் அப்படித்தான் நடந்தது. கேட்டார். நானும் சரி யென்று சொன்னேன். சாயங்காலம். அப்பா என்னை அழைத்துக்கொண்டு ஓட்டலுக்குச் சென்றார். விஸ்கிக்கு ஆர்டர் கொடுத்து விட்டு, எனக்குச் சாப்பிடச் சொல்லிவிட்டு எதையோ ஆரம் பித்தார்.

“அம்மாவுக்கு உன்னைப் பற்றிய கவலை.”

“எதுக்குக் கவலைப்படனும்?”

“உன் கல்யாணத்தைப் பற்றித்தான்.”

“அது என் பிரச்சனை. அம்மா எதுக்குக் கவலைப்படனும். உங்களுக்குக் கவலை இருக்காப்பா?”

“எனக்கும்தான். உனக்கும் வயசு ஆகிட்டு இருக்கே. நீ யாரை யாவது “லவ்” பண்ணியிருந்தா, எனக்குக் கவலை இருந்திருக்காது. அத்தோட, நீ விரும்புகிற பையனுக்கே உன்னைக் கல்யாணம் பண்ணி வச்சுட்டிருப்பேன். அதனாலே.”

“அதனாலே.?”

“உனக்கு மாப்பிள்ளை பார்க்கிற பொறுப்பையும் நானே எடுத் துக்கலாம்னு தோணிச்சு.”

நான் சாப்பிட்டவாறு இருந்தேன். அப்பா விஸ்கியைக் கொஞ்சம் கொஞ் சமாக அருந்திக்கொண்டிருந்தார்.

நான் கேட்டேன். “ஏதானும் முடிவு பண்ணி இருக்கீங்களா அப்பா?” “முடிவு பண்ண மாதிரிதான்.”

“யார் அது?”

“சுதாகர்தான்.”

“எந்த சுதாகர்?”

“நம்ம கம்பெனி சுதாகர்தான்.”

அப்பா ரொம்ப நாழிகைக்குப் பிறகு கேட்டார்.

“உனக்கும் சம்மதம்னு நினைக்கிறேன்.” “சுதாகர் ஏதாவது உங்ககிட்டே பேசினாரா?”

“சேச்சே, அவன் பேசவில்லை. நானாத்தான் கேட்கிறேன்.”

நான் பேசாமல் இருந்தேன். அப்புறமாக அப்பா கேட்டார்.

"உன் யோசனை என்னம்மா?"

"பிறகு சொல்றேன்." அப்பா கெஞ்சும் குரலில் சொன்னார்.

"நான் ரொம்ப யோசிச்சுட்டேன். எல்லா வகையிலும் அது சரியான சம்பந்தம்னு எனக்குத் தோணுது. அம்மாவுக்கும் இஷ்டம்தான்" என்று சொல்லிக்கொண்டே வந்தவர், பயம் உந்த, எங்கே நான் எதிராக ஏதாவது சொல்லிவிடுவேனோ என்கிற பயத்தில், "சரி சரி. நீ அப்புறமாகவே உன் முடிவைச் சொல்லு" என்றார்.

12.2.94

அப்பா இன்று மீண்டும் என்னை நினைவுபடுத்தினார். "என்னம்மா, யோசிச்சியா. உன் முடிவு என்ன?" என்றார்.

"இன்னும் இரண்டு நாள்லே சொல்றேம்பா" என்றேன்.

"சரி. சரி..." என்றார்.

முதலில் இதைப்பற்றி சுதாகருடன் பேசுவது சரியாக இருக் குமோ என்று தோன்றியது. ஆம். அதுதான் சரி என்று முடி வெடுத்தேன்.

14.2.94

இன்று சுதாகருக்குப் போன் செய்தேன். "யார்?" என்றான் சுதாகர்.

"செல்வி."

"செல். ஓ... என் சின்ன முதலாளியா?"

"அப்படியும் சொல்லலாம்."

"என்ன செய்ய வேண்டும் நான்."

"இன்று மாலை, என்னை நீங்கள் சந்திக்க வேண்டும்."

"எங்கே."

இடம் சொன்னேன். சொன்ன நேரத்தில் சொன்ன இடத்தில் என்னை அவன் சந்தித்தான். நேராகவே விஷயத்துக்கு வந்தேன்.

"மிஸ்டர் சுதாகர், என்னைத் திருமணம் செய்துக்கணும்னு உங்களுக்கு எண்ணம் இருக்கா?"

"முதலாளிக்கு அந்த எண்ணம் இருக்கும். சுத்தி வளைச்சு என் அபிப்பிராயத்தைக் கேட்டார். நான் எனக்கு ஆட்சேபணை இல்லைன்னு சொல்லிட்டேன். உங்களுக்கும் அந்த எண்ணம் இருக்கும்கிற எண்ணத்திலதான் அப்படிச் சொன்னேன்."

"பரவாயில்லை... அது தப்பில்லை. ஆனால், தயவு செய்து என்னைத் தவறாக நினைக்கக்கூடாது. ஒன்று சொல்லட்டுமா?"

"சொல்லுங்க."

"எனக்கு இந்தத் திருமணத்தில் இஷ்டம் இல்லை."

அவன் அமைதியாக இருந்தான். அப்புறம் சொன்னான். "ஏன்னு தெரிஞ்சுக்கலாமா?"

"அபிப்ராய வித்தியாசம்தான். நீங்கள் ஒரு நல்ல, சுறுசுறுப் பான பிசினஸ்மேன். உங்களால பலவும் பண்ண முடியும். சமூகத்தில ஜெயிச்சவரா இருப்பீங்க. எல்லாம் சரி. ஆனா, எந்த மதிப்புகளும் உங்களுக்கு இல்லை. ஐ மீன் வால்யூஸ். சுந்தரம் மாதிரி பெரிய எழுத்தாளரை, நீங்கள் மடக்கின விதம், நிச்சயம் ஆபாசம். ஆமாம். அது ஆபாசம். ஆபாசம்னா, ஆண் பெண் விஷயத்தில் மட்டும் இல்லை. அழகுக்கும் நேர்மைக்கும் விரோதமா இருக் கிறதெல்லாம் ஆபாசம்தான். எப்படியாவது எதைச் செய்தாவது, பணம், புகழ், செல்வாக்கு சம்பாதிக்கிறதுங்கறது உங்களுக்கு வாழ்க்கையா இருக்கு. நான் வேறமாதிரி, எதைச் செய்தாலும், அதில நேர்மை இருக்கணும்; நியாயம் இருக்கணும். லட்சம் பேருக்கு முன்னால, நான் இதுக்காக இதைச் செய்தேன்னு சொல்ற நேர்மைத் திறம் இருக்கணும். நாம் இரண்டு பேரும், ஒரு கூரைக்குக் கீழே வாழ முடியாது."

"மேடம், இதெல்லாம் பிசினஸில் பார்ட் ஆப் தி கேட்தானே? அதுல என்ன தப்பு?"

"சுந்தரம், அன்னபூரணி போன்ற எழுத்தாளர்களை நீங்கள் விளம்பரப்படுத்திய விதம், ரொம்பக் கேவலம். ஒரு விஷயத்தை ரொம்ப அவமானத்தோடதான் உங்ககிட்டே சொல்றேன். சுந்தரத் தைப் பணத்தைக் காட்டி மட்டும் நீங்க இழுக்கலை. அதுக்காக நீங்கள் பயன்படுத்தின தந்திரம் ரொம்பக் கேவலம். இப்போதுதான் நாங்கள் பொது வாழ்க்கைக்கு வந்திருக்கோம். இப்போதுதான், எங்களோட முகம் சமூகத்துக்கே தெரிய ஆரம்பிச்சிருக்கு. நாங்க 99 பேரு. போராடிக்கிட்டு இருக்கோம். ஒரே ஒரு அன்னபூரணி, எந்த வழியிலயோ, எழுத்தாளர்னு பேர் வாங்க உங்களைப் போன்ற சில பேர் ஒத்துழைக்கறாங்க. நீங்களே, அவருக்காக ஆளை வச்சு எழுதி, பாவம், அந்த அம்மா பேர்ல போடறீங்க! இந்த ஊழல் உங்களுக்கும் தெரியும். எனக்கு எழுதத் தெரியாது. ஆனா, அது உசத்தியான பணின்னு தெரியும்.

தவிரவும், நீங்க மேனேஜரா வந்த பிறகு, உங்க முயற்சியில நீங்க போட்ட புத்தகங்கள், பெண்டாட்டியை இன்பத்தின் உச்சிக்கு எடுத்துச் செல்வது எப்படி, விடுதி மாணவ மாணவிகளின் ரகசியப் பழக்கங்கள்.போதும்னு நினைக்கறேன். எனக்கே கூச்சமா இருக்கு."

"நீங்க சொல்றது சரி. விக்க வேண்டாமா? பணமும் தேவை தானே?"

"நிச்சயமா, பணம் தேவை. அதுக்காக, யாரை மதிக்கிறது. எதைச் செய்யறதுன்னு இருக்கில்லையா? சுந்தரம், அன்னபூரணியை விக்கலைன்னா, செத்தா போயிடுவீங்க. அப்படிச் செத்தாலும் தப்பு இல்லை. சுதாகர், பணம் தேவைதான். அதுக்காக, நீங்க என்னையும் வித்துப் பிழைக்கமாட்டீங்கன்னு என்ன நிச்சயம்?"

"சேச்சே, என்ன பேச்சு இது?"

"மன்னியுங்கள். புத்தகம் பதிப்பித்தல் ஒரு நல்ல தொழில். அதையும் கெடுக்கிறீர்கள். பெண்களின் மரியாதையையும் கெடுக் கிறீர்கள். ஒரு கலர் போட்டோ காட்சியை மகிமைப்படுத்த 99 பெண்களைச் சிறுமைப்படுத்தறீங்க.

உலகத்துப் பொம்பளைகள் எல்லாம், ஆம்பளைக்கு ஏங்குகிறதா எழுதுகிற சுந்தரங்கிற பொறுக் கியை ஊக்கப்படுத்துறிங்க. இவ்வளவு இழிவான ஒருத்தரை நான் எப்படிக் கல்யாணம் பண்ணிக்கிறது சொல்லுங்க. ஐ ஆம் சாரி." அவன் மெதுவாகச் சொன்னான்,

"நீங்கள் சொல்றது சரிதான் மேடம்."

"சுதாகர், நான் உங்க மேல் சொன்ன எல்லாக் குற்றமும், என் அப்பாவுக்கும் பொருந்தும், அவரிடமும் இதை நான் சொல்லு வேன்."

சொன்னேன்.

2.3.94

அப்பா அதிர்ச்சி அடைந்தார். ரகசியத்தில் நடந்தாலும், தவறு தவறுதான். அந்த இழி தொழிலின் பங்குதாரனை நான் என் துணைவனாக ஏற்க முடி யாது. அதை அப்பா சொன்னாலும் சரி, வேறு யார் சொன்னாலும்சரி

6.4.94

அப்பா, பதிப்பகத்தை மூடிவிட உத்தேசிப்பதாகச்

சொன்னார். "வேண்டாம்" என்றேன்.

"ஏன் ? "

"அதை நான் நிர்வகிக்கிறேன். நல்ல புத்தகங்களை நான் பதிப்பு செய்கிறேன். எனக்கு மக்கள்மேல் நம்பிக்கை இருக்கிறது. அந்த அளவுக்கு மக்கள் கெட்டுவிடவில்லை" என்றேன்.

அப்பா கண்களில் பெருமிதம் தெரிந்தது.

2013

ஈரம்

சந்தியாவுக்கு அது புரியத்தான் இல்லை. எல்லா வீட்டு ஜன்னல்களும்தானே திறந்துகொண்டு அவளையே பார்ப்பதுபோல இருந்தது. பெண்கள் அவளைப் பார்க்காமலே பார்த்தார்கள். ஆண்கள், கூலிங்கிளாஸ் வழியாக அவளைப் பார்ப்பதாக அவள் உணர்ந்தாள்.

காலை வேளைகளில் பால் பாக்கெட் போடும் அந்த ஒல்லியான பெண்மணி, பேப்பர் போடுகிற பையன், காய்கறிகளோடு ஊர் விஷயங்களையும் சேர்த்து விற்கும் கடைக்காரர் என்று அவளைச் சுற்றி இயங்கும் மனிதர்கள் பலருக்கும் அதைப் பற்றித் தெரிந்துகொள்ள வேண்டும் என்கிற ஆவல் இருப்பதாக அவளுக்குத் தோன்றியது.

சந்தியாவுக்கு ஒரு தோழி. அவள் பிலோமினா. அவள் சாப்பிடும் முன்பு கை கழுவப் போகும் இடத்தில் வைத்துக் கேட்டாள்.

"என்னப்பா, உனக்கும் எம். கே மூர்த்திக்கும் ஏதோ இருப்பதாக எல்லோரும் சொல்கிறார்களே... உண்மைதானா...?"

"எல்லோரும்னா யார், யார்? மன்மோகன் சிங்கும் சோனியாவுமா? அழகிரியும் ஸ்டாலினுமா அல்லது அஞ்சலியும் அமலாவுமா?" இருவரும் சேர்ந்து சிரித்தார்கள்.

"சாரி, நான் கேட்டிருக்கக்கூடாது. வரம்பு மீறல்..."

"நோ நாட் அட்டால். உனக்கு உரிமை இருக்கப்பா..."

"ஆனால், அது உரையாடத்தக்க விஷயம் அல்ல. உள்ளே என்ன இருக்குன்னு தெரிஞ்சுக்க முடியாத இருட்டுக் குகை. வெளியிலேந்து பார்த்தா எனக்குள்ளே என்ன இருக்குன்னு யாருக்குத் தெரியும். ஏன் என்னையே சொல்றேன். நானும் அவனும்தான் உள்ளே இருக்கோம்னு, வச்சுக்க. எங்களுக்கே தெரியலை, எங்கே இருக்கோம்னு. உள்ளே என்னதான் இருக்குன்னு... இருட்டுதான் தெரியுது.

ஒருக்கால், இருட்டுதான் அதுவோ, அதுக்கு இன்னொரு பெயர் இருட்டோ என்னவோ...”

பிலோமினா இவள் முகத்தையே பார்த்துக்கொண்டிருந்தாள். அவளை அப்படியே இருக்கவிட்டு, சந்தியா தன் அறைக்குப் புறப்பட்டாள். அறை இருக்கும் பெண்கள் விடுதி, தூரத்தில் இல்லை. நடப்பது சௌகரியமாக இருந்தது. நடக்கும்போது மனசைக் கட்டவிழ்த்து அலைய விடலாம். மனம், சனிக்கிழமை மாலை வீடு திரும்பும் பள்ளிக் குழந்தை.

பிராணவாயுவால் மனிதர்கள் வாழ்கிறார்கள் என்று பள்ளிக்கூடத்தில் சொல்லிக் கொடுப்பது எவ்வளவு பெரிய பொய். ஈரத்தால் வாழ்க்கை நடக்கிறது. ஈரத்தை மூர்த்தியிடம் கண்டபோது, அவள் உற்சாகமடைந்தாள்.

அண்மைக் காலமாக சந்தியா, நகரத்தைவிட்டு, விடுமுறை நாட்களில் வெளியேறி இருட்டும்வரை சுற்றிக்கொண்டிருந்து விட்டு அறை திரும்பும் வழக்கத்தை மேற்கொண்டிருந்தாள். இப்படியான ஒரு பயணத்தின்போதுதான் ஆலப்பாகத்தை அவள் கண்டுபிடித்திருந்தாள். ஒரு சின்னக் குன்று. அங்கே ஒரு புராதனக் கோயில். கோயிலுக்குப் பின்பக்கம் கலங்கலற்ற சுத்தமான படிக்கட்டுகளைக்கொண்ட குளம். படிக்கட்டில் உட்கார்ந்து ஒரு நாள் பொழுதைப் போக்குவது அர்த்தமுள்ள காரியமாகப் பட்டது அவளுக்கு. கடைசிப் படியில் அவள் இருந்தால், அவளை பார்க்க வந்தாற்போல மொய்க்கும் மீன் குஞ்சுகள். குளக்கரைக்கு மேல் குடை பிடிப்பதுபோல ஒரு மரம்.

குன்றின் மேல் படிப்படியாக மிதித்து மேல் நோக்கிப் போவது அவளுக்குப் பிடித்திருந்தது. அப்படியே படிகள் இன்னும் மேலே இன்னும் மேலே என்று ஆயிரமாக வளரக்கூடாதோ என்று அவள் யோசிப்பதுண்டு. அப்படி எதுவும் நடப்பதில்லை. யாருடைய ஆசைப்படிதான் எது நடந்தது. ஒரு நாள் மதியப் பொழுதுபோல, மூர்த்தி ஒரு பெண்ணோடு படியின் பக்கம் வந்து அமர்ந்தான். அந்தப் பெண், மிகுந்த நட்பு தோன்றச் சிரித்து சந்தியாவைப் பார்த்து, “கோயிலுக்கு வந்தீங்களா?” என்றாள். அடுத்து ஐந்து நிமிஷத்தில் அவர்கள் அழுத்தமாக அறிமுகம் ஆனார்கள். “கோயிலுக்கு இல்லை.” என்றாள் சந்தியா.

“இங்க வருகிறவர்கள், இந்தப் பழம் பஞ்சாங்கக் கிராமத்துக்கு உங்கள மாதிரி டவுன்காரர்கள் என்னத்துக்கு வருவார்கள்?”

“நீங்கள்...”

“இவன் என்னோட அண்ணன். ஊருக்கு வந்திருக்கான். கொஞ்சம் பெர்சனலாகப் பேசணும். அதுக்காக இங்க வந்தோம்”

“நான் என்னோட பேசணும். அதுக்காக வந்தேன்” அந்தப் பெண், சந்தியாவைப் புருவம் உயரப் பார்த்தாள்.

“இந்த மாதிரி பைத்தியம்போல இவன்தான் பேசுவான்னு நினைச்சேன். நீங்களுமா?”

ரஞ்சனியை மூர்த்தி அடக்கினாள்.

“சாரி” என்றாள் ரஞ்சனி. “அதனால் என்ன, பைத்தியமா இருக்கிறது தப்பா? எது பைத்தியம்னு புரிஞ்சுக்க முடியலை”

"எங்க ஊர் சாமி ரொம்ப சக்தி உள்ளவர். வேண்டிக்கிட்டா கட்டாயம் நடந்துடும்."

சந்தியா, ரஞ்சனியை முகத்தை நோக்கி ஆராய்ந்தாள். குழந்தைத்தனம் மாறாத வளர்ந்த குழந்தை.

"நீங்க என்ன வேண்டிக்கிட்டீங்க.?"

"ஃபைனல் எக்ஸாம்ல பாஸ் ஆகணும்னு வேண்டிக்கிட்டேன். நடந்துடுச்சு?"

"தேர்வு நீங்கதானே எழுதினீங்க?"

மூர்த்தி மட்டும் சிரித்தான். அடுத்த முறை டவுன் பஸ் ஒன்றில் மூர்த்தியை சந்தியா பார்க்க நேர்ந்தது. டிரைவர் அருகில் அவன் நின்றிருந்தான். அவன் பின்னால் அமர்ந்திருந்தாள். அவன் முதுகு மட்டும் தெரிந்தது. பக்கவாட்டு முகம் தெரிந்தது. அவனை அழைத்து அல்லது அவன் அருகில் சென்று பேசலாமா என்று நினைத்தாள். எதற்கு என்று அவளே கேட்டுக்கொண்டாள். மனித உறவுகள் கூடும்போது மனநோவுகளும் கூடுகின்றன. நட்பு என்பதே காசு கொடுத்து சூனியம் வைத்துக் கொள்வது போன்றது என்று சந்தியா நினைக்கத் தொடங்கி இருந்தாள்.

பழக்கம் ஏற்பட்ட பிறகு, இந்த நிகழ்ச்சியை ஒருநாள் அவனிடம் சொன்னாள்.

அன்று மூர்த்தியுடன் சந்தியா மயிலாசன மலையில் அமர்ந்திருந்தாள். எங்கெல்லாம், தரைமட்டத்துக்கு மேல் இடம் இருக்கிறதோ, குன்றோ, மலையோ, ஏதோ ஒன்று மண்ணுக்கு மேலாக இருக்கும் ஓரிடம். அங்கே நீர் நிலை இருக்க வேண்டும். அதன் மடியில் அமர்ந்திருக்க வேண்டும். ததும்பும் தண்ணீரைப் பார்த்துக்கொண்டிருக்க வேண்டும்.

தண்ணீர் எப்போதும் எதையோ சொல்லிக்கொண்டே இருக்கிறது.

மூர்த்தி, சந்தியாவிடம் முதல்நாள் சந்திப்பின்போது தங்கை ரஞ்சனியுடன் பெர்சனலாகப் பேச அந்தக் குன்றிற்கு வந்த விஷயத்தைப் பற்றி ஒரு நாள் விளக்கினான். விஷயம் இதுதான். யாரோ ஒரு பையன், அவனிடம் அவளுக்கு ஈர்ப்பு, அவனுக்கும் அதிகமாக. கல்யாணம் பண்ணிக்கலாமா என்கிறான். என்ன செய்யலாம் என்று கேட்டிருக்கிறான்.

"நீ என்ன சொன்னே" என்று சந்தியா கேட்டாள்.

"இதைப் பத்தி என்னிடம் பேசத் தோணியதே அதுக்கு என் பாராட்டு. ஆனா, நான் எந்த முடிவையும் சொல்ல முடியாது. அதை நீயே எடுக்க வேணும். உன் வாழ்க்கை உன் விருப்பம். இந்தப் பிராந்தியத்தில் யாரையும் நீ பிரவேசிக்க அனுமதிக்கக்கூடாது. இன்னொருவர் மூளையை, மனதை உனக்காக வேலை வாங்க, நீ முயலும்போது நீ பலவீனம் அடைகிறாய். அதோடு, உன் பிரத்யேக உலகத்தை நீ விலை கூறி விற்கத் தொடங்குகிறாய். அப்பா, அம்மா மூத்தவர்கள்தான். பெரியவர்கள்தான். ஆனாலும் அவர்களும் அன்னியர்கள்தான். அவர்கள் பிறப்புக்கு உதவுவார்கள். வாழ்க்கைக்கு அல்ல. தோற்றாலும் சுயமாகத் தோற்பதுதான் கௌரவம்"

"சரியாச் சொன்னே. என்ன நடந்தது?"

"கல்யாணத்தைத் தள்ளிப் போட்டிருக்கா."

“நல்ல காரியம். அன்பு முடியற இடம் கல்யாணமாகவா இருக்கும்.”

சந்தியா ஓர் அரசு அலுவலகத்தில் என்ன சொல்வது, பணியா, வேலையா, கடமையா, தொழிலா, ஊழியமா? ஏதோ ஒன்றைச் செய்துகொண்டிருந்தாள். மாசச் சம்பளம் வந்துகொண்டிருந்தது. வீட்டுக்கு அனுப்பியது போக, அறைக்கு வாடகை போக, உணவுக்குத் தந்தது போக, மீந்த பணம் மரியாதையாக வாழப்போதும். லஞ்சம் வாங்கக்கூடிய இருக்கைதான். ஆனாலும் அதை மறுத்து விட்டாள்.

மூர்த்தி ஒரு வேலைக்கு முயற்சி செய்துகொண்டிருந்தான். முன்னர் ஒரு பிரமுகரிடம் இருந்தான். கட்டுமானத் தொழில் செய்துகொண்டிருப்பதாகத்தான் அவன் நினைத்திருந்தான். மணல் திருட்டும் அரசியலும் அவரது முக்கியத் தொழில் என்று பின்னர் தெரிந்துகொண்டதும் வேலையை விட்டுவிட்டான். அவன் முதலாளி கவிதையும் எழுதினார். “ஏன் வேலையை விடுகிறாய்? ஒரு இன்ஜினீயருக்கு மற்றவர்கள் கொடுப்பதை விடவும் அதிகமாகத் தருகிறேனே” என்றார் கவிஞர்.

மூர்த்தி, சந்தியாவிடம் சொன்னான். அப்போது அவர்கள் பூந்தோட்டத்துக்குள் இருக்கிற ஓட்டலில், மரத்தடியில் போட்டிருக்கிற மேசைக்குப் பக்கம் அமர்ந்திருந்தார்கள். மஞ்சள் பூக்கள் பூத்துச் சொரிந்துகொண்டிருந்தன. நடைபாதையை மறைத்துக்கொண்டு பூக்கள் விழுந்து கிடந்தன.

“பூக்களை மிதித்துக்கொண்டு நடப்பது கஷ்டமா இருக்கிறது” என்றான் மூர்த்தி. அப்புறம் தொடர்ந்தான். “அது உண்மைதான்! சாதாரணமாக பி. இ. படித்தவர்களுக்கு மற்ற கான்டிராக்டர்கள் தருவதை விடவும் அதிகம் தருகிறார் என்பதில் சந்தேகம் இல்லை. ஆனால் ஊழலுக்கு எப்படித் துணை போவது?”

“வேலையை விட்டதுதான் சரி. நம் காலத்தில் பிரச்சனையே இதுதான். நம் பிரச்சனை அது. ஏதோ ஒரு வகையில் ஊழல் பரவி எல்லார் இடத்திலும் இடம்கொண்டு விட்டது. நம்மை காப்பாற்றிக் கொள்வதுதான் முதல் முக்கியம். என் மேசைக்கு ஒரு ஃபைல் வந்தது. அயோக்கினுக்கு அனுமதி கொடுக்கச் சொல்கிறார் என் ஆபீசர். பயனாளி வாங்கிக் கொடுத்த பட்டுப் புடவையை, ஆபீசர் பெண்டாட்டி தீபாவளிக்கு — கவனி — சாமிக்கு — படைத்து காலையில் கங்கா ஸ்நானம் செய்துவிட்டு கட்டிக் கொள்கிறாள். எனக்கென்னவோ, புடவையை அந்தப் பயனாளித் திருடனே அவளுக்குக் கட்டி விட்டதுபோல் தோன்றியது.”

ஒரு மஞ்சள் மலர் சுழன்று, மிதந்து மிதந்து இலைகளிடமோ கிளையிடமோ விடைபெறாமலே பெயர்த்துக்கொண்டு காற்றின் துணையோடு அவள் தலைமேல் வந்து தங்கி, பின் மேசை மேலே வந்து உருண்டது. சந்தியா அந்தப் பூவைக் கையில் எடுத்து வைத்துக்கொண்டு சொன்னாள்.

“எப்படிப்பட்ட வாழ்க்கை இது. சத்தமே இல்லாமல், ஆர்ப்பாட்டம் இல்லாமல் எத்தனை நிறைவாக வாழ்ந்து முடிந்தது இது. இருந்தோம் என்பதுக்காகக் குதிக்கவும் இல்லை, போகிறோம் என்பதுக்காகப் புலம்பவும் இல்லை.”

சற்று அமைதியாக இருந்துவிட்டு, அவள் சொன்னாள்.

“யாரோடு சுற்றுகிறாய் என்று எந்தப் பூவுக்கும் அதன் அப்பா கடிதம் எழுதி அவமானப்படுத்துவது இல்லை.”

“அப்பா எழுதியிருக்கிறாரா?”

“ஆமாம்”

“பதில் எழுதியிருக்கியா?”

“எழுதி விட்டேன். அந்த மாதிரி சுற்றல் இல்லை. “அப்படியான சுற்றலைச் சுற்றும்போது உங்களுக்கு எழுதுவேன், எழுத வேண்டும் என்கிற கட்டாயமும் கடமையும் எனக்கு இல்லை என்றாலும்கூடன்னு எழுதியிருக்கிறேன்.”

தெருவிலே ஒரு பறவை செத்து வீழ்ந்து கிடந்து மருட்டல் தருவதுபோல ஓர் அழுத்தமான மௌனம் அவர்களுக்கிடையே கவிந்தது.

“நீ ஒன்றும் கவலைப்பட வேண்டாம் மூர்த்தி. இது என்னோட பிரச்சனை. இதை எப்படித் தீர்த்துக்கொள்ள வேணும்னு எனக்குத் தெரியும். குளக்கரையில் உன்னைப் பார்த்த அந்த நிமிஷமே எனக்குத் தெரியும். நான் எதையெல்லாம் எதிர்கொள்ள வேண்டி இருக்கும் என்று”

“எனக்கு ஒரு கனவு வந்துகொண்டிருக்கிறது மூர்த்தி. சின்ன வயசு முதல், இப்போவரைக்கும் ஏதோ ஒன்று என்னைத் துரத்திக்கொண்டு வருது. நான் ஓடிக்கொண்டே இருக்கேன். துரத்துவது யார் என்று பார்க்கத்தான் ஆசை. முடியலை. ஒரு மாடோ, குதிரையோ, காண்டாமிருகமோ ஏதோ ஒன்று தடிமனா, இரைக்க இரைக்க ஓடுவேன். அப்புறம் விழிச்சுக்குவேன். உடம்பெல்லாம் வேர்த்து வடியும். வேர்வையைத் துடைச்சுக்கிட்டு சமயங்களிலே குளிச்சுட்டு, அப்புறம் படுக்கும் படியா இருக்கும்.

தூக்கம் வராது. வாழ்நாளெல்லாம் என்னை யாரோ துரத்திக்கொண்டே இருக்காங்கன்னு அச்சத்தோடயே வாழ வேண்டி இருக்கு.”

மூர்த்தி அமைதியாக சந்தியா சொல்வதைக் கேட்டுக்கொண்டு இருந்தான். பழங்காலக் கற்கோயில்கள் நிறைந்த ஊரில், பாறையின் மேல் அமர்ந்திருந்தார்கள் அவர்கள்.

“துரத்துபவர்களைக் கண்டுபிடிக்க முடிஞ்சுதா?”

அவள் சற்று நேரம் அமைதியாக இருந்துவிட்டுச் சொன்னாள். “ஒருத்தர் ரெண்டு பேருன்னா கண்டுபிடிச்சுடலாம். ஏகப்பட்ட பேராக இருந்தா எப்படி?”

காலை பொலபொலவென்று விடியும்போது அப்பா வந்து சேர்ந்தார். இரவு முழுக்கப் பயணம் பண்ணிய சோர்வு, காலைப்பசி எல்லாவற்றுக்கும் மேலே கோபம். அப்பாவுக்கு யார் மேல் கோபம்? கோபப்பட வேண்டியவர்களையெல்லாம் விட்டு விட்டு, என் மேல் மட்டும் ஏன் மொன்னைக் கோபம்? யாருடனோ சுற்றுவதாகக் கேள்விப்பட்டாராம். சரி அதனால் என்ன? மானம் என்ற ஒன்று அவருக்கு இருக்கிறதாம். நான் சொன்னேன், “நான் பொய் சொல்வதில்லை. எந்தச் சூழ்நிலையிலும் துரோகம் செய்ததில்லை. யாரையும் காட்டிக் கொடுத்ததில்லை.

ஒரு பெண்ணுக்கு நேர்கிற அவலங்களிலேயே பெரிய அவலம், தன்னை நிரூபித்துக் காட்ட வேண்டி இருப்பதுதான். அப்பா, அது பரஸ்பரம் இரண்டு பேருக்குமே கௌரவம் இல்லாத விஷயம், இல்லையா? நான் அதைத் செய்யப் போவதில்லை. உங்கள் குழந்தைகள் மூடர்கள் இல்லை. அவர்கள் எந்தச் சூழ்நிலையையும் சமாளிப்பார்கள். ஆண்கள் நடுவிலே வாழ வேண்டி இருப்பதால் அதற்கேற்ப உடம்பையும் மனசையும் புத்திசாலித்தனத்தையும் பெண் அடைந்து விட மாட்டாளா?

மகளைச் சந்தேகிக்கும் தகப்பன், தன்னையே அவமானம் செய்துகொள்கிறான். போங்கள்!"

அப்பா தலையைத் தொங்கப் போட்டுக்கொண்டு போனார்.

"அப்படி வருத்தப்படும்படி நீ பேசியிருக்க வேண்டியதில்லை."

"உடனே நீ சந்தர்ப்பத்தைப் பயன்படுத்திக்கொண்டு அறிவுரை செய்யக் கிளம்பிடாதே. நான் அவர் மகள் என்பதைக் காட்டிலும் மனுஷி என்பது எனக்கு முக்கியம். பெண்ணை ஆக்ரமிக்கிறவர்கள் எல்லோரும் அப்பா, அண்ணா, கணவன் என்ற உரிமையில்தான் அதைச் செய்கிறார்கள். அவர்கள் இடத்தை அவர்களுக்கு, அவர்கள் உரிமையை அவர்களுக்கு ஆரம்பத்திலிருந்து உணர்த்திவிடுவதுதான் என் ஆரோக்கியத்துக்கு நல்லது"

"இவர்களோடுதானே வாழ வேண்டி இருக்கிறது."

"அதனால்தான் அப்படி இருக்க நேர்ந்துவிடுகிறது. காலேஜ் நாட்களில் ஒரு பையன் என்னுடன் நெருக்கமாக இருந்தான். எனக்கும் அவன் மேல் ஈர்ப்பு இருந்தது. அண்ணனுக்குப் பொறுக்கவில்லை. கடுமையாகப் பேசினான். அந்தப் பையனையும் மிரட்டினான். நான் "ஜாக்கிரதை, உன் மரியாதையைக் கெடுத்துக்கொள்ளாதே, நான் எதைச் செய்கிறேனோ, அதைத் தெரிந்தே செய்கிறேன்." என்று சொன்னேன். வீட்டில் அல்ல, நான் அந்தப் பையனுடன் ஒரு ரெஸ்டாரன்ட்டில் இருந்தபோது இந்த முட்டாள் கலாட்டா பண்ணினான். ஒரு கட்டத்தில் அவனை அறைய நேர்ந்தது. பெண்களுக்குப் பலம் இல்லை என்று பலமில்லாத முட்டாள்களே சொல்கிறார்கள். பலமும் வீரமும் மனசில். உன்னையும் ஒரு அடியில் வீழ்த்த முடியும் என்னால்!"

மூர்த்தி சொன்னான்.

"ஆண்மை என்று ஒன்று இல்லை. அதுபோலப் பெண்மை என்று ஒன்றும் இல்லை. மனிதத்தன்மை என்ற ஒன்றுதான் இருக்கு. ஆண்மை அல்லது ஆளுமை என்ற வார்த்தையைத்தான், ஆண்கள் தங்களுக்குச் சாதகமாக ஆண்மை என்று மாற்றிக்கொண்டார்கள்"

வரும் வழியில் நுங்கு, இளநீர், பஜ்ஜி என்று கண்ணில் பட்டதையெல்லாம் வண்டியை நிறுத்தி வாங்கிச் சாப்பிட்டுக்கொண்டே வந்தாள் சந்தியா.

"ராத்திரி சாப்பிடப் போவதில்லையா நீ?"

"எனக்கு உன்னைப் போன்ற ஒரு சினேகிதன், இட்லிகளைப் பொட்டலம் கட்டி வைத்துக்கொண்டு காத்திருப்பான். நான் மறந்தாலும் என்னை மறக்காத பையன். மழை அவனுக்காகத்தான் பெய்கிறது. உடனே உன் விஞ்ஞான மூளையைத் தட்டி எழுப்பாதே. அதோ அந்த ஆலமரம்போல இருப்பான்..."

சந்தியா, தன் விடுதிக்கு வந்து சேர்ந்தபோது, இரவு பத்துக்கு மேலாகியிருந்தது. பகல் அழுக்கைக் கழுவிக் களைவது அவள் வழக்கம். குளித்தாள். இரவு உடைக்கு மாறினாள். அறைக் கதவைத் தட்டும் சப்தம் கேட்டது. திறந்தாள். அந்த முஸ்லிம் பையன் கொடுத்துவிட்டுப் போனான் என்று சொல்லிக்கொண்டு இட்லிப் பொட்டலத்தைத் தந்தாள், விடுதிக் காப்பாளி.

"அவன் பெயர் சுலைமான்." என்றாள் சந்தியா.

"அது எனக்குத் தெரியாது. மணி பத்துக்கு மேலாகி விட்டது. விடுதிச் சட்டப்படி ஒன்பது மணிக்குள் எல்லோரும்..."

"வந்து கூட்டுக்குள் அடைஞ்சுடணும். தெரியும். வேலைகள் ஒன்பது மணிக்குள் முடியவில்லை. என்ன பண்ணுவது"

"அப்படியென்றால் நீங்கள்..."

"அடுத்த மாதம் காலி பண்ணிக் கொள்கிறேன்."

காப்பாளி அழுக்கு உள்ளாடையைப் பார்ப்பதுபோல் சந்தியாவைப் பார்த்துவிட்டு அகன்றாள். இப்போது சந்தியாவுக்குப் புதுப் பிரச்சனை. அடுத்த மாதத்துக்குள் புது அறை தேட வேண்டும்.

அவள் ஒரு சி. டி. யை எடுத்து இயக்கிச் சுழலவிட்டாள். அறை இசையால் நிரம்பியது. ஷிவ்குமார், குர்ஜாரி தோடியில் இருந்தார். எதனாலோ, சௌக்யமுலேது என்கிற சப்தம் மனதில் தோன்றியது. தோடி சாமத்தைக்கொண்டு வருமா என்ன? அழுகை அடைந்தது. அவள் கண்களில் நீர் திரண்டது. அந்த அமைதியைக் கத்தியைக்கொண்டு கிழித்ததுபோல செல்பேசி அழைத்தது. யாராக இருக்கும் இந்த அபஸ்ருதி? எதிர்முனையில் ரகு.

"என்ன இந்த நேரத்தில்?" எரிச்சல் தோன்றும்படியாக அவள் பேசினாள்.

"பகல் முழுக்க நாலு முறை கூப்பிட்டேன்."

"ஸ்விட்ச் ஆஃப் பண்ணி வச்சிட்டேன். தொந்தரவுக்கு அதுதான் என் பதில்"

"எங்கே போயிருந்தே?"

எரிச்சல் மண்டியது. ஒரு ஆண் அவளை எதிர்ப்படுகிறான்.

"என் நண்பரோடு அவுட்டிங்"

கொத்தும் திகைப்புடன் ரகு பேசியது மகிழ்ச்சியாக இருந்தது. சே... இது என்ன தாழ்ந்த விளையாட்டு. நான் அதைச் செய்யலாமா. அவன்போல் நான் மாறுவது எனக்கு இழுக்கு.

"நான் உனக்குப் பலமுறை சொல்லியிருக்கேன். இப்படி எல்லாம், இந்த நேரத்தில், எந்த நேரத்திலும் பேசாதே. கௌரவமான மனிதனாக இரு ரகு"

அவள் முடித்துக்கொண்டாள். சராசரியாக ஆண்டுக்கு ஒருத்தன் அவளைக் குறுக்கிடுகிறான். நடனம் ஆடி அவளைக் கவர முயல்கிறான். சர்க்கஸ் பபூனைப்போல ஆடை அணிந்துகொண்டு நகைச்சுவை காட்டுகிறான். இதற்கெல்லாம் என்ன பெயர்? என்ன அர்த்தம்? எல்லாம் இன்னொரு நிலத்தை

ஆக்கிரமிக்கிற எத்தனிப்பு அல்லாமல் வேறு என்ன? ஆக்கிரமிப்புக்குப் பிறகு என்ன நடக்கும்? அதிகாரம் நடக்கும். அதிகாரத்துக்குப் பயன் அடிமைத்தனம். அது விஸ்தரிக்கப்படும். அடிமைகளின் எண்ணிக்கை பெருகப் பெருக ஆண்டைகளுக்கு மகிழ்ச்சி. அடிமை ஒன்று உருவாகும்போது ஆண்டையும் அடிமையாகிறான் என்பதை இந்த முட்டாள்கள் ஏன் அறிவதில்லை?

மறுநாள் அலுவலக மதிய உணவு வேளை கடந்தும் தன் இருக்கையில் அமர்ந்து முடிக்க வேண்டிய வேலையில் ஆழ்ந்திருந்தாள் சந்தியா. எதிரில் இருக்கும் நாற்காலியில் வந்து அமர்ந்தான் ரகு.

"சந்தியா, ஏன் என்னைப் புறக்கணிக்கிறே.?"

"நீ பொருட்படத்தப்பட வேண்டியவன்னு நான் நினைக்கலே"

"நீ என்னை அவமானப்படுத்தறே?"

அவன் மேலும் தன் அசட்டுத்தனத்தை விரிக்கத் தொடங்கினான்.

சந்தியா எழுந்து நின்றாள். கையைக் கதவுக்கு நேராக நீட்டிக் காட்டினாள். அவள் முகம் அவள் சொல்ல வேண்டியதைத் தொடர்ந்து உணர்த்தியது. ரகு வெலவெலத்துப் போனான். அவள் உடல்மொழி மிக உரத்துக் கேட்டதை முட்டாளும் உணரும்படி இருந்தது. ரகு எழுந்து நடந்தான். சரியாக அதே நேரம் எம். டி. உள்ளே நுழைந்தார்.

சந்தியா நின்ற நிலையை, அவள் கையை, கதவைக் சுட்டிய விரலையும் ரகு பம்மிப் பம்மிப் போவதையும் அவர் பார்த்தார். அவருக்கு எல்லாம் விளங்கியது.

"என்ன நடக்கிறது இங்கே" என்றார்.

"ஒன்றுமில்லை சார், சின்ன விஷயம்"

"ரகு இங்க வா. திரும்பவும் ஆரம்பிச்சுட்டியா..." எம். டி அறையில் விசாரணை நடந்தது. சந்தியா சொன்னாள். ஒன்றுமில்லை சார். ரகு தங்கை காலேஜ்ல சேரப் போறால்லியா... அதுக்காக சுரிதார் வாங்கணும் அவனுக்கு. எந்தக் கடையில வாங்கலாம்னு கேட்டுக்கொண்டிருந்தார்."

எம். டி. சந்தியாவை உற்றுப் பார்த்தார்.

"நீ இவனைக் காப்பாத்தலாம்னு நினைக்கிறே... இவனைக் காப்பாத்துற அந்த நேரம், பல பெண்களுக்கு நீ எதிரா இருக்கே..."

மெல்ல சந்தியா சொன்னாள்.

"அசட்டுப் பையன் சார், மன்னிச்சிடுங்க".

"ரகு ஆபீஸ் சூழ்நிலையையே கெடுத்துக்கிட்டு இருக்கே. இப்ப சந்தியா உன்னைக் காப்பாத்திட்டிருக்காங்க. அடுத்தமுறை உன்னை யாராலும் காப்பாற்ற முடியாது, போ..."

ரகுவும் சந்தியாவும் வெளியே வந்தார்கள்.

"ரொம்ப நன்றி சந்தியா"

"தேவை இல்லை. இன்னொரு முறை என்னைத் தொந்தரவு பண்ணாதே..."

"எதுக்காக என்னைப் காப்பாத்தினே?"

“உன் குடும்பம் கஷ்டப்படக்கூடாதுன்னு. நீ அசட்டுப் பையன் அயோக்கியன் இல்லை”.

“இல்லை. வேறு காரணம்?”

“என்ன காரணம்?”

“நீ என்னைக் காதலிக்கிறே. அதானே காரணம்?”

இவனை என்ன பண்ணலாம் என்று அவனையே பார்த்துக்கொண்டு நின்றாள் சந்தியா.

சந்தியாவுக்குப் பல பெயர்கள், சிட்டுக்குருவி, பட்டாம்பூச்சி, கால்களில் சக்கரம் கட்டியவள், என்று. எங்கும் இருப்பாள். வீட்டில் சோபாவில் ஏதாவது வைத்துக்கொண்டு விளையாடுவாள். சட்டெனத் தோட்டத்தில் இருப்பாள். தெருவில் பலூன்காரரோடு வேடிக்கை பார்த்துக்கொண்டு நடப்பாள். தெருவில் யானை வரும். பிச்சை கேட்கிற யானை. பிச்சை வாங்கிக்கொண்டு தலையில் கையை வைத்து ஆசி சொல்லும் யானை. அதன் பின்னால் கூச்சலிட்டுக்கொண்டு நடப்பாள்.

எல்லாம் இப்போது இல்லை. வீட்டில் இருட்டு மூலையில் அடைந்து கிடப்பாள். அம்மாவைக் கட்டிக்கொண்டு இருப்பாள்.

அந்த மாலை ஒரு கரடி வேஷம் போட்டவனைத் தொடர்ந்து வெகுதூரம் போனாள். ஒரு சவுக்குத் தோப்பின் ஊடாக நடந்தாள். பகலிலேயே இருட்டு பரவிய மரச் செறிவு. தன்னைத் தொடர்ந்து யாரோ ஒருவர் வருவது தெரிந்தது. அதன் பிறகு வீட்டுக்குள்ளேயே அடைந்து கிடந்தாள். வெயிலைப் பார்க்கவும் பயந்தாள். கோடு கிழித்ததுபோலச் செல்லும் எறும்புக் கோடும் அவளுக்கு பயம் தந்தது. கைக்குழந்தையாக இருந்தாள் தங்கை. குழந்தை அழுதால்கூட அவள் பயந்து, உடம்பு வெடவெடக்க அம்மாவை ஒண்டிக்கொண்டாள்.

சந்தியா, மூர்த்தியிடம் சொன்னாள்.

“அதுக்குப் பிறகு, கண்ணைத் திறந்தால் இருட்டு மட்டும் தெரிந்தது மூர்த்தி. அடிக்கடி வலிப்பு வந்தது. பேச்சு திக்கியது, என்னை சித்தி வீட்டுக்கு அனுப்பி வச்சது அம்மா. சித்திதான் என் உயிரை மீட்டுத் தந்த கடவுள். எல்லா ஆம்பிளையும் கெட்டவர்கள் இல்லை என்ற புரிதலை அடைய எனக்கு எட்டாண்டுகள் பிடித்தன. பகலில், காய்கறிக்கடைக்குப் போய் வாங்கிக்கொண்டு திரும்பும் தைரியம் எனக்கு அப்புறம்தான் வந்தது. அப்புறம் நிறைய எக்ஸாம்கள். எப்படியோ படித்துத் தேறி, வேலைக்கும் சேர்ந்து விட்டேன். இல்லையென்றால் பிச்சைக்காரியாகத் திரிவேன். இப்போதும், புது ஆண் என் பக்கத்தில் வந்து நின்றால் எனக்கு உடம்பு நடுங்கத் தொடங்கும்.”

“அப்புறம் என்ன, யார் நீ, என்கிற பதற்றம் வரும். முன்னால் இருப்பவரை அடிக்கலாமா, தூக்கலாமான்னு தோன்றும்.”

சிரித்துக்கொண்டு சந்தியா சொன்னாள்.

“சாரி, உன்னிடம்கூட அப்படித்தான் நடந்துக்கொண்டேன். நம் முதல் சந்திப்பில், கூட்ட நெரிசலில் விபத்தாக சாய்ந்த உன்மீது கோபப்பட்டு அடிக்கக் கைதூக்கியதும் அப்படித்தான்.!”

"ஏன் இப்படி எரிமலை மாதிரி எரிந்துகொண்டிருக்கிறாய்?"

"உண்மையைச் சொல்லட்டுமா? என் கோபத்தில் பெரும்பாலும் பொய். கோபக்காரி, எரிச்சல்படுபவள், மனத்தத்துவப் பிரச்சனைக்காரி என்றெல்லாம் என்னைப் பற்றிய அபிப்பிராயத்தை நானே படர விட்டேன். பாதிக்கு மேல் ஜனங்கள், ஆண்கள் என்னிடம் இருந்து ஒதுங்கிக்கொண்டார்கள். ஒருவன் என்னிடம் இருந்து விலகும்போது, ஒரு பிரச்சனையும் என்னிடம் இருந்து விலகுகிறது"

"ஆண்கள் பார்த்தவுடன் கையைப் பிடிக்கிறார்களா?"

"இல்லை, அது எனக்குத் தெரியும். எல்லா ஆண்களும் பெண்களும், பெண்கள் மேல் மோசமான அபிப்பிராயம்கொண்ட சமூகத்தின் தயாரிப்புகள்தானே. நட்புகொண்டு, பழகி அதுக்குப் பிறகு பிரிகிற வலியை முன்கூட்டியே தவிர்த்துக்கொள்ளலாம்தானே?"

"விலகி விலகிப் போவதால் அனுபவத்தையும் சினேகத்தையும் நீ இழக்கிறாயோ என்று எனக்குப் படுது. இருந்தாலும் இது உன் வாழ்க்கை!"

"கரெக்ட்... நான் என் கதவுகளைச் சாத்திக்கொள்ளவே ஆசைப்படுகிறேன். இது என் வாழ்க்கை. இது எனக்களிக்கப்பட்ட ஒரு கோப்பைத் தேநீர். இதை நான் உட்கார்ந்தும் சாப்பிடுவேன். நடந்துகொண்டும் ஆடிக்கொண்டும் கூடச் சாப்பிடுவேன்."

"சாப்பிடலாம். ஆனால் தேநீரைச் சிந்திவிடக்கூடாது. இன்னொரு கப் தேநீர் தரப்படமாட்டாது"

"தெரியும். எனக்கு நிறைய தேநீர்க் குவளைகள் தரப்பட்டனதான். ஆனால், அவற்றில் தேநீர் இல்லை.!"

நண்பர்களைத் தேர்வு செய்வதில் நான் ஒரு முட்டாள். நீட்டப்படும் கைகள் எது என்றாலும் நான் பற்றிக் கொள்கிறேன். அது பேயின் கைகளாகவும் இருக்கக்கூடும், என்று நான் யோசிப்பதே இல்லை. ஒரு மழை நாள். மழை கல்யாணவீட்டுப் பன்னீர்த் தூவல் மாதிரி இருந்தது. நான் என் சிநேகிதி பிலோமினா திருமண வரவேற்பில் கலந்துகொண்டுவிட்டு வீடு திரும்ப பஸ்சுக்குக் காத்திருந்தேன். பிலோமினாவின் சிநேகிதன் ஒருவன் அப்போதுதான் அறிமுகமானவன். என் இலைக்கு இனிப்பு பரிமாறியவன். நிறைய சிரிக்கிறவனாக இருந்தான். நான் இனிப்பு சாப்பிடுவதில்லை என்றேன். "ஏன்" என்றான். "சொல்றதுக்கில்லை" என்றேன். "ஸ்வீட் உடம்பைப் பெருக்க வைத்துவிடும் என்கிற பயமா?" என்றான். "என் உடம்பைப் பற்றி நானே கவலைப்படுவதில்லை. நீ எதுக்குக் கவலைப்படுகிறாய்" என்றேன். நான் உடம்பல்லவே. பேசாமல் போய்விட்டான். என் வீட்டைக் கடந்துதான் அவன் போக வேண்டி இருக்கும். ஆகவே, "என் வண்டியில் போகலாமே" என்றான். "சரி" என்றேன். என் பிரச்சனை இங்குதான் தொடங்குகிறது. மூர்த்தி. யார் முகத்தையும் வாடச் செய்துவிடக்கூடாது என்பதற்காக, எனக்குப் பிடிக்காததையும் செய்வது என் பலவீனம்.

கோபக்காரியாக வேஷம் போட்டு மனிதர்களைத் தடுத்துக் கொள்கிறேன். யார் கையையும் பற்றிக் கொள்கிறேன். மனத்தத்துவம் படித்த நண்பன் நான் உடைந்து போனவள் என்கிறான். இருக்கட்டுமே, உடையாமல்

இருப்பவர் யார்? உடைவது கண்ணாடியாக மட்டும்தானே இருக்கக்கூடாது. இருந்தால் என்ன? அவன் வண்டியின் பின்னால் அமர்ந்துகொண்டேன். வண்டி போய்க்கொண்டிருந்தது. அடுத்த ஆறு மாதம், ஒரு வருஷம் அவன் வண்டியின் பின்னால் நான் போய்க்கொண்டே இருந்தேன். பல நாட்கள் எனக்குத் தோணும். எதுக்கு இது? இதனால் நான் என்ன பெறுகிறேன்? பெற்றேனா, தருகிறேனா, என்னதான் நடக்கிறது? ஒன்று தெளிவாகப் புரிந்தது. அவன் ஊசி, நான் நூல். அவன் வழி நான் போய்க்கொண்டே இருந்தேன்.

எனக்கு அவனைப் பிடித்திருந்தது. அவனைப் பார்க்கவும் பேசவும், அவனோடு இருக்கவும் எனக்குப் பிடித்தது. எனக்குள் வெற்றிடம் நிரப்பப்படுவதுபோல எனக்குத் தோன்றியது. அல்லது நிரப்பப்பட்டிருப்பது காலியாக்கப்பட்டதா, தெரியவில்லை.

படிகள் ஒவ்வொன்றாக ஏறிக் கடந்தோமா அல்லது இரண்டு இரண்டு படிகளாக ஏறினோமா, தெரியவில்லை. இது காதல் என்று நான் தப்பினேன், காதலில் என்ன இன்பம், காதலிக்கப்படுகிறோம் என்பதுதானே. அது என்னைச் சந்தோஷத்தில் ஆழ்த்தியது. காதலில் அடுத்தவரின் இயல்பு, இயற்கை, கலை, தேர்வு, வண்டி, ஒழுக்கம் இவை எல்லாம் கவனிக்கப்பட வேண்டும் என்கிறார்கள். சரிதான், பிரச்சனை என்ன என்றால், இதை எல்லாம் காதலர்கள் கவனிக்கிறார்களா என்பதுதான். ஒரு பரவச மேகம் வந்து அவர்கள் இருவரையும் மூடிவிடுகிறதே. அந்த மேக மூட்டத்தில் அவர்கள் அவர்களையே பார்க்க முடிவதில்லையே. அப்புறம் மற்றவரை ஆராய்வது எப்படி? ஆனால், அது அப்படித்தானே இருக்கிறது. காதல் என்பது உடம்பா. ஆத்மாவா? தெய்வீகக் காதல், நாத்திகக் காதல் என்றெல்லாம் காதல்கள் இருக்கின்றனவா?

உடம்பு இல்லாமல் உயிர் ஏது? உடம்பு இல்லாமல், வீடு, வாசல், வேலை, சம்பளம் எல்லாம் எதுக்கு? காதல், கல்யாணம் என்றெல்லாம்தான் எதுக்கு, ஆனால் உடம்பை உடம்பா இயக்குகிற நம் உணர்ச்சிகள், அந்த உணர்ச்சிகளை நம் வாழ்க்கை முறை படிப்பு, பண்பாடு, சமூகம் பற்றிய பயம் இவை எல்லாம்தானே இயக்குகிறது. பயம் பயம்தான். தனியார், சமூகம், தருகிற பயம். அப்பா, அம்மா உறவுகள் தருகிற பயம்.

“பயம் எதுக்கு?” என்றான் அவன். அவன்தான் என் காதலன். பெயர் வேண்டுமே. “சதாசிவம் என்று வைத்துக் கொள்.”

“நீ நெருப்பா, தண்ணீரா என்று தெரியவில்லையே. எப்போது சுடுவாய், குளிர்வாய் புரியவில்லையே!”

“நாம் சந்தித்து ஒரு வருஷத்துக்கு மேல் ஆகிவிட்டது சந்தியா”என்றான் சதாசிவம்.

“சதா ஓர் ஆயுளை உன்னோடு இணைத்துக் கொள்வதுதான் கல்யாணம் என்றால், ஒரு வருஷம் பெரிசா, எனக்கு இன்னும் உன்னைப் பற்றிய சித்திரம் முழுசாக உருவாகவில்லை. என்ன செய்யலாம்?”

“உருவாகும் என்று நம்புகிறாயா?”

“தள்ளிப் போடலாம்.”

தள்ளிப் போட்டோம்.

அவன் உள்ளுக்குள் காயம் பட்டிருக்கிறான் என்று எனக்குப் புரிந்தது. ஆனால், எனக்கும் பயம். தப்புதான், என் சொந்த அனுபவம் இன்னொருவனை வளைத்துக்கொண்டிருக்கிறது. நாங்கள் இருவரும் ஆறு மாத காலம் பிரிந்திருப்பது என்று ஒரு யோசனையை நான் சொன்னேன்.

"எதுக்குப் பிரிவது?"

"பிறகு சேர்ந்துகொள்ள!"

"பிரிந்திருப்பதால் என்ன பிரயோசனம்?"

"பிரிவு, உக்கிரமான நினைப்பை ஏற்படுத்தும். பரஸ்பரம் நம் இருவர் பற்றியும் நாம் இடைவிடாது சிந்தித்துக்கொண்டே இருப்போம். சாதக பாதகம் தெளிவாகத் தொடங்கும். பாதகம் அதிகமானால், அப்படியே பிரிந்து விடலாம் இல்லையா?"

அவன் திகைத்துப் போனான்.

"சதா... உனக்கும் யோசிக்க ஒரு சந்தர்ப்பம் வாய்க்குமே. எதிர்காலம் நமக்கு நன்றாக இருக்க வேண்டும் என்றால், இந்த முயற்சியை நாம் மேற்கொள்ளத்தான் வேண்டும்."

அதற்குப் பிறகு அவன் செயல்படத் தொடங்கினான். தினம் குறைந்தபட்சம் ஆறு முதல் பத்துக் குறுஞ்செய்திகள் அனுப்பத் தொடங்கினான். பக்கம் பக்கமாக இ. மெயில் அனுப்பிக்கொண்டிருந்தான். என் அலுவலகம் முன், எதிர் பிளாட்பாரத்தில் இருந்த புன்னை மரத்தின் கீழ் நின்று என் கவனத்தைக் கவர்ந்துகொண்டிருந்தான். என் தெருவில் மேலும் கீழும் தன் பைக்கில் சுற்றிக்கொண்டிருந்தான். நாளாக நாளாக என்னதான் நடக்கிறது என்று நானும் இதை வேடிக்கை பார்த்துக்கொண்டிருந்தேன். அம்மாவிடம் ஒருநாள் இதை நான் பேசினேன்.

"ஜாக்கிரதை" என்று சொன்னதோடு நிறுத்திக்கொண்டாள். அப்பா, "எப்படியாவது ஒழி" என்றார். அவருடையது அந்த பாஷை. இதுக்கு அப்புறம் தன் ரத்தத்தைத் தொட்டு எனக்குக் கடிதம் எழுதினான்.

மனிதர் எல்லோர்க்கும் ஒரு பலவீனமான தருணம் இருக்குமே...

எனக்கும் அது வந்தது.

நாங்கள் ஒரு உணவு விடுதியில் சந்தித்தோம். கல்யாணம் என்கிற இனம் தெரியாத பிரதேசத்துக்குள் அல்லது தெரிந்தே விழுகிற கிணற்றுக்குள், அவன் அதைச் சொர்க்கம் என்றான். விழலாமா என்று கேட்டான்.

"சரி" என்றேன்.

பேருந்து நிலையத்துக்கு முன் காலை ஐந்து மணிக்குச் சந்திப்பது என்று முடிவெடுத்தோம். மாற்றுக்கு நாலு துணி போதும் என்றான் அவன். எங்கள் திட்டம், ஆறு மணிக்குக் கோயிலில் வைத்துக் கல்யாணம் பண்ணிக் கொள்வது. அவன் கார் எடுத்துக்கொண்டு வருவதாகச் சொன்னான்.

நான் சரியாக என் பெட்டியுடன் பேருந்து நிலைய வாசலில் இருந்தேன். நான் செல்லில் அவனை அழைத்தேன். செல் ஆஃப் பண்ணி வைக்கப்பட்டிருந்தது.

ஆறு மணி ஆயிற்று. எட்டும் ஆயிற்று.

அவன் வரவில்லை.

சுமார் ஒரு மாதத்துக்குப் பிறகு, அவனை எதேச்சையாக ஓர் உணவு விடுதி வாசலில் சந்தித்தேன்.

"என்ன சதா, கார் கிடைக்கலியா" என்றேன்.

அவன் முகம் மேலும் அசட்டுத்தனம் பெற்றது. என்னவோ உளறினான். யாரோ ஒரு திருடனைப் பார்ப்பதுபோல், ஒரு காமுகனைப் பார்ப்பதுபோல் எனக்குத் தோன்றியது. நான் பேச்சை நிறுத்திக்கொண்டு அகன்றுவிட்டேன்.

"மூர்த்தி-இப்படியாக இருந்தது என் அனுபவம். இந்த அனுபவத்தைக்கொண்டு மனித வர்க்கத்தையே சந்தேகிக்கக் கூடாது. ஆனாலும் சந்தேகிக்கிறேன். நீ எப்படி?"

அவன் அதிர்ச்சியுடன் சந்தியாவைப் பார்த்தான்.

நீ எப்படி என்று மூர்த்தியைப் பார்த்து சந்தியா கேட்ட கேள்வி, அவனை அதிர்ச்சியடைய வைத்தது. ஓர் அயோக்கியனின் கதையைச் சொல்லிவிட்டு நீ எப்படி என்றால் என்ன அர்த்தம்? அவன் முகம் லேசாக இருண்டதை சந்தியா பார்த்தாள்.

"சாரி! உன்னைக் காயப்படுத்த வேண்டும் என்று நான் அப்படிச் சொல்லலை. நீன்னு நான் மூர்த்தியைக் கேட்கலை. ஆயிரம் ஆயிரம் ஆண்டுகளாக சந்தியாக்களுடன் பழகுகிற மூர்த்திகளில் நேராக இருப்பதால் உன்னைக் கேட்கிறேன்" என்று உண்மையாகவே வருத்தம் தெரிவிக்கும் மனோபாவத்துடன் சொன்னாள் சந்தியா.

மூர்த்தி, அவள் கண்களைப் பார்த்துக்கொண்டு கேட்டான். உனக்குச் சில நபர்களால் அல்லது ஆண்களால் சங்கடம் ஏற்பட்டிருக்கிறது.

"உண்மைதான். உனக்கு மட்டுமில்லம்மா. இந்த நாட்டில் பல பெண்களுக்கு அவர்கள் பெண்கள் என்பதாலேயே பிரச்சனை ஏற்பட்டிருக்கிறதுதான். அதனால், நான்கைந்து அயோக்கியர்களை முன்னால் நிறுத்தி ஆண்களே அயோக்கியர்கள் என்ற முடிவுக்கு வந்துவிடுவது எந்த அளவுக்குச் சரி?"

"உண்மைதான். யாரோ ஒன்றிரண்டு பெண்களைக்கொண்டு பெண் இனத்தைப் பேசுவது எப்படித் தவறோ அப்படித்தான் இதுவும். ஆனால், ஒன்று புரிந்து கொள் மூர்த்தி, என்னை நடுவில் வைத்து, பத்துப் பேய்கள் சுற்றிச் சுற்றி வந்து என் ஆடையைக் கிழிப்பதுபோல, என்னைச் சுற்றி இருக்கும் எல்லாம், எல்லாமும் என்னைக் குறிவைக்குதுப்பா... என் ஆபீசர் சொல்றான். 'நீ தனியாள்தானே... ஞாயிற்றுக்கிழமையும் வந்து ஃபைல்களைக் குளோஸ் பண்ணே'ங்கறான். தனிப் பொம்பளைக்கு வீடு இல்லேங்கறான் வீட்டுக்காரன். வீட்டுக்குள்ளேயே ஆம்பிளைப் புள்ளைக்குக் கொம்பு முளைச்சதா தாயே முட்டாள்தனமா நினைக்கிறா, எல்லாமே பொம்பிளைக்கு எதிராகத்தானே இருக்கு. அப்புறம் நம்பிக்கை எப்படி வரும்?"

மூர்த்தி பதில் பேசாமல் கேட்டுக்கொண்டிருந்தான்.

மூர்த்தியின் சகோதரி அன்று மதியம்போல சந்தியாவைப் பார்க்க அலுவலகம் வந்தாள். பெர்மிஷன் போட்டுவிட்டு அவளை அழைத்துக்கொண்டு நல்ல உணவு விடுதி தேடிச் சென்றாள். எதிர் பார்த்தபடி கூட்டம் இல்லை.

கூட்டம் இருந்தால் சப்தம் இருக்கும். ஆண்ட இனத்துக்கு சப்தம் இல்லாமல் பேசத் தெரியாது. ஒரு மூலையில் போய் அமர்ந்தார்கள். ரஞ்சனி வெளிநாடு சென்று படிக்க வாய்ப்பு கிடைத்திருக்கிறது. செலவை அவள் பணியாற்றும் நிறுவனமே ஏற்றுக் கொள்ளும்.

ரொம்ப நல்ல விஷயம். இரண்டு வருஷங்கள் போனது தெரியாமல் போய்விடும். ஆனால் திரும்பி வந்த பிறகு வாழ்க்கை வசதியாகிவிடும். இதைச் சொன்னாள் சந்தியா... வெளிநாடுகளைப் பயன்படுத்திக்கொள்ளலாம். ஆனால், இந்தியாவில்தான் வேலை செய்ய வேண்டும். ரஞ்சனி மீன், இறைச்சி சாப்பிடக்கூடியவள். வெளிநாட்டு வாழ்க்கை பிரச்சனை இருக்காது.

சட்டென்று நினைவுக்கு வந்ததால், சந்தியா கேட்டாள்.

"உன் சினேகிதன் என்ன சொல்கிறான்?"

ரஞ்சனி தலை குனிந்தபடி சொன்னாள்.

"அவனுக்கு நான் மேலே படிக்கிறது பிடிக்கலை. வேணாம்னு சொன்னான். இல்லை, என் படிப்பு எனக்கு முக்கியம். என் முன்னேற்றம் எனக்கு முக்கியம்னு சொன்னேன்..."

"விடு சனியனை" என்றாள் சந்தியா.

"எதை விடவும் சினேகம் முக்கியம். அதைவிடவும் உன்னோட தீர்மானம், உன்னோட முடிவு முக்கியம். வீட்டோட இருந்து சமைச்சுப் போட்டு, பிள்ளை பெற்றுக் கொடுத்து டாட்டா காட்டி புருஷனை வேலைக்கு அனுப்பும் பாவப்பட்டப் பெண்ணை அவன் உன்கிட்ட தேடியிருக்கான். இந்த மாதிரி பசங்கள்தான் அதிகம் இருக்கானுங்க இப்ப!"

ரஞ்சனியை நினைக்கப் பெருமையாக இருந்தது. இவள்தான் இன்றைய இளம் தலைமுறையின் சரியான பிரதிநிதி.

"வெளிநாட்டுக்குப் போக வேண்டாம்னு சொல்றானா, எது அவன் பிரச்சனை?"

"வெளிநாட்டுக்குப் போகலாம். ஆனால், கல்யாணம் முடிஞ்சு அல்லது நிச்சயதார்த்தம் முடிஞ்சு போகலாம்னு சொன்னான்"

"பயம், அவன் மேல அவனுக்கே நம்பிக்கை இல்லை."

"கடைசியா, இது வேணாம்னு நான் முடிவெடுத்துட்டேன்."

"சும்மா விட்டிருக்க மாட்டானே..."

"அப்புறம்தான் அவன் பொறுக்கி முகத்தைப் பார்க்க முடிஞ்சுது. செல்லுக்கெல்லாம் பேசுவான். நான் அவனை ஏமாத்திட்டதா எல்லார்கிட்டயும் சொல்லிக்கிட்டு திரிஞ்சான். நான் போகிற இடத்துக்கெல்லாம் வந்தான். நல்லவேளை குரூரமா போயிடலை. ஒருவழியா ஒதுங்கிட்டான்."

"அப்பா என்ன சொன்னார்?"

"வெளிநாடு வேண்டாம்னார்."

"அம்மா"

"அம்மாவுக்குன்னு தனிக் கருத்து இருக்கா என்ன"

"எல்லா அப்பா அம்மாக்களும், அவர்களுக்குத் தெரியாமலேயே தம் பெண்ணுக்கு எதிராகவே சிந்திக்கிறாங்க"

"என் அண்ணன் மூர்த்தி மட்டும்தான் நான் செய்யறது எல்லாம் சரின்னு ஆதரிச்சவன்."

மூர்த்தி, பணத்துக்காக அலைந்துகொண்டிருந்தான். அலுவலக உதவி என்று ஒன்றும் இல்லாது, நண்பர்களிடம், அலைந்துகொண்டிருந்தான்.

"இன்னும் எவ்வளவு தேவைப்படும் ரஞ்சனி?"

"கையில் ஒரு லட்சத்துக்கு டாலர் வேணும்" இதைத் தயங்கிய படியே சொன்னாள் ரஞ்சனி.

பார்க்கலாம். மற்ற வேலையைச் செய்து முடியென்று அப்போதைக்கு ஏதோ ஒரு நம்பிக்கையில் சொன்னாள். அடுத்த இரண்டு நாள்கள் இதற்காகவே ஒதுக்கினாள். விடுமுறை போட்டாள். நண்பர்கள் எல்லோரையும் சந்தித்துப் பேசினாள். லோன் போடும் வாய்ப்பு உள்ளவரை அதையும் முயன்றாள். கழுத்தில் கிடந்த செயினையும் போடாமல் கிடந்த வளையல் இரண்டையும் விற்றாள். எப்படியோ, ஒரு லட்சத்துப் பத்தாயிரம் தேற்றினாள்.

ரஞ்சனியை வரச் சொல்லி, பணத்தைக் கொடுத்தாள்.

"இதைத் திருப்பிக் கொடுக்க சில வருஷங்கள் ஆகுமே?"

"நான் கேட்கலையே. அதோடு இதைக் கடன்னும் நான் சொல்லலையே"

"இல்லை சந்தியா, இது பெரிய தொகை."

"எதுவும் பெரிசில்லை. சும்மா இரு"

ஏர்போர்ட்டுக்கு மூர்த்தியும் சந்தியாவும் ரஞ்சனியை வழி அனுப்ப வந்திருந்தார்கள்.

"இது உனக்கு முதல் வெளிநாட்டுப் பயணம் இல்லையா?"

"ஆமாம் சந்தியா"

"பதற்றம் இருக்கும். எல்லாம் திரும்பும்போது சரியாயிடும்" மிகவும் நெகிழ்ச்சியுடன் விடைபெற்றாள் ரஞ்சனி. அடிக்கடி அப்பா அம்மாவைப் போய்ப் பார்த்துவிட்டு வரச் சொன்னாள் மூர்த்தியிடம், ரஞ்சனி. போன மாசம்தான் சிநேகிதி கொடுத்தாள் என்று ஒரு கிளியை வாங்கிக்கொண்டு வந்திருந்தாள். பச்சைக் கிளி. பவழ மூக்குக்காரி, கீக்கி என்று சதா பேசிக்கொண்டிருந்தது. இரவுகளில் தனியாக இல்லை என்ற நிம்மதியை அது தந்துகொண்டிருந்தது. துணை இருக்கிறது என்ற தைரியம்தான். நாய் பூனை வளர்க்கும் காரணமோ என்னவோ?"

"இல்லை. அன்பு செலுத்த ஓர் உயிர் தேவை. உனக்குக் கிளி"

"அந்தக் கிளியை என் சிநேகிதி வத்சலாவுக்குக் கொடுத்துடு. அவள் வந்து கேட்பாள்."

"சரி"

சந்தியா கேட்டாள்.

பிரபஞ்சன் ★ 453

“கூண்டுக் கிளியைப் பார்த்தால் உனக்குப் பரிதாபமாக இல்லை?” சற்று நேரம் யோசனை செய்து விட்டு ரஞ்சனி சொன்னாள்.

“உண்மைதான். அதுக்கு மேலாக, கூண்டுக்கிளி என்னை மூர்த்தியை எல்லோரையும் ஞாபகப்படுத்துகிறது இல்லையா!”

சந்தியா தயக்கத்துடன் “ஒருவகையில் சரி” என்றாள்.

மேலே விமானம்.

“இப்போ ரஞ்சனி என்ன நினைப்பாள்?”

“நாளை மறுநாள் நியூயார்க் எப்படி இருக்கப் போகிறது என்று ஆர்வத்துடன் யோசித்துக்கொண்டிருப்பாள்”

“நம்மைப் பற்றி யோசிக்க மாட்டாளா?”

“மாட்டாள். எப்போதும் மண்ணில் இருக்கும்வரைதான் நட்பு. சுற்றம் உறவு எல்லாம். மேலே போகப் போக, கருத்தின் வர்ணம் மாறிவிடும். மாறணும். என்னத்துக்கு சதா, இந்த மண், வீடு, வீடு சார்ந்த கவலைகளிலேயே உழலணும்”

“அதுவும் சரிதான்.”

“இங்கே பக்கத்திலேதான் என் சிநேகிதி பிலோமினா இருக்கிறாள். அதோ அந்த பிளாட்”

அவள் அழைப்பு மணியை இயக்கினாள். பிலோமினா கதவைத் திறந்தாள் “என்ன ஆச்சரியம்” என்றாள்.

சந்தியா விமான நிலையம் வந்த காரணத்தைச் சொன்னாள். இரவு உணவை அங்கேயே முடித்துவிட்டு, பிளாட்டின் மொட்டை மாடிக்கு வந்து அமர்ந்தார்கள்.

மேலே நிமிஷத்துக்கொரு தரம் விமானம் பறந்துகொண்டிருந்தது.

“பிலோ... உன் கணவர் எப்போது வருகிறார்?”

“நாளை அல்லது அடுத்த வாரம்”

“இங்கேயே இருந்துவிடுவார் இல்லையா?”

“இல்லை. எப்படி முடியும்?”

வெளிநாட்டில் அவருக்கு ஒரு குடும்பம் இருக்கிறது அல்லவா!”

மூர்த்திக்குத் திகைப்பாக இருந்தது.

“இது தெரிந்தா திருமணம் செய்துகொண்டீர்கள்?”

“தெரியாமல்... எந்தப் பெண்ணுக்கு, கல்யாணத்துக்கு முன்னால் புருஷனின் லட்சணம் தெரிகிறது?”

மூர்த்தியின் முகம் வருத்தமுற்றதை பிலோமினா கண்டாள்.

லேசான மழைத் தூறல்.

“கீழே போவோமா” என்றாள் பிலோமினா.

“வேணாம். வெயிலில் நனைகிறோம். மழையில் காய்ந்தால் என்ன?”

லேசாகத் தூறி மழை விட்டது. பிலோமினா சொன்னாள்.

"நீங்கள் ஒன்றும் வருத்தப்பட வேண்டாம். எனக்கே இப்போதெல்லாம் எல்லா வருத்தமும் மறைஞ்சு போச்சு. ஓட்டலுக்குப் போறோம். சர்வர் பரிமாறுகிறார். அந்த சர்வரின் சொந்த வாழ்க்கையைக் கேட்கிறோமா?"

"குடும்ப உறுப்பினரும் சர்வரும் ஒன்றா?"

"பெரிய வித்தியாசம் இல்லை."

ஈர மண்ணிலிருந்து வாசனை புறப்பட்டது. இனிய மணம். "நல்லவேளை குழந்தை இல்லை" என்றாள் பிலோமினா. ஈரக்காற்று இனிமையாக இருந்தது.

"ஏன் நம் குடும்ப வாழ்க்கை தோல்வியில் முடிகிறது"

சந்தியா சொன்னாள்.

"கணவர்கள்... புத்திசாலியை, நுணுக்க உணர்வுள்ளவர்களை, நல்ல மனம் உள்ளவர்களை மனைவியாக, முக்கியமாக, சுயமரியாதை உள்ளவளை மனைவியாக அடைய விரும்பவுதில்லை."

பிலோ சொன்னாள்.

"இன்றைய நவீன காலத்திலும்!"

"ஆக, புருஷன் இணையை விரும்புவதில்லை. பின்னால் இருந்து இஸ்திரி போட்ட சட்டையை எடுத்துக் கொடுக்கிற பெண்களையே விரும்புகிறான் என்கிறாய்"

ஈரத்தை முகந்து காற்று இனிமையாக வீசியது.

"இவ்வளவு உணர்ந்த நீ, நானும் மூர்த்தியும் திருமணம் செய்துகொள்ள வேண்டும் என்று ஏன் விரும்பினாய்?"

"முட்டாள்தனம்தான், ஒரு வகையில்"

"நான் இப்போது திருப்தியாக இருக்கிறேன். இது போதாதா!" என்றான் மூர்த்தி.

"இதை இப்படி அவசரமாகச் சொல்லியிருக்க வேண்டாமே" என்றாள் சந்தியா.

ஈரமும் ஈரத்தோடு சேர்ந்த காற்றும் மிக இனிமையாக இருந்தது.

2013

சட்டை

"சட்டை என்பது யாது?"

"பருத்தியாலும் பட்டாலும், இன்னபிற செயற்கை இழைகளாலும் ஆன, மனிதனுக்கான ஆடை."

"நல்லது. அதை அணியாதவன் நிலை என்ன ஆகும்?"

"ஆடை அணியாதவன் அரை மனிதன். அரை மனிதன் மனிதனே ஆக மாட்டான். அதை அணியாதவன், மானம் இழப்பான்."

"மானம் என்பது உறுப்புகளின் போர்வையிலா இருக்கிறது? திருவள்ளுவர் சொன்னது என்ன? பல்லவன் பேருந்துகளில் எழுதி வைத்திருப்பதைப் படிக்கவில்லையா தமிழா? தன் நிலையினின்றும் தாழாமையும், தாழநேர்ந்தால் உயிர் வாழாமையும் மானம்."

"ஒப்புக்கொள்கிறேன். தன் நிலையினின்றும் தாழாமை அல்லவோ மானம்? தாழ்வதற்கான நிலைமை எனக்கு ஏற்பட்டிருக்கிறதே."

"எப்படி?"

"சுமதி என்னைப் பெரிய கோவிலில் மாலையில் வந்து சந்திக்கச் சொல்லியிருக்கிறாள். இருப்பதோ, உருப்படியாக, கிழிசல் இன்றி, நல்லதாக ஒரே ஒரு ஜோடி. அதை லாண்டரியில் போட்டுக் கடன் சொல்லி வாங்கிக்கொண்டு வந்து பெட்டியின் மேல் வைத்து விட்டுப் போய்க் குளித்துவிட்டு வந்து பார்த்தால், அந்த ஒரே ஒரு ஜோடியை நண்பர் கதிரேசன் போட்டுக்கொண்டு நின்றால், ஒரு ஆத்மாவுக்கு மானம் குறித்த விசாரம் வருமா, வராதா?"

"வரும். ஆனால், ஒரு தத்துவம் சொல்கிறேன். குறித்து வைத்

துக்கொள். அழகான வெளுப்புச் சட்டை, கலையாத கிராப்பு, தோரணையான நடை உடை பாவனைகள்,

பேச்சு, அந் தஸ்து, யோக்யதை இவை அனைத்தையும் கடந்து, அப்பாற் பட்டதாக இருக்கிற ஒரு அன்புப் பிணைப்பு. அதன் பேர் காதல். அது சுமதியிடம் உள்ளதா, அல்லவா என்று உன்னையே நீ பரீட்சை செய்து பார். காதலின் ஆழம் புரியும்."

தீர்த்த கிரீசுவரன் தனக்குத்தானே நிகழ்த்திக்கொண்ட உரையாடலைத்தான் நாம் இதுவரை கேட்டோம். அதற்கான பின்னணி

உயிரின் இயற்கை அது.

தீர்த்த கிரீசுவரன் சுமதியின்மேல் காதல் வயப்பட்டிருந்தான். அவன் தங்கியிருந்த அறையும் சுமதியின் வீடும் ஒரு தெருவில் அமைந்திருந்தன. நித்தமும் அவன், அவளைப் பார்க்க முடிந்தது. காலை வேளைகளில் முதல் காப்பிக்காக அவன் ராமையர் காப்பி கிளப்புக்குப் போகையில் சுமதி குழாயடியில் தண்ணீர் பிடித்துக்கொண்டிருப்பதைப் பார்ப்பான். பிருமச்சாரியாக, ஒரு வீட்டில் அறையை வாடகைக்கு எடுத்துத் தங்கிக்கொண்டிருந்த அவனுக்குத் தினமும் காலை காப்பிக்கு ராமையர் கிளப்பைத்தான் நாடவேண்டி யிருந்தது. அவனுக்கும் வீட்டு உபயோகம் முடிப்பதற்கு என்று தெருத்தண்ணீர்க் குழாயைத்தான் நாட வேண்டியிருந்தது. இப்படிப் பரஸ்பரம் ஒருவரையொருவர் — பார்வையால் உண்டு கொண்டிருந்தார்கள்.

தீர்த்த கிரியை எதிர்பார்த்தே, சுமதி இருள் பிரியுமுன்பே குழாய் அடிக்கு வருவதாக அவனுக்குத் தோன்றியது. சுமதியைப் பார்க்கவென்றே வைகறையில் ராமையர் கிளப் அதற்குள் திறந் திருக்காது என்று தெரிந்தாலும், அவன் இருட்டில் குதிரை கட்டித் தெருவில் தட்டுத் தடுமாறி நடந்து வருவதை அவளும் உணரவே செய்தாள். அந்த நன்றிக்கு அடையாளமாக அவள் அவனுக்குப் புன்னகை ஒன்றை ஈந்தாள். எல்லை இலாத மகிழ்ச்சியுடனும் புளகாங்கிதத்துடனும் அந்தப் புன்னகையைக்கையில் வாங்கி, அழகாக மடித்து, மறக்காமல் தன் சட்டைப் பையில் பத்திரப் படுத்திக்கொள்ளத் தவறவில்லை தீர்த்த கிரி. காலையில் நேரத்தில் எழவேண்டும் என்பதற்காகவே, அவன் உறக்கத்தைத் துறந்தான். உறக்கம் என்ன, உயிரையே துறக்கவும் அவன் தயாராகத்தானே இருந்தான்.

காதல் என்பது நினைவுகளில் வாழ்வது போலும். அவளே நினைவாக அவனும், அவனே நினைவாக அவளும் வாழ்வது. தொடர்ந்து இடையறாது அவளை அவனும், அவனை அவளும் சந்தித்துக்கொள்ள விரும்புவதும்கூட. சுமதியின் வெளிச் செல்கைகள் அனைத்தும் தீர்த்தகிரிக்கு அத்துபடியாகியிருந்தது.

விடியல் நாலரை மணி முதல் சூரியக் கிரணத்தின் முதல் வீச்சு தெருவில் விழுகிற வரை குழாயடி. ஒன்பது மணி முதல் பத்து மணிவரை ஆண்டாள் தட்டச்சுப் பயிலகம். சுமதி டைப் கற்றுக்கொண்டிருந்தாள். எதிர்கால ஜீவனோபாயத்துக்கான சாதனம். அப்புறம் டைப் ரைட்டிங் இன்ஸ்டிட்யூட் விட்டு நேராகக் கடைத்தெரு. கடைத்தெருவிலும் ஒரு குறிப்பிட்ட கடையில் (பெரியகொண்டையும், பெரிய காலரை அளவுக்குக் குங்குமம் இட்ட ஒருத்தியிடம்தான் அவள் காய்கறி வாங்குகிறாள்) காய்கறி வியாபாரம். அப்புறம் வீடு. மாலை சற்று இருட்டத் தொடங்கியதும், கையில் மிகவும் சின்னஞ்சிறு கிண்ணத்தில் எண்ணெய் எடுத்துக்கொண்டு காமாட்சியம்மன்

கோயிலுக்குப் போதல் என்பவை அவளின் அன்றாட வழக்கமாயிருந்தது. அதை ஒட்டித் தன் வாழ்க்கையை அமைத்துக்கொண்டான் அவன்.

சுமதி செல்கிற தடம் அனைத்தும் அவனுக்கு அத்துப்படி. அவள் மூச்சுக்காற்று புழங்கும் இடங்களும், அவள் கால்பட்ட பூமியும் தீர்த்தகிரிக்குப் புனித ஸ்தலமாகவே இருந்தது. அவனைப் பொறுத்தவரை அவை காசியும் ராமேஸ்வரமும். அவனுக்கு அவை தீர்த்த ஸ்தலங்கள்.

தீர்த்தகிரியைப் பக்தன் என்று யாரும் சொல்லிவிட முடியாது. இன்னும் கேட்டால், தன்னைப் பிறர் நாஸ்திகனாக அடையாளம் கண்டால் அவனுக்குச் சந்தோஷமாக இருக்கக்கூடும். ஆனால், அதெல்லாம் அவன் சுமதியைச் சந்திக்கும் முன் வரைதான். இப்போது அவன் பழுத்த பக்தனாயிருந்தான். சுமதியால் மகிமை யுற்ற காமாட்சியம்மன் கோவிலுக்குத் தினமும் அவன் சென்று வரத் தலைப்பட்டான். அவர்கள் ஒருவரையொருவர் மிக அருகிருந்து தங்களை தரிசித்துக்கொள்வதற்குக் கோயில் செளகரியமான அங்கீகரிக்கப்பட்ட பொது இடமாக இருந்தது. ஆனாலும் மிகச் சின்னக் கோயில் அது. கூட்டமும் மாலை வேளைகளில் நிரம்பி வழிந்தது. காதலர்களுக்குப் பிற மனிதர்கள் நரகம். இருவருமே தவித்துப்போனார்கள்.

சுமதி அன்று ஒரு தோழியுடன் வந்தாள். தீர்த்தகிரிக்கு அது எரிச்சலைத் தந்தது. எரிச்சலுக்கு இரண்டு காரணங்கள். ஒன்று, தோழியின் காரணமாக அவனுக்கும் அவளுக்கும் இருக்கும் நெருக் கம் கை நெகிழ்வதாக அவன் நினைத்தான். இரண்டு, ஏற்கனவே கோயிலில் இருக்கும் கூட்டம் நிறைய என்று அவன் நினைக்கையில், அவளும் . அவள் பங்குக்கு இன்னொருத்தியை அழைத்து வர வேண்டிய அவசியம் என்ன?

சுமதி அவனைக் காட்டிலும் புத்திசாலியாக இருந்தாள்.

அவன் அவர்களைக் கடக்கையில், சுமதி தன் தோழியிடம் அவன் காது கேட்கும் விதத்தில் சென்னான்ன.

“நாளைக்குச் சாயங்காலம் பெரிய கோவிலுக்குப் போகிறேன். ஒரு பிரார்த்தனை இருக்கு.”

அவன் தலைக்குள் பலப்பல விளக்குகள் எரிந்தன.

சாயங்காலம் என்று சுமதி சொல்லியிருந்தாள். சாயங்காலம் என்பது மதியம் மூன்று மணிக்குத் தொடங்கி மாலை ஏழு மணிக்கு முடிவது. அவன் இரண்டரை மணிக்குக் கோயில் வாசலில் இருந்தான். கோயில் மூடியிருந்தது. மாபெரும் கோயில்வாசலின் திட்டி வாசல் மட்டும் திறந்திருந்தது.

என்ன பரிதாபம்? அழுக்குச் சட்டையோடும் அழுக்கு வேஷ்டி யோடும் அவன் நின்றிருந்தான்.

சுமதி, மறுநாள் குறித்த உடனேயே, நேராக அறைக்கு வந்த தீர்த்தகிரி, இருப்பதிலேயே புதிதாயும் கிழியாமலும் இருந்த ஒரு சட்டை வேஷ்டியை எடுத்து பக்கத்து லாண்டரிக்குப் போனான்.

“நாளை மதியம் ஒரு மணிக்குச் சலவை வேணும்.”

“அப்படீனா, டபுள் அர்ஜண்ட் போடு சார். சட்டைக்கு அஞ்சு ரூபாய். வேஷ்டிக்கு ஆறு ரூபாய். அதான் டபுள் அர்ஜண்ட்.”

“சரி”

மறுநாள் பனிரெண்டு மணிக்கேலாண்டரிக்குப் போய், பணம் அப்புறம் தருவதாகச் சொல்லித் துணி வாங்கி வந்தான்.

“இன்னிக்கு வெள்ளிக்கிழமை சார். ஏதாவது சில்லறை கொடேன்” லாண்டரிக்காரர்.

“எனக்கு அதில் எல்லாம் நம்பிக்கை இல்லை.”

“எனக்கு இருக்கே.”

ஒரு வழியாகச் சட்டையை எடுத்து வந்து பெட்டியின் மேல் வைத்துவிட்டு சோப் பெட்டியை எடுத்துக்கொண்டு குளிக்கப் போனான்.

சோப் போட்டு, அழுக்குப் போகக் குளித்துவிட்டுத் துண்டை இடுப்பில் சுற்றிக்கொண்டு அவன் மாடிக்கு வந்து பார்க்கையில், அந்த லாண்டரி வெளுப்பைக் கட்டிக்கொண்டு மிடுக்காக நின்றுகொண்டிருந்தான் கதிரேசன்.

திகைத்துப் போய் நின்றிருந்தான் தீர்த்தகிரி.

“ஒரு இன்டர்வியூவுக்குப் போகணும்னு சொல்லியிருந்தேனே, அது இப்பத்தான். வேற நல்ல சட்டை, வேஷ்டி இல்லை. உனக் கென்ன? ஸ்டூடண்ட். எதை வேணாலும் போட்டுக்கிடலாம். எனக்கு வேஷ்டி சட்டை ஒழுங்கா இல்லேன்னா வேலை கிடைக்கதே.!”

அழுக்குச் சட்டையும் வேஷ்டியுமாகக் கோயில் வாசலுக்கு வந்து நின்றான் தீர்த்தகிரி. வெயில் கொளுத்தியது.

சட்டை வியர்வையால் உடம்பை ஒட்டிக்கொண்டது. ஏற்கனவே அழுக்கு, உடம்பு வியர்வை வாசனையை வெளியிட்டதாக நினைத்துக்கொண்டு, சிலுத்துப் போய் நின்றிருந்தான் அவன். கோவிலைக்கூட, அரசாங்க அலுவலகம் மாதிரி நேரம் குறிப்பிட்டுத் திறக்கும் கொடுமையை நினைத்து நொந்துகொண்டு நின்றிருந்தான் அவன்.

மணி மூன்றாகியிருந்தது. ஒரே இடத்தில் நிற்கச் சங்கடமாக இருந்தது. தெருமுனை வரை நடந்து மீண்டும் கோயில் அருகில் வந்து நின்று நேரத்தைக் கடத்திக்கொண்டிருந்தான் அவன்.

சரியாக ஆறு மணிக்கு, மூன்று மணி நேரப் பரிதவிப்புக்குப் பிறகு சுமதி ஒரு பூக்கூடையுடன் கோயிலுக்குள் நுழைந்தாள். கூடை யில் பூக்கள். அவன் இருதயத்தையே பெயர்த்தெடுத்துக் கூறு போட்டது மாதிரி பூக்கள்.

சுமதி நேராக பிருகதீஸ்வரர் சந்நிதிக்குச் சென்றாள். ஊசி வழி ஏறும் நூல் மாதிரி அவனும் சென்றான். பிறகு அம்பாள் சந்நிதிக்குச் சென்றாள். அவனும் தொடர்ந்தான். முடிந்ததும் அவள் பிரகாரத்தைச் சுற்றத் தொடங்கினாள்.

முதல் சுற்றில் அவள் ஒன்றும் பேசவில்லை. இரண்டாம் சுற்றிலும் அவள் அவனிடம் பேசவில்லை. மூன்றாம் சுற்றின்போது அவள் அவனிடம் திரும்பினாள்.

“நீங்க எப்போ வேலைக்குப் போவீங்க?”

அவன் இந்தக் கேள்வியை எதிர்பார்க்கவில்லை.”

“படிச்சு முடிச்சதும்.”

“படிப்பு எப்போ முடியும்?”

"அடுத்த வருஷம்."

"உடனே வேலை கிடைக்குமா?"

"சந்தேகம்."

"அப்படியே கிடைச்சாலும், என்ன சம்பளம்?"

"எழுநூறு ரூபாய், ஆரம்பத்தில்."

"அதை வைத்து எப்படிக் குடும்பம் நடத்த முடியுமா"

அவன் மரத்துப்போய் நின்றிருந்தான்.

"என் அத்தான் ஒரு ஆபீசர். மாசம் இரண்டாயிரம் சம்பளம்."

அவன் அசந்துபோய் நின்றிருந்தான்.

கதிரேசனுக்கு வேலை கிடைத்துவிட்டது.

ஓட்டலுக்கு அழைத்துப் போய் ஸ்வீட்டும் காரமும் காப்பியும் வாங்கிக்கொடுத்தான்.

பெரிய கோவில் கோபுரத்துக்குக் கீழே அமர்ந்து அவர்கள் பேசிக்கொண்டிருந்தார்கள்.

"இந்தப் பெண்கள் ஏன் இப்படி?" என்றான் தீர்த்தகிரி.

"என்னைக் கேட்டால், அது சரி, பெண்கள் அப்படித்தான் இருக்க வேண்டும். காதல், கீதல் என்று அசட்டுத்தனமான உணர்ச் சிகளுக்கு இடம் கொடுப்பதும், அப்புறம் அடிமைப்படுவதும், கண்ணீர் விடுவதும், செத்துப் போவதும் எதற்கு? இருப்பது ஒரு வாழ்க்கை. அதை அனுபவித்துவிட்டுச் சாகலாம்தானே? பணம்! அது இன்றைய உலகத்தின் அச்சு. பணத்தால் எதையும் விலைக்கு வாங்கலாம்; சந்தோஷம் அனைத்தையும். அதுதான் இந்த யுகதர்மம். நீ போன யுகத்தில் இருக்கிறாய், வெறும் காதலை வைத்துக்கொண்டு, உன் சட்டைப் பையில் சூனியம், சூனியத்தை வைத்துக்கொண்டு ஒரு பிளவுஸ் பீஸ்கூட உன்னால் வாங்க முடியாது."

உண்மைதான் என்று தோன்றியது தீர்த்தகிரிக்கு.

எல்லார்க்கும் ஒரு சட்டை தேவைப்படுகிறது. உள்ளே இருப் பதை மறைக்கும் சட்டை. சட்டை ஒரு ஆபரணம். மூடிவைத்துக் கொள்ள உவப்பான ஒரு போர்வை. முகத்தை மறைக்கும் பர்தா.

திடுமென தீர்த்தகிரி சிரித்தான்.

"என்ன சிரிப்பு?"

"என் சட்டை வேஷ்டி உனக்கு உள்ளபடியே உபயோகமாய் இருந்ததே. அதை நினைத்தேன். சந்தோஷமாக இருந்தது."

நீண்ட நெடிய விண்ணார்ந்த அந்தப் பெரிய கோபுரத்துக்குக் கீழேயும் இருள் மண்டியிருந்தது. நாளைக் காலையில் சூரியன் வருவான். எல்லா இருட்டும் ஒழிந்து போகும். உலகம் வெளிச்சம் பெறும்.

தீர்த்தகிரிக்கு நிம்மதியாக இருந்தது.

2013

மழை

வசுமதி நாற்சந்தியில் நின்றுகொண்டிருந்தாள்.

வாகனங்கள் அசுரகதியில் குறுக்கும் நெடுக்குமாக ஓடிக்கொண்டிருந்தன. பாதையைக் கடக்கும் சமிக்ஞை வருமளவும் அவள் காத்திருக்க வேண்டும். விரைந்து ஓடும் அந்த வாகனங்களையும், அவற்றைச் செலுத்திப் போகும் ஆண்களையும், அவர்க ளுக்குப் பின் சீட்டில் சொகுசாகச் சாய்ந்துகொண்டுபோகும் பெண் களையும் பார்த்துக்கொண்டு நிற்கையில் அவளுக்குப் பளிச்சென ஒரு சிந்தனை தோன்றியது.

ஆண்கள் எதையும் இயக்குபவர்கள்! அதாவது இயக்குவதாக, அதாவது பெண்கள் செய்ய முடியாத காரியங்களைச் செய்பவர் களாகக் காட்டிக்கொள்பவர்கள். அவர்களே குடிமக்களில் முதல். பெண்கள் இரண்டாம்பட்சம் ஆனவர்கள். ஆண்களைச் சார்ந்து வாழ்பவர்கள். ஆண்கள் இயந்திரமயமான இந்த யுகத்தை இயக்க, பின் சீட்டில் எந்தச் சிரமமும் இன்றிப் போகும் இந்தப் பெண் களுக்கு ஆண்கள் தரும் இந்தச் சௌகரியம் ஒரு போனஸ்.

அவளுக்கு அந்தப் பெண்களைப் பார்த்து உரக்கக் கத்த வேண் டும்போல இருந்தது. "போனஸ் இனாம் அல்ல! இனாம் வாங்கி மகிழ்ந்து போகாதீர்கள். அது, லாபத்தில் பங்கு. உங்களுக்கு ஆண் கள் தரும் சௌகரியம். உங்களை மடக்கிப்போட்டு, செயலற்றவர் களாக்க ஆண்கள் செய்யும் சதி, குயுக்தி. அவர்களை நம்பிவிடாதீர்கள்.

நல்லவேளை ! அவள் கத்திவிடவில்லை.தான் பொது இடத்தில் இருக்கிற பிரக்ஞை அவளுக்கு இன்னும் இருந்தது. பாதையைக் குறுக்காகக் கடக்கையில் அந்தச் சிந்தனை இழையையே அவள் தொடர்ந்து பின்னிக்கொண்டிருந்துள். இது ஆண்களின் உலகம். எங்கு பார்த்தாலும் ஆண்கள். ஒல்லியாக, குண்டாக, முன் வழுக்கையாக, முடி அடர்ந்த, பேண்ட் அணிந்த, வேஷ்டி அணிந்த, ஆண்களின் உலகம்.

பெண்கள் வெளியே வருவதும் குறைவு. வந்தாலும் ஆண்களுக்குப் பிறகே, ஆண்கள் துணையுடன் அவர்கள் போஷிப்போடு வருபவர்கள்.

மியூசிக் அகாடமியையும், சோழா ஓட்டலையும் கடந்து ஒரு பெண்கள் கல்லூரியை அவள் கடக்கையில் அவள் கண்ணுக்கு அந்தக் காட்சி தட்டுப்பட்டது. பெண்கள் பலர் ஸ்கூட்டரில், டி.வி.எஸ். 50இல், மொபெட்டில் பயணம் செய்தார்கள். அக்காட்சி அவளுக்குத் திருப்தி தந்தது. ஓ! பெண்கள் தனித்துப் பயணம் செய்கிறார்கள். ஆண்களின் துணையை, ரட்சிப்பை அவர்கள் புறக்கணிக்கிறார்கள்.

"கடைகண்ணிக்குக்கூட வாயேன், பள்ளிக்கூடம் போக வேணும், துணைக்கு வாயேன். கடைத் தெருவுக்குப் போய் மையும் பவுடரும் பிளவுஸ்பீசும் வாங்கவேண்டும், பாதுகாப்புக்கு வாயேன்." என்று வீட்டு ஆண்களைக் கெஞ்சும் கட்டாயத்திலிருந்து அவர்கள் விடுதலை அடைந்துவிட்டார்கள்.

ஆனாலும் அது போதாது! பெண்கள் இயந்திரம் இயக்க ஆண்கள் பின்னால் உட்கார்ந்து போகும் காலம் வரவேண்டும்.

ஆடிக் காற்றடித்து அவள் தலைமுடியைக் கலைத்தது. இடுப்பு வரை நீண்டிருந்த கூந்தலை வெட்டி பாப் செய்துகொண்டிருந்தாள். இடுப்பு வரை நீளும் கூந்தல் அவளுக்கு பெண் அடிமையின் சின்னம். அப்படிப்பட்ட கூந்தல் வளர்ச்சியைப் பெண்கள் விரும்பு கிறார்கள். அவர்களினின்றும் அவள் மாறுபட்டவள். ஆகவே அதை வெட்டிப் பலி கொடுத்துவிட்டாள்.

நெற்றியில் முடி பறந்து விழுந்து அவள் பார்வையை மறைத் தது. அதைத் தள்ளி மேலேற்றிக்கொள்ள அவள் விரும்பவில்லை.

திடுமென அவள் மனதில் சந்தோஷம் நிலைகொண்டது. நெற்றியில் வந்து விழும் தலைமுடியை ஒழுங்கு செய்துகொள்வதும், முகத்தைக் கோரமின்றி வைத்துக்கொள்வதும் என்னத்துக்கு? ஆண்கள் விரும்ப வேண்டும் என்பதற்காகத்தானே? எந்த வண்டும் என்னை விரும்ப வேண்டாம். நான் மலரல்ல. பெண்.

கை, கால், கழுத்து முதலான பல இடங்களிலும் காலம் கால மாய்க் கட்டப்பட்டிருக்கும், கண்ணுக்குத் தெரியாத மாயக் கட்டுக் களை அறுத்தெறிந்துவிட்ட விடுதலை வீராங்கனை அவள். இந்தப் புதிய மன விடுதலையின் வெளிப்பாடாக, தோளில் மாட்டியிருந்த பையைக்கையில் பிடித்துக்கொண்டும், அதைக் சுழற்றிக்கொண்டும் நடந்தாள்.

அவள் கட்டுகள் அற்றவள். அம்மா ஒருத்தி, இன்னும் வெள்ளிக்கிழமை விரதம் இருந்துகொண்டு வாழ்ந்துகொண்டிருக் கிறாள். அம்மாவின் குடும்பச் செலவுக்கு அவள் பணம் கொடுத்து விடுகிறாள்.

ஒரு முன்னணிப் பெண்கள் விடுதியில் அவள் சௌகரியமாக வாழ்ந்துகொண்டிருக்கிறாள். அவளுக்கு அவளே எஜமானி!

ஒரு பொறியாளராக அவள் இருக்கிறாள். நிறைய சம்பாதிக் கிறாள். இஷ்டம் போல் செலவு செய்கிறாள். யாருக்கும் அவள் அடிமை இல்லை. எந்த ஆணுக்கும், கணவன் என்ற பெயரில் எவனுக்கும், எல்லாப் பெண்களையும்போல அவள் அடிமைப்பட முடியாது. அவன் ஷேவ் செய்துகொள்ள வெந்நீர்கொண்டு வைக்க அவளால் ஆகாது. அவன் ருசி

அறிந்து சமைத்துப்போட அவளால் முடியாது. அவன் விரும்பும்போது அவனுடன் இணைந்து அவன் குழந்தைகளைச் சுமந்து உடம்புச் சுமைதாங்கியாக முடியாது.

ஒரு பஸ் நிறுத்தத்தை அவள் கடக்கும்போது, நிழல் குடைக்குக் கீழே நின்றிருந்த யாரோ ஒருவன் சிகரெட்டைப் பற்ற வைத்துப் புகையை விட்டான். அது அவள் முகத்தைத் தழுவிச் சென்றது. அவளுக்குள் எரிச்சல் மூண்டது. அவனையும் அவன் சார்ந்திருக்கும் ஆண் இனத்தையும் அவள் வெறுக்க அது மட்டுமே காரணமாய் இருந்தது.

"நான் ஆண்களை வெறுக்கிறேன். எல்லோரையும் ஸ்ரீநாத்தையும் சேர்த்து." என்று தனக்குள் சொல்லிக்கொண்டாள்.

ஸ்ரீநாத் என்ன பாவம் செய்தான்?

ஒரு பாவமும் செய்யவில்லை! அவன் ஆணாகப் பிறந்து விட்டான். அது ஒன்றினால்தான், அவள், அவனை வெறுக்க நேரிட்டது.

ஸ்ரீநாத் மோட்டார்கள் செய்யும் பெரிய நிறுவனத்தில் பெரிய பொறுப்பில் இருந்தான். மோட்டார்கள் விற்பனைப் பொறுப்பில் அவளும், இயந்திரங்கள் இணைக்கும் பகுதியில் அவனும் இருந்தார்கள். அந்த அந்த இலாகாவுக்குக் கலாச்சாரப் பிரிவு என்று ஒரு அமைப்பு இருந்தது. அந்தப் பிரிவில் அவர்கள் பொறுப்பு வகித்தார்கள். சென்ற ஆண்டு ஆகஸ்ட் பதினைந்து கொடியேற்றத்தின்போது அவர்கள் சந்தித்தார்கள். சிவப்பா, பச்சையா, எது மேலே இருக்க வேண்டும் என்று தடுமாறிய தேவநாதனுக்கு, கொடியின் மேல்பகுதி சிவப்புதான் வர வேண்டும் என்று வசுமதி விளக்கிக்கொண்டிருந்தபோதுதான் ஸ்ரீநாத் அவளிடம் முதல் முதலில் பேச நேர்ந்தது.

"எந்தப் பக்கம் மேலே பறந்தால்தான் என்ன? எதுவும் அதனால் மாறிவிடப் போவதில்லை!" என்றான் ஸ்ரீநாத் அவளைப் பார்த்து.

அவள் சிரித்துவிட்டுப் பதில் சொன்னாள்.

"உண்மைதான். ஆனால், பார்ப்பவர்கள் நம்மை முட்டாள்கள் என்று நினைப்பார்களே!"

கொடியைப் பொட்டலமாகக் கட்டி அதற்குள் பூக்களை வைத்து, கொடியை ஏற்றுகிற பிரமுகர் தலையில் அவை வர்ஷிக்கிற வகையில் அவள் அதை அமைத்தாள்.

"கெட்டிக்காரர்தான் நீங்கள்."

"எப்படி?" என்றாள் வசுமதி.

"இந்த மாதிரி வெட்டி வேலையெல்லாம் கற்று வைத்திருக்கிறீர்களே!" கேள்வியைத் தூக்கிப் போட்டுவிட்டு எங்கோ அவசரமாக விரைந்த அவனையே பார்த்துக்கொண்டு நின்றாள் அவள்.

கேண்டீனில், அடுத்த நான்கு நாட்களுக்குப் பிறகு அவனை அவள் சந்தித்தாள். செல்ப் — செர்வ் கேண்டீன் அது. நாற்காலியில் அமர்ந்து என்ன சாப்பிடலாம் என்று அவள் யோசித்து முடி வெடுத்து எழுந்திருக்கும் நேரத்தில்,

அவள் முன் தயிர் சாதமும் வெங்காயப் பக்கோடாவும் வைக்கப்பட்டன. ஆச்சரியத்துடன் நிமிர்ந்தாள் அவள். அங்கு ஸ்ரீநாத் நின்றிருந்தான்.

"உண்மையில் ஸ்ரீநாத், நான் என்ன சாப்பிட வேண்டும் என்று நினைத்தேனோ, அதையேகொண்டுவந்து என் முன்னால் வைக்கிறீர்கள். எப்படி, எப்படித் தோன்றியது உங்களுக்கு?"

"ரகசியம். அதைச் சொன்னால், என் தலை வெடித்துச் சுக்கல் நூறாகிவிடும்!"

அவன் தன் நண்பர்கள் இருந்த மேஜையை நோக்கி நடந்தான். அவனைப் பார்த்துக்கொண்டிருந்தாள் அவள்.

இவன் ஏன் இப்படி இருக்கிறான்? ஏன் தன்மேல் அக்கறை காட்டுகிறான்? என்று தனக்குள் விசாரித்துக்கொண்டாள் அவள்.

ஏதோ தட்டுப்படுவது போல் இருந்தது அவளுக்கு. எனினும் தண்ணீருக்கு அடியில் தட்டுப்படும் பொருளாக, தெளிவின்றி இருந்தது அது. பொறுத்துப் பார்ப்போம் என்று தனக்குள் சொல்லிக்கொண்டாள்.

வசுமதி படிக்கிற ஆங்கிலப் பத்திரிகையின் ஞாயிற்றுப் பதிப்பில், மோட்டார் மெக்கானிசம் பற்றிய புதிய புத்தகம் ஒன்றைப் பற்றி விமர்சனம் வெளியாகியிருந்தது. அந்தத் துறையில் மிகப் புதிய வரவு என்று அதில் கண்டிருந்தது. அதை உடனே படித்துவிடவேண்டும் என்று ஆசைப்பட்டாள் அவள்.

லண்டனில் வெளியான அந்தப் புத்தகம், இந்தியாவுக்கு, அதுவும் டில்லிக்கும் பம்பாய்க்கும் வந்துசேரப் பல நாட்கள் ஆகுமே என்று தன் சகா விமலானந்தனிடம் சொல்லி வருத்தப் பட்டுக்கொண்டாள் அவள். பின்னர் அதை மறந்தும் விட்டாள்.

சில நாட்களுக்குப்பின், மதிய உணவு வேளையில் ஸ்ரீநாத் அவளைப் பார்க்க வந்தான். அவன் கையில் ஒரு பெரிய பார்சல் இருந்தது.

"தொந்தரவு தருகிறேனா?" என்றபடி, அவள் முன் ஒரு நாற் காலியை இழுத்துப் போட்டுக்கொண்டு அமர்ந்தான்.

"இல்லை. சாப்பாட்டில் பங்கு கேட்டால்தான் தொந்தரவாக இருக்கும். என் ஒருத்திக்கும்கூடக் கொஞ்சமான சாப்பாடு இது."

"பயப்படாதீர்கள். நான் சாப்பிட்டுவிட்டேன்."

"என்ன அது பார்சல்?"

"புத்தகப் பார்சல்."

"என்ன புத்தகம்?"

"மோட்டார் மெக்கானிசம் பற்றிய புதிய புத்தகம்."

"மோட்டார் மெக்கானிசமா?"

"நீங்கள் படிக்க வேண்டும் என்று விமலானந்தனிடம் சொன்னீர்களே, அந்தப் புத்தகம்தான்!"

அவன் அந்தப் பார்சலை அந்தப் புத்தகத்தை எடுத்து அவள் முன் நீட்டினான். ஒரு கணம் திகைத்துப் போனாள் வசுமதி. இது என்ன

தீவிரம்? இது என்ன அர்ப்பண உணர்வு? இது என்ன அன்புப் பொழிவு? அவளுக்குள் இருந்த இளகிய, கனிந்த மனம் அவனை மரியாதை, பாசம் பொங்க நினைத்தது. அடுத்த கணமே அவள் அறிவு விழித்துக்கொண்டது. வெளியில் இருந்து திணிக்கப் பட்ட கருத்துகள் மேலெழுந்தன.

"இது என்ன தூண்டிலா?"

"தூண்டிலா, அப்படியென்றால்?"

"பெண்களை மயக்க, ஆண்கள் முதலில் பிரயோகிக்கும் அஸ்திரம், பழைய தமிழில் மோகனாஸ்திரம். இதில் எல்லாம் நான் வீழ்ந்துவிடமாட்டேன் ஸ்ரீநாத். என்மேல் உங்களுக்கென்ன அவ்வளவு அக்கறை? இப்படியாகக் கொஞ்சம் கொஞ்சமாக என் தேவைகளை உணர்ந்து, அதை நிறைவேற்றி, என்னை நன்றியால் நிரப்பி, என்னை மீள முடியாமல் செய்து, பிறகு மெதுமெதுவாகக் காதல் வசனம் பேசி, கல்யாணத்துக்கு வலை வீசி, நிரந்தரமாக எனக்கு மூக்கணாங்கயிறு போட்டுவிட நீங்கள் எடுத்துக்கொள்ளப் போகும் பிரயத்தனங்களின் பிள்ளையார் சுழிதானே இந்தப் புத்தகப் பார்சல்? நல்லது. இதன் விலை என்ன? இருநூற்று எழுபத்து ஐந்து ரூபாய் அல்லவா? பையில் அவ்வளவு பணம் இல்லை. கேஷியரிடம் வாங்கி உங்கள் சீட்டுக்குக் கொடுத்தனுப்புகிறேன். எப்படியென்றாலும், உங்களுக்கு என் நன்றி, மிஸ்டர் ஸ்ரீநாத்."

சாப்பாட்டுக் கிண்ணத்தை எடுத்துக்கொண்டு வாஷ் பேஷினை நோக்கிச் செல்லும் அவளையே வைத்த கண் வாங்காமல், திக்பிரமை பிடித்து அமர்ந்திருந்தான் ஸ்ரீநாத்.

ஸ்ரீநாத் எல்லா ஆண்களையும்போலவே நல்லவன். வசுமதியும் எல்லாப் பெண்களையும்போலவே நல்லவள். தவறான கருத்து களை மூளைக்குள் திணித்துக்கொண்டு வசு, அவனைச் சங்கடப் படுத்திக்கொண்டிருந்தாள்.

மனிதர்கள் தங்கள் இயல்புகளை இழக்கும்போது முதலில் தங்களை இழக்கிறார்கள். இழப்பதால் வெறுமை அடைகிறார்கள். வெறுமை அவர்களை அச்சப்படுத்துகிறது. தங்களுக்கு இசைவான அறிவுரைகளை, கருத்துகளைச் சொல்கிறவர்களைத் தேடி அலை கிறார்கள். கண்டுபிடிக்கிறார்கள். அவர்களைத் தங்களுடன் இறுக்கிக்கொள்கிறார்கள். அதாவது காசு கொடுத்து சூனியம் வைத்துக்கொள்கிறார்கள்.

மண்டைக்குள் பிசாசுகளை நடமாட விடுகிறார்கள். பிசாசுகள் வெண்பொங்கலும் மெதுவடையும் சாப்பிடுவதில்லை. அவை நர பட்சிணிகள். இரத்தப் பசிகொண்டு அலைபவை. உள்ளே இருக்கிற பிசாசுகளின் ஏவலைக் கேட்டு, பிற மனிதனின் இரத்தத்தைக் கொட்டச் செய்கிறார்கள்.

வசுமதி, ஸ்ரீதரின் இரத்தத்தைச் சொட்டப் பண்ணிக் கொண்டிருக்கிறாள்.

வசுமதியின் உதாசீனம் பூரீதரை இடம் நகர்த்திவிடவில்லை. மாறாக, அவளை மேலும் ஆழமாக நேசிக்க வைத்தது. அது ஆண் கள் செய்த பாவம். நேசம் வைத்த பெண் எட்டி உதைத்தாலும், தாம்பூல எச்சிலை முகத்தில் உமிழ்ந்தாலும், இரவைக் கொட்டக் கொட்ட விழித்துக் கழிக்கச் செய்யும் அவமானத்தைப் பண்ணி னாலும், ஆண் அவளிடம்தான் திரும்பத் திரும்பச் செல்வான். அது அவனுக்கு விதிக்கப்பட்ட பரிதாபம். விதியின் அல்லது

வியா பகத்தின் இரும்புக்கரம் அவனது பிடரியைப் பிடித்து அப்படித்தான் உந்திச் செல்லும். அந்தப் புறக்கணித்த கையைத்தான் அவன் முத்தமிட நினைப்பான்.

உமிழ்ந்த அந்த வாயை, உதைத்த காலை, வெளியே போ என்று விரட்டிய விரலைத்தான் முத்தமிட மூர்க்கம் அடைவான். அவன் நிர்க்கதி ஆனவன். அவன் அப்படித்தான்.

விசித்திரம்தான். அந்த மோட்டார்த் தொழிற்சாலையில் கொலுவைத்தார்கள். அது தொடர்பாக, ஒரு புகழ்பெற்ற இசை வாணியின் கச்சேரியையும் ஏற்பாடு செய்திருந்தார்கள். மோட்டார் தொழிற்சாலையில் கொலுவா என்று ஆச்சரியப்படுவதில் அர்த்தம் இல்லை. தமிழரின், இந்தியரின் கலாச்சாரம் அது.

கலாச்சார ஊனம் அது. வானவியல் அறிஞர், மகனுக்குக் கல்யாணம் பண்ண ஜோசியம் பார்ப்பார். அறுவை மருத்துவ நிபுணன், ஆயுத பூஜை வந்தால், கத்திக்கும் கத்தரிக்கும் பூஜை போடுவான். மோட்டார்த் தொழிற்சாலையில் கொலு, பொம்பளை சாமிகள், ஆம்பிளை சாமிகள், குழந்தை சாமிகள், அடுத்த தேசத்து சாமிகள், செட்டியார், கிழவன், கிழவி பொம்மைகள் நிறைந்து வழிந்தன.

தொழிலாளர்கள் திரண்டு வந்தார்கள்.இதுபோன்ற கலை நிகழ்ச்சிகளுக்கென்று தொழிற்சாலைக்குள்ளேயே ஒரு அரங்கம் நிர்மாணிக்கப்பட்டிருந்தது. வாரம் இரண்டுமுறை அசட்டு நகைச் சுவை நாடகங்களும் மற்றும் பேரசட்டுச் சரித்திர நாடகங்களும் அங்கு நடக்கும்.

அவ்வப்போது கருத்தரங்குகளும் நடக்கும். மோட்டார் தொழி லில் முன்னேறிய நாடுகளிலிருந்து தொழில் விற்பன்னர்கள் அக்கருத்தரங்குகளில் கலந்துகொள்வார்கள். அவர்கள் பெரும்பாலும் ஐரோப்பியர்களாக இருப்பார்கள். இந்தியாவின் வெயிலில், புழுக் கத்தில் சிக்கிக்கொள்ள நேர்ந்த தங்கள் துரதிருஷ்டத்தை மனசுக்குள் நொந்துகொண்டு, கழுத்து மாலையைக் கழற்றாமல், முகத்தில் புன்னகை மிளிர, மத்தியானம் மற்றும் இரவுகளில் நட்சத்திர ஓட்டல்களில் பரிமாற இருக்கும் விருந்துகளின் ஐட்டங்களை நினைத்துக்கொண்டு அமர்ந்திருப்பார்கள்.

அந்த அரங்கத்தில்தான் இந்தக் கொலுவும் கச்சேரியும் நடை பெற்றன. எல்லோரும், மரியாதை முகத்தான் செருப்புகளை வாசல் களிலேயே கழற்றி வைத்துவிட்டு உள்ளே சென்று, பணிவாகக் கொலுவை ரசித்து, பாடும் பெண்மணிக்குப் பவ்யமாக முகத்தைக் கட்டிக்கொண்டு அமர்ந்திருந்தார்கள். வசுமதியும் கச்சேரிக்கு வந் திருந்தாள். வழக்கத்தை ஓட்டி அவளும் தன் செருப்பை வாசலில் கழற்றி வைத்துவிட்டு உள்ளே போய் அமர்ந்தாள்.

கச்சேரி தொடக்கத்தில் நன்றாகவே இருந்தது. பாடும் பெண் மணி முறைப்படி சங்கீதம் கற்றவள். அழகாகக் கீர்த்தனங்களை, ராக ஆலாபனையோடு பாடிக்கொண்டிருந்தாள். வசுமதி கொஞ்சம் கொஞ்சமாகப் பாட்டில் தன்னை இழந்துகொண்டிருந்தாள். துர திருஷ்டம் என்னவெனில் அந்தப் பெண்மணி சினிமாவிலும் சில பாடல்களைப் பாடியிருந்ததுதான்.

கூட்டம் மெல்லப் பொறுமை இழந்தது. அவள் சினிமாவில் பாடிய அந்தப் பாடல்களைப் பாடச் சொல்லி, சீட்டு மழை பொழியத் தொடங்கியது. சாஷ்டாங்கமாகத் தரையில் விழுந்து பணியும் கலாச்சார மரபில் வந்தவள்தானே அந்தப் பாடகியும்? ஆகவே அவள் சினிமா "டப்பா" பாடல்களைப் பாடத் தொடங் கினாள்.

சலித்துப் போன வசுமதி எழுந்து வெளியே வந்தாள். வெளிக் காற்று மிக ஆரோக்கியமாக இருந்தது. தன் செருப்பை விட்ட இடத்தில் தேடினாள். அது தடுமாறிப் போய் இருந்தது. மாநாட்டுக் கூட்டம்போலச் செருப்புகள் குவிந்து, தன் ஜதைகளை இழந்து சிதறிக் கிடந்தன செருப்புகள்.

குழம்பிப் போனவளாய்த் தன் காலணிகளைத் தேடத் தொடங் கினாள் அவள். அவள் உதவிக்கு ஸ்ரீநாத் வந்தான். எங்கெங்கோ சிதறிக் கிடந்த அவள் செருப்பை மட்டும் சரியாகக் கண்டுபிடித்து எடுத்து வந்து, குனிந்து அவள் பாதங்களுக்கு நேராக அச்செருப்புகளை வைத்தான் அவன்.

"எப்படி என் செருப்பை அவ்வளவு சரியாகக் கண்டு பிடித் தீர்கள்?"

"எத்தனை முறை அவற்றைப் பார்த்திருக்கிறேன். இந்த வெள்ளைச் செருப்பை என்று முதல் முதலாகப் போட்டுக்கொண்டு வந்தீர்கள் என்றுகூட எனக்குத் தெரியும்."

"தேங்க்ஸ்."

அவள் நடந்தாள்.

"வீட்டுக்குத்தானே?"

"உம்"

"பஸ் ஸ்டாண்ட் வரை வருகிறேனே. தேவைப்பட்டால் ஆட்டோ பிடித்துத் தருகிறேன்."

"எனக்கு உங்கள் உதவி தேவையில்லை."

"இருக்கலாம். அப்படித்தான் இருக்க வேண்டும். இதை உதவி யாக ஏன் நீங்கள் நினைக்கிறீர்கள்? மனிதர்க்கு மனிதர் செய்யும் சிறு உபகாரம் அல்லது துணை, அல்லது சினேகம் குறித்த காரியம் தானே அது?"

அந்த வார்த்தைகளை அவன் உச்சரித்த விதம் வசுமதியைத் தொட்டது.

அவள் கல் அல்லவே? அவள் மனுஷிதானே? அவள் இருதயம் தசையால் ஆனதுதானே?

"சரி வாருங்கள்."

இருவரும் நடந்தார்கள்.

ஒரு தலைமுறைக் காலம் தேர்தலையே காணாத நகரசபை விளக்குகள் பல இடங்களிலும் செத்துக் கிடந்தன. வாகனங்களும் மக்களும் தெருவுக்கு ஒளியைத் தந்தார்கள். வசுவோடு சேர்ந்து நடப்பதில் பெரும் இன்பத்தைக் கண்டான் ஸ்ரீநாத். அது மனம் ஒன்றியவர்களுடன் சேர்ந்து நடக்கிற சுகம்?

அதிர்ஷ்டவசமாக நடைபாதை ஒழுங்காக அமைந்திருந்தது. காம்பவுண்டுச் சுவருக்குள் முளைத்திருக்கும் செடிகள் லேசாகக்கை நீட்டித் தலையைத் தடவின. அந்தச் சிலிர்ப்பில் குளித்து அவர்கள் நடந்தார்கள்.

"வசுமதி... நீங்கள் ஏன் இப்படிக் கடுமையாக இருக்கிறீர்கள்?"

"கடுமை என்றால்?"

"ஏன், என்னிடம் நடந்துகொள்கிற முறையையே எடுத்துக் கொள்ளுங்களேன்."

"உங்களை மட்டுமல்ல ஆண்களையே நான் வெறுக்கிறேன்!"

"ஏன்?"

"அவர்கள் எங்களை, பெண்களை அடிமைப்படுத்தியவர்கள். படுத்துபவர்கள். நீங்கள் சுயநலக்காரர்கள். ஆண்கள் உடம்புக்கு அலைபவர்கள்."

"அப்புறம்?"

"திருமணம் என்பது ஒரு தளை. ஒரு ஆணைச் சார்ந்துதான் நான் வாழவேண்டும் என்ற நிலை ஏற்பட்டால் நான் தற்கொலை செய்துகொள்வேன்."

"அப்புறம்?"

"நான் எவனையும் காதலிக்க முடியாது. காதல் ஒரு ஹம்பக்!"

"அப்புறம்?"

"பெண்கள் விடுதலைக்காக, அவர்கள் விமோசனத்துக்காக நான் உழைக்கப் போகிறேன். உழைக்கிறேன். எனக்குக் காதலிக்க முடியாது."

"அவர்கள் விமோசனத்துக்காக என்ன செய்ய திட்டம்?"

"பெண்கள் சமூகரீதியாகவும், பொருளாதார, கலாச்சார ரீதி யாகவும் எங்கெல்லாம் அவமானப்படுத்தப்படுகிறார்களோ, அங்கெல்லாம் சென்று நாங்கள் போராடுவோம்."

"என்னையும் உங்கள் போராட்டத்தில் சேர்த்துக் கொள்ளுங்களேன்."

"பெண் விடுதலையில் ஆண்களுக்கு இடம் இல்லை."

"அப்படியானால் யாரைவிட்டு விடுதலை பெறப் போராடு கிறீர்கள்? ஆண்களை விட்டா? அடிமைத்தனத்தை விட்டா? அடிமைத்தனத்தை விட்டு என்றால் உங்கள் போராட்டம் ஜெயிக்கும். ஆண்களை விட்டு என்றால், நீங்கள் தோற்பீர்கள். உங்கள் போராட்டம் உங்களை எங்கும்கொண்டுசேர்க்காது. நீங்கள் புறப் பட்ட இடத்திலேயே நின்றுகொண்டிருப்பீர்கள். ஆண், பெண் இருவரில் ஒருவரை விலக்கி வைத்து உலகத்தில் எந்தப் போராட்ட மும் நடந்ததில்லை. பெண் விடுதலை சமூக மாற்றத்தில் ஓர் அங்கமே அல்லாமல், அது தனியாக இல்லை."

அவள், அவனைத் திரும்பிப் பார்த்தாள்.

"வசுமதி... நான் பெண் அடிமை செய்பவன் அல்ல. இன்னும் கேட்டால், உங்களுக்கோ, மற்ற யாருக்குமோ குறையாத அளவு பெண்களின் இந்தப் போராட்டத்தில் நான் நம்பிக்கையும் அக்கறையும் உடையவன். நான் சொல்கிறேன். உங்கள் இயக்கம், தோற்கப்போவது உறுதி. அது சரித்திரக் கட்டாயம்."

அவள் சட்டென்று நின்றாள். “நாங்கள் தோற்போம் என்று எப்படிச் சொல்கிறீர்கள்?”

“உங்கள் போராட்டம் வெறுப்பின் அடிப்படையில் இயங்கு கிறது. வெறுப்பு ஒரு தத்துவம் ஆகாது! அது மன ஊனம். மக்களை வளர்ச்சிப் பாதையில்கொண்டுசேர்க்கும் கருத்தே தத்துவம். உங்களிடம் தத்துவம் இல்லை. காரணம், வாழ்க்கை பற்றிய அகன்ற, ஆழமான, அனுபவப் பார்வையோ, படிப்போ, ஞானமோ உங்களி டம் இல்லை.

வாழ்க்கை பற்றிய தெளிவும் பார்வையுமே தத்துவத்திடம் உங்களைக்கொண்டுசேர்க்கும். தத்துவம் இல்லாத போராட்டம் என்பது கற்பனைக் கத்தியைக் காற்றில் வீசிப் பாவனைச் சண்டை போடுகிற பைத்தியக்காரத்தனம். உலகம் உங்களைப் பார்த்துச் சிரிக்கிறது.”

“ஸ்ரீநாத்! மரியாதைக் குறைவாகப் பேசுகிறீர்கள்.”

“மன்னியுங்கள், என் நோக்கம் அது அல்ல. ஆண்கள் எல்லாம் அயோக்கியர்கள், அடிமை செய்பவர்கள், காமுகர்கள் என்கிறீர்களே, அது என்ன, மரியாதை மிகையா? ஆண்கள் அத்தனை பேரும் அயோக்கியர்கள் என்றால், உங்கள் அப்பா உங்களைப் படிக்கவே வைத்திருக்க மாட்டார். தெருப் பொறுக்க விட்டிருப்பார். மொத்தம் ஆயிரத்து இருநூறு பேர் வேலை செய்யும் நம் தொழிற்சாலையில், ஆண்கள் எண்ணூறு பேர், பெண்கள் நானூறு பேர்கள். ஆண்கள் உங்களை வீட்டுக்கு அனுப்பிவிடவில்லையே! உங்கள் கல்விக்கும் அறிவுக்கும் அடங்கி, பணிந்து, உங்கள் இலாகாவில் சுமார் எண்பது ஆண்கள் உங்களிடம் பணிபுரிகிறார்களே, அது எப்படி?

ஆண்களில் பலர், பெண்களில் பலரை அடிமை செய் கிறார்கள். உண்மை! அதனால் ஆண் குலத்தையே வெறுப்பது என்ன நியாயம்? பெண்களில் பேயர்கள் இல்லையா? ஒழுக்கக் குறைவானவர்கள் இல்லையா? மன ஊனர்கள் இல்லையா? கொடுமைக்காரிகள் இல்லையா?”

“அப்படியென்றால்... பெண் விடுதலை இயக்கமே பொய்யா? கணவர்கள் அடிமை செய்வதில்லையா? தாலி வேலியாக இல்லையா? குடும்பம் சிறையாவதில்லையா?”

“பொய் இல்லை. அது நிஜம்! விடுதலை இயக்கங்கள் எந்தச் சமூகத்திலும் இருக்கவே வேண்டும். நீங்கள் ஒரு உண்மையைப் புரிந்துகொள்ள வேண்டும்.

இந்த தேசத்தில் ஆணும்கூட அடிமையாகத்தான் இருக்கிறான். ஒரு பெரிய சமூக மாறுதல் ஏற்பட்டால் ஒழிய விடுதலை இரு பாலர்க்கும் இல்லை. இந்த இயக்கங்களின் இலட்சியம், பெண்ணை முதன்மைப்படுத்துவதாய் இருப்பதாலேயே அவை தோல்வி அடை கின்றன.

ஆண்களோடு, பெண்களை இசைவிக்கும், அவர்கள் இணை என்று அறிவிக்கும் இயக்கமே வெல்லும். உண்மையில் ஆண்களும் பெண்களும் உலகின் சம பங்காளிகள். இந்த ஞானத்தை வெளிக் கொணருங்கள்!

ஆணும் பெண்ணும் இணைவதுதான் இயற்கை. பெண்ணைப் பெண் காமுறல் நோய். அது சாத்தியமும் இல்லை. அதனால் மகிழ்ச்சி விளைவது இல்லை. ஆணை நேசியுங்கள். அவனைக் காதலியுங்கள். உலகத்து இன்பங்களை அனுபவியுங்கள். உடம்பு தரும் சந்தோஷங்களை உணருங்கள். காதலால்

மனிதர்க்கு மரணமே போகும் என்ற பாரதி வாக்கு பொய்யா? அந்த ஆண், பெண் கூட்டை என்ன பெயரிட்டு வேண்டுமானாலும் அழையுங்கள். அது தவறில்லை. கூட்டே வேண்டாம் என்று கூறாதீர்கள்."

அது ஒரு நாற்சந்தி. வானம் விட்டுவிட்டு மின்னிற்று. சட்டென்று காற்று, கொத்து மண்ணைக்கொண்டு வந்து கண்ணில் போடும். ஆடைகளைப் பறக்கடிக்கும். தலையைக் கலைக்கும்.

ஸ்ரீநாத் சொன்னதைக் கேட்டுத் திடுக்கிட்டவளாக, ஒரு புதிய அயற்கோள் மனிதனைப் பார்ப்பதுபோல அவள் அவனைப் பார்த் தாள். அவன் ஒரு குழந்தையின் தோளைத் தொடுவதுபோல அவள் தோளில் தன் கையைப் பதித்தான். மெதுவாக அவளுக்கு மட்டும் கேட்கும் விதமாக முணுமுணுத்தான்.

"வசுமதி… நான் உங்களை நேசிக்கிறேன். உங்களுக்கு நல்ல துணையாக, சினேகிதனாக, நம்பகமான உடன் பயணியாக இருப்பேன். என்னை ஏற்பதும், ஏற்காததும் உங்கள் இஷ்டம். அது உங்கள் உரிமை. ஆனால், முட்டாள்தனமான கருத்துகளை மூளைக் குள் நிரப்பிக்கொண்டு உங்களையும் என்னையும், வாழும் உலகத்தையும் வீணாக்கிவிடாதீர்கள்!"

அவன், அவளுக்கு வணக்கம் சொன்னான். ஒரு ஆட்டோவை அழைத்து, அவள் வீட்டு முகவரியைச் சொல்லி, அவளை ஏற்றி அமர வைத்து அனுப்பிவிட்டு அகன்றான்.

மழை தொடங்கிவிட்டது என்று சொன்னார்கள். சென்ற ஆண்டைவிட மிக மோசமான மழை என்றும் சொன்னார்கள்.

எப்போதும் அப்படித்தான் சொல்வார்கள். மக்களுக்கு எதையும் ஒப்பிட்டே பேச வேண்டும்.

வசுமதி தன் அறைக்குள் கிடந்தாள். மதியம் உணவு உண்டு வந்து படுத்தவள், மணி ஏழாகியும் உறங்கித்தான் கிடக்கிறாள். விடுமுறை நாளை உறங்கிக் கழிப்பது கூச்சமாக இருந்தது அவளுக்கு. எழுந்து ஜன்னலைத் திறந்தாள். மழை சீராகப் பெய்துகொண்டிருந்தது. அன்று மாலை தொடங்கிய மழை. நான்கு நாள்களாகப் பெய்துகொண்டிருந்தது.

மழை பலவற்றையும் நினைவுக்குக்கொண்டுவரும் ஆற்றல் படைத்த இயற்கைக்கூறு. அதற்குப் பிறகு ஸ்ரீநாத் அவளை வந்து பார்க்கவில்லை. எதிர்ப்படவும் இல்லை. போன்கூடச் செய்ய வில்லை.

அது அவளுக்கு அவன் வழங்கும் நேரம். அவளைச் சிந்திக்கச் சொல்லும் நேரம்.

அவன் வலது கை அவள் இடது தோளில் பதிந்தது, அந்தச் சமயத்தில் அது சுட்டது. அடுத்து அடுத்துப் பல சமயங்களிலும் அது சுடத்தான் செய்தது. நினைக்கும்தோறும் சுட்டது. ஆனால், சுடாத, வலியற்றதான தீ, தோளில் தொடங்கியது. தொடர்ந்து உடம்பு முழுக்கப் பரவியது.

அவன் சொல்லிய வார்த்தைகள் மீண்டும் மீண்டும் அவளை முற்றுகை இட்டன.

அது ஒரு கூட்டு. ஆணைப் பொறுத்து அடையப் போவதுதான் என்ன? இதுவும் இருமுகம்கொண்ட ஒற்றை உயிர். பகலும் இரவும், சூரிய

நிலவு மாதிரி. இரண்டும் சேர்ந்த ஒன்றுதான் உலகம். இரண்டு ஒழிந்து ஒன்றாவதுதான் உறவு.

"குடும்பம் என்கிற பந்தம் உங்களை இரண்டாம் நிலைக்குத் தள்ளுகிறது என்றால், குடும்பத்தின் முகத்தை மாற்றி அமைப்போம். அதற்காக ஆண், பெண் உறவையே புறக்கணிப்பது என்ன நியாயம்?" என்று அவன் சொல்லியதில் உள்ள நியாயம் அவளுக் குப் புரிந்ததாகத் தோன்றியது.

மழை பெய்துகொண்டேதான் இருந்தது. இது இரவு முழுக்கப் பெய்யும்.

இரவு சாப்பாட்டுக்கு அழைப்பு வந்தது. பசித்தது. எழுந்து போனாள். நிறைய சாப்பிட்டாள். வந்து படித்துக்கொண்டிருந்தாள். இரவு ஒரு மணி வரை படித்தாள். புத்தகத்தை மூடி வைத்துவிட்டு ஜன்னல் ஓரம் வந்து நின்றாள். மழை !

உறங்கப் போக வேண்டும் என்று தோன்றியது.

நாளை அலுவலகம் சென்றதும் முதல் காரியமாக ஸ்ரீநாத்தைச் சென்று பார்த்துப் பேச வேண்டும் என்று தீர்மானித்துக்கொண் டாள் வசுமதி.

மழை பெய்துகொண்டே இருந்தது.

2013

நான் நிறைவோடு இருக்கிறேன்

மூர்த்தியின் பார்வையில் அவள் தட்டுப்பட்டாள். அந்தியூருக்குப் போக எனத் தன் மகனுடன் ரயிலடியில், ரயில் வருகைக்காக அவன் நின்றிருந்தான். அவன் பார்வை அந்த பிரமாண்ட அரச மரத்தில் லயித்திருந்தது. அதன் கைகள் வானத்துக்கு வர்ணம் பூசிக்கொண்டிருந்தன. கிளையில் ஒற்றை மயில் உட்கார்ந்து எதையோ உற்றுப்பார்த்துக்கொண்டிருந்தது. இந்த ஊரில் மயில்கள் அதிகம்தான். மயில்களுக்கு விஷம் வைத்துக் கொல்பவர்களும் அதிகமாகிக்கொண்டிருந்தார்கள். மயிலைப் பார்த்துக்கொண்டிருந்த அவன் பார்வை தாழும்போதுதான், அவள் அவன் கண்களில் பட்டாள். பக்கவாட்டில் அரை முகம் மாத்திரம் தெரிய, ரயில்வரும் திசையைப் பார்த்தபடியிருந்தாள். அவள் பக்கத்தில் ஓர் இளம் பெண். அவள்தானா அது? அவள் தன் பக்கம் திரும்புவாள் என்று எதிர்பார்த்து அவன் காத்திருந்தான். அவள் திரும்பினாள். இவன் முகத்தில் நிலைத்தது அவள் பார்வை. புருவம் சுருங்கியது. அவள் முகம் தெளிந்தது. லேசாகப் புன்னகைத்தாள் சுமதி.

மூர்த்தியை ஓர் அதிர்வலை ஊடுருவியது. சுமதி இப்போது அவளைப் போலிருந்த அந்த இளம்பெண்ணுடன் அவனை நோக்கி வந்தாள். அவன் அருகில் வந்து நின்று. "நல்லா இருக்கீங்களா?" என்றாள். இருப்பதாகத் தலை அசைத்தாமன் அவன்.

"இவ என் பொண்ணு. அந்தியூர் காலேஜ்ல சேரப் போறா. கம்ப்யூட்டர் சயின்ஸ்."

"ஓ.! இது என் பையன். இவனும் அதே காலேஜ்ல சேரப் போறான். இவனும் அதே கோர்ஸ்தான்."

"அப்படியா, குட்!" என்றாள் சுமதி. தன் மகளிடம், "உனக்குச் சொல்லி இருக்கேன்ல, நான் அந்தியூர்ல கொஞ்ச காலம் வேலை பார்த்தேன்னு. அப்போ இவர் பழக்கம். இவரோட நெருங்கின நண்பர் கோப்பி என் ஆபீஸில்

வேலை பார்த்தார். கோப்பியைப் பார்க்க இவர் என் ஆபீஸுக்கு வருவார். அப்போ அறிமுகம்.”

சாமர்த்தியமான, பாதுகாப்பான பொய். சுமதியின் அலு வலகத்தில் மூர்த்தி பணியாற்றியதில்லை. அவள் அலுவலகத்தில் அவனுக்கு நண்பனும் இல்லை. இப்போது மூர்த்தியின் முறை.

“தம்பி, என் ஆபீஸ்ல ரீட்டான்னு ஒருத்தங்க வொர்க் பண் ணாங்க. அவங்களைப் பார்க்க இவங்க வருவாங்க. அப்போ பழக்கம்!”

பெண்ணும் பையனும் தலையசைத்துக்கொண்டார்கள். “ஹலோ” சொல்லிக்கொண்டார்கள்.

வண்டி புறப்படும்போது, நேர் எதிரில் அமர்ந்திருந்த சுமதி, ஜன்னல் வழியாகக் குனிந்து அந்த மரத்தைப் பார்த்தாள். பிறகு சில நிமிஷங்கள் அமைதியாக இருந்தாள். பின்பு, மூர்த்தியிடம் சொன்னாள். “ரீட்டா அடிக்கடி சொல்வா, இந்த அரச மரம் பேய்த்தனமா வளர்ந்துடுச்சுன்னு. முன்னே சோப்புப் பெட்டி மாதிரி கச்சிதமா இருந்தது. இப்போ பெரிய ஸூட்கேஸ் மாதிரி ஆகிடுச்சி. ரீட்டாவும் கோப்பியும் இங்கேதான் முதல்ல சந்திச்சதா சொல்வாள். இந்த மரத்தடியில்தான்.”

மூர்த்தி, சுமதியை முதன்முதலாக இங்குதான் சந்தித்தான். இளம் நீல வண்ணச் சேலை. இடைதாண்டியும் பரவிய கூந்தல் நனைத்த முதுகுடன், அலுங்காமல் எழுதிய சித்திரம்போல அவள், கையில் பையுடன் ரயிலை எதிர்பார்த்து நின்றிருந்தாள். வண்டி வந்து நின்றவுடன் இடித்துப் பிடித்து ஏறாமல் கடைசியாக, நிதான மாக ஏறி, கிடைத்த இடத்தில் உட்கார்ந்த கம்பீரம் அவனுக்குப் பிடித்திருந்தது.

அன்றும் அவள் நீலத்தில்தான் இருந்தாள். ஆனால், இது வேறு நீலம். வாரத்தில் மூன்று நாட்கள் புடவையும், மூன்று நாட்கள் சுடிதாரும். ஆனால், எல்லாம் ஏதோ ஒரு வகையில் நீல மாக இருந்தன. ஒரு கணக்கு அவனுக்குப் பிடிபட்டது; ஒரே புட வையை மறுதரம் கடந்த இருபது நாட்களில் கட்டவில்லை என்பது.

“உங்கள் நண்பர் கோப்பி எப்படி இருக்கிறார்? அலுவலகம் மாறுதல் வந்த பிறகு, அவரை நான் சந்திக்கவில்லை. அவரிடம் இருந்து எந்தத் தகவலும் இல்லை. எப்படி இந்த விதம் இருக்க முடிகிறது மனிதர்களால்?”

கோப்பி என்று தன்னைத்தான் அவள் சொல்கிறாள் என்பதை மூர்த்தி அறிவான்தான். அவன் மௌனத்துடன் ஜன்னல் வழி வெளியே பார்த்தான். எங்கு நோக்கினும் பூமி வறண்டு இருந்தது. பசும்புல் அரிதாகிக்கொண்டிருந்த வாழ்க்கை. அவன் சொன்னான்.

“அவன் எத்தனையோ சங்கடத்தில் இருந்திருக்கலாம். சில பேர் மனித உருவில் பிறந்தாலும் கால் பந்தாகவே வாழ நேர்கிறது. யார் யார் காலிலோ உதைபட்டு, உருண்டு புரண்டு வாழும் வாழ்க்கை. கோப்பியும் அப்படி இருந்திருக்கலாம். ரீட்டா எப்படி இருக்காங்க?”

சுமதி தன் பெண்ணைப் பார்த்தாள். அவள் ஏதோ தடிமனான புத்தகத்தில் ஆழ்ந்திருந்தாள். பையன் வேடிக்கை பார்த்துக்கொண்டிருந்தான்.

“இருக்கா, சந்தோஷமா இருக்காளா, துக்கமா இருக்காளான்னு அவளுக்கே தெரியலை. வேலை, வீட்டு வேலை, சமையல், குழந்தை, பஸ் பயணம். உட்கார்ந்து யோசிக்க நேரம் இல்லையாம்.”

தன்னைப் பற்றிச் சொல்லி முடித்த சுமதி கேட்டாள். “கோப்பிக்கு எத்தனை குழந்தைகளாம்?”

“ஒன்று. இவன்போல!”

பையன் திரும்பி இவர்களைப் பார்த்துவிட்டு, மீண்டும் வேடிக்கையில் ஆழ்ந்தான்.

“ரீட்டாவுக்கு?”

“ஒன்று. இவளைப்போல!”

மூர்த்தி ஒருநாள் மாலை சுமதியைப் பின்தொடர்ந்து, அவள் இருப்பிடத்தைக் கண்டுபிடித்தான்.

நிறைய தெருக்களைக் கடந்து அவள் சென்றாள். ஏதோ ஒரு கடையில் பால் பாக்கெட் வாங்கி பையில் வைத்துக்கொண்டு, வெளிப்பட்டு நடந்தாள். வரிசையாக எருமைகள் கட்டியிருந்த தெரு வைக் கடந்தாள். பாதித் தெருவை எருமைகள் நிறைத்திருந்தன. சில நின்றும் சில படுத்தும் கிடந்தன. எருமைகள் இவனையோ அவளையோபார்க்கவில்லை. குடிசைப் பகுதியில் நின்று, அடுக்கு மாடிக் குடியிருப்புகளின் அகலமான வாயிலுக்குள் புகுந்து மறைந்து போனாள். தரைப் பகுதியுடன் மூன்று மாடிகளைக்கொண்டது அந்தக் குடியிருப்பு. வண்ணம் அடித்துப் பல்லாண்டுகள் ஆகிப் பழசாகிப்போன வீடுகள். பெரும்பாலான வீடுகளின் கம்பி அழிக்குப் பின்னால் துணிகள் காய்ந்தன.

தவறாமல் டீக்கடையும் எதிரில் இருந்தது. டீக்குச் சொல்லி விட்டு, ஒரு சிகரெட்டை வாங்கிப் பற்ற வைத்துக்கொண்டு, எதிர்க் குடியிருப்புகளையே கவனித்துக்கொண்டு இருந்தான். அவள் தலை தட்டுப்பட்டுவிடும் என்று நம்பினான். டீ குடித்து, மீண்டுமொரு சிகரெட்டைப் பற்ற வைத்துக்கொண்டு, அதுவும் முடிந்தும் அவள் தலை தட்டுப்படவில்லை.

மறுநாள், அதே டீக்கடைக்குச் சரியாக ஏழு மணிக்கு வந்து சேர்ந்தான். இதற்காகக் காலை ஐந்து மணிக்கு எழுந்தான். இரவு பத்துக்கும் காலை ஐந்துக்கும் இடையே நான்கு தடவை திடுக்கிட்டு எழுந்து மணியைப் பார்த்துவிட்டு, மீண்டும் படுத்துக்கொண்டான். ஏழு மணிக்கு டீக்கடையில் வந்து அமர்ந்தான். ரயில் நேரம் எட்டு பத்தாக இருந்ததால், எப்படியும் ஏழு முப்பதுக்கும் நாற்பதுக்கும் இடைப்பட்ட நேரத்தில் அவள் புறப்படக் கூடும். அவன் இரண்டு டீக்களும் நாலு சிகரெட்டும் முடித்த பிறகு அவள் வெளிப்பட்டாள்.

அன்றும் ஒரு நீல ஆடையில்தான் இருந்தாள். ஆறரை மணி யைக் காட்டும் கடிகார முட்கள்போல நேராக, தடுமாற்றம் பதற்றம் எதுவும் இன்றி அவள் நடந்தாள். ரயிலுக்குப்போதுமான நேரம் இருந்தது என்பது அவள் நடையில் தெரிந்தது. இட, வலது பக்கம் திரும்பி வேடிக்கை பார்த்தலோ, குனிந்து தரையைப் பார்த்தலோ இன்றி, தோளில் மாட்டிய பையோடு அவள்

நடந்தாள். இடையில் ஓரிடத்தில் நின்று, சிவப்பு பெயின்ட் அடித்த தபால் பெட்டியில் கடிதம் போட்டாள். மீண்டும் அதே ஆறரை முட்கள் மாதிரி.

சுமதி கேட்டாள். "கோப்பிக்கு என்னவோ உடம்புக்குப் பெரிசா பிரச்சனை வந்ததாமே? அங்கிருந்து வந்தவர்கள் சொன்னார்கள். என்ன அது?"

"பாரிச வாயு என்பார்களே, அது. பாதி உடம்பு செயலற்றுப் போயிற்று. படுக்கையிலே இரண்டு வருஷங்கள் இருந்தான். எழுந்து நடமாடும்போது, இடது கை விளங்காமல் போயிற்று. ஆனால், பிழைத்தது அதிசயம் என்றார்கள் டாக்டர்கள். தாய், தந்தை அறியாத அனாதை இல்லத்தில் வளர்ந்தவன்தானே அவன்? ஆனால், மனிதர்கள், முக அறியாத மனிதர்கள் யார் யாரோ வந்து அவன் தலையணைக்குக் கீழே பணம் வைத்துப்போனதும், அவன் விரைவில் குணமாகவேண்டும் என்று நினைத்ததும்தான் அவன் பிழைத்து மனிதனாக வாழ்வதற்கான காரணம். பலமுறை தட்டுத் தடுமாறி அந்த மருத்துவமனையின் ஏழாவது மாடி உச்சிக்கு அவன் போனானாம்..."

"எதற்கு?"

"தற்கொலை செய்துகொள்ளத்தான். ஆனால், முடியாமல் திரும்பியிருக்கிறான்."

மூர்த்தியின் கண்கள் கலங்கி இருந்தன. அவள் கண்களும்.

"ரீட்டாவுக்கு இது தெரியாது."

"தெரிந்தாலும் என்ன செய்ய முடியும்? அவரவர் சிலுவையை அவரவர்தான் சுமக்க வேண்டும். ஒரு கை — இடது கை — செயலற்றதுதான் மிச்சம்."

அவன் தொடர்ந்தான். "மனிதர்கள் இருக்கிறார்கள். அதே கம்பெனி அவனை மீண்டும் வேலைக்கு எடுத்துக்கொண்டது."

சுமதி சொன்னாள். "எல்லோர்க்கும் ஒரு சிலுவை இருக்கிறது சுமக்க!"

ஒரு ஞாயிற்றுக்கிழமை, அவன் அந்த டீக்கடைக்கு வந்தான். அந்தத் தெரு நாய்கள் அவனுடன் பழகிவிட்டிருந்தன. தொடக்க காலத்தில் அவனைக் கண்டு குலைக்கத்தான் செய்தன. பேட்டை விட்டுப் பேட்டை வந்து என்னடா காதல் என்பதாக அவை நினைத்தன. நாளடைவில் அவனை மன்னித்துவிட்டன. அதிசயம்போல அவன் டீக்கடைக்கு வந்த சிறிது நேரத்தில் சுமதி வெளிப் பட்டு, தெருவில் இறங்கி நடந்தாள். அவசரம் அவசரமாகச் சில் லறையைக்கூட வாங்காமல் அவனும் தொடர்ந்தான். ரயிலடியை ஒட்டிய காப்பி ஷாப் வரை போய் நின்றவள், திரும்பி இவனைப் பார்த்தாள். தலையசைத்து காப்பி ஷாப்பில் நுழைந்தாள். விதிர் விதிர்த்துப் போனான் மூர்த்தி. குப்பென்று வியர்த்தது. தப்பிக்க முடியாமல் அவளைத் தொடர்ந்து சென்று, அவள் முன் ஒரு நாற்காலியில் அமர்ந்தான்.

"நிறைய டீ சாப்பிடாதீங்க சார்! உடம்புக்கு அது நல்ல தில்லை."

என்ன பாவத்தை வெளிப்படுத்த வேண்டும் என்று தெரியாமல் விழித்தான் அவன்.

"என்னோடு சினேகமாக விரும்பறிங்களா?"

"ஆமாம்."

காப்பி சொன்னாள்.

"சினேகமாக இருக்கலாமே! அது தப்பில்லை."

அவன் மேசை மேல் வரைந்திருந்த பூச்செடியைப் பார்த்துக்கொண்டு இருந்தான். அவளும் அதைப் பார்த்தாள்.

"எனக்கு நண்பர்கள் பிடிக்கும். சினேகம் பிடிக்கும். ஆனால், சினேகத்தை வேறொன்றின் முன் நடவடிக்கையாக எடுத்துக்கொள் வது எனக்குப் பிடிக்காது. எல்லாமே இயல்பாக இருக்க வேண்டும்."

"சரி"

"இன்னும் இயல்பு நிலைக்கு நீங்கள் திரும்பவில்லை. பரவாயில்லை. டீக்கடைக்காரர் முதல் ஆட்டோக்காரர்கள் வரை, எங்கள் குடியிருப்பில் உள்ள சில பேர்களுக்குக்கூட நீங்கள் எதற்காக எங்கள் தெருவுக்கு வருகிறீர்கள் என்று தெரியும். என்னையும் அவர்களுக்குத் தெரியும். இது உங்களுக்குக் கௌரவம் இல்லை சார். உங்கள் பேர் என்ன?"

"மூர்த்தி."

"பாருங்கள் மிஸ்டர் மூர்த்தி, உங்க பேர்கூட இப்போதான் தெரியுது. அப்புறம் எப்படி உங்கள் பக்கம் என் கவனம் திரும்பும். ஏன் திரும்பணும்?"

லேசான அவமானத்துடன் மூர்த்தி திரும்பினான். மறுநாள் சுமதியே அதைத் துடைத்தாள். "ஹலோ" என்று அவனைப் பார்த்துப் புன்னகைத்தாள். எதிர் எதிரே அமர்ந்து அவர்கள் பயணம் செய்தார்கள்.

ஏதோ ஒரு ஸ்டேஷனில் வண்டி நின்றபோது, மூர்த்தி இறங்கிச் சென்று அந்த ஸ்டேஷனில் பிரபலமான முறுக்கும் குடிநீரும் வாங்கி வந்தான். பையனும் பெண்ணும் இறங்கி நடைபாதையில் நின்று பேசிக்கொண்டிருந்தார்கள். "இந்த முறுக்கு ரொம்ப நல்லா இருக்கும். சாப்பிடு சுமதி!"

"தெரியுமா? இதை ரெண்டாம் முறையாகச் சாப்பிடறேன். நீதான் வாங்கிக் கொடுத்தே. தேவகிரிக்குப் போனோமே, மறந்துட்டியா? இந்த ஸ்டேஷனைக் கடந்துதான் போனோம்."

"ஆமாமாம். ஸாரி, நான் மறந்துட்டேன்" என்ற சுமதி, "கை பயன்படவில்லையா?" என்றாள் கவலையுடன்.

"பயன்படும் என்கிற நம்பிக்கை எனக்கு இருக்கு. ஏன் நீலம் இப்போ இல்லை?"

அவள் ஆடையைத் தடவிக்கொண்டு சொன்னாள். "எல்லா நிறமும் வெளுத்துக்கொண்டிருப்பதாகத் தோன்றியது!"

இருவருக்கிடையிலும் பெரும் மௌனம், பெரும் சப்தத்துடன் பேசிக்கொண்டிருந்தது.

ஏதோ ஒரு பதவிக்கான தேர்வுக்கு அவள் தேவகிரிக்குப் போக வேண்டியிருந்தது.

"நவம்பர் குளிரில் தேவகிரிக்கா? ஊட்டியைவிடவும் அதிகம் குளிருமே...?"

"பகலில் சேர்ந்து, இரவுக்கு முன்னால் புறப்பட்டுவிடணும். லாட்ஜ் சரிப்படாது. காலையில் குளிக்க ஏற்பாடு பண்ணணும். எனக்கு அங்கே யாரையும் தெரியாது."

மூர்த்தி பணியாற்றும் நிறுவனத்துக்கு அங்கே ஒரு தங்கும் விடுதி இருந்தது. அங்கே தங்கினார்கள்.

தயக்கத்துடன்தான் அவன் கேட்டான். "நான் துணைக்கு வரலாமா?"

அவள் சில கணங்களுக்குப் பிறகு சொன்னாள். "உன்னைத் துணைகொண்டுதானே என் பயணம் நடக்க வேண்டும்?"

உரிய மரியாதையோடு அந்தச் சொற்களை அவன் ஏற்றுக்கொண்டான்.

உடம்பின் எலும்புக்குள் ஊடுருவியது குளிர். விடுதிக்கு வந்து சேர்ந்ததும், எங்கோ சென்று அவளுக்குக் காப்பி வாங்கி வந்தான். குளித்துத் தேர்வுக்குத் தயார் ஆகச் சொன்னான். தேர்வு அரங்குக்கு உடன் சென்று வெளியே காத்திருந்தான். தேர்வு முடிந்ததும் அவளோடு சென்று உணவருந்தினான்.

ஓய்வு எடுத்து, அவள் நான்கு மணிக்கு எழுந்தபோது, டீயோடு அவள் முன் நின்றான். இருவரும் விடுதி மேனேஜர் கொடுத்த கூடுதல் கம்பளிப் போர்வையுடன் காலாற நடந்தார்கள். ஏழு மணிக்கு இரவு உணவை முடித்துப் புறப்பட்டார்கள். காலை மலர்ந்தபோது, ஊர் வந்து சேர்ந்தார்கள். ஸ்டேஷனுக்கு எதிரில் இருந்த காப்பி ஹோட்டலுக்குச் சென்றார்கள்.

"இந்த அதிகாலைப் பொழுதில், ஓட்டலில் நாம் இருவர் மட்டுமே அமர்ந்து, முதல் கப் காப்பியை அருந்துகிறோம்?" என்றாள் சுமதி.

"ஆம்" என்பதாகத் தலை அசைத்தான் மூர்த்தி.

அவள் சொன்னாள். "இடமும் நிழலும் மட்டும் ஒன்றை நிறைவேற்றிக்கொள்ளப்போதுமானது இல்லை, மூர்த்தி. காலம் முழுக்க மனசில், எப்போது நினைத்தாலும் இனிப்பைப் படரவிடுகிற மாதிரி, முதல் சந்திப்பு இருக்கவேண்டும். எனக்காகத் தோன்றவேண்டும். எதுவும், தனிமைச் சூழல் காரணமாக நாம் நம்மைப் பயன்படுத்திக் கொள்ளக்கூடாது."

"புரிகிறது சுமதி! நாம் பலவீனர்கள் இல்லை என்பதை நாம் புரிந்துகொண்டோம். இது ஒரு நல்ல வாய்ப்பு."

"குட்" என்றாள் சுமதி.

மிக நீளமாக இருந்தது வரிசை. பையன், பெண் இருவரும் வரிசையில் நின்றுகொண்டார்கள். முதல்வர் அறைக்குப் போகும்போது, இவர்கள் இணைந்துகொண்டால்போதும்.

"அப்புறம் வாழ்க்கை எப்படிப் போகிறது சுமதி?"

அவள் புன்னகைத்தாள். "நீ சொல். உன் மனைவி வேலைக்குப் போகிறாளா? என்ன செய்கிறாள்?"

"வேலைக்குப் போகவில்லை. வீட்டில் இருக்கிறாள். என்னைப்போல மடத்தில் வளர்ந்தவள். ஒரு கை விளங்காதவனுக்கு யார் பெண் கொடுப்பார்கள்? நதி நீர் மாதிரி, வாழ்க்கை பல இடங்களில் முட்டிக்கொண்டும் மோதிக்கொண்டும் போகிறது. ஆனால், போகிறது. வேலை இருக்கிறது.

பிரபஞ்சன் ✶ 477

அதனால் பிச்சை எடுக்கவேண்டி இராது" என்றவன், "சிகரெட் பிடிக்க வேண்டும்போல இருக்கிறது. கேட் வரைக்கும் போகலாம், வரியா?" என்றான்.

சுமதி, வரிசையில் நிற்கும் பெண்ணிடம் சொல்லிவிட்டு, அவனுடன் கல்லூரிக்கு வெளியே இருந்த ஒரு மரத்தடிக்கு வந்தாள்.

"இது அப்போ நாம் நின்ற அந்த மரத்தடி மாதிரி இல்லை?"

அவள் சிரித்தாள். "அது வேற மரம்!"

"என்றால் என்ன? மரம். அந்த மனநிலை. அடிக்கடி அந்தக் காலத்தை நான் புதுப்பித்துக்கொள்கிறேன். அது எனக்கு வாழ்ந்ததன் நிலையை மீட்டுத் தருகிறது. எனக்குப் பழகியவர்களை மறக்க முடிவதில்லை. எதையும் உன்னைப் பகைவனாகப் பார்த்த எங்கள் தெரு நாய்களையும்தான். நீ எப்போதாவது அதையெல்லாம் நினைவுக்குள் கூட்டிக்கொண்டு வருவாயா?"
"சமயங்களில். ஆனால், அது வலி தரும் அனுபவம். மனத்தில் இருந்து அழிக்கவே விரும்புகிறேன்."

"இரண்டாம் முறையும் தவறு செய்கிறாய். மனசை அழிப்பது

பாவம். கொலைபாதகம்!"

"ஆம்" என்று தலை அசைத்தான். "உன் குடும்பம் பற்றிச் சொல்லலையே, சுமதி?"

"விரும்பி வந்தார் ஒருவர். நிறைய அழுத்தங்கள் தந்தார்கள் இரு வீட்டிலும். நானும் சரியென்று சம்மதித்துக் கல்யாணம் பண்ணிக்கொண்டேன். மூன்று மாசம்கூட திருமண வாழ்க்கை நீடிக்கவில்லை. கௌரவமாகப் பேசி, விலகிக்கொண்டோம். சந்தேகப்பட்டுவிட்டார்."

அவன் அமைதியாக இருந்தான். "எங்கள் திருமண வாழ்க்கை முடிஞ் சதுக்கு நீயும் ஒரு முக்கியக் காரணம்."

"ஐயையோ. என்ன சுமதி சொல்றே?"

"ஒருமுறை எனக்கு ஒரு புத்தகம். அதாம்பா செக்ஸ் புத்தகம்; படம் போட்ட இங்கிலீஷ் புத்தகம். அதுல, "என் உயிரான சுமதிக்குன்னு எழுதி வேற கொடுத்திருக்கே. அதை என் கணவர் பார்த்து, நிறைய கற்பனை செஞ்சுக்கிட்டார். ஆனா, ரொம்ப அழ கான கையெழுத்துல எழுதி இருக்கேப்பா. அதை நீ கொடுத்த நேரமும், மனசுக்குள்ள மழை அடிச்ச இருட்டும், முனிசிபல் சிமெண்ட் பெஞ்சும் இன்னும் எனக்கு நினைவு இருக்கு மூர்த்தி. அந்த நேரத்து வாசனையும் எனக்குள்ள இருக்கு."

சுமதி திடீரென்று உடைந்து அழுதாள். கைக்குட்டையை வைத்து, சட்டென்று இயல்பு நிலைக்குத் திரும்பினாள்.

அவன் பதற்றத்துடன் நின்றான். "ஸாரி சுமதி!"

"நாட் அட் ஆல்! நாம் வாழ்ந்தபோது நேர்மையாக வாழ்ந்தோம். அதுக்காக மகிழ்ச்சியடையணும். ஸாரி எல்லாம் வேண்டாம்."

ஒன்றும் பேசத் தோன்றாமல் நின்றான் மூர்த்தி. பின்பு, "தனி யாகத்தான் இருக்கியாம்மா?"

“தனியா இருக்கமுடியுமா, யாராலும்? நானும் நானும் இருக் கோம். நாங்க இரண்டு பேர். இரண்டே பேர் மட்டுமே ஒரு கூரைக்குக் கீழே இருக்கிறது எனக்குப் பிடிக்கலை. இவளை, அதோ அந்த வரிசையில் நிக்கிறாளே, அவளைத் தொட்டில் குழந்தையாபார்த்து வாங்கிட்டு வந்தேன். அவ, பெற்றவங்க வேண்டாம்னு விட்ட குழந்தை. எனக்கு இவளைத் தவிர, வேறு எதுவும் வேண் டாம்னு நினைக்க வெச்ச குழந்தை. நான் நிறைவா இருக்கேன். எனக்கு எந்தத் தேவையும் இல்லை.”

அவன் மீண்டும் சிகரெட்டைப் பற்றவைத்துக்கொண்டான். “சந்தோஷமா இருக்கியா சுமதி, உண்மையா?”

“நான் பொய்யே பேசறது இல்லை மூர்த்தி. உனக்குத் தெரியாதா? நான் சந்தோஷமாவே இருக்கேன். என் மகள், அலுவலக நண்பர்கள் சந்துரு, மகாலட்சுமி, இன்னும் நாலு பேர் எல்லோ ரோடும் சினேகமா இருக்கேன். மாலைக் காலங்கள் இவர்கள் வருகையால், என் வீட்டு வரவேற்பறை நிறைஞ்சு போயிடும். மனசுக்குள்ள வெற்றிடமே எனக்கு இல்லை. சினேகத்தால அதை அடைச்சுக்கிறேன்.”

பையனும் பெண்ணும் அவர்களைக்கை அசைத்து அழைத் தார்கள். மூர்த்தி சொன்னான்.

“நான் இங்கே பையனைப் பார்க்க வரும்போதெல்லாம் உன் பெண்ணையும் பார்க்கிறேன்.”

“அது சரி, மூர்த்தி ! உன் பையனும் என் பெண்ணும் காதலிச்சா நீ என்ன பண்ணுவே?”

“அவர்கள் சந்தோஷத்துக்கு என் உயிரையும் கொடுப்பேன்!”

சுமதி சொன்னாள். “இந்த டயலாக்கை இரண்டாம் முறை கேட்கிறேன். உயிரைக் கொடுக்காதே! இரண்டு உயிர்களையும் சேர்த்து வை!”

அவர்கள் கல்லூரிக்குள் பிரவேசித்தார்கள். “உன் பையன் பேர் என்ன மூர்த்தி?”

“அபிலாஷ். என் மனைவிக்குப் பிடிச்ச பேர். உன் பெண் பேர் என்ன?”

“மூர்த்தீஸ்வரி” என்றாள் சுமதி.

2013

நாளைக்கு வரும் கிளிகள்

வீட்டைக் கண்டுபிடிப்பது அப்படி ஒன்றும் சிரமமானதாக இல்லை. அவர் பெயரைச் சொன்னால், சின்னக் குழந்தையும் வழிகாட்டும் என்று ஆசிரியர் சொன்னது பொய் இல்லை. பஸ்ஸை விட்டு இறங்கி அவன் விழித்துக்கொண்டு நிற்கும்போது, ரோட்டோரம் இளநீர் விற்கும் அம்மாள் அவனை அழைத்து மாமாவைப் பார்க்க வந்தீங்களா என்று கேட்டு, முகவரியையும் சொன்னார்.

மாமாவின் வீடு ஊருக்கு வெளியே இன்னும் காங்கிரீட்காடாகி விடாத மரங்கள் மற்றும் மைதானம் காணப்படும் பகுதியில் ஒரு மாந்தோப்புக்குள் இருந்தது. அத்தனை காலையிலும் நிறைய கார்கள் தோப்புக்குள் நிறைந்து இருந்தன. ஆசிரியர், மாமாவைப் பேட்டி காணச் சொன்னபோது, அவன் தொலைபேசியில் அவரைத் தொடர்புகொண்டு அவருக்குச் சௌகரியமான நேரம் கேட்டான். உடனே மாமா சொன்னார்.

"காலையில் எத்தனை மணிக்குச் சாப்பிடுவீர்?"

"எட்டு ஒன்பதுக்குள் சார்"

"அந்த நேரம், நாம் சேர்ந்து சாப்பிடுவோம். சரியா?"

அந்தக் குரல் ஒரு நண்பரின் குரலாக இருந்தது. பிரமுகர்கள் குரல்போல இல்லை. பத்திரிகைக்காகப் பல பிரமுகர்களிடம் அவன் பேசி இருக்கிறான். அவர்களின் குரலில் ஒரு வெட்டுக் கத்தியின் முனை தெரியும். மாமாவோ தொலைபேசியில் கை குலுக்கினார்.

வரவேற்பு அறையில் அவனை அமரவைத்துச் சென்றார் உதவியாளர். அவனுக்கு முன் பத்து இருபது பேர் இருந்தார்கள். பட்டு வேட்டி கட்டிய இரண்டு பேர், பட்டுப் புடவை கட்டிய நிறைய பெண்கள் இருந்தார்கள். ஏதோ பிரச்சனைகளைச் சுமந்துகொண்டு அந்தக் கணத்தில் ஆழ்ந்திருந்தாற்போல அவர்களின் அசாதாரண

அமைதி, சூழ்நிலைக்கு ஓர் அழுத்த வர்ணம் தந்திருந்தது. ஒரு புகழ் பெற்ற டாக்டரின் வரவேற்பு அறைக்குள் குழுமி இருக்கும் தீவிர நோயாளிகளின் வாசனையால் அந்த அறை நிரம்பி இருந்ததைப்போல அவன் உணர்ந்தான். எத்தனை வகையான வியாதிகள்? எவ்வளவு வியாதியஸ்தர்கள்? அவர்கள், திறக்கப்பட்டும் மூடப்பட்டும் இயங்கிய அறைக் கதவையே பார்த்தபடியே இருந்தார்கள். அந்த அறைக்குள்தான் மாமா இருக்கிறாராக்கும். நாலைந்து பேர்கள் கொத்தாக அறைக்குள் சென்றார்கள். அவன் மணியைப் பார்த்தான். எட்டாக இன்னும் இரண்டு நிமிஷங்கள் இருந்தன. சற்றுப் பொறுத்து அவன் வந்திருக்கலாம். அத்தனை கடமை உணர்வு தனக்குத் தேவைதானா என்று தனக்குள் விசாரித்துக்கொண்டான். எட்டரை மணிக்கு அறைக்குள் அழைக்கப்பட்டான். இரண்டு சாரிகளிலும் போடப்பட்ட சோபாக்களுக்கு எதிரில், ஒரு பிரம்பு நாற்காலியில் மாமா அமர்ந்திருந்தார். மாமா இரண்டு கைகளையும் முகத்துக்கு நேராக வைத்து அவனை வணங்கினார்.

மாமா என்பது வெள்ளைக் கதர் வேட்டியும் வெள்ளைச் சட்டையும் சுமார் அறுபது வயது. முகம் பளிச்சென்று புன்னகையும் திருப்தியும்கூடியதாக, பசியறியாதது என்று சொல்லும் படியாக இருந்தது. ரிட்டையர்டு ஆன, அடிமைச் சிரிப்பு இல்லாத மேல்நிலை குமாஸ்தா போலவும், திமிர் இல்லாத பரம்பரை மிராசுதாரர் போலவும் காணப்பட்டார். அறைகள் மனிதர்களை அடையாளம் காட்டும்தானே? அந்தப் பெரிய அறையில் ஆறு பேர் அமரும் இருக்கைகள் மட்டுமாக, நிறைய காலி வெளிகள் இருந்தன. ஏதோ ஒரு கற்பூரமோ அல்லது மணப்பொருளோ, இந்திய வாசனை ஒன்று கமழ்ந்துகொண்டு இருந்தது. தங்க முலாம் பூசப்பட்ட சாமியார் மாதிரியான ஒருவரின் சிலை மட்டும் இருந்தது. வேறு எந்தச் சாமிப் படமும் இல்லை.

“ஒன்றும் சிரமம் இல்லையே... வீடு வந்து சேர...”

“இல்லை. எல்லோருக்கும் உங்களைத் தெரிகிறது”

“என்னைத் தவிர” என்று புன்னகைத்தார்.

அவன் உஷாரானான். எல்லோரையும்போல அல்ல அவர் என்று தோன்றியது.

“எங்கே உங்கள் வாசம்?”

அவன் ராணிப்பேட்டை என்றான்.

“அப்படியென்றால், ஏழு மணிக்குப் புறப்பட்டிருப்பீர். பசிக்குமே... சாப்பிட்டுக்கொண்டே பேசலாம்”

பக்கத்தில் உள்ள அறைக்கு அழைத்துச் சென்றார். உணவு மேசை நாற்காலிகள் மட்டும். மூன்று இலைகள் போடப்பட்டு இருந்தன. ஒரு மத்திய வயசு அம்மாள் வந்து பரிமாறினார். அவர்களுக்கு எதிரே, தனியாகப் போடப்பட்ட இலைக்கு இட்லி, வடை, சட்னி போட்டுவிட்டு அப்புறம், அவர்கள் இலையில் பரிமாறினார்.

“உங்கள் பெயரைத் தெரிந்துகொள்ளவில்லையே...”

“நான் மூர்த்தி...”

“நான் சந்துரு. சந்திரசேகரன். ஜனங்க மாமான்னு கூப்பிடறாங்க. ஏன்னு தெரியலை. தாயின் சகோதரருக்கு மாமான்னுதானே பேர். சரின்னு நான் ஏத்துக்கிட்டேன். உங்களுக்குக் கடவுள் நம்பிக்கை உண்டா?”

“இல்லை”

“நல்லது. எனக்கு உண்டு. நாற்பது வயசுக்கு மேல ஏற்பட்ட நம்பிக்கை அது. வெளியே ஒரு சிலையைப் பார்த்திருப்பீரே. அவர் என் குரு. அவர்தான் நம்பிக்கை ஏற்படுத்தினார். எதையாவது பற்றிக்கொள்ள வேண்டி இருக்கே. வீடு கண்டுபிடிக்கச் சிரமம் ஒண்ணும் இல்லையே?”

“சிரமமே இல்ல சார். குழந்தைகளுக்கும்கூட உங்களைத் தெரிகிறது.”

“எனக்குத்தான் தெரியவில்லை.”

மாமா சிரித்தார்.

மூர்த்தி விழிப்புக்கு உள்ளானான். ஜாக்கிரதையாக இருக்க வேண்டிய இடம்.

சம்பளம் தருகிற முதலாளி நினைவுக்குள் வந்தார். அவன் தொழில் கடையை விரிக்கத் தொடங்கினான்.

“நீங்கள் எப்படி இந்த...” பொருத்தமான வார்த்தையைத் தேடினான் மூர்த்தி.

“துறைக்கு வந்தீர்கள்னு கேட்கிறீர் இல்லையா? தொழில்னு கேட்கத்தான் தோணித்து இல்லையா. இது எனக்குத் தொழில் இல்லை”

மாமா சற்று நேரம், அந்த மூன்றவாது — யாரும் சாப்பிடாத — இலையைப் பார்த்தார். பிறகு சொன்னார். “என் மனைவி அவருடைய 26வது வயதில் காலமானார். என்னுடைய 30வது வயதில் ஏதோ ஒரு நோய். கடவுளுக்கு ஒரு காரணம், அழைத்துக்கொள்ள வேண்டி இருக்கே... அவர் வலியால் அவஸ்தைப்படும்போது நான் பக்கத்தில் இருந்து ஆறுதல் சொன்னேன். நோய் குணமாயிடும்னு நம்பிக்கை ஊட்டுவேன். நம்பிக்கைதான். அப்போல்லாம் அவர் முகத்தில் தோன்றின வெளிச்சம் இருக்கே. அப்பப்பா! அப்போ எனக்குத் தோன்றியது, துன்பத்துக்கு உள்ளாகிற மனுஷங்களுக்குத் தேவை ஒரு வார்த்தை. ஒரு வார்த்தைதான் சார். எந்த மருந்தைக் காட்டிலும் பெரிய மருந்து அது. எல்லாம் சரியாயிடும், நல்லாயிடும், பிரச்சனையே இல்லை. இதுகூட மனிதர்களுக்குக் கிடைக்கிறது இல்லை. அதைச் செய்வேன்னு, அதுதான் என் வாழ்க்கைன்னு முடிவு எடுத்தேன். இப்பவும் அதைத்தான் செய்துக்கிட்டு இருக்கேன்”

அவர், உண்ணப்படாத இலையைப் பார்த்துக்கொண்டு இருந்தார். பிறகு சொன்னார். “என் அக்காள் மகள் ப்ளஸ் டூ படித்தாள். அவளை சராசரி என்று அவள் அம்மாவே சொல்வாள். முட்டாள் ஆசிரியர்கள், அவளைக் கடைசி பெஞ்ச்னு சொன்னார்கள். நான் மட்டும் அவளை நம்பினேன். அவள் படிப்பா, நல்லாப் படிப்பா, ரொம்ப நல்ல மார்க் வாங்குவான்னு சொன்னேன். என்ன மாயம்னு தெரியலை, நல்ல மார்க் வாங்கி, பாஸ் பண்ணினாள். எனக்கு இந்தப் படிப்பு மேல நம்பிக்கை இல்லை. ஆனால், அவளுக்கு அதைச் சொல்ல முடியுமோ? முட்டாள் டாக்டர்கள் இந்த நோய் குணமாகாதுன்னு சொல்வார்கள்.

நான் சொல்றது இல்லை. சொல்லக்கூடாது. கேன்சர், ஹெச் ஐ. வி ஏதோ ஒரு எழவு. வர வழி இருக்கும்னா போகவும் வழி இருக்கும்தானே? வெளியில் ஒரு பேஷன்ட் இருக்கார். அவரை நான் குணப்படுத்திட்டு இருக்கேன். உங்களுக்குத் தெரியுமா? நான் எம். டி. படிச்ச டாக்டர். 20 வருஷ அனுபவம் எனக்கு உண்டு"

"ஆனா மருந்து கொடுக்கிறது இல்லை"

"வேறு மருந்து கொடுக்கிறேன். நோயாளிகள் சாய்ந்துகொள்ள தோள் தேடுபவர்கள், அன்புக்கு— அன்பாகச் சொல்லப்படும் ஒரு வார்த்தைக்கு — ஏங்குகிறார்கள். டாக்டர்கள் நோய்க்கு எதிராக வேறு ஒரு நோயை உடம்புக்குள் ஏற்றுகிறார்கள். நான் ஆத்மாவுக்குள் எதையாவது கொண்டு செல்ல விரும்புகிறேன்."

"ஆத்மா மருத்துவம்?"

"ஆம், நாம் எல்லோரும் நோயாளிகள் சார். எந்த மருந்தாலும் குணப்படுத்த முடியாத நோயாளிகள். படுக்கையிலே சாய்க்கப்பட்டால் ஒழிய, நாம் அதை நம்பறது இல்லை. நாம் ஆரோக்கியமா இருக்கிறதா நம்பறோம். இல்லை. நான் உங்களை, உங்களையே உள்நோக்கிப் பார்த்துக்கொள்ளச் சொல்லிக் கொடுக்கிறேன். அவ்வளவுதான்."

நாங்கள் கை கழுவ எழுந்தோம்.

"சார்... இந்த இலைக்கு யாருமே வரலையே. யாரையாவது எதிர்பார்க்கிறீர்களா?"

"என் மனைவி அங்கே சாப்பிடறார்."

மாமாவுடைய நூலகத்துக்குள் மூர்த்தி அமர்த்தி வைக்கப்பட்டான். நண்பர்களைப் பார்த்துவிட்டு வந்துவிடுகிறேன் என்றார் மாமா. பேஷன்ட்டுகளை அவர் நண்பர்கள் என்றார். ஆங்கிலப் புத்தகங்களால் நூலகம் நிரம்பி வழிந்தது. ஐரோப்பிய, ஆசிய தத்துவதரிசிகள் வரிசையாக அடுக்கி வைக்கப்பட்டு இருந்தார்கள். மேசை மேல் சிலர் கவிழ்த்து வைக்கப்பட்டு இருந்தார்கள். வெளி வாசலை ஒட்டிய திறந்தவெளியில் மிளகாய் காய்ந்துகொண்டு இருந்தது. மூர்த்தி கையில் ஒரு புத்தகத்தை எடுத்து வாசிக்கத் தொடங்கினான்.

மேலே சுவரில் ஓர் இளம்பெண்ணின் படம் மாட்டப்பட்டு இருந்தது. அதன் கீழே ஏ. வி. எஸ் மணிமேகலை என்று எழுதப்பட்டு பிறப்பு, இறப்பு குறிப்பிட்டு இருந்தது. அந்தத் தலைப்பு எழுத்துகள் தொடர்ந்து அவன் நினைவுக்குள் வந்து சேர்ந்தன. அடிக்கடி, கேட்ட பெயர் அது.

மாமா வந்து சேர்ந்தார். "காக்க வைத்தமைக்கு மன்னியுங்கள்" என்றார்.

"இந்தப் படம்..."

"என் மனைவி"

"ஏ. வி. எஸ். என்கிற எழுத்துகளை அடிக்கடிக் கேட்டதாக இருக்கிறது"

"பள்ளி, கல்லூரி, மருத்துவமனை அந்தப் பெயரில்தான் இருக்கும். எல்லாம் இலவச அமைப்புகள்"

மூர்த்திக்கு நினைவு வந்தது. அவன் தங்கை அந்த மருத்துவமனையில்தான் சேர்க்கப்பட்டாள். சில வருடங்களுக்கு முன்பு. அதைச் சொன்னான்.

"அப்படியா?" என்ற மாமா, "என்ன பிரச்சனை. இப்போ நன்றாக இருக்கிறாரா?"

"நன்றாகி, மருத்துவமனையை விட்டு வெளியே வந்தாள். ஸ்டவ் வெடித்து ஆஸ்பத்திரிக்கு வந்தாள். பூரண குணமாகி ஆட்டோவில் வீடு திரும்பும்போது லாரி மோதிப் பலியானாள்"

"கல்யாணம் ஆனவரா?"

"அதனால்தான் ஸ்டவ் வெடித்தது"

"ம்... கணவன் இரண்டாம் கல்யாணம் செய்து கொண்டு இருப்பானே?"

"அதேதான்!"

"புரிகிறது" என்றார் மாமா.

சற்று அமைதிக்குப் பிறகு மாமா சொன்னார். "இந்தியாவில் பெண்கள் பிறப்பதே பாவம்."

அப்புறம் மாமா சகஜமாகப் பேச ஆரம்பித்து விட்டார். "மதியம் ஒரு மணிக்கு நீங்கள் இங்கு இருந்தால் பார்க்கலாம் சார். இரண்டு பச்சைக் கிளிகள் இங்கே வந்து, இந்தச் சுவரில் உட்காரும். நான் தயாராக கொய்யாப் பழமோ, வாழைப்பழமோ அவற்றுக்கு முன்னால் வைப்பேன். சாப்பிட்டுப் போய்விடும். ஒரு விஷயம்... முதலில் தனியாகத்தான் ஒரு கிளி வந்துச்சு. அப்புறம் அது துணையைக் கூப்பிட்டுக்கொண்டு வந்தது. இணைபிரியாத கிளிகள். எனக்கு என்ன பிரச்சனைன்னா, என்னால் ஊர்ப் பயணம் போக முடிவது இல்லை. அதுகள் வந்து காத்திருந்து ஏமாந்து போயிடுமோன்னு கவலையா இருக்கு"

"சமையல் பரிமாறினாங்களே, அந்த அம்மாள்..."

"அந்த அம்மாள் எங்களோட ரொம்ப காலமா இருக்கிறவர். என் மனைவி இருக்கும்போது இங்க இருந்தவர். அவங்க வெச்சாலும் கிளிகள் சாப்பிடுவது இல்லை. ஏன் நாமே எல்லோரிடமும் சிநேகம் பண்றமோ? இல்லையே? அந்த உணர்வு பறவைகளுக்கு இருக்க முடியாதா... இருக்கு"

"கல் வச்சுக் கட்டிய வீடுகளுக்கு முகம் இருக்கு. அது நம்மோடு பேசும்னு ஓர் எழுத்தாளர் எழுதியிருக்கார்"

"தஸ்தயேவ்ஸ்கிதானே?"

"ஆமாம்"

மூர்த்தி புறப்படத் தயார் ஆனான்.

"மத்தியானம் சாப்பிடலாமே, சேர்ந்து"

"இருக்கட்டும் சார்... அதிகம் சாப்பிட்டுட்டேன்."

மாமா சிரித்தார். சொன்னார். "ஒரு வேண்டுகோள்..."

"சொல்லுங்கள்..."

“பேட்டின்னோ, கட்டுரைன்னோ என்னைப் பற்றி எதுவும் எழுத வேணாம். எனக்குக் கூச்சமா இருக்கும். பேசணும்னு தோணியது, பேசினேன். உங்க எடிட்டர் எனக்கு வேண்டியவன். ரொம்ப வருஷத்து சினேகன். முகத்துக்கு முன்னால மறுக்க முடியலை. தயவு செய்து ஒண்ணும் எழுத வேண்டாம். நான் அவன்கிட்ட பேசறேன்.”

“எனக்கும் தோணுச்சு சார்... எழுதலை”

அவர் கைகுலுக்கினார். “கார்ல போகலாமே...”

“வேணாம் சார். பல இடங்களுக்குப் போகணும்...”

வெயில் கடுமையாக இருந்தது. வெயில் எப்போதுதான் நடந்து செல்பவர்களுக்கு இனிமையாக இருந்தது? இந்நேரம் கிளிகள், மாமா கொடுத்த பழத்தைச் சாப்பிட்டுக்கொண்டு இருக்கும். அவனுக்குத் திடுமென சந்தோஷமாக இருந்தது.

சங்கரபவனில் பார்சல் சாப்பாடு வாங்கிக்கொண்டான். அறைக்குத் திரும்பியவுடன் குளித்தான். மேசை மேல் சாப்பாட்டைப் பிரித்து வைத்தான். இலையை விரித்து சாதம் பரிமாறினான். கூட்டு, பொரியல், பரிமாறினான். சாம்பார் ஊற்றினான்.

வழக்கமாகச் சாப்பிடும் தட்டை எடுத்து தனக்கு முன் வைத்துக்கொண்டான். அதில் சோறு பரிமாறிக்கொண்டு சாப்பிடத் தொடங்கினான்.

சுமதியோட சேர்ந்து சாப்பிட்டு எத்தனை காலமாயிற்று?

அவனுக்கு அந்தக் கிளிகள் நினைவுக்கு வந்தன!

2013

களம்

கிருஷ்ணமூர்த்தியை மிகவும் நேசிப்பதாக நட்ராஜன் சொன்னார். அது உண்மையாக இருக்கலாம். அதைப் பொய்யென்று நிரூபணம் செய்ய நாளது வரை எந்த ஆதாரமும் கிடைக்காமை யால், கிருஷ்ணமூர்த்திக்கு அதை நம்ப வேண்டி இருந்தது. தவிரவும், பிற மனிதர்களால் நேசிக்கப்படத்தக்க, ஒன்றிரண்டு நல்ல குணங்களையாவது தான் பெற்றிருந்ததாக அவன் நம்பினான்.

நட்ராஜன் நட்பை வெளிக்காட்டும் விதமே அலாதியாய் இருக்கும். மாதத்தின் முதல்நாட்களில் அவரிடம் தாராளமாகப் பணம் புழங்கும். அப்போது கிருஷ்ணமூர்த்தியின் ஞாபகம் வரும் அவருக்கு. உடனே புறப்பட்டு அவனைத் தேடி வந்துவிடுவார். ஏதோ ஒரு அரசு அலுவலகத்தில் அவர் உத்தியோகம் வகித்திருந்தார். என்ன உத்தியோகம் என்றால், "ஏதோ ஒரு பிடுங்கி உத்தியோகம்" என்று விட்டேத்தியாக அவர் பதில் சொல்வது வழக்கம்.

ஒரு மாலைப் பொழுதில் வந்தார்.

"புறப்படு."

"எங்கே?"

"ஒரு நல்ல பாருக்கு... குடிப்போம்."

கிருஷ்ணமூர்த்தி சட்டையை மாட்டிக்கொண்டு அவருடன் புறப்பட்டான். வீதிக்கு வந்ததும் அருகில் வந்த ஆட்டோவில் ஏறி அமர்ந்தார் அவர்.

"எதற்கு நடக்கிற தூரம்தானே?"

"சும்மா உட்காருப்பா."

அவன் ஏறி அமர்ந்துகொண்டான். ஒரு பெரிய ஹோட்டலில் அவர்கள் இறங்கிக்கொண்டார்கள். "பார்" என்று எரிந்த சிவப்பு விளக்குக்கு அருகே இருந்த உயர்தரமான கதவைத் தள்ளிக்கொண்டு அவர்கள் உள்ளே

நுழைந்தார்கள். கண்ணுக்கு இதமான விளக்கு வெளிச்சம். ஒரு மூலையில் அவர்கள் அமர்ந்தார்கள்.

"என்ன சாப்பிடுறே?"

"ஏதோ ஒண்ணு."

"அப்படிச் சொல்லக்கூடாது. உன் தகுதிக்கு 'இம்போர்ட்டட்தான்' சாப்பிடணும். பேரர்..."

பேரர் எனப்பட்ட மனிதர் அளவுக்கதிகமான பவ்யத்தோடும் மரியாதையோடும் குனிந்து நட்ராஜனின் ஆர்டரைப் பெற்றதைக் கிருஷ்ணமூர்த்தி கவனித்தான்.

உண்மையில் அந்தக் கறுப்பு லேபள் விஸ்கி மிக உயர்தர மாகவே இருந்தது. ஒரு குழந்தையின் ஸ்பரிசத்தைப்போல, ஒரு பூவின் வருடலைப்போல அந்த பானம் தொண்டையில், நெஞ்சில், மென்மையாக மிக மென்மையாக இறங்குகையில் சுகமாகவே இருந்தது.

அவர்கள் முதல் ரவுண்டை முடித்திருந்தார்கள்.

நட்ராஜன் அப்போதுதான் மண்ணுலகத்தை முதன் முதலாகப் பார்ப்பது மாதிரி கண்களை அகலப் பார்த்துக்கொண்டிருந்தார். அடடே! நம்மைச் சுற்றி மனிதர்களும் இருக்கிறார்களே என்பது மாதிரியான பார்வை. அந்தக் கணத்தில் தம்மை, அந்த பாரை, பேரர்களை, மேஜை, குஷன் நாற்காலிகளை, ஆஸ்டிரேயை, கிருஷ்ணமூர்த்தியை அவர் நேசித்தார். அதை வெளிப்படுத்தவும் செய்தார்.

"உன்னை எனக்கு மிகவும் பிடித்திருக்கிறது. நீ மிகப் பெரிய அறிவாளி. ஒரு சிறந்த கலைஞன்."

இந்த அபிப்ராயத்தை வேறு நேரத்தில், வேறு சந்தர்ப்பத்தில் அவர் சொல்லியிருந்தால் அவன் சந்தோஷப்பட்டிருக்கக் கூடும். எனினும் "என்ன புகழ், என்ன பாராட்டு, என்ன கண்டனம், எதிலும் சாரம் இல்லை" என்கிற தத்துவஞானம் மேலிட, ஒரு பற்றற்ற சிரிப்பைச் சிரித்து வைத்தான்.

"நிஜமாலும் சொல்றேன். நீ பெரிய ஆள். அடடா, என்ன மாதிரி எழுதறே."

பற்றற்ற சிரிப்பையே மேலும் கொஞ்சம் விஸ்தரித்துக்கொண் டான் கிருஷ்ணமூர்த்தி. சிகரெட் விரலைச் சுட்டது, அதை ஆஸ்டி ரேயில் அடக்கம் செய்தான். பேரர் வந்து குனிந்து நட்ராஜனின் ஆர்டரை வாங்கிச் சென்றான். தனக்கு முன் இருந்த கடலை, சிப்ஸ்களில் சிலவற்றை எடுத்துச் சாப்பிடத் தொடங்கினான் அவன்.

"ம்... வாழ்க்கை எப்படிப் போகிறது?"

கிருஷ்ணமூர்த்திக்கு அக் கேள்விக்கான பதிலை யோசிக்க வேண்டியிருந்தது.

"வாழ்க்கை அதன் கதியில், மனிதர்களை உருட்டியபடி போய்க்கொண்டிருக்கிறது. பலவான் ஒருவன் புறங்கழுத்தில் கையைக் கொடுத்து ஒரு சிறுவனைத் தள்ளிக்கொண்டு போவது மாதிரி, என்னை வாழ்க்கை தள்ளிக்கொண்டு போகிறது. அதுவாக விரும்பி னால், என் கழுத்துக்கு மாலை போடுகிறது; அதுவாக விரும்பினால் என் மேல் சேறு வாரி வீசுகிறது."

அந்தக் குனிந்த பேரர் மூன்றாவது லார்ஜைக் கொண்டு வந்து அவர்கள் முன் வைத்தார். கோழி வறுவல், எறாக் குழம்பு, மீன் வறுவல் என்று மேஜையை அடைத்துக்கொண்டிருந்தது துணைப் பலகாரங்கள்.

"இவ்வளவு என்னத்துக்கு? நிறைய ஆகுமே இந்த ஹோட்டலில்?"

"பணத்தைப் பற்றி எதற்குக் கவலைப்படுகிறாய். பார்..." அவர் பையைத் திறந்து காட்டினார். ஏராளமான நூறு ரூபாய் நோட்டுகள்.

"நீ சாப்பிட வேடிணும். அதை நான் பார்க்க வேணும். நீ பெரிய ஆள். நீ சாமாணியப்பட்ட ஆளா? நேற்று தலைமைச் செயலாளரைப் பார்த்துப் பேச நேர்ந்தது. அவர்கூட உன்னைப்பற்றிப் பேசினார். மந்திரி ஒரு கட்டத்தில் உன்னைப் பிரஸ்தாபித் தாராமே. எனக்கு உன்மீது . அன்பு உண்டு. நீ நன்றாக வர வேண்டியவன்..."

தலைமைச் செயலாளர் மற்றும் அமைச்சர் போன்ற மகா பெரியவர்கள் பாராட்டுகள் கிருஷ்ணமூர்த்திக்கு வேண்டியிருக்க வில்லை. மாறாக, சம்பளம் கட்டவில்லை என்பதற்காக இன்று காலையில் பள்ளிக்கூடத்தை விட்டு அனுப்பப்பட்ட, நான்காவது படிக்கும் அவனுடைய இரண்டாவது மகன் மணிக்குச் சம்பளப் பணம் ரூபாய் நாற்பது வேண்டும். ஒரு வாரம் காணும் அளவுக் காவது அரிசி, பருப்பு, மளிகைச் சாமான்கள் வாங்கியாக ரூபாய் நூறு வேண்டும். பலசாலியாகவும் கோபக்காரனாயும், எடுத்த துக்கெல்லாம் கன்னத்தில் அறைகிற சுபாவம் உடையவனுமான பெட்டிக்கடைச் சிங்காரத்திடம் சிகரெட் கடன் ரூபாய் இருபத்தி யெட்டு தர வேண்டும். ஆக மொத்தம் நூற்று அறுபத்தியெட்டு வேண்டும். பாராட்டு அல்ல. பணம்.

அவனிடம் ஏதோ சொல்ல முயன்றுகொண்டிருந்தார்.

"நீ ரொம்ப அவசரப்படுகிறாய். உலகமே உன் வழிக்குத் திரும்ப வேண்டும் என்று நீ எதிர்பார்க்கிறாய். அது எவ்வளவு பெரிய தவறு? இதற்கு முன் நீ வேலை செய்த நிறுவனங்கள் எவ்வளவு பெரியவை? எவ்வளவு சௌகரியமாக இருக்கலாம்? உனக்குச் சம்பளம் கொடுத்து, குவார்ட்டர்ஸ் கொடுத்து, மரியாதை கொடுத்து வைத்திருந்தவர்களை உதாசீனம் செய்துவிட்டு, அவர்கள் ஏதோ மக்கள் விரோதமாகச் செயல்படுகிறார்கள் என்கிற குற்றம் சுமத்தி வெளியேறிவிட்டாய். கஞ்சிக்கு லாட்டரி அடிக்கிறாய். இப்போது மக்களா உனக்குச் சோறு போடுகிறார்கள்? உனக்கு ஒரு மூளை இருக்கிற மாதிரி உன் எதிரிக்கும் மூளை இருப்பதை ஏன் நினைக்க மறுக்கிறாய்? கொஞ்சம் வளைந்து கொடுத்து, கொஞ்சம் முகத்தால் சிரித்து கொஞ்சம் இச்சகம் பேசி, கொஞ்சம் தேவடியாத்தனம் பண்ணி, உன் வாழ்க்கையைச் சௌகரியம் பண்ணிக்கொள்வதை விட்டு என்ன கொள்கை, தத்துவம், கருத்து வேண்டிக் கிடக்கிறது? முட்டாள்! குழந்தைகள், மனைவி இவர்களையெல்லாம் நினைத் தாவது நீ அந்தப் பணக்கார நிறுவனத்தில் ஒட்டிக்கொண்டிருக்கலாம். அறிவாளிகள் இப்படியும் அசட்டுத்தனமாய் நடக்க முடியுமா?"

ஆக, நட்ராஜன் எனக்குப் போதனைகளும் அறிவுகளும் நல்கத் தொடங்கினார். மனிதர்க்கு மனிதர் உலகத்தில் செய்யக்கூடிய மிகப்பெரிய அநியாயம் அதுதான்.

“என்னையே எடுத்துக்கோ. எனக்கு மட்டும் என் ஆபீசில் சிவப்புக் கம்பளம் விரித்து, செங்கோலைத் தந்து ஆட்சி நடத்தச் சொல்லியிருக்கிறார்களா, என்ன? எனக்கும் அவமானங்கள் கிடைக்கத்தான் செய்கின்றன. அதற்காக முள்ளங்கிப் பத்தை மாதிரி ஐயாயிரம் ரூபாய் சம்பளம், குடியிருப்பு வசதி, வாகன வசதிகளை இழக்க முடியுமா என்னால்? இழப்பது புத்திசாலித்தனம்தானா ! முதலாளிகளில் நல்லவன் யார், கெட்டவன் யார்? கழுதை வெட் டையில் எது சிறந்தது?”

கிருஷ்ணமூர்த்தி யோசித்தான். நட்ராஜன் வார்த்தைகளில் உண்மை இல்லாமல் இல்லை. ஆனால், முழு உண்மை இல்லை. அவன் நண்பர்களை அவன் அறிவான்தானே? இறங்கத் தெரியாத அவனை ஏணிமேல் ஏற்றிவிட்டு வேடிக்கை பார்ப்பவர்கள். அவன் எதிரிகளைத் தேடிப் போய் ரகசியமாய்க்கை குலுக்கி, கூட்டணி அமைப்பவர்கள். உதட்டால் சிரித்து, முதுகுக்குப் பின் கேலி செய்பவர்கள்.

“ஆனால், நட்ராஜன்... என் நண்பர்களில் பலர் அயோக்கியர் கள்தான். ஆனால், எனக்காகக் கோடிக்கால் பூதங்களாக ஜனங்கள் இருக்கிறார்களே. என்னை நேசிக்கும், என்னால் நேசிக்கப்படும் அவர்கள்தானே என் உண்மை நண்பர்கள். நான் சில மனிதர் களாலா வாழ்கிறேன். நான் என் பேனாவால் வாழ்கிறேன்.”

“உன்னைத் திருத்த முடியாது. இன்னும் கொஞ்சம்கூட நீ தீனி சாப்பிடவில்லை. கோழிக்கறி பிரமாதம். ஒரு அற்புதம். எடுத்துக்கொள்.”

கிருஷ்ணமூர்த்திக்கு அவைகளெல்லாம் பிடிக்கும்தான். சட்டென்று அவனுக்கு மணி ஞாபகம் வந்துவிட்டது. குழந்தைக்கும் இதெல்லாம் பிடிக்கும். வீட்டில் கறி எடுத்து, மீன் வாங்கி எத்தனை நாட்களாகிவிட்டன. குழந்தைகள் நல்லுணவின்றி வாடுவதை நினைக்கையில் அவனுக்குள் இரக்கம் கசிந்தது. நாளைக்காவது மணியைப் பள்ளிக்கூடம் அனுப்பியாக வேண்டும். நட்ராஜனைக் கேட்க வேண்டும். வெறும், நூற்று அறுபத்தெட்டு ரூபாய். அவருக்கு அது வெறும் பிச்சைக் காசு. ஆனால், எப்படிக் கேட்பது? மனசுக் குள் சுருங்கிப்போனான் கிருஷ்ணமூர்த்தி.

கிருஷ்ணமூர்த்தி பொத்தாம் பொதுவாக, அவனுக்கே உரிய பாணியில் பேசத் தொடங்கினான்.

“இப்போதெல்லாம் பள்ளிக்கூடச் சம்பளப் பணம் மிகவும் அதிகமாகிவிட்டது. தெரியுமா?”

ஆனால், அது ஒரு விஷயமாகவே படவில்லை நட்ராஜனுக்கு. அவர் அண்மையில் வாங்கியிருந்த இருபதாயிரம் ரூபாய் பெறுமானமுள்ள வாகனம் குறித்தே அவர் பேசலுற்றார். அந்த வாகனத்தின் பெருமைகள், அதன் உழைப்புத்திறன், அதன் குதிரை சக்தி, வெளி நாட்டில் அதன் மரியாதை,தான் இந்தியப் பொருள்களையே மிகவும் விரும்பிப் பயன்படுத்துவதன் சூட்சுமம், தனக்கிருக்கும் சுதேச பக்தி எல்லாவற்றையும் விரிவாக விளம்பலானார். இடையிடையே, எந்த உணவுப் பொருளையும, கிருஷ்ணமூர்த்தி உண்ணாமைக்காக வருத்தமும் தெரிவிக்கலானார்.

நட்ராஜனுக்குச் சொந்தச் சோகங்கள், எல்லா மனிதர்களையும் போலவே இருக்கவே செய்தன. அவர் ஒருத்தியைக் காதலித்து இருக்கிறார். அவள் இவரைக் காதலிப்பதுபோலவே அபிநயித்து, அவரைக் காட்டிலும் பெரிய பதவியில் இருக்கிறவரைத் திருமணம் செய்துகொண்டுவிட்டாள்.

அவள் புத்திசாலி என்றே கிருஷ்ணமூர்த்திக்குத் தோன்றியது. ஆனாலும் சபை நாகரிகம் கருதி தன் வருத்தத்தைத் தெரிவித்துக்கொண்டான்.

கிருஷ்ணமூர்த்திக்கும் பெண்கள் விஷயமாக மிகுந்த ஞானம் இருந்தது. பதினைந்து வருஷ ரத்தம் வழியும் அனுபவங்களுக்குப் பின்னால், அவன் உணர்ந்துகொண்டதை அவன் எடுத்துரைத்தான். மனசை, சிந்தனையை, பண்பாட்டைப் பொறுத்தமட்டில் ஆண் களுக்கும் பெண்களுக்கும் யாதொரு வித்தியாசமும் இல்லை. துரோ கம், அயோக்கியத்தனம், கேப்மாரித்தனம், முடிச்சவிக்கித்தனம், பொறுக்கித்தனம், விபசாரத்தனம், பொய், பாசாங்கு, பாவனை, அவமானம் செய்தல், களவு, கொலை, சூது முதலான குணங்கள் மனிதகுலம் போற்றி வளர்த்து வருகிற கயமைகள். இவை ஆண் களுக்கும் பொது. பெண்களுக்கும் பொது. மானுட ஜாதிக்கும் பொது. இதில் ஆண் என்ன, பெண் என்ன. இந்தக் காலகட்டத் தில் ஆணும் அப்படித்தான் இருப்பான். பெண்ணும் அப்படித்தான் இருப்பாள்.

“நீ அறிஞன். உன்னால் பெண்களைப் புரிந்துகொள்ள முடிகிறது. என்னைப்போல சாமான்யனுக்கு எப்படிப் புரியும்? பெண்கள் ஆச்சரியம் தருகிறார்கள்.”

“ஆச்சரியம் ஒன்றும் இல்லை. பெண்ணைப் பெரிதாகக் கருதும் பிரமைகளை ஒழியுங்கள். அப்புறம் பெண்ணும் ஆணைப்போலவே சாதாரணமானவளாகிவிடுவாள். எனக்கு இந்த நிமிஷத் தில், பெண் பிரமை அற்றுப்போய்விட்டது. எந்தக் கிளியோபட் ராவும் என்னை அசைத்துவிட முடியாது. “சும்மா அப்படி உட் கார்” என்று என்னால் எவளையும் சொல்ல முடியும். ஆண்கள் பெண்கள்பால் இருக்கிற பிரமைகளை ஒழித்துவிட்டாலே, ஆண் பெண் சமத்துவம் சாத்தியம் ஆகும்.”

“நீ காதலித்ததில்லை.” கிருஷ்ணமூர்த்தி சொன்னான்.

“அதைத்தான் நான் தேடிக்கொண்டிருக்கிறேன். காதல் என்ற பொருளை, அது கடவுளைப்போல, நம் கற்பனை. ஆனால், மிகமிக அழகிய கற்பனை.”

தட்டில் நிறைய மிச்சங்கள் இருந்தன. மேஜை பார்க்க மிக விகாரமாய் சிகரெட் சாம்பலும், உணவுத் துண்டுகளுமாய் இருந் தது. குடித்தாலே மிகுந்த ஜாக்கிரதை உணர்வு வந்து விடும்போலும். நட்ராஜன் காலடிகளை முள்ளில் நடப்பவரைப்போல மிகவும் ஜாக்கிரதையாக எடுத்துவைத்து நடந்தார். படிகளில் கால் வைத்து இறங்குவது, பஞ்சு மெத்தைகளில் கால் வைப்பது மாதிரி இருந்தது. அவர்கள் தெருவுக்கு வந்தார்கள். குளிர்ந்த இயற்கையான காற்று வீசியது. சட்டென்று இத்தனை மணி நேரம் ஏ.சியில் இருந்தது தன் வாழ்வில் முக்கிய தருணங்களை வீணாக்கிவிட்டதாக அவன் நினைத்தான்.

நட்ராஜன் சொன்னார்.

“கையில் காசு இருந்தது. குடிக்கணும் போல் தோன்றியது. சங்கரனைத் தேடிப் போனேன். அவன் இல்லை. அப்புறம் உன் ஞாபகம் வந்தது. உன்

மேல் எனக்கு ரொம்ப மரியாதை, அன்பு, மதிப்பு. ஆகவே உன் வீடு தேடி வந்தேன். வரட்டுமா?"

நட்ராஜன் ஒற்றைப் பத்து ரூபாய் நோட்டை எடுத்து அவன் பாக்கெட்டில் செருகினார். அவன் அவருக்கு ஆட்டோ பிடித்துக் கொடுத்தான்.

"நீயும் ஆட்டோ வைத்துக்கொண்டு வீடு போ" என்றபடி அவர் போய்ச் சேர்ந்தார்.

கிருஷ்ணமூர்த்தி தெருவிளக்கின் கீழ் நின்றான். தன் பாக் கெட்டில் செருகப்பட்ட ரூபாயை எடுத்துப் பார்த்தான். "பத்து ரூபாய். கண்களைச் சுருக்கிக்கொண்டு பார்த்தான். எப்படிப் பார்த் தாலும் அது பத்து ரூபாய்தான். ஒரு தெரு நாய் அவன் அருகில் வந்து அவனைச் சில கணங்கள் பார்த்துக்கொண்டிருந்துவிட்டு, வாலாட்டிவிட்டு, சற்று தூரத்தில் நிறுத்தப்பட்டிருந்த ஒரு மோட்டார் சைக்கிளின் மேல் நிதானமாகச் சிறுநீர் கழித்துவிட்டு, சாவ தானமாக நடந்து சென்றது. ஒரு நாயாய், அதுவும் தெரு நாயாய்ப் பிறந்திருந்தால் எவ்வளவு சந்தோஷமாக இருந்திருக்கும் என்று அவனுக்குத் தோன்றியது. மறுகணம், அந்த நாயும் அதுபோலவே "ஒரு மனிதனாய்ப் பிறந்திருந்தால்" என்று நினைத்திருக்குமோ என்றும் தோன்றியது.

"வேண்டாம் நாயே" என்று முணுமுணுத்தான்.

கிருஷ்ணமூர்த்தி திரும்பிப் பார்த்தான்.

தெரு துடைத்துவிட்டாற்போல ஆள் அரவம் அற்றுக் கிடந் தது. அவனுக்குப் பின்னால் ஒருவனும் இல்லை. ஒருத்தியும் இல்லை. அவன் ஒரு போர்க்களத்தில் நிற்கிறான். ஆயுத சந்நத்த னாக நிற்கிறான். அவனுக்கு முன்னால், நூறு ஆயிரம் பேர்கள் நிற்கிறார்கள். கண்களில் ரத்த வெறியோடு, கொலை வெறியோடு, பலப்பல நவீன ஆயுதங்களோடு நிற்கிறார்கள்.

கிருஷ்ணமூர்த்தி அந்த விரோதிகளைப் பார்த்துச் சிரிக்கிறான்.

"என்னை, எங்களை நீங்கள் வென்றுவிட முடியுமா என்ன, என் பின் நிற்கும் ஶூரர்களைப் பாருங்கள்" என்றபடி திரும்புகிறான். அவன் பின் ஒருவனும் இல்லை. ஒருத்தியும் இல்லை. அந்த மக்கள் விரோதிகளைக் கண்டனம் செய்யுங்கள் என்றவர்களைக் காணோம். அவர்கள் எதிரிகளின் அணியில், உங்களோடு நான் உடன்படுகிறேன் என்றவர்கள், எதிர் அணியில். உங்களை நேசிக்கிறேன், உங்களுக்காக உயிரையும் தருவேன் என்ற நேசர்கள், எதிர் அணியில்...

அவனுக்கு அழ வேண்டும் போல் இருந்தது. ஆனாலும் அவன் அழக்கூடாது. இது போராட்டக்களம். களத்தில் ஒப்பாரிக்கு இடம் இல்லை. வீடு வந்தபோது ஹேமா மட்டும் விழித்திருந்தாள்.

"தட்டை எடுத்து வைக்கட்டுமா?"

"வேண்டாம். சாப்பிட்டுவிட்டேன்."

பாக்கெட்டைத் தடவிப் பார்த்தான். சிகரெட் வாங்காமல் வந்துவிட்டிருந்தான். ஹேமா, ஒரு சிகரெட் பாக்கெட்டையும் தீப்பெட்டியையும் எடுத்து அவன் மேசை மேல் வைத்தாள்.

"காசு ஏது?"

"கம்மலை மீட்டு விற்றுவிட்டேன். வெறும் அடகில், வட்டி தானே ஏறி விடுகிறது. விற்றால் இருநூறு கிடைக்கும்போலத் தோன்றியது. விற்றுவிட்டேன். கொஞ்சம் அரிசி, பருப்பு வாங்கி விட்டேன். மீதிப்பணம் இருக்கு. நாளைக்குக் குழந்தைக்குப் பள்ளிக்கூடச் சம்பளம் கட்டிவிட்டு, மீதிப்பணத்தைப் பெட்டிக் கடைக் காரனிடம் கொடுங்கள். கொஞ்சம் மீறும். பனியன் எல்லாம் கிழிந்துவிட்டது. நல்லதாக இரண்டு பனியன் வாங்கிக்கொள்ளுங்கள்."

கிருஷ்ணமூர்த்தி ஹேமாவைப் பார்த்தான். மீண்டும் அந்தக் கற்பனை அவனுக்குத் தோன்றியது. அவன் அந்தப் போராட்டக்களத்தில் தனி இல்லை. அவனுக்குப் பின் ஹேமா இருக்கிறாள். அவளே லட்சம் பேராகப் பரிணமிக்கிறாள். மகிஷாசுரர்களை ஹதம் செய்ய வந்த மகிஷாசுரமர்த்தினி அவள். "நாம் வெல்வோம். நீயும் என்கூட அந்தப் போர்க்களத்துக்கு வருகிறாய். அத்தனை பேரையும் கொன்றுபோடுகிறோம்." அவள் சிரித்தாள்.

"நிறைய குடித்துவிட்டீர்களா? சட்டையைக் கழற்றிவிட்டுப் போய்ப் படுங்கள்."

"இல்லை... கதை எழுதப் போகிறேன்."

"செய்யுங்கள். நான் டீகொண்டு வருகிறேன்."

அவள் போனாள். மல்லிகை வைத்திருந்தாள். வீடு மணத்தது.

2014

இடம்

கிருஷ்ணன் மிகத் தாமதமாக வீடு வந்தான். சுமதி காரணம் கேட்கவில்லை. கணவனின் ஒவ்வொரு காரியத்துக்கும் காரணம் கேட்டு, அவனைப் பதில் சொல்லக் கடமைப்பட்டவனாக்கி, தன்னுடைய மனைவி ஹோதாவை நிலைபெறச் செய்யும் முயற்சியைத் தனக்கு இழிவு என்று கருதினாள் அவள்.

அவன் களைத்திருந்தான் என்று அவளுக்குப் புரிந்தது. "குளித்துவிட்டுச் சாப்பிடுகிறீர்களா?" அல்லது "அதற்கு முன்னால் காப்பி தரலாமா" என்று கேட்டாள்.

"காப்பி வேணாம்" என்று மறுத்துவிட்டான் அவன்.

"உடனே பெங்களூர் போக வேண்டியிருக்கிறது" என்றான் அவன்.

பெங்களூர் தலைமை அலுவலகத்தில், ஒரு முக்கிய அதிகாரி லஞ்சம் வாங்கி, கையும் களவுமாக மாட்டிக்கொண்டார். அதை விசாரிப்பதற்காகவும், மேல்நடவடிக்கை என்ன எடுப்பது என்பதையும் கவனிக்கக் காலையே அவன் புறப்பட வேண்டும் என்றான்.

"திரும்பி வரப் பத்துப் பதினைந்து நாட்களாகும்" என்றான்.

சாப்பிடும்போது, இறுக்கமான மவுனம் அவர்களுக்குள் நிலவியது.

"அம்மா தூங்கிட்டாங்களா?"

"தெரியலை"

மாமி தூங்கியிருக்கமாட்டாள். இவர்கள் பேச்சிலிருந்து யூகிக்க முடியுமா என்று கூர்மையாகக் கேட்டுக்கொண்டிருப்பாள்.

"நீ வேண்டுமானால், நான் திரும்பி வரும்வரை, உங்கள் வீட்டுக்குப் போய் இருந்துக்கோயேன். நான் திரும்பின பிறகு போன் செய்றேன். அப்புறம் வரலாம்."

அவன் புரிந்துகொண்டிருக்கிறான் என்று தெரிந்தது. சுமதிக்கும் அவன் அம்மாவுக்கும் அவ்வளவாகப் பொருந்தி வரவில்லை என்பதை அவன் அறிவான்தான்.

சுமதியின் மாமியார் அவ்வளவு மோசமானவள் இல்லைதான். மருமகளைக் கொடுமைப்படுத்துவதைக்கொண்டாட்டமாக நினைப் பவள் இல்லை.

இரண்டு பேரும் வேறு வேறு சூழ்நிலை, கல்வி, கலாச்சாரம், வயது போன்றவற்றால், கண்ணுக்குத் தெரியாத சுவரால் பிரிக்கப் பட்டார்கள். ஒரு கூரையின் கீழே வாழ நிர்ப்பந்திக்கப்பட்டதால் அவர்கள் மனசுக்குள் லேசான சங்கடங்களை உணர்ந்தார்கள். அவ்வளவுதான்.

"சரி நானும் ஊருக்குக் கிளம்பறேன். போன இடத்திலிருந்து அடிக்கடி போன் பண்ணிப் பேசுங்கள். வேலையில் மூழ்கிவிட்டால் உலகத்தையே மறந்துவிடுவீர்கள்."

"இல்லை, இல்லை. அவசியம் பேசுகிறேன்."

அவன் உண்மையாகத்தான் சொன்னான். சுமதி மேல் அவனுக்கு வெறுப்பு என்று ஏதும் இல்லை. வேலை மிகுதியில் மறந்துபோய்விடுதல் என்பது சொல்வதற்கு அழகாக இருக்கும். வெறும் சாக்குப்போக்குதான்.

வேலைகள் முடிந்து, சாப்பிட்டு அறைக்குத் திரும்பும்போது, சுமதியின் நினைவு அவனுக்கு வரும்தான். ஏனோ பேசுவதில்லை. பேச என்ன இருக்கிறது என்பதுதான் மனப்பான்மையாக இருக்கலாம். இதற்கு என்ன பெயர், சலிப்பா?

சுமதி, அவன் புறப்பட்டுப்போன பிறகு பஸ்ஸில் தன் அம்மா வீட்டுக்குப் புறப்பட்டு வந்துகொண்டிருந்தாள். ஜன்னல் ஓர இருக்கையில் இருந்தாள்.

பெங்களூரில் இருந்து அவன் பேச மாட்டான் என்பது அவளுக்கும் தெரிந்தே இருந்தது.

மாலை மயங்கும் நேரத்தில் சுமதி ஊர்போய்ச் சேர்ந்தாள். தெரு விளக்கும் எரியத் தொடங்கியிருந்தது. வாசலில் அமர்ந்திருந்த ஆண்களும் பெண்களும் ஆட்டோவில் வரும் விருந்தினர் யார் என்று பார்த்தார்கள்.

இந்தத் தெருக்களில்தான் அவள் நிலவொளியில் சடுகுடு விளையாடியிருக்கிறாள். கண்ணாமூச்சி விளையாடியிருக்கிறாள். இங்கே உள்ள பள்ளிக்கூடத்தில்தான் படித்தாள்.

ரவி என்கிறவன் அவளுக்குச் சினேகமானான். பள்ளிக்கூடத் தோழன். எத்தனை அன்பு செலுத்தினான்.

காரணம் சொல்வதற்கில்லை. வீட்டுக் கணக்குப் பாடங்களைப் போட்டுத் தருவான். இம்போசிஷன் எழுதித் தருவான்.

இப்போது வட இந்தியாவில் இரண்டு குழந்தைகளுக்குத் தந்தை. பெரிய என்ஜினியர். போனமுறை, இங்கே வந்தபோது அவன் வந்து பார்த்தான். பேசினான். பழைய ரவியாக இருந்தான். அதுதான் பிரச்சனை. அவள் பழைய சுமதி இல்லையே.

இங்குதான் அவள் வீடு. அவள் தந்தை தாய் வீடு. அவள் சொந்த மண். எந்த மண், மனிதர்க்குச் சொந்த மண்? பிறந்த மண்ணா? வளர்ந்த மண்ணா? எங்கே நேசிக்கும் நெஞ்சங்கள் இருக்கின்றனவோ, அது சொந்த மண்.

அம்மா வீடே சுத்தமாக மாறி இருந்தது. படுக்கை அறை, படுக்கைக்குக் கீழே இருக்கும் பயணப் பைகள் எல்லாம் தயார் நிலையில் வைக்கப்பட்டிருந்தன. ஒரே அமர்க்களம். சுமதியைப் பார்த்ததும் அம்மா திகைத்தாள்.

"என்னடி திடீர் என்று" என்றாள்.

"என்ன சமாச்சாரம், வீடே மாறிக்கிடக்கிறதே" என்று கேட்டாள் சுமதி.

"டூர் போறமே. காசிக்குப் போறோம். நாளைக்காலமே நாலு மணிக்குப் பயணம். இருபது நாள் டூர். சொல்லாமே கொள்ளாமே வந்து நிக்கறையே."

"அவருக்கு திடீர்னு பெங்களூரில் வேலை. கிளம்பிட்டார். வர பத்து நாள் ஆகுமாம். அதுவரைக்கும் அங்க என்ன பண்றதுன்னு இங்க வந்துட்டேன்."

அப்பா, அவள் சங்கடத்தை உணர்ந்துகொண்டார்.

"நீ இரேன். வேலைக்கார அம்மாவை வரச்சொல்லி, இஷ்டத்துக்குச் சமைச்சு சாப்பிட்டு இரேன். ஓய்வு எடுத்துக்கோ."

"அதைச் செய்"

"வேணும்னா, எங்களோட காசிக்கு வாயேன்."

"அது சாத்தியம் இல்லை. வேணாம்"

துணி, அப்பாவுக்கு சர்க்கரை நோய்க்கான மாத்திரைகள், தலைவலித் தைலங்கள், மாத்திரைகள் என்று ஒவ்வொன்றாக எடுத்து ஒரு பெட்டிக்குள் போட்டுக்கொண்டிருந்தாள் அம்மா.

தானே காப்பி போட்டுக்கொண்டுவந்து அமர்ந்தாள் சுமதி. அம்மா, நைட்டியில் இருந்தாள். அவளுக்கு இருபது வயது குறைந்தாற்போல இருந்தது.

ஒரு குழந்தையின் குதூகலத்துடனும் உற்சாகத்துடனும் இக் காரியத்தை மேற்கொண்டிருந்தாள் அவள். அம்மா, மிகுந்த முன் யோசனைக்காரி. மாமியார் நாத்தனார்களின் கூட்டம் என்று இருந்த கூட்டுக் குடும்பத்தில் வாழ்க்கைப்பட்டவள் அவள்.

பகலில் புருஷனிடம் பேசக்கூட அஞ்சும் ஆசாரக் குடும்பம். இரவுகளில் மட்டுமே, இருட்டில்கூடிக் கிசுகிசுக்கும் குருட்டுக் காமம். அடுத்தடுத்துப் பிறந்த இரண்டு ஆண் குழந்தைகளும் நோய் மூட் டைகள், அதுகளுக்கு வைத்தியம் பார்த்து, பட்டினி கிடந்து,தான் மருந்துண்டு ஆளாக்கியபோது சுமதி பிறந்தாள். எல்லாவற்றையும் படிப்பித்து, உத்தியோகம், வேலை, குடும்பம் என்று அமைத்துக் கொடுத்து,தான் உண்டு, தன் கணவர் உண்டு, தன் வீடு உண்டு என்று வாழ்கிற அம்மா. அவள் ஒருமுறை சுமதியிடம் சொன்னது ஞாபகத்துக்கு வருகிறது. இப்பதாண்டி என் வாழ்க்கையை நான் வாழறேன்."

அவள் வாழ்க்கையை அவள் தேர்ந்துகொண்டு வாழ அவளுக்கு முப்பது ஆண்டுகள் ஆகியிருக்கின்றன. அந்தச் சந்தோஷம் அம்மாவின் நாடி நரம்புகளில் ஓடுவது தெரிகிறது. வெளிப்படையாகவே தெரிகிறது.

அம்மா, தானே சர்க்கரை இல்லாத, எலுமிச்சை பிழிந்த டீ போட்டுக்கொண்டு இவள் பக்கத்தில் அமர்ந்தாள்.

"போன் செய்ய மாட்டேன் என்கிறாயே, ஏன்?"

"நீ போன் செய்யறதுக்கென்ன?"

"எனக்கு என்ன? நீ அப்படியா? மாமியார் கணவன் என்று இருக்கிறாய். எப்போ பேசும் மனநிலையில் இருக்கிறாய் என்று எனக்கு எப்படித் தெரியும். நீதான் பேச வேண்டும்."

இதிலும் தீர்க்கமாகவே சிந்தித்து வைத்திருக்கிறாள் என்பது புரிந்தது.

"நான் என்ன செய்யட்டும். நீயே சொல்லு."

"எது விஷயமா?"

"நீங்கள் எல்லாம் காசிக்குப் போன பின்னால், நான் என்ன பண்ணட்டும்?"

"அதுவா? அதை நீதான் தீர்மானிக்க வேணும். தனிமை ரொம்ப ருசி. அதை அனுபவிக்கக் கத்துக்கோ. எந்த அளவுக்குத் தனிமை உனக்குக் கிடைக்கிறதோ, அந்த அளவுக்கு நீ உன்னோடு நெருக்க மாக்கிக்கலாம். மற்ற உறவுகள் எதுவும் சாஸ்வதம் இல்லை. தாய், மகள், கணவன் — மனைவி உறவு எல்லாமும்தான். இரு. நிம்மதியா இரு. சாப்பிடு, தூங்கு... பாட்டு கேள்... வாக்கிங் போ... காலத்தை இப்படி நகர்த்து."

சுமதி, ராத்திரி, அவள் அறையில் படுத்து யோசித்தபோது, மங்களா ஞாபகம் வந்தது. மங்களா ரவியைப்போலவே நல்ல பொன்வண்டைப் பிடித்து அட்டைப் பெட்டிக்குள் வைத்து விளையாடும் பையன்களோடும் பெண்களோடும் அவள் விளையாட மாட்டாள். இப்போது, சமூக சேவை செய்யும் நிறுவனத்தில் சேவை செய்துகொண்டிருந்தாள்.

போன முறை, ஊருக்கு வந்த சமயத்தில், பஸ் மாற அல்லிக் குளத்தில் இறங்கி, நின்றுகொண்டிருந்த சந்தர்ப்பத்தில், திடுமென எதிர்ப்பட்டாள். "அடியே சுமதி" என்று அணைத்துக்கொண்டாள்.

பக்கத்தில், கிராமத்தில் ஒரு தலித் பெண்ணைப் போலீஸ் காரர்கள் இருவர் பாலியல் பலாத்காரம் செய்ததாகவும், அந்தப் பெண்ணுக்கு இவள் மையம்தான் ஆதரவளித்து, வழக்கு நடத்துவ தாகவும் சொன்னாள். வழக்கு விஷயமாகச் சென்னைக்குப் போய்க்கொண்டிருப்பதாகச் சொன்னாள்.

அரை மணி நேரம் பேசிக்கொண்டிருந்தார்கள். முகவரி கொடுத்தாள். தனியாகத்தான் இருக்கிறாள். அழகிய சிறுகுன்று. குன்றின் மேல் வீடு, கல்யாணம் பண்ணிக்கொள்ளவில்லையாம். காரணம் என்ன என்றாள் சுமதி. காரணம் இருந்துதான் ஆக வேண்டுமா என்று சிரித்தாள் மங்களா. எனக்கு அதுபற்றிச் சிந்திக்க வாய்க்கவில்லை என்றாள்.

மங்களாவுடன் பத்து நாட்களைக் கழித்துவிடலாம் என்ற எண்ணம், சுமதிக்குச் சந்தோஷம் தந்தது. சரியான இடம் அதுதான். அம்மா சொன்னதுபோல நான் என்னோடு பேச, நான் என்னைப் பார்க்க, அந்தச் சந்தர்ப்பத்தைப் பயன்படுத்திக்கொள்ள வேண்டும்.

உற்சாகத்துடன், காலையில் எழுந்தாள். தோட்டத்துப் பூக்களைப் பார்த்துப் புன்னகைத்தாள். குளித்தாள். அம்மா, அப்பாவிடம் சொல்லியபடியே புறப்பட்டாள்.

மூன்று மணி நேரப் பயணம் செய்து முடித்து பஸ்ஸை விட்டு இறங்கி, முருகன் குன்றுக்கு நடக்கத் தொடங்கினாள். நல்லவேளை வெயில் இல்லை.

மணி பத்துக்குள்தான். வழியில், ஒரு கிளப்பில், இட்லியும் காப்பியும் சாப்பிட்டாள்.

பாரம் அதிகம் இல்லாமையால், அவளால் சுலபமாக மலையேற முடிந்தது. சின்ன மலைதான். மலையில் சின்னது பெரியதல்ல. மண்ணைவிடப் பெரிதானதெல்லாம் மலை. மலைப்பை ஏற்படுத்து வது மலை.

கொஞ்ச நேரம் ஏறியவுடனே, ஊர், மரங்களுக்குள் மறைந்து போனது. மனிதர்கள், பொம்மைபோல ஆனார்கள். காற்று வலுத்து மோதியது

வீடு, கண்டுபிடிக்கக் கஷ்டமாக இல்லை. ஓடு போட்ட சின்னதான வீடு. கதவு பூட்டி இருந்தது. தண்ணீர் பிடித்துப் போகும் பெண் ஒருத்தி இவளைக் கண்டவுடன் நின்றாள்.

“இங்க மங்களான்னு ஒரு அம்மா”

“நீங்க அந்தம்மாவுக்குச் சொந்தங்களா?”

“ம்... ஆமாம். சொந்தம்தான்.”

“ஐயோ, நேத்து ராத்திரி போலீசுக்காரங்க வந்து அழைச்சுட்டுப் போனாங்கம்மா.”

“போலீசா. எதுக்கு?”

“எதுக்கு. பாவப்பட்ட பொம்பிளைகளுக்காகப் பாடுபடுதுங்க. அதனாலதான்.”

“எப்ப வருவாங்கன்னு தெரியுங்களா?”

“யாருக்குங்க தெரியும்? கடவுள்தான் நம்ம பக்கம் இருக்கணும். கடவுள்கூட கெட்டுப் போயிட்டாருங்க. அயோக்கியங்க பக்கம்தான் இருக்காரு.”

தலைச்சுமையோடு நிற்கும் அந்த அம்மாவை அதிக நேரம் நிற்க வைக்கக்கூடாது என்று சுமதிக்குத் தோன்றியது.

“ரொம்ப நன்றிங்க.”

“என்னத்துக்குங்க இதுக்கு நன்றி. அந்த மங்களம்மா இல்லைன்னா என்ன, எங்க வீட்டுக்கு வாங்களேன்.”

“இருக்கட்டும்.”

மங்களம், நல்ல ஜனங்கள் மத்தியில் இருக்கிறாள் என்பதை நினைக்க மகிழ்ச்சியாக இருந்தது.

மலை விட்டுக் கீழிறங்கினாள்.

எந்த இடத்துக்குப் போவது? குழப்பமாக இருந்தது. தமக்கென்று இடமே இல்லைபோலத் தோன்றியது. அல்லது தனக்கான இடம் எது என்று தோன்றியது. அப்படியான இடம் ஒன்று இருந்தால், அதற்கு எப்படி வழி?

பஸ் ஸ்டாண்டில் நிறைய வண்டிகள் வருவதும் போவதுமாக இருந்தன. திகைத்துப்போய் நின்றிருந்தாள் சுமதி.

2014

ஏழாம் நாள் சலவைச் சட்டை

மூர்த்தி அந்தரத்தில் தொங்கியபடி, வானவெளியில் பறந்துகொண்டிருந்தான். பறந்துகொண்டிருந்தான் என்றும் எப்படிச் சொல்வது? ஆணியில் மாட்டிய சட்டையைப்போல, ஒரு பிரமாண்ட பறவையின் அலகு முனையில் கவ்வப்பட்டிருந்தான். அந்தப் பட்சி அவனைத் தூக்கிக்கொண்டு பறந்துகொண்டிருந்தது. கைகள் கால்களைக் காற்றில் அலைத்துக்கொண்டிருந்தான். ஒரு மனிதனை ஒரு பறவை தூக்கிக்கொண்டு பறப்பதாவது. ஆனால், அது நிகழ்ந்தது.

யானைபோல் பருத்தும், ஒரு ஒட்டகச் சிவிங்கிக்கு இறக்கை முளைத்தாற்போலவும் ராட்சஸத்தனமாகவும் இருந்த அந்தப் பறவை ஒரு கண்ணால் அவன் தவிப்பையும் அலறலையும் பார்த்து ரசித்தபடியும், மறுகண்ணால் வானவீதியைக் கவனித்தபடியும் பறந்தது. பறவையின் இறக்கையின் அசைவிலிருந்து பெரும் புயற்காற்று எழுந்து அவனைத் திக்கு முக்காட்டியது.

“நீ யார், என்னை எங்குகொண்டு போகிறாய்.” என்றான் மூர்த்தி.

அது, அலகில் இருந்து அவனைத் தன் இடது காலில் பற்றிக்கொண்டு சொல்லியது.

“காலகண்டரின் தூதுவ கணங்களில் நான் ஒருத்தி. என் பெயர் காலாசாட்சி. நீ இப்போது புறப்பட்ட இடம் நோக்கிப் போய்க்கொண்டிருக்கிறாய்.”

“சூனியத்தை நோக்கியா?”

“அங்ஙனம் என்றால்?”

“ஒன்றும் இல்லாமையை நோக்கியா” என்று கேட்டான்.

“ஒன்றும் இல்லாததா அல்லது எதுவும் இல்லாததா?”

“ஒன்றும் இல்லாததுதான் சூன்யம் என்று படித்திருக்கிறேன்.”

“கற்றது கைமண் அளவு. உனக்குத் தெரியாதது, விளங்காதது என்று சொல். இல்லாதது என்று எப்படிச் சொல்கிறாய்?”

“அப்பாலுக்கு அப்பாலைப் பாழ் என்றுதானே சொல்ல முடியும்.

இட்டு நிரப்பப்படாதது பாழ், நிரப்பப்படத்தானே நீ வருகிறாய்.”

“நான் சொர்க்கம் போகிறேனா?”

“அப்படியும் நினைக்கிறாயா என்ன. ஓர் உலகம் உனக்குண்டு. அது எது என்று நான் அறியேன். காலகண்டர் மட்டுமே அறிவார்.”

“அநியாயமாக இருக்கிறதே. முப்பதுகூட முடியாத வயதினன். நோய் நொடி ஏதும் இல்லை. என் மனைவி அம்மா வீட்டுக்குப் போயிருக்கிறாள். பொங்கல் முடிந்து வருவதாக ஏற்பாடு. அதற்குள் என் விதி முடிகிறது சரியா? நாளைக்கு ஒப்படைக்க வேண்டிய அரசுக் கோப்பு, முக்கிய கோப்பு என் வசம் அல்லவா இருக்கிறது. அதை முடிக்காது போனால் அலுவலர்களுக்குச் சம்பளம் போடத் தாமதமாகுமே. கேசவன் கைமாத்தாக என்னிடம் வாங்கிய இரண்டாயிரம் என்னவாது? உடம்பில் இச்சையும் உணவில் காமமும் கொண்ட என் அகம் அழியும் முன்பு, நான் இல்லாமலே போவது என்ன நீதி. உங்கள் உலகத்திலே தராசுகளே கிடையாதா?”

“அதென்ன எல்லோருமே நூறு வருஷம் கேட்கிறீர்கள். துளிர் உதிர்ந்து சருகு நிலைபெறுவதை நீ கண்டதில்லையோ. மனிதக் காலடியில் நசுங்கி உயிர் விடும் லட்சோப லட்சம் உயிர்களுக்கு என்றேனும் நீ பச்சாதாபப் பட்டதுண்டா? வயிற்றை உயிர்களின் கல்லறை ஆக்கிச் சுகமாக வாழ்வது பற்றிய புகார்கள் உன்னிடம் இருந்து வந்ததுண்டா? உன் உயிர் என்ன பொன்னால் வேய்ந்து வைர ஆணி அடிக்கப்பட்டதா? அந்த வரிசையில் நாம் போகிறோம். உனக்கு மட்டும் என்ன?”

வெள்ளை மேகக் குளங்களின் ஊடாக அவன் கடந்து மிதந்தான். அவன் தக்கையாய் ஒரு கிழிந்த காகிதம்போலத் தன்னை உணர்ந்தான்.

“நான் இறந்து விட்டேனா?”

“வாழ்ந்தவர்களே இறப்பார்கள்.”

“நான் வாழ்ந்தவனா, அல்லவா?”

“இன்றைக்கு ஏழாம் நாள் உனக்கே தெரியும்.”

“என்ன தெரியும் என் முடிவா?”

“முடிவா, தொடக்கமா எனக்குத் தெரியாது. விதி ஓலை, ஏழாம் நாள் கிழிகிறது. ஏழு சமுத்திரங்கள் வற்றும் ராட்சச நாய்க்குடைகள் நஞ்சைக் கக்கும். பிராண வாயுவை ஊடாகப் பிளந்து நீலம் பாரிக்க வைக்கும், காலனின் ஆலவிஷம்.”

ஏதிரே செருக்கு அடக்கப்படாத விந்திய மலை உயர்ந்து நின்றது. அவன் நிமிர்ந்து அதன் உச்சியைப் பார்த்தான். கழுத்து வலித்தது. உச்சியை அவன் காண முடியாது மிரண்டான்.

எதிரே மலை எழுந்து நிற்கிறது. ஒன்று நீ தரைக்கு இறங்க வேண்டும் அல்லது உச்சிக்கு மேலே பறக்க வேண்டும். இல்லையென்றால் என் உடம்பு

மலையில் மோதுண்டு சிதறும், பத்திரம். நான் சொல்வது கேட்கிறதா. ஐயோ, மலை நெருங்குகிறது. என்னை மோதப் பார்க்கிறாய்... நிறுத்து. பறப்பதை, நிறுத்து...

அந்தப் பறவை நிறுத்துவதாக இல்லை. திறந்த வாசல் வழியாக நுழைவதுபோல, அது மலை மேல் மோதலாயிற்று. அவன் சிதறிச் சுக்கலாகிக் காற்றில் பறந்தான். கிழித்தெறிந்த காகிதம்போல.

'ஐயோ... நான் செத்தேன்.!'

அவன் படுக்கையில் எழுந்து அமர்ந்தான். உடம்பு வியர்த்திருந்தது. படபடப்பு போகவில்லை. உடம்பு உதறியபடி இருந்தது. எழுந்து தண்ணீர் குடித்தான். மீண்டும் படுக்கையில் அமர்ந்தான். கனவை நினைவுக்குகொண்டு வந்தான். காலகண்டன் தூது வாழ்வு குறித்த தத்துவப் பேச்சு. விதி ஓலை ஏழாம் நாள் கிழிகிறது.

பக்கென்று வியர்த்தது. இன்றைக்கு ஏழாம் நாள். நான் சாகப் போகிறேன். அவனை அறியாமல் எழுந்து நடந்தான். படுக்கை அறையிலேயே மேலும் கீழும் நடந்தபடி இருந்தான். நடந்து நடந்து கால் வலித்தது. ஜன்னல் வழி வானம் தெரிந்தது. விடிந்த வானம். காலைக் கனவு பலிக்கும் என்று வேறு சொல்கிறார்களே. ஏழாம்நாள்! ஏழு, அவனது துயர எண்ணா?

அவன் சட்டையை மாட்டிக்கொண்டு கதவைச் சாத்திக்கொண்டு காப்பிக் கடைக்குச் சென்றான். காப்பிக்குச் சொல்லிவிட்டுக் காப்பி கடையை ஒட்டிய பெட்டிக்கடையில் மாட்டியிருந்த போஸ்டர் செய்திகளைப் பார்வையிட்டான். யாரோ ஒரு சாமியார் பாலியல் சம்பந்தக் குற்றத்துக்காக ஏழாண்டு சிறைத் தண்டனை பெற்ற செய்தி வெளியாகி இருந்தது. என்ன கஷ்ட காலம். ஏன் எட்டு வருஷமோ அல்லது ஆறு வருஷமோ தண்டனை கொடுத்திருக்கக்கூடாது? என்ன நீதித் துறை.?

காப்பி நன்றாகவே வாய்த்திருந்தது. வாரத்தில் சில நாட்களில்தான் அப்படிக் காப்பி, காப்பியாக இருக்கிறது. சேர்மானம், சரியாக சரியான விதத்தில் அமைய வேணும். நல்லதைச் சொல்ல வேண்டும் என்று கடைக்கார கிஷ்டன் நாய்க்கரை அணுகினான். அவர், இன்னொரு நடுவயதினராகத் தோன்றிய ஒருவரைப் பார்த்து "என்ன நாணயம் கெட்ட மனுஷன் நீர். நேத்தியோட எழுபது ரூபாய் பாக்கின்னு சொன்னேன். எழுபதையும் மொத்தமாவா கேட்கிறேன். தினம் ஏழு ரூபாயாக் கொடுங்களேன். ஏழு வெறும் ஏழு. கொஞ்ச நாள்லே குளோஸ் ஆயிடாதா என்று பேசிக்கொண்டிருந்தார். உடனடியாகப் பெட்டிக் கடையிலிருந்து அவன் ஒரு சிகரெட் வாங்கிப் பற்ற வைத்துக்கொண்டான். மூன்று தீக்குச்சிப் பிறகுதான் பற்ற வைத்துக்கொள்ள முடிந்தது. சில்லறையைக் கொடுக்க வேண்டி "எவ்வளவு" என்றான். நாயக்கர், "ஏழு ரூபாய்" என்றார்.

"காப்பிக்கு மூணு, சிகரெட்டுக்கு மூணு ஆக ஆறுதானே" என்றதுக்கு, "நேத்து நூறு ரூபாய் கொடுத்துச் சில்லறை கேட்டீங்க. நான் இல்லேன்னேன். இருக்கிற சில்லறைகளைப் பொறுக்கி ஆறு ரூபாய் கொடுத்துட்டு, ஒத்தை ரூபாயை நாளைக்குத் தர்றதாச் சொன்னீங்க. அதான் ஏழு என்றார்.

அவன் ஏழு ரூபாயைக் கொடுத்துவிட்டு அகன்றான். கண்ட கனவு பலிக்கும்போலத்தான் இருக்கிறது. பொறுமையாகவே நடக்க முடிந்தது.

தெருத் திருப்பத்தில் சைக்கிள் கடை வடிவேலு அவனை நிறுத்தினான். சைக்கிள் டயருக்குப் பஞ்ச்சர் ஒட்டிக்கொண்டிருந்தான் வடிவேலு. அவனுக்கு முன்னால், தெருவில், பத்துப் பனிரெண்டு வயதுச் சிறுவன் முழங்கால் போட்டிருந்தான். பையன் கண்கள் கலங்கி இருந்தன.

பாருங்க சார், முளைச்சு மூணு இலை விடலை. அதுக்குள்ளாறே திருட ஆரம்பிச்சுட்டான் இந்த பேமானி.

அந்தச் சிறுவனைப் பார்க்கப் பரிதாபமாக இருந்தது மூர்த்திக்கு.

"என்ன திருட்டு?"

"சைக்கிள் வாடகைக்கு வந்த காசு. நேத்து வீட்டுல நம்ம பாப்பாவைப் பெண் பார்க்க வந்தாங்க சார். கடையைப் பார்த்துக்கன்னு இந்தக் கம்மனாட்டிக்கிட்டச் சொல்லிட்டு வீட்டுல இருந்துட்டேன். அதுல ரூபா எடுத்துப் போயி பரோட்டா சாப்பிட்டு, ரெண்டாவது ஆட்டம் சினிமாவுக்குப் போயிருக்கு சார் இந்த நாயி?"

"எவ்வளவு ரூபா?"

"ஏழு. கரீட்டா ஏழு ரூபா சார்."

"அது என்ன கணக்கு ஏழு? பத்தா இருக்கும். எட்டா இருக்கும்."

"இல்ல சார். சைக்கிள் "அவர்" கணக்குப்படி ஏழுதான். என்ன சார், பாதி சிகரெட்டை அப்படியே போட்டுட்டீங்க."

"அதா விழுந்துடுச்சி. சரி விடுங்க. சின்னப் பையன் அழுறான் பாருங்க. இனிமேல, தப்பு செய்ய மாட்டான்."

"சார் சொல்றதாலே ஒப்புக்கிறேன். எழுந்திரு. அந்த வீலைக் கழற்று."

மூர்த்தி, வீட்டுக்குத் திரும்பினான். அவன் கவனம் காலண்டரில் சென்றது. மாதத்தின் கடைசி நாளாக அது இருந்தது. அடுத்த ஏழாம் நாள் சனிக்கிழமையாக இருந்தது. கிழமையின் பெயருக்கு ஏற்றாற்போலத்தான் காரியம் நடக்கிறது. சனிக்கிழமை இறந்தால், நண்பர்களும், உறவினர்களும் மகிழ்ச்சியடைவார்கள். அடுத்த நாள் ஞாயிற்றுக் கிழமை ஆகையால், விடுமுறை எடுக்க வேண்டிய அவசியம் இல்லை அவர்களுக்கு. அம்மா ஊருக்குப் போயிருக்கும். சுமதிக்கு விஷயம் எப்படித் தெரியும்? இரண்டு நாளாகச் சாத்தப்பட்ட வீட்டுக் கதவைப் பார்த்து பக்கத்து வீட்டுக்காரர் காவல்துறைக்குத் தகவல் கொடுக்கிறார். காவலர்கள் வந்து கதவை உடைக்கிறார்கள். டாக்டர் வருவிக்கப்படுகிறார். அவர் நாடியைப் பார்த்து இறந்து இரண்டு நாட்கள் ஆகிவிட்டது என்று ரிப்போர்ட் தருகிறார். அப்படியானால் அது திங்கட்கிழமை என்று ஆகிறது. ஆபீஸ் நண்பர்கள் மலர் வளையம் வைத்து விட்டு எஞ்சி இருக்கும் நாளைக்கொண்டாடலாம் என்று சினிமாவுக்கோ, கொடுக்கப்படாத நூலகப் புத்தகங்களைத் திருப்பித் தரவோ செல்லலாம். அழுக்கைத் துவைக்கப் போடுவார்கள். நிம்மதியாக ஆசுவாசமாகப் பேப்பர் மேய்ந்து, முடிவினைஞர் அழைக்கும்போது எழுந்து சென்று முடி வெட்டிக் கொள்வார்கள். சிலர், சும்மா தெருவில் சுற்றிப் பராக்குப் பார்த்தபடி சந்தோஷமாக அந்தக் கணங்களை அனுபவிப்பார்கள்.

சுமதிக்குத் தாமதமாகவே செய்தி போகும். பத்திரிகை, தொலைக்காட்சி எதுவும் அவன் மரணத்தைச் செய்தியாக வெளியிடாது என்பது நிச்சயம். "என்னை நட்டாற்றில் விட்டுவிட்டுச் சென்று விட்டீர்களா" என்று அவள் அழுவாளாக இருக்கும். ஆறு என்பது வழி. நட்டாறு என்றால் நடுவழி. வழியின் இறுதி என்பதுதான் எது? அவனே, வழியின் பாதியில் வந்து இணைந்தவன்தானே?"

அவன் நண்பர் ஒருவர் மறைந்தபோது, அவர் மனைவி "என்னை இப்படி நடுத்தெருவில் நிறுத்திட்டுப் போயிட்டீங்களே என்று அழுதாள். பெரும்பாலான பெண்கள் இப்படித்தான் அழுவார்கள் போலும். நடுத்தெருவும் நட்டாறும் பெரும்பாலும் பொருளாதார அர்த்தம்கொண்ட வார்த்தைகள் சௌகர்யமாக வாழ்வதற்கான பணம் சேர்த்துக் கொடுத்துவிட்டுச் செத்துப் போனால் என்ன சொல்லி அழுவார்கள்? மூர்த்தி, ஒரு கோடிப் பணத்தை பாங்கில் போட்டு வைத்துவிட்டுச் செத்துப் போனால், சுமதி நீங்கள் இல்லாமல் அந்தப் பணம் எனக்கெதுக்கு என்று அழுவாளாக இருக்குமோ? ஆனால், தான் இருந்து சுமதி இறந்தால் மூர்த்தி என்ன சொல்லி அழுவான். நட்டாறு, நடுத்தெரு கட்டாயம் இல்லை. வேறு என்ன? வேறு என்னவாக இருக்கும். எதுவானாலும் வாழ்க்கை பற்றிய பயம் இருக்காது. துயரம் இருக்கும். ஆண்கள் செத்தாலும் பெண் மக்களே அதிகம் துயரப்படுபவர்கள்.

வெளியில் இருந்து யாரோ அழைப்பு மணியை ஒலித்தார்கள். அவன் ஒரு கணம் திகைத்தான். அழைப்பு இப்போதே வந்து விட்டதோ என்ன, இருக்காது, விதி, சத்தியத்துக்கு இசைவது. சௌகரியத்துக்கு நடவாதது. அவன் போய்க் கதவை திறந்தான். வேலைக்காரப் பெண்மணி மல்லிகா. அந்த அம்மாள், பின்பக்கம் சென்று விளக்குமாறு எடுத்துக்கொண்டு வந்து கூட்டத் தொடங்கினாள்.

"அம்மா என்னைக்கய்யா வராங்க?"

"லீவ் முடிஞ்சு வர்றதா சொன்னாங்க. இன்னும் பத்து நாள் ஆகும்."

மல்லிகா நேற்று வராதது ஞாபகத்துக்கு வந்தது.

"எங்கே நீ, நேத்திக்கு வரல்லை."

"எங்க சின்ன மாமனார் செத்துப் போச்சுங்கய்யா. நல்லாதான் இருந்தாரு. மார் வலிக்குன்னாரு. ஏழாம் நாள் போய்ச் சேர்ந்துட்டார்."

"இதுவும் ஏழாம் நாள்தானா?"

"ஆமா, சொல்லிவச்சா மாதிரி ஏழாம் நாள்தான். அவன் முடிவு பண்ணிவிட்டானா? ஏழு கடல் தாண்டி ஏழாவது கடல் நடுவில் இருக்கிற குகைக்குள்ளாற இருக்கிற வண்டுகிட்டே, உயிரைக்கொண்டு வச்சி மறைச்சாலும், கண்டுகிடுவான்."

"யார்?"

"அவன்தான், யமன் தருமராசா! எருமை மேல வர்ற அருமை ராசா"

மல்லிகா அம்மாள், இந்த அளவு இது மாதிரி சமாசாரத்துக்குச் சிரிக்க வேண்டிய அவசியம் இல்லை.

"அழுக்கை எடுத்துப் போடுங்களேன். துவைச்சுக் கொடுத்திட்டுப் போயிடறேன்."

அவன் குளிக்கப் போனான். அழுக்கைப் போட்டான். மல்லிகா துவையலுக்காகக் குளியல் அறைக்குள் புகுந்தாள். அவன் புதிய பேன்ட்டையும் சட்டையும் அணிந்துகொண்டான். வயிறு பசிக்கத்தான் செய்தது. வயிற்றுக்கு 'ஏழு' தெரியாது போலும். மல்லிகாவிடமும் வீட்டுச் சாவி இருந்தது. காத்திருக்க வேண்டிய அவசியம் இல்லை. அவன் உணவுண்ண லட்சுமி விலாசத்துக்குப் புறப்பட்டான்.

இரண்டாம் வகுப்புக்குப் போகப் போகும் குழந்தை தாம் இல்லாததை எப்படி எடுத்துக் கொள்வான்? குழந்தைக்கு நிகழ்காலம் தவிர்த்து வேறு என்ன தெரியும்? செல்வதும் சென்றதும் பதியாத பருவம்.

சாப்பிட்டுத் திரும்பி வரும்போதே களைப்பு காரணமாகவோ சோர்வு காரணமாகவோ அவனுக்கு உறக்கம் வந்தது. கைலி உடுத்திக்கொண்டு படுத்தான். உடனடியாக உறங்கிப் போனான். எழுந்தபோது மணி மாலை ஐந்தை நெருங்கிக்கொண்டிருந்தது. சுவர்க் கடிகாரத்தையும், அறைக்குள் பரவி இருந்த இருட்டையும் கண்டு இன்னும் விடியவில்லை என்றே நினைத்துக்கொண்டான். புரண்டு படுக்கையில் அவன் நினைவு திரும்பியது. எழுந்து உட்கார்ந்தான்.

காலம் குழம்பிக்கொண்டு வருகிறது.

இரண்டாம் நாள் காலை வழக்கம்போலக் காப்பி சாப்பிடப் போனான். நாயக்கர், இன்னா உம்பு கிடம்பு சரியில்லையா என்றார். ஏன் நன்றாகத்தானே இருக்கிறேன் என்றான் மூர்த்தி.

"முகம் என்னவோ போல் இருக்கிறதே."

"அப்படியா?"

ஏதோ சொல்லி வைத்த விஷயங்கள் ஒன்றன்பின் ஒன்றாகக் கிரமப்படி நடப்பதாகவே தோன்றியது. கிரமம் என்ற சொல் தோன்றியவுடன் கிரகம் என்ற சொல்லும் உடன் தோன்றியது. அவன் அன்று மதியம் அவனுக்குத் தெரிந்த ஜோசியரைப் பார்க்கச் சென்றான். ஜோசியர், வெற்றிலை மென்றுகொண்டிருந்தார். ஒரு நல்ல சாப்பாட்டுக்குப் பிறகு உண்ணப்படும் வெற்றிலை அது என்று அவர் முகம் சொல்லியது. அவன் தாத்தா எழுதி வைத்திருந்த ஜாகத்தைத் தந்து பார்க்கச் சொன்னான். அவர், ஒரு பேப்பர் பேடை எடுத்து வைத்துக்கொண்டு கணக்குப் போடத் தொடங்கினார். எண்கள் அதில் ஏழும் இருக்கும்தான். அவன் படபடத்த மனசுடன் அமர்ந்திருந்தான். திடுமென ஜோசியரின் முகம் இருண்டதாக இவனுக்குத் தோன்றியது. அவர் அவசரமாக எழுந்து அறைக்குள் சென்றார். சற்று நேரத்தில் ஓர் ஓலைச்சுவடிக் கொத்துடன் திரும்பினார். அதை அவிழ்த்து சிலவற்றைப் படித்துப் பிறகு ஒன்றைத் தேர்ந்து எடுத்தார். கண்ணுக்கு அருகில் வைத்துக்கொண்டு படிக்கத் தொடங்கினார்.

"வாழ்வான வாழ்விதிலே வந்த சோகம்
வரக்கூடா இடியைப்போல் வந்ததப்பா
தாழ்வான இடம் நோக்கித் தண்ணீர் பாயும்
தடம்மாறி விதிக் கால்கள் நடப்பதில்லை
பாழ்வெளியில் படுத்திருக்கும் பரமன் சொற்கள்

பலித்திடுமே, ஏழாம்நாள் தெரியும் சேதி.
சூழ்ந்திடுவாய் சிவன் நாமம், காலகண்டன்
சூழ்ச்சிக்குத் தப்பிப்பாய் சிவாயமென்றே...''

படித்து முடித்து விட்டு எல்லை இல்லாச் சோகத்துடன் அவன் முகத்தை ஏறிட்டார்.

“சுவடி என்ன சொல்லுது ஜோசியரே?”

“என்னத்தைச் சொல்றது?” என்றபடி, வீட்டுக்கூரையைப் பார்த்தார். வீட்டுக்கூரை, வீட்டுக் கூரையைப்போலத்தான் இருந்தது. அங்கிருந்து, ஜோசியருக்கு ஞானம் இறங்கிவரும் போலும். புருவம் உயர, முகம் மோனத்தில் லயித்து ஞான லகரியில் தோய்ந்தாற்போல விகசித்தது. அருள் வந்தாற்போலவும் வெகு தூரத்தில் இருப்பவனைப் பார்ப்பதுபோலவும் அவனைப் பார்த்தார். அவர் இதழ்களிலிருந்து மெல்லிய வார்த்தைகள் தழுவியபடி வந்தன.

“அன்று எழுதியதை எவனால் அழிக்க முடியும். அவனாலும் இவனாலும் முடியாது. சிவனால் முடியும். வாரம் என்கிற ஏழு நாட்கள் சூரியனில் தொடங்கி சனியில் முடிகிறது”

அவன் அவரை வெட்டிக்கொண்டு கேட்டான்.

“சனியில் கட்டாயம் முடியத்தான் வேண்டுமா?”

ஜோசியர் பொன்மயமான புன்முறுவல் பூத்தார்.

“விதி அதுதானே. அவன் எழுதிய ஓலைகள், மலை மலையாக எமனின் முன் கொட்டிக் கிடக்கின்றன. அவன் ஒரு கொத்து ஓலைகள் எடுக்கிறான். கிழிய வேண்டிய ஓலைகளே அவன் கைக்குத் தட்டுப்படுமாம். அதுதான் அவன் பெற்ற வரம். முதலில் கிழிய வேண்டிய ஓலை எதுவோ அது முதலில் வரும். வரும் வரிசையில் அல்ல. நாம் போகும் வரிசை. சருகுகள் முதலில் உதிர்தல் என்பது நம் கணக்கு. அவனுக்குச் சருகும் தளிரும் ஒன்றுதான். நீங்கள் ஒன்றும் கவலைப்பட ஏதும் இல்லை. லேசான துன்பம் வரும். யாருக்குத்தான் வரவில்லை. மலைபோல் வருவது பனிப்போல் அகலாதா?”

எனக்கொன்னும் பயமில்லை என்றான் இவன். தொடர்ந்து கேட்டான்.

“விதியை மதியால் வெல்ல முடியுமாமே, சொல்கிறார்கள்”

“அப்படித்தான் சித்தர்கள் சொன்னார்கள். வள்ளுவரும் சொன்னார். விஷயம் என்னவென்றால் மதிகூட விதிவழிதான் நடக்கும் என்பதுதான் பிரச்சனை. கேடு வரும் பின்னே, மதி கெட்டு வரும் முன்னே என்கிறதும் உண்மைதானே? ஆனாலும், மதி என்கிறது சிந்தனை தற்காப்பு, அது ஒரு சின்னக் குடை மாதிரி, பெருமழைக்கும் பெரும்புயலுக்கும் முன்னால், சின்னக் குடை தாங்குமா? ஆனால் மழைன்னா, குடை வேண்டித்தானே இருக்கு. மதி, தடுத்திடும்னு தோணலை. ஆனாலும் விலக்கி வைக்கும் உங்களுக்கு லேசான— லேசாத்தான் ஏதோ ஓர் அசுவாரஸ்யம் நடக்கப் போறது.”

“அதைத் தடுத்திடலாம்னு நம்புங்களேன். சனீஸ்வர பகவானைச் சுத்துங்களேன். சனிப்பார்வை தனிப்பார்வை அல்லவா?”

சனிக்கிழமை என்று முடிவு பண்ணிவிட்டுச் சனியிடமே போகச் சொல்கிறாரே இவர்?

மறுநாள் காலை காப்பி சாப்பிடப் போன இடத்தில் நாயக்கர் 'என்ன உடம்பு சரியில்லையா? முகம் பேயறைந்ததுபோல இருக்கிறதே' என்று கேட்டார். காப்பி கிளப்பில் மாட்டி இருந்த கண்ணாடி வழியாகத் தன்னைப் பார்த்தான். கொஞ்சம் வித்தியாசமாகத்தான் இருந்தது. பேய்கள் அறைந்தால் எப்படி இருக்கும் என்பதுக்கு முன் சான்றுகள் இல்லை. பேய்கள் என்பன யார் என்ற கேள்வி அவனுக்கு எழுந்தது.

பேய்கள், எமனின் கணங்களில் ஒன்றாக இருக்கக்கூடும். இருந்தால், இது மரணத்தின் முன் அறிவிப்பாக இருக்குமோ, முதலில் பேய் அறைவது, அப்புறம் எமன் வருவது என்பது அந்த உலகத்து ஏற்பாடாக இருக்குமோ?

அவன் சிகரட்டை வாங்கிக்கொண்டு அறைக்குத் திரும்பினான். வரும் வழியில், தேசிய வங்கி ஒன்றில் பணியாற்றும் சடகோபாச்சார் எதிர்ப்பட்டார். மனுஷ்யர் ஒரு வகையான மனப்பிராந்துகொண்டவர் என்பதை ஊர் அறியும். கவனிக்காதவன்போல இவன் நடந்தான். அவரோ இவன் முன் வந்து மறித்தார். தெருவின் குறுக்காக திடுமென வளர்ந்த ஒரு மலைபோல அவர் நின்றார்.

"என்ன ஓய்... எங்கேந்து வர்றீர்?"

"காப்பி சாப்பிட்டு வர்றேன்."

"விடிஞ்சா பொழுது போனா காப்பி, உமக்கு வேற வேலை ஏது?"

"என்ன வேலை நான் செய்யாமல் தட்டுக் கெட்டுப் போச்சு?"

"என்னவா? ராத்திரி பூராவும் தெரு மூலை சொறி நாய், ஊளைவிட்டுண்டு இருந்துச்சே, கவனிச்சீரா?"

"நாய், பேய் கத்தறதையெல்லாம் நான் என்னத்துக்குக் கேட்கணும்?"

"என்னத்துக்குக் கேட்கணுமா? ஓய்...! ஒரு பழி விழப்போறதுங்காணும். ஒரு சாவு விழப் போறது. இந்தத் தெருவில"

"சாவா?"

"ஆமா சாவுதான். யாரோ இருக்கும்னு நான் தலையைப் பிச்சுண்டு அலையறேன். நீர் 'ஹாயா' காப்பி குடிக்கிறேள். சிகரட் பிடிக்கிறேள்."

"யாரா இருக்கும்?"

"வேற யார் ஆடிட்டர் ரங்கநாதன் தோப்பனார்தான். தோ அதோன்னு இழுத்துப் பறிச்சுண்டு கிடக்கிறதே. ரெண்டு வருஷமா கிழம்."

எதிரில் நின்ற கிழம் எப்போது போகும் என்று இவன் நினைத்துக்கொண்டான். நினைப்பதையெல்லாம் பேச முடிகிறதா?

"அதை எப்படிச் சொல்ல முடியும்? நல்லா கொழுக் மொழுக்குன்னு உங்களை மாதிரி வள்ளிக்கிழங்கு கணக்காக இருக்கிறவர்கள், ஐயோ நெஞ்சை வலிக்கிறதேன்னு சொல்லிக்கிட்டு உட்கார்ந்து அந்த கணமே சாகிறது இல்லையா, ஏன் உம்ம பிரண்ட் தணிகாசலமே அப்படிப் போய்ச் சேர்ந்தவர்தானே?"

“என்ன சொல்ல வர்றேள்?”

“கிழம்தான் சாகணும்னு விதி இல்லை. இளைஞர், குழந்தைகள்கூடத்தான் சாகிறது. சருகுதான் உதிர்றதா? அரும்புகள்கூடத்தான்”

“தத்துவார்த்தமா பேசறேள். வரிசையா வந்தவர்கள் வரிசையா போறது இல்லைன்னு அன்னைக்கு கீழக்குடி சாமி பிரவசனத்துல சொன்னார்தானே!”

தனக்கு எதிராகத்தான் பேசிக்கொண்டிருக்கிறோமோ என்று ஒரு கணம் மூர்த்திக்குத் தோன்றியது.

பொதுவாக மரணம், என்னைப்போல திடகாத்திரமான வயதுக்காரனுக்கு வர்றது இல்லை.

ஆச்சார், வேஷ்டியை மடித்துக் கட்டிக்கொண்டு சொன்னார்.

“ஏழு கடல்தாண்டி, ஏழாவது கடலுக்கு மத்தியிலே இருக்கிற குகையிலே இருக்கிற ஏழு பச்சைக் கிளிகள்லே ஏழாவது கிளியோட ஏழாவது இறக்கையிலே நீர் போய்ப் பதுங்கி இருந்தாலும், மன்னிக்கணும் உம்மை எதுக்குச் சொல்லணும். ஒரு அசுரன் போய்ப் பதுங்கி இருந்தாலும் வலை போட்டுக்கொண்டு போயிட மாட்டானா?”

“யார்?”

“வேற யார் எமக் கிங்கரர்கள்தான்”

“என்ன அவசரம் கொள்ளை போறது. பக்கத்துத் தெருவில் ஏழாம் நம்பர் வீட்டுல கொஞ்சம் வேலை. வரட்டுமா.?”

“ஏழா?”

“ஆமாம். முந்தின வீடு நம்ம மச்சினி வீடு. அது ஆறு. அப்போ இது ஏழாத்தானே இருக்க முடியும்.”

அலுவலகம் சென்று விடுமுறையை இன்னும் நாலு நாளைக்கு நீட்டினான்.

“என்னத்துக்கு நாலு நாள். சனியோடு முடியறதே. ஞாயிறு எப்போதுமே விடுமுறைதானே? என்னத்துக்கு அனாவசியமா ஞாயிறு?”

“சனியோடு என்ன முடியறது?”

கண்ணாடியின் வழியாக இவனைக் கூர்ந்து பார்த்தார் அலுவலர்.

“சனியோடு வாரம் முடியறது. ஒருவாரப் பாடு முடியறது. வேற என்ன? அது சரி, ஏன் என்னமோ மாதிரி இருக்கிற?”

“என்ன மாதிரி.?”

“ஆறு மாசம் படுக்கையில கிடந்தவன் ஏந்து உட்கார்ந்த மாதிரி”

“அப்படியா இருக்கேன்?”

“உடம்பு கிடம்பு சரியில்லையோ?”

அவன் அன்று மாலை சனீஸ்வரனைச் சுற்றக் கிளம்பினான். சனியை எத்தனை முறை சுற்றினால் நல்லது என்று அங்கிருந்த குருக்களிடம் கேட்டான்.

“சனி பகவானைச் சுத்தறதுக்கு என்ன கணக்கு வேண்டி இருக்கு. மனசு போதுங்கிறவரைக்கும் சுத்துமேன்” என்றார் அவர்.

குருக்கள் நாவல் நிறத்தில் இருந்தார். மார்பில் தொங்கிய ருத்ராட்சம் தங்கம் போர்த்துத் தகதகத்தது. சனி பகவானுக்கென்று தனியாகச் சிறு மாடம். மாலை சார்த்தி இருந்தது. அவரை என்ன சொல்லி வேண்டுவது என்று அவனுக்கு விளங்கவில்லை. பக்தனுக்கு என்ன வேண்டும் என்பதைப் பகவான் அறிவார் என்று எங்கோ படித்ததை நினைவுப்படுத்திக்கொண்டான். கணக்கு வைத்துக்கொள்ளாமல் வெறுமனே சுற்றி வந்தான்.

கோயிலை விட்டு வெளியே வந்தவனுக்கு, அந்தப் பக்கம்தான் ஞானவேலு இருப்பது நினைவுக்கு வந்தது. மனைவி வழியில் தூரத்துச் சொந்தக்காரன். ஒரு கலகக்காரன் என்பதாக அவனை இவன் நினைத்திருந்தான். தீபாவளிக் கோடியில் சாஸ்திரத்துக்காக மஞ்சள் தடவினாள் அம்மா என்பதுக்காகச் சட்டையைக் கிழித்துப் போட்டான் ஞானவேலு. அவன் அம்மா வந்து மூர்த்தியின் மனைவியிடம் சொன்னதைக் கேட்டபோது அவன் மேல இவனுக்கு மதிப்பு ஏற்பட்டது. சினிமாவில் யாரிடமோ துணை இயக்குநராக இருப்பதாகக் கடைசி முறை சந்தித்தபோது அவன் சொல்லி இருந்தான். ஓர் ஆண்டுக்குள் நாலு இயக்குநரிடம் மாறியிருந்தான். கேமராவுக்குக் கற்பூரம் காட்டும்போது “நல்லா காட்டுங்க அப்பதானே கொங்கையையும் தொடையையும் பெரிசு பெரிசா எடுத்துக் கொடுக்கும்” என்று சொல்லியிருந்தான். தன் மனநிலையில் அவன் தெம்பூட்டுவான் என்று மூர்த்தி நினைத்தான்.

ஞானவேலு வீட்டில்தான் இருந்தான். ஒற்றைக் கட்டில் அறை. கட்டிலின் மேல் சட்டை, பேன்ட் ஜட்டி, பனியன், துண்டு என்று எல்லாமும் அடைத்துக் கிடந்தன. ஒரு மின் விசிறி முனகிக்கொண்டு சுற்றிக்கொண்டிருந்தது. தீய்ந்த வாணலியின் நாற்றம் அறைக்குள் சுற்றிச் சுற்றி வந்துகொண்டிருந்தது. நெகிழ்ந்த லுங்கியைச் சேர்த்துக் கட்டியபடி மூர்த்தியை வரவேற்றான் அவன். இவன் வருகையை அவன் எதிர்பார்க்காதது, அவன் முகத்திலேயே தெரிந்தது. கோயிலுக்கு வந்தவன், அப்படியே இவனைப் பார்த்துப் போகலாம் என்று வந்ததாக இவன் சொன்னான். தற்போது, தான் யாரிடமும் “அசிஸ்டென்டாக” இல்லை என்றும்,தானே படம் பண்ணும் முயற்சியில் இருப்பதாகவும் ஞானவேலு சொன்னான். கூடவே எல்லாவற்றுக்கும் நேரமும் காலமும் கூடிவரும்போதுதானே எதுவும் சாத்தியப்படும் என்றான். அவன் முகம், எப்படியோ... அப்பாலுக்கு அப்பாலைப் பார்க்கிறவனுடைய பாவத்தில் இருந்தது.

“அப்படின்னா” என்றான் மூர்த்தி.

“சார், நம் கையில் எதுவும் இல்லை. எல்லாமும் திட்டமிட்டபடி, தவறாமல் ஓர் ஒழுங்கில் நடைபெறுகிறது. இதைத்தானே விதி என்கிறது. விதிக்கப்பட்டது விதி. புரடியூசர் என் கதையைக் கேட்டு எனக்கு சான்ஸ் கொடுக்கணும்னு விதி இருந்தா, அது நடக்கும். உங்களுக்குத் தெரியாதா, அந்தப் பாட்டு. அடுத்து முயன்றாலும் ஆகும் நாளன்றி! எடுமுத்த கருமங்கள் ஆகா! தொடுத்த! உருவத்தால் நீண்ட உயர் மரங்கள் எல்லாம்! பருவத்தால் அன்றிப் பழா வெயில் காலத்தில்தானே மாம்பழம் வரும். பிள்ளையார் சதுர்த்தி வந்தாதானே நாவல் பழம் வரும்”

மூர்த்திக்கு ஆச்சரியமாக இருந்தது. தொடர்ந்து ஞானவேலு சொன்னான்.

“வரும் 25ஆம் தேதி புரடியூசரைப் பார்க்கலாம்னு இருக்கேன். அன்னைக்கு முடிஞ்சுடும்.”

“வரச் சொல்லியிருக்காரா?”

“இல்லை. அன்னைக்குக் காரியம் நடக்கும். புரடியூசரின் பிறந்த நாள் கூட்டு எண் 7. இருபத்தைந்தைக் கூட்டினாலும் ஏழு. சந்திக்கப் போகிற நேரமும் சாயங்காலம் ஏழு. ஏழு, ரொம்ப சக்தி வாய்ந்த நேரம் சார். இசை ஏழு, மாதர்கள் ஏழு பேர், சமுத்திரம் ஏழு. நடக்காமல் இருக்குமா என்ன?”

வெள்ளிக்கிழமை மதியம் முதல் மூர்த்திக்கு லேசாக நெஞ்சு வலிப்பதுபோல இருந்தது. மாலை ஆக ஆக வலி கூடுவதுபோலவும் தோன்றியது. சாயங்காலம், அவனுக்குத் தெரிந்த ஒரு டாக்டரிடம் போனான். இருதயத்தின் நடமாட்டத்தையும், இரத்தத்தின் ஓட்டத்தையும் கணக்குப் போட்டார் டாக்டர்.

“இருதயத்துக்கு ஒன்னும் பழுது இல்லை.”

“ஆனால் படபடப்பு இருக்கிறதே, டாக்டர்”

“எதையோ ஒன்னை எதிர்பார்த்துக்கிட்டு இருக்கீங்கபோல, டென்ஷன். வேற ஒன்னும் இல்லை. ரிலாக்ஸ்”

“டாக்டர் நாளைக்கு...”

“சொல்லுங்க...?”

“நாளைக்கு நான் செத்துப் போகப் போறதா ஒரு சேதி வந்திருக்கு” டாக்டர் அவன் கண்களைத் தீர்க்கமாகப் பார்த்தார். அப்புறம் தலையை அசைத்துக்கொண்டார்.

“சேதி எப்படி வந்தது. ஈ— மெயிலா, டெலிபோனா, தந்தியா?”

“மனப்பிராந்திதான். என்னவோ நடக்கும்னு தோணுது.”

“எனக்குத் தெரிஞ்சது பிஸ்கட் பிராந்திதான். அந்தக் காலத்துல நான் அதிகம் குடிச்சது பிஸ்கட் பிராந்திதான். ரெண்டு பெக்குக்கு மேலயும், மூணாவது பெக்குக்குக் கீழேயும், குடை ராட்டினம் ஏறி இறங்கிறா மாதிரி, மேல போய்க் கீழ வரும். இப்போ பிஸ்கட் பிராந்தி வருதோ என்னமோ? மத்தபடிக்கு, மனப்பிராந்தின்னு ஒன்னும் இல்லை. வீணா மனசைப் போட்டுக் குழப்பிக்க வேணாம்.”

அவர், அவருக்கு மட்டுமே புரியும் விதமாக மருந்து எழுதிக் கொடுத்து அனுப்பி வைத்தார்.

விடிந்தது தெரியாமல் அயர்ந்து உறங்கியிருந்தான் மூர்த்தி. ஜன்னல் வழி வந்த வெளிச்சம் அறையை நிரப்பி இருந்தது. வெயில் ஒரு பலகையைப்போல, படுக்கையின் பாதி அளவுக்கு நீண்டிருந்தது. எழுந்ததும், அன்று சனிக்கிழமை என்பது நினைவுக்கு வந்தது. திடுமென மனம் அமைதிப்பட்டதுபோல அவன் உணர்ந்தான். வருவது வரட்டும் என்று வாய்விட்டுச் சொல்லிக்கொண்டான். அதே உணர்வோடு தெருக்கதவைத் திறந்துகொண்டு வாசலில் நின்றான். தெருத் திண்ணையில் புரோக்கர் ராமுடு உட்கார்ந்திருந்தார். இவனைப் பார்த்துத் தலையசைத்தார். “அம்மா வரல்லையா?” என்றார். “அடுத்த வாரம் வரலாம்” என்று இவன் சொன்னான்.

ராமுடு, ஸ்நானபானாதிகளை முடித்துத் திருநீறு துலங்கும் நெற்றியோடு திண்ணைக்கு வந்துவிட்டார். மணி இப்போது எட்டை நெருங்குகிறது என்றால் நாலு மணிக்கெல்லாம் எழுந்தால்தான், காலைச் சடங்கை முடித்து, இரண்டு பேருந்துகளைப் பிடித்து, இங்கு இத்தனை காலையில் வந்து சேர முடியும். அதற்குள்ளாகவே அவரது வாடிக்கையாளர்கள் காத்திருப்பார்கள். வாடகைக்கு வீடு வேண்டி வருபவர்களுடன் புறப்பட்டு விடுவார். ராமுடு, வாழ்க்கை இந்த எழுபது வயதிலும், அவர் முதுகில் இருந்துகொண்டு சவாரி செய்துகொண்டிருந்தது. ஆனால், இது பற்றி அவரிடம் எந்தப் புகாரும் இல்லை. ராமுடுக்கு இரு சம்சாரங்கள். காந்தி நகரில் மூத்த சம்சாரம். அது தந்த நான்கு பெண்கள். நேரு நகரில் இரண்டாவது சம்சாரம். இது தந்தது ரெண்டு பெண்களும் ரெண்டு ஆண்களும். தவிர மூத்த சம்சாரத்தோடு அவரது தொண்ணூற்று வயசுத் தந்தையும் இரண்டாம் சம்சாரத்தோடு அவரது அம்மாவும் இருந்தார்கள். அம்மாவுக்கு இரு கண்களும் மூடிப் போயின. ஒரு மனிதனைப் பேதலிக்கச் செய்யப்போதுமான பிரச்சனைகளின் நெருப்பின் சூட்டோடு அவர் இருந்தார். ஆக மொத்தப் பெண்களில் இரண்டாம் தாரத்து வழி வந்த ஒருத்தி மூளை வளர்ச்சியடையாத குழந்தை. நாயுடு அம்மா ஊரில் இல்லாததைப் பேசிக்கொண்டிருந்தார்.

"தாமதமா எழுந்திருச்சீங்க, போல."

"ஆமாம். ரெண்டு மணிக்கு மேலதான் உறங்க முடிஞ்சுது."

"ஓட்டல் சாப்பாடு ஒத்துக்கிறதோ?"

"அது ஒன்னும் பிரச்சனை இல்லை."

"கண்ணுக்குக் கீழே கருவளையம் மாதிரி இருக்கே. உடம்பு நல்லாத்தானே இருக்கு?"

"இருக்கு."

மூர்த்தி, இரு வளையங்களைக் கண்ணில் பொருத்திக்கொண்டாற்போல நடந்தான். வளையத்துக்குள் பயிற்சி பெற்ற நாய்கள் பாய்ந்து வெளியே வருகின்றன. நெருப்புப் பற்ற வைத்த வளையத்துக்குள் மனிதர்கள் பாய்கிறார்கள். போன மாதம் அவன் பார்த்த சர்க்கசில், ஒரு மனிதனை நிற்க வைத்து அவனைச் சுற்றிக் கத்தியை பாய்ச்சுகிறார்கள். கணந்தோறும் மரணத்தின் கையைக் குலுக்குகிறான், அந்த மனிதன். மிக உயரத்தில் கம்பியைப் பிடித்துக்கொண்டு ஆடுகிறார்கள் இளம் பெண்கள். மரணம் ஒரு நாயைப்போல அவர்களை அண்ணாந்து பார்த்துக்கொண்டிருந்தது. ஒரு மனிதன் சிங்கத்தின் வாய்க்குள் தலையை விடுகின்றான்.

காப்பி சாப்பிட்டுத் திரும்புகிறான் மூர்த்தி. ராமுடு இல்லை. தொழில் அழைத்துப் போயிருக்கிறது.

குளித்துச் சாப்பிட்டுத் திரும்புகிறான். மனம் வெறுமை அடைந்திருப்பதாய் உணர்ந்தான். உடம்பு களைத்திருந்தது. படுக்கலாம் என்று தோன்றியது. அவன், பிலத்துக்குள் பிரவேசிக்கிறான். (பிலம்—குகை) பிலம் சுழன்று சுழன்று உள்ளேபோய்க்கொண்டிருந்தது. பூமியின் அடுத்த எல்லைக்கே சென்றுகொண்டிருந்தான் அவன். அவனை ஓர் எலி வழிகாட்டிக்கொண்டிருந்தது. பிலங்களில் ஜீவராசிகள் வாழ்வது அவனுக்கு ஆச்சரியமாக இருந்தது.

தலைகீழாகத் தொங்கும் பறவைகள்கூட அங்கிருந்தன. பாம்புகள் வாலின் நுனியில் நடந்துகொண்டிருந்தன. நிசப்தத்தைக் கலைத்துக்கொண்டு லேசாகச் சத்தம் எங்கிருந்தோ வந்துகொண்டிருந்தது. மூர்த்தி அரச மரக் கிளையில் இருந்துகொண்டு ‘டைவ்’ அடிக்கிறான். முன்னரே நீருக்குள் இருந்த பையன் தலைமேல் அவன் தலைபட்டு அவன் தலை சிதறுகிறது. எங்கிருந்தோ சப்தம் வந்துகொண்டிருந்தது. அவன் அம்மா, முறத்தில் கல் புடைத்துக்கொண்டிருக்கிறாள். கல்லும் அரிசியும் கலந்த, அரசுக் கடையில் வாங்கின அரிசியாக இருக்கும். கல்லுக்கிடையில் ஒரு கல்லாக அவன் இருக்கிறான். உருண்டு உருண்டு தரையில் அவன் விழுகிறான். சப்தம் பலக்க வந்துகொண்டே இருக்கிறது. குற்றால அருவியில் அவன் குளித்துக்கொண்டிருக்கிறான். குரங்குகள் இரண்டு அவனை உற்றுப் பார்த்த வண்ணம் இருந்தன. அருவித் தண்ணீருடன் ஓர் ஆப்பிள் பழம் வந்து அவன் தலையில் விழுகிறது. ஆப்பிளா, பலாவா? அவன் தலை உடைகிறது. சப்தம் மிக அண்மையிலேயே கேட்டது.

அவனுக்கு விழிப்புத் தட்டியது. எழுந்தான். கதவு தட்டப்பட்டுக் கொண்டிருப்பதை அவன் கேட்டான். திடுமென, அன்று சனிக்கிழமை என்பது அவனுக்கு நினைவு வந்தது. பனியன் வியர்வையால் நனைந்தது.

கதவு தட்டல் சத்தம் ஒரு கொதி நிலையை அடைந்ததுபோல அவனை உறைய வைத்தது. அதுகூடத் தட்டிவிட்டுத்தான் வருமா, எழுந்து நின்றான். கால் மரத்துத் துவண்டது. சரிந்து அமர்ந்தான். சப்தம் அவனைச் சுற்றிக்கொண்டே இருந்தது. மீண்டும் எழுந்து நின்று, சுவரின் சார்பில் நடந்து போய்த் தாழைத் திறந்தான். லேசாகத் திறந்த கதவின் இடைவெளியில் ஒரு எருமை நின்றுகொண்டிருப்பதை அவனால் காண முடிந்தது. வாகனமாக வந்திருக்கிறதோ? அவன் கால்கள் துவண்டன. கதவின் மேல் பட்டுக் கீழே சரிந்தான். ராமுடு கதவைப் பலக்கத் திறந்தார். எருமையைத் தட்டி விரட்டினார். “சார்... சார்” என்று அழைத்து, தண்ணீர் எடுத்துக்கொண்டு வந்து அவன் முகத்தில் அடித்தார்.

“ஐயாவுக்கு என்ன ஆச்சு” என்றாள் ஒருத்தி. அவள் கையில் துணி மூட்டை.

“அம்மா ஊருக்குப் போகையில, அழுக்கு போட்டுட்டுப் போனாங்க. சலவை செய்த சட்டை, கால் சட்டைகளைக் கொடுத்துட்டுப் போக வந்தேன்”

மூர்த்திக்குக் கொஞ்சம் கொஞ்சமாக விழிப்பு வந்துகொண்டிருந்தது.

“எருமை” என்று முனகினான்.

“அதை விரட்டிட்டேனே” என்றார் மூர்த்தி.

2014

தலைக்கு மேலானது

என் வாழ்க்கையை உங்கள் முன் நான் விரிக்கிறேன். நான் இன்று இப்படி இருப்பதற்கான வித்தை நீங்கள் கண்டுகொள்ள முடியும், சுலபமாக.

அரிசிப் பஞ்சம் கீழ்க்கோட்டு மக்களைத் துன்புறுத்திக் கொண்டிருந்த காலம். காங்கிரஸ் அரசாங்கத்துக்கு "ஆறு அவுன்ஸ் அரிசி அரசு" என்ற பெயர் ஏற்பட்டிருந்த காலம். இந்தித் திணிப்பை எதிர்த்து இளம் தமிழர்களின் வெப்பம் கூடிக்கொண்டிருந்த காலம். அப்போதெல்லாம் டைப்ரைட்டிங், அரசு வேலைக்கான தகுதிகளில் ஒன்றாக இருந்தது. அதனால் நானும் சேர்ந்தேன். சின்னப் பாவாடையும் அதற்குத் தோதான தாவணிகளும் அணிந்த பெண்கள் விடியலிலேயே வெள்ளைத் தாள்களை ஒரு கோல் மாதிரி சுற்றிக்கொண்டு டைப் பயிற்சி அகத்துக்குப் போவதை நீங்கள் பார்த்திருக்கிறீர்களோ, என்னவோ, அந்தக் காலை வேளைகளில் பேப்பர் போடும் பையன் களும், உணவு விடுதிக்குப் பால் தருவதையே ஜீவிய நோக்கமாகக்கொண்டு பிறந்த எருமைகளும் பசுக்களும், வண்ணத்தாவணிப் பதினைந்து பிராயத்துப் பெண்களும் மற்றும் நானும் மட்டுமே தெருவை நிரப்பிக்கொண்டிருப்போம். முதல் இரண்டு நாட்கள் மிகவும் மங்களகரமாகவே பயிற்சி நடந்தது. என் இடப்பக்கத்தில் மோகனா, வலப்பக்கத்தில் அற்புதமேரி. என் முதல் பயிற்சியான எ எஸ் டி எஃப் என்கிற எழுத்துகள் மாறி மாறி ஆங்கில எழுத்துகள் இருபத்தாறில் எது ஒன்றாகவும் வந்தது. அதைவிடவும் சோகம், சகல விதமான பெருக்கல் முதலான குறிகளை எல்லாம் நான் டைப் செய்திருந்தேன்.

எங்கள் பயிற்சியாளர் பாலறாவாயர் விசித்திரமான தலையை உடையவர். முடியே இல்லாத தலையும், காது மடல்களில் அமர்ந்து வளர்ந்த முடியும்கொண்டவர். மல் துணியால் ஆன அரைக்கைச் சட்டையும், கசங்கிய

கைலியுமாகவே இருப்பார். இது என்ன...?" என்று நான் டைப் அடித்த தாளைப் பரக்கெனக் கிழித்து என்னிடம் காட்டினார். மேற்படி அந்த எ எஸ் டி எஃப் தவிர மற்ற எழுத்துகள் மிகத் தெளிவாக அடிக்கப்பட்டிருந்தன. என்னிடமிருந்து பார்வையை விலக்கி அற்புதமேரியைப் பார்த்தார். அவளோ, இந்த மண்ணுலகத்தின் மீது தானும் டைப்ரைட்டரும் அல்லாது வேறு எதுவும் இல்லை என்பதாக டைப் அடிப்பதில் மூழ்கி இருந்தாள். நடிப்பில் பத்மினியை வென்றுவிட்டாள்.

மறுநாள் முதல்கொண்டு எனக்கு 10—11 ஒதுக்கப்பட்டது. அந்த நேரம் ஆண்கள் நேரம் போலும். வெல்லக் கடை பாட்சா, சொக்கலால் பீடியைத் தவிர வேறு எதுவும் மனிதனுக்கு ஆறுதல் தராது என்ற கொள்கைப் பிடிப்பில் இருந்த மணிவாசகம் மற்றும் நான். பயிற்சி நிலையம் முழுக்க ஆண்வாடை வீசியது. தெருவைப் பார்த்த மாடி ஜன்னல் முன்னால் என் டைப்ரைட்டர். எனக்கு நேர் எதிரே, எதிர்வீட்டு மொட்டை மாடி. நான் பாடத்தில் மிக வேகமாக முன்னேறிக்கொண்டிருந்தேன். ஒரு வாரம் போயிருக்கும். திடுமென ஒரு நாள், மாடியில் ஒற்றைக் கதவைத் திறந்துகொண்டு ஒருத்தி தோன்றினாள். என் வயதுதான் இருக்கும். குளித்து வந்தவளாக இருந்தாள். தோளில் போட்டுவந்த துண்டால் தலையைத் துவட்ட லானாள். தலை துவட்டலில் ஏகப்பட்ட ஜதிகள் அல்லது நடைகள் இருப்பதை அப்போதுதான் நான் அறிந்தேன்.

நீங்கள் சிரிக்கிறீர்கள் அம்மணி. அனுபவங்கள் மனிதனுக்கு எப்படியும் எங்கிருந்தும் நேரலாம் என்பதுதான் இதன் தத்துவம். துண்டினால் முதலில் உச்சந்தலையில் அழுந்தத் தேய்த்து ஈரத்தைப் போக்கிக்கொள்வது. அப்புறம் இரண்டு பக்கவாட்டுக் கூந்தலையும் துவட்டுவது. அப்புறம் லாட வடிவில் குனிந்து, கூந்தலை முன்புறம் கறுப்பு அருவி மாதிரித் தொங்கவிட்டுச் சுருட்டிய துண்டால் அடிப்பது. (அப்படி அடிக்கும்போது கொசுக் கூட்டம் மாதிரி தண்ணீர்த் திவலைகள் பறக்கும்). பிறகு, கூந்தலை அதன் யதாஸ் தானத்தில் இருக்கும்படி செய்து, வெயிலில் சற்றே உலவி உலர்த்துவது. அப்புறம், அதை இரண்டாகப் பிரித்து, தோள்களின் இருபுறமும் விரித்துப் போட்டு உலர வைப்பது. ஏழு நாட்கள் நான் இந்த வேடிக்கையைப் பார்த்தேன். விருப்பப்பட்டுப் பார்த்தேன் என்று சொல்ல முடியாது. என் விழித் திரையில் அக் காட்சிகள் விழுந்தன. என்னைப் பொறுத்த அளவில் நான் என் கண் கதவுகளைத் திறந்து வைத்தேன். அவ்வளவுதான். காற்றில் கட்சிக் கொடிக் கருங்கூந்தல், விரிந்து பரவி என்னை, என் அச்சு எந்திரத்தைச் சுற்றிப் பொட்டல மாகக் கட்டியது என்னவோ உண்மை. என்னை எதுவோ ஸ்தம்பிக்கச் செய்தது. அந்த "எது எது? அகமா, புறமா? என் ரசாயனத்தைக் கிளறச் செய்த பௌதிகம் எது? விடை காணும் முன்பே, நான் பயிற்சிக்கூடத்தை விட்டு வெளியேற்றப்பட்டேன். இதைத்தான் நாம் அவசர உலகம் என்கிறோம் போலும்.

போகட்டும். கூந்தல் உலர்த்திய அந்த மாடி மங்கை, எப்போதோ உள்ளே போய்விட்டிருப்பாள். அவளது ஈரம் உலர்ந்து போயிருக்கும். ஆனால், கூந்தல் மட்டும் என்னைப் பின்பற்றி வந்துகொண்டிருந்தது.

நான் தமிழ் படிக்க காவிரி ஓர ஊருக்குப் போனேன். வெள்ளாற்றிலும் வெட்டாற்றிலும் காவிரி பொங்கிப் பிரவாகம் எடுத்து ஓடிக்கொண்டிருந்தது.

மனிதர்கள் மனசில் ஈரம் இருந்தது. நான் உட்காரும்படி நேர்ந்தது. ஜன்னலைத் தாண்டி வெட்டாறு ஓடியது. என் எதிரே படித்துறை. அதுவும் மதியம் பதினொரு மணி முதல் மாலை வரைக்கும் பெண்களால் எடுத்துக்கொள்ளப்படும் படித்துறை. பதினொரு மணிக்குத்தான் எனக்குப் பவணந்தியின் வருகை நேரம். பாடம் நடத்தியவர் மகத்தான அறிஞர் இலக்கணப் பேரறிஞர்: எல்லாவற்றையும்விட மகத்தானவர்களாக இருந்தவர்கள், சரியாகப் பவணந்தி வரும் நேரம் பார்த்துத்தான் குளிக்க வந்தார்கள். குளிப்பது என்பது ஒருகொண்டாட்டம். ஒரு தண்ணீர்த் திருவிழா. களிப் பூட்டிக்கொள்ள எடுக்கும் ஸ்நானசிலாக்கியம். வெட்டாற்றில், விரித்த பழுப்புக் காகிதம் போன்ற நீர் விரிப்பில், படிந்து தம் கூந்தலைப் படரவிட்டு முடி முனைகளைக் கூரிய எழுதுகோல்களாகக்கொண்டு குளிப்பவர்கள் எழுதிக் காட்டிய சொற்களே எனக்கானவையாக எனக்குத் தோன்றின. நதியின் சமப்பரப்பில் படுத்துக் கால்நீட்டி விக்ராந்தி செய்துகொண்ட கூந்தல் பலகைகள் மேல், நான் கவிதைகள் எழுதினேன் என்றால் அது கற்பனையே அல்ல; உண்மை. ஆற்றின் மேல்பரப்பில் பரவிய கூந்தல், பல்கிப் பரவிப் பார்த்து என் ஜன்னல், ஜன்னல் கம்பி வழி புகுந்து என் மேசை மேல் கவிந்து, பவணந்தி முகத்தில் மெழுகியது. பவணந்தியைக் கூந்தல்கள் தற்காலிகமாக வென்றாலும், தேர்வுகளில் பவணந்தியின் மேல்தான் வினாக்கள் கேட்டார்களே தவிர, கூந்தல்களைப் பற்றி அல்ல.

சிரிக்கிறீர்கள் அம்மணி. கூந்தல், ஒரு வால் போலும், சாட்டை போலும், கயிறு போலும் வளர்ந்து என் வாழ்க்கையைத் தொடர்ந்து வந்து என்னைச் சோதிப்பதும், தொந்தரவுக்குள்ளாவதுமாக இருந்தால், அற்ப மனிதன் என்னதான் செய்யக்கூடும்? முடிவுகளுக்கு முன், அவற்றின் அதிகாரத்துக்கு முன்னால், சாமான்யர் ஏது செய்யக் கூடும். சவரம் செய்துகொள்ளும்போது கன்னத்தை வெட்டிக் கொள்கிறவரும், பேருந்துகளில் மணிபர்சைப் பறிகொடுப்பவரும், மனைவியோடு சிரித்துப் பேசாதவரும் போன்ற ஆசாமிகளின் முன்னால் நிற்கும் ஏழைக் குமாஸ்தா நான்.

கேளுங்கள் அம்மணி. எனக்கும் நண்பர் பிச்சுமணிக்கும் சமஸ்கிருதம் கற்றுக்கொள்ள வேண்டும் என்ற விருப்பு ஏற்பட, வெண்ணாற்றங்கரையில் வீடு வைத்திருக்கும் லட்சுமணாச்சார் சுவாமிகளிடம் சிஷ்யர்களாகச் சேர்ந்தோம். அதற்குள் ராயர் கடை திறந்து விடும். இந்த ஊருக்கே உரிய டிகிரி காப்பி எங்களுக்குத் தயாராகி விடும். அசல் காப்பி என்றால் எது என்பதை அக்காலத்தில்தான் நான் அறிந்தேன். அதுவரை நான் குடித்துக்கொண்டிருந்த திரவ பதார்த்தம், காப்பி என்ற கள்ளப்பெயர்கொண்டிருந்த மாரீசச் சமாச்சாரம் என்பது தெரிந்தது. எங்கள் சுவாமி ஒரு நல்ல காப்பிப் பிரியர். அவர் சொல்லுவார், தேவாள் எல்லாம் மனிதர்களாக அவதாரங்களாக பூமியில் பிறக்க நேரும்போது, பூலோகத்தில் அமுதம் இல்லையே பிரபுவே என்று பகவான் மகாவிஷ்ணுவிடம் முறையிட, அதனால் என்ன, டிகிரி காப்பி இருக்கிறதே என்றாராம் பகவான்... சொல்லுவார் சுவாமி!

தன்னைக் கழுவிக்கொள்ளும் காலை மிக ரம்மியமாக இருக்கும். நாங்கள் சைக்கிளைக் கமுகு மரத்துக்குக் கீழே நிறுத்தி ஸ்டாண்டு போடும் அதே நேரம், சப்தம் கேட்டு வாசலுக்கு வருவாள் கோதை. சுவாமியின் குலக்கொடி.

அப்போதுதான் ஸ்நானம் செய்து, உலராத கூந்தலை விரித்து, கால்வாய்களைப் போல் பரப்பி விட்டுக்கொண்டு, பூமிக்குள் இருந்து பிளந்துகொண்டு தோன்றுவாள். பூமி என்று சொல்லக்கூடாது. அழுக்குப் பட்டாலும் படும். கடலில் இருந்து எழுந்து வருவாளாக இருக்கும். பாவாடை ஓரம் என்றும் ஈரமாகவே இருக்கும். சரிதான், கடல்தான். தினம் தினம் அவள்தான் எங்களை வரவேற்று, “அப்பா. அவாள்ளாம் வந்துட்டா” என்பாள். நாங்கள் ராம சப்தம் முடிந்து, கோதாஸ்துதிக்கு வந்து சேர்ந்திருந்தோம்.

இங்கும் கூந்தல்தான். இந்தமுறை நான் இல்லை; பிச்சுமணி. அவன் கனவில் கோதை வந்தாளாம். தலையை வாரியா? விரித்து விட்டா? என்றேன். சுத்தமாக வாரி, ஒற்றைச் சடை போட்டுத்தானாம். கூந்தலில் மல்லிகை வேறாம். அதுவும் ரெட்டை மல்லியாம். சொன்னான். அவன் கனவில் என்னத்துக்கு என்று நான் கேட்க முடியாது. யார் கனவுகளில் யார் பிரவேசிப்பது என்பது தனி நபர் சுதந்திரம். கனவு வீடுகளுக்குக் கதவுகள் இல்லை.

விஷயம் கனவோடு நிற்கவில்லை. கூந்தல் விதி குறுக்கிட்டது. பிச்சுமணி கோதைக்குக் காதல் கடிதம் எழுதுவது என்று தீர்மானித்து விட்டான். அவனே எடுத்த முடிவு. வழவழ என்று ஒரு தாளை எங்கிருந்தோ சம்பாதித்து பல வண்ண மைகளைப் பயன்படுத்தி ரஸம் (இது காதல் ரஸம். மனசுக்குள்ளே அடுப்பு வைத்துக் கூட்டிக் கொள்வது) சொட்டச் சொட்ட எழுதியிருக்கிறான். ஒருநாள் முந்தின இரவே, மறுநாள் தனக்கு வீட்டு வேலை ஏதோ இருக்கிறது, ஆகவே வகுப்புக்கு வரமாட்டேன் என்றான்.

மறுநாள் வைகறையில் கோழிகள் கண் விழிக்கும் முன்பே வெண்ணாற்றங்கரைக்கு வந்து சேர்ந்திருக்கிறான். இருள், மத்திய வயதுக்காரர்களின் தலைமுடி மாதிரி லேசாக நரைத்தபோது, கோதை ஆற்றக்கு நீராட வந்திருக்கிறாள். இந்தக் கோதை மாமன் மகள்களைச் சேர்த்துக்கொண்டு வரவில்லை. தனியாகத்தான் வந்திருக்கிறாள். படியில் அவள் இறங்கும்போது, கீழ்ப்படியில் இருந்த அவன் கடிதத்தை நீட்டியிருக்கிறான்.

“என்ன இது?”

“கடிதம்.”

“அப்பாவுக்கா?”

“இல்லை; உனக்கு.”

“எனக்கு என்னத்துக்கு?”

“படி, தெரியும்.”

“சரி” என்று அவள் படி இறங்கியிருக்கிறாள். “இங்கேயே படி” என்று அவன் சொல்லவில்லை. கோதை அதைப் படிக்கவில்லை என்பதுதான் உச்சம். எழுதப்படாத வெள்ளைத் தாளான அவள், அந்தக் கடிதத்தை எடுத்துப்போய் அப்பாவிடம், “பிச்சுமணி சார் கொடுத்தார்ப்பா” என்று கொடுத்துவிட்டிருக்கிறாள். அன்று மாலை சரவணா பவனில் டிபன் சாப்பிட்டுக்கொண்டிருக்கும்போது பிச்சுமணி இந்தக் கதையைச் சொன்னான். எனக்கு தோசை இறங்கவில்லை. “கெடுத்தியே” என்றேன்.

"முந்திக்கிட்டேன்" என்றான் அவன் சாவதானமாக. வெண்ணாற்றங்கரைப் பக்கம். அந்த ஓடு போட்ட வீட்டுப் பக்கம் அதன்பின் நான் போகவில்லை.

"**பி**ச்சுமணி கடிதம் கொடுக்கவில்லை என்றால், நீங்கள் என்ன செய்திருப்பீர்கள்?" என்று கேட்டாள் சுமதி.

"நான் கொடுத்திருப்பேன். பிச்சுமணி கடிதம் கொடுத்தது அல்ல என் பிரச்சனை; அதை நான் தரவில்லையே என்பது."

"ரொம்ப சரி, மூர்த்தி. சரி. என்னிடம் இருந்து ஏன் ஓடி ஒளிகிறீர்கள்? என் கூந்தல் தொந்தரவு செய்யும் என்பதாலா?"

மூர்த்தி அவள் கூந்தலை நேருக்கு நேராகப் பார்த்தான். அது நதி அல்ல. தலைமறைவிலிருந்து வழுக்கி விழும் முடி அருவியும் அல்ல. சௌகரியத்துக்காகவும், விருப்பப்படியும் முடியை வெட்டிக்கொண்டிருந்தாள் சுமதி.

"ஏன் கூந்தலை வெட்டியிருக்கிறாய்? நேராக விட்டுப் பின்னினால் அழகாக இருக்கும் என்று சொல்ல விரும்புகிறீர்களா?"

"பிறத்தியார் விஷயத்தில் தலையிடும் முட்டாள் அல்ல நான்!"

"மகிழ்ச்சி. இப்போதெல்லாம் பெண்கள் எந்தவகை ஆடை அணியலாம், எந்தவகை முடி வைக்கலாம், எந்த வகையில் எழுதலாம் என்று ஆண்கள்தான் பேசுகிறார்கள்."

"அந்த முட்டாள் கூட்டத்தில் நான் ஒருவன் அல்லன்." "இரட்டிப்பு மகிழ்ச்சி. அது சரி, என்னைக் கண்டு ஏன் எலி மாதிரி ஓடுகிறீர்கள்? என் கூந்தல்தான் எலி வாலாயிற்றே. நீங்கள் ரசிக்கும்படி நான் கூந்தல் அழகி இல்லையே?"

அவன் மெள்ளமாக மேசையைப் பார்த்தபடி இருந்தான். சர்வர் பஜ்ஜியை வைத்துச் சென்றார்.

"சொல்லுங்கள். என்ன தயக்கம்? அன்று கஸ்தூரி கல்யாண வரவேற்பில் உங்கள் பக்கத்தில் நான் வந்து அமர்ந்தேன். நீங்கள் ஏதோ சாக்கிட்டு எழுந்து சென்றுவிட்டீர்கள். பல சமயங்களில், உணவு இடைவேளையில், அலுவலக மீட்டிங்கில், கான்டீனில் விலகி விலகிச் சென்றுகொண்டே இருக்கிறீர்கள். கூந்தல் பிரச்சனையா?"

அவன் அமைதியாக இருந்தான்.

"எந்தக் கூந்தல் உங்களைத் துன்புறுத்தியது? அது அதன் இடத்தில் வளர்ந்து தொங்குகிறது. உங்களை அது சீண்டுவானேன்? அற்புதமேரி உங்களுக்காகவா அந்த ஒற்றை முடியை வளர்த்தாள்! ஆசையாக இருந்தால், அதை அவளிடமே கேட்டுவிட வேண்டியது தானே? அப்புறம், அந்த மாடி மங்கைக் கூந்தலுக்கும் உங்களுக்கும் என்ன தொடர்பு? வேண்டி இருந்தால் மதில் ஏறிக் குதித்து வருவதை அடைய வேண்டியதுதானே? ஏன் செய்யவில்லை? செய்யாத தால்தான் கூந்தல் உங்கள் தலைமேல் வளர்ந்து நிற்கிறது."

பிரபஞ்சன் ★ 515

மூர்த்தி தனக்கு முன் பறக்கும் ஈயைக் கவனித்துக்கொண்டிருந்தான். அப்புறம் வந்திருந்த பூரியில் கவனம்கொண்டான்.

சுமதி, அவர்கள் காப்பிக்கு வரும்போது, அவனை நோக்கிக்கையை நீட்டினாள்.

"என்ன?" என்றான் மூர்த்தி.

"கை கொடுங்கள்."

கொடுத்தான்.

"மின்சாரம் எதுவும் பாய்கிறதா?"

"இல்லை."

"இருந்தால், மின்சார உற்பத்திக்கு இத்தனை கஷ்டம் ஏன்?"

காப்பி சுமாராக இருந்தது.

"டிகிரி காப்பிபோல இல்லையே."

"ஆமாம்."

"இருக்காது. சில இடங்களில்தான் சில கிடைக்கம். எல்லா இடங்களிலும் எல்லாம் கிடைக்காது."

அவனுக்குப் புரிவதுபோல இருந்தது. "மூர்த்தி... நீங்கள் என்னைக் காதலிக்கிறீர்களா?"

புத்திசாலித்தனமாக, வாழ்க்கையில் முதல் முறையாக "இல்லை" என்று பொய் சொன்னான் மூர்த்தி.

"நானும் இல்லை. நாம் நல்ல நண்பர்களாக இருப்போம். எனக்கு உங்களைப் பிடிக்கிறது. அதனால்தான் உங்களைத் துரத்தினேன்."

அவர்கள் எழுந்து வெளியே வந்தார்கள்.

உலகம், அவனுக்கு முன்னால், ஓர் உலகத்தைக் காட்டிக் கொண்டிருந்தது.

2014

நான் எதையும் மறப்பதே இல்லை

பெரியம்மாவுக்கு அறை தயாராகிவிட்டது. தயார் செய்தவள் பத்மபிரியாவாக்கும்! கிழக்கு பார்த்த அறை. நடை மாடத்தில் பிரம்பு நாற்காலியைப் போட்டுக்கொண்டு சூரியோதயத்தை, அஸ்தமனத் தைப் பார்க்க வேண்டும் பெரியம்மாவுக்கு. கண்ணை உறுத்தும் படியாக எதுவும் இருக்கக்கூடாது. பெரியம்மா ஒலிநாடா போட்டுக் கேட்க ஒரு குட்டி டூ — இன் ஒன். எல்லாவற்றையும்விட, நடை மாடத்து நாற்காலிக்குப் பக்கத்தில் போட்டிருந்த குட்டி டீபாய் — காப்பி, பத்திரிகைகள் வைக்க வசதியாக.

அம்மா எட்டிப் பார்த்தாள். முகத்தில் திருப்தி தளும்பியது.

"என்னைவிட என் அக்காவை உனக்குத் தெரிஞ் சிருக்கு" என்றாள் அம்மா, பத்மாவைப் பார்த்து. பாராட்டு, யாருக்குத்தான் பிடிக்காது. பாராட்டு என்பது உழைப்பின் சம்பளம், கௌரவம்.

பெரியம்மா இங்கு கடைசியாக வந்தது, பத்மா ஆய்வு மாணவி யாகச் சேர்ந்தபோது. மூன்றாண்டு ஆய்வை முடித்துக்கொண்டிருந்தாள் இப்போது.

"அக்கா உதவிக்கு ஆள் வச்சிருக்கிறதா பாக்யம். அத்தை போன்ல சொல்லிச்சி. இப்போல்லாம் உடம்பு முன்னைப்போல இல்லையாம். ஆனாலும் தினம் ரெண்டு மணி நேரமாவது பள்ளிக்கூடத்துக்குப் போறதை விடலையாம். பள்ளி கமிட்டியும் அக்காவை விடாது. ஆண்டு விழா, மன்றத் தொடக்க விழா, பெற்றோர் ஆசிரியர் நட்பு விழா. அந்த கமிட்டி, இந்த கமிட்டின்னு எல்லாத்துக்கும் அக்கா வேணும். அறுபத்து ஏழு வயசுல என்னத்துக்குத் தனியா கிடந்து லோல்படனும்? வந்துடுன்னா கேட்காதே அது. பிடிவாதக்காரி."

"இல்லம்மா..." படுக்கையில் சாய்ந்துகொண்டு பத்மா சொன்னாள்.

“அர்த்தம் வேணுமில்லையா — ஜீவிக்கிறதுக்கு! பெரியம்மா வுக்குப் பள்ளிக்கூடம்தான் அர்த்தம். அந்த வேரை எடுத்துட்டா. கஷ்டம்.”

அம்மா கணக்குப் போட்டாள்.

மொத்தம் அம்பத்தோரு வருஷம். ஒரே பள்ளிக்கூடம். வாத்தியார், தலைமை ஆசிரியை, தலைவர், அரசாங்க விருது. அக்காகிட்ட படிச்சவன் அந்த நாட்டு மந்திரி...!

அம்மாவின் முகத்தில் கவலை நிழலாடியது. பத்மா கேட்டாள்:

“பெரியம்மாவைக் கல்யாணம் பண்ணிக்கச் சொல்லிக் கேக்கலையா நீ?”

“எங்கடி, கல்யாணம், காதல், சேர்ந்து வாழறதுன்னு நீ என்கிட்ட ரைட் ராயலா பேசறே. அந்தக் காலத்துல நாங்க நினைச்சுப் பார்க்க முடியுமா? அக்காவுக்கும் எனக்கும் பதினாலு வருஷம் இடைவெளி. அம்மா போன பிறகு, அம்மாவா இருந்து என்னை வளர்த்து, படிக்க வச்சுக் கல்யாணம் பண்ணிக் கொடுத்ததே அக்காதான். நீ பொறந்த பிறகுதான் அக்காகிட்ட இதைப் பத்திக் கேக்கிற தைரியமே எனக்கு வந்துச்சு. கேட்டப்போ, மேல உத்தரத்தைப் பார்த்துக்கிட்டே இருந்துச்சு. அப்புறம் சிரிச்சுச்சு. “என்னமோ தோணலைடி. வீட்டுக்கு வந்தா நீ; பள்ளிக்கூடம் போனா வகுப்புக்கு இருபது முப்பது குழந்தைகள். என்னமோ, கல்யாணம் ஆகி நூறு வருஷம் குடும்பம் நடத்திப் பிள்ளை குட்டிகளைப் பெத்த மாதிரி இருக்கு. தலைமட்டுமா நரைக்குது; மனசும்தானே! வேணாம்னு விட்டுட்டன்னுடுச்சு.”

எழுந்து உட்கார்ந்துகொண்ட பத்மா சொன்னாள்.

“நான் பத்மப்பிரியா. புலனாய்வுப் பத்திரிகை உலகத் தந்தை. சீ... தாய் நான். பெரியம்மா என்கிற வனமல்லி அம்மாவின் காதல் ரகசியத்தைக் கண்டுபிடித்துக் கட்டுரை வடிவிலோ, கதை வடிவிலோ உலகத்துக்குத் தரப்போகிறேன்.”

“ஏதாவது தத்துப்பித்துன்னு எழுதி பெரியவங்க மனசைப் புண்படுத்திடாதேடி.”

“பயப்படாதே. பெரியம்மா கதையை அவங்களே வாசிக்கிறபோது அவங்க முகத்தைப் பார்க்கணும். அது ஒரு அனுபவம்.”

வனமல்லி அம்மாள் பறந்து வந்து சேர்ந்தாள், வழக்கம்போல நாலு புடவை மற்றும் நித்திய அவசியப் பொருள்களோடு. ஒரு பெட்டி. பாஸ்போர்ட் சமாச்சாரங்களுக்காக ஒரு கைப்பை.

“சுமை இவ்வளவுதானா?” என்றாள் பத்மா.

“இந்தச் சுமையே அதிகம்” என்றாள் பெரியம்மா. இரவு சாப்பிட்டுவிட்டு, மாடி மாடத்தில் வந்து அமர்ந்தவளிடம்,

“பெரியம்மா... ஒரு காரியம் பண்ணணும்” என்றாள் பத்மா.

“என்னடா”

“ஒரு கதை. அதை வாசிக்கணும் நீங்க.”

“நீ எழுதியிருக்கியா? கொடு படிக்கிறேன். யாரோட கதை?”

“என் கதை. உங்களோட கதை. பலபேருடைய கதை.”

காகிதத்தை எடுத்துக் கொடுத்தாள். பெரியம்மா கண்ணாடியை எடுத்து அணிந்துகொண்டு வாசிக்கலானாள்.

தெய்வநாயகம் அறைக்குத் திரும்பும்போது இருட்டிவிட்டது. காலைமுழுக்கப் பெரும் அலைச்சல். வரவேற்புகள், பாராட்டு விழாக்கள், சந்திப்புகள். தாம் இருந்து பணியாற்றிய இடங்களைப் பார்க்க ஆசைப்பட்டார். அவர் ஆசை நிறைவேற்றப்பட்டது. அலுத்துப்போய் அறைக்குத் திரும்பி இருந்தார். குளித்து ஆடை மாற்றிக்கொண்டு உறவினர்கள் தரும் விருந்துக்குப் புறப்பட வேண்டும். அழைப்பு மணி ஒலித்தது. தொடர்ந்து தலையை நீட்டினான் அறைப் பையன்.

"யாரோ ஒரு அம்மா உங்களைப் பார்க்கணும்னு வந்திருக்காங்க சார்."

"வரச் சொல். இரண்டு காப்பிகொண்டு வரச் சொல்லு."

ஒரு மத்திய வயது அறைக்குள் நுழைந்தாள். வணக்கம் தெரிவித்துக்கொண்டாள். சோபாவைக் காட்டி அமரச் சொன்னார். அந்த அம்மாவே பேசத் தொடங்கினாள்.

"என் பெயர் வனமல்லி சார். என் அப்பாவுக்கு உங்களைத் தெரியும். நண்பர்னு சொன்னார்."

தெய்வநாயகம் நிமிர்ந்து உட்கார்ந்துகொண்டார். அவர் முகத்தில் புன்னகை விளங்கியது.

"அதுதான் விஷயம். அதுக்குத்தானம்மா இந்தத் தேசத்துக்கே வந்திருக்கேன். நான் பிறந்து விழுந்தது இந்த மண்மேலதான். என் இளமைப் பருவம், என் பள்ளிப் படிப்பு, அரசியல் எல்லாமே இங்கதானே. மறக்க முடியுமா? நான் எதையுமே மறக்கறதில்லை யம்மா."

"தேயிலைத் தோட்டக் குடியிருப்பிலேதானே ஐயா குடி இருந்தீங்க?"

"ரொம்ப சரி. அங்கதானே என் தாத்தா, அப்பா, அம்மா எல்லாம் கிடந்து உழன்றாங்க. நாங்க வெள்ளைக்காரன் காலத்தில் இங்க வந்த முதல் தலைமுறை அடிமைங்கம்மா. என்னோட மாமரத்துல கல் எறிஞ்சி மாங்காய் தின்னவன், இன்றைய தேதியில அயலகத்தார் அனுமதி இலாகாவில் பெரிய அதிகாரி. மத்தியானம் அவனோடதான் எனக்குப் பகல் விருந்து. மறந்துட முடியுமா? மனுஷர்களை மறக்க முடியலேம்மா."

காப்பி வந்தது. வனமல்லியை அருந்தச் சொல்லி உபசரித்தார் அவர்.

"இன்னிக்கு வானொலியில் கேட்டேன். மத்திய சிறைச் சாலைக்குப் போய் நீங்க இருந்த அறையைப் பார்த்தீங்களாமே."

அவருடைய முகம் பரவசத்தில் மின்னியது. காப்பியை ஒரே மடக்கில் குடித்துமுடித்தார். நிமிர்ந்து உட்கார்ந்தார்.

"அதுதானே விஷயம்மா... உங்களுக்கு எல்லாமே தெரிஞ் சிருக்கே. பாரிஸ்டர் காந்தி — அப்போதெல்லாம் அவருக்கு அதுதான் பேர் — ஏற்பாடு பண்ணின முதல் தர்ணாவில வேடிக்கை பார்க்கப் போனேன். என்னையும் அடிச்சு ராணுவ வண்டியிலே தூக்கிப் போட்டுப் போனான் ஆர்மிக்காரன். சின்னப் பையன்ட்டு முதுகில நாலு பெரம்படி போட்டு

அனுப்பிச்சான் போலீசுக்காரன். இப்போ வும் என் முதுகில அந்தத் தழும்பைக் காண முடியும்."

அவர் கண்கள் இப்போது உள்ளுக்குள் அவரைத் தேடித் துழாவிக்கொண்டிருந்தன. "காந்தி இந்தியாவுக்குப் போன பிறகும், போராட்டம் தொடர்ந்துச்சு. இங்கிலாந்துக்காரனும் ஃபிரஞ்சுக் காரனும் எங்கே போனாலும் மக்களைப் போராட வச்சுடுவானுங்களே. பல தடவை அரசு விருந்தாளியா அந்தச் சிறைக்குப் போக நேர்ந்துச்சு."

அவர் இன்னும் சிறைக் கம்பிகளுக்குள் தன்னை இருத்திக்கொண்டிருந்தார்.

"அப்புறம் தமிழ்நாட்டுக்குப் போனீங்க இல்லையா, ஐயா?"

"ரொம்பச் சரி. என் வாழ்க்கையே உங்களுக்குத் தெரிஞ்சிருக் கேம்மா. என் தாய்மாமன் அழைப்பை ஏத்து அங்கே போனேன். சொத்து விவகாரம். பஞ்சாயத்து. உடனே திரும்பணும்னுதான் திட்டம். ஆனால், அங்கே நடந்த இயக்கங்கள்லே பங்கெடுக்க வேண்டியதாயிடுச்சு. ம். என்ன பண்ண? மாமா பாரிச வாயுல காலமானார். அத்தை பிளேக்ல. ராதாவைக் கல்யாணம் பண்ணும்படி ஆச்சு." எதிரில் எதிரில் அவர்கள் இருந்தார்கள். மிகத் தொலைவிலும் இருந்தார்கள்.

"ஐயா"

"என்னம்மா?"

"காத்தவராயன் நினைவு இருக்கா? உங்க சங்கச் செயலாளர்."

அவர் முகத்தில் விளக்கெரிந்தது.

"நினைவு இருக்காவா? அவனை மறக்க முடியுமா? நான் எதையுமே மறக்கிறதில்லையம்மா."

வனமல்லி கைக்குட்டையால் முகத்தை அழுந்தத் துடைத்துக்கொண்டாள். அவளுக்கு நிறைய சொல்ல வேணும் என்று இருந்தது. அவள் பள்ளிப் படிப்பை, பள்ளியிலேயே முதலாகத் தேறியதைச் சொல்ல நினைத்தாள். அம்மா இல்லாத இடத்தைத் தானே எடுத்துக்கொண்டு, அப்பாவின் ஆசையை நிறைவேற்றும் பொருட்டு வேலையை ஏற்றுக்கொண்டதைச் சொல்ல நினைத்தாள். ஒரு நாள் மாலை, தெய்வநாயகம் அவர் அம்மாவோடு இனிப்பும் பூவும் வாங்கி வந்து பேசியதைச் சொல்ல நினைத்தாள். வீட்டுக்கு வெளியே மஞ்சள் பூ பூத்துச் சொரிந்ததை அவர் பாராட்டியதைச் சொல்லவும் நினைத் தாள். அவர் அம்மா, உரிமையோடு அடுக்களையில் தான் காப்பி போட்டு வருவதாகச் சொல்லிச் சென்றதை, அந்தச் சில நிமிடங்கள் வாசலில் பன்னீர்ப்பூ மரத்தின் கீழ் அவர்கள் நின்றதை, எங்கிருந்தோ ஓர் ஒற்றைக் குயில் கூவியதைக் கேட்டு அவள் சிலிர்த்துப் போய் நின்றது பற்றி அவரிடம் சொல்ல நினைத்தாள். "தோழருடன் வந்தபோது எல்லாம் எனக்கு அந்த வேலையாகப் பள்ளிக்கு வந்தேன். அப்போது நீங்கள் வகுப்பில் பாடம் நடத்திக்கொண்டிருந்தீர்கள். ஏகாக்கிர சிந்தனையோடு, உலகையே மறந்து, குண்டு போட்டால்கூடத் திரும்பிப் பார்க்க மாட்டீர்கள் எனும்படியாகப் பணியில் அந்தச் சிரத்தை, ஏகாக்கிர சிந்தனை என்னைத் திகைக்க வைத்துவிட்டது. அந்தக் கணத்தில் உங்கள் மேல்... பிரியம்... ஒரு ஈடுபாடு விழுந்து விட்டது. அதை உங்களிடம் சொல்ல வேண்டும் என்று

நினைத்தேன். அதற்கான தைரியம் இல்லை. அம்மாவோடு வந்து பேசுவது கௌரவம் என்று நினைத்தேன். நீங்கள் சம்மதித்தால், ஒரு சின்ன வேலை தமிழ்நாட்டில் இருக்கிறது; அதை முடித்துவிட்டு வந்து வரும் தையிலேயே கல்யாணத்தை வைத்துக்கொள்ளலாம். நான் பேச்சு மாறமாட்டேன். எல்லாம் உங்கள் விருப்பத்தைப் பொறுத்து" என்று அவர் சொன்னதைச் சொல்லலாமா என்று நினைத்தாள்.

அம்மாவும் பிள்ளையும் புறப்படும்போது, தையில் கல்யாணம் நிச்சயம் என்றுவிட்டுச் சென்றதைச் சொல்ல வேண்டும் என்று நினைத்தாள். அதன் பிறகு, ஐநூறு கதைகள் வந்து சென்றதையும் சொல்ல வேண்டும்போல இருந்தது.

வனமல்லி எழுந்தாள்.

"புறப்பட்டுவிட்டீர்களா? சரி. நேரம் கடந்துவிட்டது. என் மனசில் இருந்த என் ஜென்ம பூமியைப் பார்த்துவிட்ட மகிழ்ச்சியில் இருக்கிறேன். என் மனசில் வைத்திருந்த பல புதையல்களைத் தோண்டிவிட்டீர்கள். மறந்துவிட்டேனே. உங்கள் பேர் என்ன, தெரிந்துகொள்ளலாமா?"

அவள் சிரித்தாள். கைகூப்பி வணங்கிவிட்டு வெளியேறினாள்.

வனமல்லி பெரியம்மா கதையைப் படிப்பதையே பார்த்துக்கொண்டிருந்தாள் பத்மப்ரியா. வனமல்லியின் முகம் மலர்ந்ததை, சுருங்கியதை, வெளுத்ததை, கண்ணீர் பொங்கி வழிந்ததை, கைக்குட்டையால் அடிக்கடி முகத்தைத் துடைத்ததை அவள் கவனித்தாள்.

பெரியம்மா படித்து முடித்து, கதையை பத்மப்ரியாவிடம் தந்தாள். நெடுநேரம் அமைதியாக இருந்தாள். எழுந்து மாடத்தில் வந்து நின்றாள்.

"பெரியம்மா."

"என்னடா?"

"உங்களை அவர் கடைசி வரைக்கும் புரிஞ்சிக்கவே இல்லையா?"

இல்லை என்பதாகத் தலையசைத்தாள். குமுறி அழுதாள் வனமல்லி.

"இப்படி ஒரு மனுஷருக்காக உங்க வாழ்க்கையை எதிர்பார்ப் பிலேயே வீணாக்கிவிட்டீங்களே பெரியம்மா."

"அப்பா இல்லைடா. தப்பு என் மேல இல்லை. அவர் மேல்தான். அவர் சரியாக இல்லை. அதுக்காக நான் சரியா இருந்தது எப்படித் தப்பாகும்? வார்த்தை பெரிசு இல்லையா?"

பத்மப்ரியா பெரியம்மாவின் அருகில்வந்து அணைத்துக்கொண்டாள்.

"பெரியம்மா."

"என்னடா?"

"வருத்தப்படறீங்களா?"

"இப்ப இல்லடா."

2014

திண்ணன் மறைந்தான்

பொன்முகலி ஆற்றங்கரையில், அடர்ந்தும் இருண்டும் குளிர்ந்தும் விளக்குவதான உருட்பூர்க் காட்டில், ஒரு மதிய நேரத்தில், யூகி என்ற பெண்மானும், அழகு என்ற பெயர்கொண்ட அதன் கன்றும், நல்ல பசிய தாவரத்தை மனம்கொண்ட மட்டும் உண்டும், ஆற்றின் தேனுக்கு நிகரான நீரைக் குடித்தும் உண்டான மகிழ்ச்சியில், நானாவிதக் கானகச் சங்கதிகள், வியாக்கியானங்கள் பேசிக்கொண்டு களித்து இருந்துகொண்டிருந்த வேளையில், யூகியின் காது மடல், வெற்றிலைச் சுருள் போல் உயர்ந்து, காற்றில்வரும் ஆபத்தின் சங்கேதத்தை உணர்ந்தது. அதன் மேனி சிலிர்த்து ஒடுங்கியது. மனதை ஒருமுகத்தில் நிறுத்தி, வரப்போவதை அவதானித்து, தன் இரத்தத் தைத் தானே முகர்வதுபோல, ஒரு கொடிய வேட்டுவனின் வாசனை அதன் நாசியை எரித்தது.

"குழந்தாய், அழகு. ஆபத்து வருகிறது. யாரோ ஒரு வேடனின் கூர்த்த அம்பின் முனையின் இரத்தமும் சதையும் உலோகமும் கூடிய வாசனை எனக்குத் தெரிகிறது. உடனே, அந்த மாதவிப் பந்தருக்குள் போய்ப் பதுங்கிக்கொள்வோம்."

தாயும் குட்டியும் மாதவிக் கொடிக்குப் பின்புறம் போய்ப் பதுங்கி, இண்டு இடுக்கின் வழியாகப் பாதையைப் பார்த்தன. குட்டியின் மார்பு அச்சத்தில் அடிப்பதை யூகி ஸ்பர்சத்தில் உணர்ந்து, இறுக்கி அணைத்துக்கொண்டது.

ஒரு மனிதன் வெளிப்பட்டான். அவன் திண்ணன். அவனை யூகி அறிவாள். பலத்தில், பிளக்க முடியாத பாறை என்று அறியப் பட்டவன். அவன் வழியில் குறுக்கிடும் மரங்களைக்கையால் தள்ளி விட்டுப் போகிறவன். முடியவில்லையெனில், வேரோடு பிடுங்கி எறிபவன். வேட்டையில் மகா சமர்த்தன். வலை விரித்தது தெரியாமல், குறி தப்பாமல் அம்பால் துளைப்பவன். பாவி, மான், கடமை, பன்றி, எருமை என எதுவானாலும் எதிர்நின்றோ

மறைந்தோ கொல்வான். என்ன ஆள்? மான், பன்றி மாதிரி குரலெழுப்பிக் கூப்பிட்டும் கொல்வான்.

வரவரக் கானகத்தில் மனிதக் குரல் எது, விலங்கின் குரல் எது என்று பிரித்தறிய முடியாமல், மகிழ்ந்து சென்று மாட்டிக்கொண்ட விலங்குகள் எத்தனை? அவன் குதிக்கால்பட்ட இடம் பள்ளமாகும். அவனா இவன். கையில் வில் இல்லை. அம்பு இல்லை. தரையையே பார்த்தபடி, மெல்ல, ஏதோ, திடுமெனத் தட்டையாகிவிட்டவன்போல நடந்தான். என்ன அப்படித் தீவிரமாகச் சிந்திக்கிறான். தங்களுக்கு நேராக வந்தவன், நிற்பான் என்று யூகி எதிர்பார்த்தாள். மிருகங்களின் வாசனை அவன் உணர்வான். ஆறுதலாக, அவன் கையில் அம்போ, வேறு ஆயுதமோ இல்லை. பிறிதொன்றையும் கவனத்தில் கொள்ளாமல் அவன் நடந்தபடி இருந்தான்.

கொடி மறைவிலிருந்து வெளியே வந்தார்கள், இருவரும். அழகு கேட்டாள்.

"அம்மா, என்னவோ ஆபத்து என்றாயே. இவன் ஆயுத பாணியும் இல்லையே."

"வெளிப்படை ஆயுதம் இல்லாமல் இருக்கலாம் என்றாலும், மனிதர்கள் நம் விரோதிகளாகத்தானே இருக்கிறார்கள். நமக்கு ஜாக்ரதை வேணும்."

"ஆனால், இவன், தந்தையை வேட்டையாடியவன் அல்லவோ? ஏன், என்னமோ மாதிரிப் போகிறானே? அந்த வேட்டை நாள் நினைவுக்கு வருகிறது. அவன்தானே இவன்?"

"அவனேதான். வித்தியாசமாக இருக்கிறானே? நாற்றிசை மிருக ஒலிக்கும் குவியும் அவன் காது மடல்கள் மூடிக்கிடக்கின்றனவே. நம் குளம்புகளின் மணற் பதிவைத் தேடும், அவன் கண்கள் ஏன் பஞ்சடைந்து கிடக்கின்றன. என்ன நேர்ந்தது அவனுக்கு?"

"இதுவும் ஒரு தந்திரமாக இருக்குமோ? அம்மா."

"இருக்கும், கண்ணே. சரியாகச் சொன்னாய். விருத்தபூதன் என்கிற பூனை காஷாயம் பூண்ட கதைபோல இருக்கலாம்."

"அஃதென்ன கதை."

"சொல்கிறேன். அந்தக் கோமதி மர நிழலுக்குப் போவோம்... முன்னொரு காலத்தில், தட்சசீலத்தில் விருத்தபூதன் என்கிற பூனை ஒன்று தனக்குப்போதுமான உணவு கிடைக்காமல் இளைத்துப் போயிற்று. என்ன பண்ணலாம் என்று யோசிக்கையில், கங்கைக்கரைச் சாமியார்கள் பற்றிய கதையை அது கேள்விப்பட்டதன் விளைவாகக் காஷாயம் உடுத்தினால், இரை சுலபமாகக் கிடைக்கும் என்ற முடிவுக்கு வந்தது. அதன்படி காஷாயம், ருத்ராட்சம், தண்டம், கமண்டலம் எல்லாம் பூண்டு, ஒரு ஆலமரத்தின் அடியில் கண்ணை மூடி மூஷிக்கா மந்திரம் ஜெபிக்கத் தொடங்கியது."

"அஃதென்ன மூவிக்கா மந்திரம்."

"எலிகளை மனசிலும் வயிற்றிலும் வைத்து ஜபிக்கும் மாமிச மந்திரம்."

"ஓ... எலிகள் கிடைத்தனவா?"

"ஏமாறுவதற்கென்று எப்போதுமே உயிர்கள் காத்துக்கிடக் கின்றனவே. துறந்ததாகச் சொல்பவர்கள், அதீத ஆசைப்படுபவர்கள் அல்லவா? நம்பிய

எலிகள் மாட்டின. ஒரு எலி, ரொம்பப் படித்த எலி. சங்க இலக்கியம் முதல் உலக இலக்கியம் வரைக்கும் படித்ததாகச் சொல்வார்கள். அதோடு ஆறு சாஸ்திரம், பதினெட்டுப் புராணம், அறுபத்து நாலு கலைஞானம் அத்துப்படி, அதை எழினி என்று அழைப்பார்கள்."

"எழினி என்ன பண்ணிற்று?"

"சொல்றேன். ரொம்ப யோசனை பண்ணிய எழினி, ஒரு புலி யுடைய தோலைப் போர்த்திக்கொண்டு அட்டகாசமாகக் கர்ஜித்தும் சாடியும் ஓடியும் மிகக் கோபம்கொண்டவர்போல விருத்தபூதன் முன் போய் நின்றது. அகோ, விருத்தபூதனே என்ன காரியம் செய் கிறாய்? காஷாயம் பூண்டு தண்டு கமண்டலத்துடன், கள்ள சந்நியாசிக் காரியம் பண்ணுகிறாயா? உமது துறவுக்கு மயங்கிவரும் எலிகளைப் பிடித்து விழுங்குகிறாய் என்று கேள்விப்பட்டேனே, உண்மைதானா? எனக் கர்ஜனை செய்ததும் வெலவெலத்துப் போயிற்று பூனை. அந்தக் கணமே காஷாயத்தை உதறி, புலி வேஷம் போட்ட எலியின் காலில் விழுந்து ஓடியே போனது. அந்த விருத்த பூதன்போல இந்தத் திண்ணனும் பாவனை காட்டுகிறானோ என்னமோ, அறியேன். பொறுத்திருந்து பார்ப்போம்."

காட்டுக்குள் இதுவே பேச்சாகப் போயிற்று. பறவைகள், விலங்குகள் எல்லாம் யோசித்துக்கொண்டிருந்தன. பச்சைக்கிளிகள் பழம் தேடிப் போகாமலும், நெருப்புக் கோழிகள் தலையை மண் ணுக்குள் ஆழ்த்தியும், மீன்கள் நீருக்குள் நீந்தாமலும் இதையே யோசித்துக்கொண்டிருந்தன.

ஒரு நாள், மாலை மயங்குகிற நேரம். பறவைகள் சத்தம் செய்தபடி தங்கள் கூடுகளுக்குள் அடைகிற நேரம். யூகியைத் தேடிக்கொண்டு, செங்கமலம் என்கிற காட்டுப் பன்றி வந்து சேர்ந்தது. விசித்திரப் பொருளைப் பார்க்க நேர்ந்ததுபோல, அதன்முகம் விசித்திரமாகி இருந்தது.

"யூகி மானே, ஒரு விந்தையைக் கேளேன்" என்றபடி யூகியின் மரத்தடிக்கு வந்து சேர்ந்தது செங்கமலப் பன்றி.

"அஃதென்ன விந்தை" என்றது யூகி.

"இன்று சாயரட்சை, பெரிய ஆல மரத்தின் கீழே, விநோதன் என்கிற சொக்க புராணப் பிரவசனம் செய்கிறதைக் கேட்கப் போனேன். நிறைய பலகாரமும் கொடுத்தார்கள். சாப்பிட்டு நல்ல தண்ணீராகக் குடிக்கலாமே என்ற எண்ணத்தில், மலையடிவாரச் சுனைக்குப் போனேனா?"

"போனாய். அப்புறம்?"

"தண்ணீர் குடித்து நிமிர்ந்து திரும்பினேனா? அங்கே, குன்றின் மேல், திண்ணன் உட்கார்ந்து, மறையும் சூரியனையே பார்த்துக்கொண்டிருக்கிறான். என் கண்களும் அவன் கண்களும் சந்தித்து விட்டன. என் உயிரே ஆடிவிட்டது யூகியம்மா. செத்தேன்" என்றே நினைத்துவிட்டேன். என் தாயைக் கொன்ற பாவி அவனல்லவா? என்னையும் கொல்லத்தான் வந்திருக்கிறான் என்ற எண்ணத்தோடு, அச்சமே உடம்பாக, நகர முடியாமல் ஸ்தம்பித்துப் போய் நின்று விட்டேன். நின்றது நின்றபடியே இருந்தேன். மரணத்தின் கடைசிப் படியில் நின்றாற் போல் நின்றேன். என்ன ஆச்சரியம். என்னைப் பொருட்டாகவே கருதாமல், அந்த மறையும் சூரியனையே பார்த்துக்கொண்டிருந்தான் அவன்.

நகரும் சக்தியைத் திரட்டிக்கொண்டு நகர்ந்து, பிறகு நடந்து, பிறகு ஓடி வந்தேன். திண்ணன் ஏன் இப்படி இருக்கிறான்?"

"அதுதான் எனக்கும் புரியவில்லை, செங்கமலம். திடீரென இந்த மனிதனுக்கு என்ன நேர்ந்தது? ஏன் இப்படி ஆகிப்போனான். வேட்டையாடுவது, தின்பது, கூத்தாடுவது, குடிப்பது, சல்லாபம் செய்வது என்று இருந்தவன் ஏன் இப்படி ஆகிப்போனான். மிருகங்களை, பறவைகளைக் கொன்று தின்பவன் இப்படியும் சூரியனை முறைத்துப் பார்த்துக்கொண்டு இருப்பானேன். எனக்குக் கவலையாய் இருக்கிறதே."

"எனக்கும் அஃதே. எதற்கும் மற்றவர்களோடு கலந்து பேசுவோம், பெரிய கழுத்தும் பெரும் படிப்பாளியுமான சாந்திநாதர் என்று அழைக்கப்படுகிற ஒட்டைச்சிவிங்கியாரிடம் சென்றுபேசுவோம் நாளைக்கு வாருமே."

"சரி"

"ராப்போஜனம் புசிக்கிறது, நம் வீட்டில்."

"இருக்கட்டும். மாலை உண்டது, இரவு தாங்கும். அதோடு பயத் தையும் சேர்த்து உண்டதால், செரிமானம் இல்லாததுபோல் இருக்கிறது."

"பொதினிக் கீரையும் பூண்டுக் கீரையும் காலை பகல் இரவு மேயுங்கள். சரியாகப் போகும்."

மறுநாள், கிளி முதலான பறவை வர்க்கமும் விலங்குகள் பலவும் சாந்திநாதரிடம் சென்று சேர்ந்தன. சாந்திநாதர் தன் மூக்குக் கண்ணாடி வழியாக வந்திருக்கும் ஆரண்யவாசிகளைப் பார்த்தது. படித்துக்கொண்டிருந்த புத்தகத்தைக் கிளையில் வைத்தது.

"வாருங்கள். எல்லோரும் உக்காருங்கள். எல்லோரும் ஒன்றுகூடி வந்திருக்கிறதைப் பார்த்தால் பெரிய விசேஷம் ஏதேனும் இருக்கும்போலத் தோன்றுகிறதே" என்றபடி நீண்ட தன் கழுத்தைச் சுருக்கி, ஒவ்வொன்றாகப் பார்த்தது.

யூகிதான் முதலில் விஷயத்தைச் சொல்லியது. அதன் பிறகு காட்டுப் பன்றி பேசத் தொடங்கிற்று. அதன் பிறகு மகுடேசன் என்கிற மலைப்பாம்பு சீறிக்கொண்டு பேசத் தொடங்கியது.

"சுவாமி... தாங்கள் திரிகாலமும் அறிந்த விவேகி. தாங்கள் அறியாததா? நம் இனங்களை வேட்டையாடுவதையே தொழிலாகக்கொண்டு ஜீவித்த மகா நெஞ்சழுத்தக்காரன், சட்டென்று வதை செய்வதை விட்டுவிட்டு சதா பைத்தியம் பிடித்தவன்போலச் சுற்று கிறானே, ஏன் அப்படி? அதோடு, பகைவன், எந்த விதமான யோசனை வைத்திருக்கிறானோ, நம் எல்லோரையம் ஒரே நாளில் கொல்லும் சூத்திரம் எதையாவது கண்டுபிடிக்கிறானா என்பதை அறிந்தால் அல்லவா, நாம் நிர்ப்பயமாக இருக்கலாம்" என்றது.

மந்தாரகன் என்ற பெயர்கொண்ட மயில் ஒன்று, முன்னால் வந்து அகவியது.

"ஐயா... இரவு பகல் எல்லோர்க்கும் இதுவே பெரும் கவலையாக இருக்கிறது. கொன்றுகொண்டே இருந்தவன், கொல்லாமல் ஏன் இருக்க வேண்டும்.

எந்தப் பக்கத்திலிருந்து அம்பு வரும் என்று எதிர் பார்த்துக்கொண்டு வாழ்ந்த வாழ்க்கை சுவாரஸ்யம் இல்லாமல் போகிறது பற்றித்தான் கவலையாக இருக்கிறது.”

“மந்தாரகன் விஷயத்தைச் சரியாகச் சொல்லிவிட்டது” என்று சொன்னது எழிலன் என்கிற கரடி. எழிலியும் அதை ஆமோதித்தது. ஆமை ஒன்று, தொண்டையைக் கனைத்துக்கொண்டு பேசத் தொடங்கியது.

“பரசுராமர், கர்ணனிடம் சொல்லியதைக் குளத்தில் இருந்தபடி கேட்டேன். கர்ணா, உனக்கு எதற்கு, யாரிடமும் இல்லாத அஸ்திரம்? அதனால் நீ என்ன செய்யப்போகிறாய்?” என்றதற்குக் கர்ணன், கை கட்டிக்கொண்டு ரொம்பப் பணிவுடன் சொன்னது என்னவென்றால், “சுவாமி, மகா கீர்த்தி பொருந்திய அந்த அஸ்திரம் எதற்கு என்றால், மகா கீர்த்தி பொருந்திய மரணத்தைச் சந்திக்க வேண்டும் என்பதற்குத்தான்.” கட்டிய வஸ்திரத்தைத் துவைத்துக்கொண்டிருந்த பரசுராமர், சிரித்தபடி கேட்டார், “என்னப்பா, மரணம் அடைவதற்குத்தான் இத்தனை பிரயாசையா?” என்றதுக்குக் கர்ணன், சொன்னது, “ஆமாம், எத்தனை முன்னோர்கள், மகான்கள், தபஸ்விகள், ரிஷிகள் எல்லாம் எங்கே? அவர்கள் போன உலகத்துக்கு நானும் போவேன் என்பதை நாம் அறிய வேண்டாமா? தினம் மனிதர் சாவதும், தினம் மனிதர் பிறப்பதுமாக இருக்கிறதுதான் உலகின் யதார்த்தம் அல்லவா?” என்று சொன்னதும் பெரியவர், நன்றாகச் சொன்னதாகச் சொன்னார். “மரணம் எத்தனை மகத்தானது?”

“என்ன, மரணம் மகத்தானதா?” என்று மிரண்டது அப்போது வந்து சேர்ந்த யானை ஒன்று.

“அதில் என்ன சந்தேகம். மரணம் யாருக்குத்தான் தெரியாது. அதற்காக உண்ணாமலும் உறங்காமலும் உணவு சேர்த்து வைக்காமலுமா இருக்கிறோம். இணை சேர்ந்து பிள்ளைகள் பெற்றுக் கொள்ளாமலா இருக்கிறோம். எல்லாம் என்னத்துக்காக. மரியாதையுடன் கூடிய மரணத்தைப் பெற்றுக்கொள்வதற்கல்லவா?” என்று கிளையிலிருந்து குதித்து, ஒரு மாம்பழத்தைக் கொறித்தபடி சொன்னது அங்கதன் என்ற அணிற்பிள்ளை ஒன்று.

“கீச்கீச், சரிதான் சரிதான்” என்றது பச்சைக்கிளி.

“கடந்த சில நாட்களாகத் திண்ணன், வேட்டையாடவே இல்லையே. ஏன்? நம்மை அவன் இப்படி வதைக்கலாமா” என்று கேட்டது குளத்து மீன் ஒன்று.

ஒட்டகச்சிவிங்கி வானத்தைப் பார்த்தது. சிந்திப்பது என்றால் வானத்தைப் பார்ப்பது என்று அர்த்தம். சற்று நேரம் சென்ற பிறகு அது சொன்னது.

“எல்லாம் சரிதான். திண்ணனின் வில்லின் பலத்தை நான் அறிவேன். அவனைவிடப் பெரியது அவன் வில். அவன் பாட்டன், தந்தை ஆகியோர்கூட, இத்தனை வலிய வில்லை வைத்திருக்கவில்லை.

வாத்தியாரால் கட்டை விரல் வெட்டப்பட்ட வில்லாளி ஒருவன் தந்தது இந்த வில் என்று பராபரியாகக் கேள்வி. அந்த வில்லாளியின் ஆவி, இந்த வில்லில் இருப்பதாகப் பெரியோர்கள் சொல்கிறார்கள். கோபம், ஆக்ரோஷம்,

வஞ்சம் ஆகியவை அந்த வில்லின் நாணில் முறுக்குண்டு இருக்கின்றன என்றும் பேச்சு. அத்தன்மைத்து அந்த வில்."

"ஒரு சந்தேகம்" என்றது நீலன் என்ற நீர் யானை.

"என்ன?"

"அத்தன்மைத்து என்றீர்களே. அதன் பொருள் என்ன?"

"அந்த வில்லின் குணம், தன்மை அப்படி என்று பொருள்."

"சரி"

"என்ன சொன்னேன். அத்தன்மைத்து என்றா சொன்னேன். அதனாலே, அன்பர்களே, அந்த வில்லின் கயிறு இழுபடாமல் இருக்கப் படாது. மனிதன், நம்மைப் போன்றவன்தான். அவனும் பசிக்குப் புசிக்கிறான். அதற்காக உழைக்கிறான். இணை விழைச்சுக்கு, புரிகிறது, புரியவில்லை என்று தெரிகிறது, சொல்கிறேன், ஆண் பெண் சேர்க்கை, அலைகிறான். கடைசிவரை நிம்மதியும் சுதந்திரமும் இல்லாமல் சாகிறான். பாவம். நாம் எவ்வளவோ மேலானவர்கள்."

"என்னதான் பண்ணலாம்" என்று கூட்டமாகக் குரல் ஒலித்தது.

"சொல்கிறேன். ஏன் நாம் திண்ணனையே நேராகச் சென்று பார்த்துப் பேசினால் என்ன? ஏனப்பா எங்களைக் கொல்லவில்லை, என்னதான் நேர்ந்தது உனக்கு. ஏன் எங்களுக்குள் வீணான அச்சத்தை ஏற்படுத்தி வதைக்கிறாய் என்று கேட்போம்."

"ஆகா. பிரமாதமான யோசனை" என்றது சபை.

முன் யோசனையுடன் கேது என்ற குரங்கை அனுப்பி, திண்ணன் எங்கே இருக்கிறான் என்பதையும், அவன் கையில் வில் இருக்கிறதா என்றும் பார்த்து வரும்படி ஏற்பாடு செய்தார், சாந்திநாதர் என்ற ஓட்டைச்சிவிங்கி, கேது குதித்துக்கொண்டு வந்து, திண்ணன் மலையடி வாரக் குன்றின் மேல் அமர்ந்து, சூரியனை முறைத்துப் பார்த்துக்கொண்டிருக்கிறான், அவன் பக்கத்தில் வில் இல்லை என்று ஆறுதலான தகவல் சொன்னது.

திண்ணன் ஆகாயத்தைப் பார்த்துக்கொண்டு இருந்தான். ஏதோ சித்திரத்தைப் பார்ப்பதுபோலவும் அவன் இருந்தான். பாராததுபோலவும் இருந்தான். அவனது அந்த நிலையைப் பார்த்துக் குதுரகலன் என்ற குதிரை, "ஹி... ஹி... ஹி..." என்று சிரித்தது. "உஸ்" என்று அதை அடக்கியது கர்த்தவன் என்கிற கழுதை "பொது இடத்தில், விவகாரமாகப் போகும் இடத்தில் பண்பாடு, நாகரிகம் இல்லாமல் அசந்தர்ப்பமாகச் சிரிக்கப்படாது" என்றது.

"வாஸ்தவம்தான்" என்றது குதிரை.

சுனையை நெருங்க நெருங்க எல்லார் நடையும் தயங்கி மெதுவாகச் சென்றன. முன்னால் சிவிங்கி சென்றது. அப்பறம் யானை போன்ற பலவான்கள் முன் சென்றன. திண்ணன், ஆகாயத்தில், ஆரஞ்சு வண்ணக் கடலில் லயித்திருந்தான். நீண்ட நேரம் சென்றது. ஆந்தையாகிய அநிருத்தன் லேசாகத் தொண்டையைச் செருமியது. திண்ணன் உண்மை உலகம்

திரும்பினான். அவனுக்கு ஆச்சரியம். முகத்தில் தெரிந்தது. வன ஜீவிகள் அனைத்தும் அவன் முன் இருப்பதைக் கண்டான்.

"என்ன, எல்லோரும் திரண்டு வந்திருக்கிறீர்கள். என்ன சங்கதி?"

"எங்களுக்கெல்லாம் ஒரு சந்தேகம்."

"என்ன?"

"ஏன் இப்போதெல்லாம் வேட்டையாடுவதில்லை?"

"அவசியம் இல்லாமல் போய்விட்டது."

"எதனால் அப்படி"

"மேலே உள்ள முதுகுடிமைத் தேவருக்கு அர்ப்பணிக்க வேண்டித்தான் நிறைய ஜீவன்களைக் கொன்றேன். ஆனால், முதுகுடிமைத் தேவர், எனக்கும் சிவகோசரியாருக்கும் போட்டி வைத்துவிட்டார். அதுவே தப்பு. சும்மா பிள்ளை விளையாட்டு என என் பூசனையைக் கணித்துவிட்டார். குழந்தைக் கிறுக்கலைப் பொருட்படுத்துவோமா, நன்றாய் இல்லை என்போமா, அதுமாதிரி என் பூசனையும் என்று விட்டார். அன்பினால் செய்வதாம். வழக்கம், மரபு இவற்றால் செய்தது, என் முன்னோர்கள் செய்தது, பின் வந்தவர்களால் தவறு எனப்பட்டால் எங்களுடையது என்ன? தேவர், நிலை பிறழ்ந்து விட்டார்.

புரிந்தும் புரியாமலும் தலை ஆட்டியது கொக்கு.

"அது உங்கள் பிரச்சனை ஐயா. தாங்கள் எங்களை ஏன் வேட்டையாடுவது இல்லை. அது, எங்களை எப்படியெல்லாம் துன்புறுத்தியது என்பதை அறிவீரோ? எங்கு, எச்சந்தர்ப்பத்தில் உங்கள் அம்பு எங்கள் உடலை, உயிரை ஊடுருவுமோ என்று நாங்கள் இருந்த நிலை மாறி, நாங்கள் வெறுமனே அலைகிறோம். வாழ்க்கை வெளிச் சென்று, உயிர்ப்பு மிக்கதாக இல்லாமல், ஜீவத் துடிதுடிப்பு இன்றி வற்றும் குளமாகிவிட்டதே. வேண்டுமானால், நாங்களே முறை வைத்துக்கொண்டு, ஒருவர் தினம் வருகிறோம், தாங்கள் சௌகரியமாக வேட்டையாடலாம்."

"நீங்கள் திரும்பவும் வேட்டையாடவேண்டும். மரணம் என்கிற மகா அனந்தத்தை நாங்கள் அனுபவிக்க விரும்புகிறோம்."

ஆள் ஆளுக்கு எல்லாமும், பேசத் தொடங்கிவிட்டன. கூச்சலும் குழப்பமும் பெருகியது. தலைவராக வந்த சிங்கியார் அமைதி ஏற்படுத்துவதில் தோற்றுப்போனார்.

"அமைதி வேணாம். அமைதி, வாழ்க்கையைச் சுருக்கிவிடும்" என்றது ஆந்தை.

"வில்லை எடுங்கள். எங்களைக் கொல்லுங்கள்" என்றது யானை.

"கொல்லுங்கள், கொல்லுங்கள். நீங்கள் சும்மா இருப்பது எங்களைச் சிரமப்படுத்துகிறது. சங்கடப்படுத்துகிறது. அலட்சியத்துக்கு, அவமானத்துக்கு உள்ளான விருந்தாளிபோல எங்களை உணரச் செய்கிறது."

கூட்டத்தின் கூச்சல் பெரிதாயின. திண்ணன், எழுந்து தென் திசைப் பக்கமாக நடந்தான்.

"வருவான். வில்லைக்கொண்டுவரத்தான் போகிறான்" என்றது ஒரு கிழச் சிங்கம். அதன் பெயர் மாலியவான்.

ஜீவராசிகள் எல்லாம் தென்திசையைப் பார்த்தபடி நின்றன. பாலியன் என்னும் பருந்தை அனுப்பித் திண்ணனின் திசை, நோக்கம் கவனித்துவர அனுப்பின. பருந்து திரும்பி வந்து, திண்ணன் கண்ணுக்குப்படவில்லை என்றது. திண்ணன், அதன்பிறகு, அந்தக் கானகத்தில் காணப்படவில்லை.

2014

கணக்கு

இலுப்பைத் தோப்பு வழியாக என்றும் வீடு திரும்புகிறவர் அல்லர் நடராசன். ஆற்று மேட்டு வழி நடந்து, கானகம்போல அடர்ந்து செழித்த முதிய மரங்களோடு பேசியபடிதான் எப்போதும் அவர் ஊர் திரும்புவார். மரங்களுடன் பேசுவதா என்றால், ஆம், பேசுவதுதான். அவர் பேச்சை மரங்கள் புரிந்துகொள்ளும். அபத்தமாகப் பதில் ஏதும் பேசாது. அவற்றின் சிறார்ப் பருவம் முதல், அவர் அறிவார். மரங்களுடன் சல்லாபம் செய்வது, குசலம் விசாரிப்பது, அவற்றின் தளிர், இலை, அரும்பு, மலர், கனி ஆகியவற்றைக்கொண்டாடுவது என்று எத்தனை மனிதர் கடமைகள் அல்லது தர்மங்கள் இருக்கின்றன. அவற்றை எல்லாம் நிறைவேற்றி ஊர் திரும்பினால்தான் செய்த பணம் திருப்தி தரும்.

அன்று ஏனோ, இலுப்பைத் தோப்பு வழியாக நடந்து, பாதையைப் பிடிப்போமே என்று அவருக்குத் தோன்றியது. ஏன் அவருக்கு அங்ஙணம் தோன்ற வேண்டும். யார் அறிவார். நாலும் நாலும் எட்டு என்ற கணக்கு, நடராசன் போன்ற சாதாரண ஜீவிகளுக்குப் பொருந்தும்தான். ஆனால், வேறு ஒரு கணக்கு நிகழ்ந்துகொண்டிருந்தது, வெளிகளில்.

இலுப்பைத் தோப்பின் மத்தியை அவர் கடந்தபோது, நிழலும், லேசான இருளும் கவிந்திருந்த ஓர் இடத்தில் வித்தியாசமான ஒரு சப்தம் அவருக்கு எட்டியது. கூர்ந்து அவதானித்ததில், அது மனித முனகல் என்று அறிந்தார். அழுக்குத்துணி மூட்டை அசைவதுபோல ஒரு பெண் வேதனைக் குரல் எழுப்பியதைப் பார்த்தார். இளம் பெண். வயிறு பெருத்திருந்தது. சூலி. மண்ணைச் சற்று நேரத்தில் காணத் துடிக்கும் ஒரு ஜீவனின் போராட்டம். அறக்கூடாத மனிதச் சமூகத்தின் இன்னுமொரு கண்ணி.

பதறிப்போனார் நடராசன். அவளைத் தூக்கித் தாங்கிப் பிடித்துப் பாதைக்கு அழைத்து வந்தார். ஊர்ப்பக்கம் போகிற

மாட்டுவண்டி ஒன்று சரியாக அந்தப் பக்கம் வந்து சேர்ந்தது. இதுவும் ஒரு வகைக் கணக்குதான். வண்டியில் ஏற்றி, பெண்ணைத் தன் வீடுகொண்டு வந்து சேர்த்தார். அவர் குடும்பத்துக்கு மருத்துவம் பார்த்த தாயம்மாளைத் தேடி ஓடினார். அந்த அம்மாள் வீட்டில் இருந்தாள். உடனே கிளம்பினாள். ஒரு நாழிகையில் பிரசவம் ஆயிற்று. சுகப்பிரசவம்தான். பெண் குழந்தை.

பழைய நாட்டு ஓடு வேய்ந்த வீட்டுத் திண்ணையில் அமர்ந் திருந்தார் நடராசன். உள்ளிருந்து பிறந்த மூன்றே நாளான குழந்தை யின் அழுகைச் சத்தம் அவரை எட்டிக்கொண்டிருந்தது. இந்த வீட்டில் இருபது ஆண்டுகளுக்குப் பிறகு ஜனனம் எடுத்திருக்கும் புது ஜீவனம். அவரது ஒற்றை மகள் உண்ணாமலை இந்த வீட்டில்தான் பிறந்தாள். வளர்ந்தாள். அவர் மனைவி தங்கம்மாவுக்கு உண்ணாமலையைத் தன் தம்பிக்குத் தர ஆசை. உண்ணாமலை, ஊரில் ஹூர சம்காரம் நடந்துகொண்டிருந்த ஓர் இரவு காணாமல் போனாள்.

அவளுக்குப் பிடித்த யாரோ ஒருத்தருடன் அவள் உடன் போயி ருக்கலாம் என்று எல்லோரும் சொன்னார்கள். அப்படி இருந்தால் சந்தோஷம்தான் என்று நினைத்துக்கொண்டார் நடராசன். சரியாகத் தொண்ணூறு நாட்களுக்கு முன்தான் அவர் மனைவி காலமாகிப் போனாள். இயற்கை மரணம். மரணம் இயற்கை என்று தனக்குள் சொல்லிக்கொண்டார் அவர். மூன்று மாதங்களுக்குப் பிறகு, எந்த உறவும், எந்தச் சம்பந்தமும் அற்ற புதிய திக்கிலிருந்து வீடு தேடி வந்திருக்கிறது, ஒரு புதிய ஜனனம்.

தெருவுக்கு இலேசாக விழிப்புத் தட்டி, ஜனங்கள் தங்கள் நட மாட்டத்தைத் தொடங்கி இருந்தார்கள். மார்கழிக் காற்று ஆற்றில் குளித்துக் கரையேறி வந்துகொண்டிருந்தது. திண்ணைக்கு நேர்த் தரையில், நடைக் குறட்டில் காகம் ஒன்று வந்து அமர்ந்து கரைந்தது. அவரைப் பார்த்துக் கரைந்தது. விருந்து வருமோ, வந்தாள். நடராச னின் மாமியார். அதாவது இறந்துபோனவளின் அம்மா. கதவைத் திறந்தவுடன் பாய்ந்து ஓடும் ஒரு திருட்டுப் பூனையைப்போல, அவரைக் கடந்து வீட்டுக்குள் நுழைந்தாள். போன வேகத்தில் தெருவுக்கு வந்தாள். நடுத் தெருவில் நின்றுகொண்டு கூவத் தொடங்கினாள். ஆட்சேபகரமானதும், எழுதத்தகாததும் ஆன வார்த்தைகளைத் தவிர்த்துவிட்டு, அவள் பேசியதன் சாரம் இது:

எத்தனை நாளாய் இந்த அவிசாரித் தனம். என் மகளை விஷம் வைத்துக் கொன்றாய். வைப்பாட்டியை வீட்டுக்கே அழைத்து வந்து, பிரசவமும் பார்க்கிறாய். நீ நின்ற இடத்தில் நிழலும் நிற்காது. புல் முளைக்காது. நீ பசும் புல் இட்டால் பசு பால் கறக்காது. வாந்தி, பேதி, வைசூரி போன்ற நோய்களில்தான் நீ அனாதையாய் செத்து மடிவாய். பேச்சுக்குப் பிறகு தெரு மண்ணை வாரி அவர் பக்கம் வீசினாள் அவள். கடைசியாகப் பஞ் சாயத்தில் அவரை நிறுத்து வதாகச் சொல்லிச் சென்றாள்.

ஒரு நாடகக் காட்சியைப்போல இவற்றைப் பார்த்துக் கொண்டிருந்தார் அவர். மேடைக்கு முன்னால் அமர்ந்திருக்கும் ஒரு பார்வை யாளனைப்போல. நடப்பன எல்லாவற்றுக்கும் ஒரு சாட்சியாகத் தம்மை இருத்திக்கொள்வதைச் சமீப காலமாக ஒரு வழக்கமாக அவர்கொண்டிருந்தார். விஷயங்கள் எல்லாம் வெகு வேகமாக நடந்துகொண்டிருப்பதாக அவருக்குத் தோன்றியது. தன்னைப் பற்றிய நிகழ்வுகளுக்குத்தான் காரணனாக இல்லாமல், நிகழ்வுகள் தன்னை

இயக்குகின்றனவோ என்று அவர் நினைக்கத்தொடங்கி இருந்தார். அவர் மனைவியின் தாய் தெருவில் நின்று அவரைத் திட்டிக்கொண்டிருந்தபோது, அவள் பயன்படுத்திய அதிக வார்த்தைகள், அவரைக் கிறுக்கன் என்பதாக இருந்தது. கிறுக்கன் என்று எல்லோரும் நம்பும் படியாகவே அவர் காரியங்கள் ஆற்றி இருந்தார். “எங்காவது அரசாங்க வேலையை வேணாம்னு சொல்லுவானோ ஒரு மனுஷன். கிறுக்கு... கிறுக்கு... கிறுக்குப் பிடிச்சுப் பாயைப் பிறாண்டறிய என்றாள் அவள். பாயைப் பிறாண்டும் அளவுக்கு அவர் போனதில்லைதான் என்றாலும், வேலையை விட்டார். அந்த ஊரிலேயே பெரிய படிப்பாளி என்றும் வக்கீல் என்றும் அறியப்பட்ட, மிராசுதாரும் ஆன அந்தப் பெரிய மனிதரைக் கால் காசு பெறாத போலீஸ்காரப் பையன் ஒருவன் லத்தியால் புடைத்துக் காலால் உதைத்து இழுத்துச் சென்றதைக் கண்ணில் கண்டார். மகாத்மாக்கள், பெரிய தலைவர்கள் சிறைப்பட்டார்கள். தாமிரபரணி ஆற்றங்கரைப் பகுதியில் வாழ்ந்த ஒரு பெரிய கல்விமான் சிறையில் பூட்ஸ் கால் உதை வாங்கியதும் அவருக்கு எட்டியதுதான். வாழைக்குருத்து மாதிரி சின்னஞ்சிறு பையன்கள் பள்ளியை, கல்லூரியைப் புறக்கணித்துத் தெருவுக்கு வந்ததை அவர் பார்க்க நேர்ந்தது. ஒரு மதிய நேரம். தாசில்தார் அலுவலகத்தில் ஒதுக்கப்பட்டிருந்த ஒரு பழைய மேசைக்குப் பின் அவர் அமர்ந்து வேலை பார்த்துக்கொண்டிருந்தார். மேசை மேல் பேனா சிந்திய எண்ணற்ற மைப் புள்ளிக் கறைகள் திடுமென அவருக்கு இரத்தப் புள்ளிகளாகத் தெரிந்தன. யாரின் இரத்தம். சொந்தச் சகோதரர்களின் மற்றும் அவருடையதுமான இரத்தப் புள்ளிகள். மானத்தோடு வாழ்ந்த நெசவாளிகள் கஞ்சித் தொட்டிகளில் இருந்து பெற்ற கஞ்சித் தண்ணீரில் சிந்திய புள்ளிகள். மேசை மேல் இருந்த அழுக்கும் சிக்கும் பிடித்த நோட்டுகள், கோப்புகள் எல்லாம் அவரோடு வாழ்கிறவர்களின் முதுகுத் தோல்கள் என்றவாறு அவருக்குத் தோன்றியது. அழுக்கும் ஆணவமும்கொண்டு இருண்ட அறை. அதன் சுவர்கள் மனிதக் கழிவுகளின் கிடங்குக்குள் அமர்ந்திருப்பதுபோல அவர் அருவருப்படைந்தார். ஓர் அழுக்குத் தாளை எடுத்தார். ஏதோ நில விவகாரத்துக்காக உதவி நாடி வந்த ஓர் ஏழை விவசாயியை மிரட்டி அதிகாரிகள் பறித்த பணத்தில் வாங்கிய தாளில், எழுது பேனாவைக்கொண்டு அவர் நாலு வரி எழுதினார். செத்த எலியை எடுத்துக்கொண்டு போவதாக அதை எடுத்துப் போய் தாசில்தார் முன் மேசை மேல் வைத்தார்.

வெற்றிலை போட்டுக்கொண்டிருந்தார் தாசில்தார். அப்போதுதான் அலுவலகம் வந்திருந்தார் அவர்.

“என்ன இது?” என்றார்.

“ராஜினாமாக் கடிதம்”

“யாருடையது.”

“என்னுடையது.”

“சாப்பாட்டுக்கு என்ன செய்யப் போறீர்?”

“சோறு இல்லாமல் யாரும் சாவது இல்லை.”

யோசிக்கையில் சுப்பம்மாள் அத்தனை ஆங்காரத்துடன் வீட்டு வாசலில் நின்று கத்தியதைத் தப்பு என்று சொல்ல முடியாது என்று நடேசன்

நினைத்தார். பாவம், பெண்ணைப் பறிகொடுத்து நிற்கிறாள். பேத்தி போன இடம் தெரியவில்லை. சின்ன வயதில் புருஷனை இழந்து, காடுகரைகளில் உழைத்துக் குடும்பம் நடத்தியவள். இப்படி யாகச் சிந்தித்துக்கொண்டு உட்கார்ந்திருந்தவரைப் பராங்குசம் பூமிக்குக்கொண்டு வந்தார். செத்துப் போனவளின் அண்ணன் பராங்குசம்.

"மாமா... அந்த மூடம் பஞ்சாயத்தைக் கூட்டி இருக்கிறதே. நீங்க வர வேண்டாமா. உங்களைப் போயிப் பஞ்சாயத்துல நிக்க வச்சுட்டதே. நான் ஆன மட்டும் சொன்னேன். கேக்கலை. நான் எப்பவும் உங்க பக்கம்தான். நீங்க செய்யறது எப்பவும் சரியாகத்தான் இருக்கும். வாங்க நியாயம் உங்க பக்கம் இருக்க, எவன் என்ன பண்ணிட முடியும்."

நடராசன் எழுந்து சட்டையைப் போட்டுக்கொண்டு புறப் பட்டார். ஊர் கூடி இருந்தது. பஞ்சாயத்தார்கள் அரசமர மேடையில் அமர்ந்திருந்தார்கள். யாராக இருந்தாலும் பஞ்சாயத்தில் நிற்க வேண்டும் என்ற நியதிக்கேற்ப நடராசன், அவர் மாமியார் சுப்பம்மாள் ஆகிய பிரதிவாதியும் வாதியும் எதிர் எதிராக நின்றார்கள்.

சுப்பம்மாள், தன் நியாயத்தைச் சொன்னாள். அவள் கணக்கு

மிகச் சுலபமாக இருந்தது.

"ஐயா. என் பொண்ணு போய்ச் சேர்ந்துட்டா. அந்த மனுஷன் வேற ஒருத்தியைச் சேர்த்துக்கிட்டாரு..." என்ற பேச்சை பஞ்சாயத்தார் இடைமறித்தார்கள்.

"தோ பார். அந்தப் பெண் குளிகுளிச்சிக் கிடக்குது. நான் அந்தப் பொம்பிளைகிட்ட பேசிட்டேன். வலியால கத்திக்கிட்டு இருந்த என்னை இந்தப் பெரிய மனுஷன்தான் அடைக்கலம் கொடுத்துக் காப்பாத்தினார். எனக்கும் அந்தப் பெரியவருக்கும் எந்த சம்பந்தமும் இல்லை அப்படீன்னு தெளிவாச் சொல்லிடுச்சு. அது பொய் சொல்ற முகம் இல்லை. உன் மருமகனும் அப்படிப்பட்ட மனுஷன் இல்லை, வேற பேசு..."

அந்தப் பெண்மணி சுத்திச் சுத்தி வந்து, கடைசியாக, "நடராசன் குடியிருக்கும் வீடு, தன் பெண் பேரில் இருக்கிறது. அது எனக்கு வேணும்" என்றாள்.

பராங்குசம் தலையிட்டார்.

"பெரியவங்களுக்குச் சொல்லிக்கிறேன். நடராசன் மாமா கல்யாணத்தை முன்னால் நின்னு நடத்தியதே நான்தான். மாப் பிள்ளை சீர், வரதட்சணை என்று ஒரு பைசா அவரும் கேக்கலை. நாங்களும் கொடுக்கலை. கொடுக்க எங்களுக்கு வக்கும் இல்லை. ஏதோ, மாமா, தன் சொந்தப் பணத்துல கட்டின வீட்டை என் தங்கை கேக்கிறது நியாயம் இல்லை. என் தங்கை மகள் வேலைக்குப் போனவள் இல்லை. சம்பாதிச்சவள் இல்லை. செத்துப் போனவளுக்கு, மாமா எவ்வளவு பணம் செலவழிச்சு, பட்டணத்துக்குக்கொண்டு போய் வைத்தியம் பார்த்தார்னு எனக்குத் தெரியும். பாவச் சொத்து குடும்பத்தைப் பலி வாங்கிடும். எனக்கும் குழந்தைகள் இருக்கு. தப்பு பண்ணக்கூடாது."

தாய் மாமன் இப்படிச் சொல்லும்போது, பஞ்சாயத்தார் "தீர்ப்பு செய்ய எதுவும் இல்லை" என்ற முடிவுக்கு வந்தார்கள். வீடு மற்றும் எந்த உரிமையையும் சுப்பம்மா கோர முடியாது என்றார்கள்.

நடராசன் பஞ்சாயத்தாரிடம் சொன்னார்:

“பஞ்சாயத்தார் தீர்ப்புக்குத் தலை வணங்கறேன். சட்டப்படியோ, நியாயப்படியோ வீட்டை என் மாமியாருக்கு நான் தர வேண்டியதில்லை. என் சொந்த சம்பாத்தியத்தில் கட்டிய வீடு அது. உண்மைதான். ஆனா முப்பத்தி மூனு வருஷம் என் மனைவி இருந்து வாழ்ந்த வீட்டில் அவளுக்குப் பங்கில்லை என்கிறது, தர்மம் இல்லை. பயணம் மட்டும்தான் உரிமைன்னு நான் நினைக்கலை. அவ புழங்கின அந்த வீட்டுல, அவ வாசனை இருக்கு. அவ சுவாசம் இருக்கு. அதுக்கு மேல பாத்யதை வேறு என்ன இருக்குங்க. அந்த வீட்டை என் மாமியாருக்கே கொடுத்துடறேன். எழுதியும் பதிவு பண்ணியும் தர்றேன். எனக்கும், விட்டு எங்கேயாவது போகணும்னு இருக்கு. தெற்கு, வடக்கு, கிழக்கு, மேற்குன்னு எல்லாத் திசையிலயும் நடந்தே அலையனும்னு இருக்கு.”

அவசியமான சில சாமான்களை மட்டும் வண்டியில் ஏற்றியாகி விட்டது. மாடுகள் சலங்கை ஒலிக்கத் தலையை அசைத்தபடி காத் திருக்கின்றன. பொருள்களை ஏற்றிய பிறகு குழந்தையுடன் பெற்றவள் வண்டியில் ஏறி அமர்ந்தாள்.

மைத்துனரிடம் சொல்லிக்கொண்டார் நடராசன்.

“போயிட்டு வர்றேன் பராங்குசம். நல்லா இரு.”

“சரிங்க மாமா. உங்க முடிவை மாத்த முடியாது. எல்லாத்தையும் விட்டுட்டுப் போகணும்னு நினைச்சீங்க. இப்போ, சுமையோடு போகும்படி ஆயிடுச்சி.”

நடராசன் திரும்பி அந்தப் பெண்ணைப் பார்த்தார். அவள் தலை குனிந்தபடி நின்றார்.

“பொறுப்புன்னு வச்சுக்கிடுவமே. அவளை அசல்னு எதுக்கு நினைக்கணும். நம்ம பெண்ணுன்னு நினைச்சுக்குவமே... நான் ஒரு கணக்குப் போட்டேன். நம்ம கணக்கு பல சமயம் தப்பாத்தான் போவுது.” வண்டி புறப்பட்டது.

வண்டி கண்ணுக்கு மறையும் வரை பார்த்தபடி நின்றிருந்தார் பராங்குசம்.

2014

காரணங்கள் அகாரணங்கள்

கூட்டத்தைப் பார்த்துத் திகைத்துப் போனார் கேசவன். அந்தக் கோயிலுக்குப் பெரும் கூட்டம் வரும் என்பது அவருக்குத் தெரியும். சில வருஷங்களுக்கு முன் அங்கு வந்திருந்தபோது, அவரே கூட்டம் கண்டு வியந்திருக்கிறார். இப்போது அவர் கண்ட கூட்டத்தைக் கற்பனை செய்திருக்கவில்லை அவர்.

ஊரிலிருந்து புறப்பட்டுச் சமதளத்தில் பேருந்துப் பயணம் செய்து, பிறகு வேறொரு பேருந்தில் ஏறி மலையின் விலாவில் சுற்றிச் சுற்றிப் பயணம் செய்து, கோயில் இருக்கும் சமதளத்துக்கு வந்து சேர்ந்திருந்தார். கோயில் நிர்வாகம் நடத்தும் சுத்தமான விடுதியில் குளித்துத் துவைத்து இஸ்திரி போட்ட ஆடையுடன் வந்தார். சன்னதிக்குச் செல்லும் வரிசை, கண்ணுக்கெட்டிய தூரம் தெரிந்து பிறகு மறைந்தும் போயிற்று. சூனியத்திலிருந்து தோன்றிச் சூனியத்துக்கே போய் மறைகிற வரிசை, உலக உருண்டையைச் சுற்றி நிற்க வைத்தாலும், பக்தர்கள் மேலும் எஞ்சுவார்களாக இருக்கும் என்று நினைத்துக்கொண்டார். வரிசையில் நின்று தரிசனம் முடித்த ஒருவர்தான் பத்து மணி நேரம் நிற்க நேர்ந்ததாகச் சொன்னார் என்று யாரோ ஒருவர் யாரோ ஒருவரிடம் சொல்வதை இவர் கேட்டார்.

கேசவன் பலவிதமான யோசனைகளில் தடுக்கப்பட்டார். வரிசையில் அவரும் நிற்கிறார். முன்னால் இருப்பவர் இவர் மேல் சாய்கிறார். பின்னால் இருப்பவர் அவரை முன் பக்கம் தள்ளுகிறார். முன்பக்கமும் பின்பக்கமும் அவர் இடிபடுகிறார். வரிசையில் முன்னாலோ பின்னாலோ பெண் பக்தர்கள் இருக்க நேர்ந்தால் விஷயம் விபரீதமாகவும் ஆகக்கூடும். அவருக்கு அண்மைக் காலமாக வேளை, நேரம் இல்லாமல் இயற்கையின் அழைப்பு வந்துவிடுகிறது. வரிசையைக் குலைத்து விட்டு அதற்கென்று எங்கு போவது? களைப்புக்காகக் காப்பி சாப்பிட முடியாது.

பிரபஞ்சன்

காப்பி சாப்பிட்டதும் ஒரு வில்ஸ் சிகரட் வேண்டியிருக்கும். அது அந்த இடத்தில் அபசாரமாகும்.

வெயில் சுள்ளென்றது. அடிக்கடி வானம் மூடிக்கொண்டு குளிர்ந்த காற்று வீசியது. கூட்டத்துக்கே உரிய குழப்பமான ஒலிகளில், வெளிகளின் நீட்சி நடுங்கும்போல் தோன்றியது. வரிசையில் நின்று தரிசனம் செய்யும் எண்ணத்தைக் கைவிட்டார். அந்த எண்ணம் தோன்றியவுடனே, தத்துவபரமாகவும் அவர் சிந்திக்கலானார். கேசவனின் தேகரீதியான சிரமம் கடவுள் அறியாததல்லை. அறியாமல் இருப்பாரேயாகில் அவர் தெய்வமாக இருக்க முடியாது. பத்து மணி நேரம் வரிசையில் நின்று பார்க்க, கடவுள் அவ்வளவு தூரத்திலா இருக்கிறார். புத்தகத்தில் இருந்து பிரசங்கம் செய்யும் தெய்வீக வாக்காளர்வரை எல்லோருமே, கடவுள் உனக்குள் இருக்கிறார் என்கிறார்கள். இது எல்லோருக்கும் தெரிகிற சமாசாரம்தான். பின் எதற்காக இந்த மலைச்சாமியைப் பார்க்க மலை ஏறி வருகிறார்கள். நூறு, ஆயிரம் என்று செலவு செய்துகொண்டு எதற்காக வரவேண்டும்?

பயணம் பண்ணுவதில் மக்களுக்கு இருக்கும் உள்ளார்த்த ஆர்வமாக இருக்கக்கூடும். புதுப்புது இடங்கள், புதிய கட்சிகள், புதிய முகங்கள் காணும் அவாவாக இருக்கலாம். பல மகான்கள், பல பெரியோர்கள், பல புண்ணியஸ்தர்கள் மிதித்த மண்ணைத் தாமும் மிதிக்கிறோம் என்ற எண்ணமாக இருக்கலாம். கூட்டத்தின் திரளில் தம் தனிமை அச்சத்தை விரட்டும் நோக்கமாக இருக்கலாம். இருண்ட ஒளிபுகாக் காடுகளில் வாழ நேர்ந்த காலத்தின் சதா நிகழும் உயிரச்சத்தை, மரணம் கையெட்டும் தூரத்திலேயே நின்று மருட்டிய பயத்தை வென்றதன் கொண்டாட்டமாக இம்மலைப் பயணத்தை அவர்கள் மேற்கொண்டிருக்கலாம்.

மூச்சு முட்டுவதாக இருந்த கூட்டத்தை விட்டு வெளியேறினார் கேசவன். அவருக்கும், சாமியிடம் சொல்வதற்கு ஒரு வேண்டுதல் இருந்தது. சொந்த வேண்டுதல் இல்லை. அலுவலகப் புரமோஷன் போன்ற சமாசாரங்கள் இல்லை. அவர் காரணம் என்றும் முழுதாகச் சொல்ல முடியாது. அவர் காரணம் இல்லை என்றும் சொல்லி விட முடியாது. ஒரு இக்கட்டான நிலைமை.

நேற்று முன்தினம், அவர் சொந்த ஊருக்குப் புறப்பட வேண்டி இருந்தது. அழகர்குளம் பேருந்து நிலையத்துக்குப் போய்த்தான், அவர் ஊருக்குப் போகும் பேருந்தைப் பிடிக்க வேண்டும். வழியில் அதை நிறுத்தி ஏறிக்கொள்ளலாம்தான். உட்கார இடம் கிடைப்பது என்பது சாத்தியம் இல்லை. நின்றுகொண்டே ஏழு, எட்டு மணி நேரம் பயணம் செய்வது என்பதை அவர் நினைத்துப் பார்க்க முடியாது. அதற்கான உடல் தெம்பை இழந்து பல காலம் ஆகி விட்டிருந்தது. மேலும் அது இரவு நேரம். ஆகவே, பேருந்துகள் புறப்படும் அழகர்குளம் நிலையத்துக்குப் போய்விட முடிவு செய்தார்.

நேரமும் அதிகம் இல்லை. ஒன்பது மணி வண்டியைப் பிடிக்க ஏழரை மணிக்கே புறப்பட வேண்டும். இரண்டு வண்டிகள் மாறி அழகர்குளத்தை எட்டரைக்குள் சேர்ந்து விடலாம். அவரும் ஏழு மணிக்குப் புறப்படும் நோக்கத்தோடுதான் ஆறரைக்குள் குளித்து முடித்து ஆயத்தமானார். அந்த நேரம் பார்த்து மூர்த்தி வந்து சேர்ந்தார். அவரும் ஒரு பிரச்சனையுடன்

வந்திருந்தார். அவருடைய மாமனாருக்கும், புகழ்பெற்ற இருதய நோய் நிபுணர் சத்தியானந்திடம் நேரம் குறித்துச் சந்திக்க வேண்டியிருந்தது. கொஞ்சம் அவசரம் என்றார் மூர்த்தி. முந்தின நாள் இரவு மூச்சுத் திணறலில் அவரால் உறங்க முடியாமல் ஆகிவிட்டிருந்தது. சத்தியானந்த், கேசவனுக்கு மிகவும் வேண்டியவர். தொலைபேசியில் அவருடன் பேசி நேரம் வாங்கித் தரவேண்டும் என்று மூர்த்தி கேசவனிடம் கேட்டுக்கொண்டார். நீண்ட கால நண்பர் மூர்த்தி. அறிமுகமே அற்றவராக இருந்தாலும்கூட இதை அவர் செய்வதுதான் முறை. கேசவன் சத்தியானந்துக்குத் தொலைபேசி செய்தார். அவருடைய துணையாளர் சுசீலாதான் எதிர்முனையில் கிடைத்தார்.

“சுசீலா, டாக்டர் கிட்டே ஒரு அப்பாய்ன்ட்மென்ட் விஷயமாகப் பேசியாகணுமே”

சில நிமிஷங்களுக்குப் பிறகு சுசீலா மீண்டும் பேசினாள். கேசவன் அழைப்பை டாக்டரிடம் அவள் சொன்னாள். டாக்டர் ஒரு அவசர நோயாளியைக் கவனித்துக்கொண்டிருந்தார். முடிந்ததும் அவரே கேசவனை அழைப்பார்.

ஆக, கேசவன் காத்திருக்க வேண்டிய நிலைமை ஏற்பட்டது நேரம் கடந்துகொண்டிருந்தது. அவர் இரண்டு பேருந்துகளைப் பிடித்துப் பேருந்து நிலையம் போக முடியாது. மூர்த்தி அவருடைய மாமனாரின் இருதயம் பற்றிப் பேசிக்கொண்டிருந்தார். பொதுவாக மனித இதயங்களின் செயல்பாடு, அவற்றின் அருமை, பெருமை பற்றியெல்லாம் மூர்த்திக்குச் சொல்ல ஏராளமான தகவல்கள் இருந்தன. ‘நெட்டில்’ அவர் இது பற்றித்தான் அண்மைக் காலங்களில் அதிகமாக ஆராய்ந்துகொண்டிருப்பதாகச் சொன்னார்.

டாக்டர் போன் செய்தார். விஷயத்தைக் கேட்டுக்கொண்டார். நேரமும் அளித்தார்.

“நல்லது மூர்த்தி. மாமனாரை டாக்டரிடம் அழைத்துப் போங்கள். எல்லாம் சரியாகிவிடும். நான் ஊருக்குக் கிளம்புகிறேன்”

மூர்த்திக்கு இதயம் பற்றி, தான் அறிந்தவைகளை இன்னும் எடுத்துச் சொல்ல வேண்டியிருந்தது. கேசவனின் அவசரத்தை உணர்ந்தவராக விடைபெற்றனர்.

இனிமேல் இரண்டு பேருந்துகளைப் பிடிக்க முடியாது. அவர், வழக்கமாக ஆட்டோவில் பயணம் செய்ய நேர்கிறபோது, அம்பாள் கபே வாசல் ஸ்டாண்டில் இருக்கும் மைதீன் ஆட்டோவைத்தான் பிடிப்பார். முதல் சில அனுபவங்களுக்குப் பிறகு மைதீன் அவருக்குத் தோதானவர் என்பதை அறிந்துகொண்டார். அனாவசியமாக ஊரைச் சுற்றிக் காட்டுவதில்லை. அதிகமாகக் கேட்பதில்லை, அடாவடித்தனமும் அவரிடம் இல்லை. காத்திருக்கச் சொன்னால் முகம் சுளிப்பதில்லை. எல்லாவற்றுக்கும் மேலே மனித மதிப்பைப் புரிந்தவராக இருந்தார்.

தன்னைக் கடந்து செல்கிற அல்லது குறுக்கே வருகிற எவனையும் வைகிற பழக்கமும் அவரிடம் இல்லை. ஒரு வகையான சினேகமும் அவரிடம் ஏற்பட்டிருந்தது. ஆகவே, ஓட்டலில் காப்பி சாப்பிட்டு விட்டு ஆட்டோ பிடித்து ஊருக்குப் போகலாம் என்ற எண்ணத்துடன் பையை எடுத்துக்கொண்டு

புறப்பட்டார். உணவு விடுதிச் சுவரை ஒட்டி நிறுத்தி வைக்கப்பட்டிருக்கும் அந்த ஆட்டோ இல்லை. மைதீன் சவாரி போயிருப்பார் என்று கேசவன் நினைத்துக்கொண்டார். அவர் நிற்கும் இடத்துக்கும் அழகர்குளம் பேருந்து நிலையத்துக்கும் ஆட்டோ சத்தம் எண்பது ரூபாய் ஆகும். மைதீன் அதை அடைந்தால் கேசவனுக்குச் சந்தோஷமாக இருக்கும். வேறு ஆட்டோக்காரர் நூறு ரூபாய் கேட்பார். வெளியூர்க்காரர் என நினைத்து இருநூறு ரூபாய் கேட்ட ஆட்டோக்காரர்களும் உண்டு. ஆட்டோக்காரர்களில் பேருந்து நிலையத்துக்கு வெளியேயே நிறுத்திவிட்டுக் காசை எடு என்பவர்களும் இருந்தார்கள். வெளிப்புற வாசலுக்கும் உள் வாசலுக்கும் சுமாராக ஒரு பர்லாக் தூரம் இருந்தது. பைச் சுமையுடன் அந்த தூரம் நடப்பதில் இப்போதெல்லாம் கேசவனுக்குச் சிரமம் இருந்தது.

சுரத்தில்லாமல் காப்பி குடித்துவிட்டுத் தெருவுக்கு வருகையில் மைதீன் ஆட்டோ அதன் இடத்துக்கு வந்து நின்றது.

“பஸ் ஸ்டாண்டுக்குப் போகணுமே மைதீன்” என்றார் கேசவன்.

“அழகர் குளம் ஸ்டாண்டுக்கா சார்?”

“உம்”

“ஐயோ, ஒரு காலேஜ் ஸ்டூண்ட்டை ஏத்திக்கிட்டு வரணும் சார். அவங்களுக்கு பாஷை தெரியாது. என்னைத்தான் நம்பி ஏறுவாங்க. எட்டரை மணிக்கு வர்றேன்னுட்டேன். என்ன பண்றது?”

கேசவனுக்கு முகம் தொங்கிப் போயிற்று.

“பரவாயில்லை. நான் வேறு ஆட்டோவைப் பிடிச்சுக்கிறேன்... :”அவருடைய குரல் அவருக்கே சுரத்தில்லாமல் ஒலித்தது.

“சார் கேட்டு வரலைன்னு சொல்லக்கூடாது. மணி என்ன சார் இப்போ?”

“எட்டே கால் ஆகுது”

“போய்த் திரும்ப முக்கால் அவர், ஒன் அவர் ஆகுமே சார்.”

மைதீனை அந்தச் சூழலில் நிறுத்தியிருக்கக்கூடாதுதான். மைதீனின் ஆட்டோவில் பேருந்து நிலையம் போனால்தான் பிரயாணம் சௌகரியமாக இருக்கும் என்பது போன்ற பாவனையை அவர் ஏற்படுத்தியவராக இருந்தார்.

“சரி சார். பரவாயில்லை. வாங்க ஒரு அரை அவர் அந்தப் பெண் காத்திருக்கும். வாங்க.”

மொழி தெரியாத பெண் காத்திருக்கவும் அவசியம் இல்லாமல், மைதீனுக்கும் நெருக்கடி தராமல் கேசவன் போயிருக்கலாம். மைதீன் போகலாம் என்றதும் உடனே ஏறி அமர்ந்துகொண்டார். மைதீன் அவருக்கு இயல்பு இல்லாத வேகத்துடன் ஓட்டிக்கொண்டு போனார். இரண்டு பையன்கள் ‘டபுள்சில்’ வந்த ஒரு சைக்கிளை ஏற்றிவிட இருந்தார். பையன்களுக்கு ஆயுள் கெட்டியாக இருந்தது. ஒரு கார் டிரைவர், மைதீனின் அம்மாவை வைதார்.

“கொஞ்சம் பொறுமையா போகலாமே” என்று கேசவன் பயத்துடன் சொன்னார்.

"சீக்கிரம் திரும்பணும் சார். பாவம் தனியா நிக்கும் அந்தப் பெண். திருவான்மியூருக்குப் போகணுமே"

பேருந்து நிலையம் வந்து சேர்ந்து, பணத்தை எண்ணாமலேயே சட்டைப் பையில் போட்டுக்கொண்டு சீறிக்கொண்டு புறப்பட்ட மைதீனை, ஆட்டோவைப் பார்த்துக்கொண்டு நின்றார் கேசவன்.

நேரம் ஆக ஆக மலையில் கூட்டம் அடர்த்தியாகிக்கொண்டிருந்தது. மனிதர்களை உராய்வதும் இடித்துக் கொள்வதும் சங்கடமாக இருந்தது. அத்தனை பேரும் ஏதோ ஒன்றினுக்குக் காரணம் ஆகிதான் காரணம் இல்லை என்று ஒப்புதல் பெற்றுக்கொள்ள வந்தவர்கள்போலத் தோன்றியது. மலையிலிருந்து சம தளத்துக்கு வந்து மீண்டும் ஒரு பேருந்தைப் பிடித்து ஊர் திரும்பிக்கொண்டிருந்தார்.

மைதீன் விபத்துக்குள்ளானதுக்கு, தான் காரணமா? அல்லது யார் காரணம்? அவர் அழைத்து மைதீன் வந்தார். வேறு ஆட்டோவைப் பிடித்திருக்கலாம் அவர். மனத்தளவில் மைதீனுக்கு நெருக்கடி தந்திருக்கிறார் அவர். மூர்த்தி புறப்படும் நேரம் பார்த்து வருவானேன்? அந்த நேரம் பார்த்தா டாக்டரிடம் அந்த அவசர நோயாளி வர வேண்டும். எல்லாம் எழுதி வைத்ததுபோல நடந்துகொண்டிருக்கிறது. அவர் பேருந்தைப் பிடிக்கக்கூடாது என்பதற்காகவும், ஆட்டோ பிடித்தே விரைய வேண்டும் என்பதுக்காகவும் சந்தர்ப்பங்கள் உருவாக்கப்பட்டன போலல்லவா இருக்கிறது.

நான் இந்த ஊருக்கே மாற்றலாகி வந்திருக்கக்கூடாது. இந்த ஏரியாவுக்கே வந்திருக்கக்கூடாது. இந்தத் துறையை எடுத்துப் படித்திருக்கக்கூடாது. வலைக்குள் வலையாக அவர் தன்னை உரித்துக்கொண்டே போனார். நான் பிறந்திருக்கவே கூடாது என்ற இடத்துக்கு வந்து சேர்ந்தார்.

கேசவன் தலையைக் குலுக்கிக்கொண்டார்.

பேருந்து, எதைப் பற்றியும் கவலைப்படாமல் போட்டு வைத்த சாலையில் போய்க்கொண்டே இருந்தது.

ஊர் வேலை முடிந்து உடனடியாகத் திரும்பினார். காப்பி சாப்பிட்டுவிட்டு, பழக்கம் காரணமாக ஆட்டோ ஸ்டாண்டை நோக்கினார். மைதீன் வண்டி இருந்த இடத்தில் வேறு ஒரு ஆட்டோவும் டிரைவரும் இருந்தார்கள். கேசவன் பார்த்ததும் அந்த டிரைவர் தானாகவே முன் வந்து செய்தியைச் சொன்னார்.

"தெரியுமா சார்... பஸ் ஸ்டாண்டு சவாரியை இறக்கி விட்டுட்டுத் திரும்பும்போது ஆக்சிடெண்ட் ஏற்பட்டுடுச்சி சார்... மைதீன், ஆஸ்பத்திரியில்தான் இருக்கான்."

2014

குயிலம்மை

குயில் ஆயா, தெருவில் அப்போதுதான் விழுந்து பரவி வரும் இளைய வெயிலைப் பார்த்துக்கொண்டிருந்தது. நிலைகுத்திய ஆயாவின் கண்கள் எது ஒன்றையும் பார்த்த மாதிரியும் இல்லை. மூர்த்தி என்று அழைக்கப்படும் நான் கேட்டேன்.

"தெருவில் உனக்கு என்னதான் தெரியுது, ஆயா?"

"ஆறு ஓடுதே, அதைப் பார்த்துக்கிட்டு இருக்கேன்."

ஆயா இப்படித்தான் பேசும். மூர்த்திக்கு ஏழு எட்டு வயது என்றால் குயில் ஆயாவுக்கு எண்பதைக் கடந்த பிராயம். ரெட்டை ஜடை போட்டுச் சிவப்பு ரிப்பன் வைத்துக்கொண்டு முகம் முழுக்கப் பவுடரைப் பூசி வெள்ளையாக்கிக்கொண்டு அவனுடன் விளையாட வரும் வத்சலா, பட்டன் இல்லாத கால்சட்டை போட்டுத் திரியும் கோபி எல்லோரும் அவனை நிகர்த்த வயசுக்காரர்கள் என்றாலும், அவனுக்கு ஆயாதான் சினேகிதி. ஆண்டுக் கணக்கில் ஆயாவின் பேச்சைக் கேட்டுக்கேட்டு, ஏதோ ஒரு வகையாக உருட்டித் திரட்டி ஆயாவைப் புரிந்துகொண்டிருப்பதாய் நினைத்துக்கொள்வான் மூர்த்தி. அம்மா, வெளிப்படையாகவே பைத்தியம் என்பாள். கழண்டு போச்சு என்பாள். தன் அம்மாவைப் பற்றித் தன் மனைவி சொல்லும் கேலிகள் அப்பாவை வருத்தப்படுத்தியிருக்கும்தான் என்றாலும் அப்பா வார்த்தைகளின் மேல் நம்பிக்கை இழந்துவிட்டிருந்தார் என்றே தோன்றியது.

ஆயா இப்படித்தான் பேசிக்கொண்டிருந்தது. ஆறு என்று அது சொல்லும். என்ன ஆறு, அதன் பேர் என்ன என்று கேட்டால், போகாத வழி போகும் ஆறு, மலையைப் பெயர்த்து வந்து சிமிழுக்குள் அடங்கும் ஆறு? உட்கார்ந்து கதை பேசும் ஆறு என்பதாக ஆயாவின் பதில் இருக்கும். அம்மா புரியவில்லை என்கிறாள். எதுதான் எல்லார்க்கும் புரிந்துவிடுகிறது. மூர்த்தி இப்படியாகச் சொல்லி ஆயாவுக்கு

ஒத்திசைத்தால், "நீயும் வர வர அந்தக் கிழவியாயிட்டிருக்கே. போங்க. எல்லாரும் தலைசுத்திப் பாயைப் பிறாண்டுங்கள். எனக்கென்ன" என்பாள்.

மூர்த்திக்கு அவன் வீட்டில் பிடித்த இடம் திண்ணையாக இருந்தது. வீடு என்பது உள் நடை சைக்கிள் விடும் இடமாக இருந்தது. ஓர் ஓரம் போட்டிருந்த நீள பெஞ்ச்சில் படுப்பவர்கள் படுக்கலாம். இரண்டு கைத்தாழ்வாரம் ஒன்றில் நெல் காய வைக்க, உளுந்து, ஊறுகாய் இத்யாதிகள் வெயில்பட வைக்க. ஒரு கைத் தாழ்வாரம் சாய்வு நாற்காலி இருப்பது. சாய்வு நாற்காலி என்பது அப்பா, மாமா போன்ற ஆண் பெரியவர்களுக்கானது. ஒரு வகையான கண்டிப்பு, தோரணையோடு கூடியது. அங்கிருந்துதான், படிச்சியா, வீட்டுப் பாடம் எழுதினாயா, மனப்பாடம் ஆச்சா, கணக்கெல்லாம் போட்டாச்சா என்பது போன்ற எப்போதும் வெறுக்கத்தக்கதும் சாரமற்றது மான கேள்விகள் பிறக்கும். வீடு, அவனுக்கு மூச்சு முட்ட இருந்தது. திண்ணை என்பது எப்போதும் உயிரோடு இருக்கிற மயில் இறகு. நண்பர்களுடன் பேச விளையாட திண்ணையை ஒட்டிய வாசல் படிக்கட்டில் குயில் ஆயா வலப்புறம் உட்கார்ந்திருக்கும். பல நூற் றாண்டாக அந்த இடம்தான் ஆயாவுக்கு. அந்த இடமே ஆயா இடம். இஸ்திரி போட்டு அடுக்கி வைக்கப்பட்ட துணி வரிசை மாதிரி, ஆயா அமர்ந்திருக்கும். எப்போதாவது சின்ன உரலையும் உலக்கையையும்கொண்டு வெற்றிலை பாக்கு இடித்து, வாயில் போட்டுக் கொள்ளும்.

அம்மா, மாமியாராகிய ஆயாவைப் பற்றி ஏதாவது சொல்லிக்கொண்டிருக்குமே தவிர, காரியத்தில் பழம். ஆயா, விடிகாலையில், இருள் பிரியும் முன்னும், சூரியன் விழித்துக்கொள்ளும் முன்னும் விழித்துக்கொள்ளும் இயல்பினது ஆகையினால், ஆயா எழுந்து உக்காரும் போதே தண்ணீர் சுட வைத்து விளாவியும் வைத்துவிடும். காலையில் ஒன்றும் சாப்பிடுவதில்லை ஆயா. மதியம் சோற்றைக் கரைத்து ரசஞ்சோறு. இரவு இரண்டு வாழைப்பழம் மட்டும். இதை எதன் பொருட்டும் செய்யத்தவறாது அம்மா. ஆயா ஒரு முறை, அம்மாவைப் பற்றி உத்தமமான பெண் என்று மூர்த்தியிடம் சொன்னது நினைவுக்கு வருகிறது.

அம்மாவிடம் இருந்தும், அப்பா, மாமா உறவுக்காரப் பெண்கள் என்று பலரிடம் இருந்தும் ஆயாவைப் பற்றிய தகவல்களை மூர்த்தி திரட்டியிருந்தான்.

ஆயா, ஓர் ஆற்றங்கரைக் கிராமத்தைச் சேர்ந்தவள். ஆண்டு தோறும் வெள்ளப் பெருக்கெடுக்கும் வேகவதி ஆற்றங்கரை. ஆலை யும் அரசையும் அசைத்து எடுத்துச் செல்லும் ஆறு அது. அந்த வெள்ளத்தில் சிக்கிக்கொள்ளும் மனிதர்களை, ஒருத்தியாகப் பாய்ந்து காப்பாற்றும் சூரியாக இருந்தவள் அவள் என்று ஒரு பெயர் ஆயாவுக்கு இருந்தது. அழகான குயில் இருக்க, என்னத்துக்குக் கோகிலம். ஆயாவின் அப்பாவுக்கும் அம்மாவுக்கும் குயில் என்று பெயர் வைக்க எப்படித் தோன்றியது? ஆச்சரியம்தான். குயில் ஆயா, ஊருக்கு வந்து சேர்ந்த பொழுதில் அதுக்கு மிகவும் நெருக்கமாக இருந்த அம்மாள் எங்கள் பக்கத்து வீட்டு உண்ணாமலை அம்மாள். கடை கண்ணி எங்கும் இவர்கள் சேர்ந்தே போவார்களாம். சதா வெற்றிலை போடும் உண்ணாமலை அம்மாள், கடைவாயில் எச்சில் வழிய, குயில் ஆயா பற்றி ஒரு புனைவின் சாயல் படியும் தகவல்களைச் சொன்னார்.

குயிலம்மாள், தன்னை ஆற்றின் புத்திரி என்றே கருதி இருக் கிறாள். ஆற்றோரத் தென்னந்தோப்பில் இருந்தது குயிலின் வீடு. பின்பக்கக் கதவைத் திறந்தால் ஆற்றுப் படித்துறை. குயிலின் இருப் பெல்லாம் அங்குதான். வேகவதியின் காலை முகம் சாந்தம். அப்போது அவள் பேச்சு, நுங்கு, சீதளம். வேகவதி சிரிப்பாள். பாடுவாள். சுழிப்பில், வட்டச்சுற்றில், பொங்கலில், அவள் நாட்டிய ஜதிகள். நீர்நிலை பேசும், பாடும்.

குயிலம்மை, ஓடும் நதியில் உயிர்த்திருக்கிறாள். அதையே பார்த்து, அதையே உணர்ந்து, ஒரு கட்டத்தில் அதுவாகவே மாறி விட்டிருக்கிறாள்.

குயிலுக்குக் கல்யாண ஏற்பாடுகள் நடந்திருக்கின்றன. அது அவளுக்குச் சம்மதமா என்றால், இல்லை. அது முக்கியம் இல்லை. மாட்டைக் கேட்டா கொட்டாய் போடுவது என்பது அக் காலத்துச் சொலவடை. மணமகனாகத் தீர்மானிக்கப்பட்டவன், முன்னரே நான்கு திருமணங்களைக்கொண்டவன். நாலு பெண்களில் இரண்டு பேர் கிணற்றில் விழுந்து மாய்ந்துபோனார்கள். ஒருத்தி பைத்தியம்கொண்டாள். கடைசிப் பெண், ஓடிப் போனாள். அதனால் பிழைத்தாள். ஒரு மதிய வேளை படித்துறையில் குயில் அமர்ந்து, ஓடும் நதியைப் பார்த்துக்கொண்டிருந்தாள். நதி ஓடிக்கொண்டிருந்தது. ஓடுவது உயிர்ப்பு. ஏன் முடங்கிப் போனாய்?" என்று ஆறு அவளிடம் கேட்டிருக்கிறது. வானத்தை அளாவிப் பறந்து சென்ற ஒரு நீலகண்டப் பறவை அவளைப் பார்த்துக் கேலியாகச் சிரித்தது. அவளது தலை முடியைக் கலைத்துப் புடைவையைப் பறக்கச் செய்த காற்று அவளிடம் எதையோ சொல்லியதாம். சதுரம் சதுரமாக நிலம்கொண்டு, சதுரம் சதுரமாக அறை கட்டி, ஈராயிரம் ஆண்டு உண்டு, சதுரமாகப் பள்ளம் வெட்டிப் புதைந்து போ என்பதாக அந்தக் காற்று சொல்லியதாம். அப்படியே புறப்பட்டிருக்கிறாள். கட்டிய புடவையோடு, எடுத்துக் கட்டிய கூந்தலோடு புறப்பட்டுவிட்டாளாம்.

"கல்யாணம் பிடிக்காதது காரணமா?" என்று உண்ணாமலை அம்மாள் கேட்டிருக்கிறார். காரணம் என்று எதையும் சொல்வதற்கில்லை. எந்தக் காரியத்துக்கும் ஒரு காரணம் தேவைப்படுகிறது. காரணம் அல்லது காரணங்கள் எவையும் காரணமாக இருப்பதில்லை. காரணம் என்று சொல்லப்படுகிற ஒன்றுக்குப் பின்னால் வேறு ஒன்று; ஒன்றுக்கு நிழலாக வேறு ஒன்று.

எது காரணம்? சொல்லப்படும் காரணம் ஒன்றாகவும், எத்தனை சமாதானங்களை இட்டு நிரப்பிக்கொள்ள வேண்டியிருக்கிறது.

"காரணமே இல்லாமல்தான் புறப்பட்டேன். புறப்படத் தோன்றி யது. புறப்பட்டுவிட்டேன்" என்பதுதான் குயிலின் பதிலாக இருந்திருக்கிறது.

பொட்டல் வெளியாக நீண்ட பிரதேசம் வந்திருக்கிறாள் குயில். தார்ரோடு புழக்கத்துக்கு வராத காலம். மண் ரஸ்தா, ஓரமாக அடர்ந்திருந்த புளிய மரங்கள். வேலம் தோப்புகள். அத்தோப்பைக் கடக்கும்போது மரணம் ஒன்றைச் சந்தித்தாள் அவள். பிரசவத்தில் இறந்த பெண்ணைப் புதைத்துக்கொண்டிருந்தான் அவள் கணவன். பழந்துணியில் கிடத்தி வைக்கப்பட்ட குழந்தை, பிறந்த சில மணிகளேயான துன்பத்தில் அழுதுகொண்டிருந்தது. தாய், வெயிலில் வதங்கிக் கிடந்தாள். அவளைப் புதைப்பதற்கு உதவியிருக்கிறாள். குழந்தையைக்கையில் எடுத்துக்கொண்டாள். ஊர்க் கலகத்தில் ஊரை விட்டுப் புறப்பட்ட குடும்பம் அது. கிணற்றில் விழுந்த

செம்பை எடுப்பது, கட்டட வேலையில் மண் சுமப்பது என்று கூப்பிட்ட தொழிலைச் செய்பவனாம் அவன். அவனுடனும் குழந்தையுடனும் சில மாதங்கள் இருந்திருக்கிறாள். ஏன்? "தோன்றியது இருந்தேன்?" என்றாள். ஒரு நாள் அங்கிருந்தும் புறப்பட்டாள்.

குள்ளஞ்சாவடி சந்தை நல்ல வண்டிக் காளைகளுக்குப் பெயர் பெற்றது. தாத்தா மாடு பிடிக்கப் போயிருக்கிறார். பிடித்து, கிருஷ்ணக் கோனாரிடம் ஒப்படைத்து நடத்திவரச் சொல்லிவிட்டுக் குதிரை வண்டியில் வீடு திரும்பிக்கொண்டிருந்தார். மரங்களின் உச்சியில் இருள் படர்ந்துகொண்டிருந்த நேரம். வேப்ப மரத்தின் கீழே வெள்ளைப் புடைவைக்காரி ஒருத்தி நின்றிருப்பதைப் பார்த்து வண்டியை நிறுத்தி, இறங்கி வந்து, "யாராது பெண்ணே?" என்றார். "நான் வேகவதி ஆற்றுக் கிராமம்" என்றிருக்கிறாள்.

"எங்கே பயணம்?"

"தெரியலை."

அந்தக் கணம் உருண்டு கெட்டியாக வடிவம்கொண்டது. ஆகாயத்துப் பறவைகள் கூடு நோக்கிப் பறந்துகொண்டிருந்த நேரம். ஒரு வெள்ளைப் பறவை, தன் அலகால் வானத்தில் எதையோ எழுதிச் சென்றது.

"என்ன பேரு?"

"குயிலம்பாள்."

"என்னோட வரியா? வச்சுப் படைக்கிறேன்."

குதிரை வண்டியில் ஏறி அமர்ந்தாள். இருட்டு ரஸ்தாவில், குதிரைக்கு வழி தெரிந்திருந்தது. வண்டிச் சக்கரம் மணலில் அழுந்தி முன்னேற்றிக்கொண்டிருந்தது. தாத்தா கதவைத் தட்டியதும், கண்ணம்மா ஆயா வந்து கதவைத் திறந்தாள். அவருக்குப் பின்னால் இருந்த பெண்ணைப் பார்த்து "அதாரு?" என்றாள்.

"அவ இங்கேதான் இருக்கப் போறா."

கண்ணம்மா ஆயா, குயிலைப் பார்த்து, "உள்ளே வா" என்றாள்.

மூத்தாள் இவளை எப்படி ஏற்றுக்கொண்டாள்? ஏற்பதும் ஏற்காததும் யார் கையிலும் இல்லை. அது அப்படித்தான் இருந்தது. கிணற்றடிக்குப் போன குயில் நாலு வாளித் தண்ணீரை விட்டுக் கொடுத்துத் திரும்பும்போது, கண்ணம்மை ஒரு பழம் புடவையைக்கொண்டு வந்து தந்தாள். உடுத்திக்கொண்டாள். நேராக அடுப்பறைக்குப் போய், இரவுச் சமையலுக்கு ஒத்தாசை செய்தாள் குயிலம்மை. மறுநாள் விடிந்ததுமே, நாலு புடவைகள் வாங்கி வந்தார் தாத்தா. அவற்றைக் குயிலம்மையிடம் தந்தார். குயில் அவற்றில் இரண்டைக் கண்ணம்மையிடம் தந்தாள். அந்த நிமிஷத்தில் இருந்துதான் கண்ணம்மை குயிலிடம் பேசத் தொடங்கினாள். தேக்கு மரத்தாலான தன் அலமாரியைத் திறந்து, கழுத்துக்கு, காதுக்கு என்று நகைகளை எடுத்துக் கொடுத்தாள் கண்ணம்மை.

மூர்த்தி வளர்ந்த பிறகு ஒரு முறை கேட்டான். "ஒரு வீட்டில் ரெண்டு பெண்டாட்டிகள் இருந்துகொண்டு எப்படிப் புருஷனைப் பங்கிட்டுக்கொண்டீர்கள்?"

குயிலாயா திண்ணை ஓரம்தான் அமர்ந்திருந்தது.

"என்ன கேட்டே?"

தெருவை, ஆற்றை விட்டு மீண்டுவர அதுக்குச் சற்றுத் தாமதம் ஏற்பட்டது.

என்ன மாதிரிச் சந்தேகம் எல்லாம் வருகிறது என்பதுபோல அவனைப் பார்த்தது.

"கடையில் இருந்து திரும்பும்போது, விறகுச் சவுக்குக் குச்சி களோடு திரும்புவார். அதுகளையாரிடம் தந்து தண்ணீ சுட வை" என்கிறாரோ அவள் அன்றைக்கு."

"உங்களுக்குள் பொறாமை காரணமாக சண்டை வரணுமே?"

"எதுக்கு வரணும்? அது பெற்றது நான் பெற்றதுதானே..."

மருங்காபுரிக் கள்ளுக் கடையை ஏலம் எடுத்த தாத்தா, அதைக் குயிலம்மாவுக்குக் கொடுத்தார். தோப்பில் கடை போடப்பட்டது. சிங்கப்பூரிலிருந்து கள் ஜாடி வந்தது. குயவர் பாளையத்திலிருந்து மொந்தைகள் செய்து வந்தன. கள் பீப்பாய்கள் வந்து இறங்கின. கடையை ஒட்டிச் சாக்னா கடை போட்டாள் குயிலம்மை. வறுத்த பருப்பு வகைகள், மீன், நண்டு, எறா, கறி வறுவல்கள், தோசை என்று பதார்த்தக் கடையைத் தொடங்கினாள். துணைக்குக் கதிர் காமத்திலிருந்து ராசகுமாரி வந்து சேர்ந்தாள். ராசகுமாரி, பூர்வா சிரமத்தில் ராசாவாக இருந்தாள். பத்துப் பன்னிரண்டு வயசில் தன்னைக் குமாரியாக அடையாளம் கண்டாள். கால்சட்டையை விடுத்துப் பாவாடை, ரவிக்கை, மேல் மாராப்புக்கு மாறினாள். அழகாகக்கொண்டை போட்டுக்கொண்டாள். காலணா அளவுக்குக் குங்குமம் வைத்துக் கடையில் உட்கார்ந்தால், கூட்டம், கள் குடிக் காமலே வசப்பட்டது. அவள் கைராசி, பதார்த்தங்களில் வெளிப் பட்டது. ஒரு கிண்ணம் சுறாப்புட்டு சாப்பிட்டவன், மறு கிண்ணம் சாப்பிடாமல் போக மறுத்தான். கடையில் நுழைந்தவுடனே கள்ளுக் குப் போகாமல், சாக்னா கடைக்கு வந்து தீனி வாங்கிக்கொண்டு மொந்தையை எடுத்துப் போனார்கள் ரசிகர்கள்.

ராத்திரி நடுநசியில் ஊர்திரும்பச் சிரமம் என்று தோப்புக் குள்ளேயே ஒரு கூரை வீட்டைக் கட்டினார் தாத்தா. குயிலம்மை அங்கே குடிபுகுந்தது. தென்னை மரங்களில் இருந்து தென்னங் குரும்பைகள் விழுந்தன. மரங்கள் கள்ளுக்கு விடப்பட்டன. தேர்ந் தெடுத்த பத்து மரங்களில் இருந்து சமையலுக்குத் தேங்காய் பறித்துக்கொண்டாள். தோப்புக்குள் வீசும் காற்றில் கள்ளின் சுகந்த மணம் பரவி இருந்தது. ஈக்கள் கள்ளைச் சுவைத்துப் போதையில் தள்ளாடிப் பறந்தன. தோப்பை விட்டுச் சற்றே நடந்தால், கடற்கரை வந்துவிடும். குயில் கடலைத் தனதாக்கிக்கொண்டாள். ஆறோ, குளமோ, கடலோ, குட்டையோ, நீர்நிலைதான். நீரின் நிழல். நீர்களின் நகல்கள். மனிதர்கள் நீரால் ஆனவர்கள்.

ஒருமுறை தாத்தாவிடம்... வியாபாரத்தின் மூலம் வந்த காசை என்ன பண்ண?" என்று குயில் கேட்டதுக்கு, அந்தக் காசோடு தன் பணத்தையும் போட்டு, நிலமும், கடற்கரையை ஒட்டிய சவுக்குத் தோப்பையும் வாங்கிக் குயில் பேரில் பதிந்து கொடுத்து, "எனக்கு ஏதாச்சும் ஆனா, இதுகள் நீ பட்டினி இல்லாமல் வாழ உதவும் என்றாராம்!

“இதுகளா நான் பிழைக்க உதவுபவை?” “இல்லைதான். என் நிம்மதிக்கு.” ராசகுமாரிக்குச் சவுக்குத் தோப்பில் வீடு கட்டிக் கொடுத் தது குயிலம்மை. கடை நேரம் போக மற்ற நேரங்களில் கடலைப் பார்த்துக்கொண்டு படுத்துக் கிடந்தது குயிலம்மை.

உண்ணாமலை அம்மையிடம் மூர்த்தி, “குயில் ஆயா சொத்தெல்லாம் என்னவாயிற்று” என்று கேட்டதுக்கு அந்த அம்மாள் சொன்னாள்: பட்டு வேஷ்டி பட்டுச் சட்டை வைரக் கம்மல், பாகவதர் கிராப்பு, கட்ஷூ என்று இருந்த தாத்தா கதர் கட்டத் தொடங்கினார், ஏதோ ஒரு கூட்டத்தில், யாரோ ஒரு தொண்டர், “என்னப்யா. காந்தியம் பேசுறீர். கதர் கட்டறீர். கள்ளுக் கடை நடத்துகிறீரே.” என்றாராம். தாத்தா, அந்தக் கணமே மூன்று கள்ளுக் கடைகளையும், இரண்டு சாராயக் கடைகளையும் மூடிவிட முடிவு பண்ணினார். செய்யவும் செய்தார். அரசாங்கத்துக்குத் தர வேண்டிய குத்தகைப் பாக்கி, கடன்கள் எல்லாவற்றுக்கும் எல்லாச் சொத்துகளையும் விற்று அடைத்தார். குயிலம்மை சொத்துகளை அவர் தொடவில்லை. இவள்தான் மன்றாடி, சண்டை போட்டு, சாப்பிடாமல் கிடந்து அவற்றைக் கிரயம் ஆக்கிக் கொடுத்தாள். தாத்தா மட்டும்தான் மிஞ்சினார்.

“நான் மட்டும்தான் இப்போ “

“எப்போதும் நாம் மட்டும்தான் நம்மோடு. வேறு ஏது சாஸ்வதம்?”

மூர்த்தி உண்ணாமலை அம்மையிடம் கேட்டான்.

“குயிலம்மையின் இளமைக் காலங்களிலும் இப்படித்தான், பேசா மடந்தையாக, பேசினால் புரியாமல் பேசுவதாக இருந்ததா?”

“ஐயோ... பனை மட்டையில மழை பேஞ்சா மாதிரிப் பேசும். சிரிப்பு சிரிப்பா பேசும். அது சிரிப்பே அழகு. தப்பா ஒரு வார்த்தைகூடப் பேசத்தெரியாத பெண். ரொம்ப உபகாரம் பண்ணுகிற பெண். என்ன கஷ்டம்னா, அதுக்குக் குழந்தை தங்கலை. எல்லாம் குறைப் பிரசவம். வயிற்றிலேயே கரைஞ்சு போச்சு. அதை மனசுக்குள்ளே போட்டு மூடிக்கிடுச்சு.”

எல்லாம் நல்லபடியாக நடந்துகொண்டிருந்தது. அப்படி இருக்க முடியாதல்லவா உலக வாழ்க்கை!

கண்ணம்மைக்கு இருமல் நோய். காசம் என்றார்கள். காசத்துக்கு மருந்து ஏது! ராவும் பகலும் இந்தக் குயில்தான் உடன் இருந்து, இரத்த வாந்தியைக்கையில் வாங்கினாள். ஒருநாள், கண்ணம்மை அமைதி அடைஞ் சாள். தாத்தா அந்தக் காலத்திலேயே ஆயிரம் செலவு பண்ணிப் பல்லக்கில் வைத்துக்கொண்டுபோய்ச் சேர்த்தார்.

மறுநாள்தான் அது நிகழ்ந்தது. கண்ணம்மை இல்லாத முதல் நாள் பகல். காலைப் பலகாரத்துக்கு இட்லி பண்ணி தாத்தா முன்கொண்டு போய் வைத்தாள் குயில்.

இட்லித் தட்டைப் பார்த்தார் தாத்தா. உடைந்துபோனார்.

“என் கண்ணம்மா. எங்கேடி போனே? என்னத் தனியே விட்டுட்டு எங்கே போனே? நியாயமா இது? இனி நான் பிழைப் பேனா? பிழைச்சு என்ன பண்ணப் போறேன்? எனக்கு யார் இருக்கா?”

தாத்தா தலையிலும் மார்பிலும் அடித்துக்கொண்டு அழுதார். சாவுக்கு வந்திருந்தவர்கள் எல்லோரும் தாத்தாவைத் தேற்ற வேண்டி வந்தது.

தாத்தாவையே பார்த்தபடி நின்றிருந்தாள் குயிலம்மை. வெறிக்க வெறிக்கப் பார்த்தாள். சிலை மாதிரி நின்றாள். அவள் கையில் இருந்த சட்னிப் பாத்திரம் நழுவிக் கீழே விழுந்தது. பின்னால் நகர்ந்து சுவரோடு ஒட்டிக்கொண்டாள். தாத்தாவை யாரோ மாதிரிப் பார்த்துக்கொண்டு விழித்தபடி நின்றாள்.

அதன்பிறகு குயிலம்மை பேசுவதை மறந்தாள். இப்படிப் 'புரியாமல்' பேசத் தொடங்கினாள்.

குயிலம்மை தன் தொண்ணூற்று இரண்டாம் வயதில் அடங்கினாள். பேரனாக மூர்த்தி அவளுக்கான கடன்களைச் செய்தான். கடற்கரையில் எல்லாம் நடந்தது. ஆற்றங்கரையாக இருந்தால் குயில் ஆயா மகிழ்ச்சியடைந் திருப்பாள் என்று அவனுக்குத் தோன்றியது.

2014

வாழ்தலும் வாழ்தல் நிமித்தமும்

அப்பா சாக்குத் துணியில் சுற்றி ஒரு செடியைக்கொண்டு வந்தார். சட்டை கால்சட்டை போட்ட குழந்தை மாதிரி செடியின் தலையும் காலும் வெளித் தெரிந்தது. பத்மப் பிரியாவுக்கு உற்சாகம் பீறிட்டது.

“ஹை... செடி... என்ன செடிப்பா அது?”

அப்பா, பத்மப்பிரியாவின் கன்னத்தைச் செல்லமாகக் கிள்ளினார். அப்பாவின் பாணி அது. அது அவரை வெளிப்படுத்தும் முறை. அப்போது சாயங்காலமாகியிருந்தது. எதிர்ச்சாரியில் மஞ்சள் பூசிக்கொண்டிருந்தது வெயில். சாயங்கால வேளையில் எது வந்தாலும் சுகமாகவே இருக்கும். பெங்களூரிலிருந்து ஒரு நண்பர் அதை, அனுப்பியதாக அப்பா சொன்னார். “மஞ்சள் மஞ்சளாகப் பூக்கும். ஏறக்குறைய பவழ மல்லிகை மாதிரிப் பூத்துச் சொரியும் செடியாம். வாசனை மனோரஞ்சிதம் மாதிரி இருக்குமாம். ஒரு நேரத்தில் ஒரு ரகமான வாசனை. பூக்கும்போது ஒரு வாசனை, காயும்போது ஒரு வாசனை. பூத்துப் பழுக்கும்போது ஒரு வாசனை. பூ பழுக்குமா என்றால் மனோரஞ்சிதம் மட்டும் பழுக்கும். அது மாதிரி இந்தச் செடியும் பூக்கும்” என்றார் அப்பா.

“வாங்கப்பா செடியை நடலாம்” என்றாள் பத்மப்பிரியா. அவளுக்கு எதுவும் உடனடியாகச் செய்துவிட வேண்டும். இரவு பன்னிரண்டு மணிக்குத் திரும்பும் அப்பாவிடம் இருந்து புதுப்பென்சிலை வாங்கிச் சீவி பத்மப்பிரியா என்ற பெயரைப் பல்வேறு ‘ஸ்டைலில்’ எழுதிப் பார்த்தால்தான் திருப்தி. தீபாவளிக்கும் பொங்கலுக்கும் தைத்து வரும் சட்டை பாவாடையை, உடனே போட்டுப் பார்த்துக் கண்ணாடி முன் நின்று. நேராக, பக்கவாட்டில், குனிந்து நிமிர்ந்து ஈ என்று இளித்துக்கொண்டும் ஒரு முறை அப்புறம் கண்ணாடிக்குப் பின்பக்கம் காட்டி அழகை ஊர்ஜிதப்படுத்திக்கொண்டும் பல பாவனைகள் செய்துகொள்ள வேண்டும் அவளுக்கு. அப்பா அவர் அறையை விட்டு பனியன் கைலியோடு

வந்து ஹாலில் அமர்ந்துகொண்டு காப்பி குடிக்கத் தொடங்கினார். காப்பி என்கிற பானத்தின்மீது அவளுக்கு எரிச்சல் மூண்டது. முதன் முறையாக செடியை நட்டுவிட்டு வந்து சாவதானமாக காப்பி குடித்தால் என்ன? இந்த அப்பா மோசம் பா.

காப்பி குடித்தாயிற்று. பத்மப்பிரியா, தன் கையிலுள்ள பத்து விரல் நகத்தையும் கடித்து முடித்திருந்தாள். அப்பா, இப்போது சௌகரியமாகச் சாய்ந்துகொண்டு சிகரட் பற்ற வைக்கத் தொடங்கினார். பத்மப்பிரியாவுக்கு இனி நகம் கடிக்க இல்லாமல் போயிற்று. வீடு முழுக்க சிகரட் புகை சூழ்ந்தது. அவளுக்கு சிகரட் புகை பிடிக்கும். இப்போது இல்லை.

"வாங்கப்பா செடியை நட்டிடலாம். இருட்டிடப் போகுது."

"ஏன், இருட்டினா செடிக்குப் பயமா இருக்குமா?"

ஏன் பயமாக இருக்கக்கூடாது. செடியும் அவளைப்போல குழந்தைதானே. குழந்தைகள் இருட்டுக்குப் பயப்படும்தானே. பயந்திருப்பாராக இருக்கும். சிகரட்டை எறிந்து விட்டு ஒரு வழியாக அப்பா எழுந்தார். கைலியை மடித்துக் கட்டிக்கொண்டார். மூலையில் சார்த்தி இருந்த சின்ன அலவாங்கை எடுத்துக்கொண்டு தோட்டத்துக்குப் போனார். செடிச் சுருட்டலை எடுத்துக்கொண்டு பத்மப்பிரியா அப்பாவைத் தொடர்ந்தாள். மணலில் பதியும் அப்பாவின் காலடிச் சுவடுகளின் மேல், தன் சின்னப் பாதங்களை வைத்தபடி நடந்தாள். அப்பாவின் அகலப் பாதம் ஒருமுறை முறம் மாதிரி இருந்தது. அதற்குள் அவள் பாதம், குரங்கு தன் வயிற்றுக்குள் அணைத்திருக்கும் குட்டி மாதிரி இருந்தது.

அதற்குள் செய்தி பத்மலட்சுமிக்கும் பத்துக்கும் எப்படியோ எட்டி, இருவரும் வேறு வேறு திசைகளிலிருந்து ஓடி வந்தார்கள்.

"ஹை செடி" என்றார்கள் இருவரும் ஏக காலத்தில். "என்ன செடிப்பா இது?"

செடி வந்த விதத்தை அப்பா மீண்டும் சொல்லத் தொடங்கினார்.

"அப்பா இவகிட்ட என்னத்துக்குச் சொல்றீங்க... லேட்டா வந்தவங்களுக்குத் தெரிய வேணாம்" என்றாள் பத்மப்பிரியா.

அப்பா சிரித்துக்கொண்டார். போதுமான பள்ளம் வெட்டி, செடியை நட்டார். அப்பா, வாளியில் தண்ணீர் எடுத்துக்கொண்டு செடிக்கு நீர் வார்த்தாள் பத்மபிரியா. அவளின் அந்தச் செயலில், பத்மலட்சுமிக்கும் பத்துக்கும் சேர்ந்து ஒரு செய்தி இருந்தது. அதாவது அந்தச் செடி, அவளுடையது. இதை எந்தவிதம் மறுப்பது அல்லது ஏற்பது என்று அடையாளக் குழப்பத்தில் ஆழ்ந்திருந்தாள் பத்மலட்சுமி. பத்து, தன் கைகளை முட்டியில் ஊன்றியபடி அப்பாவின் காரியங்களை வேடிக்கை பார்த்துக்கொண்டிருந்தான்.

"என்ன கலர் பூக்கா?" என்று பத்மலட்சுமி அக்காவைக் கேட்டாள்.

"மஞ்சள், கனகாம்பர மஞ்சள்."

"எல்லாப் பூவும் அழகாத்தான் இருக்கும்."

அம்மா எட்டிப் பார்த்தாள். குடும்ப நிகழ்ச்சிகளுக்கு அவள் எப்போதுமே வேடிக்கை பார்ப்பவள். பாத்திரத்தைத் துலக்கிக்கொண்டிருப்பாள். அல்லது

பொறுப்புகளைத் தட்டிக் கழிக்கும் சூத்திரத்தைக் கடைப்பிடித்து வாழ்பவள்.

செடிக்குப் பக்கத்தில் வந்து நின்ற அம்மா சொன்னாள், "செடி வளர்ந்தா கொசு அடையுமே"

"இல்லாவிட்டாலும் கொசு அடையத்தான் செய்யும்"

"யார் இதுக்குத் தண்ணீர் ஊத்தப் போறா?"

பத்ம்ப்பிரியா முந்திக்கொண்டு சொன்னாள். "நான் ஊத்துவேன்."

அம்மா, தன் பொறுப்பு முடிந்ததென்று நகர்ந்தாள். அந்த நிமிஷத்திலிருந்து பத்மப்பிரியா, அந்தச் செடியின் எஜமானி ஆனாள். எஜமானியானதும் அவள் இட்ட கட்டளை "என் செடியை யாரும் தொடக்கூடாது" என்பதுதான்.

"தொட்டால் என்ன செய்வே" என்றான் பத்து.

"கையை வெட்டுவேன்" என்று உடனடியாகப் பதில் தந்தாள் பத்மப்பிரியா.

அவன் அம்மாவிடம் போய்ச் சொன்னாள் "கையை வெட்டுமாம் பெரியக்கா"

"அவள் செடியை நீ ஏன் தொடணும்?"

"அவள் செடின்னு பேர் போட்டிருக்கா?"

"வாயில போடுவேன், இப்படிப் பேசினியானா?"

பத்து செடியினருகில் வந்தான். செடிக்குப் பக்கத்தில், ஒரு போலீஸ்காரியைப் போல் நின்றாள் பத்மப்பிரியா. திடுமென, அவனுக்கு சீனுவிடம் சைக்கிள் வாங்கிக்கொண்டு சுற்ற வேண்டும்போல இருந்தது. சீனுவின் வீட்டைப் பார்த்து ஓடினான்.

பத்மப்பிரியாவுக்குப் பேச்சு, மூச்சு மாதிரி என்பாள் அம்மா. அவள் பேசிக்கொண்டே இருப்பது அப்பாவுக்குப் பிடிக்கும். அம்மாவுக்குப் பிடிக்காது. சும்மா கண்டவர்களிடமும் அவளுக்குப் பேசப் பிடிக்காது. பன்னிரண்டு படிக்கிற பெண் இப்படி லஜ்ஜை இல்லாமல் எல்லாரிடமும், குறிப்பாக ஆம்பிளைத் தடியன்களிடம் பேசுவது அழகாகவா இருக்கிறது என்பாள் பாட்டி. பாட்டி அகலிகையின் அக்கா; சீதைக்கு மாமி லஜ்ஜையாம், லஜ்ஜை. அப்படியென்றால் என்ன? என்னதுக்குப் பேச வெட்கப்பட வேண்டும். அதிலும் குறிப்பாக அந்த ஆம்பிளைத் தடியன்கள். ஆம்பிளை, ஏன் தடியன்களாகவே பாட்டிக்குப் படுகிறது. அதுசரி. ஆம்பிளை என்றால்தான் என்ன?

"என்ன?"

"... ..."

"அதுவா... எங்கள் வீட்டுக்குப் புதுசா ஒரு செடி வந்திருக்கு. அதான் ஜாலியா இருக்கேன்."

பல்லியின் பாஷை பத்மப்பிரியாவுக்குத் தெரியும். பத்மப்பிரியாவைப் பல்லிக்கும் தெரியும்.

காலை என்பது ஜன்னல் திரைக்குப் பின் இருந்து தினம் அவளை எழுப்பும் சிநேகிதி. இதுபோல் அவளுக்குப் பல சிநேகிதிகள். எழுந்ததும்

அவள் நினைவுக்கு வந்தது அந்தச் செடி. தோட்டத்துக்கு ஓடினாள். காலை இளம் காற்றில் அசைந்தாடிக்கொண்டிருந்தது செடி. அதன் பக்கத்தில் மண்டியிட்டு அமர்ந்தாள் பத்மப்பிரியா.

"என்ன செடி..." என்று தொடங்கியவள், அது நன்றாக இல்லையே என்று நினைத்தாள். எல்லா உயிருக்கும் ஒரு பெயர் இருக்க வேண்டாமோ? யோசித்தாள். நேற்று, வரலாற்று டீச்சர் மாதுளைக்கு அனார் என்று அரேபியாவில் சொல்வார்கள் என்று சொன்னது நினைவுக்கு வந்தது. "ஹை... அனார்" செடிக்கு அனார் என்று பெயர் வைத்து விட்டாள்.

"அனார்... அனார்மா... ராத்திரி நல்லா தூங்கினயா, இருட்டுக்கு பயந்துடலையே... பயந்தா என்கிட்ட சொல்லு... இரு..." என்றுவிட்டு ஓடிச்சென்று வாளியில் தண்ணீர்கொண்டு வந்து மண்ணிலும் அனார் உடம்பிலும் தெளித்தாள். நீர், முத்து முத்தாய்ச் சொட்டியது. அனார், குளித்துவிட்டு, நீர் சொட்டச் சொட்ட நிற்பதுபோல இருந்தது.

"இன்னிக்கு முதல் பீரியடே, இங்கிலீஷ். அதிலும் இலக்கணம். என்ன கேள்வி கேட்டு உயிரை வாங்கப் போவுதோ? அப்புறம், தூக்கணாங்குருவிக்கொண்டை வந்துடும். ஆஸ்திரேலியா எங்கே இருக்கு. ஜனத்தொகை எவ்வளவு. அப்பாவும் ஜாலி. தமிழ் உனக்குத்தான்பா ஜாலி. பள்ளிக்கூடம் போக வேண்டியதில்லை. ஒவ்வொரு பீரியடிலும் வெட்டுப்பட்டுச் சாக வேண்டியதில்லை."

அப்போது தவிட்டு நிறச் சிட்டு ஒன்று பறந்து வந்து வீட்டுக் கட்டைச் சுவரில் உட்கார்ந்தது.

"வா, உன்னைத்தான் காணமேன்னு பார்த்தேன். என் செடிக்கு அனார்னு பேர் வெச்சிருக்கேன். நீயும் அப்படித்தான் கூப்பிடணும். வேறு மாதிரி கீச்சு மூச்சுன்னு கூப்பிட்டுக்கிட்டு திரிஞ்சே. கொன்னுபுடுவேன்..."

குருவி "கீச் கீச்" என்றது. சரிக்கா என்பது அதன் பொருள்.

"குட்... நல்ல பையன். நீங்க ரெண்டு பேரும் கொடுத்து வச்சவங்கப்பா"

அனார் தலையாட்டி "ஏன்" என்று கேட்டது.

"பள்ளிக்கூடம் போக வேண்டிய அவசியம் இல்லையே" என்றாள் பெருமூச்சுடன்.

உள்ளிருந்து அம்மா கூப்பிட்டாள். இனியும் அவள் தாமதிக்க முடியாது. கொஞ்சம் ஹோம் ஒர்க் வைத்திருக்கிறாள். அப்புறம் காக்கா குளியல். அப்புறம் பள்ளிக்கூடம். வீட்டுப் பாடத்தை ஒரு வழியாகப் போட்டு முடித்தாள். குளியல் அறையில் பத்மலட்சுமி இருந்தாள். பாவாடை, சாத்திய கதவில் தொங்கிக்கொண்டிருந்தது.

"சீக்கிரம் வா, லட்சுமி?"

"வர முடியாது... என்ன பண்ணுவே?"

"ம்... சீக்கிரம் வாடி... ஸ்கூலுக்கு டைம் ஆவுது."

"லேட்டா போயி உதை வாங்கு."

என்ன பண்ணுவது இவளை? பல்லைத் தேய்த்துக்கொண்டு அறைக் கதவு திறக்கக் காத்திருந்தாள். ஒருவழியாக பத்மலட்சுமி வெளி வந்தாள்.

"இருடி இரு" என்று மனசில் கருவிக்கொண்டு அறைக்குள் புகுந்தாள் பத்மப்பிரியா. ஜாக்கெட்டை அவிழ்க்கும்போதெல்லாம் பாட்டி சொன்னது அவளுக்கு நினைவுக்கு வருகிறது. "எல்லாம் எங்க பரம்பரைப் பூரிப்பு. எங்க ஜனங்களுக்கு எப்போதுமே மார்பு பெரிசு." சே, வயசானால் கிழங்கள் சட்டை போடாமல் பேசுகிறதுகள். மயிர் நரைப்பதுபோல, வெட்கமும் நரைக்கும் போலும். இடுப்பைச் சுற்றி பாவாடை இறுக்கம் ஏற்படுத்திய தழும்பு அவளை உறுத்தியது. இதற்கு ஏதாவது செய்ய வேண்டும் என்று நினைத்துக்கொண்டாள். அவசரம் அவசரமாக ஏதோ சாப்பிடுவதாகக் கொரித்து விட்டுப் புறப்பட்டாள். அனாரிடம் வந்து நின்று "எப்படி இருக்கு என் டிரஸ்" என்றாள். இருந்த இடத்திலிருந்தே ஒரு சுற்றுச் சுற்றி தன் முன்பின் அழகுகளை அதுக்குக் காண்பித்தாள். அனார் தலையாட்டிப் பாராட்டியது.

"குட்... உனக்கு ரசனை இருக்கு. நல்ல ரசனை"

பத்மப்பிரியா பள்ளிக்குப் புறப்பட்டாள்.

அனார் சில நாட்களில் பூத்தது. பச்சைப் பசேலென்ற சின்னஞ்சிறு இலைகளின் நடுவே, வெள்ளை மிளகுபோல பொட்டு வைத்தது. அப்புறம் அரும்பியது. அப்புறம் மலர்ந்தது. ஒரு பூ வேலை செய்து விரிந்த குடைபோல ஏராளமான மஞ்சள் நிறப் பூக்கள். பச்சைக் கற்பூரம்போல ஏதோ ஓர் ஊதுபத்திபோல வாசனை. அடக்கமான வாசனை. மலர்கள் இரண்டாம் நாளில் மண்ணில் வீழ்ந்தன. ஒன்று விழுந்தபோது, மற்றொரு பூப் பூத்தது. இழப்புக்கு ஈடு செய்தது. கோடி வீட்டுக் கணக்குப் பிள்ளை செத்த அன்று, சரஸ்வதி அக்காவுக்குக் குழந்தை பிறந்தது. பெண் குழந்தை.

அப்பா, பூவை முகர்ந்து பார்த்து 'பிரமாதம்' என்றார். பத்மப்பிரியா தானே வாசனை ஆகி விட்டாற்போல உணர்ந்தாள்.

பத்மப்பிரியாவுக்கு இப்போதெல்லாம் மனசில் பல கேள்விகள் எழுந்தன. காலை பள்ளிக்குப் போகும்போது, சைக்கிளில் எதிர்வந்து அவளைப் பார்த்து "குட்மார்னிங்" என்று சொல்கிறான் கண்ணன். மதியம் "குட் ஆப்டர் நூன்" என்கிறான். மாலை பள்ளியை விட்டுத் திரும்பும்போது "குட் ஈவினிங்" சொல்கிறான். பஞ்சாயத்து போர்டு பிரசிடென்ட் பையன் அவன். அப்பாவின் நண்பர்தான் அவர். புதுசாக முகம் மழித்து இருக்கிறான். மீசை இல்லாத பையன். மீசை இருந்தாலாவது அவனுக்கு இவள், குட்மார்னிங் சொல்வாளாக இருக்கும். "இது என்னடி அனார், இதுக்கெல்லாம் என்ன அர்த்தம்" என்று அனாரிடம் கேட்டாள் பத்மப்பிரியா.

அனார் தலையசைத்துச் சொன்னது. "தெரியாதாக்கும்"

"சீ தெரியாதுடி"

"சாமி சத்தியமா"

"காட் பிராமிஸ்"

"அதான்"

"எதான்"

இருவரும் சிரித்துக்கொண்டார்கள். "கண்ணன் செய்வதை ஜலால் செய்தால் நன்றாக இருந்திருக்கும்." ஜலால் +2 முடித்துவிட்டு டாக்டருக்குத்தான் படிப்பேன் என்று இருக்கிற பையன். அழகாக மீசை வைத்திருக்கிறான். கைகளை முட்டிக்கு மேல் சுருட்டிவிட்டு புஜம் தெரிய மிக வேகமாகச் சைக்கிள் விடுகிறான். அதோடு அவள் வீட்டுக்கு முன் வந்து கர்ண கடூரமாக சைக்கிள் மணியை வேறு முழங்குகிறான். "பார், அவன் அக்குறும்பை, ஒருநாள் காலை, அப்பாவுக்குக் காப்பி கொடுத்துவிட்டுப் பக்கத்தில் நிற்கிறேன். அவன் கேட் ஓரம் சைக்கிளில் இருந்துக்கொண்டு, கால் ஊன்றியபடி ஸ்டைலாக என்னைப் பார்த்துச் சிரிக்கிறான். எனக்கு 'பக் பக்' என்று இருதயம் துடித்துக்கொண்டிருந்தது. அப்பா பார்த்தால் என்ன ஆகும். அப்பா பார்க்கவில்லை என்றுதான் நான் நினைத்துக்கொண்டிருந்தேன். அப்போ குளித்த பிறகு, நானும் அவரும் ஒரு சின்ன 'வாக்' போவோம் என்பதுதான் உனக்குத் தெரியுமே. அப்ப அவர் கேட்டார் 'யாரும்மா அந்தப் பையன்', எனக்கு நடுக்கம் 'தெரியலைப்பா' என்றேன். "பசங்க அப்படித்தான் இருப்பாங்க. இதையெல்லாம் தூர நின்று ரசிக்கக் கற்றுக் கொள். இந்த விளையாட்டில் அங்கம் வகிக்கக்கூடாது. நீயே ஆடுற ஆட்டத்துக்கு இன்னும் நிறைய நாள் இருக்கு."

"அனார் இதுக்கு என்னடி அர்த்தம்?"

"தெரியாது?"

"ஊம்... சத்தியமா தெரியாது"

"சாமி சத்தியமா?"

"காட் பிராமிஸ்"

"அதான்"

"எதான்"

இருவரும் சிரித்தார்கள். வேறு ஒரு நாளில் பத்மப்பிரியா இப்படிச் சொன்னாள். "அப்புறம் அனார், அந்தக் கண்ணன் ஒரு நாள் போனில் என்னைக் கூப்பிட்டான். என்ன சாப்பிட்டியா, தூங்கினியா, நல்லா இருக்கியாங்கிறான். ஏதோ ஊருக்குப் போன புருஷன் மாதிரி. என்ன கொழுப்பு, பார். யார் இவன்னு நான் யோசிக்க ஆரம்பிச்சேன். யார் பேசறதுன்னு கேட்டேன். அது உனக்கு அவசியம் இல்லேங்கிறான். நான் கண்டுபிடிச்சுட்டேன். குட்மார்னிங் பையனான்னு நான் கேட்டேன். அவன் அதிர்ச்சியடைஞ்சிட்டான். எப்படித் தெரிந்ததுன்னான். குரைக்கிற சப்தம் வந்தா நாய்ன்னு தெரிஞ்சுக்க முடியாதான்னு சொன்னேன். அத்தோடு அவன் தொல்லை ஒழிஞ்சுது"

அனார் அதிகமாகச் சிரித்து ஓய்ந்தது. "வெல்டன் ஐ சே" என்றது அனார்.

"அட... உனக்கு இங்கிலீஷ்கூட தெரியுமா?" என்று ஆச்சரியப்பட்டாள் பத்மப்பிரியா.

"என்னை விடு. என் அம்மாவுக்கு நாலு வேதம், ஆறு சாஸ்திரம், பதினெட்டுப் புராணம், அறுபத்து நாலு கலை ஞானம் தெரியும். இங்கிலீஷ் பிரஞ்ச், ஜெர்மன், எல்லாம் வரும். எனக்கும் கொஞ்சம் வரும். ஆனால்

தமிழில்தான் பேசுவேன். நினைப்பேன்." அனார் மேல் அளவில்லாத அன்பு சுரந்தது பத்மப்பிரியாவுக்கு.

அப்பா ஒருநாள் இரண்டு புதுச் செடிகளைக்கொண்டு வந்தார். அனாரைப் போன்ற அதே வகைச் செடிகள். அனாரின் தங்கை மற்றும் தம்பிச் செடிகள். அனாரின் பூக்கள் அப்பாவுக்கு மிகவும் பிடித்திருக்க வேண்டும். அதனால் மேலும் செடிகளைக்கொண்டு வந்திருக்கிறார். அனாருக்கு இடதும் வலதுமாக அச்செடிகள் நடப்பட்டன. பத்மலட்சுமி அந்த இரண்டில் ஒன்றைத் தன்னுடையது என்று சுவீகரித்து விட்டாள். உடனே அதற்குத் தன் பெயரையே சூட்டி விட்டாள்.

பத்மாவாம். தூ... அவள் முகத்தில் தோன்றிய கர்வமும் அலட்சியமும் பத்மப்பிரியாவுக்குச் சகிக்க முடியவில்லை. அவளாவது பரவாயில்லை. பத்துக் குரங்குகள் போட்ட ஆட்டம்தான் சகிக்க முடியவில்லை. அனாருக்கு எதிரில் நின்றுகொண்டு, "அனார் குனார் மனார்" என்றான். இருப்பதில் சின்னச் செடி, அவனுடையதாம். அதன் பேர் சாந்தியாம். சாந்தி அவனுடன் படிக்கிற எப்பவும் சளி ஒழுகுகிற மூக்கும், எலிவால் ஜடையுமாகத் திரிகிற குட்டியின் பெயர். போயும் போயும் இந்தப் பையனுக்குப் புத்தி போறது பார். சாந்தி பூந்தி வாந்தி.

"அனாரைவிடவும் என் செடிதான் அதிகம் பூக்கப் போவுது பார்" என்றாள் பத்மலட்சுமி.

"என் செடிதான் அதிகம் பூக்கும்" என்றான் பத்து.

"என்ன பெட்?"

பத்து யோசித்தான். அவன் அளவுக்குப் பெரிய தொகையான "அஞ்சு ரூபாய்" என்றான்.

"தூ... பிசுநாறி. நூறு ரூபாய் பந்தயம். கட்டுவதானால் கட்டு."

"நூறு ரூபாய் உமக்கு மட்டும் ஏதாம்"

"எப்படியோ சம்பாதிப்பேன்"

பத்துவின் வாய் அடைத்து விட்டது. அவன் பெரியக்காவைப் பார்த்தான். பத்மப்பிரியா, திடுமெனத் தன்னைப் பெரியவளாக உணர்ந்தாள். இந்தச் சின்னப் பிள்ளைகள் விவகாரத்தில், தான் தலையிடுவதாவது? அவள் பெருந்தன்மை முகத்தை அணிந்துகொண்டாள். அது அவள் முகத்தில் இன்னொரு முகம்.

"எல்லாச் செடியும் பூக்கட்டுமே. அதுதானே அழகு" என்றாள்.

பத்மலட்சுமி திடுக்கிட்டுப் போனாள். அக்கா எப்போது முதிர்ந்து நரைத்து கையில் கோலூன்றி அவ்வையானாள்?

பத்மப்பிரியாவின் ஜாக்கெட்டுகள் மிகவும் சின்னதாகிப் போயின. கை மேலேறவில்லை. மார்புப் பித்தானை எத்தனை இழுத்தும் எட்டவில்லை. பாவாடை கணுக்காலுக்குச் சில அங்குலங்கள் மேலேறி விட்டது. அந்தச் சந்தர்ப்பத்தில் அந்த மூன்றுமே பூத்துச் சொரிந்தன. தெருவில் போவோர் நின்று பார்த்துச் சென்றனர். என்ன காரணத்தாலோ இப்போதெல்லாம்

சிட்டுகள், மைனாக்கள், அதிசய வண்ணத்தில் ஆன மரம் கொத்திகள் எல்லாம் அவள் வீட்டுப் போர்ட்டிகோவில் வந்து குந்திச் சென்றன. பத்மப்பிரியா என் செடியைப் பார்க்கத்தான் இத்தனைப் பறவைகளும் வருகின்றன என்று முழங்கினாள்.

"உன் செடி ஒன்றும் உசத்தி இல்லை" என்றாள் பத்மலட்சுமி.

"பூக்களில் ஏதடி உசத்தியும் தாழ்ச்சியும். மனிதர்கள் யாவரும் சமம் என்பதுபோலத்தான் பூக்களும்"

இதைச் சொல்லும்போது புத்த பகவானின் கண் மூடிய அருள் தொனியில், பின்னால் சக்கரம் சுழல, காட்சியளித்தாள் அவள்.

பத்மப்பிரியாவின் கனவுகளில் இப்போதெல்லாம் நாசர் வந்து கொண்டிருந்தான். நாசர் மொத்தத்தில் மூன்றே பேன்ட்டும், நாலு சட்டையும், மார்பில் பொத்தல் விழுந்த பனியனும் வைத்திருந்தான். கொஞ்சிக் கொஞ்சிப் பேசி மதி மயக்கும் பாட்டை மிக அழகாகப் பாடினான். எல்லாவற்றுக்கும் மேலே, மீசை வைத்திருந்தான். ஆனாலும் பாண்ட்ஸ் பவுடரை இத்தனைத் தூக்கலாக அவன் போடக்கூடாது. ஒருநாள் வீட்டுக்கே வந்து விட்டான். பத்மப்பிரியா அவனுக்காக, சட்டென்று செய்யத்தக்க உப்புமா பண்ணினாள். வாணலியில் அவள் வேலையாக இருக்கும்போது அவன் அவள் பின்பக்கம் வந்து கழுத்தும் முதுகும் சேரும் இடத்தில் முத்தமிட்டான். அவன் கைகளோ அவள் மார்புகளை மூடி இருந்தன.

"என்னடா பண்ற நாசர்" என்று சாதாரணமாகச் சொன்னாள் பத்மப்பிரியா. இன்னிக்கு என்ன தேதி, ஏழா, எட்டா என்பதுபோல சாதாரணத்தை வேணும் என்றே அணிந்துகொண்டதாய் இருந்தது அந்தக் கேள்வி. நாசர், சுருண்டு போய்விட்டான்.

"வெரிகுட், நல்ல காரியம் செய்தாய்" என்றது அனார். வெளியேற்றுதல், புறக்கணித்தல், மழுப்புவது தெரியாமல் மழுப்புதல், சிரித்துக்கொண்டே கொலை செய்தல், முதலான, உலகில் பெண்கள் நடந்துகொள்ள வேண்டியிருக்கும். சூட்சுமங்களை அனார், பத்மப்பிரியாக்கு எடுத்துச் சொன்னது.

பத்மப்பிரியாவுக்குப் பயிற்சிக்குப் போக வேண்டியிருந்தது. ஏதோ ஒரு பிடுங்கி உத்தியோகம். அதுக்கு இந்தப் பயிற்சிக்கு உள்ளாக வேண்டும் என்று அரசு உத்தரவு. பிரியா சென்னைக்கு வந்துவிட்டாள். இங்கு வந்ததும் அவள் பல விஷயங்களைத் தேடினாள். அப்பாவை, அம்மாவை, பத்மலட்சுமியை, பத்துவை, அனாரை, அவர்கள் முகம் தெரியும் மனிதர்களைத் தேடினாள். சில நபர்களில் அவர்கள் தட்டுப்படவும் செய்தார்கள். உறவுகள், இரத்த உறவுகள் நட்புகள் முதலான பல பிரமைகளை அல்லது பிம்பங்களைப் பலரிடமும் அவள் காண நேர்ந்தது. இங்கு மனிதர்கள் ஓடிக்கொண்டிருந்தார்கள். அனாரை சென்னைத் தெருக்களில், தோட்டங்களில் மாடிகளில் தேடித்தேடி அலுத்துப் போனாள்.

அவள் நிறைய கனவு கண்டாள். கனவில் அனார் வந்தது. மனிதர்கள் பலரும் அவள் கனவுகளில் நிறமாயும் வண்ணமாயும் வந்தார்கள். அப்பா

வரும்போதெல்லாம் பச்சையாக நீர் வழியும் குளியல் அறைக் குழாயும் சேர்ந்தே வந்தது. அப்பாவுக்கும் குளிர் நீர் ஊற்றலுக்கும் என்ன சம்பந்தம். தொடக்கத்தில் இரண்டு பிம்பங்களாக அப்பாவும் குளிர்நீர்க் குழாயும் என வந்தவர்கள், நாளடைவில் குளிர்நீர் குழாயாக மட்டும் என்று ஆயிற்று. அம்மா, எப்போதாவது கனவில் வந்தாள். அம்மா வரும்போதெல்லாம் வெந்நீர் அடுப்பு, வெள்ளை சாக்பீஸ் என்று விளங்கிக்கொள்ள முடியாத பிம்பங்கள் தோன்றின. அப்பா, பச்சை என்றால் அம்மா நெருப்பு நிறம். அம்மா, கையில் சாக்பீசை வைத்துக்கொண்டு சதா ஏதோ கோடு போட்டபடி இருந்தாள். பத்மலட்சுமியும் பத்துவும் ஊதா நிறம். மனசுக்கு மிக ரம்மியமாக அவர்கள் இருந்தார்கள். லட்சுமி பெரும்பாலும் மயிலிறகாகவும், பத்து காது குடையும் பஞ்சாகவும் வந்தார்கள். அனார் மட்டும் எப்போதும் மனித ரூபத்திலேயே அவள் கனவில் வந்தாள். ஆரஞ்சு மற்றும் ஆகாய நீலத்தில் அவள் இருந்தாள். தாவணி அணிந்துக்கொண்டு வந்தாள். இள நீல ஆகாய வர்ணத்தில் எப்போதும் அவள் ஆடை அமைந்திருந்தது. தழையத் தழைய பாவாடைக் கட்டி இருப்பாள். ஒற்றைச் சடை மற்றும் இரட்டைச் சடை அணிந்திருப்பாள். பத்மப்பிரியாவுக்கு ஆச்சரியமாக இருக்கும். அனார் எப்போது கனவில் வந்தாலும் கைநிறைய கொடுக்காப்புளிகொண்டு வருவாள். சிவந்த வெள்ளைப் பருப்பை இருவரும் சேர்ந்து உண்பார்கள். பத்மப்பிரியா வீட்டுக்கு நேர் எதிரே பிள்ளையார் கோயில் குளத்தங்கரையில் ஒரு பழைய தாத்தா, கொடுக்காப்புளி மரம் இருந்தது. அதன் அடியில் பிரியா விளையாடிக்கொண்டிருப்பாள்.

இரவு அம்மாவும் பத்மலட்சுமியும் பத்துவும் சாப்பிட்டுப் படுக்கைக்குப் போகும் முன்பு, அந்த நேரத்தில்தான் பத்மப்பிரியா ஊர் போய்ச் சேர்ந்தாள். அம்மா பயிற்சியைப் பற்றி ஏதேதோ கேள்வி கேட்டுக்கொண்டிருந்தாள். அவள் தோட்டத்துக்குப் போய்ச் சேர்ந்தாள். அனார் அவளைப் பார்த்துச் சிரித்ததை அவளால் புரிந்துகொள்ள முடிந்தது. பக்கத்துச் செடிகளும் அனாரின் தோளுக்கு வளர்ந்திருந்தன.

"பயிற்சி நல்லபடியாக முடிந்ததா?"

"ஆச்சு"

"ஏன் அலுப்பாகப் பேசுகிறாயக்கா?"

"எனக்கு அந்த வேலை பிடிக்கவில்லை"

"வேறு எதுதான் பிடித்திருக்கிறது"

"எனக்கு எதுவும் பிடிக்கவில்லை."

"எதுவும் பிடிக்காமல் போகிற அளவுக்கு என்ன சலிப்பு உனக்கு அக்கா?"

"என்னமோ... எல்லார் மேலும், எல்லாவற்றின் மேலும் எனக்குச் சலிப்பு, கோபம், அருவருப்பு ஏற்படுகிறது. எல்லாவற்றையும் விட்டுக் கரையேறி விட வேண்டும்போல இருக்கிறது. மனிதர்கள் மேல் எனக்கு மரியாதை குறைந்துகொண்டு வருகிறது. ஒப்புக்காகச் சிரித்துச் சிரித்து வாய் வலிக்கிறது. உண்மையான காதலையும் அவசரத்தையும் இனம் கண்டு புரிந்து கொள்ளும்

நுணுக்கம் குறைந்து விட்டது. எனவே நான் பொய்யாகிக்கொண்டிருக்கிறேன். உலகத்தில் எல்லாரும் சந்தர்ப்ப வாதிகள். எல்லாரும் ஏமாற்றுக்காரர்கள்”

அனார் சிரித்துக்கொண்டு சொன்னது. “ஆனால், உலகத்தில் நீ மட்டும்தான் உண்மையானவள். அழுக்கின் சகவாசமே இல்லாதவள். நெருப்பு. எல்லாக் கசடுகளையும் எரிக்கும் நெருப்பு. மற்றவர்கள் எல்லாம் கசடுகள். அப்படித்தானே?”

“நீ என்ன அனார் ,எனக்கு எதிராகப் பேசுகிறாயே...”

“எல்லாருக்கும் நீ எதிராகலாம். அதைச் சொன்னால் நான் எதிரா?”

அம்மா கூப்பிட்டாள். “சனியனே... இந்த நேரத்துல அங்க என்ன வேலைடி. பாம்பு பிடுங்கத்தான் போவுது போ.”

அம்மா, எதிர்மறைக் கற்பனாவாதி. எதையும் தனக்கு எதிராகவே கற்பனை செய்து கொள்பவள். அம்மா இடித்துக் காயவைத்திருக்கும மிளகாய்த் தூள் காய்ந்து விடக்கூடாது என்பதற்காகவே மழை பெய்வதாக நம்புகிறவள்.

பத்மலட்சுமியும் பத்தும் இத்தனை நேரம் தூங்கிக்கொண்டிருப்பதைக் கொண்டுதான் அன்று ஞாயிற்றுக் கிழமை என்பது பிரியாவுக்குத் தெரிந்தது. அன்று காலை உணவு மேசைக்கு வரும் முன்பு, ஒருமுறை அனாருடன் அவள் பேசிவிட்டுத்தான் வந்தாள். அவனுக்கு எந்த வேறுபாடும் தோன்றவில்லை. ஆனால், லட்சுமி நமுட்டுச் சிரிப்போடு அவளைப் பார்த்ததும் பத்தும் அவளுடன் சேர்ந்துகொண்டு செய்த அழும்பும் அவளுக்கு என்னமோ உணர்த்தின.

“என்னடி என்ன?”

“ஒன்றும் இல்லையே” என்றாள் லட்சுமி. பத்து பாட்டுக் கட்டியே பாடினான். “செடி இருக்கும் இலை இருக்கும். பூ இருக்காது... மொக்கிருக்கும் அரும்பிருக்கும் பூப் பூக்காது.”

“என்னடா பாட்டு இது”

“என்னமோ பாட்டு”

அம்மாதான் விளக்க வேண்டி இருந்தது. “அவங்கரெண்டு பேர் செடியும் பூத்துடுச்சாம். உன் செடி பூக்கலையாம். அதைத்தான் அவன் இப்படிப் பாடறான்.”

“ஏன் பூக்கலை?”

“அதை உன் அனாரிடம் கேளேன்” என்றாள் லட்சுமி.

அவள் பாதி இட்லியில் இருந்து எழுந்து அனாரிடம் சென்றாள். இப்போதுதான் தெரிந்தது. மற்ற இரு செடிகளும் பூத்துச் சொரிந்தன. பத்மப்பிரியாவுக்கு அழுகை வந்தது. அவள் அழுதாள்.

“ஏனக்கா அழுவறே?”

“பின்ன என்ன, நீ பூக்காம இருக்கிறது எனக்கு அழுகை வராதா?”

“நான் என்ன பண்ண? வருஷம் தோறும் பிள்ளை பெத்துக் கிட்டாத்தான் அம்மாவா?”

அனார் அழுதுகொண்டே இருந்தாள். ஊரிலிருந்து வந்த அத்தை சொன்னாள். அம்மாவும் அருகில் இருந்தாள். "இப்படித்தான் நம்ம வீட்டு முருங்கை பூக்கவும் இல்லை, காய்க்கவும் இல்லை. அப்புறம் என்ன, ஒரு செருப்பையும் விளக்குமாற்றையும் மரத்துல கட்டி வச்சேன். மரம் வெட்கப்பட்டுக் காய்ச்சிடுச்சி."

"அப்படியும் செய்வாங்களா என்ன?"

"செய்யறதுதானே. அதிரசம் சிவக்கலைன்னா வாணலிக்கு முன்னால நின்னு சின்னப் பொண்களைத் தூக்கிக் காட்டச் சொல்வாங்க. அவங்க தூக்கிக் காட்டினதும் அதிரசம் சிவந்திடும்."

"சே" என்றாள் பத்மப்பிரியா.

"என்னடி சே... நீயும் உன் செடிக்குக் காட்டு."

"ஐயோ... போங்க அத்தை"

அத்தையும் அம்மாவும் போன பிறகு பத்மப்பிரியா அனாரிடம் பார்த்துச் சொன்னாள். "அனார் பூத்திடு... இல்லைன்னா எனக்கு அவமானத்தால தலை வெடிச்சிடும். அவ்வளவுதான் சொல்லுவேன்."

மறுநாள் தூங்கி எழுந்ததும், பத்மப்பிரியா அனாரிடம்தான் வந்து நின்றாள். ஆச்சரியம், அனார் பூத்துச் சொரிந்துகொண்டிருந்தாள். பத்மப்பிரியாவின் கண்ணில் நீர் வழிந்தது. சிட்டுக்குருவி ஒன்று வந்து அமர்ந்து அவளை விநோதமாகப் பார்த்தது.

அப்பா, அம்மா எல்லோரும் முகத்தைத் தூக்கி வைத்திருந்தார்கள். பிரியா காலை முதல் சாப்பிடவில்லை என்று அப்பா வந்ததுமே அம்மா அவரிடம் சொன்னாள்.

"ஏன்டா?"

"எனக்கு அந்த வேலைக்குப் போகப் பிடிக்கலை"

"அரசாங்க வேலை. போய்ச் சேர்ந்துடு. அப்புறமா உனக்குப் பிடிச்ச வேலைக்குப் போகலாம்."

உலகம் முழுக்க அப்பா, அம்மா ஒருவர்தான். எல்லோரும் வில்லன்கள். வன்முறையாளர்கள். தங்களைத் தம் குழந்தைகள் உள்ளே திணிப்பவர்கள்.

"முடியாது"

அப்பாவும் சாப்பிடவில்லை. அம்மா, அவர்கள் இருவரையும் பார்த்துச் சொன்னாள். "நாளைக்கும் சாப்பிட மாட்டீங்கதானே. அப்படீன்னா, ஒரு மாகாணி அரிசி குறைச்சு வடிக்கலாம்."

பத்மப்பிரியாவுக்குக் கோபம். தலையில் புரட்டிக்கொண்டு வந்தது. அவள் தற்கொலை செய்துகொள்ளத் தீர்மானித்தாள். அனாரிடம் போனாள்.

"அனார், நான் தற்கொலை பண்ணிக்கப் போறேன்."

"வெரிகுட்... எப்படி! கயிறா, விஷமா, கத்தியா. நாம் எல்லாம் இருப்பதைக் காட்டிலும் சாவதே நல்லது"

“என்னடி சொல்றே. நான் சாகிறதுல உனக்கு என்ன அப்படிச் சந்தோஷம்.”

“சாவறதுன்னு முடிவு பண்ணா சாகவேண்டியதுதான். அப்புறம் என்னிடம் ஏன் சொல்றே. என் அனுதாபம் உனக்குத் தேவை அப்படித்தானே? பிறர் அனுதாபத்தை கோருவதைக் காட்டிலும் சாகலாம். செத்து உயிர் வாழலாம்”

“அனார் எனக்கு மனசு வெறுத்துப் போச்சு”

“மனசு வெறுத்துப் போனவங்க எல்லாம் தற்கொலை செய்யறதுன்னா, உலகமே காலி மைதானம் மாதிரி அல்லவா இருக்கும்”

“என்னை என்னதான் பண்ணச் சொல்றே?”

“வாழச் சொல்றேன்... வாழறதுக்குத்தான் தைரியம் வேணும்...”

“என்னை யாரும் புரிஞ்சுக்கலை”

“மற்றவர்களை நீ புரிஞ்சுக்கிட்டியா... அப்படி ஏதும் முயற்சி பண்ணி இருக்கியா அக்கா... மற்றவர்களைப் புண்படுத்துவே. அலட்சியப்படுத்தி மனசுக்குள்ளே சந்தோஷப்பட்டுக்கிறே... நான் உன்னைக் குத்தம் சொல்லலை. எல்லோரும் அப்படித்தான் இருக்காங்க. இதுல, யார், யார் மேல குற்றம் சொல்றது.”

பத்மப்பிரியா மௌனத்தை அனார் கலைத்தது.

“போக்கா,... அப்பா சொல்ற வேலையில சேரப் போறதில்லை என்கிறதுல உறுதியா இரு. சண்டைப் போடு. உன்னைக் கொல்லவா போறாங்க. அப்படியே கொன்னா, செத்துப் போ, சந்தோஷமா...”

பத்மப்பிரியாவுக்கு ஆச்சரியமாக இருந்தது. “இதையெல்லாம் எங்கே கத்துக்கிட்டே”

“என்கிட்ட இருந்து... என்னை வேரோட பறிச்சுக்கொண்டு வந்தபோது நான் நடுங்கினேன். என்னை எங்ககொண்டு போறாங்களோன்னு துடிச்சுப் போனேன். இங்க வந்தேன். உன் முகத்தைப் பார்த்தேன். வாழ ஆசைப்பட்டேன். வாழறேன். நான் சந்தோஷமா இருக்கிறதுக்கு அடையாளம்தான் என் பூக்கள். உனக்குப் பிடிச்ச ஒரு முகத்தை மனசுக்குள் வச்சுக்கோ. அதைச் சந்தோஷப்படுத்திக்கிட்டு, உன்னையும் சந்தோஷப்படுத்திக்கிட்டு வாழு. எனக்குத் தெரிஞ்சது அதுதான்”

பத்மப்பிரியா அனாரையே பார்த்துக்கொண்டு நின்றாள். மாலை மயங்கிக்கொண்டு வந்தது. காற்று நுங்கின் குளிர்ச்சியோடு வீசியது.

பத்மப்பிரியா சந்தோஷம் அடைந்தாள்.

2014

ஆகாசப்பூ

அவள் புரண்டு படுத்தாள். இப்போது எல்லாம் இப்படி அடிக்கடி புரண்டு புரண்டு படுத்து அறுந்து போகும் உறக்கத்தின் இழையைத் துரத்திச் சென்று விடியும்வரை அவஸ்தைபட வேண்டியிருந்தது அவளுக்கு. மூன்று மூன்றரை மணிக்கு இந்தப் பிரச்னை தொடங்கி விடும். காதுகளுக்கு அருகில் விளங்காத சத்தங்கள், மொழிச் சொற்கள், யாரோ பக்கத்தில் இருந்துகொண்டு பேசுவதுபோல. என்ன பேசுகிறார்கள் என்றுதான் விளங்கவில்லை.

ஏறக்குறைய உறக்கத்தில் ஆழ்ந்தாள். உலகம் விடிந்து கொண்டிருந்தது, சத்தமாகத் தெரிந்தது. பகல் வெளிச்சம் படரும்போது, தோட்டத்து மரங்களில் இருந்து பறவைகள் பேசத் தொடங்கிவிடும். உணவு விடுதிக்குக் கறந்து தர மாடுகள் நடக்கும் ஓசை, பால் பூத்தின் ஷட்டர் அநாகரிகச் சத்தத்துடன் திறக்கும் நாராசம்.

அவள் தன்னை உறக்கத்துக்குள் போத்திக்கொண்டாள். உறக்கம், நீல அலைகளானது. நீல அலைகளில் அவள் அமிழும்போது மிதமாக அவள் செல்பேசி சகானாவில் இழைத்தது. யார் இந்த நேரத்தில்? முக்கியமான அழைப்பு என்பதுபோல அவள் உணர்ந்தாள்.

"ஹலோ…"

"வணக்கம் மேடம், நான் கேசவன்" என்றது எதிர்க்குரல்.

"சொல்லுப்பா. என்ன விஷயம்?"

"ஸாரி மேடம், நம்ம சி. ஆர். காலமாகிவிட்டார்"

"அடடா… எப்போ?"

"இரவு பத்துக்கு நெருக்கமா"

அவள், பதிலை யோசிக்க வேண்டி இருந்தது. "சரி, பார்ப்போம்… நன்றி"

பிரபஞ்சன்

அவள் ஜன்னல் கதவைத் திறந்து, வெளியே பார்த்தாள். மழைநீர் மாதிரி தெருவிலும் மரங்களிலும் இருட்டு தேங்கியிருந்தது. ஒரு தெருநாய் தன் உடம்பை உதறி, குரைத்து சூரியனை அழைத்துக்கொண்டிருந்தது.

கேசவன் குரலில் இரண்டு சமாச்சாரங்கள் இருந்தன. அவள் அறிவாள். நிறுவனத்தின் தலைவர் இறந்ததைச் சொன்னது ஒன்று. இன்னொன்று, அவர் அவளுக்கு நெருக்கமானவர் என்பது. நெருக்கம், இதற்கு என்ன அர்த்தம்? அவரவர் அனுபவத்துக்கு ஏற்ப பொருள்படும் பன்முக வார்த்தை அது. கேசவன் அவளுடைய உதவியாளன். அவன் மேடத்துக்கு விஷயத்தைச் சொல்வது அவன் கடமைகளில் ஒன்று. மேல் மற்றும் கீழ் அர்த்தம் வெளிப்படச் சொன்னான்.

காபி போட்டு எடுத்துக்கொண்டு வந்து பால்கனியில் அமர்ந்தாள். ஒரு ஆட்டோ, வெள்ளை வேட்டியாகப் பரவிய விடியலைக் கிழித்துக்கொண்டிருந்தது.

சி. ஆருக்கும்கூட காபி பிடிக்கும். அதை முதல் சந்திப்பிலேயே அவர் வெளிப்படுத்தினார். சி. ஆர். பதவியில் இருந்தபோதுதான், அவள் பணியில் சேர்ந்தாள். பணிசார்ந்த, அனுபவம் சார்ந்த எதையும் அவர் அவளிடம் கேட்கவில்லை.

“உங்களை எனக்குத் தெரியும்” என்று ஒற்றை வரியில் அனைத்தையும் முடித்துக்கொண்டார். காபி வந்தது.

“எடுத்துக் கொள்ளுங்கள். சர்க்கரை தேவையானதைப் போட்டுக் கொள்ளுங்கள். இங்கே எல்லாம் கலந்துகட்டித்தான் கொடுத்துக் கொண்டிருந்தார்கள். நான் வந்த பிறகுதான் காபி சடங்கை ஒழுங்குபடுத்தினேன்” அவள் ஒரு வாய் சாப்பிட்டப் பிறகு “எப்படி இருக்கு” என்றார்.

“அருமை” என்றாள்.

அவர் தொடர்ந்தார். “என்னைப் பற்றி, உங்கள் கட்டுரை ஒன்றில் ஒரு அபிப்பிராயத்தைக் கொஞ்சம் சூடாகச் சொல்லியிருந்தீர்கள். எனக்கு மறக்கவில்லை. அப்போது சிராய்த்துக்கொண்டாற்போல் வலித்தது. ஆனால், உங்கள் கருத்து சரி. நான் புரிந்துகொண்டேன்.”

அவள் சங்கடமாக உணர்ந்தாள்.

“இப்போ என்ன செய்துகொண்டிருக்கிறீர்கள்?”

“என்ன எடுத்துக்கொள்ளலாம் என யோசித்துக்கொண்டிருக்கிறேன்”

“நல்லது, உங்கள் வேலையைத் தொடருங்கள். அரை மணி நேரம் காத்திருக்க முடியுமா? உங்கள் அப்பாயின்ட்மென்ட் ஆர்டரை வாங்கிக் கொண்டு போய்விடுங்கள்.”

அவள் நன்றி சொல்லிவிட்டு அறைக்கு வெளியே இருந்த விசிட்டர்ஸ் பகுதியில் வந்து சௌகர்யான நாற்காலியில் அமர்ந்தாள். ஓர் இனிய வாசனை அங்கு நிரம்பியிருந்ததை ரசித்தாள். பத்து நிமிடங்களுக்குள் சி.ஆர். அழைத்தார்.

“வாழ்த்துக்கள். இது உங்கள் நியமன ஆணை. ம்... உங்களை நான் எப்படி அழைக்கட்டும்? தியாகராாசன் சந்திர பிரபாவை டி. சி. பி என்று? டாக்டர் டி. சி. பி. சரியா?”

“டாக்டர் என்னத்துக்கு? டி. சி. பி. போதும் சார்”

“நோ சார். சி. ஆர். போதும்.”

“நன்றி சார்.” சொல்லிவிட்டு வெளியே வந்தாள். சிநேகிதி வசந்த சூர்யாவைப் பார்த்து விஷயங்களைப் பகிர்ந்துகொள்ள வேண்டும்” என இவள் நினைக்கும்போது, சூர்யா இவளை நோக்கி வந்துகொண்டிருந்தாள். நிறுவனம் நிறைய மரங்களை வளர்த்தது, ஆறுதல். சில மரங்களை அழகு படுத்துவதாகச் சொல்லி முடிவெட்டி நிறுத்தியிருந்தது, அநாசாரம். இரண்டும் சேர்ந்தவைதான் நிறுவனங்கள்.

சூர்யா ஓடி வந்து இவள் கைகளைப் பற்றிக் கொண்டு “பாராட்டுகள்” என்றாள். பாக்குமர நிழலில் புல்தரையில் அமர்ந்தார்கள்.

“நேர்காணல் ரொம்பச் சீக்கிரம் முடிஞ்சுட்டாபோல!”

“நேர்காணல்னா, நேரா வேலை பெறப்போகிற ஆளைப் பார்ப்பதுதானே! பார்த்தார். ஆர்டரைக் கொடுத்தார். அது சி. ஆர். எப்படி? நல்லவர்தானா?”

புல்தரையில் தும்பிகள் நிறையப் பறந்தன. வெயிலைத் தின்று வாழும் உயிர்கள். சூர்யா. டி. சி. பி. யைப் பார்த்துச் சொன்னாள், “நல்லவர்கள்னு ஒரு சாதி இருக்காப்பா! எனக்குத் தெரிஞ்சு இல்லை. மனுஷர்கள்தான் இருக்காங்க. அன்பு, அயோக்கியத்தனம், கருணை, களவாணித்தனம், சல்லித்தனம், புறம்பேசுதல், காட்டிக் கொடுக்கிற கயமைத்தனம், எல்லாம் சரிவிகிதத்துல கலந்த மனுஷத்தனம். சந்தர்ப்பம், சூழ்நிலை, நிலம், பொழுது, காற்று, தின்கிற உணவு எல்லாம் சேர்ந்தவன்தான் மனுஷன். நீ உன்னைக் காப்பாத்திக்கணும். தட்டப்படுற கதவுக்கு வெளியே யார் நிக்கிறான்னு பார்த்துட்டு, அப்புறமா கதவைத் திறக்கிறது, உனக்கு நல்லது”

“நேரா சொல்லுப்பா... சி. ஆர். ஐ. எப்படி டீல் பண்றது”

“என்னிடம்கூட கேட்டிருக்கார்... அடுத்த கருத்தரங்கத்தை ஊட்டியில் வெச்சுக்கலாமான்னு”

“ஊட்டியிலா?”

“ஆமாம். ஏற்காடு, ஊட்டி, கொடைக்கானல்னு மலைவாசஸ்தலத்துலதான் நம்ம சி. ஆரு. க்கு ஐம்புலனும் எழுந்து நடனமாடுது. நேஷனல் செமினாரை எல்லாம் அங்கேதான் நடத்துவார்”

“நீ போயிருக்கியா?”

“இல்லை. எனக்கு புரமோஷனே வரலையே. நீ புரிஞ்சுக்க வேணாமா!”

நல்லவேளைதான். சி. ஆர். அடுத்தடுத்து நான்கு கருத்தரங்குகள் நடத்தினார். அவற்றைச் சமதளத்திலேயே நடத்தினார். துறைத் தலைவர் என்ற முறையிலும், அடிக்கடி சி. ஆரை அவள் சந்திக்க வேண்டியிருந்தது. தொடக்கத்தில் பதற்றம் இருந்தாலும், நாளடைவில் அது சமனப்பட்டுக் குறைந்தது. அதோடு சி. ஆர். அறிவாளியாக இருந்தார். இடைக்காலத்து இலக்கியங்களில் அவர் ஆர்வமும் புலமையும் மதிக்கும் படியாக இருந்தன. அதோடு இருபதாம் நூற்றாண்டு நவீனத் தத்துவங்களில் ஆராய்ச்சியும் செய்திருந்தார். அவள் “கேமு” என்றால் “சார்த்ரு”தான் மேலானவர் என்று இரண்டு மணிக்கும் மேலாக அவர் பேசினார். அவர் முன் வைக்கும் நியாயங்களில், நியாயம்

இருப்பதுபோல தோன்றினார். இருத்தலியல் வாதிகளில், வைதிக, அவைதிகத் தத்துவவாதிகளை அழகுறப் பிரித்துக் காட்டினார்.

ஒருநாள் அவர் அவளிடம், “சிற்றிலக்கியங்கள் பற்றிய கருத்தரங்கம் ஒன்றை நீங்கள் முன்நின்று நடத்துங்களேன். சிற்றிலக்கியங்களின் சொற்கள், அமைப்புகள், தோற்றக் காரணம், சமூகப் பின்புலம், ஏதேனும் உங்கள் தேர்வை முன்னிறுத்திச் செய்யுங்களேன்.”

“செய்யலாம் சி. ஆர். முதலில் சில புரிதல்கள் நமக்கு வேணும். அவற்றைச் “சிற்றிலக்கியம்” என ஏன் சொல்ல வேண்டும்.? ‘இலக்கியம்’ என்றால் போதாதா? அப்புறம், நீங்கள் சொன்னதுபோல, சிற்றிலக்கியங்களை நூற்றுக்கணக்கில் செய்தவர்கள், இஸ்லாமியக் கவிஞர்கள் அல்லவா! அதை ஏன் நாம் பேசுவது இல்லை? நம் தமிழ் அன்னைக்கு இஸ்லாமியப் பிள்ளைகள் மேல் வெறுப்பா என்ன? அவர்களின் இலக்கியப் படைப்புகள் பற்றி கருத்தரங்கங்கள் நடத்த அனுமதி கொடுத்தீர்கள் என்றால், நான் பொறுப்பை ஏற்றுக் கொள்கிறேன்.”

“கொடுத்தேன். உங்கள் விருப்பம் போலவே செய்யுங்கள். அகில இந்தியக் கருத்தரங்கமாகவே நடத்திவிடலாம்.”

அவள் பின்வருமாறு பேசியிருக்கக்கூடாது. மனதில் இருப்பதுதானே வார்த்தையாக வெளி வருகிறது.

“சமதளத்திலேயே நடத்தலாம். மலைப் பகுதிக்குப் போக வேண்டாமே?”

மனித முகம் இப்படியும் ஆகும் என்று அவள் நினைக்கவில்லை. அவமானப்படுத்தப்பட்ட மனிதன் முகம்போல, காயம்பட்டதுபோல ஆனார். ஆனால், அது டி. சி. பி.யை வருத்தப்படுத்தவில்லை. யாரோ ஒருத்தி அவர் முகத்தில் அதைச் சொல்லியிருக்க வேண்டும். அவளுக்காக, தான் பேசியதாக அவள் நினைத்தாள். அது என் கடமை என்றும் நினைத்தாள்.

மீண்டும் அவள் அசிஸ்டன்ட் கேசவன் பேசினார். “மதியம் இரண்டு மணிபோல அடக்கஸ்தலம் ஊர்வலம் புறப்படுவதாக இருக்கிறது” என்று நினைவூட்டினார். நன்றி சொல்லிவிட்டு, என்ன செய்யலாம்? என யோசிக்கத் தொடங்கினாள். ‘பழகிய மனிதனின் மரணத்துக்குச் சென்று வழியனுப்புவது நாகரிகம்’ எனப் பலரும் சொல்ல அவள் கேட்டிருக்கிறாள். அந்தக் கூற்றில் சத்து இருக்கலாம். அவளுக்கு முன் குளிக்க வேண்டிய கடமை ஒன்று இருப்பது அவள் நினைவுக்கு வந்தது. ‘குளித்து விட்டு சாவு வீட்டுக்குப் போவதாவது!’ என்று தோன்றியது. தான் ‘தூய்மை’ என்றெல்லாம் பேசப்படும் விஷயத்துக்குள் காலை வைக்கிறோமோ? இல்லை. அது கூடாது அவள் குளிக்கப் போனாள்.

டி. சி. பி. க்கு ஒரு பிரச்னை ஏற்பட்டது. அவசரமாக வீடு தேவைப்பட்டது சூர்யாவுடன் வீடு பார்க்கப் போனாள். தனியாக வாழும் ஒரு பெண்ணுக்கான, தொந்திரவு அதிகம் வராத, ஓரளவு பாதுகாப்பான குடியிருப்பு.

“தனியாக இருக்கிறீர்களா?” என்றார் வயதான ஒரு வீட்டுக்காரர். முன்னர் அந்த வீட்டில் லெக்சரர் சரவணன் இருந்தார். திருமணம் ஆன பிறகுதான் வேறு வீட்டுக்குப் போனார்.

“சரவணன்கூட தனியாகத்தானே இருந்தார்” என்றாள் டி. சி. பி.

அசட்டுத்தனமானச் சிரிப்பை இப்போது எல்லாம் அடிக்கடி பார்க்க முடிந்தது டி. சி. பி. யால். வீட்டுக்காரப் பெரியவர் ஒருவர், "அசைவம் சமைக்க மாட்டேளே!" என்றார்.

"இல்லை. நான் சமைப்பதே இல்லை. ஆனால், வாங்கி வந்து சாப்பிடுவேன்" என்றாள். அழகான அசட்டுச் சிரிப்பு.

"ஹஸ்பண்ட் பின்னால் வருவாரா?" என்றார் ஒரு வீட்டுக்காரர்.

"இல்லை, எப்போதும் வர மாட்டார். எனக்கு ஹஸ்பண்ட் என்று எவனும் இல்லை."

ஆறாவது வீட்டுக்காரர், "எங்கு பணி" என்று மட்டும் கேட்டார். சொன்னாள்.

"உங்கள் தலைவர் உங்களுக்காகப் பேசுவாரா?" என மட்டும் கேட்டார்.

டி. சி. பி. யை முந்திக்கொண்டு சூர்யா சொன்னாள். "பேசுவார். நாளைக்கு எங்களோடு வருவார்"

வந்தார் சி. ஆர்.

"அனைத்துக்கும் நான் பொறுப்பு" என்று வீட்டுக்காரருக்கு உத்தரவாதம் அளித்தார்.

இதை டி. சி. பி விரும்பவில்லை. சில பிரச்னைகள் ஏற்படும் என்று அவள் தயங்கினாள். வீடு கிடைக்கும் படியாகச் செய்தமைக்கு ஏதாவது பிரதிபலன் எதிர்பார்ப்பார் சி. ஆர் என்பது ஒன்று. தன் வசிப்பிடம், ஓர் ஆணுக்குத் தெரிந்துவிடுகிறது, என்பது இரண்டு. என்றாலும், சூர்யா எப்படியோ சாத்தியப்படுத்தினாள்.

"சி. ஆர். இதுக்கு கூலி கேட்பாரோடி, வேறு வகையாக"

"கேட்கலாம், எப்படியும் உன்னிடம் இருப்பதைத்தானே கேட்கப் போகிறார். தராதே. இதுபோன்ற அதிகாரத்தில் இருக்கும் ஜொள்ளர்களின் நினைவு எல்லாம், நம் உடம்பாகத்தான் இருக்கும். அலட்சியம் செய். அவர்களைப் புறக்கணி. காலை எழுந்தவுடன் தலை வாருகிறோம். எப்போதும் ஒன்றிரண்டு தலைமுடிகள் சீப்பில் முட்டிக்கொண்டு வருகிறதுதானே? அந்த உதிரிகளுக்காக வருந்துகிறோமா?"

"வருந்தத் தேவை இல்லைதான்."

ஊரில் இருந்து டி. சி. பி. யின் தம்பி செல்லில் அவளை அழைத்து நன்றி தெரிவித்துக்கொண்டார்.

"எதுக்குப்பா நன்றி!"

"அக்கா, நீ சொல்லித்தானே நிறுவனத்தின் கான்ட்ராக்ட் எனக்குக் கிடைத்திருக்கிறது. பெரிய பெரிய முதலைகள் அதுக்கு மோதிக்கொண்டிருந்தார்கள். மாசம் பல லட்சம் ரூபாய் வரும். நான் நிமிர்ந்திடுவேன் அக்கா"

ஏதோ தப்பு நடக்கிறது எனத் தோன்றியது அவளுக்கு.

நேராக சி. ஆரைத் போய்ப் பார்த்தாள்.

“என் தம்பி ஏதோ சொல்றானே, என்ன சார்?”

“அதுவா உங்க தம்பி என்னை வந்து பார்த்தார். அந்தப் பெரிய கான்ட்ராக்ட் தனக்கு வேணும்னு கேட்டார். நம்ம குடும்பத்து இளைஞன், முன்னுக்கு வர்றதுக்கு நாம் வழிகாட்டியதா இருக்கட்டுமே!”

“தப்பு பண்ணிட்டீங்க சார். எனக்கு இந்த விஷயமே தெரியாது. நீங்க என்னிடம் சொல்லியிருக்கணும். அவன் நல்ல பையன் இல்லை சார். மணல் திருட்டு, பிளாட் பிசினஸில் ஊழல்னு வாழுறவன். அதனாலேயே என் குடும்பத்தோட உறவே வேண்டாம்னு நான் ஒதுங்கி வாழறேன்.”

“ஒருத்தன் எப்பவுமே தப்பு பண்ணிட்டே இருப்பானா? உங்க தம்பி நல்லா வருவான். நான் நம்புறேன்.”

சூர்யாவைப் பார்த்து விஷயத்தைச் சொன்னாள், டி. சி. பி. அவள் மூச்சு இரைக்க இரைக்க நின்றதைக் கண்டு, சூர்யா கவலைப்பட்டாள்.

அவர்கள் அமர்ந்த இடத்தில் இருந்து, அமைதியற்றுக் கொந்தளிக்கும் கடலைப் பார்க்க முடியும். புரண்டு புரண்டு வந்த அலைகள், சமாதானமாகி கடலில் கரைந்தன.

“இதுல நீ விசனப்பட என்ன இருக்கு? அந்த ஆள், எப்போதும் தூண்டில்தான் போடுவார். இப்போது பெரிய வலையையே விரித்திருக்கார். நீ சிக்க மாட்டாய். அதை அவர் இப்போது புரிந்துகொண்டிருப்பார்”

கடைசியாக வர்றபோது, நான் அவரிடம் சொன்னேன். “அடிப்படையில் முறை இல்லாத, நேர்மை இல்லாத காரியங்களை நீங்கள் செய்கிறீர்கள் சி. ஆர். அந்தப் பையன் எப்படிப்பட்டவன்? இந்தப் பெரிய காரியத்தைச் சாதிக்கும் தகுதியுள்ளவனா? அந்த கான்ட்ராக்ட்டுக்கு உரிய யோக்கியதை நிரம்பியவனான்னு எதுவும் விசாரிக்காம நீங்க இதைச் செய்திருக்கக்கூடாது. இப்படிச் செய்வது என்னைச் சந்தோஷப்படுத்தும்னு நீங்க நினைச்சா, அது நீங்க எனக்குச் செய்ற அவமானம். நான் திருப்தி அடைஞ்சு, எந்த ரூபத்துலயும் பதில் உபகாரம் செய்ய மாட்டேன்.”

“அப்படி இல்லை டி. சி. பி. அன்பு காரணமா...”

“அன்பு, அந்த வார்த்தையைக் கேட்கவே எனக்கு அருவருப்பா இருக்கு. அர்த்தம் இல்லாத, சாயம் போன, வார்த்தையை என் முன்னால இனி சொல்லாதீங்க. நீதி, நேர்மை, நியாயம், எல்லாத்துக்கும் மேலே அறம்னு ஒண்ணு இருக்கு, சி. ஆர். பொய்யை அன்புன்னு சொல்லாதீங்க. என்னை ரொம்ப மலிவா எடை போட்டுட்டீங்க”

காபியை முடித்துக்கொண்டு அவர்கள் வெளியே வந்தார்கள்.

“அந்த ஆள் முகத்தில் விழிக்கவே எனக்குப் பிடிக்கலைப்பா. என்ன செய்யலாம். ரிசைன் பண்ணிடலாமா?”

டி. சி. பி. யை அவள் ஃபிளாட்டின் வெளியே இரும்பு கேட்டுக்குப் பக்கத்தில் வளர்ந்துகொண்டிருந்த மாதுளைச் செடியின் ஓரம் நிறுத்தி, சூர்யா சொன்னாள். “ரிசைன் பண்ண வேணாம். சி. ஆர் நிரந்தரமா என்ன? நிலைமை மாறலாம். ஒண்ணு செய், கீழைத் தேய மொழி ஆராய்ச்சிக்கு உனக்குக் கிடைச்சிருக்கிற ஸ்காலர்ஷிப்பை இப்போ பயன்படுத்திக்கோ.

ஆறு மாசம். ஒரு வருஷம் வரைக்கும் அதை நீட்டிச்சுக்கலாம். சி. ஆரைச் சந்திக்கவும் நேராது. உருப்படியா ஒரு காரியத்தைச் செய்துட்டுவா. ஆய்வில் மட்டும் கவனம் செலுத்து”

அதிர்ஷ்டம்தான். டி. சி. பி. அப்படித்தான் நினைத்தாள். தங்கும் இடம் பெரிய வளாகம். முதிர்ந்து படர்ந்த மரங்கள். மரங்களில் அடர்ந்த பறக்கும் உயிர்கள். பத்துப் பத்து அறைகளாக மூன்று அடுக்குக் கட்டடம். அவளுக்குக் கீழ் அடுக்கில் கடைசி அறை. ஜன்னலைத் திறந்தால் மரங்களின் கொலு. அவள் அறை வாசலில் சச்சதுரமாக நிலம். முதல் நாளே அந்த இடத்தைப் பசுமையாக மாற்றுவது எனத் தீர்மானித்தாள்.

பக்கத்து அறை சிநேகிதி கங்கா, ஊரில் இருந்து திரும்பும்போது ஒரு செடிகொண்டு வந்து கொடுத்தாள். “என்ன செடி” என்றாள் டி. சி. பி.

“ஆகாசப் பூ! அதாவது நீல நிறம் மேல்பக்கமும் வெள்ளை நிறம் அடிப்பக்கமுமாக, நீல ஆகாயம்போல பூக்கள் இருக்குமாம். அதனால் அந்தப் பெயர். பக்கத்து கார்டனில் இருந்து, எல்லா பூச்செடிகளையும் வாங்கி நட்டுவிடலாமா?” என்றும் கேட்டாள் கங்கா.

“நாலு பூச்செடிகள்போதும். மீதி நாலோ, ஆறோ பூக்கள் இல்லாத இலையே அழகாக அரும்பும் செடிகளாகவும் இருக்கட்டும். பூக்கள் மட்டுமா அழகு? இலைகள், அரும்புகள், தண்டில் ஊர்ந்து வரும் எறும்புகள், எல்லாவற்றுக்கும் மேலாக புறகள் எல்லாமும்தானே தோட்டம்.

தோட்டம் வளர்ப்பதில் மிகவும் சிரத்தையாகத் தன்னைப் பிணைத்துக்கொண்டாள் டி. சி. பி. காலையிலும் மாலையிலும் செடிகளைப் பார்ப்பது, தொடுவது, பேசுவது, நீர் வார்ப்பது என தன்னை உடைத்து, திசைகளிலும் மண்களிலும் ஆகாயத்திலும் பொடியாகத் தூவிக்கொண்டாள்.

இடையிடையே, சூர்யா பேசிக்கொண்டுதான் இருந்தாள். ஒருமுறை சூர்யா பேசும்போது “யார்?” என்றாள்.

“என்னடி நான்தான் சூர்யா. என்னைக்கூடவா மறந்துட்டே” என்று கேட்டபோதுதான் தன்னிலை உணர்ந்தாள்.

அவள் தன் டைரியில் இப்படி எழுதினாள்.

“இரண்டு விஷயங்களில், என்னை நானே விரும்பி இழந்து கொண்டிருக்கிறேன். இந்த இழப்புதான் என்னுள் சேகரமாகிறது. என் ஜீவியத்துக்கு அர்த்தம் இதுதான் என்று தோன்றுகிறது”

“அது என்னடி இரண்டு விஷயங்கள்!” ஊர் திரும்பியபோது சூர்யா கேட்டாள்.

“ஒண்ணு பழங்குடி மலைவாழ் மக்கள்னு சொல்லி, நம்ம நாகரிகச் சமூகம் ஒதுக்கி வெச்சிருக்கிற மக்கள் நூறு சதவிகிதம் மனுஷங்களா இருக்கிறதை ஒவ்வொரு நாளும் நான் பார்க்கிறேன். ரெண்டு, அவர்களை அவர்கள் வாழும் இடங்கள்ல இருந்து, ஏன் வெளியேத்துறாங்கன்னு அவர்களுக்குத் தெரியலை, சூர்யா. நம்ம அரசியல்காரர்கள், கார்ப்பரேட்டுகளோட ஏஜென்டா இருக்கிறாங்கனு அவர்களுக்குத் தெரியலை. இது ரொம்பவே என்னைத் தொந்தரவு பண்ணுது”

“மலைவாழ் மக்களோட மொழியை ஆராய்ச்சி பண்றது மட்டும்தான் உன் வேலைம்பாங்களே”

“இப்படித்தான் எனக்கு சம்பளம் தர்ற நிறுவனமும் சொல்லுது. கல்விப் புலத்து அயோக்கியத்தனமே அந்த இடத்துலதான் தொடங்குது சூர்யா. என் கண் முன்னாடித் துப்பாக்கியைக் காட்டி போலீஸ், அந்த மக்களை காடுகளை விட்டு வெளியேத்துறாங்க. எதுக்கு நம்மை வெளியேத்துறாங்கனு தெரியாமலேயே, அந்த மக்கள் குழந்தைக் குட்டிகளோடு நடக்குறாங்க. பெண்கள், குழந்தைகள், வயசானவங்க கண்கள்ல மிரட்சி, பயம், எதையும் செய்ய முடியாதத் துர்பாக்கியம். என்னைத் தாங்க முடியாமப் பண்ணுதுப்பா. அந்த மக்கள்கிட்ட “நீங்க எக்கேடும் கெட்டுப் போங்க. என்கிட்ட மொழி பற்றி பேசுங்கன்னு சொல்ல, இரும்பாலே அடிச்சிருக்கலைப்பா என் மனசு?”

மிகுந்த யோசனைக்குப் பிறகு சூர்யா சொன்னாள். “வேண்டாம்... அந்த எழவெடுத்த வேலை, பார்த்துக்கலாம். இங்கே நடக்கிறது தெரியுமா, ‘தகுதி’ இல்லாத நபருக்குப் பெரிய பெரிய கான்ட்ராக்டை சுயலாபம் கருதி கொடுத்திருக்கார் சி. ஆர்.னு தகவல் பரவி என்கொயரி நடந்தது. சி. ஆர். தப்பிக்க முடியாத நிலை. நீண்ட விடுப்பிலே போனார்.”

இந்த விவகாரங்களை காதிலேயே வாங்கிக்கொள்ளவில்லை டி. சி. பி.

“இந்த முறை நீ என்னோடு வர்ற. ‘நான் ஏழெட்டுச் செடிகள் வளர்க்கிறேன்’னு சொல்றதே தப்பு. அதுங்க வளருது. நான் பார்த்துக்கிட்டிருக்கேன். நான் செய்றது எல்லாம் ஒரு வாளி தண்ணீர் வார்க்கிறது மட்டும்தான். அதுங்களோடு பேசுறேன். குழந்தையைப்போல தொடுறேன். அதுங்களுக்கு என்னைப் புரியுதா? புரியும்... நிச்சயம் புரியும். மனிதர்களால்தான் மனிதரைப் புரிஞ்சுக்க முடியலை. செடி, கொடி, மரம், நாய், பூனை எல்லாம் புரிஞ்சுக்கும். பச்சைக் கடுகு மாதிரி, பச்சைப் பயறு மாதிரி, இலை விடுறது ஆச்சரியம்பா... அதிசயம்பா!

ஒரு செடி, ஒரு இலைவிடுவது, அரும்பு வைக்கிறது. பூ பூக்கிறது, எவ்வளவு பெரிய சிருஷ்டி. அதைப் பார்க்கிறதே என் வாழ்க்கையின் பயன்னு நினைக்கிறேன்பா. நான் நிறைஞ்சு போயிடுறேன். அதுபோதும் என்னைச் சுத்தி ‘எந்தப் பறவை இப்போ பேசினது’ன்னு கேட்டா, என்னால சொல்ல முடியும். போதும்... இதுபோதும். இப்படியே வாழ்ந்துட்டுப் போயிடுறேன் சூர்யா.”

டி. சி. பி. யின் கைகளைப் பற்றிக்கொண்டாள் சூர்யா. அவள் கண்களால் நிறைந்திருந்தாள்.

கடல் ஏனோ அமைதி அடைந்திருந்தது.

சூர்யா சொன்னாள். “சி. ஆர். ரோட இறுதி ஊர்வலத்துக்கு போயிருந்தேன்பா. ஒரு தகவல் எனக்குச் சொல்லப்பட்டது.”

“.......”

“சி. ஆர். சில மாசங்களா மாத்திரை மருந்தே சாப்பிடாமே இருந்திருக்கார். அதாவது மரணத்தை அவரே தேடிப் போயிருக்கார்.”

டி. சி. பி. சொல்லத் தொடங்கினாள். “கங்கான்னு ஒரு சிநேகிதி. என் அடுத்த ரூம். அவள் ஒரு செடிகொண்டு வந்தாள். மலைச்சிகரங்கள்ல

வளர்ற செடியாம். அது பேர் ஆகாசப் பூச்செடி. ஒரு சமயம், ஒரு பூ பூக்கும், நீலமும் வெள்ளையுமா ஆகாசம்போல. பூ எத்தனை அழகு! அடடா... எனக்குத் தோணுது, அந்தப் பூ மாதிரி ஆகாசமா மாறிடணும்னு. மேல மேல ஆகாசத்தையே லட்சியமா வெச்சுப் போய்க்கிட்டே இருக்கணும். போகணும்... போய்ச் சேரணும்."

சூர்யாவின் மடியில் தலை சாய்த்தாள் டி. சி. பி. காற்றில் சிதறிப் பறக்கும் அவள் தலைமுடியை நீவி விட்டுக்கொண்டு சொன்னாள். "உன்னால முடியும் பிரபா"

2017

குழந்தை அழுதுக்கொண்டே இருக்கிறது

"**எ**.வி.எஸ். பெருமாளுக்கு விழிப்பு ஏற்பட்டது. அதாவது உறக்கம் கலைந்தது.

அவ்வளவுதான். 'விழிப்பு' என்றதும் ஆன்மீக விழிப்பு போன்ற பெரிய சமாச்சாரங்களை நினைத்து விடக்கூடாது. அவர் எப்போதும் முப்போதும் சாதாரண மனிதர். உப்பு, புளி, விவகாரி. சுவர் மணி 4. 38.

சலவை நிலையத்துக்கு என கறுப்புத் துணியில் கட்டி வைக்கப்பட்ட மூட்டை மாதிரி இருந்தது வானம். பால்கனிக்கு வந்து நின்றார். காலைத்தென்றல், குளித்தபின் வரும் இதம். அவர் வழக்கமாக எழும் நேரம் இது. இரவு பன்னிரண்டு மணிக்கு அவரின் அந்த நாள் முடியும்.

இரவுக்கு முந்தைய பின் மாலைப் பொழுதில், ஒரு குறுநடைக்குப் பிறகு வீடு திரும்பிக் குளிப்பார். பேஷன்டுகள் வந்திருந்தால் கவனிப்பார். இல்லையென்றால் தன் மாடி அறைக்கு வந்து, ஒரு கிளாசில் அளவான பிராந்தியும் நொறுக்கும் எடுத்துக்கொண்டு சாய்வு நாற்காலியில் சாய்வார். கையெட்டும் தூரத்து ஃபிரிட்ஜில் இருந்து சோடாவை எடுத்துக் கலந்து கொள்வார். கொஞ்ச கொஞ் சமாக அருந்தியபடி முந்தைய பக்கத்தில் இருந்து தொடர்ந்து வாசிக்க ஆரம்பிப்பார். தோன்றினால் டைரியை எடுத்து வைத்துக்கொண்டு எழுதுவார். அவ்வப்போது பால்கனிக்கு வந்து நின்று கொஞ்சம் கொஞ்சமாக அருந்துவார். அசையும் மரம், இரவைக் கிழிக்கும் ஆட்டோ குரல், நினைத்துக்கொண்டு குரைக்கும் எதிர்ச்சாரி மரத்தடி நாய் இவைகளில் மனதைச் செலுத்துவார். எப்போதாவது, மூன்று மைல் தூரத்தில் தனியாக வாழ்ந்துகொண்டிருக்கும் மனைவியோ, வெளிநாட்டில் வாழ்ந்துகொண்டிருக்கும் இரு பிள்ளைகளுமோ நினைவுக்கு வருவார்கள். மீண்டும் மதுவை கிளாசில் வார்த்துக்கொண்டு இருட்டைப் பார்த்தபடி நிற்பார். புத்தரின் அமர்ந்த படிமம்போல்

இருள் வானத்தை வியாபித்துக்கொண்டு அமர்ந்திருக்கும். இருள்தான், அனைத்துக்கும் தோற்றுவாய் என்று அவர் நினைக்கத் தொடங்கி இருந்தார். இருள் என்பது சூன்யம். சூல்கொண்டிருப்பது சூன்யம்... அனைத்தையும்.

பெருமாள் பால்கனிக்கு வந்து நின்றார். நேற்றுபோல் இருந்தது, இன்றைய வைகறைக்ககு முந்தைய இருட்டும். இருள் எப்போதும் தன் ஆடையை மாற்றிக் கொள்வதில்லை. முகத்தையும் மாற்றிக் கொள்வதில்லை. கதிர் ஒளி வந்ததும், தன் பாதிக்கு இடம் விட்டுக் கௌரவமாக ஒதுங்கிக் கொள்கிறது இருட்டு. வெளிச்சம் நாகரீகமற்ற வஸ்து, அனுமதிக்காத இடத்திலும் அனுமதி இன்றிப் பிரவேசிக்கும் அநாகரீகம் வெளிச்சம்.

அன்றைய புதிய நாளின் பெயர் சனிக்கிழமை என்பது நினைவுக்கு வந்தது. அவருக்கு, சனிகூட இருட்டுமேனியன்தான். தோதாகக் காக்கையை வாகனமாகக் கொண்டவன். யாராலும் புறக்கணிக்கப்படும் பறவையைத் தேர்ந்தவன். காக்கையைத் தன் வாகனமாகக்கொண்டவன். பெருமாளுக்கு அதனால் சனியைப் பிடிக்கும்.

இன்னும் இருள் விடைபெறவில்லை. சூரிய ரேகைகள் வர இன்னும் நேரம் இருந்தது. இருட்டில் மூழ்கி இருந்த மரத்தில் அடர்ந்திருந்த பறவைகள் கூவிக் கதிரை அழைத்துக்கொண்டிருந்தன. பறவைகள் பாஷையில் அபத்தங்கள் இருக்காது.

இருட்டுக்குள் நின்றுகொண்டிருந்தார் அவர். காபி கிடைத்தால் இந்நேரம் அற்புதமாக இருக்கும். அவர்தான் போட்டுக்கொள்ள வேண்டும். ஏழரை மணிக்கு வரும் சமையல்கார அம்மாள் போட்டுத் தர வேண்டும். தேவையை மற்ற மனிதர்களின் பொறுப்பாக்கிக்கொண்டு வருந்துவதும், ஏமாறுவதும் வாழ்க்கையின் பெரும்பான்மை நேரத்தையும் மனசையும் கொல்லுகிற அனுபவம். அவருக்கு உண்டு என்றாலும் ஜனங்களோடு வாழும்போது நட்புக்கரம் நீட்டாமல் இருக்க முடியாதுதான்.

இருட்டு இப்போதெல்லாம் அவருக்கு அச்சம் தரத் தொடங்கி இருக்கிறது. காலை வருகைக்கு முந்தைய இருட்டு நிம்மதியையும் அஸ்தமிக்கும் நேரத்துப் பிந்தைய இருட்டு பயத்தையும் தரத் தொடங்கி இருந்தது. மாலை மயங்கும் பின்னாலும், இருள்வதற்கு முன்னாலும், துவைத்துத் துவைத்துப் பழுப்பேறிய பழைய வேட்டியைப்போல தெரு, முதுமை கொள்ளும்போது அவர் பயம்கொள்ளத் தொடங்குகிறார். நரம்புகள் தொய்வடைவதுபோல உணர்கிறார். யாருடைய கூர்நகமோ அவரைக் கிழிக்கக் காத்திருப்பதுபோல, அவர் நம்பத் தொடங்குகிறார். இருட்டின் குட்டிகள், கொம்புகளோடு கூடிய குரங்குகள்போல தெரு மரங்களில் இருந்து இறங்கி வந்து, தொலைக்காட்சிப் பெட்டிக்குப் பின், படிகளின் கீழே, கட்டிலின் இருள் சந்துகளின் ஊடே ஒளிந்துகொண்டு விசித்திர சப்தங்கள் எழுப்புகின்றன. நூறுபேர் மொத்தமாக ஷு போட்டுக்கொண்டு அவரை நோக்கி நடந்து வருகிறார்கள். போதை தரும் உறக்கத்தை அவர் கைதட்டி அழைக்கிறார். கிளைகளிலிருந்து இருள் துகள்கள், நகம் போன்ற உருவில் அவர் அறைக்குள் நுழைகின்றன.

விடியலின் கீற்றுகள் தென்படுவதைக் கண்டு மகிழ்ந்தார். நிம்மதிகொண்டார். இருளும்போது அச்சமும் கவலையும் துயரமும் இணைந்து படிந்தவை வைகறையில் மடியத் தொடங்கின. வாகனங்கள், வைகறை வெளிச்சத்தைக்

கிழிக்கத் தொடங்கி இருந்தன. காலை உலவலுக்கு நாயுடன் நடப்பவர்கள் தெரு ஓரம் காணப்பட்டார்கள். நாய்கள் ஆரோக்யமாக மகிழ்ச்சியாக நடந்தன. செல்லில் மணி ஆறை நெருங்கியதைப் பார்த்தார். வேலைக்கார அம்மாள், ஏழரை மணிக்கு மேல்தான் வருவார். காலைகளை நல்ல காபியுடன் கௌரவிக்க வேண்டும் அவருக்கு. கைலியை மாற்றி வேட்டி சட்டையுமாகக் கிருஷ்ணாசுக்குப் புறப்பட்டார். பளபளக்கும் வெள்ளைத்தாள் மாதிரி, காலை வந்துகொண்டிருந்தது. ஆரோக்யமான வெள்ளை நகம்போல இருக்கிறது என்று நினைத்தார். சிதம்பர சுவாமிகள் பாடிய அவருக்குப் பிடித்த பாடல் வரிகளை மனசுக்குள் சொல்லத் தொடங்கினார்.

'நோயில் தளராமல், நொந்து மனம் வாடாமல், பாயில் கிடக்காமல் பாவியேன் காயத்தை, ஓர் நொடிக்குள் நீக்கி, எனை ஒண் போரூர் ஐயா நின் சீரடிக்கீழ் வைப்பாய் தெரிந்து...'

அவர் பாயில் கிடக்கமாட்டார். கூடாது. அதிகாரபூர்வமாக இல்லாமல் ஆனால் பிரிந்து வாழும் அவர் மனைவி வருவார், வரமாட்டார் என்று நினைப்பது பாவம். மேனாட்டில் மனைவி மக்களோடு வாழ்ந்து கொண்டிருக்கும் அவரது இரு பிள்ளைகளும், பாயில் கிடந்தால் வரமாட்டார்கள். அவர்கள் அவர்களுடைய அதிகாரிகளிடம், 'பாயில் கிடக்கிறார் என் தந்தை' என்று சொல்லி விடுமுறை கேட்க முடியாது. இறந்து விட்டார் எனலாம். உடன் விடுமுறை கிடைக்கும். அதுவும் நியாயம்தானே. முடிந்த வாக்கியத்துக்குத்தான் முற்றுப்புள்ளி வைக்க முடியும்.

ஒரு விடுமுறையின்போது பெரியவன், "என்னத்துக்கு இந்த வயதில் இங்கே கிடந்து அல்லாடறது. என்னோட வந்துடுங்களேன்" என்றான். அந்த நாட்டில், அண்ணன் உடன் அடுத்த மாநிலத்தில் வாழும் தங்கை சொன்னாள், 'அவள் மிகவும் பிராக்டிக்கல்' என்பாள் அவள் அம்மா.

"உளறாதே அண்ணா, அந்த நாட்டின் குடியுரிமை இல்லாத ஒருத்தர் அங்கே செத்துப் போனால், புதைப்பதற்கு ரொம்பவும் அலைய வேண்டி இருக்கும். அதோடு பணச் செலவும் அதிகம். அப்பா இங்கேயே இருக்கட்டும். அதுதான் எல்லாருக்கும் நல்லது. யாருக்கும் நரகமாகக்கூடாது"

"யூ ஆர் கரெக்ட்டி" என்றான் பெரியவன்.

காபி கசந்தது. மருத்துவர் அறிவுரைப்படி இப்போது சர்க்கரை சேர்த்துக் கொள்வதில்லை அவர். சர்க்கரை நோய், அவருக்குள் நுழைந்திருந்தது. ஒரு சின்ன நடையை வேகத்துடன் மேற்கொண்டார். அவருடன் பலர் நடந்தார்கள். வணக்கம் டாக்டர் என்று சிலர், (அவர் பேஷன்ட்டுகளாக இருக்கலாம்) சொன்னார்கள்.

நாய்களை முன்னால் நடக்கவிட்டு, மனிதர்கள் பின்னால் நடந்து போனார்கள். பெட்டிக்கடையின் முன் போஸ்டர்களை வெறித்துக்கொண்டு நின்றிருந்தார்கள் சிலர்.

பெரிய வயிறும், இறுக்கமான சட்டையும் பொருத்தம் இல்லாத ஷார்ட்சும் அணிந்த முதியவர் ஒருவர் வணக்கம் சொல்லி அவர் முன் நின்றார் வழக்கறிஞர்.

"என்ன, வக்கீல் சார், சர்க்கரை அளவு சரியா இருக்கா?"

“அப்படித்தான் நம்பறேன் டாக்டர். திடீர்னு ஏறுது, இறங்குது, நேத்து ப்ளட் டெஸ்ட் பண்ணேன். ரிப்போர்ட்டை எடுத்துக்கிட்டு சாயரட்சை வர்றேனே”

வக்கீல் கையில் பிடித்திருந்த பாமரேனியன் நோயில்லாத ஐந்து. டாக்டரைப் பற்றிய கவலை இல்லாமல், பக்கத்து மரத்தில் தன் உபாதையைப் போக்கிக்கொண்டிருந்தது.

எ. வி. எஸ். பெருமாளின் தந்தை எஸ். வி. பெருமாளின் கனவு, மகனை டாக்டராக்கிப் பார்ப்பது என்பது. பெரியோர்கள் என்பவர்கள் கனவு காண்பார்கள். பிள்ளைகள் என்பவர்கள் கனவுகளை சாத்தியமாக்குபவர்கள். சாத்தியமாக்கியவர், பெருமாள். கல்லூரியில் அவர் பெயர் வினோதமாகப் பார்க்கப்பட்டபோது வருத்தம் அடைந்தார். அழகிய வினோத சௌந்தர்யப் பெருமாள் என்று சொல்லி முடித்த அவர் முகத்தைப் பார்க்காமல் சகமாணவர்கள் இருந்தது இல்லை. ஆனால் அவர் அப்பா, நித்ய வினோத சௌந்தர்யப் பெருமாள் பெருமை தோன்ற “நம்ம குடும்ப மரபுடா அது. என் அப்பாவுக்கு, உன் தாத்தாவுக்கு நாலுதிசை வினோத சௌந்தர்யப் பெருமாள்னு பேர். அவரோட தகப்பனாருக்கு எண்திசை வினோத சௌந்தர்யப் பெருமாள்னு பேர். எதை வேண்டுமானாலும் மாத்திக்கோ, பேரை மாத்த உனக்கு உரிமை இல்லை. நமக்குன்னு ஒரு கெவுரதை இருக்கில்லை” என்றார் பெரியவர்.

வேலைக்கார அம்மாள் போட்டு வைத்திருந்த காபியை பிளாஸ்கிலிருந்து எடுத்துச் சாப்பிட்டார். பேப்பர் படித்தார். புத்தக அடுக்கிலிருந்து அவ்வப்போது அவர் வாசிக்கும் புத்தகத்தை எடுத்தார். அடையாளம் வைத்திருந்த அந்தப் பக்கத்தில் அந்தப் பாடலைத் தேடினார். முன்னரே அகப்பட்டதுதான். ‘தடித்ததோர் மகனைத் தந்தை ஈண்டு அடித்தால் தாயுடன் அணைப்பள். தாயடித்தால் பிடித்தொரு தந்தை அணைப்பன். ஈங்கெனக்குத் தந்தையும் தாயும் பொடித்திருமேனி அம்பலத்தாடும் புனித நீ ஆதலால், அடித்ததுபோதும், அணைத்திடல் வேண்டும் அம்மையப்பா இனி ஆற்றேன்...’

அவர் இருந்த இடத்திலிருந்து தெருவைப் பார்க்க முடிந்தது. எதிர்ச்சுவற்றில் ஒட்டப்பட்ட போஸ்டரைக் கவ்வி இழுத்துத் தின்ன முயன்றுகொண்டிருந்தது ஓர் இளைத்த மாடு. ஐநூறு கோடியில் நடந்த திருமணம் பற்றிய செய்தி நினைவுக்கு வந்தது. ஆனால் டாக்டர் மணமகனுக்குக் கொட்டிக் கொடுக்கத் தயாராக இருந்தார். அவர் மாமனார் மனைவியும் டாக்டர்தானே. அவர் மிகச்சிக்கனமாகத் திட்டமிட்டு அப்படியே செய்து முடித்தார். பிள்ளைகள் இருவருக்கும் சிக்கனமாகவே திருமணமும் வரவேற்பும் நிகழ்ந்தது. கல்வி தந்து, வெளிநாட்டில் பணியாற்றும் தகுதியும் தந்து, பிறந்து நாடு திரும்பினால் வாழ அவர்களுக்கென்று வீடுகளும் ஏற்படுத்தித் தந்துள்ளார். தந்தை மகன்களுக்கு உதவி நன்றி. வள்ளுவர் தந்தை என்றுதான் சொன்னார். ஆனால் அவர் மனைவி, தன் பிள்ளைகளின் தாய், அவர்களுக்குச் செய்தவை அளவில்லாதவை, அவரைக் காட்டிலும் அதிகமானவை.

மதியச் சாப்பாட்டுக்குப் பிறகு குறைந்தது இரண்டு மணி நேரமாவது பெருமாள் உறங்கப் போவார். ஐந்து மணிக்கு எழுந்து கொள்வார். போட்டு வைத்த காபியை அருந்துவார். பசிப்பதுபோல இருந்தால், வேலைக்கார

அம்மாவை, உப்புமா பண்ணச் சொல்லுவார். அன்றும் சொன்னார். சாப்பிட உட்காரும்போது, வரலட்சுமி அழைத்தார். மிஸஸ் பெருமாள் என்று இப்போதும் தன்னை அழைத்துக் கொள்ளும் அவர்தான். தனியாக வேறு வீட்டில் இருக்கிறார். தனியாக இருக்க வேண்டும்போல இருக்கிறது என்றார். தனியாக பிராக்டீஸ் பண்ண வேண்டும் என்றார். அவர், தன் சொந்த மருத்துவமனையை விட்டு நீங்கிய பிறகு அந்த முடிவை அம்மனுஷி எடுத்தார். எப்படி இருக்கிறார், மருந்து மாத்திரைகளை ஒழுங்காச் சாப்பிடுகிறாரா, பிள்ளைகள் தொலைபேசியில் அழைக்கிறார்களா என்று கேட்டார். இரண்டு நாட்களுக்கு ஒரு முறை அவர் பேசுவது வழக்கம். பழக்க தோஷம் என்பதுபோல, தேடி வருகிற பேஷன்டுகள் இன்னும் இருக்கவே செய்கிறார்கள். அவ்வப்போது, மருந்துக் கம்பெனிப் பிரதிநிதிகள் தலை காட்டுவதும் உண்டு. பேஷன்டுகளைப் பழைய நண்பர்கள் என்று அவர் சொல்வார். மாலை ஏழு மணிக்கு அவர் முன்னறைக்கு வந்து அமர்வார். அழைத்தாலும் அழைக்காவிட்டாலும் அவருடன் பல பத்தாண்டுகள் பணியாற்றிய நர்ஸ் பத்மா வந்து, பத்திரிகை படித்துக்கொண்டு அமர்ந்திருப்பாள். வலிக்காமல் ஊசி போடுபவள் என்ற நற்பெயர் அவளுக்குண்டு.

அறையில் பத்மா உட்கார்ந்து படித்துக்கொண்டிருந்தாள். சற்று தூரத்தில் வக்கீல் அமர்ந்திருந்தார். தலையசைத்து அவரைத் தன் முன் அமர்த்திக்கொண்டு, ரிப்போர்ட்டைப் பார்த்தார் பெருமாள். இரண்டு வாரத்துக்கு முன் மருந்தை மாற்றி இருந்தார் வக்கீல். "சார், மிசஸ் பெருமாள் எழுதிக் கொடுத்த மருந்து, ரொம்ப நல்லா வேலை செய்திருக்கு, பார்த்தேளா?"

"ஆமாமா டாக்டர். நீங்க கொஞ்ச நாள் வெளியூர்க்குப் போயிருந்தப்போ அவசரத்துக்கு மேடத்தைக் கன்சல்ட் பண்ணேன்"

"டயாபெட்டிஸ்ல அவங்க எக்ஸ்பெர்ட். அந்த மருந்தையே கண்டினியூ பண்ணுங்க..."

"அதென்ன டாக்டர், இப்போல்லாம் ஏன் இவ்வளவு சர்க்கரை நோயாளிகள். பத்துப் பேர்ல ஏழு பேர் நோயாளியா இருக்கான்?"

"வாழ்க்கை கசப்பா போச்சில்லையோ?" என்ற பெருமாள் சிரித்துக்கொண்டார். "உணவு முறை, வாழ்க்கை முறை, சுற்றுப்புறச் சூழல், மனுஷ மனம், அப்புறம் பரம்பரை எல்லாம் காரணம்."

"குழந்தைக்கெல்லாம்கூட இப்போ சர்க்கரை நோய் வருது சார்!"

"வளர்ந்த மனுஷனுக்கு வர்ற நோய் இளம் மனுஷனுக்கும் வரத்தானே செய்யும்"

"விதி சார்" என்றார் வக்கீல்.

"விஞ்ஞானத்துல விதி இல்லை சார். மதம் சார்ந்த கலாசாரத்துலதான் அது இருக்கு."

"உங்களுக்கு மத நம்பிக்கை இல்லேன்னு நினைக்கிறேன், சரியா டாக்டர்.?"

பெருமாள் சிரித்து வைத்துக் கேள்வியைக் கடந்தார். வாசலில் யாரோ ஒரு பெண், குழந்தையுடன் வந்து நின்றாள். குழந்தை அழுதுகொண்டிருந்தது. வலியின் அழுகை. அந்த அம்மாள், குழந்தையை நிற்க வைத்து அதன்

பின் தொடையைக் காட்டினாள். காயம் சீழ் கட்டி இருந்தது. வலியால் துடித்தது குழந்தை.

“எப்படிக் காயம் பட்டது?”

“கீழே விழுந்து காயம் பட்டுருச்சி”

“கீழே விழுந்த காயமா, உடனே கவனிச்சு இருக்க வேண்டாமா?”

நர்ஸ் குழந்தையை எடுத்துக்கொண்டு திரைச்சிலைக்குப் பின்னே போனாள். திரைச்சீலையின் பின் குழந்தை அலறி அழுதுகொண்டிருந்தது. கட்டுப் போட்டு வெளியே எடுத்து வந்தாள் நர்ஸ். குழந்தையின் அழுகை மட்டுப்பட்டிருந்தது.

டாக்டர் சில மருந்தும் களிம்பும் எழுதிக் கொடுத்தார்.

“மருந்து வாங்க காசு இருக்கா?”

குழந்தையை எடுத்து வந்த அம்மாள், “இல்லம்மா” என்றாள்.

நர்ஸ், பர்சை எடுத்தாள். அதற்குள் டாக்டர், மேசை டிராயரைத் திறந்து ஒரு நூறு ரூபாய் எடுத்துக் கொடுத்தார்.

அந்த அம்மாள் கும்பிட்டுச் சென்றாள்.

“பாவப்பட்ட குழந்தை” என்றாள் நர்ஸ்.

பெருமாள் “என்ன?” என்றார்.

“இந்தப் பொம்பிளை, குழந்தையை வாடகைக்கு விடறவ டாக்டர். வாடகைக்கு எடுக்கிற பெண்கள், குழந்தையைக் காட்டிப் பிச்சை எடுப்பாங்க. சும்மா இல்லை. துடையில ரகசியமா கிள்ளி குழந்தையை அழ வைப்பாங்க. கிள்ளிய இடத்திலேயே மேலும் மேலும் கிள்ளினா ரத்தம் வரும். சீழ் வைக்கும். குழந்தை அலறித் துடிக்கும். துடிக்கத் துடிக்கக் காசுகூட கிடைக்கும். கடவுளே…”

மருந்துக்கடை வாசலில் கடை முதலாளி வாசுவைப் பார்த்தார். மாலை உலவப் புறப்பட்டுக்கொண்டிருந்தார் அவர். நடந்தார்கள். தெரு ஓரத்தில் கிளி, சீட்டெடுத்து மக்களுக்கு ஜோசியம் சொல்லிக்கொண்டிருந்தது. “பாவம் கிளி” என்றார் வாசு.

“பாவம் குழந்தை” என்ற டாக்டர், அந்தக் குழந்தையைப் பற்றிச் சொன்னார்.

“கொடுமை சார்”

“வரவர மனிதர் வாழத்தக்க தேசமா இல்லை சார் இது. மனுஷனுக்குக் கிளி, ஜோசியம் பாக்குது. இப்ப, இந்த நிமிஷத்துல எங்கோ ஒரு இடத்துல சிக்னலுக்கு எதிர்பார்த்து கார்கள் நிற்கிற இடத்துல, அந்தக் குழந்தையை ஒரு பெண் கிள்ளி, அழப் பண்ணிக்கிட்டு இருப்பா. யானைகள் பிச்சை எடுக்குது. சர்க்கசில் கரடி மோட்டார் விடறது.”

இருவருக்கும் இடையில் மௌனம், ஒரு கல் மாதிரி விழுந்தது. டாக்டர்தான் அதைக் குலைத்தார்.

“அதோ தெரியுது பாருங்க சார், மாளிகை. சரியா, பத்து வருஷத்துக்கு முன்னால, அந்தப் பையன், அவன்தான் சார் இப்ப தலைவனா இருக்கானே,

அவன்தான், மூட்டை தூக்கிப் பிழைச்சுட்டு, ரொம்ப நல்லவனா இருந்தான். எனக்குத் தெரியும். என் பேஷண்டும்கூட. அப்புறம் உடை, பேச்சு எல்லாம் மாறிச்சு. மக்கள் பிரதிநிதின்னு சொல்றாங்க. புறம்போக்கை வளைச்சு மாளிகை. வண்டி வாகனம், ஆள் அம்பு கோடியில குளிக்கிறானாம். சட்டம், நீதி, நியாயம், ஒழுக்கம், நேர்மை எல்லாம் எங்க போச்சு? எத்தனை மோசமான உலகம் இது”

இரவு உணவுக்குப் பிறகு படித்தார். படிப்பில், கவனம் குவியவில்லை. படித்த புத்தகத்தில் ஒரு வரி அவரைத் தடுத்தது. ஒரு மனிதன், முறையற்ற முறையில் செல்வமும், செல்வாக்கும் புகழும் பெற்று முன்னணிக்கு வந்து தலைமை ஸ்தானைத்தையும் பெற்று மக்களுக்கு ஆணை இடும் அதிகாரத்தையும் பெற்று விடுகிறானோ, அவனை அவ்வாறு ஆக்கிய அந்த தேசம் அழியப் போகிறது என்று பொருள். அந்த நிலைமையை அனுமதித்திருக்கும் அந்த தேச மக்களும் குற்றவாளிக் சமூகமாக மதிக்கப்பட வேண்டும். குற்றவாளிச் சமூகத்தில் சட்டம் கையேந்தும் நீதி மயக்கமுறும், நியாயம் செத்துவிடும், தனி மனிதர்கள் இழிவுக்கு உள்ளாவார்கள்.”

புத்தகத்தை மூடி வைத்த டாக்டர், கிளாசில் மதுவை ஊற்றிக்கொண்டு பால்கனிக்கு வந்து நின்றார். தெருவை, வெளியை, மரங்களை ஆகாயத்தை இருட்டு விழுங்கி இருந்தது.

அவருக்கு அச்சம் தோன்றியது. இருள் ஒரு பாம்பைப்போல ஊர்ந்து ஊர்ந்து படியேறி வருகிறது. அவர் அறைக்குள் புகுந்து அவரை நோக்கி வருகிறது. ஒரு நாற்காலியை எடுத்து வந்து பால்கனியில் அமர்ந்தார். ஐம்பது ஆண்டுகால மருத்துவத் தொழிலில் எந்தக் குற்றமும் செய்யாதவர் அவர். ஆனால் பல குற்றங்கள் செய்ததாக நம்பினார். அந்தக் கணத்தில் அப்படித் தோன்றியது அவருக்கு.

சைக்கிள் கற்றுக் கொள்ளும்போது, ஒரு நாய்க்குட்டியின் மேல் ஏற்றி இருக்கிறார். பயிறு விற்றுக்கொண்டு போன ஒரு கிழவியின் மேல் மோதி அவளின் ஒரு நாள் பிழைப்பைக் கெடுத்திருக்கிறார். மனைவியை மரியாதை செய்திருக்கிறார். பிள்ளைகளை நேசித்து உரிய காலத்து உரிய கடமைகளைச் செய்திருக்கிறார். இன்னும் கொஞ்ச காலம் மருத்துவமனையை நடத்தலாமே என்று அவர் மனைவி சொன்னபோது, “இல்லை, எனக்கு அலுப்பாக இருக்கிறது” என்று சொல்லி வருவாயை இழந்திருக்கிறார். மேலும் மேலும், சம்பாதித்துக்கொண்டே இருப்பது, தன்னைத்தானே ஒரு இயந்திரமாக்கிக் கொண்டிருப்பதாக அவருக்குத் தோன்றியது. எல்லாவற்றையும் விட்டு வெளியேறினார்.

மீண்டும் கொஞ்சம் மதுவை நிரப்பிக்கொண்டு பால்கனி நாற்காலியில் வந்து அமர்ந்தார். தெருவில் அப்போது ஒரு போலீஸ் வாகனம், அவர் வீட்டுக்கு முன் வந்து நின்றது. பெருமாள் பதற்றத்துக்கு உள்ளானார். வேனையே பார்த்துக்கொண்டு அமர்ந்திருந்தார். ஒருவன், தப்பு, ஒருவர் அதிகாரி என்றும் மற்றவர்கள் சிறு அதிகாரியாகவும் கற்பனை செய்துகொண்டார். எப்படிக் கைது செய்யலாம் என்று யோசிக்கிறவர்களாக இருக்கும். பெரியவர், பாதை ஓரமாகச் சென்று சிறுநீர் கழித்தார். அவருக்கு முதுகைக் காட்டிக்கொண்டுதான். அது நல்ல விஷயம். அது சரி அதிகாரி

என்றால் அது வராமல் இருக்குமா என்ன? மற்றவர், பாக்கெட்டில் கையை விட்டார். விலங்கை எடுக்கவா? இல்லை. ஒரு சிகரெட்டை எடுத்துப் பற்ற வைத்துக்கொண்டார். ஒன்று உறுதி. அவர்கள் சம தரத்து அதிகாரிகள். கைது என்று சொல்லி அழைத்துப் போவார்களா, கௌரவமாக. இல்லை, கழுத்தில் அறைந்து இழுத்துப் போவார்களா?

அந்தக் காலத்து நினைவு ஒன்று மேலெழுந்து வந்தது. வாலிப டாக்டர் அவர். தருமபுரி பகுதியில் அவர் அப்போது பணி. நக்சலைட்டுகள் என்று சொல்லப்பட்டவர்கள் அவரிடம்தான் நோயுற்றால், அடிபட்டால், காயம் பட்டால் வருவார்கள். தன்னிடம் வரும் நோயாளிகள் அனைவருக்கும் அவர் சினேகமாக இருந்தார். போலீஸ் அவரை அடிக்கிறது. பாலனுக்கு நீ வைத்தியம் பார்த்தாயாடா என்று கேட்டு அடிக்கிறார்கள். அவர் அழுதுகொண்டே "ஆம்" என்கிறார். நல்லது. "அவர் நக்சலைட்" அவர் செல்போனில் 'கோட்டீஸ்' என்று ஒரு பெயர் இருக்கிறது. அது யார் என்கிறார்கள். என் வகுப்புத் தோழன் கோட்டீஸ்வரன் என்கிறார் அவர். இல்லை, கோட்சேவைத்தான் அப்படி 'புரியாமல்' வைத்திருக்கிறாய் என்கிறார்கள் அவர்கள். "மகாத்மா காந்தியைக் கொன்ற கூட்டத்தைச் சேர்ந்தவர்" அவர் தலைமறைவாக, டாக்டர் தொழில் பார்த்திருக்கிறார். போதுமே, அவர் கஞ்சா வைத்திருக்கிறார். நான் கஞ்சாவையே பார்த்தது இல்லை என்கிறார் அவர். 'இதோ பார்' என்று பாக்கெட்டிலிருந்து எடுத்துக் காட்டுகிறார்கள். "போதை கடத்தல்காரன்".

போலீஸ் வாகனம் புறப்பட்டுச் சென்றது.

அவரால் நிம்மதி அடைய முடியவில்லை. வாகனம் திரும்பி வரலாமே!

உள்ளே சென்று மதுவை எடுத்துக்கொண்டு வந்து அமர்ந்தார். எங்கிருந்தோ ஒரு குழந்தை அழும் ஓசை வந்தது. குழந்தை அலறி அழுகிறது. கத்தி அழுகிறது. குழந்தையை யாரோ சித்ரவதைச் செய்கிறார்கள். அது அலறுகிறது. குழந்தையைக் கிள்ளுகிறார்கள்.

குழந்தையைக் கடத்திச் சென்று அங்க ஈனம் செய்கிறார்கள். பிச்சை எடுக்க வைக்கிறார்கள். இளம் பெண் குழந்தைகளை விற்பனை செய்கிறார்கள்.

குழந்தை வீறிட்டு அலறிக்கொண்டே இருக்கிறது. அவரால் சகிக்க முடியவில்லை. எழுந்து உள்ளே சென்று பால்கனிக் கதவை மூடுகிறார். ஆனாலும் குழந்தையின் அழுகுரல் அவரைத் துரத்திக்கொண்டே இருக்கிறது.

செல்பேசி அவரை அழைத்தது. மிசஸ் பெருமாள்.

"சொல்"

"உம்"

"உங்க மாடி அறை விளக்கு எரிந்துகொண்டிருப்பதாக டிரைவர் சொன்னார். அந்தப் பக்கமாகப் ஒரு வேலையாய்ப் போயிருந்தார்"

"குழந்தை அழுதுகொண்டே இருக்கிறது"

சொன்னவர் அழத் தொடங்கினார்.

"அதிகம் குடித்து விட்டீர்களா. போய்ப் படுங்கள்."

பிரபஞ்சன் ★ 575

தொலைபேசி அலறியது.

அவர் படுக்கையில் போய் அமர்ந்தார்.

செல்பேசி அழைத்தது, அவர் மூத்தமகன். அம்மா பேசி இருப்பாள்.

"என்னப்பா, என்ன நடக்குது அங்கே? ஒழுங்கா மருந்து சாப்பிட்டு நேரத்தோடு படுத்தா என்ன? நிறைய குடிக்கிறீங்க."

"குழந்தை அழுவுதடா. நான் என்ன பண்ணுவேன்?"

அவர் அழத் தொடங்கினார்.

அலமாரியை நோக்கி நடந்தார். இயல்பாக நடக்க முடியவில்லை. தட்டுத் தடுமாறியபடி நடந்து சென்று தேடித் தேடி மாத்திரைகளை எடுத்தார்.

மிசஸ் பெருமாள் வந்து ஏற்பாடுகளைக் கவனித்தார். பிள்ளைகள் வெளிநாட்டிலிருந்து வந்து சேரும்வரை, உடம்பைப் பாதுகாக்க மருத்துவமனைக்கு எடுத்துச் சென்றார்கள். எதிர்வீட்டுக்காரர் இன்னொருவரிடம் பேசிக்கொண்டிருந்தார்.

"இந்தப் பூனையை என்ன பண்றது சார். ராத்திரி முழுக்க ஒரு குழந்தை மாதிரி அழறது. அசல் குழந்தை மாதிரி. குழந்தையோன்னு ரெண்டு முறை எழுந்து வந்து பார்த்தேன்"

இனி எந்த அழுகுரலும் டாக்டரை எதுவும் செய்ய முடியாது.

2017

துணை இல்லாதவர்கள்

மாடியில் இருந்து இறங்கித் தெருவில் வந்து நின்றான், சபா. அவன் முழுப்பெயர் சபாநாயகம். அவன் நின்ற இடம் தெருச் சாக்கடையை ஒட்டிய இடம். ஓரடி பின்னால் எடுத்து வைத்தால் அவன் சாக்கடையை மிதிக்க வேண்டி இருக்கும். பொதுவாக அப்படி நடப்பதில்லை. தெரு—தெருவின் முடிவும் வீட்டு வாசலின் தொடக்கமும் அடுத்தடுத்து இருக்கும் என்பது தெரு மனிதர்களின் மூளைகளில் பதிவு பெற்றிருந்தது. குறிப்பாகச் சாக்கடை இருக்கும் இடமும், அதில் கால் வைக்கக் கூடாது என்கிற தற்காப்பு உணர்வும். ஆனால் குழந்தைகள் தங்கள் பந்துகளை (கால்பந்து, கிரிக்கட்பந்து) சாக்கடையில் இருந்து மீட்டு எடுத்துச் சென்று விளையாட்டைத் தொடரவே செய்கிறார்கள். மழைக்காலங்களில் அகலமாகும் சாக்கடையில் கப்பல் விடுவதையும் அவர்கள் மறந்திருக்கவில்லை.

சபா, தெருவில் நின்றான். இடது பக்கம் போகலாமா, வலதா என்பது அவன் யோசனையாக இருந்தது. எந்தப் பக்கம் போனாலும் அவன் போக வேண்டிய இடம் அண்மைக்கும். சரியாக அதே நேரம், எதிர்ச்சாரி தெருவோரம், முருங்கை மரத்தின் கிழிருந்து வாசம் செய்யும் நாய், அவனைத் தலையை உயர்த்திப் பார்த்தது. பிறகு, அசுவாரஸ்யமாகத் தன்முன்னங்கால்களை நீட்டிப் படுத்துக்கொண்டது. இந்தப் பகுதிக்குக் குடி வந்த காலம் தொட்டு அது மிக நீண்ட காலம் அல்ல, சுமாராக ஓர் இரண்டு ஆண்டுகள் அதை அவன் பார்த்துக்கொண்டிருந்தான். அது சம்சாரி நிறைய உறுப்பினர்கள்கொண்ட குடும்பத்தை ஒரு சமயம் நடத்திக்கொண்டிருந்தது. எதனாலோ இப்போது தனிப்பட்டுக் கிடந்தது. வானம்பிரஸ்த நிலையில் இருக்கிறதோ என்னவோ.

சபா, இடப்பக்கம் திரும்பி நடந்தான். அந்தத் தெருவில் பதினாறு வீடுகள் இருந்தன. அதைச் சந்து என்றும்

பிரபஞ்சன்

வழங்கினார்கள். வாக்காளர்கள் கணக் கெடுப்பு நடந்தபோது அவனுக்கும் வேலை தரப்பட்டிருந்தது. இந்த ஏரியா வேலையில் அவனும் இருந்தான். வீடு என்கிற கூரையின் கீழே பெண், குழந்தைகள், ஆண் மற்றும் ஆளோ பெண்ணோ ஒரு கிழம் இருந்தார்கள். முற்றும் நகரமாக மாறி இராத அந்த ஊரில் நாலு வீட்டுக்கு ஒன்றில் மாடு வளர்த்தார்கள். வீட்டுக்குப் பின்னால் தோட்டம் இருந்தது. மாடுகளுக்குத் தோட்டம் என்கிற திறந்த வெளிபோதும். யாரும் வளர்க்காமல் ஏழெட்டு நாய்கள் கண்ணில் தென்படுகின்றன. சமயங்களில் அவைகளின் சண்டையின்போதும் குரைக்கும்போதும் அவைகள் எண்ணிக்கையில் அதிகம்போலக் காணும்.

மூன்றாம் வீட்டிலிருந்து தேசபந்து எதற்காகவோ வெளியே வந்தார். தேசபந்து எப்போதும் எதையாவது செய்துகொண்டும், ஆகிற வேலைகளைக் கார்வார் செய்துகொண்டும் இருப்பார். செய்ய வேலையா இல்லை? சுவர் காரை பெயர்ந்தால், மழை நீர் ஒழுகினால், குழாயில் தண்ணீர் வரவில்லையென்றால், ஒட்டடை தொங்கினால் என்று எத்தளவு வேலை. இருக்கவே இருக்கிறது, சாக்கடை சுத்தம் செய்யும் வேலை. அதற்கென்று இருக்கிற நீள்கோல், முதலான கருவிகள் என்று எல்லாம் செட்டாக வைத்துக்கொண்டு வாழ்பவர் அவர். ஏதோ ஒரு அரசுத் துறையில் பணியாற்றி, மிகு பொருள் கண்டவர். லஞ்சம் வாங்கும்போது கையும் மெய்யுமாகப் பிடிப்பட்டார். எப்படியோ தப்பித்தார். இதெல்லாம் பெரிய விஷயமா என்ன. சொல்லப் போனால் அந்த நிகழ்ச்சிக்குப் பிறகுதான் அவர் பெரிய மனுஷனாகவே அறியப்பட்டார். சபாவை அவர் பிடித்துக்கொண்டார்.

“இன்னைக்கு என்ன வேலை?” என்றான் சபா.

“வேலைக்கா பஞ்சம். சாக்கடை அடைச்சுட்டு நாறறது... விஷயம் தெரியுமோ... அந்தப் பையனோட குடும்பம், ஊரைவிட்டே காலி பண்ணிட்டுப் போயிட்டாம்”

“எந்தப் பையன்?”

“அதான் ஓய்... நம்ம மேலண்டை வீட்டுப் பொண்ணோட இருந்தவனைப் பிடிச்சு அடிச்சுத் தோச்சாயே... அந்தப் பையன்தான்.”

சபாவுக்கு நினைவு வந்தது. தெருவேகூடிச் செய்த அநியாயம் அது. அதற்குப் பிறகு அந்தப் பையன் ஏதாவது செய்துகொள்ளக் கூடாதே என்று சபாவும்கூட அச்சம்கொண்டிருந்தான்.

விஷயம் ஒன்றுமில்லை. காதல்தான். ராமசாமி, பஞ்சாலைத் தொழிலாளி. மேலண்டை வீட்டு சாமண்ணா ஆபீசுக்கும், அவர் மனைவி டீச்சர், பள்ளிக்கும் போயிருந்தார்கள். வள்ளி, வரச் சொல்லி இருந்தாள் போலும். இருவரும் வீட்டுக்குள் இருந்தபோது, சாமண்ணா மறந்து வைத்துப் போன ஃபைலை எடுத்துப் போக வீடு வந்திருக்கிறார்.

சாமண்ணா கடுமையாக ராமசாமியைத் தாக்கி இருக்கிறார். மட்டுமல்ல, தெருவார் துணையோடு ராமசாமியை நிர்வாணமாக்கித் தெருத் திண்ணையில் கட்டியும் வைத்திருக்கிறார். இந்த வன் கொடுமைக்கு முன் உதாரணமும் வரலாறும் அந்தச் சந்திலேயே ஏற்பட்டிருந்தது. சில வருடங்கலுக்கு முன். காதலியின் அழைப்பிள் பேரில் இரவில் வீட்டுக்குள் புகுந்த காதலன்

இதேபோலத் தாக்கப்பட்டு விடிந்து பல மணி நேரம் வரை நிரவாணமாகத் தெருத் தூணில் கட்டி வைக்கப்பட்டிருந்தவனைப் போலீஸ் மீட்டது. அந்தப் பையன் தற்கொலை செய்துகொண்டான். அந்த நிகழ்ச்சி, தெருவின் மூளையில் பதிந்து இருந்தது போலும்.

நல்ல வேளை ராமசாமி, தற்கொலை செய்துகொள்ள வில்லை. குடும்பம், ஊரைவிட்டேப் போய்விட்டது என்கிறார், இவர். மரத்தில் கட்டப்பட்டுத் தலைகவிழ்ந்து குமுறி அழுதவனை பலரும் வந்து அடித்தார்கள். அடித்தவர்களில் இவரும் ஒருவர். தன் எதிரில் நின்று பேசிக்கொண்டிருக்கிறார். திடுமென, சபாவைப் பார்த்து அவர் கேட்டார்.

“ஓய்... கேக்கனும்னு இருந்தேன். உமக்கு வயசு ஐம்பதைத் தொடும்தானே.

“நாற்பதுதேழு, ஏன்”

“ஏன் இன்னும் கல்யாணம் பண்ணிக்கலை”

எரிச்சல் மண்டியது சபாவுக்கு.

“பண்ணிக்கலை, ஏன்”

“சும்மா கேட்டேன்” என்றபடிச் சாக்கடையைப் பார்த்தார். பாதிதான் சுத்தமாகி இருந்தது.

காலை பதினோரு மணி, தெருவில் விழுந்த வெயில் சோம்பல் முறித்துக்கொண்டிருந்தது. பால்கனி சுவரில் அமர்ந்து வேடிக்கை பார்த்தன காக்கைகள். தெரு. தெரு மனிதர்கள், உலகம், நீதி, நியாயம், அரசு முதலான அனைத்து நிறுவனங்களையும் அழைத்து நியாயம் கேட்டுக்கொண்டிருந்தான் சாமண்ணா. தாசில்தார் ஆபீசில் தொழில் செய்து சௌகர்யமாக ஓய்வு பெற்று பால்வியாபாரம் செய்துகொண்டிருக்கும் ஆரோக்கிய சாமிக்கு வந்த ரௌத்ரம் சொல்லும் தரமன்று. ஊரில் ஒழுக்கம் நல்லது எதுவுமே இல்லாமே போச்சா. மனுஷாள் இல்லாத வனாந்தரமா இது? பட்டப் பகலில் ஒரு நாய் வீடு புகுந்து ஒன்றும் தெரியாத பெண்ணைக் கையைப் பிடிச்சு இழுக்கறதாவது. இங்கே ஆம்பிளைகளே இல்லையா என்று கேட்டபடி, கையில் கிடைத்த கழி, கம்புகளை எடுத்து ராமசாமியை அடித்துத் துவைத்தார்.

ராமசாமி அலறிக்கொண்டிருந்தான்.

ஆரோக்கிய சாமியின் இரண்டாம் மனைவி வந்து, “போதும். பையன் செத்து வைக்கப் போறான். போலீஸ் கேசாகிடப் போகுது” என்று சொன்னதுமே, ஆரோக்கியசாமியின் தார்மிகம் சட்டேன்று வாலைக் குழைத்தது.

தேசபந்து ஏற்கனவே அங்கே பிரசன்னமாகி இருந்தார்.

“வீடு புகுந்து பெண்டு பிடிக்கிற நாய் செத்தும் போகட்டுமே” என்று ஆரோக்கியசாமியின் இரண்டாவது மனைவியைப் பார்த்துச் சொன்னார், தேசபந்து.

“நீங்கதான் சாக அடியுங்களேன். அவருதான் அதைச் செய்யனுமா?” என்று பதிலடி கொடுத்தாள் அந்தப் பெண். தன் இரண்டாம் மனைவி, மூன்றாம் மனிதனிடம் தெருவில் நின்று சண்டை பிடிப்பது ஆரோக்கியசாமிக்கு உவப்பாக இல்லை. தன், மௌருவும் குறைவுபட்டதுபோல அவர் உணர்ந்தார்.

“ஆம்பிளைங்க விவகாரம் பண்ணற இடத்துல, பொம்பிளைக்கு என்ன வேலை. நீ உள்ளே போ” என்றார் கோபத்தோடு. பிரச்சனை என்னவென்றால் ராமசாமி நிர்வாணமாக இருந்தான்.

“விவகாரமே பொம்பளைச் சமாச்சாரம்தான். நான் ஏன் பேசக்கூடாது” என்றாள் அந்தப் பெண்மணி. அதை ஆரோக்கியசாமி போலீஸ்காரன் உருவியதுபோல அவர் சுருங்கிப் போனார். ராமசாமி நிர்வாணமாக இருந்தான்.

ராமசாமி தலைகவிழ்ந்து இருந்தான். அவன் கண்களில் இருந்து கண்ணீர் வழிந்தபடி இருந்தது.

நல்ல வேளையாக, ஆரோக்கியசாமியின் எஞ்சிய கௌரவத்தைக் காப்பாற்றுவான் வேண்டியோ என்னவோ அந்த அம்மா வீட்டுக்குத் திரும்பினாள். கூட்டத்தில் இருந்த ஒரு பெண்ணும் போய்விட்டிருந்தாள்.

இந்தச் சமயத்தில்தான் சபா திரும்பி இருந்தான். கூட்டமும், தூணோடு பிணைத்த நிர்வாணமான ஒரு இளைஞனையும் அவன் கண்டான். அதிர்ச்சியோடு கூட்டத்தினர் முகத்தை மாறிமாறிப் பார்த்தான். கூட்டம் என்பது ஏழெட்டு வயசாளிகள். யாரும் எடுத்துப் பேசத் தயங்கியபோது தேசபந்து முன் வந்தார்.

“வீட்டுல யாரும் இல்லாத நேரம். பொண்ணு தனியா இருந்திருக்கா. இந்தப் பையன் உள்ளே புகுந்துட்டான்”

“அதுக்காக நிர்வாணமாக்கிக் கட்டி வைக்கிறதா” என்றபடி தரகர் ஐயாக் கண்ணுவின் தோள் துண்டைக் கேட்டுவாங்கிப் பையன் இடுப்பில் சுருட்டிக் கட்டினான் சபா.

பெண்ணின் அம்மா சப்தம் போட்டபடி வந்துகொண்டிருந்தாள்.கூடவே, சாமண்ணா இரண்டு போலீஸ்காரர்களோடு வந்து சேர்ந்தான்.

“என்ன நடந்தது” என்றார் ஒரு போலீஸ்காரர். கூட்டம் சற்று பின் நகர்ந்தது. தேசபந்துவும் ஆரோக்கிய சாமியும் கூட்டத்தின் விளிம்பில் நின்று வேடிக்கை பார்ப்பவர்களாகத் தம்மை மாற்றிக்கொண்டிருந்தார்கள். சாமண்ணா, விளக்கிச் சொல்லிக்கொண்டிருந்தார். “திருட வந்தான் சார்... அப்படியே தனியா பெண்இருக்கவும் தப்பான எண்ணம் வந்திருக்கு. அவன் காரியத்துல இறங்கறதுக்குள்ள நல்ல வேளையாக நான் வந்துட்டேன்.”

ஒரு போலீஸ்காரர் ராமசாமியைக் கட்டியிருந்த கட்டை அவிழ்த்தார். அப்படியே நாலு அறையும் விட்டார்.

“சார்... ஒரு விஷயம்” என்றான் சபா.

“என்ன ?” என்றார் போலீஸ்காரர்.

“பையன் திருடவந்தவனாகத் தெரியவில்லை. வீட்டுக்குள்ள எப்போ வந்தான். எவ்வளவு நேரம் உள்ள இருந்தான். அந்தப் பொண்ணுதான் சொல்லனும்.”

“பொண்ணை எண்ணத்துக்குக் கேக்கனும்... நான் சொன்னா போதாதா” என்றார் சாமண்ணா.

"பொண்ணை அழைச்சுக்கிட்டு ஸ்டேஷனுக்கு வாங்க…" என்று சாமண்ணாவிடம் சொல்லிவிட்டு இரு போலீசும் ராமசாமியோடு, வந்த ஆட்டோவில் புறப்பட்டார்கள்.

சபாகூட ஒரு காலத்தில் காதலுக்குக் கை நீட்டவே செய்தான். பள்ளி இறுதி வகுப்பு முடித்து, வேலைக்கு முயற்சி செய்துகொண்டிருந்தான். கலைச்சுடர், அரசு செயலர் வேலை கிடைக்காது என்று அவன் அறிவான். ஏன், துணை வேந்தர் வேலைகூடக் கிடைக்காதுதான் ஆகவே தனியார் கல்வி நிலையத்தில் சின்ன வேலை கிடைத்தது. அதில் திருப்தி அடைந்து வேலையில் கவனம் செலுத்தினான். ஒரு மழை புயல் காலத்தில் பள்ளிக்குப் பணிக்கு வந்தவர்களில், நான்கு பேரில் அவன் ஒருவன். பிரின்ஸ்பல் அவனைப் பாராட்டினார். அதுபோதுமே.

அந்தப் பள்ளியில் புத்தகம், நோட்டுபுத்தகம் போன்றவைகளை நிர்வாகமே வாங்கி மாணவர்களுக்குக் கொடுத்தது. மொத்தமாக வாங்கியதில் கமிஷன் கிடைத்திருக்கும். புத்தகத் தள்ளுபடி விலையில் மாணவர்களுக்கு நிர்வாகம் கொடுக்கலாம். ஆனால் இல்லை, சமயங்களில் புத்தக விநியோகப் பிரிவில் அவன் வேலை செய்ய வேண்டி இருக்கும். அந்த வேலை அவனுக்குப் பிடித்திருந்தது. அதைவிடவும், அப்பிரிவில் பணிசெய்த ரூபாவை அவனுக்கு அதிகம் பிடித்தது. அன்பு, ஒரு ராட்சசி. அது அசுர பலம்கொண்டது. பல அசாதாரணமான காரியங்களை அது செய்யும். ரூபா செய்ய வேண்டிய பல வேலைகளைச் சபா "நான் பார்த்துக்கொள்கிறேன். நீங்கள் நேரத்தோடு வீட்டுக்குப் போங்களேன்" என்பான். ரூபா, "உங்களுக்கு எதுக்கு சிரமம்." என்று தன் ஆள்காட்டி விரலால் மேசைமேல் கோடு கிழிப்பார்." இதெல்லாம் ஒரு சிரமமா என்ன" என்று அந்த ராட்சசி பேசுவாள். ரூபாவுக்கு அழகிய பல்வரிசை.

ஒரு நாள் இரவு டிபனை முடித்துக்கொண்டு அறைக்குத் திரும்பிக் கொண்டிருந்தான். டிபன் என்பது மூன்று இட்லிகள். இட்லி வயிற்றைக் கெடுக்காது. அவன் அப்பா இறக்கும் முன்புவரை அதையே சாப்பிட்டார். ஒரு இனமே இரவில் அதையே சாப்பிடுவது ஆச்சரியம் தருவது அல்ல. நாயக்கர்கள் காலத்தில்தான் இட்லி தமிழனுக்கு அறிமுகம் ஆயிற்று என்று யாரோ ஒரு வரலாற்று வல்லுநர் வரைந்திருப்பதை அவன் வாசித்து இருந்தான். ஆக அறநூறு ஆண்டுகளாகத் தமிழன் ஏற்று உண்ணும் உணவு அதுவாக மாறி இருந்தது. தமிழன், அதன் வடிவத்தை மாற்றாமல்தான் உண்டு வாழ்ந்துகொண்டிருந்தான். வானத்தில் ஒரு இட்லிதான், என்தட்டில் மூன்று இட்லிகள் என்று ஒரு புதுக்கவிதைகூடத் தமிழில் தோன்றி இருந்தது.

அறைக்குத் திரும்பிக்கொண்டிருந்தவனை, ஆட்டோ நிறுத்தத்துக்கு அருகில், பசுக்களுக்குக் காளை போடும் மாமரத்துக்குக் கீழாக, மோட்டார் சைக்கிள் இளைஞன் ஒருவன் மடக்கினான்.

"நீதான் சபாநாயகமா" என்றான்.

"ஆமா"

"நீ இன்னா ஹிரோ மயிரா?. ரூபாவை பிராக்ட் பண்றியாமே அவ என் ஆள். இன்னியோட நிறுத்திக்கோ. இல்ல, லட்சுமி விலாசிலேந்து மூணு இட்லி தின்னுட்டு வீட்டுக்கு போகும்போது ஒரு கை இருக்காது. PTH மாதிரி

பிரபஞ்சன் ★ 581

இருந்துகிட்டு டாவடிக்கிறியா." என்றபடி அவன் சபாவின் சட்டையைக் கழுத்துப் பக்கம் பிடித்து இழுத்தான். சர்வ நாடியும் ஒடுங்கிப்போய் நின்றிருந்தான் சபா. வண்டியைக் கிளப்பிக்கொண்டு அவன் போகும்போது, "உன்னை அடக்கிப் பாக்கெட்டுல வச்சுக்கடா. வெளியே விட்டே, கட் பண்ணி பிட் போட்டுடுவேன்" என்று வேறு சொல்லிவிட்டுச் சென்றான். அவன் போட்டிருந்த செயின் இன்னும் மின்னிக்கொண்டிருந்தது. படபடப்பு நீங்க, ஒரு டீக்கடையில் டீ குடித்து ஆசுவாசம் பெற்றான் சபா. PTH என்ன மொழிச் சொல். என்ன அர்த்தம். "என்னை மடக்கிப் பைக்குள் வைத்துக் கொள்வது". கவிதைபோலவும் தோன்றியது. கட், பிட் என்ன பிராசம், என்று யோசித்தபடி அறைக்குத் திரும்பினான். இரவு அவனால் உறங்கமுடியவில்லை பயம்.

போவுக்குப் பிறகு வேறு யாரையும் அவன் அந்த அலை வரிசையில் சந்திக்கவில்லை. ஏன்? தெரியவில்லை அடுத்து வந்த பல இரவுகளில் அவன் விழித்துக்கொண்டே அமர்ந்திருந்தான். கூரையில் இருந்து நீள நீளமான பாம்புகள் தொங்கின. ஜன்னலுக்கு வெளியே ஓநாய்கள் பிளறின.

நாய்களும் பூனைகளும்தான் குட்டி போட வேண்டுமா? பள்ளிகளும் குட்டி போடவே செய்கின்றன. அவன் வேலை பார்க்கும் பள்ளிக்குக் கிளை ஒன்று தொடங்கப்பட்டு, சபாவுக்கு அந்தப் பள்ளியில் பணி ஒதுக்கப்பட்டது. பஸ் ஸ்டாண்டிலிருந்து பஸ் ஏறி பத்து மைல் பிரயாணம் செய்து ஒரு கிராமத்தில் இறங்கினால், ஒரு டீ குடிக்க வேண்டி வரும். அது முடித்து, பள்ளத்தில் இறங்கி மறைவாக நின்று சிறு நீர் கழித்து நடந்தால் பள்ளிக்கூடம் வரும். நகரத்தையும் கிராமத்தையும் இணைக்கப் பள்ளி நிர்வாகம் மூன்று பஸ்கள் ஏற்பாடு செய்திருந்தன. அரசுப் பள்ளிக்கூடம் ஈ அடித்தது. அரசின் நோக்கமும் நிறை வேறியது, ஒரு நாள் மாலை பஸ்சுக்கு அவன் நின்றபோது அவன் அருகில் சைக்கிள் ஸ்டாண்டு போட்டு நிறுத்தி ஒருவன் "வணக்கம் சார்" என்றபடி வந்து சபா முன் நின்றான்.

அவனை எங்கோ பார்த்திருந்ததாகத் தோன்றியது.

"சார் நான் ராமசாமி" என்றான். பொலபொல என்று நிகழ்ச்சிகள் நினைவில் புரண்டன.

"அடடா... நல்லா இருக்கிங்களா ராமசாமி"

"இருக்கேன் சார். அடுத்த தெருவில்தான் இருக்கேன். வாங்களேன். நீங்க என் வீட்டுக்கு வந்தா எனக்கு சந்தோஷமா இருக்கும் சார், பிளிஸ்.

ராமசாமி சைக்கிளைத் தள்ளிக்கொண்டு நடந்தான். மார்க்கெட் தெருவுக்குள் அவர்கள் நுழைந்தார்கள். பெட்டிக்கடை, பல சரக்குக் கடை, பிளாஸ்டிக் யானை, குதிரை பொம்மைகள் தொங்கும் ஷாப்புகள், தெரு ஒர ஆட்டோக்கள், தாண்டி நெருக்கமான குடியிருப்புகளை நோக்கிச் சென்றார்கள் அவர்கள்.

ஒரு மிகச்சிறிய ஹால். சாக்கு மறைப்பில் சமையல் அறை, ஒற்றை அறை, வாசலில் தண்ணீர்க் குழாய்.

"இதுதான் சார் எங்க மாளிகை"

சப்தம் கேட்டு அவன் மனைவி வெளியே வந்தாள்.

"இவுங்கதான் வள்ளி. என் மனைவி"

"இருங்க" என்றபடி ஒரு சிறிய பாத்திரத்தை எடுத்துக்கொண்டு தெருவுக்குப் போனாள் அவள்.

"நான் டீ சாப்பிட்டம்மா"

"இருக்கட்டும் சார்."

"உங்களை என்னால மறக்க முடியாது சார்... நீங்கதான் என் மானத்தை மறைச்சது"

"அதெல்லாம் ஒன்றுமில்லை. ராமசாமி. நிர்வாணம்வேற, மானம் வேற, இரண்டையும் குழப்பிக்கிட்டோம்" வள்ளி, டம்பளரில் டீயை ஊற்றி இருவருக்கும் கொடுத்தாள்.

"நீயும் சாப்பிடும்மா"

வள்ளி தனக்கும் டீயை ஊற்றிக்கொண்டு வந்து தரையில் அமர்ந்தாள். அங்கு இரண்டு நாற்காலிகள்தான் இருந்தன.

"எப்படிப் பிரச்சனையை சமாளிச்சிங்க" என்றான் சபா.

"வள்ளியோட அப்பா, என்னைத் திருட்டு, கற்பழிக்க முயற்சி குற்றங்களிலே சிக்க வைக்க முயற்சி பண்ணார். வள்ளி தெளிவா, உண்மையைப் பேசி என்னைக் காப்பாற்றினாங்க."

நான்தான் இவரை வீட்டுக்கு வரச் சொன்னேன்னு போலீஸ்லயும் சொன்னேன். கோர்ட்லயும் சொன்னேன். நான் சின்னக் குழந்தை இல்லை. எனக்கு 23வயசு. அவருக்கும். தெரிஞ்சுதான் செய்தோம்னு சொன்னேன். ஆனா, போலீஸ்ல மாற்றி சொல்ல சொன்னாங்க. நீதிபதி ஐயாகிட்டயும் உண்மையைச் சொன்னேன். எனக்கென்ன சார் பயம். அவரை நான் விரும்பினேன்... பிரச்னை வரும்னு தெரியும். இவ்வளவு பெரிசா ஆகும்னு தெரியாது. என்ன, இவங்க அப்பாவை காப்பாற்ற முடியலை. ஏற்கனவே நோயாளி. அந்த சம்பவம் அவரை அதிகம் பாதிச்சுப் போச்சு. ஊரைவிட்டு இங்க வந்த சில நாள்லேயே மாமா காலமாகிட்டாங்க. அதுதான் என் வருத்தம்.

"ஆனா என் மாமனார் வீட்டையும் காலி பண்ணிட்டு சொந்த ஊருக்கே போயிட்டார்."

வள்ளி சொன்னாள்.

"நாங்க நல்லா இருக்கோம் சார். அவர் சின்னப் பெட்டிக் கடை வச்சிருக்கார். நான் பக்கத்துல இருக்கிற கம்பெனியில வேலை செய்யறேன். குழந்தையை எதிர்பார்த்துகிட்டு இருக்கோம்.

"நிம்மதியா இருக்கு" என்றாள் சபா.

"எங்களுக்கு யாரும் இல்ல சார்... என் சைடிலயும் யாரும் துணை இல்லை. வள்ளியோட பக்கத்திலயும் துணை இல்லை. நீங்கதான் எங்களுக்குத் துணை இருக்கணும்"

"நான் இருக்கேன்" என்றான் சபா.

இரவு தாமதமாக வீடு திரும்பினான் சபா. பஸ்ஸாண்டு வரைக்கும் ராமசாமியும் வள்ளியும் வந்து வழியனுப்பினார்கள். வீட்டு எதிரில் முருங்கை மரத்தின் கீழே இப்போது குடும்பம் சகிதமாக வாழ்ந்துகொண்டிருந்த நாய் இவனைப் பார்த்து தலையை உயர்த்தி பிறகு படுத்துக்கொண்டது.

இத்தனை வயதாகியும் என்னத்துக்குக் கல்யாணம் பண்ணிக் கொள்ளாமல் இருக்கிறது. உயிர் வாழ்கிறது என்கிறார் சுத்தம் செய்யப் போகிறவர். ஆமாம் ஏன் நான் கல்யாணம் செய்துகொள்ளவில்லை என்று தன்னிடம் கேட்டுக்கொண்டான். சின்ன வயசில் அம்மா தவறிப் போனார். அப்பாவால் வளர்க்கப்பட்டேன். வாட்ச் மேன் அப்பா சாராயக் கடை வாசம், சூழல் சகிக்காமல், கிடைத்த வேலையைப் பற்றிக்கொண்டு இங்கு வந்தேன்... கணக்குப் பண்ணி வாழ விதிக்கப் பட்டவன் வாழ்க்கையில்.

2017